आपल्या स्नेहीजनांना पुस्तके भेट द्या

मोहनदास करमचंद

गांधी

एक माणूस, त्याचे लोक आणि एक राजवट यांची खरीखुरी कहाणी

लेखक

राजमोहन गांधी

अनुवाद

मुक्ता शिरीष देशपांडे

AA000940

मेहता पब्लिशिंग हाऊस

MOHANDAS : A True Story of a Man, his People and an Empire
by RAJMOHAN GANDHI

Copyright © Rajmohan Gandhi 2006

First Published in viking by Penguin Books India 2006
Translated into Marathi Language by Mukta Deshpande

मोहनदास / अनुवादित चरित्र

अनुवाद : मुक्ता शिरीष देशपांडे

संपादन : वन्दना अत्रे

Email : author@mehtapublishinghouse.com

मराठी अनुवादाचे व प्रकाशनाचे हक्क मेहता पब्लिशिंग हाऊस, पुणे.

प्रकाशक : सुनील अनिल मेहता, मेहता पब्लिशिंग हाऊस,
१९४१, सदाशिव पेठ, माडीवाले कॉलनी, पुणे - ४११०३०.

मुखपृष्ठ : मेहता पब्लिशिंग हाऊस

प्रकाशनकाल : ४ नोव्हेंबर, २०१३ / पुनर्मुद्रण : नोव्हेंबर, २०२१

P Book ISBN 9788184985139
E Book ISBN 9789392482953
E Books available on : play.google.com/store/books
www.amazon.in
https://books.apple.com

(या कहाणीतल्या प्रमुख व्यक्तिरेखेप्रमाणे)
निर्भय, स्वतंत्र आणि उदार असणाऱ्या तुम्हाला...

अनुवादिकेचं मनोगत

आज मागे वळून पाहताना, श्री. सुनील मेहतांनी या पुस्तकाच्या अनुवादाबद्दल मला विचारलं, तो दिवस आठवतो. काहीशी धाकधूक मनात ठेवूनच मी ते हातात घेतलं. विषयाचा आवाका आणि पुस्तकाचा आकार छाती दडपून टाकणारा होता. पण हे आव्हान... हो, आव्हानच... स्वीकारायचं ठरवलं, ते कुटुंबीयांच्या प्रोत्साहनामुळे आणि जन्मानं लाभलेल्या गांधी-विचारांच्या वारशाच्या पाठबळावर.

माझे आजोबा, श्री. रघुनाथ उर्फ भाई धोत्रे हे स्वातंत्र्यानंतर सत्तेपासून लांब राहिलेल्या गांधींजींच्या अनुयायांपैकी एक आघाडीचे कार्यकर्ते, तर आजी श्रीमती शरयू धोत्रे, १९४२ साली झालेल्या वैयक्तिक सत्याग्रहातील एक प्रमुख सत्याग्रही. वडील श्री. मोहन धोत्रे हे खादी ग्रामोद्योग कमिशनमध्ये प्राध्यापक होते व ते 'गांधी-तत्त्वज्ञान' हा विषय शिकवत. हा वारसा समृद्ध होताच; पण जबाबदारीची जाणीव करून देणारा होता. त्याशिवाय, श्री. राजमोहन गांधींच्या विद्वत्ताप्रचुर आणि अलंकारिक भाषेच्या व भाषाशैलीच्या अनुवादाचंही आव्हान होतं.

दोन-अडीच वर्षांचा हा लेखन-प्रवास आनंददायी तर निश्चित होता; पण त्याचबरोबर कधी थकवणारा, डोकं सुन्न करणारा, उद्विग्न करणारा, तर काही वेळा स्तिमित करणारा, काळीज हेलावून टाकणारा होता. मागे वळून त्या प्रवासाकडे पाहताना जाणवते ती गांधी नावाच्या त्या महामानवाची त्याच्या ध्येयावरची अढळ निष्ठा, वकिली ज्ञानाचा व तल्लख बुद्धीचा त्यानं योग्य वेळी केलेला वापर, त्याचं अजातशत्रुत्व, त्याची निरागसता आणि थक्क करून टाकणारी अविरत कार्यरतता.

हे पुस्तक अनुवादासाठी माझ्याकडे सोपवताना जो विश्वास श्री. सुनील मेहता यांनी दाखवला, त्यासाठी मी त्यांची अत्यंत ऋणी आहे. माझे कुटुंबीय, स्नेही आप्तजन यांनी वेळोवेळी उत्सुकतेनं केलेल्या पुस्तकाबाबतच्या चौकशीनं मला लिहितं राहण्याची प्रेरणा मिळाली. त्यांचे आभार मानण्याचा औपचारिकपणा मी करणार नाही.

अखेरीस एका व्यक्तीचा उल्लेख केला नाही, तर हे मनोगत अपूर्ण राहील; ती म्हणजे या पुस्तकाची संपादिका सौ. वन्दना अत्रे. हा अनुवाद करतानाच्या काळा

माझ्याबरोबरीनं तिनं सोसल्या आहेत... भरकटलेल्या शब्दांना, वाक्यरचनेला हळूच कानाला धरून तिनं सरळ मार्गावर आणलं आहे. तुमच्या हाती पडणाऱ्या या अनुवादाला साजिरं-गोजिरं रूप देण्याची मोलाची कामगिरी तिनं केली आहे. त्याबद्दल तिच्या ऋणात राहायला मला आवडेल.

४ जानेवारी २०१३

मुक्ता देशपांडे
नाशिक

अनुक्रमणिका

उपोद्घात

अस्सल गांधी उलगडून दाखवण्यासाठी सुरू केलेला हा अभ्यास, हा प्रकल्प स्वाभाविकपणे आणि वेगानं आधुनिक महाकाव्याच्या पुनर्मांडणीत रूपांतरित झाला. हे महाकाव्य एक असामान्य नायक, गुंतागुंतीचा समाज आणि एक सर्वशक्तिमान राजवट यांच्याभोवती गुंफलं गेलेलं आहे.

विषयाचा आवाका, वैभव आणि शोकांतिका यांमध्ये होणारं त्याचं आंदोलन, त्यातील पात्रांची विपुलता, दौर्बल्य आणि शक्ती यांचं प्राबल्य असलेली (अनेक) महत्त्वाची पात्रं आणि सातत्यानं आपलं उमदं अस्तित्व दाखवणारा त्यांच्यामधील महानायक, यामुळे मी ही जी कहाणी उलगडून दाखवायला सिद्ध झालो आहे, ती नक्कीच एक अभिजात, उच्च दर्जाची कलाकृती झाली आहे.

काही बाबतींत ही कहाणी अविश्वसनीय आहे. आइन्स्टाईनच्या मते, गांधींनी जे काही केलं ते खरोखरच केलं का, या गोष्टीवर पुढील पिढ्या विश्वास ठेवायला कदाचित तयार होणार नाहीत. म्हणूनच 'ही खरी कहाणी आहे', याचं स्मरण उपशीर्षकाद्वारे करून देण्यात आलं आहे.

परंतु, 'खऱ्या' गांधींची ओळख करून देण्याचा, त्यांच्याविषयीचं सत्य उलगडून दाखवण्याचा हा एक प्रयत्न आहे. त्यांच्या मृत्यूला साठ वर्षं उलटून गेली तरीही निरागसता, कल्पकता किंवा धैर्य यांचं सर्वमान्य रूपक बनून राहिलेलं हे व्यक्तिमत्त्व, माणूस म्हणून कसं होतं, हे जगासमोर फारसं आलेलं नाही.

गांधींच्या, या आधी केलेल्या अभ्यासात, 'द गुड बोटमन' (व्हायकिंग/पेंग्विन यांचंच प्रकाशन) काही महत्त्वाच्या प्रश्नांची उत्तरं शोधण्याचा प्रयत्न मी केला होता. जसे गांधींच्या अहिंसाविषयक तत्त्वज्ञानाचा पगडा असतानाही भारतीय उपखंडानं मोठ्या प्रमाणात हिंसा का अनुभवली आणि त्यांचा प्रखर विरोध असतानाही फाळणी का झाली इ. पण ते काही गांधींचं चरित्र नव्हतं. हे मात्र आहे.

त्या रूपकानं हा माणूस झाकोळून टाकलेला आहे. या पृथ्वीवर भारताव्यतिरिक्त इतर ठिकाणी जो साहसी, नि:स्वार्थी आणि दडपशाहीला अहिंसेनं प्रतिकार करणारा असेल, असा कुणीही गांधी म्हणून ओळखला जाऊ शकतो आणि निरागसतेला पायदळी तुडवणारा कुणी, गांधींचा नवीन मारेकरी म्हणून धिक्कारला जाऊ शकतो. १९८४, १९९२ आणि २००२ साली भारतातील हत्याकांडांच्या वेळी हेच घडलं.

पण एक माणूस म्हणून गांधी कसे होते? त्यांच्या प्रसिद्धीव्यतिरिक्त किंवा कदाचित त्यामुळेच, मोहनदास गांधी एक माणूस म्हणून पुरेसे जाणवले, पाहिले किंवा समजले गेले नाहीत.

अर्थात आपण असं मानतो की, आपण गांधींना ओळखतो. कोणताही चेहरा इतका सुपरिचित नाही. चलनातल्या नोटांमधून, पोस्टाच्या तिकिटांमधून, रस्त्याच्या कडेला लागलेल्या जाहिरातींमधून हा चेहरा आपल्याकडे बघत असतो. आपल्याला खात्री आहे की, आपण तो चश्मा, ते तुळतुळीत डोकं, तो पंचा, ते घड्याळ सहज रेखाटू शकतो. पण फक्त परिचय असणं म्हणजे ज्ञान नव्हे.

गांधी कशाचं प्रतीक आहेत, हेही आपल्याला ठाऊक आहे, असं आपण समजतो. तरीही जे गांधींचं चित्र स्वाभाविकपणे आणि सहजपणे आपल्यासमोर उभं राहतं, ते दिशाभूल करणारं असू शकतं आणि खऱ्या माणसाची मतं ही आपण समजतो त्यापेक्षा पुष्कळ वेगळी असू शकतात.

कोण होता हा बुजरा मुलगा, जो पुढे जाऊन या देशाचा मूर्तिमंत विवेकरूप बनला आणि ज्यानं भारताला स्वातंत्र्यप्राप्तीची वाट दाखवली? सत्याग्रहाचा उद्गाता, प्रत्येक डोळ्यातून अश्रूचा प्रत्येक थेंब पुसून टाकण्याची मनीषा करणारा, बहुआयामी धर्मव्यवस्थेचा पुरस्कर्ता आणि आधुनिकतेच्या व्याख्येशी मतभिन्नता असणारा हा माणूस त्याच्या दैनंदिन जीवनात कसा वागत होता, त्याच्या अत्यंत जवळच्या आप्तांबरोबर त्याची वर्तणूक कशी होती?

ज्या गोष्टींशी त्यानं मुकाबला केला, त्यांच्या बाबतीत तो कसा वागला, एका राजवटीला केलेला कडवा प्रतिकार, त्याचा स्वत:चा विघटनशील, कठोर समाज, त्याचे विरोधक आणि त्याच्या सर्वांत महत्त्वाच्या, स्वत:शीच चालणाऱ्या सामन्यात त्याचे आई-वडील, पत्नी आणि मुलांच्या बाबतीत, समस्त स्त्रीवर्गाबाबत, त्याच्या तरुण महिला सहकाऱ्यांबाबत आणि त्याच्या राजकीय व राजकारणबाह्य सहकाऱ्यांच्या बाबतीत तो कसा होता?

तो राजकारणी होता की संत? आणि दोन्ही असेल, तर या दोन गांधींचं मिश्रण त्याच्या व्यक्तिमत्त्वात कसं आणि कोणत्या प्रमाणात झालं होतं? टीकाकारांनी आरोप केल्याप्रमाणे, तो 'देशाची फाळणी होऊ देण्यापूर्वीच मी जीव देईन', या त्याच्या शपथेचा भंग करणारा होता? तो एक कठोर आणि निष्ठुर पती व पिता

नव्हता का? सद्वर्तनाच्या नावाखाली तऱ्हेवाईकपणा करणारा माणूस होता का? किंवा अहिंसेच्या दबावाखाली भारताला दुबळं बनवणारा होता? आणि दलितांना त्यांचे अधिकार प्रदान करण्याऐवजी केवळ आधार देणारा होता?

हा अभ्यास म्हणजे एक माणूस म्हणून गांधींना त्यांच्या प्रतिमेपासून किंवा प्रतिमांपासून वेगळं काढण्यासाठी आणि त्यांचं जीवन संपूर्णपणे व प्रामाणिकपणे सगळ्यांसमोर मांडण्यासाठी टाकलेलं एक दान आहे.

अनेकांनी समर्थपणे त्यांना भावलेले गांधी लोकांपुढे सादर केले आहेत. गांधींचे निष्ठावंत सचिव प्यारेलाल यांनी, त्यांच्या भगिनी सुशीला नायर यांच्या मदतीनं चार खंडांमध्ये उल्लेखनीय असं गांधीचरित्र सादर केलं. ते गांधींच्या अखेरच्या पर्वापासून सुरू होऊन त्यांच्या बालपणाकडे व किशोरावस्थेकडे वळतं आणि नंतर त्यांच्या आयुष्याच्या मध्यान्हीचा वेध घेतं. त्यापूर्वी डी. जी. तेंडुलकरांनीही आठ खंडांमध्ये गांधींचं चरित्र प्रकाशित केलं होतं. बी. आर. नंदा, लुई फिशर आणि जेफ्री अॅश यांनी आपल्याला संस्मरणीय आणि लोकप्रिय ग्रंथ दिले आहेत आणि असं करणारे ते एकटेच नाहीत.

'गांधीज ट्रुथ' या एरिक एरिक्सनच्या पुस्तकात त्यातील नायकाची तणावग्रस्त मानसिक अवस्था आणि त्याच्या तऱ्हेवाईक आचरणाचं विश्लेषण केलं गेलं आहे आणि मार्टिन ग्रीन यांनी गांधींना नव्या युगाच्या क्रांतिकारकाच्या रूपात सादर केलं.

१९०९ साली जोसेफ डोक यांनी पहिलं गांधीचरित्र लिहिलं. १९२० साली स्वत: गांधींनी आपले विचार 'माय एक्सपरिमेंट्स विथ ट्रुथ' या पुस्तकातून व्यक्त केले. इतर डझनावारी चरित्रं त्यानंतर आली आणि अजून कितीतरी लिहिली जातील.

१९९० साली योगेश चड्ढा यांनी लिहिलेल्या गांधीचरित्राचं सर्वत्र स्वागत झालं. गांधींचे १९१७ ते १९४२ सालपर्यंतचे सचिव महादेव देसाई यांचे सुपुत्र नारायण देसाई यांनी गुजरातीत चार खंडांत गांधींचं अर्थपूर्ण असं चरित्र लिहिलं आहे. त्याचा इंग्रजी अनुवादही येणार आहे. महादेव देसाईंच्या बारीकसारीक तपशिलांनी उद्बोधक बनलेल्या अनेक दैनंदिनी पूर्वीच प्रसिद्ध झाल्या आहेत.

तरीही, कालक्रमानुसार, संपूर्ण आणि प्रांजळ चित्र रेखाटण्याचा प्रयत्न करण्याची निकड भासली. गांधी हत्येनंतर लगेचच केल्या गेलेल्या लेखनात स्वाभाविकपणे त्यांचे शेवटचे दिवस आणि त्यांच्या व्यक्तिमत्त्वाचे मोजके पैलू ठळकपणे मांडले गेले; परंतु या व्यक्तिमत्त्वाचे इतर कंगोरे मात्र दुर्लक्षित राहिले. त्याशिवाय, अभ्यासकांना आता विपुल प्रमाणात उपलब्ध असलेलं, त्यांच्यावर अधिक प्रकाश टाकणारं साहित्य या आधीच्या चरित्रकारांना उपलब्ध झालं नव्हतं.

कदाचित, त्यांचा संपूर्ण जीवनपट एकसंधपणे अवलोकित करण्यासाठी आणि ज्यांच्याबद्दल जवळीक वाटेल असे सहजस्पर्शी, ज्यांच्याकडे आपण डोळसपणे पाहू

शकतो आणि ज्यांना समजून घेऊ शकतो, असे गांधी सर्वांपुढे आणण्यासाठी काही काळ जाण्याची गरज होती.

हे काम मोठं कठीण होतं. ते हाती घेताना मी घाबरलो होतो, बावरलो होतो. प्रार्थना करत होतो की, त्या व्यक्तीला आणि सत्यालासुद्धा काही प्रमाणात न्याय देण्याचा प्रयत्न माझ्याकडून व्हावा. मी त्या प्रयत्नात किती यशस्वी झालो किंवा झालो नाही. हे फक्त देवालाच माहीत!

ही कहाणी अशा व्यक्तीची आहे, जी समजण्यास सोपी नव्हती. तिच्याबरोबर आयुष्य घालवणं सोपं होतं, तिला चुका आणि पराभव अपरिचित नव्हते; पण ती अनेकांचं प्रेरणास्थानही होती आणि कितीतरी जणांचं चित्त वेधून घेणारी होती. ही कहाणी गांधींच्या व्यक्तिमत्त्वातली गुंतागुंत सोडवण्याचा प्रयत्न करते; त्यांचं चमत्कारिक वागणं, अपयश आणि उणिवांवर बोट ठेवते आणि ज्यानं नेहमीच संपत्ती, सुखसोयी आणि अधिकार यांना तुच्छ लेखलं, त्या अशक्त, दुबळ्या माणसाच्या क्षमतेचं रहस्य शोधून काढण्याचा प्रयत्न करते.

निरागसतेचं चालतंबोलतं रूप असणारा हा माणूस अतिशय मुत्सद्दी व्यूहरचनाकार होता. त्यानं त्याचे निर्णय कसे घेतले आणि सहकाऱ्यांचा पाठिंबा कसा मिळवला, हे इथे मांडलं आहे. त्याशिवाय भारताचं भावी नेतृत्व ठरवण्यासाठी रचलेल्या चालींचा मागोवा घेतला आहे.

या महाग्रंथात गांधींच्या जीवनकथेबरोबरच जोडल्या गेलेल्या अनेक उपकथा पुन्हा सांगण्याचा प्रयत्न मी जसा केला आहे, त्याचप्रमाणे भारताच्या स्वातंत्र्यचळवळीच्या गोष्टी आणि १९४७ ची फाळणी व दंगे, जातपात आणि अस्पृश्यतेशी संबंधित गोष्टीही! हिंदू-मुसलमान संबंध आणि संस्थानांशी संबंधित गोष्टी, आधुनिक भारतीय लोकशाहीचा उगम, आधुनिक हिंदुत्ववादाच्या गोष्टी. या सगळ्या विषयांचे पैलू पुढे येणाऱ्या पानांमध्ये उलगडत जातील.

इतिहास बदलण्याची ऊर्मी असलेल्या एका तरुणाची, एका गृहस्थाची आणि एका वृद्धाची ही कहाणी.

एक गोष्ट मी स्पष्ट करून सांगू इच्छितो की, मी मोहनदास गांधींचा नातू आहे, त्यांच्या चार मुलांना—जे सगळे मुलगे होते– झालेल्या पंधरा मुलांपैकी एक. नऊ नातवंडं (चार नाती आणि पाच नातू) आजमितीला हयात आहेत. यांशिवाय अनेक पणतू आणि त्यांची मुलं, गांधींच्या सख्ख्या व इतर भावंडांपासून निर्माण झालेले अनेक गांधी जमेस धरून. माझे वडील देवदास हे गांधींचं सर्वांत लहान अपत्य. महात्माजींची हत्या झाली तेव्हा मी साडेबारा वर्षांचा, दिल्लीतल्या शाळेत शिकणारा मुलगा होतो.

परंतु, मी स्वतःला वास्तवाचा शोध घेणारा एक अभ्यासक समजतो.

या पुस्तकात केलेलं गांधींचं चित्रण हे अमाप साहित्याच्या राशीतून साकार

झालं आहे. पत्रं, आठवणी, रोजनिशीमधल्या नोंदी, संभाषणांची मुद्रणं, भाषणं, मुलाखती, लेख व पुस्तकं यांची मदत त्यासाठी घेतली.

त्यांच्या अनेक मदतनिसांनी त्यांची विविध वक्तव्यं आणि भावावस्था मुद्रित करून ठेवल्या आहेत. त्यांनी सार्वजनिक ठिकाणी केलेली व्याख्यानं वर्तमानपत्रांनी नोंदवून ठेवली आहेत. त्यांच्या स्वत:च्या रोजनिशीत अनेक लेख सापडतात. त्यांनी स्वत:चं आत्मचरित्र आणि दक्षिण आफ्रिकेतल्या सत्याग्रहाचा इतिहास लिहिला. त्यांच्या प्रशंसकांच्या नजरेतून सुटलेले अनेक पैलू शत्रूंनी, टीकाकारांनी आणि मनोविश्लेषकांनी प्रकाशात आणले आहेत. त्यांच्या सोबत्यांनी आणि समीक्षक-सहकाऱ्यांनी त्यांचं अनेकदा ओझरतं दर्शन घडवलं आहे आणि विवेचन केलं आहे.

या इथे (प्रकरण सातमध्ये) प्रथमच कौटुंबिक कागदपत्रांमधून एक बाब उघड केली आहे. महात्माजींच्या पहिल्या व दुसऱ्या मुलांच्या—हरिलाल गांधी आणि मणिलाल गांधींच्या– मुली अनुक्रमे नीलम पारिख आणि उमा धुपेलिया-मेस्त्री यांनी जनतेसमोर नुकत्याच आणलेल्या साहित्याचाही या पुस्तकाला फायदा झाला.

'खऱ्या' गांधींची मांडणी करण्याचा प्रयत्न करणाऱ्या चरित्रकाराला साहित्याची उणीव भासत नाही; उलट, त्याच्या विपुलतेमुळे त्रास होतो. तौलनिक अभ्यास करून निवड करणं, काय सुसंगत आहे हे ठरवणं आणि खरा अर्थ आणि कदाचित गर्भितार्थ समजून घेणं ही त्याची महत्त्वाची जबाबदारी ठरते.

या गांधी-चरित्रकारानं काही पूर्वतयारी न करता सुरुवात केली नाही. तो (इतरांबरोबरच) अनेक रोजनिशीकार, स्मरणचित्रकार, इतर चरित्रकार, ग्रंथालयं व ग्रंथपाल, पुराभिलेख व पुराभिलेखक आणि 'कलेक्टेड वर्क्स ऑफ महात्मा गांधी'चे संकलक यांचा ऋणी आहे.

शिवाय मी अर्बाना-चॅम्पेन येथील युनिव्हर्सिटी ऑफ इलिनॉईस यांचाही आभारी आहे. हे चरित्र लिहिण्यासाठी मानद प्राध्यापक आणि त्यांच्या स्वअर्जित शिक्षण गटाच्या शैक्षणिक संचालकपदाच्या जबाबदारीतून त्यांनी मला मुक्त केलं. गांधींच्या लेखनातून आणि वक्तव्यांमधून काही अवतरणांचा वापर करू दिल्याबद्दल मी नवजीवन ट्रस्टचा आभारी आहे. अत्यंत कसून आणि विनातक्रार काम करणारी व्हायकिंग/पेंग्विनमधली माझी संपादिका प्रीता मैत्रा हिलाही मी धन्यवाद देतो.

हे पुस्तक लिहायला तीस महिन्यांहून अधिक कालावधी लागला, पण त्याबद्दलचा विचार करायला आणि प्रश्नांची उकल करायला त्यापेक्षाही कितीतरी अधिक. ते वाचकांना ज्ञानदान करण्याबरोबरच खिळवून ठेवेल आणि ईश्वरकृपेनं आजच्या प्रश्नांवर भाष्य करेल, असं वाटतं.

जुलै २००६   राजमोहन गांधी

१

बालपण
काठियावाड, १८६९-८८

पोरबंदर. अरबी समुद्रानं जवळपास संपूर्णपणे वेढलेलं, समुद्र-किनाऱ्यालगतचं आणि आफ्रिका व अरबी जगताबरोबर बऱ्याच काळापासून व्यापारी संबंध असलेलं गाव. २ ऑक्टोबर १८६९ या दिवशी इथेच मोहनदास करमचंद गांधी यांचा जन्म झाला. भगवान श्रीकृष्णाचा बालसखा सुदामा, हा इथे वास्तव्याला असल्याची कथा प्रचलित असल्यामुळे या गावाला क्वचित 'सुदामपुरी' असंही संबोधलं जाई. पांढऱ्या चुनखडकाची एक भिंत गावाचं लाटांपासून रक्षण करत असे आणि या भिंतीवरून परावर्तित होणारा सूर्यप्रकाश या दिशेनं येणाऱ्या खलाशांच्या थेट डोळ्यांवर पडत असे.

पोरबंदर संस्थान (१८६९ साली १५ हजार लोकसंख्या असलेलं पोरबंदर गाव या संस्थानाचा एक भाग होतं.) हे ब्रिटिश राज्यकर्त्यांचा प्रभाव असलेल्या भारतीय राजाच्या आधिपत्याखाली होतं. भारतातल्या ब्रिटिश साम्राज्यामध्ये या प्रकारची जवळपास पाचशे मांडलिक संस्थानं होती. यांपैकी काही पोरबंदरपेक्षा क्षेत्रफळानं मोठी होती (पोरबंदर संस्थानचं क्षेत्रफळ ६०० चौरस मैलांच्या आसपास होतं.), तर काही लहानही होती. ही सगळी संस्थानं ब्रिटिश साम्राज्याच्या नकाशात पिवळ्या रंगानं दाखवली जात.

ज्या प्रदेशांवर ब्रिटिशांचा थेट अंमल होता, ते नकाशात लाल रंगानं दाखवले होते. पोरबंदरपासून १२० मैल पूर्वेला असलेल्या राजकोट या आतील भागात असलेल्या शहरातून एक ब्रिटिश राजदूत काठियावार (किंवा काठियावाड) प्रांतातल्या सगळ्या मांडलिक राज्यांवर लक्ष ठेवून होता. कराचीच्या दक्षिणेला आणि मुंबईच्या उत्तरेला असलेले अरबी समुद्रात पश्चिमेला डोळ्यात भरणारे हे द्वीपकल्प 'सौराष्ट्र' या नावानेही ओळखले जाते.

गुजराती ही काठियावाड प्रदेशाची भाषा होती. लागूनच असलेल्या पूर्वेकडील प्रदेशाचीही (जो नकाशात बहुतांशी 'लाल' रंगाचा आहे.) तीच भाषा होती. त्या

प्रदेशातलं सर्वांत मोठं शहर होतं अहमदाबाद. आणि मुंबईच्या उत्तरेला असलेला किनारपट्टीलगतचा प्रदेश (हासुद्धा 'लाल'), जिथे सुरत हे बंदर ब्रिटिशांचं भारतातील सुरुवातीचं ठाणं होतं, इथेही हीच भाषा बोलली जात होती.

मुंबई हे द्वीप ब्रिटिशांनी पोर्तुगीजांकडून १७ व्या शतकात मिळवले, ते नंतर पश्चिम भारतातले सर्वांत महत्त्वाचे केंद्र बनले (इथे बहुतांशी मराठी भाषा बोलली जात होती); परंतु भारतातल्या ब्रिटिश साम्राज्याचा सर्वोच्च अधिकारी, 'व्हाइसरॉय' पूर्वेला बंगालच्या खाडीजवळ असलेल्या कलकत्ता (आता कोलकता) शहरातून सत्ता सांभाळत असे (इथले बहुसंख्य लोक बंगाली भाषा बोलत असत.). अहमदाबादच्या ६०० मैल उत्तरेला तीन शतकं मुघल राजवटीखाली असलेलं प्राचीन शहर दिल्ली [जिथे हिंदुस्थानी (हिंदी) ही मुख्य भाषा आहे.] वसलेलं होतं.

मोहनदासच्या जन्माच्या बारा वर्षं आधी, १८५७ साली दिल्ली आणि दिल्लीच्या पूर्वेकडच्या काही भागांत, नकाशात पिवळ्या रंगात असलेल्या काही मांडलिक राज्यांसकट, भारतातल्या ब्रिटिश सत्तेला जवळजवळ उलथून टाकणारा असा प्रक्षोभक उठाव झाला आणि याची सुरुवात १७५७ साली झाली होती.

आपण वापरत असलेल्या नव्या काडतुसांमध्ये हिंदू धर्मीयांसाठी अपवित्र मानलं गेलेलं गोमांस आणि मुसलमानांसाठी अत्यंत निषिद्ध असलेलं डुकराचं मांस आहे, हे समजल्यावर ब्रिटिश साम्राज्याचे बहुसंख्य सैनिक (जे हिंदू आणि मुसलमान होते.) खवळले.

पण हा उठाव दडपला गेला आणि भारतावरील ब्रिटिश सत्तेची पकड १८६९ पर्यंत मजबूत बनली. याच वर्षी सुएझ कालवा बांधला गेला. परिणामी, लंडन ते भारत हा प्रवासही कमी अंतराचा झाला.

मोहनदास त्याच्या लहानपणी जे गुजराती गाणं शिकला होता, त्या गाण्यासह अन्य काही गाण्यांमध्ये ब्रिटिशांमुळे आलेल्या शांततेचे गोडवे गायले होते; पण तरीही परकीय सत्तेबद्दलचा संताप भारतीय मनात कुठेतरी खदखदत होता.

शहरांच्या क्रमवारीच्या उतरंडीत लंडन अग्रभागी आणि त्याच्या खालोखाल इतर शहरांच्या क्रमवारीत पोरबंदर शेवटी, अगदी राजकोटच्याही खाली होतं. राजकोट अहमदाबादच्याही खाली गेलं होतं. अशाच क्रमवारीप्रमाणे भारतातल्या इतर गोष्टींचाही दर्जा ठरवला गेला. म्हणजे खेडं शहरांपेक्षा दुय्यम, स्त्रिया पुरुषांपेक्षा, तरुण प्रौढांपेक्षा, नि:शस्त्र शस्त्रधाऱ्यांपेक्षा, नीच जाती उच्च जातींपेक्षा, अस्पृश्य इतर सगळ्यांपेक्षा, भारतीय भाषा इंग्रजीपेक्षा आणि भारतीय वंश गोऱ्या वर्णापेक्षा.

पोरबंदरसह भारताचा मोठा भाग व्यापून असलेले कट्टर हिंदुधर्मीय आणि संख्येनं त्यापेक्षा कमी परंतु तितकेच कडवे धर्मनिष्ठ असलेले आणि इस्लाम धर्माचे पालन करणारे मुसलमान (ज्यांच्या मनात ब्रिटिशपूर्व मुसलमानी वर्चस्वाच्या आठवणी

ताज्या होत्या.) यांच्यात प्रश्न परस्परांमधील भिंतींचा होता; समानतेचा नव्हता. हिंदू आणि मुस्लीम वेगवेगळी आयुष्यं जगत होते. भिंतीच्या पलीकडे असणाऱ्यांबद्दल तीव्र पण अज्ञात भावना त्यांच्या मनात घर करून होत्या.

*

मोहनदासच्या पाचपेक्षाही जास्त पिढ्या काठियावाडच्या राजाच्या सेवेत प्रशासकीय पदभार सांभाळत होत्या. मोहनदासचे आजोबा उत्तमचंद किंवा ओता गांधी त्यांच्यात सर्वांत यशस्वी मानले जात. पोरबंदरच्या राजानं त्यांना दिवाण किंवा त्या प्रदेशाचा प्रथममंत्री हा दर्जा दिला होता. ओता गांधींनी सिंचन आणि महसूल क्षेत्रात उल्लेखनीय कामगिरी करून आपल्या धन्यासाठी ब्रिटिश सत्तेकडून प्रथमदर्जा प्राप्त करून घेतला होता. ओतांची दोन मुलंही– करमचंद, मोहनदासचे वडील आणि त्यांचा धाकटा भाऊ तुलसीदास– पोरबंदरचे दिवाण झाले.

'वाणी' (किंवा 'बनिया') या वैश्य जातीच्या 'मोढ' या उपजातीमध्ये गांधींचा समावेश व्हायचा. हिंदू जातिव्यवस्थेच्या उतरंडीत ब्राह्मण आणि क्षत्रियांखालोखाल बनिया जात मानली जायची; त्यामुळे ते स्वतःला उच्च जातीचे मानत असत.

पोरबंदरच्या ज्या तीनमजली घरात मोहनदासचा जन्म झाला आणि अनेक गांधी– तरुण व वृद्ध– एकत्र कुटुंब म्हणून राहत असत, ते १०० वर्षांपूर्वी बांधलेलं होतं. पोरबंदर संस्थानची मुखत्यार म्हणून काम बघणारी राजकन्या– राणी रूपालिबा हिच्या आज्ञेवरून डागलेल्या तोफगोळ्यांच्या खुणा ते घर अंगावर वागवत होतं. राज्याच्या खजिनदाराला असलेला ओता गांधी यांचा पाठिंबा सहन न झाल्यानं तिनं अशी आज्ञा दिली होती; कारण तो खजिनदार तिच्या मर्जीतला नव्हता.

त्या वेळी एका अरब अंगरक्षकानं ओता गांधींचं कसं रक्षण केलं, याच्या कहाण्या ऐकत ऐकत मुलं आणि नातवंडं मोठी झाली होती. गांधींच्या मुस्लीम जगताशी असलेल्या संबंधांचा प्रारंभीचा दुवा म्हणून आपण या घटनेचा उल्लेख करू शकतो. हे जग अरबी समुद्राच्या पलीकडे, म्हणजे काही फार लांब नव्हतं; आणि पोरबंदरच्या जवळून सुरू होणारं, कच्छ आणि सिंध प्रांतांना जोडत थेट पश्चिम आशियापर्यंत पसरलेलं वाळवंट हे या जगाशी जवळीक साधणारं होतं.

लिखित गुजराती भाषेचं तुटपुंजं ज्ञान आणि इंग्रजीचं संपूर्ण अज्ञान असलेले, काबा या नावानं ओळखले जाणारे करमचंद प्रत्यक्ष व्यवहारात मात्र तरबेज होते. मोहनदासची आई, पुतळीबाई, त्यांची चौथी बायको होती. मोहनदास हे तिचं शेंडेफळ होतं. त्याच्या आधी एक मुलगी, रलिअत आणि दोन मुलगे, लक्ष्मीदास आणि करसनदास अशी अपत्ये तिला होती. काबांच्या त्याआधीच्या दोन बायकांनी प्रत्येकी एका मुलीला जन्म देऊन इहलोकीची यात्रा संपवली होती. तिसरी पत्नी

अकाली निपुत्रिक निधन पावली होती. मोहनच्या दोन सावत्र बहिणींची नावं मूली आणि पानकुंवर अशी होती.

मोहन– किंवा त्याचे आई-वडील हाक मारत तसं मोनिया– चार वर्षांचा झाला, तेव्हा काबा राजकोटला ठाकुरांचे (राजकोटचे राजा) दिवाण म्हणून गेले आणि नंतर वाकानेर या दुसऱ्या एका संस्थानचे दिवाण झाले. पुतळीबाई, इतर नातेवाईक आणि एक अतिशय प्रेमळ दाई रंभा यांनी पोरबंदरच्या घरात मोहनचा सांभाळ केला. मोहनला भुताखेतांची फार भीती वाटायची. तेव्हा, 'रामाचं पवित्र नाव घेतलं तर तुझी भीती दूर होईल,' असं रंभा त्याला सांगत असे. तिच्या उपचारांपेक्षा तिच्यावर जास्त श्रद्धा असल्याकारणाने मोहन ते नाव जपत असे पण त्याची भीती काही नाहीशी झाली नाही.

प्रभावी व्यक्तिमत्त्वाचे वडील आणि उपजत शहाणपण असलेली, राज्याशी संबंधित सर्व गोष्टींची अद्ययावत माहिती असलेली आणि जिच्या बुद्धिमत्तेविषयी दरबारातील स्त्रियांना आदर होता अशी आई, या दोघांचं मोनिया हे अतिशय लाडकं अपत्य होतं. घरात आणि घराबाहेर, ज्या धूळ-शाळेत त्याला घातलं होतं, तिथेही त्याचे खूप लाड होत असत. अशा लाड करणाऱ्यांमध्ये त्याचा एक चुलत भाऊ खुशालचंद आणि त्याची पत्नी देवा हेही होते. खुशालचंद त्याच्यापेक्षा अठरा वर्षांनी मोठा होता आणि काबा व पुतळीबाईंनी त्याला वाढवलं असल्यामुळे त्यांच्याच घरी राहायचा. देवाला या कुरळ्या केसांच्या आणि गोल चेहऱ्याच्या आकर्षक बालकाला उचलून घेतल्याशिवाय राहवत नसे.

१८७६च्या सुमाराला काठियावाड संस्थानाच्या राजघराण्याशी संबंधित कुटुंबातील तंटे सोडवण्यासाठी नियुक्त झालेल्या राजस्थानिक न्यायालयात काम करण्यासाठी म्हणून काबा वाकानेरहून राजकोटला आले. पुतळीबाई आपल्या मुलांना घेऊन राजकोटला गेल्या. एव्हाना सात वर्षांचा झालेला त्यांचा धाकटा मुलगाही आपले भयगंड बरोबर घेऊन त्यांच्यासमवेत गेला; अर्थात त्याशिवाय त्याच्याबरोबर प्रेमानं काठोकाठ भरलेली शिदोरीही होती.

*

राजकोटला प्रारंभी मोहन प्राथमिक शाळेत गेला आणि त्यानंतर लगेचच तालुक्याच्या शाळेत गेला. वयाच्या पन्नाशीत लिहिलेल्या आत्मचरित्रात ते असा दावा करतात की, सात-आठ वर्षांचा असतानाच्या प्राथमिक शाळेतल्या शिक्षकांची केवळ नावंच नाही तर इतर बारीकसारीक वैशिष्ट्यंही त्याला चांगली आठवत. काबा गांधींनी आपल्या मुलाची निरीक्षणशक्ती आणि स्मरणशक्ती पाहून तो दहा वर्षांचाच असतानाच, त्याला पुढे उच्च शिक्षणासाठी लंडनला पाठवायची इच्छा प्रदर्शित केली.

गांधी आपल्या आत्मचरित्रात म्हणतात, *'मी जेव्हा दहा वर्षांचा द्वाड मुलगा होतो, तेव्हा जानव्याला किल्ल्यांचा जुडगा बांधून मिरवणाऱ्या ब्राह्मण मुलांचा मला हेवा वाटे आणि आपणही तसं करावं, अशी इच्छा होई.'* त्यांची ही इच्छा पूर्ण झाली; कारण आपल्यालाही जानवं घालण्याचा हक्क आहे, असं काठियावाडचे बनिया त्या वेळी मानत असत. मोहननंही जानवं घातलं आणि किल्ल्यांची गरज नसतानाही एक जुडगा जानव्याला बांधून कौतुकानं मिरवू लागला.

पोरबंदरला लाभलेल्या समुद्राप्रमाणेच तिथे वातावरणही उदारमतवादी आणि दृष्टिकोन विशाल होता. त्याच्या तुलनेत राजकोटमधील वातावरण संकुचित आणि प्रतिगामी होतं. पण त्याची लोकसंख्या जास्त (१८७९च्या सुमारास जवळजवळ २३ हजार) होती आणि ब्रिटिश सरकारच्या राजदूताची गादी काठियावाडमध्ये होती. काबांनी आपल्या विस्तारलेल्या कुटुंबासाठी राजकोटला १८८० सालापर्यंत भव्य वास्तू बांधली. तिला चहूबाजूंनी उंच भिंतीचं कुंपण होतं आणि भव्य प्रवेशद्वार होतं. मोहन अकरा किंवा बारा वर्षांचा असताना शाळेच्या प्रवेशपरीक्षेत सत्तर मुलांमधून नववा क्रमांक मिळवून राजकोटच्या अल्फ्रेड हायस्कूलमध्ये दाखल झाला. तिथलं शिक्षणाचं माध्यम इंग्रजी होतं.

याच सुमारास मुंबईच्या गव्हर्नरनं राजकोटला भेट दिली. त्यांच्या सन्मानार्थ भरणाऱ्या दरबारात काबा गांधींनी स्टॉकिंग्ज आणि बूट अशा युरोपियन थाटात हजर राहावं, असा आदेश राजकोट संस्थानच्या सल्लागारांनी दिला. 'ते मोजे आणि नीट मापाचे नसलेले कडक बूट पायात चढवताना' काबांच्या चेहऱ्यावर उमटलेला 'तिरस्कार आणि वेदना' त्यांच्या सगळ्यात लहान मुलानं पाहिल्या आणि ते दृश्य त्याच्या मनावर कायमचं कोरलं गेलं. दुसऱ्या एका प्रसंगी त्यांचा मदतनीस राजकीय प्रतिनिधी, जो ब्रिटिश होता, राजकोटच्या ठाकुरांविषयी अवमानकारक वक्तव्य करत असताना काबांनी त्या गोष्टीला उघडपणे हरकत घेतली. काबा गांधींना मिळालेला माफी मागण्याचा आदेश त्यांनी धुडकावून लावला आणि त्याबद्दल त्यांना काही तास झाडाखाली डांबून ठेवण्यात आलं.

१८८० सालच्या राजकोटमधील (आणि उर्वरित भारतात) असलेल्या वातावरणाचं १९४७ साली गांधींनी वर्णन केलं : *(१८५७ चा) सैनिकी उठाव प्रबळ शक्तींनी दडपून टाकला. बाह्यत: सगळं काही शांत-शांत वाटत होतं, पण लादल्या गेलेल्या जुलमी राजवटीबद्दलचा तिरस्कार आत कुठेतरी खदखदत होता... ब्रिटिशांनी शाळा काढल्या, न्यायालयं उघडली आणि भारतीयांनी या गोष्टींना उत्साहानं प्रतिसाद दिला...* पण असं असूनही राजकीयदृष्ट्या त्यांनी दिलेला हीन दर्जा लोकांना अपमानास्पद आणि मानहानिकारक वाटला; त्यांना तो सहन होईनासा झाला. राजकोटमधल्या त्याच्या किशोरवयात मोहननं या उत्साहाचा आणि मानभंगाचाही

अनुभव घेतला.

ब्रिटिश राजवटीनं घातलेल्या सांस्कृतिक आणि राजकीय बंधनांना शोभतील असे नियम काबा आणि पुतळीबाई यांच्यासारख्या पालकांनी आपल्या मुलांसाठी आखून दिले होते. या नियमांचा पाया धर्म आणि संस्कृतीवर आधारलेला होता. परंपरेनं चालत आलेल्या वैष्णव पंथावर काबा गांधींची श्रद्धा होती, ज्यामध्ये राम आणि कृष्ण यांच्या देवळात जाऊन पूजा-अर्चा अशा विधींमध्ये भाग घेणं अपेक्षित होतं. त्या काळच्या 'मोढ' बनियांच्या तुलनेत उदारमतवादी असलेले काबा आणि त्यांची पत्नी वैष्णवांचा 'प्रतिस्पर्धी' शिवाच्या मंदिरातही जात असत आणि त्यांच्या घरी जैन साधूंचंही येणं-जाणं असे. काही वेळा काही मुसलमान आणि पारशी (झोरास्ट्रियन) मित्र काबांच्या घरी येत असत आणि आपापल्या धर्मांविषयी चर्चा करत– मोहनच्या मते काबा आदरानं आणि नेहमीच रस घेऊन ती ऐकत असत.

उपजतच सुज्ञ असलेल्या पुतळीबाईदेखील अतिशय धार्मिक होत्या आणि त्या वारंवार उपवास करीत असत. त्यांचे आई-वडील ज्या 'प्रणामी' पंथाचे अनुयायी होते त्यावर इस्लाम धर्माचा प्रभाव होता असे मानले जाई व ते मूर्तिपूजा करत नसत; परंतु पुतळीबाईंनी मात्र गांधींच्या घरात पुजले जाणारे कृष्ण, राम आणि शिव आपलेसे केले होते आणि त्या जैन साधूंचाही आदर करत असत.

मोहन जेव्हा जेमतेम बारा वर्षांचा होता, तेव्हा राजकोटला गांधींच्या घरी संडास साफ करायला येणाऱ्या 'अस्पृश्य' उका या मुलाला शिवायचं नाही, असं पुतळीबाईंनी आपल्या मुलांना सांगितलं. या प्रश्नावर मोहनमध्ये आणि त्यांच्यात खटके उडत. त्यांच्या युक्तिवादाला मोहन हसत असे, तरीही या हुकमाचं पालन करण्याचा तो प्रयत्न करत असे. उका किंवा इतर 'अस्पृश्यांना' चुकून जरी स्पर्श झाला, तरी स्वच्छ अंघोळ करावी लागे.

जर स्नान करणं काही कारणानं शक्य नसेल, तर तो 'अपवित्र स्पर्श' पुसून टाकण्यासाठी रस्त्यानं जाणाऱ्या एखाद्या मुसलमानाला स्पर्श करण्यास आई सांगत असे. हा दुसरा दूषित स्पर्श पहिल्या दूषित स्पर्शाला पुसून टाकत असे. काबांच्या इस्लाम धर्माबाबत असलेल्या कुतूहलाबरोबर मुसलमान अस्वच्छ असतात, ही धारणाही त्या घरात एकत्र नांदत असे. एखादी मुस्लीम व्यक्ती घरी येऊन गेल्यानंतर घराची शुद्धता करण्यासाठी काय उपाय योजले जात होते, याबाबत मात्र काही कल्पना नाही.

मांसाला स्पर्श करणं किंवा मांसभक्षण ही बाबही पूर्णत: निषिद्ध होती आणि त्याचमुळे मोहनसाठी वैद्यकीय शिक्षणाचे दरवाजे बंद होते; कारण त्यामध्ये प्राण्यांचं विच्छेदन करणं आवश्यक होतं, ही गोष्ट काबांनी स्पष्ट केली होती. धूम्रपानास बंदी होती आणि इतर 'उच्चवर्णीय' मुलांप्रमाणे, ज्यांत त्याच्या भावांचाही समावेश

होता, मोहन आपल्या केसांची डोक्याच्या मागील बाजूस शिखा किंवा गाठ बांधत असे.

मोहन आणि त्याच्यापेक्षा दोन किंवा तीन वर्षांनी मोठा पण हायस्कूलमध्ये एकच इयत्ता पुढे असलेला त्याचा भाऊ करसन या नियमांमुळे अतिशय बेचैन होऊन गुपचूप त्यांचं उल्लंघन करत असत. मोठ्यांच्या परवानगीशिवाय काहीही करता न येणं ही गोष्ट त्या दोघांसाठी असह्य होती. एका काकांनी सिगारेट पिऊन फेकून दिलेली थोटकं मोहन आणि त्याचा भाऊ ओढत असतच; पण विड्या आणण्यासाठी नोकरांचे पैसे लांबवत असत. थोटकांचा आणि पैशांचा अपुरा पुरवठा व त्यांना पाळावी लागत असलेली गुप्तता या गोष्टींना कंटाळून त्यांनी आत्महत्या करण्याचा विचार केला. मग जंगलातून विषारी धोत्र्याच्या बिया आणून त्यांनी देवळात जाऊन देवाचे आशीर्वाद घेतले आणि एका सुनसान आडोशाला जाऊन बसले. पण ऐनवेळी त्यांचा धीर खचला आणि 'पारतंत्र्याशी जुळवून' घेण्याचं त्यांना शेवटी मान्य करावं लागलं.

या प्रसंगाची माहिती जरी अनेक दशकांनी उघडकीला आली, तरी त्या ओळींमधून एक गोष्ट स्पष्ट होते की, आत्महत्या करण्याचा विचार करतानाही मोहन स्वतःला निरखत होता आणि चकित होत होता.

आपल्या आई-वडिलांच्या आपल्यावर असलेल्या निस्सीम प्रेमाची जाणीव असतानाच मोहन एक प्रकारची भावनिक गुंतागुंत अनुभवत होता. म्हाताऱ्या आणि आंधळ्या आई-बापांचा आपल्या प्रेमळ मुलाच्या– श्रावणाच्या– वियोगात केलेला हृदयद्रावक विलाप आणि दोन्ही खांद्यांवर काठीला बांधलेली कावड घेऊन त्यात आई-वडिलांना बसवून घेऊन जाणाऱ्या श्रावणाचं चित्र दारोदार फिरून खेळ करणारे फिरस्ते सादर करत असत; त्याचा मोहनच्या मनावर खोल ठसा उमटला होता.

'ती हृदयद्रावक धून मला खोलवर स्पर्शून गेली आणि माझ्या वडिलांनी माझ्यासाठी विकत आणलेल्या बेंडबाजावर ती मी वाजवत असे.'

एक चळवळ्या मुलगा म्हणून नातेवाइकांच्या स्मरणात असलेला मोहन एक नाटक बघून हेलावून गेला. ते पाहण्यासाठी त्यानं त्याच्या वडिलांची परवानगी घेतली होती. स्वतःला आणि प्रियजनांना असंख्य हालअपेष्टा सहन करायला लागूनही सत्याची कास न सोडणाऱ्या हरिश्चंद्राची कथा त्या नाटकात सांगितली होती.

त्या नाटकानं त्या बारा वर्षांच्या मुलाला झपाटून टाकलं आणि अगणित वेळा स्वतःला हरिश्चंद्राच्या जागी कल्पून तो रडला. तरीही, जो मुलगा श्रावण आणि हरिश्चंद्र होऊ पाहत होता. तो मुलगा स्वातंत्र्यासाठी आसुसला होता आणि त्याचा अनुभव घेण्यासाठी पैसे चोरत होता. त्यापेक्षाही, त्याचं इंग्रजी माध्यमात होणारं

शिक्षण त्याला इतर कुटुंबीयांपासून अलग ठेवत होतं, ज्यात इंग्रजी न जाणणाऱ्या त्याच्या वडिलांचाही समावेश होता.

जसे वयाची बारा वर्षंही धड पूर्ण न केलेला मोहन आपल्या आईशी उकिरड्यावरचं अन्न खाणाऱ्या उकाला स्पर्श न करण्यावरून वाद घालत होता, तसे मुसलमानांना केलेला स्पर्श अपवित्र असतो या समजुतीवरूनही बंड करून उठत होता. हिंदू, मुस्लीम आणि पारशी लोकांत पूर्णपणे बंधुभाव नांदावा, या आपल्या श्रद्धेचा उगम १८८५ पूर्वी आणि काँग्रेसच्या जन्मापूर्वी झाला होता, असं ते १९४७ साली सांगत. *'सर्वधर्मसमभाव असावा, हा ध्यास मला मी बारा वर्षांचा असल्यापासून लागला'*, असं ते पुढे म्हणत.

याच वयात ते अल्फ्रेड हायस्कूलमध्ये जायला लागले. तिथे हिंदू, मुस्लीम, पारशी मुलं आणि हिंदू व बिगर-हिंदू शिक्षक होते. अठ्ठ्याहत्तर वर्षांचा वृद्ध जेव्हा आयुष्याचं सिंहावलोकन करतो, तेव्हा बालपणीच्या आठवणींमध्ये कल्पनाविलासाचा भाग असणं शक्य आहे; तरीही बारा वर्षांचे असताना आपण पाहिलेल्या स्वप्नांचा उल्लेख प्रौढपणी ते बऱ्याचदा करतात, ही गोष्ट उल्लेखनीय आहे.

जानेवारी १९४८मध्ये जेव्हा त्यांनी हिंदू-मुस्लीम ऐक्यासाठी उपास सुरू केला, जो त्यांचा शेवटचा उपास ठरला, तेव्हा पुन्हा त्यांनी लहानपणी बघितलेल्या हिंदू, मुस्लीम आणि पारशी यांच्यात 'सौहार्दपूर्ण' संबंध असावेत, या आपल्या 'स्वप्ना'ची त्यांना आठवण झाली. राजकोटला असताना आणि ज्या वेळी ते वर्तमानपत्र वाचत नव्हते, मोठ्या मुश्किलीनं इंग्रजी वाचू शकत आणि गुजराती भाषाही पुरेशी चांगली येत नसे, त्या वेळचं हे स्वप्न होतं. त्यांच्या अल्फ्रेड हायस्कूलच्या सुरुवातीच्या दिवसांना हे वर्णन तंतोतंत लागू पडतं.

आपण हेही लक्षात घेतलं पाहिजे की, हा बंडखोर मुलगा त्याच्या शिक्षकांनी प्रयत्न करूनही त्यांनी सुचवलेलं उत्तर लिहायला नकार देत होता. बुटाच्या टोकानं ढोसून, शेजारच्या मुलाच्या पाटीवरचा शब्द पाहून लिहायला सांगणाऱ्या शिक्षकांचं त्यानं ऐकलं नव्हतं. मि. गाइल्स नावाचे ब्रिटिश शिक्षणाधिकारी जेव्हा शालेय तपासणीसाठी आले होते, तेव्हा मोहनच्या अल्फ्रेड हायस्कूलच्या पहिल्या वर्षी घडलेली ही घटना आहे.

*

१८८२ साली, मोहनपेक्षा काही महिन्यांनी मोठी असलेली पोरबंदरची कस्तुर माकनजी कपाडिया हिच्याशी वयाची तेरा वर्षं पूर्ण व्हायच्या आतच मोहनचा विवाह झाला. कस्तुरचे नातलग राजकोटला होते. करसनचा आणि एका चुलत भावाचाही त्याच वेळी विवाह झाला. खर्चाला आळा घालण्यासाठी हे तीनही विवाह पोरबंदरलाच

झाले. राजकोटच्या ठाकूरनं काबांना शेवटच्या क्षणापर्यंत अडकवून ठेवलं; परंतु वऱ्हाड पोरबंदरला वेळेवर पोचावं म्हणून घोडागाड्यांचीही व्यवस्था केली, त्यामुळे एरवी होणारा पाच दिवसांचा प्रवास तीन दिवसांतच संपला. पण प्रवासाच्या शेवटच्या दिवशी काबा गांधींना घेऊन जाणारी गाडी उलटली आणि जखमी अवस्थेत, शरीराला पट्ट्या बांधलेल्या काबांनी तसेच लग्नविधी पार पाडले.

बारा वर्षांचा नवरदेव खूपच उत्साहात होता. जखमी झालेल्या वडिलांच्या चेहऱ्यावरचं धैर्य आणि विवाहविधी चालू असताना, सतत ऊठबस करताना ते बसले त्या जागा, या गोष्टींचं निरीक्षण करायला तो चुकला नाही. विवाहवेदीवर तो आणि कस्तुर कसे बसले होते, त्यांनी सप्तपदी केली, एकमेकांना गोड घास भरवला आणि एकमेकांचे हात प्रेमानं आणि बराच वेळ धरून ठेवले, हे सगळं मोहनला स्मरत होतं. पुतळीबाई त्याला आणि कस्तुरला घेऊन पोरबंदरमधल्या वैष्णवांची हवेली आणि शिवाचं मंदिर यांसह बऱ्याच हिंदू देवळांत गेल्या. मुस्लीम फकिराच्या दर्ग्यावरही त्या त्यांना घेऊन गेल्या.

या 'बालविवाहा'बद्दल प्रौढ गांधींनी मात्र आपल्या वडिलांना पुढे दोष दिला. (आत्मचरित्रात विवाहविषयक प्रकरणाला हेच नाव दिलं आहे.) या विवाहामुळे त्यांना शाळेचं एक वर्ष वाया घालवावं लागलं. १८८२ साली मात्र मोहनच्या मनात, नवीन कपडे घालायला मिळणार; ढोल-ताशे वाजणार; मिरवणुका, वराती, मेजवान्या आणि खेळायला एक अनोळखी मुलगी हेच विचार होते.

पण हा मुलगा एका झंझावातात सापडला होता. कस्तुर बऱ्याचदा तिच्या आई-वडिलांच्या घरी असायची–लग्नानंतरच्या पहिल्या पाच वर्षांतली जवळजवळ तीन वर्षं –मोहनला तिच्या सहवासाची इच्छा असायची आणि ती पूर्णही व्हायची. तरीही सुंदर आणि स्वत:ची ठाम इच्छाशक्ती असणारी निरक्षर 'मोढ बनिया' कस्तुर त्याला विरोध करायची. मोहनची इंग्रजी-अंकगणिताची शिकवणी धुडकावून, त्याच्या परवानगीशिवाय शेजारपाजारच्या नातलग-मैत्रिणींना भेटायला जाणारी कस्तुर आपल्या स्वाभाविक धाडसी स्वभावानं त्याला शरमिंदा करून, तिच्या स्वातंत्र्याची जाणीवही करून द्यायची.

त्याच्या मनात घर करून बसलेली भीती तशीच होती. चोरांच्या, भुतांच्या, सापांच्या आणि दरोडेखोरांच्या भयानं पछाडलेला हा बाल-नवरा रात्री घराबाहेर जाण्याचं धाडस करीत नसे आणि जवळ दिवा ठेवल्याशिवाय झोपू शकत नसे. सुंदर पण प्रतिकार करणारी कस्तुर त्याच्या शेजारी झोपलेली असे. तिला सापांचं आणि भुतांचं भय कधीच वाटत नसे आणि अंधारात ती कुठेही जाऊ शकत असे. मोहनला अशा वेळी स्वत:ची लाज वाटायची.

त्यानं, बहुधा गुजरातीत, दांपत्य-जीवन, काटकसर, बालविवाह आणि शुद्ध

हवेत फिरण्याचे फायदे अशा विषयांवर चर्चा करणारी छोटी पुस्तकं अथपासून इतिपर्यंत वाचली होती. ही पुस्तकं कुणी लिहिली होती किंवा ती त्याला कशी मिळाली, हे आत्मचरित्रात सांगितलेलं नाही. कदाचित शाळेतल्या शिक्षकानं ती दिली असावीत.

चालण्याचा सल्ला प्रत्यक्षात आणणाऱ्या मोहननं आयुष्यभर एकनिष्ठता पाळण्याच्या निश्चयालाही आपलंसं केलं होतं आणि कस्तुरकडूनही त्याचं पालन होत आहे, हे तो पाहत होता. पण तिच्या मर्जीप्रमाणे कुठेही आणि केव्हाही जाण्याचा नेम मात्र ती पाळतच असे. मोहन तिला जितका जास्त प्रतिबंध करत असे, तितकी जास्त ती बंड करून उठत असे. दिवसभराचा अबोला ही त्या लग्न झालेल्या मुलांसाठी नित्यनेमाची गोष्ट झाली होती आणि अशा वेळी मोहनचा पुरुषी अहंकार दुखावला जाई, मात्र त्याची पत्नी त्याला अतिशय प्रिय होती आणि शाळेत असतानादेखील तो तिचा विचार मनातून काढून टाकू शकत नव्हता.

या मुलाला इतर अनेक वादळांचाही सामना करावा लागत होता. एके दिवशी हायस्कूलच्या कोपऱ्यावर त्यानं एका गोऱ्या धर्मोपदेशकाला 'हिंदू आणि हिंदूंच्या देवतांची' निर्भर्त्सना करताना ऐकलं. ते त्याला सहन झालं नाही आणि त्या माणसाजवळ तो पुन्हा कधीही गेला नाही. एका बाटलेल्या हिंदूला ख्रिश्चन झाल्यानंतर जबरदस्तीनं गोमांस खायला आणि मद्य प्राशन करायला लावल्याच्या अफवेनंही तो अतिशय संतापला.

अजून एक वादळ शेख मेहताबच्या रूपानं आलं. तो करसनपेक्षा एका वर्षानं म्हणजेच मोहनपेक्षा तीन किंवा चार वर्षांनी मोठा होता. ब्रिटिशांनी काठियावाडच्या गोंडाल शहरातल्या नियुक्त केलेल्या जेलरचा मेहताब हा मुलगा गांधींच्या राजकोटच्या घरापासून काही पावलांवर राहत असे. मार्टिन ग्रीननं केलेल्या संशोधनानुसार मेहताबचे वडील, बहुतेक मेमन मुस्लीम, हे महिन्याला वीस रुपये कमवत असत, तर काबा गांधींची आमदनी तीनशे रुपये होती.

करसनचा शाळेतला सहाध्यायी आणि मित्र असलेला मेहताब आपल्याभोवती नेहमी प्रशंसकांचा गराडा मिरवत असे. शक्ती, वेग आणि धाडस उपजत अंगी असलेला मेहताब राकट आणि बेपर्वा तरुण होता. तो वेगात लांब अंतर पळू शकत असे, लांब व उंच उड्या मारत असे, जोरात पोहत असे आणि कितीही शारीरिक शिक्षा सहन करू शकत असे. एकूण काय, तर तो मोहनच्या अगदीच विरुद्ध होता. मोहन शाळेत क्रिकेट किंवा फुटबॉल खेळत नसे. एकतर दिवसेंदिवस जास्तच अंथरुणाला खिळत जाणाऱ्या वडिलांची सेवा करायला त्याची घरी गरज होती आणि दुसरं म्हणजे स्पर्धात्मक खेळांबाबत त्याला फारशी रुची नव्हती किंवा त्यांत भाग घ्यायला तो कचरत असे.

असं असतानाही, मोहनच्या (आणि करसनच्या) लग्नानंतर, १८८३ किंवा १८८४मध्ये, मेहताबनं मोहनचा ताबा मिळवण्यासाठी प्रयत्न सुरू केले. या संबंधाची सुरुवात आणि वाटचाल कशी झाली, याचा लेखाजोखा मोहनच्या शब्दांत आपल्याजवळ आहे; पण मेहताबची स्वतःची बाजू मात्र आपल्याला माहीत नाही. आपण असा तर्क करू शकतो की, माजी दिवाणांच्या मोहनबाबत असलेल्या अपेक्षा आणि योजना मेहताबनं करसनकडून ऐकल्या असतील आणि करसनच्या या धाकट्या भावात मेहताबला काही वेगळंपण जाणवलं असेल. किंवा अशीही शक्यता आहे की, मि. गाइल्सच्या शाळातपासणीच्या वेळी मोहनचं विशिष्ट वर्तन शाळेत त्याच्या कानावर पडलं असेल. मेहताबच्या दृष्टिकोनातून मोहन हा पक्का होता, वेगळा होता; पण हे वेगळंपण फारसं भावणारं, आवडणारं नव्हतं. अशा माणसाला काबीज करण्यातच खरी मजा होती.

मोहन आपला दुखावला गेलेला पुरुषी अहंकार परत मिळवण्यास उत्सुक होता. त्याला खतपाणी घालण्याची मोहीम मेहताबनं सुरू केली (सोबतीला लग्नानंतर शाळा सोडून दिलेला करसन होताच). करसनकडून मेहताबला मोहनबद्दल बरीच माहिती कळली–मोहनला वाटणारी भीती, कस्तुरच्या मोकळ्याढाकळ्या वागण्यानं आलेलं नैराश्य आणि गोऱ्या सत्तेविषयी त्याला असलेली चीड.

'तू मांस आणि मदिरासेवन केलं पाहिजेस', मेहताबनं मोहनला सांगितलं. ब्रिटिशांना हाकलून लावण्याचा हा एकमेव मार्ग होता. शिवाय मांसभक्षणानं मोहन कणखर बनला असता, त्याची भीती नाहीशी झाली असती आणि– हा शेवटचा दावा तितकासा स्पष्ट होत नाही, पण कस्तुरला तिची योग्य जागा दाखवण्यात त्याला मदत झाली असती. 'नर्मदेचं काव्य मोहनला माहीत नव्हतं का?' मेहताबनं विचारलं.

बिहोल्ड द माइटी इंग्लिशमन
ही रुल्स द इंडियन स्मॉल
बिकॉझ बीइंग अ मीट-इटर
ही इज फाइव्ह क्युबिट्स टॉल.

या काव्याचं गुजराती रूपांतर मोहननं ऐकलं होतं. ते गाणं शाळेत फार प्रसिद्ध होतं. राजकोटमधली बडी प्रस्थंही मांसभक्षण करत असत हे मोहनला माहीत असायला हवं, अशी पुस्तीही मेहताबनं जोडली. मोहनपेक्षा शारीरिकदृष्ट्या बळकट असलेल्या करसननंही आपण मेहताबशी सहमत असल्याचं आणि स्वतः खरोखरच मांसभक्षण केल्याचं उघड केलं. *'मी किती काटक आहे हे तुला माहीत आहे'* , मेहताब पुढे म्हणाला, *'आणि किती उत्तम धावपटू आहे हेही. कारण मी मांस खातो.'* शेवटी, हा प्रयत्न करून बघण्याचं धाडस त्याच्यामध्ये आहे की नाही, हे मोहनला

विचारण्यात आलं.

मेहताबच्या निष्ठावान मैत्रीची आश्वासनं मध्येमध्ये पेरलेली अशा प्रकारची संभाषणं काही आठवडे चालली. या दरम्यान मेहताबनं आपलं तरण-कौशल्य आणि मैदानी खेळातलं प्रभुत्व मोहनला दाखवलं. मेहताबची 'मर्दुमकी' पाहून तो दिपून गेला. शेवटी, मांसभक्षण आपल्याला आणि इतर भारतीयांना कणखर बनवेल, इंग्रजांना हरवून भारत स्वतंत्र करण्यासाठी मदत करेल आणि बहुतेक– जरी ही गोष्ट आत्मचरित्रात नमूद केलेली नाही– कस्तुरची बरोबरी साधण्यात त्याला साथ देईल, अशी त्याची खात्री झाली.

हा प्रयोग करून पाहण्यासाठी एक दिवस ठरवण्यात आला आणि नदीकाठची एक निर्जन जागा त्यासाठी निवडण्यात आली. चोरासारखं लपतछपत जाताना वाटणाऱ्या लाजेवर पुढे घडणाऱ्या घटनेविषयी वाटणाऱ्या थराराने मात केली आणि मोहन करसनबरोबर या गुप्त भेटीला निघाला. मेहताबनं आणलेलं बकऱ्याचं मांस चामड्यासारखं वातड होतं आणि मोहनला आपला हिस्सा संपवता आला नाही. रात्री आपल्या पोटात बकरा 'बेंऽ बेंऽऽ' करतोय, असं दुःस्वप्न त्याला पडलं.

पण त्यानं मेहताबला शब्द दिला होता. मेहताब बऱ्याच प्रसंगी मांसाबरोबरच इतरही अनेक पक्वान्नं बनवीत असे. त्यानं एका सरकारी निवासस्थानाशी व तिथल्या मुख्य आचाऱ्याशी संधान बांधलं होतं, जिथे जेवणाची खोली, त्यात टेबल-खुर्च्यांची सोय होती. मोहनला मांसाहार आवडू लागला. वर्षभरामध्ये साधारण अर्धा डझन मेजवान्या झडल्यानंतर, मेहताबला (हा खर्च तो कसा करत असे हे, गूढच होतं.) पैशांची चणचण भासू लागली आणि घरी रात्रीचं जेवण का करत नाही, याची कारणं आईला देता-देता दिवसेंदिवस मोहन मेटाकुटीला आला.

मांस न खाण्यापेक्षाही आई-वडिलांना फसवणं ही नामुष्कीची गोष्ट आहे, असं मोहनला वाटलं आणि हा प्रयोग इथेच थांबवण्याचा निर्णय त्यानं मेहताबच्या कानावर घातला. पण जेव्हा आईवडील नसतील आणि मला माझं स्वातंत्र्य मिळेल तेव्हा मांसभक्षण पुन्हा सुरू करण्याबाबत त्यानं स्वतःला बजावलं. मांसभक्षणाचा त्याच्या आयुष्यातला हा टप्पा साधारण १८८४च्या सुरुवातीला कधीतरी सुरू झाला, तेव्हा तो चौदा वर्षं आणि काही महिन्यांचा होता आणि १८८५च्या सुरुवातीपर्यंत तो चालला.

गांधींनी आपल्या आत्मचरित्रात एक गोष्ट नमूद केली आहे, तिचा इथे उल्लेख करावासा वाटतो. मोहननं मेहताबशी मैत्री जोडल्यानंतर शाळेतील दुसऱ्या एका जवळच्या मित्रानं (काहींच्या मते, तो एक पारशी मुलगा होता.) मोहनबरोबर असलेली मैत्री तोडली. मात्र मी माझ्या मित्राला दूर लोटलं नाही, असं त्यावर मोहनचं म्हणणं होतं.

*

याच सुमाराला वाचलेल्या दोन पुस्तकांचा मोहनवर खोलवर परिणाम झाला. वडिलांच्या धार्मिक पुस्तकांमध्ये सापडलेली 'मनुस्मृती'मधली सृष्टीनिर्मितीची कथा त्याला नुसतीच आवडली नाही असं नाही, तर उलट त्यामुळे त्याचा निरीश्वरवादाकडे ओढा वाढला. त्याचे आईवडील करत असलेलं शाकाहाराचं कट्टर पालन आणि 'मनुस्मृती'तील मांसासंबंधी असलेले सकारात्मक उल्लेख पाहून तो गोंधळून गेला.

पण शाळेतल्या पुस्तकात गुजराती कवी शामल भट्ट यांच्या कवितेचं एक कडवं त्याच्या मनाला स्पर्शून गेलं आणि त्याच्या स्मरणात रुतून बसलं. ते असं होतं–

एक भांडं पाण्यासाठी पोटभर अन्न द्या,
एका प्रेमळ अभिवादनासमोर माथा तुमचा झुकू द्या,
एका फुटक्या कवडीची सोन्यानं करा परतफेड,
तुमचा जीव वाचवला तर दुसऱ्या जीवांशी नको छेडाछेड...
आणि वाइटाचा मोबदला चुकवा चांगुलपणानं

काही काळानंतर करसनला मदतीची गरज भासू लागली, कारण त्याला पंचवीस रुपयांचं कर्ज झालं होतं. करसन त्याच्या हातात शुद्ध सोन्याचं कडं घालत असे. मोहननं त्याचा एक तुकडा तोडला आणि कर्ज फेडण्यात आलं.

आपण आईवडिलांची एकाच नाही, तर बऱ्याच बाबतींत फसवणूक करत आहोत, या अपराधी भावनेचं ओझं झालं म्हणून असेल किंवा काही काळापासून त्याच्या मनात काहीतरी अनपेक्षित खळबळ माजलेली होती म्हणून असेल, पण मोहननं आता (१८८५च्या मध्यावर, बहुधा) अजून एक विचित्र गोष्ट केली– त्यानं आपण केलेल्या सोन्याच्या चोरीची कबुली दिली.

पोरबंदर, राजकोट आणि वाकानेरच्या माजी दिवाणांशी बोलण्याची मोहनची हिंमत होत नव्हती. त्यानं आपला कबुलीजबाब लिहून काढला. एक प्रकारच्या अल्सरनं ग्रासल्यामुळे लाकडी सपाट फळीवर झोपलेल्या आपल्या वडिलांना त्यानं तो थरथरत्या हातांनी दिला. आत्मचरित्रातील उल्लेखानुसार मोहनला मार खाण्याची भीती वाटत नव्हती, कारण काबांनी त्यांच्या मुलांवर कधीच हात टाकला नव्हता; त्याला खरी भीती होती की, हा धक्का सहन न होऊन काबा स्वत:लाच मारून घेतील.

कबुलीजबाबात लिहिलं होतं की, आपला मुलगा एक सामान्य चोर आहे हे आता वडिलांना कळेल. पण हा मुलगा यापुढे कधीच चोरी करणार नाही. या जबाबाद्वारे आपण माफीची व योग्य त्या शिक्षेची याचना करत आहोत. वडिलांनी मात्र स्वत:ला शिक्षा करून घेऊ नये, अशी विनंती चिठ्ठीत शेवटी केली होती.

'कबुलीजबाब देताना मी थरथर कापत होतो... त्यांनी तो संपूर्ण वाचला आणि मोत्यांसारखे टपोरे अश्रू त्यांच्या गालांवरून ओघळून कागद ओला करू लागले. क्षणभर डोळे मिटून त्यांनी विचार केला आणि चिठ्ठी फाडून टाकली. ती वाचण्यासाठी ते उठून बसले होते. ते पुन्हा आडवे झाले. मीसुद्धा रडत होतो. माझ्या वडिलांच्या मनाला झालेल्या वेदना मला जाणवत होत्या. मी जर चित्रकार असतो, तर त्या प्रसंगाचं चित्र आज मी काढू शकलो असतो. त्या मोत्यांसारख्या प्रेमळ अश्रूंनी माझ्या हृदयाला न्हाऊ घातलं आणि माझी पापं धुऊन काढली.'

१९ व्या शतकातील काठियावाडमध्ये किंवा एकूणच भारतात निर्माण झालेल्या चरित्रात्मक किंवा आत्मचरित्रपर साहित्यात अशा प्रकारच्या कबुलीजबाबाचे दाखले फार कमी प्रमाणात आढळतात. हा प्रसंग त्या संपूर्ण परिवाराच्या नेहमीच स्मरणात राहिला, अगदी मोहनची बहीण रलिअतच्याही. आपल्या भावाच्या काही मतांवर तिनं कालांतरानं टीकाही केली.

गांधींच्या संयुक्त कुटुंबव्यवस्थेत फार कमी गोष्टी किंवा प्रसंग खाजगी किंवा गुप्त राहू शकत असत. मोहनची कबुली तशी राहिली नसावी. करसननं मेहताबला या प्रकाराबद्दल काय सांगितलं किंवा कस्तुरनं यावर काय प्रतिक्रिया दिली, याबाबत आपण केवळ तर्क करू शकतो.

ही कृती मोठी धाडसाची होती. आणि एरिक्सननं नमूद केल्याप्रमाणे हा कबुलीजबाब देताना मोहनचा स्वतःवर संपूर्ण ताबा होता. जी काही थोडीफार धास्ती त्याला वाटत होती, ती स्वतःबद्दल नाही, तर आपल्या वडिलांवर या गोष्टीचा काय परिणाम होईल, याची होती.

एक गोष्ट मात्र लक्षणीय आहे की, नुकत्याच घडून गेलेल्या मांसभक्षणाचा या कबुलीजबाबात समावेश नव्हता. आत्मचरित्रात उघड केल्याप्रमाणे, आपल्या मुलांपैकी दोघंजण मांसभक्षण करतात हे माझ्या आईवडिलांना कधीच कळलं नाही. माता-पित्यांना या गोष्टीचा फार मोठा धक्का बसला असता. शिवाय भविष्यकाळात पुन्हा मांस खाण्याला सुरुवात करण्याचा त्याचा इरादा होता, या कारणांसाठी त्यानं या पापाची कबुली दिली नाही.

मग या सगळ्यांत खरा पंधरा वर्षांचा मुलगा कोणता? अंधाराची भीती वाटणारा बाल-नवरा? मेहताबच्या मर्दुमकीमुळे दिपून गेलेला बुजरा मुलगा? आपण कशाची कबुली द्यायची आणि कशाची नाही, हे ठरवणारा आणि आपल्या दिलगिरीचा आपल्या वडिलांवर होणारा परिणाम अलिप्तपणे निरखणारा पश्चात्तापदग्ध आणि धीट मुलगा? एकाच व्यक्तीत अनेक व्यक्ती दडलेल्या आहेत. तिसऱ्या

प्रकारच्या मोहनमुळे मेहताब त्याचं मन वळवायला उद्युक्त झाला, तर पहिल्या प्रकारच्या मोहननं त्याच्या मनात तो मोहनवर ताबा मिळवू शकतो, ही आशा जागवली.

*

त्याच्या विवाहापासून ते काबांच्या १८८५ सालच्या अखेरीस झालेल्या निधनापर्यंत, म्हणजेच मोहन तेरा वर्षांचा असल्यापासून ते सोळा वर्षांचा होईपर्यंत, रोज दिवसाचा काही वेळ मोहन आपल्या आजारी वडिलांची सेवा करण्यात घालवत असे. तीन विवाहांच्या पूर्वीच त्यांनी राजस्थानिक दरबारातल्या आपल्या पदाचा त्याग केला होता आणि प्रवासात घोडागाडीच्या झालेल्या अपघातातून ते पूर्णपणे कधीच बरे झाले नाहीत. त्यांचा आजार सतत वाढतच गेला.

वडिलांचे पाय चेपून देणं, त्यांच्या मानेवर असलेल्या अल्सरसारख्या व्रणाची स्वच्छता करणं, औषधं योग्य मात्रांत तयार करून त्यांना वेळच्या वेळी देणं यांखेरीज अन्य बरीच कामं वडिलांच्या सेवेत करीत असलेल्या मोहनवर त्यामुळे अनेक बंधनं आली. फिरायला जाणं, शाळा-सोबत्यांबरोबर खेळणं, एखादं नाटक बघायला जाणं किंवा एखादं आवडतं पुस्तक वाचणं हे जमेना. *'शाळा सुटली रे सुटली की, मी घाईघाईनं घरी जाऊन त्यांची सेवा सुरू करत असे.'*

एकदा, काबांची परवानगी घेऊन मोहन एक नाटक बघायला गेला. परंतु नाटक सुरू होण्याआधीच एका सहजप्रेरणेनं तो घरी परत आला, तेव्हा त्याला आढळलं की, काबांना त्या वेळी त्याची गरज होती. त्यानंतर अशी परवानगी त्यानं कधीही मागितली नाही.

बऱ्याच आवडीच्या गोष्टी सोडून द्याव्या लागल्या, तरी आपल्या आत्मचरित्रात आणि इतरही काही ठिकाणी गांधी नमूद करतात की, 'वडिलांची शुश्रूषा करायला त्यांना अत्यंत आवडे.'

या त्यांच्या दाव्यात तथ्य असलंच पाहिजे. कारण लहान असतानाही जी कामं हा मुलगा करत असे, तीच कामं मोठेपणीही लोकांची सेवा करण्याची संधी मिळताच तो करत असे–ज्यांमध्ये त्याच्या राजकीय विरोधकांचाही समावेश होता. (एरिक्सन असं सुचवतो की, मोहन ज्यांची सेवा करत असे, त्यांच्यावर त्याचा वरचश्मा निर्माण होत असे, राजकोटला असताना वडील आणि नंतर इतर लोक.)

या तीन वर्षांच्या कालावधीत मोहनच्या मांसाहार करण्याच्या धाडसाचा काळही समाविष्ट होता. या बारा महिन्यांच्या काळात आणि हे साहस काही काळासाठी स्थगित केल्यानंतरही हा एकनिष्ठ तरीही स्वतंत्र असलेला मुलगा आपल्या वडिलांची सेवा करता-करता एका मोठ्या गुपिताचं ओझं मनावर वागवत होता. कबुलीजबाबानंतर

ते ओझं जरासं हलकं झालं आणि काबांनी मृत्यूपूर्वी काढलेल्या उद्गारांनी तर मोहन नक्कीच हेलावून गेला असेल, ते उद्गार म्हणजे 'मोहन माझी गादी पुढे चालवेल. आमच्या घराण्याचं नाव तो उज्ज्वल करेल.'

वडिलांबद्दल या मुलाच्या मनात असलेल्या अनेकविध भावनांचे पदर आपण समजावून घ्यायला पाहिजेत– वडिलांची एखाद्या परिचारकाप्रमाणे सेवा करणाऱ्या या मुलाच्या मनात उमटणाऱ्या सगळ्याच भावना काही एकनिष्ठ किंवा प्रेमळ नसणार. त्याच वेळी तो सर्वांत धाकटा असूनही वडिलांचा वारसदार म्हणून ओळखला जात होता. आवडत असूनही मोहन नाटकाला जाऊ शकत नसे. त्याला पुस्तकं वाचायची आवड होती, पण वेळ कुठे होता?

तुरुंगातून (२५ मार्च १९०९) आपल्या दुसऱ्या मुलाला– मणिलालला लिहिलेल्या एका पत्रात बालपणीच्या आठवणींसंबंधी गांधी लिहितात : *'मी बारा वर्षांचा झाल्यावर त्या वेळच्या करमणुकीबद्दल सांगायचं, तर ती फार थोडी होती किंवा नव्हतीच.'* या पत्रात ते असा दावा करतात की, वडिलांची सेवा त्यांना आनंद देत असे; पण या आनंदाच्या सोबतीला नि:संशय एक अव्यक्त निराशा असणार. हा आनंदी मुलगा, त्याच्या मनाच्या गाभ्यात एक दु:खी मुलगा होता. सेवा करताना वडिलांपासून चित्त आकर्षून घेणारी एक गोष्ट गांधींनी आठवणीनं आणि मोकळेपणानं नमूद केली आहे : *'प्रत्येक रात्री माझे हात जरी वडिलांचे पाय चेपत असले, तरी मन मात्र माझ्या शय्यागृहापाशी घुटमळत असे. माझ्या कर्तव्याची पूर्तता केल्यावर मला सुटल्यासारखं वाटे आणि वडिलांची संपूर्ण आदरपूर्वक सेवा केल्यावर माझी पावलं सरळ शय्यागृहाकडे वळत.'* याचा स्वाभाविक परिणाम म्हणजे तो आणि कस्तुर जेव्हा सोळा वर्षांचे होते, तेव्हा कस्तुर गरोदर राहिली.

काबांची प्रकृती आणखी खालावली. आयुर्वेद जाणणाऱ्या वैद्यांनी सगळे लेप वापरून पाहिले, हकिमांनी प्लॅस्टर घालून पाहिलं आणि स्थानिक वैदूंनी त्यांचे गावठी उपचार करून पाहिले. शेवटी एका ब्रिटिश फिजिशियननं मुंबईला जाऊन शस्त्रक्रिया करण्याचा सल्ला दिला; पण कुटुंबाच्या नेहमीच्या डॉक्टरनं या वयात काबांना ती झेपणार नाही, असं सांगितलं.

त्या काळरात्री अकरा वाजायच्या आधी, पोरबंदरहून मदतीसाठी आलेल्या काबांच्या भावानं– तुलसीदासनं– मोहनला वडिलांचे पाय चेपणं थांबवून जरा विश्रांती घ्यायला सांगितलं. ही सूचना मान्य करून मोहन सरळ आपल्या शय्यागृहाकडे गेला आणि गाढ झोपलेल्या गरोदर कस्तुरला त्यानं उठवलं. पाच-सहा मिनिटांतच दारावर थाप पडली आणि एका नोकरानं मोहनला येऊन सांगितलं की, वडिलांचा स्वर्गवास झाला आहे.

त्यांच्या खोलीकडे धावत जाताना मोहन अगतिकतेनं आणि शरमेनं हात

झटकत स्वत:शीच म्हणत होता की, स्त्री-सहवासाच्या लालसेनं मनाचा ताबा घेतला नसता, तर वडिलांनी माझ्या बाहूंत अखेरचा श्वास घेतला असता. तुलसीदासांना मात्र ते भाग्य लाभलं. आपल्या आईवडिलांच्या प्रति असलेली श्रद्धा तोलताना मोहनला त्यात अक्षम्य त्रुटी जाणवल्या. वडिलांचे निधन झाले ती परिस्थिती आणि कस्तुरनं यथावकाश जन्म दिलेल्या 'दुबळ्या अर्भकाचं' तीन-चार दिवसांत झालेलं निधन या गोष्टींमुळे मोहनच्या लैंगिक सुखाबाबतच्या दृष्टिकोनावर खोलवर ठसा उमटला.

*

जवळपास त्यांच्या बालविवाहापासूनच मोहननं कस्तुरला शिकवण्याचा आणि 'आधुनिकते'च्या व्याख्येनुसार तिला आपली जीवनसाथी बनवण्याचा प्रयत्न केला. लैंगिक सुखाविषयीची आसक्ती, त्याच्या म्हणण्याप्रमाणे, नक्कीच तेव्हा होती आणि ती तीव्र होती. ही बाब तो ठासून सांगतो. स्वत:ला तो वासनेने लडबडलेला पती म्हणवतो. परस्परांचे संबंध दृढ भासावेत, लाडकी पत्नी ही प्रेयसी व्हावी, तिनं केवळ शरीरानं नव्हे तर मनानंही साथ द्यावी, त्याला पुढे जाऊन जे साध्य करायची इच्छा आहे, त्यात तिनं त्याची मदत करावी, अशी तिला घडवणाऱ्या मोहनची इच्छा होती.

कस्तुरबरोबरच्या सुरुवातीच्या दिवसांबद्दल गांधी आत्मचरित्रात म्हणतात : *मी माझ्या पत्नीला एक आदर्श पत्नी बनवू इच्छीत होतो. तिला घडवावं अशी माझी महत्त्वाकांक्षा होती... मी जे शिकलो, ते शिकवण्याची आणि तिचे विचार आणि आयुष्य यांची माझ्या आयुष्याशी सांगड घालण्याची. पण ती अशिक्षित होती आणि आपला अडाणीपणा दूर करायला उत्सुक नव्हती. शिवाय ती महत्त्वाकांक्षा एकतर्फी होती.*

> *माझं उत्कट प्रेम त्या एकाच स्त्रीवर केंद्रित झालं होतं आणि त्याला तसाच प्रतिसाद मिळावा, अशी माझी इच्छा होती. पण जरी ही देवाणघेवाण झाली नाही, तरी हे काही असह्य दु:ख नव्हतं; कारण निदान एका बाजूनं तरी ते प्रेम कार्यरत होतं.*

वरील वाक्यं त्यांच्या तीव्र भावना व्यक्त करतात आणि कस्तुरला आपल्या जीवनाचा आणि ध्येयाचा भागीदार करून घेण्याच्या तरुण मोहनच्या प्रयत्नांवर प्रकाश टाकतात. शारीरिक आकर्षणाचा त्यात मोठा भाग असूनही त्यापलीकडे जाऊन केलेल्या उत्कट प्रेमाला तितकाच उत्कट प्रतिसाद मिळाला नाही, याची निराशाही त्या वाक्यांमधून डोकावते.

तिला शिकवण्याचा त्यानं आटोकाट प्रयत्न केला; पण त्यासाठी वेळ आणि

संधी उपलब्ध होणं कठीण होतं. राजकोटच्या त्या एकत्र कुटुंबात मोठी माणसं कायम अवतीभोवती वावरत असत, त्यामुळे शिकवणं तर दूरच, पण त्यांच्या समक्ष एकमेकांशी बोलण्याचाही प्रश्न नव्हता. त्याशिवाय शिकवणं हे तिच्या इच्छेविरुद्ध करावं लागे. ती त्याला ताठरपणे विरोध करीत असल्यामुळे तो संपूर्णपणे पराभूत होई. त्यानं नंतर त्यानं त्याला वाटणाऱ्या विषयसुखाच्या ओढीला याबद्दल दोष दिला; कारण शय्यागृहात मिळणारा खाजगी वेळ या गोष्टीत वाया न घालवता तिला शिकवण्यात सार्थकी लावता आला असता.

नाहक भीतीच्या छायेखाली वावरत असतानाही अंतर्मनात चाललेली खळबळ अनुभवणाऱ्या एका पोरसवदा तरुणाबद्दल आपण बोलत आहोत. आपण असा अंदाज बांधू शकतो की, त्याची तळमळ, आस ही त्याच्या संयुक्त कुटुंबाच्या परिघाबाहेर जाऊ बघत होती आणि आपल्या आयुष्यात आलेल्या सुंदर पत्नीला जर आपण शिक्षित करू शकलो, तर ती तळमळ समजून घ्यायला तिची मदत होईल, असा विचार त्यानं केला असावा.

बराच मोठा आणि कठीण काळ गेल्यानंतर आणि ज्या मार्गांचा त्यानं राजकोटला असताना विचारही केला नसता, त्या मार्गांवर वाटचाल केल्यावर ती भविष्यात त्याची महत्त्वाची साथीदार झालीही; पण १८८०च्या दशकाच्या मध्यावर राजकोटला असताना तिनं तीव्र प्रतिकार केला आणि मोहननं उत्तरादाखल त्याहूनही पराकोटीचे प्रयत्न केले. कस्तुर जशी होती तशी तिला स्वीकारणं आणि तशीच राहू देणं जास्त शहाणपणाचं ठरलं असतं; पण राजकोटला असताना मोहननं तिच्याशी समजूतदारपणाची वर्तणूक केली नाही. तो त्या वेळी केवळ एक निराश, वैफल्यग्रस्त, उतावळा पोरसवदा तरुण होता.

मेहताब हे वास्तव चांगल्या रीतीनं जाणून होता त्यामुळे मांसाहाराच्या प्रयोगानंतरही त्यानं मोहनची पाठ सोडली नव्हती. त्याची मोहनशी असलेली जवळीक ना पुतळीबाईंना पसंत होती, ना भाऊ लक्ष्मीदासला आणि ना कस्तुरला. आत्मचरित्रात सांगितल्याप्रमाणे तिघांनीही मोहनला मेहताबची संगत (ज्याचं नाव आत्मचरित्रात सांगितलेलं नाही.) वाईट आहे, असं बजावलं होतं. गांधी लिहितात :

> *'हा साथीदार मूळ (करसनचा) मित्र होता. ते एकाच वर्गात शिकत. मला त्याच्या दुर्बलतेचं भान होतं; पण तरीही मी त्याला एकनिष्ठ मित्र मानत होतो. माझ्या आईनं, माझ्या सर्वांत मोठ्या भावानं (लक्ष्मीदास) आणि माझ्या पत्नीनं त्याच्या कुसंगतीबद्दल मला बजावलं होतं. पत्नीचं म्हणणं ऐकण्याआड माझा अहंकार आडवा आला. पण आई आणि मोठ्या भावाचं मत कानाआड करण्याचं धाडस माझ्यात नव्हतं. तरीही मी त्यांची*

मनधरणी करताना म्हटले, 'तुम्ही सांगता तसे तो दुर्बळ चारित्र्याचा असेलही; पण तुम्हाला त्याचे गुण माहीत नाहीत. तो मला वाईट मार्गाला नेऊच शकत नाही; कारण त्याला सुधारण्यासाठीच मी त्याच्याशी संबंध जोडला आहे. मला याची खात्री आहे की, त्यानं जर त्याचा मार्ग सुधारला, तर तो एक उत्तम मनुष्य होईल. माझ्यासाठी तुम्ही इतके चिंताग्रस्त होऊ नका.' त्यांचं यामुळे समाधान झालं असेल असं मला वाटत नाही... पण त्यांनी मला माझ्या मार्गानं जाऊ दिलं.'

या संपूर्ण घटनेत काबा गांधींचा कुठेच उल्लेख येत नाही. यावरून एक गोष्ट सूचित होते की, एकतर ही चर्चा ते फार आजारी असताना झाली असावी किंवा त्यांच्या मृत्यूनंतर झाली असावी. त्या काळच्या काठियावाडमध्ये प्रचलित असलेल्या प्रथेप्रमाणे आपण असं खात्रीपूर्वक म्हणू शकतो की, कुटुंबातल्या या तीनही सदस्यांनी मोहनशी वेगवेगळी चर्चा केली असेल; सगळ्यांनी मिळून एकत्र नक्की केली नसेल. 'दुबळेपणा'चा जो एकवचनी उल्लेख आला आहे, त्याचा अर्थ स्पष्ट आहे. गांधींच्या दृष्टिकोनातून मेहताबचं चारित्र्य निष्कलंक नव्हतं आणि तो मोहनला भ्रष्ट करेल, असं त्यांना वाटत होतं.

तरीही एक बाब लक्ष वेधणारी आणि मोहनची घरात असणारी पत अधोरेखित करणारी आहे; ती म्हणजे एका सोळा वर्षांच्या मुलाला त्याच्या आईनं आणि बऱ्याच मोठ्या असलेल्या भावानं स्वतःच्या मर्जीनुसार वागण्याची मुभा दिली. वयानं मोठे नातेवाईक ही या मुलाचा मान राखत असत.

त्याच्या आईनं, लक्ष्मीदासनं आणि कस्तुरनं शंका घेतल्यानंतर मोहननं असा दावा केला की, मेहताबशी त्याची मैत्री ही त्याला सुधारण्यासाठी होती. आपल्या स्वतःच्या धारणेनुसार तो मेहताबला एका उत्कृष्ट मनुष्यात परिवर्तित करायला निघाला होता. मात्र मेहताबचे स्वतःचे विचार मोहनपेक्षा वेगळे होते आणि त्याच्या क्षमतांविषयी मोहनला असूया वाटत असे.

या संबंधामध्ये खरोखर अशी कोणती गोष्ट होती, जी मोहनला मैत्री वाढवण्यासाठी उद्युक्त करत होती? गांधी त्या गोष्टीवर प्रकाश टाकताना म्हणतात : 'आपल्याकडे नसलेले गुण जेव्हा आपण इतरांमध्ये पाहतो, तेव्हा आपले डोळे दिपतात. या मित्राच्या 'मर्दुमकी'मुळे मी दिपून गेलो होतो. त्याच्यासारखं बनण्याची तीव्र इच्छा मला झाली... मीसुद्धा त्याच्यासारखा ताकदवान का होऊ शकणार नाही?'

१९२७ साली प्रौढ गांधी यावर आणखी एक ओझरता दृष्टिक्षेप टाकतात. शाळेतले दिवस आठवून ते म्हणतात, 'मला असं स्पष्ट आठवतं की, मैदानी कौशल्य आणि शारीरिक ताकद असलेली मुलं स्वतःला कुणीतरी वेगळी समजत

असत. पण त्यांचा हा गर्व नष्ट होत असे; कारण त्यांच्यापेक्षा दुबळ्या मुलांना त्यांची मगरुरी सहन न होऊन ती त्यांना अलग ठेवत असत... आणि अशा प्रकारे ती मगरूर मुलं स्वत:च्या हातांनी स्वत:चीच कबर खणत असत.' हे तर उघडपणे मेहताबचंच वर्णन आहे; कारण त्याला १८८४मध्ये अल्फ्रेड हायस्कूलच्या पटावरून काढून टाकलं होतं. त्यामुळे या 'वेगळ्या' पडलेल्या मेहताबबद्दल मोहनच्या मनात सहानुभूती निर्माण झाली असावी.

१९४२ साली या मैत्रीला चालना देणाऱ्या अजून एका गोष्टीची आठवण ते करतात : 'त्या वेळी अगदी लहान असतानादेखील एका गोष्टीवर माझा विश्वास होता की, हिंदूंशी मैत्री वाढवण्यासाठी काही खास प्रयत्न नाही केले तरी चालतील; पण काही मुस्लिमांशी तरी मी मैत्री केलीच पाहिजे.'

बाकीचे काही घटकसुद्धा यात कार्यरत असतील. मेहताबच्या संगतीत राहून त्याच्याइतका ताकदवान बनण्याच्या अपेक्षेव्यतिरिक्त मोहनला कदाचित कस्तुरकडून न मिळणारा पाठिंबा मेहताबकडून मिळत असावा. आपल्या आईशी आणि लक्ष्मीदासशी चर्चा करताना मोहननं उल्लेख केल्याप्रमाणे मेहताबच्या दुबळेपणाव्यतिरिक्त त्याच्याकडे काही गुणही असावेत. आत्मचरित्रात या गुणांचा नामनिर्देश नसला तरी मोहनच्या भविष्यकालीन कार्यावर असलेल्या मेहताबच्या श्रद्धेचा यात मोठा वाटा असला पाहिजे. त्याशिवाय, मेहताबनं मोहनला काही करमणुकीची साधनं पुरवली, हेही ओघानं पुढे येईलच.

याखेरीज मेहताबचे काही आधुनिक विचार मोहनच्या पसंतीला उतरले होते. त्यानं स्वत:ही त्याच्या कुटुंबात पाळल्या जात असलेल्या अस्पृश्यतेच्या प्रथेला विरोध केला होताच; मांसाहार जरी सुरू ठेवला नव्हता, तरी तो तत्त्वत: मान्य केला होता आणि त्याच्या व करसनच्या बालविवाहाच्या विरोधात तो कडवटपणे बोलत होता. मेहताबचा 'जुन्याविरुद्ध नवा' हा पवित्रा मोहनला आकर्षित करत होता. दोन्ही मुलं भारतीय प्रथांमध्ये 'सुधारणा' व्हाव्यात, या मताची होती. स्त्री-पुरुष अपवाद वगळता समाजात आढळणारी उच्च-नीचता त्यांना मान्य नव्हती आणि अंधुक का होईना, दोघांच्याही डोळ्यांत भारताच्या स्वातंत्र्याचं स्वप्न होतं.

कस्तुरशी असलेल्या मोहनच्या संबंधांचं मेहताबनं कशा प्रकारे हळूहळू खच्चीकरण करायला सुरुवात केली, ते आत्मचरित्रात गांधींनी लिहिलं आहे. कस्तुरबाबत असलेल्या बिनबुडाच्या संशयाच्या ठिणगीला त्यानं फुंकर घातली आणि त्या पतीला तिच्याविषयी क्रूरपणे आरोप करायला भाग पाडलं. मोहनला राजकोटला एका वेश्यागृहात नेण्यात मेहताबला आलेलं सर्वज्ञात यश (आत्मचरित्रात सांगितल्याप्रमाणे), दोन साध्या-सरळ तर्कांवर आधारलेलं होतं : तू तुझं पुरुषत्व सिद्ध करू शकशील आणि तू घराबाहेर राहत असलेला पाहून तुझी बायको तुझ्यामागे धावत येईल.

ही घटना बहुधा १८८६मध्ये घडली, त्या वेळी कस्तुर तिच्या माहेरी होती. त्या कुप्रसिद्ध जागी मेहताब आपल्या मित्राला घेऊन गेला, पैसे दिले आणि मोहनला आत पाठवलं. आत स्त्री तयार होऊन बसली होती; पण मोहन मात्र थिजला होता आणि बोलती बंद होऊन त्या स्त्रीशेजारी पलंगावर बसला होता. तिनं त्याला दरवाजा दाखवला आणि त्याला काही अपमानास्पद शब्द बोलली. मोहनला वाटलं, त्याचा पुरुषी अहंकार दुखावला गेला आहे आणि शरमेनं त्याला धरणीच्या पोटात गुडूप होण्याची इच्छा होत होती.

नंतर पापाच्या जबड्यातून सहीसलामत सुटका केल्याबद्दल त्यानं ईश्वराचे आभार मानले; पण हे मान्य केलं, की 'त्या वेळी शारीरिक आकर्षण होतंच आणि ते कृती करण्यासारखंच होतं.' पण त्या वेळी मात्र वेश्यागृहात जाण्यापेक्षा पुरुषत्व सिद्ध करण्याच्या परीक्षेत नापास झाल्याची लाज त्याला जास्त वाटत होती.

त्याच्या आईनं आणि लक्ष्मीदासनं दिलेला सावधानतेचा इशारा खरा ठरला होता; पण मोहननं मेहताबला झटकून टाकलं नाही. झालेल्या पराभवामुळे अस्वस्थ झालेला मोहन मेहताबचा कावाही ओळखायला चुकला. त्याचे गुण शोधण्यात, त्याची मैत्री उपभोगण्यात आणि त्याला सुधारण्याची स्वप्नं बघण्यात तो मश्गूल झाला.

*

या लिखाणातून आपल्यासमोर उभ्या राहणाऱ्या मोहनची विविध रूपे आहेत. किशोरावस्थेतल्या शेवटच्या टप्प्यात प्रवेश करणारा, त्याच्या वर्तुळात प्रतिष्ठा पावलेला, आजूबाजूच्या जगाबद्दल कुतूहल असणारा, एक विशिष्ट ताकद असलेला, एका संशयास्पद चारित्र्याकडे ओढा असलेला आणि आश्चर्यकारक भयगंड बाळगणारा असा तो आहे. मात्र एक बुजरा, विशेष छाप न पाडणारा व आयुष्य समृद्ध करणाऱ्या एका अनुभवाची वाट पाहणारा एक श्रद्धाळू मुलगा, या त्याच्या लोकप्रिय प्रतिमेपेक्षा तो वेगळा आहे.

हे दुसरं चित्र उभं करण्याचा दोष खुद्द गांधींनाच द्यायला हवा; कारण त्यांच्या आत्मचरित्रात बालपणीच्या आणि तरुणपणीच्या आठवणींची मनमोकळेपणाने केलेली मांडणी आणि नंतरच्या काळात वाटलेला खेद यांची सरमिसळ आहे. (त्याला 'आत्मचरित्र' म्हणणंही बरोबर नाही. यामध्ये कालक्रमानुसार घटनांची १९२० सालापर्यंतची मांडणी केली आहे, ज्यात त्यांचे नैतिक व आध्यात्मिक प्रयोग कथन केले आहेत.)

प्रौढ गांधींनी व्यक्त केलेली दिलगिरी आणि घटना घडून गेल्यावर बऱ्याच काळानंतर त्यापासून घेतलेला बोध, हा त्यांच्या प्रांजळ आठवणींना झाकोळून टाकतो. त्यांच्या लहान वयात व्यक्त झालेल्या आंतरिक शक्तींपेक्षा त्या वेळच्या

भयगंडाच्या आठवणी जास्त प्रभावी ठरतात, तसेच काहीसे हे आहे.

जर नीट लक्षपूर्वक वाचलं नाही, तर हे स्वत:वर वार करणारे आत्मचरित्र एक चुकीचा संदेश देत राहतं; आणि तो म्हणजे मोहन हा सामान्य विद्यार्थी होता. हायस्कूलच्या प्रवेशपरीक्षेला त्याच्याबरोबर बसलेल्या अडतीस विद्यार्थ्यांपैकी जे दोन विद्यार्थी मॅट्रिक झाले. त्यांत त्याचा समावेश होता. १८८७ साली जेव्हा तो मॅट्रिक झाला, त्यासाठी प्रथमच त्याला अहमदाबादला जावं लागलं, तेव्हा पश्चिम भारतातून निवडल्या गेलेल्या तीन हजार विद्यार्थ्यांत त्याचा क्रमांक चारशे चार होता. हा चांगला होता, पण उत्तम नव्हता. परंतु अहमदाबादमध्ये त्याला त्याच्या कुटुंबीयांचा भावनिक आधार मिळाला नाही आणि घरगुती वातावरणाची मदतही मिळाली नाही.

'मी माझ्या वर्गातल्या मुलांचा म्होरक्या होतो', असे मोठेपणी गांधींनी आपल्या जवळच्या सहकाऱ्याला, डी. बी. किंवा 'काका' कालेलकरांना सांगितलं. आत्मचरित्रात वर्णन केलं आहे त्यापेक्षा राजकोटमधल्या बालपणाविषयी त्यांना अधिक माहिती जाणून घ्यायची होती.

हा उल्लेख केवळ गांधींच्या पुस्तकी अभ्यासातल्या यशाबद्दल नसून त्यांच्या वर्गातल्या एकूण लौकिकाबाबत होता.

राजकोटच्या आग्नेयेला नव्वद मैलांवर असलेल्या भावनगर या काठियावाडमधल्या दुसऱ्या एका संस्थानातल्या सामळदास कॉलेजमध्ये एक सत्र यानंतर पार पडलं. मोहनला मुंबईतल्या एखाद्या कॉलेजमध्ये जायला आवडलं असतं, पण काबा गांधींचं आजारपण आणि मृत्यूमुळे कुटुंबाची आर्थिक परिस्थिती ढासळली होती, त्यामुळे भावनगरलाच जावं लागलं. पण त्याला तिथे घरची आठवण येऊ लागली आणि तो दु:खी झाला. सामळदास कॉलेजमधलं पहिलं सत्र संपल्यावर सुटीत तो जेव्हा राजकोटला आला, तेव्हा मावजी दवे नावाचे कुटुंबाचे जुने स्नेही आणि एक हुशार आणि विद्वान ब्राह्मण गांधींकडे आले. त्यांनी मोहनला, लक्ष्मीदासला आणि त्यांच्या आईला सांगितलं की, कुटुंबाची प्रतिष्ठा अबाधित राखण्याचा एकच मार्ग म्हणजे काबांनी व्यक्त केलेल्या इच्छेची अंमलबजावणी करणं : मोहननं लंडनला गेलं पाहिजे.

*

आत्मचरित्रात गांधी म्हणतात की, *'यापेक्षा दुसरी स्वागतार्ह गोष्ट माझ्यासाठी नव्हती आणि हा प्रस्ताव मी लगेच स्वीकारला.'* पण लंडनला पोचल्यानंतर लगेचच लिहिलेल्या रोजनिशीत ते आणखी म्हणतात : *'लंडनला येण्यामागचा हेतू पूर्णपणे स्पष्ट होण्याआधीच माझ्या मनात गुप्तपणे लंडन ही काय चीज आहे, हे जाणून घ्यायची जिज्ञासा आकार घेत होती.'* (रोजनिशीतील नोंद, १२ नोव्हें. १८८८).

दव्यांशी बोलणं होण्याआधीच मोहनच्या मनातली लंडनची प्रतिमा (१८८९मध्ये इंग्लंडमध्ये झालेल्या मुलाखतीत आठवण सांगताना) 'तत्त्वज्ञ आणि कवींचं माहेरघर आणि मानवी संस्कृतीचं केंद्रस्थान' अशी होती. ***मावजी दव्यांनी केवळ माझ्या मनात पेटलेल्या उत्सुकतेला वारा दिला.***

अशा प्रकारे पुराणमतवादी आईवडिलांचा हा बुजरा मुलगा इंग्लंडला जाण्याचे गुप्तपणे मनसुबे रचत होता. भावनगरच्या कॉलेजमधल्या जयशंकर बुच नावाच्या विद्यार्थ्यानं सर्वप्रथम त्याच्या मनात हा विचार भरवला.

एरिक्सननं असा अंदाज व्यक्त केला आहे की, ब्रिटिश राजवटीच्या एका पुराणमतवादी कोपऱ्यात राहणाऱ्या तरुणानं लंडनसारख्या गजबजलेल्या महानगराविषयी उत्सुक असणं, ही काही आश्चर्यकारक गोष्ट नव्हती. आपण अंदाज करू शकतो की, एका भारतीय तरुणाने ब्रिटिश राजवटीची प्रशंसा करत असतानाच तिचा निषेध करणं ही बाबसुद्धा आश्चर्यकारक नव्हती. अल्फ्रेड हायस्कूल आणि सामळदास कॉलेजमध्ये त्यानं इतिहासाची कोणती पुस्तकं वाचली हे आपल्याला ज्ञात नाही; पण बऱ्याच काळानंतर (इंग्लंडमध्ये १९३१ साली असताना) तो आठवण सांगतो–

> *शाळेत असताना मला इतिहासाची परीक्षाही पास करावी लागली आणि मी असं वाचलं की, इतिहासाचं पान हे स्वातंत्र्यसैनिकांच्या रक्तानं रंगलेलं आहे...*

शाळेत त्यानं बायरनची एक ओळही वाचली होती (१९४३ साली हे त्यांनी सांगितलं) ती अशी : *'स्वातंत्र्याची सुरू झालेली लढाई ही परंपरागत वारसा हक्काप्रमाणे राजाकडून त्याच्या मुलाकडे चालत येते.'*

मोहनची जिज्ञासा ही वरवरची नाही, तर ती मनापासून जाणून घेण्याची आहे. ती जिज्ञासा अशा एका शत्रूला जाणून घेण्याची आहे, ज्यानं भारतीयांना अपमानास्पद वागणूक दिली पण त्याचा केवळ द्वेष करून चालणार नाही, कारण त्यानं 'एका जीवनपद्धतींचा पाया घातला आहे. आपल्याला लवकरात लवकर इंग्लंडला जाऊन वैद्यकीय शाखेत प्रवेश घ्यायची इच्छा आहे असं त्यानं दवे, आपली आई आणि लक्ष्मीदासला सांगितलं. पण एक वैष्णव असं करू शकत नाही, असं म्हणून लक्ष्मीदासनं त्यात हस्तक्षेप केला, "वडिलांना हे कधीच आवडलं नसतं... त्यांनी तुझ्यासाठी कायद्याचा अभ्यास मनात योजला होता."

"तू दिवाण व्हावंस असं मला वाटतं." दवे मोहनला म्हणाले, "किंवा त्यापेक्षा जास्त चांगलं काहीतरी." डॉक्टर नाही, पण एखादा बॅरिस्टर दिवाण होऊ शकत असे. (दवेंनी वापरलेले शब्द 'त्यापेक्षा जास्त चांगलं' हे निदान काही

निरीक्षकांना जाणवलेल्या १८ वर्षांच्या मोहनच्या क्षमतांचं प्रतीक आहेत.) कायद्याचा अभ्यास करणं आपल्याला मान्य आहे, असं मोहननं सांगितल्यावर पुतळीबाई आणि लक्ष्मीदासला मोहनला लंडनला पाठवण्याबद्दल बजावून दव्यांनी ही भेट आटोपती घेतली. पाच हजार रुपये किंवा सुमारे चारशे पौंड प्रवास, शिक्षण आणि तीन वर्षं इंग्लंडमधील वास्तव्यासाठी पुरेसे होतील, हेही त्यांनी सांगितलं.

मोहननं हवेत इमले रचायला सुरुवात केली. त्याच्याच शब्दांत सांगायचं झालं तर झोपताना, चालताना, पिताना, खाताना, धावताना, वाचताना तो आता इंग्लंडचीच स्वप्नं पाहत होता आणि इंग्लंडचाच विचार करत होता.

परंतु पुतळीबाईंनी मोहनला आता गांधीपरिवाराचे प्रमुख बनलेले त्याचे काका तुलसीदास यांची संमती घेऊन यायला सांगितलं. पुतळीबाईंना असं वाटत असावं की, पोरबंदरचे माजी दिवाण असलेल्या आपल्या स्वर्गस्थ पतीप्रमाणेच तुलसीदास ही परवानगी नाकारतील. लक्ष्मीदासनं इंग्लंडला जाण्याच्या योजनेला आपला पाठिंबा देतानाच मोहनला सल्ला दिला की, त्यानं पोरबंदरला जाऊन राजदूत फ्रेडरिक लेली यांचीही भेट घेऊन मदत मागावी. तुलसीदासकाकांबद्दल लेलीचं मत चांगलं होतं, असं लक्ष्मीदास पुढे म्हणतो आणि पोरबंदर संस्थानकडून मदत मागण्याचा गांधींना हक्क होताच.

मोहन पोरबंदरला जायला निघाला. धोकादायक मानल्या गेलेल्या जमातींची वस्ती काही ठिकाणी असलेल्या प्रदेशातून होणाऱ्या या जोखमीच्या प्रवासाला बैलगाडीनं पाच दिवस लागत असत. मोहन एरवी घाबरला असता; पण इंग्लंडला जाण्याच्या इच्छेने माझ्या भित्रेपणावर मात केली. घाईत असलेल्या या तरुणानं, धोराजी या ठिकाणी उंटाच्या पाठीवरून पुढचा प्रवास करणं पसंत केलं.

पोरबंदरला आल्यावर त्यानं आपल्या काकांना झुकून रीतीनुसार सलाम केला, दवेंनी मांडलेला प्रस्ताव कथन केला आणि परवानगी मागितली. "या वयात, मृत्यूच्या उंबरठ्यावर उभे असताना या धर्मविरोधी कृत्याला आपण कधीही पाठिंबा देणार नाही," असे तुलसीदास स्पष्टपणे म्हणाले. "इंग्लंडहून परतणाऱ्या भारतीयांना खाण्याचा कोणताही विधिनिषेध उरलेला नसतो. त्यांच्या तोंडात कायम सिगार असते आणि लाज वाटेल असे कपडे ते घालतात. तरीही जर मोहनची आई त्याला जाऊ द्यायला राजी असेल, तर तिची मर्जी," असे ते पुढे म्हणाले.

लेलीच्या नावे ओळखपत्र देण्याला तुलसीदासांनी नकार दिला, पण त्यांच्या मोहनशी असलेल्या नात्याचा उल्लेख लेलीजवळ करायला संमती दिली. मोहननं एका पत्राद्वारे लेलीच्या घरी भेटीची वेळ मागितली.

मोहन जेव्हा तिथे गेला तेव्हा लेली जिना चढत होता. ब्रिटिश अधिकाऱ्याची ती पहिलीच भेट होती म्हणून मोहननं कसून तयारी केली होती आणि त्याच्या

अपेक्षाही उंचावल्या होत्या. (त्यानं उराशी एक स्वप्न बाळगलं होतं आणि त्याहूनही जास्त म्हणजे तो ओता गांधींचा नातू होता.) मोहननं खाली वाकून दोन्ही हातांनी लेलीला सलाम केला आणि घोटलेली गुजराती वाक्यं बोलला. जागच्या जागी उभं राहून लेलीनं तुटकपणे सांगितलं, ''पोरबंदर राज्य गरीब आहे. तुझं बीए आधी पूर्ण कर आणि मग मला भेट.'' अशी पुस्ती जोडून तो भरभर पायऱ्या चढून निघून गेला.

अत्यंत निराश होऊन राजकोटला परत आलेल्या मोहननं ठाकूर आणि काठियावाडमधील राजवटीचा राजदूत कर्नल जे. डब्ल्यू. वॉटसन यांच्याकडे शब्द टाकून आपलं नशीब अजमावलं. ठाकूरनं आपला स्वतःचा एक फोटो दिला आणि वॉटसननं एक क्षुल्लक ओळखपत्र दिलं जे त्याच्या मते... एक लाख रुपयांच्या तोडीचं होतं. लंडनच्या रोजनिशीत नंतर मोहननं लिहिलं आहे की, या प्रकारच्या प्रतिसादांनी मला खूप हसू आलं आणि त्या वेळी कराव्या लागलेल्या खोट्या प्रशंसेमुळे माझा खूप संताप झाला.

१८८८ साली ब्रिटिशांचं वर्चस्व नांदत असताना सगळ्याच भारतीय तरुणांनी अशी प्रतिक्रिया दिली नसती. त्याच सुमारास एकदा व्हाइसरॉय बनलेल्या वरिष्ठ, जॉन स्ट्रेची या परीक्षकानं असं जाहीर केलं की :

> *भारताबद्दल ही गोष्ट सुरुवातीलाच आणि प्रामुख्यानं जाणून घेणं आवश्यक आहे– की युरोपियन कल्पनांप्रमाणे कोणत्याही प्रकारची शारीरिक, राजकीय, सामाजिक अथवा धार्मिक एकजूट असलेला एकही भारतीय किंवा भारतातील कोणतंही गाव नाही आणि कधीही नव्हतं.*

स्ट्रेचीचा रोख इतर काही गोष्टींबरोबरच तीन वर्षांपूर्वी जन्माला आलेल्या भारतीय राष्ट्रीय काँग्रेसकडे होता. काही वकील, डॉक्टर्स आणि इतर बुद्धिवंत भारतातल्या निरनिराळ्या प्रांतांतून एकत्र येऊन त्यांनी हे मंडळ स्थापन केलं होतं. संयुक्त प्रांतातल्या इटावा इथे झालेल्या १८५७च्या उठावाचा अनुभव घेतलेले स्कॉटिश ॲलन ऑक्टाव्हियन ह्यूम यांनी हे मंडळ स्थापायला लोकांना उद्युक्त केलं होतं. या काँग्रेसनं– ज्याबद्दल मोहन ऐकून होता– राणी व्हिक्टोरियाच्या प्रजाजनांसाठी अधिक हक्कांची मागणी केली होती आणि भारतीयांकडून त्यांना एकजुटीची अपेक्षा होती.

*

हे सगळं घडत असताना मेहताब काय करत होता, हे आपल्याला माहीत नाही, अपवाद फक्त लंडनमध्ये लिहिलेल्या रोजनिशीचा. त्यात म्हटल्याप्रमाणे मोहन पोरबंदरला जाण्यासाठी राजकोटहून निघण्याआधी त्या दोघांमध्ये कोणत्या तरी विषयावरून वादावादी झाली होती. *'मी माझा मित्र शेख मेहताबशी नेहमी भांडत*

असे.' मोहन लिहितो.

'भांडणाचा विचार करण्यात मी इतका गढून गेलो होतो, की राजकोटच्या एका गल्लीतून चालताना मी घसरलो आणि एका गाडीवर (माझं) डोकं जोरात आपटलं.' काही वेळानं मोहन मूर्च्छित झाला आणि सुमारे पाच मिनिटं बेशुद्धावस्थेत राहिला; त्याच्या सहकाऱ्यांना वाटलं की, बहुतेक त्याचा मृत्यूच झाला. कदाचित राजकोटच्या भट्टीसारख्या तापलेल्या हवेचा परिणाम झाला असावा, पण मेहताबबरोबरच्या कुरबुरीचा मोहनच्या मनावर निश्चितच खोल परिणाम झाला होता.

मोहन पोरबंदरला असताना मेहताबनं त्याच्या खास शैलीत पैसे उभे करण्याबाबत राजकोटला काही खटपटी केल्या. मोहननं लवकरच त्याच्या लंडनच्या रोजनिशीत लिहिलं,

मी असं म्हणेन की, माझा मित्र शेख मेहताब हा, फार चलाख व लबाड आहे. त्यानं मेघजीभाईंना त्यांच्या वचनाची आठवण करून दिली आणि माझी खोटी सही करून एक पत्र दिलं, ज्यात लिहिलं होतं की, मला पाच हजार रुपयांची गरज आहे आणि बरंच काही...

ज्यांनी पूर्वी मदतीचं आश्वासन दिलं होतं, ते गांधींचे नातेवाईक असलेले मेघजीभाई सुरुवातीला फसले, तरी ही योजना तडीस गेली नाही. चाणाक्ष पुतळीबाईंनी मोहनला आधीच सांगितलं होतं की, त्याला (मेघजीभाईंकडून) अजिबात पैसे मिळणार नाहीत. रोजनिशीतल्या नोंदींवरून असं दिसतं की, मोहनला त्याच्या स्वप्नाच्या आड येणाऱ्या अडचणी बघून गंमत वाटत होती आणि मेहताबची चलाखी सांगून तो त्याच्या आईलाही मनापासून हसायला लावत होता – स्वप्नांचा पाठपुरावा करण्याच्या जोडीला स्वतःचं मनोरंजन करण्याची क्षमताही त्याच्या अंगी होती.

*

लंडनला जाण्याच्या या योजनेविरुद्ध, काठियावाडमधल्या काही वृत्तपत्रांसहित, बरेच आवाज उठले, तरी ना दवेंनी हार मानली ना मोहननं. कर्ज घेण्याच्या किंवा पत्नीचे दागिने विकण्याच्या पर्यायांचाही विचार झाला. दुसरा पर्यायही स्वीकारार्ह होता; विशेषत: जर दागिने नवऱ्याच्या परिवाराकडून बनवले गेले असतील तर नक्कीच! लक्ष्मीदास म्हणाले की, ते काहीतरी करून पैसे उभे करतील; पण हे सोपं नव्हतं आणि एक वेळ अशी आली की, १८८८च्या उन्हाळ्यात लक्ष्मीदासनं (कदाचित समाजाच्या टीकेनं प्रभावित होऊनही) मोहनला लंडनचा नाद सोडण्याचा सल्ला दिला. हे अशा माणसानं सांगितलं जो नुसताच दोष म्हणावा इतका उदार आणि त्याच्यावर मुलासारखं प्रेम करणारा नव्हता; पण, काबांच्या मृत्यूनंतर त्या कुटुंबाचा

प्रमुखही होता. त्याच्याकडून असा सल्ला ऐकणं हे धक्कादायक होतं. पण मोहननं तो नाकारला. मग आपला पवित्रा बदलून लक्ष्मीदासनं पैशांची थोडीफार जमवाजमव केली.

तरीही इकडे-तिकडे बारकाईनं केलेल्या चौकशीमुळे पुतळीबाई काळजीत पडल्या. तो इंग्लंडमध्ये मांसाहार आणि मद्यसेवनाशिवाय राहू शकेल का, असं त्यांनी मोहनला विचारलं. हे विचारण्यामागचं कारण त्याला माहीत नव्हतं, तरी आपण ते जाणतो. तो त्याशिवाय राहू शकेल, हे तो शपथेवर सांगायला तयार आहे असं मोहननं म्हटल्यावर "इतक्या दूर देशी?" समजदार पुतळीबाईंनी पुन्हा विचारलं. बेचारजी स्वामी नावाचे 'मोढ बनिया' दवेंप्रमाणेच गांधीकुटुंबीयांचे सल्लागार होते, ते जैन साधू बनले होते. त्यांनी सांगितलं की, ते या मुलाकडून तीन वचनं घेतील, तेव्हा कुठे पुतळीबाई राजी झाल्या.

बेचारजी स्वामींच्या देखरेखीखाली मोहननं मदिरा, स्त्री किंवा मांस यांना स्पर्श न करण्याची शपथ घेतली आणि पुतळीबाईंनी आपली संमती दर्शवली. त्याच्या रक्षणासाठी त्यांनी देवाला साकडं घातलं आणि त्याचं प्रतीक म्हणून तुळशीच्या बियांची माळही त्यांनी मोहनच्या गळ्यात बांधली.

मोहनसाठी अशी शपथ घेणं फारसं सुखावह ठरलं नसावं, कारण तो आतापावेतो मांसभक्षणाचे फायदे मनोमन मान्य करून चुकला होता, वेश्यागृहाला दिलेल्या भेटीबद्दल अद्याप त्याला पश्चात्ताप व्हायचा होता आणि पत्नीच्या प्रति आयुष्यभर एकनिष्ठ राहण्याची जरी आधी शपथ घेतली होती तरी–भुरळ घालणाऱ्या लंडनच्या जीवनाविषयी त्याला उत्सुकता वाटत असावी. तरीही फक्त आपल्या गुपितांचीच नव्हे तर हरिश्चंद्राच्या कथेच्या मनावर झालेल्या खोल परिणामांची जाणीव असलेला हा मुलगा मनोमन हे ओळखून होता की, अनिच्छेनं का होईना, पण या शपथेनं आता तो बांधला गेला होता.

आपल्या कथानायकाच्या पत्नीनं, कस्तुरनं १८८८च्या वसंत ऋतूत हरिलाल या पुत्राला जन्म दिला. नवऱ्याच्या परदेशगमनाच्या चर्चेत तिचा कुठेच सहभाग दिसत नाही. खरं म्हणजे त्याच्या परदेशी जाण्यामुळे सगळ्यांत जास्त फरक तिला पडला असता; पण तिच्या काळच्या आणि नंतरच्या काळच्या बहुसंख्य भारतीय स्त्रियांप्रमाणेच आपला नवरा (आणि आपली सासू) जे ठरवेल, ते स्वीकारण्याशिवाय तिच्याकडे पर्याय नसावा. या योजनेबाबत मोहननं कस्तुरचं मत विचारलं असेल का? हे कळायला काही मार्ग नाही. या सगळ्या तपशिलात अजून एक नाव सापडत नाही : करसन. लग्नानंतर शिक्षण थांबवलेला आणि खोल गर्तेत रुतत गेलेला करसन आपल्या धाकट्या भावाला सल्ला देण्याच्या स्थितीत असेल. असं दिसत नाही.

*

'राजकोटच्या मुलानं इंग्लंडला जाणं ही एक असामान्य घटना होती.' गांधी नंतर नमूद करतात. राजकोटच्या शाळेत त्याच्या मित्रांनी आणि बहुतेक शिक्षकांनीसुद्धा एक समारंभ आयोजित केला. मोहननं गुजरातीत कसंतरी अडखळत सत्काराला उत्तर दिलं. त्याचं डोकं गरगरत होतं आणि सगळं शरीर थरथरत होतं.

ज्या तरुणानं लेली, वॉटसन आणि राजकोटच्या राजासमोरसुद्धा आपली मन:शांती ढळू दिली नाही आणि धैर्यानं त्यांना सामोरा गेला, त्याची ही प्रतिक्रिया विचार करायला लावणारी आहे. खासकरून असाच चाचरणारा मोहनदास पुढच्या डझनभर वर्षांत इंग्लंडला जमावापुढे, मुंबईच्या न्यायालयात आणि मुंबई-कलकत्त्यातल्या मोठ्या सभांमध्ये असा वेळोवेळी आपल्याला भेटतो.

या थरथर कापणाऱ्या मोहनच्या जोडीला आलटूनपालटून एक निश्चयी युवकही असतो. जेव्हा तो एखाद्या अडचणीचा किंवा शत्रूचा सामना करतो किंवा आमनेसामने एकेकट्याचा मुकाबला होतो, तेव्हा मोहन निडर भासतो; परंतु लोकांच्या गटासमोर, मग ते सहकारी, मित्र किंवा अपरिचित असोत, तो बऱ्याचदा घाबरलेला दिसतो; बऱ्याचदा, नेहमी नाही. त्या भीतीमागे एक बुजरेपणा दडलेला होता आणि आपलं हसं होण्याची त्याला भीती वाटत असावी.

आपण कुणाला प्रभावित किंवा खूश करू शकत नाही ही जाणीव त्याच्या बुजरेपणामागे दिसून येते आणि श्रोत्यांना खूश करून आपल्याला समाधान मिळत नाही, हीसुद्धा जाणीव त्यामागे असावी. त्याच्या किशोरावस्थेच्या शेवटच्या टप्प्यात असतानादेखील त्याच्या आजूबाजूला असलेले लोक, सहकारी त्याच्याकडून काहीतरी जास्त अपेक्षा करत आहेत, हे त्याला सतत जाणवत असावं असं वाटतं.

हा बुजरा मोहन चांगला पाहणारा आणि ऐकणाराही आहे. इंग्लंडला पोचल्यावर त्यानं काठियावाडची काही शब्दचित्रं रेखाटली आहेत-

> *'प्रथमच पांढरेशुभ्र कपडे घालून तो गुराखी रमतगमत चालला*
> *आहे, त्याची लांब दाढी त्याच्या चेहऱ्याच्या दोन्ही बाजूंनी वर*
> *घेऊन फेट्याखाली खोचली आहे आणि मोडकीतोडकी*
> *गाणी म्हणत तो चाललाय.'*
> *'लाल आणि हिरव्या रंगांनी शिंगं रंगवलेल्या व शिंगांची टोकं*
> *चांदीनं मढवलेल्या गायींचा कळप.'*
> *'डोक्यांवर चुंबळ ठेवून त्यावर छोटी मडकी ठेवून*
> *चाललेला छोट्या मुलींचा जथा,*
> *मडक्यातलं थोडं दूध हिंदकळून सांडणारी त्यापैकी एक.'*
> *'पांढरे कल्ले आणि मोठा पांढरा फेटा*

असलेला आणि त्यात बोरूचा लांबलचक टाक खोचलेला (आणि) लांब उपरणं कंबरेला गुंडाळून त्यात चांदीची दौत बांधलेला मोठा सावकार.'

'ज्यांना दिवसातून एकदाच जेवायला मिळतं आणि तेसुद्धा शिळी भाकरी आणि मीठ.'

असे लोकही त्याच्या नजरेतून सुटलेले नाहीत. त्याच्याभोवतीचं दु:ख-दारिद्र्य आणि रस्त्यावरची इतर दृश्यं ही त्याच्या वडिलांच्या आणि शिक्षकांच्या (शिवाय बरोबरीच्या विद्यार्थ्यांच्या) आणि जातिधर्मावर आधारित भेदाभेदांच्या निरीक्षणातून चितारलेली असल्याचं आपल्याला जाणवू शकतं. आपल्या मृत्यूच्या आधी दोन महिने पोरबंदरच्या आणि राजकोटच्या सुरुवातीच्या दिवसांच्या आठवणी काढताना गांधी असा दावा करतात की, *'तिथे घडणारी प्रत्येक गोष्ट मी बघत होतो.'* याचा अगदी शब्दश: अर्थ घेतला नाही, तरी मोहनच्या बालपणीचा आणि तरुणपणीचा काळ उभा करण्यात हा दावा मदत करतो. कदाचित थरथर कापणारा मोहन आणि आजूबाजूची जाणीव असणारा मोहन एकमेकांत गुंफले गेलेले आहेत.

लंडनला जाण्यासाठी मुंबईला निघण्यापूर्वी राजकोटला झालेल्या निरोप समारंभाचं वर्णन लंडनला पोचल्यानंतर मोहननं आपल्या रोजनिशीत केलं :

त्या रात्री बरेच लोक मला निरोप द्यायला जमले होते. श्रीयुत केवलराम, छगनलाल पटवारी, व्रजलाल, हरिशंकर, अमोलख, माणेकचंद, लतीब, पोपट, भानजी, खिमजी, रामजी, दामोदर, मेघजी, रामजी कालिदास, नारनजी, रणछोडदास, मणिलाल हे त्यांपैकी काहीजण. जटाशंकर, विश्वनाथ आणि बाकीचेही आले होते.

यावरून कधी बुजरा, कधी धीट असलेला आणि आजूबाजूच्या परिस्थितीचं निरीक्षण करणारा हा तरुण त्याच्या मर्यादित जगाचा म्होरक्या होता, हे लक्षात येतं. अनेकजण त्याला निरोप द्यायला जमले होते, यात आश्चर्य वाटण्यासारखं काही नाही. १८८८ साली राजकोटहून लंडनला जाणं ही काही सामान्य बाब नव्हती. पण मोहनला या निरोप समारंभाचं अप्रूप नव्हतं. ही लक्षात घेण्यासारखी गोष्ट आहे. त्यानं ते गृहीत धरलं होतं आणि ज्या स्वाभाविकतेनं तो आलेल्या लोकांची यादी पेश करताना सहजपणे त्यांची गणना 'बाकी आलेल्या अनेकांपैकी' करतो, त्यातून हे सूचित होतं की, हा माणूस जरी आताच पुढारी झालेला नसला, तरी नेतृत्वाचे गुण त्याच्यात निश्चितच होते.

१२ जुलै १८८८ ला प्रसिद्ध झालेल्या 'काठियावाड टाइम्स'मध्ये मोहननं शाळेत केलेल्या भाषणाचं इंग्रजी भाषांतर छापलं होतं : *'मला आशा आहे की,*

तुमच्यापैकी काहीजण माझ्या पावलांवर पाऊल ठेवतील आणि इंग्लंडहून परत आल्यावर भारताच्या मोठ्या जडणघडणीत स्वत:ला झोकून देतील.' त्यानं तिहेरी शपथ घेतली होती, तरी इंग्लंडला जाण्याच्या पूर्वसंध्येला मोहनला 'मोठे बदल' हवे होते. लंडनला आल्यावर मोहननं आपल्या पत्नीचा, मुलाचा आणि आईचा निरोप घेतानाच्या क्षणांचं वर्णन केलं. पुतळीबाई रडल्या, पण त्यांच्या मुलानं आपले अश्रू यशस्वीरित्या रोखून धरले. *'कस्तुरनं आधीच हुंदके द्यायला सुरुवात केली होती. मी तिच्याजवळ गेलो आणि क्षणभर दगडी पुतळ्यासारखा उभा राहिलो. मी तिचं चुंबन घेतलं आणि ती म्हणाली, 'जाऊ नका.' त्यानंतर काय झालं हे सांगण्याची गरज नाही.'* (लंडनच्या 'द व्हेजिटेरियन'मध्ये आलेली मुलाखत, १३ जून १८९१)

*

पुढे मुंबईत येणाऱ्या काही जुन्या, काही नव्या अडचणींचा सामना करणारा मोहन आधीच्या अस्थिर तरुणापेक्षा ओळखू न येण्याइतका वेगळा भासतो. गोळा केलेले पैसे बरोबर घेऊन आलेला लक्ष्मीदास, मेहताब आणि इतरांबरोबर तो मुंबईत दाखल झाला. जहाज सुटायला काही आठवड्यांचा अवधी आहे हे समजल्यावर मुंबईत राहणाऱ्या कस्तुरच्या भावाकडे पैसे सुपुर्द करून लक्ष्मीदास राजकोटला परतला.

मुंबईत इतरही बरेच मोढ बनिया राहत होते, त्यांपैकी अनेकांना त्यांच्या समाजातून कुणीतरी सातासमुद्रांपार जाऊन अपवित्र गोऱ्या लोकांसमवेत राहणार, खाणार-पिणार, ही गोष्ट बिलकूल पसंत नव्हती–आतापावेतो एकाही मोढ बनियानं हे पाप केलं नव्हतं. जहाज सुटण्याची वाट पाहणारा मोहन जेव्हा त्यांच्याकडे गेला, तेव्हा त्यांनी त्याची खिल्ली उडवली. समाजाची एक सभा बोलवण्यात आली आणि मोहनला तिथे हजर राहण्यास सांगण्यात आलं. त्यामुळे नाउमेद न होता आणि अजिबात काचकूच न करता मोहन तिथे गेला. अध्यक्षस्थानी जे शेटजी होते, ते दूरचे नातेवाईक होते आणि काबा गांधींचे निकटवर्ती होते. मोठ्या श्रोतृवर्गासमोर ते मोहनला संबोधून म्हणाले :

> *''आपल्या जातीच्या मतानुसार तुझी इंग्लंडला जाण्याची योजना काही योग्य नाही. आपला धर्म परदेशगमन निषिद्ध मानतो... तिथे युरोपियन लोकांबरोबर खाणं-पिणं बंधनकारक असतं!''*

उत्तरादाखल बोलताना इंग्लंडला जाणं हे आपल्या मते धर्मविरोधी नाही, हे सांगून मोहननं पुतळीबाईसमोर घेतलेल्या शपथेचा उल्लेख केला. शेटजी पुढे म्हणाले, ''तरी आपल्या धर्माचं पालन करणं तिथे शक्य नाही.''

''मी याबाबत काही करू शकत नाही. मी माझा निश्चय बदलू शकत नाही.''

तो अठरा वर्षांचा तरुण म्हणाला.

"आपल्या जातबांधवांच्या आदेशाचा तू अनादर करणार?"

"माझा खरोखर नाइलाज आहे. मला वाटतं की जातबांधवांनी यात हस्तक्षेप करू नये."

"फारच भयंकर!" शेटजींनी मोहनवर तोफ डागली, पण तो अविचल बसून राहिला. शेटजींनी नंतर असा आदेश जारी केला की, मोहनवर यापुढे बहिष्कार टाकण्यात आला आहे आणि जो कुणी त्याला मदत करेल अथवा बंदरावर त्याला निरोप द्यायला जाईल, त्याला सव्वा रुपयाचा दंड करण्यात येईल.

लक्ष्मीदासनं मात्र शेटजींचा आदेश असूनसुद्धा मोहनला दिलेली आपली संमती यापुढेही राहील, असा निरोप राजकोटहून पाठवला; पण कस्तुरच्या भावाचा मात्र धीर खचला आणि त्यानं त्याच्याजवळ ठेवायला दिलेले पैसे द्यायला नकार दिला. त्यावर मोहननं रणछोडदास पटवारी नावाच्या मुंबईत राहणाऱ्या मोढ बनिया मित्राला प्रवासखर्च आणि इतर फुटकळ खर्चासाठी कर्ज मागितलं आणि त्या कर्जाची वसुली लक्ष्मीदासकडून करण्याची विनंती त्यानं पटवारीला केली.

पटवारीनं ही गोष्ट मान्य केली (मोहनच्या लौकिकाचं हे निदर्शक आहे.) आणि मोहननं जाण्याचं तिकीट काढलं. एक लहान जाकिट आणि एक टाय यांसह पाश्चिमात्य धाटणीचे कपडे आणि खाण्याचे पदार्थ घेतले. ज्याला या गोष्टींचा अनुभव होता अशा एका अनामिक मित्राने कपडे आणि इतर वस्तूंची व्यवस्था केली, असे ते आत्मचरित्रात म्हणतात. हा मित्र कदाचित मेहताब असावा, तो मुंबईत होता आणि मोहनसाठी सगळी व्यवस्था करू शकणारा होता हे आपण जाणतो. मेहताबबद्दल आपल्याला जी माहिती आहे, त्यावरून त्याला इंग्लंडमध्ये वापरण्यासाठीच्या कपड्यांचा अनुभव असावा.

मोहननं आपल्या केसांची शेंडी किंवा शिखा काढून टाकण्याचीही काळजी घेतली, कारण त्यामुळे इंग्लंडमध्ये (आपलं) हसं होण्याची त्याला भीती वाटली असावी. कुटुंबासाठी लिहिलेली पत्रं राजकोटला गेल्यावर देण्यासाठी सुपुर्द करून मोहनदासनं ४ सप्टेंबर १८८८ ला पी ॲन्ड ओ कंपनीच्या 'क्लाइड' बोटीनं मुंबईहून प्रयाण केलं.

त्याच्याबरोबर तो चार पत्रं घेऊन चालला होता. मोहनदासची ओळख करून देणारी ती पत्रं प्राणजीवन मेहता आणि दलपतराम शुक्ला हे त्या वेळी लंडनमध्ये असलेले काठियावाडी, जामनगरचे राजपुत्र (काठियावाडमधील अजून एक 'पिवळं' क्षेत्र) आणि इंग्लंडमध्ये ख्याती मिळवलेले क्रिकेटपटू रणजितसिंहजी आणि काँग्रेसचे संस्थापक व भारताबद्दल जाणीव-जागृती करण्यासाठी लंडनला गेलेले दादाभाई नौरोजी यांच्यासाठी होती.

मोहनदासचे केबिनमधले सहप्रवासी त्र्यंबकराय मजुमदार हे जुनागड या पोरबंदरजवळच्या पण त्यापेक्षा मोठ्या असलेल्या एक संस्थानात एक वकील होते. आत्मचरित्रात वर्णिल्याप्रमाणे ते प्रौढ वयाचे एक अनुभवी गृहस्थ, मोहनप्रमाणेच बॅरिस्टर होण्याची इच्छा बाळगून होते. मजुमदारही त्याच बोटीनं प्रवास करणार हे समजल्यामुळे मोहननं त्यांच्याच केबिनमधला बर्थ मागून घेतला होता.

एकोणीस वर्षं पूर्ण व्हायला एक महिना बाकी असलेल्या आणि 'क्लाइड' बोटीवर भेटलेल्या त्या युवकाबद्दल बावीस वर्षांनंतर बोलताना ते म्हणाले, ''तरुण मोहन 'हटवादी' होता आणि त्याच्यात एक वेगळी शक्ती होती. त्याच्यासारखा सत्यवचनी दुसरा कुणी नाही, पण त्या सत्याबरोबरच त्याच्यात बराच अहंकार आहे. तो जे काही म्हणेल तेच फक्त सत्य असतं.''

मोहननं त्याच्या लंडनच्या रोजनिशीत हे दोन्ही गुण-शक्ती आणि हटवादीपणा– असल्याचा दावा केला :

मी हे इथे लिहिलंच पाहिजे, की मी ज्या परिस्थितीत होतो, त्या ठिकाणी जर दुसरा कुणी माणूस असता, तर तो इंग्लंड बघू शकला नसता; पण, एकदा एखादा निश्चय केल्यावर सहजासहजी तो सोडून देणाऱ्यातला मी नाही.

२

लंडन आणि ओळख

१८८८-९१

इंग्लंडच्या प्रवासात मोहनदासला इंग्रजी बोलायला आणि सुरी-काट्यानं जेवायला कष्ट पडले. प्रत्यक्ष बोलण्यापूर्वी प्रत्येक वाक्य मला मनात जुळवावं लागत असे. बोटीवर मिळणाऱ्या खाद्यपदार्थांमध्ये शाकाहारी पदार्थ कोणते आहेत, हे माहीत नसल्यामुळे आणि विचारण्याची लाज वाटल्यामुळे त्यानं आपल्याबरोबरच्या मिठाया आणि फळांवरच पोट भरायला सुरुवात केली. जहाजावरच्या कर्मचाऱ्यांपैकी जे भारतीय होते. त्यांचं मन वळवून मजुमदारांनी त्यांच्यासाठी आणि मोहनसाठी डाळ बनवायला राजी करेपर्यंत त्यांचं असंच जेवण सुरू होतं.

मोहननं जरा इकडे-तिकडे फेरफटका मारावा आणि लोकांत मिसळावं, हा मजुमदारांचा सल्ला न मानता मोहन जेवणघराकडे आणि डेकवर फिरकायचाही नाही आणि आपल्या केबिनमध्येच बसून राहायचा. डेक रिकामं आहे असं बघून, आता जायला हरकत नाही, असा विचार करून तो वर जायचं धाडस करायचा. एका रात्री त्याला वाटलं की, लाटांवर हिरे नाचत आहेत. परंतु हिरे तर तरंगू शकत नाहीत, मग ते चमकणारे समुद्री कीटक असावेत का? शेवटी, निरभ्र रात्री आकाशातल्या ताऱ्यांचं ते पडलेलं प्रतिबिंब आहे हे कळल्यावर तो (स्वत:च्या) वेडेपणाला हसला.

लंडनच्या रोजनिशीत हा छोटासा अनुभव नोंदलेला आहे तसेच बोटीवरच्या पियानोवर त्याच्या चालणाऱ्या प्रयोगांविषयी उल्लेख आहे, बोटीवरच्या आयुष्याचं काटेकोर नियोजन करणाऱ्या लोकांचं कौतुक आहे आणि 'क्लाइड' ज्या सुएझ कालव्यातून पार झाली त्याच्या बांधणीविषयी औत्सुक्य आणि आश्चर्य आहे. त्याला वाटलं होतं की, कालवा बांधणाऱ्या अभियंत्यांना निसर्गाशी स्पर्धा करावी लागली असावी. आणि त्यांनी तो कसा खोदला असावा, हे जाणून घेण्याची इच्छा निर्माण झाली.

त्याच्या शपथेचा लवकरच बोटीवर गवगवा झाला आणि भारतीय व युरोपियन

प्रवासी त्याला सावध करू लागले. पुढे सामना कराव्या लागणाऱ्या हवामानात मांसाहार आणि मदिरापानाशिवाय कुणीही जगणं शक्य नाही; मांसाहाराशिवाय तर नाहीच नाही, असं त्यांनी सांगितलं. त्याला हे लवकरच समजेल, असा इशारा देण्यात आला. तांबड्या समुद्रात असताना जरी नाही समजलं, तरी भूमध्य समुद्रात आणि बिस्केच्या उपसागरात व इंग्लिश खाडीत तर नक्कीच! वेगवेगळे समुद्र आले आणि गेले, मोहनदास त्यांतून सुखरूप बाहेर पडला.

ब्रिंदिसी इथे मुक्काम पडला तेव्हा एक माणूस मोहनदाससारख्या 'काळ्या' माणसांकडे आपण होऊन आला आणि म्हणाला, "सर, इथे एक चौदा वर्षांची सुंदर मुलगी आहे. माझ्या मागे या सर, मी तुम्हाला तिच्याकडे घेऊन जातो. भाव काही फार जास्त नाही." जरासं गोंधळून मोहनदासनं त्याला शांतपणे आणि धीटपणे उत्तर दिलं की, त्याला त्या मुलीशी काही घेणं-देणं नाही आणि त्या माणसाला निघून जायला सांगितलं. पुढचं बंदर माल्टा होतं. तिथे भिंतीवर लावण्याची नक्षीदार जाड पडद्यासारखी कापडं त्यानं प्रथमच पाहिली. खूप जुनं रंगकाम होतं ते. जी, खरं म्हणजे रंगवलेली चित्रं नव्हती.

प्रवास संपत आलेला असताना जेफ्रीज या एका इंग्रजी प्रवाशानं एक चिठ्ठी लिहून दिली की, मोहनदासनं मांसाहार केला नव्हता : त्याला मुंबईत असताना असं प्रशस्तिपत्र घेण्याचा सल्ला मिळाला होता, पण मांसाहार करणाऱ्यांनाही अशा प्रकारची प्रशस्तिपत्रं मिळतात, हे कळल्यावर त्या कागदाच्या तुकड्यात मोहनदासच्या दृष्टीनं काही राम राहिला नाही.

बोटीवर असताना काळ्या सुटात वावरणाऱ्या मोहननं बोटीवरून उतरताना पांढऱ्या फ्लॅनेलचे कपडे घातले तेव्हा त्याला दिसलं की, असे कपडे घालणारा तो एकमेव होता. कपड्यांच्या निवडीत तो स्वतःची इच्छा ग्राह्य धरत होता की सूट घेताना त्याची मदत करणाऱ्या मित्राचा (खट्याळ) सल्ला त्यानं ऐकला होता, हे समजायला मार्ग नाही.

*

२९ सप्टेंबर १८८८ ला टिलबरीला बोट थांबल्यावर मोहनदास, मजुमदार आणि अब्दुल माजिद नावाचा प्रथमवर्गानं प्रवास करणारा एक प्रवासी यांनी लंडनच्या मध्य भागात (बहुधा ट्रफल्गार स्क्वेअर) जाणारी ट्रेन पकडली आणि तिथून पुढे घोडागाडीनं ते व्हिक्टोरिया हॉटेलमध्ये गेले. इतरांनी आपलं सामान प्रवासी एजंटकडे टिलबरीला ठेवलेलं पाहून मोहनदासनंही तसंच केलं; पण हॉटेलमध्ये गेल्यावर आपला काळा सूट घालायची घाई झालेल्या मोहनदासला, सामान पोचायला अजून दोन दिवस लागतील, असं सांगण्यात आलं.

लंडनच्या आलिशान हॉटेलांपैकी त्या काळी एक असलेल्या व्हिक्टोरिया हॉटेलनं मोहनला दिपवून टाकलं. दिव्यांचा लखलखाट, प्रथमच दिसणारी वर जा-ये करणारी लिफ्ट आणि त्याला मिळालेली खोली, सगळंच दिपवणारं होतं. लवकरच त्यानं लिहिलं, *'मला वाटलं, की त्या खोलीत मी माझं सगळं आयुष्य घालवू शकेन.'*

पण त्यानं हेही पाहिलं की, एखाद्या हमालापेक्षाही वाईट कपडे घातलेल्या माजिदनं ऐटीत व्हिक्टोरिया हॉटेलच्या हमालाला आमच्या गाडीवानाला योग्य ते दाम देण्यास फर्मावलं. आलेल्या तिघा भारतीयांचं नेतृत्व आपण होऊन स्वीकारलेल्या माजिदला मॅनेजरनं, दुसऱ्या मजल्यावरच्या खोल्या चालतील का, असं विचारलं. मोहनदासनं पुढे आपल्या रोजनिशीत लिहिलं, *'खोलीचं रोजचं भाडं विचारणं श्रीयुत माजिदना अप्रतिष्ठितपणाचं वाटल्यानं त्यांनी ते विचारलं नाही आणि होकार दिला. मॅनेजरनं ताबडतोब आम्हाला प्रत्येकी सहा शिलिंग्ज दिवसाला असं बिल दिलं आणि एक मुलगा आमच्याबरोबर दिला.'*

माजिदमुळे आणि त्याच्या स्वत:च्या पांढऱ्या फ्लॅनेलमुळे त्या वेळी मोहनची जी करमणूक झाली, ती वर दिलेल्या शब्दांनी कदाचित हुबेहूब व्यक्त झाली नाही, असं वाटून मोहनदास रोजनिशीत पुढे लिहितो : *'सगळा वेळ मी स्वत:शीच हसत होतो.'* पण त्या वेळी गंमत वाटणं ही काही एकमेव भावना नव्हती, हॉटेलच्या भव्यतेमुळे तो दडपून गेला होता, बिलाची रक्कम पाहून त्याच्यातला बनिया चिंतित झाला होता आणि त्याच्या पांढऱ्या कपड्यांची जरी त्याला गंमत वाटली होती, तरी तो वैतागलाही होता. पण लंडनला पोचलेला मोहनदास मनातून हसत होता, याचा पुरावा म्हणून आपण या नोंदींकडे बघितलं पाहिजे.

साऊदॅम्प्टनहून मोहनदासनं पाठवलेल्या तारेला उत्तर म्हणून एक लंडनवासी काठियावाडी–प्राणजीवन मेहता–मोहनदास लंडनला पोचला त्या दिवशी त्याला भेटायला संध्याकाळी व्हिक्टोरिया हॉटेलमध्ये आले. मोहनला देण्यात आलेल्या चार ओळखपत्रांमधलं एक ओळखपत्र ज्यांच्या नावे होतं, ते प्राणजीवन मेहता जैन होते. मुंबईच्या ग्रँट मेडिकल कॉलेजचे पदवीधर होते. ते मोहनदासपेक्षा काही वर्षांनी मोठे होते आणि लंडनला कायदा आणि उच्च औषधशास्त्र दोन्हींचा अभ्यास करत होते.

व्हिक्टोरिया हॉटेलमधली ही भेट पुढे आयुष्यभरासाठी मैत्रीत रूपांतरित होणार होती; परंतु तिची सुरुवात काही फारशी अनुकूल झाली नाही. मोहनदासच्या पांढऱ्या कपड्यांना हसल्यावर मेहता जरासे चिडले; कारण मोहनदासनं परवानगी न घेताच त्यांची उंच हॅट उचलून त्यावरचे मऊ केस उलट्या दिशेनं कुरवाळले. मोहनदासनं हॅट खाली ठेवली; पण त्याला इंग्रजी रीतीरिवाजांबद्दल काही इशारे मिळालेच.

त्यांच्या एखाद्या नियमाचं उल्लंघन करणं हा जरी कायद्यानं गुन्हा नसला, तरी ती त्यापेक्षाही वाईट गोष्ट होती. इंग्लंडमध्ये जर एखाद्याला काही करून दाखवायचं

असेल, तर त्याला रीतीरिवाज काटेकोरपणे पाळणं अत्यावश्यक होतं आणि हे साध्य करण्यासाठी मेहतांच्या मते, एखाद्या इंग्रजी घरात पेइंग गेस्ट म्हणून राहणं जास्त योग्य होतं. पण हे करण्यासाठीही मोहनदास अजून कच्चा असल्यामुळे त्यानं ब्रिटिश कुटुंबात आधीपासून राहत असलेल्या एखाद्या भारतीयाच्या हाताखाली उमेदवारी करण्यात शहाणपण होतं.

हा दुसरा भारतीय लगेचच मिळाला : मोहनदासकडे ज्यांच्यासाठी ओळखपत्रं होती त्यांपैकी अजून एकजण, दलपतराम शुक्ला. हा बॅरिस्टर बनण्यासाठी आलेला काठियावाडी ब्राह्मण आणि त्याचं इंग्रजी कुटुंब मोहनदासला त्यांच्यात सामावून घ्यायला लगेच तयार झालं. काही दिवस व्हिक्टोरिया हॉटेलमध्ये राहून आणि मजुमदारबरोबर आणखी काही दिवस स्वस्त खोल्यांमध्ये काढून मोहनदासनं शुक्ला राहत असलेल्या रिचमंडमधल्या घरात आपला मुक्काम हलवला.

आपला एकोणिसावा वाढदिवस त्या स्वस्त खोल्यांमध्ये साजरा करताना मोहनदासच्या मनात घरच्या आठवणी दाटून आल्या.

मी सतत माझ्या घराचा आणि देशाचा विचार करत असे. माझ्या आईचं प्रेम सतत माझ्या मनात घोळत असायचं. रात्री गालांवरून अश्रू ओघळू लागायचे आणि घराशी निगडित सगळ्या प्रकारच्या आठवणी (ज्यात कस्तुर आणि हरिलालच्याही आठवणी समाविष्ट असाव्यात, असा आपण अंदाज बांधू शकतो.) माझी झोप उडवून लावायच्या. माझं दुःख कुणाही बरोबर वाटून घेणं अशक्य होतं... अशी एकही गोष्ट नव्हती, जी माझ्या दुःखावर फुंकर घालू शकली असती. सगळं कसं परकं-परकं होतं– माणसं, त्यांच्या सवयी आणि त्यांची घरंसुद्धा. इंग्रजी रीतीरिवाज पाळण्याच्या बाबतीत तर मी अगदीच नवखा होतो... त्यातच शाकाहाराच्या शपथेनं अवघडलेपणात आणखीनच भर पडली होती. जे काही पदार्थ मी खाऊ शकत असे, ते बेचव आणि अळणी असत. इंग्लंड माझ्यासाठी फारसं सुखकर नव्हतं; पण भारतात परतण्याचा विचार करणंही अशक्य होतं. आता मी इथे आलोच होतो, तर तीन वर्षं पूर्ण करूनच परतणं शक्य होतं, असा माझा आतला आवाज मला सांगत होता.

सदतीस वर्षांनंतर लिहिलेला हा आत्मचरित्रातला उतारा आहे. तरीही या आठवणींना सत्याची किनार आहे. त्याच्या लंडनच्या रोजनिशीतही त्याच्या धीट आणि सर्वाधिक प्रिय आईचे, त्याच्या लाडक्या आईचे आणि असे बरेच उल्लेख आढळतात, तरी पण या एकोणीस वर्षांच्या युवकानं आपल्या घरच्या ओढीला बांध घातला.

*

मेहतांप्रमाणेच शुक्लांनीही या नवागताला इंग्रजी रीतीरिवाजांमध्ये मुरवायचा चंग बांधला. राजकोटला असताना हा युवक कधीही वर्तमानपत्र वाचत नसे; पण आता रिचमंडला राहायला लागल्यापासून त्याला यात रस वाटू लागला. रोज एक तास तो तीन वर्तमानपत्रं वाचण्यात घालवू लागला—नेमस्त विचारांचं 'डेली टेलिग्राफ', मुक्त विचारांचं 'डेली न्यूज' आणि धाडसी मतं व्यक्त करणारं 'पॉल मॉल गॅझेट.' या तिसऱ्या वृत्तपत्राचे संपादक विल्यम टी. स्टेड यांना 'शरीरविक्रीसाठी नवनवीन भरती कशी होते', यावर प्रकाश टाकल्याबद्दल तुरुंगवास भोगावा लागत होता. (ही घटना गांधी इंग्लंडला पोचल्यानंतर काही महिन्यांतच घडली.) वृत्तपत्रांतील विविध बातम्या, व्यक्त होणारी परस्परविरोधी मतं, व्हिक्टोरियन युगातल्या इंग्लंडमध्ये असलेले कामगार व मालक यांच्यातील तणाव यावरचं लिखाण आणि इंग्लंड व आयर्लंडमधले मतभेद, शुक्लांनी ओळख करून दिलेली वृत्तपत्रं, मोहनदासमधील राजकारणाची जाणीव प्रगल्भ करत होती. त्याचं इंग्रजी लवकर सुधारण्यास त्यांची मदत झाली.

आपल्या नव्या मित्राची शाकाहाराच्या शपथेतून मुक्तता व्हावी शुक्ला यासाठी 'रात्रंदिवस' धडपडत होते. त्यांच्या मते अडाणी आईसमोर आणि मोहनदासला आता ज्या परिस्थितीचा सामना करावा लागत होता, त्याविषयीची अनभिज्ञता असताना घेतलेल्या शपथेला काहीही अर्थ नव्हता. 'तू मांसाहार केलास आणि तुला तो आवडला, हे तू कबूल करतोस. जेव्हा गरज नव्हती तेव्हा तू मांसभक्षण केलंस आणि आता गरज असताना तू नकार देतोस', शुक्ला पुढे म्हणाले.

शुक्लांच्या युक्तिवादाला रोज समोर उभ्या राहत असलेल्या वास्तवाचा आधार होता. सकाळच्या न्याहारीला मोहनदासला देण्यात येणारी ओटमिलची खीर जरी पुरेशी होती तरी दुपारच्या व रात्रीच्या जेवणात समोर येणारे तेच ते बेचव पदार्थ (पालक आणि दोन किंवा तीन ब्रेडच्या स्लाइस) त्याची भूक भागवण्यास असमर्थ ठरत. तो चांगला खाणारा होता आणि अन्न साठवण्याची त्याच्या जठराची क्षमता जास्त होती, तरीही आणखी काही स्लाइस मागून घेणं शिष्टाचाराला सोडून होईल, असं त्याला वाटे.

तरी त्या एकोणीसवर्षीय युवकानं शुक्लांच्या दबावाला जुमानलं नाही. *'शुक्ला जितका जास्त युक्तिवाद करत, तेवढा माझा निर्धार पक्का होत असे.'* शुक्लांना सतत नकार देत असताना, याच सुमारास मोहन कोणत्यातरी प्रकारच्या प्रार्थनेकडे वळला, असं आत्मचरित्र आपल्याला सांगतं. *'माझी देवाविषयी काही विशिष्ट कल्पना होती; अशातला भाग नव्हता; पण रोज मी रक्षण करण्याविषयी देवाजवळ प्रार्थना करत असे आणि त्याचं फळ मला मिळत असे.'* तो त्याच्या दाईचं— रंभाचं— स्मरण करत असे आणि रामनाम जपत असे. त्या अवघड आठवड्यांमध्ये मांसाहाराशिवाय

दिवस ढकलताना त्याला स्वत:च्या क्षमतेचा अंदाज आला आणि एक दैवी शक्ती आपल्याला मदत करत आहे, असा विश्वास वाटला. यातूनच 'निरीश्वरवादाचं सहार वाळवंट पार' करायला लंडनच्या विद्यार्थिदशेत सुरुवात झाली, असं तो नंतर नमूद करतो.

गांधींना वाचवण्याचा आणखी एक मार्ग म्हणून शुक्लांनी बेंथमच्या 'थेअरी ऑफ युटिलिटी'मधील उतारे मोठ्यानं वाचून दाखवायला सुरुवात केली; पण मोहनदासनं त्यांना थांबायला सांगितलं, *'मला माफ करा,'* तो म्हणाला, *'मांसाहार करणं आवश्यक आहे, हे मी मान्य करतो. पण मी शपथ मोडू शकत नाही. मला तुम्ही मूर्ख म्हणा नाहीतर अडेलतट्टू. शपथ म्हणजे शपथ.'* यानंतर शुक्लांनी आपले प्रयत्न बहुधा सोडून दिले. स्वत: त्यांना मद्यपान, धूम्रपान किंवा मांसाहार निषिद्ध नव्हता, तरी इंग्लंडमध्ये असलेल्या गांधींबद्दलची त्यांची काळजी मात्र तशीच कायम राहिली.

लंडनच्या मध्यवर्ती भागापासून रिचमंड लांब असल्यामुळे नोव्हेंबर १८८८मध्ये मोहनदास २०, बॅरन्स कोर्ट रोड, वेस्ट केन्सिंग्टन इथे राहायला गेला. एकमेकांना खेटून असलेल्या घरांपैकी असलेलं हे चारमजली घर एका विधवेचं होतं. ती आपल्या दोन मुलींसह तिथे राहत होती. घराच्या मागून लंडनची डिस्ट्रिक्ट लाइन रेल्वे धडधडत जात होती.

शुक्ला आणि मेहतांनी त्याच्यासाठी शोधून काढलेल्या वेस्ट केन्सिंग्टनच्या या घरात मोहनदास बरेच महिने राहिला. मोहनदासनं आपल्या शपथेची कल्पना दिल्यामुळे भारतात पूर्वी काही वर्षं घालवलेली ती घरमालकीण वेगवेगळे शाकाहारी पदार्थ बनवण्याचा प्रयत्न करत असे; परंतु आपल्या भाडेकरूच्या रसनेची अथवा भुकेची तृप्ती करणं काही तिला जमलं नाही. काही वेळा मुली मोहनदासला एक-दोन स्लाइस जास्त देत असत. *'पण पूर्ण पावच फक्त माझी भूक भागवू शकतो, हे त्यांना कळत नव्हतं.'* जास्त खायला मागायचा मोहनदासला संकोच वाटत असे.

राजकोटहून आलेला हा युवक लांब अंतर चालत जाणं पसंत करत असे; बहुतेक वेळा एका दिवसात अनेक मैल चालत असे; स्वस्त खाणावळीत आपलं पोट भरत असे; आपला कायद्याचा अभ्यास सुरू होण्याची उत्सुकतेनं वाट बघत असे; आजूबाजूचं निरीक्षण करताकरताच आपल्याला माहीत आहे त्यापेक्षाही जास्त मनातल्या मनात हसत असे; एकूण ब्रिटिशांच्या राजधानीत आत्मविश्वासानं वावरत असे. वर्तमानपत्र वाचणं त्याला आवडत होतं आणि शिवाय अल्फ्रेड हार्मस्वर्थचं 'आन्सर्स टू कॉरिस्पॉन्डन्ट्स', त्याला 'फाजील पण विनोदप्रचुर आणि नेहमीच अत्यंत वाचनीय वाटत असे', असं बऱ्याच वर्षांनी त्यांनी प्यारेलालना सांगितलं.

*

तो ज्या लंडनमध्ये आला होता, ते लंडन वेगवेगळ्या कल्पनांनी आणि चळवळींनी भारलेलं होतं. विस्तारत जाणाऱ्या साम्राज्यावर राणी व्हिक्टोरिया इथूनच राज्य करत होती. अँग्लो-सॅक्सन्स हा जगातला सर्वश्रेष्ठ वंश आणि ख्रिश्चन धर्म हाच सर्वोत्तम धर्म असंच लंडनमध्ये आणि त्या काळी बहुतांश युरोपमध्ये आणि अमेरिकेतसुद्धा मानलं जात होतं; परंतु आशियाई आणि काळ्या वर्णाविषयी इंग्लंडमध्ये द्वेषभावना नव्हती. ते संख्येनं कमी होते, हे बहुधा त्यामागील कारण होतं.

अटलांटिक महासागरापलीकडल्या राल्फ वाल्डो इमर्सनच्या प्रेरणेमुळे काही अंशी समाजातल्या काही स्तरांत आशियाई विचारसरणीविषयी कुतूहल होतं. काही गट समाजवादाचा पुरस्कार करणारे होते, तर काही स्त्रियांच्या हक्कांचा किंवा आयरिश लोकांच्या हक्कांचा किंवा निरीश्वरवादाचा किंवा 'कोणत्यातरी एकाच प्रकारच्या धर्मभावनेचा जगावर अंमल असावा', या मताचा पुरस्कार करणारे होते. औद्योगिकीकरणातून उद्‌भवणाऱ्या समस्यांना कंटाळून साधं आयुष्य जगू इच्छिणारे किंवा निरोगी जीवनशैलीसाठी शाकाहारी अन्नग्रहणाचा आग्रह धरणारेही काही होते. त्या वेळी प्रकाशित झालेल्या ऑस्कर वाइल्डच्या लिखाणापासून पेटलेल्या एका वादंगाचा मागोवा घेणारे गांधी या निरनिराळ्या कल्पनांनी आणि वादविवादांनी प्रेरित झाले.

ज्या 'इनर टेम्पल'मध्ये गांधींनी आपलं नाव दाखल केलं होतं; ती लंडनच्या कायदेविषयक चार संस्थांपैकी एक होती (लंडनच्या पश्चिमेकडील तटबंदीजवळ चारही संस्था स्थित होत्या.) आणि तिला तेराव्या शतकापासूनचा इतिहास होता. लंडनमध्ये असलेला मोहनदासचा सर्वांत जवळचा भारतीय मित्र मेहता आणि शुक्ला यांनी कमी खर्चिक 'मिडल टेम्पल'मध्ये प्रवेश घेतला. ज्यांना बॅरिस्टर होण्याची इच्छा होती, त्यांना लेखी आणि मौखिक परीक्षेचे दोन संच उत्तीर्ण होणं आवश्यक होतं, एक रोमन लॉ आणि दुसरा कॉमन लॉ. आणि तीन वर्षांतल्या बारा सत्रांमध्ये प्रत्येक सत्रात सहा अधिकृत मेजवान्यांना हजेरी लावणं गरजेचं होतं.

हा अभ्यासक्रम प्रतिष्ठेचा आणि प्रगत होता; पण फार जिकिरीचा नव्हता. सर्व काही वैयक्तिक अभ्यासावर अवलंबून होतं– फार व्याख्यानं किंवा वर्गातले तास नव्हते आणि महाविद्यालयात असतं, तसं वातावरणही नव्हतं. इंग्लंडमध्ये बस्तान बसवण्यासाठी वेळ लागत असल्यामुळे बॅरिस्टर होण्याच्या आकांक्षेनं दाखल होणारा प्रत्येक भारतीय हा अभ्यास सुरू करण्यासाठी फारशी घाई करत नसे. मोहनदासच्याही बाबतीत हेच घडलं.

बहुधा १८८८ सालचा नोव्हेंबर किंवा डिसेंबर महिना असेल, वेस्ट केन्सिंग्टनपासून दूरवर नेहमीप्रमाणे फिरायला गेला असताना मोहनदासला फारिंग्डन स्ट्रीटवर 'सेंट्रल' ही शाकाहारी खाणावळ सापडली. ती पाहिल्यावर एखादी हवी असलेली गोष्ट

लहान मुलाला मिळाल्यावर त्याला जसा आनंद होईल, तसा आनंद त्याला झाला. तिथल्या जेवणघरात प्रवेश करण्याआधी मात्र त्यानं प्रवेशद्वाराशी विक्रीला ठेवलेलं हेन्री सॉल्टचं 'प्ली फॉर व्हेजिटेरियानिझम' नावाचं पुस्तक एक शिलिंगला विकत घेतलं. सेंट्रलला त्यानं इंग्लंडमध्ये पाऊल ठेवल्यानंतर प्रथमच पोटभर जेवण घेतलं, आणि 'देवच मदतीला धावून आला', असं त्याला वाटलं.

सॉल्टचं पुस्तक 'अथपासून इतिपर्यंत' वाचून काढल्यावर गांधी आपल्या मर्जीनं शाकाहारी झाले. पुन्हा एकदा एका पुस्तकानंच त्यांना मार्ग दाखवला. सगळ्या भारतीयांनी मांसभक्षण केलं पाहिजे हा त्यांचा विचार आणि कधी ना कधी आपण मुक्तपणानं व उघडपणे मांसाहार सुरू करू ही आशा, दोन्हीही मागे पडले. सॉल्टच्या पुस्तकानं जिज्ञासा चाळवल्यानंतर शाकाहाराशी संबंधित सगळ्या पुस्तकांचा शोध घेऊन ती वाचण्याचा त्यांनी धडाका लावला, ज्यात विल्यम होवार्ड, ॲना किंग्जफर्ड आणि थॉमस ॲलिन्सनचा समावेश होता. भविष्यात आहारशास्त्रात स्वत:ही काही प्रयोग करून पाहण्याचा विचार त्यांच्या मनात आला.

*

आपल्या काठियावाडी बांधवाचा हा नवा उत्साह पाहून शुक्ला जरा जास्तच चिंतेत पडले. कायद्याचा अभ्यास करण्यासाठी लंडनला आलेला हा तल्लख बुद्धीचा, मध्यम बांध्याचा, जाड ओठांचा, मोठ्या कानांचा, रुंद जबड्याचा आणि उत्सुक चेहऱ्याचा, आग्रही व्यक्तिमत्त्वानं दुसऱ्याला मोहून घेणारा मुलगा असंबद्ध, माथं भडकवणारा मजकूर वाचू लागला होता; निरर्थक प्रयोगांबद्दल बोलत होता. विक्षिप्त, लहरी व्यक्तिमत्त्वात परिवर्तित होण्याची सगळी चिन्हं त्याच्यात दिसत होती.

त्याला वाचवण्यासाठी आणखी एकदा कल्पकतेनं काहीतरी प्रयत्न करणं आवश्यक होतं. मोहनदासला लंडनची नाटकं आवडतात हे ठाऊक असल्यानं, शुक्लांनी मोहनदासला त्यांच्याबरोबर एका संध्याकाळी नाटकाचं आणि त्याआधी हॉलबॉर्न रेस्टॉरंटमध्ये जेवणाचं आमंत्रण दिलं. कदाचित वेगळी संस्कृती व त्यातील चमकधमक, शिवाय थोडी कानउघाडणी या तरुणाला विनाशाच्या खाईपासून मागे खेचू शकेल, असं त्यांना वाटलं. 'व्हिक्टोरिया हॉटेल'च्या झगमगाटानं मोहनदास 'दिपला' होता, हे शुक्ला खात्रीनं जाणून होते.

प्रथमच अशा मोठ्या रेस्टॉरंटमध्ये गेल्यामुळे हॉलबॉर्न मोहनदासला राजवाड्यासारखं भव्य भासलं. *'तिथे जेवणाच्या अनेक लोकांच्या संगतीत मी आणि माझा मित्र एका मध्यवर्ती टेबलावर बसलो होतो.'* पहिलं वाढणं झाल्यावर टेबलावर सूप ठेवण्यात आलं. गांधींनी वेटरला बोलावलं. शुक्लांनी त्यांना त्याचं कारण विचारलं. *'सूप शाकाहारी आहे का, हे मला विचारायचं होतं'*, गांधी म्हणाले.

शुक्ला संतापून म्हणाले, ''सभ्य समाजात वावरण्यासाठी तुम्ही अगदी बावळट आहात. तुम्हाला नीट वागता येत नसेल, तर तुम्ही निघून गेलेलं चांगलं. दुसऱ्या एखाद्या खाणावळीत जेवा आणि बाहेर माझी वाट बघा.'' मोहनदास लगेच बाहेर गेला. जवळच्याच एका शाकाहारी खाणावळीकडे जाऊन बघितलं तर ती बंद होती. तो शुक्लांची वाट बघत उभा राहिला आणि त्यांच्याबरोबर उपाशीपोटीच नाटकाला गेला. (नाटकाचं नाव माहीत नाही.) त्यानं किंवा शुक्लांनी घडून गेलेल्या प्रसंगाबद्दल ब्रही काढला नाही. आपल्या आत्मचरित्रात गांधी उपरोधानं, 'मी केलेला तमाशा', असा या घटनेचा उल्लेख करतात.

आत्मचरित्रात उल्लेख केल्यानुसार या शेवटच्या लुटुपुटुच्या भांडणामुळे गांधींच्या शुक्लांबरोबरच्या संबंधात कोणतीही बाधा आली नाही. तरीही बावळटपणाचा आरोप मोहनदासला कुठेतरी खुपला होता आणि वागण्यात सफाईदारपणा आणून तो शुक्लांनाच नाही, तर स्वत:लाही दाखवून देण्याचा निश्चय त्यानं केला. आत्मचरित्रात म्हटल्याप्रमाणे, त्याने शुक्लांना आपला हा निर्धार बोलून दाखवला– *'वागण्यात सफाईदारपणा आणून, माझ्या शाकाहाराला पर्याय म्हणून इतर अशा काही गोष्टी साध्य करून दाखवीन, की ज्या सभ्य समाजात स्वीकारल्या जातील.'*

तो आता 'इंग्रजी सद्‌गृहस्थ' बनणार होता! आर्मी आणि नेव्ही स्टोअर्समधून आणलेल्या नव्या कपड्यांनी आणि बॉन्ड स्ट्रीटहून आणलेल्या दहा पौंडांच्या इव्हिनिंग सूटनं आता मुंबईहून आणलेल्या अशोभनीय कपड्यांची जागा घेतली. एकोणीस शिलिंग्जना एका 'चिमणी-पॉट' हॅटची खरेदी झाली. तयार मिळणारा टाय बाजूला टाकून टाय बांधण्याची कला शिकून घेण्यात आली. घड्याळाला लावण्यासाठी दुप्पट लांबीच्या सोन्याच्या साखळीची मागणी करणारं पत्र राजकोटला लक्ष्मीदासला गेलं. आणि मोहनदास रोज एका भव्य आरशासमोर टाय बांधण्यासाठी आणि केस सुयोग्य पद्धतीनं विंचरण्यासाठी तब्बल दहा मिनिटं खर्ची करू लागला.

नुसता पेहरावात बदल केल्यानं काही इंग्लिश सभ्यता अंगी येणं शक्य नाही हे जाणून गांधींनी नृत्य, फ्रेंच, व्हायोलिन आणि वक्तृत्वकला शिकवण्यासाठी शिक्षकांची नेमणूक केली. राजकोटला असताना केलेल्या मांसाहाराशी संबंधित सुधारकी प्रयोगानंतर चार वर्षांनी ते लंडनमध्ये एका मोठ्या आणि नाट्यपूर्ण प्रयोगात गुंतलेले दिसतात. (व्हायोलिनशी संबंधित ही नोंद वाचताना एक गोष्ट जाणवते की, हा तरुण संगीतात रस घेणारा होता : बेंडबाजावर करुण धून वाजवण्याव्यतिरिक्त आजारी वडिलांची सेवा करताना कानावर पडणाऱ्या भजनांकडेही त्याचं चित्त वेधलं जायचं.)

एका सत्रासाठी नृत्याच्या तालमीकरता त्यानं तीन पौंड मोजले; आणखी तीन पौंड व्हायोलिन विकत घेण्यासाठी, फ्रेंच आणि व्हायोलिन शिकण्यासाठी किती पैसे

मोजले, ते अज्ञात आहे. वक्तृत्व शिकवणाऱ्या माणसाला (ज्यानं पिटच्या भाषणापासून सुरुवात केली) सुरुवातीची फी म्हणून एक गिनी आणि बेलचं 'स्टँडर्ड एलॉक्युशनिस्ट' हे पुस्तक घेण्यासाठी आणखी काही अज्ञात रक्कम मोजली.

'पण मि. बेलनं माझ्या कानात धोक्याची घंटा वाजवली आणि मी जागा झालो.' त्या पुस्तकात असं काहीतरी होतं– ते नक्की काय होतं हे आपल्याला माहीत नाही; पण पुन्हा एकदा पुस्तकाचं निमित्त होऊन डोक्यात विचार गोंधळ घालू लागले. इंग्रजी भाषणकलेचा भारतात काय उपयोग होईल? नृत्य शिकण्यानं कुणी सभ्य गृहस्थ होतं का? व्हायोलिनच्या बाबतीत बोलायचं, तर ते काय भारतातही शिकता येईल. तो इंग्लंडमध्ये अभ्यासासाठी आला होता, इंग्रजी सद्‌गृहस्थ बनण्यासाठी नाही.

आत्मचरित्रात म्हटल्याप्रमाणे हा खुळचटपणा तीन महिने चालला. सहा नृत्याचे आणि दोन किंवा तीन वक्तृत्वाचे तास झाल्यानंतर मोहनदासनं हा पाठलाग थांबवला. हे शिक्षण पुढे चालू ठेवण्याबाबतीतली असमर्थता व्यक्त करणारी पत्रं आणि त्यांच्यासोबत मि. बेलच्या पुस्तकामुळे प्रेरित झालेले विचार नृत्य आणि वक्तृत्वकलेच्या शिक्षकांकडे रवाना झाले.

अर्धवट राहिलेल्या वक्तृत्वकलेच्या शिक्षणाचा परिणाम मात्र खोलवर झाला : मोहनदास व्यंजन उच्चारण्याची अशी पद्धत शिकला, जी भविष्यकाळात त्याची भाषणं श्रोत्यांना स्पष्टपणे ऐकू जाण्यासाठी उपयोगी सिद्ध झाली. व्हायोलिनच्या शिक्षिकेची भेट घेऊन गांधींनी तिला मिळेल त्या किमतीला व्हायोलिन विकून टाकण्याची विनंती केली आणि आपण चुकीच्या कल्पनेमागे धावत होतो, अशी कबुलीही दिली. शिक्षिकेनं मोहनदासला संपूर्ण परिवर्तनासाठी प्रोत्साहन दिलं.

हा 'खुळचटपणा' थांबवणं हा एक महत्त्वाचा टप्पा होता. व्यक्तिमत्त्वविकासापेक्षा अंत:शक्ती अधिक बळकट करण्याची गरज आहे, हे मोहनदासला जाणवू लागलं. बाह्य व्यक्तिमत्त्व किंवा आवाज यापेक्षा मनाची शक्ती तुम्हाला ध्येयप्राप्तीसाठी बळ देते. नोव्हेंबर १८८८मध्ये लिहायला घेतलेल्या लंडनमधल्या रोजनिशीचा दुर्दैवानं सुरुवातीचा काहीच भाग शिल्लक आहे; त्यात त्यानं फेरविचार करण्याची आणि लिहिण्याची इच्छा व्यक्त केलेली आहे.

'एप्रिल महिन्याच्या शेवटी शेवटी या प्रसंगाची सुरुवात होते'- हे रोजनिशीतलं दुसरंच वाक्य कोणत्याही साहित्यलेखनाचा प्रारंभ म्हणता येईल. या रोजनिशीच्या लेखकाला लिहिताना मजा वाटत आहे आणि त्याच्याकडे सांगायला उत्कंठावर्धक कहाणी आहे, हे तो जाणतो. त्यानं काय काय साध्य केलं, याचाही तपशील आहे– अनेक अडचणींचा सामना करत त्याचं इंग्लंडला जाऊन पोचणं, हेसुद्धा एक ध्येय गाठणंच आहे. तरीही त्याच्यातला हा लेखक आत्मपरीक्षण करणाऱ्या गांधींसमोर

दुय्यम ठरतो.

१८८९ सालचा एप्रिल उजाडता-उजाडता त्यानं आपल्या अभ्यासावर लक्ष केंद्रित करण्याचा निश्चय केला होता आणि इंग्रजी सद्गृहस्थ बनण्याचा नाद सोडण्याचं ठरवलं होतं; पण आत्मचरित्रात तो सांगतो की, बारकाव्यांनिशी व्यवस्थित पोशाख करणं मात्र त्यानं चालूच ठेवलं. 'गांधी इन लंडन'मध्ये जेम्स हंट उल्लेख करतात की, जे बॅरिस्टर होण्याच्या आकांक्षेनं येत, त्यांना पोशाखाबाबत असलेल्या संकेतांशी जुळवून घ्यावं लागत असे आणि गांधींना समाजात मान्यता असलेल्या या नाटकाची चांगली जाण होती, आपल्या भूमिकेला अनुरूप अशा वेशभूषेची किंमत ते ओळखून होते.

काहीही असलं तरी त्या खुळचटपणाला योग्य वेळीच आवर घातला गेला. नृत्याचं शिक्षण हा त्याचा एक भाग होता. स्वत:वर निर्बंध घालत मोहनदासनं विशेषत: आपल्या खर्चावर बारीक लक्ष ठेवलं होतं. *'मी पै आणि पैचा हिशेब ठेवला होता आणि माझा खर्च मी काळजीपूर्वक तपासत असे.'* प्रत्येक बाब, बसचं तिकीट, पोस्टाचं तिकीट, वर्तमानपत्रावर खर्च केलेली रक्कम किंवा आणखी काही, सगळं एका वहीत लिहून ठेवून, आणि झोपायला जाण्यापूर्वी जमाखर्चाचा ताळमेळ घातला जाई. पैशाची निकड वेळोवेळी भागवणाऱ्या आपल्या कष्टकरी, उदार भावाचा विचार, मोहनदासला काटकसर करण्यासाठी चालना देई.

रोजनिशीचा बराचसा भाग आणि मोहनदासनं लक्ष्मीदास व आपल्या आईला लिहिलेली जवळजवळ सगळी मोठी-मोठी पत्रं नष्ट झाली किंवा हरवली असल्यानं त्याच्या लंडनमधल्या आयुष्याचा महत्त्वाचा दस्तऐवज नाहीसा झाला आहे. कस्तुरची लिहिण्या-वाचण्यातली असमर्थता तशीच असल्यामुळे तिला पाठवलेले संदेश व छोट्या मुलासाठीचे संदेश लक्ष्मीदासमार्फत त्यांच्यापर्यंत पोचायचे.

मेहताब गांधींच्या केवळ संपर्कात होता असं नव्हे, तर तो अधनंमधनं पैशांची मागणी करत होता आणि असं दिसून येतं की, लक्ष्मीदास पाठवत असलेल्या पैशांमधून मोहनदास त्याची मागणी कधीतरी पूर्ण करत होता, परंतु त्या वेळी हे लक्ष्मीदासला माहीत नसावं, असं आपण गृहीत धरू शकतो. लंडनहून मेहताबला मिळणाऱ्या या मदतीबद्दल प्यारेलालकडून आम्हाला समजलं; त्यांना बहुतकरून स्वत: गांधींनीच हे सांगितलं होतं.

गांधींच्या लंडनमधल्या खर्चाकडे परत वळू या. त्यांच्या हे लवकरच लक्षात आलं की, वेस्ट केन्सिंग्टनचं घर सोडलं, तर खर्चात कपात होऊ शकते; कारण तिथे जेवणाचे संपूर्ण पैसे भरूनही त्यांचं बऱ्याचदा बाहेर खाणं होत असे. त्याशिवाय रीतीरिवाज पाळण्याचा एक भाग म्हणून घरमालकिणीच्या मुलींना वेळोवेळी बाहेर जेवायला घेऊन जाण्याचं सौजन्य दाखवावं लागत होतं. त्यांच्याबरोबर बाहेर

समारंभांना जाण्याचा दुसरा एक अर्थ म्हणजे त्यांच्या जाण्या-येण्याचाही खर्च करावा लागे. शिवाय, नवीन रीतीरिवाज शिकवण्याच्या बाबतीत वेस्ट केन्सिंग्टन कुटुंबीय जास्त काही करू शकणार नव्हते.

१८८९च्या उन्हाळ्यात किंवा हेमंत ऋतूत तो स्टोअर स्ट्रीटवरच्या घरात राहायला गेला, ज्यात दिवाणखाना व झोपण्याची खोली होती. वाहतुकीचं साधन वापरण्याऐवजी चालतच सगळीकडे जाण्याचं त्यानं ठरवलं. *'लांबवर चालण्याच्या (८ ते १० मैल दररोज) या सवयीनं मला संपूर्ण इंग्लंडच्या मुक्कामात आजारांपासून अक्षरश: दूर ठेवलं आणि सशक्त शरीरसंपदा बहाल केली.'* चालता-चालता कधी मेहताबची आठवण झालीच तर, सुदृढ शरीरासाठी काय आवश्यक आहे हे सांगणारा त्याचा सिद्धान्त आठवून मोहनदासला हसू येत असेल, असा आडाखा आपण खुशाल बांधू शकतो.

लंडनमध्ये 'सेंट्रल'शिवाय आणखी दहा शाकाहारी खाणावळी आहेत, याचा शोध लागल्यानंतर प्रत्येक ठिकाणी चालत जात त्यांनी तिथल्या पदार्थांची चव चाखली. चालणाऱ्या गांधींची ही प्रतिमा लवकरच लंडनमधील त्यांच्या मित्रांच्या परिचयाची झाली, तर काही लोकांना मात्र त्यांची उंच टोपी आणि उंची कपडे स्मरणात राहिले. सच्चिदानंद सिन्हा या बिहारहून आलेल्या भारतीय विद्यार्थ्यानं त्यांना पिकॅडली सर्कस या भागात पाहिलं, तेव्हा त्याला गांधी अभ्यासापेक्षा छानछोकी आणि उथळपणात जास्त रस असलेले वाटले.

कदाचित गांधी नृत्य, व्हायोलिन आणि वक्तृत्व शिकण्याच्या प्रयत्नात असताना ही भेट झाली असावी आणि या छंदाबद्दल ते सिन्हांशी बोलले असावेत. स्टोअर स्ट्रीटला राहायला गेल्यानंतर ते इनर टेम्पल आणि लंडन युनिव्हर्सिटीच्या जवळ आले. कायद्याचा अभ्यास करण्याचा आणि जानेवारी १८९०मध्ये लंडन युनिव्हर्सिटीच्या मॅट्रिकच्या परीक्षेला बसण्याचा निश्चय त्यांनी घर बदलण्याआधीच केला होता.

ऑक्सफर्ड आणि केंब्रिजचा विचारही त्यांच्या मनात आला होता; परंतु त्या अभ्यासक्रमासाठी लागणारा वेळ आणि फी दोन्हीही परवडण्यासारखं नव्हतं. रोमन लॉची परीक्षा १८८९च्या नोव्हेंबरमध्ये देण्यासाठी ते पात्र होते, पण त्यांनी १८९०च्या मार्चपर्यंत थांबायचं ठरवलं; कारण मॅट्रिकच्या परीक्षेकडे लक्ष पुरवण्यासाठी तो वेळ देणं त्यांना गरजेचं होतं. लॅटिन व फ्रेंच या पूर्णत: नवख्या भाषांची ओळख करून घ्यावी लागली; त्याबरोबरच इंग्रजी, इतिहास, गणित, भौतिकशास्त्र किंवा रसायनशास्त्र आणि भूगोल यांचाही अभ्यास होताच.

मोहनदासनं मॅट्रिकचा अभ्यास मुख्यत: स्वत:च सुरू केला; पण तयारीसाठी काही तासांनाही त्याने हजेरी लावली आणि प्रत्येक मिनिटाचं वेळापत्रक बनवलं. त्या वेळी इंग्लंडमध्ये शिक्षणासाठी आलेल्या सुमारे दोनशे विद्यार्थ्यांमध्ये एकोणीस

वर्षांचा मोहनदास सर्वांत तरुण मुलांपैकी एक होता. त्यानं तयार पण स्वस्त नोट्सपेक्षा महागडी क्रमिक पुस्तकं विकत आणणं पसंत केलं. लॅटिन त्याला जराशी अवघड वाटत होती आणि कायद्याची पुस्तकं समजून घेण्यासाठी जास्त परिश्रमांची गरज होती. तरी काही पुस्तकं उत्कंठावर्धक होती आणि विशेषत: जोशुआ विल्यम्सचं जमीन-जुमल्यांच्या कायद्यांची तत्त्वं शिकवणारं पुस्तक तर कादंबरीएवढं वाचनीय होतं.

त्याचा कस लावणाऱ्या अभ्यासाचा तो एकंदरीत आनंद घेत होता. 'स्वयं-अध्ययनासारखं दुसरं काही नाही', त्यानं लवकरच लिहिलं. तो डिसेंबर १८८९मध्ये लॅटिन भाषेत नापास झाला. त्यामुळे १८९०च्या जूनमध्ये त्याला मॅट्रिकची परीक्षा पुन्हा द्यावी लागली. तेव्हा तो लॅटिनसह सगळ्या विषयांत उत्तीर्ण झाला. या वेळेपर्यंत त्यानं रोमन लॉची परीक्षाही पार केली होती, त्यासाठी विद्यार्थ्याला जस्टिनियनच्या नियमावलीचा सारांश किंवा संपूर्ण पुस्तक वाचण्याची मुभा होती.

गांधींनी दुसरा पर्याय निवडला आणि थॉमस सँडर्सनं लिहिलेल्या पुस्तकाचं वाचन केलं, ज्यात मूळ मसुदा लॅटिनमध्ये आणि त्याचं भाषांतर इंग्रजीमध्ये केलेलं होतं. सेहेचाळीस विद्यार्थ्यांपैकी जे चाळीस विद्यार्थी उत्तीर्ण झाले त्यात गांधींचा क्रमांक सहावा होता. त्यानंतर त्यांना जेवढ्या लवकर शक्य होतं, तेवढ्या लवकर म्हणजे १८९०च्या डिसेंबरमध्ये ते चार दिवसांच्या कायद्याच्या अंतिम परीक्षेला बसले. ते त्यात उत्तीर्ण झाले, हे त्यांना महिनाभरात कळलं. परीक्षेला बसलेल्या एकशे नऊ मुलांपैकी सत्त्याहत्तर यशस्वी झाले होते. आता एकवीस वर्षांचा असलेला मोहनदास त्यांत चौतिसावा होता.

*

१८८९ सालाकडे परत वळताना : त्या वर्षीच्या मेमध्ये, बहुधा स्टोअर स्ट्रीटवर राहायला जाण्याआधी, मोहनदास १८८९-९०च्या 'ग्रेट इग्झिबिशन'ला भेट देण्यासाठी पॅरिसला गेला. (गांधींची फ्रान्सवारी नक्की १८९० साली झाली की १८८९ साली, हे स्पष्ट माहीत नाही; पण बहुधा जून १८९०मध्ये मॅट्रिकच्या परीक्षेच्या अगदी आधी त्यांनी पॅरिसमध्ये एक आठवड्याचा मुक्काम केला असावा.)

हे निश्चित ठाऊक आहे की, तो पॅरिसमध्ये शाकाहारी निवासगृहात उतरला होता. ज्या ठिकाणी जायचं, तिथे हातात नकाशा घेऊन जात होता. नव्यानं उभारलेल्या आयफेल टॉवरवर तो दोन-तीनदा चढला आणि आपण खूप उंचीवर जेवण घेतलं हे सांगण्याचं समाधान मिळवण्यासाठी त्यानं सात शिलिंग्ज उडवले.

आयफेल टॉवर त्याला अलौकिक आणि नावीन्यपूर्ण वाटला; पण त्याहीपेक्षा जास्त पॅरिसच्या जुन्या चर्चेसची– ज्यात नोत्रदामच्या चर्चचाही समावेश होता,

भव्यता, शांतता आणि शिल्पकलेमुळे तो प्रभावित झाला. शिवाय, पॅरिसच्या ज्या वैशिष्ट्यपूर्ण वेशभूषा आणि छानछोकीबद्दल त्यानं खूप वाचलं होतं, ते रस्तोरस्ती दृष्टीस पडत होतं.

त्याचं हे वाचन मोठं लक्षवेधी आहे. ते खूप विस्तृत, अभ्यासपूर्ण आणि वर्तमानपत्रांच्याही पलीकडे जाणारं होतं. आणि त्याचा परिणाम म्हणून, त्यानं १९१५मध्ये काका कालेलकरांना सांगितल्यानुसार, 'इंग्रजी साहित्यानं तो संपूर्णपणे झपाटला गेला.' पण त्यानं काय वाचलं, हे आपल्याला ठाऊक नाही. त्यानं नाटकं बरीच पाहिली; पण कुठली हे मात्र ठाऊक नाही. १९३१ साली लंडनच्या भेटीवर असताना जुन्या आठवणीत रमताना अतुलनीय एलेन टेरीची तो पूजा करायचा, हे आठवलं.

मोहनदासला इंग्लंडमधलं पर्यटनस्थळ असलेल्या ब्रायटन शहराला भेट देण्याचीही संधी मिळाली. (बहुधा शाकाहारींची तिथे बैठक भरली होती.) त्या हॉटेलमध्ये एका फारशा सुखवस्तू नसलेल्या म्हाताऱ्या विधवेबरोबर एकाच टेबलाजवळ तो बसला, अशी आठवण त्यानं आत्मचरित्रात लिहून ठेवली आहे. (तिचं नाव माहीत नाही.) पदार्थांची नावं फ्रेंच भाषेत असल्यानं ती मोहनदासला नीट वाचता येत नव्हती. तेव्हा त्या महिलेनं शाकाहारी पदार्थ शोधून काढण्यासाठी त्याला मदत केली. या ओळखीचं रूपांतर मैत्रीत होऊन लंडनला तिच्या घरी दर रविवारी जेवायला येण्याचं आमंत्रण तिनं त्याला दिलं.

मोहनदासला आपल्या संकोची स्वभावावर मात करण्यासाठी मदत म्हणून त्या वृद्ध महिलेनं त्याची तरुण मुलींशी ओळख करून दिली आणि त्यांच्याशी त्यानं संभाषण करावं म्हणून प्रोत्साहन दिलं. *'या संभाषणांसाठी खासकरून तिच्याबरोबर राहणाऱ्या तरुण मुलीला तिनं हेरलं होतं आणि बऱ्याचदा आम्हा दोघांना बरोबर एकत्र ठेवलं जाई.'* सुरुवातीला गांधींना हे सगळं फार त्रासदायक वाटलं; पण लवकरच ते प्रत्येक रविवारची उत्सुकतेनं वाट बघायला लागले आणि आपल्या तरुण मैत्रिणीबरोबर संभाषण करणं त्यांना आवडू लागलं.

आपल्याला भारतात बायको आणि एक मुलगा आहे, हे मात्र त्यांनी तिला सांगितलं नाही.

ज्या वेस्ट केन्सिंग्टन कुटुंबाबरोबर ते राहत होते, त्यांनाही त्यांनी हे सांगितलं नव्हतं. आत्मचरित्रात हे कबूल केलेलं आहे की, इंग्लंडमध्ये राहणारे भारतीय तरुण आपलं लग्न लपवून ठेवत असत आणि यासाठी ते कारणंही देतात. एक म्हणजे, लहान वयात झालेल्या लग्नाबद्दल सांगायची त्यांना लाज वाटायची. दुसरं म्हणजे, ज्या कुटुंबासमवेत ते राहायचे त्यातल्या तरुण मुलींबरोबर हिंडण्या-फिरण्याची संधी गमावण्याची त्यांना इच्छा नसायची. कदाचित, त्या मुलींची जर तसंच करण्याची

इच्छा असेल, तर त्यांना त्यापासून वंचित कशाला ठेवायचं, असा हा हिशेब असावा!

असं दिसतं की, त्या मुलींचे पालकही अशा हलक्या-फुलक्या संबंधांना, हिंडण्या-फिरण्याला प्रोत्साहन देत होते; कारण प्रत्येक तरुणाला आपला जोडीदार निवडण्याचा हक्क आहे, हे तिथल्या संस्कृतीत ग्राह्य धरलेलं होतं. गांधी आत्मचरित्रात कबुली देतात– *'मलाही त्या गोष्टीचा संसर्ग झाला. मी अविवाहित आहे हे सांगताना मी अजिबात कचरत नसे.'*

पण त्यांना हे सत्य उघड करून सांगावंच लागलं. त्यांनाच शेवटी असं वाटलं की, ब्रायटनला जिच्याशी मैत्री झाली, त्या महिलेल्या मनात त्यांच्या आणि तिच्या पाल्याच्या बाबतीत काही योजना होती. आत्मचरित्रात म्हटल्याप्रमाणे, अनेक प्रयत्नांती त्या महिलेला लिहिलेल्या पत्रात त्यांनी साधारणत: असं लिहिलं :

> *ब्रायटनला आपण भेटल्यापासून तुम्ही माझ्याशी प्रेमानं वागला आहात... तुम्हाला असं वाटतं, की मी लग्न करावं आणि हे लक्षात घेऊन तुम्ही माझी तरुण मुलींशी ओळख करून देत आलात... मी जेव्हापासून तुम्हाला भेटायला यायला सुरुवात केली, तेव्हाच मी विवाहित आहे हे मी तुम्हाला सांगायला हवं होतं... मी अजून तरुण मुलगा आहे आणि तरीही एका मुलाचा पिता आहे. ही माहिती इतके दिवस मी तुमच्यापासून लपवून ठेवली, याचं मला वाईट वाटतं; पण आता हे सत्य सांगण्याचं धैर्य देवानं मला दिलं, म्हणून मी समाधानी आहे. तुम्ही मला माफ कराल का? त्या तरुण मुलीचा मी कोणत्याही प्रकारे गैरफायदा घेतलेला नाही याची मी तुम्हाला खात्री देतो...*

आत्मचरित्रात पुढे असं लिहिलं आहे– 'पुढच्याच डाकेनं आलेलं उत्तर अशा प्रकारचं होतं' :

> *तुझं मनमोकळेपणानं लिहिलेलं पत्र मिळालं. आम्हा दोघींना खूप बरं वाटलं आणि आम्ही त्यावर मनापासून हसलो. तू जे सत्य दडवून ठेवलं असं म्हणतोस ते माफ करण्यासारखं आहे. पण तू आम्हाला वास्तवाचं दर्शन घडवलंस ते चांगलं केलंस. माझं दार तुझ्यासाठी अजूनही उघडंच आहे आणि पुढच्या रविवारी आम्ही तुझी खरंच वाट बघू. तुझ्या बालविवाहाबद्दल ऐकण्याची उत्सुकता आहे आणि त्यावर हसण्याचीही.*

ही हलकी-फुलकी मैत्री काही आठवडे टिकली की काही महिने, हे आत्मचरित्रात सांगितलेलं नाही. हा किस्सा 'असत्याची कीड' या प्रकरणात सांगितला आहे. त्यात पुढे असंही म्हटलं आहे की, 'आपण विवाहित आहोत हे सांगताना त्यानंतर मी

कधीही कचरलो नाही.' या कहाणीची दुसरी बाजू आपल्याला माहीत नाही, पण त्या तरुण मुलीनं ही गोष्ट केवळ मनापासून हसून सोडून दिली नसावी, असा आपण तर्क करू शकतो.

या प्रकरणात आणखी एक मजेशीर किस्सा आहे, व्हाइटच्या द्वीपावर व्हेंटनॉर येथील एका अनामिक तरुण स्त्रीबरोबर ते जेव्हा गेले तेव्हाचा. संशोधकांनी नंतर असं शोधून काढलं की, व्हेंटनॉरच्या मादियरा रोडवरच्या एका शाकाहारी उपाहारगृहाचे मालक मि. शेल्टन यांची ती कन्या होती. मोहनदासपेक्षा पाच वर्षांनी मोठी असलेली तरुण स्त्री, मिस शेल्टन त्यांना एक दिवस व्हेंटनॉरजवळच्या सुंदर टेकड्यांवर घेऊन गेली, तेव्हा 'पक्ष्यासारखी विहरत होती.' गांधींचा चालण्याचा वेग कमी नव्हता, तरी ते पार मागे पडले आणि जेव्हा खडकांवरून उतरायची वेळ आली तेव्हा ती उंच टाचेचे बूट घातलेले असतानाही, तीरासारखी वेगानं खाली उतरली आणि मोहनदास मात्र अधूनमधून रांगत, धडपडत पायथ्याशी पोचले.

पायथ्याशी उभं राहून हसताना आणि तिला प्रोत्साहन देताना आणि येऊन तिला खाली खेचून आणण्याविषयी विचारताना जेव्हा ते एकदाचे खाली उतरले तेव्हा मिस शेल्टननं 'मोठ्यानं हसत' मोहनदासना 'शाबासकी' दिली. हे स्पष्ट दिसतं की, आत्मचरित्र लिहिताना लेखकाला जी मजा आली आणि त्यानं जी करमणूक अनुभवली, तीच भावना घटना प्रत्यक्ष घडतानाही, पण काहीशा संकोचासह होती. ही घटना बहुधा १८९०च्या जानेवारीत घडली.

'असत्याची कीड' या प्रकरणात या घटनेचा केलेला समावेश हे सूचित करतो की, त्या वेळी मिस शेल्टनला गांधींच्या विवाहाची कल्पना नव्हती. भिन्नलिंगी व्यक्तींबरोबर वावरताना तरुण गांधी खूश असणार हे तर स्पष्टच आहे; तरी त्यांचं एक मन त्या व्यक्तींबरोबर संकोचत होतं आणि दुसरं मन विवाह लपवल्याबद्दल अपराधीपणाची भावना बाळगत होतं.

*

आत्मचरित्रात नमूद केल्याप्रमाणे लंडनला असताना गांधींचा दोन अविवाहित थिऑसॉफिस्टशी संबंध आला. त्यांना ते 'बंधू' असं संबोधत. जेम्स हंटचं संशोधन असं सूचित करतं की, प्रत्यक्षात ते चुलते-पुतणे होते, बर्ट्राम आणि आर्चिबाल्ड कीट्‌ले. बहुतेक १८८९च्या ऑगस्ट किंवा सप्टेंबरमध्ये ते मोहनदासना ॲनी बेझंट आणि थिऑसॉफिकल चळवळीच्या सहसंस्थापक हेलेना ब्लाव्हाट्‌स्की यांना भेटायला घेऊन गेले. ॲनी बेझंट या आयरिश महिला नुकत्याच जहालमतवादाकडून थिऑसॉफीकडे वळल्या होत्या आणि बऱ्याच चर्चेत होत्या. ॲनी बेझंट आपल्या हाती लागल्या याबद्दल मादाम ब्लाव्हाट्‌स्की खूप खूश होत्या, असं कीट्‌लेंनी गांधींना सांगितलं होतं.

पूर्वीच्या निरीश्वरवादी असलेल्या व्यक्तीच्या विचारांबद्दल कुतूहल वाटून गांधी ॲनी बेझंटच्या एका जाहीर व्याख्यानाला गेले आणि आपल्यावर झालेल्या विसंगत वागणुकीच्या आरोपांना त्यांनी ज्या भाषेत उत्तर दिलं, ते ऐकून अतिशय प्रभावित झाले. 'ही स्त्री सत्यासोबत जगली आणि सत्यासाठी मेली', असा मजकूर थडग्यावर कोरला गेलेला आवडेल, अशा भाषेत ॲनी बेझंट यांनी उत्तर दिलं. ब्लाव्हाट्स्की यांनी हिंदुत्ववादाशी सहानुभूती दर्शवणारं 'की टू थिऑसॉफी' हे पुस्तक लिहिलं होतं, तेही गांधींनी वाचलं. त्यांना भेटलेल्या अनेक इंग्रजांच्या मनात असलेल्या समजुतीचं खंडन 'हिंदू धर्म म्हणजे अंधश्रद्धांचा बुजबुजाट' या पुस्तकात केलेलं पाहून गांधींना आनंद झाला.

भारतीय राष्ट्रीय काँग्रेसच्या प्रमुखपदी असलेल्या नौरोजी (ज्यांच्यासाठी गांधींकडे ओळखपत्र होतं) आणि डब्ल्यू. सी. बॅनर्जी यांनी स्थापन केलेल्या 'लंडन इंडियन सोसायटी'च्या सभांनाही गांधी गेले. इंग्लंडला पोचल्यावर काही महिन्यांतच त्यांनी वर्तमानपत्रातील आवडत्या विषयांसंबंधी कात्रणं कापून ती जपून ठेवायला सुरुवात केली होती, हे इथे आवर्जून नमूद करायला हवं.

भविष्यकाळात आपले सचिव प्यारेलाल यांना हे सांगताना गांधी पुढे म्हणाले की, लंडनला त्यांच्या विद्यार्थिदशेत वर्तमानपत्रात येणारे खटल्यांचे वृत्तान्त ते लक्षपूर्वक वाचत असत. शिवाय आयरिश गुन्हेगारी उघडकीला आणणाऱ्या चौकशी समितीच्या कामकाजातही ते रस घेत होते. आयरिश नेता पार्नेल, त्याच्यावर दाखल केलेले खोटे आरोप उघडकीला आणून त्याला दोषमुक्त करण्यास कारणीभूत ठरलेली लॉर्ड रसेल यांची उत्तम उलटतपासणी ते वर्तमानपत्रातून लक्षपूर्वक वाचत होते.

*

१८९०च्या जून महिन्यात मॅट्रिकची परीक्षा उत्तीर्ण झाल्यानंतर ध्येयपूर्तीचं समाधान मिळाल्यावर त्यांनी ब्रायटनमध्ये चार आठवड्यांची सुटी घालवली आणि बाकीच्या गोष्टींबरोबरच पाक-कौशल्य आत्मसात करण्याचा प्रयत्न केला. पूर्वीपेक्षाही अधिक काटकसर करण्याच्या इच्छेनं स्टोअर स्ट्रीटवरच्या दोन खोल्या सोडून ते टॅव्हिस्टोक स्ट्रीटवरच्या, आठवड्याला आठ शिलिंग्ज भाडं असलेल्या एका खोलीत स्थलांतरित झाले. अर्थात, जसं हंट सांगतात त्याप्रमाणे स्टोअर आणि टॅव्हिस्टोक स्ट्रीट हे दोन्ही इलाके मध्यमवर्गीय किंवा सुखवस्तू लोकांचे होते आणि आत्मचरित्रात गांधी हे कबूल करतात की, मितव्ययाच्या बाबतीत ते लंडनला राहणाऱ्या इतर काही भारतीय विद्यार्थ्यांशी मात्र स्पर्धा करू शकले नाहीत. त्यांतील एक विद्यार्थी आठवड्याला दोन शिलिंग्ज भाडं असलेल्या झोपडपट्टीतल्या खोलीत राहायचा आणि कोको व

ब्रेड असं दोन पेन्सना मिळणारं खाणं खायचा.

टॅव्हिस्टोक स्ट्रीटवरच्या खोलीत राहत असताना गांधींनी एक स्टोव्ह खरेदी केला. न्याहारीला ओटमिलची खीर, दुपारचं जेवण बाहेर आणि संध्याकाळी कोको व ब्रेड घरी, असा आहार सुरू केला. हे सगळं खाणं त्यांना दिवसाला एक शिलिंग्ज आणि तीन पेन्स, असं पडायचं. (अशी काटकसर करूनसुद्धा या लंडनच्या वास्तव्याचा खर्च गांधींना एकूण तेरा हजार रुपये किंवा सुमारे एक हजार पौंड इतका आला, जो दवे या कौटुंबिक स्नेह्यांनी काढून दिलेल्या अंदाजाच्या अडीच पट होता.)

१८९०च्या डिसेंबरमध्ये होणारी कायद्याची अंतिम परीक्षा काही महिन्यांवर आली होती; पण १८९०च्या उत्तरार्धातले आणि १८९१च्या कमी तणावाच्या काळातले गांधी (जून १८९१ ला त्यांनी भारताकडे प्रयाण केलं.) सामाजिक आणि बौद्धिकदृष्ट्या खूपच क्रियाशील होते. शाकाहारी चळवळीत त्यांचा बराचसा वेळ गेला होता आणि त्यांनी काही धार्मिक मार्गही चोखाळून पाहिले. या काळात त्यांचे लक्ष विचलित करणारी आणखी एक गोष्ट म्हणजे एका गुजराती कवीची, नारायण हेमचंद्र यांची, लंडनला भेट (बहुतेक १८९०च्या उन्हाळ्यात). गांधींनी त्यांना आपला वेळ आणि मदतही दिली. हेमचंद्र हे बुटके आणि कृश होते. गबाळी विजार, चुरगळलेला, घाणेरडा, करड्या रंगाचा कोट... गोंडा असलेली लोकरी टोपी आणि लांब दाढी, देवीच्या व्रणांनी भरलेला गोल चेहरा. काही वर्षांनंतर गांधींनी आपल्या आत्मचरित्रात त्यांचं असं चित्र रेखाटलं– 'छानछोकीनं राहणाऱ्या समाजात ते एकटे पडणं स्वाभाविक होतं.' मोहनदासनं हेमचंद्रांना इंग्रजी शिकवलं आणि काही वेळा त्यांना स्वयंपाक करून जेवू घातलं.

कार्डिनल मॅनिंग यांच्या प्रयत्नांमुळे १८८९च्या सप्टेंबर महिन्यात गोदी कामगारांचा जो संप मिटला, त्या प्रसिद्ध संपाबाबत गांधी हेमचंद्रांशी चर्चा करीत होते. आठ वर्षांपूर्वी निवर्तलेले पंतप्रधान डिझारेली यांनी त्या वेळी मॅनिंग यांचा सत्कार केला होता, याची आठवण या चर्चेदरम्यान गांधींना झाली. कार्डिनलची भेट घ्यावी, अशी हेमचंद्रांना इच्छा झाली. गांधींनी लिहिलेल्या चिठ्ठीमुळे त्यांना ती भेट मिळाली आणि त्या छोट्याशा भेटीच्या वेळी या कवीच्या गुजराती शब्दांचं गांधींनी कार्डिनलसाठी भाषांतर केलं. हेमचंद्र म्हणाले की, 'जगातल्या साधुसंतांची भेट घेणं' हा त्यांचा रिवाज होता.

हेमचंद्रांनीही गांधींसाठी नक्कीच काहीतरी केलं. वागण्याबोलण्यातील सफाईइतकीच मनाची कळकळही तितकीच महत्त्वाची असते, हे त्यांनी मोहनदासना दाखवून दिलं. हेमचंद्र गांधींच्या मनावर असे कोरले गेले की, छत्तीस वर्षांनंतरही आत्मचरित्रातलं संपूर्ण एक प्रकरण गांधींनी त्यांच्यावर खर्ची घातलं.

*

१८९०च्या हिवाळ्यात केव्हातरी थिऑसॉफिस्ट असलेली चुलता-पुतण्याची कीट्‌ले ही जोडी भगवद्‌गीतेसंदर्भात गांधींची मदत मागायला आली. ते एडविन अर्नोल्डनं अनुवादित केलेलं 'द सॉंग सेलेस्टिअल' वाचत होते आणि गांधींच्या मदतीनं मूळ संस्कृत पुस्तक समजावून घेऊ इच्छीत होते.

अल्फ्रेड हायस्कूलमध्ये असताना जरी मोहनदास थोडं संस्कृत शिकले होते, तरी या भाषेचं त्यांचं ज्ञान तुटपुंजं होतं आणि गीतेबद्दल बोलायचं झालं, तर त्यांनी ती वाचली नव्हती; अगदी गुजरातीमधूनही नाही. कीट्‌लेंना त्यांनी हे वास्तव सांगितलं आणि तेही त्यांच्याबरोबर इंग्रजी आणि संस्कृत भाषेतून गीता वाचू लागले. त्यात त्यांना रस वाटू लागला. (अर्नोल्ड यांनी लिहिलेलं पुस्तक हा गीतेचा सर्वांत उत्तम इंग्रजी अनुवाद आहे, असं ते आयुष्यभर सांगत राहिले.)

नंतर कीट्‌लेंनी गांधींना अर्नोल्डच्या 'द लाइट ऑफ आशिया' या बुद्धावर लिहिलेल्या पुस्तकाविषयी सांगितलं. मोहनदासनं ते आणखी जास्त रस घेऊन वाचलं. गांधींना एका शाकाहारी उपाहारगृहात भेटलेल्या मँचेस्टरच्या एका चांगल्या खिश्चन माणसानं सुचवल्यावरून त्यांनी बायबलसुद्धा वाचलं. बायबल त्या माणसाकडून विकत घेताना त्याबरोबरच नकाशे, परिशिष्ट आणि इतर काही उपयुक्त साहित्यही घेतलं. त्यांना 'ओल्ड टेस्टामेंट' समजायला जरा जड गेलं, विशेषत: 'बुक ऑफ जेनेसिस'; पण न्यू टेस्टामेंटमधली 'सर्मन ऑन द माउंट' थेट (त्यांच्या) हृदयाला जाऊन भिडली.

लंडनला असताना खिश्चन धर्माविषयी असलेले गांधींचे काही पूर्वग्रह तरी दूर झाले. ते ज्या खिश्चनांना भेटत, ते त्यांना आवडत आणि खूप वेळा ते चर्चमधल्या प्रार्थनेला हजर राहत. टेबर्नेकलमध्ये बोलणारे चार्ल्स स्पर्जन, 'खिश्चन चर्च धर्म संघटने'चे जोसेफ पार्कर आणि मवाळ, सौम्य आहारा-विहाराचे समर्थक, मुंबईत जन्मलेले फ्रेडरिक विल्यम फारर (गांधी भारतात परतल्यावर जे कँटरबरीचे डीन झाले.) या प्रसिद्ध वक्त्यांची प्रवचनं त्यांनी लंडनला असताना ऐकली.

त्या प्रत्येकाकडून त्यांनी काहीतरी घेतलं. १९०७ किंवा १९०८मध्ये त्यांनी आफ्रिकेत असताना जोसेफ डोक या बॅप्टिस्ट ख्रिस्ती पुरोहिताला (जो त्यांचा पहिला चरित्रकार होता) सांगितलं की, दर गुरुवारी दुपारी त्यांनी जी पार्करची अनेक प्रवचनं ऐकली, त्यामुळे निरीश्वरवाद झटकून टाकायला त्यांना मदत झाली.

लंडनच्या वास्तव्यातील स्वतंत्र आणि जिज्ञासू गांधींच्या मनाचा एक कप्पा अनुसरण्यास योग्य अशा धर्माच्या शोधात होता, हे स्पष्टपणे जाणवतं. हे जरी त्यांचं लंडनच्या वास्तव्याचं मुख्य उद्दिष्ट नव्हतं, तरी त्यांच्या मनात यासंबंधी प्रश्न होतेच. त्यांचा खिश्चन धर्माशी सामना प्रामुख्यानं इंग्लंडच्या अँग्लिकन किंवा रोमन कॅथलिक चर्च या मुख्य विचारधारेच्या बाहेर जाऊन झाला आणि जोसेफ पार्करसारखे काही

लोक सोडले तर अशा ब्रिटिशांशी झाला, जे शाकाहार आणि ख्रिश्चन धर्म यांची सांगड घालू पाहत होते. ज्या मँचेस्टरच्या माणसाकडून गांधींनी बायबल विकत घेतलं तो शाकाहारी होता; ऑक्सफर्डमधले थिऑलॉजीचे एक स्नातक, वाक्चतुर जोशिआ ओल्डफील्ड (जे भविष्यात कायदेतज्ज्ञ आणि डॉक्टर झाले) हे, गांधी लंडनमध्ये शिकत असताना तिथे राहायला आले, तेही शाकाहारी होते.

गांधींपेक्षा सहा वर्षांनी मोठे असलेले ओल्डफील्ड गांधींबद्दल प्राणजीवन मेहतांकडून ऐकून होते आणि गांधींना शोधत भेटायला आले होते. ते एकटेच असे इंग्रजी गृहस्थ होते, ज्यांच्याबरोबर समानतेच्या पातळीवर आणि मित्रत्वाच्या नात्यानं गांधी राहिले. १८९०च्या उन्हाळ्यात ते लंडन व्हेजिटेरियन सोसायटीनं (LVS) प्रकाशित केलेल्या 'द व्हेजिटेरियन'चे संपादक झाले, त्याच वेळी हे दोघं भेटले. शाकाहार मानणाऱ्यांनी संघटितपणे एक फार मोठा कार्यक्रम– इन्टरनॅशनल व्हेजिटेरियन काँग्रेस– सप्टेंबर १८९०मध्ये आयोजित केला होता. यात भाग घेण्यासाठी ओल्डफील्ड यांनी गांधींना आमंत्रित केलं.

या परिषदेनंतर लगेचच गांधींची लंडन व्हेजिटेरियन सोसायटीच्या कार्यकारी मंडळावर नियुक्ती झाली. नंतर ओल्डफील्ड आठवणी सांगताना म्हणतात की, मार्च १८९१ पासून ते तीन महिन्यांनी भारतात जायला निघेपर्यंत गांधी आणि ओल्डफील्ड यांनी एकत्र खोली घेतली, जिचा पत्ता होता– ५२, सेंट स्टीफन्स गार्डन्स, बेजवॉटर.

कोणता धर्म अनुसरावा, यावरचं मनातलं द्वंद्व ओल्डफील्ड यांच्यापाशी गांधींनी उघड केल्यावर त्या इंग्रज गृहस्थांनी सवाल केला, 'ख्रिश्चन धर्म का नाही?' पण अजूनही शोध घेत असलेले गांधी फारसे उतावळे नव्हते आणि अशा ख्रिश्चनांच्या शोधात होते, जे सत्य केवळ आपल्याच धर्माशी निगडित नाही, हे मान्य करतील.

ते ज्या थिऑसॉफिस्ट लोकांना भेटले, त्यांच्या बाबतीत बोलायचं झालं तर ते कोणत्याही एका धर्माला दुसऱ्यापेक्षा झुकतं माप देतील, असं वाटत नसे. आणि ते हिंदू धर्माच्या तत्त्वांचा आदर करत असत, ही गोष्ट गांधींना आवडत होती; पण दैवी शक्तीबाबत थिऑसॉफिस्ट लोकांना असलेल्या उत्सुकतेत मात्र ते सहभागी होऊ शकत नसत. एका अनामिक मित्रानं शिफारस केल्यामुळे त्यांनी कार्लाइलचं 'हीरोज ॲन्ड हीरो-वरशिप' हे पुस्तक वाचलं आणि प्रेषित महम्मदाविषयी थोडंफार जाणून घेतलं.

या वाचनाबरोबरच, भारतीय बॅरिस्टर अब्दुल्ला सोहरावर्दी यांनी १८८६मध्ये मुस्लीम विद्यार्थ्यांसाठी स्थापन केलेल्या अंजुमन-इ-इस्लाम या संस्थेच्या सभांना लंडनमध्ये मोहनदासनं हजेरी लावली हे आपण समजून घेतलं पाहिजे. अर्थात, राजकोटला असताना गांधींना हिंदू-मुस्लीम मैत्रीविषयी उत्सुकता होती हे आपण जाणतोच.

लंडनला त्यांच्याशी मैत्री झालेल्या किमान एका मुस्लीम विद्यार्थ्याचं नाव ज्ञात आहे : भविष्यात मुस्लीम लीगचा अध्यक्ष झालेला बिहारचा मझरुल हक. लंडनमध्ये असताना एक बाब गांधींच्या लक्षात आली की, काही मुस्लीम विद्यार्थी इस्लामविरोधी कल्पनांकडे आकर्षित झाले होते. काही भारतीय विद्यार्थ्यांशी त्यांची ओळख झाली, त्यामध्ये एक महाराष्ट्रीय ब्राह्मण केशवराव देशपांडे आणि एक पारशी पेस्तनजी पादशाह होते. दोघांनीही कायद्याचा अभ्यास केला होता.

त्या वेळी हिंदू धर्माच्या प्रति ते अस्थायी स्वरूपात एकनिष्ठ होते. जे लोक त्यांना भावले होते आणि ब्रिटिश समाजात ज्यांना मान होता, ते गांधींच्या संस्कृतीबद्दल आदरभाव बाळगून होते. थिऑसॉफिस्ट लोकांना हिंदू धर्माविषयी आदर होता आणि शाकाहार हा त्यांचा जिव्हाळ्याचा विषय होता. ज्या ब्रिटिशांच्या संपर्कात ते आले होते, तेही शाकाहाराचं पालन करत होते. ओल्डफील्डसारखी माणसं जी उघडपणे ख्रिश्चन धर्माचा पुरस्कार करत होती, ती त्यांना त्यांच्या मांसाहार त्यागण्याच्या शपथेला पाठिंबाच व्यक्त करत होती. या सगळ्या गोष्टींमुळे त्यांचा हिंदू धर्माविषयीचा आदर दुणावला. तरीही लंडनचे गांधी, राजकोटच्या मोहनसारखेच बुद्धिनिष्ठ, तर्कसंगत विचार करणारे होते आणि हिंदू धर्माच्या नावाखाली चालणाऱ्या सगळ्याच गोष्टींचा स्वीकार करणार नव्हते.

धर्मभावनेशी निगडित एकाच ठाम निर्णयाप्रत ते आता आले होते; तो म्हणजे, देवाचं अस्तित्व आहे, हा. आपल्यातल्या निरीश्वरवादाला त्यांनी ओळखलं आणि धिक्कारलं होतं. निरीश्वरवादाचा समर्थक असलेल्या ब्रिटनच्या चार्ल्स ब्रॅडलॉचे भारतधार्जिणे विचार मोहनदासना आवडले होते आणि ३० जानेवारी १८९१ रोजी जेव्हा ते ब्रॅडलॉच्या अंत्यविधीला उपस्थित राहिले, तेव्हा त्यांना वाटलं की, 'लंडनला राहणाऱ्या प्रत्येक भारतीयानं हेच केलं.' पण लंडनला असताना मोहनदासनं जे अनुभवलं, ऐकलं, वाचलं आणि विचार केला, ते निरीश्वरवादाच्या विरोधाला पुष्टी देणारंच होतं.

१९४७ साली, जेव्हा ते सत्त्याहत्तर वर्षांचे होते, तेव्हा गांधी म्हणत की, *'वीस किंवा एकवीस वर्षांचा असताना मनाच्या अशा अवस्थेला पोचण्याचं माझं स्वप्न होतं, की कोणत्याही भीषण परिस्थितीत किंवा मृत्युसमयीसुद्धा ते मन डगमगणार नाही.'* ही इच्छा जागृत होण्याला नेमकं काय कारण घडलं, हे मात्र गांधी आपल्याला सांगत नाहीत. हॉलबॉर्न हॉटेलमधून शुक्लांनी बाहेर काढलं म्हणून किंवा लंडनमध्ये एखाद्या धार्मिक पुस्तकाविषयी ऐकून वा वाचून किंवा आणखी दुसरं काही कारण यामागे होतं?

ब्रॅडलॉच्या अंत्यविधीच्या आधीच त्यांनी कायद्याची अंतिम परीक्षा पार केली होती. १५ ते २० डिसेंबर १८९० या दरम्यान त्यांनी ही परीक्षा दिली आणि १२

जानेवारीला त्यांना निकाल समजला. कोर्टात कायदेपंडित म्हणून उभं राहण्यासाठी त्यांना आता फक्त पैसे भरून इनर टेम्पलमध्ये बारा रात्रींच्या जेवणांसाठी हजर राहण्याची गरज होती. अन्यथा, पुढे येणारे पाच महिने तसे मोकळेच होते. मोहनदास मद्यपान करत नसल्यामुळे जेवताना सगळ्यांची मोहनदासला फार मागणी असायची. कारण चारजणांच्या एका टेबलावर पोर्टच्या किंवा शेरीच्या किंवा काही वेळा शाम्पेनच्या दोन बाटल्या दिल्या जात होत्या.

*

इंग्लंडला जातानाच्या प्रवासात, तिथे मांसाहाराशिवाय जगणं अशक्य आहे, असं मोहनदासना सांगितलं गेलं होतं. प्रत्यक्षात मात्र ब्रिटनच्या शाकाहाऱ्यांनी त्यांना नवीन आयुष्य प्रदान केलं, असं गांधींना आढळून आलं. त्या व्यक्तींमार्फत त्यांना मैत्रीची द्वारं खुली झाली, एक नवीन कार्यक्षेत्र मिळालं आणि लिहिण्या-बोलण्यासाठी एक नवीन व्यासपीठ उपलब्ध झालं. त्यांनी गांधींचा राजकारणाशी कसा संबंध जोडून दिला, ते आपण पुढे पाहणार आहोत.

इतर काही बाबतींतसुद्धा या शाकाहारी व्यक्ती त्यांना उपयोगी पडल्या. पॅरिसला, ब्रायटनला, आइल ऑफ व्हाइटला आणि लंडनच्या वास्तव्यातला काही काळ ते शाकाहारी विश्रामगृहात उतरले होते आणि लंडनमध्ये ते उर्वरित आयुष्यभरासाठी एक प्रकारचे अन्न-संशोधक बनले, शाकाहारी खाद्यपदार्थांच्या बाबतीत वेगवेगळे प्रयोग करत राहिले. सुरुवातीला त्यांनी ग्रहण केलेली सूप्स त्यांना अळणी वाटली, पण तीच नंतर त्यांना पौष्टिक आणि चविष्टसुद्धा वाटू लागली. त्यांच्या प्रयोगांमधून त्यांना हे कळून आलं की, चवीचं खरंखुरं अधिष्ठान हे जीभ नसून मन आहे.

राजकोटहून मागवलेली मिठाई आणि लोणची त्यांना आता अत्यावश्यक वाटेनाशी झाली. त्यांच्या काही शाकाहारी मित्रांनी सुचवलेला पिष्टमुक्त आहार- दूध, चीज आणि अंडी– त्यांनी घेऊन पाहिला, पण काही आठवड्यांनंतर अंडी खाणं त्यांनी थांबवलं; कारण त्यांना ही खात्री वाटू लागली की, आईच्या मांसाहाराच्या व्याख्येत अंड्यांचाही समावेश होता. चहा आणि कॉफी ही पौष्टिक नसल्याच्या व कदाचित हानिकारकही असल्याच्या शंकेनं त्यांनी वर्ज्य केली आणि त्याऐवजी कोको प्यायला सुरुवात केली. इंग्लंडच्या आयुष्यातला त्यांचा बराचसा भाग अन्न-पदार्थांच्या वेगवेगळ्या निमित्तांनी व्यापलेला होता.

परंतु ज्या इंग्रजी शाकाहाऱ्यांना, एक व्यापक आदर्शवादी दृष्टिकोन म्हणून शाकाहारात रस होता, ते गांधींच्या सामाजिक आणि बौद्धिक वर्तुळाचा एक महत्त्वाचा भाग होते. ओल्डफील्डशी असलेल्या मैत्रीव्यतिरिक्त 'लंडन व्हेजिटेरियन सोसायटी' यांना बरीच मोठी आर्थिक मदत देणाऱ्या अल्फ्रेड हिल्स या श्रीमंत

उद्योगपतीशी ओळख करून घेण्याची संधी मोहनदाससाठी अमूल्य होती. अल्फ्रेड हिल्स हे लढाऊ जहाजं आणि इतर जहाजं बनवणाऱ्या थेम्स आयर्न वर्क्सच्या अध्यक्षपदी होते.

एक श्रद्धावान ख्रिश्चन असलेल्या हिल्स यांची अशी इच्छा होती की, 'द व्हेजिटेरियन' एक मूलगामी तरीही बुद्धिनिष्ठ सुधारक बनावा, जो इंग्लंडच्या राष्ट्रीय दुबळेपणाला आणि दु:खांना समर्पित झालेला असेल. व्यभिचार आणि आजारांनी ग्रस्त अशा आपल्या महानगरांमध्ये ते लोकांच्या निवाऱ्याच्या व उपासमारीच्या समस्यांचे मूळ आहे, असे त्यांचे म्हणणे होते.

या शाकाहारी चळवळीतून गांधींना थॉमस ॲलिन्सन नावाचा आणखी एक मित्र मिळाला, जो डॉक्टर होता आणि त्यानं न्याहारीसाठी उपयोगात येणारे धान्य आणि पौष्टिक ब्रेड यांचा शोध लावला.

वर उल्लेखिलेल्या व्यक्तींमुळे आणि इतर मित्रांमुळे व त्यांनी गांधींची ज्या साहित्याशी ओळख करून दिली त्यामुळे, गांधींना टॉलस्टॉय, जॉन रस्किन, थोरो, इमर्सन व एडवर्ड कारपेंटर ही नावं माहीत झाली; परंतु लंडनला असताना त्यांनी या लोकांनी लिहिलेलं काही वाचलं असेल, असं वाटत नाही.

'द व्हेजिटेरियन'मध्ये लिहिण्यासाठी गांधींना प्रवृत्त करणारे होते– हिल्स. १८९१च्या फेब्रुवारी ते एप्रिलदरम्यान गांधींनी या वार्तापत्रासाठी, त्याच्या संपादकांच्या, ओल्डफील्डच्या प्रोत्साहनामुळेच नऊ लेख लिहिले. या लेखांमधून आणि १८९१मध्ये शाकाहारी गटांपुढे आणि वार्तापत्रांपुढे दिलेल्या व्याख्यानांमधून आणि मुलाखतींमधून आपल्याला लंडनमधील गांधींच्या राजकीय व तात्त्विक बाजूंची झलक दिसून येते, जी आपण आजपर्यंत पाहू शकलो नाही.

या लेखांचे विषय काटेकोरपणे अराजकीय आहेत– 'भारतीय शाकाहारी', 'काही भारतीय सण', 'भारतातील खाद्यपदार्थ' आणि असेच काही. पण ब्रिटिश राजवटीखाली असलेले भारतातील एकूण जीवनमान त्यांनी सूचकपणे त्यामध्ये उघडकीला आणलं आहे.

'भारतीय शाकाहारी' या लेखाच्या पूर्वार्धात ते 'मीठ–कराचा बोजा वागवणारा पदार्थ' या विषयावर बोलतात. भाषणाच्या उत्तरार्धात म्हणतात की, थोडंफार इंग्रजी शिकून, इकडून-तिकडून इंग्रजी कल्पना उचलून अमलात आणणाऱ्या वाचकांनीच आता त्या योग्य आहेत की नाहीत, ते ठरवावं हे बरं.

या लेखात ते पुढे म्हणतात की, ब्रिटिश राजवटीमुळे आलेली सर्वांत वाईट गोष्ट म्हणजे अल्कोहोलचा प्रवेश–मानवजातीचा शत्रू आणि मानवी संस्कृतीला मिळालेला शाप. काळजीपूर्वक हा मुद्दा अधोरेखित करताना ते म्हणतात की, हे थांबवण्याऐवजी, सरकार अल्कोहोलच्या प्रसाराला मदत करत आहे आणि चिथावणी

देत आहे. याबद्दल हिंदू आणि मुस्लीम हे दोघंही असमाधानी आहेत. सुशिक्षित म्हणवणारे भारतीय आणि सर्वांत जास्त पीडित असणारे गरीब लोक याविषयीचे या लेखातले संदर्भ सूचक आहेत.

दिवाळी आणि होळीवर लिहिलेल्या काही भागात असं म्हटलं आहे की, अशा सणांच्या निमित्तानं जुनी कौटुंबिक भांडणं मिटवण्यासाठी मनापासून प्रयत्न केले जातात; शक्य झाल्यास जुनी कर्जं फेडली जातात आणि मुक्तहस्ते दान दिलं जातं. अशा उत्सवांच्या निमित्तानं दिल्या जाणाऱ्या सुट्यांमुळे चांगले आणि दूरगामी परिणाम होतात, हे सहजपणे दिसून येतं. या अंधश्रद्धा आणि बुवाबाजी बोकाळण्याला मदत करणाऱ्या पद्धती आहेत, असा कंठशोष काही जण करत असले, तरी वास्तवात हे सण-समारंभ लाखो कष्टकऱ्यांच्या एकसुरी आयुष्यात रंग भरत असतात.

२ मे १८९१ रोजी 'भारतातील खाद्यपदार्थ' या विषयावर बोलत असताना समग्र भारताचे प्रतिनिधित्व करणाऱ्या व्यक्तीचे विचार आपण ऐकत आहोत, कोणत्या एखाद्या विशिष्ट प्रांताच्या प्रतिनिधीचे नाही, हे ब्रिटिश श्रोत्यांनी लक्षात घ्यावं, अशी ते इच्छा व्यक्त करतात. म्हणून मग ते बंगालच्या खाद्यसंस्कृतीबद्दल बोलतात आणि दक्षिण व उत्तर भारतातील प्रांतांबरोबरच. शिवाय पश्चिम भारतात काय खाल्लं जातं, हेही सांगतात. आणि ते ब्रिटिश शाकाहारींना हेही सांगू इच्छितात की, त्यांनी त्यांच्या इच्छेनं शाकाहार स्वीकारलेला असला, तरी भारतातल्या अनेकांसाठी ती एक अत्यावश्यक गोष्ट आहे. भारतातल्या गरिबांना सक्तीनं शाकाहारी अन्नपदार्थांवर गुजराण करावी लागे; कारण त्यांना मांसाहार परवडण्यासारखा नाही, हे सांगताना गांधी पुढे म्हणतात–

> *भारतात असे लाखो लोक आहेत– जे दिवसाला एका पैशावर – म्हणजे पेनीच्या एकतृतीयांश भागावर – जगतात... हे लोक दिवसातून फक्त एकदाच जेवतात आणि तेसुद्धा फक्त शिळी भाकरी आणि (मागे वापरलेले शब्द पुन्हा वापरून) मीठ–ज्यावर कराचा मोठा बोजा असतो.*

या व्याख्यानाचा शेवटही लक्षवेधक आहे. ते म्हणतात,

> *समारोप करताना मी अशी आशा करतो की, सध्या मांसाहारी इंग्लंड आणि शाकाहारी भारताच्या खाद्यसंस्कृतीत असलेला मोठा फरक नाहीसा होईल आणि त्याचबरोबर काही क्षेत्रांत, दोन देशांमध्ये जी सहानुभूतीची भावना असायला हवी, जी इतर काही फरकांमुळे मारली जाते, ते फरकही नष्ट होतील. मी अशी आशा व्यक्त करतो की, भविष्यात आपण सर्वजण आपल्या पद्धतींमध्ये सारखेपणा आणू आणि हृदयांचीही एकात्मता साध्य करू.*

या शाकाहारी चळवळीमुळे त्यांना राजकीय मुद्दे मांडायची संधी मिळाली, शिवाय स्वत:च्या अनुभवावरून हेसुद्धा ठामपणे सांगण्याचा आत्मविश्वास लाभला की, भारतीय आकांक्षांना इंग्रजी शाकाहारी लोक जास्त लवकर समजून घेतील आणि खरोखरच ही शाकाहारी चळवळ अप्रत्यक्ष रीत्या भारताला राजकीयदृष्ट्याही उपयोगी पडू शकेल...

लंडन सोडल्यानंतर तीन वर्षांनी 'द व्हेजिटेरियन'मध्ये प्रसिद्ध झालेल्या 'भारतीय विद्यार्थ्यांना एक पत्र' यामध्ये लंडनला असताना गांधींनी केलेलं विवेचन आहे. यातून असं सूचित होतं की, विविध मनोवृत्तींच्या ब्रिटिशांचा भारताबद्दल काय दृष्टिकोन होता यावर तरुण गांधींचं बारीक लक्ष होतं. लंडनमध्ये असताना त्यांचा राजकीय पवित्रा असा होता की, ज्यामध्ये दबलेल्या, अप्रत्यक्ष का होईना, भारतीयांच्या हक्कांविषयी आकांक्षा होत्या; पण दुसरीकडे, भारताच्या इंग्लंडशी असलेल्या संबंधांनाही त्यांच्या लेखी फार मोठी किंमत होती.

शाकाहारी चळवळीनं लंडनच्या मोहनदासमधला राजकीय पदर जसा उलगडून दाखवला, तशीच राजकारणातल्या मूलभूत गरजांशीही त्यांची ओळख करून दिली–सभा आयोजित करणं, मित्रांचा आणि सहकाऱ्यांचा पाठिंबा मिळवणं, मदत उभी करणं, प्रसार आणि प्रचार करणं वगैरे. गांधी जेव्हा व्याख्यानांसाठी संस्थांमध्ये किंवा सार्वजनिक सभांमध्ये जाऊ लागले आणि रात्रीच्या जेवणावळी आयोजित करून 'मसुराचं सूप, भात आणि मोठे बेदाणे' यांचं जेवण देऊ लागले तेव्हाचं म्हणजे १८९०-९१ सालचं लंडन हे ओल्डफील्डनं नंतर म्हटल्याप्रमाणे गांधींसाठी एक प्रशिक्षण केंद्रच होतं. गांधी मात्र ओल्डफील्डनं आपल्याला सार्वजनिक उपक्रमात सहभागी होण्यासाठी उद्युक्त केलं, म्हणून त्यांचे ऋण व्यक्त करत.

जनसमुदायासमोर भाषण करताना वाटणारी भीती ही समस्या मोहनदासना भेडसावत होती, तरी ते पुढे जाण्यासाठी उत्सुक होते. LVS (लंडन व्हेजिटेरियन सोसायटी)च्या कार्यकारी समितीच्या निवडणुकीसाठी ओल्डफील्डनं गांधींना विचारलं; ते तयार झाले आणि निवडून आले. त्यांनी स्वत:हून पुढाकार घेतला, याविषयी ते आत्मचरित्रात लिहितात.

नवीन कामगिरी अंगावर घेतल्याच्या उत्साहात, त्यांनी लंडनच्या जवळ, ओल्डफील्डबरोबर ते राहत होते त्या उपनगरात व्हेजिटेरियन क्लब सुरू केला. 'द वेस्ट लंडन रिफॉर्म सोसायटी' या नावाची ही संस्था ओल्डफील्ड यांच्या स्मरणात राहिली. असं दिसतं की, गांधींनी स्वत:कडे सचिवाची भूमिका घेतली, ओल्डफील्ड अध्यक्ष झाले आणि जवळच राहणारे सर एडविन अर्नोल्ड उपाध्यक्ष झाले.

पुढाकार घेणं हा जसा सार्वजनिक आयुष्याचा एक अविभाज्य भाग आहे, त्याचप्रमाणे संघर्ष हाही एक अपरिहार्य असा घटक आहे. गांधींचे दोन आदरणीय

मित्र, हिल्स आणि डॉ. ॲलिन्सन यांच्यात ॲलिन्सन यांनी कृत्रिम कुटुंबनियोजनावर लिहिलेल्या 'अ बुक फॉर मॅरिड विमेन' या पुस्तकावरून तीव्र मतभेद झाले. ॲलिन्सनच्या सूचनांना विरोध करत हिल्स यांनी या डॉक्टरला LVS मधून काढून टाकण्याची मागणी कार्यकारी समितीकडे केली. गांधींनी जरी हिल्सच्या दृष्टिकोनाचं समर्थन केलं, तरी ॲलिन्सनच्या गच्छंतीला त्यांचा विरोध होता. सोवळेपणाला विरोध करण्याचा अधिक्षेप करणं हे काही LVSच्या उद्दिष्टांमध्ये जाहीर केलेलं नव्हतं, असं त्यांचं म्हणणं होतं.

गांधींचं निवेदन दुसऱ्याच एक समितीसदस्यानं वाचून दाखवलं; कारण अस्वस्थ झालेले मोहनदास स्वत: हे करू शकले नाहीत. परंतु डॉ. ॲलिन्सन त्या दिवशी हरले आणि या प्रकारच्या पहिल्याच लढाईत गांधी हरणाऱ्या पक्षाच्या बाजूनं होते.

त्यांना राजकारणाशी जोडणारी ही लंडनची शाकाहारी चळवळ राजकारणापेक्षा निश्चितच श्रेष्ठ होती. धार्मिकतेला राजकीय पैलूशी जोडताना आणि तात्त्विकतेला आहारशास्त्राशी जोडताना मोहनदासची आत्मिक गरज भागली आणि त्यांना अधिक बळ मिळालं. इंग्लंडच्या मुख्य प्रवाहातली जनता शाकाहारींना विक्षिप्त समजते, हेही त्यांच्या ध्यानात आलं.

*

परतीचा दिवस जसजसा जवळ येऊ लागला, तसतशी त्यांना अधीरता घेरू लागली. राजकोटहून १८८८ साली निघालेला हा माणूस आता तसाच राहिला नव्हता. त्यांच्यातला एक भाग आता पुरता इंग्रजी झाला होता. आवडू लागलेल्या महानगरात तीन वर्षं घालवल्यानंतर आता संकुचित मनोवृत्तीच्या राजकोटशी ते कसे जुळवून घेणार होते? त्यांच्या आईशी, पत्नीशी, मुलाशी, भावंडांशी, इतर कुटुंबीयांशी, जातिबांधवांशी, त्यांच्या मित्रांशी ते पुन्हा कसे सांधा जोडू शकणार होते?

व्यावसायिक संधींविषयक चिंताही त्यांना भेडसावत होती. त्यांनी असं ऐकलं होतं की, सर फिरोजशहा मेहता यांची मुंबईच्या न्यायालयात हुकमत चालायची आणि भर न्यायालयात ते सिंहासारख्या डरकाळ्या फोडत असायचे. गांधी मात्र स्वत:ला कुठेच डरकाळ्या फोडतानाच्या कल्पनाचित्रात पाहू शकत नव्हते. भारतातल्या कायद्यांविषयी संपूर्णपणे अनभिज्ञ असलेला एक बुजरा माणूस इथे यशस्वी होऊ शकेल काय?

पूर्वी सांगितल्याप्रमाणे २१ एप्रिलला 'भारतीय खाद्यपदार्थ' या विषयावर त्यांनी वेव्हर्ली उपाहारगृहात व्याख्यान वाचून दाखवलं होतं. 'द व्हेजिटेरियन'नं बातमी दिली : आपल्या आधीच्या वक्त्याचं (मिसेस हॅरिसन) अभिनंदन करून आणि आपल्या लेखी भाषणाविषयी दिलगिरी व्यक्त करून... (मि. एम. के. गांधी) त्यांनी ते वाचायला सुरुवात केली. सुरुवातीला ते जरा घाबरल्यासारखे वाटत होते.

या वेळपर्यंत त्र्यंबक मजुमदार परतले होते. ५ व ६ मे रोजी त्या दोघांनी पोर्ट्‌समाउथला शाकाहाराविषयीच्या एका परिषदेला हजेरी लावली. तिथे ६ मे रोजी गांधींना पुन्हा एकवार व्याख्यान सादर करायचं होतं.

आत्मचरित्रात गांधी म्हणतात की, त्या बंदराच्या शहरात ज्या खाजगी मालकीच्या घरात ते आणि मजुमदार मुक्काम करून होते, त्या घराची ख्याती संशयास्पद होती; परंतु परिषदेचे आयोजक मात्र या गोष्टीबद्दल पूर्णपणे अंधारात होते. पहिल्या दिवसाच्या अधिवेशनानंतर त्या घरी परतल्यानंतर गांधी आणि मजुमदारांनी जेवण केलं. पुढे जे घडलं ते आत्मचरित्रात सांगितलं आहे :

> *जेवणानंतर आम्ही ब्रिजचा डाव खेळायला बसलो. आमची घरमालकीणही आम्हाला सामील झाली. ही गोष्ट अगदी सभ्य, प्रतिष्ठित इंग्रजी घरांमध्ये अगदी स्वाभाविक मानली जाते. प्रत्येक खेळाडू खेळता-खेळता हास्यविनोदात रंगून जातो; पण इथे माझा सहकारी आणि आमची घरमालकीण असभ्य विनोद करू लागले. माझाही ताबा सुटला आणि मीही त्यांना साथ देऊ लागलो. पत्ते आणि खेळ सोडून भलत्याच बाबतीत मी अगदीच मर्यादा सोडायच्या बेताला आलो असताना, माझ्या चांगल्या सहकाऱ्याने मला इशारा दिला : 'मित्रा, हा सैतान तुझ्यात कुठून शिरला? चल ऊठ पटकन!'...*
>
> *...आणि मी त्या दृश्यापासून पळ काढला. थरथर कापत, धडपडत, धडधडत्या हृदयानं, एखाद्या शिकाऱ्याच्या तावडीतून सावज सुटावं; तसा मी माझ्या खोलीत पोचलो.*

आत्मचरित्रात या प्रसंगाचा उल्लेख करताना गांधी मजुमदारांनी दिलेल्या इशाऱ्याला 'वरदान' समजतात, कारण *'माझ्या पत्नीव्यतिरिक्त दुसऱ्या स्त्रीमुळे माझ्या भावना उद्दीपित होण्याचा हा पहिलाच प्रसंग होता.'* ते पुढे म्हणतात की, *'मजुमदारांच्या रूपानं देवच धावून आला.'* त्या प्रसंगापासून शरमेनं पळून दूर जाताना त्यांनी मनातल्या मनात या मित्राविषयी कृतज्ञता व्यक्त केली.

त्या रात्री ते झोपले नाहीत. त्यांना आईला दिलेल्या वचनाची आणि कस्तुरची निश्चितच आठवण आली. त्याशिवाय आणखीही काही विचार मनात आले :

> *हे घर सोडून मी निघून जावं का? मी या जागेपासून दूर पळून जावं का? माझं मन ताळ्यावर नसतं, तर माझं काय झालं असतं? मी त्यानंतर अगदी काळजीपूर्वक वागायचं ठरवलं; नुसतं घरच नव्हे, तर काही करून पोर्ट्‌समाउथ सोडायचं ठरवलं.*

तातडीनं घर सोडणं म्हणजे संशयाला आमंत्रण देण्यासारखं झालं असतं हे त्यांनी ओळखलं. अधिवेशनाचा दुसरा दिवस पार पाडायचा, व्याख्यान सादर करायचं आणि लवकरात लवकर पोर्ट्समाउथ सोडायच, असं मग त्यांनी ठरवलं आणि अगदी असंच केलं. ६ मे रोजी त्यांनी आपलं भाषण केलं अणि व्हेंटनॉरला प्रयाण केलं. तिथे ११ मेला त्यांना व्याख्यान द्यायचं होतं. लंडनच्या इतर भागांतही व्याख्यानं होती–इंग्रजी शाकाहारींच्या जगात ते आता एक सन्माननीय व्यक्ती झाले होते.

पोर्ट्समाउथला जे घडलं त्याबद्दल अपराधीपणाची भावना मनात बाळगूनसुद्धा आत्मचरित्रात सांगितल्यापेक्षा जास्त चांगल्या रीतीनं त्यांनी आपली नंतरची कामं पार पाडली. त्यात म्हटलं आहे की, व्हेंटनॉरला आणि लंडनला त्यांनी आयोजित केलेल्या निरोप समारंभात भीतीमुळे त्यांना तोंड उघडता आलं नाही. पण समकालीन संशोधकांनी केलेल्या विवरणाचा आत्मचरित्रात सांगितलेल्या हकिकतीशी काही ताळमेळ बसत नाही.

पोर्ट्समाउथला पडलेल्या मोहाच्या विळख्याची आठवण आत्मचरित्रात सांगताना गांधी म्हणतात की, त्या वेळी त्यांना अस्पष्टपणे जाणवलं की 'देवानंच मला वाचवलं.' त्या वेळी किंवा आत्मचरित्र लिहितानासुद्धा त्या मोहाच्या उद्रेकाचा आणि त्यांच्या अधीरपणाचा नेमका काय संबंध आहे, याचा ते शोध घेत नाहीत.

भारतात कायदेपंडित म्हणून काम मिळण्याबाबत गांधींच्या मनात उद्भवणाऱ्या शंकांची जाण असलेल्या एका मित्रानं (आत्मचरित्रात त्याचं नाव सांगितलेलं नाही) त्यांना दादाभाई नौरोजींचा सल्ला घेण्यास सुचवलं. नौरोजी हे लंडनला वास्तव्य करणारे इंडियन नॅशनल कॉंग्रेसचे माजी अध्यक्ष होते. भारतीय विद्यार्थ्यांच्या सभांमध्ये त्यांच्याबद्दल आदरपूर्वक बोललेलं गांधींनी ऐकलं होतं, सप्टेंबर १८८८ पासून संकोचून स्वत:जवळ बाळगलेलं ओळखपत्र अखेरीस त्यांनी त्या वृद्ध गृहस्थांना दिलं; पण ते नौरोजींना स्वत:च्या खाजगी काळज्या सांगून त्रास देण्याची हिंमत दाखवू शकले नाहीत.

पुन्हा मित्राच्या सांगण्यावरून ते एक न्यायालयीन पंच आणि प्राच्यविद्यासंशोधक फ्रेडरिक पिनकॉट यांना भेटले. आत्मचरित्रात वर्णन केल्याप्रमाणे ते हुजूर पक्षाचे असूनही मनापासून आणि नि:स्वार्थीपणे भारतीय विद्यार्थ्यांबद्दल आत्मीयता बाळगणारे होते. गांधींचा निराशावादी दृष्टिकोन त्यांनी हसून दूर सारला आणि सांगितलं की, प्रत्येकाकडे काही एखाद्या फिरोजशहा मेहतांसारखं प्रभुत्व आणि हुशारी असलीच पाहिजे असं नाही; प्रामाणिकपणा आणि कष्टाळूपणा असला म्हणजे झालं.

पिनकॉट यांचा हसरा प्रांजळ चेहरा गांधींच्या मनात ठसला आणि त्यांना आश्वस्त वाटू लागलं. जरी ते त्यांच्या वर्तुळात ख्यातकीर्त होते आणि दिल्या

शब्दाला जागणारे म्हणून प्रसिद्ध होते, तरी त्यांनाही प्रोत्साहनाची गरज होती. पिनकॉटकडून त्यांना ते मिळालं, हे खरोखर त्यांचं नशीब.

पिनकॉट यांनी गांधींना लॅव्हॅटर आणि शेमेलपेनिक यांच्या पुस्तकांची शिफारस केली. ती वाचून एखाद्या माणसाची चेहऱ्यावरून किंवा डोक्यावरून पारख करणं सोपं जाईल आणि वकिलांकडे अशी क्षमता असली पाहिजे, असं मत त्यांनी व्यक्त केलं. (गांधींनाही या क्षमतेबद्दल जाणून घेण्यात रस होता.) त्याबरोबरच के आणि मॅलसन यांनी १८५७च्या उठावावर लिहिलेले खंडही वाचायला सांगितले. भारतीय वकिलाला भारताच्या इतिहासाची माहिती असलीच पाहिजे, असं पिनकॉट म्हणाले. गांधींनी शेक्सपिअरच्या चेहरेपट्टीचा अभ्यास केला; पण लंडनच्या रस्त्यांवरून भटकणाऱ्या अनेक शेक्सपिअरना ओळखून काढण्याची युक्ती काही साध्य झाली नाही. त्यांच्या अधीरतेचा, चिंतांचा विनोदबुद्धीवर मात्र काही परिणाम झाला नव्हता.

इंग्लंडहून प्रयाण करण्याअगोदर काही काळ 'द व्हेजिटेरियन'साठी संपादक जोशिआ ओल्डफील्ड यांनी गांधींची मुलाखत घेतली. ही मुलाखत, पूर्वी उल्लेख केल्याप्रमाणे मुक्त, सभ्य, प्रामाणिक आणि मनाला भिडेल इतकी विनयशील आहे. यामध्ये गांधी इंग्लंडला येण्यामागचं कारण विशद करतात– 'एकाच शब्दात सांगायचं तर, महत्त्वाकांक्षा; काही नातेवाइकांचा रुकार त्यांना कसा सक्तीनं मिळवावा लागला–ही कसरत अशीच करावी लागली; आईचा 'अत्यंत लाडका' असलेल्या या मुलाला इंग्लंडला जाण्याचे फायदे कसे अतिरंजित करून सांगावे लागले आणि वडिलांच्या जुन्या स्नेह्यानं माझ्यातल्या ठिणगीला कसा वारा दिला.'

भारत सोडण्यापूर्वीचे विचार गांधींना आठवले : *'मी जर इंग्लंडला गेलो तर मी बॅरिस्टर तर होईनच (ज्याबद्दल मी बराच विचार करत असे) पण तत्त्वज्ञ आणि कवींची भूमी, मानव-संस्कृतीचं केंद्रस्थान असलेले इंग्लंड मी पाहू शकेन...'*

तीन वर्षांनंतर ते ही गोष्ट मोकळेपणानं मान्य करतात की, 'महत्त्वाकांक्षा' त्यांना इंग्लंडला खेचून घेऊन आली, पण आता त्या तीव्र इच्छेला आणि बॅरिस्टर लोकांना ते हसत होते. गांधी पुढे म्हणतात, *'तुम्हाला हे ऐकून आश्चर्य वाटेल की मी विवाहित आहे. बारा वर्षांचा असताना हे लग्न झालं.'*

समारोप करताना गांधी पुढे म्हणाले, *'मला असं म्हणायलाच हवं की, लंडनच्या माझ्या जवळजवळ तीन वर्षांच्या वास्तव्यात बऱ्याच गोष्टी करायच्या राहून गेल्या आहेत आणि अशा काही गोष्टी, ज्या केल्या नसत्या त्याही मी केल्या; तरीही परत जाताना मला हे समाधान आहे की मांसाहार व मद्यपान न करता मी परत जात आहे...'*

त्या तरुण माणसाच्या मनात पोर्ट्समाउथचा प्रसंग ताजा असताना, जवळजवळ कडेलोटाची वेळ आली असतानाही त्याकडे दुर्लक्ष करून वर्तमानपत्राच्या मुलाखतीत

स्त्रियांबाबतची शपथ त्यांनी पाळली, असा दावा करणं औद्धत्याचं ठरलं असतं.

त्यांनी आणखी बरंच काही केलं होतं. लंडनच्या वास्तव्याचा आनंद त्यांनी लुटला होता; अत्यंत बारकाईनं, तिथल्या व्यक्तींचं आणि निरनिराळ्या प्रवाहांचं निरीक्षण केलं; ब्रिटिश मनांचा अभ्यास केला; इंग्रजी साहित्यात यथेच्छ डुंबून घेतलं आणि थोड्या विक्षिप्त पण दैवी देणगी लाभलेल्या काही व्यक्तींच्या सहवासाचा आनंद घेतला. कायद्याच्या अभ्यासात आणि सार्वजनिक जीवनात उपयोगी पडतील अशी कौशल्यं आत्मसात करतानाच आपल्यातला बुजरेपणा थोडाफार कायम ठेवत त्यांनी आपल्या ध्येयांचाही विचार केला आणि स्वतःपेक्षा श्रेष्ठ अशा उद्दिष्टांना उराशी कवटाळलं.

पेचात पाडणाऱ्या चुकांचा अनुभव घेत आणि धक्का पचवत, त्यांनी स्वतःपासून आणि जगाकडून स्वतःची करमणूक करून घेण्याची त्यांची पूर्वीची क्षमता जोपासली, नवीन आश्वासक, टिकाऊ संबंध जोडले आणि काही ध्येयाची शिखरं गाठली.

*

५ जून रोजी गांधींनी शाही हॉलबॉर्न उपाहारगृहाच्या हॉलबॉर्न आणि किंग्जवेच्या दक्षिण-पश्चिम भागात असलेल्या खोली क्रमांक XIX मध्ये, आपल्या मित्रांना निरोप देण्यासाठी खाजगी मेजवानी आयोजित केली. सुमारे तीन वर्षांपूर्वी याच ठिकाणाहून, सूप शाकाहारी आहे का हे वेटरला विचारलं म्हणून, शुक्लांनी त्यांना बाहेर काढलं होतं. आणखी एक महत्त्वाची बाब म्हणजे गांधींनी हॉलबॉर्न उपाहारगृहाला प्रथमच संपूर्ण शाकाहारी जेवण बनवायला लावलं. मेजवानीचा आस्वाद घ्यायला हजर असलेले हिल्स, ओल्डफील्ड आणि शाकाहाराचे पालनकर्ते या नवीन प्रयोगावर खूश झाले. या यशस्वीरित्या पार पडलेल्या प्रयोगाची चव मोहनदासना फारच आवडली.

त्यांनी गाण्याची मैफलही आयोजित केली होती आणि भाषणंही होती. आत्मचरित्रात गांधी म्हणतात की, भीतीमुळे त्यांनी तयार केलेल्या भाषणातलं केवळ पहिलंच वाक्य त्यांना बोलता आलं. पण १३ जून १८९१ या दिवशी 'द व्हेजिटेरियन'मध्ये जरासा वेगळाच वृत्तान्त प्रसिद्ध झाला :

कार्यक्रमाच्या शेवटी मि. गांधींनी अत्यंत सफाईदारपणे, परंतु जरासं संकोचत केलेल्या भाषणात सर्व उपस्थितांचं स्वागत केलं. इंग्लंडमध्ये मांसाहाराविषयी वाढत असलेल्या उदासीनतेबद्दल संतोष व्यक्त केला. LVSशी त्यांचा कसा संबंध आला, ते स्पष्ट केलं आणि हे करत असताना मि. ओल्डफील्ड यांच्याविषयी अत्यंत हृद्य शब्दांत कृतज्ञता व्यक्त केली.

जेवणाच्या वेळी ओल्डफील्ड म्हणाले की, 'ध्येयाचा पाठपुरावा करत असताना अत्यंत धीरानं आणि सातत्यानं संकटांचा सामना कसा करावा याचा धडा गांधींनी घालून दिला.' १० जून १८९१ रोजी गांधींना न्यायालयात कायदेपंडित म्हणून बोलावलं गेलं. दोन दिवसांनी, पूर्वेकडे प्रस्थान ठेवणाऱ्या जहाजावर टिलबरी डॉक्स येथे चढण्यासाठी त्यांनी लिव्हरपूल स्ट्रीट स्टेशनवर रेल्वेत पाऊल ठेवलं.

पी ॲन्ड ओ कंपनीच्या 'ओशियाना' या स्टीम बोटीवर पाय ठेवेपर्यंत आपण खरंच भारतात चाललो आहोत, यावर माझा विश्वास बसत नव्हता (गांधी लिहितात).

> *माझी लंडनशी आणि आसपासच्या वातावरणाशी पक्की नाळ जुळली होती आणि कुणाची जुळणार नाही? लंडनच्या शैक्षणिक संस्था, सार्वजनिक कलादालनं, शाकाहारी उपाहारगृहांमुळे ते एका विद्यार्थ्यासाठी, एका प्रवाशासाठी आणि एका हटवादी विक्षिप्त माणसासाठी (एखाद्या शाकाहारी माणसाला त्याचे विरोधक असं संबोधत असत.) एक योग्य ठिकाण होतं. मनात दुःख बाळगूनच मी लाडक्या लंडनचा निरोप घेतला.*

*

इंग्लंडमधल्या अखेरच्या काही आठवड्यांत गांधींनी लावलेला हा विनम्र सूर भारतात येतानाच्या प्रवासाविषयी (बहुधा प्रवासातच) लिहिलेल्या दोन लहानशा लेखांमध्येही कायम राहिला. या लेखकानं बहुधा आपलं लेखनकौशल्य सुधारण्यासाठी उपहासात्मक, अहंमन्य आणि मुद्दा स्पष्ट करून न लिहिण्याची (अगदी ब्रिटिश) शैली अंगीकारलेली आहे. त्यांच्या लेखांमध्ये, घाणेरड्या दिसणाऱ्या भिकाऱ्यांची गर्दी माल्टाला प्रवाशांना छळत असल्याचे उल्लेख होते; तसेच मवाली आणि बदमाश लोकांचा पोर्ट सैदला झालेला सामना आणि राणीच्या इंग्रजीचा खून पाडणारे, स्वच्छतेशी फटकून वागणारे होते, असे उल्लेख आले आहेत.

दिवसभरात एका सामान्य प्रवाशाच्या खाण्यात येणाऱ्या पदार्थांचं गांधी वर्णन करतात : न्याहारीच्या आधी चहा आणि बिस्किटं, भरपेट न्याहारी. त्यातील घटकांची बारकाईनं यादी देताना पचायला हलकं असणारं जेवण, त्यात भरपूर मटण आणि भाज्या, भात व आमटी, पेस्ट्रीज आणि बरंच काही... फळं आणि सुकामेवा; त्यानंतर दुपारी चार वाजता ताजंतवानं करणारा कपभर चहा आणि बिस्किटं आणि संध्याकाळी सहा वाजता एक कडक चहा- ब्रेड आणि बटर, जॅम किंवा मुरांबा किंवा दोन्ही, सॅलड, चॉप्स, चहा, कॉफी इ.' त्यानंतर, समुद्रावरची हवा तब्येतीला पोषक असल्यामुळे, प्रवासी अगदी थोडी– फक्त आठ किंवा दहा, जास्तीत जास्त पंधरा बिस्किटं, थोडं चीज आणि थोडी वाइन किंवा बिअर घेतल्याशिवाय झोपायला जाऊ शकत नसत.

जहाजावरच्या प्रथमवर्गातून काही सभ्य गृहस्थ आणि महिला प्रवास करत होत्या. पण अजिबात न भांडता गोडीगुलाबीत राहणं कसं शक्य आहे? त्यामुळे काही प्रवाशांना जवळपास प्रत्येक संध्याकाळी मदिरापान करणं आवश्यक असे.
(संपादकमहाशय, मला माफ करा, ते जवळजवळ रोज संध्याकाळी मद्यपान करत; पण त्या विशिष्ट संध्याकाळी त्यांना दारू जरा जास्तच चढली आणि ते बेताल झाले.)

जहाजावर ते करणार असलेल्या भाषणाविषयीही (अर्थात शाकाहाराविषयी) त्यांनी लिहिलं, पण त्यांनी ते केलं नाही; कारण भाषणं आणि मैफलींसाठी राखून ठेवलेली संध्याकाळ कधीच आली नाही. त्यांचं भाषण विनोदप्रचुर असावं असं त्यांना सांगण्यात आल्यावर गांधी उत्तरले, त्यांनी लिहिलं, ते घाबरू शकतात पण विनोदी मात्र होऊ शकत नाहीत. पण हे सगळं लिहिणारा माणूस हे मात्र जाणत होता, की तो मनोरंजक लिहीत आहे.

या वेळी मोकळेपणानं सगळ्यांमध्ये मिसळताना आणि काही सार्वजनिक कार्यक्रम आयोजित करायला मदत करताना गांधींनी स्वत:सह दोन शाकाहारी लोकांना भाज्यांचा रस्सा, भात किंवा ब्राउन ब्रेड आणि फळं देण्यासाठी जहाजाच्या कर्मचाऱ्यांचं मन वळवलं. इतर ब्रिटिश आणि भारतीय प्रवासी त्यांचा आदर करत, असं दिसून येतं.

त्यांच्याच शब्दांत सांगायचं झालं, तर ते एक विद्यार्थी होते; एक प्रवासी, व्यावसायिक आणि एखादे खूळ घेणारे होते आणि आता त्याबरोबर ते एक इंडो-अँग्लियन होते. व्यावसायिक किंवा व्यापारी म्हणजे एक बनिया, त्यांच्या कधीही न विसरल्या जाणाऱ्या भारतीय ओळखीचा एक घटक आणि ज्या काही 'विक्षिप्त' गोष्टी त्यांनी अंगीकारल्या, त्यांचा उगम काही अंशी ब्रिटिश भूमीत झाला होता. जहाजावरच्या त्यांच्या आयुष्यात आणि त्यांच्या लेखांमध्ये जी शैली दिसत होती, ती आधुनिकतेकडे जाणाऱ्या जगाची जाण असणाऱ्या सुसंस्कृत तरुण माणसाची होती. १८९१च्या त्या उन्हाळ्यात, नवीन शतक हाकेच्या अंतरावर तर होतं. त्यांच्या सभोवताली चाललेल्या गोष्टींमध्ये त्यांना रस होता, हे त्यांच्या अभिप्रायांमधून व्यक्त होत असतानाच ते गंभीरपणे त्याचा समारोप करतात :

'ओशियाना' आणि 'आसाम'वरचं काय हे मनुष्यरूपी ओझं होतं! (मुंबईला जाणाऱ्या प्रवाशांचं एडनला 'आसाम' बोटीवर स्थलांतर झालं.) काही जण नशीब अजमावण्यासाठी ऑस्ट्रेलियाला चालले होते... काही इंग्लंडला त्यांचं शिक्षण पूर्ण करून पोटापाण्यासाठी व्यवसाय करण्यासाठी भारतात

परत चालले होते. काहीजण कर्तव्यपालनासाठी बोलावले गेले होते, काहीजणी ऑस्ट्रेलियात किंवा भारतात असलेल्या आपल्या पतींच्या भेटीसाठी निघाल्या होत्या... आणि काही धाडसी लोक, स्वदेशात निराशा वाट्याला आली म्हणून आपल्या महत्त्वाकांक्षा पूर्ण करण्यासाठी कुठे चालले होते देवास ठाऊक.

आत्मचरित्रात ते म्हणतात की, संपूर्ण प्रवासभर एक सुधारक या नात्यानं सुधारणा घडवून आणण्याचा प्रारंभ नेमका कसा करावा, या विषयावर स्वत:ला ते पडताळून पाहत होते. याची सुरुवात नि:संशय राजकोटच्या घरापासून होणार होती. बाह्यत: जरी ते शांत भासत असले, तरी त्यांच्या मनात दोन प्रश्नांचं काहूर उठलं होतं : त्यांचे जातिबांधव त्यांचं कसं स्वागत करतील? (त्यांच्या विरोधाबद्दल त्यांनी येणाऱ्या पत्रांतून वाचलं होतं.) आणि आपली व्यावसायिक कारकीर्द ते कशी सुरू करणार होते?

'आसाम' मुंबईजवळ आली तेव्हा समुद्र खवळलेला होता. जवळपास सगळे प्रवासी बोट लागून हैराण झाले होते; मी एकटाच तेवढा सहीसलामत होतो. डेकवर उभा राहून हेलकावणारा समुद्र पाहत होतो आणि उसळणाऱ्या लाटांचा आनंद घेत होतो. मोहनदासच्या मनात चाललेलं वादळ बाहेरच्या वादळाशी स्पर्धा करत होतं, या दोन्ही वादळांचा सामना करण्यासाठी ते सज्ज होते, असं ते म्हणत होते.

उतरता-उतरता सडकून पडणाऱ्या पावसाचा सामना करावा लागला. बोटीवरून उतरलेल्या आपल्या धाकट्या भावाला भेटायला आलेल्या लक्ष्मीदासनं सुरुवातीला उडवाउडवीची उत्तरं दिल्यावर काही वेळानंतर खबर दिली की, पुतळीबाई आता या जगात नाहीत. मुलानं कायद्याची अंतिम परीक्षा उत्तीर्ण झाल्याची बातमी ऐकल्यावर काही दिवसांतच वयाच्या ४१व्या वर्षी त्यांनी या जगाचा निरोप घेतला होता; परंतु परदेशी असलेल्या मोहनदासला ही धक्कादायक बातमी न कळवण्याचा कुटुंबानं निर्णय घेतला. यावर, गांधी आत्मचरित्रात म्हणतात :

'उराशी बाळगलेल्या माझ्या आशा-आकांक्षांचा चुराडा झाला.' या आशा-आकांक्षा काय होत्या, हे त्यांनी उघड केलं नाही. कदाचित आईच्या हयातीत त्यांना दिवाण बनायचं असेल किंवा यापेक्षाही जास्त काही स्वप्नं असतील. त्यांनी तिला दिलेली वचनं पाळली, हे तर त्यांना नक्कीच तिला सांगायचं असेल.

'माझ्या वडिलांच्या निधनाच्या दु:खापेक्षाही जास्त दु:ख मला झालं... पण... मी माझ्या दु:खाचं अतिरिक्त प्रदर्शन केलं नाही. मी माझे अश्रूही थोपवून धरू शकलो आणि जणू काहीच घडलं नाही, अशा आविर्भावात आयुष्याचा स्वीकार केला.' संकटाचा किंवा धक्क्याचा सामना धैर्यानं करण्याची क्षमता यावी, अशी

इच्छा इंग्लंडमध्ये असताना त्यांनी व्यक्त केली होती– हे आपल्याला ठाऊकच आहे.

*

राजचंद्र : लक्ष्मीदास आपल्या भावाला डॉ. प्राणजीवन मेहतांच्या घरी घेऊन गेले. ते गांधींच्या आधीच भारतात परतले होते आणि त्यांनी मोहनदासची आपल्या कुटुंबीयांशी ओळख करून दिली. त्यांच्यापैकी एक राजचंद्र होता, त्यानं डॉ. मेहतांच्या मोठ्या भावाच्या मुलीशी नुकताच विवाह केला होता. गांधींपेक्षा दोन वर्षांनी मोठ्या असलेल्या राजचंद्राचे वडील बनिया आणि आई जैन होती. पुढे एक जैन विद्वान, संत म्हणून प्रसिद्धी मिळवलेला तो काठियावाडी होता.

१८९१मध्ये वयाच्या तेविसाव्या किंवा चोविसाव्या वर्षी तो एक कवी, अतिशय सचोटीचा अव्वल जवाहिऱ्या आणि तीव्र स्मरणशक्तीबद्दल ख्यातकीर्त होता. आपल्या इंग्रजीचा अभिमान बाळगणारे आणि लॅटिन व फ्रेंच जाणणारे मोहनदास यांनी युरोपियन शब्दांची आणि तांत्रिक संज्ञांची यादी लिहून ती मोठ्यानं वाचली व राजचंद्राला ती म्हणून दाखवण्याचं आव्हान दिलं. राजचंद्रानं अचूकपणे ती म्हणून दाखवली, तेव्हा या अनुभवानं बॅरिस्टरांना जरासं जमिनीवर आणलं. गांधी नंतर असं कबूल करतात, इंग्लंडला जाऊन आल्यावर एखाद्याला तो स्वर्गातूनच टपकला आहे की काय, असं वाटायचं. राजचंद्राच्या करामतीमुळे इंग्लंडचं मोहून टाकणारं गारूड जरासं उतरलं.

लक्ष्मीदासच्या आग्रहाखातर आणि शिवाय आईची इच्छा होती म्हणून मोहनदासनं समुद्र पार करून आल्याबद्दल स्वतःची 'शुद्धी' करून घेतली. महाराष्ट्रात नाशिकला पार पडलेल्या या विधीमुळे गांधीपरिवार आणि बरेचसे मोढ बनिया जातीतले लोक यांच्यातली दरी कमी व्हायला मदत झाली, तरी एका गटाचे नेते मात्र असमाधानीच होते. त्यांनी दंड भरण्याची मागणी केली. ती मोहनदासनं अमान्य केली. याचा परिणाम म्हणून, त्यांची बहीण रलिअत आणि तिचा पती, अल्पसंख्याक गटातील कस्तुरचे आई-वडील यांना, त्यांच्या घरी मोहनदासना एक भांडंभर पाणीसुद्धा देण्याची बंदी घालण्यात आली.

घरी आलेल्या बॅरिस्टरला शोभावं म्हणून लक्ष्मीदासनं घराला नवीन रंगसफेदी करून घेतली. कौलारू छपराच्या खाली एक नवीन छप्पर उभारण्यात आलं. खुर्च्या, टेबल आणि चिनी मातीच्या वस्तू आणल्या. चहा आणि कॉफी तर आधीपासूनच प्रचलित होती. मोहनदासबरोबर येणाऱ्या भरपूर कमाईमुळे हा वाढणारा खर्च नक्कीच भरून निघेल, अशी अपेक्षा यामागे होती. काही काही खर्चांबद्दल साशंक असलेल्या त्या सुधारकानं आपल्याही काही नावीन्यपूर्ण वस्तूंची– जसे

कोको, ओटमिल आणि युरोपियन कपडे– त्यात भर घातली.

आत्मचरित्रात किंवा इतर ठिकाणी कस्तुरशी १८९१ साली झालेल्या पुनर्भेटीचा उल्लेख नाही. तिला शिकवण्याचे प्रयत्न त्यांनी नव्याने सुरू केले आणि पुन्हा त्यांना एकवार विरोधाचा सामना करावा लागला. मोहनदासचा प्रतिसाद अगदी समजूतदारपणाचा नव्हता आणि त्यांचा मत्सर, हळवेपणा आणि संशयी वृत्ती पुन्हा उफाळून आली. (आत्मचरित्रात वापरलेले हे त्यांचे स्वत:चे शब्द.)

या भावना जागृत करण्यामागे मेहताबची पुन्हा काही भूमिका होती का, हे ज्ञात नाही. आत्मचरित्रात याबाबत मौन पाळलेलं आहे. खरं तर १८९१ला इंग्लंडहून परत आल्यापासून ते १८९३ला साउथ आफ्रिकेला प्रयाण करण्याच्या मधल्या काळातल्या अनुभवांचं जे थोडक्यात कथन गांधी करतात, त्यात मेहताबचा उल्लेखही नाही. पण आपण असं गृहीत धरू या की, साउथ आफ्रिकेतल्या कहाणीत जो मेहताब पुन्हा अवतरतो, तो १८९१मध्ये राजकोटला गांधींशी संबंध ठेवून होता.

(आत्मचरित्रामधून) आपल्याला असं दिसतं की, मोहनदास कस्तुरशी खरोखरच कठोरपणे वागत. एकदा त्यांनी तिला तिच्या वडिलांच्या घरी पाठवून दिलं आणि तिला पूर्णपणे दु:खी केल्यानंतरच परत बोलवायला तयार झाले. त्यांचा दृष्टिकोन 'अत्यंत मूर्खपणाचा' होता, असं आत्मचरित्र सांगतं; पण १८९०च्या सुरुवातीला ही जाणीव झालेली आढळून येत नाही.

तीन वर्षांहून थोडा अधिक वयाचा त्यांचा मुलगा हरिलालशी झालेली त्यांची पुनर्भेट मात्र बरीच समाधानकारक होती. त्याच्याशी व लक्ष्मीदासच्या मुलांशी खेळायला आणि हास्यविनोद करायला मजा यायची. गांधी त्यांना खांद्यावर बसवत असत आणि त्यांना दणकट बनवण्यासाठी शारीरिक कसरती शिकवत. १९३५ साली ते लिहितात :

> *१८९१मध्ये, इंग्लंडहून परत आल्यावर, मी अक्षरश: कुटुंबातल्या मुलांचा ताबा घेतला आणि त्यांना चालण्याची, फिरायला जायची सवय लावली– मुलं आणि मुली–त्यांच्या खांद्यांवर माझे हात ठेवून मी फिरायला जात होतो. ही माझ्या भावाची मुलं होती.*

हा मोहनदास आता चतुर झाला होता. काठियावाडला असलेल्या त्याच्या इतर माणसांप्रमाणे आणि भारतातल्या इतर प्रांतांतल्या लोकांप्रमाणे, आपल्या जवळच्या लोकांना स्पर्श करणं किंवा आलिंगन देणं त्याच्यासाठी स्वाभाविक होतं, परंतु इतरांच्या बाबतीत मात्र तो सावध आणि अलिप्त होता.

खर्च वाढत चालला होता–रोज नवीन वस्तू घरात यायच्या– पण आमदनी मात्र काहीच नव्हती. काठियावाडचे कायदेकानू माहीत नसलेल्या बॅरिस्टरला स्थानिक

वकिलाच्या दसपट फी देऊन कोण नियुक्त करणार? बहुतेक लक्ष्मीदास आणि मोहनदास यांच्यात चर्चा होऊन हे ठरलं की, या बॅरिस्टरनं मुंबईत जाऊन नशीब अजमावावं. हायकोर्टाशी निदान ओळख आणि भारतीय कायद्याशीही मैत्री करावी.

*

१८९१च्या नोव्हेंबरपासून मुंबईच्या मध्यवर्ती भागात, गिरगावात, त्यांनी एक घर भाड्यानं घेतलं आणि एक ब्राह्मण स्वयंपाकी कामाला ठेवला. त्याचं पाकक्रिया-कौशल्य गांधींइतकं उच्च दर्जाचं नव्हतं, तरीही त्यांना एक सोबती मिळाला. त्या आधुनिक भारतीयाच्या स्वयंपाकघरात युरोपियन शाकाहारी पदार्थही बनायला लागले. रविशंकरला नोकरापेक्षा घरातलाच एक सदस्य म्हणून वागवत असताना गांधी त्याचे शिक्षक झाले.

खर्च कमी व्हावा म्हणून आणि शिवाय एक सवय म्हणून मोहनदास रोज हायकोर्टात सुमारे तीन मैल चालत जात आणि पायीच परत येत. ते ट्राम किंवा गाडी वापरत नसत. (सूर्य आग ओकत असतानाही त्यांना चालायला आवडत असे आणि त्यांच्या निकोप प्रकृतीमागचं ते रहस्य आहे, असं ते मानत असत.)

हायकोर्टात ते सर फिरोजशहा मेहता आणि अन्य वकिलांना भेटले आणि त्यांच्यातल्या काहींशी त्यांची मैत्री जुळली; पण त्यांना अशील काही मिळाले नाहीत. मेहतांसारख्या माणसांविषयी आत्मचरित्रात व्यक्त केलेल्या दराऱ्यामागे अशा 'रुबाबदार' व्यक्तिमत्त्वांशी बरोबरी साधण्याची सुप्त इच्छा दडलेली दिसते. मुंबईत असताना मेहतांच्या अचाट स्मरणशक्तीची आणि बद्रुद्दीन तय्यबजींच्या बिनतोड युक्तिवाद करण्याच्या क्षमतेची आठवण होऊन खचून गेल्यासारखं वाटायचं, असं ते म्हणतात. पण या उल्लेखाच्या मागे त्यांच्या गटात उतरून त्यांच्याशी स्पर्धा करण्याची इच्छा दिसून येते.

अखेरीस किरकोळ तक्रार निवारण न्यायालयात त्यांची एका बचावपक्षानं, मामीबाईनं– तीस रुपये फी देऊन आपला वकील म्हणून नेमणूक केली; पण प्रचंड भीतीनं त्यांना ग्रासलं आणि ते वादी पक्षाच्या साक्षीदाराची उलटतपासणी घेऊ शकले नाहीत. *'माझं डोकं गरगरत होतं आणि संपूर्ण कोर्टही गरगर फिरतंय, असं मला वाटत होतं.'* ते खाली बसले, फी परत केली आणि तिथून बाहेर पडले.

पण जेव्हा दुसरा एक अशील, ज्याच्या जमिनीवर जप्ती आली होती, अशा पोरबंदरच्या एका गरीब मुसलमानाला एक विनंतीपत्र लिहून हवं होतं; ते गांधींनी लिहून दिलं आणि आपल्या मित्रांची वाहवा मिळवली. या कामाचे त्यांना काही पैसे मिळाले नाहीत; परंतु आपण काहीतरी काम करण्याच्या लायकीचे आहोत, असं त्यांना वाटलं.

अशील मिळवून देण्यासाठी दलालांना दलाली देण्याच्या प्रस्तावाला गांधींनी धुडकावून लावलं, तेव्हा ते विख्यात फौजदारी वकील मि. अमुकतमुक, जे

महिन्याला तीन ते चार हजार कमावतात, तेही दलाली देतात, असं त्यांना सांगण्यात आलं. त्यावर, आपण तीनशे रुपये महिना कमाईतसुद्धा समाधानी राहू, असं मोहनदासनं उत्तर दिलं. 'वडिलांनाही त्यापेक्षा जास्त मिळत नव्हतं.'

शक्य असेल तर लिखापढीच्या स्वरूपात एखाद्या अर्धवेळ कामाच्या शोधात ते होते. एका सुप्रसिद्ध शाळेनं (तिचं नाव ठाऊक नाही) दिवसाला एक तास इंग्रजी शिकवण्यासाठी शिक्षक हवा असल्याची जाहिरात दिली होती, ती पाहून सत्तर रुपये महिन्याच्या त्या जागेसाठी त्यांनी अर्ज केला. आवश्यकतेपेक्षा आपल्याकडे जास्त कौशल्य आहे, या गोष्टीची मनात खात्री बाळगून ते मोठ्या उमेदीनं मुलाखतीसाठी गेले, परंतु त्यांना ही नोकरी नाकारली गेली; कारण त्यांच्याकडे बीएची डिग्री नव्हती. पण आपण लंडनची मॅट्रिक्युलेशनची परीक्षा लॅटिन ही दुसरी भाषा घेऊन उत्तीर्ण केली आहे, हे त्यांनी नमूद केलं. पण तिथे ग्रॅज्युएट झालेला माणूस हवा होता, इंग्रजी शिकवू शकणारा नाही, असं त्यांना सांगण्यात आलं. वकिलांना जम बसवण्यासाठी पाच किंवा सात वर्षं खपावंच लागतं, अशा कहाण्यांनी त्यांचं मुंबईतल्या आयुष्याबद्दलचं असमाधान कमी झालं नव्हतं. निराशेचे आणि आर्थिकदृष्ट्या तोट्याचे सहा महिने काढल्यावर त्यांनी गिरगावातला गाशा गुंडाळला आणि राजकोटला परतले.

तरीही १८९१-९२ साली घालवलेला मुंबईतला काळ काही अगदीच निष्फळ नव्हता. एकतर, त्यांनी 'एव्हिडन्स ॲक्ट' आणि मेनचं 'हिंदू लॉ' ही पुस्तकं वाचली आणि अभ्यासली. दुसरी गोष्ट म्हणजे, प्राणजीवन मेहतांच्या कुटुंबाशी त्यांची दोस्ती गहिरी झाली, विशेषत: राजचंद्रशी.

तो जवाहिऱ्या-कवी आणि हा वकील नैतिक मूल्यं आणि तत्त्वज्ञानाची चर्चा करत आणि कदाचित हा जैन श्रद्धेनुसार वैध दृष्टिकोन आहे आणि सत्याला अनेक बाजू असतात, या गोष्टी गांधींना भावल्या. दोन गोष्टींचा त्यांच्यावर सर्वांत जास्त परिणाम झाला, त्या म्हणजे राजचंद्रची समतोल वृत्ती आणि सगळ्या जीवनाचं केंद्रस्थान म्हणजे देवाला 'याचि देही याचि डोळा' पाहण्याची आस हे वास्तव. त्याच्या आठवणी सांगताना गांधी म्हणतात,

कामधंदा संपताक्षणी हा हिरे-मोत्यांचा हुशार पारखी एखादं धार्मिक पुस्तक उघडून बसे किंवा आपल्या रोजनिशीत तात्त्विक किंवा धार्मिक विचार लिहीत बसे. राजचंद्रसुद्धा आपल्या परीनं गांधींना प्रतिसाद देत असे, गांधी आत्मचरित्रात म्हणतात :

कोणत्याही कामधंद्यामुळे किंवा स्वार्थी मतलब साधण्यासाठी म्हणून तो माझ्याशी बांधला गेलेला नव्हता आणि तरीही आम्ही आत्यंतिक जिव्हाळ्यानं

एकमेकांबरोबर जोडले गेलो होतो. मी एक रिकामटेकडा बॅरिस्टर होतो आणि तरीही मी जेव्हा जेव्हा त्याला भेटायचो, तेव्हा तो मला गंभीर धार्मिक विषयांवरच्या चर्चेत गुंतवून ठेवत असे.

१८९१-९२ या काळीसुद्धा मान्यताप्राप्त गोष्टींना सौजन्यपूर्ण रीतीनं आणि उघडपणे आव्हान देण्यात तत्पर असलेल्या राजचंद्रला एकदा गांधींनी, चामड्याच्या वापराविरुद्ध त्यांची एकवाक्यता झाल्यानंतर, तो घालत असलेली टोपी काढायला सांगितलं. त्या टोपीला चामड्याचा एक पट्टा होता. राजचंद्रनं तो तत्परतेनं आणि शांतपणानं फाडून टाकला.

या मैत्रीपूर्ण संबंधांचा परिणाम म्हणजे राजचंद्रच्या वाढदिवशी अहमदाबादला झालेल्या एका सार्वजनिक सोहळ्यात गांधींना भाषण करण्यास सांगण्यात आलं. त्या वेळी गांधी काय बोलले किंवा किती आत्मविश्वासानं बोलले, हे आपल्याला माहीत नाही. परंतु ही मैत्री वृद्धिंगत होत गेलेली आपल्याला दिसून येईल.

*

राजकोटला अर्ज आणि विनंतीपत्रं लिहिता-लिहिता गांधींना काही अंशी समाधान मिळू लागलं आणि बेताची का होईना पण एक निश्चित आमदनी ('सरासरी महिना ३०० रुपये') मिळू लागली. काही अशील थेट मोहनदासकडे येत. काही आता स्वत: काही वेळ वकिली करणाऱ्या लक्ष्मीदासमार्फत येत आणि मोठं नाव असलेल्या लक्ष्मीदासच्या एका ज्येष्ठ वकील भागीदारामार्फत काही येत. हा सहकारी-भागीदार मोहनदासला दिलेल्या प्रत्येक कामातून दलालीची अपेक्षा ठेवत असे आणि ती देण्यासाठी लक्ष्मीदास आपल्या भावावर दबाव आणत असे. (सगळे बॅरिस्टर असंच करतात.) हे आवडत नसूनही गांधी पुढे जात राहिले.

सुरक्षितता आणि स्थैर्याच्या या नवीन भावनेबरोबर कस्तुरशी संबंध सुधारायला लागले. मोहनदासचं प्रेम, जरी वासनामुक्त नसलं तरी, या आत्मचरित्रात त्या काळाबाबत व्यक्त केलेले मत लक्षात घेता वर्णन केलेल्या शब्दांत सांगायचं झालं, तर हळूहळू शुद्ध होत चाललं होतं. हे दांपत्य एकमेकांच्या सहवासात सुखी दिसत होतं. कस्तुर आपल्या पतीकडून शिक्षण (काय ते आम्हाला माहीत नाही) घ्यायला आणि काही सुधारणा करायलासुद्धा राजी झाली होती. ऑक्टोबर १८९२मध्ये त्यांच्या दुसऱ्या मुलाचा– मणिलालचा– जन्म झाला. लंडनला शिकायला जाणाऱ्या भारतीयांसाठी एक मार्गदर्शक पुस्तक लिहावं, हा कित्येक दिवस मनात घोळत असलेला विचार प्रत्यक्षात आणण्याचं गांधींनी ठरवलं आणि कामाला सुरुवात केली.

पण निवांत आयुष्य त्यांच्या वाट्याला येणार नव्हतं.

३

दक्षिण आफ्रिका आणि एक संकल्प

१८९३-१९०१

लक्ष्मीदासकडून सातत्यानं होणारी कळकळीची विनंती आणि तिचा अव्हेर करण्याची मोहनदासची असमर्थता यांची परिणती, गांधींच्या शब्दांत सांगायचं झालं, तर आयुष्यात बसलेल्या पहिल्या धक्क्यात झाली. मोठ्या भावाच्या डोक्यावर आरोपाची जी टांगती तलवार होती, त्या संदर्भात ही विनंती होती. पोरबंदरच्या गादीच्या अज्ञान वारसाचा सचिव आणि सल्लागार म्हणून लक्ष्मीदास काम करत असताना पूर्वी एकदा, या वारसानं सरकारी तिजोरीतून काही जड-जवाहीर चोरले आणि लक्ष्मीदासनं या गोष्टीकडे काणाडोळा केला, असा त्याच्यावर आरोप होता. ब्रिटिश साम्राज्याचा राजदूत (PA) काठियावाडसाठी नेमलेला ई.सी.के. (नंतरचे सर चार्ल्स) ऑलिव्हंट नावाचा तरुण माणूस या आरोपाची चौकशी करत होता.

इंग्लंडला असताना मोहनदास या ऑलिव्हंटला भेटले होते आणि त्याचं वागणं मैत्रीपूर्ण होतं हे समजल्यावर काहीसं उत्तेजित होऊन लक्ष्मीदासनं आपल्या भावाला मध्यस्थी करण्यासाठी गळ घातली. सुरुवातीला मोहनदासनं नकार दिला आणि आपल्या भावाला रीतसर विनंतीअर्ज दाखल करायला सांगितलं. इंग्लंडमध्ये योगायोगानं झालेल्या ओळखीचा असा फायदा घेणं योग्य दिसणार नाही, असं मोहनदासचं म्हणणं पडलं. इंग्लंडला असताना आपल्या भावाला आर्थिक मदत करणारा लक्ष्मीदास उत्तरला :

तुला काठियावाडबद्दल काही माहिती नाही आणि अजून तुला जगाची नीट ओळख झालेली नाही. इथे फक्त वजन असण्याला महत्त्व आहे. तू जर माझ्याविषयी तुझी ओळख असलेल्या अधिकाऱ्याजवळ शब्द टाकू शकत असशील, तर ते न करता एक भाऊ म्हणून आपल्या कर्तव्याकडे पाठ फिरवणं उचित ठरणार नाही.

शेवटी हार मानून मोहनदासनं इच्छेविरुद्ध भेटीची वेळ मागितली आणि ती मिळाली. पुढे काय घडलं, हे आत्मचरित्रात सांगितलं आहे :

मी (ऑलिव्हंटला) पूर्वीच्या भेटीची आठवण करून दिली... त्या राजदूतानं भेट झाल्याचं मान्य केलं; पण तिची आठवण करून देताच तो ताठरल्यासारखा वाटला. 'तू नक्कीच आपल्या त्या ओळखीचा गैरफायदा घ्यायला आलेला नाहीस, की आहेस?'... असं त्याच्या चेहऱ्यावर लिहिलेलं स्पष्ट दिसत होतं. तरीसुद्धा मी माझं म्हणणं त्याच्यासमोर मांडलं. साहेब अस्वस्थ झाला. 'तुझा भाऊ कपटी आहे. मला तुझ्याकडून काहीही ऐकायचं नाही. माझ्याकडे वेळ नाही. तुझ्या भावाला जर काही सांगायचं असेल, तर त्याला योग्य पद्धतीनं अर्ज करायला सांग.' हे उत्तर पुरेसं होतं आणि कदाचित योग्यही होतं. पण स्वार्थ आंधळा असतो. मी माझी कहाणी पुढे रेटली. तो साहेब उभा राहिला आणि म्हणाला, 'मला आता गेलं पाहिजे.' 'पण कृपा करून माझं पूर्ण बोलणं ऐकून घ्या', मी म्हणालो. हे ऐकून त्याला आणखी राग आला. मला बाहेरचा रस्ता दाखवायला त्यानं त्याच्या शिपायाला सांगितलं. मी अजून तिथेच रेंगाळत होतो. तो शिपाई आत आला, माझ्या खांद्यांवर हात ठेवले आणि मला खोलीबाहेर काढलं.

असं दिसतं की, राजदूताच्या त्या भव्य कार्यालयाच्या प्रवेश कक्षातून संतापलेल्या गांधींनी ताबडतोब एक चिठ्ठी लिहून आत पाठवली :

'तुम्ही माझा अपमान केला आहे. तुमच्या शिपायामार्फत तुम्ही माझ्यावर हल्ला केला आहे. तुम्ही जर दिलगिरी व्यक्त केली नाहीत, तर मला तुमच्याविरुद्ध कारवाई करावी लागेल.' एका सेवकामार्फत तत्परतेनं उत्तर आलं. 'तुम्ही माझ्याशी अशिष्टपणाचं वर्तन केलंत. मी तुम्हाला जायला सांगितलं आणि तुम्ही ऐकलं नाही. शिपायाला सांगून तुम्हाला बाहेरचा रस्ता दाखवण्यावाचून माझ्यापुढे दुसरा पर्याय उरला नाही... तुम्हाला बाहेर काढण्यासाठी त्याला बळाचा वापर करावा लागला. तुम्हाला काय कारवाई करायची असेल, ती तुम्ही करू शकता.'

आत्मचरित्रात हे ऑलिव्हंटचं उत्तर थोडक्यात असं किंवा साधारणपणे या शब्दांत अशा रीतीनं न देता जसंच्या तसं लिहिलं आहे. गांधींनी ते एकतर जपून ठेवलं होतं किंवा लक्षात ठेवलं होतं.

एका खटल्यासाठी त्या वेळी फिरोजशहा मेहता राजकोटला आले होते. वर

घडलेल्या संपूर्ण घटनेचा तपशील, स्वत:च्या पत्राची आणि ऑलिव्हंटनं त्यावर दिलेल्या उत्तराची प्रत पाठवून गांधींनी त्या ज्येष्ठ वकिलाचा सल्ला विचारला :

मेहतांनी मध्यस्थाला सांगितलं, गांधींना सांगा, या गोष्टी नेहमीच्याच आहेत... ते नुकतेच इंग्लंडहून आले आणि गरम रक्ताचे आहेत. ब्रिटिश अधिकाऱ्यांना ते नीटसं ओळखत नाहीत... ते पत्र फाडून टाका आणि अपमान गिळून टाकायला सांगा. साहेबाविरुद्ध कारवाई करून पदरी काही पडणार नाही आणि त्यांचं स्वत:चंच त्यामुळे नुकसान होईल.'

स्वदेशात सुधारणा घडवून आणण्याची स्वप्नं बघणाऱ्या अभिमानी, इंग्रजाळलेल्या भारतीय गांधींना विषासारखा कडू सल्ला गिळताना हाता-पायातील बळ घालवणाऱ्या तीन प्रकारच्या भावनांशी दोन हात करावे लागले : अपराधीपणाची भावना (चुकीचा हेतू मनात धरून ते ऑलिव्हंटला भेटायला गेले होते), अवहेलना (राजकोटच्या मुख्यमंत्र्यांचा मुलगा आणि एक बॅरिस्टर असलेल्या त्यांना राजकोटमध्ये 'लाडक्या लंडनच्या' दिवसांतल्या एका मित्रानं अपमानित केलं होतं.) आणि हतबलता (स्वत:च्या हातानं दिलेली लेखी धमकी ते प्रत्यक्षात आणू शकले नाहीत.).

तरीही हा धक्का उपयुक्त ठरला. गांधींनी वांशिक अभिमानाचा चेहरा बघितला होता, तीन वर्षं इंग्लंडमध्ये राहूनही त्यांना याचा सामना करावा लागला नव्हता, आणि त्याला तोंड देताना कमकुवत पायावर उभं राहण्याचा वेडेपणा केला होता, याची जाणीव त्यांना झाली.

याला उत्तर म्हणून तीन प्रकारचे निर्णय घेतले गेले. यापुढे वंशाभिमान किंवा गोऱ्या वर्णाच्या अभिमानाविषयी ते जागरूक राहतील. पण त्याला साम्राज्यवादी अभिमान म्हणून संबोधायला ते अजून तयार नव्हते. दुसरी गोष्ट म्हणजे या अभिमानाचा सामना करताना ते पुन्हा कधीच स्वत:ला चुकीच्या परिस्थितीत ठेवणार नाहीत आणि तिसरी गोष्ट म्हणजे त्यांच्या रागाचा रोख त्या अभिमानावर असेल, तो व्यक्त करणाऱ्या व्यक्तीवर नसेल.

हा शेवटचा निर्णय काही सोपा गेला नसावा. त्या अधिकाऱ्याकडे जाण्यात त्यांची चूक झाली होती, तरी ऑलिव्हंटचा उतावळेपणा आणि क्रोध हा मर्यादा ओलांडणाराच होता. गांधी त्याच्याबरोबर पाच मिनिटे किंवा त्यापेक्षाही कमी काळ होते. ऑलिव्हंट सभ्यपणानं मला बाहेर जायला सांगू शकत होते; परंतु त्यांना सत्तेची फाजील नशा चढली होती, असे गांधींनी १९२६ साली लिहिलं. १८९२-९३ मधल्या गांधींची प्रतिक्रिया यापेक्षाही तिखट असणार.

ऑलिव्हंट प्रकरणानंतर तीन दशकांनी गांधी, लेखनात तरुणपणी असलेल्या रुचीबद्दल आणि कोणत्या गोष्टींनी त्यावर मात केली त्याबद्दल बोलतात : *'माझ्या*

आयुष्यातला सुरुवातीचा काळ हा वादळी आणि तणावपूर्ण होता. काठियावाडच्या तत्कालीन राजदूताबरोबर झालेल्या वादापासून याची सुरुवात झाली. माझी लेखनकौशल्यं प्रत्यक्षात आणायला त्यामुळे फारसा वेळ मिळाला नाही.'

तरीही ऑलिव्हंटनं मोहनदासना बाहेर काढल्यामुळे जी सर्जनाची प्रक्रिया सुरू झाली. त्याची परिणती पन्नास वर्षांनी 'भारत छोडो' चळवळीत होणार होती.

*

राजकोटच्या वकिली व्यवसायाची जी काही थोडीफार मोहिनी गांधींवर पडली असेल, तीही आता नाहीशी झाली होती. काठियावाडमधल्या न्यायालयाचे सर्वेसर्वा असलेले ऑलिव्हंट यांना अभिवादन करण्याची कल्पनाही काबा गांधींच्या या मुलाला आणि ओता गांधींच्या नातवाला सहन होण्यासारखी नव्हती. 'त्यांच्याशी जुळवून घेणं माझ्या आवाक्याबाहेरचं होतं. त्यांना लाडीगोडी लावून मर्जी संपादन करण्याची माझी मुळीच इच्छा नव्हती.' काठियावाड राज्याचं मंत्रिपद किंवा न्यायाधीशपद स्वीकारणं हा पर्याय मोहनदास आणि त्यांच्या भावासाठी उपलब्ध होता; पण काही कट-कारस्थानं केल्याशिवाय हे पद मिळण्याचा प्रश्नच नव्हता.

काठियावाडचं क्षुद्र राजकारण : वारसावारसांची आपसातली भांडणं, ब्रिटिश आणि भारतीय राजकीय अधिकाऱ्यांची करावी लागणारी खुशमस्करी आणि या अधिकाऱ्यांच्या हाताखालच्या लोकांना पैसे चारून खूश ठेवणं, गांधींना अगदी विषासमान वाटू लागलं. इंग्लंडमध्ये असताना 'द व्हेजिटेरियन'च्या वाचकांपुढे मांडलेलं आदर्श काठियावाड हे असं नव्हतं.

पोरबंदरमध्ये त्यांनी काही आठवडे मोकळा श्वास घेतला. राज्याचं सिंहासन तेव्हा रिकामं होतं आणि त्याचा लहान वारस गांधींचा अशील होता. इंग्लंडला जाण्यापूर्वी ज्यांची मदत मागण्याचा निष्फळ प्रयत्न त्यांनी केला होता, त्या फ्रेडरिक लेली यांच्याकडून वारसासाठी गांधींनी काही सवलती मागून घेतल्या आणि लेलींनी मोहनदासना वारसाबरोबर शिक्षक म्हणून काही दिवस राहण्याची–बहुतेक राजवाड्यामध्येच– परवानगी दिली. परंतु एका भारतीय राजकीय अधिकाऱ्यानं गांधींनी पोरबंदर राज्यातल्या मेर या लढाऊ जमातीसाठी मागितलेली मदत नाकारली.

राजकोटला परत आल्यानंतर गांधी पुन्हा एकदा पूर्णपणे निराश झाले आणि वैतागले. तेव्हाच पोरबंदरच्या मेमन मुसलमान पेढीकडून दादा अब्दुल्ला आणि कंपनीकडून एक पत्र आलं. लक्ष्मीदासला उद्देशून असलेल्या त्या पत्रात, तुमचा भाऊ दक्षिण आफ्रिकेला जायला तयार आहे का, अशी विचारणा केली होती. तिथे या पेढीचा मोठा व्यवसाय होता आणि ४० हजार पौंडांच्या दाव्याच्या खटल्यात त्यांना मदत करणारं कुणीतरी हवं होतं.

यावर चर्चा करून मत अजमावताना दादा अब्दुल्ला कंपनीचे भागीदार अब्दुल करीम झवेरी यांच्याकडून मोहनदासना समजलं की, पेढी आणि तिचे युरोपियन वकील यांच्यामधला दुवा म्हणून त्यांना काम करावं लागणार होतं. दक्षिण आफ्रिकेत असलेल्या पेढीचा प्रमुख– झवेरींचा भाऊ अब्दुल्ला शेट–याचं इंग्रजी चांगलं नव्हतं आणि त्यांच्या वकिलांना गुजराती भाषा येत नव्हती. गांधींच्या मदतीनं अब्दुल्ला त्याच्या वकिलांना आदेश देऊ शकणार होता आणि त्यांचं म्हणणं समजून घेऊ शकणार होता.

'तुम्ही आम्हाला आमच्या दुकानात मदत करू शकाल', असं झवेरी पुढे म्हणाले. जेव्हा मोहनदासनं त्यांच्या अटींबद्दल विचारलं, तेव्हा सांगण्यात आलं की, एक वर्षापेक्षा जास्त त्यांची गरज भासणार नाही. आम्ही तुम्हाला प्रथमवर्गाचं जाण्यायेण्याचं भाडं देऊ आणि सगळे मिळून १०५ पौंड देऊ.'

गांधींनी तत्परतेनं या प्रस्तावाला होकार दिला. तिथे त्यांना बॅरिस्टर म्हणून बोलावलं गेलं नसून पेढीचा एक नोकर म्हणून बोलवलं गेलं आहे हे पूर्णपणे जाणूनही ते जायला तयार झाले; कारण काहीही करून भारत सोडण्याची त्यांची इच्छा होती. त्याशिवाय, आपल्या भावाला १०५ पौंडांची परतफेड करण्याची कल्पना त्यांना जास्त भावली, असं ते आपल्याला सांगतात. ताजी, हिरवीगार शेतं आणि कुरणं त्यांना खुणावत होती.

नवीन देशाबद्दल असलेल्या कुतूहलापेक्षाही यात अजून काहीतरी होतं. ही संधी म्हणजे सुधारणा घडवून आणण्याच्या त्यांच्या आकांक्षांना फुटलेली नवीन पालवी होती, असं त्यांना वाटत होतं किंवा अशी आशा वाटत होती. आणि कदाचित, जर ते उघडपणे असं म्हणत नसले; तरी वांशिक अभिमानाचं त्यांना जवळून अवलोकन करायची इच्छा असावी.

अर्थात पत्नीपासून दूर जाण्याच्या विचारानं त्यांच्या हृदयात कळ उठली. आयुष्यात प्रथमच काही महिन्यांपासून आणि काही बाबतींत त्यांना आणि कस्तुरला दोघांनाही जास्तीत जास्त वेळ एकमेकांच्या सहवासात घालवण्याची इच्छा होत होती. गांधींसाठी हा वियोग केवळ दक्षिण आफ्रिकेच्या आकर्षणामुळे सह्य झाला होता.

'आपण एक वर्षानंतर भेटणारच आहोत, असं मी तिचं सांत्वन करताना म्हणालो आणि मुंबईला जाण्यासाठी राजकोटहून निघालो.'

*

ज्या देशात गांधी चालले होते, त्याच्याबद्दल त्यांना कितपत माहिती होती हे आत्मचरित्रात सांगितलेले नाही. 'सत्याग्रह इन साउथ आफ्रिका' (किंवा S) या गांधींनी लिहिलेल्या वृत्तान्ततही हे सांगितलेलं नाही. हा वृत्तान्त १९२०च्या

दशकाच्या सुरुवातीच्या दिवसांत लिहिला आहे. त्यात त्यांच्या राजकीय लढायांविषयी सांगितलं आहे. ते या लढाया अशा एका देशात लढले की, ज्या देशात त्यांच्या करारापलीकडे आणि अपेक्षांच्या पलीकडे जाऊन त्यांना जवळजवळ एकवीस वर्षं राहावं लागणार होतं. १८९३ सालातील आफ्रिकेचा प्रदेश आणि साधनसंपत्तीवर युरोपियन शक्तींचा अंमल होता आणि १८८५च्या बर्लिन काँग्रेसला अनुसरून त्या शक्तींमध्ये त्यांची विभागणी झाली होती. दक्षिण आफ्रिका ही तेव्हा सार्वभौम राजवट नव्हती. पूर्व किनारपट्टीवरील नाताळ ही क्राउन वसाहत होती आणि दक्षिण-पश्चिम भागात 'केप' ही स्वयंशासित ब्रिटिश वसाहत होती (सेसिल ऱ्होड्स हा प्रधानमंत्री होता), तर आतील भागातील ट्रान्सवाल आणि ऑरेंज फ्री स्टेट हे बोअर किंवा आफ्रिकानेर प्रजासत्ताक होतं, त्यांच्या संस्कृतीवर डच आणि फ्रेंच प्रोटेस्टंट पंथाचा प्रभाव होता. ट्रान्सवालचा अध्यक्ष पॉल क्रूगर होता.

भिन्न प्रकारच्या कृष्णवर्णीयांनंतर (झुलू, क्झोसा आणि इतर) आणि भिन्न प्रकारच्या गौरवर्णीयांनंतर दक्षिण आफ्रिकेतला तिसरा गट (बहुतांशी केपमध्ये राहणारा) हा 'गौरवर्णेतर' होता. त्यात मिश्रवंशीय इंडोनेशियन्स, मलायी, गोरे, काळे आणि स्थानिक वंशज असलेले खोई आणि सान यानंतर भारतीयांचा क्रमांक लागत असे.

१८५०मध्ये नाताळमध्ये प्रथमच लागवड केलेल्या उसाच्या मळ्यांमध्ये काम करण्यासाठी नाताळचे झुलू लोक नालायक समजले जात; त्यामुळे शिकाऊ कामगार म्हणून भारतीयांना १८६० पासून आणलं जाऊ लागलं. बहुतांश लोक दक्षिण भारतातील तमिळ व तेलुगू भाषिक होते किंवा बिहार व पूर्व उत्तर प्रदेशातील हिंदी भाषिक. त्यांच्या पावलावर पाऊल ठेवून आपला माल भारतीय कामगारांना आणि गौरवर्णीयांना व आफ्रिकन लोकांना विकण्यासाठी भारतीय दुकानदार आणि व्यापारी दाखल झाले. त्यातले बहुतेक दुकानदार आणि सगळे बडे व्यापारी हे जवळपास सगळेच मुसलमान होते व गुजरातमधून आलेले होते.

१८९३मध्ये दरबानची लोकसंख्या सुमारे ३० हजार होती. त्यातील निम्मे गौरवर्णीय होते. उरलेल्या निम्म्यांपैकी जवळजवळ सारख्याच संख्येने कृष्णवर्णीय आणि भारतीय होते. कृष्णवर्णीयांना जगणं नकोसं करून टाकणं हे नाताळमध्ये आणि दक्षिण आफ्रिकेत इतरत्र ठरलेलं धोरण होतं.

दक्षिण आफ्रिकेविषयी काही माहिती असो अथवा नसो, दरबानला पाय ठेवल्यापासून गांधींच्या सावध निरीक्षणाच्या आधारे त्यांना त्या प्रदेशातल्या गौरवर्णीयांच्या मनातील भारतद्वेषाची जाणीव मात्र नक्कीच झाली होती.

*

१९ एप्रिल १८९३ या दिवशी मुंबईला 'सफारी' या बोटीवर गांधी चढले, तेव्हा

दक्षिण आफ्रिकेच्या अनुभवाबद्दल त्यांच्या मनात उत्साह व आनंद भरलेला होता. प्रथमश्रेणीच्या सगळ्या जागा मोझांबिकचे गव्हर्नर जनरल आणि त्यांचा परिवार यांच्यासाठी राखीव आहेत, हे कळल्यावर ते शांतपणे मुख्य अधिकाऱ्याकडे गेले आणि कसंही करून थोडीशी जागा करून देण्यास सांगितलं. त्यांना आपादमस्तक न्याहाळून मुख्य अधिकाऱ्याच्या केबिनमध्येच एक बर्थ देण्यात आला, जो एरवी प्रवाशांना दिला जात नसे. बोटीच्या कप्तानाचीही गांधींशी मैत्री झाली. तो त्यांच्याशी बुद्धिबळ खेळत असे.

लामू बेटावर आणि मोंबासा इथे थांबे घेत घेत 'सफारी' झांजिबारला पोचली. कप्तानानं गांधींना आणि एका इंग्लिश प्रवाशाला बाहेर फेरफटका मारायचं आमंत्रण दिलं. जेव्हा एक दलाल त्या सगळ्यांना घेऊन स्थानिक वेश्यागृहात गेला, तेव्हा त्या आमंत्रणामागचं रहस्य गांधींना समजलं. प्रत्येकाला एकेका खोलीत जाण्यास सांगण्यात आलं. गांधी शरमेनं बधिर होऊन एका जागी खिळून उभे राहिले. पुढे ते म्हणतात, 'जसा मी आत गेलो, तसाच लगेच बाहेर आलो!'

सुमारे सात वर्षांपूर्वी राजकोटला असताना 'ती बिचारी स्त्री आपल्याबद्दल काय विचार करत असेल', असा विचार त्यांच्या मनात आला होता. पण या वेळी शरम त्यांच्या मनातून लगेचच लुप्त झाली. या स्त्रीमुळे त्यांच्या भावना तसूभरही हेलावल्या नव्हत्या. उलट, खोलीत जायला आपण विरोध का केला नाही, या विचारानं त्यांनी स्वत:लाच दोष दिला. दयाळू ईश्वरानं पुन्हा एकदा वाचवलं, असंच त्यांना वाटलं आणि त्यांना क्षणभरासाठी वाटणारी शरम चुकीची होती, हे कळलं.

दक्षिण आफ्रिकेकडे जाणाऱ्या प्रवाशांना झांजिबारला आठ ते दहा दिवस मुक्काम करावा लागला. त्यानंतर १४ मे रोजी जर्मन ईस्ट आफ्रिका मार्गावरची 'ॲडमिरल' बोट त्यांना पुढे नेणार होती. गांधींना या काळात आफ्रिकेतल्या जीवनाची झलक बघायला मिळाली (आफ्रिकेत झाडं आणि फळं प्रचंड असतील असा कयास त्यांनी बांधला.), न्यायालयात जाऊन तिथली कार्यपद्धती त्यांनी बघितली आणि दक्षिण आफ्रिकेत आपल्यापुढे काय वाढून ठेवलं असेल, यावर विचार करायला त्यांना वेळ मिळाला.

विस्तीर्ण बंदरातून हळूहळू पुढे सरकत आणि जंगलानं वेढलेल्या टेकड्यांचा आणि समुद्रकिनारी असलेल्या दुतर्फा झाडी असणाऱ्या रुंद रस्त्यांचा देखावा प्रवाशांना दाखवत-दाखवत २३ मे रोजी पोर्ट दरबानला 'ॲडमिरल'नं नांगर टाकला. फ्रॉक-कोट, उभ्या रेघांची विजार, काळा फेटा, घड्याळ आणि साखळी असा वेश धारण केलेले गांधी आधुनिक तरीही भारतीय बॅरिस्टर म्हणून शोभत होते. ते नंतर आठवणी सांगताना म्हणत, *'माझ्या दृष्टीनं मी अतिशय योग्य पोशाख केलेला होता आणि आपण एक महत्त्वाची व्यक्ती आहोत, ही जाणीव बरोबर*

घेऊनच मी दरबानमध्ये पाऊल ठेवलं.'

अब्दुल्ला शेटनं त्यांची जहाजावर जाऊन भेट घेतली. ऑलिव्हंटबरोबर घडलेल्या घटनेची आठवण ताजी असल्यामुळे ते आपल्या आसपासचं बारकाईनं निरीक्षण करत होते. त्यांना दिसलं की, प्रवाशांचं स्वागत करायला 'अॅडमिरल'वर आलेले गोरे भारतीयांकडे तुच्छतेनं बघत होते.

त्यातले बरेचजण अब्दुल्ला शेटना ओळखत असावेत. त्यांनी अब्दुल्लांना जरा अहंमन्यतेनंच अभिवादन केलं, असं गांधींना वाटलं. गांधींना दिसलं की, त्यांच्याकडेही ते लोक औत्सुक्यानं पाहत होते.

दरबानच्या लोकांनी त्यांच्यासारखा पोशाख केलेला भारतीय माणूस बघितला नव्हता. अब्दुल्लांसकट मुसलमान व्यापारी डगळ कपडे वापरत, मोठे पांढरे फेटे बांधत आणि त्यांना दाट, मोठ्या दाढ्या असत. ते स्वत:ला (आणि बाकी सगळे त्यांना) अरब म्हणत. भारतातून आलेले पारशी व्यापारी किंवा कारकुनांना 'पर्शियन' असं संबोधत. हिंदू आणि ख्रिश्चन लोकांना 'कुली' म्हणत किंवा फक्त 'सामी' म्हणत. नाताळमध्ये असलेल्या बऱ्याच दक्षिण भारतीय लोकांच्या नावांपुढे असा प्रत्यय लावण्याची पद्धत होती. तो संस्कृतमधल्या 'स्वामी'चा अपभ्रंश होता.

'सामी या शब्दाचा अर्थ मालक असा होतो', असं सांगण्याचं धाडस जर एखाद्या भारतीयानं केलं असतं, तर गोरे चरकले असते, त्यांनी शिवीगाळ केली असती किंवा जीवे मारण्याची धमकी दिली असती.

असं असलं तरी ऐटबाज युरोपियन कपड्यांमधला आणि डोक्याला फेटा असलेला एक भारतीय ही गोष्ट दरबानच्या गोऱ्यांना बुचकळ्यात टाकणारी होती. अब्दुल्लाही गोंधळले. त्यांना असे भारतीय ख्रिश्चन माहीत होते, जे स्वस्त युरोपियन कपडे वापरत आणि क्वचित हॅट घालत; पण फेटा बांधत नसत. दक्षिण भारतातून कामाच्या करारावर आलेल्या ज्या लोकांनी ख्रिश्चन धर्म स्वीकारला होता, ते धर्मांतरित ख्रिश्चन बहुतेक वेटर म्हणून काम करत. त्यांच्याबद्दल अब्दुल्लांचं मत काही फारसं चांगलं नव्हतं.

पोरबंदरहून आलेला चतुर पण अक्षरश: निरक्षर असलेला हा माणूस नाताळमध्ये आणि ट्रान्सवालमध्ये वेगवेगळे उद्योगधंदे करून आणि जहाजं खरेदी करून जम बसवून होता. १८८०च्या शेवटी-शेवटी नव्यानंच सापडलेलं दक्षिण आफ्रिकन सोनं भारतात विकून त्यानं अमाप संपत्ती गोळा केली होती. गांधींनी विचार केला, त्याला बहुधा असं वाटत असावं की, हा इंग्रजाळलेला बॅरिस्टर आपल्याला काय मदत करणार आणि त्याच्या राहण्या-खाण्याचा खर्च बघता पोरबंदरच्या भावानं त्याच्यासाठी हा एक पांढरा हत्ती पाठवला आहे, अशी त्याला भीती वाटत होती. परंतु काही दिवसांच्या निरीक्षणानंतर आणि बोलण्यामुळे त्याला आश्वस्त वाटू लागलं.

दरम्यान, गांधी दरबानच्या काही अग्रगण्य भारतीयांना (मुसलमान, हिंदू, ख्रिश्चन आणि पारशी) भेटले होते आणि त्यांना रोज तोंड द्याव्या लागणाऱ्या वांशिक मतभेदाबद्दल जाणून घेतलं होतं. त्यांना वर्तमानपत्रातही स्थान मिळालं होतं. गांधी आले त्याच्या दुसऱ्या किंवा तिसऱ्याच दिवशी अब्दुल्लांनी त्यांना दरबानच्या न्यायालयात नेलं आणि अब्दुल्लांच्या गोऱ्या वकिलांशेजारी बसायला सांगितलं. न्यायाधीशांनी गांधींकडे काही वेळ निरखून पाहिलं आणि त्यांना त्यांचा फेटा काढायला सांगितलं. (अब्दुल्लांसारखे लोक फेटा ठेवू शकत होते, कारण ते 'अरब' होते. पण गांधींसारख्या 'भारतीयां'नी न्यायालयात डोक्यावरील वस्त्र काढून ठेवणं अपेक्षित होतं, विशेषत: न्यायालयात काही बोलायचं असेल, तर काढणं आवश्यकच होतं.)

तथापि, फेटा उतरवणं हे एका भारतीयासाठी मानहानिकारक होतं, आदर व्यक्त करण्याची पद्धत नव्हती. मुंबई हायकोर्टातले वकील त्यांचे फेटे उतरवून ठेवत नसत. फेटा काढायला नकार देऊन गांधी दरबानच्या कोर्टातून चालते झाले. दुसऱ्या दिवशी 'नाताळ ॲडव्हर्टायझर'नं वृत्त छापलं; मथळा होता 'एक नको असलेला पाहुणा!' त्यात फेटा न काढल्याबद्दल गांधींवर टीका केली होती.

बाणेदारपणे, पण तरीही नम्रतेच्या सुरात दिलेल्या उत्तरात गांधींनी भारतीयांच्या फेट्याप्रति असलेल्या भावनेची भलावण केली. अब्दुल्लांच्या मनातही या वंशभेदाच्या वागणुकीविरुद्ध बऱ्याच दिवसांपासून अंगार पेटलेला होता. त्यांच्या मदतीनं गांधींचं उत्तर 'ॲडव्हर्टायझर'च्या २९ मेच्या अंकात छापून आलं आणि काही दिवसांपूर्वीच आफ्रिकेच्या भूमीवर पाय ठेवलेल्या त्या तरुण बॅरिस्टरला दक्षिण आफ्रिकेत अनपेक्षित प्रसिद्धी मिळाली. जरी या धिटाईसाठी काही लोकांकडून त्यांना कठोर टीका सहन करावी लागली, तरी त्याचा खेद झाला नाही.

हे नवे गांधी होते? काही महिन्यांपूर्वी मुंबईच्या न्यायालयात डोकं गरगरायला लागून कोसळलेले गांधी कात टाकून नव्या रूपात समोर आले होते का? किंवा ही तीच व्यक्ती होती, जी पुरती एकोणीसही वय नसताना पाच वर्षांपूर्वी आपल्या जातिबांधवांपुढे उभी ठाकली होती आणि आता ऑलिव्हंट प्रकरणानंतर गोऱ्या अधिकाऱ्यांसमोर ताठ मानेनं उभं राहिलं पाहिजे, असं तिला वाटू लागलं होतं?

राजकोट आणि मुंबईपासून दूर, दरबानला त्यांना नक्कीच मोकळेपणा वाटत होता. तिथे ते स्वत:च धाकदपटशाला बळी जात होते. दरबानच्या भारतीयांना आपली गरज आहे, हे त्यांनी ताबडतोब ओळखलं आणि अब्दुल्लांचाही त्यांच्यावर विश्वास बसत चालला. पोर्ट दरबानला पाय ठेवल्यापासून त्यांच्या विचारांचा केंद्रबिंदू पाहता आणि ज्या तातडीनं दरबानच्या भारतीय समाजातल्या नेत्यांच्या गाठीभेटी त्यांनी घेतल्या, त्यावरून आपण असा निष्कर्ष काढू शकतो की, ऑलिव्हंट-भेटीचा

धक्का आणि दादा अब्दुल्ला आणि कंपनीकडून आलेलं आमंत्रण यांनी त्यांच्या आत्म्याला आधीच स्पर्श केला होता.

आतापावेतो त्यांनी त्या खटल्याचे बारकावे जाणून घेतले होते, ज्यासाठी ते आले होते–ट्रान्सवाल प्रांताची राजधानी असलेल्या प्रिटोरियात राहणाऱ्या तय्यब शेट या नातेवाइकाविरुद्ध अब्दुल्ला आणि त्यांच्या पेढीनं ४० हजार पौंडांचा दावा लावला होता. प्रिटोरिया इथे हा खटला चालणार होता आणि गांधींना तिथे जावं लागणार होतं.

भारतीयांसाठी ट्रान्सवाल नाताळपेक्षाही वाईट होतं, असं गांधींना सांगण्यात आलं. तिथल्या युरोपियन लोकांच्या मते भारतीयांना मानवी सभ्यतेची थोडीही जाण नव्हती, भयानक रोगांनी ते पिडलेले होते. शिवाय प्रत्येक स्त्रीला ते त्यांचं सावज समजत आणि स्त्रियांना स्वतंत्र अस्तित्व नाही असं ते समजत. 'चार असत्ये' याविषयी गांधींनी लवकरच आपलं मत व्यक्त केलं.

शहरांपासून दूर लहान जागांवर भारतीय लोक जमिनी खरेदी करू शकतात, असं ट्रान्सवालच्या कायद्यात–ॲक्ट ३, १८८५–नमूद केलं होतं. त्यांच्या व्यापार करण्यावरही त्या कायद्यानं कठोर बंधनं लादली होती. जेव्हा प्रजासत्ताकातल्या काही प्रमुख भारतीयांनी राष्ट्राध्यक्ष क्रूगर यांच्याकडे याबद्दल तक्रार करायचा प्रयत्न केला, तेव्हा त्यांनी त्यांना आपल्या घरात प्रवेशही करू दिला नाही. आपल्या अंगणात त्यांना उद्देशून बोलताना क्रूगर, इतर ओल्ड टेस्टामेंटच्या कट्टर अनुयायांप्रमाणे त्यांना म्हणाले :

> *तुम्ही इस्माईलचे वंशज आहात आणि त्यामुळे जन्मत:च ईसाऊच्या वंशजांची सेवा-चाकरी करण्यासाठी बांधील आहात. आम्ही ईसाऊचे वंशज असल्याकारणाने आमच्याबरोबरीनं समानतेचे अधिकार आम्ही तुम्हाला देऊ शकत नाही.*
>
> *आम्ही जे काही हक्क तुम्हाला देऊ, त्यावरच तुम्ही समाधान मानलं पाहिजे.*

अब्दुल्ला आपल्या वकिलांना जी फी मोजत होते, त्याचा वाढता आकडा पाहून (तय्यब शेटही आपल्या वकिलांना नि:संशय तेवढीच फी मोजत होते.) गांधींनी शक्य झाल्यास, प्रयत्न करून न्यायालयाबाहेर या खटल्याची काही तोड निघते का, हे बघण्याची इच्छा व्यक्त केली. गांधी म्हणाले की, काही झालं तरी तय्यब हे तुमचे नातेवाईक आहेत. या सूचनेवर अचंबित होऊन अब्दुल्लांनी गांधींना याही मार्गाचा अवलंब करण्याचा अधिकार दिला आणि तय्यबच्या धूर्तपणापासून सावध राहायलाही बजावलं.

दक्षिण गोलार्धात हिवाळा सुरू असताना ३१ मे १८९३ रोजी अब्दुल्लांनी गांधींना नाताळच्या चार्ल्सटाऊन शहरी जाणाऱ्या रेल्वेच्या प्रथमश्रेणीच्या डब्याजवळ सोडलं. हे शहर ट्रान्सवालच्या सीमेजवळ होतं. तिथून ट्रान्सवालच्या पूर्व भागात असलेल्या स्टँडर्टन या गावी जाण्यासाठी त्यांना घोडागाडी मिळणार होती आणि तिथे रात्रभर मुक्काम करून जोहान्सबर्गला पोचायचं होतं, हा प्रवास सुमारे १५० मैलांचा होता. जोहान्सबर्गहून दुसरी एक ट्रेन त्यांना प्रिटोरियाला घेऊन जाणार होती. या गुंतागुंतीच्या प्रवासाचा गांधींनी पूर्वाभ्यास केला आणि काही आवश्यक, उपयुक्त माहिती गोळा केली; पण त्यांनी अपेक्षा केली होती, त्यापेक्षा हा प्रवास अवघड ठरला.

रात्री नऊ वाजता ट्रेन पीटरमारिट्झबर्गला थांबली. हे ठिकाण पठारी भागात होतं आणि दरबानपेक्षा थंड होतं. एक प्रवासी गांधींच्या डब्यात शिरला, त्यानं त्यांना 'आपादमस्तक' न्याहाळलं, परत गेला आणि रेल्वेच्या एक-दोन अधिकाऱ्यांना घेऊन आला. दुसरा एक अधिकारी नंतर आला आणि त्यांनी गांधींना मालवाहतुकीच्या डब्यात जाण्याचा आदेश दिला.

> *"पण माझ्याकडे प्रथमश्रेणीचं तिकीट आहे."* गांधी म्हणाले.
>
> "ते महत्त्वाचं नाही. मी तुम्हाला सांगतो, तुम्ही मालगाडीच्या डब्यात गेलंच पाहिजे."
>
> *"मीही तुम्हाला सांगतो की, दरबानला मला याच डब्यातून प्रवास करण्याची परवानगी दिली गेली होती, आणि मी याच डब्यातून प्रवास करणार."*
>
> "नाही, तुम्ही करणार नाही."
>
> *"मी इथून हलणार नाही."*

एका पोलीस हवालदाराला बोलावण्यात आलं. गांधींसह त्यांचं सामानही बाहेर टाकण्यात आलं. ट्रेन पुढे निघून गेली. काळोखातील प्रतीक्षा-कक्षात गांधी चालत गेले, सामान होतं तिथेच सोडून दिलं. कडाक्याची थंडी होती आणि गांधींचा ओव्हरकोट सामानात होता. आणखी अपमान करून घेण्याची त्यांची इच्छा नव्हती, म्हणून त्यांनी कुणालाही सामान आणण्याविषयी सांगितलं नाही आणि त्या अंधाऱ्या रात्री ते कुडकुडत बसले. केव्हातरी एक माणूस त्या खोलीत आला आणि बहुधा तो बोलू इच्छीत होता. पण गांधी बोलण्याच्या मन:स्थितीत नव्हते. त्यांच्या मनात वादळ घोंघावत होतं आणि शिवाय त्या अपरिचित माणसाची त्यांना भीती वाटली.

भारतात परत जावं, असा विचार त्यांच्या मनात आला; पण तो भित्रेपणा ठरेल असं वाटून त्यांनी हा पर्याय झटकून टाकला. ते तिथेच थांबून लढणार होते आणि

त्यांच्या स्वत:च्या हक्कांपेक्षाही जास्त, एका अनामिक, आकारहीन दुष्ट शक्तीनं त्यांच्यामधल्या गाढ विश्वासावर हल्ला चढवला होता, त्यासाठी– लहानपणापासून जोपासलेला एक दृष्टिकोन, जो इंग्लंडमधल्या तीन वर्षांच्या वास्तव्यानं दृढ झाला होता, तो आणखीनच दृढ झाला. तो म्हणजे एकाच ईश्वराची निर्मिती असलेले सगळे मानव समान होते.

राजकोटला जेव्हा ऑलिव्हंट प्रकरण झालं होतं, तेव्हा दोषाची विभागणी त्याच्यात आणि आपल्यात नेमकी कशी करायची, हे गांधींना नीट उमगलं नव्हतं. आता, पीटरमारिट्झबर्गला त्यांनी कोणतंही अनुचित वर्तन केलं नव्हतं, तरीही एका दुष्टानं त्यांना बाहेर ढकललं होतं. त्यांना ट्रेनबाहेर काढणारा तो माणूस नव्हता; तर सत्तेचा आणि वंशाचा अहंकार एकवटलेली ती एक शक्ती होती.

तिथे राहून लढा देण्याचा तरुण गांधींचा निर्णय हा आत्म्याच्या अगदी आतल्या गाभ्यातून प्रकटलेला होता. तो राजकीयही होता आणि आध्यात्मिकही. दोन्ही ऊर्मी एक झाल्या होत्या आणि एकदिलानं त्यांच्या आत प्रकटल्या होत्या. त्या अधिकाऱ्यानं आदेश दिल्याप्रमाणे गांधी वागले असते, तर गहूवर्णी व कृष्णवर्णी माणसं गौरवर्णीयांपेक्षा हीन दर्जाची आहेत, हे मान्य केल्यासारखं झालं असतं. पण सगळे जीव समान दर्जाचे आहेत, हे ते जाणत होते.

होय, अगदी ऑलिव्हंटचा आत्मा आणि गांधींना ट्रेनबाहेर ढकलणाऱ्या माणसाचा आत्मा हे गांधींच्या आत्म्याच्या दर्जाचे होतेच; पण त्यांचा स्वत:चा आत्माही खालच्या दर्जाचा नव्हता.

हे त्यांना त्या क्षणी जाणवलं नाही, पण आयुष्यात साध्य करण्याच्या ध्येयाबाबतची त्यांची द्विधा मन:स्थिती–ते राजकीय असावं की आध्यात्मिक– आता राहिली नव्हती. निर्णय झाला होता. त्यांना झेलावी लागलेली मानहानी हे त्यामागचं कारण ठरलं होतं. आता त्यांना नवी दिशा सापडली होती ज्यामध्ये देवाप्रती आणि राजकारणाप्रति असलेली निष्ठा एकत्र होऊन एका नव्या शक्तीच्या रूपात कार्यरत होणार होती.

त्या अंधाऱ्या प्रतीक्षा-कक्षात गांधींनी बहुधा वैयक्तिक अपमानाचा बदला न घेण्याचाही निर्णय घेतला असावा. गोऱ्या अधिकाऱ्यांविरुद्ध कारवाई करणं धोकादायक ठरू शकतं, असं राजकोटला मेहतानं बजावून सांगितलं होतं. पीटरमारिट्झबर्गला असं करणं म्हणजे शक्ती आणि वेळ यांचा निव्वळ अपव्यय ठरला असता, असं गांधींना वाटलं. यापुढे लढा देण्यासाठी या दोन्ही गोष्टी फार महत्त्वाच्या होत्या. त्यांची अविचल श्रद्धा डळमळीत करण्याचा प्रयत्न करणाऱ्या त्या आकारहीन दैत्याला सामोरं जाण्यासाठी शक्ती आणि वेळ अतिशय आवश्यक होता.

झालेली घटना कथन करणाऱ्या तारा सकाळ झाल्यावर (१ जून) त्यांनी अब्दुल्लांना आणि रेल्वेच्या मुख्य व्यवस्थापकांना पाठवल्या. अब्दुल्लांनी व्यवस्थापकांची

भेट घेतली आणि प्रिटोरियाला जाणाऱ्या मार्गावरील प्रत्येक थांब्यावर असलेल्या भारतीय व्यापाऱ्यांना तारा करून गांधींची मदत करण्याबाबत कळवलं.

त्या रात्री पीटरमारिट्झबर्गला थांबलेल्या चार्ल्सटाऊन ट्रेनमध्ये गांधींना प्रथम-श्रेणीतला आरक्षित बर्थ देण्यात आला. २ जूनच्या सकाळी ते जेव्हा चार्ल्सटाऊनला पोचले, तेव्हा घोडागाडीच्या जॉर्ज हेज आणि कं.च्या तिकिटाची मुदत संपली असल्याचं त्यांना सांगण्यात आलं. 'तुम्ही काल यायला हवं होतं,' असं ते म्हणाले. पण गांधींनी त्यांना नियम दाखवून दिले, जे त्यांच्या बाजूनं होते हे त्यांना माहीत होतं.

जरी गाडीत चढण्याची गांधींना परवानगी मिळाली, तरी गाडीचा वाहक किंवा त्या क्षणी गाडीचे नेतृत्व करणाऱ्यानं त्यांना बंद गाडीत बसलेल्या अन्य प्रवाशांच्या जवळ न बसता लांब बसायला सांगितलं. ड्रायव्हरच्या बाजूला असलेली स्वत:ची जागा त्यानं गांधींना देऊ केली. (ड्रायव्हरच्या दुसऱ्या बाजूला असलेल्या अशाच एका जागेवर एक 'खोई' मदतनीस बसला होता.)

आपला अपमान होतो आहे हे लक्षात येऊनही गांधींनी तो गिळला. त्यांच्या कामाचे चोवीस तास आधीच वाया गेले होते आणि आता आणखी एक दिवस घालवूनही परिस्थितीत काही बदल होईल, याची शाश्वती नव्हती. घोडागाडी ट्रान्सवाल प्रांतातून खडखडाट करत चालू लागली तेव्हा गाडीचा वाहक इतर प्रवाशांबरोबर बंद गाडीत बसला होता, तर गांधी बाहेरच्या बाजूला वाहकाच्या जागेवर बसले होते.

परंतु दुपारी तीन वाजता पार्डेकोपला गाडी थांबली असता वाहकाला धूम्रपानाची तल्लफ आल्याने त्याने स्वत:च्या जागेवर बसण्याचा निर्णय घेतला. आपले पाय ठेवण्याच्या जागी त्यानं एक घाणेरडं गोणपाटासारखं कापड अंथरलं आणि गांधींना उद्देशून म्हणाला, 'सामी, तुम्ही यावर बसा. मला ड्रायव्हरजवळ बसायचं आहे.' हे मात्र अति झालं होतं. गांधी त्यावर उत्तरले :

> *मला खरं म्हणजे आत जागा करून द्यायला हवी होती, तरी तुम्ही मला इथे बाहेर बसवलंत. मी तो अपमान सहन केला. आता तुम्हाला बाहेर बसून धूम्रपान करण्याची लहर आली म्हणून तुम्ही मला पायाशी बसायला सांगता. मी असं करणार नाही आणि मी आतमध्ये बसायला तयार आहे.*

चिडून त्या वाहकानं गांधींना कानावर मारलं आणि त्यांचा हात धरून खाली ढकलण्याचा प्रयत्न केला. गांधींनी गाडीचा पितळी कठडा घट्ट धरून ठेवला आणि मनगटाची हाडं मोडली तरी पकड न सोडण्याचा निश्चय केला. काही वेळानं

प्रवाशांमधल्या काहींनी गांधींची बाजू घेतली : ''अरे बाबा, सोड त्यांना. मारू नकोस. त्यांचं बरोबर आहे. ते जर तिथे बसू शकत नसतील, तर त्यांना आत येऊन आमच्याबरोबर बसू दे.''

''काही नको.'' तो ओरडला. पण त्यानं गांधींचा हात सोडला. अजून काही शिव्या त्यांच्या नावानं हासडल्या. खोई नोकराला पायाशी बसायला सांगून त्याच्या रिकाम्या जागेवर स्वत: जाऊन बसला आणि गाडी सुरू करण्यासाठी शिट्टी वाजवली. गाडी सुरू झाली तेव्हा गांधींचं हृदय धडधडत होतं आणि आपण मुक्कामी जिवंत पोचू की नाही, या विचारानं मनात थैमान घातलं होतं. त्यातच अधूनमधून तो वाहक गांधींच्या दिशेनं बोट दाखवत तोंडानं धमक्या देत होता, 'एकदा आपण स्टँडर्टनला पोचल्यावर काय ते बघून घेऊ.'

अब्दुल्लांनी पाठवलेल्या निरोपामुळे स्टँडर्टनला खूपसे भारतीय गांधींची वाट बघत उभे होते आणि ईसा शेट नावाच्या मुसलमान व्यापाऱ्यानं त्यांना त्या रात्रीसाठी आपल्या घरी नेलं. गांधींनी घोडागाडीच्या कंपनीकडे लेखी हमी मागितली की, आतापर्यंत ज्या अडचणींचा त्यांनी सामना केला, तशा पुन्हा पुढच्या जोहान्सबर्गपर्यंतच्या प्रवासात त्यांना सोसाव्या लागू नयेत. पण ज्या माणसानं त्यांच्यावर हल्ला केला होता, त्याच्याविरुद्ध कारवाई करण्याचा त्यांनी काही प्रयत्न केला नाही. त्यांना हमी देण्यात आली.

३ जूनच्या संध्याकाळी चांगल्या जागी बसलेल्या गांधींना घेऊन गाडी जोहान्सबर्गला पोचली. इथेसुद्धा अब्दुल्लांच्या मित्रांना आधीच खबर गेली होती; पण गांधींना भेटायला गेलेल्या माणसाची आणि त्यांची चुकामूक झाली. गांधींनी एक घोडागाडी केली आणि ते 'ग्रँड नॅशनल हॉटेल'मध्ये गेले. ('मला बऱ्याचशा हॉटेल्सची नावं माहीत होती', गांधी आत्मचरित्रात लिहितात.) त्यांनी व्यवस्थापकाला खोली मागितल्यावर त्यांना क्षणभर न्याहाळून सांगण्यात आलं की, हॉटेलमध्ये जागा नाही. मग ते मुहम्मद कासीम कमरुद्दीनच्या पेढीवर गेले (त्यांच्याकडे पत्ता होता). 'ग्रँड नॅशनल'मध्ये खोली मिळण्याच्या गांधींच्या अपेक्षेवर अब्दुल घनी शेट पोट धरून हसला. दक्षिण आफ्रिकेत भारतीयांना सहन कराव्या लागणाऱ्या अपमानाबद्दल ईसा शेटप्रमाणेच अब्दुल घनीनंही बरंच काही सांगितलं.

अब्दुल घनीनं गांधींना खात्रीपूर्वक सांगितलं की, पुढील प्रिटोरियापर्यंत त्यांना तृतीय श्रेणीनंच प्रवास करावा लागेल. ट्रान्सवाल प्रांतात भारतीयांना प्रथमश्रेणी अथवा द्वितीय श्रेणीची तिकिटं कधीही दिली जात नसत. तसेच नियम बनवले गेले आहेत. आपण प्रथमश्रेणीसाठी प्रयत्न करू अन्यथा सदतीस मैलांचा प्रवास घोडागाडीनं करू, असं त्यावर गांधींनी उत्तर दिलं.

तो प्रयत्न मात्र सफाईदारपणे अमलात आणला गेला. जोहान्सबर्ग स्टेशनवर

स्टेशनमास्तरसाठी गांधींनी एक चिठ्ठी लिहून ठेवली, ज्यात आपण एक बॅरिस्टर आहोत अशी ओळख करून दिली. आपण नेहमीच प्रथमवर्गानं प्रवास करतो व प्रिटोरियाला वेळेवर पोचणं आवश्यक आहे, याचाही उल्लेख केला. लेखी उत्तराची वाट पाहायला वेळ नसल्यानं (असं गांधींनीच पुढे लिहिलं), स्वत: स्टेशनवर येऊन तोंडी उत्तर दुसऱ्या दिवशी ऐकतील, असं कळवलं. स्टेशनमास्तरला आपल्या व्यक्तिमत्त्वानं प्रभावित करण्याची ती योजना होती.

सकाळी गांधी फ्रॉक-कोट आणि नेक-टाय घालून स्टेशनवर गेले. खिडकीत एक सोन्याचं नाणं (सॉव्हरिन) ठेवलं आणि प्रथमवर्गाचं तिकीट मागितलं. त्यांना ते मिळालं (त्या स्टेशनमास्तरनं तो हॉलंडचा असल्याचं आणि ट्रान्सवालचा नसल्याचं मैत्रीपूर्ण शब्दांत सांगितलं); पण प्रिटोरियाला जाताना काही अडचणी आल्या, तर गांधी रेल्वेवर कोणताही दावा लावणार नाहीत, असा त्यांना शब्द द्यावा लागला.

त्या दिवशी काही वेळानंतर आश्चर्यचकित झालेल्या घनीनं गांधींना प्रथमश्रेणीच्या डब्यात शिरताना पाहिलं; पण पुढे काहीही त्रास होण्याचा संभव आहे, असा इशाराही दिला. त्याप्रमाणे खरंच जर्मिस्टनला गार्डनं गांधींना तिसऱ्या वर्गाच्या डब्यात जायला सांगितलं. गांधींनी त्याला आपलं प्रथमवर्गाचं तिकीट दाखवलं. गार्डनं त्यांना पुन्हा तीच सूचना केल्यावर त्या डब्यातला एकमेव सहप्रवासी, जो इंग्रज होता, तो म्हणाला, "त्यांच्याकडे प्रथमवर्गाचं तिकीट आहे हे तुम्हाला दिसत नाही का? त्यांच्याबरोबर प्रवास करायला मला काहीच अडचण नाही." "जर तुम्हाला या कुलीबरोबर प्रवास करण्याची एवढी हौस असेल, तर माझं काय जातंय?" असं बडबडत गार्ड निघून गेला.

रविवारी ४ जूनला रात्री आठ वाजता ट्रेन प्रिटोरियाला पोचली. स्टेशनवर अंधार होता आणि त्यांना घ्यायला कुणीच आलं नव्हतं. (नंतर गांधींना कळलं, अब्दुल्लांचा प्रिटोरियातला वकील अल्बर्ट बेकर याला भेटण्यासाठी रविवारची संध्याकाळ ही काही योग्य वेळ नव्हती). बाकीचे प्रवासी बाहेर पडायची वाट पाहून गांधींनी फाटकाजवळ आपलं तिकीट दाखवलं आणि पुन्हा अपमान होण्याच्या भीतीनं रात्रीसाठी एखादं लहानसं हॉटेल कुठे मिळू शकेल. याची तिकीट-तपासनिसाकडे सावधगिरीनं चौकशी केली. (जर त्यानं सांगितलं नसतं, तर स्टेशनवरच रात्र काढायची त्यांनी तयारी केली होती.)

तिकीट-तपासनीस सज्जन होता, पण त्याला काही माहीत नव्हतं. परंतु एक आफ्रिकन-अमेरिकन बाजूला उभा होता, त्यानं सूत्रं आपल्या हातात घेतली आणि गांधींपुढे जॉन्स्टनच्या हॉटेलमध्ये घेऊन जाण्याचा प्रस्ताव मांडला. 'मी मि. जॉन्स्टनला चांगलं ओळखतो. मला वाटतं, ते तुम्हाला जागा देतील.' तो अनामिक आफ्रिकन-

अमेरिकन म्हणाला. एक अमेरिकनच असलेल्या जॉन्स्टननं गांधींना जागा देण्यास होकार दिला; पण या पाहुण्यानं जेवण आपल्या खोलीतच घ्यावं, अशी अट घातली. जर ते जेवणघरात गेले, तर बाकीच्या पाहुण्यांचा कदाचित अपमान होऊन ते निघून जाण्याची शक्यता होती.

गांधींनी ही अट मान्य केली. त्यांना त्यांची खोली दाखवण्यात आली. तिथे ते जेवणाची वाट बघत असतानाच जॉन्स्टन आला आणि गांधींना त्याने जेवणघरात चलण्याचं आमंत्रण दिलं. गांधी तिथे बसून जेवले तरी बाकीच्या पाहुण्यांची काही हरकत नाही, असं त्यानं सांगितलं. जॉन्स्टनचे आभार मानत, गांधी जेवणघरात गेले आणि पोटभर जेवले.

*

आतापर्यंत दक्षिण आफ्रिकेत गांधींनी घालवलेल्या बारा दिवसांचा आढावा घेतला असता आजूबाजूच्या जगाशी मिळतंजुळतं घेत असतानाच परिस्थितीवर त्यांची पकड असावी, असं दिसतं. शारीरिक दृष्ट्या हादरलेल्या, परंतु मानसिक आणि नैतिक दृष्टीनं कणखर गांधींनी हकालपट्टी, हल्ला आणि अस्वीकार या दक्षिण आफ्रिकेच्या वर्णद्वेषी टोकदार सुयांचा प्रतिकार भारदस्तपणे त्यांना धुडकावून आणि समंजसपणे केला. त्याशिवाय पत्रांमध्ये आणि तारांमध्ये या गैरवर्तणुकीच्या नोंदी करण्याचा मार्गही त्यांनी अवलंबला. (लेखनातला रस त्यांना सोडून गेला नव्हता.)

आपला हेतू साध्य करण्यासाठी त्यांनी संयमाचं अस्त्र वापरलं. जोहान्सबर्गला ते आधी जरी ग्रँड नॅशनल हॉटेलमध्ये गेले तरी कमरुद्दीनच्या पेढीचा पर्याय त्यांनी स्वीकारला आणि प्रथम-वर्गाचं तिकीट असूनही घोडागाडीनं जाण्याची तयारी ठेवली आणि प्रिटोरियालाही मुक्कामाची जागा म्हणून स्टेशनवर रात्र घालवण्याच्या पर्यायाचा मार्ग खुला ठेवला.

दुसरी गोष्ट म्हणजे, या तेवीस वर्षांच्या माणसानं अब्दुल्लांसारख्या माणसाचा केवळ विश्वासच नाही, तर आदर आणि प्रेमही संपादन केलं. गांधींच्या सुरक्षेसाठी आणि सुखसोयींसाठी त्यानं कष्ट घेतले. अब्दुल्ला आणि त्यांचे मित्र यांना हवा होता तसाच माणूस त्यांना तरुण गांधींच्या रूपानं मिळाला. गांधींचा एक गुण, जो अब्दुल्लांच्या अजून पूर्ण लक्षात आला नव्हता, तो म्हणजे प्रतीकात्मक कृतीच्या शक्तीची त्यांना असलेली जाण. जोहान्सबर्ग स्टेशनवर फ्रॉक-कोट आणि टाय घालून लक्ष वेधून घेणाऱ्या गांधींनी नाट्यपूर्ण रीतीनं सोन्याचं नाणं खिडकीत ठेवलं, हा प्रसंग त्याचंच उदाहरण आहे.

तिसरी बाब, जी वर नमूद केलेल्या दुसऱ्या गोष्टीशी निगडित आहे, ती म्हणजे या नवीन दाखल झालेल्या तरुणानं इतर भारतीयांमध्ये आपली ओळख निर्माण

केली आणि गोऱ्या दक्षिण आफ्रिकन लोकांच्या मनातही आपला ठसा उमटवला.

चौथी गोष्ट म्हणजे, हा माणूस जसं आलेल्या संधीला चटकन पकडू शकत होता (लंडनला जाण्याची कल्पना, दक्षिण आफ्रिकेचं बोलावणं). तसंच आलेल्या अडचणींचं निवारण करू शकत होता (लंडन यात्रेला झालेला विरोध, दक्षिण आफ्रिकेतले हल्ले) आणि समोर खिडकी असो वा भिंत, तो संपूर्ण अभ्यास करून आणि साथीदारांना गोळा करून पुरेपूर प्रतिसाद देत होता. हे खरं आहे की, ऑलिव्हंट प्रकरणाचा प्रहार त्याला हादरवून गेला; पण त्यातूनही तो धडा शिकला.

सर्वांत शेवटची बाब म्हणजे, त्याला त्याचं ध्येय आणि आत्मविश्वास सापडलेला दिसतो : दक्षिण आफ्रिकेतल्या संवेदनशील भारतीयांना त्याच्या मदतीची गरज आहे आणि बहुतेक तो ही मदत करू शकतो. कदाचित त्याच्या ही गोष्ट ध्यानात आली असावी की, भारतातल्या लोकांनाही एक दिवस याची गरज पडू शकते.

*

ख्रिश्चन धर्म : ५ जूनच्या सकाळी गांधी अल्बर्ट बेकर यांना त्यांच्या कार्यालयात भेटले आणि त्यांना समजलं की, अब्दुल्लांचा हा वकील, त्यांच्यापेक्षा (गांधींपेक्षा) तेरा वर्षांनी मोठा होता आणि दक्षिण आफ्रिकेच्या दुसऱ्या पिढीचा होता. तो एक सहृदयी आणि श्रद्धाळू ख्रिश्चन होता. बेकरनं गांधींची राहण्याची व्यवस्था एका गरीब विधवेच्या घरी आठवड्याला पस्तीस शिलिंग्ज या भाड्यावर केली. ती एका बेकरीवाल्याची पत्नी होती. ती शाकाहारी जेवण बनवायला तयार होती. लवकरच गांधी त्या कुटुंबात घरच्यासारखे रुळले, ते कुटुंब पूर्वग्रह बाळगणाऱ्यांतलं नव्हतं.

तय्यबविरुद्धच्या खटल्याबाबत गांधींशी बेकर यांनी थोडक्यात चर्चा केली. गांधींच्या नेमणुकीबाबत बेकरना वाटणारी भावना त्यांच्याच शब्दांत सांगायची, तर 'आम्ही सर्वांत उत्तम सल्लागार नेमला आहे,' गांधींमुळे अब्दुल्लांशी संपर्क साधणं माझ्यासाठी सोपं झालं, यावर आनंद व्यक्त करून बेकरनं गांधींना केवळ पहिल्याच भेटीत त्यांच्या धार्मिक मतांबद्दल विचारलं. गांधींनी उत्तर दिलं की, जन्मानं ते हिंदू होते; परंतु त्यांना नक्की काय वाटतं आणि त्यांची कशावर श्रद्धा आहे, याबद्दल त्यांच्या मनात संभ्रम आहे. हिंदू धर्म आणि इतर धर्मांचा अभ्यास करण्याची आपली इच्छा आहे, असेही ते म्हणाले. गांधींना त्यांच्या निर्णयप्रक्रियेत मदत करण्यासाठी बेकरनं त्यांना दुपारच्या जेवणाच्या सुटीत दुसऱ्या दिवसापासून पाच मिनिटं प्रार्थनेसाठी येण्याचं आमंत्रण दिलं. गांधींनी त्यासाठी संमती दिली आणि पुढचे काही महिने जवळजवळ शंभरच्या वर अशा पाच मिनिटांच्या प्रार्थनांना ते हजर राहिले असावेत. त्या वेळी इतर सहभागींबरोबर गांधीही गुडघ्यांवर बसायचे. त्यापैकी कुणीतरी किंवा अनेक लोक दिवस शांततेत जावा म्हणून किंवा काहीतरी खास घडावं म्हणून किंवा काही

वेळा देवानं गांधींवर प्रसन्न होऊन त्यांचं गाऱ्हाणं ऐकावं, म्हणून प्रार्थना करीत होते.

प्रिटोरियातल्या त्यांच्या घरात पहिल्या रात्री विचारात गढून जाऊन पलंगावर पडल्या पडल्या गांधींनी स्वत:लाच काही प्रश्न विचारले, जे आत्मचरित्रात नमूद केले आहेत. बेकर त्यांच्यात एवढा रस का घेत होते? ख्रिश्चन धर्माचा अभ्यास त्यांनी किती खोलात जाऊन करावा? हिंदू धर्माचा अभ्यासही तितक्याच खोलात जाऊन करायला नको का? शेवटी, बेकर आणि त्यांचे मित्र जे सांगतात, त्याचा तटस्थपणे अभ्यास करावा आणि आधी स्वत:चा धर्म पूर्णपणे समजून घेतल्याशिवाय इतर कोणत्याही धर्माचा स्वीकार करण्याचा विचार करू नये, या निर्णयावर आल्यानंतर त्यांना झोप लागली, असं ते लिहितात. पुढे होणाऱ्या अनिश्चित धार्मिक प्रवासासाठी हा निर्णय दिशादर्शक सिद्ध झाला.

रोजच्या प्रार्थनेसाठी गोळा होणारे बेकरचे सहकारी हे वेगवेगळ्या ख्रिश्चन पार्श्वभूमी असलेल्या कुटुंबांमधून आले होते; परंतु धर्मप्रसाराच्या हेतूनं एकत्रं आले होते. त्यांमध्ये मायकेल कोट्स हा इंग्लंडमध्ये जन्मलेला क्वेकर (चर्चमध्ये प्रार्थनेला न जाता दुसरीकडे प्रार्थनेला एकत्र जमणारे आणि हिंसा व युद्धाच्या कायम विरोधात असलेले) होता आणि झुलू भाषा शिकलेल्या व कालांतरानं स्वाझीलँडमध्ये काम करणाऱ्या दोन महिला– क्लारा हॅरिस आणि जॉर्जिना गॅब– याही होत्या. एकाच घरात राहणाऱ्या मिसेस हॅरिस आणि गॅब यांनी दर रविवारी गांधींना चहा प्यायला येण्याचं आमंत्रण दिलं, कोट्सही तिथे बऱ्याच वेळा उपस्थित असे.

सात वर्षांनी गांधींपेक्षा मोठा असलेला कोट्स प्रिटोरियामधल्या त्यांच्या जवळच्या मित्रांपैकी एक झाला. लंडनला असतानाची जोशिआ ओल्डफील्डची जागा त्यानं घेतली असं म्हणावं लागेल. कोट्सनं एकानंतर दुसरं अशा धार्मिक पुस्तकांचा, गांधींचं शेल्फ भरून जाईपर्यंत, गांधींवर मारा केला. गांधी लिहीत असलेली धार्मिक विचारांची रोजनिशी तो वाचत असे. चर्चमधल्या प्रार्थनांना तो गांधींना घेऊन जाई आणि त्यांच्याबरोबर लांबवर फिरायला जाई व लांबलचक चर्चा करत असे.

गांधींनी कोट्सला सांगितलं की, त्यांना वाचायला दिलेल्या पुस्तकांपैकी काही त्यांना आवडली व ते काहींशी सहमत आहेत; पण सगळ्याच बाबतींत नाही. जीझसला देवाचा एकमेव अवतार मानायला त्यांचं मन तयार होत नसे. परंतु कोट्स आणि बेकरना गांधींविषयी वाटणाऱ्या जिव्हाळ्यात किंवा त्यांच्या प्रार्थनेत यामुळे बाधा आली नाही. त्यांनी काही वेळा गांधींचं प्रबोधन करण्यासाठी अधिक सुस्पष्ट व थेट प्रयत्न चालवले होते. एक दिवस कोट्स गांधींना म्हणाले की, त्यांच्यासारख्या बुद्धिनिष्ठ माणसानं तुळशीची माळ गळ्यात घालणं अयोग्य आहे. *'ही अंधश्रद्धा तुम्हाला शोभत नाही. मला ती माळ तोडू द्या.'*

'नाही, तुम्ही हे करू नका. ही माझ्या आईनं दिलेली पवित्र भेट आहे.' गांधींनी

उत्तर दिलं. त्या माळेत काही आध्यात्मिक शक्ती आहे यावर त्यांचा विश्वास आहे का, असं कोट्सनं विचारल्यावर आपल्याला तसं वाटत नाही आणि ही माळ खराब झाल्यानंतर तिच्या बदली दुसरी माळ घालण्याचा आपला विचार नसल्याचं गांधींनी सांगितलं. 'पण ती प्रेमानं माझ्या गळ्यात घातलेली आहे आणि मी ती तोडणार नाही.'

कोट्स यांनी ज्याची ओळख करून दिली तो प्लायमाउथ ब्रदर हा (एका धार्मिक संस्थेचा सभासद) गांधींना म्हणाला की, प्रगती आणि परिमार्जन करण्यासाठीचे मानवी प्रयत्न व्यर्थ आहेत. पापाचं ओझं फक्त जीझसच्या खांद्यावर टाकता येतं, आपल्या भक्तांच्या पापांचं क्षालन करण्यासाठी त्यानं क्रूसावर मृत्यू पत्करला. स्वत:च आपल्या पापांचं परिमार्जन केलं, तर गांधींचं आयुष्य सुखासमाधानाचं जाणार नाही, अशी भविष्यवाणी त्यानं केली. त्यावर, असं असेल तर 'अस्वस्थपणे आयुष्य घालवलेलं मला चालेल', अशी टिप्पणी करून 'हा ब्रदर ख्रिस्त आपला आणि इतर श्रद्धाळू पाप्यांचा उद्धार करेल या श्रद्धेचा समजून-उमजून गैरअर्थ काढत आहे', असं मत गांधींनी व्यक्त केलं.

विमोचनाचं हे स्वरूप गांधींना रुचलं नाही आणि बाकीचे ख्रिश्चनही त्यावर विश्वास ठेवत नसतील, हे त्यांनी जाणलं. कोट्स आणि मिसेस हॅरिस व गॅब स्वयंशुद्धीकरणाच्या प्रयत्नाचं महत्त्व जाणत होते, हेही त्यांच्या लक्षात आलं होतं. कोट्स स्वत: देवाच्या धाकाखाली वावरायचे आणि त्यांचं मन शुद्ध होतं.

एकदा गांधी एकटेच ट्रान्सवालचे अध्यक्ष पॉल क्रूगर यांच्या साध्यासुध्या घराशेजारच्या फरसबंद रस्त्यानं चालले होते. या रस्त्यानं ते वरचेवर जात असत; पण त्या वेळी मात्र आगाऊ कसलीही सूचना न देता किंवा आधी न सांगता तिथल्या पहारेकऱ्यानं गांधींना रस्त्यावर ढकललं आणि लाथाडलं.

त्याच वेळी तिथून घोड्यावर बसून चाललेल्या मायकेल कोट्स यांनी तो हल्ला पाहिला. गांधींजवळ जाऊन ते म्हणाले : 'मी सगळं पाहिलं आहे. या माणसाविरुद्ध जर तुम्ही खटला दाखल केला, तर मी न्यायालयात तुमच्या बाजूनं साक्ष द्यायला येईन. तुमच्यावर इतका क्रूर हल्ला झाला, हे पाहून मला फार वाईट वाटतं.'

आत्मचरित्रात सांगितल्याप्रमाणे, गांधींनी उत्तर दिलं की, त्या पहारेकऱ्यावर कारवाई करण्याचा त्यांचा कोणताही उद्देश नाही आणि त्यानं मला जी वागणूक दिली, तशीच तो निग्रोंनाही नि:संशय देत असेल. वैयक्तिक तक्रारींसाठी आपण न्यायालयात जाणार नाहीत, असं आपण ठरवलं असल्याचं गांधींनी सांगितलं. नंतर कोट्सनं पहारेकऱ्याला ताकीद दिली आणि त्यानं गांधींची माफी मागितली. *'मी त्याला कधीच माफ करून टाकलं होतं,'* गांधी आत्मचरित्रात म्हणतात. परंतु त्या रस्त्यानं जाण्याचं त्यांनी बंद करून टाकलं. *'दुसरी लाथ खाण्याचा धोका मी*

उगीचच का पतकरू?'

प्रिटोरियात फरसबंद रस्त्यांनी चालण्याची कृष्णवर्णीयांना बंदी होती आणि नियमाचं उल्लंघन करणाऱ्यांना चोपून काढण्यात येत असे. भारतीयांनाही हाकलून देण्यात येत असे, पण यशस्वी मुसलमान व्यापाऱ्यांना-अरबांना मात्र त्यांचा वापर करण्याची मुभा होती. रात्री नऊनंतर मालकाच्या संमतिपत्राशिवाय कुणीही काळा माणूस रस्त्यांवर फिरू शकत नसे.

रात्री नऊनंतर गांधींना रस्त्यावर चालता यावं यासाठी गांधींसारखेच इनर टेम्पलमधून बॅरिस्टर होऊन आलेले सरकारी वकील एफ. ई. टी. क्राऊस यांनी त्यांना एक पत्र दिलं, त्यानुसार गांधी पोलिस हस्तक्षेपाशिवाय दिवसरात्र बाहेर फिरू शकणार होते. गांधींना बाहेर बहुतेक वेळा ओळखलं जाई. त्यामुळे त्यांना ते पत्र दाखवण्याची गरज भासली नाही, पण तरीही फिरायला जाताना ते पत्र गांधी नेहमी स्वत:जवळ बाळगत असत. या पत्रासाठी ते क्राऊसची ओळख करून देणाऱ्या कोट्स यांचे ऋणी होते.

जेम्स हंटच्या शब्दांत सांगायचं, तर गांधींच्या आत्मिक उन्नतीसाठी चाललेल्या मोहिमेचा उत्कर्षबिंदू ऑक्टोबर १८९३मध्ये आला. केपटाउनपासून चाळीस मैलांवर असलेल्या वेलिंग्टनमधल्या ह्यूजिनॉट कॉलेजमध्ये भरलेल्या मोठ्या ख्रिश्चन अधिवेशनासाठी बेकर यांनी गांधींना आमंत्रित केलं. त्याचा स्वीकार करून गांधी प्रथमच केपटाउन आणि केप कॉलनी येथे गेले. हा प्रवास लांबचा होता, पण वंशभेदाचे नियम शिथिल करण्याविषयी अधिकाऱ्यांचं मन वळवण्यात बेकर यशस्वी ठरले आणि गांधींना आपल्याच डब्यातून प्रवास करता येईल, हे त्यांनी कटाक्षानं पाहिलं. अधिवेशनाच्या ठिकाणीसुद्धा ते आणि गांधी हॉटेलमध्ये एकाच खोलीत राहिले.

दक्षिण आफ्रिकेतल्या डच सुधारणावादी चर्च चळवळीतलं एक प्रमुख नाव रेव्हरंड अँड्र्यू मरे यांनी अधिवेशनात भाषण केलं. बेकर आणि इतरांनीही भाषणं केली; पण गांधींनी या धार्मिक वातावरणात ख्रिश्चन धर्माचा स्वीकार करावा, या बेकर यांच्या विनंतीला उत्तर मिळालं नाही.

जमलेल्या भक्तगणांच्या श्रद्धेनं गांधी प्रभावित झाले. ते मरे यांना भेटले. काही प्रार्थना त्यांना आवडल्या आणि बरेच लोक त्यांच्यासाठी प्रार्थना करत होते, हे त्यांनी पाहिलं. परंतु धर्मांतर करण्याचं त्यांना काही ठोस कारण दिसलं नाही आणि हे त्यांनी त्यांच्या चांगल्या ख्रिश्चन मित्रांना सांगितलं. ते मित्र निराश झाले आणि काहींना धक्का बसला. पण त्याला गांधी काही करू शकत नव्हते.

आपल्या मृत्यूनं आणि रक्तानं जीझसनं जगाच्या पापांचं परिमार्जन केलं, ही गोष्ट एक रूपक म्हणून गांधी मान्य करायला तयार होते; पण शब्दश: अर्थ घेऊन मात्र नाही. जीझस हा देवाचा एकमेव अवतारी पुत्र होता, हे विश्वास ठेवण्याच्या

पलीकडे होतं. जर देवाला मुलं असती तर आपण सगळेच त्याची मुलं झालो असतो, असं ते म्हणत.

प्रिटोरियात असताना केलेल्या वाचनामुळे ख्रिश्चन धर्माशी संबंधित दोन विचारवंतांशी त्यांची जवळीक झाली. त्यांनी गांधी आणि त्यांच्या ख्रिश्चन मित्रांमधली दरी काही प्रमाणात कमी केली. ज्यांच्या लेखनाचा परिचय ओल्डफील्ड यांनी करून दिला होता, ते इंग्लंडचे एडवर्ड मेटलंड यांच्याशी गांधींचा नेहमीच संपर्क असायचा आणि रशियाचे लिओ टॉलस्टॉय, या दोघांनी ख्रिश्चन धर्माचं वेगळं स्वरूप मांडलं (अर्थातच मतभिन्नता असलेलं). त्याला गांधींनी मनापासून प्रतिसाद दिला.

लिओ टॉलस्टॉय : देवाचा उल्लेख उभयलिंगी करणारा मेटलंड 'ख्रिस्ताचा शोध' अथवा 'द फाइंडिंग ऑफ ख्राइस्ट'चासुद्धा संदर्भ देत होता आणि ख्रिस्त माणसाच्या आत सापडेल, असं सुचवायचा. हा गूढ ख्रिस्त त्या एकमेव ऐतिहासिक 'देवाच्या पुत्रा'पेक्षा वेगळा होता आणि 'स्व' या हिंदू संकल्पनेपासून फारसा लांब नव्हता. मेटलंडनं पाठवलेल्या टॉलस्टॉयच्या 'द किंगडम ऑफ गॉड इज विदिन यू' या पुस्तकानं १८९४मध्ये प्रिटोरियाला असताना गांधींच्या मनाची पकड घेतली. त्या पुस्तकानं प्रस्तुत केलेला ख्रिस्त हा जगाच्या पापांचं परिमार्जन करणारा 'देवाचा पुत्र' नव्हता, तर 'सर्मन ऑन द माउंट'चा सामर्थ्यवान लेखक होता. त्या 'सर्मन'मधून टॉलस्टॉयनं निवडलेल्या पाच कमांडमेंट्स– द्वेष करू नका, लालसा धरू नका, संचय करू नका, मारू नका, शत्रूवर प्रेम करा– थेट गांधींच्या हृदयाला भिडल्या आणि त्यांच्या मनात ठाण मांडून बसलेल्या महत्त्वाच्या प्रश्नांची उकल झाली.

'टॉलस्टॉयच्या पुस्तकानं मला भारावून टाकलं', आत्मचरित्र सांगतं. पुस्तकातील स्वतंत्र विचारसरणी, प्रगाढ नैतिकता आणि खरेपणा यांचा उल्लेख पुढे आत्मचरित्रात आहे. दुसरीकडे कुठेतरी गांधी म्हणतात की, टॉलस्टॉयच्या पुस्तकानं मला हिंसेपासून वाचवलं. मी जेव्हा इंग्लंडला गेलो, तेव्हा हिंसक विचारांनी पछाडलेला होतो. माझी हिंसेवर श्रद्धा होती, पण अहिंसेवर नव्हती.

इंग्लंडहून परतल्यावरसुद्धा राजकोटला असताना आलेला ऑलिव्हंटचा अनुभव आणि नंतर दरबानहून प्रिटोरियाला जातानाचे भयंकर प्रसंग यांमुळे कदाचित गांधींच्या मनात हिंसक विचार उद्भवले असतील. तरीही दक्षिण आफ्रिकेला आल्यावर ज्यांनी त्यांच्यावर हल्ले केले, त्यांच्याविरुद्ध तक्रार करण्याची त्यांची इच्छा नव्हती. त्यांच्या मनात हिंसा आणि क्षमा यांत द्वंद्व चाललेलं होतं आणि टॉलस्टॉयनं त्यांना हिंसेविरुद्ध कौल द्यायला लावला.

ख्रिश्चनांशी संबंधित आणखी एक घटना १८९०च्या दशकाच्या मध्यावर घडली. नाताळमधल्या 'मॅरियान हिल'च्या 'ट्रॅपिस्ट' मठात (मौनी संन्यासींचा मठ) आफ्रिकन लोकांना शिकवण्यात येणारी कौशल्यं, मठात पाळले जाणारे मौनव्रत

आणि संन्यासी व जोगिणींचे व्रतस्थ जीवन याचा गांधींच्या मनावर खोलवर ठसा उमटला. त्यांनी त्या लोकांबद्दल पहिल्यांदा ऐकलेली गोष्ट म्हणजे, ते मांसाहार करत नसत, ही होती.

दरम्यान, अब्दुल्ला शेट 'इस्लाम' धर्माच्या सुंदरतेबद्दल बोलत होते आणि त्याचा अभ्यास करण्याविषयी गांधींना सुचवत होते. गांधींनी 'सेल'नं भाषांतरित केलेलं कुराण वाचलं आणि इतर इस्लामिक पुस्तकं मिळवली. ख्रिश्चन धर्म अंगीकारावा की इस्लाम, याबाबत नक्की निश्चय होत नव्हता आणि अस्पृश्यता पाळणारा आणि 'अनेकविध पंथ आणि जाती' असलेला हिंदू धर्म हा सर्वगुणसंपन्न धर्म आहे, याचीही खात्री पटत नव्हती. तेव्हा गांधींना हा जैन विचार आठवला की, प्रत्येक निश्चिततेबरोबर अनिश्चितता ही असलीच पाहिजे.

त्यांचा जैन मित्र राजचंद्र (जो हिंदू धर्माचाही गाढा अभ्यासक होता.) याला गांधींनी देव, ख्रिस्त, राम, कृष्ण, ब्रह्मा, विष्णू, शिव आणि अजून बरेच, यांच्याविषयी सव्वीस प्रश्न पाठवले. ऑक्टोबर १८९४मध्ये राजचंद्रानं काळजीपूर्वक उत्तरं पाठवली आणि हिंदू धर्मावर काही पुस्तकं पाठवली, शिवाय सबुरीचा सल्ला दिला. गांधींना काहीसा दिलासा मिळाला.

जरी बेकर, कोट्स आणि इतर ख्रिश्चन मित्रांना त्यांनी निराश केलं असलं, तरी धर्मविषयक शोध घेण्याची जिज्ञासा जागृत केल्याबद्दल त्यांच्या कायमचं ऋणात असल्याची भावना गांधींनी व्यक्त केली. गांधींचे त्यांच्याशी नेहमीच प्रेमाचे संबंध राहिले. १९४०च्या दशकापर्यंत बेकर त्यांच्याशी पत्रव्यवहार करत होते आणि नक्कीच त्यांच्यासाठी प्रार्थना करीत होते.

आपल्या पहिल्या भेटीत बेकर गांधींना म्हणाले होते की, ते ज्या खटल्यासाठी आले होते, तो लगेचच वेग पकडेल असं नाही. गांधींचं काम हे संपूर्ण तपशिलाचे मुद्दे समजून घेणं, कायदा समजून घेणं, जमाखर्चाचा ताळेबंद आणि हमीपत्रांचे किचकट बारकावे अभ्यासणं आणि जे काही उमजलं ते बेकर यांना स्पष्ट करून सांगणं, हे होतं. त्याबदली बेकर त्यांना सर्वोत्तम सल्ला देत असत.

या कामासाठी त्यांचा फार थोडा वेळ खर्ची पडत असे, त्यामुळे प्रिटोरियामधल्या पहिल्याच आठवड्यात गांधींनी तिथल्या भारतीयांच्या स्थितीचा अभ्यास करण्याचं ठरवलं–राजकीय जीवन त्यांना खुणावत होतं. प्रिटोरियातल्या भारतीयांपर्यंत, किंबहुना शहरातल्या महत्त्वपूर्ण भारतीयांपर्यंत त्यांना एकच माणूस पोचवू शकत होता, तो म्हणजे अब्दुल्लांचा विरोधक आणि नातेवाईक, तय्यब शेट. प्रिटोरियात आल्या आल्या काही दिवसांतच गांधींनी त्याची ओळख करून घेतली.

हेसुद्धा आत्मविश्वास असल्याचंच चिन्ह होतं. आपल्या मालकाच्या ताकदवान विरोधकाला निश्चिंत मनानं सामोरं जाण्यासाठी मालकाशी असलेल्या आपल्या

संबंधांविषयी संपूर्ण विश्वास किंवा स्वत:बद्दलचा विश्वास आणि आपण जे करत आहोत त्याबद्दलचा विश्वास, या गोष्टींची गरज होती. गांधींनी तय्यबना प्रिटोरियातल्या प्रत्येक भारतीयाच्या संपर्कात येण्याच्या त्यांच्या इच्छेबद्दल सांगितलं.

ही पण गोष्ट पुन्हा लक्षात घेण्याजोगी आहे. गांधी तय्यबची संमती मागत नाहीत, ते केवळ तय्यबना आपली इच्छा बोलून दाखवतात. आपण असा निष्कर्ष काढू शकतो की, दक्षिण आफ्रिकेत पाऊल ठेवल्यावर थोड्याच दिवसांत भारतीय तरुण गांधींना नेत्याच्या रूपात पाहू लागले. (गांधींच्या ख्रिश्चन मित्रांनी त्यांचं मन जिंकण्यासाठी ज्या चिकाटीनं प्रयत्न केले, त्यामागे त्यांच्या या प्रतिमेचा मोठा वाटा होता.)

तय्यबच्या मदतीनं गांधींनी प्रिटोरियामधल्या भारतीयांची सभा जुसाब शेट या मेमन मुसलमान व्यापाऱ्याच्या घरी बोलावली. ती मुख्यत: मुस्लिमांची सभा होती, सोबत काही मोजकेच हिंदू होते. बहुतेक सगळे व्यापारी होते. गांधींनी त्यांच्यापुढे, गांधींच्याच शब्दांत सांगायचं तर, आयुष्यातलं पहिलं सार्वजनिक भाषण केलं.

व्यवसायात खरेपणानं वागून चालत नाही, या समजुतीला विरोध करतानाच त्यांनी व्यापाऱ्यांना एका गोष्टीची जाणीव करून दिली. प्रिटोरियात ते जसं वागतात त्यावरून त्यांच्या लाखो देशबांधवांची पारख होत असते, हे ध्यानात घेण्याविषयी आवाहन केलं. जनमानसातली प्रतिमा मलिन करणाऱ्या अस्वच्छतेच्या सवयींचाही उल्लेख केला गेला. त्यांची एकजूट त्यांच्या भारतीयत्वात आहे आणि त्यांच्यातील धर्म, पंथ व भाषा यांच्या भिन्नतेत नाही, हे त्यांच्या श्रोत्यांनी ध्यानात घ्यावं, अशी विनंती गांधींनी केली. शेवटी, त्यांच्या हाल-अपेष्टांना वाचा फोडण्यासाठी एक संघटना निर्माण करण्याचं आवाहन त्यांनी शेवटी केलं आणि त्या संघटनेसाठी स्वत:चा जास्तीत जास्त वेळ आणि सेवा देण्याचं वचन दिलं.

१८९३च्या जूनच्या मध्यावर गांधीही स्वत:ला नेत्याच्या रूपात बघायला लागले होते तर! आत्मचरित्रात ते म्हणतात की, त्यांनी सभेवर फार मोठा प्रभाव टाकला. पुढे झालेल्या चर्चेत दोन मुद्द्यांवर एकमत झालं : ते सगळे नियमित भेटतील हा एक आणि दुसरा मुद्दा म्हणजे, त्यातल्या काहींना गांधी इंग्रजी शिकवतील.

त्यानंतर बऱ्याच सभा घेतल्या गेल्या, पण उपस्थितांपैकी फक्त तीनजण गांधींकडून इंग्रजी शिकायला तयार झाले : एक मुस्लीम न्हावी, एक मुस्लीम कारकून आणि एका छोट्याशा दुकानाचा हिंदू मालक. सुमारे आठ महिने गांधी त्यांच्या घरी शिकवायला जात होते. ते कामात व्यस्त असतील तर वाट बघत बसून राहत. तीनपैकी दोनजण बऱ्यापैकी इंग्रजी शिकले, त्यांना जमाखर्च आणि व्यवसायासाठी सर्वसामान्यपणे लागणारी पत्रं लिहिता येऊ लागली. न्हावी त्याच्या गिऱ्हाइकांशी

काही वाक्यं बोलण्याइतपत इंग्रजी शिकला.

प्रिटोरियातल्या एका इंग्रजी न्हाव्यानं गांधींचे केस कापायला तिरस्कारयुक्त शब्दांत नकार दिला, याबद्दल फारसं काही आश्चर्य मात्र वाटलं नाही. त्यांना मनापासून वाईट वाटलं, तरी गांधींनी कात्री विकत आणून आरशात बघून स्वत:च स्वत:चे केस कापले. पण, त्याचा परिणाम काही फारसा चांगला झाला नाही आणि मित्रांनी विनोदानं त्यांना, उंदरानं त्यांचे केस कुरतडले का, अशी विचारणा केली. गोऱ्या न्हाव्यानं त्यांच्या काळ्या केसांना हात लावायचं नाकारलं, असं गांधींनी त्यावर उत्तर दिलं.

आत्मचरित्रात ते असा दावा करतात की, 'असे अपमान हे भारतातली अस्पृश्यता सहन करण्यासाठी मिळालेलं 'बक्षीस' आहे, अशी खात्री वाटल्यानं मी राग येण्यापासून बचावलो.' गांधींबरोबर प्रदीर्घ बातचीत केल्यावर १९०८ साली डोक लिहितात की, आपल्या जन्माचा आणि शिक्षणाचा अभिमान बाळगणारा हा तरुण प्रिटोरियात स्वत:वर ताबा ठेवायला शिकला होता आणि त्याच्या वंश आणि वर्णावरून होणारे अपमान सहन करायला शिकला होता... इतका की, त्यामध्ये त्याला स्वत:चा गौरव आहे, असं वाटू लागलं होतं.

काही महिन्यांच्या भेटीगाठीनंतर प्रिटोरियात मला माहीत नाही असा किंवा ज्याच्या परिस्थितीची मला माहिती नाही, असा एकही भारतीय उरला नाही, असं गांधी म्हणतात. काही भारतीय श्रीमंत होते– टंचाईग्रस्त ट्रान्सवालला गरजेच्या वस्तू व इतर माल विकत होते. त्यांच्यासाठी गांधींनी एक ठळक, पण छोटासा पल्ला गाठला. त्यांनी ट्रान्सवालच्या रेल्वे अधिकाऱ्यांकडे पाठवलेल्या पत्राच्या उत्तरादाखल, व्यवस्थित पोशाख केलेल्या भारतीयांना प्रथम व द्वितीय वर्गाचं तिकीट देण्याचा आदेश स्टेशनमास्तरला देण्यात आला.

परंतु तय्यबकडून आणि ज्यांना गांधी बऱ्याच वेळा भेटले त्या प्रिटोरियातला एक ब्रिटिश दलाल जेकब्ज द वेटकडून त्यांना दुसरं 'बोअर रिपब्लिक', 'ऑरेंज फ्री स्टेट'मध्ये भारतीयांवर होत असलेल्या अन्यायाच्या कटू कहाण्या ऐकायला मिळाल्या.

आपण हे लक्षात घ्यायला हवं की, प्रिटोरियातल्या भारतीयांशी संवाद साधताना गांधींना भारताची आणि तिथल्या राजकारणाची आठवण येत असणार. नऊ वर्षांच्या भारतीय राष्ट्रीय काँग्रेसचंही स्मरण त्यांना होत असणार. दक्षिण आफ्रिका हा त्यांच्या आयुष्यातला एक व्यग्र ठेवणारा टप्पा असला, तरी ते त्यांचं कायमचं निवासस्थान नव्हतं.

*

१८९३-९४मध्ये प्रिटोरियाला असताना गांधींनी आपल्या धार्मिक, राजकीय आणि

कायद्यासंबंधीच्या जाणिवा समृद्ध केल्या. आपला संपूर्ण वेळ खटल्याला देईपर्यंतच्या काळात त्यांनी जवळजवळ शंभर पुस्तकंही वाचली. त्यात टॉलस्टॉयच्या लेखनाचा, कोट्स, बेकर, अब्दुल्ला आणि इतरांनी दिलेल्या किंवा सुचवलेल्या पुस्तकांचा व राजचंद्रनं पाठवलेल्या पुस्तकांचा समावेश होता.

लंडनला असताना पिनकॉट यांना दिलेल्या शब्दाचं पालन करत त्यांनी १८५७च्या भारतातल्या उठावाचं अंगावर काटा आणणारं वर्णन असलेले के आणि मॉलसन यांचे खंडही वाचले.

ऑलिव्हंट प्रकरणामुळे खंडित झालेलं 'द गाइड टू लंडन' या आपल्या पुस्तकाचं लेखनही ते प्रिटोरियाला असताना पूर्ण करू शकले. अतिशय खेळकर शैलीत लिहिलेलं हे छोटंसं 'गाइड' त्यांच्या जीवनकाळात प्रकाशित होऊ शकलं नाही. १८९३मध्ये लिहिलेल्या या पुस्तकानं एका भारतीयाचं लंडनमधलं आयुष्य आणि त्याच्या गरजा यावर प्रकाश टाकला आहे आणि असा दावा केला आहे की, 'हा एक असा प्रयत्न आहे जो करण्याचा आजपर्यंत कुणी प्रयत्न केला नाही.' या 'गाइड'मध्ये अन्न या विषयाला मोठं स्थान दिलं गेलं आहे–त्यासाठीची खरेदी आणि स्वयंपाक, एका आठवड्याला एक पौंड खर्च करून कशी गुजराण करता येते याबद्दल आणि इंग्लंडला असताना एका भारतीयानं कसा पोशाख घातला पाहिजे, याबद्दलही सांगितलं आहे. ज्या भारतीयाला शक्य आहे त्यानं इंग्लंडला गेलं पाहिजे, असं ते म्हणतात. तिथे तो एकटा असेल, चिडवायला आणि लाड करायला बायको नसेल, हस्तक्षेप करायला पालक नसतील, लक्ष द्यायला मुलं नसतील, त्रास द्यायला सहकारी नसतील. थोडक्यात, तो त्याच्या आयुष्याचा मालक असेल. गांधी हे 'गाइड' लिहिताना प्रिटोरियात हा अनुभव घेत होते.

अन्नसेवनाचे प्रयोग पुढे चालू ठेवत, गांधी काही आठवडे फक्त न शिजवलेली तृणधान्यं भाज्या, फळं आणि शेंगदाण्यांवर राहिले. त्यामुळे त्यांची प्रकृती आणि दात दोन्ही खराब झाले. या प्रयोगाचं अपयश त्यांनी तत्परतेनं लंडनला 'द व्हेजिटेरियन'ला कळवलं.

सत्याग्रहात आणि त्यानंतरच्या लिखाणात केलेल्या उल्लेखांवरून असं स्पष्ट दिसतं की, त्यांच्या प्रिटोरियातल्या वास्तव्यामध्ये दूरवर फिरायला जाऊन सृष्टिसौंदर्य न्याहाळण्याइतकी स्वस्थता त्यांना मिळाल्यामुळे दक्षिण आफ्रिकेतील सृष्टिसौंदर्य, हवामान आणि फळांबाबत त्यांना जिव्हाळा निर्माण झाला.

*

तो खटला : तय्यबविरुद्धचा खटला ही त्यांची प्राथमिक आणि मुख्य जबाबदारी होती. या खटल्यामधील वादाच्या मुद्द्यांवर कायदा काय सांगतो, याचं त्यांनी वाचन

केलं आणि या प्रकारच्या खटल्यासारखे इतर अनेक खटले व गांधींवर 'संपूर्ण विश्वास टाकणाऱ्या' अब्दुल्लांनी सादर केलेले पुरावे यांचा अभ्यास केला.

या खटल्यात अब्दुल्लांची बाजू जास्त बळकट होती, असा निष्कर्ष पुराव्यांवरून गांधींनी काढला. शिवाय अब्दुल्ला व तय्यबसुद्धा न्यायालयात जर लढत बसले, तर हा खटला लांबेल आणि दोघांमध्ये कटुता येऊन शेवटी दोघांचंही अतोनात नुकसान होईल, असा कयासही बांधला. दोघा दावेदारांनाही याची जाणीव झाली पण या वादावर आजपावेतो बरीच पैशांची, वेळेची आणि भावनिक गुंतवणूक झाली होती. त्यामुळे गांधींना आपली सगळी ताकद पणाला लावावी लागली, तेव्हा कुठे दोन्ही पक्ष लवाद नेमायला तयार झाले. लवादासमोर वाद-प्रतिवाद करून खटला मांडल्यावर अब्दुल्लांना ३७ हजार पौंड आणि इतर खर्च देण्यात आला.

ठरलेल्या रकमेपेक्षा एक पैही कमी देण्याची तय्यबची इच्छा नव्हती; पण त्यांच्यासाठी संपूर्ण रक्कम अदा करणं ही अशक्य बाब होती. तय्यबसारखे मेमन दिवाळखोरीपेक्षा मृत्यू पत्करणं जास्त पसंत करीत. त्यामुळे माफक हप्त्यांमध्ये रक्कम स्वीकारणं हा एकच पर्याय अब्दुल्लांना स्वीकारावा लागला. अब्दुल्लांनी प्रखर विरोध केला; पण शेवटी गांधींनी त्यांचं मन वळवलं आणि अब्दुल्ला तय्यबकडून बराच मोठा काळ चालणारे हप्ते घ्यायला तयार झाले.

दोघंही या निर्णयावर समाधानी होते आणि त्यामुळे लोकांच्या मनातली त्यांची प्रतिमा उंचावली. गांधींना अपार समाधान लाभलं आणि त्यांची खात्री पटली की, वकिलाचं खरं काम हे हेव्यादाव्यांमुळे दुरावलेल्या पक्षांना एकत्र आणण्याचं असतं.

योजनेत बदल : त्यांचं दक्षिण आफ्रिकेतलं काम पूर्ण झालं होतं. त्यांना निरोप देण्यासाठी अब्दुल्लांनी नाताळच्या किनाऱ्यावरील सिड्नहॅम इथे अनेक मान्यवर भारतीयांना गांधींच्या सहवासात एक दिवस घालवण्यासाठी आमंत्रित केलं होतं... तिथे असताना गांधींचं लक्ष वर्तमानपत्रातल्या एका छोट्या बातमीनं वेधून घेतलं. भारतीयांना मतदानाच्या अधिकारापासून वंचित ठेवण्यासाठी नाताळच्या विधानसभेपुढे एक विधेयक मांडलं जाणार असल्याची बातमी 'भारतीयांचा मताधिकार' या मथळ्याखाली प्रसिद्ध करण्यात आली होती.

गांधींनी याबाबत विचारणा केल्यावर अब्दुल्लांनी स्पष्ट केलं की, नाताळचा प्रमुख वकील आणि अब्दुल्लांच्याही पेढीचा कायदेशीर सल्लागार हॅरी एस्कोम्बे याने निवडणुकीला उभा राहिल्यावर बऱ्याच भारतीयांना मतदार म्हणून नावनोंदणी करण्यासाठी मदत केली होती. तो एका लोकप्रिय जहाजबांधणी इंजिनीयरच्या विरोधात निवडणूक लढवत होता. भारतीयांनी अर्थातच एस्कोम्बेला आपली मतं दिली. आता, स्वाभाविकपणे त्यांचा मतदानाचा अधिकार नाकारला जात होता.

या विधेयकामुळे नाताळच्या भारतीयांची अवस्था आणखी वाईट होईल, अशी

टिप्पणी गांधींनी केली– *'आमच्या शवपेटीवर ठोकलेला हा पहिला खिळा होता.'* या परिस्थितीत काय करावं याचा सल्ला अब्दुल्ला गांधींना विचारत असताना उपस्थित पाहुण्यांपैकी एकजणमध्येच हस्तक्षेप करीत म्हणाला, 'गांधींनी आपलं प्रयाण एक महिनाभर पुढे ढकलावं!' बाकीच्यांनीही त्याला दुजोरा देत अब्दुल्लांनी गांधींना थांबवून घ्यावं, असा सूर लावला.

गांधींसाठी ही कल्पना स्वागतार्ह होती. दक्षिण आफ्रिकेतल्या भारतीयांच्या प्रश्नानं आधीच त्यांच्या मनात ठाण मांडलं होतं आणि भारतातही कुठलं काम त्यांची वाट पाहत नव्हतं. त्याहीपेक्षा, नाताळच्या भारतीयांना एकत्र आणण्याची ही चांगली संधी होती.

'तुम्ही सगळ्यांनी गांधींना थांबवून ठेवलं पाहिजे', अब्दुल्ला आपल्या पाहुण्यांना म्हणाले. एका बॅरिस्टरला त्याची फी द्यावी लागते, याचीही आठवण त्यांनी करून दिली. सार्वजनिक कामाचे आपण पैसे घेणार नाही, हे गांधींनी स्पष्ट केलं; पण त्यांनी पुढे सगळ्यांना विचारलं की, एखाद्या चळवळीसाठी पैसे द्यायला सगळे तयार आहेत का?–तारा करणं, छपाई, काही पुस्तकं *('मी तुमच्या कायद्यांबाबत अनभिज्ञ असल्यानं काही कायद्याची पुस्तकं विकत घेणं')* आणि प्रवास यांसाठी हा पैसा लागणार होता. ते आपला वेळ द्यायला तयार होते का? यावर अनेक लोक ओरडले, 'अल्ला महान आहे आणि दयाळू आहे. (सिडनहॅमला जमलेले बहुतेकजण मुस्लीम होते.) 'पैसा येत राहील आणि तुम्हाला हवी असतील तेवढी माणसंही येतील. कृपा करून तुम्ही थांबायला राजी व्हा आणि सगळं काही ठीक होईल.'

गांधींनी हे मान्य केलं. त्यांनी चळवळीची रूपरेषा मनात आखली आणि जमलेल्या लोकांची एक कार्यकारी समिती बनवली. हा प्रसंग नंतर आठवताना त्यांना त्या गोष्टीत देवाचा हात दिसतो. ते म्हणतात, त्यानं दक्षिण आफ्रिकेतल्या माझ्या जीवनाचा पाया रचला. पुन्हा एकदा एका आमंत्रणाचा स्वीकार करायला गांधी सिद्ध होते...

दरबानला त्यांनी एका उत्तम चळवळीचा आराखडा तयार केला. त्या चळवळीची लक्ष्यं अनेक होती : जिथे ते विधेयक मंजूर करण्यात येणार होतं ती नाताळची विधानसभा, नाताळचे युरोपियन, लंडनच्या साम्राज्याचे नेते आणि भारतातील जनतेचं मत, विधानसभेला विनंती पाठवणं आणि एक लांबलचक विनंतीअर्ज लंडनमध्ये असलेले वसाहतींसाठीचे सचिव लॉर्ड रिपॉन यांना पाठवणं व त्याच्या प्रती नाताळ, इंग्लंड आणि भारतातील वृत्तपत्रांना पाठवणं, हे त्यांचे मार्ग होते.

अब्दुल्लांच्या घरी झालेल्या शुभारंभाच्या सभेत विधानसभेच्या सभापतींना, नाताळच्या पंतप्रधानांना आणि हॅरी एस्कोम्बे यांना तारा पाठवल्या गेल्या आणि विधानसभेला पाठवण्यात येणाऱ्या अर्जाचा मसुदा तयार करण्यात आला. चांगलं

हस्ताक्षर असलेला आर्थर नावाचा एक वृद्ध भारतीय रात्री बऱ्याच उशिरापर्यंत मुख्य प्रत लिहीत बसला. बाकीच्यांनी त्या पत्राच्या पाच प्रती हातानं लिहिल्या.

विधेयक मंजूर होणार हे तर आधीच निश्चित होतं आणि ते तसं झालंही; पण या चळवळीनं समाजात जणू नवीन प्राण फुंकले. खरं सांगायचं, तर या चळवळीनं भारतीय समाजाची पुनर्बांधणी करण्यात मदत केली; कारण गांधींनी समाजातल्या सगळ्या वर्गांना यात भाग घ्यायला लावला, व्यापारी आणि कारकून, मुस्लीम, हिंदू, पारशी आणि ख्रिश्चन, लहान आणि मोठे. कितीतरी कार्यकर्ते हे नाताळमध्ये जन्मलेले भारतीय ख्रिश्चन होते. भारतीय समाजातल्या या ख्रिश्चन झालेल्या गटाला भारतीय व्यापारी कस्पटासमान वागणूक देत, पण गांधींसाठी मात्र ते जरी ख्रिश्चन झाले तरी ते भारतीयच होते.

रिपॉन यांना केलेल्या विनंतीअर्जात गांधींनी असा युक्तिवाद केला की, भारतीयांना काही प्रमाणात भारतात मताधिकार होता, त्यामुळे नाताळमध्येही त्यांना हा अधिकार प्राप्त व्हायला पाहिजे. शिवाय नाताळच्या मताधिकारासाठी आवश्यक असलेली मालमत्ता आणि शिक्षणाची अट पूर्ण करणाऱ्या भारतीयांची संख्या नाही म्हटलं तरी बऱ्यापैकी होती. अब्दुल्लांच्या घरून घोडागाड्यांतून निघालेल्या कार्यकर्त्यांनी ती संपूर्ण वसाहत पिंजून काढली आणि पंधरा दिवसांत सुमारे दहा हजार सह्या गोळा केल्या. कुणीही खर्चाची भरपाई मागितली नाही.

नाताळच्या वृत्तपत्रांनी भारतीय विनंती अर्जाच्या बाजूनं अनुकूल मत व्यक्त केलं. 'द टाइम्स ऑफ इंडिया'मधील संपादकीयात नाताळमधल्या भारतीयांना पाठिंबा दिला गेला आणि लंडनमध्ये 'द टाइम्स'नंही पाठिंबा जाहीर केला. आणखी एक परिणाम म्हणजे दरबानमधल्या भारतीयांनी गांधींना सर्व बाजूंनी गराडा घातला आणि तिथेच कायमचं राहण्याची विनंती केली.

गांधींचं उत्तर तयार होतं. ते थांबायला तयार होते, परंतु तिथल्या समाजाच्या खर्चानं नाही. चांगल्या वस्तीत स्वतंत्र घर घेऊन आणि समाजाच्या प्रतिष्ठेला साजेशा पद्धतीनं ते राहू इच्छीत होते. या गोष्टीसाठी वर्षाला ३०० पौंडांपेक्षा कमी खर्च येणार नव्हता. तो भागवण्यापुरती वकिलीची कामं मिळवून देण्याची हमी समाजाचे सभासद देणार होते का?

त्यांच्या सार्वजनिक कामांसाठी तेवढी रक्कम ते लोक नक्कीच उभी करू शकतील, 'तुम्ही तुमच्या खाजगी वकिली कामांची फी आकाराल ती वेगळी', असं त्यांना सांगण्यात आलं. गांधी कबूल झाले नाहीत. त्यांचं मुख्य सार्वजनिक काम इतरांना काम करायला लावणं, हे होतं आणि त्यासाठी ते त्याची किंमत वसूल करू शकणार नव्हते. पण ती बॅरिस्टरच्या आमदनीतून वसूल होऊ शकली असती.

त्यांना त्यांचं स्वातंत्र्य हवं होतं, हे उघड आहे आणि हे त्यांनी दरबानच्या

भारतीय व्यापाऱ्यांपुढे स्पष्ट केलं : 'मला काही गोष्टी तुमच्याशी स्पष्टपणे बोलाव्याच लागतील', असं त्यांनी या वेळी सुनावलं. त्यांच्या अटी मान्य केल्या गेल्या आणि सुमारे वीस व्यापाऱ्यांनी त्यांना वर्षभरासाठी आपला वकील म्हणून नियुक्त केलं. काळा बॅरिस्टर नाताळच्या न्यायाधीशांना कितपत रुचेल हे सांगता येत नाही, असा गांधींनी त्यांना इशारा दिला होता. १८९४ आरंभीचे चोवीसवर्षीय गांधी टेबलावर आपले पत्ते मांडत होते आणि ते कसे खेळायचे हेसुद्धा जाणत होते.

*

बीच ग्रोव्ह व्हिला हे त्यांनी भाड्यानं घेतलेलं घर, दरबानच्या समुद्रकिनाऱ्यावरची दोन मजली इमारत होती. नाताळचा मुख्य वकील एस्कोम्बे शेजारीच राहायचा. गांधींनी हे घर प्रतिष्ठेसाठी आणि भारतीय लोक कंजूष असतात हा गोऱ्यांचा आरोप खोडून टाकण्यासाठी घेतलं होतं.

सुप्रीम कोर्टात वकील म्हणून दाखल होण्याकरता गांधींनी केलेल्या अर्जाला नाताळच्या लॉ सोसायटीनं विरोध केला; पण कोर्टानं हा विरोध अवैध ठरवताना म्हटलं की, कायदा गोरा आणि गौरेतर असा भेद मानत नाही. नंतर गांधींनी शपथ ग्रहण केल्यावर थोड्याच वेळात मुख्य न्यायाधीशांनी त्यांना फेटा काढून टाकायला सांगितलं. कोर्टामध्ये वकिलांना डोक्याचं वस्त्र काढावं लागतं, असा खुलासा त्यांनी केला.

मोठ्या लढायांसाठी आपली शक्ती राखून ठेवली पाहिजे, अशी स्वत:ची समजूत घालत गांधींनी ते मान्य केलं. एक वर्षापूर्वी न्यायदंडाधिकाऱ्यांसमोर त्यांनी फेटा डोक्याला तसाच ठेवण्याचा आग्रह धरला होता. आता सुप्रीम कोर्टात त्यांनी तो काढला. अब्दुल्लांना हे काही रुचलं नाही. पण गांधींनी उत्तर दिलं की, रोममध्ये असताना रोमन जसं वागतात तसं वागणं आवश्यक असतं. दरम्यान, लॉ सोसायटीच्या विरोधामुळे गांधींना दक्षिण आफ्रिकेत आणखी प्रसिद्धी मिळाली.

पक्षाची स्थापना : न्यायालयात वकिली करणं हा जनमताचा न्यायालयाशी संवाद साधण्याचा एक मार्ग होता. २२ मे १८९४ रोजी गांधी, अब्दुल्ला आणि इतर बरेच मित्र अब्दुल्लांच्या घरी भेटले आणि त्यांनी 'नाताळ इंडियन काँग्रेस' (NIC)ची स्थापना केली. दहा वर्षांची 'इंडियन नॅशनल काँग्रेस' (INC) ही भारताची जीवनदायिनी होती, असा विश्वास बाळगणारे आणि NIC चे सचिव झालेले गांधी असं नाव देऊ इच्छीत होते, जे काँग्रेसला नाताळमध्येही लोकप्रियता मिळवून देईल.

NIC ची घटना अगदी साधी होती; पण तिची मासिक वर्गणी चांगली भरभक्कम पाच शिलिंग्ज होती. अब्दुल्लांसारख्या काही लोकांनी महिन्याला दोन पौंड भरण्याची जबाबदारी आपणहोऊन स्वीकारली. गांधींसह बाकीचे बरेच, महिन्याला

एक पौंड देत आणि आणखी बरेच लोक महिन्याला दहा शिलिंग्ज देत असत.

वसाहतीच्या वेगवेगळ्या भागांत हिंडून गांधी आणि इतर सहकारी वर्गणी गोळा करत असत; त्याबरोबरच गांधींनी NICच्या सभासदांना त्यांनी लंडनमध्ये असताना आत्मसात केलेले लोकशाहीच्या राजकारणाचे नियम शिकवायला सुरुवात केली : त्यात सभेत ठराव कसे मांडले जातात, त्यांत दुरुस्त्या कशा केल्या जातात, त्यांवर मतदान कसं घेतलं जातं, मतं कशी व्यक्त केली जातात, विरोध कसा दर्शवला जातो, प्रसिद्ध कसे केले जातात; बैठकीत बोलल्या गेलेल्या आणि ठरवल्या गेलेल्या बाबींच्या नोंदी कशा ठेवाव्यात, जमाखर्च कसे मांडावेत आणि पावत्या कशा घ्याव्यात वगैरे गोष्टींचा समावेश होता. आत्मचरित्रात ते दावा करतात की : *'प्रत्येक पैचा अशा प्रकारे हिशेब ठेवला गेला. मी असं म्हणू शकतो की, १८९४च्या जमाखर्चाच्या वह्या आजही जशाच्या तशा सापडतील.'*

NIC साठी गांधींनी लिहिलेल्या दोन पुस्तिका लवकरच प्रकाशित झाल्या : 'दक्षिण आफ्रिकेतल्या प्रत्येक ब्रिटिशाला आवाहन' आणि 'भारतीयांचा मताधिकार- एक आवाहन.' लंडनला असलेल्या दादाभाई नौरोजींना पाठिंबा देण्याविषयी विनंती करताना गांधींनी लिहिलं, *'ही स्वीकारलेली जबाबदारी खरंतर माझ्या आवाक्याबाहेरची आहे.'* तरीही कर्तव्याच्या भावनेशी आत्मविश्वास बरोबरी करत होता. हा पंचवीसवर्षीय युवक पुढे पुस्ती जोडतो : *'इथे उपलब्ध असलेल्यांपैकी फक्त मीच हा प्रश्न हाताळू शकतो.'* (५ जुलै १८९४ चं पत्र)

*

पाच शिलिंगच्या फीनं बऱ्याच भारतीयांना NIC पासून लांब ठेवलं, पण त्यांच्यातल्या काहीजणांसाठी NIC च्या आधिपत्याखाली 'इंडियन एज्युकेशनल असोसिएशन' (IEA) ही संस्था स्थापन करण्यात आली. गांधींच्या देखरेखीखाली IEA नं आपल्या नाताळमध्ये जन्मलेल्या बहुतेक सर्व सुशिक्षित युवकांना काही गोष्टींची चर्चा करायला आणि व्यापाऱ्यांशी संपर्क साधायला शिकवलं. एवढं करूनही अजून बरेच अकुशल कामगार आणि करारावर कामं करणारे भारतीय वंशाचे शिकाऊ कामगार तसेच राहिले होते; पण गांधी लवकरच त्यांच्याशी जोडले गेले.

फाटक्या कपड्यांतील, पुढचे दोन दात तुटलेले आणि तोंडातून रक्त येत आहे, अशा अवस्थेत एक शिकाऊ कामगार गांधींपुढे येऊन उभा राहिला. त्याच्या हातात डोक्याला बांधायचा रुमाल होता, तो त्यानं डोक्यावरून काढला होता. युरोपियन माणसाला भेटायला जाताना प्रत्येक शिकाऊ कामगारानं आणि परक्या भारतीयानं आचरणात आणण्याची ती एक पद्धत होती. अशा प्रकारे 'आदर' व्यक्त केल्यानं अपमानित झालेल्या गांधींनी त्याला तो रुमाल पुन्हा डोक्याला बांधायला

सांगितला, तेव्हा त्यांना त्याच्या चेहऱ्यावर आनंद दिसला.

'लोकांना आपल्या सहकाऱ्यांचा अपमान झालेला पाहून आपला गौरव झाल्यासारखा का वाटतो, हे एक कोडंच होतं', असं गांधींना वाटलं. तो कामगार– बालसुंदरम्– तमिळ बोलणारा हिंदू होता. तमिळ ख्रिश्चन असलेल्या गांधींच्या कारकुनानं त्याच्या बोलण्याचं भाषांतर करून सांगितलं की, ज्या मालकाकडे तो शिकाऊ कामगार म्हणून काम करत होता, त्यानं त्याला मारलं होतं.

बालसुंदरम्च्या जखमांबद्दल एका गोऱ्या डॉक्टरकडून प्रमाणपत्र मिळवून गांधींनी त्या कामगाराला न्यायदंडाधिकाऱ्यांकडे नेलं. त्यांनी बालसुंदरम्कडून प्रतिज्ञापत्र लिहून घेतलं, मालकाविरुद्ध कोर्टात हजर राहण्याचं फर्मान काढलं आणि मालकाला दोषी ठरवलं. गांधींनी बालसुंदरम्साठी दुसरा नवा युरोपियन मालक शोधून काढला. आपल्यातल्याच एकाला कसा दिलासा मिळाला, याची ही कहाणी अन्य शिकाऊ कामगारांना ऐकायला मिळाली.

काही कामगार त्यांचा करार संपल्यानंतर भाजीपाल्याच्या आणि फळांच्या उत्पादनात उतरले आणि जमिनींचे मालक झाले, हे पाहून नाताळमधल्या युरोपियन लोकांना धक्का बसला. त्या कामगारांना भारतात परत पाठवण्यासाठी युरोपियन लोकांनी एक प्रस्ताव मांडला. त्याअन्वये १८९४मध्ये करार संपल्यानंतरही नाताळमध्येच राहणाऱ्या लोकांवर वर्षाला पंचवीस पौंड असा कर लादला आणि त्यांच्या पत्नींवर व मोठ्या मुलांवरही तो लागू केला.

महिन्याला चौदा शिलिंग्ज कमावणाऱ्या कुटुंबांसाठी प्रत्येकी एक पौंड वर्षाला, ही रक्कमसुद्धा खूप जास्त होती. एका कुटुंबात करपात्र चारतरी व्यक्ती असत. NIC नं या करयोजनेविरुद्ध जोरदार मोहीम उघडली; पण भारताच्या व्हाइसरॉयनं करार संपलेल्या नाताळमधील प्रत्येक भारतीयासाठी तीन पौंडांची पट्टी भरण्याला संमती दिली. तसा कर बसवण्यात आला, दक्षिण आफ्रिकेतल्या भारतीयांना हे वर्णद्वेषाचं ओझं अनेक वर्षं छळणार होतं आणि NIC पुढे आव्हान उभं करणार होतं.

*

मार्टिन ग्रीन यांनी केलेल्या वर्णनानुसार 'बीच ग्रोव्ह व्हिला' या घराला एक ड्रॉइंग रूम, एक विश्रामकक्ष, जेवणघर आणि पाच शयनगृहं होती. गांधींनी आपल्या शयनगृहात काबा गांधी आणि लक्ष्मीदास यांचे फोटो लावले होते आणि एका शेल्फवर चरित्रं आणि धार्मिक पुस्तकं ठेवली होती; ज्यात टॉलस्टॉय, मेटलंड आणि ब्लाव्हाट्स्की यांच्या पुस्तकांचा समावेश होता. आत्मचरित्रात असं सांगितलं आहे की, काही फर्निचर अब्दुल्लांनी दिलं होतं. गांधी भारतात निघाले असताना त्यांची जी फी चुकती करायची होती, त्याऐवजी ते दिलं होतं.

१४, मर्क्युरी लेन येथे असलेल्या आपल्या कार्यालयात कामाच्या प्रत्येक दिवशी गांधी चालत जात. त्या वेळी लाउंज सूट, फेटा, पसरट कॉलर, उभ्या रेघांचा टाय आणि पॉलिश केलेले बूट असा त्यांचा पेहराव असे. 'इंग्रजी मित्र आणि भारतीय सहकारी' नेहमीच घरी जेवणासाठी आणि चर्चा करण्यासाठी आमंत्रित केले जात आणि बहुधा तमिळ ख्रिश्चन असलेले गांधींचे कारकून गांधींबरोबरच राहत आणि जेवत. गांधी जरी आपल्या मित्रांना घरच्यासारखाच असलेल्या एका नोकरानं शिजवलेलं साधं अन्न वाढत असत, तरी त्यांना कुणीतरी स्वयंपाक्यावर आणि एकूणच घरावर देखरेख करणारं माणूस गरजेचं होतं. कारण हे काम करण्यासाठी ना त्यांच्याकडे वेळ होता, ना कौशल्य!

पुन्हा एकदा मेहताब : हे काम सोपवण्यासाठी त्यांनी दक्षिण आफ्रिकेत येऊन धडकलेल्या शेख मेहताबची निवड केली. मेहताब गांधींचा पाठपुरावा करत दक्षिण आफ्रिकेत आला असावा किंवा ग्रीन यांच्या म्हणण्याप्रमाणे, सोन्याची खाण, अशी दक्षिण आफ्रिकेची सर्वदूर पसरलेली ख्याती मेहताबला खेचून घेऊन आली असावी. गांधींनी त्याला सहकारी आणि मदतनीस म्हणून ठेवून घेतलं, असं वर्णन आत्मचरित्रात सापडतं.

'बीच ग्रोव्ह व्हिला'चा व्यवस्थापक म्हणून मेहताब तिथे काही आठवडे राहिला की काही महिने, हे निश्चित सांगता येणार नाही. गांधी आपल्याला हे आत्मचरित्रात सांगत नाहीत. तसंच ते मेहताबच्या नावाचाही उल्लेख करत नाहीत (अशाच प्रकारे ते इतरही काही लोकांचा नामोल्लेख टाळतात.), पण तो माणूस कोण असावा, याबद्दल संदेह नाही. संदर्भावरून ते वर्ष १८९५ किंवा १८९६ असावं असं दिसतं.

आपलंच म्हणणं खरं वाटेल अशा पद्धतीनं बोलण्यात अजूनही पटाईत असलेल्या आणि कार्यालयातला एक कारकून गांधींबरोबर राहतो याचा मत्सर वाटत असलेल्या मेहताबनं एक सापळा रचला आणि गांधींच्या मनात त्या कारकुनाविषयी विष भरलं. गांधींचा आपल्यावर संशय आहे, असा सुगावा लागताक्षणी त्या कारकुनानं घर आणि कार्यालय दोन्ही सोडलं.

आपण कदाचित त्या कारकुनावर अन्याय केला, असं गांधींना वाटलं; परंतु त्यापेक्षाही एका गंभीर प्रसंगामुळे त्यांचे डोळे उघडले. एके दिवशी दुपारी बीच ग्रोव्ह व्हिलाचा तात्पुरता स्वयंपाकी (नेहमीचा स्वयंपाकी सुटीवर होता) धापा टाकत गांधींच्या कार्यालयात आला आणि त्यांना म्हणाला, 'कृपा करून ताबडतोब घरी चला. तिथे तुमच्यासाठी एक धक्कादायक गोष्ट आहे.'

हा काय प्रकार आहे, अशी विचारणा गांधींनी केली असता 'तुम्ही आला नाहीत तर पस्तावालं', असं त्या स्वयंपाक्यानं सांगितलं. कार्यालयातला कारकून व्हिन्सेंट लॉरेन्स याला सोबत घेऊन गांधी स्वयंपाक्याच्या मागोमाग लगेच घरी निघाले. त्यानं

त्यांना वरच्या मजल्यावर नेलं आणि मेहताबच्या खोलीचं दार उघडायला सांगितलं. आत्मचरित्रात ते लिहितात,

मी दार वाजवलं. काहीच उत्तर नाही! मी इतक्या जोरात वाजवलं, की सगळ्या भिंती हादरल्या. दार उघडलं गेलं. आतमध्ये मला एक गणिका दिसली.

मेहताबला आणि त्या स्त्रीला गांधींनी तिथून ताबडतोब निघून जायला व पुन्हा कधीही न येण्यासाठी सांगितलं. ते मेहताबला म्हणाले, *"या क्षणापासून तुझा-माझा संबंध संपला."* मेहताबनं गांधींना उघडं पाडण्याची धमकी दिली. ते त्यावर म्हणाले, *"लपवण्यासारखं माझ्याकडे काहीही नाही. जे काही मी केलं असेल, ते तू उघड करू शकतोस. पण या क्षणी तू इथून ताबडतोब चालता हो."*

जेव्हा मेहताबनं हा आदेश पाळायला नकार दिला, तेव्हा गांधी लॉरेन्सला म्हणाले, *"पोलीस सुपरिंटेंडेंटना जाऊन हे सांग, की गांधींच्या घरात कुणीतरी गैरवर्तन करत आहे आणि घराबाहेर निघण्यास नकार देत आहे."* घाबरलेल्या मेहताबनं मग माफी मागितली. पोलिसांना कळवू नका म्हणून हातापाया पडला आणि निघून गेला.

घराच्या वरच्या मजल्यावरच्या दारावर गांधींनी जोरजोरात मारलेल्या थापा म्हणजे स्वत:चा धिक्कार करण्याचा एक मार्ग होता. मेहताब कसा होता हे ठाऊक असूनही, गांधींचा विश्वास संपादन करण्यासाठी त्यानं मारलेल्या भूलथापांच्या जाळ्यात ते अडकले आणि आपण मेहताबमध्ये सुधारणा घडवून आणू, अशी मनोराज्यं रचत राहिले.

सोडून गेलेल्या कारकुनाशी दिलजमाई करण्याचा त्यांनी प्रयत्न केला; परंतु त्याला ते पूर्णपणे जिंकू शकले नाहीत. मेहताबशी असलेल्या संबंधांमुळे त्यांनी दहा वर्षांपूर्वीही एक विश्वासू मित्र गमावला होता. या संबंधावरून काढलेले निष्कर्ष त्यांनी आत्मचरित्रात मांडले आहेत :

समान स्वभाव असलेल्यांमध्ये झालेली (आणि क्वचितच अशी झालेली) मैत्रीच फक्त योग्य आणि टिकणारी असते... मैत्रीमध्ये सुधारणेला फार कमी वाव असतो... सर्व प्रकारची खास सलगी टाळलीच पाहिजे. ज्याला ईश्वराशी मैत्री करायची आहे, त्यानं एकटं राहिलेलंच बरं किंवा सगळ्या जगाशीच मैत्री केली पाहिजे.

त्यांच्यात आणि नाताळच्या भारतीयांमध्ये चांगले स्नेहबंध जुळले होते. त्यांना ते लोक आवडत आणि त्या लोकांना गांधींची गरज होती. त्यांची वकिली चांगली

चालली होती. धार्मिक साहित्याचा समावेश असलेलं त्यांचं वाचन सुरळीत सुरू होतं. त्यांनी अनेक नवीन मित्र जोडले होते, ज्यात अत्यंत धार्मिक असलेल्या 'साउथ आफ्रिका जनरल मिशन'च्या स्पेन्सर वॉल्टन आणि त्यांच्या पत्नीचा समावेश होता. त्यांनी गांधींना कधीही ख्रिश्चन होण्याचा आग्रह केला नाही.

दक्षिण आफ्रिकेत बराच काळ राहावं लागणार आहे, याची जाणीव झाल्यावर गांधींनी काही काळ भारतात जाऊन आपल्या पत्नी-मुलांना बरोबर घेऊन येण्याचं ठरवलं. भारतातल्या लोकांना दक्षिण आफ्रिकेतल्या परिस्थितीबाबतही त्यांना सांगायचं होतं. गांधींच्या सूचनेवरून NIC चे बदली सचिव म्हणून त्यांच्या जागेवर आदमजी मियाखान यांची नियुक्ती केली गेली. व्यापारी वर्गातील लोकप्रिय आणि निष्ठावान मुस्लीम असलेले आदमजी इंग्रजी आणि झुलू भाषा जाणत होते.

मुंबईला जाणारी बोट नजीकच्या भविष्यकाळात सुटणार नव्हती, म्हणून करारावर काम करायला जाणाऱ्या नवीन कामगारांना आणण्यासाठी कलकत्त्याला प्रस्थान ठेवणाऱ्या 'पोंगोला' या बोटीवर गांधी चढले (१८९६च्या मध्यावर). समुद्रावरच्या चोवीस दिवसांच्या त्यांच्या वास्तव्यात ते दोन भाषा शिकले, ज्या त्यांना दक्षिण आफ्रिकेतल्या भारतीयांशी संवाद साधायला उपयोगी ठरल्या. एका मुस्लीम प्रवाशानं त्यांना उर्दू भाषा शिकवली आणि 'तमिळ सेल्फ-टीचर' वाचून ते स्वतःच तमिळ शिकले. एका इंग्रजी अधिकाऱ्याबरोबर रोज एक तास बुद्धिबळ खेळणं हा 'पोंगोला'वरच्या त्यांच्या दिनचर्येचा एक भाग होताच; पण बोटीच्या दिलदार कप्तानाबरोबर (एक 'प्लायमाउथ ब्रदर') बातचीत करणंही नित्यक्रम होऊन बसला.

ब्रिटिश भारताची राजधानी असलेल्या कलकत्त्याहून गांधींनी मुंबईला जाणारी ट्रेन पकडली; पण वाटेत अलाहाबादला ती त्यांना सोडून पुढे गेली. अर्ध्या तासाच्या विश्रामात शहर पाहण्याच्या आणि काही औषधं विकत घेण्याच्या त्यांच्या ऊर्मीमुळे हे घडले. गांधी स्टेशनवर आले, तर ट्रेन निघून गेलेली होती.

नशिबानं, एका समजूतदार स्टेशनमास्तरनं गांधींचं सामान गाडीतून उतरवून ठेवलं होतं. दक्षिण आफ्रिकेसंदर्भात बोलणी सुरू करण्यासाठी अलाहाबाद ही उत्तम जागा आहे, असं गांधींनी ठरवलं. 'द पायोनिअर' या वृत्तपत्राच्या ब्रिटिश संपादकानं त्यांना भेटीची वेळ दिली, त्यांचं म्हणणं शांतपणे ऐकून घेतलं आणि गांधींच्या कोणत्याही लिखाणाची वर्तमानपत्रात दखल घेण्याचं वचन दिलं; शिवाय वसाहतवाल्यांच्या दृष्टिकोनाला पुरेसं महत्त्व देण्याचं कबूल केलं. तो फारच चांगल्या रीतीनं वागला, असं गांधी म्हणाले.

संपादकांच्या सूचनेला गांधींनी दिलेला प्रतिसाद लवकरच प्रत्यक्षात आला, मुखपृष्ठाला दिलेल्या रंगावरून त्या पुस्तिकेचं नाव ठरलं 'हरितपत्रिका.' राजकोटला

तिचं लेखन आणि छपाई करायला एक महिना लागला. आत्मचरित्रात गांधी असा दावा करतात की, या पत्रिकेत दक्षिण आफ्रिकेतल्या भारतीयांच्या परिस्थितीचं हेतुतः मवाळ चित्र उभं केलं होतं.

या माहितीपत्रिकेच्या पाच हजार प्रती छापल्या गेल्या आणि सर्व वर्तमानपत्रांना आणि भारतातल्या प्रत्येक पक्षाच्या नेत्यांना त्या वितरित केल्या गेल्या. पैसे वाचवण्यासाठी गांधींच्या नात्यातल्या आणि ओळखीतल्या मुलांनी आणि तरुणांनी त्या पत्रिका नीट वेष्टणात गुंडाळून त्यावर तिकिटं लावली. गांधींनी त्यांना त्या बदल्यात वापरलेली पोस्टाची तिकिटं, जी त्यांनी जमा केली होती आणि बरोबर आणली होती, ती बक्षीस म्हणून दिली.

पत्रिकेत उपस्थित केल्या गेलेल्या प्रश्नांवर संपादकीय लिहिण्यात 'द पायोनिअर'नं अव्वल क्रमांक पटकावला. लवकरच भारतातील प्रत्येक नावाजलेल्या वर्तमानपत्रानं त्यावर आपलं मत व्यक्त केलं. त्याचा सारांश रॉयटरनं इंग्लंडला पाठवला आणि त्या सारांशाचा सारांश तारेद्वारा लंडनहून नाताळला पाठवला गेला.

*

राजकोटला आल्यानंतर गांधींच्या कस्तुर आणि दोन्ही मुलांबरोबर झालेल्या पुनर्भेटीचं वर्णन आत्मचरित्रात केलेलं नाही. पुन्हा एकदा तीन वर्षांची ताटातूट भोगाव्या लागलेल्या कस्तुरला हा काळ नक्कीच सुखाचा गेला नसणार. घरातल्या धाकट्या भावाची पत्नी म्हणून तिला घरकामात 'कनिष्ठ' दर्जा होता. एकत्रित कुटुंबात स्वतःची आणि इतरांची मुलं व भरपूर काम सांभाळताना तिची दमछाक होई. आपल्या पतीच्या गैरहजेरीमुळे तर तिची परिस्थिती अधिकच केविलवाणी झाली होती. गांधींच्या पुढील विधानात आपण त्यांची अधीरता समजू शकतो : मी मुंबईला न थांबता सरळ राजकोटला गेलो.

व्हिक्टोरिया राणीचा हीरकमहोत्सव काही महिन्यांवर आला असताना गांधींनी आपल्या आठवर्षीय हरिलाल आणि चार वर्षांचा मणिलाल, शिवाय एकत्र कुटुंबातल्या इतर मुलांना 'गॉड सेव्ह द क्वीन' हे गाणं शिकवलं. हे गीत दक्षिण आफ्रिकेत ते परिश्रमपूर्वक लक्ष देऊन शिकले होते. तिथे NIC च्या सभांमध्ये आणि इतर प्रसंगी ते नेहमी म्हटले जाई. सत्तावीसवर्षीय गांधींचा अजूनही साम्राज्यावर/राजवटीवर विश्वास होता आणि दक्षिण आफ्रिकेतील वर्णभेद हा त्यांना तात्पुरता आणि त्या ठिकाणापुरता मर्यादित दोष वाटत होता. ब्रिटिश राजवटीची त्यांच्या मनातील प्रतिमा ही ब्रिटिशांच्या शूरपणावर, गुलामगिरीला असलेल्या विरोधावर आणि दुर्बलांचं रक्षण होईल या तोंडी का होईना पण दिलेल्या आश्वासनावर आधारलेली होती.

गुजरातमध्ये त्यांची पुन्हा एकदा राजचंद्रशी भेट झाली आणि त्याची, ब्रह्मचर्य

हे सुंदर आणि परिणामकारक आहे, ही मतं ऐकून त्यांना आश्चर्य वाटलं. ब्रह्मचर्य विवाहित मनुष्यही पाळू शकतो ही हिंदू व जैन संकल्पना (बायबलच्या सर्मन ऑन द माउंटमध्ये सांगितलेल्या शुद्ध मनाशी साधर्म्य असलेली) मोहनदासच्या १८८८मध्ये आईला दिलेल्या वचनापेक्षाही फार पुढची होती.

दरम्यान, प्लेगनं मुंबईत धुमाकूळ घातला होता आणि राजकोटलाही तो भेडसावत होता. शहराच्या आरोग्य-व्यवस्थेला काही मदत करण्यासाठी गांधींनी हात पुढे केला– आपण याकडे सामाजिक, शिवाय राजकीय पुढाकार या दृष्टीनं पाहू शकतो– संडास-पाहणी व उपाययोजना सुचवण्यासाठी एका समितीवर त्यांची नेमणूक झाली. गांधींना आणि समितीला असं दिसून आलं की, या पाहणीला गरिबांपेक्षा श्रीमंतांचाच जास्त विरोध होता. अस्पृश्य वस्त्यांमधील सफाई. यंत्रणा सर्वांत जास्त कार्यक्षम होती, पण त्या वस्त्यांना भेट देण्याकरता फक्त एकच समिती-सभासद गांधींबरोबर गेला. बाकीच्यांना ही पाहणी मूर्खपणाची वाटली.

गांधींवर अजूनही बहिष्कार टाकलेल्या मोढ बनिया जातीच्या एका गटाशी संबंधित असलेले, गांधींची भगिनी रलिअत हिचे पती मुंबईमध्ये गंभीररीत्या आजारी झाले. गांधींनी त्यांना राजकोटला आणून, आपल्या स्वतःच्या खोलीत ठेवलं आणि रात्रंदिवस ते त्यांच्याबरोबर राहिले, त्याच घरात काबा गांधींची केलेली सेवा निःसंशय त्यांना आठवली असेल. परंतु ही सेवा त्यांच्या मेहुण्याला वाचवू शकली नाही.

आपल्या 'हरितपत्रिके'च्या प्रती घेऊन ते मुंबई, पुणे, मद्रास आणि कलकत्ता इथे गेले. मुंबईत ते फिरोजशहा मेहतांना भेटले; जस्टिस रानडे आणि तय्यबजींना भेटले; शिवाय मेहतांचा उजवा हात असलेले दिनशा वाच्छा यांना भेटले. पुण्यात ते बाळ गंगाधर टिळक आणि त्यांचे राजकीय विरोधक गोपाळ कृष्ण गोखले यांना भेटले. या प्रभावशाली व्यक्तींनी गांधींच्या व्याख्यानांसाठी सभा आयोजित केल्या.

परंतु, मुंबईत मोठ्या सभागृहात जमलेल्या सगळ्यांपर्यंत गांधींचा आवाज पोचला नाही. सुदैवानं लिहून नेलेलं त्यांचं भाषण लंडनच्या त्यांच्या वास्तव्यात ओळख झालेल्या केशवराव देशपांडे यांनी वाचून दाखवलं आणि लोकाग्रहास्तव वाच्छांनीही. भाषणातील मुद्द्यांचा चांगलाच प्रभाव पडला. मेहतांना ते आवडलं आणि देशपांडे व दुसरे एक अनामिक पारशी बॅरिस्टर यांनी गांधींबरोबर दक्षिण आफ्रिकेला जाण्याची इच्छा व्यक्त केली.

पुण्यामध्ये टिळक आणि गोखले दोघांनीही सभेमध्ये सहभाग घेतला. टिळकांच्या सूचनेवरून सभेचं अध्यक्षस्थान अ-राजकीय अशा डॉ. भांडारकर यांनी भूषवलं. आपल्यापेक्षा तीन वर्षांनी मोठ्या असलेल्या गोखल्यांकडे गांधी सहजप्रेरणेनं आणि आंतरिक ओढीनं खेचले गेले. हीच भावना गोखल्यांच्या मनातही प्रतिबिंबित झाली.

मद्रासमधली सार्वजनिक सभा उत्साहानं ओसंडून वाहत होती; पण त्याचं कारण तमिळ भूमीचा सुपुत्र बालसुंदरम् याचा गांधींनी उल्लेख केला हे मात्र नव्हतं. मद्रासला गांधींनी 'हरित पत्रिके'च्या आणखी १० हजार प्रती छापल्या. 'द हिंदू'सारख्या वृत्तपत्रांनी त्यांच्या भाषणाचा वृत्तान्त सविस्तर छापला आणि 'द मद्रास स्टँडर्ड' या वृत्तपत्रानं त्यांना स्तंभलेखन करायला सांगितलं आणि त्यांनी ते केलं.

कलकत्त्यात प्रतिसाद तत्काळ मिळाला नाही. 'बंगालचे आदर्श' म्हणून ओळखले जाणारे सुरेंद्रनाथ बॅनर्जी गांधींना म्हणाले की, बंगाली जनतेला स्थानिक समस्यांनी इतकं ग्रासलं आहे की, दक्षिण आफ्रिकेत त्यांना काहीही रस नाही. गांधींनी भेट दिलेल्या 'अमृत बझार पत्रिका' आणि 'बंगबासी'च्या संपादकांमधील मतभेदांवरून वरील विश्लेषण किती खरं आहे, याची खात्री पटली.

पण ब्रिटिशांच्या मालकीच्या कलकत्त्याच्या 'द स्टेट्समन' व 'द इंग्लिशमन' या वृत्तपत्रांच्या संपादकांनी गांधींबरोबरच्या प्रदीर्घ मुलाखती छापल्या. खोदून-खोदून उलटतपासणी घेत, गांधी काही अतिशयोक्ती करायला तयार नाहीत हे कळल्यावर 'द इंग्लिशमन'चा संपादक सॉंडर्स यानं दक्षिण आफ्रिकेतल्या भारतीयांवर एक संपादकीय लिहिलं आणि त्यात हवे असतील ते बदल करण्यास गांधींना सांगितलं.

कलकत्त्यामध्येही एक सार्वजनिक सभा होईल, अशी शक्यता निर्माण झालेली असतानाच दरबानहून गांधींना तारेद्वारे लवकर परत येण्याविषयी निरोप आला. नाताळचं संसदीय अधिवेशन जानेवारीत सुरू होणार होतं, त्याआधी गांधींचं तिथे पोचणं गरजेचं होतं. अब्दुल्लांनी नुकतीच 'कुरलँड' विकत घेतली होती आणि गांधी, कुटुंबासह त्यातून मोफत प्रवास करू शकतील, असं अब्दुल्लांनी त्यांना सांगितलं.

या आमंत्रणाचा स्वीकार करून गांधी राजकोटला गेले. कस्तुर, हरिलाल, मणिलाल आणि विधवा झालेल्या रलिअतचा एकुलता एक मुलगा गोकुळदास यांना घेतलं आणि डिसेंबरच्या सुरुवातीला मुंबईला 'कुरलँड'वर पाऊल ठेवलं. (देशपांडे आणि दुसरा एक अनामिक पारशी बॅरिस्टर, जे गांधींबरोबर दक्षिण आफ्रिकेला जाणार होते, त्यांनी काही अडचणींमुळे जाण्यास असमर्थता दर्शवली.)

प्रवासाच्या कल्पनेनं कस्तुर आणि मुलं उल्हसित झाली होती; पण त्यासाठी लागणाऱ्या तयारीचे सगळे बारकावे गांधींनी लक्ष देऊन ठरवले. त्यांचे बूट, मोजे आणि कपडे, त्यांनी काय खावं आणि कसं वागावं, या गोष्टींचा त्यात समावेश होता. त्यांच्या कुटुंबानं युरोपियन राहणीमानाची सही सही नक्कल न करता, साधारणपणे त्या पद्धतीनं राहावं असं त्यांचं म्हणणं होतं. कस्तुरची साडी आणि मुलांचे कोट-पँट घालणं पाश्चिमात्य धाटणीनं राहणाऱ्या भारतीयांसारखं, पारशांसारखं, असलं पाहिजे असा नियम त्यांनी केला. आणि संपूर्ण कुटुंबानं बूट-मोजे घातले

पाहिजेत व काट्या-चमच्यांनी जेवलं पाहिजे, असंही सांगितलं.

दरबानच्या प्रवासाच्या या आठवणी जागवताना ते आत्मचरित्रात म्हणतात, *'पत्नी आणि मुलांबरोबरचा हा माझा पहिला प्रवास.'* ते आठवताना त्यांना मजाही वाटते आणि दिलगिरीही. आपल्या कुटुंबासाठी नेमून दिलेली दोन संस्कृतींचा संकर असलेली वागण्या-बोलण्याची पद्धत आठवून त्यांना हसू येतं आणि असं करताना अधिकाराची ताकद वापरल्याबद्दल खेद वाटतो; कारण ही पद्धत आचरणात आणताना कस्तुर आणि मुलांना सोपं गेलं नसणार. परंतु १८९६मध्ये त्यांना याबद्दल ना मजा वाटली ना खेद. अक्षरश: निरक्षर असलेल्या बायकोनं नवऱ्याकडून धडे घेणंच योग्य, असा त्या वेळी त्यांचा विचार होता.

दरबानच्या त्या अखंड प्रवासासाठी 'कुरलँड'च्या सोबतीला 'नादेरी' होती, दादा अब्दुल्ला आणि कंपनी जिचे एजंट होते. दोन्ही बोटी मिळून एकूण ८०० प्रवासी होते. त्यांतले अर्धे ट्रान्सवाल या बोअर प्रजासत्ताकाला चालले होते आणि बाकीचे नाताळला. त्यांतले बरेचसे गांधींसारखे त्या वसाहतीला परत चालले होते.

वादळं : नाताळचा किनारा चार दिवसांवर आलेला असताना, बोटींना जोरदार वादळाचा तडाखा बसला. चांगल्या बांधणीचं जहाज कोणत्याही हवामानाला तोंड देऊ शकतं, असं 'कुरलँड'चा कप्तान सांगत असला तरी प्रवासी सांत्वन करण्यापलीकडे गेले. दोन्ही जहाजं लाटांवर हिंदकळत होती आणि प्रत्येक क्षणाला धडकण्याचे आवाज येणाऱ्या संकटाचे संकेत देत होते. वेगवेगळ्या भाषांमध्ये आणि निरनिराळ्या पद्धतींनी, कप्तानासकट सगळे त्या एकमेवाद्वितीय ईश्वराची प्रार्थना करत होते. त्याची इच्छा असेल तसं होईल, ही एकच आळवणी प्रत्येक ओठावर होती. एक चांगले खलाशी असलेले गांधी दर तासाला कप्तानाकडून परिस्थितीची माहिती घेऊन, ती 'कुरलँड'च्या प्रवाशांना देत आणि त्यांना शांत करण्याचा प्रयत्न करीत होते. (आत्मचरित्रात कस्तुर आणि मुलांच्या वादळाबाबतच्या प्रतिक्रिया दिलेल्या नाहीत, त्यांचा समावेश 'प्रवाशां'मध्येच केला गेला आहे.) चोवीस तासांनंतर वादळ थंडावलं; पण पुढे दुसऱ्याच प्रकारचं वादळ घोंघावत होतं आणि गांधींचे प्रवाशांबरोबर जुळलेले संबंध तेव्हा उपयोगाला आले.

दरबानच्या गौरवर्णीयांनी भारतीयांना या भूमीवर पाय ठेवण्यापासून रोखण्याची योजना आखली होती. गांधींच्या 'हरितपत्रिके'चा जो सारांश लंडनहून त्यांना प्राप्त झाला होता, त्यावरून भारतात गांधींनी त्यांची हेटाळणी केली, असं वाटून ते चिडले होते आणि नाताळमध्ये वास्तव्य करण्यासाठी गांधी भारतातून ८०० लोकांना घेऊन येत आहेत, या अफवेनं ते जागरूक झाले होते. गांधींच्या शेजारी राहणारा मुख्य वकील हॅरी एस्कोम्बे त्यांना सामील होऊन प्रोत्साहित करत होता.

एकामागोमाग होणाऱ्या सभांमध्ये गौरवर्णीयांना हा इशारा दिला जात होता की,

गांधींच्या नेतृत्वाखाली नाताळ 'मुक्त' किंवा करारात न अडकलेल्या भारतीयांकडून पादाक्रांत केलं जाणार आहे. आजपावेतो, नाताळमध्ये असा कोणताही कायदा अस्तित्वात नव्हता, जो 'कुरलँड' आणि 'नादेरी'वरील प्रवाशांसारख्या लोकांना नाताळमध्ये प्रवेश करण्यासाठी प्रतिबंध करू शकेल. त्या बोटी १८ किंवा १९ डिसेंबरला पोर्ट दरबानला पोचल्या. भारतीयांना त्या भूमीवर पाय ठेवण्याला आडकाठी करण्यासाठी तयार केलेल्या 'युरोपियन समिती'ला, मुंबईत नुकताच होऊन गेलेला प्लेग हे चांगलं हत्यार मिळालं. संसर्ग होऊ नये म्हणून जहाजं किनाऱ्यापासून दूरवर ठेवली गेली आणि त्यांत अडकलेल्या प्रवाशांना निरोप पाठवले गेले की, जर त्यांना आपल्या जिवाची काळजी असेल, तर त्यांनी भारतात परत जावं.

संसर्गाला दूर ठेवण्याचा हा काळ तब्बल तेवीस दिवसांपर्यंत लांबला आणि समितीतर्फे वारंवार इशारे दिले गेले. दादा अब्दुल्ला आणि कंपनीलाही ताकीद दिली गेली आणि जहाजं परत पाठवण्यासाठी प्रलोभनं दाखवण्यात आली. पण ती पेढी आणि बोटींचे कप्तान प्रवाशांच्या पाठीशी ठामपणे उभे राहिले. मुंबईहून निघताना फार थोड्या प्रवाशांना गांधी ओळखत होते. सगळ्यांनी आता वाट पाहायला मान्यता दिली. त्या सर्वांना गांधींनी एकत्र केलं आणि या प्रतीक्षेच्या काळात करमणुकीसाठी म्हणून काही खेळ आयोजित केले.

ख्रिसमसच्या दिवशी गांधींचं भाषण झाल्यावर 'कुरलँड'च्या कप्तानानं– मिलनेनं– त्यांना विचारलं की, जर दरबानच्या गोऱ्या लोकांनी त्यांच्यावर हल्ला केला, तर त्यानं कसा प्रतिसाद द्यावा? गांधींनी यावर उत्तर दिलं की, त्याला धैर्य आणि सद्बुद्धी मिळावी, अशी ते प्रार्थना करतील.

संसर्गापासून दूर ठेवण्याचा हा काळ अनिश्चित दिवसांपर्यंत लांबवता येणार नव्हता. अखेर १३ जानेवारीला भारतीयांना किनाऱ्यावर उतरायची परवानगी मिळाली. जहाज सोडण्यापूर्वी 'नाताळ ॲडव्हर्टायझर'चा पत्रकार गांधींची मुलाखत घ्यायला आला. त्यानं 'हरितपत्रिके'बद्दल, त्यांच्या भारतातल्या भाषणांबद्दल आणि भविष्यातल्या योजनांबद्दल विचारलं. एस्कोम्बेनं मिलनेच्या हाती निरोप पाठवला की, गोरे गांधींविरुद्ध भडकलेले असल्यामुळे ते आणि त्यांचे कुटुंबीय यांनी अंधार पडल्यावर किनाऱ्यावर उतरावं, म्हणजे बंदराचे अधीक्षक मि. टॅटम त्यांना सुरक्षितपणे त्यांच्या घरी घेऊन जातील.

असं करण्याला गांधींची बहुधा संमती होती; पण त्यांनी अचानक आपला विचार बदलला. दादा अब्दुल्ला आणि कंपनीचे वकील आणि दरबानच्या बऱ्याच भारतीयांचे मित्र एफ. ए. लाफ्टन बोटीवर आले आणि गांधींनी निशाचर चोरासारखं शहरात प्रवेश करू नये, असं त्यांना सांगितलं. लाफ्टन आणि गांधींनी कस्तुर आणि मुलांना बंदरापासून दोन मैलांवर असलेल्या पारसी रुस्तुमजी यांच्या घरी गाडीनं

पाठवून दिलं (बीच ग्रोव्ह व्हिलाला जाण्याआधी काही दिवस गांधी आणि त्यांचं कुटुंब तिथे काही दिवस राहणार होतं.) आणि ते दोघं पायी निघाले.

काही गौरवर्णी युवकांनी गांधींना ओळखलं आणि ते 'गांधी! गांधी!' आणि 'मारा त्यांना! ठोका!' असं ओरडू लागले. बाकीचेही त्या ओरडण्यात सामील झालेले पाहून, चिंताक्रांत लाफ्टन यांनी एक रिक्षा थांबवली आणि गांधींना आत बसण्यास सांगितलं. गांधी याआधी कधीच रिक्षात बसले नव्हते– दुसऱ्या माणसानं आपल्याला ओढत घेऊन जायचं, ही कल्पना त्यांना अपमानास्पद वाटली होती. पण आता, लाफ्टनच्या आग्रहावरून ते तयार झाले. परंतु आरडाओरडा करणाऱ्यांची वाढत चाललेली संख्या बघून तो आफ्रिकन रिक्षा ओढणारा घाबरून गेला, तो 'खा!' ('नाही') म्हणाला आणि निघून गेला.

लाफ्टन आणि गांधी वेस्ट स्ट्रीटला पोचेपर्यंत 'प्रचंड' गर्दी जमली होती. तिथे एका 'धट्ट्या-कट्ट्या' माणसानं लाफ्टनला खेचून नेलं आणि बाकीच्यांनी गांधींचा फेटा ओढून काढला. दगड आणि अंड्यांचा त्यांच्यावर मारा केला आणि लाथा-बुक्क्यांचा वर्षाव केला. मूर्च्छित होता होता ते धडपडत एका कुंपणाजवळ गेले आणि त्याला घट्ट पकडून राहिले.

आपला दम आणि तोल परत मिळवल्यावर त्यांनी पुन्हा चालायला सुरुवात केली, तेव्हा विरुद्ध दिशेनं चाललेल्या आणि गांधींना ओळखणाऱ्या दरबानच्या पोलीस सुपरिन्टेन्डन्टच्या पत्नी मिसेस अलेक्झांडर यांनी त्यांना पाहिलं. आपली छत्री उघडून गांधींच्या डोक्यावर धरत त्या त्यांच्याबरोबर चालू लागल्या. गांधींना त्यानंतरही आणखी काही फटके बसले, तरी त्यांच्या बाजूनं चाललेल्या सुप्रसिद्ध गौरवर्णीय महिलेमुळे त्यांची हाडं तुटण्यापासून बचावली आणि ते कसेबसे रुस्तुमजींच्या घरी पोचले. या घटनेबाबत एक दशकानंतर त्यांनी लिहिलं :

> *देव नेहमीच माझ्या सुटकेसाठी आला आहे... माझ्या धैर्याची १३ जानेवारी १८९७ या दिवशी कठोर परीक्षा घेतली गेली... मी किनाऱ्यावर उतरलो आणि मला मारायचा निश्चय करून आलेल्या आकांडतांडव करणाऱ्या जमावाच्या तावडीत सापडलो. मी हजारो लोकांनी घेरला गेलो होतो... पण माझं धैर्य मला सोडून गेलं नाही. ते माझ्यात कसं आलं, हे मी खरंच सांगू शकत नाही; पण ते आलं. ईश्वर महान आहे.*

गांधींना आपल्यातल्या धैर्याबद्दल वाटलेलं नंतरचं आश्चर्य हे लक्षवेधक आहे आणि १८९७मध्ये लाफ्टन यांनी केलेलं वक्तव्यही : धाकदपटशा दाखवून त्यांना नमवण्याचा प्रश्नच नव्हता. अगदी टाउन हॉल उचलून आपल्यावर फेकला जाणार आहे हे जरी त्यांना कळलं असतं, तरी ते डगमगले नसते, हे मी जे काही माझ्या

डोळ्यांनी पाहिलं त्यावरून खात्रीपूर्वक सांगू शकतो.

परंतु १३ जानेवारी १८९७ रोजी त्यांना आणखी एक परीक्षा पार पाडावी लागली. 'सोराबजी हाउस'ला लोकांचा प्रचंड वेढा पडला होता (तिथे 'कुरलँड'वर वैद्यकीय अधिकारी असलेले सोराबजींसारखेच एक पारशी डॉ. दादीबरजोर गांधींच्या जखमांवर उपचार करत होते.) आणि ते ओरडत होते, 'आम्हाला गांधी हवेत!' पोलिसप्रमुख अलेक्झांडर तिथे पोचले, तेव्हा परिस्थिती काही फारशी चांगली नव्हती. गांधींनी दक्षिण भारतीय हवालदाराचा वेष करून तिथून बाहेर पडावं, असा त्यांचा सल्ला होता. आपलं कुटुंब, रुस्तुमजींचं कुटुंब आणि त्यांची मालमत्ता वाचवण्याचा हाच एकमेव मार्ग होता. लोक रुस्तुमजींचं घर जमीनदोस्त करतील, अशी भीती त्यांना वाटत होती.

त्यांचा सल्ला ताबडतोब अमलात आणला गेला. अलेक्झांडरच्या माणसांनी दिलेला हवालदाराचा गणवेश तातडीनं चढवून गांधींनी धातूचा पट्टा लावलेली संरक्षक 'टोपी'ही घातली आणि रुस्तुमजींच्या मागच्या कुंपणाच्या रस्त्यानं गुपचूप बाहेर पडले. कुणाला सुगावा न लागू देता त्यांना पोलीस स्टेशनला नेण्यात आलं. दरम्यान, अलेक्झांडर लोकांचं नेतृत्व करत गाणं म्हणत होते, 'म्हाताऱ्या गांधीला फाशी द्या, आंबट, तुरट सफरचंदाच्या झाडावर.' गांधी पोलीस स्टेशनला पोचल्याची खबर त्यांना कळल्यावर अलेक्झांडरनं जमावाला सांगितलं की, सावज निसटून गेलं आहे. घराची पाहणी करून आलेल्या मंडळानंही यावर शिक्कामोर्तब केलं. निरुपाय होऊन जमाव पांगला.

काही दिवसांतच दोन कारणांमुळे वातावरण निवळलं. 'द नाताळ ॲडव्हर्टायझर'नं गांधींबरोबरची मुलाखत प्रसिद्ध केली, त्यात त्यांच्यावर केलेल्या प्रत्येक आरोपाचं खंडन करण्यात ते यशस्वी ठरले. त्याहूनही महत्त्वाचं म्हणजे धैर्याच्या जोडीला सद्बुद्धीही बाळगणाऱ्या गांधींनी आपल्या हल्लेखोरांवर खटला दाखल न करण्याचं ठरवलं.

खरंतर, लंडनहून वसाहतींसाठीचे सचिव जोसेफ चेम्बरलेन यांनी नाताळ सरकारला कारवाई करण्याबद्दल तार केली होती; परंतु गांधींनी हॅरी एस्कोम्बे यांना सांगितलं की, त्यांना असं करण्याची इच्छा नाही. गांधींनी त्यांचं हे म्हणणं लेखी स्वरूपात द्यावं, असं एस्कोम्बेनं सुचवताच गांधींनी ताबडतोब त्याच्याकडून काही कोरे कागद घेतले, आपलं म्हणणं लिहिलं आणि त्याच्या हातात दिलं.

नाताळ सरकारची आपल्याच समर्थकांवर कारवाई करण्याची नामुष्की टळली आणि भारतीय समाजाचाही फायदा झाला, असं एस्कोम्बेनं गांधींशी बोलताना मान्य केलं. गांधी निर्दोष आहेत असं जाहीर करत नाताळच्या वृत्तपत्रांनी जमावाचा धिक्कार केला. नंतर गांधींनी लिहिलं :

'तीन ते चार दिवसांतच मी माझ्या घरी गेलो, स्थिरस्थावर व्हायला मला फार काळ लागला नाही. या प्रकरणामुळे माझ्या व्यवसायाला फायदाच झाला.'

*

कौटुंबिक जीवन : दरबानच्या आयुष्याला अशी वादळी सुरुवात करताना कस्तुर आणि मुलांना जड गेलं असणार. त्यांच्या नशिबात शांतता नव्हतीच. मुलांची शाळा ही एक समस्याच होती. गांधींच्या ओळखीमुळे त्यांना उत्तम युरोपियन शाळांमध्ये प्रवेश मिळाला असता; पण बाकीच्या भारतीय मुलांना तिथे प्रवेश दिला जात नसे आणि आपल्या मुलांसाठी मेहेरबानी आणि अपवाद करणं त्यांना मान्य नव्हतं. मिशनऱ्यांनी भारतीय मुलांसाठी उघडलेल्या शाळांच्याही ते विरोधात होते; कारण त्यांचा दर्जा फारसा चांगला नव्हता, तिथे गुजराती शिकवली जात नव्हती आणि ख्रिश्चन धर्माचे डोस विद्यार्थ्यांना पाजले जात असावेत, असे गांधींना वाटत होते.

असं असल्यामुळे मुलांचं शिक्षण घरीच सुरू झालं. मुलांपासून बरेच दिवस लांब राहिल्यामुळे असेल कदाचित, पण गांधींचं असं मत बनलं होतं की, लहान मुलांना त्यांच्या आई-वडिलांपासून दूर ठेवलं जाऊ नये. परंतु गांधींच्या सार्वजनिक जीवनामुळे घरच्या शिक्षणावर बंधनं येऊ लागली. तरी जेव्हा जेव्हा शिकवायची वेळ येई, तेव्हा ते उत्साहवर्धक आणि काहीतरी नवीन शिकवत असत.

त्यांनी हरिलाल, मणिलाल आणि त्यांचा आतेभाऊ गोकुळ यांच्यासाठी महिना सात पौंड पगारावर एक इंग्रजी गव्हर्नेस ठेवली, तरी एकंदरीत त्यांचं शिक्षण हे एक उद्वेगजनक प्रकरण होतं. हरिलाल आणि गोकुळ यांना फुटबॉलमध्ये रस निर्माण झाला. तिघांनाही बीच ग्रोव्ह व्हिलामधलं आयुष्य हे निश्चितच राजकोटच्या आयुष्यापेक्षा हवंहवंसं वाटलं; पण त्यांचं शिक्षण हे गांधींचं मुख्य ध्येय नसल्यानं त्यांची हेळसांडच झाली.

आपल्या आयुष्याच्या सुरुवातीच्या या भागाकडे नंतर वळून पाहताना हरिलालला आपले वडील, त्या काळात सुख-सोयींच्या वाटेवरून मार्गक्रमण करत होते आणि तो सर्वोत्तम कालखंड होता, असं वाटतं. हा उल्लेख त्यांनी आपल्या आत्मचरित्रात केला आहे. गांधींनी आपली जीवनशैली साधी करायला सुरुवात केली होती. (काही इतर कामांबरोबरच ते आपले अनेक सदरे आणि कॉलर्स धूत असत, खळ घालत असत आणि इस्त्री करत असत. कस्तुरलाही त्यांनी ही कौशल्यं शिकवली होती.) तरी नऊ वर्षांच्या हरिलालला आयुष्यात प्रथमच अशा पित्याची संगत लाभली होती, जो श्रीमंत, आनंददायी आणि प्रभावशाली होता.

१८९८मध्ये त्याला आणि मणिलालला एक नवा भाऊ मिळाला– रामदास, आणि १९०० साली देवदास हा चौथा मुलगा कुटुंबात आला. कस्तुर आणि गांधींनी बाळंतपणाच्या वेळी सर्वांत उत्तम वैद्यकीय मदत घ्यावी, असं ठरवलं होतं; पण गांधींनी प्रसूतिशास्त्राचासुद्धा अभ्यास केलेला होता. देवदासच्या जन्माच्या वेळी प्रसूतिवेदना अचानक सुरू झाल्या आणि डॉक्टर किंवा सुईण लगेच उपलब्ध होऊ शकले नाहीत. त्या वेळी गांधींनीच जन्माचे सगळे सोपस्कार पार पाडले आणि ही कसरत करत असताना ते घाबरले नाहीत.

एका गुजराती पुस्तकाचा त्यांना फायदा झाला होता; शिवाय सेंट एडन्स मिशनचे प्रमुख डॉ. बूथ देखरेख करत असलेल्या आणि पारसी रुस्तुमजींच्या मदतीनं उघडण्यात आलेल्या दवाखान्यात घालवलेल्या वेळाचाही गांधींना सदुपयोग झाला. (हा दवाखाना सुरू करण्यात गांधींनीही मदत केली होती, असा उल्लेख आत्मचरित्रात आहे.) दररोज एक तास किंवा त्यापेक्षा जास्त वेळ गांधी रुग्णांच्या तक्रारी जाणून घेत, डॉक्टरसमोर ती माहिती ठेवत आणि औषधं तयार करत. आपल्या वैभवामुळे अस्वस्थ असलेल्या मनाला या कामामुळे काही प्रमाणात शांती मिळत असे आणि बहुतकरून भारताच्या हिंदी, तमिळ आणि तेलुगू प्रांतांतून करारावर आलेल्या कामगारांशी जवळचे संबंध प्रस्थापित करता येत.

रामदास आणि देवदासच्या जन्मामुळे झालेल्या आनंदाला अवघडलेपणाची किनार होती, कारण पूर्ण ब्रह्मचर्य पाळण्यात त्यांना अपयश आल्याचा हा पुरावा होता. गुजरातमध्ये राजचंद्रशी झालेल्या बोलण्यानंतर त्यांनी ते पाळण्याचं ठरवलं होतं. ते व कस्तुर वेगवेगळ्या बिछान्यांवर झोपत असत; परंतु काही वेळा शरीरसुखाची ओढ अनिवार होत असे!

बीच ग्रोव्ह व्हिलाला आलेल्या आणि कुष्ठरोगानं ग्रासलेल्या एका कंत्राटी कामगारामुळे दवाखाना काढण्याच्या आणि गांधींनी तिथे काम करण्याच्या कल्पनेला चालना मिळाली. नुसतं जेवण देऊन त्याला घालवणं अशक्य झाल्यामुळे, गांधींनी त्याला निवाराही दिला, त्याच्या जखमा बांधल्या आणि त्याची काळजी घेतली. परंतु असं फार काळ चालणार नव्हतं. काही दिवसांनंतर गांधींनी त्या माणसाला कंत्राटी कामगारांसाठी सरकारनं चालवलेल्या हॉस्पिटलमध्ये पाठवलं.

बीच ग्रोव्ह व्हिलात असणारा तो कुष्ठरोगी हा काही एकटाच बाहेरून येणारा माणूस नव्हता. पूर्वी गांधींचे कारकूनही तिथे राहायचे. त्यातला एकजण अप्रत्यक्षरित्या कस्तुरबा आणि गांधींमधल्या कटू बोलाचालीला कारणीभूत ठरला होता. या घटनेचा उल्लेख आत्मचरित्रात व इतरत्रही आला आहे. अस्पृश्य ख्रिश्चन आई-वडील असलेला हा कारकून नवखा होता आणि खोलीत ठेवलेलं आपलं मूत्रपात्र रोज साफ करायला त्यानं सुरुवात केली नव्हती. सुधारकाच्या उत्साहात गांधींनी ठरवलं, की

ते पात्र खाली घेऊन जाणं, रिकामं करणं, साफ करणं आणि त्या कारकुनाच्या शयनकक्षात आणून ठेवणं ही कामं स्वत: किंवा कस्तुरनं केली पाहिजेत.

काही इतर पाहुण्यांची मूत्रपात्रं साफ करण्याचं कस्तुरनं मान्य केलं होतं; पण एका 'अस्पृश्या'चं मूत्र घेऊन जाणं किंवा आपल्या पतीला नेऊ देणं म्हणजे तिच्या दृष्टीनं अतिच होतं. रागानं डोळे लाल झालेल्या आणि गालांवरून अश्रू ओघळत असलेल्या अवस्थेत तिनं आपल्या पतीला फैलावर घेतलं आणि पात्र हातात घेऊन ती बाहेरचा जिना उतरू लागली.

गांधींनी मोठ्यानं ओरडून प्रत्युत्तर दिलं, *'मी माझ्या घरात असला मूर्खपणा सहन करणार नाही.'*

'तुमचं घर तुमच्यापाशी ठेवा आणि मला जाऊ द्या.' ती तडफदार पत्नी उत्तरली. त्या असहाय स्त्रीला तिच्या पतीनं हाताला धरून जिन्याच्या समोरच असलेल्या फाटकाकडे खेचत नेलं आणि तिला बाहेर ढकलण्याच्या हेतूनं ते उघडायला सुरुवात केली.

कस्तुरच्या गालांवरून घळाघळा अश्रू ओघळू लागले. ती ओरडली : 'तुम्हाला काही लाज-लज्जा आहे का?... मी कुठे जाणार? इथे माझे आईवडील किंवा नातेवाईक कुणी नाहीत, जे मला आसरा देतील. तुमची पत्नी आहे म्हणून मी तुमची सगळी थेरं सहन करावी असं तुम्हाला वाटतं? जरा डोकं ताळ्यावर ठेवून वागा आणि फाटक बंद करा.'

डोकं शांत करून गांधींनी फाटक लावलं; पण कस्तुरनं आपल्या पतीचं हे वर्चस्व गाजवणारं रूप प्रथमच पाहिलं नव्हतं. देवकृपेनं अल्पजीवी ठरणाऱ्या अशा क्षणांमध्ये ते मालक, शिक्षक, पती असत आणि ती नोकर, विद्यार्थी, बायको. जणू काही ती त्यांच्या मालकीची वस्तू होती आणि तिला वाटेल तसं वागवण्याचा त्यांना अधिकार होता. त्याहीपेक्षा जास्त एक वकील, नेता, सुधारक म्हणून त्यांचं यश त्यांचा अभिमान फुलवत होतं आणि त्यांच्या नैतिकतेच्या श्रद्धांना कस्तुरनं केलेला विरोध सुधारकी बाण्याचं रूपांतर धारधार शस्त्रात करत होता.

गांधींच्या चेहऱ्याच्या या अप्रिय बाजूची झलक आपण त्यांच्याच प्रांजळ निवेदनामुळे पाहू शकतो. तरीसुद्धा या आठवणींमध्ये त्यांच्या वर्चस्व गाजवणाऱ्या स्वभावाच्या निष्ठुर बाजूची कबुली त्यांनी दिली आहे. नवऱ्याच्या आज्ञा झेलण्यासाठीच जन्माला आलेली अशा दृष्टीनं कस्तुरकडे न पाहता एक मदतनीस, सहकारी आणि पतीच्या सुख-दु:खाची भागीदार म्हणून पाहिलं आहे. ही बाब लक्षात घेतली पाहिजे की, वर उल्लेखिलेल्या घटनेनंतर बऱ्याच वर्षांनी त्या लिहिल्या गेल्या आहेत आणि कस्तुरकडे आधी बघण्याच्या दृष्टिकोनाबद्दल त्यात दिलगिरी व्यक्त झाली आहे. वर सांगितलेला प्रसंग १८९७ किंवा १८९८मध्ये घडला. (वेगवेगळ्या निवेदनांत ते

वेगवेगळ्या तारखा सांगतात.) त्या वेळी, त्यांना आपल्या वर्तणुकीची खरोखर शरम वाटली होती (तसं ते आत्मचरित्रात लिहितात); पण अशा कृतींच्या किंवा प्रतिक्रियांच्या मागे काय कारण असावं, याचं आकलन मात्र त्या वेळी त्यांना झालं नसावं असं दिसतं.

*

या ठिकाणी गांधींनी दक्षिण आफ्रिकेत ऐकलेल्या आणि कधीच विस्मरणात न गेलेल्या एका फ्रेंच कहाणीचा उल्लेख आपण करू शकतो. त्यांच्यासाठी ती एका अँग्लो-फ्रेंच तत्त्वज्ञानं अनुवादित केली होती. (नक्की केव्हा हे माहीत नाही.) गांधी नंतर त्याचं वर्णन करताना म्हणता, अल्पसंख्याकांची नेहमीच बाजू घेणारा एक नि:स्वार्थी माणूस. त्याची आई फ्रेंच आणि वडील इंग्लिश होते. मुघल कालखंडाच्याही आधी सत्याच्या शोधासाठी भारतात फिरलेल्या शास्त्रज्ञाची ती कहाणी होती. त्यानं, स्वत:ला उच्च जातीचे म्हणवणाऱ्या अनेक लोकांना भेटी दिल्या, पण त्याचं समाधान झालं नाही. शेवटी, तो शास्त्रज्ञ एका छोट्या खेड्यातल्या एका अस्पृश्याच्या साध्याशा झोपडीत गेला आणि तो ज्याच्या शोधात होता, ते सत्य त्याला सापडलं.

या गोष्टीनं गांधींवर इतका प्रभाव का टाकला, हे आपण समजू शकतो. कारण ते स्वत: उच्च जातीत जन्माला आले होते; पण अस्पृश्यता पाळणं त्यांना मंजूर नव्हतं. काही दक्षिण आफ्रिकन गौरवर्णीयांच्या दृष्टीनं मात्र ते एक अस्पृश्य भारतीय होते आणि आपल्याकडेही पुढे जाऊन सांगण्यासाठी काही सत्यं आहेत, अशी त्यांना जाणीव होती.

*

सार्वजनिक जीवनाच्या आघाडीवर काही फायदे होत होते, तर काही तोटे. NIC च्या दबावगटामुळे लंडनहून असा फतवा निघाला, की वर्णभेदाच्या मुद्द्यावरून भारतीयांविरुद्ध नाताळनं भेदभावाचं धोरण ठेवू नये. पण लंडनच्या या फतव्याचा प्रभाव नाताळनं नष्ट करून टाकला. त्यांनी वर्णभेद नसलेले कायदे भारतीयांना लक्ष्य बनवून केले, ज्यांमध्ये व्यापाऱ्यांवर कडक निर्बंध लादले गेले. आणि जे कंत्राटी कामगार नाहीत त्यांना इंग्रजी भाषा नीट येत नसेल, तर त्यांच्यासाठी स्थलांतर करणं अशक्य होऊन बसलं. कंत्राटी कामगारांवर मात्र हे निर्बंध नव्हते; कारण त्यांची अजूनही गरज होती. NIC नं केलेल्या आवाहनानंतरही इंग्लंडमधील वसाहतींसाठीच्या सचिवानं हे नवीन कायदे रोखण्यात असमर्थता दर्शविली.

पण इंग्लंडमध्ये मनसुखलाल नाझर यानं काही उपयुक्त काम केलं. १८९६मध्ये सुरतहून नाताळला आलेला नाझर उत्तम इंग्रजी बोलणारा आणि सार्वजनिक कामाची आवड असलेला गुजराती माणूस होता आणि बीच ग्रोव्ह व्हिलावर राहणाऱ्यांपैकी

एक होता. १८९७मध्ये जेव्हा स्व-शासित वसाहतींचे प्रमुख आणि इतर शासित प्रदेशांचे प्रमुख व्हिक्टोरिया राणीच्या हीरकमहोत्सवानिमित्त इंग्लंडला जमले, तेव्हा गांधींनी नाझरला लंडनला पाठवलं. पत्रव्यवहाराद्वारे ज्या तीन व्यक्तींशी गांधींनी संपर्क ठेवला होता, त्यांचा सल्ला त्याला घ्यायला सांगितला : ते होते दादाभाई नौरोजी, 'द टाइम्स'चे 'भारतासाठी'चे संपादक सर विल्यम हंटर आणि नौरोजींपेक्षा जरासे मवाळ राजकारण करणारे पार्लमेंटचे सभासद, एक पारशी, सर मुंचेरजी भावनगरी. या सगळ्यांच्या मदतीनं दक्षिण आफ्रिकेतल्या भारतीयांच्या परिस्थितीबद्दल नाझरनं बऱ्याच प्रभावशाली ब्रिटिशांना माहिती दिली.

१८९९मध्ये, जुन्या मैत्रीला उजाळा देत प्राणजीवन मेहतांनी दरबानला धावती भेट दिली, पण त्याच वेळी विरोधकांनीही उसळी घेतली, खासकरून जेव्हा गांधींनी नाताळच्या भारतीयांकडे त्यांचा परिसर स्वच्छ ठेवण्याविषयी आग्रह धरला. काही वेळा सभ्यपणानं मतभेद व्यक्त करत आणि काही वेळा तर अपमान सहन करत गांधी या निष्कर्षाला आले की, सुधारकालाच सुधारणांची अनावर इच्छा असते, समाजाला नाही. समाज मात्र सुधारकाला विरोध, तिरस्कार आणि कमालीचा छळसुद्धा त्याबदल्यात देऊ शकतो.

बोअर-युद्ध आणि सार्जंट-मेजर गांधी : १८९९मध्ये सुरू झालेल्या बोअर युद्धामुळेही भारतीय समाजात फूट पडली. ट्रान्सवालमधलं सोनं हे ब्रिटिश आणि आफ्रिकानेर किंवा बोअर यांच्या दरम्यानच्या युद्धाचं कारण होतं. जरी ट्रान्सवालमध्ये भारतीयांना तिरस्काराची वागणूक मिळत होती आणि 'ऑरेंज फ्री स्टेट' या दुसऱ्या बोअर प्रजासत्ताकातून त्यांची हकालपट्टी झाली होती, तरी आफ्रिकानेरांच्या स्वतंत्र वृत्तीचं गांधींना कौतुक होतं. ब्रिटिश आणि बोअर यांच्यात झालेल्या या ऐतिहासिक लढाईत दोन्ही बाजूंच्या वकिलांनी आपली वकिली सोडली, शेतकऱ्यांनी शेती सोडली, व्यापाऱ्यांनी व्यापार सोडला आणि नोकरांनी त्यांची चाकरी. पण गांधींच्याच शब्दांत सांगायचं तर, त्यांची (गांधींची) वैयक्तिक सहानुभूती सगळी बोअर लोकांच्या बाजूनं होती.

तरी त्यांनी ब्रिटिशांच्या बाजूनं एक हजार भारतीयांचं रुग्णवाहिका मदतपथक तयार केलं, कारण ब्रिटिशांना मदत करण्यात कुचराई केली, तर नव्यानं त्यांचं शत्रुत्व आणि कदाचित हकालपट्टी सहन करावी लागेल, असं त्यांना वाटलं. दुसरीकडे, ब्रिटिशांना मदत केल्यानं दक्षिण आफ्रिकेत राहण्याचा त्यांचा हक्क अबाधित राहील, गौरवर्णीयांचा आदर प्राप्त होईल आणि भारतीयांचं नशीब उघडेल असा त्यांचा आडाखा होता. कारण भारतीयांना बोअर लोकांकडून देण्यात येणारी हीन दर्जाची वागणूक, हाच मुद्दा उपस्थित करून ब्रिटिशांनी युद्ध पुकारलं होतं.

पण बळी जाणाऱ्यांनी जुलमी राज्यकर्त्यांना मदत करावी का? आणि जर दुसरी

बाजू जिंकली तर? त्यावर गांधींचं उत्तर होतं की, लढाईत उतरणारे सैनिक दुसरा प्रश्न कधीही विचारत नसतात. पण आपण हे मान्य करायलाच पाहिजे की, त्यांनी परिस्थितीची नाडी अचूक पकडली होती आणि ब्रिटिश आरमाराबद्दलची त्यांची माहिती आणि ब्रिटिश राजसत्तेच्या हिकमतींची असलेली खात्री त्यांना ब्रिटिशांच्या विजयाची ग्वाही देत होती.

भारतीय लोक भित्रे आहेत आणि केवळ पैसे कमवण्यासाठी घरीच बसून राहतात, असे आरोप नाताळमध्ये भारतीयांवर सर्रास केले जात. अशा वेळी रुग्णवाहिका मदतपथक बनवण्याचा गांधींचा प्रस्ताव (ज्यासाठी दवाखान्यातल्या त्यांच्या कामाचा अनुभव बऱ्याच अंशी कारणीभूत होता.) अधिकाऱ्यांनी लगेच स्वीकारला नाही; पण लाफ्टन आणि एस्कोम्बे व गांधींनी ज्यांची भेट घेतली ते नाताळचे बिशप या लोकांनी या प्रस्तावाला पाठिंबा दिला. डॉ. बूथ यांनी भारतीय स्वयंसेवकांना रुग्णवाहिनीच्या कार्याची तालीम दिली आणि आपला पाठिंबा व्यक्त केला.

अखेरीस, सुमारे ३०० स्वतंत्र भारतीय आणि कंत्राटी कामासाठी आलेले ८०० भारतीय मिळून एक रुग्णवाहिका मदतपथक म्हणून बोअरच्या युद्धात सेवा करायला परवानगी देण्यात आली. सदतीस भारतीयांची नेता म्हणून निवड करण्यात आली. भारतीय समाजातल्या सगळ्या घटकांना–हिंदू, मुस्लीम आणि ख्रिश्चन, श्रीमंत-गरीब, दक्षिण भारतीय आणि उत्तर भारतीय–पथकात आणि नेतेपदी प्रतिनिधित्व मिळावं, या गोष्टीत गांधींनी जातीनं लक्ष घातलं. हे पथक उभं करताना गांधींनी त्याकडे भारतीयांमध्ये ऐक्य घडवून आणण्याची एक संधी म्हणून पाहिलं. अर्थातच, ते स्वत: त्यामध्ये सार्जंट-मेजर पदावर होते. त्यांच्यासोबत डॉ. बूथही होते.

पथकानं फक्त सहा आठवडे काम केलं. त्या काळात बोअर सैन्यानं ब्रिटिश हल्ले परतवून लावले. मुख्य लष्करी अधिकाऱ्यानं ब्रिटन किंवा भारतातून मदत येईपर्यंत हल्ले थांबवण्याचं ठरवल्यानंतर पथक विखुरलं गेलं.

पण या पथकानं बरंच काही साध्य केलं होतं. सुरुवातीला जरी त्यांना सैनिक आघाडीपासून लांब राहण्यास सांगण्यात आलं होतं, तरी 'स्पिऑन कॉप'च्या प्रतिहल्ल्यानंतर जनरल बुलरनं त्यांना जखमींना आणण्याची विनंती केली. काही वेळा गांधींनी आणि पथकातल्या त्यांच्या सहकाऱ्यांनी जखमी लोकांना स्ट्रेचरवर घेऊन वीस किंवा जास्त मैलांची पायपीट केली. जखमींमध्ये जनरल वूडगेट यांचाही समावेश होता.

वर्णविषयक पूर्वग्रहाची जागा लगेचच सहकार्याच्या भावनेनं घेतली. उन्हाळ्यातील एका थकवून टाकणाऱ्या दिवशी, गांधी आणि इतर भारतीय चालत चालत चीवली कॅम्पकडे गेले. तिथे लॉर्ड रॉबर्ट्सचा मुलगा लेफ्टनंट रॉबर्ट्स जखमी होऊन पडला

होता. बरोबरीनं चालत असता जेव्हा तहानलेले भारतीय आणि गोरे एका छोट्या झऱ्याजवळ आले, तेव्हा भारतीयांनी गोऱ्यांना आधी पाणी पिण्यास सांगितलं, तर गोऱ्यांनीही भारतीयांना तीच विनंती केली.

'प्रिटोरिया न्यूज'चा संपादक व्हेर स्टेन्ट एका सकाळी लवकर गांधींना भेटला, तेव्हा त्यांनी रात्रीचं काम संपवलेलं होतं आणि ब्रिटिश सैनिक प्रत्येकाच्या नावानं खडे फोडत होते. स्टेन्ट यांना गांधी शांत, प्रसन्न आणि बोलताना अत्यंत आत्मविश्वासपूर्ण वाटलेच, शिवाय ते प्रेमळही वाटले. त्यांनी माझी काळजी घेतली, असे स्टेन्ट नमूद करतो.

खरं म्हणजे गांधींनी भारतीयांसाठी एका दुविधाजनक परिस्थितीचं संधीत रूपांतर केलं होतं. नाताळात आणि इंग्लंडमध्ये वृत्तसंस्थांनी भारतीयांची प्रशंसा केली. 'पंच'मधल्या एका कवितेचं धृवपद होतं, 'शेवटी आपण सारी साम्राज्याची लेकरं आहोत.' जनरल बुलरनं आपल्या वृत्तान्तात भारतीय पथकाचा उल्लेख केला. नेत्यांना पदकं मिळाली आणि याआधी न अनुभवलेली एकीची भावना भारतीयांच्या मनात जागी झाली.

१८९९च्या डिसेंबरमधल्या एके दिवशी गांधी आपल्या मर्क्युरी लेनच्या कार्यालयाच्या दाराशी उभे असताना हॅरी एस्कोम्बे पलीकडून रस्ता ओलांडून त्यांच्याशी बोलायला आला. जानेवारी १८९७ मधल्या हल्ल्याविषयी दिलगिरी व्यक्त करून तो पुढे म्हणाला की, भारतीय हृदयात इतकं ख्रिश्चन औदार्य सामावलेलं आहे, हे त्याला समजलं नव्हतं. त्यानंतर केवळ तीनच तासांनी गांधी घरी पोचल्यावर काही क्षणांतच एस्कोम्बे यांच्या घरातून एक नोकर घाईघाईनं सांगायला आला की, एस्कोम्बे यांचं अकस्मात निधन झालं.

भारतात परत : बोअर लोकांचा प्रतिकार ब्रिटिशांना विजयी होण्यापासून थोपवू शकला नाही. भारतीयांच्या आशा त्यामुळे पल्लवित झाल्या. ट्रान्सवाल आणि ऑरेंज फ्री स्टेटवर फडकणाऱ्या युनियन जॅकमुळे भारतीयांना त्या ठिकाणी हक्क मिळण्याच्या अपेक्षा वाढल्या. या गोष्टींमुळे आणि नाताळमध्ये लोकांच्या जिंकलेल्या सद्भावनांमुळे गांधींना भारतात परत जाण्याचा मार्ग मोकळा झाला.

केवळ पैसा कमावणं हाच दक्षिण आफ्रिकेत आपला मुख्य व्यवसाय होऊन बसेल, अशी भीती वाटल्यानं हा निर्णय घेतला गेला असावा आणि शिवाय भारतातील राजकारण व कायदा यांचं आकर्षणही त्यामागे असावं, असं म्हणता येईल. १८९६मध्ये भारतामध्ये त्यांना चांगला प्रतिसाद मिळाला होता आणि दरबानमधल्या अनुभवांनी त्यांना वकिली पेशाबद्दल आत्मविश्वासही वाटायला लागला होता.

मियाखान, नाझर आणि इतर नाताळचं कामकाज सांभाळतील, असा युक्तिवाद

करून गांधींनी १९०१मध्ये काही अटींसह समाजाची त्यांच्या जाण्याविषयी परवानगी मिळवली. पुढे त्याला अशी पुस्तीही जोडली गेली की, वर्षभराच्या आत जर समाजाला त्यांची गरज भासली, तर त्यांना परत यावं लागेल. ही अट त्यांनी स्वीकारली. *त्या समाजाशी मला बांधून ठेवणारा प्रेमाचा पाश इतका पक्का होता की, तो तोडणं अशक्य होतं.*

हे प्रेम निरोप समारंभाच्या मालिकेतून व्यक्त झालं आणि महागड्या भेटींमधूनही : कस्तुरसाठी सोन्याचा गळ्यातला हार, काही सोन्याच्या साखळ्या, सोन्याची घड्याळं, हिऱ्यांच्या अंगठ्या. त्यातल्या बऱ्याचशा भेटी समाजातल्या लोकांकडून होत्या, तर काही अशिलांकडून.

एका संध्याकाळच्या समारंभानंतर खूपच भेटी मिळाल्या, तेव्हा खूप अस्वस्थ झालेल्या गांधींनी रात्र जागून काढली. खोलीत येरझारा घालता घालता ते मनात या भेटींबाबत विचारमंथन करत होते. समाजसेवकानं भेटी स्वीकाराव्यात का? त्यांचे अशील हेसुद्धा समाजसेवेत त्यांची मदतच करत होते, मग त्यांनी दिलेल्या भेटी (गांधींनी) स्वीकाराव्यात का? आत्मचरित्रात प्रांजळपणे म्हटलं आहे की : शेकडो पौंड किमतीच्या भेटी नाकारणं मलाही तसं जडच होतं.

परंतु त्या भेटी ठेवून घेणं त्याहीपेक्षा जड जात होतं. शेवटी, ते त्यांचं आयुष्य साधं-सोपं करण्याच्या मागे होते आणि आपल्या पत्नी-मुलांना सांगत होते की, सेवेचं बक्षीस हे खुद्द सेवाच असतं आणि दागदागिन्यांचा हव्यास टाळण्यासाठी समाजाला उद्युक्त करत होते. त्या रात्री त्यांनी एक पत्र लिहिलं. त्याद्वारे त्या सगळ्या भेटी त्यांनी समाजाकडे विश्वस्त निधी म्हणून सुपुर्द करायचं ठरवलं असल्याचं जाहीर केलं आणि विश्वस्तांची नावं लिहून त्यांचे मुख्य म्हणून पारसी रुस्तुमजींचं नाव निश्चित केलं.

या त्यागाकडे आपल्याला (आणि बहुधा गांधींनासुद्धा) एक नैतिक व राजकीय पाऊल म्हणून बघता येईल. दक्षिण आफ्रिकेत किंवा भारतात असलेल्या त्यांच्या प्रभावात त्यामुळे भरच पडणार होती.

सकाळी त्यांनी आधी मुलांची संमती मिळवूनच (अन्यायानंच, असं म्हटलं पाहिजे) कस्तुरशी सल्लामसलत केली. असं दिसतं की, हरिलाल आणि गोकुळ (दोघंही तेव्हा तेरा वर्षांचे होते.) आणि मणिलाल (नऊ वर्षांचा होता). तिघांनीही आपल्याला भेटींची गरज नसल्याचं वडिलांना तर सांगितलंच; पण आईचं मन वळवायचीही तयारी दाखवली.

पण ही काही सोपी गोष्ट नव्हती. कस्तुर भावना आणि तर्काचा आधार घेऊन भांडली. ती गांधींना म्हणाला की, मुलं त्यांच्या तालावर भलेही नाचतील, पण सुनांचं काय? भविष्य अनिश्चित होतं आणि इतक्या प्रेमानं दिलेल्या भेटी अशा

सहजासहजी देऊन टाकणारी ती शेवटची असेल. असं म्हणत ती रडलीसुद्धा.

पण मुलं आणि नवरा माघार घेणार नव्हते. गांधी म्हणाले की, *इतक्या लहान वयात मुलं लग्न करणार नाहीत. ती जेव्हा लग्न करतील, तेव्हा त्यांच्या बायकांना दागिन्यांचा मोह राहिलेला नसेल. आणि खरोखरच दागिन्यांची गरज भासली, तर कस्तुरनं त्यांना तसं सांगावं.*

यावर कस्तुर उत्तरली, 'मी तुम्हाला आता चांगलं ओळखते. माझेच दागिने तुम्ही माझ्यापासून हिरावून घेतले. तुम्ही काय माझ्या सुनांसाठी दागिने करणार! आजपासून तुम्ही माझ्या मुलांना साधू बनवायला सुरुवात केली आहे!'

एरिक्सन या शेवटच्या वाक्याचं भाषांतर करताना लिहितो, 'तुम्ही त्यांना पुरुष होण्याआधीच संत बनवायला निघाला आहात. नाही. दागिने परत केले जाणार नाहीत', असं सांगत तिनं एक अचूक कायदेशीर प्रश्न केला : तुमचा माझ्या हारावर काय अधिकार आहे?

त्यावर कठोर, कायदेशीर उत्तर देताना गांधींनी विचारलं की, हा हार तिच्या सेवेमुळे दिला गेला होता की त्यांच्या?

''हे मला मान्य आहे,'' कस्तुर म्हणाली. ''पण तुम्ही केलेली सेवा म्हणजे मी केलेल्या सेवेसारखीच आहे. मी तुमच्यासाठी रात्रंदिवस काबाडकष्ट केले. ही सेवा नाही झाली का? तुम्ही सगळ्या गोष्टी माझ्यावर लादल्या, मला रडवलंत आणि मी त्यांच्यासाठी गुलामगिरी पत्करली.'' ती पुढे म्हणाली.

हे नेम धरून केलेले वार होते आणि काहींनी अचूक वेध घेतला. गांधींनी मान्य केलं. पण त्यांचा निश्चय पक्का झाला होता. त्यांच्याच शब्दांत सांगायचं तर, त्यांनी तिची संमती मिळवण्यात कसंबसं यश संपादन केलं. १८९६ आणि १९०१मध्ये मिळालेल्या सगळ्या भेटी परत करण्यात आल्या. या चर्चेचा आणि आपल्या माहितीचाही मूळ स्रोत असलेल्या आत्मचरित्रात ते असा दावा करतात की, जसजशी वर्षं जात राहिली, तसतसं या निर्णयातलं शहाणपण कस्तुरच्या ध्यानात आलं; पण १९०१च्या वेळची त्या भेटवस्तूंबद्दलची सल्लामसलत दोन समानधर्मींमध्ये नव्हती हे नक्की.

ऑक्टोबर १९०१मध्ये गांधी, कस्तुर आणि मुलं मुंबईला जाण्यासाठी जहाजावर चढली.

४

सत्याग्रह

भारत आणि दक्षिण आफ्रिका, १९०१-०६

या वेळचा प्रवास मॉरिशस बेटाच्या वसाहतीमार्गे होता. तिथे गांधींनी कुटुंबासमवेत गव्हर्नर सर चार्ल्स ब्रूस यांचे पाहुणे म्हणून एक रात्र मुक्काम केला. कस्तुर आणि मुलांना मुंबईत मित्रांच्या हवाली करून गांधींनी १९०१ सालच्या अखेरीच्या भारतीय राष्ट्रीय काँग्रेसच्या वार्षिक सभेला हजेरी लावण्यासाठी भारताची राजधानी कलकत्त्याकडे (आता कोलकाता) प्रस्थान ठेवले. ज्या ट्रेनमध्ये गांधी चढले, तिथूनच कलकत्त्याच्या अधिवेशनाचे अध्यक्ष दिनशा वाच्छा, 'मुंबईचे सिंह' फिरोजशहा मेहता, नामवंत वकील चिमणलाल सेटलवाड आणि इतर असे बरेच पुढारी प्रवास करत होते.

गांधींना त्या नेत्यांना दक्षिण आफ्रिकेबाबत सांगायचं होतं आणि त्यांची ओळखही करून घ्यायची होती. प्रवासात एका ठरलेल्या स्थानकावर त्यांनी मेहतांनी आरक्षित केलेल्या डब्यात प्रवेश केला आणि त्यातल्या नेत्यांशी स्नेहपूर्ण बातचीत केली. पुढच्या थांब्यावर ते पुन्हा आपल्या डब्यात परतले. आपल्या देशात आपल्या हाती सत्ता नाही, तोपर्यंत दक्षिण आफ्रिकेतल्या भारतीयांसाठी काही करता येणं शक्य नाही, हा मेहतांचा प्रतिसाद गांधींना निराश करून गेला.

कलकत्त्याच्या अधिवेशनात गांधींनी दोन भूमिका वठवल्या. गोखल्यांच्या मदतीनं त्यांनी दक्षिण आफ्रिकेवरच्या ठरावाचा पुरस्कार केला. तो चर्चेविनाच मंजूर करण्यात आला, तरी गांधींनी पाच मिनिटांच्या भाषणात मेहतांच्या दृष्टिकोनाला आव्हान देण्यात यश मिळवलं. दुसरं म्हणजे अधिवेशनाच्या ठिकाणी काही शिस्त लावण्याचा त्यांनी प्रयत्न केला.

अधिवेशनाच्या सदस्यांनी निसर्गाच्या हाकेला प्रतिसाद देऊन, जो व्हरांडा अस्वच्छ केला होता, तो साफ करायला त्यांनी सुरुवात केली. अर्थात, त्यांनी घालून दिलेल्या उदाहरणाचं कुणीही अनुसरण केलं नाही. काँग्रेसचे एक सचिव जानकीनाथ घोसाल यांना सतावणाऱ्या पत्रव्यवहाराचा ढीग निकाली काढायलाही त्यांनी मदत

केली. एवढं करूनही गांधी जवळजवळ सगळ्या नेत्यांना भेटले आणि त्यांनी काँग्रेसचं कामकाज जाणून घेतलं, ही गोष्ट नक्कीच उपयोगाची होती.

परंतु त्यांना बंगालही जाणून घ्यायचा होता आणि जेव्हा काँग्रेसचे बुजुर्ग नेते आणि कलकत्त्याला ठरावीक काळानंतर सभा भरवणाऱ्या इम्पिरिअल कौन्सिलचे सभासद असलेल्या पुण्याच्या गोखल्यांनी त्यांना स्वत:च्या कलकत्त्याच्या घरी राहण्याचं आमंत्रण दिलं, तेव्हा गांधींना फार आनंद झाला. आपल्या घरात होणाऱ्या चर्चांमध्ये सहभागी होण्याचं आमंत्रण गोखल्यांनी दिल्यावर या यजमानांच्या बांधिलकीनं आणि सभ्यतेनं गांधी प्रभावित झाले; तर आपल्या उत्सुक, शिस्तशीर आणि दीर्घोद्योगी पाहुण्याबद्दल गोखल्यांच्या मनात आदर निर्माण झाला.

कलकत्त्यामधील आपल्या काही आठवड्यांच्या वास्तव्यात गांधी बंगालच्या अनेक प्रज्ञावंत आणि राजकारणी नेत्यांना भेटले व बंगाली संगीतात त्यांना रुची निर्माण झाली. स्वामी विवेकानंदांची भेट घेण्याची उत्सुकता असल्यामुळे ते मोठ्या उत्साहानं बेलूर मठाच्या रस्त्यानं लांबवर चालत गेले, परंतु स्वामी त्यांच्या कलकत्त्याच्या घरी आजारी असून, कुणाला भेटू शकत नाहीत, असं त्यांना सांगण्यात आलं. या निराशेपेक्षाही अधिक दारुण दृश्य त्यांना कलकत्त्याच्या काली मंदिराबाहेर बघायला मिळालं. तिथे बोकडांचा बळी दिल्यामुळे 'रक्ताचे पाट' वाहत होते.

ते दृश्य असह्य आणि न विसरता येण्याजोगं होतं. त्याच संध्याकाळी एका बंगाली मित्राच्या वक्तव्यानं त्यांना आणखी मोठा धक्का बसला. हत्या होत असताना मोठमोठ्यानं बडवण्यात येणाऱ्या ढोलताशांच्या आवाजामुळे त्या प्राण्यांना कोणतीही शारीरिक वेदना होत नाही, असा त्या मित्राचा दावा होता!

बंगालच्या उपसागरातून रंगूनला एक धावती भेट देऊन (चळवळ्या प्राणजीवन मेहतांनी आपली बदली तिथे करवून घेतली होती.) गांधींनी बनारस (वाराणसी), आग्रा, जयपूर आणि पालनपूरचा दौरा करून मग राजकोटला कुटुंबात परत जाण्याचा निर्णय घेतला. ज्या भारतात राहायचं आहे त्याची ओळख करून घेण्याचा त्यांचा इरादा होता आणि ट्रेनमधून तृतीय श्रेणीनं प्रवास करत स्वत:चं ज्ञान वाढवायचं होतं.

ते थंडीचे दिवस होते, म्हणून गांधींनी कलकत्त्याला एक लांब लोकरी कोट विकत घेतला, जो पोरबंदरला तयार केला गेला होता. त्यांनी तो कोट, एक शर्ट, एक धोतर आणि टॉवेल ठेवण्यासाठी बारा आण्याला एक कॅनव्हासची बॅगही विकत घेतली. ती बॅग, एक ब्लँकेट, त्यांच्याकडे आधीपासून असलेला पाण्याचा तांब्या आणि गोखल्यांनी भेट म्हणून दिलेला धातूचा जेवणाचा डबा, असा सगळा सरंजाम बरोबर घेऊन गांधींनी कलकत्ता सोडलं. गांधींबद्दल आत्मीयता वाटू लागलेले

गोखले स्वत:होऊन आग्रहानं त्यांना स्टेशनवर सोडायला आले. त्याचबरोबर गोखल्यांच्या घरी ज्यांची मैत्री झाली, ते शास्त्रज्ञ सर प्रफुल्लचंद्र रे हेही आले. दक्षिण आफ्रिकेच्या तरुण नेत्याप्रति त्यांना असलेला आदर त्यातून व्यक्त होत होता.

तृतीय वर्गाचा डबा कचऱ्यानं भरलेला आणि रात्रंदिवस ओरडणाऱ्या व थुंकणाऱ्या लोकांच्या गर्दीनं गजबजलेला असल्याचं गांधींना दिसलं. बनारसला त्यांनी ॲनी बेझंट यांची भेट घेतली. बेझंट यांनी आपल्या वास्तव्यासाठी या तीर्थक्षेत्राची निवड केली होती. गांधींनी गंगेत डुबकी घेतली. काशी विश्वनाथ मंदिर व ग्यान वापी मंदिराच्या आसपास असलेल्या गलिच्छपणामुळे ते विषण्ण झाले. भारताची ओळख करून घेणं म्हणजे केवळ मौजमजा नव्हती तर!

मुंबई, १९०२ : काँग्रेसच्या कामात गांधींची मदत व्हावी या इच्छेखातर त्यांनी मुंबई न्यायालयात कामकाज स्वीकारावं, असं गोखल्यांना वाटलं; परंतु पूर्वीच्या अपयशाच्या आठवणींनी सावध होऊन गांधींनी राजकोटमध्येच वकिली करण्याला प्राधान्य दिलं. काठियावाडला जेव्हा त्यांनी नामवंत वकिलांच्या विरुद्ध खटले सहजपणे जिंकायला सुरुवात केली, तेव्हा स्वत: एक नावाजलेले वकील व (ज्यांच्या वडिलांनी मोहनदासना इंग्लंडला जाण्यासाठी प्रोत्साहन दिलं होतं) ते गांधींचे मित्र केवलराम दवे यांनी, मुंबई हेच गांधींसाठी योग्य ठिकाण आहे, असं नि:संदिग्धपणे सांगितलं. 'सार्वजनिक हिताची कामं करण्यासाठी तुमचा जन्म झाला आहे; आम्ही तुम्हाला इथे काठियावाडमध्ये तुमची क्षमता वाया घालवू देणार नाही.' दवे म्हणाले.

यावर सहमती दर्शवून, गांधींनी फोर्टमध्ये पायने, गिल्बर्ट आणि सयानी यांच्या कार्यालयात एक कक्ष आणि गिरगावात एक घर भाड्यानं घेतलं. ते आणि त्यांचं कुटुंब आता स्थिरस्थावर होणार असं वाटत असतानाच, दहा वर्षांच्या मणिलालवर टायफॉईड आणि न्यूमोनिया यांचा घाला पडला. एक चांगला पारसी असलेला डॉक्टर म्हणाला की, औषधाचा परिणाम फारसा होणार नसल्यामुळे अंडी आणि चिकन सूप खाल्ल्यानं मुलाला बराच फायदा होईल.

हे अन्न ग्रहण करायला गांधींची शपथ आड येत होती. पुढचे काही दिवस मुलाची शुश्रूषा करताना त्यांच्या मनाची खूप घालमेल झाली. त्यांनी त्यावर टबमध्ये गरम पाण्यात कंबर बुडवून बसण्याचा एक उपचार केला. या उपचाराचा त्यांनी अभ्यास केला होता आणि त्यावर त्यांचा विश्वास बसला होता. एका रात्री उशिरा ताप जास्त चढला आणि तो उतरेना; मणिलालला भ्रम होऊ लागला, तेव्हा आपल्या कल्पना मुलांवर लादण्याचा आपल्याला अधिकार आहे का, असा विचार गांधींच्या मनात येऊन गेला.

परस्परविरोधी विचारांच्या कात्रीत सापडलेल्या गांधींनी मग आपल्या मुलाला

ओल्या चादरीत गुंडाळायचा निर्णय घेतला. एक चादर ओली करून आणि घट्ट पिळून त्यांनी ती मणिलालभोवती गुंडाळली, त्याचं डोकं फक्त तेवढं बाहेर ठेवलं आणि वरून दोन ब्लँकेट्स गुंडाळली. डोक्यावर त्यांनी ओला टॉवेल ठेवला.

त्या मुलाचं संपूर्ण शरीर तापलेल्या लोखंडासारखं धगधगत होतं आणि त्याला घाम अजिबात येत नव्हता. अतिशय थकून गांधींनी मणिलालला कस्तुरच्या ताब्यात दिलं आणि काही वेळ ते चौपाटीवर पाय मोकळे करायला गेले. काळजीनं पोखरलेल्या अवस्थेत परमेश्वराची करुणा भाकत त्या वेळी तिथे रेंगाळणाऱ्या लोकांकडे लक्षही न देता ते लवकरच परत आले. धडधडत्या हृदयानं त्यांनी आपल्या गिरगावातल्या घरात प्रवेश केला.

'बापू, तुम्ही आलात?' मुलानं विचारलं.
'हो बाळ.'
'मला बाहेर काढा. मला खूप गरम होतंय.'
'बाळ, तुला घाम आला आहे का?'
'मी अगदी ओला झालोय. कृपा करून मला बाहेर काढा.'

गांधींनी ईश्वराचे आभार मानले; कारण ताप आता खरंच उतरायला लागला होता. आपल्या आजारी मुलाचं मन जरा वेळ इकडे-तिकडे गुंतवून गांधींनी ती गुंडाळलेली ब्लँकेट्स आणि चादर काढली आणि मणिलालचं अंग पुसून कोरडं केलं. मग पिता-पुत्र एकाच अंथरुणात गाढ झोपी गेले. तब्येत पूर्णपणे सुधारण्यासाठी आणखी चाळीस दिवस विश्रांतीची आवश्यकता होती आणि पातळ दूध व फळांच्या रसाचा आहार घ्यावा लागणार होता; पण लेकरानं एक अवघड वळण पार केलं होतं.

स्थिरस्थावर होताना? : गिरगावच्या घरात पुरेसा उजेड, हवा येत नसल्यामुळे गांधींनी उत्तरेकडील उपनगरात जागा शोधायला सुरुवात केली. प्राणजीवन मेहतांचा भाऊ रेवाशंकर जगजीवन याच्या मदतीनं त्यांना सांताक्रूझला (पत्ता माहीत नाही.) एक छान बंगला मिळाला.

आपल्या व्यवसायातही त्यांना त्यांच्या अपेक्षेपेक्षा जास्त यश मिळालं. आठवड्यातून दोन किंवा तीन वेळा गोखले गांधींच्या कक्षात फेरी मारून जायचे. बऱ्याचदा त्यांच्याबरोबर काही मित्र असत. त्यांची गांधींशी मैत्री व्हावी या हेतूनं ते त्यांना घेऊन येत. प्रथमवर्गाचं सीझन तिकीट काढल्यामुळे गांधींना सांताक्रूझ ते फोर्ट हा रोजचा प्रवास सोयीचा होत असे. बऱ्याचदा चर्चगेटपर्यंतची थेट गाडी गाठण्यासाठी ते वांद्र्यापर्यंत चालत जात असत. आपण आपल्या डब्यातला प्रथमवर्गाचा एकमेव प्रवासी असल्याचा अभिमान काही वेळा त्यांना वाटत असे, असं ते नंतर कबूल करत.

या काळात त्यांचं ध्येय गोखल्यांच्या मार्गदर्शनाखाली आणि सल्ल्यानं सार्वजनिक

हिताची कामं करणं, आणि सार्वजनिक कामांच्या जोडीला, आपण आणि आपल्या कुटुंबाच्या चरितार्थाची सोय करणं, हे होतं. सर्वसामान्यपणे आणि उत्तमरीतीने स्थिरस्थावर होत आणि प्रगती करत असताना त्यांनी दहा हजार रुपयांच्या विमा पॉलिसीत गुंतवणूकही केली. एका अमेरिकन विमा एजंटनं– उमद्या चेहऱ्याच्या आणि गोड बोलणाऱ्या माणसानं विमा उतरवणं ही अत्यावश्यक गोष्ट असल्याचं बॅरिस्टर गांधींना पटवून दिलं.

कस्तुर आणि मुलांचा विचार मनात येऊन गांधींनी स्वत:ला बजावलं, 'अरे बाबा, तू तुझ्या पत्नीचे जवळजवळ सगळे दागिने विकून टाकलेस. जर उद्या तुला काही झालं, तर तिला आणि मुलांना पोसण्याची जबाबदारी तुझ्या बिचाऱ्या भावावर जाऊन पडेल. असं झालेलं तुला चालेल का?'

या त्यांच्या सांताक्रूझच्या घरात घालवलेल्या सुखासमाधानाच्या काळाचा उल्लेख बऱ्याच वर्षांनंतर कस्तुरनं कदाचित केला असावा. गांधींनी आश्रमातल्या स्त्रियांच्या मसालेदार जेवणाविषयीच्या आवडीचा विषय काढला, तेव्हा उत्तरादाखल कस्तुरबा पटकन म्हणाल्या,

> "या विषयावर तुम्ही काही न बोललेलंच बरं. दर रविवारी तुम्ही मला काही न काही पक्वान्नं बनवायला सांगायचात आणि ती मिटक्या मारत फस्त करायचात, हे आठवतंय ना?"

परंतु गांधींचं आयुष्य हे सुखसोयी आणि चैनींसाठी नव्हतं. दक्षिण आफ्रिकेहून एक तार आली : 'चेम्बरलेन इकडे येत आहेत. कृपया लगेच निघून या.' त्यांच्या प्रवासी भाड्याचे पैसेही पाठोपाठ आले. आपण दिलेलं वचन आठवून गांधींनी फोर्टमधला आपला कक्ष सोडला आणि १९०२च्या नोव्हेंबरमध्ये दक्षिण आफ्रिकेला प्रस्थान ठेवलं. फिरोजशहा मेहतांनी दक्षिण आफ्रिकेला न जाण्याबद्दल त्यांना निकराचा सल्ला दिला; कारण त्यांच्या मते तिथे जाऊन ते काहीही करू शकणार नव्हते.

काही महिन्यांनी आपण परत येऊ या विश्वासानं त्यांनी सांताक्रूझचं घर आणि कस्तुर व मुलांनाही तसंच ठेवलं. १८९६मध्ये गांधींना 'हरितपत्रिके'संदर्भात मदत करणारा बावीस वर्षांचा त्यांचा एक नातेवाईक छगनलाल (खुशालचंद गांधींचा मुलगा) आणि त्याची पत्नी काशी यांच्याकडे त्यांनी पत्नी व मुलांना सुपुर्द केलं. मुंबईत रेवाशंकर छगनलालच्या मदतीला होते आणि राजकोटहून लक्ष्मीदासांची देखरेख होती.

गांधींबरोबर त्यांच्या बिरादरीमधले चार-पाच तरुण दक्षिण आफ्रिकेला सोबत निघाले, त्यात छगनलालचा छोटा भाऊ मगनलाल होता : जरी भारतीयांबद्दल तिकडे कटुता होती, तरीही दक्षिण आफ्रिकेत व्यवसायाच्या भरपूर संधी होत्या.

गांधींबद्दल बोलायचं झालं तर पुन्हा परत जाण्याचा निर्णय त्यांच्यासाठी सोपा नव्हता; क्वचितच त्यांच्या वाट्याला आलेलं स्थैर्य आणि सुरक्षितता लाभलेलं आयुष्य सोडून जाणं अवघड वाटत होतं.

> पत्नी आणि मुलांचा विरह, स्थैर्य लाभलेल्या व्यवसायाला सोडचिठ्ठी आणि निश्चिततेकडून अनिश्चिततेकडे जाणं- हे सगळं क्षणभराकरता मोठं कष्टदायक होतं, *पण असं अनिश्चिततेनं भरलेलं आयुष्य जगण्याची मी स्वत:ला सवय लावून घेतली होती.*

प्रतिकार आणि प्रतिसाद : आता ब्रिटिश झेंड्याखाली असलेल्या ट्रान्सवालमध्ये गांधींच्या मदतीची गरज भासली होती. बोअर लोकांविरुद्ध ब्रिटिशांनी पुकारलेलं युद्ध खरंतर ट्रान्सवाल आणि ऑरेंज फ्री स्टेट या प्रांतांमध्ये भारतीयांच्या होत असलेल्या अवहेलनेमुळे झालं होतं; तरी ब्रिटिशांच्या विजयानंतर भारतीयांची परिस्थिती या दोन्ही प्रांतांत आणखीनच खराब झाली होती. ट्रान्सवालमध्ये सुरू झालेल्या नव्या 'एशियाटिक डिपार्टमेंटशी' या त्रासदायक स्थितीचा संबंध होता. बोअर युद्धानंतर भारत आणि सिलोनमधून स्थलांतरित झालेल्या ब्रिटिश अधिकाऱ्यांचं तिथे वर्चस्व होतं.

युद्धकाळात ट्रान्सवाल सोडून गेलेल्या भारतीयांवर आपल्या घरांकडे, कामांकडे किंवा व्यापाराकडे परत येण्यापूर्वी खास परवानगी काढण्याची सक्ती या डिपार्टमेंटनं केली होती आणि अशी परवानगी मिळवण्यासाठी लाच देणं आवश्यक होऊन बसलं होतं. शिवाय दक्षिण आफ्रिकेचे अधिकारी युरोपियन लोकांशी वागताना काही विशिष्ट शिष्टाचार पाळत असत– काही वेळा ते भारतीयांशीही असं वागत असत– पण आशियाहून आलेले गोरे अधिकारी भारतीयांशी सभ्यतेनं वागणं कमीपणाचं मानत असत; कारण त्यांना आपल्यापेक्षा कृष्णवर्णीय असलेल्या लोकांवर वर्चस्व गाजवण्याची सवय जडलेली होती.

वसाहतींसाठी ब्रिटिश साम्राज्यानं नेमलेले सचिव जोसेफ चेम्बरलेन यांना भेटण्यासाठी गेलेल्या शिष्टमंडळाचं नेतृत्व गांधींनी केलं. चेम्बरलेन त्यांच्याशी सभ्यपणे वागले, परंतु चेम्बरलेन यांना नेमून दिलेलं काम होतं– बोअर किंवा बोअरेतर दक्षिण आफ्रिकन गौरवर्णीयांची मनं जिंकण्याचं आणि दक्षिण आफ्रिकेनं ब्रिटनला कबूल केल्याप्रमाणे पस्तीस दशलक्ष पौंड वसूल करण्याचं. नाताळच्या भारतीयांचं समाधान करणं हे त्यात समाविष्ट नव्हतं.

नाताळहून चेम्बरलेन घाईघाईनं ट्रान्सवालला गेले. ट्रान्सवालच्या भारतीयांच्या बाजूनं भक्कम साक्षी-पुरावे गोळा केलेल्या गांधींनाच पुन्हा प्रिटोरियाला पाठवण्यात येणाऱ्या शिष्टमंडळाचं नेतृत्व बहाल करण्यात आलं. गांधी पूर्वी एक वर्षभर

प्रिटोरियात राहिले होते. परंतु प्रिटोरियात आणि जोहान्सबर्गमध्ये गांधींच्या प्रवेशाची परवानगी मिळवण्यात तिथल्या भारतीयांना अपयश आलं. असं असताना, अजूनही पोलिसप्रमुखपदी असलेले गांधींचे मित्र अलेक्झांडर हे ट्रान्सवालच्या प्रतिनिधीकडून ती परवानगी मिळवण्यात यशस्वी ठरले, तेव्हा गांधींच्या ट्रेनला दरबानहून सुटायला एक तास शिल्लक होता.

ट्रान्सवालच्या एशियाटिक डिपार्टमेंटची माणसं संतापली. गांधी परवानगीशिवाय आले आहेत, असं समजून त्यांनी त्यांच्या अटकेची तयारी चालवली. परंतु, त्यांच्याजवळ परवाना आहे हे समजल्यावर गांधींना शिष्टमंडळाचं नेतृत्व करू न देण्याचा त्यांनी निर्धार केला.

पूर्वी सिलोन सिव्हिल सर्व्हिसमध्ये असलेले व आता वसाहतींसाठीचे सहसचिव असलेले डब्ल्यू. एच. मूर यांना तय्यब शेट यांनी सांगितलं की, त्यांनी स्वत: व ट्रान्सवालच्या इतर भारतीयांनी गांधींची मदत मागितली आहे. तेव्हा मूर यांनी त्यांना गांधींना घेऊन येण्याचा आदेश दिला. जेव्हा गांधी, तय्यब आणि बाकीचे लोक मूर यांच्या कार्यालयात गेले, तेव्हा त्यांना साधी बसण्यास जागासुद्धा देण्यात आली नाही.

'तुम्ही इथे कसे आलात?' उभ्या असलेल्या गांधींना मूर यांनी विचारलं, तेव्हा आपली उपस्थिती आणि सल्ला यांची मागणी करण्यात आली असल्याचं त्यांनी सांगितलं. 'तुमच्याकडे असलेला परवाना तुम्हाला नजरचुकीनं देण्यात आला आहे. तुम्हाला चेम्बरलेन यांना भेटता येणार नाही. तुम्ही जाऊ शकता. गुडबाय!' गांधींना सांगितलं गेलं.

तय्यबना हा उर्मटपणा सहन झाला नाही. कुणीही भारतीय चेम्बरलेनकडे जाणार नाही, असं त्यांनी सांगून टाकलं. गांधीसुद्धा अपमानामुळे आतल्याआत धुमसत होते, पण त्यांनी तय्यब व इतरांना अपमान गिळून टाकायला सांगितला. गांधींच्या जागी शिष्टमंडळात भारतीय बॅरिस्टर जॉर्ज गॉडफ्रे गेले; पण चेम्बरलेन यांच्याकडून मंडळाला काही उत्साहवर्धक ऐकायला मिळालं नाही.

चेम्बरलेनच्या भेटीतून वगळलं गेल्यामुळे गांधींनी भारतात परत न जाण्याचं ठरवलं. नंतर त्यांनी लिहिलं की, भारतातील विस्तृत कार्यक्षेत्रात सेवा बजावण्याच्या निरर्थक कल्पनेचा त्याग करून दक्षिण आफ्रिकेतल्या भारतीयांना भेडसावणाऱ्या संकटाशी सामना करण्याला त्यांनी झुकतं माप दिलं. परंतु आपण असं गृहीत धरू शकतो की, या संकटाचा सामना करण्यासाठी त्यांच्या वैयक्तिक धिक्काराचाही मोठा हातभार लागला.

पुन्हा एकदा आणीबाणीच्या परिस्थितीमुळे त्यांचं आणि त्यांच्या कुटुंबाचं आयुष्य बदलून गेलं होतं. गांधींनी तय्यब आणि इतरांना सांगितलं की, ते केवळ

दक्षिण आफ्रिकेत नाही तर ट्रान्सवालमध्येच राहतील, प्रिटोरिया किंवा जोहान्सबर्गला वकिली करतील, एशियाटिक डिपार्टमेंटशी चर्चा करतील आणि भारतीयांना होत असलेल्या त्रासातून त्यांची मुक्तता करण्यासाठी झटतील.

जोहान्सबर्ग, १९०३-४ : आनंदित झालेल्या ट्रान्सवालच्या भारतीयांनी 'नाताळ इंडियन काँग्रेस'सारखीच 'ट्रान्सवाल ब्रिटिश इंडियन असोसिएशन' (TBIA or BIA) ही संस्था सुरू करायला गांधींना पाठिंबा दिला आणि नेतृत्वपदीही त्यांचीच निवड केली. ट्रान्सवाल सुप्रीम कोर्टात वकिलीसाठी गांधींनी अर्ज केला. त्यावर लॉ सोसायटीनं कोणताही आक्षेप घेतला नाही, या गोष्टीचं सगळ्यांनाच आश्चर्य वाटलं.

पुन्हा एकदा अनपेक्षितपणे १९०३च्या मध्यावर जोहान्सबर्गच्या कोर्टकचेऱ्या असलेल्या जिल्ह्यात रिसिक स्ट्रीटवर लुई वॉल्टर रिच या एका व्यावसायिक पेढीवर व्यवस्थापक असलेल्या आणि गांधींचा युरोपियन मित्र असलेल्या माणसाच्या मदतीनं त्यांना खोल्या मिळाल्या. त्यांच्या कक्षाच्या मागे असलेल्या एका साध्यासुध्या खोलीत ते राहू लागले. कस्तुर आणि मुलांना मात्र त्यांनी तातडीनं बोलावून घेतलं नाही; त्यांना जरा थांबून अंदाज घ्यायचा होता.

जोहान्सबर्गला गांधींची वकिली उत्तम चालू लागली. थोड्याच दिवसांत त्यांच्याकडे चार भारतीय कारकून आणि एक सचिव कामाला लागले. सचिव असलेली मिस डिक (तिचं पहिलं नाव माहीत नाही.) स्कॉटलंडहून नुकतीच आली होती. त्यांचे पैशांचे व्यवहार आणि जमाखर्च सांभाळणाऱ्या मिस डिकवर संपूर्ण विश्वास टाकता येऊ शकतो, असं गांधींना वाटू लागलं. तिच्या बाजूनं तीही गांधींवर पूर्ण विश्वासून होती. आपला पती निवडण्यासाठीही तिनं त्यांचा सल्ला घेतला आणि मिसेस मॅक्डोनाल्ड होताना गांधींनीच तिची पूर्ण जबाबदारी उचलली. रिच त्याची पेढी सोडून गांधींच्या हाताखाली काम करण्यासाठी रुजू झाला, तेव्हा गांधींचा भार आणखी हलका झाला.

जोहान्सबर्गला असताना गांधींनी थिऑसॉफिस्ट लोकांशी पुन्हा संबंध प्रस्थापित केले, (गांधी नेहमी जात असलेल्या एका जर्मन गृहस्थानं सुरू केलेल्या शाकाहारी उपाहारगृहात त्यांच्यातले बरेचसे शाकाहारी लोक जात असत.) ते त्यांच्या संस्थेचा सभासद म्हणून नाही; पण बरीचशी हिंदू धार्मिक पुस्तकं त्यांच्याबरोबर वाचण्यासाठी. त्या पुस्तकांमध्ये पतंजलीचं 'योगसूत्र' होतं, ज्यात अहिंसा, सत्य, चोरी न करणं आणि सदाचार याचं महत्त्व विशद केलं होतं.

भारतावर आपला काही ठसा उमटवायचा असेल, तर हिंदुत्वाचा सखोल अभ्यास करणं गरजेचं आहे, हे भारतातल्या त्यांच्या दोन वर्षांच्या वास्तव्यानं गांधींना शिकवलं होतं. उदाहरणार्थ, जर अस्पृश्यतेला आणि पशुबळीच्या प्रथेला आव्हान द्यायचं असेल, तर हा अभ्यास आवश्यक होता. त्याला अनुसरून त्यांनी जोहान्सबर्गमध्ये इंग्रजी भाषेत आणि इंग्रजी भाषांतराची मदत घेऊन संस्कृतमध्ये

भगवद्गीतेचा अभ्यास केला.

गीतेनं त्यांना अनपेक्षितपणे झपाटून टाकलं. गीतेत सांगितलेल्या अपरिग्रहाच्या संकल्पनेनं भारावून जाऊन गांधींनी ठरवलं की, आपल्याकडे जे काही आहे ते देऊन टाकल्याशिवाय आपण ईश्वरभक्ती करू शकणार नाही. पण ही बाब प्रत्यक्ष आचरणात आणणं कसं शक्य होईल? लंडनला असताना वाचलेल्या स्नेलच्या कायदेविषयक पुस्तकातला मजकूर आठवून त्यांना त्यांचं उत्तर मिळालं. अमाप संपत्तीच्या मालकानं तिच्यातला तिळमात्र भागही आपला आहे असं न मानता जर स्वत:ला एक विश्वस्त या रूपात बघितलं, तर त्या संपत्तीवर त्यानं पाणी सोडलं असाच अर्थ होतो. पुन्हा एकदा पूर्व आणि पश्चिमेच्या संयुक्त प्रभावानं गांधींचे विचार घडले; कुणा एकाच्या प्रभावानं नाही.

ही बाब लक्षात घेण्यासारखी आहे की, सुवर्णनगरी जोहान्सबर्गमध्ये, जिथे त्यांच्याच शब्दांत सांगायचं तर माणसं चालत नसत, तर पळत असत. जिथे एकाला दुसऱ्याकडे बघायलादेखील वेळ नसे, तिथे गांधींना वैभवलक्ष्मीकडे पाठ फिरवण्याची प्रेरणा मिळाली.

हिंदू परंपरेनुसार त्यांनी संस्कृत गीता पाठ करण्याचाही परिपाठ केला. श्लोक लिहिलेले कागद स्नानगृहाच्या भिंतींवर चिकटवून ते स्नान करता करता श्लोक म्हणत असत. गीतेच्या अठरा अध्यायांपैकी तेरा अध्याय त्यांनी तीन वर्षांत पाठ केले.

आहारविषयक प्रयोग सुरू ठेवत त्यांनी शोध लावला, की न्याहारी टाळली असता त्यांची सकाळी उद्भवणारी डोकेदुखी थांबते आणि पोटावर पातळ कापडावर स्वच्छ माती ओली करून पसरवून जर त्याचं पोटीस बांधलं तर त्यांच्या बद्धकोष्ठतेवर जालीम उपाय होतो.

शाकाहारवादाशी निगडित एक प्रयोग मात्र संकटाला आमंत्रण देणारा ठरला. एक उत्साही महिला अडा बिसिक्स गांधींकडे आली. खूप मोठा मित्रपरिवार असलेल्या या महिलेचं एक लहानसं शाकाहारी उपाहारगृह होतं आणि शाकाहाराचा प्रसार करण्यासाठी त्या उपाहारगृहाला भव्य स्वरूप देण्याची तिची योजना होती. त्यासाठी गांधींची मदत मागायला ती आली होती.

गांधींचे काही अशील आपली बरीच मोठी रक्कम त्यांच्याकडे ठेवायला देत, हे तिला माहीत होतं. बद्री नावाचा एक अशील कंत्राटी कामगार म्हणून मुक्त झाला होता, त्याच्या संमतीनं त्याच्या पैशातून एक हजार पौंडाची रक्कम गांधींनी त्या महिलेला दिली. परंतु तिची योजना फसली आणि गांधींना स्वत:च्या बचतीतून बद्रीच्या पैशांची भरपाई करून द्यावी लागली.

राजकीयदृष्ट्या, गांधींचं मुख्य लक्ष्य होतं एशियाटिक डिपार्टमेंट. ट्रान्सवालमध्ये प्रवेश करण्यासाठी भारतीय आणि चिनी लोकांकडून लाच घेतली जाते, हे ऐकल्यावर

गांधींनी पुरावे गोळा करायला सुरुवात केली. असं करणं हे त्यांच्यासाठी जोखमीचं होतंच– कारण त्यांच्या हालचालींवर नजर ठेवली गेली होती– परंतु त्यांना मदत करू इच्छिणाऱ्या भारतीय आणि चिनी लोकांसाठीही धोक्याचं होतं. सरतेशेवटी दोन अधिकाऱ्यांविरुद्ध त्यांनी त्यांच्या दृष्टीनं बिनतोड पुरावे गोळा केले.

गांधींनी सादर केलेले पुरावे आणि साक्षी पाहून जोहान्सबर्गच्या पोलीस कमिशनरनं त्या दोन अधिकाऱ्यांना स्थानबद्ध करून त्यांच्यावर कारवाई करण्याचं आश्वासन दिलं; परंतु, गौरेतर लोकांनी आरोपित केलेल्या गोऱ्यांविरुद्ध गौरवर्णीय ज्युरी आपलं मत देणं अवघड आहे, अशी पुस्तीही त्यानं जोडली. जेव्हा त्यांतला एक आरोपी फरारी झाला तेव्हा त्या पोलिसप्रमुखानं अटक वॉरंट काढलं आणि त्या माणसाला जोहान्सबर्गला आणलं गेलं.

अपेक्षेप्रमाणे, सगळ्या गौरवर्णीय ज्युरींनी विश्वसनीय अशा पुराव्यांकडे दुर्लक्ष करून दोघांची निर्दोष मुक्तता केली, पण एशियाटिक डिपार्टमेंटनं दोघा आरोपींना निलंबित केलं. त्यामुळे ते तुलनेनं अधिक पारदर्शी ठरलं आणि लाच न दिल्यामुळे एशियन समाजाला अधिक पैशांची बचत करता येऊ लागली.

निलंबित अधिकाऱ्यांनी जोहान्सबर्ग नगरपालिकेत नोकरीसाठी केलेल्या अर्जावर त्यांच्या विनंतीला मान देऊन गांधींनी हरकत घेतली नाही; त्यामुळे आधीच गांधींना मिळालेल्या प्रतिष्ठेत भरच पडली.

आर्थर हॉक्स नावाच्या एका ब्रिटिश लेखकानं १९०३ सालच्या गांधींचं वर्णन केलेलं आहे. तो त्या वर्षी एप्रिल ते जूनच्या दरम्यान दक्षिण आफ्रिकेत होता आणि जोहान्सबर्गला गांधींना भेटला होता. तेहेतीसवर्षीय गांधी त्याला 'चाळिशीचे' वाटले होते आणि त्यांचं वर्णन त्यानं 'फारसे सावळे नसलेले पण अतिशय बुद्धिमान चेहऱ्यावर छोटी काळी मिशी असलेले', असं केलं.

हॉक्सच्या लक्षात राहिलेली गांधींची काही वैशिष्ट्यं म्हणजे मृदू आवाज, गोड वाणी, प्रसन्न वागणं आणि अस्खलित इंग्रजी. आणि त्यांच्यात वैमनस्याचा लवलेशही नव्हता. गांधींच्या बोलण्यातली एक लक्षात राहिलेली बाब म्हणजे अधूनमधून ते पुसटसा, 'स' या अक्षराचा उच्चार 'श' असा करत.

बकाल वस्ती आणि प्लेग : जोहान्सबर्गला आल्या दिवसापासून तिथल्या 'श्रमजीवी कामगार वस्ती' अथवा 'घेट्टो'नं गांधींचं लक्ष वेधून घेतलं होतं. तिचं नाव 'ब्रिकफील्ड्स' होतं. पूर्वी कंत्राटी कामगार असलेले अनेक भारतीय छोट्या-छोट्या जमिनींच्या तुकड्यांवर नव्याण्णव वर्षांच्या भाडेपट्ट्यानं राहत होते. नगरपालिकेचे दुर्लक्ष आणि खूप दाटीवाटीनं राहत असलेल्या रहिवाशांच्या अडाणीपणामुळे तो भाग अतिशय गलिच्छ झाला होता. आणि ती वस्ती नष्ट करण्यासाठी कायदा करून घेण्यात नगरपालिका यशस्वी झाली होती. नगरपालिकेच्या नुकसानभरपाईच्या

प्रस्तावाला आव्हान देण्याचा अधिकार रहिवाशांना होता.

हे आव्हानअर्ज दाखल करण्यासाठी त्यांनी गांधींची निवड केली. सुमारे सत्तर खटल्यांपैकी ते फक्त एक खटला हरले. या यशामुळे रहिवासी आनंदले होते आणि गांधीभाईंबद्दल (ते त्यांना या नावानं संबोधत.) कृतज्ञता बाळगून होते. परंतु नवीन जागा शोधेपर्यंत ते राहत असलेली वस्ती मात्र अधिकाधिक ओंगळवाणी होत चालली होती आणि 'ब्रिकफील्ड्स' नष्ट करायची असल्यामुळे त्याकडे लक्ष देण्याची नगरपालिकेची अजिबात इच्छा नव्हती.

मुंबईत पूर्वी शाळाशिक्षक असलेला गुजराती भाषक आणि गांधींचा एक मित्र मदनजित व्यावहारिक १८ मार्च १९०४ रोजी त्या ठिकाणी असताना त्याला समजलं की, एका सोन्याच्या खाणीत काम करत असताना लागण होऊन तेवीस भारतीयांना 'काळ्या' प्लेगनं गाठलं आहे.

गांधी ज्याला अतिशय निर्भय माणूस म्हणत, त्या मदनजितनं एका रिकाम्या घराचं कुलूप तोडून सगळ्या रुग्णांना त्यात ठेवलं. त्यानं गांधींना पेन्सिलनं लिहिलेली एक चिठ्ठी पाठवली : इथे प्लेगचा उद्रेक झाला आहे. तुम्ही तातडीनं निघून या.

गांधी सायकल चालवत ब्रिकफील्ड्सला पोचले. तिथे त्यांना एक भारतीय डॉक्टर विल्यम गॉडफ्रे येऊन मिळाले आणि गांधींच्या सांगण्यावरून त्यांच्या कार्यालयात काम करणारे चार अविवाहित कर्मचारीही येऊन मिळाले. रिचनंही मदतीचा हात पुढे केला, परंतु त्याच्यावर मोठ्या कुटुंबाचा भार असल्यामुळे गांधींनी तो स्वीकारला नाही.

गॉडफ्रे, मदनजित, गांधी आणि त्या चार तरुणांनी जागरण आणि शुश्रूषेची ती भयानक रात्र पार केली. डॉ. गॉडफ्रेनं सांगितलेली औषधं रुग्णांना देणं, त्यांना आणि त्यांच्या बिछान्यांना स्वच्छ ठेवणं आणि त्यांचं मनोधैर्य वाढवणं यात ती रात्र त्यांनी घालवली. सगळे रुग्ण ती रात्र पार करण्यात यशस्वी ठरले.

ज्या कारकुनाला गांधींनी, आपण रिकाम्या घराचा ताबा घेत आहोत, अशी चिठ्ठी पाठवली होती, त्यानं एक वापरात नसलेलं गुदाम त्यांना देऊ केलं. गांधी आणि त्यांनी तयार केलेल्या गटानं ते गुदाम साफसूफ केलं. काही दानशूर भारतीयांकडून पलंग जमा केले आणि तात्पुरतं रुग्णालय उभारलं. नगरपालिकेनं एक युरोपियन नर्स पाठवली, रुग्णांसाठी आणि मदत करणाऱ्यांसाठी बरीच ब्रँडी पाठवली आणि काही उपकरणं पाठवली.

नर्सनं विनंती करूनही गांधी आणि बाकीच्या मदतनिसांनी ब्रँडी घेतली नाही. रुग्णांनाही ती कितपत उपयोगी पडेल, याबाबत गांधी साशंक होते. डॉ. गॉडफ्रे यांच्या परवानगीनं गांधींनी तीन रुग्णांवर आपले ओल्या मातीचे उपचार सुरू केले.

ओल्या मातीच्या कापडी पट्ट्या डोक्याला आणि छातीला गुंडाळण्याचे ते उपचार होते. अखेरीस त्या तीनपैकी दोन रुग्ण वाचू शकले. रुग्णांची सेवा करण्याची मनापासून इच्छा असलेली पण त्यांना स्पर्श करण्याचीही जिला मनाई केली होती, ती चांगली नर्स असं गांधी तिला संबोधत, ती वाचू शकली नाही.

गांधी आत्मचरित्रात लिहितात, *'ते दोन रुग्ण कसे वाचले आणि आम्ही त्यापासून कसे अबाधित राहिलो, हे सांगणं अशक्य आहे.'*

'द नाताळ मर्क्युरी'नं गांधींच्या नि:स्वार्थी सेवेची दखल घेतली (२२ मार्च १९०४). वृत्तपत्रांना प्लेगसंबंधी लिहिलेल्या पत्रात गांधींनी ती वस्ती ताब्यात घेल्यानंतर तिच्याकडे केलेल्या दुर्लक्षाबद्दल नगरपालिकेला जबाबदार धरलं; परंतु प्लेग पसरू नये म्हणून त्यांनी पूर्ण सहकार्यही केलं. त्यांच्या मार्गदर्शनामुळे तिथल्या रहिवाशांनी वस्तीतून बाहेर ये-जा न करण्याचे आदेश पाळले. आपलं सगळं सामानसुमान घेऊन तिथून स्थलांतर करण्यास आणि ती वस्ती नष्ट करण्यालाही त्यांनी मान्यता दिली.

बऱ्याच रहिवाशांनी 'ब्रिकफील्ड्स'च्या जमिनीखाली द्रव्याचा साठा केला होता. तो बाहेर काढणं आवश्यक होतं. त्या रहिवाशांबरोबर बराच काळ घालवणारे गांधी त्यांचे तात्पुरते बँकर झाले आणि त्यांनी ती तांब्याची व चांदीची नाणी निर्जंतुक करून, जवळपास ६० हजार पौंडांची रक्कम ठेवून घेण्यास आपल्या बँक मॅनेजरला राजी केलं.

शहरापासून तेरा मैलांवर असलेल्या 'क्लिपस्प्रूट फार्म' या जागी तंबूंचं नगर अधिकाऱ्यांनी उभारून दिल्यावर घेट्टोचे रहिवासी खास ट्रेननं तिकडे रवाना झाले. दुसऱ्या दिवशी आधीची वस्ती अग्नीच्या स्वाधीन करण्यात आली.

आपल्या भारतीय सहकाऱ्यांना उद्देशून केलेल्या भाषणात गांधींनी स्वच्छता आणि आरोग्य यांना आपल्या दैनंदिन जीवनाचा एक भाग बनवण्याचं आवाहन केलं. एका ठिकाणी खूप गर्दी करणं टाळलं पाहिजे आणि सूर्यप्रकाश व हवा खेळती ठेवली पाहिजे.

इंडियन ओपिनिअन

दक्षिण आफ्रिकेत भारतीय मालकीचा छापखाना आणि वार्तापत्र असलं पाहिजे, ही तिथल्या समाजाची १८९०च्या दशकापासूनची इच्छा होती. १८९९मध्ये दरबानला 'इन्टरनॅशनल प्रिंटिंग प्रेस' सुरू करण्यासाठी गांधींनी मदनजित व्यावहारिक यांना कर्जाऊ पैसे दिले होते.

१९०३च्या सुरुवातीला या छापखान्यात इंग्रजी, गुजराती, तमिळ आणि हिंदी अशा चार भाषांतून 'इंडियन ओपिनिअन' या नावाचं साप्ताहिक छापावं, अशी

कल्पना मदनजितनं गांधींपुढे मांडली. (दक्षिण आफ्रिकेतील, युरोपियन नसलेलं पहिलं वार्तापत्र पूर्व प्रांतामध्ये १८८४ साली जॉन टेंगो जाबावू या आफ्रिकन शिक्षकानं सुरू केलं होतं. त्याचं नाव 'नेटिव्ह ओपिनिअन' होतं.)

'इंडियन ओपिनिअन'ला आपल्या लेखणीद्वारे आणि गरज पडल्यास पैशांची मदत करण्याची तयारी गांधींनी दर्शवली. १८९० पासून दरबानला गांधींशी संबंध असलेला मनसुखलाल नाझर विनावेतन संपादक म्हणून काम करायला तयार झाला आणि दर आठवड्याला किमान एक लेख पाठवण्याचं गांधींनी अभिवचन दिलं. पहिला अंक ४ जून १९०३ रोजी प्रसिद्ध झाला.

प्रत्येक गोष्ट तीन वेगळ्या भाषांमध्ये अनुवादित करणं आणि चार भाषांमध्ये अक्षरजुळणी करणं हे तुटपुंज्या कर्मचारीवर्गासाठी आणि छोटेखानी छापखान्यासाठी मोठं जिकिरीचं काम होतं. परंतु या वार्तापत्रानं लवकरच सगळ्यांची गरज भागवली, दक्षिण आफ्रिकेत आणि भारतात घडणाऱ्या घटनांची भारतीयांना माहिती होऊ लागली व भारतात रस असलेल्या युरोपियन लोकांना भारतीयांची मानसिकता समजून घेण्यात मदत झाली.

पहिल्या अंकात गांधींनी लिहिलं की, दक्षिण आफ्रिकेतल्या भारतीय कामगारांना सहन कराव्या लागणाऱ्या अयोग्य आणि अन्यायकारी गैरसोयींवर या वार्तापत्रात प्रकाश टाकला जाईल आणि भारतीयांच्या दोषांवरही हयगय न करता बोट ठेवलं जाईल. 'द टाइम्स ऑफ नाताळ'मध्ये या पहिल्या अंकावर भाष्य करताना भारतीयांची बाजू अत्यंत संयमानं आणि योग्य प्रकारे मांडली गेल्याचं मत व्यक्त केलं आहे.

'इंडियन ओपिनिअन'च्या पहिल्या महिन्यातच गांधींना जाणवलं की, वृत्तपत्रावर बाह्यशक्तींचा पगडा असणं हे अजिबात अंकुश नसण्यापेक्षाही जास्त हानिकारक असतं; शिवाय अनिर्बंध लेखणी विनाशाला कारणीभूत ठरू शकते. या वार्तापत्रानं त्यांना संयम शिकवला, असं गांधी म्हणत. आपल्या लेखणीला आवर घालायला एका टीकाकाराला शिकवलं. तसंच भारतीय समाजाला पत्रांद्वारे आणि विविध समीक्षांद्वारे विचार करण्याची सवय लावली.

पहिलं वर्ष संपत असताना, गांधींनी वार्तापत्रावर सुमारे ३० हजार रुपये खर्च केल्यावर ते ठामपणे म्हणाले की, 'इंडियन ओपिनिअन'नं अवघड प्रश्न उभे राहिले असता वास्तवाची कास कधीही सोडली नाही आणि कुणाला दुखावण्याच्या हेतूनं काही लिहिलं नाही. परंतु त्यात लिहिणाऱ्यांनी आपल्या ध्येयाच्या सच्चेपणाची पाठराखण केली आणि वाचकांपुढे नेहमीच उघडंवाघडं सत्य मांडलं.

प्लेगची साथ आली असताना 'इंडियन ओपिनिअन'साठी वर्गणी गोळा करायलाच मदनजित ब्रिकफील्ड्सला गेले होते. १९०४ सालच्या मार्च किंवा एप्रिलमध्ये (प्लेगची साथ आली, त्याच सुमारास) आपण भारतात परतण्याचा विचार करत

आहोत, असं मदनजितनं गांधींना सांगितलं. गांधींचं कर्ज फेडण्याच्या परिस्थितीत आपण नाही, असंही त्यांनी पुढे सांगितलं आणि गांधींची इच्छा असेल तर ते छापखाना व वार्तापत्राची मालकी घेऊ शकतात आणि त्यातून मिळणारी कमाईही घेऊ शकतात, असं सुचवलं. गांधींनी हा प्रस्ताव स्वीकारला आणि तिथल्या तिथे ताबडतोब व्यवहार पूर्ण केला.

छगनलाल आणि मगनलाल : या वेळेपर्यंत गांधींच्या प्रोत्साहनामुळे त्यांचा पुतण्या २४ वर्षांचा छगनलाल गांधी मुंबईहून दरबानला आला होता आणि त्याला 'इन्टरनॅशनल प्रिंटिंग प्रेस'मध्ये काम मिळालं. १९०२च्या शेवटी गांधींबरोबर दक्षिण आफ्रिकेला आलेला त्याचा धाकटा भाऊ मगनलाल गांधींबरोबर ट्रान्सवालमध्ये प्रवेश करू शकला नव्हता; पण टोंगाट आणि स्टँगर या नाताळच्या शहरांबाहेर खेडेगावात त्यानं गांधींच्या काकांचा नातू अभयचंद (तुलसीदास यांचा नातू), जो १८९७ सालीच दक्षिण आफ्रिकेत आला होता, त्याच्या भागीदारीत व्यवसाय उभारून चांगलं बस्तान बसवलं होतं.

त्याच्या खेड्यातल्या दुकानात येणाऱ्या धट्ट्या-कट्ट्या झुलू लोकांना बघून सुरुवातीला मगनलालला भीती वाटत असे. तो १९०४ साली बावीस वर्षांचा होता; पण लवकरच तो झुलू भाषा शिकला आणि आपल्या आफ्रिकन गिऱ्हाइकांशी त्याची दोस्ती झाली.

हे आपले भाऊ म्हणजे आपली खास जबाबदारी आहे, असं गांधी मानत (त्यांचे वडील खुशालचंद हे गांधींना अगदी जवळचे होते.) आणि जोहान्सबर्गहून त्यांच्या कल्याणासाठी झटत. हे दोन तरुण, ज्यांच्या बायका लवकरच दक्षिण आफ्रिकेत आल्या, आपल्याकडून गांधींना प्रेमानं प्रतिसाद देत. मगनलाल आणि अभयचंद हे गांधींना दरबानला भेटल्यानंतर प्रभावित झालेल्या मगनलालनं तेव्हा भारतात असलेल्या आपल्या मोठ्या भावाला लिहिलं :

> ३१ ऑक्टोबर १९०३. त्यांच्या प्रसन्न चेहऱ्याकडे बघून आम्हाला अतिशय आनंद झाला... काकांना इथे एक असामान्य व्यक्तिमत्त्व म्हणून गणलं जातं आणि मोठ्या नावाजलेल्या मुत्सद्द्यांकडूनही त्यांना मान दिला जातो... त्यांनी आपल्या कचेरीत सात भारतीय आणि दोन युरोपियन कारकून, शिवाय एक महिला टायपिस्ट कामाला ठेवली आहे.

फिनिक्स

ब्रिकफील्ड्सच्या प्लेगच्या वेळी गांधींनी दिलेल्या प्रतिसादाचा 'इंडियन ओपिनिअन' या उपक्रमाला इतका फायदा झाला की, त्यामुळे गांधींसकट मदनजित, नाझर आणि

त्याच्याशी संबंधित प्रत्येकजण आश्चर्यचकित झाला.

वेस्ट आणि पोलॉक : हा प्रभाव पडण्यात दोन गौरवर्णीयांचा मोठा हात होता. जोहान्सबर्गच्या एका छोट्या छापखान्याचा भागीदार अल्बर्ट वेस्ट हा त्यांतला एक. त्याचं वर्णन गांधींनी 'निष्पाप, सौम्य, पापभीरू आणि दयाळू इंग्लिश गृहस्थ', असं केलं. अडॉल्फ झिगलर या जर्मन माणसानं चालवलेल्या शाकाहारी उपाहारगृहात वेस्ट गांधींबरोबर रोज संध्याकाळच्या जेवायच्या पंगतीला असे. (या काळात गांधी दुपारचं आणि संध्याकाळचं जेवण बाहेरच घेत, असं दिसतं.) जेवणानंतर बहुधा ती दोघं बरोबरच चालत जात.

प्लेगच्या दिवसांमध्ये गांधींची गैरहजेरी जाणवून आणि वृत्तपत्रात त्यांचं पत्र वाचून काळजीत पडलेल्या वेस्टनं त्यांच्या घराचं दार ठोठावलं. गांधींनी स्वत: दार उघडलेलं पाहून जीव भांड्यात पडल्यावर वेस्टनं प्लेगग्रस्तांच्या सेवेसाठी परिचारक म्हणून रुजू होण्याचा प्रस्ताव मांडला. 'तुम्ही तिथे येण्याची गरज नाही; पण तुम्ही दरबानला जाऊन 'इंडियन ओपिनिअन'च्या छापखान्याकडे जरा लक्ष द्याल का?' गांधींनी विचारलं. महिना दहा पौंड वेतन आणि कोणत्याही प्रकारे नफा झाल्यास त्यातील पन्नास टक्के हिस्सा असं ठरवून वेस्ट दुसऱ्याच दिवशी छापखान्याच्या देखरेखीसाठी दरबानला जायला तयार झाला. नफा मिळण्याची शक्यता असल्याचं मदनजितचं मत गांधींनी वेस्टला सांगितलं.

यानंतर काहीच दिवसांत अडा बिसिक्सच्या 'द अलेक्झांड्रा' या उपाहारगृहात गांधींच्या टेबलापासून जरा अंतरावर बसलेल्या हेन्री पोलॉक या तरुणानं गांधींना आपली ओळख देणारं कार्ड पाठवलं. 'द क्रिटिक'चा उपसंपादक असलेल्या पोलॉकला गांधींनी आपल्या टेबलावर बोलावलं. गांधींनी वृत्तपत्राला पाठवलेल्या पत्रामुळे आपण प्रभावित झाल्याचं पोलॉकनं त्यांना सांगितलं. त्यानंतर झालेल्या संभाषणात एकमेकांची मतं जुळली आणि मैत्रीचं एक पर्व सुरू झालं.

छापखान्याची आणि वार्तापत्राची आर्थिक स्थिती खालावलेली आहे आणि नफ्याची कोणतीही शक्यता नाही, तरीही तो तिथे अजून राहणार आहे, असं वेस्टनं जेव्हा दरबानहून कळवलं, तेव्हा दरबानला जाऊन परिस्थितीची पाहणी करण्यावाचून गांधींना गत्यंतर उरलं नाही. पोलॉकनं त्यांना जोहान्सबर्ग स्टेशनवर सोडलं (सप्टेंबर १९०४) आणि चोवीस तासांच्या प्रवासात वाचण्यासाठी एक पुस्तक देताना, ते त्यांना जरूर आवडेल हेदेखील सांगितलं.

ते पुस्तक होतं जॉन रस्किनचं 'अनटू धिस लास्ट.' गांधींना ते खाली ठेववेना इतकं त्या पुस्तकानं त्यांना झपाटून टाकलं. दरबानला गाडी पोचेपर्यंत त्या पुस्तकातली तत्त्वं प्रत्यक्ष आचरणात आणण्याचा गांधींनी निश्चय करून टाकला. त्यातलं पहिलं होतं की, सगळ्यांचं भलं होणं म्हणजेच स्वत:चं भलं होणं; दुसरं, एका न्हाव्याचं

काम आणि एका वकिलाचं काम समान दर्जाचं असतं आणि तिसरं म्हणजे मातीत काम करणारा असो वा हस्तशिल्पकार, कष्टकरी माणसाचं आयुष्य हेच खरं जीवन.

'अनटू धिस लास्ट'मध्ये सांगितलेलं सामाजिक समानता आणि साधेपणाचं जीवन आत्मसात करताना नुकत्याच नष्ट झालेल्या वस्तीवरच्या लोकांशी आलेल्या संबंधांचाही गांधींच्या मनावर प्रभाव पडला असावा. आपल्या विचारांची ताबडतोब अंमलबजावणी करत गांधींनी 'इंडियन ओपिनिअन'चा पसारा एका शेतावर हलवण्याचा प्रस्ताव वेस्टपुढे मांडला. तिथे सगळे काम करतील, समान वेतन घेतील (महिना तीन पौंड) आणि छापखान्यातही मदत करतील, असा तो प्रस्ताव होता. शहराच्या बाहेर राहून ते योग्यरीतीनं जीवन जगतील आणि 'इंडियन ओपिनिअन'चं नुकसान कमी होण्यालाही मदत होईल.

कमालीची लवचीक विचारसरणी आणि गांधींवर विश्वास असलेला वेस्ट या गोष्टीला तयार झाला. दक्षिण आफ्रिकेत येऊन पैसे कमावण्याचं ज्यांचं ध्येय होतं ते छगनलाल आणि मगनलालही तयार झाले. जी जागा मिळेल त्या शेतावर जाऊन राहण्याची दोन्ही भावांची आणि काही इतरांची तयारी होती; परंतु मदनजितला मात्र (तो १६ ऑक्टोबर १९०४ ला भारतासाठी प्रस्थान ठेवणार होता.) हा प्रस्ताव अत्यंत मूर्खपणाचा वाटला आणि नाझरनं आपण दरबानला राहूनच संपादनाचं काम सांभाळू, ही बाब स्पष्ट केली.

'दरबानच्या जवळपास रेल्वे स्टेशनजवळ जमीन पाहिजे', या जाहिरातीनंतर एक प्रस्ताव आला. दरबानहून चौदा मैलांवर आणि फिनिक्स स्टेशनहून अडीच मैलांवर असलेल्या वीस एकरांच्या जागेची गांधी आणि वेस्ट यांनी पाहणी केली. त्या जागेवर रान होतं आणि सापांचं वास्तव्य होतं, पण तिथे एक झराही होता आणि काही संत्र्याची, आंब्याची झाडं होती. त्या जागेला लागून असलेल्या ऐंशी एकर जमिनीसह ती जागा एकूण एक हजार पौंडांना विकत घेतली गेली. झुलू नेता जॉन एल. ड्यूब यानं सुरू केलेल्या संस्थेपासून ती फार लांब नव्हती, हा नेता पुढे 'आफ्रिकन नॅशनल काँग्रेस'चा संस्थापक झाला.

पारसी रुस्तुमजींनी गांधींना पत्रे आणि इतर बांधकामाचं साहित्य दिलं. बोअर युद्धाच्या वेळी गांधींना येऊन मिळालेल्या भारतीय सुतार आणि गवंड्यांनी पंचाहत्तर फूट आणि पन्नास फूट लांबी-रुंदी असलेली इमारत बांधायला मदत केली. आणि गांधी दरबानला आल्यानंतर महिनाभरातच छापखाना तिथे हलवला गेला. २४ डिसेंबर १९०४ रोजी फिनिक्सला छापलेल्या पहिल्या प्रती रवाना झाल्या.

आपल्या स्वत:चे लेख लिहीत असतानाच, बाकीच्या वार्तापत्रांबाबत नाझरला वेळोवेळी सूचना देण्यास गांधी मागे-पुढे पाहत नसत. 'इंडियन ओपिनिअन'चे आपण पदसिद्ध संपादक नाही हे जरी भारतीय आणि युरोपियन लोकांना माहीत

असलं, तरी त्यात व्यक्त होणाऱ्या मतांना आपण अप्रत्यक्षरीत्या जबाबदार आहोत, हे ते जाणत होते. वार्तापत्राबाबतच्या आपल्या भूमिकेविषयी आत्मचरित्रात लिहिलेल्या आठवणींमध्ये ते म्हणतात की, दहा वर्षांच्या काळात त्यांनी एकही शब्द अतिशयोक्तिपूर्ण किंवा अविचारानं किंवा केवळ कुणाच्या समाधानाकरता लिहिला नाही.

काही वेळा भारतीय आणि दक्षिण आफ्रिकेशी संबंधित विषयांच्या जोडीला इतिहास, चरित्र आणि जागतिक घडामोडींचाही आढावा वार्तापत्रात घेतला जाई. अब्राहम लिंकन, बुकर टी. वॉशिंग्टन, एलिझाबेथ फ्राय आणि फ्लॉरेन्स नाइटिंगेल यांच्यावर लेख लिहिले गेले. १९०५मध्ये नौदलाच्या लढाईत जपाननं रशियावर मिळवलेल्या विजयाचा परामर्श गांधींनी एका लेखात घेतला. या आशियाई राष्ट्राची यशस्वी हेरगिरी आणि शत्रूची खबरबात काढण्याचं तंत्र या गोष्टी त्यांनी त्यात विशेषकरून अधोरेखित केल्या आणि त्या राष्ट्राच्या अविस्मरणीय शौर्याचं गमक त्यांची एकजूट, देशभक्ती आणि जिवावर उदार होऊन लढण्याचा निर्धार यांत होतं, असं नमूद केलं.

भारतीय समाजानं वार्तापत्राला आपलंसं केलं आणि सुमारे दहा टक्के लोक त्याचे वर्गणीदार झाले. 'इंडियन ओपिनिअन'च्या मागे असलेल्या शक्तीला आणि नाताळच्या ग्रामीण वसाहतीच्या निर्मात्याला मात्र जोहान्सबर्गच्या आपल्या कामाकडे दुर्लक्ष करून चालणार नव्हतं. त्याला तिथे जाणं भाग होतं.

त्यामुळे, पोलॉकनं जेव्हा फिनिक्सला राहण्याचा प्रस्ताव मांडला, तेव्हा गांधींना आनंद झाला. नाहीतरी, तो या गोष्टीला थोडाफार जबाबदार होताच. 'द क्रिटिक'ला एक महिन्याची सूचना देऊन पोलॉक फिनिक्सला राहायला आला. त्या वसाहतीत सामील असलेलं प्रत्येक कुटुंब तीन एकराच्या जागेवर पत्र्याचं घर बांधून राहत होतं. वेळ आणि पैसा या दोन गोष्टी विचारात घेऊन, लहान-लहान विटांची घरं अथवा गवत आणि चिखलाचा वापर करून झोपड्या बांधाव्यात, ही गांधींची आशा धुळीला मिळाली.

आपल्या मनमिळाऊ स्वभावानं पोलॉकनं फिनिक्सला सगळ्यांची मनं जिंकली. एखाद्या बदकानं पाण्यात उतरावं, इतक्या सहजतेनं पोलॉक त्या वसाहतीत मिसळून गेला. पण लवकरच गांधींना जोहान्सबर्गच्या कचेरीत त्याची गरज भासली; कारण तिथलं बरंचसं काम सांभाळणाऱ्या रिचला पुढच्या शिक्षणासाठी इंग्लंडला जायची इच्छा होती. गांधींच्या विनंतीला ताबडतोब मान देऊन पोलॉकनं फिनिक्स सोडलं आणि तो जोहान्सबर्गला परतला. तिथे तो गांधींना त्यांच्या कायदेविषयक कामात मदत करू लागला.

अतिशय समर्पित अशा मनसुखलाल नाझरचं जानेवारी १९०६मध्ये अचानक निधन झाल्यावर नाताळच्या वसाहतीत राहणाऱ्या आणि इलेक्ट्रिकल इंजिनीयर

(आणि थिऑसॉफिस्ट) असलेल्या हर्बर्ट किचिन यानं काही काळ 'इंडियन ओपिनिअन'च्या संपादकपदाची धुरा सांभाळली. १९०६ सालात पुढे पोलॉक संपादक झाला आणि जोहान्सबर्गहून काम पाहू लागला. परंतु या वार्तापत्रानं कधी नफा कमावलाच नाही. अगदी १९०६मध्ये त्याच्या खर्चिक तमिळ आणि हिंदी आवृत्त्या बंद करूनही नाही! केवळ गांधींच्या स्वत:च्या पैशांवर ते चालत होतं.

जोहान्सबर्गमध्ये कुटुंब, १९०४-०६ : जेव्हा वेळ कमी असे –तेव्हा गांधी भारतात असलेल्या कस्तुरला पत्र लिहायचं असल्यास ते तोंडी इंग्रजीमध्ये सांगत. मिस डिकनं टाइप केलेली ती पत्रं मुंबईला पाठवली जात आणि तिथे गुजरातीत अनुवादित करून ती कस्तुरला दिली जात. नजीकच्या भविष्यकाळात भारतात परतण्याची शक्यता कमी असल्यानं १९०३च्या मध्यावर गांधींनी आपल्या पत्नी व मुलांना बोलावून घ्यायचं ठरवलं; परंतु सोबत मिळवण्यात अडचणी आल्यामुळे आणि इतर काही लहानसहान समस्यांमुळे त्यांना यायला १९०४ सालचा जवळजवळ शेवट उजाडला. तोपर्यंत सोळा वर्षांचा झालेला हरिलाल हा सर्वांत मोठा मुलगा भारतातच राहिला. लक्ष्मीदासच्या दुरून ठेवल्या गेलेल्या देखरेखीखाली त्याचं मुंबईत शिक्षण सुरू होतं आणि राजकोटच्या हरिदास व्होरा यांच्या चंचल गुलाब या सुशिक्षित मुलीशी लग्न करण्याची त्याची इच्छा होती. हरिदास व्होरांना गांधी ओळखत होते आणि त्यांना ते आवडतही होते. हरिलालच्या गुलाबशी होणाऱ्या लग्नाला जरी गांधींनी अनिच्छेनं संमती दिली, तरी ते लवकर लग्न करण्याच्या विरोधात होते आणि आपल्या आई आणि भावांबरोबर दक्षिण आफ्रिकेला न येण्याचा हरिलालचा निर्णयही त्यांना पसंत नव्हता. बहुधा लक्ष्मीदासनं हरिलालची केलेली देखभालसुद्धा त्यांच्या पसंतीला उतरली नव्हती.

कस्तुर आणि हरिलालचे भाऊ दक्षिण आफ्रिकेला जहाजातून उतरले, तेव्हा गांधींचा तिसरा मुलगा, सहा वर्षांच्या रामदासचा हात गळ्यात बांधलेला होता. जहाजाच्या कॅप्टनशी खेळताना त्याचा हात मोडला होता. घाबरून थरथरत्या हातांनी गांधींनी पट्टी सोडली, जखम धुतली, स्वच्छ मातीचं पोटीस बांधलं आणि हात पुन्हा बांधून टाकला. दररोज, 'डॉक्टर' गांधी या पद्धतीनं जखम साफ करून बांधत असत; एक महिन्यात हात बरा झाला.

पुन्हा एकदा रिचच्या मदतीनं आपल्या कुटुंबासाठी गांधींनी 'ट्रॉयव्हिले एरिया' या जोहान्सबर्गच्या उच्चभ्रू वस्तीत भोवती बाग असलेलं दोन मजली घर भाड्यानं घेतलं. कस्तुर, मणिलाल, रामदास, देवदास आणि गांधी राहत असलेलं ते घर प्रशस्त होतं, आधुनिक होतं आणि हेवा वाटण्याजोग्या वस्तीत होतं; तरी त्यामधलं आयुष्य मात्र आत्यंतिक साधं होतं. त्यावर रस्किनच्या शिकवणुकीचा प्रभाव होता.

परिवारातील एका सदस्याप्रमाणे असलेला एक नोकर घरात राहत होता आणि

त्याच्या कामात मुलं त्याला मदत करत. नगरपालिकेचा एक झाडूवाला रोज घर झाडण्यासाठी येई; पण त्या नोकराऐवजी गांधी आणि त्यांचे कुटुंबीय, संडास साफ करत असत.

भट्टीतून ब्रेड आणला जात नसे. कुन्हच्या पाकक्रिया पद्धतीप्रमाणे न आंबवता संपूर्ण गव्हाचं पीठ वापरून ब्रेड घरीच भाजला जात असे. गांधींनी सात पौंड किमतीचं एक जातं विकत घेतलं होतं. त्यावर दोन पुरुष पीठ काढत असत व त्याचा ब्रेड बनत असे.

अपरिग्रहाच्या संकल्पनेनं भारावून जाऊन याच सुमाराला गांधींनी आपली विमा पॉलिसी रद्द करण्याचा निश्चय केला. आपल्या कुटुंबाचं पोषण करायला आपण स्वत: आहोत, असा युक्तिवाद गांधींनी केला. आणि त्यांचा मृत्यू ओढवलाच तर ईश्वर त्यांचं रक्षण करेल किंवा ते स्वत: करतील; त्यांच्या स्वयंपूर्णतेचा हक्क हिरावून घेणं बरोबर नाही, असं गांधींचं म्हणणं होतं. *'जगातल्या असंख्य गरीब लोकांच्या कुटुंबांचं काय झालं? मी मला त्यांच्यातलाच एक का समजू नये?'*

मे १९०५मध्ये त्यांनी लक्ष्मीदासना जे पत्र लिहिलं, तो भाग मोठा अवघड होता. लक्ष्मीदास गांधीपरिवाराचे प्रमुख होते आणि गांधींच्या बचतीचा बराच मोठा लाभ आतापर्यंत त्यांना झाला होता. १९०२ पर्यंत गांधींनी त्यांना ६० हजार रुपये पाठवले होते (त्यातली काही रक्कम भाऊ करसनदासनं काढलेली कर्जं फेडण्यात गेलेली होती.), त्याशिवाय गांधींच्या इंग्लंडच्या शिक्षणावर झालेल्या खर्चाचे १३ हजार रुपयेही त्यांनी फेडले होते.

गांधींनी लिहिलं, यापुढे लक्ष्मीदासनं त्यांच्याकडून पैशांची अपेक्षा करू नये. यापुढे मिळणारे पैसे 'इंडियन ओपिनिअन' आणि दक्षिण आफ्रिकेतल्या भारतीय समाजासाठी खर्च होणार होते. गांधींनी पुढे लिहिलं की, आता त्यांची महत्त्वाकांक्षा उत्तुंग आहे. त्यांना आता भीती म्हणजे काय हेही ठाऊक नाही, आणि जर गरज पडली, तर ते मृत्यूला कवटाळायलाही मागेपुढे पाहणार नाहीत.

हादरलेल्या आणि संतप्त झालेल्या लक्ष्मीदासनं मोहनदासांची स्वत:ला वडिलांपेक्षा जास्त शहाणा समजणारा अशा शब्दांत संभावना केली आणि कुटुंबाची हेळसांड करण्याबद्दल दोष दिला. यावर गांधींचं उत्तर होतं की, त्यांचं कुटुंब आता विस्तारलं आहे.

वडील आणि मुलं : ट्रॉयव्हिले हाउसमध्ये गांधींचा जात्यावर दळण्यासाठीचा साथीदार होता हेन्री पोलॉक. या घरात येऊन राहण्याचं गांधींचं आमंत्रण त्यानं स्वीकारलं होतं. पोलॉक अविवाहित होता, पण तो तसा फार काळ राहिला नाही. त्याची भावी वधू मिली इंग्लंडला राहून लग्नासाठी अनुकूल वेळ येण्याची वाट बघत होती. पोलॉकनं आता लग्न केलं पाहिजे, असं गांधींनी सुचवताच पोलॉकनं

तिला ती वेळ आल्याचं कळवलं. लगेचच मिली जोहान्सबर्गला आली आणि धार्मिक विधींना फाटा देऊन झालेल्या ज्यू धर्मीय हेन्री व ख्रिश्चन मिली यांच्या विवाहात गांधींनी करवल्याची भूमिका बजावली. लग्नानंतर मिलीही आपल्या पतीबरोबर गांधींच्या घरी राहू लागली.

आपल्या पतीची पुनर्भेट झाल्यानंतर काही काळातच आपलं घर आणि पती एका गोऱ्या जोडप्याबरोबर वाटून घ्यावा लागत आहे ही बाब आणि घरात गांधींनी सुरू केलेला कष्टप्रद दिनक्रम, या गोष्टींबाबतच्या कस्तुरच्या प्रतिक्रियांचा आपण केवळ अंदाज बांधू शकतो. आपल्याकडे 'तिच्या' आठवणी नाहीत. मिसेस पोलॉक आणि माझ्या पत्नीमधील काही कटू अनुभव यांचा गांधी उल्लेख करतात आणि असे प्रसंग उत्तम सामंजस्य असलेल्या एकत्र कुटुंबातही घडतात, अशी पुस्ती जोडतात.

यापूर्वी दरबानला जसं घडलं, त्याप्रमाणेच मुलं घरीच शिकू लागली. युरोपियन शाळांना पूर्वी असलेल्या गांधींच्या आक्षेपाला आता एशियाटिक डिपार्टमेंटशी त्यांच्या उडालेल्या खटक्यांमुळे, कामगार वसाहत प्रकरणामुळे आणि रस्किनमुळे पुष्टी मिळाली. जोहान्सबर्गला तर त्यांनी खाजगी शिक्षक नेमला असल्याचाही पुरावा नाही. आपणच एक समर्थ शिक्षक होऊ, असा विश्वास बहुधा त्यांना वाटत असावा. आपल्या जोहान्सबर्गच्या वास्तव्याचा उल्लेख करून आत्मचरित्रात ते म्हणतात, *'अगदी नियमितपणे मी रोज त्यांच्या शिकवणीसाठी एखादा तास जरी देऊ शकलो असतो, मी त्यांना, माझ्या मते, अगदी आदर्श शिक्षण देऊ केलं असतं.'*

परंतु 'इंडियन ओपिनिअन', सामाजिक गरजा, त्यांची स्वत:ची वकिली, फिनिक्स आणि दैनंदिन घरकाम यांत त्यांचा सगळा वेळ जात असल्यानं आपल्या मुलांना शिकवण्यासाठी दिवसातून एक तास काढणंही त्यांना शक्य होत नव्हतं. कचेरीत जाताना आणि येताना ते मुलांना आपल्याबरोबर पायी घेऊन जात आणि चालता चालता त्यांना शिकवण्याचा प्रयत्न करत (असं ते म्हणतात). हे रस्त्यावरचं शिक्षणसुद्धा कुणी भेटल्यावर (माझं) लक्ष तिकडे वेधून गेल्यामुळेमध्येच थांबवावं लागे किंवा सोडून द्यावं लागत होतं.

गांधी असा दावा करत की, जोहान्सबर्गमध्ये त्यांची मुलं गहू दळायला शिकली, सर्वसाधारण सफाई करण्याबाबत त्यांचा पाया पक्का झाला, भंगीकामाविषयी त्यांच्या मनात घृणा उत्पन्न झाली नाही, ती तंदुरुस्त राहिली, आजारी पडली नाहीत, नर्सिंग करायला शिकली आणि गुजराती भाषा जी काही मी तोंडी शिकवू शकलो ती आनंदानं शिकली. अनेक पुस्तकं वाचून मी जे काही आत्मसात केलं होतं, त्याचा तो परिपाक होता. परंतु, लहान वयात आणि तरुणपणी शालेय शिक्षणापासून वंचित राहिल्याचं दु:ख मात्र मुलांना आयुष्यभर पुरलं. आत्मचरित्रात याविषयी गांधी माफक

दिलगिरी व्यक्त करतात :

माझ्या मुलांना माझ्याविषयी नाराजी असण्याला काहीतरी कारण आहे... आणि त्यासाठी काही प्रमाणात मी स्वत:ला दोषी मानलंच पाहिजे... हे त्यांचं आणि माझंसुद्धा दु:ख आहे, की मी त्यांना शालेय शिक्षण देण्यात अपयशी ठरलो.

ज्याच्याकडून मुलं बरंच काही शिकली, त्या पोलॉकची गांधींबरोबर बरीच गरमागरम वादावादी होई– ती त्यांना शाळेत न घालण्यावरून नसावी, तर त्यांचे वडील त्यांच्याशी इंग्रजीमध्ये न बोलता गुजरातीत बोलत यावरून वाद होई. मोठ्या जोमानं आणि प्रेमानं पोलॉक युक्तिवाद करत असे की, मुलं जर लहानपणापासून इंग्रजी शिकली असती, तर त्यांना स्पर्धात्मक फायदा झाला असता.

दुसरीकडे, गांधींना असं वाटत होतं की, युरोपियन लोकांशी दैनंदिन संपर्कात येऊन तसंही मुलं चांगलं इंग्रजी शिकू शकतात (तशी ती शिकलीही), पण गुजराती भाषेच्या अज्ञानामुळे ती भारतीयांना परकी वाटतील– १९०४-०६मध्ये जोहान्सबर्गला असतानाही गांधींच्या मनात सतत भारतच होता.

आपल्या पत्नी व मुलांसाठी काय उत्तम आहे, हा गांधींचा प्राथमिक विचार कधी नव्हताच. त्यांच्या मनातली उद्दिष्टे साध्य करण्यासाठी जी जीवनपद्धती त्यांना योग्य वाटली, त्याकडे त्यांनी आपल्या मुलांना आणि पत्नीला जाणं भाग पाडलं. *'समाजाच्या सेवेसाठी जी गोष्ट प्रामाणिकपणे पण कदाचित चुकीच्या पद्धतीनं मला भावली, तिच्यासाठी माझ्या मुलांच्या शालेय शिक्षणाचा मी बळी दिला.'*

पूर्व आणि पश्चिम : गांधींच्या भोवती सुरू असलेल्या पूर्व आणि पश्चिमेच्या विलीनीकरणाच्या प्रक्रियेची वेळ लक्षात घेण्यासारखी आहे. गांधींच्या घरात पोलॉक दांपत्याचं वास्तव्य, त्यांच्या विवाहात गांधींनी बजावलेली भूमिका, अल्बर्ट वेस्टनं गांधींना दिलेला प्रतिसाद आणि त्याची गांधींवरची श्रद्धा (गांधींनी वेस्टलाही विवाह करावयास लावला.), त्यानंतर वेस्ट, त्याची पत्नी (लिसेस्टरच्या चर्मकार कुटुंबातून आलेली एक तरुण सुंदर महिला) आणि सासू यांचं फिनिक्स मुक्कामी राहणं (जे अनेक कुटुंबांचं मिळून एक लहान खेडेगाव झालं होतं. तिथे छगनलाल आणि मगनलाल गांधी यांचीही कुटुंबं होती.) आशियाई आणि गौरवर्णीयांची प्लेगच्या वेळी झालेली एकजूट, 'गीता' आणि 'अनटू धिस लास्ट' यांचा गांधींवर एकाच वेळी पडलेला प्रभाव– विसाव्या शतकाच्या आरंभी घडणाऱ्या या विलक्षण घडामोडी होत्या.

परंतु, या सगळ्या घटनांपासून लांब असलेला एक मोठा गट होता, तो म्हणजे आफ्रिकेत सर्वाधिक संख्येनं असलेल्या आफ्रिकन लोकांचा. ही बाब ध्यानात

घ्यायला हवी.

१९०६मध्ये जोहान्सबर्गला गांधींना अपघातानं भेटलेला आणि ज्याची गांधींशी अर्थपूर्ण रीतीनं विचारांची देवाणघेवाण झाली, तो दुसरा एक युरोपियन म्हणजे एक जर्मन ज्यू असलेला हर्मन कालेनबाख. तो एक होतकरू स्थापत्य विशारद होता. त्यानं आपल्या पहिल्याच भेटीत गांधींना बुद्धाच्या त्यागाबद्दल विचारलं.

आपण ही गोष्ट लक्षात घ्यायला हवी की, आत्मचरित्रात जोहान्सबर्गमधल्या आपल्या खरोखर बहुजिनसी कुटुंबाच्या गांधींनी केलेल्या उल्लेखापाठोपाठ लगेचच एक दुरुस्तीदेखील केली आहे : आपण जेव्हा विचार करतो, तेव्हा बहुजिनसी (बहुजातीय) आणि एकजिनसी (एकजातीय) कुटुंबांतील फरक हा... निव्वळ काल्पनिक ठरतो. आम्ही सगळे एकाच कुटुंबातले आहोत.

ट्रान्सवालच्या भारतीयांची पुनर्नोंदणी : १९०५-६ दरम्यान आपण इथे नकोसे आहोत, अशी चिन्हं दिसत असल्यानं ट्रान्सवालमधल्या भारतीयांच्या असुरक्षिततेच्या भावनेत भर पडत होती. ब्रिटिशांच्या विरोधात प्रत्यक्षपणे वा अप्रत्यक्षपणे जाणारा प्रत्येक कायदा बोअर युद्धातल्या पराभवानंतर रद्द करण्यात आला, तरी भारतीयांच्या विरोधात जाणारे कायदे मात्र केवळ कायमच ठेवले गेले नाहीत, तर ते एका नियमपुस्तिकेत एकत्रित केले गेले; ज्यायोगे अधिकाऱ्यांना त्यांची अंमलबजावणी करणं सोपं जावं. त्या कायद्यांमधल्या त्रुटी काळजीपूर्वक दूर केल्या गेल्या. बोअर लोकांचा ढिलेपणा आता भूतकाळात जमा झाला होता.

लिलावात जमिनी घेण्यात यशस्वी ठरणाऱ्या भारतीयांचा गौरवर्णीय लोक धिक्कार करत आणि भारतीय व्यापारी त्यांच्या रोषाचे धनी होत. गांधींच्या मते तत्त्वज्ञानाचा बुरखा घेऊन केलेल्या युक्तिवादाच्या नावाखाली धडाडीच्या भारतीयांना प्रतिबंध केला जात होता आणि शक्य झाल्यास त्यांना हद्दपार करण्याचा हेतू त्यामागे होता. पाश्चिमात्य आणि भारतीय संस्कृती या दोन परस्परविरोधी संस्कृती असल्यामुळे त्या एकत्र नांदणं कदापि शक्य नाही, असा हा युक्तिवाद होता. एक संस्कृती सुखाची भोक्ती, शारीरिक पीडेपासून स्वतःला दूर ठेवणारी आणि सुखासीन जीवनपद्धती अंगीकारणारी; तर दुसरी मितव्ययी, साधी आणि कोणत्यातरी दुसऱ्याच जगात वावरणारी होती.

जर हजारो पौर्वात्य दक्षिण आफ्रिकेत स्थायिक झाले, तर पाश्चिमात्यांची काही खैर नाही आणि स्वसंरक्षण हा सर्वांत महत्त्वाचा अधिकार असेल तर भारतीयांना रोखणं हेच सगळ्यांत उत्तम. परंतु, गांधींच्या दृष्टीनं, व्यापार आणि वर्ण ही दोन खरीखुरी कारणं होती. ब्रिटिश व्यापाऱ्यांपेक्षा भारतीय व्यापारी निश्चितच वरचढ होता आणि कृष्णवर्णाचा त्यांना तिरस्कार वाटत होता.

ते काहीही असलं, तरी ट्रान्सवालच्या अधिकाऱ्यांनी अवैध स्थलांतराला

प्रतिबंध करण्यासाठी त्या प्रदेशातल्या भारतीयांना पुनर्नोंदणी करायला सांगितलं. सभोवती विद्वेषाचं वातावरण असतानाही आणि असं करण्यासाठी कोणतंही नवं कायदेशीर बंधन नसतानाही अधिकाऱ्यांशी वाटाघाटी केल्यावर १९०५ साली ट्रान्सवालचे भारतीय त्यासाठी राजी झाले.

नवीन भारतीय-विरोधी कायदे होणार नाहीत या आशेनं आणि अवैध स्थलांतराच्या प्रति त्यांचा असलेला निषेध दर्शवण्यासाठी ते या गोष्टीला तयार झाले होते. १९०६च्या सुरुवातीपर्यंत ट्रान्सवालमधल्या सगळ्या भारतीयांनी आपल्या जुन्या परवान्यांच्या बदली नवीन परवाने करून घेतले.

हरिलाल : १९०६ सालच्या मेमध्ये मागे भारतात राहिलेल्या १८ वर्षीय हरिलालनं गुलाबशी विवाह केला. ते दोघंही अजून वयानं लहान आहेत असं वाटल्यानं गांधींनी हरिलालला लग्नासाठी काही काळ थांबण्याचा सल्ला दिला होता आणि दरम्यानच्या काळात त्याला दक्षिण आफ्रिकेत येऊन राहण्यास सांगितलं होतं. परंतु हरिलाल आपल्या मुद्द्यावर ठाम होता आणि त्याचबरोबर लक्ष्मीदाससुद्धा. त्यांनी अतिशय खर्चिक विवाह सोहळा आयोजित केला आणि नंतर गांधींकडे पैशांची भरपाई मागितली. तेव्हा धाकट्या भावानं सांगितलं की, तो हे करण्यास असमर्थ आहे.

गांधी आणि कस्तुर आणखी एका गोष्टीवर नाराज होते : हरिलाल त्यांना काही लिहीतही नव्हता किंवा त्यांच्या पत्रांना उत्तरही देत नव्हता. आपल्या मुलाच्या वियोगाचं दु:ख त्याच्या आईवडिलांना होत आहे, याची जाणीव ठेवण्याबद्दल गांधींनी त्याला कळवलं. आपण एकोणीस वर्षांचे असताना लंडनहून, 'पितृतुल्य' असलेल्या लक्ष्मीदासना मोठी लांबलचक पत्रं पाठवत होतो, याचीही गांधींना आठवण आली. गांधी पुढे लिहितात (२८ डिसेंबर १९०५) :

> *स्वाभाविकपणे, तुझ्या पत्रांची तुझी आई जास्त वाट बघते. तरीही, तू एक बोटभर चिठ्ठीही लिहिली नाहीस... तुझ्या आयुष्याच्या प्रत्येक पैलूबद्दल, तुझे विचार, इच्छा-आकांक्षा जाणून घेण्याबद्दलची माझी नैसर्गिक जिज्ञासा तू पूर्ण केली नाहीस.*

परंतु हे असमाधान उभयपक्षी होतं. मुलाच्याही काही स्वत:च्या तक्रारी होत्या. आपल्या वडिलांनी आपल्याकडे पुरेसं लक्ष दिलं नाही, असं त्याला वाटत होतं आणि आपल्या पालकांनी जीवनशैलीत केलेले बदलदेखील त्याला पटले नव्हते.

झुलू बंडखोरीला प्रतिसाद देताना, १९०६ : जरा जास्त कठोर जीवनशैली अंगीकारून ट्रान्सवालमध्ये आपण आता स्थिरावलो आहोत असं गांधींना वाटत असतानाच, नाताळमध्ये अशी आणीबाणीची परिस्थिती निर्माण झाली की, जोहान्सबर्गची

व्यवस्था विस्कळीत झाली. एका नवीन कराला एका झुलू नेत्यानं विरोध केल्यावर करवसुलीसाठी पाठवलेल्या गोऱ्या माणसाची हत्या करण्यात आली. आणखी एका गोऱ्या माणसाचीही हत्या झाली. त्या कृत्याची शिक्षा म्हणून बारा झुलू लोकांना एका तोफेच्या तोंडी देऊन सर्व प्रेक्षकांसमोर मारून टाकण्यात आलं. झुलूंचं बंड सुरूच राहिलं आणि ते चिरडण्यासाठी सैन्यबल वापरण्याचे आदेश जारी झाले.

जे काही घडलं त्याचा अन्वयार्थ गांधींच्या लगेचच ध्यानात आला. ज्यांचे परिणाम अनेक वर्षं विस्मरणात जाणार नाहीत, अशा महत्त्वाच्या घटनांविषयी आणि दक्षिण आफ्रिकेमध्ये होणाऱ्या इतर मोठ्या संभाव्य बदलांविषयी, गांधींनी 'इंडियन ओपिनिअन'मध्ये लिहिले आहे. ते पुढे म्हणतात, 'भारतीयांनी आणि इतर कृष्णवर्णीयांनी अधिक विचार करायला हवा आणि काळजीपूर्वक वागायला हवं.'

बंड करणं शहाणपणाचं होतं का याबद्दल ते साशंक असले, तरी गांधींची सहानुभूती झुलूंच्या बाजूनं होती. त्यांनी कुणाही भारतीयांना दुखावलं नव्हतं. परंतु, दक्षिण आफ्रिकेत भारतीय ब्रिटिशांच्या कृपेनं नांदत होते आणि बोअर युद्धाच्या वेळी त्यांनी जो सिद्धान्त मांडला होता, तोच मुद्दा आता पुन्हा मांडला की, त्यांना अधिकाऱ्यांच्याच बाजूनं उभं राहावं लागणार होतं. 'इंडियन ओपिनिअन'मध्ये त्यांनी लिहिलं :

> *वसाहतीतल्या या संकटकाळात आपलं काय कर्तव्य आहे? हे बंड न्याय्य आहे की नाही, हे ठरवणं आपलं काम नाही. ब्रिटिश सत्तेच्या कृपेनं आपण नाताळमध्ये आहोत. आपलं अस्तित्व त्यांच्यावर अवलंबून आहे. त्यामुळे त्यांना लागेल ती मदत देणं हे आपलं कर्तव्य आहे.*

या ठिकाणी एक गोष्ट नमूद करायला हवी की, फिनिक्सला 'ओहलांज सेंटर' चालवणारा आणि एएनसीला मदत करणारा झुलू नेता जॉन ड्यूब यानं असं मत व्यक्त केलं की, झुलूंच्या काही गंभीर तक्रारी असल्या, तरी या अशा वेळी त्याबद्दल चर्चा करणं आपण टाळलं पाहिजे आणि बंडखोरांना नेस्तनाबूद करण्यात सरकारला मदत केली पाहिजे.

समाजाच्या संमतीनं नाताळच्या गव्हर्नरसमोर गांधींनी भारतीय रुग्णसेवा पथकाचा प्रस्ताव ठेवला आणि कस्तुर व पोलॉक यांना सांगितलं की, जर हा प्रस्ताव मंजूर झाला तर जोहान्सबर्गची व्यवस्था मोडून कस्तुर आणि मुलं फिनिक्सला जातील आणि पोलॉककुटुंबाला जोहान्सबर्गमध्ये तुलनेनं लहान घरात जावं लागेल.

आत्मचरित्रात गांधी असा दावा करतात की, हा निर्णय घेताना त्यांना कस्तुरचा पूर्ण रुकार मिळाला. आपल्या पतीच्या कार्यपद्धतीविषयी ती नेहमी नापसंती व्यक्त करत असे, तरी नियती त्याच्यासाठी वेळोवेळी जे अज्ञात मार्ग खुले करत असे,

ते रोखण्याचा प्रयत्न मात्र कस्तुरनं केला नाही.

गव्हर्नरनं त्यांचा प्रस्ताव स्वीकारला. कस्तुर आणि मुलं फिनिक्सला गेली आणि गांधी पुन्हा एकदा युद्धभूमीवरच्या पथकाचं नेतृत्व करायला सिद्ध झाले. त्यात बारा दक्षिण भारतीय, पाच गुजराती, दोन पंजाबी आणि एका कलकत्त्यातल्या माणसाचा समावेश होता. झुलू प्रदेशातल्या डोंगराळ भागात त्यांनी सेवा बजावली. फिनिक्सच्या उत्तरेकडील प्रदेश आणि स्टँगरच्या पश्चिमेकडील प्रदेश, ज्यात मापुम्युलो, उमव्होटी व्हॅली आणि इमाटी व्हॅली यांचा समावेश होता.

स्पष्टता, शुद्धता, निश्चितता

आत्मचरित्रातली तीन प्रकरणं–'झुलू 'बंड'', 'मनाचा शोध' आणि 'सत्याग्रहाचा जन्म'– गांधींच्या आयुष्यातल्या त्या महत्त्वाच्या पर्वाचं वर्णन करतात. या सुमारास त्यांनी आपल्या आयुष्यभराच्या कार्याची निश्चिती केली आणि मार्ग त्यांच्यासाठी सुस्पष्ट होत गेला.

झुलू प्रदेशात गांधी आणि त्यांचे सहकारी जून-जुलै १९०६च्या दरम्यान चार आठवडे सेवाकार्यात मग्न होते; ब्रिटिश सैनिकांकडून चुकून गोळ्या झाडल्या गेलेल्या झुलू मित्रांना स्ट्रेचरवरून वाहून नेत होते. त्यांच्या जखमा बांधत होते; त्याचप्रमाणे ब्रिटिशांच्या चाबकांचे फटके खाल्लेल्या झुलू संशयितांच्या चिघळलेल्या जखमांचीही काळजी घेत होते.

या कामात भर म्हणून गांधींना गोऱ्या सैनिकांसाठी औषधं तयार करून त्यांचं वाटप करावं लागत होतं. ही गोष्ट गांधींसाठी सोपी होती, कारण डॉ. बूथच्या लहानशा हॉस्पिटलमध्ये हे काम ते शिकले होते. ही गांधींची सेवा लक्षात घेऊन १८९६-९७मध्ये त्यांच्या दरबान प्रवेशाच्या वेळी त्यांना प्रतिबंध करण्यात आघाडीवर असलेले दोन गोरे, व्यवसायाने कसाई असलेले स्पार्क्स आणि एक वायली नावाचा माणूस गांधींना धन्यवाद देण्यासाठी येऊन भेटले.

परंतु ज्या सैनिकी कारवाईला ते मदत करत होते ती म्हणजे निव्वळ माणसांची शिकार होती, हे लवकरच गांधींना दिसून आलं. त्यांच्या बुद्धीनं त्यांना सल्ला दिला असेलही; पण त्यांचं हृदय मात्र त्या दुर्दैवी झुलूंच्या बाजूनं होतं आणि रोज सकाळी जेव्हा निष्पाप वस्त्यांमध्ये फटाक्यांसारखे रायफल्सचे आवाज कडाडत असलेले त्यांना ऐकू येत, तेव्हा त्यांचं मन त्यांना खात असे.

त्यांच्या सद्सद्विवेकबुद्धीला एवढ्याच विचारानं जरासा दिलासा मिळत होता की, एरवी दुर्लक्षिले गेलेल्या निष्पाप झुलूंची त्यांनी आणि त्यांच्या पथकानं सेवा केली होती. रुग्णसेवा पथकाचा प्रमुख भार उचलणारे अतिशय सहृदय डॉ. सॅव्हेज यांनी गांधींना सांगितलं होतं की, झुलूंच्या जखमांची शुश्रूषा करायला गोऱ्या

परिचारिका तयार नसायच्या. खरं म्हणजे, ही सेवा करण्यापासून भारतीयांनाही परावृत्त करण्याचा प्रयत्न गोरे सैनिक करत होते.

जेव्हा भारतीय त्यांच्याकडे दुर्लक्ष करत, तेव्हा ते सैनिक झुलूंबद्दल अतिशय गलिच्छ भाषेत गरळ ओकत. जरी भारतीयांना झुलूंचं बोलणं समजत नसे, तरी त्यांच्या हातवाऱ्यांवरून आणि त्यांच्या डोळ्यांतल्या भावांवरून त्यांना आम्हाला देवानंच त्यांच्या मदतीसाठी पाठवलं आहे असं म्हणायचं असावं, हे जाणवत असे.

त्या देशातल्या कमी लोकसंख्या असलेल्या, सुंदर प्रदेशात भारतीय सेवा बजावत होते. टेकड्यांच्यामध्येमध्ये लांबवर आणि थोड्या प्रमाणात त्या साध्यासुध्या आणि असंस्कृत म्हणवल्या जाणाऱ्या झुलूंचे क्रॉल्स (छोट्या वसाहती) पसरलेले होते. जखमी लोकांबरोबर किंवा कुणीही जखमी बरोबर नसतानाही गांधी आणि त्यांचे सहकारी खूप लांब अंतर– काही वेळा दिवसाला चाळीस मैलसुद्धा– चालत जात.

या धीरगंभीर शांततेत पायपीट करत असताना गांधी नेहमी गहन विचारात बुडून जात. युद्धाची भयानकता सुस्पष्टपणे त्यांना जाणवत असे आणि क्रूरतेचा कळस गाठलेल्यांच्या बाजूनं असल्याबद्दल त्यांची सद्सद्विवेकबुद्धी त्यांना डागण्या देत असे.

त्यांना भारतातल्या १८५७च्या उठावाची आठवण येई. त्या वेळीही असं क्रूरतेचं प्रदर्शन झालं होतं, तोफांच्या तोंडांना माणसांना बांधून त्यांना उडवलं गेलं होतं. त्या उठावामुळे भारतात ब्रिटिशांची सत्ता बळकट झाली होती, तशी दक्षिण आफ्रिकेत झुलू लोकांच्या बंडामुळे होताना दिसत होती.

मनोविश्लेषक एरिक एरिक्सनच्या म्हणण्यानुसार बंदुकांच्या गोळ्यांनी केलेल्या जखमा धुताना आणि चाबकानं झालेल्या जखमा बांधताना गांधींनी गोऱ्या बलदंड कातडीनं काळ्या कातडीवर केलेले भयंकर अत्याचार डोळ्यांनी बघितले आणि या अनुभवांमुळे त्यांच्यात दुर्बलांविषयी तीव्र सहानुभूतीची भावना जागी झालीच; शिवाय सर्व प्रकारच्या पुरुषी अत्याचारांविषयी मनात आणखीनच तिरस्कार जागृत झाला.

पण झुलू प्रांतांतल्या शांततेत दुर्बलांच्या कष्टांचा आणि सबलांच्या क्रूरतेचा विचार करताना एक गोष्ट गांधींच्या पक्की ध्यानात आली ती ही की, सशस्त्र लोकांविरुद्ध उतावळेपणानं हिंसेचा मार्ग पत्करणं म्हणजे खूप मोठी चूक करणं होय.

आणि त्यांनी हेही पाहिलं की हे दुसऱ्या प्रकारचे लोक खरंतर शक्तिवान नसतातच : ज्याचं मन शुद्ध असतं, तो खरा शक्तिवान! विशेषत: एखादा ब्रह्मचारी जेव्हा सर्वसंगपरित्याग करतो, संपत्तीचा मोह टाळतो तेव्हा मोठ्यात मोठा धोका पत्करायला अशा प्रकारे सक्षम होतो. झुलू प्रदेशात भटकंती करत असता आपल्यावर अधिकाधिक संघर्ष करण्याचे प्रसंग येणार आहेत, हे गांधींना जाणवलं असावं आणि ज्या गोष्टीचं पालन करण्याची वर्षानुवर्षं आस होती, ती गोष्ट आता प्रत्यक्षात

आणावी लागेल हाही विचार आला असावा– ती म्हणजे ब्रह्मचर्यपालन आणि त्याशिवाय आयुष्यातली कायमची साथीदार–गरिबी.

जर कमीत कमी संग्रह असेल, तर जास्तीत जास्त मोठं होता येईल! त्यांना कृश आणि स्वच्छ राहणं आवश्यक होतं आणि त्यांच्या लढाया व शस्त्रंही घासूनपुसून लखलखीत ठेवणं गरजेचं होतं. आयुष्यात केलेल्या या निवडीची आठवण करताना ते आत्मचरित्रात लिहितात, 'एका वाक्यात सांगायचं झालं तर मी शरीर आणि आत्मा दोघांबरोबर राहू शकत नव्हतो.' परंतु हा शुद्ध आध्यात्मिक विचार दिशाभूल करणारा आहे; कारण तो गांधींच्या झुलू प्रांतात घेतलेल्या राजकीय, व्यूहरचनात्मक आणि व्यवहारचतुर पैलू असलेल्या निर्णयांना सोडून आहे.

कारिटासनं इरॉसवर नक्कीच विजय मिळवला होता; पण अस्तित्व टिकवण्याच्या ऊर्मीवर झगडण्याच्या तयारीनंही विजय मिळवला होता आणि क्रोधावर शहाणपणाच्या विचारानं. या शुद्धतेच्या शपथेशी आणखी अपत्यांनी स्वत:ला जखडून घेण्याची गांधींची अनिच्छाही निगडित होती; आणि कदाचित, शरीरासक्तीपासून स्वत:ला दूर ठेवता येतं, हे त्यांना हरिलालला दाखवूनही द्यायचं असावं. अर्थात हा एक तर्क आहे.

त्या झुलू प्रदेशात आपण स्वत: चांगला संघर्ष करू शकतो आणि तोही मोठ्या प्रमाणावर, हे गांधींना जाणवलं होतं. '१९०६मध्ये एक कामगिरी माझ्याकडे आली आणि ती म्हणजे हरेक माणसाच्या आयुष्यात असत्य आणि हिंसेच्या जागी सत्याचा आणि अहिंसेचा प्रसार करणे', असं त्यांनी १९४२ साली म्हटलं.

१९०६मध्ये त्यांनी अगदी असेच शब्द कदाचित वापरले नसते; पण त्यांना ऐकू येणारी हाक मात्र तेव्हाही होती. ते गंभीर निर्णय घेताना एक प्रकारचा परमानंद झाला होता, त्याचीही ते आठवण काढतात. आत्मचरित्रात ते पुढे म्हणतात, 'कल्पनाशक्तीला मुक्त वाव मिळाला आणि सेवेची अथांग क्षितिजं समोर दिसू लागली.' सेवेची, म्हणजे त्यांच्या लेखी संघर्षाची असावीत.

झुलू प्रांतात पत्रं आणि तारांचा ओघ सुरू झाला, तेव्हा भविष्यात संघर्षाचा सामना करावा लागणार आहे, याची चाहूल त्यांना लागली. ट्रान्सवालला परतण्याविषयी ती पत्रं होती; तिथे भारतीयांविरुद्ध काहीतरी शिजत असल्याची कुणकुण लागली होती. गांधींना आठवतं, *माझी माणसं उत्तेजित झाली होती आणि पुरेपूर बदला घेण्याची भाषा बोलली जात होती. हिंसेचं बोट धरून पुढे जायचं की या आणीबाणीच्या परिस्थितीचा सामना करण्याची दुसरी एखादी पद्धत शोधून काढायची, याचा मला निवाडा करायचा होता... आणि अचानक मला असं वाटलं की, मानहानिकारक कायदे पाळायला आपण साफ नकार द्यायचा. त्यांना वाटलं तर त्यांनी खुशाल आम्हाला तुरुंगात डांबावं.*

पुन्हा एकदा उसळी मारण्यासाठी गांधींना एका आणीबाणीच्या परिस्थितीचा (ज्यात या वेळी त्यांच्या दोलायमान मन:स्थितीचाही समावेश होता.) आधार मिळाला होता. या वेळी त्याचे परिणाम मात्र पूर्वीपेक्षा जास्त खोलवर होणार होते.

झुलू बंडानंतर काही महिन्यांतच ट्रान्सवालच्या भारतीयांनी आपला पहिला अहिंसक निषेध प्रदर्शित केला किंवा सत्याग्रह केला. त्याच नावानं तो ओळखला जाऊ लागला. आणि ११ सप्टेंबर १९०६ रोजी गांधी म्हणाले, 'मी बेधडकपणे आणि खात्रीपूर्वक असं जाहीर करू शकतो की, आपल्या शब्दाशी वचनबद्ध असे मूठभर जरी लोक असतील, तरी त्या लढ्याचा एकच शेवट होऊ शकतो आणि तो म्हणजे विजय.'

आत्मचरित्रात गांधी म्हणतात की, झुलू प्रांतात घेतलेले निर्णय हे सत्याग्रहाचा... पूर्वाभ्यास म्हणून आवश्यक होते. झुलू प्रांतानं त्यांना लढा देण्याच्या मार्गाप्रत नेलं होतं आणि हे बाळकडू ते दक्षिण आफ्रिका, भारत आणि जगाबरोबर वाटून घेणार होते. जगात कुठेही दडपशाहीला विरोध करण्याची ताकद प्रत्येक मनुष्यात होती आणि अहिंसक विरोध हा कायदेशीर होता.

गांधींच्या वैयक्तिक आयुष्याला कलाटणी देणारा क्षण १९०६मध्ये झुलू प्रांतात आला, असा अचूक निष्कर्ष काढून जोनाथन शेल तेवढ्याच नेमकेपणानं नमूद करतो की, जरी पूर्वेला आणि पश्चिमेला पवित्र शपथा अनेकदा जगरहाटीपासून आणि राजकारणातून घेतलेल्या निवृत्तीची सोबत करतात, तरी गांधींची वाटचाल मात्र बरोबर विरुद्ध दिशेला झाली. त्यांच्या शपथांनी त्यांना कृतीपासून नव्हे तर कृतीसाठी मुक्त केलं.

झुलू प्रांतात घेतलेले शुद्धतेच्या आणि गरिबीच्या आचरणाचे निर्णय देवाप्रति जीवन समर्पित करण्याच्या भावनेशी सुसंगत होते, तरी वेगळे होते. त्यांच्या निर्णयामुळे एका पातळीवर त्यांना काही गोष्टींची किंमत मोजावी लागणार होती, तर दुसर्‍या पातळीवर स्वातंत्र्य उपभोगायला मिळणार होतं. ते निर्णय म्हणजे काळ्या दगडावरची रेघ होती. असं असूनसुद्धा स्वत:च्या आयुष्याच्या जबाबदारीचा किंवा त्यावर असलेल्या आपल्या नियंत्रणाचा ते अव्हेर करत नव्हते. ते ज्या देवाबद्दल बोलायचे (आणि प्रार्थना करायचे), तो जरी त्यांच्या मनातला त्यांचा ईश्वर होता, तरी झुलू प्रांतात केलेल्या विचारमंथनात गांधींनी आपण स्वत: काय केलं पाहिजे, यावर लक्ष केंद्रित केलं; ईश्वर काय करेल यावर नाही. ईश्वराला मदतीसाठी त्यांनी हाक जरूर दिली असती; पण मुख्यत: ओझं मात्र त्यांच्या खांद्यांवर असणार होतं.

तो एशियाटिक कायदा : सेवापथक विसर्जित झाल्याबरोबर गांधी फिनिक्समार्गे जोहान्सबर्गला गेले. ते आत्मचरित्रात म्हणतात की, त्यांनी फिनिक्सला छगनलाल, मगनलाल, वेस्ट आणि इतरांबरोबर ब्रह्मचर्यपालनासंबंधी उत्सुकतेनं चर्चा केली.

त्यांनी आपल्या पत्नीशीही सल्लामसलत केली, असा दावा ते करतात. त्यावर तिनं काही आक्षेप घेतला नाही, परंतु या संभाषणाचा तपशील आपल्याला माहीत नाही. आत्मचरित्रात पुढे असं सांगितलं आहे की, फिनिक्समधले काहीजण या शपथेच्या आचरणासाठी धैर्यानं सिद्ध झाले आणि काही यशस्वीही झाले.

यानंतर आपण पुन्हा आणि वारंवार गांधींच्या ब्रह्मचर्यपालनाकडे वळणार आहोत; पण या ठिकाणी ते आत्मचरित्राच्या आधी लिहिल्या गेलेल्या 'सत्याग्रह इन साउथ आफ्रिका' या पुस्तकात काय म्हणतात, हे बघितलं पाहिजे. जरी आत्मचरित्रात गांधींच्या आध्यात्मिक, नैतिक, आहारविषयक प्रयोगांचा आढावा घेतलेला असला तरी या पुस्तकात राजकीय गांधींची वाटचाल दिसून येते : *युद्धावरून परतल्यानंतर, मी फिनिक्सला फक्त मित्रांना भेटलो आणि ताबडतोब जोहान्सबर्गला पोचलो.*

शपथपालनासाठी ते जेवढे उत्सुक होते (असं ते आपल्याला आत्मचरित्रात सांगतात.), तेवढेच किंबहुना त्यापेक्षाही जास्त उत्सुक ते कृती करण्याच्या बाबतीत होते आणि पत्रं आणि तारांनी त्यांना ज्या ठिकाणी बोलावलं होतं, तिथे 'त्वरित' पोचण्याची त्यांची इच्छा होती (अशी माहिती 'सत्याग्रह'मधून आपल्याला मिळते).

ट्रान्सवालमध्ये एशियाटिक डिपार्टमेंटमधल्या लायोनेल कर्टिस या तरुण माणसानं आता असा मुद्दा उपस्थित केला होता की, भारतीयांनी जुन्या परवान्याच्या बदली नवीन परवाने घेणं पुरेसं नव्हतं. परस्परसंमतीनं पुनर्नोंदणी करताना त्यात कायद्याची पकड तितकीशी जाणवत नव्हती, असं कर्टिसचं म्हणणं होतं. याहून वाईट गोष्ट म्हणजे परस्पर-संमतीनं झालेल्या या पुनर्नोंदणीमुळे ट्रान्सवालच्या भारतीयांची प्रतिष्ठा वाढली होती. त्यांना त्यांची जागा दाखवून देण्यासाठी एक नवीन कायदा करण्याची आवश्यकता होती, जो दक्षिण आफ्रिकेच्या इतर भागांत आणि कॅनडा, ऑस्ट्रेलिया आणि न्यूझीलंड या साम्राज्यांच्या बाकीच्या वसाहतींमध्ये एक आदर्श म्हणून समोर ठेवता येईल.

कर्टिसचा हा मुद्दा उचलून धरण्यात आला आणि २२ ऑगस्ट १९०६ रोजी ट्रान्सवाल सरकारच्या 'गॅझेट एक्स्ट्रॉऑर्डिनरी'मध्ये त्यानं तयार केलेला एक मसुदा प्रसिद्ध झाला, ज्यात एशियाटिक कायद्यामध्ये दुरुस्ती सुचवली गेली होती.

जोहान्सबर्गला आल्यावर गांधी जोहान्सबर्गच्या बाहेर तीन मैलांवर असलेल्या हर्मन कालेनबाख यांच्या 'ऑरचार्ड्स' येथील घरी उतरले. त्यांनी 'गॅझेट एक्स्ट्रॉऑर्डिनरी'ची एक प्रत घेतली आणि त्या मसुद्याचा अभ्यास करून तो गुजरातीत भाषांतरित करण्यासाठी घराजवळची एक टेकडी गाठली. त्यात म्हटल्याप्रमाणे आठ किंवा जास्त वयाच्या प्रत्येक भारतीयाला, मग तो पुरुष असो वा स्त्री, एशियाटिकच्या निबंधकाकडून नोंदणीचा नवीन दाखला घेणं बंधनकारक होतं आणि अंगठा व बोट यांचे ठसे देणं आणि इतर ओळख पटवणाऱ्या खुणा सांगणं आवश्यक होतं. यात

कुचराई करणाऱ्याला दंड, तुरुंगवास किंवा हद्दपार करण्यात येणार होतं. एकदा दाखला मिळाल्यावर प्रत्येक वेळी एखाद्या पोलीस अधिकाऱ्यानं किंवा सरकारी अधिकाऱ्यानं तो बघायला मागितल्यावर देणंही सक्तीचं होतं आणि तो तपासण्यासाठी पोलीस अधिकारी खाजगी घरांमध्येही प्रवेश करू शकणार होते.

या अपमानकारक कायद्यामध्ये गांधींना भारतीयांबद्दलचा तिरस्कार ठासून भरलेला दिसला. त्यांनी तो दुसऱ्या दिवशी प्रमुख भारतीय लोकांच्या लहानशा सभेत स्पष्ट करून सांगितला, तेव्हा गांधींइतकाच त्या लोकांनाही प्रचंड धक्का बसला.

भावना अनावर होऊन त्यातला एक म्हणाला : 'जर कुणी माझ्या पत्नीकडे दाखल्याची मागणी केली, तर मी त्याला तत्क्षणी गोळी घालीन आणि त्याचे परिणाम भोगीन.' गांधींनी त्याला शांत केलं आणि जमलेल्या सगळ्यांना सांगितलं की, हा प्रस्तावित कायदा म्हणजे आपल्याला देशाबाहेर हाकलण्यासाठी उचललेलं पहिलं पाऊल आहे. त्यांनी जर याला मुकाट्यानं संमती दिली, तर संपूर्ण दक्षिण आफ्रिकेत तो आहे तसा लागू करण्यात येईल आणि ट्रान्सवालमध्ये असलेल्या दहा ते पंधरा हजार भारतीयांपेक्षा कितीतरी जास्त भारतीय त्यात भरडले जातील.

परंतु घाईनं, रागानं आणि उतावीळपणे दिलेली प्रतिक्रिया दुबळी ठरेल. प्रतिकाराचा आराखडा शांतपणे विचार करून आखणं आणि तो योग्य वेळी प्रत्यक्षात आणणं गरजेचं होतं, असं गांधी म्हणाले. एकत्रित आघाडी करून उभं राहणं आवश्यक होतं. दडपशाहीविरोधात नुकत्याच रशियन कामगारांनी केलेल्या धाडसी संपामधून व्यक्त झालेल्या स्वार्थत्यागातून धडा घेण्याचं आवाहन त्यांनी ८ सप्टेंबरच्या 'इंडियन ओपिनिअन'मधील आपल्या संपादकीयाद्वारे केलं. त्यांनी केलेली हिंसा मात्र टाळण्याचं त्यांनी सुचवलं होतं.

आम्ही स्वीकारणार नाही : ११ सप्टेंबर १९०६ रोजी ज्यूंच्या मालकीचं एम्पायर थिएटर भारतीयांनी खचाखच भरलं होतं. नेहमीच आपल्या श्रोत्यांचे निरीक्षण करणाऱ्या गांधींच्या मनात विचार आला की, 'प्रत्येक चेहऱ्यावर काहीतरी वेगळं करायला मिळणार आहे किंवा घडणार आहे, याची उत्सुकता ओसंडून वाहत होती.' ट्रान्सवालच्या दीर्घकालीन भारतीय रहिवाशांपैकी एक असलेले ट्रान्सवाल ब्रिटिश इंडियन असोसिएशनचे अध्यक्ष अब्दुल घनी अध्यक्षस्थानी होते. संतापजनक, जुलमी आणि ब्रिटिशांना अशोभनीय मागण्या असलेल्या प्रस्तावित कायद्याला संमती न देण्याच्या गंभीर निर्णयाचा ठराव मांडल्यावर चर्चा सुरू झाली आणि या विरोधामुळे भोगाव्या लागणाऱ्या सर्व प्रकारच्या शिक्षांचीही तयारी असल्याची चर्चा झाली.

हा ठराव स्पष्ट करतानाचं गांधींचं भाषण श्रोते शांतपणे ऐकत होते. 'इंडियन ओपिनिअन'मध्ये त्याचा सारांश असा दिला होता :

ते सगळे जे पाऊल उचलणार होते, त्याबद्दल आपलं मत देण्यापूर्वी त्यांनी सगळ्या गोष्टींवर गांभीर्यानं आणि निश्चयपूर्वक विचार केला होता आणि जो मार्ग निश्चित होईल तो स्वीकारणं हे त्यांचं कर्तव्य होतं, असं त्यांना वाटत होतं... या गंभीर निर्णयाची जबाबदारी आपल्या खांद्यांवर आहे, हे त्यांना मान्य होतं आणि ती जबाबदारी त्यांनी संपूर्णपणे स्वीकारलेली होती. पण ते सगळ्यांना चांगलं ओळखत होते, त्यांच्यावर ते विश्वास टाकू शकतात याची त्यांना जाण होती आणि त्यांना हेही माहीत होतं की, एखादं धाडसी पाऊल टाकायची वेळ आली तर– त्यांच्यातला प्रत्येक माणूस त्यासाठी पुढे सरसावेल.

वक्त्यांमागून येणारा वक्ता ठरावाच्या बाजूनं बोलत होता. त्यांतले एक जुने जाणते रहिवासी हाजी हबीब म्हणाले, 'ईश्वराला साक्षी ठेवून आपण हा ठराव संमत केला पाहिजे.' ईश्वराला स्मरून त्यांनी गंभीरपणे असं जाहीर केलं की, हा कायदा ते कदापिही स्वीकारणार नाहीत.

'सत्याग्रह'मध्ये या प्रसंगाच्या आठवणींविषयी गांधी लिहितात: हबीब यांच्या ईश्वराला साक्षी ठेवण्याच्या उल्लेखानं प्रथम ते दचकले आणि ईश्वराला स्मरून केलेल्या वक्तव्यामुळे सावध झाले. नंतर एका क्षणात, त्यांनी होऊ शकणाऱ्या परिणामांचा विचार केला आणि त्यांची गोंधळलेली मन:स्थिती उत्साहात परिवर्तित झाली. या उदात्त शपथेमुळे त्यांच्या आणि इतर समाजाच्या खांद्यांवर जी जबाबदारी येत होती, ती एक अशी संधी होती, जी घ्यायला हवी होती.

त्यांची नजर आणि आतला आवाज त्यांना सांगत होता की, एम्पायर थिएटरमधला जमाव निर्धारानं भारलेला आहे. जी उदात्त शपथ घेण्याविषयी हबीब सांगत होते, ती झुलू प्रांतातल्या त्यांच्या गंभीर निर्णयांशी एकरूप होणारी होती आणि पुढे येणाऱ्या मोठ्या संघर्षाची त्यांनी जी चित्रं रेखाटली होती, त्यांच्याशी सुसंगत होती. त्यांपैकी एकाच्या उंबरठ्यावर ते आता उभे होते. त्यांनी आता आपल्या सैनिकांना गोळा करणं आवश्यक होतं.

एक नवीन तत्त्व

हबीब यांच्या भाषणाचा गर्भितार्थ स्पष्ट करून सांगण्याची परवानगी अध्यक्षांकडे मागून गांधी म्हणाले की, हबीब यांनी एक नवीन तरीही विचारप्रवर्तक मुद्दा उपस्थित केला आहे. हिंदू आणि मुस्लीम यांचा ईश्वर एकच आणि एकसारखा होता. त्या ईश्वराला स्मरून घेतलेली शपथ म्हणजे पोरखेळ नव्हता. सर्व उपस्थितांनी आपली हृदयं तपासून पाहावीत आणि जर ही शपथ पाळण्याची त्यांची तयारी असेल, तरच

त्यांनी ती शपथ घ्यावी.

ट्रान्सवालच्या भारतीयांपैकी जर बहुतांश लोकांनी शपथ घेतली असती आणि ती पूर्णपणे पाळली असती, तर प्रस्तावित कायदा मागे घेतला जाण्याची शक्यता होती. पण काही थोडेच लोक शपथ घेऊन आणि परिणामस्वरूप त्यांचं हसं होऊन, त्यांना तुरुंगवास, उपवास, मारपीट, हद्दपारी आणि मृत्यू यांचा सामना करावा लागेल, अशीही शक्यता होती. पण जरी अगदी मूठभर लोकही त्यांच्या शपथेशी प्रामाणिक राहिले, तरी या संघर्षाचा एकच शेवट होऊ शकतो आणि तो म्हणजे विजय.

हिंदी भाषिकांनासुद्धा समजेल अशा गुजरातीत गांधी बोलले. त्यांचं वक्तव्य तमिळ व तेलुगू भाषांतही भाषांतरित केलं गेलं. आपल्या भाषणाचा शेवट करताना ते म्हणाले की, परिणाम भोगण्यासाठी ते एकाकी उरतील अशी शक्यता नसली, तरी ते एकटे लढा द्यायला तयार होते. एकटे पडले असताना ठामपणे उभं राहण्याची इच्छा आणि क्षमता आहे याबाबत ज्यांना खात्री नसेल, त्यांनी शपथेला असलेला त्यांचा विरोध जाहीर करावा, असं आवाहन गांधींनी केलं.

अध्यक्षांनी प्रस्ताव मंजूर केल्यानंतर सर्व उपस्थितांनी, हात वर करून, ईश्वराला साक्षी मानून प्रस्तावित कायद्याचा स्वीकार न करण्याची शपथ घेतली. दुसऱ्या दिवशी एका अपघातात आग लागून एम्पायर थिएटर भस्मसात झालं, तरी गांधींना वाटलं की, तिथे आदल्या दिवशी एका नवीन तत्त्वानं जन्म घेतला होता.

नवीन तत्त्वाच्या जन्माबरोबरच त्यांच्या कौटुंबिक जीवनामध्येही उलथापालथ व्हावी, हा मात्र योगायोगच होता. या नवीन तत्त्वाकडे नेणारा झुलू प्रांतातला अनुभव त्यांना त्यांच्या कुटुंबापासून दूर ठेवण्यास कारणीभूत ठरला. त्यामुळे जोहान्सबर्गच्या उच्चभ्रू वस्तीतलं घर त्यांना सोडणं भाग पडलं आणि नाताळच्या कष्टप्रद जीवनाशी मिळतंजुळतं घ्यावं लागलं होतं. त्यापूर्वी, त्यांनी दक्षिण आफ्रिकेला परतणं (तारेला प्रतिसाद म्हणून), हे कुटुंबापासूनच्या दोन वर्षांच्या वियोगाचं कारण ठरलं होतं. त्यांचं कुटुंब तेव्हा मुंबईत सांताक्रूझला होतं. त्याच्याही आधी, दक्षिण आफ्रिकेत जाण्याच्या पहिल्या प्रस्तावाचा तत्काळ स्वीकार केल्यावर कुटुंबापासून तीन वर्षं लांब राहावं लागलं होतं, तितकीच वर्षं त्यापूर्वी लंडन-भेटीमुळेही लागली होती.

परिस्थिती जशी असेल त्याप्रमाणे कधी इथे, तर कधी तिथे राहावं लागणाऱ्या कुटुंबाच्या स्थैर्यापेक्षा आपल्या प्राक्तनाचा स्वीकार करणं हा गांधींचा प्राधान्यक्रम होता. संधीला किंवा गरजेला ताबडतोब प्रतिसाद देण्याची गांधींची वेळोवेळी दिसून आलेली क्षमता लक्षात घेऊन आपण परिस्थिती समजून घेतली पाहिजे.

ते कोणत्याही एका जगाशी, घराशी किंवा कुटुंबाला जखडलेले नाहीत; तर आपल्या आतल्या आवाजाशी आहेत किंवा–आपण असंही म्हणू शकतो– कुटुंबापेक्षाही मोठ्या परिवाराशी बांधले गेले होते. त्यासाठी ते आपली खोल गेलेली मुळं उखडून

नवीन ठिकाणी ती रुजवू शकत होते. त्यांच्यासाठी लढायला ते मोकळे असल्यानं त्यांच्या कुटुंबाला तडजोड करणं भाग होतं. त्यांच्या अन्यायग्रस्त लोकांसाठी ते एखाद्या झरोक्याचं प्रशस्त दरवाजात रूपांतर करत होते; मात्र त्यांच्या कुटुंबाला साध्यासुध्या जागेत स्थलांतर करण्याची जणू सक्ती होती.

नवीन कायद्याला असलेल्या भारतीयांच्या विरोधाला अप्रत्यक्ष प्रतिकार असं नाव गांधी व इतर सहकाऱ्यांनी दिलं होतं. काही काळ तसं संबोधल्यावरही या इंग्रजी नावाविषयी ते तितकेसे समाधानी नव्हते. पर्यायी नावासाठी १९०७मध्ये 'इंडियन ओपिनिअन'नं एक छोटं बक्षीस जाहीर केलं, ते मगनलाल यांनी जिंकलं. त्यांनी 'सदाग्रह' किंवा 'सदाचाराचा आग्रह' असं नाव सुचवलं. या बक्षीसविजेत्या नावात गांधींनी 'सत्याग्रह' किंवा 'खरेपणाचा आग्रह' असा फेरबदल केला.

सप्टेंबर आणि ऑक्टोबर १९०७मध्ये– एम्पायर थिएटरच्या सभेनंतर एका वर्षानं– गांधींनी हेन्री डेव्हिड थोरो (१८१७-६२) या अमेरिकन तत्त्वज्ञाची मतं 'इंडियन ओपिनिअन'मध्ये विस्तृतपणे मांडली. जी शासनयंत्रणा कमीत कमी शासन करते ती सर्वांत उत्तम, नागरी आज्ञाभंगाचं कर्तव्य आणि न्यायी माणसासाठी तुरुंग हीच खरी जागा- अशांचा समावेश त्यात होता. गांधींनी लिहिलं, 'थोरो हा थोर लेखक, तत्त्वज्ञ, कवी आणि एकंदरीत अतिशय शहाणा, समजूतदार माणूस होता. म्हणजे असं की, जी गोष्ट तो स्वत: अमलात आणू शकत नसे, ती तो कधीच शिकवत नसे. अमेरिकेत जन्मलेल्या सर्वांत उत्तम आणि विवेकी मनुष्यांपैकी तो एक होता.'

गांधी नंतर नमूद करतात की, शासकीय आज्ञाभंगाची कल्पना थोरोनं शोधून काढली होती. त्यांनी थोरो वाचला, तेव्हा त्यांना तो खूप विश्वासार्ह आणि खरा वाटला आणि त्यातून त्यांना अतिशय आनंद आणि तेवढाच फायदा झाला. हा दाखला असं सुचवतो की, थोरोच्या विचारांचं हे अगदी बारकाईनं आणि प्रेमानं केलेलं वाचन एम्पायर थिएटरच्या सभेआधी नव्हे, तर बरंच नंतर झालेलं असावं. झुलू प्रांत आणि एशियाटिक कायद्यानं त्यांच्या मनात सुरू झालेल्या चिंतनाला या वाचनामुळे भक्कम पाठिंबा आणि प्रोत्साहन मिळालं.

प्रेम, न्याय आणि आत्मा यांना समानार्थी शब्द म्हणून सत्याचा प्रयोग करताना आणि आग्रहाला ताकदीबरोबर तोलताना गांधी 'सत्याग्रहा'चं इंग्रजीमध्ये सत्य-आग्रह किंवा प्रेम-आग्रह किंवा आत्मा-आग्रह असं भाषांतर करण्यास संमती देतात. अमेरिकन तत्त्वज्ञ विल्यम जेम्स यानं युद्धाला नैतिक पर्याय शोधण्याचं आवाहन केलं होतं. आपल्याला तो सापडला आहे, असं गांधींना वाटलं.

५

हिंद स्वराज

दक्षिण आफ्रिका आणि इंग्लंड, १९०६-१०

अजूनही, १९०६मध्ये साम्राज्याची वसाहत असलेल्या ट्रान्सवालला (नजीकच्या भविष्यकाळात स्वत:चं सरकार स्थापण्याची लंडननं खात्री दिलेली असतानाही) नवीन कायदा संमत करून घ्यायला राजेशाहीची परवानगी घ्यावी लागत असे. एशियनविरोधी कायदा रद्द करण्यासाठी ब्रिटनला राजी करावं, यासाठी गांधी आणि एक वजनदार मुस्लीम व्यापारी हाजी ओजेर अली १९०६च्या ऑक्टोबरच्या आरंभी 'अर्मािडेल कॅसल' या बोटीनं इंग्लंडला निघाले.

गांधी हे केवळ हिंदूंचं प्रतिनिधित्व न करता संपूर्ण भारतीय समाजाचं प्रतिनिधित्व करतात, असा वाद निर्माण करून ट्रान्सवालमधल्या काही हिंदूंनी या शिष्टमंडळात अलींशी बरोबरी साधण्यासाठी आणखी एक हिंदू समाविष्ट करावा, अशी मागणी केली. हा प्रस्ताव धुडकावला गेला; पण त्यामुळे गांधींच्या सर्वधर्मसमानता पालनाचा पवित्रा आणि दक्षिण आफ्रिकेतल्या भारतीयांच्या राजकारणातली हिंदू- मुस्लीम खोच मात्र उघडकीला आली.

'इंडियन ओपिनिअन'ला धाडलेल्या एका वृत्तान्तात गांधी लिहितात: 'अर्मािडेल कॅसल' एका छोट्या शहराएवढी प्रचंड होती. त्यावर जवळजवळ हजार लोक असतील, पण तरी तिथे अजिबात आवाज नव्हता, की बेशिस्त! त्यांनी हेही निरीक्षण नोंदवलं की, जे इंग्लिश वकील किंवा व्यावसायिक झुलू युद्धात मैलोन्-मैल तुडवत होते आणि कोरड्या ब्रेडवरसुद्धा समाधानी होते, ते आता जहाजावर मात्र काहीच काम करत नव्हते. एक बटण दाबताच सेवक त्यांच्यापुढे हजर होतो. अशा लोकांनी राज्य का करू नये? गांधींनी विचारलं. (अशा गोष्टी ते दक्षिण आफ्रिकेतल्या भारतीयांना सांगत असत, ब्रिटिशांना नव्हे.)

परंतु लंडनहून साम्राज्य चालवणाऱ्या लोकांना दक्षिण आफ्रिकेत कुणाचं सांत्वन करायचं, हे चांगलं माहीत होतं. वसाहतींसाठीचे सचिव लॉर्ड एल्गिन यांनी

जरी गांधी व अलींना सांगितलं की, भारतीयांप्रति भेदभाव करण्यास साम्राज्य प्रोत्साहन देऊ शकत नाही (आणि नंतर नंतर त्यांनी खरोखरीच राजाला कायद्याची संमती स्थगित ठेवण्याचा सल्ला दिला), तरी त्याचबरोबर त्यांनी ट्रान्सवालच्या लंडनमधल्या प्रतिनिधीला– सर रिचर्ड सॉलोमन यांना– दिलासा दिला की, एकदा ट्रान्सवालच्या स्वत:च्या सरकारनं हा कायदा संमत केल्यावर ब्रिटिश राजवट त्यामध्ये ढवळाढवळ करणार नाही.

सॉलोमन यांना दिल्या गेलेल्या या शब्दाविषयी गांधींना पुसटशीदेखील कल्पना नव्हती. १५ वर्षांपूर्वी दिलेल्या भेटीनंतरच्या पहिल्याच इंग्लंडभेटीत ते मोठ्या उत्साहानं राजकीय भेटीगाठी घेण्यात मग्न होते. शक्य असेल तेव्हा, सतत आजारी असणाऱ्या अलींना घेऊन गांधी सार्वजनिक क्षेत्रातल्या प्रभावशाली व्यक्तींच्या भेटी घेऊन त्यांना परिस्थिती समजावून सांगत होते. त्यात पंतप्रधान कॅम्पबेल- बॅनरमन, भारतासाठीचे सचिव मोर्ले आणि मोर्लेंचे राजकीय सचिव कर्झन वायली यांचा समावेश होता.

त्यांनी सुमारे १०० उदारमतवादी संसद-सदस्यांशी संवाद साधला आणि साम्राज्यवादी, प्रगतिशील आणि इतर आयरिश संसद-सदस्यांनाही ते जाऊन भेटले. लंडनस्थित दोन प्रख्यात पारशी, इंडियन नॅशनल काँग्रेसचे दादाभाई नौरोजी आणि सर मुंचेरजी भावनगरी यांनी यांपैकी काहींच्या भेटी ठरवण्यासाठी मदत केली.

गांधी आणि चर्चिल : वसाहतींसाठीचे उपसचिव व त्या सुमारास उदारमतवादी पक्षाचे सदस्य असलेले विन्स्टन चर्चिल यांच्याबरोबर या वेळच्या त्यांच्या वास्तव्यात गांधींची प्रथम (आणि शेवटची) भेट झाली. १९०६च्या अखेरीस झालेली बत्तीसवर्षीय चर्चिल यांची ही भेट खूपच मैत्रीपूर्ण झाली; त्यांच्यापेक्षा पाच वर्षांनी मोठे असलेले गांधी १९३५ साली म्हणतात की, वसाहतींसाठीच्या कचेरीत असलेले मि. चर्चिल माझ्या चांगले स्मरणात राहिले.

बोअर युद्धादरम्यान दक्षिण आफ्रिकेत वार्ताहर आणि कैदी असलेल्या चर्चिल यांचं आफ्रिकेतल्या भारतीयांच्या हक्कांबद्दल काय मत होतं, हे १९०८मध्ये प्रकाशित झालेल्या 'माय आफ्रिकन जर्नी' या पुस्तकातून आपल्याला समजतं. आशियाई लोक आफ्रिकन स्थानिक रहिवाशांना चुकीच्या गोष्टी शिकवतील, अशी त्यांना भीती होती. गौरवर्णीय आणि भारतीय लोकांच्या आवडीनिवडी परस्परांशी मेळ न बसणाऱ्या होत्या, असं त्यांचं मत होतं आणि हा दुष्ट प्रश्न केवळ क्रूर पद्धतीनंच सोडवला जाऊ शकेल, असंही त्यांना वाटत असावं. चर्चिल यांनी पुढे लिहिलं : गौरवर्णीय कामगारानं मूकपणे स्वत:चा नाश करून घेण्यासाठी एका अशा स्पर्धकाला आमंत्रण दिलं आहे, ज्याला तो एका थपडेत लोळवू शकला असता.

१८९७मध्ये दरबानला गांधींना झालेल्या मारहाणीच्या प्रसंगाला उजाळा देणारंच हे वक्तव्य आहे. (ज्याबद्दल बहुधा चर्चिल यांनी ऐकलं असावं.) भारतीयांसाठी समान हक्क असणं हा साम्राज्यशाहीचा एक रिवाज आहे, असं समजून लंडनमध्ये गांधींनी चर्चिल यांना आवाहन केलं. 'माय आफ्रिकन जर्नी'मध्ये चर्चिल हे मान्य करतात की, ब्रिटिश भारतीयांना एक माणूस म्हणून काही हक्क होते आणि ब्रिटिश नागरिक म्हणूनही.

एका मोठ्या जेवणावळीत गांधींच्या लंडनमधल्या सहा आठवड्यांच्या वाटाघाटींचा कळस गाठला गेला– जवळपास शंभर लोकांना आमंत्रण होतं. दक्षिण आफ्रिकेतल्या भारतीय लोकांचे हितसंबंध सुरक्षित राखण्यासाठी एक कायमस्वरूपी समिती- 'साउथ आफ्रिका ब्रिटिश इंडियन कमिटी' (SABIC) तिथे स्थापली गेली. तिचे अध्यक्ष म्हणून भारताचे भूतपूर्व गव्हर्नर आणि व्हाइसरॉय लॉर्ड ॲम्प्टहिल आणि सचिव म्हणून लुई रिच यांची निवड झाली.

सहा आठवड्यांच्या काळात नेहमी रात्रभर काम करताना आणि सुमारे पाच हजार किंवा त्याच्या जवळपास अशी संख्येने अविश्वसनीय वाटणारी पत्रं लिहिताना गांधींना लंडनमधल्या भारतीय विद्यार्थ्यांची मदत झाली. दक्षिण आफ्रिकेत ज्यांची ओळख झाली, अशा दोन गौरवर्णीय तरुणांनीही मदत केली. एक होता, आता लंडनमध्ये कायद्याचं शिक्षण घेत असलेला लुई रिच आणि दुसरा एक गुणी, तिशीचा तरुण सायमंड्स. तो जोहान्सबर्गला असताना गमतीनं नेहमी (गांधींना) खात्री द्यायचा की जर गांधींना कधी बहुमत मिळालं, तर तो त्याचा पाठिंबा काढून घेईल. (तो नंतर फार काळ जगला नाही.)

लंडनला गांधी बोलत असताना सायमंड्स लिहून घ्यायचा, पत्रं टाइप करायचा, पत्ते लिहायचा, तिकिटं चिकटवायचा आणि पाकिटं पोस्टात टाकायचा. सायमंड्सनं रात्रंदिवस कोणताही मोबदला न घेता आमच्यासाठी कष्ट घेतले, गांधींनी लिहिलं आहे. १ डिसेंबर रोजी बोटीजवळ दु:खानं घेतलेला त्याचा निरोपही त्यांना स्मरला.

स्त्रियांच्या हक्कांसाठी लढणाऱ्या महिलांना लंडनला असताना गांधी भेटले. ऑक्सफर्डला शिक्षण घेतलेले भाषावैज्ञानिक व एक गुजराती बॅरिस्टर श्यामजी कृष्णवर्मा (१८५७-१९३०) यांनाही ते भेटले. भारताच्या स्वातंत्र्यप्राप्तीसाठी हिंसक मार्गाचा अवलंब करणाऱ्यांकडे काणाडोळा करत कृष्णवर्मांनी १९०५मध्ये तरुण भारतीयांना राहण्यासाठी आणि प्रशिक्षण देण्यासाठी हायगेट इथे 'इंडिया हाउस'ची स्थापना केली होती आणि 'इंडियन सोशालॉजिस्ट' नावाचं मासिक सुरू केलं होतं, ज्यामध्ये झुलू बंडाच्या वेळी गांधींनी घेतलेल्या पवित्र्यावर हल्ला चढवला होता.

इंडिया हाउसमध्ये दोन रात्री घालवताना– (त्या विचारसरणीविषयी वाटणारी

चिंता याला कारणीभूत होती.) –गांधींनी हिंसेला पर्याय म्हणून शांततापूर्ण असहकाराचा प्रस्ताव मांडला. या चर्चेच्या वेळी कृष्णवर्मांचे तरुण पाठीराखे हजर होते. त्यात नुकतेच भारतातून आलेले हिंदू संघर्षवादाचे भविष्यातले पुरस्कर्ते तेवीसवर्षीय विनायक दामोदर सावरकर होते.

आफ्रिकेच्या पश्चिम किनाऱ्यानं परतताना मदीरा या पोर्तुगीज बेटावर गांधींना रिचकडून आनंदाची वार्ता कळवणारी तार मिळाली : एल्गिन यांनी राजाला आपली संमती स्थगित ठेवण्याचा सल्ला दिला होता. गांधी इंग्लंडहून निघाल्यानंतर संसदेत चर्चिल यांनी हेच सूचित केलं होतं. त्यामुळे गांधी, अली आणि इतर भारतीय प्रवाशांनी मदीरा ते केपटाउन या टप्प्यात मजेत वेळ घालवला आणि हवेत बरेच किल्ले बांधले.

केपटाउनला पोचल्यावर मात्र त्यांचा भ्रमनिरास झाला. तिथे त्यांना समजलं की, एल्गिन यांनी ट्रान्सवालला वसाहतीचा अधिकार मिळाल्यावर कायद्याला संमती देण्याची खात्री दिली होती. १ जानेवारी १९०७ रोजी ती जबाबदारी किंवा स्वतंत्र सरकारला मंजुरी देण्यात आली. नवीन ट्रान्सवालनं पहिली उपाययोजना केली ती अंदाजपत्रक मंजुरीची आणि दुसरी म्हणजे २२ मार्चला घाईघाईनं मंजूर केलेला 'ट्रान्सवाल एशियाटिक रजिस्ट्रेशन ॲक्ट' (TARA) किंवा भारतीयांनी ज्याचा उल्लेख 'काळा कायदा' (Black Act) असा केला, त्याला लवकरच लंडनहून संमती मिळाली.

साम्राज्याला केलेलं आवाहन पूर्णपणे फोल ठरलं होतं. ४ एप्रिल रोजी गांधी ट्रान्सवालचे अंतर्गत व्यवहारमंत्री जनरल जॅन ख्रिश्चन स्मट्स यांना भेटले. भारतीय TARA स्वीकारू शकत नसल्याचं गांधींनी त्यांना सांगितलं.

हरिलाल : एव्हाना एकोणीस वर्षांचा झालेला आणि आपल्या वडिलांपेक्षा फक्त अठरा वर्षांनी लहान असलेला हरिलाल आपली पत्नी गुलाब (किंवा चंचल किंवा चंची) बरोबर एप्रिलमध्ये दक्षिण आफ्रिकेला येऊन दाखल झाला. जोहान्सबर्गमध्ये आपल्या पित्याबरोबर कालेनबाख यांच्या घरी राहताना हरिलाल रोज गांधींच्या वकिली कार्यालयात काही वेळ घालवू लागला. तिथे पोलॉकही काम करायचा. रोज एक तासभर वडील मुलाला शिकवत असत आणि रोज काही मिनिटं तरी वर्तमानपत्र वाचण्याची सवय लावून घेण्याविषयी आग्रह धरत असत. जर एखाद्या शब्दाचं त्याला आकलन झालं नाही, तर त्यानं ताबडतोब शब्दकोशाची किंवा वडिलांची किंवा मि. पोलॉक यांची मदत घ्यावी, असं ते सुचवत होते.

लवकरच हरिलाल फिनिक्सला गेला, तिथे त्याची पत्नी होती. 'इंडियन ओपिनिअन'च्या छपाईत तो मदत करू लागला. सुतारकाम, चांभारकाम, शिवण, स्वयंपाक, दळण आणि शेती या वसाहतीच्या इतर उपक्रमांत स्वतःला सहभागी

करून घेण्याचाही त्यानं प्रयत्न केला. तिथल्या रहिवाशांनी चालवलेल्या शाळेतही तो गेला.

आम्ही लढू : ब्रिटनच्या 'ढोंगी धोरणा'मुळे धक्का बसलेल्या आणि लंडननं ट्रान्सवालच्या उन्नतीबरोबरच भारतीयांना देण्यात येणाऱ्या वागणुकीत सुधारणा न केल्यामुळे निराश झालेल्या व या कायद्यामुळे भरडल्या जाणाऱ्या लोकांना लढा देण्याची कितपत इच्छा आहे, याची चाचपणी गांधींनी केली. मालमत्तेला हानी पोचण्याची आणि त्यांचा तिथल्या वास्तव्याचा अधिकार धोक्यात येण्याची शक्यता असल्यानं बरेच लोक माघारीच्या तयारीत होते.

तरीही ३१ जुलैच्या रात्री ट्रान्सवालचे सुमारे दोन हजार भारतीय रहिवासी प्रिटोरियाच्या मशिदीच्या मैदानात जमा झाले होते. त्यांच्याशी संवाद साधायला गांधींचे मित्र विल्यम होस्कन आले होते. बडे उद्योगपती असलेल्या होस्कन यांना ट्रान्सवालवर शासन करणाऱ्या पंतप्रधान जनरल लुईस बोथा आणि स्मट्स या द्वयीनं पाठवलं होतं. हे दोघंही युद्धात हरलेल्या बोअर सैन्याचे पराक्रमी वीर होते.

आपल्या भाषणात (जे गांधींनी 'शब्दशः' भाषांतरित केलं.) होस्कननं त्या दोघांचा संदेश ऐकवला होता : ट्रान्सवालचं सरकार किती शक्तिशाली आहे, हे ठाऊक असलेल्या भारतीयांनी आपली डोकी भिंतीवर आपटू नयेत.

टाचणी पडली तरी ऐकू येईल, इतक्या शांततेत होस्कन यांचं भाषण जमावानं ऐकून घेतलं आणि ते गेल्यावर टाळ्याही वाजवल्या; पण त्या टाळ्या आता टाळता न येण्यासारख्या संघर्षासाठी होत्या. TARA ला सहकार्य न देण्याच्या भारतीयांना दिलेल्या सल्ल्याची संपूर्ण जबाबदारी आपण उचलत असल्याचं गांधींनी सांगितलं. सुरतेशी व्यापारी संबंध असलेले मेमन व्यापारी अहमद मुहम्मद कचलिया यांनी जाहीर केलं की, कायद्याला शरण जाण्यापेक्षा ते जप्ती, हद्दपारी आणि अगदी फाशीवर जाणेही मान्य करतील.

फाशीचा उल्लेख करताना कचलिया यांनी आपल्या गळ्यावरून बोटं फिरवली. गांधी त्यावर उपहासानं हसले. या आपल्या प्रतिक्रियेची त्यांना नंतर शरम वाटली; कारण कचलियांनी लवकरच आपली धडाडी सिद्ध केली. गांधींनी नंतर लिहिलं आहे की, हिंमत आणि बेधडक वृत्तीमध्ये मि. कचलियांना मागे टाकू शकेल, असं कुणीही त्यांच्या माहितीत नव्हतं.

'द पॅसिव्ह रेझिस्टन्स असोसिएशन' (Passive resistance - तत्त्वतः विरोध) ही नवीन समिती स्थापन झाली (पुढे लवकरच तिचं नामकरण 'द सत्याग्रह असोसिएशन' असं झालं.) –ट्रान्सवाल ब्रिटिश इंडियन असोसिएशन किंवा तिचा निधी याकडे सरकारची वक्रदृष्टी वळावी, अशी गांधींची इच्छा नव्हती. परवाने दिले जाणार होते त्या कचेऱ्यांवर जाऊन शेकडो अप्रत्यक्ष विरोध करणाऱ्यांनी शांततेत

लोकांचं मन वळवण्याचा प्रयत्न केला आणि कचेरीकडे येणाऱ्या प्रत्येक भारतीयाला नवीन कायदा व त्याचे होणारे परिणाम स्पष्ट करणारं पत्रक दिलं.

त्याशिवाय अजून एक युक्ती लढवली गेली : फेरीवाले आणि छोटे व्यापारी यांनी आपले विक्रीचे परवाने न दाखवताच आपली विक्री केली. या संघर्षात TARA मुळे बाधित झालेला ट्रान्सवालमधला छोटा चिनी गट सामील करून घेण्यातही गांधी यशस्वी झाले.

'इंडियन ओपिनिअन'नं विरोधकांचं मनोधैर्य उंचावलंच; पण त्यांच्या योजनांची आगाऊ माहितीही अधिकाऱ्यांना पुरवली. वीरश्री जागवणारी भाषा वापरत गांधींनी लिहिलं की, शेळीसारख्या भासणाऱ्या हरेक भारतीयाच्या आत एक सिंह लपलेला आहे. त्यांनी वीरतेला एक नवीन परिमाण देऊ केलं. ज्यांनी ज्यांनी वचनभंग केला, त्यांनी आपलं पौरुष गमावलं आणि भारतीय अस्मितेला काळिमा फासला; मात्र ज्यांनी शपथेचं पालन केलं, त्यांनी आपलं पौरुष सिद्ध केलं आणि भारताच्या सन्मानाला नवी झळाळी दिली.

परवाने मागणाऱ्या भारतीयांविरुद्ध हिंसेची भाषा वापरणाऱ्या विरोधकांचा त्यांनी ताबडतोब धिक्कार केला; जेव्हा त्या धमक्यांमुळे लोकांनी पोलीस-संरक्षणात परवाने मिळवले तेव्हा हिंसक वर्तणुकीतला फोलपणा सगळ्या विरोधकांना कळून चुकला.

काही प्रतिष्ठित भारतीयांनी रात्री उशिरा, लपतछपत आणि कचेऱ्यांपासून लांब अंतरावर जाऊन परवाने मिळवले, तरीही ३० नोव्हेंबर १९०७ या नोंदणीच्या अंतिम तारखेपर्यंत त्या प्रांतात राहणाऱ्या १३ हजार भारतीयांपैकी फक्त ५११ जणांची नोंदणी करणं ट्रान्सवाल सरकारला शक्य झालं. बाकीच्यांनी सहकार्य करायला नकार दिला.

अटक : जनरल स्मट्सनं त्यावर उत्तर म्हणून निवडक परंतु एकूणच सौजन्यपूर्ण अटक करण्याचं धोरण अवलंबलं. गांधी, चिनी समाजाचा नेता ल्युइंग क्वीन आणि सभेचं नेतृत्व करण्यापासून ते हमाली करण्यापर्यंत सगळी कामं करू शकणारा तमिळ व्यापारी थंबी नायडू यांच्या गटाला जोहान्सबर्गच्या मॅजिस्ट्रेटपुढे हजर राहण्यास सांगण्यात आलं आणि त्यांना हद्दपार का केलं जाऊ नये, याचं स्पष्टीकरण मागण्यात आलं.

२८ डिसेंबर १९०७ रोजी जेव्हा ते हजर झाले, तेव्हा न्यायमूर्तींनी त्यांना १० जानेवारीपर्यंत ट्रान्सवाल सोडण्याचा किंवा पुन्हा न्यायालयात येऊन शिक्षा भोगण्याचा आदेश दिला.

एव्हाना या लढ्याला गांधी 'सत्याग्रह' असं संबोधू लागले होते. त्या सुमारास महिला हक्क संरक्षण करणारे ब्रिटिश आणि १९०२ सालच्या एज्युकेशन ॲक्टला विरोध करणारे ब्रिटिश, आपापल्या संघर्षांना 'पॅसिव्ह रेझिस्टन्स' म्हणजे 'तत्त्वतः

विरोध' असं म्हणत. आपला संघर्ष त्यांच्यापेक्षा दोन मुद्द्यांवर वेगळा आहे असा गांधी दावा करत– त्यामध्ये द्वेष आणि हिंसा यांना स्थान नव्हतं आणि ते कमकुवत लोकांचं नाही तर बलवान लोकांचं शस्त्र होतं. त्याचं वेगळेपण सिद्ध करणारं नाव गांधींना हवं होतं.

दक्षिण आफ्रिकेतल्या काही भारतीयांमध्ये त्यांना हिंसेची ऊर्मी दिसली होती. १९०६मध्ये लंडनच्या इंडिया हाउसमध्ये भेटलेल्या गटात आणि भारतातून येणाऱ्या बातम्यांमध्येही ती दिसून आली होती. ६ डिसेंबर १९०७ रोजी बंगालमधल्या मिदनापूरजवळ ब्रिटिश लेफ्टनंट-गव्हर्नरच्या ट्रेनवर दहशतवादी हल्ला करण्याचा प्रयत्न झाला होता आणि एप्रिल १९०८मध्येही बिहारमध्ये मुझफ्फरपूर बॉम्ब हल्ल्याने बळी घेतले गेले. या प्रकारचे मार्ग दीन-दलितांना आणखीनच त्रासदायक ठरतील असं गांधींना वाटलंच; पण सत्याग्रह त्या मार्गांना मागे टाकून नवीन प्रकाश देईल, अशी आशा वाटली.

काही दक्षिण आफ्रिकन गौरवर्णीयांना त्यांना वाटणारं गांधींबद्दलचं कौतुक लपवणं शक्य झालं नाही. जोहान्सबर्गचे बॅप्टिस्ट मंत्री आणि गांधींपेक्षा आठ वर्षांनी मोठे असलेले जोसेफ डोक प्रथमच डिसेंबर १९०७मध्ये त्यांना भेटले तेव्हा या असामान्य भारतीयाला भेटून मनावर कोरल्या गेलेल्या बाबी त्यांनी नमूद केल्या : 'लहानखुरी, लवचीक, काटकुळी शरीरयष्टी,' 'सुसंस्कृत, उत्सुक चेहरा,' 'थेट, निर्भय नजर' आणि 'चेहरा उजळून टाकणारं आणि हृदय झपाट्यानं काबीज करणारं हास्य.'

तुरुंगात : १० जानेवारी रोजी गांधी, क्वीन आणि नायडू न्यायालयात परतले. ज्या न्यायालयात ते नेहमी वकील म्हणून वावरत होते, आता त्याच न्यायालयात आरोपी म्हणून उभे राहिले होते, हे विचित्र वाटत होतं; पण आरोपीच्या पिंजऱ्यात उभं राहताना गांधींना जराही चलबिचल जाणवली नाही.

त्यांना दोन महिन्यांच्या तुरुंगवासाची शिक्षा देण्यात आली. शिक्षा सुनावल्यावर त्यांना एका शेजारच्या खोलीत नेण्यात आलं आणि बसण्यासाठी एका बाकाकडे निर्देश केला गेला. मग त्यांच्या तोंडावर दार लावून घेण्यात आलं.

हुरहुर लावणाऱ्या विचारांनी गांधींच्या मनात गर्दी केली. त्यांचं घर आणि न्यायालयात जाणं होत्याचं नव्हतं झालं होतं. ते आता कैदी होते. शिक्षेचा कालावधी पूर्ण करणं आपणास शक्य होईल का? बाकीचे विरोधक जर येऊन मिळाले नाहीत, तर हे दोन महिने युगांसारखे वाटतील, असे विचार काही सेकंदांसाठी येत राहिले. मग गांधींना आठवलं की, तुरुंग म्हणजे राजेशाही थाटाचं हॉटेल आणि तुरुंगवास म्हणजे निर्भेळ आनंद असं समजा, असं आपल्या भारतीय सहकाऱ्यांना आपण सांगितलं होतं.

माझं वागणं किती निरर्थक होतं! हे सगळं ज्ञान कुठे गडप झालं होतं? विचारांच्या या दुसऱ्या साखळीनं उत्साहवर्धक औषधाचं काम केलं आणि माझ्या मूर्खपणावर मी हसत सुटलो.

एका पोलिसानं हे हसणंमध्येच तोडत गांधींना एका व्हॅनमध्ये चढवलं. त्यांना शहरातल्या तुरुंगात नेण्यात आलं. तिथे बदलायला दिले गेलेले अतिशय घाणेरडे कपडे अंगावर चढवणं त्यांना मुश्कील होऊन बसलं. त्यांना एका मोठ्या कोठडीत नेण्यात आलं, तिथे बाकीचे भारतीय लवकरच त्यांना येऊन मिळाले. त्यांच्या अटकेमुळे लोकांनी काळे झेंडे घेऊन मिरवणूक काढली आणि त्यांतील काही मोर्चेकऱ्यांवर लाठीमार झाल्याचं त्या लोकांनी गांधींना सांगितलं.

तुरुंगाच्या वाचनालयात आपल्याला मुक्तद्वार असल्याचं पाहून त्यांना बरं वाटलं आणि त्यांनी वाचन सुरू केलं. ज्या पुस्तकांत त्यांनी स्वतःला बुडवून घेतलं त्यांत कार्लाइलचं 'लाइव्ह्ज ऑफ रॉबर्ट बर्न्स, सॅम्युएल जॉन्सन, अ‍ॅन्ड वॉल्टर स्कॉट', बेकनचं 'एसेज', प्लेटोचं 'सॉक्रेटिक डायलॉग्ज', बायबल, गीता आणि कुराणाचं इंग्रजी भाषांतर यांचा समावेश होता. कार्लाइल आणि रस्किनचं गुजरातीत भाषांतर करावं, असा विचार त्यांच्या मनात आला.

थोड्याच दिवसांत काही आणखी भारतीय तुरुंगात दाखल झाले. त्यांतले बरेचसे आपले परवाने दाखवण्यास नकार देणारे व्यापारी होते. अटक झालेले असोत वा ज्यांच्यावर खटला सुरू आहे अशी माणसे असोत, सगळ्यांना कठीण श्रमाची कामं दिली गेली– न्यायाधीशांसाठी सरकारनं तसे आदेश दिले होते. बघता-बघता तुरुंगात सुमारे १५० भारतीय कैदी भरती झाले. तुरुंगाचे नियम पाळण्याचे निर्देश गांधींनी त्यांना दिले.

२८ जानेवारी रोजी ट्रान्सवाल लीडरचा संपादक आणि भारतीयांचा एक समर्थक असलेला गांधींचा मित्र अल्बर्ट कार्टराइट तुरुंगात आला. स्मट्सनं मान्य केलेला एक तडजोडीचा प्रस्ताव आणल्याचा त्यानं दावा केला. अर्थव्यवस्थेत महत्त्वाची भूमिका बजावणाऱ्या अनेक भारतीयांना अशा प्रकारे डांबून ठेवणं सरकारच्या दृष्टीनं फारसं सोयीचं नव्हतं आणि भारतीयही अनिश्चित काळापर्यंत विरोध करत राहणं शक्य नव्हतं.

नवीन आलेल्या कैद्यांनी जे गांधींना सांगितलं होतं, त्यालाच कार्टराइट दुजोरा देत म्हणाला, 'तुरुंगाबाहेर असलेले भारतीय नेते गांधींना मान्य असलेला कोणताही उपाय स्वीकारण्यास तयार होते.'

त्यानं आणलेल्या तोडग्याचा मथितार्थ म्हणजे लेखी स्वरूपात नसलेला एक समझोता होता. त्यानुसार तीन महिन्यांच्या काळात भारतीयांनी स्वखुशीनं नोंदणी

केली, तर सरकार 'काळा कायदा' मागे घेणार होतं. त्याबरोबरच एक संदिग्ध असा लेखी मसुदा होता. भाषेत फेरफार करून गांधींनी त्याचबरोबर, क्वीन आणि नायडूंनी त्या मसुद्यावर स्वाक्षऱ्या केल्या. हे फेरबदल स्मट्स मान्य करेल का, याबद्दल कार्टराइट साशंक होते; परंतु तो स्वाक्षरी केलेला मसुदा स्मट्सकडे घेऊन आपण जाऊ, असं त्यांनी सांगितलं.

३० जानेवारीच्या दुपारी जोहान्सबर्गच्या पोलीस सुपरिन्टेन्डन्टनं गांधींना स्मट्सच्या भेटीसाठी प्रिटोरियाला नेलं, तेव्हा गांधींनी केलेले फेरबदल मान्य असल्याचं त्यांनी सांगितलं. बराच वेळ चाललेल्या बातचितीदरम्यान तोसुद्धा लंडन इन ऑफ कोर्टमध्ये शिकलेला बॅरिस्टर असल्याचं स्मरण गांधींना करून दिलं. TARA लागू करण्याची इच्छा इंग्रजी बोलणाऱ्या गौरवर्णीयांनाच बोअर लोकांपेक्षा जास्त होती, असा दावा करताना त्यानं भारतीय विरोधकांच्या समर्पणवृत्तीची प्रशंसा केली. 'सत्याग्रहा'त म्हटल्याप्रमाणे स्मट्सनं पुस्ती जोडली :

> *मी जनरल बोथांशीही सल्लामसलत केली आहे आणि तुमच्यापैकी बहुतांश लोकांनी स्वखुशीनं नोंदणी केल्याबरोबर मी एशियाटिक कायदा मागे घेईन, याची तुम्हाला खात्री देतो. अशी नोंदणी कायदेशीर ठरवण्यासाठी विधेयकाचा मसुदा तयार झाला, की नजरेखालून घालण्यासाठी मी त्याची प्रत तुम्हाला पाठवतो.*

स्मट्स उठून उभा राहिल्यावर गांधींनी विचारलं, 'मी आता कुठे जायचं? आणि बाकीच्या कैद्यांचं काय?' स्मट्स हसला आणि म्हणाला की, गांधी या क्षणापासून मुक्त झाले आहेत आणि इतरांच्या सुटकेचे आदेश तो फोन करून देत आहे. गांधींकडे खिशात एक छदामही नसल्यामुळे स्मट्सच्या सचिवानं त्यांना जोहान्सबर्गपर्यंत जाण्यासाठी भाड्याचे पैसे दिले. तिथे पोचल्यापोचल्या लगेच या समझोत्याची माहिती गांधींनी 'पॅसिव्ह रेझिस्टन्स असोसिएशन'चा अध्यक्ष युसूफ मियाँ आणि इतर नेत्यांना दिली.

मशिदीच्या प्रांगणात तातडीनं जमा झालेल्या सुमारे एक हजार भारतीयांना उद्देशून मध्यरात्रीच्या सुमारास गांधींनी भाषण केलं. या समझोत्याला विजय असं संबोधून त्यांनी भारतीयांना आवाहन केलं की, त्यांनी सक्तीला विरोध करताना पूर्ण सहकार्य केलं होतं. तसेच स्वेच्छानोंदणीसाठी पूर्णपणे सहकार्य करावं.

मीर आलम : गांधी बसल्याबरोबर सहा फूट उंच आणि भक्कम शरीरयष्टीचा तगडा मीर आलम उभा राहिला. गांधींचा मित्र आणि अशील असलेला आलम ट्रान्सवालच्या जवळपास पन्नास पठाणांपैकी एक होता. त्यांतले बरेचजण गवत भरलेल्या गाद्या तयार करण्याचं काम त्याच्यासाठी करायचे. आम्हाला दहा बोटांचे

ठसे द्यावे लागणार का, अशी विचारणा आलमनं गांधींकडे केली. ज्यांना सदसद्विवेकबुद्धी खात असेल, त्यांनी असं करण्याची गरज नाही, असं उत्तर गांधींनी दिलं; पण बाकीच्यांनी मात्र दहा बोटांचे ठसे देणं आवश्यक होतं.

"तुम्ही स्वत: काय करणार?"

"मी दहा बोटांचे ठसे देण्याचं ठरवलं आहे."

"बोटांचे दहा ठसे गुन्हेगारांकडून घेतात, असं तुम्हीच आम्हाला सांगितलं होतं."

"हो, मी सांगितलं होतं आणि ते खरंच होतं. पण... काल जे अप्रतिष्ठेचं लक्षण होतं, ते आज एका सभ्य माणसाचं लक्षण आहे. तू जर मला जोरजबरदस्तीनं तुला सलाम करायला सांगितला आणि मी तुझं ऐकून तो केला, तर ते माझं अध:पतन होईल... पण मी जर तुला एक भाऊ किंवा सहकारी समजून माझ्या मर्जीनं सलाम केला, तर महान गोऱ्या सिंहासनासमोर तो माझ्या पारड्यात टाकला जाईल."

"आम्ही असं ऐकलं आहे की तुम्ही हा समाज जनरल स्मट्सला १५ हजार पौंडांना विकला आहे. अल्लाला साक्षी ठेवून मी अशी शपथ घेतो की, नोंदणी करायला जो पुढाकार घेईल, त्याला मी ठार करीन."

"त्या सार्वभौम शक्तीचं नाव घेऊन कुणीही दुसऱ्याला मारण्याची शपथ घेऊ शकत नाही. तसं झालं तरी, बोटांचे ठसे देण्यात पुढाकार घेणं हे मी माझं परमकर्तव्य समजतो... एखादा रोग होऊन मरण्यापेक्षा एका भावाच्या हातानं मरण येणं, ही माझ्यासाठी दु:खाची गोष्ट नसेल."

जेव्हा युसूफ मियाँनी श्रोत्यांना त्यांचं मत विचारलं तेव्हा हजर असलेल्या एक-दोन पठाणांना सोडून सगळ्यांनी समझोत्याला अनुमती दिली. दोन तासांची झोप घेऊन गांधी आपल्या सहकाऱ्यांना भेटायला जोहान्सबर्गच्या तुरुंगात गेले. ते तुरुंगात पोचल्यानंतर एका तासानं सगळ्या सत्याग्रहींना सोडून देण्यात आलं.

हल्ला : नवीन नोंदणीअर्ज तयार करण्यासाठी जोहान्सबर्गच्या अधिकाऱ्यांनी सत्याग्रहींबरोबर काम केलं. गांधी, युसूफ मियाँ आणि इतरांनी १० फेब्रुवारी रोजी अर्ज भरण्याचं ठरवलं.

त्या दिवशी सकाळी जेव्हा गांधी सत्याग्रह असोसिएशनचंही कार्यालय असलेल्या रिसिक स्ट्रीटवरच्या त्यांच्या कचेरीत गेले, तेव्हा त्या परिसरात त्यांना मीर आलम आणि त्याचे सहकारी उभे असलेले दिसले. मीर आलमचे राग ओकणारे डोळे बघून गांधींना काहीतरी घडणार असल्याचं जाणवलं.

युसूफ मियाँ, थंबी नायडू आणि इतर काहीजण गांधींच्या कार्यालयात उपस्थित

झाल्यावर ते सगळे मिळून एक मैल अंतरावरच्या व्हॉन ब्रँडिस चौकात असलेल्या नोंदणी कार्यालयात पायी-पायी निघाले. मीर आलम आणि त्याचे दोस्त मागोमाग निघाले. जेव्हा गांधी आणि इतर व्हॉन ब्रँडिस स्ट्रीटवरच्या मेसर्स अर्नोट आणि गिब्सन यांच्या कचेरीच्या आवारात पोचले, तेव्हा मीर आलमनं गांधींना हटकलं आणि विचारलं, "तुम्ही कुठे चालला आहात?"

उत्तर देत असतानाच गांधींना पाठीमागून दंडुक्याचा फटका बसला. 'हे राम', असं पुटपुटत ते बेशुद्ध पडले. नंतर त्यांना समजलं की, मीर आलम आणि त्याच्या साथीदारांनी त्यांना आणखी फटके आणि लाथा मारल्या होत्या. त्यांतल्या काही युसूफ मियाँ आणि थंबी नायडू यांनी झेलल्या होत्या, त्यांनाही मार लागला होता. रस्त्यावरच्या काही युरोपियन लोकांनी पळून जाणाऱ्या हल्लेखोरांना पकडलं आणि पोलिसांच्या ताब्यात दिलं. शुद्ध हरपलेल्या गांधींना जे. सी. गिब्सन यांच्या खाजगी कार्यालयात नेण्यात आलं.

शुद्धीवर आल्यावर त्यांना वाकून पाहणारे जोसेफ डोक दिसले. डोक यांना गांधी जमिनीवर पडलेले, अर्धमेले झालेले... चेहरा ओठापासून फाटलेला आणि डोळ्यावर भयानक सूज आलेली, असे दिसले. आता कसं वाटतंय या डोक यांच्या प्रश्नावर गांधींनी जबड्यात आणि बरगड्यांमध्ये होणाऱ्या वेदना सोडल्या तर बरं वाटत असल्याचं सांगितलं. ते पुढे म्हणाले, "मीर आलम कुठे आहे?"

"बाकी लोकांबरोबर त्याला अटक झाली आहे."

"त्यांना सोडून दिलं पाहिजे."

पोलीस गांधींना हॉस्पिटलमध्ये घेऊन जायला तयार होते; परंतु त्यांनी स्मिट स्ट्रीटवर असलेल्या डोक यांच्या घरी जाणं पसंत केलं. तिथे त्यांना गाडीतून नेण्यात आलं. गांधी जखमी झाले आहेत आणि त्यांना डोक यांच्या घरी नेण्यात आलं आहे, हे समजताच एशियाटिक्सचे रजिस्ट्रार माँटफोर्ट चॅम्ने तिथे गेले. गांधींनी त्यांना बोटांचे ठसे उमटवण्यासाठीचे कागद आणायला सांगितलं. "मी सर्वप्रथम नोंदणी करेन, असं मी सांगितलं होतं आणि तो शब्द मला पाळला पाहिजे."

नंतर गांधींनी न्यायदंडाधिकाऱ्यांना तार करून हल्लेखोरांना सोडून देण्याची विनंती केली. (त्यांना सोडून देण्यात आलं; पण मीर आलम आणि त्याच्या साथीदारांना नंतर नवीन आरोपाखाली अटक करण्यात आली : सार्वजनिक रस्त्यावर गुन्हा करणं. गांधींनी साक्ष देण्यास जरी नकार दिला, तरी मीर आलम आणि दुसरा एक यांना थोडी शिक्षा झालीच.)

डॉ. थ्वेट्स डोक यांच्या घरी आले. गांधींच्या जखमा गंभीर स्वरूपाच्या नसल्याचं त्यांना आढळून आलं. गालावरच्या आणि वरच्या ओठाच्या जखमांना टाके घालून डॉक्टरांनी ते टाके काढेपर्यंत द्रवरूप अन्न आणि संपूर्ण मौन असं पथ्य

पाळायला सांगितलं. गांधींनी नंतर लिहिलं, जरी संभाषणाला मला मनाई होती तरी माझ्या हातांचा मी मालक होतोच. समाजासाठी त्यांनी एक संदेश लिहिला :

मीर आलम आणि साथीदारांवर खटला भरला जाऊ नये. त्यांना जी गोष्ट चुकीची वाटली त्याविरुद्ध त्यांना जो मार्ग माहीत होता, तो त्यांनी अवलंबला. हिंदूंनी मुस्लिमांबद्दल मनात राग धरू नये. ज्यांचं मन त्यांना खात आहे, अशांना सोडून आशियाई लोकांनी बोटांचे ठसे द्यावेत आणि सत्याग्रहींना देवाशिवाय कुणाचीही आणि कशाचीही भीती वाटता कामा नये.

चॅम्ने कागदपत्रं घेऊन परत आले. गांधींनी प्रथम शाईवर आणि नंतर कागदावर आपली बोटं दाबल्यानंतर मि. चॅम्ने यांच्या डोळ्यांत अश्रू उभे राहिलेले त्यांना दिसले. विश्रांतीसाठी आपले डोळे मिटण्यापूर्वी गांधींनी डोक यांना चिठ्ठी लिहून विचारलं की, त्यांची छोटी मुलगी ऑलिव्ह त्यांच्यासाठी त्यांची आवडती प्रार्थना, कार्डिनल न्यूमन यांची 'लीड काइंडली लाइट'- म्हणेल का? डोक यांनी खुणेनं ऑलिव्हला बोलवलं आणि दाराशी उभं राहून हळू आवाजात प्रार्थना म्हणायला सांगितली. तिनं ती म्हटली :

लीड, काइंडली लाइट, एमिड द एनसर्कलिंग ग्लूम,
लीड दाऊ मी ऑन!
द नाईट इज डार्क, ॲन्ड आय ॲम फार फ्रॉम होम;
लीड दाऊ मी ऑन!
कीप दाऊ माय फीट; आय डू नॉट आस्क टू सी
द डिस्टन्ट सीन;
वन स्टेप इनफ फॉर मी.

(चल रे वत्सल प्रकाशा, खिन्नतेस येई पूर
चल, घेऊन चल तू मजला!
घनघोर रात्र ही फार, अन् दूर राहिले घर
चल, घेऊन चल तू मजला!
पावलांची संगत कर तू, नाही रे इच्छा मजला
दूरचे दृश्य बघण्याची
पाऊल एक पुरेसे मजला)

नंतर आयुष्यभर गांधींना ते संपूर्ण दृश्य आठवत राहिलं आणि छोट्या ऑलिव्हचा सुरेल आवाजही. 'एक पाऊल पुरेसे मजला' हे त्यांचं मार्गदर्शक तत्त्व बनून राहिलं.

डोक यांच्या घरी केलेल्या दहा दिवसांच्या वास्तव्यात, गांधींना भेटायला वेगवेगळ्या स्तरांतले भारतीय येऊन गेले. त्यांत साधेसुधे फेरीवाले, हातात टोपली घेतलेली आणि अस्वच्छ कपडे व धुळीनं माखलेले बूट घातलेली माणसं जशी होती, त्याप्रमाणेच नावाजलेले व्यापारीही होते. गौरवर्णीयांनी काळेधार्जिणे म्हणून धिक्कारलेले डोक मात्र गांधींपासून दूर गेले नाहीत. त्यांचा निरोप घेणं गांधींसाठी अतिशय क्लेशकारक होतं.

मार्चच्या सुरुवातीला गांधी नाताळला गेले आणि दरबानच्या भारतीयांची सभा घेऊन त्यांना समझोत्याची माहिती दिली. अचानक वीज गेली आणि एक पठाण मोठी काठी घेऊन गांधींच्या अंगावर धावला; परंतु मित्रांनी त्यांच्याभोवती कोंडाळं केलं होतं. दुसऱ्या दिवशी गांधी फिनिक्सला गेले. तिथे कस्तुरबा (त्यांना आता याच नावानं पुकारलं जायचं, म्हणजे कस्तुर-माता) आणि हरिलालसह बाकीची मुलं होती.

मीर आलमनं केलेल्या हल्ल्याबाबत आपल्या वडिलांशी चर्चा करताना हरिलालनं विचारलं की, जर त्या वेळी तो तिथे हजर असता, तर त्यानं काय करणं योग्य ठरलं असतं? आपल्या वडिलांवर हल्ला होत असताना त्यानं बघत राहायला हवं होतं किंवा पळ काढायला हवा होता की हल्लेखोरांवर हल्ला करायला पाहिजे होता? गांधींनी उत्तर दिलं की, जोपर्यंत आपल्या वडिलांच्या बचावासाठी त्याला अहिंसक मार्ग दिसत नाही, तोपर्यंत त्यानं बळाचा वापर करायला हवा होता.

सर्वोदय : मे १९०८मध्ये गुजराती 'इंडियन ओपिनिअन'मध्ये गांधींनी रस्किनच्या 'अनटू धिस लास्ट'चं केलेलं भाषांतर प्रसिद्ध होऊ लागलं. या गुजराती आवृत्तीला गांधींनी शीर्षक दिलं–'सर्वोदय' किंवा सर्वांचं भलं. जे संख्येनं सर्वांत जास्त त्यांचं सगळ्यात जास्त भलं, या उद्दिष्टाविषयी नापसंती दर्शवून गांधी म्हणाले की, रस्किनप्रमाणेच त्यांनाही, सगळ्यांचा उत्कर्ष व्हावा–केवळ संख्येनं जास्त असणाऱ्यांचा नव्हे आणि अल्पसंख्याकांचासुद्धा व्हावा, असं वाटत होतं.

सत्याग्रहाप्रमाणे, 'सर्वोदय' ही संज्ञादेखील केवळ दक्षिण आफ्रिका किंवा भारतातच नव्हे तर सर्वदूर वापरली जाऊ लागली.

विश्वासघात : ९ मे १९०८ पर्यंत आठ हजार सातशे भारतीयांनी नोंदणीसाठी अर्ज केले होते. नवीन कायद्यानुसार ऐच्छिक नोंदणी वैध ठरवण्यात आली; परंतु TARA रद्द करण्याबाबत मात्र मौन पाळण्यात आलं. दक्षिण आफ्रिकेतला सर्वांत ताकदवान राजकारणी म्हणून उदयाला येणाऱ्या स्मट्सनं गौरवर्णीयांच्या मतांपुढे आपण हतबल असल्याचं सांगितलं.

एक अधिकृत घोषणा आणीबाणीच्या परिस्थितीला कारणीभूत ठरली. भारतीय वंशाचे जे रहिवासी ९ मेनंतर ट्रान्सवालला परततील, त्यांना स्वेच्छानोंदणी न करता

TARA खाली नोंदणी करावी लागेल, असं त्यात म्हटलं होतं; शिवाय 'द ट्रान्सवाल इमिग्रंट्स रिस्ट्रिक्शन ॲक्ट' (TIRA) हा आणखी एक भारतविरोधी कायदा लादला गेला, ज्यानुसार कितीही उच्चशिक्षित असलेल्या भारतीयानं त्या प्रांतात प्रवेश करणं बेकायदेशीर ठरवलं जाणार होतं.

कार्टराइट संपादक असलेल्या 'द ट्रान्सवाल लीडर'नं TARA रद्द करण्याची मागणी केली, डोक यांनीही वर्तमानपत्राला लिहिलेल्या पत्रात तीच मागणी केली आणि विल्यम होस्कन यांनीही मध्यस्थी केली; पण स्मट्सनं ते मान्य केलं नाही. जरी स्मट्सनं कायदा मागे घेण्याचं वचन दिलं होतं ही बाब कार्टराइट आणि होस्कन दोघांनी अधोरेखित केली, तरी तो नमला नाही.

हा वैयक्तिक विश्वासघात मानून, शिवाय आपल्याला आलेल्या रागाशी सुसंगत राहून गांधींनी प्रथमच वर्णभेदावर आधारित भाषा वापरली :

> *ज्या वेळी जपानच्या शूरवीरांनी रशियनांना रणांगणाची धूळ चारली, तेव्हाच सूर्य पूर्वेला उगवला होता आणि आता तो आशियातल्या सगळ्या देशांवर तळपतो आहे. पूर्वेचे लोक आता पुन्हा कधीच उद्दाम गौरवर्णीयांकडून अपमान सहन करणार नाहीत म्हणजे नाहीत.*

गुळमुळीत प्रतिसादामुळे गोऱ्यांच्या मनातली भारतीयांची प्रतिमा आणखी खालावेल याची खात्री पटून सत्याग्रह असोसिएशननं जाहीर केलं की, सरकारनं जर TARA मागे घेण्याची खात्री दिली नाही, तर नोंदणी-पत्रकांची होळी केली जाईल. पत्रकं जाळण्यासाठी इच्छुक असणाऱ्या भारतीयांकडून ती गोळा करण्यात आली आणि १६ ऑगस्टला दुपारी चार वाजता जोहान्सबर्गला हमिदिया मशिदीच्या प्रांगणात सभा बोलावली गेली. चार खांबांवर आधारलेला एक प्रचंड लोखंडी हंडा मैदानाच्या एका कोपऱ्यात ठेवण्यात आला.

पाठिंबा व्यक्त करण्यासाठी नाताळ इंडियन काँग्रेसनं एक शिष्टमंडळ पाठवलं. गांधींनी स्मट्सला दाखवल्याप्रमाणे त्या गटातला प्रत्येक माणूस भारतातल्या वेगवेगळ्या जातिधर्मातला होता– संपूर्ण भारताचं प्रतिनिधित्व करणं हे गांधींचं नेहमीच मुख्य उद्दिष्ट होतं.

सायकलवर बसून एक स्वयंसेवक, TARA मागे घेण्याविषयी असमर्थता व्यक्त करणारी सरकारची तार घेऊन आला. ती वाचून दाखवण्यात आल्यानंतर, पत्रकं जाळायला स्वतंत्र असणाऱ्या हजारोंच्या जमावानं टाळ्यांचा कडकडाट केला. 'ज्यांना आपली नोंदणीपत्रं परत घ्यायची असतील, ती त्यांनी ढीग पेटवण्यापूर्वी परत घ्यावीत. त्यात लाज वाटण्यासारखं काही नाही; उलट ते एक प्रकारचं धाडसच आहे', असं गांधींनी सांगितलं. पण कुणालाच ती नको होती. जे या

होळीच्या विरोधात आहेत त्यांनी उभं राहावं, असं गांधींनी सांगितल्यावर कुणीही उभं राहिलं नाही.

पूर्वी जमा झालेल्या दोन हजार प्रमाणपत्रांत आणखी बऱ्याच पत्रकांची भर पडली. मीर आलम पुढे आला आणि आपण गांधींवर हल्ला करण्यात चूक केली, असं त्यानं सांगितलं. त्यावर गांधींनी आलमचा हात हातात घेतला आणि आपल्या मनात त्याच्याविरुद्ध कसलीही अढी नसल्याचं खात्रीपूर्वक सांगितलं.

पॅराफिन तेलानं ओला झालेला तो ढीग अध्यक्ष युसूफ मियाँ यांनी पेटवला. तो होळीचा प्रसंग कितीतरी वार्ताहरांनी वार्तांकित केला. लंडनच्या 'डेली मेल'नं त्याची तुलना 'बोस्टन टी पार्टी'शी केली. ही तुलना आपल्याला अप्रस्तुत वाटली नाही, असंच गांधींनी सांगितलं.

डावपेच : अहिंसक कायदेभंग आता तीन मार्गांनी अवलंबला जाऊ लागला : नाताळला राहणारे, इंग्रजी जाणणारे भारतीय ट्रान्सवालमध्ये प्रवेश करू लागले. ट्रान्सवालचे रहिवासी आपलं प्रमाणपत्र न घेता नाताळला जाऊन परत येऊ लागले, आणि फेरीवाले आपले परवाने न दाखवता व्यापार करू लागले.

विशीतला एक पारशी हिशेबनीस–सोराबजी शापूरजी अडाजानिया याचं इंग्रजी उत्तम होतं. त्यानं ट्रान्सवालमध्ये प्रवेश केला आणि आपलं इंग्रजी तपासण्याची मागणी केली. हे केलं गेलं नाही, उलट अडाजानियाला तिथून निघून जाण्याचे आदेश दिले गेले. त्यानं नकार दिल्यावर खचाखच भरलेल्या न्यायालयात गांधी त्याचे बचावाचे वकील असताना त्याला एक महिना सक्तमजुरीची सजा ठोठावण्यात आली.

कायदेभंग करताना नाताळ इंडियन काँग्रेसचे अध्यक्ष दाऊद मोहम्मद आणि पारसी रुस्तुमजी हे दोन दरबानमधले बडे व्यापारी आणि नाताळमधले हरिलालसह अनेक इंग्रजी जाणणारे लोक यांनी ट्रान्सवालमध्ये परिणामस्वरूप त्या वसाहतीच्या तुरुंगात प्रवेश केला.

१९०८च्या अखेरच्या काही महिन्यांत ही चळवळ अतिशय तीव्र झाली. कैद्यांची संख्या सतत वाढत होती, त्यात सर्व थरांतले लोक होते– व्यापारी, कामगार, फेरीवाले आणि तरुण. परंतु मोठे व्यापारी यापासून जरा लांबच राहिले; दंड, तुरुंगवास आणि व्यवसायाचं होणारं नुकसान यामुळे कदाचित असेल. सगळ्यांत बहादुरीची कामगिरी बजावली ती हमिदा इस्लामिक सोसायटी, द तमिळ बेनिफिट सोसायटी आणि अनेक सामान्य फेरीवाल्यांनी.

तुरुंगात एका भारतीयानं दुसऱ्या एका हलक्या जातीच्या माणसाशेजारी झोपायला नकार दिला, हे कळल्यावर गांधी दुखावले गेले. ही शरमेची बाब आहे. गांधींनी पुढे लिहिलं :

उच्च आणि नीच या प्रकारच्या ढोंगी भेदभावाचे आणि पाठोपाठ येणाऱ्या जातीय जुलूमशाहीचे आभारच मानले पाहिजेत, कारण त्यामुळे आपण सत्याकडे पाठ फिरवून असत्याला मिठी घातली आहे... मला असं वाटतं की, या चळवळीत सहभागी होणाऱ्या भारतीयांनी आपल्या जातीविरुद्ध, परिवाराविरुद्ध आणि जिथे जिथे त्यांना दुष्टपणा दिसेल, त्याविरुद्ध सत्याग्रहाचा आश्रय घेतला पाहिजे.

दोनदा पुन्हा तुरुंगात : १९०६ पासून दिवसेंदिवस खालावत चाललेला गांधींचा वकिलीचा व्यवसाय १९०७च्या डिसेंबरमध्ये त्यांच्या अटकेबरोबरच पूर्णपणे थंडावला होता, तरी ते आपलं कायदेविषयक ज्ञान संघर्षाच्या मदतीसाठी वापरत होते. १९०८च्या ऑक्टोबरमध्ये ते नाताळला जाऊन पुन्हा ट्रान्सवालमध्ये प्रवेश करत असताना त्यांना पुन्हा अटक झाली आणि सीमेवरच्या व्होल्क्सरस्ट या गावी इतर पंचाहत्तर भारतीय सत्याग्रहींबरोबर ठेवण्यात आलं. त्यांच्यासाठी ते काही काळ स्वयंपाक्याची भूमिका बजावत होते. *कारण दिलेल्या शिध्यावरून होणाऱ्या आपसातल्या झगड्यात मीच फक्त न्यायनिवाडा करू शकत होतो.*

व्होल्क्सरस्ट तुरुंगात घालवलेल्या नऊ आठवड्यांत गांधी आणि इतर भारतीय कैद्यांनी दगड फोडले, झाडं लावण्यासाठी खड्डे खणले आणि शिवणयंत्रावर टोप्या शिवल्या. काळ्या कैद्यांनी घातलेल्या आणि गांधींनी शिवलेल्या टोप्या नंतर भारतातल्या पांढऱ्या टोप्यांसाठी आदर्श ठरल्या. पुढे आणि मागच्या बाजूला टोकदार असलेल्या या टोप्या १९२० नंतर शेकडो, हजारो स्वातंत्र्यसैनिकांनी घातल्या. फक्त या भारतीय टोप्या, ज्या 'गांधी टोपी' या नावानं ओळखल्या जातात, हातानं काढलेल्या आणि विणलेल्या कापसाच्या कापडापासून बनवल्या जात होत्या.

जोहान्सबर्गच्या एका खटल्यात साक्षीदार म्हणून आवश्यकता असल्यामुळे गांधींना घेऊन एक तुरुंगरक्षक व्होल्क्सरस्ट तुरुंगातून एका आठवड्यासाठी जोहान्सबर्गला एका किल्ल्यात असलेल्या तुरुंगात गेला. या स्थलांतरासाठी गांधी आपलं सामान घेऊन कैद्याच्या कपड्यांमध्ये व्होल्क्सरस्ट स्टेशनपर्यंत चालत गेले. त्या कपड्यांवर सगळीकडे जाड बाणाचं चिन्ह चितारलेलं होतं. जोहान्सबर्ग स्टेशनवरून किल्ल्यावरच्या तुरुंगातही ते तसेच चालत गेले. डोक आणि त्यांची मुलंही गांधींबरोबर तुरुंगापर्यंत चालत गेली. कैद्याच्या कपड्यांमध्ये आणि आपलं सामान घेऊन जाणाऱ्या या माणसाला लोकांनीही त्यांना परिचित असलेला आणि आवडत असलेला वकील म्हणून ओळखलं.

किल्ल्यावरच्या तुरुंगात, शंभर अट्टल गुन्हेगारांबरोबर कोठडीत रात्र घालवताना त्यांच्यासाठी खूप कठीण गेलं. रानटी, खुनशी दिसणारे, क्रूर बांटू आणि चिनी कैदी,

असं गांधींनी त्यांचं वर्णन केलं– कैद्यांपैकी दोघांनी गांधींना लैंगिक अत्याचाराची धमकी दिली. ते एकमेकांना गलिच्छ विनोद सांगत होते, एकमेकांची गुप्तांगं उघडी करत होते. गांधींची टवाळी करत होते आणि त्यांना हसतही होते. आपल्याला वाटणारी भीती घालवण्यासाठी गांधी गीतेचे श्लोक आठवत राहिले आणि अशा हल्ल्याच्या शक्यतेमुळे रात्रभर जागे राहिले.

या किल्ल्याच्या तुरुंगात एका उघड्या मुतारीत बसले असताना गांधींना एका मजबूत, तगड्या व भयप्रद एतद्देशीयानं धरलं, उचललं आणि बाहेर फेकलं, कारण त्याला तिथे बसायचं होतं. जोरात आपटू नये म्हणून गांधींनी कशीबशी दाराची चौकट पकडली.

कस्तुरबा : फिनिक्सहून अल्बर्ट वेस्ट यानं व्होल्क्सरस्ट इथे तार पाठवली : कस्तुरबा गंभीररीत्या आजारी असल्याचं त्यात म्हटलं होतं. गांधींनी पॅरोलवर अथवा गरज पडल्यास दंड भरून आपली सुटका करून घ्यावी आणि कस्तुरबांजवळ यावं, असं वेस्ट यांनी सुचवलं. सैनिक युद्ध आघाडी सोडत नाहीत; बोअर युद्धात लढत असताना लॉर्ड रॉबर्ट्स आपल्या मुलाच्या अंत्यविधीला गेले नव्हते; तेव्हा आपणही आपली युद्धभूमी सोडणार नाही, असं उत्तर गांधींनी दिलं.

फिनिक्सला राहत असलेल्या वेस्ट, हरिलाल आणि इतरांना त्यांनी कस्तुरबांच्या उपचाराबद्दल सूचना दिल्या आणि 'प्रिय कस्तुर'ला लिहिलेल्या हळव्या तरीही काहीशा कठोर पत्रात त्यांनी म्हटलं की, जरी आपल्या हृदयाला घरं पडली, तरी तिच्याकडे येण्यापासून सत्याग्रह आपल्याला परावृत्त करत आहे. जर तिनं धैर्य दाखवलं आणि योग्य आहार घेतला, तर ती बरी होईल.

परंतु जर त्यांच्या दुर्दैवानं काही बरंवाईट झालं तर तिनं असं समजू नये, की वियोगात मृत्यू येणं हे त्यांच्या उपस्थितीत मृत्यू येण्यापेक्षा काही वेगळं असेल. *मी तुझ्यावर इतकं जिवापाड प्रेम करतो की, जर तू या जगातून गेलीस तरी माझ्यासाठी तू जिवंतच असशील.* गांधींनी पुढे लिहिलं की, ती जरी त्यांच्याआधी गेली, तरी पूर्वी तिला सांगितल्याप्रमाणे ते पुन्हा विवाह करणार नाहीत.

कस्तुरबा वाचल्या. नंतर (१० जानेवारी) त्यांची क्लोरोफॉर्म न देता दरबानला शस्त्रक्रिया झाली, तेव्हा हजर असलेल्या गांधींना त्यांच्या धैर्याचं कौतुक वाटलं. पण काही दिवसांनी त्यांची तब्येत खालावली आणि गांधींचे मित्र असलेल्या त्यांच्या डॉक्टरांनी बीफ टी (गोमांसाचा काढा) घेतल्याशिवाय ती सुधारणार नाही, असं सांगितलं.

त्या हा काढा घ्यायला तयार आहेत का, असं गांधींनी विचारल्यावर (त्यांना स्वत:ला ही कल्पना पसंत नव्हती.) कस्तुरबांनी उत्तर दिलं की, त्यापेक्षा मी गांधींच्या बाहूंत मरण अधिक पसंत करेन. या उत्तराची प्रतिक्रिया म्हणून डॉक्टरांनी

त्यांच्या तब्येतीची जबाबदारी घेण्याचं नाकारलं. गांधींनी कस्तुरबांना रिक्षातून दरबान स्टेशनला आणि तिथून आपल्या हातांवर उचलून ट्रेनपर्यंत नेलं. ट्रेन त्यांना घेऊन फिनिक्सला गेली. तिथे गांधींनी दिलेल्या सूचनेबरहुकूम वेस्ट यांनी एक झोळी, सहा लोक आणि गरम दुधाची एक बाटली व एक गरम पाण्याची बाटली आणली. फिनिक्सला 'डॉक्टर' गांधींच्या हैड्रोपॅथी (जलचिकित्सा) उपचारांमुळे कस्तुरबांची शक्ती हळूहळू भरून येऊ लागली.

परंतु २५ फेब्रुवारी ते २४ मे १९०९ या काळात गांधी पुन्हा तुरुंगात गेले. पोलॉकबरोबर अटक करून त्यांना आठवडाभरासाठी व्होल्क्सरस्ट इथे ठेवण्यात आलं आणि नंतर बेड्या घालून प्रिटोरियाला नेण्यात आलं. तिथे त्यांना एका निमुळत्या अंधारकोठडीत ठेवण्यात आलं. शेजारच्या कोठडीत खुनाच्या प्रयत्नांची, अनैसर्गिक लैंगिक अत्याचार आणि क्रौर्य यासाठीची शिक्षा झालेले गुन्हेगार ठेवलेले होते.

गांधींचं मनोधैर्य खच्ची करण्यासाठी सरकारची ही क्लृप्ती होती. त्यांनासुद्धा हातात बेड्या घालून कोर्टात हजर राहण्यासाठी न्यायालयापर्यंत पायी नेत असत. परंतु या कठीण परीक्षेतून त्यांचं नीतिधैर्य अधिकच लखलखीत होऊन उंचावलं.

फरशा घासणं, आठवड्यांमागून आठवडे फाटकी-विटकी पांघरुणं एकत्र शिवणं, फरशीवर बसणं, वाकून काम करणं यामुळे गांधींना तीव्र न्यूराल्जिया (नसांचं अचानक तीव्र दुखणं) झाला आणि फुफ्फुसांमध्येही संसर्ग झाला. पण जेव्हा शक्य असेल तेव्हा ते अधाशीपणानं वाचत असत. काही वेळा मिणमिणत्या बल्बच्या उजेडात उभं राहून किंवा जो दिवा मिळेल तो घेऊन तीन महिन्यांत त्यांनी तीस पुस्तकं वाचली.

हरिलालबरोबरचं समीकरण : १९०८ आणि १९०९मध्ये जे तीन हजार किंवा चार हजार भारतीय तुरुंगात गेले, त्यांत हरिलालही होता. जुलै १९०८मध्ये एक आठवड्याचा तुरुंगवास भोगल्यानंतर हरिलालनं त्याचा सत्याग्रह पुढे चालूच ठेवला. ऑगस्टच्या मध्यावर एक महिन्यासाठी आणि पुन्हा सहा महिन्यांसाठी १९०९च्या फेब्रुवारीमध्ये त्याला अटक झाली.

या तुरुंगवासानंतर जवळजवळ लगेचच १९०९च्या नोव्हेंबरमध्ये पुन्हा अर्ध्या वर्षाची शिक्षा झाली. हरिलालचं प्रसन्न व्यक्तिमत्त्व आणि तुरुंगवास सहन करण्याची तयारी यामुळे त्याला 'छोटे गांधी' असं टोपणनाव मिळालं आणि वडिलांकडून प्रशंसाही. पण तो मुलगा त्याच्या शिक्षणात येणाऱ्या अडथळ्यांनी हैराण झाला होता आणि फिनिक्सविषयीही असमाधानी होता.

जेव्हा हरिलालनं तक्रार केली, तेव्हा गांधी उत्तरले, 'तुला जर वाटत असेल की फिनिक्सला एक घाण वास येतो, तर ते सुवासिक बनवण्यासाठी तू विशिष्ट

प्रकारे कार्यरत राहणं, हे तुझं कर्तव्य आहे. जर तुझा सुगंध (त्यात) मिसळला, तर दुर्गंध नक्कीच कमी होईल.' हे हुशारीनं दिलेलं उत्तर हरिलालच्या वैयक्तिक उन्नतीच्या आकांक्षेला आणि सर्वसामान्य शालेय जीवन उपभोगण्याच्या इच्छेला स्पर्श करू शकलं नाही.

आपल्या मुलानं जास्त मोकळेपणानं बोलावं, अशी वडिलांची अपेक्षा होती. मीर आलमच्या हल्ल्यानंतर काही दिवसांतच हरिलालच्या आयुष्याबद्दल जाणून घेण्याच्या इच्छेनं गांधींनी आपल्या तरुणपणीचा तपशील त्याला पुरवला. गांधींनी लिहिलं की, ते कालेनबाखबरोबर राहत असत, कामावर जाताना व येताना सायकल वापरत असत, सकाळी नऊ ते संध्याकाळी साडेपाचपर्यंत कचेरीत काम करत असत, सकाळी साडेसहा ते सातच्या दरम्यान उठत, कुहने स्नान करत असत, सकाळी दूध पीत असत, दुपारी फळं खात असत आणि संध्याकाळी दूध आणि चेरी वगैरे घेत असत. प्रत्येक जेवणाच्या वेळी कालेनबाख त्यांच्या सोबत असत. दुपारचा फलाहार ते त्या स्थापत्यविशारदाच्या कार्यालयात घेत असत, असं बरंच काही लिहिलेलं होतं.

पण, हा प्रयत्न फसला. वडिलांना हवी असलेली माहिती हरिलालनं पुरवली नाही. नंतर गांधींनी त्याला लिहिलं की, पठाणांचा त्यांच्यावरचा राग अजून कायम आहे. हरिलालनं चिंता करू नये आणि त्याच्या आजारी आईपासून कोणतीही क्लेशकारक बातमी दूर ठेवावी. गांधींनी पुढे लिहिलं : जर त्यांनी मला मारून टाकलं तर?... बऱ्याच शिक्षकांच्या नशिबात हेच लिहिलं होतं.

जेव्हा मुलगा तुरुंगात होता, तेव्हा गांधींनी गुलाबला सविस्तर चिठ्ठ्या पाठवल्या होत्या. हरिलालच्या पत्नीनं एव्हाना मुलीला, रामीला जन्म दिला होता. फिनिक्समधल्या वसाहतीतल्या गांधी कुटुंबाची यजमान म्हणून गुलाबनं काम करायचं होतं. हरिलालच्या धाकट्या भावांची–रामदास आणि देवदास–काळजी घ्यायची (त्यांची नखं स्वच्छ ठेवायची), रामीला स्तनपान द्यायचं (त्यानंतर स्वतः व्यवस्थित आहार घ्यायचा), कस्तुरबांकडून चांगली पुस्तकं, चांगलं काव्य वाचायला घ्यायचं आणि शुद्ध, मोकळ्या हवेत फिरायचं.

तिची नैतिकता हाच तिचा सर्वोत्तम दागिना होता. कानाला आणि नाकाला भोकं पाडून आणि त्यात काहीतरी घालणं म्हणजेच सभ्यता आणि सुसंस्कृतपणा नव्हे, तरी लोकांच्या कुटाळक्या थांबवण्यासाठी बोटात अंगठी घालणं ठीक होतं. मात्र त्यांच्या सूचनांचं पालन तिच्या मनाला पटलं तरच तिनं करावं.

स्वभावाची मृदू बाजू : दुसऱ्या एका प्रसंगी, हरिलालच्या तुरुंगवासात जाण्याची प्रशंसा करताना गांधी त्यांच्या मुलाला म्हणाले, "जर मी फक्त तुझ्या त्रुटींबद्दल बोललो किंवा नेहमी तुला उपदेश केला, तरी असं समजू नकोस की मी

तुझ्या गुणांविषयी अनभिज्ञ आहे. गुणगान करण्याची आवश्यकता नाही.'' मग त्यांनी वडील म्हणून आपली इच्छा प्रदर्शित केली. ती होती काही वेळा तरी निदान मला पत्र लिहीत जा...

एकदा गांधी तुरुंगवास भोगत असताना हरिलाल सुटलेला होता आणि एका अवघड निर्णयाच्या उंबरठ्यावर उभा होता– बहुधा पुन्हा कायदेभंग करावा की नाही, याविषयी असावा– तेव्हा वडिलांनी लिहिलं : तुला एकट्याला सोडताना एका पित्याचं हृदय विदीर्ण झालं आहे. पण मला या लढ्यात पुढे गेलंच पाहिजे. मी सगळ्या गोष्टी तुझ्या विवेकबुद्धीवर सोपवतो.

त्यांची विधवा बहीण रलिअत हिचा एकुलता एक मुलगा गोकुळदास बरीच वर्षं गांधींच्या छत्रछायेखाली होता. त्याच्या लग्नानंतर काही दिवसांतच १९०८मध्ये भारतात तो वारला. त्याचं वय फक्त वीस होतं आणि तो हरिलालला फार जवळचा होता. गांधींनी भारतातल्या नातेवाइकांना लिहिलं की, त्यांना खूप रडावंसं वाटत आहे.

मणिलाल : १९०९ साली प्रिटोरियाच्या तुरुंगातून आपला सतरावर्षीय मुलगा मणिलाल याला लिहिताना गांधींची भाषा अशीच मृदू होते : 'मी हे लिहीत असताना तुला माझ्या छातीशी कवटाळण्याची इच्छा होते आणि माझे डोळे भरून येत आहेत, कारण मी असं करू शकत नाही.' परंतु याच पत्रात मणिलालनं आपल्या पेशाबद्दल काळजीनं विचारलेल्या प्रश्नांना गांधींनी काहीशी कठोरपणे उत्तरं दिली आहेत : 'तू काही बॅरिस्टर किंवा डॉक्टर म्हणून काम करणार नाहीस हे तर स्पष्टच आहे. आपण गरीब आहोत आणि तसंच राहू इच्छितो. तू इतरांची सेवा करत आहेस, त्यामुळे रोजीरोटीला तुला काही कमी पडणार नाही, यावर विश्वास ठेव.'

तुरुंगातून मणिलालला इंग्रजीमध्ये लिहिलेल्या दुसऱ्या एका पत्रात त्यांनी आपल्या मुलाला दिलासा देण्याचा प्रयत्न केला की, चारित्र्यसंवर्धन हा त्याच्या आयुष्याचा एकमेव हेतू राहणार नव्हता. पत्रांमधून सूचना देणंही सुरू होतं. पत्राचा शेवट, सगळ्यांना प्रेम आणि रामदास, देवदास आणि रामी यांना पापी, असा होता.

या पत्रात (सुरुवातीच्या प्रकरणात आपण त्याकडे पाहिलं आहे.) गांधी पुढे म्हणतात : 'गंमतजंमत फक्त बालपणीच्या निरागस काळात असते, म्हणजे १२ वर्षांपर्यंत... मी तुला सांगतो की, मी तुझ्यापेक्षा लहान होतो तेव्हा माझी सगळ्यांत मोठी करमणूक म्हणजे माझ्या वडिलांची सेवा करणं ही होती. मी बारा वर्षांचा झाल्यानंतर माझ्यासाठी करमणूक अगदी थोडी असायची किंवा काहीच नसायची.'

१९०९च्या हेमंत ऋतूत इंग्लंडला असताना गांधींना फिनिक्सला असलेल्या मणिलालकडून कळलं की, तो आजारी असलेले वेस्ट यांची शुश्रूषा करत होता. हे ऐकून त्यांना आनंद झाला : 'मी फार आनंदित झालो,' वडिलांनी लिहिलं. 'मी

पत्र दोनदा वाचलं. मला खूप अभिमान वाटला आणि मला असा मुलगा दिला याबद्दल मी ईश्वराचे आभार मानले.'

देवदास : जेव्हा तो आठ किंवा दहा वर्षांचा होता तेव्हा या सगळ्यांत धाकट्या मुलाला हरिलाल आणि मणिलाल यांचा वियोग सहन करावा लागला. (ते दोघंही तेव्हा तुरुंगात होते, हे स्पष्टच आहे.) त्याच्यापेक्षा वयानं लहान असणाऱ्या फिनिक्समधल्या मुलांचं मन रिझवावं लागलं, कारण त्यांच्या कुटुंबातले मोठे लोक तुरुंगात होते. सगळ्यांना खूप एकाकी आणि उदास वाटायचं. त्या वेळी फिनिक्सला असलेले देवदासचे वडील सगळ्या मुलांना एका टेबलावर बसवून कवी नाझीरच्या काही काव्यपंक्ती ऐकवायचे. पहाटे आणि संध्यासमयी चिवचिवणाऱ्या पक्ष्यांसंबंधी त्या होत्या–

> *काही मिनिटांनंतर आम्हीसुद्धा त्यांच्याबरोबर गाणं म्हणायला लागायचो आणि गाण्यातल्या पक्ष्यांप्रमाणे हात पंख फडफडवल्यासारखे वरखाली करत टेबलावर धांगडधिंगा घालायचो. आमची सगळी उदासी आणि एकटेपणा पळून जायचा.*

पण अशा प्रकारच्या गमतीजमती क्वचितच घडायच्या.

कालेनबाख : तीव्र भावना, विशाल सहृदयता आणि बालकाची निरागसता असलेला, असं गांधींनी ज्याचं वर्णन केलं, त्या हर्मन कालेनबाख या स्थापत्यविशारदाबरोबरचा गांधींचा सहवास अत्यंत निकटच्या मैत्रीत परावर्तित झाला. गांधींपेक्षा दोन वर्षांनी लहान असलेला कालेनबाख स्थापत्यशास्त्र जर्मनीत शिकला होता आणि दक्षिण आफ्रिकेत त्यानं हॉटेल्स व विविध वस्तुभांडारांचे आराखडे तयार केले. मार्टिन ग्रीनच्या शब्दांत सांगायचं तर त्याचा साध्यासोप्या, हवेशीर, भरपूर उजेड येणाऱ्या वास्तू तयार करण्याकडे, स्थानिक कच्चा माल वापरण्याकडे आणि पर्यावरणाशी सुसंगत असे आराखडे तयार करण्याकडे कटाक्ष होता.

या गोष्टींना गांधीही नेहमीच प्राधान्य द्यायचे. जोहान्सबर्गला गांधी आता कालेनबाखबरोबर राहत होते. (काही दिवस तंबूत; कारण तो स्थापत्यविशारद माउंट व्ह्यू या उपनगरात नवीन घर बांधत होता.) तो जर्मन ज्यू त्यांच्या गरजा भागवणारा, रक्षक आणि अनुयायी अशा भूमिका निभावत होता. गांधींच्या वास्तव्यावर तो जो काही खर्च करत होता, तो त्याच्या बचतीच्या तुलनेत अत्यल्प होता असं कालेनबाख ठासून सांगायचा. गांधींच्या प्रेरणेनं जीवनशैलीत केलेले बदल याला कारणीभूत होते, हे त्याचं ठाम मत होतं.

आलमनं केलेल्या हल्ल्यानंतर काही आठवडे, कालेनबाख गांधींच्या मागे

इतरांच्या नजरा आणि गांधींचा डोळा चुकवून एक रिव्हॉल्व्हर स्वत:जवळ लपवून जायचा. एक दिवस कालेनबाखच्या जाकिटाला आलेल्या फुगवट्याचा आणि त्यामागील कारणाचा शोध गांधींना लागला, तेव्हापासून त्यानं ते काढून ठेवलं. गांधी आपल्या मित्राला म्हणाले, "माझं रक्षण करण्याच्या जबाबदारीचं ओझं तू देवाकडून काढून घेतलं आहेस. आता मी निश्चिंत झालो."

एप्रिल १९०९मध्ये प्रिटोरियाला कैदेत असताना कालेनबाखच्या आईच्या निधनाबद्दल गांधींना कळलं. आपला शोक व्यक्त करून मित्राला त्यांनी पुढे लिहिलं : 'मी रोज ज्यांच्याबद्दल विचार करतो, त्यांपैकी तू एक आहेस, हे सांगायची गरज आहे का? मी शरीरानं तुझ्याबरोबर नाही, पण माझा आत्मा मात्र आहे...'

गांधी आणि स्मट्स : प्रिटोरिया तुरुंगात असताना गांधींना स्मट्सनं काही पुस्तकं पाठवली. कैदी आणि तुरुंगाधिकारी यांच्यातल्या असामान्य संबंधाचं ते निदर्शक होतं. त्यांतला प्रत्येकजण कायदा आणि राजकारण यात निष्णात होता, प्रत्येकाला 'इंग्लिश माणसं' ही एक समस्या होती, एकमेकांशी समझोता करताना प्रत्येकाला आपापल्या समर्थकांना बरोबर घेऊन जाणं आवश्यक होतं आणि असं दिसतं की, प्रत्येकाला दुसऱ्याबद्दल आळीपाळीनं आदर आणि अविश्वास वाटत होता.

स्मट्सनं आपला विश्वासघात केला, असं गांधींना वाटत होतं; तर गांधी नवनवीन मागण्या दर वेळी करतात, असं स्मट्सना वाटायचं. सभांमध्ये आणि प्रसारमाध्यमांसमोर ते एकमेकांवर वार करत असले, तरीही या लढ्यादरम्यान दोघांनीही अनेकदा समोरासमोर किंवा मध्यस्थांकरवी वाटाघाटी केल्या आणि सगळ्या शक्यतांचे दरवाजे खुले ठेवले.

मे १९०८मध्ये जेव्हा BIA चे अध्यक्ष युसूफ मियाँ आणि थंबी नायडू या दोघांवर काही पठाणांनी हल्ले केले, तेव्हा पठाण समाजाचा पडद्यामागील आणि या हल्ल्याचा प्रमुख सूत्रधार असलेला सर्वांत हिंसक घटक आहे, असं एका माणसाबद्दल गांधींनी स्मट्सला लिहिलं आहे.

या पत्रात (२१ मे १९०८) त्या माणसाचा नामोल्लेख नव्हता, पण तो कोण होता हे गव्हर्नरला चांगलं माहीत होतं. गांधींनी त्याला 'माथेफिरू' म्हटलं, त्याच्याकडे कोणतीही कागदपत्रं नाहीत असा अंदाज बांधला आणि पुढे लिहिलं, 'या माणसाला हद्दपार करावं असं मला खरंच वाटतं.' पण गांधींच्या शत्रूंना घालवायला दक्षिण आफ्रिकेचं सरकार फारसं उत्सुक नव्हतं आणि आपल्याला अनाम असलेला तो माणूस हद्दपार झाला नाही.

फिनिक्समधलं जीवन : या वसाहतीला पैशांची चणचण भासे, पण तिथली फुलं आणि भाज्या सुंदर असत. उंच, मजबूत आणि सुरुवातीला गरम डोक्याचा

असणारा मगनलाल जेवढा नाताळच्या अंतर्भागात दुकान चालवण्यात तरबेज होता, तेवढाच बागकामातही (आणि 'इंडियन ओपिनिअन'साठी टाइप कंपोझ करण्यातही) चांगला होता.

पुतण्याला शिस्तीच्या नावानं चोपण्यापासून परावृत्त होऊन मगनलाल जरा मवाळ झाला होता हे प्रभुदासच्या (छगनलालचा मुलगा) लक्षात आलं. मगनलाल म्हणायचा, 'मी खरोखर एक मानवी दैत्य होतो आणि रागानं आंधळा होऊन मी अजून कितीतरी वाईट वागलो असतो; पण गांधींनी माझा आक्रस्ताळा स्वभाव बदलला.'

ट्रान्सवालच्या सत्याग्रहात पुरते गुरफटल्यामुळे गांधी फिनिक्सला अधूनमधून थोडा वेळ भेट देत. या भेटींच्या वेळी वस्तीवरची कुटुंबं त्यांच्या उत्तमोत्तम कपड्यांमध्ये आणि आनंदी मन:स्थितीत असत. गांधी प्रत्येक घरी जात, सगळ्यांविषयी जाणून घेत आणि प्रेमाचे चार शब्द बोलत. सल्ल्यांबरोबरच हसण्याचे आवाजही ऐकू येत आणि क्वचित व मोजक्या प्रसंगी गांधींची मुलं आणि इतर बालगोपाल व तरुण त्यांच्याबरोबर खेळत-पळत असत.

अशाच एका प्रसंगी फिनिक्सच्या वनराईत खेळताना सहा वर्षांच्या प्रभुदासनं रामदास या गांधींच्या नऊ वर्षांच्या तिसऱ्या मुलाला 'लामदाश' अशी हाक मारली. त्याला उत्तर म्हणून गांधींनी प्रभुदासला आणि बाकी सगळ्या मुलांना 'हिप हिप हुर्यो' असं सारखं-सारखं आणि खूप मोठ्यानं ओरडायला सांगितलं. प्रभुदाससहित सगळ्यांनी तसा आवाज काढला. इतक्या मोठ्यानं आरडाओरडा केला, की जमीन हादरली. पुढे गांधींनी 'हुर्यो रामदास' म्हणायला सांगितल्यावर प्रभुदासनं ते शब्द बरोबर उच्चारले.

गांधींच्या निधनानंतर पाच वर्षांनी प्रकाशित केलेल्या 'जीवन-प्रभात' या आपल्या पुस्तकात वरील गोष्ट सांगताना प्रभुदासना त्या प्रसंगी गांधींच्या दोन दातांतून चमकणाऱ्या सोन्यानं आणि त्यांच्या डगळ सदऱ्यानं त्याचं लक्ष वेधून घेतलं होतं याची आठवण झाली.

भारतीयांचा तुरुंगवास सुरू झाल्यानंतर अटक झालेल्यांच्या कुटुंबांना आसरा देण्यासाठी फिनिक्सचा उपयोग होऊ लागला. प्रत्येक फिनिक्स कुटुंबानं त्याला जमेल तेवढे लोक सामावून घ्यायला सुरुवात केली. प्रत्येक कुटुंबातील स्त्रियांचं मन नवागताला सामावून घेण्यासाठी वळवण्यात गांधींनी स्वत: प्रयत्न केले.

फिनिक्सच्या सनातनी हिंदूंसाठी मुसलमान किंवा ख्रिश्चन मुलं घरात ठेवणं ही मोठी कठीण बाब होती. इब्राहिम नावाच्या एका मुसलमान मुलाचा स्वीकार केल्यावरही छगनलाल व त्याची पत्नी काशी मुसलमानांसाठी अन्न शिजवलेली भांडी विस्तवावर धरून शुद्ध करून घेत असत, अशी आठवण त्यांच्या मुलानं नंतर सांगितली.

'इंडियन ओपिनिअन' चालवणाऱ्यांनी वेगवेगळ्या धर्मांच्या आणि वयाच्या नवागतांसाठी वर्ग सुरू केले, ज्यांत ते शिकवत असत. नवागतांच्या आगमनानं सर्वधर्म प्रार्थना आणि भक्तिगीतांची गरज अधोरेखित केली. १९०८-०९ पासून मग हीच प्रथा कायम राहिली.

'रामनाम मला प्रिय आहे', असं भजन ऐकून पारसी रुस्तुमजी आनंदानं उद्गारले, 'रामाच्या ऐवजी होरमझ्द म्हणा.' ही सूचना तत्काळ उचलून धरली गेली. फिनिक्सला नेहमी मुक्काम करणारा व उत्साहानं प्रार्थनेत सामील होणारा हुसेन दाऊद यानं बाकीच्यांना 'है बहार-ए-बाग' ('या विश्वाच्या बागेतली बहार क्षणभंगुर आहे') हे मुस्लीम भक्तिगीत शिकवलं आणि नरसिंह मेहतांच्या नेहमी गायल्या जाणाऱ्या 'वैष्णव जन'मध्ये काही वेळा 'वैष्णव'च्या ऐवजी 'ख्रिश्चन' असं म्हटलं जावं, ही जोसेफ रॉयप्पन यांची सूचना ताबडतोब स्वीकारली गेली.

गांधींनी बहुधा 'वैष्णव जन' पहिल्यांदा त्यांच्या बालपणी ऐकलं. कदाचित ते त्यांच्या आजारी वडिलांना ऐकवलं जात असावं. काही असलं तरी पंधराव्या शतकातल्या काठियावाडी कवीनं लिहिलेल्या या गाण्याची सुरुवातीची ओळ त्यांना आवडणारं धार्मिक आणि सामाजिक सत्य बनलं आणि पुढेही कायम राहिलं.

दुसऱ्याचं दु:ख जो जाणतो, तोच फक्त वैष्णव (देवाचा भक्त) म्हणवला जातो, असा त्याचा अर्थ होता.

गांधींच्या जीवनशैलीत झालेल्या बदलांचं प्रतिबिंब फिनिक्समध्ये पडलेलं दिसत होतं. गांधींसहित सगळ्यांनाच आवडणारे मसालेदार आणि चटकदार खाद्यपदार्थ आणि जेवण यांची जागा साध्यासुध्या मसालेविरहित पदार्थांनी घेतली. भारतीय रहिवाशांनी प्राधान्यानं भारतीय पद्धतीनं शिजवलेलं अन्न खायला सुरुवात केली. काटा-सुरीच्या ऐवजी हातानं जेवायला सुरुवात केली आणि रविवारी फिनिक्समधल्या एखाद्या जागी मोकळ्या हवेत सहभोजन घ्यायला सुरुवात केली.

गरिबांसारखी राहणी असूनही स्वयंपाकघरात, शेतात, छापखान्यात शास्त्रशुद्ध आणि परिपूर्ण पद्धतीनं काम करणं हे उद्दिष्ट ठरवण्यात आलं. १९०९मध्ये गांधींनी मणिलालला लिहिलं, 'फिनिक्सच्या मार्गानं आम्हाला आमचा आत्मा गवसेल आणि आम्ही भारताची सेवा करू शकू.

आफ्रिकी आणि भारतीय : झुलू प्रदेशाच्या केंद्रस्थानी असूनही या वसाहतीचा आसपासच्या लोकांशी फारसा संबंध येत नसे. आणि जरी गांधींनी एकूण सुमारे अठरा वर्षं दक्षिण आफ्रिकेत घालवली आणि त्या कालखंडावर दोन पुस्तकं लिहिली, तरी आफ्रिकन लोकांशी संभाषण करण्याची वेळ त्यांच्यावर फार आली नाही. त्यामुळे त्यांच्या दिसण्याची, घरांची, भाषांची, अन्नपदार्थांची आणि जीवनशैलीची वर्णनं त्यांनी थोडक्यात केलेली आढळतात. क्वचित्प्रसंगी काही झुलू फिनिक्सला

सर्वधर्म प्रार्थनेत सहभागी होत असत.

अल्बर्ट वेस्टच्या आठवणीनुसार रस्त्यानं जाणारे झुलू आमच्या हौदातलं पाणी पिण्यासाठी वरचेवर थांबत असत.

तरीही, कस्तुरबा आणि छगनलाल-मगनलाल यांच्या पत्नी काही वेळा फिनिक्सवर होऊ शकणाऱ्या झुलू हल्ल्यांबाबत कुजबुजत्या आवाजात बोलत असत, असं प्रभुदास आपल्या आठवणीत लिहितात. गोऱ्या मळेवाल्यांकडे करारानं कामाला असलेल्या भारतीय कामगारांनी टोकदार भाले तयार करणाऱ्या झुलू रक्षकांच्या सांगितलेल्या सुरस कथांचा तो परिणाम असावा.

ही भीती पोकळ होती. झुलूंना फिनिक्स आणि गांधींविषयी आदर वाटत होता. फिनिक्स वसाहतीपासून काही मैलांवर 'ओहलांज इन्स्टिट्यूट' चालवणारा जॉन ड्यूब हा त्यांच्या नेत्यांपैकी एकजण गांधींशी मित्रत्वानं वागत होता. ते दोघं १९०५ साली भेटले होते. पुढे आफ्रिकन नॅशनल काँग्रेसचा पहिला अध्यक्ष बनलेल्या ड्यूबविषयी 'इंडियन ओपिनिअन'मध्ये (२ सप्टेंबर १९०५) गांधी लिहितात, 'ज्याच्याबद्दल जाणून घ्यावं असा हा एक आफ्रिकन.'

काही महिन्यांनंतर गांधींनी आफ्रिकन लोकांसाठी कॉलेज काढणाऱ्या 'नेटिव्ह ओपिनिअन'चा संस्थापक टेंगो जाबावू यांच्या प्रयत्नांची प्रशंसा केली. जागृत होणाऱ्या लोकांविषयी आणि दक्षिण आफ्रिकेच्या श्रेष्ठ स्थानिक वंशांबद्दल लिहिलं आणि पुढे असंही लिहिलं की, दक्षिण आफ्रिकेतल्या ब्रिटिश भारतीयांनी या उदाहरणावरून खूप शिकण्यासारखं आहे.

तरी पण गांधी स्वत: मात्र आफ्रिकन लोकांच्या बाबतीत नेहमी पूर्वग्रहदूषित आणि अनभिज्ञ होते. १८९४मध्ये दक्षिण आफ्रिकेत पाय ठेवल्यानंतर लगेचच त्यांनी भारतीयांना अशिक्षित काळ्या लोकांच्या पंक्तीला ओढून आणण्याबाबत हरकत घेतली होती. आफ्रिकन लोकांची निंदानालस्ती करणारे जे शब्द आफ्रिकन लोकांसकट त्या काळी सर्व जण वापरत असत, तेच गांधींनी वापरले. १८९९ साली केलेल्या एका अर्जात ते 'भारतीय आफ्रिकी लोकांपेक्षा निश्चितच श्रेष्ठ आहेत', असं म्हणतात आणि १९०२ साली झुलूंबद्दल त्यांनी चांगले परंतु आळशी लोक असं लिहिलं.

हे खरं आहे की त्यांनी २५ ऑक्टोबर १८९४ रोजी 'टाइम्स ऑफ नाताळ'ला लिहिलेल्या एका पत्रात हे लिहिलं आहे की, कुवत असलेल्या स्थानिक लोकांना मतदानाचा अधिकार बजावता आला, तर त्याची भारतीयांना खंत वाटणार नाही; उलट जर तसं घडलं नाही, तर वाईट वाटेल. परंतु त्यांचं राजकीय उद्दिष्ट दक्षिण आफ्रिकेतल्या भारतीयांना प्रतिष्ठा मिळवून देण्याचं होतं, त्या राष्ट्राच्या आफ्रिकन लोकांना न्याय मिळवून देण्याचं नव्हे. तरी त्या मातीच्या सुपुत्रांकडे संपूर्ण राजकीय

अधिकार जायला पाहिजेत, हे त्यांना मान्य होतं. ही गोष्ट भारतीयांसाठी त्यांनी मागितली नाही, कारण ते तिथे येऊन स्थायिक होणारे लोक होते.

गुन्हा सिद्ध झालेल्या आणि त्यांच्याबरोबर तुरुंगात असलेल्या आफ्रिकन आरोपींबद्दल 'इंडियन ओपिनिअन' (७ मार्च १९०८)च्या अंकात लिहिताना त्यांना धमकावणाऱ्या त्या लोकांविषयी मानहानिकारक शब्द वापरताना ते लिहितात, 'स्थानिक कैद्यांपैकी अनेकजणांमध्ये आणि जनावरांमध्ये फक्त काही अंशांचा फरक आहे. ते नेहमी भांडण उकरून काढत असत आणि कोठडीत एकमेकांत मारामारी करत असत.'

परंतु, तरीसुद्धा दोन महिन्यांनंतर एका अतिशय दुर्मीळ अशा मांडणीद्वारे गांधींनी दक्षिण आफ्रिकेतल्या सगळ्या वंशांना एक वेगळा प्रकाश दाखवला. १८ मे १९०८ रोजी जोहान्सबर्ग इथल्या YMCA मध्ये केलेल्या भाषणात ते म्हणाले :

भारतीयांच्या प्रश्नांचा मागोवा घेता-घेता मी आफ्रिकन आणि चिनी लोकांचाही विचार केला; कारण तो प्रश्न त्यांच्याशीही संबंधित आहे. मला असं वाटतं की, आफ्रिकन आणि आशियाई लोकांनी एकूणच 'साम्राज्याला' प्रगतिपथावर नेलं आहे. आफ्रिकन वंशाशिवाय दक्षिण आफ्रिकेचा आपण विचारही करू शकत नाही... जगाच्या इतिहासातल्या शिकणाऱ्या वर्गात त्यांचा (आफ्रिकन जमातींचा) समावेश होतो. सक्षम शरीरसंपदा आणि बुद्धी लाभलेली ही माणसं 'साम्राज्या'चं एक शक्तिस्थान बनू शकतात... भविष्यात डोकावून पाहिलं असता, भावी पिढीसाठी वेगवेगळ्या जमातींनी एकत्रित येऊन जगानं अजून न अनुभवलेली संस्कृती आपण वारसा म्हणून त्यांच्याकडे सुपुर्द करू शकणार नाही का?

गांधींची आफ्रिकन लोकांबद्दलची जाणीव प्रगल्भ होत होती आणि दक्षिण आफ्रिकेच्या वास्तव्याचा गोड शेवट झाल्यावर त्यांना आफ्रिकन नेत्यांबरोबरची त्यांची खाजगीत झालेली बोलणी आठवत असत. परंतु या बोलण्यांचा गोषवारा त्या वेळी 'इंडियन ओपिनिअन'मध्ये किंवा त्यांच्या सार्वजनिक भाषणांमध्ये उद्धृत झाला नाही आणि नेमकी काय चर्चा झाली हे आपल्याला माहीत नाही. दक्षिण आफ्रिकेत असताना हे 'भारतीय-आफ्रिकन' गुप्तगू उघड झालं असतं, तर गोऱ्यांचं माथं भडकलं असतं आणि भारतीयांच्या हकालपट्टीची मागणी वाढली असती.

चाळिशीत प्रवेश : चाळिसाव्या वाढदिवसाकडे कूच करत असताना गांधींनी आपल्या हाती कोणतं कार्य घेतलं होतं, याचा आपण जरा विचार करायला हवा. एका छोट्या आणि सहसा एकजूट नसणाऱ्या अल्पसंख्याक समाजाला घेऊन ते

एका अहिंसक लढ्याचं नेतृत्व करत होते. तो अहिंसकच राहील याकडे डोळ्यात तेल घालून लक्ष ठेवत होते, न्यायालयात सत्याग्रहींची बाजू मांडत होते आणि त्यांच्या कुटुंबीयांची काळजी घेत होते. 'इंडियन ओपिनिअन'च्या दर आठवड्याला निघणाऱ्या अंकांचं व्यवस्थापन करत होते, फिनिक्सच्या वसाहतीतल्या जीवनावर देखरेख करत होते, दक्षिण आफ्रिकेतल्या सहृदय गोऱ्यांशी संबंध वाढवत होते, भारत आणि इंग्लंडमधल्या हितचिंतकांना माहिती पुरवत होते आणि भारतातल्या परिस्थितीवर नजर ठेवून होते. तिथे जाऊन लवकरच आपण काही परिणाम घडवू शकतो, अशी त्यांना आशा होती.

रोज ते अनेक वैचारिक पत्रं लिहीत होते आणि अन्न व आरोग्य यावर काही प्रयोग करत होते. शेवटी, एका विस्तारणाऱ्या कुटुंबाचे 'बापू' (पिता) म्हणून उपाधी मिळवणारे त्यांच्या स्वत:च्या मुलांचा आणि मोठ्या कुटुंबातल्या इतरांचा एकनिष्ठपणा जपण्यासाठी आटोकाट प्रयत्न करत होते. त्या परिवारातले अनेकजण कमी कष्टाचं, कमी धोक्याचं आणि सर्वसामान्य आयुष्य जगण्यासाठी इच्छुक होते. त्यांना ही गोष्ट मान्य होती की, त्यांचे प्रिय 'बापू' वेळोवेळी त्यांच्या आयुष्यात अचानक बदल करत असले, तरी त्यांनी सगळ्यांना आत्मिक उन्नतीच्या आणि भारतासाठी सुरू केलेल्या या भव्य मोहिमेत सामावून घेतलं होतं.

त्यांच्या फिनिक्स येथील अनुयायांपेक्षा ते वेगळेच भासायचे. १९०८-०९मध्ये डोक यांनी एक संक्षिप्त चरित्र लिहिलं. ते प्रथम १९०९च्या नोव्हेंबरमध्ये प्रसिद्ध झालं. त्यासाठी गांधींनी त्यांची काठियावाडची पार्श्वभूमी, त्यांचा तरुणपणीचा काळ, लंडनचं वास्तव्य आणि दक्षिण आफ्रिकेतले काही अनुभव यांचं वर्णन केलं. जरी ही कल्पना उचलून धरली गेली नाही, तरी जुलै १९०९मध्ये 'बंगाल प्रांत काँग्रेस कमिटी'नं गांधींचा 'इंडियन नॅशनल काँग्रेस'च्या अध्यक्षपदासाठी विचार व्हावा, असा प्रस्ताव त्यात मांडला होता.

हद्दपारी : सरकारनं सत्याग्रहींना भारतात हद्दपार करण्यास सुरुवात केल्यानंतर दक्षिण आफ्रिकेतला लढा तीव्र झाला. ट्रान्सवालहून नाताळ, ऑरेंज फ्री स्टेटपासून पोर्तुगीज ईस्ट आफ्रिका अशा यापूर्वी झालेल्या हद्दपारीच्या घटनांमुळे इतका हल्लकल्लोळ माजला नव्हता– हद्दपारी केलेले लोक सीमा पार करून परत येऊ शकत होते, त्याचा अर्थ तुरुंगात जाणं असा होता तरीही! ज्यांची कुटुंबं आणि मालमत्ता– काही ठिकाणी जमिनी– ट्रान्सवालमध्ये होत्या, त्यांना भारतात परत पाठवणे ही त्या लोकांसाठी सर्वस्वी वेगळी गोष्ट होती.

तडीपार केलेल्यांपैकी बहुतेकजण हे माजी कंत्राटी कामगार होते. ते भारताच्या दक्षिण भागातून आले होते आणि तिथे आता त्यांच्या ओळखीचे कुणी नातेवाईक नव्हते. मद्रास विभागात त्यांना मदत करू शकतील, अशी गांधींच्या ओळखीची

फार कमी माणसं होती. पण पूर्वीच्या एका मद्रास भेटीत ओळख झालेल्या जी. ए. नेटसन यांची मदत गांधींनी मागितली. गांधींच्या विनंतीवरून सत्याग्रहातला एक तरुण सहकारी, पी. के. नायडू तडीपारांच्या पहिल्या गटाबरोबर सोबत म्हणून गेला तेव्हा 'आधी त्यांची सोय बघ आणि नंतर तुझी', असा गांधींनी नायडूला आदेश दिला.

हद्दपारीमुळे बऱ्याचजणांनी अंग काढून घेतलं आणि खरे लढवय्ये फक्त उरले. एका क्षणी आपण स्वत:च हद्दपार होऊ असं गांधींना वाटलं. 'ते मलाही तडीपार करतात की काय, मी सांगू शकत नाही,' असं त्यांनी हरिलालला लिहिलं. पण त्यांना भारतात पाठवून देणं योजनेत नव्हतं. गांधींच्या भोवती असलेल्या प्रतिष्ठेच्या वलयानं ही शक्यता पुसून टाकली.

तरीपण आता लढ्यात उच्चशिक्षित माणसं सहभागी होणं बंद झालं होतं. याला अपवाद म्हणजे कितीही वेळा अटक होऊ देण्याची तयारी दाखवणारा दुर्दम्य इच्छाशक्ती असलेला अडाजानिया. आर्थिक हितसंबंध गुंतलेले असल्यामुळे बडे व्यापारीही यापासून लांब राहण्याला प्राधान्य देऊ लागले. युसूफ मियाँ यांनी TBIA आणि सत्याग्रह कमिटीच्या प्रमुख पदाचे राजीनामे दिले. या लढ्यासाठी आपला व्यवसाय गुंडाळून मुक्त झालेल्या अहमद कचलियांनी त्यांची जागा घेतली. दुसरे एक व्यापारी इब्राहिम अस्वत यांनीही असंच केलं. पण बहुतांश व्यापारी असा बेधडक निर्णय घ्यायला तयार नव्हते.

माजी कंत्राटी कामगार सत्याग्रहाचा कणा, आधारस्तंभ होते. ते एकतर हिंदू किंवा ख्रिश्चन असल्यामुळे आणि व्यापारी बहुतकरून मुस्लीम असल्यामुळे हिंदू-मुस्लीम अशी दरी निर्माण होण्याची त्या वेळी शक्यता निर्माण झाली; परंतु गांधी आणि त्यांना भक्कम साथ देणारे कचलिया यांनी असं घडू नये यासाठी तडफदार पावलं उचलली.

जुलै १९०९मध्ये एका माजी कंत्राटदार कुटुंबातला अठरावर्षीय कैदी स्वामी नागप्पन याला रस्ताबांधणीच्या कामावर ठेवलं गेलं होतं आणि भर थंडीत तंबूत झोपायला लावलं होतं. तो डबल न्यूमोनिया होऊन मृत्यू पावला. नागप्पन शेवटच्या श्वासापर्यंत लढ्याचाच विचार करत होता, असं त्याचे सहकारी म्हणाले.

इंग्लंडची मोहीम

हौतात्म्य पत्करण्याची कुणालाच फारशी इच्छा नसली, तरी भारतीय सरकारला शरण जातील ही अटकळ अगदीच फोल ठरली. गांधी आणि त्यांच्या सहकाऱ्यांना TBIA च्या प्रमुखपदावरून दूर करण्यासाठी त्यांनी लावलेल्या बोलीचा काही उपयोग झाला नाही. जून १९०९च्या अखेरीस इंग्लंडला पाठवण्यात येणाऱ्या

TBIA शिष्टमंडळात गांधींचा समावेश होऊ नये म्हणून त्यांनी केलेले प्रयत्नही फोल ठरले.

या क्षणाला इंग्लंडमध्ये प्रयत्न करणं अटळ होतं. केप, नाताळ, ट्रान्सवाल आणि ऑरेंज फ्री स्टेट या सर्व चार वसाहतींचं विलीनीकरण करावं, या मागणीसाठी दक्षिण आफ्रिकेचे गोरे इंग्लंडच्या भेटीवर होते. चारी वसाहतींची मिळून युनियन ऑफ साउथ आफ्रिका करण्याची त्यांची मागणी होती. या विलीनीकरणाआधी भारतीयांच्या हक्कांचं रक्षण करण्यासाठी लंडननं हस्तक्षेप करण्याची गरज होती; लंडनसमोर एकत्रित झालेल्या सत्ताधिकाऱ्यांचं पारडं जड झालं असतं.

त्याप्रमाणे जून १९०९मध्ये TBIA नं गांधी, अहमद कचलिया, हाजी हबीब आणि व्ही. ए. चेट्टियार यांना इंग्लंडला, तर दुसरं हेन्री पोलॉकचा समावेश असलेलं चारजणांचं शिष्टमंडळ भारतात लोकमत जागृत करायला पाठवायचं ठरवलं. कचलिया आणि निवड झालेले अन्य मात्र जाण्यापूर्वीच गिरफ्तार झाले. शेवटी गांधी– जे केवळ कर्तव्य म्हणून, कोणतीही आशा नसताना प्रवासाला निघणार होते– आणि हबीब इंग्लंडला गेले; आणि पोलॉक एकटा भारतात गेला. नाताळ इंडियन काँग्रेसनं (NIC)सुद्धा एक शिष्टमंडळ इंग्लंडला पाठवलं.

गांधी आणि हबीब यांना घेऊन जाणारं 'केनिलवर्थ कॅसल' १० जुलैला साऊदॅम्प्टनला पोचलं. दोघंही चार महिन्यांपेक्षा अधिक काळ इंग्लंडमध्ये राहिले. त्यांनी जिवापाड मेहनत केली. *संसदेच्या प्रत्येक सभागृहाचा एकही सदस्य किंवा पत्रकार असा नव्हता की, ज्याला भेटणं शक्य असून आम्ही भेटलो नाही; पण तरी कामगिरी फत्ते झाली नाही.*

त्याला अनेक कारणं होती. पहिलं, अर्थसंकल्पामुळे उद्‌भवलेल्या आणीबाणीच्या परिस्थितीचा सामना करण्यात आणि उन्हाळी सुट्यांमध्ये ब्रिटिश राजकारणी गुंतले होते. भारतासाठीचे राज्यसचिव असलेल्या मोर्ले यांना गांधींनी सांगेपर्यंत हे माहीत नव्हतं, की दक्षिण आफ्रिकेच्या प्रदेश आणि सत्तेच्या एकत्रीकरणावर शिक्कामोर्तब करायला बोथा आणि स्मट्‌स इंग्लंडला पोचले होते.

दुसरं, मदत करण्यासाठी दादाभाई नौरोजी लंडनमध्ये नसल्यामुळे (ते भारतात परतले होते.), जे दोघं गांधींना मदत करत होते ते लॉर्ड ॲम्प्टहिल - SABIC चे अध्यक्ष– आणि सर मुंचेरजी भावनगरी एकमेकांचं तोंडही बघत नव्हते.

तिसरं, गांधी इंग्लंडला पोचण्यापूर्वी आठ दिवस आधी मोर्लेंचा राजकीय मदतनीस आणि तीन वर्षांपूर्वी गांधींना भेटलेला कर्झन वायली याच्या झालेल्या खुनामुळे भारत आणि भारतीयांची प्रतिमा मलिन झाली होती. साउथ केन्सिंग्टन हॉल इथे नॅशनल इंडियन असोसिएशननं आयोजित केलेल्या एका स्वागत समारंभात मदनलाल धिंग्रा या तरुण भारतीयानं कर्झन वायलीला गोळ्या घातल्या होत्या. काही

इंग्रज लोकांना अतिरेकी हिंसा आणि सत्याग्रह यांमध्ये काही दुवा असल्याचा संशय होता.

सर्वांत महत्त्वाचं कारण म्हणजे, दक्षिण आफ्रिकेतल्या भारतीयांपेक्षा दक्षिण आफ्रिकेच्या समृद्ध साधनसंपत्तीचा ताबा असणारे गोरे लंडनच्या दृष्टीनं जास्त महत्त्वाचे होते. गांधींनी सर्वतोपरी प्रयत्न केले आणि प्रभावशाली इंग्लिश लोकांची सहानुभूती ॲम्प्टहिल यांनी गांधींना मिळवून दिली– ज्यात लॉर्ड कर्झन (१८९९ ते १९०५ पर्यंत भारताचे व्हाइसरॉय) यांचाही समावेश होता–तरी ब्रिटिश मंत्री स्मट्स आणि बोथा यांचं मन वळवायला फारसे राजी नव्हते.

ॲम्प्टहिल यांच्या सल्ल्यावरून, इंग्लंडमधल्या वास्तव्याचा बराच काळ गांधींनी वैयक्तिक भेटीगाठींमध्ये घालवला. भेटायला येणाऱ्यांचं स्वागत करण्यासाठी त्यांनी वेस्टमिनिस्टर पॅलेस हॉटेलमध्ये खास बैठकीची वेगळी खोली असलेला कक्ष घेतला. मात्र अखेरीस, ॲम्प्टहिल यांनी गांधी आणि हबीब यांना सांगितलं की, आपल्या गोऱ्या समर्थकांच्या मतांच्या दबावाखाली येऊन बोथा TARA रद्द करण्याच्या, TIRA मध्ये बदल करण्याच्या किंवा वर्षभरात सहा भारतीयांना तरी ट्रान्सवालमध्ये स्थलांतर करू देण्याच्या विरोधात गेला होता. स्मट्सचंही तेच मत होतं. काही बारीकसारीक सवलती द्यायला ते तयार होते.

दक्षिण आफ्रिकेच्या कायद्यातून वर्णभेद वगळला जावा यासाठी वर्षभरात फक्त सहा भारतीयांनी स्थलांतर करावं आणि त्यांच्यासाठी कडक शैक्षणिक परीक्षा ठेवण्यात याव्यात, हे मान्य करायला गांधी तयार होते; परंतु ब्रिटन आणि युरोपमधल्या गोऱ्यांनी दक्षिण आफ्रिकेत यावं, अशी आर्जवं करणाऱ्या बोथा आणि स्मट्स यांनी नव्यानं येणाऱ्या भारतीयांवर घालण्यात येणाऱ्या बंदीत काहीही फेरबदल करायला नकार दिला. वर्णभेदाचा अडसरही कायम राहणार होता.

आपण अटी आणि दिलेल्या किरकोळ सवलती स्वीकारू, असं हबीब यांनी ॲम्प्टहिल यांना सांगितलं. गांधींनी दुभाष्याचं काम केलं. भारतीयांनी बराच त्रास सहन केला होता. आपण ट्रान्सवालच्या बहुतांश भारतीयांच्या आणि भारतीय संपत्तीचा अधिकतर हिस्सा बाळगून असलेल्यांच्या वतीनं बोलत आहोत, असं हबीब पुढे म्हणाले.

आपण आता ट्रान्सवालच्या अल्पसंख्याक भारतीयांचं नेतृत्व करत आहोत, हे मान्य करून गांधींनी ॲम्प्टहिल यांना बोथाला असं सांगण्याची विनंती केली की, काहीही असलं तरी सत्याग्रही त्यांचा लढा चालूच ठेवतील. त्यांना त्यांच्या शपथेचं पालन करण्याची इच्छा होती आणि त्यांच्या आत्मक्लेशांमुळे जनरल बोथाचं मन द्रवेल, अशी त्यांना आशा होती.

ऑक्टोबर आणि नोव्हेंबरमध्ये जेव्हा हे स्पष्ट झालं की, ब्रिटिश किंवा दक्षिण

आफ्रिकन नेतृत्वापुढे आपली डाळ शिजणं शक्य नाही, तेव्हा गांधी ब्रिटिश जनता आणि वृत्तपत्रांकडे गेले. हे ॲम्प्टहिल यांच्या संमतीनं केलं गेलं, त्यांनी इंग्लंडमध्ये प्रकाशित झालेल्या डोक यांच्या गांधी-चरित्राला प्रस्तावना लिहिली.

बऱ्याच ब्रिटिश लोकांनी गांधी आणि त्यांच्या ट्रान्सवाल सत्याग्रहाच्या अनुभव-कथनाला प्रतिसाद दिला. इमर्सन क्लबच्या सभेत बोलताना (८ ऑक्टोबर) ते म्हणाले की, दक्षिण आफ्रिकेतले भयंकर तुरुंग हे ईश्वराच्या बगिच्याकडे घेऊन जाणारे दरवाजे आहेत, जिथे स्वत: क्लेश सहन केले तरी दुसऱ्यांना त्रास देण्याच्या विरोधात असणाऱ्यांच्या पायांखाली स्व-नियंत्रण आणि मृदुता यांची फुलं उमलली. परंतु देशाच्या किंवा वांशिक हक्कांसाठी हिंसेचा मार्ग अवलंबण्याला आपला उघड विरोध असल्याचं त्यांनी जाहीर केलं. इमर्सन क्लबसमोर बोलताना त्यांच्या मनात राजकीय हेतूनं केलेल्या हत्या होत्या. ते म्हणाले की युद्ध–

> *त्यासाठी प्रशिक्षण घेतलेल्यांना नाउमेद करतं. मुळात मृदू स्वभाव असलेल्या माणसांना ते क्रूर बनवतं. सुंदर अशा नैतिकतेच्या तत्त्वाला दिङ्मूढ करतं. वैभवाकडे जाण्याचा त्याचा मार्ग लालसेनं बरबटलेला आणि हत्येनं रक्तरंजित झालेला आहे. आपल्या ध्येयाकडे नेणारा मार्ग हा नव्हे.*

ब्रिटनच्या स्त्री-स्वातंत्र्यासाठी लढणाऱ्या गटाला पुन्हा भेटल्यावर गांधींनी मोठ्या आपुलकीनं 'इंडियन ओपिनिअन'मध्ये त्यांच्याबद्दल लिहिलं; परंतु जेव्हा समर्थक हिंसेकडे वळले तेव्हा स्त्रियांच्या हितालाच धक्का बसला, असंही पुढे त्यांनी लिहिलं.

हिंसेबद्दल भारतीयांची विचारधारा

कर्झन वायली यांची हत्या आणि वायलीला वाचवण्याचा प्रयत्न करण्यासाठी मदनलाल धिंग्रासमोर आलेला एक पारशी डॉक्टर कावसजी लालकाका याचा मृत्यू या घटनांमुळे हिंसेचा प्रश्न ऐरणीवर आला.

इंग्लंडमध्ये शिकणारे बरेच भारतीय धिंग्राच्या कृतीचं समर्थन करत होते. माथेफिरू देशभक्त हा काही खुनी नव्हता असं 'इंडियन सोशालॉजिस्ट'मध्ये लिहून संपादक कृष्णवर्मा फ्रान्सला पळून गेले होते. मात्र, इंडिया हाउसमधला स्वयंपाकी आणि इतर साक्षीदारांनी पुरावे दिले आणि १७ ऑगस्ट रोजी धिंग्राला फाशी देण्यात आलं. या हत्येमुळे आणि तिच्या बचावामुळे धक्का बसलेल्या गांधींनी 'इंडियन ओपिनिअन'च्या १४ ऑगस्टच्या अंकात लिहिलं :

> *सर कर्झन वायलीच्या खुन्याच्या बचावात असं म्हटलं गेलं आहे की... जर्मनीनं ब्रिटनमध्ये घुसखोरी केल्यावर जसा ब्रिटिश प्रत्येक जर्मनाला*

मारेल, तसंच कुणाही भारतीयाला कोणत्याही इंग्रजी माणसाला मारण्याचा हक्क आहे... ही तुलना भ्रामक कल्पनांवर आधारलेली आहे... जर जर्मनांनी ब्रिटनमध्ये घुसखोरी केली, तर ब्रिटिश फक्त घुसखोरांना मारतील. भेटेल त्या जर्मन माणसाला ते मारणार नाहीत... संशयास्पद नसलेल्या किंवा पाहुणे म्हणून आलेल्या जर्मनांना ते मारणार नाहीत.

गांधींच्या दृष्टिकोनातून, ज्यांनी धिंग्राला या हत्येसाठी प्रवृत्त केलं ते धिंग्रापेक्षाही जास्त दोषी होते. मृत्यूला आमंत्रण देण्याचं धाडस त्याच्यात असेलही; पण ते धाडस म्हणजे एक प्रकारच्या नशेचा परिणाम होता. त्यांनी पुढे लिहिलं :

अशा प्रकारच्या खुनी हल्ल्यांचा परिणाम म्हणून जर ब्रिटिश सोडून गेले, तर त्यांच्या जागी सत्तेवर कोण येणार? इंग्रज माणूस केवळ तो इंग्रजी आहे म्हणून वाईट आहे? आणि भारतीय कातडी असलेला प्रत्येकजण चांगला? जर असं असेल, तर भारतीय राजांच्या दडपशाहीला विरोध होता कामा नये. खुन्यांच्या हाती– मग ते काळे असोत वा गोरे– सत्ता जाण्यानं भारताचं काहीही भलं होणार नाही. अशा प्रकारच्या शासनाच्या कारभारामुळे भारताचं वैराण वाळवंट होऊन सर्वनाश अटळ होईल.

बऱ्याच काळानंतर ही गोष्ट उघडकीला आली की, तीन वर्षांपूर्वी गांधींना लंडनमध्ये भेटलेल्या सावरकरांनी धिंग्राला ते कृत्य करायला प्रोत्साहन दिलं होतं आणि त्याच्या शरीरावर सापडलेलं बचावाचं पत्रही त्यांनीच लिहिलं होतं. १९०९मध्ये मात्र सावरकरांनी स्वत:चा हा सहभाग गुप्त राखला होता. २४ ऑक्टोबर रोजी काही जहाल भारतीय विद्यार्थ्यांनी देणगी गोळा करण्यासाठी आयोजित एका खान्याच्या प्रसंगी सावरकर, गांधी आणि हबीब एकमेकांशी बोलले.

विद्यार्थ्यांना सत्याग्रह आणि अहिंसेकडे वळवण्यासाठी उत्सुक असलेल्या गांधींनी या मेजवानीचं अध्यक्षस्थान भूषवण्यासाठी मिळालेलं आमंत्रण नि:शंक मनानं स्वीकारलं. ते मेजवानीच्या काही तास आधीच तिथे पोचले, जेवण बनवायला मदत केली आणि (यजमान विद्यार्थी) खरे कोण आहेत हे कळण्याआधी मोठ्या आनंदानं जेवणासाठी टेबलेही सजवली. मेजवानीसाठी उपस्थित असलेल्यांपैकी निदान तीनजणांनी तरी– व्ही. व्ही. एस. अय्यर, असफ अली आणि टी. एस. एस. राजन यांनी– नंतर भारतातल्या चळवळींत गांधींना मदत केली.

नंतर १९४०च्या दशकाच्या शेवटी या प्रसंगाची आठवण काढताना असफ अली म्हणाले की, ऑक्टोबर १९०९मध्ये जन्मलेल्या लोकांच्या आकर्षणाचा केंद्रबिंदू गांधींपेक्षा सावरकर होते आणि गांधींचे शब्द शांत, भावनारहित आणि कोणतीही आलंकारिक भाषा नसलेले होते. राजन असा दावा करत की, जगानं

ओळखण्याआधीच त्यांनी त्या महात्म्याची महानता जोखली होती.

लवकरच, सावरकरांना ब्रिटिशांनी पकडलं आणि मोठ्या तुरुंगवासासाठी अंदमानला पाठवलं. गांधींच्याप्रति नंतर प्रकट झालेल्या त्यांच्या द्वेषाचं बीज बहुतेक १९०९मध्येच पेरलं गेलं असावं आणि त्याला वायलींच्या खुन्यापेक्षा–धिंग्रापेक्षा–त्याला उद्युक्त करणारे जास्त दोषी असल्याचं गांधींचं वक्तव्य कारणीभूत ठरलं असावं.

१९०९ सालचे गांधी सशस्त्र संघर्षाची दाहकता लंडनच्या तरुण भारतीयांपेक्षा जास्त चांगल्यारीतीनं जाणत होते. त्यांनी बोअर आणि झुलू युद्धं जवळून बघितली होती, १८५७च्या उठावाचा काळजीपूर्वक अभ्यास केला होता आणि कमीत कमी तीन हिंसक हल्ले स्वत: झेलले होते. (दरबानच्या गोऱ्यांकडून, जोहान्सबर्गच्या भारतीयांकडून आणि आफ्रिकेच्या कैदी-बांधवांकडून.) परंतु वायलीच्या हत्येनं झपाटून गेलेल्या तरुणांशी गाठ पडल्यानंतर त्यांना मीर आलमशी झालेल्या वादांची आठवण आली. हिंसेची भारतीय विचारसरणी आणि दक्षिण आफ्रिकेतील त्याचीच हुबेहूब प्रतिमा याला उत्तर देण्यासाठी एखादी व्यूहरचना आखावी लागेल, असं त्यांना प्रकर्षानं वाटत होतं.

हिंद स्वराज

अशा प्रकारची कृतियोजना बनवण्यासाठी लागणारे धागेदोरे त्यांना इंग्लंडमध्ये असताना वाचलेल्या तीन पुस्तकांमध्ये मिळाले : नुकतंच टॉलस्टॉय यांनी लिहिलेलं 'अ लेटर टू अ हिंदू', 'इलस्ट्रेटेड लंडन न्यूज'च्या सप्टेंबर १९०९च्या अंकात जी. के. चेस्टरटन यांनी केलेली एक टिप्पणी आणि एडवर्ड कार्पेंटर यांचं 'सिव्हिलायझेशन : इट्स कॉज ॲन्ड क्युअर' गांधींनी ७ सप्टेंबरला वाचलं होतं.

व्हॅन्कूव्हर, कॅनडा इथून निघणारं बंडखोर मासिक 'फ्री हिंदुस्तान'चे त्या वेळचे संपादक तारकनाथ दास यांनी टॉलस्टॉय यांना एक लेख लिहिण्याची विनंती केल्यावर या विनंतीच्या उत्तरादाखल त्यांनी हे ४१३ हस्तलिखित पानांचं लांबलचक 'लेटर' लिहिलं. या मासिकाचं घोषवाक्य म्हणून हर्बर्ट स्पेन्सरचे शब्द उद्धृत केले होते. कृष्णवर्मांच्या 'इंडियन सोशालॉजिस्ट'नंही ते केलं होतं. १९०८मध्येच लिहिलं गेलेलं टॉलस्टॉय यांचं 'लेटर' काही कारणास्तव अजूनपर्यंत प्रकाशित झालं नव्हतं. गांधींचे जुने मित्र प्राणजीवन मेहता (गांधी इंग्लंडला असताना ते तिथे आले.) यांना युरोपच्या भारतीयांकडे या पत्राची एक टाइप केलेली प्रत मिळाली होती आणि ती त्यांनी गांधींना दिली.

टॉलस्टॉय यांच्या लिखाणामुळे प्रभावित झालेले मेहतासुद्धा स्वातंत्र्य मिळवण्यासाठी बॉम्बचा वापर करण्यास अनुकूल झाले होते आणि या प्रश्नावर त्यांनी गांधींशी चर्चाही

केली. गांधींना टॉलस्टॉय यांचं पत्र अत्यंत विश्वासार्ह वाटलं. भारतीयांनी इंग्लंडचा प्रतिकार अहिंसेनं केला पाहिजे आणि त्यांची संस्कृती नाकारली पाहिजे, असं प्रतिपादन करून ते रशियन 'लेटर' पुढे म्हणतं :

एक व्यावसायिक कंपनी २०० दशलक्ष लोक असलेल्या एका देशाला आपला गुलाम बनवते... याचा अर्थ असा होतो की, फारसे दणकट नसलेल्या, उलट जरासे अशक्त आणि आजारी दिसणाऱ्या ३० हजार लोकांनी २०० दशलक्ष तडफदार, हुशार, मजबूत स्वातंत्र्यप्रेमी लोकांना आपलं अंकित करून ठेवलं आहे? या आकडेवारीवरून हे स्पष्ट होत नाही का, की इंग्रज लोकांनी नाही, तर भारतीयांनीच स्वतःला गुलामगिरीच्या बेड्यांनी जखडून घेतलं आहे?

आपल्याकडे आलेली प्रत टॉलस्टॉय यांना पाठवून ती प्रसिद्ध करण्याची परवानगी गांधींनी मागितली. ती पुढच्याच डाकेनं मिळाली. मेहतांच्या आर्थिक मदतीच्या पाठबळावर गांधींनी वीस हजार प्रती छापून घेतल्या. मेहतांबरोबर त्या वेळी झालेलं बोलणं नंतर आठवून गांधी म्हणाले, "ते जरी माझ्यावर प्रेम करत असले, तरी मी मूर्ख आणि भावनाप्रधान आहे, असंच त्यांना वाटलं होतं. पण मी माझा दृष्टिकोन त्यांच्यासमोर मांडला. तो त्यांना भावला. त्यांचं मतपरिवर्तन झालं."

कार्पेंटर यांच्याकडून गांधींना संस्कृतीबद्दल, ती एक बरा होऊ शकणारा रोग आहे– अशी संकल्पना मिळाली. एक डॉक्टर म्हणून गांधी ती बरा करण्याचा– खासकरून भारत आणि भारतीयांसाठी विडा उचलू शकणार होते. कार्पेंटरचं पुस्तक आपल्याला प्रकाश दाखवणारं वाटलं असल्याचं गांधींनी पोलॉकला लिहिलं. चेस्टरटन यांनी लिहिलेल्या या ओळी गांधींना विशेष भावल्या :

भारतीय नेत्यांचा दृष्टिकोन मी जेव्हा बघतो, तेव्हा मला कंटाळा येतो आणि त्यांच्याबद्दल मला शंका वाटते. त्यांना जे पाहिजे ते अस्सल भारतीय नाही आणि अस्सल राष्ट्रीयही नाही... समजा, एक भारतीय म्हणाला : 'मला असं वाटतं की भारत नेहमीच गोरे आणि त्यांच्या सगळ्या कामांपासून मुक्त राहिला पाहिजे. प्रत्येक गोष्टीत काही न काही उणीव असतेच आणि आम्हाला आमच्या गोष्टींना प्राधान्य द्यायचं आहे... परदेशातील एखाद्या हॉस्पिटलमध्ये मरण्यापेक्षा लढाईत मरणं मी जास्त पसंत करेन... तुम्हाला (ब्रिटिशांना) आमची जीवनपद्धती आवडत नसेल; ती आवडून घ्या असं तुम्हाला सांगायला आम्ही आलो नव्हतो. निघून जा, आणि आम्हाला आमच्या पद्धतीनं जगू द्या.'

एखादा भारतीय असं काही बोलला, तर मी त्याला राष्ट्रवादी भारतीय

म्हणेन. तो एक खराखुरा भारतीय असेल... पण ज्या काही भारतीय राष्ट्रवादींचे मी विचार वाचले आहेत, ते असंच म्हणत राहतात की, 'मला मतपेटी द्या, मला न्यायाधीशाची वस्त्रं द्या. मला पंतप्रधान बनण्याचा जन्मसिद्ध अधिकार आहे.' मला 'डेली मेल'च्या संपादकपदावरून काढून टाकलं, तर माझ्या आत्म्याला क्लेश होतील. उत्तरादाखल एखादा अतिशय सहृदयी माणूसदेखील म्हणेल, 'अरे भल्या भारतीय माणसा, तू म्हणतोस ते सगळं खरं आहे; पण या सगळ्या गोष्टी आम्ही शोधून काढल्या आहेत.'

चेस्टरटन पुढे लिहितात : कृतीमधून स्वतःला व्यक्त करण्याचा अधिकार हा जनतेचा खराखुरा अधिकार आहे. भारतीयांना भारतीय असण्याचा आणि भारतीय म्हणून राहण्याचा अधिकार आहे; पण हर्बर्ट स्पेन्सर हा भारतीय नाही, त्याचं तत्त्वज्ञान काही भारतीय तत्त्वज्ञान नाही.

टॉलस्टॉय, कार्पेंटर आणि चेस्टरटन यांचे हे (विविध) विचार गांधींच्या मनाला रुचणारे होते. त्यांनी स्वतःही ते वेळोवेळी व्यक्त केले होते आणि त्यांना ते पटलेही होते. दक्षिण आफ्रिकेत आल्यानंतरच्या पहिल्याच वर्षात त्यांनी ('नाताळ मर्क्युरी'मध्ये) आधुनिक जीवनपद्धतीचा चमकदार आणि दिपवून टाकणारा देखावा याबद्दल टीकात्मक लेख लिहिला होता. पुढच्याच वर्षी त्यांनी ('नाताळ ॲडव्हर्टायझर'मध्ये) 'भौतिकवादाचा निष्फळ अपुरेपणा' याविषयी लिहिलं आणि 'विनाशकारी भयानक संहारक अस्त्रांचा शोध हेच मोठं यश' मानणाऱ्या संस्कृतीविषयीही त्यांनी लिहिलं.

२० ऑगस्ट १९०३ रोजी 'इंडियन ओपिनिअन'मध्ये त्यांनी 'आधुनिक संस्कृतीचा दिखाऊ थाटमाट' याविषयी लिहिलं होतं. १९०८मध्ये, पाच वर्षांनी त्यांनी पाश्चिमात्य संस्कृतीचा उल्लेख अलीकडील उत्पत्ती (फक्त शंभर किंवा नक्की सांगायचं तर पन्नास वर्षं जुनी) असा केला. आधुनिक संस्कृती व तिची अस्त्रं-शस्त्रं यामुळेच वसाहतवाद शक्य झाला हे आपल्याला समजलं असल्याचं लिहिलं. तोफेची दारू आणि पाश्चिमात्य संस्कृती इतिहासाच्या पानोपानी जाऊन बसली आहे आणि निर्लज्जपणे साम्राज्यशाहीच्या विटा रचणाऱ्यांचीही तीच भाषा होऊन बसली आहे.

टॉलस्टॉय, कार्पेंटर आणि चेस्टरटन यांचं पाठबळ मिळाल्यानं त्यांचं हे पूर्वीचं विचारमंथन १९०९मध्ये एका सुस्पष्ट सिद्धान्तात आणि कृतियोजनेत परिवर्तित झालं. तो सिद्धान्त असा होता की, हिंसा आणि रोगट पाश्चिमात्य (किंवा आधुनिक) संस्कृती जर हातात हात घालून असतील, तर सत्याग्रह आणि भारतीय संस्कृतीही तसेच एकत्र असतील. भारतीय संस्कृती जरी भ्रष्ट झाली असली, तरी तिचा मूळ गाभा हा परिपूर्ण आहे. पाश्चिमात्य वर्चस्वाशी सामना करायला हा सिद्धान्त भारतीयांना सक्षम बनवेल. दक्षिण आफ्रिकेत मीर आलम व इंग्लंडमध्ये मदनलाल धिंग्राला

प्रोत्साहन देणाऱ्या माणसांच्या 'पाश्चिमात्य' विषयपत्रिकेचा सामना सत्याग्रही करतील.

अस्सल भारतीय असलेले गांधी भारताच्या आत्म्याला साद घालून, त्याचा इतिहास जागा करतील आणि हिंसा व पाश्चिमात्य संस्कृतीची आयात केलेली ही भेसळ नाकारण्याचं आवाहन भारताला करतील, अशी कृतियोजना आखण्यात आली. भारतानं क्रूर शक्तींची जागा आत्मबलानं भरून काढणं आवश्यक होतं, कारण सत्याग्रह हा केवळ योग्य मार्गच नव्हता; तर तो भारतीय मार्ग होता. जेव्हा गांधींना कळलं की, हे तर्कशास्त्र मेहतांच्या पचनी पडलं आहे, तेव्हा ते स्वत:शीच म्हणाले, 'मला ही कारणमीमांसा कागदावर उतरवली पाहिजे.'

'किल्डोनन कॅसल' बोटीनं दक्षिण आफ्रिकेला परतताना चांगल्या, कोऱ्या करकरीत, शिक्के मारलेल्या कागदांवर १३ आणि २२ नोव्हेंबर १९०९च्या दरम्यान गुजराती भाषेत अशा प्रकारे 'हिंद स्वराज'चा जन्म झाला. वीस लहानलहान प्रकरणांमध्ये विभागलेल्या ३० हजार शब्दांच्या हस्तलिखितामध्ये फार कमी वेळा खाडाखोड किंवा पुनर्लेखन झालं. उजव्या हाताला विश्रांती हवी असल्यास गांधी त्यांच्या डाव्या हातानं लिहीत. (ही पद्धत त्यांनी पुढे आयुष्यभर अवलंबली.)

बोटीच्या कागदांवर उतरलेलं ते ओघवत्या शैलीतलं लेखन आणि त्या शब्दांतून झळकणारा आत्मविश्वास लेखकाला एक खळबळजनक आणि आश्वासक शोध लागल्याचं सूचित करतो. कालेनबाख यांना त्यांनी लिहिलं की, त्यांनी नवनिर्मिती केली आहे, आणि प्रस्तावनेत लिहिलं, *'मी लिहिलं, कारण मी स्वत:ला थांबवू शकलो नाही.'* 'हिंद स्वराज' लिहून संपवल्यावर गांधींनी 'किल्डोनन कॅसल'वर असतानाच टॉलस्टॉयचं 'लेटर टू अ हिंदू' गुजरातीत अनुवादित केलं.

दक्षिण आफ्रिकेतल्या भारतीयांना नव्हे, तर भारताला उद्देशून केलेली 'हिंद स्वराज'ची कारणमीमांसा सारांशरूपानं मांडता येईल : एका पातळीवर स्वराज किंवा स्व-शासन याचा अर्थ त्याच्यावर किंवा तिच्यावर स्वत:चंच असणारं नियंत्रण. राजकीय पातळीवर त्याचा अर्थ होमरूल किंवा स्व-नियंत्रित शासन असा होईल. पण जर ते समाधानकारकपणे चालवायचं असेल, तर ते नेत्यांचं आणि नागरिकांचं स्वत:वर असलेलं नियंत्रण हा पायाभूत सिद्धान्त मानून चालावं लागेल.

शिवाय, हिंदू, मुस्लीम आणि इतर सगळे एका संयुक्त भारत या राष्ट्राचे घटक आहेत, ज्याला स्व-नियंत्रित शासनाचा हक्क आहे. पाश्चिमात्य/आधुनिक संस्कृतीला आणि त्याबरोबर अटळपणे येणाऱ्या क्रूर शक्तीला नाकारून भारतीयांनी साधं आयुष्य अंगीकारलं पाहिजे, स्वदेशी (आपल्या स्वत:च्या देशात तयार झालेल्या वस्तू) आणि सत्याग्रह यांचा स्वीकार केला पाहिजे. भारताच्या प्रतिभेला केवळ अहिंसा न्याय देऊ शकते; हिंसा ही व्यर्थ, पाश्चिमात्य आणि भारताच्या भविष्याला बाधक आहे.

'हिंद स्वराज'मध्ये गांधी भारताला धर्माची एक आधुनिक संकल्पना देतात, असे अँथनी परेल यांनी निदर्शनास आणून दिलं आहे. परेल पुढे म्हणतात, धर्म ही भारतासाठी एक मोठी शक्ती आहे, हे ते जाणतात. धर्म म्हणजे सर्व धर्मांना सामावून घेणारा धर्म. ते धर्माला त्याच्या अलगीकरणाच्या म्हणजे हिंदू-मुस्लिमांना एकमेकांविरुद्ध उभं करणं अशा भूमिकेपासून वेगळं करतात, त्याचबरोबर रूढी-परंपरा पाळणं किंवा सामाजिक प्रतिष्ठेचं प्रदर्शन करणं अशा त्याच्या सनातनी भूमिकांपासूनही दूर करतात. त्याऐवजी ते धर्माला नीतिमूल्यं आणि खऱ्या संस्कृतीशी जोडत त्याचा नागरिकत्वासाठी, स्वातंत्र्यासाठी आणि परस्परसहकार्यासाठी वापर करू इच्छितात.

अर्थातच, ट्रान्सवाल सत्याग्रहाच्या प्रसंगी गांधींनी धर्माचा वापर अशाच प्रकारे आपल्या कृतीच्या समर्थनार्थ केला होता. 'हिंद स्वराज' हे त्या सत्याग्रहाचे सैद्धान्तिक रूप आहे.

आधुनिक किंवा पाश्चिमात्य संस्कृतीवर हल्ला चढवताना 'हिंद स्वराज' या संस्कृतीशी आलेल्या संपर्काचं महत्त्व नाकारत नाही, तसंच वैयक्तिक पाश्चिमात्य लोकांची प्रशंसा करतं; विलगीकरणापासून लांब राहतं आणि द्वेषाच्या भावनेचा धिक्कार करतं. इंग्रजी आवृत्तीच्या प्रस्तावनेत गांधी लिहितात की, त्यांनी टॉलस्टॉय, रस्किन, थोरो, इमर्सन आणि इतर लेखक, शिवाय भारतीय तत्त्वज्ञानाचे पंडित यांचं अनुसरण करण्याचा नम्र प्रयत्न केला आहे. उल्लेख करताना त्यांनी भारतीयांची नाहीत तर पाश्चिमात्यांची नावं घेतली आहेत.

त्याशिवाय, साध्या आयुष्याची भलामण करताना आणि सत्याग्रहींना गरिबीचं आयुष्य जगण्याचं आवाहन करताना, गांधींचं उद्दिष्ट भारतीय कष्ट/दुःखांना पूर्णविराम देण्याचं आहे. भारतातली टंचाई दूर करण्यासाठी सत्याग्रहींनी स्वतःच्या गरजा कमी करण्याची निकड ते व्यक्त करतात. समाजातील उच्चभ्रू वर्गातील धनिक, वकील, डॉक्टर्स यांनी सर्वसामान्यांपासून आलेला दुरावा लक्षात घ्यावा आणि आपलं जीवन साधेपणानं घालवण्याचं आवाहन 'हिंद स्वराज'मध्ये आहे. जवळजवळ एकच शब्दावयव असलेल्या पंधरा शब्दांत गांधी लिहितात :

(राजमोहन गांधींनी लिहिल्याप्रमाणे)

"दोज इन हूज नेम वी स्पीक वी डू नॉट नो, ॲन्ड दे डू नॉट नो अस."

आपण ज्यांच्याबद्दल बोलतो, त्यांना आपण जाणत नाही आणि ते आपल्याला ओळखत नाहीत.

लेखाचा शेवट करताना असं म्हटलं आहे की : *'इंग्रज लोकांविषयी मी मनात कोणताही वैरभाव बाळगत नाही, पण त्यांच्या संस्कृतीबद्दल मात्र बाळगतो... मला*

जसं समजलं तसं (स्वराज) स्पष्ट करण्याचा मी प्रयत्न केला आहे आणि ते साध्य करण्यासाठी यापुढचं माझं सगळं आयुष्य समर्पित आहे, असं माझी विवेकबुद्धी मला सांगते.' या ठिकाणी गांधी आपलं जीवनध्येय जाहीर करतात. सत्याग्रहाद्वारे भारताचं स्वातंत्र्य प्राप्त करायचं आणि या पद्धतीनं सत्याग्रह जगासमोर आणायचा, हे ते ध्येय होय.

या पुस्तकातल्या संकल्पना संपादक आणि एक अनाम वाचक यांच्यातील संवादातून स्पष्ट केल्या आहेत. त्यातला दुसरा माणूस सावरकर आणि लंडनमधल्या कडव्या विद्यार्थ्यांनी (आणि शिवाय मेहतांनी) घेतलेल्या भूमिकेशी चिकटून राहून वाद घालतो. अशा प्रकारे एका आधुनिक वृत्तपत्रसंपादकाच्या मुखातून गांधी पाश्चिमात्य संस्कृतीचे वाभाडे काढतात आणि भारतीय संस्कृतीचं गुणगान करतात.

डिसेंबर १९०९च्या 'इंडियन ओपिनिअन'च्या दोन क्रमवार गुजराती आवृत्त्यांमध्ये 'हिंद स्वराज' प्रकाशित झालं, ते जानेवारी १९१०मध्ये पुस्तकरूपानं प्रसिद्ध करण्यात आलं. मार्च १९१०मध्ये त्या पुस्तकाच्या प्रती मुंबई सरकारनं जप्त केल्यानंतर, कालेनबाखच्या विनंतीवरून गांधींनी स्वत: पूर्वीच सांगितलेलं आणि कालेनबाख यांनीच लिहून घेतलेलं इंग्रजी भाषांतर 'इंडियन होमरूल' ताबडतोब बाहेर काढण्यात आलं. ते २० मार्च १९१० रोजी प्रसिद्ध झालं.

गांधींनी प्रस्तावना लिहिलेलं टॉलस्टॉय यांचं 'लेटर'सुद्धा इंग्रजी आणि गुजरातीत 'इंडियन ओपिनिअन'मध्ये लवकरच प्रकाशित करण्यात आलं. गांधी प्रस्तावनेत टॉलस्टॉय यांच्याविषयी म्हणतात : 'पश्चिमी जगातल्या स्पष्ट विचार असलेल्यांपैकी आणि महान लेखकांपैकी एक, शिवाय एक सैनिक म्हणून हिंसा काय असते हे जाणणारा.' पुढे ते असंही म्हणतात की, 'जर त्या पवित्र मातीत दारूगोळ्याचे कारखाने आणि तिरस्करणीय औद्योगिकीकरण यांना भारत बळी पडला, तर तो आपलं राष्ट्रीयत्व गमावून बसेल.' पुन्हा एकदा गांधी बंदुका, औद्योगिकीकरण आणि पाश्चिमात्य यांची सांगड घालतात आणि पर्याय म्हणून सत्याग्रह, साधं जीवन आणि भारत अशा त्रिसूत्रीचं श्रेष्ठत्व सूचित करतात.

गांधींनी 'इंडियन होमरूल'ची एक प्रत टॉलस्टॉय यांना पाठवल्यावर त्याला उत्तर म्हणून (१० मे १९१०) त्यांनी लिहिलं की, त्या पुस्तकात जो सविनय प्रतिकाराचा मुद्दा उपस्थित केला होता, तो केवळ भारतासाठीच नव्हे तर संपूर्ण मानवजातीसाठी सर्वांत महत्त्वाचा होता.

७ सप्टेंबर १९१० रोजी, टॉलस्टॉय यांना जेव्हा मृत्यू अगदी समीप येऊन ठाकला आहे, असं स्पष्टपणे जाणवत होतं, तेव्हा त्यांनी पुन्हा गांधींना लिहिलं. त्या रशियन सद्गृहस्थाचं शेवटचं मोठं पत्र ठरलेल्या त्या पत्रात टॉलस्टॉय यांनी म्हटलं की, ट्रान्सवालमधला सत्याग्रह म्हणजे दोघांचे विचार किती मिळते-जुळते होते

याचा सर्वांत भरभक्कम पुरावा होता. त्यांनी त्यांच्या रोजनिशीत गांधींचं काम त्याच्या स्वतःच्या कामाशी किती साधर्म्य दाखवत असे, याची नोंद केली होती. टॉलस्टॉय यांनी पुढे लिहिलं :

> ट्रान्सवालमधलं आपलं काम आपल्या जगाच्या केंद्रबिंदूपासून फार लांब असल्यासारखं भासतं, तरी ते अत्यंत मूलभूत आणि आपल्यासाठी सर्वांत महत्त्वाचं आहे.

'हिंद स्वराज'वर तिखट हल्ला चढवताना कृष्णवर्मा यांनी मात्र गांधींना जीझस ख्राईस्ट यांचे प्रशंसक असं बिरुद बहाल केलं आणि ते छळ सोसण्याचा टोकाचा ख्रिश्चन सिद्धान्त अमलात आणण्याचा प्रयत्न करत आहेत, असं म्हटलं. गांधींनी सत्याग्रहाची भारताशी आणि हिंसेची पाश्चिमात्य विचारसरणीशी केलेली जोडणी अचूक नेम साधून गेली होती. कृष्णवर्मांनी गांधींना 'पाश्चिमात्य' म्हणवल्या गेलेल्या धर्माशी जोडून प्रतिहल्ला केला.

आपण जरा पुढच्या काळात डोकावून बघितलं तर गांधींची रणनीती दक्षिण आफ्रिका आणि भारत यांच्यासाठी नक्कीच यशस्वी ठरली, हे मान्य करता येईल. सत्याग्रहानं ब्रिटिशांना गोंधळात टाकलं आणि बऱ्याचदा चकवलं आणि गांधींच्या नेतृत्वाखाली लढणाऱ्या लोकांना आपण नैतिकदृष्ट्या जास्त बरोबर आहोत, असं वाटायला लावलं. गांधींच्या काळात सत्याग्रहामुळे हिंसेच्या भारतीय विचारधारेची वाढ खुंटली. भारतीयांनी गांधींना खराखुरा भारतीय म्हणून आणि सत्याग्रहाला एक भारतीय पद्धत म्हणून स्वीकारलं. बऱ्याच लोकांनी हे मान्य केलं की, हिंसाधार्जिणे भारतीय पाश्चिमात्यांचे अनुकरण करणारे होते.

असं असूनही 'हिंद स्वराज' हा मात्र एका योद्ध्याचा जाहीरनामा होता; निव्वळ एखाद्या विद्वानानं मांडलेला आढावा नक्कीच नव्हता. गांधींनी परजलेलं भारतासाठीचं हे परिणामकारक शस्त्र संपूर्ण सत्यापेक्षा काही अंशांनी कमी होतं. मुत्सद्देगिरीचा मुलामा चढवलेल्या या जाहीरनाम्यात पौर्वात्य आणि पाश्चिमात्य संस्कृतीला बरोबरीचा दर्जा दिला नाही. भारत हा नेहमीच पाश्चिमात्य संस्कृतीपेक्षा जास्त विवेकी आणि जास्त आध्यात्मिक राहिला आहे, या पूर्वापार चालत आलेल्या विश्वासाला गांधींच्या सिद्धान्तानं बळकटी दिली. पाश्चिमात्यांपेक्षा आपण जास्त शहाणे आणि नैतिकदृष्ट्या सक्षम आहोत ही भावना भारतीयांमध्ये रुजली. हा गांधींचा निव्वळ विश्वास नव्हता, हे आपण पाहिलं आहेच आणि भारतीयांच्या लोभी मनोवृत्तीची आणि क्रूरतेची त्यांना चांगली जाणीव होती, हेही आपण पुन्हा पुढे बघणार आहोत. आधुनिक पश्चिमेच्या काही बाबी त्यांना आवडायच्या. 'हिंद स्वराज'चा वाचक मात्र भारतीयांच्या निर्विवाद श्रेष्ठत्वानं भारावून जातो.

'हिंद स्वराज' भौतिकवादावर (किंवा लोभी मनोवृत्तीवर) आणि तंत्रज्ञानावर (पुस्तकात त्याला 'यंत्रसामग्री' असं संबोधलं आहे.) एका दमात आणि सारख्याच तीव्रतेनं आसूड ओढतो, तेव्हा तंत्रज्ञानाविषयीही वाचकाच्या मनात अढी निर्माण होते. तंत्रज्ञानामुळे मानवजातीची किती सोय झाली आहे, हे गांधींना दिसत होतं, हे आपण जाणतो. ते नावीन्याचा तिरस्कार करत नसत; मात्र जुन्या निरुपयोगी गोष्टींचा त्यांनी नक्कीच तिरस्कार केला असता.

परंतु 'हिंद स्वराज'मध्ये गांधींनी सूक्ष्मभेद आणि तरलतेला फाटा देत उघड विरोधाभास दर्शवला. त्यांची ओघवती शैली म्हणजे स्वत:च्या मतांची केलेली पुष्टी आणि विशिष्ट राजकीय हेतूंसाठी धरलेला आग्रह यांचा परिपाक होती.

१९०९ सालच्या इंग्लंडमध्ये पूर्वेकडचा एक दुर्लक्षित पुढारी म्हणून गांधींना आलेला अनुभव आणि पाश्चिमात्य संस्कृतीचा केलेला अमर्याद निषेध हा एकमेकांशी निगडित होता. 'हिंद स्वराज'कडे आपण पाश्चात्त्यांच्या वर्चस्वाखाली असलेल्या जगात आणि काळात पूर्वेनं आपल्या अस्तित्वाचं केलेलं ठाम प्रतिपादन म्हणून बघू शकतो किंवा केवळ अर्ज-विनंत्या करणं व एखादुसरा बॉम्ब इकडे-तिकडे फेकणं इथपर्यंतच मजल असलेल्या भारतापुढे स्वत:च्या अस्तित्वाचं गांधींनी केलेलं प्रतिपादन म्हणून बघू शकतो.

*

१९०९च्या अखेरीस हेन्री पोलॉक दक्षिण आफ्रिकेला (भारतातून) परत आला, तेव्हा त्याच्या स्वागताला सहकाऱ्यांसह गांधी पोर्ट दरबानला हजर होते. त्याचं जहाज धक्क्याजवळ आल्यावर, पोलॉकनं डेकवरून हात हलवला. धक्क्यावर आपला मुलगा प्रभुदासबरोबर छगनलाल हात हलवत उभा होता, तेव्हा बंदरावरच्या एका कर्मचाऱ्यानं बेमुरवतखोरपणे त्याला बाजूला व्हायला सांगितलं.

छगनलाल एक पाऊल मागे झाला आणि पोलॉकच्या दिशेनं हात हलवत राहिला. "इथून निघून जा!" तो गोरा कर्मचारी ओरडला. "ऐकू आलं नाही का? चालते व्हा!" तो छगनलालला ढकलणार तेवढ्यात त्याच्या आवाजापेक्षा दुप्पट जोरात गांधींचा आवाज ऐकू आला, "तो एक इंचभरही सरकणार नाही." तेवढ्यात त्या कर्मचाऱ्याच्या सहकाऱ्यांनी त्याच्याभोवती कोंडाळं केलं.

भारतात ट्रान्सवालमधल्या घडामोडींविषयी पोलॉक अनेकदा लोकांसमोर बोलला होता, परंतु लाहोर काँग्रेसच्या डिसेंबरच्या अखेरीस झालेल्या अधिवेशनात गोखल्यांनी गांधींचा केलेला गौरव हा पोलॉकनं पुरवलेल्या माहितीवरच केवळ आधारलेला नव्हता, तर १९०२-०३मध्ये गोखल्यांना स्वत:ला आलेल्या अनुभवावर बेतलेला होता :

मी गांधींना वैयक्तिकरीत्या ओळखतो हा माझ्या आयुष्यातला एक आनंदयोग आहे, आणि मी तुम्हाला हे सांगू शकतो की, यापेक्षा शुद्ध, उमदा, धाडसी आणि श्रेष्ठ आत्मा या पृथ्वीतलावर असूच शकत नाही... (ते) मानवांमधला मानव, वीरांमधला वीर, देशभक्तांमधला देशभक्त आहेत आणि आपण असं निश्चितपणे म्हणू शकतो की, भारतीय मानवधर्मानं सध्याच्या काळात खरोखरच खूप मोठी उंची गाठली आहे.

गांधींनी 'सत्याग्रहा'त उल्लेख केलेला एक प्रसंग बहुतेक याच सुमारास (१९०९ ची अखेर) घडला. दक्षिण आफ्रिकेतल्या सत्याग्रहींच्या मदतीसाठी बोलावण्यात आलेल्या लाहोरच्या एका सभेत, भारतीय आशा-आकांक्षांबद्दल सहानुभूती बाळगणारा एक अँग्लिकन धर्मगुरू चार्ल्स फ्रीअर अॅण्ड्र्यूज (१८७१-१९४०) यानं त्याच्याजवळ असलेले सगळे पैसे त्यांच्या मदतीसाठी दिले, असं गोखल्यांनी पाहिलं. (आणि स्वाभाविकपणे केव्हातरी गांधींच्या कानावर घातलं.)

६

एक मोठी वाटचाल

दक्षिण आफ्रिका, १९०९-१५

लंडनला जाऊन आल्यानंतर राजेशाही हस्तक्षेपाची शेवटची आशाही मावळली होती आणि दक्षिण आफ्रिकेतल्या भारतीयांची सत्याग्रहाविषयीची तळमळ थंडावली होती. परंतु तिच्या पुनरुज्जीवनाची गांधींना अपेक्षा होती आणि त्यासाठी ते वाट पाहणार होते.

दरम्यान, एक मोठी कामगिरी त्यांच्या शिरावर येऊन पडली होती–तुरुंगात गेलेल्या किंवा हद्दपार झालेल्या सत्याग्रहींच्या कुटुंबांची काळजी घेणं आणि ज्यांच्या नोकऱ्या गेल्या आहेत, अशा सत्याग्रहींची देखभाल करणं. १९१०च्या सुरुवातीला गांधींवरचा हा भार मुंबईच्या रतन टाटा यांनी २५ हजार रुपयांची भेट देऊन हलका केला आणि सी. एफ. ॲण्ड्र्यूजनं दिलेल्या मदतीबरोबरच भारतातून काहीजणांनी वाटा उचलला.

परंतु सगळ्यांत मोठी मदत केली ती कालेनबाख यांच्या प्रस्तावानं. जोहान्सबर्गपासून २१ मैलांवर आणि लॉली स्टेशनपासून एक मैलावर असलेली स्वत:च्या मालकीची लॉली इथली अकराशे एकर जमीन त्यांनी देऊ केली. या ठिकाणी सगळ्या जातिधर्मांचे आणि समाजाच्या सर्व स्तरांतले भारतीय सत्याग्रही व त्यांचे कुटुंबीय एकत्र राहू शकणार होते आणि एकमेकांना साहाय्य करू शकणार होते.

नोव्हेंबर १९१०मध्ये टॉलस्टॉय यांचं निधन होण्यापूर्वी कालेनबाख आणि गांधी यांनी या वस्तीला टॉलस्टॉय फार्म असं नाव दिलं. 'इंडियन ओपिनिअन'मध्ये गांधींनी लिहिलेल्या श्रद्धांजलीपर लेखाचं शीर्षक होतं 'द लेट लॅमेंटेड टॉलस्टॉय द ग्रेट' आणि त्यात म्हटलं होतं :

टॉलस्टॉय सगळ्या जगाला परिचित आहेत ते एक चांगला माणूस म्हणून. ते एकेकाळी निष्णात सैनिक होते, तरी पण सैनिक म्हणून त्यांचा लौकिक नाही; एक लेखक म्हणून त्यांचा नावलौकिक असला तरी महान

लेखक म्हणूनही नाही आणि प्रचंड संपत्तीचे ते मालक होते, तरी एक अमीर-उमराव म्हणूनही त्यांची ओळख नाही. तर निव्वळ एक चांगला माणूस म्हणून जग त्यांना ओळखत होतं... आमच्या कामात आम्हाला टॉलस्टॉय यांच्यासारख्या महान विभूतीचे आशीर्वाद लाभले, ही आमच्यासाठी कमी उत्साहवर्धक बाब नाही.

असं असलं तरी सुमारे वर्षभरापूर्वी गांधी म्हणाले होते, 'टॉलस्टॉय यांच्या सगळ्याच कल्पना मी स्वीकारतो, असं कुणीही समजू नये.' भारतीय मंचावरून अधिकतर चांगल्या जगाच्या शोधात असलेले गांधी टॉलस्टॉय यांच्या राष्ट्रवादाला असलेल्या सरसकट निषेधाशी सहमत नव्हते आणि त्या रशियन गृहस्थांनी हिंदुत्वावर केलेल्या टीकेतल्या काही मोजक्याच बाबींशी सहमत होते.

तरीही भारतानं ब्रिटिशांपुढे कशी शरणागती पत्करली याबद्दल त्या दोघांचं संपूर्ण एकमत होतं आणि ब्रिटिश साम्राज्याला अहिंसेच्या मार्गानं टक्कर देण्याबाबतही त्यांच्यात एकवाक्यता होती.

कालेनबाख : नवीन वसाहतीला टॉलस्टॉय यांचं नाव देणं, ही गोष्ट त्यांच्यासाठी आणि कालेनबाख यांच्यासाठीही स्वाभाविक होती. (गांधींमार्फत) कालेनबाख यांनी टॉलस्टॉय यांना असं कळवलं होतं की, 'अ कन्फेशन' या त्यांच्या एका कादंबरीत त्यांना स्वतःची ओळख पटली होती. या शेऱ्यामुळे त्या रशियन सद्गृहस्थांच्या मनात अतिशय कुतूहल निर्माण झालं.

'डेव्हिड कॉपरफील्ड' ही आणखी एक कादंबरी गांधी आणि कालेनबाख यांच्या संभाषणात असायची. कालेनबाख यांनी ती वाचण्याची शिफारस केल्यानंतर, ती डिकन्सची कथा मन लावून वाचताना गांधींनी त्यातल्या डेव्हिडवर प्रभाव असणाऱ्या आणि त्या गावच्या एमिली या सौंदर्यवतीच्या स्खलनास व विनाशास कारणीभूत असणाऱ्या स्टीअरफोर्थ या व्यक्तिरेखेवर विचार करायला कालेनबाख यांना सांगितलं.

मार्टिन ग्रीन या गोष्टीचा संबंध गांधींच्या लहानपणी त्यांना मेहताबविषयी असणाऱ्या आकर्षणाशी जोडतात. मेहताब हा काही अंशी स्टीअरफोर्थशी साधर्म्य दाखवतो. ग्रीन पुढे असंही सूचित करतात की, जसा डेव्हिड स्टीअरफोर्थमध्ये सुधारणा घडवण्यास असमर्थ ठरला आणि तसाच मोहन मेहताबच्या बाबतीत असफल ठरला. गांधी दुसऱ्या एका दिपवून टाकणाऱ्या व्यक्तीच्या–कालेनबाखच्या बाबतीत मात्र यशस्वी ठरले.

अत्यंत जवळचे संबंध जोडण्याबाबत असलेली त्यांची सावधगिरी कालेनबाखच्या मैत्रीत मात्र गांधींनी झुगारून दिली, असं एका वैशिष्ट्यपूर्ण पत्रव्यवहाराद्वारे उघड होतं. कालेनबाखबरोबर अतिशय स्नेहपूर्ण, जवळकीचे, मोकळे आणि वडिलकीचे

संबंध प्रस्थापित करताना बदल्यात त्यांना एका अलौकिक मैत्रीचा लाभ झाला.

जून १९०९मध्ये गांधींनी कालेनबाख यांना लिहिलं की, त्यांच्या गांधींवर असलेल्या असामान्य प्रेमाचं कारण त्यांच्या लक्षात येत नाही. ३० ऑगस्ट १९०९ रोजी कालेनबाख यांच्या अपूर्ण शिक्षणाचा उल्लेख करताना गांधींनी लिहिलं : 'केवळ इतिहासात आणि कादंबऱ्यांमध्ये ज्यांचे वर्णन आढळते, अशा मैत्रीची तू मला आठवण करून देतोस... पण हे दैवी प्रेम मी आणि माझ्याशी संबंधित क्षुद्र गोष्टींकडे लक्ष देण्यातच संपून जाणार का? तुझं शिक्षण पूर्ण होणं किती गरजेचं आहे हे तुला ठाऊक असताना, ते पूर्ण करण्यासाठी ते तुला बाध्य करणार नाही का?'

सप्टेंबर १९०९मध्ये गांधी कालेनबाख यांना पुन्हा एकदा लिहितात, लंडनला घेतलेल्या हॉटेलमधल्या खोलीत केवळ त्यांचाच फोटो ठेवलेला आहे आणि कालेनबाखचा विचार ते मनातून काढून टाकू शकत नाहीत. दोन वर्षांनी, जेव्हा कालेनबाख इंग्लंडला गेले; तेव्हा त्यांनी गांधींबरोबर केलेल्या वचननाम्यात एक कलम असं होतं की, ते कधीच विवाह करणार नाहीत किंवा स्त्रीकडे विषयवासनेनं बघणार नाहीत. त्या बदली दोघांमध्ये असं प्रेम असेल, की आतापर्यंत जगानं असं प्रेम कधी बघितलं नसेल, असं दोघांनी एकमतानं ठरवलं. गांधींनी पुढे लिहिलं की, कालेनबाखपासून दूर होणं त्यांना खूप जड गेलं, पण ते अपरिहार्य होतं. कालेनबाख यांनी योम किप्पूर यांची ध्यानधारणा लक्षात ठेवावी आणि सतत स्वत:ला पारखत राहावं. त्याशिवाय गांधींना मैत्रीच्या नजरेनं नव्हे, तर अतिशय टीकात्मक आणि दोषशोधक नजरेतून निरखत राहावं. आपल्याला एक आदर्श, पूजनीय व्यक्ती म्हणून पूजणं मूर्खपणाचं आहे, असं गांधींनी आर्जवानं सांगितलं. पण या बाबतीत गांधींना पूर्ण समाधान नेहमीच मिळालं नाही आणि परिणामस्वरूप ते दुखावले गेले; जणू काही एखादी कट्यार तुमच्या आरपार गेली आहे. ती मूर्ती भंग होऊ दे, उरलेले अवशेष जास्त शुद्ध असतील, असा गांधींचा आग्रह होता.

एक काठियावाडी बनिया आणि एक जर्मन ज्यू एकमेकांना जोहान्सबर्गमध्ये भेटतात आणि एकमेकांना जे पाहिजे ते एकमेकांकडून त्यांना मिळतं, ही गोष्ट म्हणजे आपल्या कहाणीतला एक चमत्कार आहे.

टॉलस्टॉय फार्म : टॉलस्टॉय फार्मवरच्या झाडांना मुबलक प्रमाणात संत्री, जर्दाळू आणि प्लम्स यायचे. तिथे पाच किंवा सहा लोक राहू शकतील, असं एक लहान घर होतं आणि घरापासून सुमारे ५०० यार्डांवर एक झरा होता. त्या वसाहतीत एक प्रकारचा सहकारी राष्ट्रसंघ निर्माण व्हावा, असं स्वप्न गांधींनी पाहिलं. (भारताच्या) विविध प्रांतांतून आलेले आणि विविध धर्मांचं पालन करणारे सत्याग्रहींचे कुटुंबीय तिथे असावेत आणि एकमेकांशी समन्वय साधून त्यांनी एक

नवीन आणि साधं आयुष्य व्यतीत करायला शिकावं.

स्वत:च देऊ केलेल्या या फार्मवर येऊन राहावं आणि तिथे शिकवावं, असं कालेनबाख यांनी ठरवलं. गांधींच्या शब्दांत सांगायचं, तर ते वैभवलक्ष्मीच्या अंगाखांद्यावर खेळत लहानाचे मोठे झाले होते आणि कोणत्याही प्रकारच्या कमतरतेशी त्यांची तोंडओळखही नव्हती. त्यांना आयुष्यातली सगळ्या प्रकारची सुखं भरभरून मिळाली होती आणि पैशानं विकत घेण्याजोग्या सगळ्या सुखसोई त्यांनी उपभोगल्या होत्या. ते आता 'टॉलस्टॉय फार्म'वर राहण्यास, वावरण्यास आणि आयुष्य घालवण्यास खुशीनं सिद्ध झाले होते.

गांधींच्या शब्दांत सांगायचं तर, कालेनबाख यांनी अतिशय कुशलतेनं आणि काटेकोरपणे पुरुष आणि स्त्रियांसाठी प्रत्येकी एक आणि स्वत:साठी एक निवासस्थान बांधलं. याखेरीज एक शाळा आणि सुतारकाम व चांभारकाम करण्यासाठी एक अशा इमारतींच्या बांधकामांवर देखरेख केली. युरोपियन गवंडी आणि गुजराती सुतार यांच्या मदतीनं सत्याग्रही आणि त्यांच्या परिवारांनी बांधकाम केलं. इमारती तयार होत असल्याच्या काळात, सुमारे दोन महिने सगळे लोक तंबूंमध्ये राहिले.

बॅरिस्टर असण्याचा गर्व न बाळगणारे बॅरिस्टर जोसेफ रॉयप्पन आणि प्रागजी खंडूभाई देसाई यांना आजपावेतो गैरसोय म्हणजे काय, हे माहीत नव्हतं; परंतु त्यांनी स्टेशनवरून ओझी वाहून आणली आणि झऱ्यातून पाणी वाहून आणलं. गांधींना वाटलं की, 'टॉलस्टॉय फार्मवर दुर्बल सशक्त झाले आणि कष्टाची कामं शक्तिवर्धक औषधं म्हणून सिद्ध झाली.'

एक प्रकारचं खेडं स्थापन केल्यावर आम्हाला लहान-मोठ्या सगळ्या प्रकारच्या वस्तूंची गरज भासू लागली. बाकड्यांपासून ते खोक्यांपर्यंत आणि आम्ही स्वत: त्या बनवल्या, असं गांधी मग आठवणींमध्ये लिहितात. मुलं धरून तिथे तब्बल ७५ लोक होते. त्या वसाहतीत मांसाहार करू द्यायला (गोमांससुद्धा) गांधी तयार होते; परंतु ज्या वेळी त्यांनी तिथल्या मुस्लीम आणि ख्रिश्चनांपुढे संपूर्ण शाकाहारी स्वयंपाकघराचा प्रस्ताव मांडला. तेव्हा ते ताबडतोब तयार झाले. कारण मांसाहारासाठी दोन वेगवेगळी स्वयंपाकघरं करावी लागली असती आणि 'फार्म'चं अंदाजपत्रक कोलमडलं असतं.

कस्तुरबा आणि मुलं अजूनही राहत असलेल्या फिनिक्सची देखभाल करणाऱ्या मगनलालला गांधींनी १९११च्या ऑगस्टमध्ये लिहिलं :

इथे माझी जीवनशैली पूर्णपणे बदलली आहे. सगळा दिवस जमीन खोदण्यात आणि इतर कष्टाची कामं करण्यात जातो; लिखाणकाम आणि लोकांना गोष्टी समजावून सांगण्यात नाही. मी या कामाला प्राधान्य देतो...

सध्या मी सतत ज्या लोकांबरोबर काम करतो, त्या काफिरांना मी आपल्यापेक्षा श्रेष्ठ समजतो. ते त्यांच्या अजाणतेपणी जे करतात, ते आम्हाला जाणीवपूर्वक करावं लागतं. बाह्यरूपात आम्ही त्या काफिरांसारखंच दिसायला हवं.

हा निंदाजनक शब्द वापरण्याची त्यांची बहुधा ही शेवटची वेळ होती. तो वापरत असताना आणि आफ्रिकन 'अजाणतेपणा'बद्दलचा त्यांचा झालेला समज पाहताना दक्षिण आफ्रिकेतल्या गांधींच्या मर्यादा उघड्या पडतात. ट्रान्सवालची जमीन आफ्रिकी लोकांच्या बरोबरीनं खोदणारे आणि कष्टाच्या कामांमुळे मिळणारं श्रेष्ठत्व मान्य करणारे गांधी हे चित्र मात्र मनात नोंदवून ठेवण्यासारखं आहे.

मेरियनहिलच्या 'ट्रॅपिस्ट' मठात कालेनबाख चप्पल बनवायला शिकले, त्यांनी गांधींना ती कला शिकवली, त्यांनी ती इतर लोकांना शिकवली. फार्मवरची सगळी माणसं युरोपियन शैलीतला कामगारांचा पोशाख वापरायची : कामगारांची विजार आणि शर्ट कैद्यांच्या पोशाखावर बेतलेला होता आणि तो शिवला होता फार्मवरच्या स्त्रियांनी. फार्म उद्योगांनी गजबजलेलं एक केंद्र आणि कुटुंबांना स्वकष्टार्जित बनवून ट्रान्सवाल सरकारला टक्कर देण्यासाठी या प्रकारे सज्ज होण्याचा उद्देश यामागे होता.

सकाळी सहा वाजता फार्मवर भाजलेला ब्रेड आणि गव्हापासून बनवलेली 'कॉफी' अशी न्याहारी; अकरा वाजता भात, डाळ आणि भाज्या यांचं भोजन आणि संध्याकाळी साडेपाचला होणाऱ्या भोजनात एकतर गव्हाची लापशी आणि दूध किंवा ब्रेड आणि कॉफी यांचा समावेश असे. तुरुंगात मिळणाऱ्या वाडग्यांसारख्या भांड्यांतून भोजन घेतलं जायचं आणि फार्मवर तयार केलेले लाकडी चमचे खाण्यासाठी वापरले जात. संध्याकाळच्या जेवणानंतरच्या सर्वधर्म - प्रार्थनेत तमिळ, तेलुगू, गुजराती आणि हिंदी गाण्यांचा समावेश होता.

माणूस जरी जंगलात राहत असला तरी तो जर आपला मैला झाकत नसेल, तर तो जबर शिक्षेस पात्र असतो, हे तत्त्व अमलात आणताना गांधी असा दावा करत की, फार्मवर कुणालाही कुठेही कचरा किंवा घाण सापडली नसती. सगळं सांडपाणी झाडांना वापरलं जाई, भाज्यांची सालं-देठं आणि उरलेलं अन्न खत म्हणून वापरलं जाई आणि रात्रभर जमा झालेला मैला खड्ड्यात पुरला जाई. तिथे अजिबात माश्या नसायच्या.

आमच्या छोट्या राष्ट्रसंघाच्या कामासाठी ट्रेननं जोहान्सबर्गला जाताना तृतीय वर्गानंच प्रवास करावा लागायचा आणि खाजगी कामांसाठी फक्त पायी जाता यायचं. त्या महानगरात खाण्या-पिण्यावर काहीही खर्च करण्यास बंदी होती, परंतु

पायी चालणारे कोंडा न काढलेला आणि घरी भाजलेला ब्रेड, शिवाय भुईमुगापासून केलेलं लोणी आणि फार्मवर तयार केलेला संत्र्याचा मुरांबा आपल्याबरोबर नेऊ शकायचे.

काही प्रसंगी, गांधी आणि कालेनबाखसकट फार्मवरचे लोक २१ मैलांवर असलेल्या जोहान्सबर्गला चालत जायचे आणि त्याच दिवशी तेवढेच अंतर चालून परत यायचे. रात्री अडीच वाजता हा प्रवास सुरू करून सहा ते सात तासांत ते त्या शहरी पोचायचे. (सर्वांत उत्तम वेळ चार तास आणि अठरा मिनिटांची नोंदली गेली.) गांधी नंतर असा दावा करत की, फार्मवरचं काम आणि शहरात होत असलेल्या फेऱ्या तरुणांना फारच आवडत असत. एक दिवस मी पंचावन्न मैल चाललो, हेही त्यांनी नमूद केलं आहे.

असं असलं तरी फार्मवरच्या मुलांच्या शिक्षणात पुन्हा बऱ्याच त्रुटी होत्या. दुपारी शाळा सुरू होण्याच्या वेळेपर्यंत कालेनबाख, गांधी आणि इतर काही जण यांना शिक्षकाची भूमिका पार पाडावी लागत होती. विद्यार्थीही सकाळच्या श्रमानं पूर्णपणे थकून गेलेले असल्यानं त्यांना गाढ झोप यायची. त्यात भर म्हणून, काही काही दिवस एखादा शिक्षक जोहान्सबर्गला गेलेला असायचा. तीन भाषांमधून (गुजराती, तमिळ आणि तेलुगू) शिकवण्याची गरज आणि चार धर्मांची (हिंदू, इस्लाम, झोराष्ट्रीयन आणि ख्रिश्चन) शिकवण देण्याची आवश्यकता या आव्हानात्मक परिस्थितीत अधिक भर घालणारी होती.

तरी काही फायदे होतेच. रमजानच्या दरम्यान हिंदू तरुण आपल्या फार्मवरच्या मुस्लीम सहकाऱ्यांबरोबर उपवास करत. 'असहिष्णुतेच्या संसर्गापासून' वाचलेली ती मुलं एकमेकांच्या धर्माकडे आणि रीतीरिवाजांकडे सहृदयतेनं आणि दयाळूपणे बघायला शिकली आणि त्यांनी परस्परांविषयी सेवाभाव, आदर आणि परस्परसहकार्यानं उद्योग उभारण्याचे धडे गिरवले.

मुलं आणि मुली एकमेकांशी मोकळेपणानं भेटत होते. गांधींनी स्व-संयमनाचं कर्तव्य पूर्णपणे समजावून सांगितलं होतं, पण सगळ्यांना एकाच वेळी झऱ्यावर, त्यांच्या उपस्थितीत अंघोळ करण्याची परवानगी दिली. अजून एका धाडसी प्रयोगात, सगळी मुलं उघड्या व्हरांड्यात गांधींभोवती एकत्र झोपायची, दोन अंथरुणांमध्ये तीन फुटांपेक्षा थोडं जास्त अंतर असायचं. पालकांनी या गोष्टीला परवानगी दिली होती आणि गांधींना वाटायचं की, ईश्वर या मुला-मुलींच्या सन्मानाचं रक्षण करत होता.

एक दिवस मात्र, एका तरुणानं दोन मुलींची टिंगल केली. गांधींचा या बातमीनं थरकाप झाला आणि त्या गुन्हेगाराची व त्याच्या दोस्तांची त्यांनी चांगलीच कानउघाडणी केली.

मुलींच्या दिसण्यात असा एखादा बदल करावा की, जो पाहताक्षणी प्रत्येक

तरुणाला सावधानतेचा इशारा मिळेल आणि आपल्या पावित्र्यावर कुणी घाला घालण्याचं धाडस करणार नाही, हा दिलासा प्रत्येक मुलीला मिळेल, असा विचार गांधींच्या मनात आला. रात्रभर त्या गोष्टीवर विचार केल्यानंतर मुलींनी त्यांचे सुंदर, लांब केस कापून टाकावेत, हा उपाय त्यांना सुचला.

या गोष्टीला संमती देण्यासाठी त्यांनी त्या दोन मुलींचं आणि फार्मवरच्या ज्येष्ठ महिलांचं सकाळी मन वळवलं. बारा वर्षांनंतर त्यांनी लिहिलं की, हा प्रसंग लिहिणाऱ्या या हातानंच त्या मुलींचे केस कापले.

दोन्ही मुली घरंदाज होत्या, असं गांधींनी लिहिलं. असं असलं तरी गांधींनी असा दावा केला की, ते मुलांना समज देत होते आणि मुलींना पाठीशी घालत होते; परंतु 'मुलींना'च त्याची शिक्षा भोगावी लागली, असं चित्र नक्कीच उभं राहतं– मुलांना कडक शिक्षेव्यतिरिक्त काही अद्दल घडवली असेल तर ते आपल्याला ज्ञात नाही. हा प्रसंग गांधींच्या मनावर कोरला गेला आणि 'या हातानंच' या शेऱ्याच्या अनुषंगानं बघितल्यास कदाचित खूप त्रासदायक ठरला.

आत्मविश्वास : साप ही फार्मवरची एक नित्याचीच समस्या होऊन बसली होती, पण लवकरच हरहुन्नरी कालेनबाखनं त्यांच्याविषयी वाचून माहिती मिळवली. काही थोडेच सर्प विषारी असतात, असं वसाहतीला समजावलं आणि एका नागाला माणसाळवलं. तरी पण, जेव्हा कालेनबाखच्या शयनगृहात साप सापडला, तेव्हा गांधींनी त्याला मारण्याबाबत आदेश दिले.

सत्याग्रह आणि साधी राहणी यावर असलेल्या गांधींच्या श्रद्धेनं आणि त्या पाठोपाठ आलेल्या निसर्गोपचार पद्धतीनं एक नवी उंची गाठली होती आणि 'डॉक्टर' गांधींची ख्याती सर्वदूर पसरली होती. विशेषत: एका उत्तर भारतीय माजी-कंत्राटी कामगाराचा अस्थमा त्यांनी योग्य आहार, तंबाखूच्या सेवनावर बंदी आणि सूर्यस्नान यांद्वारे बरा केला. लॉलीच्या स्टेशनमास्तरच्या दोनवर्षीय मुलाला टायफॉईडची शंका होती. मुलाच्या आहाराचं नियमन करून आणि त्याच्या पोटावर थंडगार चिखलाच्या पट्ट्या ठेवून त्यांनी त्याला बरा केला. 'फार्मवर मी असे बरेच प्रयोग केले आणि एकही प्रयोग फसल्याचं मला स्मरत नाही', असा दावा त्यांनी नंतर केला. तो लॉलीचा स्टेशनमास्तर मित्र बनला आणि एकदा तर दोघा सत्याग्रहींना ट्रेन पकडणं शक्य व्हावं म्हणून त्यानं ती थांबवून ठेवली. निदान लॉलीमध्ये तरी, सत्याग्रही हे दक्षिण आफ्रिकेच्या परिसराचा आणि जीवनाचा एक भाग बनले होते.

ग्रीन यांच्या म्हणण्यानुसार, टॉलस्टॉय फार्मवर गांधींनी रॉबिन्सन क्रूसोसारखी मजा लुटली आणि साधेपणानं त्यांच्या मनाला आनंद दिला. 'माझी श्रद्धा आणि धडाडी, टॉलस्टॉय फार्मवर असताना अतिशय जोशात होती', अशी आठवण १९२०च्या मध्यावर गांधी लिहितात. शिवाय, १९०६ साली घेतलेल्या पावित्र्याच्या

शपथेमुळे येऊ शकणाऱ्या कोणत्याही प्रकारच्या खेदापासून ते पूर्णपणे मुक्त भासत होते.

हरिलाल निघून जातो

तुरुंगात जाण्याचा धोका पत्करण्यात गांधींचा सगळ्यात मोठा मुलगा (वीस वर्षांचा) आघाडीवर होता. जेव्हा तो सत्याग्रही म्हणून प्रथमच तुरुंगात गेला, त्या दिवसापासून– २८ जुलै १९०८–अडीच वर्षांच्या काळात म्हणजे ९ जानेवारी १९११ रोजी तो त्याची सहावी आणि शेवटची कैद भोगून बाहेर पडला, तोपर्यंत एकूण फक्त दहा महिने मोकळा होता. १९१०मध्ये अठरावर्षीय मणिलालसुद्धा लहानसहान शिक्षांची मालिकाच व्यतीत करून आला. त्याशिवाय परवाना नसताना रस्त्यावर वस्तू विकल्या म्हणून त्याला तीन महिन्यांची शिक्षा झाली.

हरिलालच्या सत्याग्रहाबद्दल गांधींनी त्याची पाठ थोपटली आणि टॉलस्टॉय यांना लिहिलेल्या एका पत्रात मोठ्या अभिमानानं त्याचा उल्लेख केला. तरीही पिता- पुत्रांचे संबंध बिघडत चालले होते. १९१०च्या मध्यावर हरिलालनं आपली पत्नी आणि दोन वर्षांची मुलगी रामी यांना भारतात पाठवून दिलं. एक वर्षानंतर, भारतात रामीच्या भावाचा–कांतीचा– जन्म झाल्यानंतर थोड्याच दिवसांत, आपल्या पित्याला काहीएक न सांगता हरिलाल निघून गेला.

तो आणि गांधी त्या वेळी जोहान्सबर्गला होते आणि कस्तुरबा फिनिक्सला. त्यानं मागे ठेवलेल्या पत्रात गांधींवर एक अपयशी पिता म्हणून ठपका ठेवला होता आणि हरिलाल सगळे कौटुंबिक पाश तोडत आहे, असं जाहीर केलं होतं; तरीही हा तेवीस वर्षांचा मुलगा आपल्या वडिलांचा फोटो बरोबर घेऊन गेला होता. गांधींनी आपल्या मुलाला शोधण्यासाठी संपूर्ण जोहान्सबर्ग पालथं घातलं आणि जोसेफ रॉयप्पनकडून त्यांना कळलं की, भारतात जाण्यासाठी तो मोझाम्बिक या पोर्तुगीज वसाहतीतल्या डेलागोवा बे इथे पळून गेला होता.

कालेनबाख धावतपळत डेलागोवा बे इथे गेले. हरिलालला शोधलं आणि त्याला जोहान्सबर्गला परत घेऊन आले. वडील आणि मुलगा पहाटेपर्यंत बोलत होते. त्या प्रदीर्घ रात्रीत, वडिलांनी आपल्या मुलांचं कधीच कौतुक केलं नाही, नेहमी मगनलाल आणि छगनलाल यांना झुकतं माप दिलं. आपल्या मुलांशी आणि पत्नीशी ते कठोरपणे वागले आणि मुलांच्या भविष्याबद्दल निष्काळजीपणा दाखवला, असे आरोप हरिलालनं केले. आपण भारतात जाऊन आपलं स्वतःचं आयुष्य सुरू करू, असं हरिलाल म्हणाला. हरिलालच्या कठोर तुरुंगवासांमुळे हा ताण या थराला पोचला. त्या काळी दक्षिण आफ्रिकेत सहा महिने म्हणजे क्रूर शिक्षा समजली जायची आणि हरिलालला ती दोनदा भोगावी लागली. परंतु तुरुंगात न जाताही

पिता-पुत्रांमध्ये वाद झालाच असता.

गांधी नवीन भारताच्या निर्मितीत गुंतले होते, तर हरिलाल स्वत:चा पेशा शोधण्यात. गांधींसाठी हरिलाल हा इतर अनेक पाल्यांपैकी एक आणि त्यातल्या त्यात समजून घेण्यासाठी अवघड होता. हरिलाल स्वत:ला आपल्या पित्याचा ज्येष्ठ पुत्र म्हणून पाहत होता, खास वागणूक मिळणं हा आपला हक्का समजत होता. आपलं कुटुंब सर्व प्रकारच्या जातिधर्माच्या आणि विविध स्तरांचा समावेश असलेल्या एकसंध समाजात विलीन होऊन जावं, असं गांधींना वाटत होतं; हरिलाल स्वत:चा शोध घेण्यास उत्सुक होता आणि त्या समाजाचे नीतिनियम त्याला आवडत नव्हते.

मध्यभागी भांग पाडणारा आणि कपाळावर केसांची सुंदर झुलपं मिरवणारा आणि खांद्यावर चामड्याची मोठी पिशवी बाळगणारा, बापूंबरोबर चालताना त्यांच्याशी बोलण्यात गढून गेलेला सगळ्यात मोठा भाऊ हा दहा वर्षांच्या देवदाससाठी तुरुंगात जाऊन आलेला तडफदार नायक होता.

पण ते गहन संभाषण वादविवादांनी भरलेलं असे. त्या मुलाची सर्वांत मोठी नाराजी म्हणजे १९१० साली प्राणजीवन मेहतांनी देऊ केलेल्या शिष्यवृत्तीवर इंग्लंडला कायद्याचा अभ्यास करण्यासाठी हरिलालऐवजी छगनलालला पाठवण्याचा गांधींचा निर्णय. आधी मेहतांनी ती मदत गांधींच्या एका मुलासाठी (बहुधा मणिलालसाठी) देऊ केली होती. परंतु गांधींच्या विनंतीवरून सर्वांत लायक व्यक्तीला ती दिली जावी. या अटीस मेहतांनी मान्यता दिली. (गांधींनी 'हिंद स्वराज'मध्ये वकिलांविषयी काहीही म्हटलेलं असलं, तरी दक्षिण आफ्रिकेतल्या भारतीयांना लंडनहून कायदा शिकून आलेल्या वकिलाची गरज होती, हे त्यांनी मान्य केलं होतं.)

रात्रभर चाललेल्या चर्चेनंतर (१७ मे १९११च्या सकाळी) गांधींनी हरिलाल निघून जात असल्याचं जाहीर केलं. जोहान्सबर्ग स्टेशनवर त्याला निरोप द्यायला बरेच लोक आले होते, त्यात गांधीही होते. प्रागजी देसाई या प्रसंगाचं वर्णन करताना लिहितात की, त्यांनी आपल्या पुत्राचं चुंबन घेतलं, गालावर हलकेच थोपटलं आणि थरथरत्या आवाजात सांगितलं, 'तुझ्या पित्यानं तुझं काही वाईट केलं असं जर तुला वाटत असेल, तर त्याला माफ कर.' जेव्हा भारतात परत जाताना झांजीबार इथे हरिलाल सत्याग्रहाच्या आवश्यकतेबाबत बोलल्याचे गांधींना कळलं, तेव्हा त्यांनी त्याला एक प्रशंसा करणारं पत्र पाठवलं. आपसात वाटून घेतलेल्या राजकीय संघर्षामुळे हे तुटलेले बंध पुन्हा जोडले जातील, अशी त्यांना आशा होती.

जरी गांधी 'सर्वसामान्य' कौटुंबिक जीवन जगू शकले नाहीत, तरी त्या काळच्या बऱ्याच भारतीय पित्यांप्रमाणे त्यांनी आपल्या मुलाला मायेची ऊब देऊ केली होती. 'मला तुझ्याकडून खूप मोठ्या अपेक्षा आहेत,' असं ते म्हणायचे (१९१०). काही प्रसंगी, पुन्हा अगदी परंपरागत वडिलांप्रमाणे ते त्यांच्या मुलावर

रागवायचे आणि निराश व्हायचे. भारतात परतल्यावर हरिलाल भरकटत चालला आहे हे कळल्यावर त्यांनी त्याला लिहिलं, 'मला खूप चीड येतीये आणि रडावंसं वाटतंय.' अनेकदा तो पिता फक्त म्हणायचा, 'आपण मित्र म्हणून राहू.' फेब्रुवारी १९१२मध्ये गुलाबला त्यांनी एका पत्रात लिहिलं, 'तुमची दोघांची जशी इच्छा असेल तसं तुम्ही राहा आणि जे आवडेल ते करा. मी फक्त एवढीच इच्छा व्यक्त करू शकतो की, तुम्ही आनंदात असावं आणि पुढेही राहावं.'

तरीही उपदेश केल्यावाचून वडिलांना राहावत नसे. (या ठिकाणीसुद्धा परंपरागत भारतीय पित्यांच्या पिढ्या जसं वागल्या तसंच तेदेखील वागले.) आपला मुलगा स्वतंत्र आहे आणि त्याला हवं ते तो करू शकतो असं गांधींनी हरिलालला म्हटलं, तरी एक वडील म्हणून त्यांची काय इच्छा होती, हेसुद्धा त्याबरोबर नेहमी सांगितलं जाई. मॅट्रिक्युलेशनच्या परीक्षेसाठी आपण फ्रेंच हा विषय घेऊ इच्छितो, असं हरिलालनं अहमदाबादहून कळवल्यावर, गांधींनी त्याऐवजी संस्कृत घेण्याचा प्रस्ताव मांडला. मुलाला ज्या गोष्टींचा दबाव जाणवला, त्यांना त्यानं विरोध केला. तरीसुद्धा तीन वर्षांच्या काळात अहमदाबादला तीन वेळा प्रयत्न करूनही हरिलाल मॅट्रिक होऊ शकला नाही. पत्ते आणि जुगारामुळे अभ्यास बाजूला पडला. आपल्याला इंग्लंडला न पाठवल्याबद्दल ज्या कठोरपणे हरिलालनं प्रतिक्रिया व्यक्त केली, त्यामुळे पित्याच्या मनात विचारशृंखला सुरू झाली. १९१०मध्ये त्यांनी लिहिलं, 'तुला जर जायची इच्छा असेल तर मी तुला पाठवीन' आणि पुन्हा १९१२मध्ये, 'मी तुला इंग्लंडला पाठवायला तयार आहे', असं ते लिहितात. पण त्याबरोबर एक अट होती : लंडनला शिकून आल्यानंतर हरिलालनं दक्षिण आफ्रिकेला परत येऊन सत्याग्रहींची सेवा केली पाहिजे. (छगनलालकडूनही असंच वचन घेतलं गेलं होतं.) ही अट न पटल्यानं आणि प्रस्तावाला उशीर झाल्यामुळे हरिलालनं नकार दिला.

इंग्रजी हिवाळा सहन न झाल्यानं कायद्याचा अभ्यास पूर्ण न करताच छगनलाल भारतात परतला आणि मेहतांनी इंग्लंडला जाण्यासाठी आणखी एक शिष्यवृत्ती देऊ केली. गांधींनी ती एकनिष्ठ अडाजानियाला देऊ केली, त्यामुळे हरिलाल (आणि मणिलाल) यांची नाराजी पुन्हा एकदा उफाळून आली.

तरी पण, हरिलाल अजून आपल्या वडिलांपासून पूर्णपणे तुटला नव्हता. त्याच्या वडिलांनी १९१२मध्ये आयोजित केलेला गोखल्यांचा दक्षिण आफ्रिकेचा दौरा यशस्वीरीत्या संपवून ते परत आले, तेव्हा मुंबईत त्यांच्या झालेल्या स्वागतसमारंभात हरिलालनं भाषण केलं; हरिलाल पुन्हा दक्षिण आफ्रिकेतल्या सत्याग्रहात सामील होऊ इच्छितो, असं १९१३मध्ये बोललं जात होतं; पण असं घडणार नव्हतं.

करिश्मा : हरिलालला मगनलाल आणि छगनलालबद्दल वाटणारी चीड थोड्याफार प्रमाणात मणिलाल आणि कस्तुरबांनाही वाटत होती; पण त्याकडे लक्ष

न देण्याबद्दल गांधींनी आपल्या पुतण्यांना सांगितलं होतं. खरं म्हणजे तो आकस आपल्याविषयी आहे आणि मगनलाल-छगनलाल यांनी निघून जाण्याचा जो प्रस्ताव मांडला होता, त्यामुळे तो कमी होणार नाही, असं गांधींनी स्पष्ट केलं. नंतर (१९१८) ज्यांच्या आपण शोधात होतो असे तीन साथीदार आपल्याला दक्षिण आफ्रिकेत मिळाले, असं गांधी म्हणत : मगनलाल, हेन्री पोलॉक आणि सोन्जा स्क्लेझिन.

सतरा वर्षांची असताना, सोन्जा स्क्लेझिन मिस डिकच्या जागी गांधींची सचिव म्हणून रुजू झाली, बुटकी दणकट शरीरयष्टी लाभलेली स्क्लेझिन आखूड पोशाख वापरत होती. कालेनबाख यांनी तिची गांधींशी ओळख करून दिली आणि म्हणाले, "तिच्या आईनं या मुलीला माझ्याकडे सोपवली आहे. ती हुशार आणि प्रामाणिक आहे, पण खूप खोडकर आणि चंचल आहे. थोडीशी उर्मटही आहे. तुम्ही जर तिला सांभाळून घेऊ शकत असाल, तर बघा."

तिचं वय आणि स्वभाव असा असूनही सोन्जा स्क्लेझिन गांधींची विश्वासू सहकारी बनली आणि गांधींनी तिच्याकडे निधी आणि महत्त्वाची कामं मोठ्या विश्वासानं सोपवली. तिच्याकडे निर्णयक्षमता, उत्कृष्ट इंग्रजी, मोकळेपणा आणि कमी पगारात काम करण्याची तयारी होती. आपला पगार तिनं गांधींना वाढवू दिला नाही. गरजेपेक्षा जास्त घेतलं तर, ज्या तत्त्वामुळे मी तुमच्याकडे आकर्षित झाले त्याच्याशी प्रतारणा होईल, असं ती म्हणायची. सर्व प्रकारचे भारतीय स्क्लेझिनकडे मदतीसाठी आणि सल्ल्यासाठी यायचे आणि ती आपल्या कार्यालयाची व चळवळीची निरीक्षक आणि रक्षक आहे, असा श्रेयनिर्देश गांधी करायचे.

तिच्या गांधींबरोबरच्या वागण्यात एक मोकळेपणा होता, जो गांधींना आवडत असे. पोलॉकप्रमाणे तिनं आपल्या हाताखाली आर्टिकलशिप करावी आणि वकील व्हावं या इच्छेनं त्यांनी तिच्या वतीनं लॉ सोसायटीकडे अर्ज केला. पण ती एक स्त्री आहे, या मुद्द्यावरून तो अर्ज फेटाळला गेला.

गांधींची मर्जी संपादन करण्यासाठी कालेनबाख आणि हेन्री पोलॉक यांच्यात स्पर्धा असायची, पण दोघांच्याही भूमिका वेगवेगळ्या होत्या. कालेनबाख यांच्यापेक्षा अकरा वर्षांनी लहान असलेला पोलॉक गांधींचा राजकीय प्रतिनिधी आणि दुभाष्या म्हणून काम करायचा आणि कालेनबाख वित्तदाता व मदतनीस म्हणून. एक प्रामाणिक आणि कुशल मदतनीस आणि सडेतोड टीकाकार असलेला पोलॉक गांधींच्या अचानक बदल (व्यूहरचनेत, डावपेचात आणि ठिकाणांमध्ये) करण्याच्या सवयीमुळे काळजीत पडायचा. ऑगस्ट १९११मध्ये पोलॉकनं लिहिलं, 'अचानक अंधारातून माझ्या समर्पित मस्तकावर तीर मारणं आणि सगळ्या गोष्टी पूर्वीप्रमाणेच सुरळीत होतील अशी कल्पना करणं, ही तुमची फारच गमतीदार सवय आहे.'

पोलॉकमध्ये जगाला बदलण्याची इच्छा आणि चांगलं पत्रकारिताकौशल्य असल्याचं ओळखतानाच गांधींनी मिली पोलॉकबरोबरही थेट संबंध जोडले. गांधी काही वेळा स्त्रीसुलभ प्रतिक्रिया व्यक्त करतात, असं मिलीचं निरीक्षण होतं. ब्रह्मचर्याचा आदर्श जपणारे गांधी फिनिक्समधील नवजात शिशू आणि त्याची आई यांच्याप्रति जी माया दाखवत, त्याबाबत तिला आश्चर्य वाटत असे. मिली पोलॉकच्या मते गांधी अमूर्त तत्त्वं आणि मानवी गरजा व प्रेमभाव यांमध्ये एखाद्या स्त्रीप्रमाणे फरक करत.

बरीच वर्षं गांधींच्या व्यक्तिमत्त्वातली शक्ती मिलीला जाणवत होती, तसंच तिच्या बहिणींनाही; आणि १९०६ व १९०९मध्ये इंग्लंडमध्ये गांधींना भेटलेल्या हेन्रीच्या बहिणींनाही. हेन्रीच्या बहिणींपैकी एकीनं– मॉडनं– त्यांच्या प्रकल्पाबद्दल दाखवलेल्या उत्साहाविषयी हेन्रीला लिहिताना हा उत्साह त्यांच्या व्यक्तिमत्त्वाच्या वलयामुळे तर आला नसावा, असा प्रश्न उपस्थित केला. गांधींनी पुढे लिहिलं, 'असं असेल तर चांगलं काही करण्यापेक्षा एक नुकसानकारक शक्ती म्हणून मला दिसताक्षणी गोळी घातली पाहिजे.'

आपल्या व्यक्तिमत्त्वाच्या मोहिनीविषयी साशंकता असली, तरी गांधींना त्याची आणि आपल्या वाढत्या प्रसिद्धीचीही जाणही येत चालली होती. १९०९ सालच्या डोक यांच्या पुस्तकापाठोपाठ १९११ साली 'ओपन रोड' या ब्रिटिश पत्रिकेत गांधींवर तीन निबंध प्रसिद्ध झाले. ते इसाबेला मायो या टॉलस्टॉय यांच्या समर्थकानं लिहिले होते आणि १९१२ साली प्राणजीवन मेहतांनी एक छोटी पुस्तिका लिहिली. मद्रासमध्ये प्रकाशित झालेल्या या पुस्तिकेचं नाव होतं 'एम. के. गांधी अँन्ड द साउथ आफ्रिकन इंडियन प्रॉब्लेम.'

इथे एक लक्षात घ्यायला हवं की, दक्षिण आफ्रिकेत त्यांचं मन कितीही खोलवर गुंतलं असलं, तरी त्यांची दृष्टी भारतावर होती. सप्टेंबर १९११मध्ये प्राणजीवन मेहतांना लिहिलेल्या पत्रात त्यांनी म्हटलं :

> 'योग्य वेळ येताच मी भारतात असेन. यापेक्षा जास्त काय सांगू? तिथल्या कामासाठी स्वत:ला सक्षम करण्यासाठीच तर ही सगळी तयारी चालली आहे.'

तात्पुरता तह : तुरळक सत्याग्रही अधूनमधून तुरुंगात जात होते– त्यांतले बरेचसे जोहान्सबर्गमध्ये राहणारे तमिळभाषिक भारतीय होते. शिवाय १९१० सालच्या जूनमध्ये पुन्हा अटक झालेला शूर सोराबजी अडाजानिया होता– तरी सुजलाम सुफलाम असलेल्या टॉलस्टॉय फार्मवरचं दैनंदिन एकसुरी आयुष्य जर एखाद्या पाहुण्यानं पाहिलं असतं तर तिथले रहिवासी योद्धे आहेत, याचा सुगावाही त्याला

लागला नसता. युद्ध उभं ठाकल्यास सबुरी आणि शांतीच कामी येऊ शकेल, अशी गांधींना आशा होती.

जून १९१०मध्ये युनियन बँक ऑफ साउथ आफ्रिकेचा उदय झाल्यानंतर बोथा पंतप्रधान झाले, तर संपूर्ण देशासाठी अंतर्गत व्यवहारमंत्री म्हणून स्मट्स यांची नियुक्ती झाली. त्यांच्या कार्यक्षेत्रांतर्गत ट्रान्सवाल, केप, नाताळ आणि ऑरेंज फ्री स्टेट (OFS) या चारही प्रांतांतल्या भारतीयांचा समावेश होता आणि त्यांचे प्रवक्ते म्हणून गांधींना मान्यता मिळाली.

१९११मध्ये भारतातील सरकारनं कंत्राटी कामगारांना दक्षिण आफ्रिकेत जाण्याची बंदी घातली. या बंदीला गांधींचा पाठिंबा होता आणि व्हाइसरॉयच्या सल्लागार समितीचे सभासद असलेल्या गोखल्यांनी त्यासाठी प्रयत्न केले होते. कंत्राटी कामगारांना अप्रतिष्ठा तर सहन करावी लागतच होती, पण नवीन संसदेनं कामगारांच्या येण्यावर बंदी घालण्याआधीच भारतानं कंत्राटी कामगारांना जाण्यापासून रोखल्यामुळे भारताची मानहानी होण्यापासून रक्षण व्हावं, हीच गांधींची इच्छा होती.

ट्रान्सवालच्या भारतीयांसाठी गांधींच्या तीन मागण्या होत्या, हे स्मट्स जाणून होते : काळा कायदा मागे घेणं; सहा किंवा त्याच्या आसपास सुशिक्षित भारतीयांना ट्रान्सवालमध्ये प्रवेशाची परवानगी देऊन कायदेशीर समानता प्रस्थापित करणं (ज्यामुळे वर्णभेद दूर झाला असता); अटक झालेल्या किंवा विस्थापित झालेल्या सत्याग्रहींसह सगळ्या खऱ्याखुऱ्या माजी रहिवाशांच्या हक्कांचं रक्षण करणं.

समर्पित सत्याग्रहींची संख्या आता थोडी आहे हे स्मट्स यांना जरी माहीत होतं, तरी गांधींच्या मागण्या मान्य करण्यासाठी त्यांची एक अट होती– पूर्वीच्या चार प्रांतांसाठीच्या स्थलांतर कायद्याऐवजी भारतीय समाजानं, त्या जागी येणाऱ्या नवीन देशव्यापी स्थलांतर कायद्याचा स्वीकार करावा.

मे १९११मध्ये प्रकाशित केल्या गेलेल्या तात्पुरत्या तडजोडीवर गांधी आणि स्मट्स यांनी सह्या केल्या. संयुक्त संसदेच्या पुढच्या अधिवेशनात सत्याग्रहींच्या मागण्या पूर्ण करतील, असं स्मट्स यांनी मान्य केलं आणि गांधींनी सत्याग्रहाला स्थगिती देण्याचं वचन दिलं. जोहान्सबर्गच्या भारतीयांच्या खचाखच भरलेल्या सभेनं चार तासांच्या चर्चेनंतर २ एप्रिल रोजी त्या तडजोडीला अनुमती दिली होती.

दक्षिण आफ्रिकेतील सर्वांत जास्त कडक आशियाविरोधी कायदा असलेल्या OFS प्रांताच्या प्रतिनिधींकडून खासकरून स्मट्स यांना गोऱ्यांच्या विरोधाचा सामना करावा लागला. त्या ठिकाणाहून वीस वर्षांपूर्वी हातांच्या बोटांवर मोजता येतील एवढ्याच भारतीयांची हकालपट्टी झाली होती.

त्याचे प्रतिनिधी स्थलांतर करण्याचा भारतीयांचा काल्पनिक अधिकारसुद्धा मान्य करायला तयार नव्हते. दक्षिण आफ्रिकेच्या स्थलांतर कायद्यातला OFS

साठीचा वर्णभेदाचा अडसर गांधीही आपल्या बाजूनं मान्य करणं शक्य नव्हतं. पाचव्या जॉर्ज राजाच्या राज्यरोहण समारंभाच्या सुमारास बाकीच्या गोष्टींबरोबरच स्मट्स यांना दक्षिण आफ्रिकेत शांतता हवी होती, त्यामुळे त्यांनी थोडा वेळ मागून घेतला आणि गांधी तयार झाले.

वास्तविक, ही चालढकल त्यांच्यासाठी स्वागतार्हच होती. ट्रान्सवालच्या अडचणींवरचा उपाय गांधींचा भारतात परतण्याचा मार्ग मोकळा करणारा असला, तरी त्यांना आणखी एका महत्त्वाच्या विषयाची तड लावण्याची गरज भासत होती. प्रत्येक माजी कंत्राटी भारतीय कामगाराला वार्षिक तीन पौंडांचा कर भरावा लागत होता आणि खासकरून नाताळच्या भारतीयांना हा त्रास सहन करावा लागे. या कठोर कराबाबत काही तोडगा काढल्याशिवाय आपण ताठ मानेनं भारतात परतू शकणार नाही, हे गांधींना माहीत होतं.

२८ ऑक्टोबर १९११ रोजी 'इंडियन ओपिनिअन'नं म्हटलं की, संपूर्ण दक्षिण आफ्रिकेत हा तीन पौंडांचा कर, ट्रान्सवालच्या समस्येच्या बरोबरीनं भारतीयांचा सर्वांत निकडीचा प्रश्न बनला होता आणि एक महिन्यानंतर (२५ नोव्हेंबर १९११) या पत्रिकेनं कोणतीही किंमत मोजून हा कर मागे घेण्यासाठी काम करण्याचं नाताळ इंडियन काँग्रेसला आवाहन केलं.

गोखल्यांची भेट

१९१२च्या उन्हाळ्यात स्मट्स यांच्याबरोबरचा तात्पुरता तह अजून चालूच असताना आपण दक्षिण आफ्रिकेला भेट द्यायला तयार आहोत, असं गोखल्यांनी गांधींना कळवलं.

काही काळापासून गोखले आणि गांधी एकमेकांचं लक्ष वेधून घेण्याचा प्रयत्न करत होते. आजारी असलेले गोखले गांधींकडे आपला राजकीय वारसदार म्हणून बघत होते, ते भारतात यावेत अशी इच्छा करत होते आणि १९१०च्या अखेरीस होणाऱ्या इंडियन नॅशनल काँग्रेसच्या अधिवेशनाचे अध्यक्ष म्हणून गांधींची निवड व्हावी, या प्रयत्नात होते. अधिवेशनानंतर ताबडतोब जर दक्षिण आफ्रिकेत परतणं शक्य असेल, तरच आपण अध्यक्षपद स्वीकारायला तयार आहोत, असं गांधींचं म्हणणं होतं. या अटीमुळे म्हणा किंवा इतर काही कारणांमुळे म्हणा, ही योजना प्रत्यक्षात येऊ शकली नाही.

त्याबदली गांधींचा प्रस्ताव असा होता की, गोखल्यांनी स्वत: दक्षिण आफ्रिकेत यावं, तिथल्या भारतीयांना मदत करावी आणि गांधींचा भारतात जाण्यासाठीचा मार्ग मोकळा करावा. १९११च्या अखेरीस, आपण पुढच्या वर्षी दक्षिण आफ्रिकेला येऊ असं गोखल्यांनी सांगितलं आणि १९१२च्या जुलैमध्ये लंडनहून या गोष्टीला पुष्टी

दिली. ते त्या वेळी लंडनला होते आणि भारतासाठीच्या सचिवांनी या प्रस्तावित भेटीला पाठिंबा व्यक्त केला आहे, असंही पुढे सांगितलं.

गांधींना निरतिशय आनंद झाला, असं ते नंतर या घटनेची आठवण काढताना सांगतात. भारतीय सरकारच्या आणि अप्रत्यक्षपणे ब्रिटिश राजसत्तेच्या वतीनं गोखले दक्षिण आफ्रिकेच्या मंत्र्यांशी बोलणार होते; त्यांच्या आवाहनाला नाकारणं त्या मंत्र्यांसाठी सोपं जाणार नव्हतं. आणि गोखल्यांच्या मदतीनं तीन पौंडांच्या करासारखे पुढे येऊ न शकलेले मुद्दे भारतीय समाजाला मांडता येणार होते.

गोखल्यांची मोहिनी आणि गांधींचं व्यवस्थापन : टॉलस्टॉय फार्मवर जरी साधेपणाची काटेकोर अंमलबजावणी केली जात होती, तरी १९१२च्या ऑक्टोबर-नोव्हेंबरमध्ये गोखल्यांसाठी गांधींनी राजेरजवाड्यांनाही हेवा वाटावा असा स्वागत समारंभ आयोजित केला होता. रेल्वे स्टेशन्स सजवण्यात आली होती : जोहान्सबर्ग स्टेशनवर कालेनबाख यांनी तयार केलेल्या रचनेला स्वागतासाठीची शोभेची कमान अशी गांधींनी पसंतीची पावती दिली आणि रेल्वेच्या प्लॅटफॉर्मवर उंची गालिचे (पुन्हा एकदा गांधींच्याच शब्दांत) घातले गेले.

सोन्याची आसक्ती, हा आजार समजणारे, साधेपणाचा पुरस्कार करणारे गांधी स्टेशनवर गोखल्यांच्या स्वागतासाठीचे त्यांचे उद्‌गार, त्यांच्या स्वत:च्याच शब्दांत सांगायचं तर, ऱ्होडेशियन टीक लाकडावर उभ्या केलेल्या आणि रँडमधल्या सोन्यात मढवलेल्या हृदयाच्या आकाराच्या थाळीवर कोरले जातील याबाबत दक्ष होते. थाळीवर भारताचा नकाशा होता. त्याच्या दोन्ही बाजूंना ताजमहाल आणि भारतीय जीवनाची वैशिष्ट्यं दाखवणारी चित्रं कोरली होती. तीदेखील शुद्ध सोन्याच्या चपट्या वडीवर कोरली होती. जोहान्सबर्गचे मेयर एलिस हे त्याप्रसंगी उपस्थित राहतील, याकडे गांधींनी आवर्जून लक्ष पुरवलं.

या स्वागत समारंभात भव्यता आणि गोऱ्यांचा सहभाग असावा, असा प्रयत्न त्यांनी केला; कारण तो भारताच्या प्रतिष्ठेचा प्रश्न होता आणि त्याशिवाय, स्वागत समारंभाची शान आणि गोऱ्यांचा सहभाग यामुळे मंत्र्यांशी होणाऱ्या वाटाघाटीत गोखल्यांची बाजू बळकट होईल, हे गांधी जाणून होते.

ख्यातनाम स्क्रीनर कुटुंबाचे प्रमुख व एक सांसद डब्ल्यू. पी. स्क्रीनर यांनी केपटाउनमधील भव्य सभेचं अध्यक्षस्थान स्वीकारावं, यासाठी गांधींनी त्यांचं मन वळवलं. या बंदरावर गोखले बोटीतून उतरणार होते. या सभेत भारतीय आणि युरोपियन लोकांनी मोठ्या संख्येनं हजेरी लावली होती.

गांधींच्या योजनेनुसार गोखल्यांनी केपटाउनपासून क्लर्क्सड्रॉप, पोचेफ्स्ट्रूम आणि क्रूगर्सडॉर्प या ट्रान्सवालच्या शहरांमधून प्रवास केला. प्रत्येक ठिकाणी टाऊन हॉलमध्ये झालेल्या स्वागत समारंभांचं अध्यक्षस्थान त्या त्या ठिकाणच्या मेयरनं

भूषवलं आणि भारतीय समाजानं वेगळ्या सभा आयोजित केल्या.

जोहान्सबर्गला एका मेजवानीप्रसंगी गोखल्यांनी सुमारे १५० युरोपियन आणि २५० भारतीयांना संबोधित केलं. पंधरा प्रकारच्या पदार्थांचा समावेश असलेल्या शाकाहारी भोजनासाठी भारतीयांना २१ शिलिंग्ज मोजावे लागले, तर युरोपियन लोकांसाठी मात्र ते विनामूल्य होतं. तिथे वाइन मात्र दिली गेली नाही.

गोखले यांची प्रकृती फार चांगली नव्हती. जोहान्सबर्गला ते कालेनबाख यांच्या उपनगरातील असलेल्या टेकडीवरच्या घरात राहिले. बाहेरच्या दृश्यांचा आणि आतमधल्या कलेचा आस्वाद घेत त्यांनी शहराच्या मध्यवर्ती भागात भाड्यानं घेतलेल्या तीन खोल्यांच्या कार्यालयात अभ्यागतांच्या भेटी घेतल्या आणि प्रमुख युरोपियन लोकांबरोबर खाजगी सभा घेतल्या.

नाताळमध्ये दरबान, पीटरमारिट्झबर्ग आणि किंबर्लेच्या हिऱ्याच्या खाणी या ठिकाणांना भेटी दिल्या. इथले भारतीय तीन पौंडांच्या कराच्या ओझ्याबद्दल त्यांच्याशी बोलले. गोखले व गांधींनी तो मागे घेण्यासाठी प्रयत्न करण्याचं वचन दिलं. गोखल्यांच्या वाणीतली स्पष्टता, ठामपणा आणि शहरीपणा यामुळे गांधींचं समाधान झालं. त्यांनी व्यक्त केलेली प्रत्येक कल्पना आणि वापरलेली विशेषणं अत्यंत योग्य होती, असं गांधींचं मत पडलं.

या भेटीचा कळसाध्याय–गांधींच्या शब्दांत सगळ्यात महत्त्वाचं काम– म्हणजे प्रिटोरिया या दक्षिण आफ्रिकेच्या राजधानीत पंतप्रधान बोथा, जनरल स्मट्स आणि स्मट्स यांच्यानंतर अंतर्गत व्यवहारमंत्रिपदाची धुरा सांभाळणारे, OFS चे राजकारणी फिशर यांच्याबरोबर होणारी मुलाखत. नेहमीच मंत्र्यांशी दोन हात करणारे गांधी या भेटीत सामील न झाले तर उत्तम, यावर दोघांचं एकमत होऊन गोखले एकटेच जातील, असं ठरलं.

गोखल्यांनी आतापावेतो दिलेल्या भाषणांचा तपशील ज्याप्रमाणे दोघांनी मिळून ठरवला होता, त्याचप्रमाणे या भेटीची तयारी करण्यात गोखले आणि गांधी यांनी सगळी रात्र घालवली. तीन पौंडांच्या करासह भारतीयांच्या तक्रारींचं एक लांबलचक टाचण गांधींनी तयार केलं होतं. ते नजरेखालून घातल्यावर आणि प्रत्येक मुद्द्याचं नीट आकलन करून घेतल्यावर गोखल्यांनी, आपण प्रत्येक बाब नीट समजून घेतली आहे याची खातरजमा करण्यासाठी संपूर्ण टाचणाचा पुन्हा एकदा आढावा घेतला. गांधींनी पुरवलेल्या माहितीव्यतिरिक्त जर काही गोष्टी मुलाखतीदरम्यान अचानक समोर आल्या, तर गोखल्यांनी त्याबद्दल आपल्याला काही माहीत नसल्याचं व म्हणून त्यावर काही बोलू शकत नाही, असं सांगण्याचं ठरलं.

मुलाखतीहून परतताना गोखले गांधींना म्हणाले, "तुम्ही वर्षभरात भारतात परतलं पाहिजे. सगळ्या गोष्टी आता सुरळीत झाल्या आहेत. काळा कायदा मागे

घेण्यात येईल. स्थलांतर कायद्यातला वर्णभेदाचा अडसर दूर केला जाईल. तीन पौंडांचा कर रद्द करण्यात येईल.'' या गोष्टींची खात्री न पटून गांधी म्हणाले की, भारतात लवकर परतण्याची नाही तर, खूप काळ चालणाऱ्या लढ्याची आणि तुरुंगवासाची त्यांना अपेक्षा आहे.

गोखले काही हवेत तीर मारत नव्हते. मंत्र्यांबरोबर त्यांची बोलणी झाल्यावर दोन दिवसांनी गव्हर्नर जनरल हर्बर्ट जॉन ग्लॅडस्टोन यांनी लंडनला वसाहतींचा कारभार बघणाऱ्या कार्यालयाला कळवलं की, 'तीन पौंडांच्या कराच्या संदर्भात गोखल्यांची मतं आचरणात आणणं शक्य आहे, असं पंतप्रधान मला म्हणाले, परंतु नाताळमध्ये तीव्र विरोध होण्याची शक्यता आहे.'

भारताकडे निघालेल्या गोखल्यांना गांधी आणि कालेनबाख यांनी पूर्व किनाऱ्यावरच्या डेलागोवा बे या पोर्तुगीज वसाहतीपर्यंत आणि तिथून पुढे स्टीमरनं झांजीबारपर्यंत सोबत केली. गांधींच्या विनंतीवरून गोखल्यांनी दक्षिण आफ्रिकेत त्यांना भेटलेल्या प्रमुख व्यक्तींचं अत्यंत बारकाईनं विश्लेषण केलं. गांधींच्या सहकाऱ्यांबद्दल बोलताना त्यांनी सोन्जा स्क्लेझिन हिच्यातील ऊर्जा, क्षमता आणि बक्षिसाची अपेक्षा न ठेवता केलेल्या निरलस सेवेचा अभिमानास्पद बाब म्हणून गौरव केला.

गोखल्यांनी (गांधींसाठी) भारतातल्या नेत्यांच्या व्यक्तिमत्त्वाचं विश्लेषण केलं ही गोष्ट मनोरंजक आहे. बारा वर्षांनंतर त्यातल्या बऱ्याचशा नेत्यांशी परिचय झाल्यावर, गोखल्यांचं विश्लेषण किती अचूक होतं, याबाबत गांधींनी लिहिलं आहे. १९१२मध्ये झालेल्या या संभाषणांचा गांधींनी जो गोषवारा दिला आहे, त्यात हे स्पष्ट दिसतं की, दक्षिण आफ्रिकेतल्या भारतीयांच्या संघर्षाला मदत हा गोखल्यांच्या भेटीचा दुय्यम उद्देश होता. त्याच्याशी संबंधित असलेलं, पण मुख्य ध्येय गांधींना भारतात आणणं हे होतं.

*

नाताळच्या युरोपियन लोकांनी तीन पौंडांचा कर रद्द करण्यास हरकत घेतल्यामुळे सरकार तो रद्द करू शकणार नाही, हे संसदेत बसून जाहीर करायला स्मट्स यांना वेळ लागला नाही.

युद्धाच्या कारणांमध्ये ही तिरस्करणीय फसवणूक समाविष्ट करण्याचा गांधींचा मार्ग आता मोकळा झाला. आपला शब्द फिरवण्यामुळे सरकारनं गोखल्यांसारख्या प्रमुख भारतीय नेत्याची नाचक्की केली होती, हा अपमान उजेडात आणण्यास गांधी मागेपुढे पाहणार नव्हते. मार्च १९१३मध्ये त्यांना आणखी एक भेट मिळाली.

केप सुप्रीम कोर्टाच्या जस्टिस माल्कम सर्ल यांनी असा निकाल दिला की, ख्रिश्चन धर्मानुसार झालेले विवाह किंवा विवाहांची नोंदणी करणाऱ्या अधिकाऱ्याकडे

नोंदणी केलेले विवाहच फक्त दक्षिण आफ्रिकेत वैध ठरतील. या निवाड्यामुळे लेखणीच्या एका फटकाऱ्यासरशी हिंदू, मुस्लीम आणि झोराष्ट्रीयन विवाह अवैध ठरवले गेले, मोठ्या संख्येनं स्त्रिया आणि पुरुष संतप्त झाले.

गांधींनी नंतर म्हटल्याप्रमाणे, 'भारताच्या विजयासाठी ईश्वरच या योजनांची आखणी करत होता.' जेव्हा ते आणि इतर सत्याग्रही शांतपणे वाट बघत बसले होते, त्याच वेळी अनपेक्षितपणे अकल्पित घटना घडल्या किंवा ईश्वरानं घडवल्या.

भारतीय विवाह वैध ठरवण्यात यावेत या विधिमंडळाकडे गांधींनी केलेल्या मागणीला जेव्हा सकारात्मक उत्तर आलं नाही, तेव्हा गांधींच्याच शब्दांत सांगायचं तर 'हटवादी' सत्याग्रह करण्याचं ट्रान्सवालच्या सत्याग्रह असोसिएशननं ठरवलं. लढ्यात उतरण्याची इच्छा असणारे किती लोक आहेत, याची पर्वा न करता हा निर्णय घेतला गेला आणि BIA नं त्याला पाठिंबा दिला, त्याचं अध्यक्षपद अहमद कचलियाकडे होतं.

हा होणारा सत्याग्रह सगळ्यात पवित्र, शेवटचा आणि सर्वांत तेजस्वी असेल, असे ३ मे रोजी 'इंडियन ओपिनिअन'मध्ये गांधी मोठ्या आत्मविश्वासाने लिहितात. जुलैमध्ये संपूर्ण युनियनमध्ये प्रसारित करण्यात आलेल्या स्थलांतर कायद्यातल्या एका परिच्छेदामुळे संघर्ष अपरिहार्य झाला. त्या कायद्यानं जरी ट्रान्सवालचा काळा कायदा रद्द ठरवला, तरी त्यात सर्ल यांच्या निवाड्यात काही बदल करण्यात आले नाहीत, तीन पौंडांच्या कराचा मुद्दा उपस्थित केला नाही किंवा सुशिक्षित भारतीयांना प्रवेशाचा तात्त्विक अधिकारही दिला गेला नाही.

महिला आघाडीवर

सर्ल यांच्या निकालाचा अर्थ व परिणाम गांधींनी समजावून सांगितल्यावर ट्रान्सवालच्या बऱ्याच तमिळ महिलांनी तुरुंगात जाण्याची तयारी दाखवली आणि जोपर्यंत निकाल बदलला जात नाही, तोपर्यंत अटक करून घेण्याचा आपला इरादा सार्वजनिकरीत्या जाहीर केला. असाच प्रकार कस्तुरबांसकट फिनिक्समधल्या गुजराती स्त्रियांनी केला. या विरोधात आपल्या पत्नीला आमंत्रित करण्याबाबत गांधी जरा सावध होते, पण त्यांनी फिनिक्समधल्या इतर महिलांबरोबरचं त्यांचं बोलणं ऐकलं आणि या संघर्षात सामील होण्याचा आग्रह धरला.

गांधींनी कस्तुरबांना रोखठोकपणे विचारलं की, त्या त्यांच्या निर्णयावर ठाम राहतील का? जरी त्या न्यायालयात थरथर कापू लागल्या किंवा तुरुंगातल्या कष्टांना घाबरल्या, सरकारची माफी मागितली, तरी आपण त्यांना दोष देणार नाही. पण मी ते कसं सहन करू? तुला कसा आश्रय देऊ किंवा जगाला कसं तोंड दाखवू? असे प्रश्न गांधींपुढे जरूर होते.

आपल्या पत्नीनं जर सरकारपुढे शरणागती पत्करली, तर तिला 'आश्रय' देण्याबाबत उभं केलेलं हे प्रश्नचिन्ह खरोखर क्रूर आहे. (काहींना रामायणातल्या रामानं सीतेला उद्देशून काढलेल्या उद्‌गारांची आठवण होईल.) कस्तुरबा उत्तरल्या :

जर तुरुंगवासाचे कष्ट सहन न होऊन मी सुटकेसाठी माफी मागितली, तर तुम्ही माझ्याशी काही संबंध ठेवू नका. तुम्ही आणि माझी मुलं जर कष्ट सहन करू शकता, तर मी का नाही? मी या लढ्यात उडी घेणारच.

गांधींनी खूप वेळा कस्तुरबा आणि फिनिक्समधल्या इतरांना सांगितलं होतं की, 'हा लढा थोडा काळ किंवा जास्त काळ चालला, फिनिक्सची वसाहत भरभराटीला आली किंवा नष्ट झाली आणि तो किंवा ती तुरुंगात धडधाकट राहिली किंवा आजारी पडली, अशा कोणत्याही परिस्थितीत टिकून राहण्याची क्षमता असली, तरच त्यांनी सत्याग्रहात उडी घ्यावी. त्यापासून लांब राहिलं, तरी ती काही शरमेची गोष्ट ठरली नसती.' पण आपण यासाठी तयार आहोत, असं सगळे म्हणाले.

अगदी अटळ अशा लढ्यामुळे काही मोठे बदल घडणं अपरिहार्य होतं. टॉलस्टॉय फार्म बंद करण्यात आलं. तेथील रहिवासी ज्या कामगिरीची वाट बघत होते, त्यासाठी आता त्यांची गरज निर्माण झाली होती. गांधींच्या दिमतीला काही सैन्य नव्हतं. गोखल्यांनी संख्याबळाची चौकशी केली असता, त्यांना लिहिलेल्या पत्रात गांधी म्हणाले की, ज्यांच्याबद्दल त्यांना खात्री होती असे कमीत कमी सोळा आणि जास्तीत जास्त पासष्ट किंवा सहासष्ट सत्याग्रही त्यांच्याजवळ आहेत.

परंतु या सत्याग्रहाची मर्यादा त्यांच्या सत्याग्रहींपुरतीच ते ठेवणार नव्हते. टॉलस्टॉय फार्ममध्येच जणू हरवून गेल्यासारखा वाटणारा हा माणूस वास्तविक त्यापेक्षाही मोठ्या प्रदेशावर नजर ठेवून होता.

व्यूहरचना आणि मुत्सद्देगिरी : तीन पौंडांच्या कराच्या विरोधात लढा देण्यासाठी नाताळमध्ये असलेलं फिनिक्स हे स्वाभाविकपणे लढ्याचं केंद्र म्हणून योग्य ठरेल, याची एकतर त्यांना जाणीव झाली होती. तरी पण नाताळमध्ये उच्चभ्रू भारतीय तुरुंगात जाण्यासाठी उत्सुक नव्हते. १९१३च्या एप्रिलमध्ये नाताळ इंडियन काँग्रेसच्या (NIC) दोन सहसचिवांनी सत्याग्रहाशी आपली असलेली असहमती खुलेआम जाहीर केली होती आणि भारतीयांच्या सार्वजनिक सभेचा या दोघांना पाठिंबा होता, असं दिसत होतं.

उच्चभ्रू भारतीयांकडून मिळालेल्या या इशाऱ्याच्या आधीच गांधींची नजर कंत्राटी आणि माजी कंत्राटी कामगारांवर होती. बरेच कंत्राटी कामगार काम करत असलेल्या ट्रान्सवालच्या सीमेजवळ असलेल्या उत्तर नाताळमधल्या कोळशाच्या

खाणींमधील परिस्थितीबाबतसुद्धा ते सतर्क होते. आर्थिक मंदीचा सामना करत असताना, तीन पौंडांच्या कराच्या विरोधात दिलेल्या हाकेला ते जास्त तत्परतेनं उत्तर देतील, अशी गांधींची अटकळ होती.

जूनमध्ये कालेनबाख यांना लिहिलेल्या पत्रात त्यांनी म्हटलं, 'कंत्राटी कामगारांसाठी काहीतरी करावं, अशी कल्पना माझ्या मनात घोळत आहे.' त्या विचारमंथनातून काय बाहेर आलं, याचा तपशील गांधींच्याच शब्दांत सांगायचा तर, (त्यांनी) ठरवलेली व्यूहरचना ट्रान्सवालच्या भगिनींना समजावून सांगितली.

ट्रान्सवालच्या तमिळ भाषिक सत्याग्रही महिलांनी नाताळमध्ये प्रवेश करून कायदा मोडला पाहिजे, असं गांधींनी त्यांना सुचवलं. जर त्यांना अटक झाली, तर सुदैवानं ती दक्षिण आफ्रिकेमध्ये आणि देशाबाहेरही एक सनसनाटी बातमी ठरेल. जर अटक झाली नाही तर, (ही शक्यता जास्त होती, कारण सत्याग्रहाला प्रसिद्धी मिळावी अशी सरकारची इच्छा नव्हती आणि अगदीच नाइलाज झाला तरच एखाद्या सत्याग्रहीला अटक होत असे.) त्या महिलांनी नाताळमधल्या कोळशाच्या खाणीचं न्यूकॅसल हे जे सीमेपासून छत्तीस मैल दक्षिणेला केंद्र होतं, तिथे जाऊन मुक्काम ठोकावा आणि तिथल्या भारतीय कंत्राटी कामगारांना संपावर जाण्यासाठी प्रवृत्त करावं.

गांधींचा असा अंदाज होता की, जर या भगिनींच्या आवाहनाला कामगारांनी प्रतिसाद दिला, तर सरकारला कामगारांबरोबरच त्यांनाही अटक करावीच लागेल; मग त्यानंतर कदाचित त्यांच्या उत्साहाला अधिक उधाण येईल.

त्यापाठोपाठ फिनिक्समधून सोळा लोक, ज्यामध्ये कस्तुरबा, छगनलालची पत्नी काशी, मगनलालची पत्नी संतोक आणि प्राणजीवन मेहतांची मुलगी जयकुंवर डॉक्टर या चार स्त्रिया आणि गांधींचा तिसरा मुलगा, पंधरा वर्षांचा रामदास होते. ते विरुद्ध दिशेला वाटचाल करणार होते; नाताळकडून परवाने न घेताच ते ट्रान्सवाल पादाक्रांत करून अटकेला निमंत्रण देणार होते.

सीमेवरच्या पोलिसांनी जर त्यांना नाव, पत्ते विचारले, तर गांधींच्या सल्ल्याप्रमाणे, त्यांनी ती माहिती देण्याला नकार द्यायचा, असं ठरलं. त्यामुळे त्यांना अटक होण्याची निश्चिती झाली असती. नाव आणि पत्ते उघड झाल्यास त्यांचा गांधींबरोबर असलेला संबंधही उघड होऊन कदाचित सरकारनं त्यांच्या सत्याग्रहाकडे काणाडोळा केला असता.

लढा : गांधींचे अंदाज अगदी तंतोतंत खरे ठरले. आपण आपली नावं खुल्या कोर्टातच जाहीर करू, असं फिनिक्समधून गेलेल्या गटानं सीमापोलिसांना सांगितलं. त्यामुळे त्यांना अटक झाली आणि २३ सप्टेंबर रोजी तीन महिन्यांच्या सश्रम कारावासाची शिक्षा ठोठावण्यात येऊन पीटरमारिट्झबर्गमधल्या कारागृहात त्यांची

रवानगी करण्यात आली. सीमा पार करून नाताळमध्ये प्रवेश करणाऱ्या ट्रान्सवालच्या महिलांना अटक झाली नाही आणि परवान्याशिवाय त्यांनी वस्तू विकल्या. तेव्हाही त्यांच्याकडे दुर्लक्ष केलं गेलं.

न्यूकॅसलकडे छत्तीस मैल चालत जाऊन पूर्वी आखलेल्या योजनेप्रमाणे त्यांनी कामाला सुरुवात केली. एक जुने जाणते सत्याग्रही आणि जोहान्सबर्गच्या तमिळ बेनिफिट सोसायटीचे अध्यक्ष थंबी नायडू त्यांच्याबरोबर होते. त्यांचा प्रभाव वणव्यासारखा पसरला आणि तीन पौंडांच्या करामुळे भोगाव्या लागत असलेल्या त्रासाची करुण कहाणी त्या कामगारांच्या मनाला जाऊन भिडली.

ट्रान्सवालच्या भगिनींचं म्हणणं ऐकून १५ ऑक्टोबर रोजी फार्ले कॉलिअरी इथले अठ्ठ्याहत्तर भारतीय कामगार संपावर गेले. या आश्चर्यकारक जनजागृतीची मानसिक तयारी नसलेले गांधी ताबडतोब न्यूकॅसलला जायला निघाले : आपल्या एका हाकेसरशी संपावर जाणाऱ्या कामगारांची काळजी आपणच घ्यायला पाहिजे, हे ते जाणून होते. एका आठवड्यात दोन हजार लोक संपावर गेले आणि पुढच्याच आठवड्यात आणखी तीन हजार संपात सामील झाले.

गांधींच्या दक्षिण आफ्रिकेतल्या संघर्षाची समीक्षा करणारे एक विद्वान मॉरीन स्वान नमूद करतात, 'कर रद्द करण्याची मागणी म्हणजे खोलवर जाणवणाऱ्या आर्थिक झळीची गांधींच्या पद्धतीनं केलेली अभिव्यक्ती होती. त्यामुळे संपाच्या हाकेला लगेचच यश मिळालं.'

२१ ऑक्टोबर रोजी ट्रान्सवालच्या महिलांना अटक होऊन, तीन महिन्यांच्या सश्रम कारावासाची सजा त्यांना ठोठावण्यात आली आणि पीटरमारिट्झबर्गच्या कारागृहात त्यांची रवानगी करण्यात आली. तिथे फिनिक्सचा गट आधीपासून होताच. दक्षिण आफ्रिकेच्या कारागृहात सामान्य गुन्हेगारांबरोबर कस्तुरबा आणि इतर प्रतिष्ठित भारतीय स्त्रियांना ठेवलं होतं, या करुण दृश्यानं भारतातल्या लोकांसह सर्व भारतीयांचं हृदय अगदी मुळापासून हेलावलं.

गांधींच्या दक्षिण आफ्रिकेमधल्या सहभागाबद्दल त्यांना फारसं उत्तेजन न देणारे फिरोजशहा मेहतासुद्धा बॉम्बे टाऊन हॉलमधल्या भाषणात म्हणाले की, या दृश्याच्या केवळ कल्पनेनंच त्यांचं रक्त तापलं. भारत या विषयावर फार काळ गप्प राहू शकणार नाही, असं त्यांनी बजावलं.

तुरुंगातलं अन्न खाऊ न शकणाऱ्या महिलांनी वेगळ्या आहाराची मागणी केली असता तुरुंग म्हणजे हॉटेल नव्हे, असं उत्तर त्यांना देण्यात आलं. तुरुंगातून बाहेर येताना काहीजणी हडकुळ्या झाल्या होत्या. सोळा वर्षांची वलिअम्मा मुनुस्वामी मुदलियार ही तरुण मुलगी सुटकेनंतर काही दिवसांतच २२ फेब्रुवारी १९१४ रोजी मरण पावली. तिची उंची, कृश आकृती बघून मन उद्विग्न होत असे, असं गांधींना

वाटत होतं.

तुरुंगात गेल्याबद्दल पश्चात्ताप होतो आहे काय, असं गांधींनी विचारलं असता वलिअम्मानं उत्तर दिलं होतं की, गरज पडली तर ती पुन्हा तुरुंगात जाण्यास तयार आहे आणि तिला मृत्यू आला तरी तिला त्याची फिकीर नव्हती. 'जोपर्यंत भारत आहे, तोपर्यंत वलिअम्माचं नाव अमर राहील.' गांधींनी नंतर लिहिलं.

फातिमा मेहताब : दरबानच्या बाई फातिमा यांनी सत्याग्रहात उडी घेण्याच्या घेतलेल्या निर्णयानं गांधींना विशेष समाधान लाभलं असेल. फातिमा शेख मेहताबच्या पत्नी होत्या. १८९५ साली गांधींच्या दरबानमधल्या घरातून हकालपट्टी झाल्यावर मेहताब मुसलमान व्यापाऱ्यांसाठी काम करत दक्षिण आफ्रिकेत राहिला होता.

त्या घटनेनंतर गांधी आणि मेहताब यांच्यातल्या संभाषणांच्या आपल्याकडे काही नोंदी नसल्या, तरी गांधींच्या सत्याग्रहाला मेहताबचा पाठिंबा होता असं दिसतं. तो व्यक्त करण्याचा त्याचा एक मार्ग म्हणजे गुजराती, उर्दू आणि इंग्रजीमध्ये देशभक्तिपर गाणी लिहायची आणि म्हणायची. आपला पाठिंबा व्यक्त करायला तो दरबानला पारसी रुस्तुमजींच्या घरी आला होता. ही कृती करायला धाडसाची गरज होती, कारण या वेळेपर्यंत नाताळमधले बरेच मुस्लीम व्यापारी सत्याग्रहाविषयी शत्रुभाव बाळगायला लागले होते.

ट्रान्सवालच्या महिलांच्या लढ्यामुळे प्रेरित होऊन फातिमानं आपला सात वर्षांचा मुलगा आणि आपली आई हनिफाबाई यांच्यासह सीमा पार करून व्होल्क्सरस्टमध्ये प्रवेश करण्याचा प्रयत्न केला. बोटांचे ठसे द्यायला त्यांनी नकार दिला, त्यामुळे १३ ऑक्टोबर रोजी त्यांना आणि त्यांच्या आईला तीन महिन्यांसाठी तुरुंगात टाकण्यात आलं.

मार्टिन ग्रीन या विद्वानानं दरबानमधल्या मेहताबच्या हालचालींचा मागोवा घेण्याचा प्रयत्न केला आहे. मेहताबनं पथनाट्यं सादर केली असावीत आणि मशिदीत शिकवलं असावं आणि कदाचित त्याचं उत्साहानं सळसळणारं मर्दानी अस्तित्व तिथे उपयोगी पडलं असावं, असं ग्रीनला वाटतं. गप्पागोष्टी ऐकण्यात, इतरांना सांगण्यात आणि कविता, गाणी सादर करण्यात त्याचा बराच उपयोग झाला असावा. आपणच तत्त्वनिष्ठ आणि न्यायी आहोत, या गांधींच्या दाव्यावरून दोघांमध्ये असलेला संघर्ष, राजकोटच्या छोट्या, बुजऱ्या मोहन गांधीनंच जिंकला, हे शेवटी मेहताबला मान्य करावं लागलं, असं ग्रीन यांनी लिहून ठेवलं आहे.

खाणकामगारांचा मोर्चा

गांधींनी स्थापन केलेली नाताळ इंडियन काँग्रेस सत्याग्रहात सहभागी होण्यास फारशी उत्सुक नसल्यामुळे १९ ऑक्टोबर रोजी गांधींनी संपासाठी निधी गोळा करण्याच्या

हेतूनं नाताळ इंडियन असोसिएशन (NIA) या नवीन समितीची मुहूर्तमेढ रोवली.

खाणमालकांच्या मालकीच्या घरांमध्ये राहणाऱ्या खाणकामगारांची वीज व पाणी तोडलं गेलं आणि काही कामगारांना मारहाण केली गेली, तेव्हा एकतर कामावर परत जाणं किंवा कुटुंबासकट घर सोडून बाहेर पडणं हेच पर्याय त्यांच्यासमोर उरले. न्यूकॅसलमधले गांधींचे यजमान, एक तमिळ ख्रिश्चन डी. लाझारस, त्यांच्या लहानशा घरात बऱ्याच जणांना जेवू-खाऊ घालत होते आणि आसरा देत होते; पण निर्वासित झालेल्या खाणकामगारांचे लोंढे दिवसेंदिवस वाढत चालले होते.

गांधींनी त्यांना यात्रेकरूंप्रमाणे पदयात्रा करायला सांगितलं. मोर्चेकऱ्यांची तयारी असेल तर त्यांनी ट्रान्सवालच्या सीमेपर्यंत (३५ मैल) आणि पुढे जोहान्सबर्गपर्यंत (१२५ मैल) आणि त्यापुढे लॉली इथे टॉलस्टॉय फार्मपर्यंत (आणखी २२ मैल) चालत जावं, तिथे गांधी आणि कालेनबाख त्यांच्या निवासाची व्यवस्था करू शकणार होते. गांधीही त्यांच्याबरोबर चालायला, जेवायला आणि झोपायला तयार होते. जे अपंग होते, त्यांना रेल्वेनं पाठवण्यात येणार होतं.

रस्त्यानं लागणाऱ्या खेड्यांमधल्या आणि नगरांमधल्या भारतीय व्यापाऱ्यांकडून काही मदत मिळण्याची त्यांना अपेक्षा होती किंवा ते त्यांना किमान ब्रेड आणि साखर खायला देतील, अशी आशा होती. ट्रान्सवालची सीमा पार केल्याबद्दल जर सरकारनं त्यांना अटक करून कारागृहात टाकलं, तर सगळ्या जगाला त्यांच्याविषयी कळणार होतं आणि त्यांना अन्न-निवारा पुरवण्याची गांधींची जबाबदारी कमी होणार होती.

या नियोजित मोर्चाची खबर लागताच खाणमालकांनी दरबानमध्ये गांधींशी बोलणी केली. कायदा मागे घेतल्या घेतल्या संप थांबवला जाईल, असं त्यांनी सांगितलं. स्मट्स यांच्याशी बोलणी करावी, असंही गांधींनी त्यांना सांगितलं (ती त्यांनी केली) आणि ते न्यूकॅसलला परतले.

दरबानला जाताना आणि येताना तिसऱ्या वर्गाच्या डब्यात गार्ड्स आणि इतर रेल्वे कर्मचारी गांधींभोवती जमत, काळजीपूर्वक चौकशी करत आणि यश चिंतत. अशिक्षित भारतीय कामगारांचा दृढनिश्चय निदान दक्षिण आफ्रिकेच्या गोऱ्या समाजातल्या एका तरी घटकाला अचंबित आणि प्रभावित करून गेला होता.

२८ ऑक्टोबर रोजी भल्या पहाटे कामावर परत जाण्याचा पर्याय नाकारून, घरदार सोडून बेघरांच्या पंथाला लागलेल्या यात्रेकरूंचा गट आपल्या बायका-मुलांसह डोक्यावर सामानाची गाठोडी घेऊन न्यूकॅसलहून निघाला.

बोअर युद्ध आणि झुलू बंडाच्या वेळी काढलेले मोर्चे आणि फिनिक्स व टॉलस्टॉय फार्मच्या वसाहती प्रस्थापित करताना आलेल्या अनुभवांची शिदोरी गांधींजवळ होती, ती या पदयात्रेच्या वेळी पुरेपूर वापरली गेली; तरीही त्यांच्या मते

जवळपास पाच हजार किंवा सहा हजारांचा जमाव काबूत ठेवणं ही काही गंमत नव्हती.

त्या यात्रेकरूंच्या किंवा सैन्याच्या प्रमुख अधिकाऱ्यानं त्यांना नियमावली वाचून दाखवली होती. गरजेपेक्षा जास्त कपडे त्यांनी बरोबर घ्यायचे नव्हते, दुसऱ्यांच्या मालमत्तेला हात लावायचा नव्हता. प्रत्येक पदयात्रीला रोज दीड पौंड ब्रेड आणि एक औंस साखर मिळणार होती. त्यांचा छळ झाला किंवा अगदी मारहाण झाली, तरी त्यांनी ते सहन करून शांत राहायचं होतं. जर अटक झाली तर समर्पण करायचं आणि जर गांधींना अटक झाली, तर बाकी सगळ्यांनी पदयात्रा पुढे चालूच ठेवायची होती.

काही प्रतिष्ठित भारतीयांनी गोळा करून देऊ केलेले खाद्यपदार्थ यात्रेकरूंना रांगेनं वाटण्यात आले. न्यूकॅसलपासून तेहेतीस मैलांवर असलेल्या कोळशाच्या खाणीच्या जिल्ह्यापासून चार्ल्सटाऊन या सीमेवरच्या नाताळच्या बाजूला असलेल्या खेड्यापर्यंत मोर्चाचा मार्ग होता. त्या खेडेगावाची लोकसंख्या सुमारे एक हजार होती. चार्ल्सटाऊनला जाताना वाटेत दोन आयांच्या कडेवर असलेली दोन लहान मुलं दगावली. एक प्रवास सहन न होऊन दगावला आणि दुसरा त्याची आई एक ओढा पार करत असताना हातातून पडून मृत्युमुखी पडला.

बरेच दिवस चार्ल्सटाऊनला यात्रेकरूंच्या छावणीचं स्वरूप आलं होतं. तिथे राहणाऱ्या भारतीय व्यापाऱ्यांनी डाळ व तांदूळ उपलब्ध करून दिले आणि गावच्या मशिदीजवळ असलेल्या मैदानावर अन्न शिजवण्यासाठी भांडीही दिली. मोर्चातल्या बायका आणि मुलं त्या व्यापाऱ्यांच्या घरांत, तर पुरुषमंडळी बाहेर उघड्यावर झोपत. सुदैवानं हवा चांगली होती, ना पाऊस होता ना थंडी!

जिल्ह्याचे आरोग्य अधिकारी डॉ. ब्रिस्को जरी येणाऱ्या लोंढ्यांमुळे धास्तावले असले, तरी रोगाचा फैलाव होऊ नये म्हणून त्यांनी यात्रेकरूंना सहकार्य केलं. पदयात्री ज्या मैदानात उतरले होते, तिथल्या स्वच्छतेची गांधींनी हमी दिली, सगळ्या कामगारांनी त्यांना झाडू मारण्यात आणि साफसफाईत मदत केली. हा अनुभव आठवताना गांधी नंतर लिहितात :

> *जेव्हा एखादा सेवक लोकांवर हुकूम गाजवण्याऐवजी खरोखर सेवा करतो तेव्हा बरंच काही साध्य करता येतं... एखादा नेताच स्वत: सेवक होतो, त्या ठिकाणी नेतेपदासाठी दावेदार निर्माण होत नाहीत.*

सेवेचा हा मार्ग, ज्यामध्ये हलक्या समजल्या जाणाऱ्या कामांचाही समावेश होता, त्यांना दक्षिण आफ्रिकेत आणि भारतात निर्विवाद नेतेपदाकडे घेऊन जाऊ शकत होता. ही गोष्ट ते १९१३मध्ये जाणत होते, असेच या वाक्यांमधून गांधी

सूचित करतात.

चार्ल्सटाऊनला पदयात्रींची व्यवस्था पाहण्यात बऱ्याच अनुभवी सहकाऱ्यांनी गांधींना मदतीचा हात देऊ केला. त्यात कालेनबाख, सोन्जा स्क्लेझिन, पी. के. नायडू आणि अल्बर्ट ख्रिस्तोफर यांचा समावेश होता. (जोसेफ डोक यांनीही मदत केली असती, परंतु ऑगस्टमध्ये ऱ्होडेशियात त्यांचं निधन झालं होतं.)

सीमेपार काही मैलांवर ट्रान्सवालमधलं व्होल्क्सरस्ट शहर होतं. तिथले उत्तेजित गोरे रहिवासी ही पदयात्रा रोखण्याच्या गोष्टी करत असल्याच्या बातम्या कानावर येत होत्या. पदयात्रींच्या पुढे जाऊन कालेनबाख यांनी व्होल्क्सरस्टला तिथल्या रहिवाशांची सभा घेतली आणि त्यांना सांगितलं की, हे भारतीय तिथे स्थायिक होण्यासाठी नाही तर जुलमी कायद्याला असलेला विरोध दर्शवण्यासाठी ट्रान्सवालमध्ये प्रवेश करणार आहेत. ते माघार घेणार नाहीत. व्होल्क्सरस्टच्या लोकांनी सावध राहावं आणि पापाचे धनी होण्यापासून (स्वत:ला) वाचवावं, असा इशाराही त्यांनी दिला.

चार्ल्सटाऊनहून गांधींनी स्मट्स यांच्याशी फोनवरून संपर्क साधण्याचा प्रयत्न केला. व्होल्क्सरस्ट इथे काहीतरी गडबड होण्याची शक्यता असल्याचं त्या मंत्र्याच्या सचिवाला सांगितलं. स्मट्स यांनी कायदा रद्द करण्याचं वचन दिल्यास पदयात्रा थांबवली जाईल, अशी पुस्तीही त्यांनी जोडली. स्मट्स यांनी फोन घेण्याचं नाकारलं. त्यांचा सचिव गांधींना म्हणाला : जनरल स्मट्स यांना तुमच्याशी काही देणं-घेणं नाही. तुम्हाला जसं पाहिजे तसं तुम्ही करू शकता.

सहा वर्षं स्मट्स यांच्याबरोबर सौजन्यपूर्ण संबंध राखून असलेले गांधी या बेमुरवतखोरपणानं दुखावले गेले. परंतु ते म्हणतात, मी त्यांच्या सौजन्यानं आनंदित झालो नव्हतो आणि त्यांच्या असभ्य वर्तणुकीमुळे मी दुबळाही झालो नाही.

दुसऱ्या दिवशी (६ नोव्हेंबर) सकाळी साडेसहा वाजता देवाचं नाव घेऊन पदयात्रा पुढे सुरू झाली. खरंतर चार्ल्सटाऊनहून शेकडो लोक परत फिरले होते; तरीही यात्रेकरूंच्या जथ्यामध्ये दोन हजार ३७ पुरुष, १२७ स्त्रिया आणि ५७ मुलं होती. एका दिवसात उत्तर-पश्चिम दिशेला वीस ते चोवीस मैल चालत जायचं आणि अशा प्रकारे सुमारे आठ दिवसांत टॉलस्टॉय फार्म गाठायचं, अशी कल्पना होती.

व्होल्क्सरस्ट : स्मट्स यांच्या शब्दांत सांगायचं झालं, तर पदयात्रींच्या गरजांची जबाबदारी जर कमी झाली असती, तर गांधींना ते हवंच होतं, ही गोष्ट ते जाणत होते. त्यामुळे त्यांनी पदयात्रींना अटक केली नाही. त्यांच्या सुदैवानं व्होल्क्सरस्टला काही गडबड झाली नाही.

गांधींनी फोन केला त्या वेळी जरी स्मट्स यांनी उद्धटपणे प्रतिसाद दिला असला, तरी त्यांनी नगरातल्या अधिकाऱ्यांना सावध केलं असावं. भारतीय पदयात्री वाटचाल करत असताना कोणत्याही प्रसंगी एकाही युरोपियन माणसानं त्यांची साधी

थट्टा करण्याचाही प्रयत्न केला नाही. हे नावीन्यपूर्ण दृश्य बघण्यासाठी सगळे लोक रस्त्यावर आले होते. काहींच्या डोळ्यांत तर सहानुभूतीची झलक दिसत होती. व्होल्क्सरस्टमधल्या एका गोऱ्या बेकरनं प्रत्येक मुक्कामी पदयात्रींसाठी पाव पुरवण्याची जबाबदारी घेतली.

आमच्या अडचणीच्या परिस्थितीत बाजारभावापेक्षा जास्त भाव लावून त्या बेकरनं आमचा गैरफायदा घेतला नाही आणि उत्तम गव्हापासून बनवलेले पाव पुरवले. त्यानं ते रेल्वेनं योग्य वेळेत पोचतील याची काळजी घेतली आणि युरोपियन रेल्वे अधिकाऱ्यांनी प्रामाणिकपणे ते आमच्यापर्यंत पोचवले; एवढंच नाही, तर प्रवासात त्यांची योग्य ती काळजी घेतली आणि आम्हाला काही खास सवलती दिल्या.

हे 'गोरं' सहकार्य मिळवण्यात कालेनबाख आणि स्क्लेझिन यांसारख्या लोकांनी भूमिका बजावली असणार, हे आपण गृहीत धरलं पाहिजे आणि गांधींच्या व्यक्तिमत्त्वानंही!– अनेक गोऱ्यांना वैरभावापासून मुक्त वाटणाऱ्या गांधींच्या व्यक्तिमत्त्वाचाही यात वाटा असणार. भारतीय कामगारांविषयी बोलायचं तर, ते आता गांधींना राजा गांधी म्हणून संबोधू लागले. त्या आधी ते त्यांच्यासाठी गांधीभाई होते.

६ नोव्हेंबर रोजी संध्याकाळी पाच वाजता हा जथा व्होल्क्सरस्टच्या पुढे आठ मैलांवर असलेल्या पामफर्ड या मुक्कामाच्या ठरलेल्या ठिकाणी पोचला. मुलांना आपल्या कडेवर उचलून घेऊन चालणाऱ्या स्त्रियांना पुढे आणखी चालणं शक्य नव्हतं. गांधींनी त्यांना एका चांगल्या भारतीय दुकानदाराकडे सुपुर्द केलं. त्यानं त्यांना राहायला जागा दिली आणि त्यांना टॉलस्टॉय फार्मला पोचवण्याची जबाबदारी उचलली किंवा जर पदयात्रींना अटक झाली, तर आपापल्या घरी त्या स्त्रियांना पोचवण्याची हमी दिली.

सगळे उघड्यावर झोपलेले असताना रात्री केव्हातरी गांधींना पावलांचा आवाज आला आणि दिवा दिसला. आपल्याला अटक होणार आहे, हे त्यांनी अचूक ओळखलं. आपल्या जवळच झोपलेल्या पी. के. नायडूला उठवून त्यांनी सकाळी ठरल्याप्रमाणे पदयात्रा पुढे चालू झाली पाहिजे, असं सांगितलं. पुढे जेवायला थांबेपर्यंत पदयात्रींना गांधींच्या अटकेविषयी सांगितलं जाऊ नये आणि जर कुणी गांधींबद्दल थेट विचारलंच तर हळू आवाजात त्याला ही खबर सांगितली जावी, असं ठरलं. अटक झाली तर पदयात्रींनी निमूटपणे समर्पण करावं, असं ठरलं. नायडूला कसलीही भीती वाटत नव्हती.

पामफर्ड रेल्वे स्टेशनवर उर्वरित रात्र काढल्यावर गांधींना सकाळी ट्रेननं

व्होल्क्सरस्टला नेण्यात आलं. तिथे आपल्या नेतृत्वाखाली असलेल्या दोन हजारांपेक्षा जास्त लोकांचा विचार करून त्यांनी जामीन मिळवल्यावर कालेनबाख गाडीतून त्यांना पदयात्रेत सामील होण्यासाठी घेऊन गेले. त्यांच्याबरोबर 'द ट्रान्सवाल लीडर'चा खास वार्ताहर होता. त्यानं पदयात्रींनी गांधींचं कसं स्वागत केलं, याचं बारकाईनं वर्णन केलं.

दुसऱ्या दिवशी सकाळी ८ नोव्हेंबर रोजी स्टँडर्टनला गांधींना पुन्हा अटक करण्यात आली. या प्रवासात काही वेळा यात्रेकरूंनी १८९३ साली गांधींना ज्या रस्त्यावर वाईट वागणूक मिळाली होती, त्या रस्त्यानं प्रवास केला. गांधींना अटक करायला आलेला मॅजिस्ट्रेट गांधी पदयात्रींना ब्रेड आणि भारतीय व्यापाऱ्यांनी देऊ केलेलं मार्मालेड वाटेपर्यंत वाट बघत थांबला आणि अखेर त्यांना म्हणाला,

"तुम्ही माझे कैदी आहात."

न्यायालयात आरोपीच्या पिंजऱ्यात गांधींसह पी. के. नायडू आणि रहीम खान यांच्यासह इतर पाच पदयात्री होते. गांधी पुन्हा एकदा जामीन मिळवण्यात यशस्वी ठरले. बाकीच्यांना तुरुंगवासाची शिक्षा झाली.

दुसऱ्या दिवशी, पदयात्रेत झालेली गांधींची तिसरी अटक तितकीशी सभ्यतेला धरून नव्हती. सगळ्या यात्रेकरूंच्या अग्रभागी जवळपास ओसाड असलेल्या प्रदेशातून (जोहान्सबर्गच्या दक्षिण-पूर्व दिशेला ५० मैलांवर) ग्रेलिंगस्टॅडकडे कूच करताना गांधी पोलॉकबरोबर काही बोलत असताना एक केपची गाडी तिथे येऊन थांबली. त्यातून ट्रान्सवालचा प्रमुख स्थलांतर अधिकारी आणि गांधींचा जुना मित्र चॅम्ने उतरला. त्यानं गांधींना एका बाजूला यायला सांगितलं आणि मग म्हणाला, "मी तुम्हाला अटक करतो आहे."

यात्रेकरूंची काळजी घेण्याविषयीच्या सूचना पोलॉकला सांगून गांधी सगळ्यांना शांतता राखण्याचं आवाहन करत असतानाच एका पोलीस अधिकाऱ्यानं राकट आवाजात हस्तक्षेप करत त्यांना, 'तुम्ही भाषण करू शकत नाही', असं सुनावलं. गांधींना पोलिसांच्या गाडीत डांबण्यात आलं आणि त्या अधिकाऱ्यानं ड्रायव्हरला वेगानं गाडी हाकायला सांगितलं. एका क्षणात सगळे पदयात्री गांधींच्या नजरेआड झाले.

त्या पोलीस अधिकाऱ्याच्या अधिकाराचं काही काळासाठी घडलेलं दर्शन गांधींच्या स्मरणात राहिलं. ते लिहितात, 'त्या अधिकाऱ्याला हे माहीत होतं की त्या क्षणी परिस्थितीचं नेतृत्व माझ्याकडे होतं; कारण आमच्या अहिंसेवर विश्वासून त्या दोन हजार भारतीयांच्या समोर तो त्याच्या बाजूनं एकटाच उभा होता. ते पुढे म्हणतात, 'मला अटक करायला येणाऱ्यांचे तुकडे तुकडे करणं त्यांना (पदयात्रींना) सहज शक्य होतं; पण त्यांनी अहिंसेची शपथ घेतली होती.' गांधी स्वत:कडे जनरल

स्मट्स यांच्याशी लढा देणारा एक जनरल म्हणून बघत होते आणि विरुद्ध पक्षाच्या जनरलच्या अहिंसक छावणीत येऊन एका कनिष्ठ अधिकाऱ्यानं केलेलं उद्धटपणाचं वर्तन ते विसरले नाहीत.

पण, ते हेही विसरले नाहीत की, भारतीयांच्या अहिंसेच्या शपथेवर विश्वास ठेवून दक्षिण आफ्रिकेच्या सत्ताधाऱ्यांनी दोन हजार सैन्याच्या नेत्याला अटक करण्यासाठी केवळ एक-दोन अधिकारी पाठवले होते, या गोष्टीचा त्यांना अभिमान वाटत होता. 'दक्षिण आफ्रिकेच्या सरकारनं आपल्या योग्यतेचा चळवळीला दिलेला तो सर्वांत श्रेष्ठ पुरावा होता', ते म्हणत.

स्मट्स यांचा ताठरपणा आणि माघार : आता जरा कठोर व्हायचं असा स्मट्स यांनी निर्णय घेतला होता. नऊ महिन्यांच्या कारावासाची सजा सुनावल्यावर गांधींना थेट ब्लोमफॉन्टेनला नेण्यात आलं. ते ठिकाण ऑरेंज फ्री स्टेट या राज्यात अंतर्गत भागात होतं. तिथे भारतीय जवळजवळ नव्हतेच; त्यामुळे कुणी भारतीय गांधींना भेटण्याची किंवा त्यांच्यासाठी निरोप घेऊन जाण्याची शक्यता कमी होती. कालेनबाख यांनाही अटक झाली. त्यांची रवानगी प्रिटोरिया तुरुंगात, तर पोलॉकची जर्मिस्टनच्या तुरुंगात करण्यात आली.

काही थोड्या आनंदी दिवसांसाठी गांधी, पोलॉक आणि कालेनबाख व्होल्क्सरस्टच्या तुरुंगात एकत्र होते. तिथे रोज नवीन कैदी भरती होत असत आणि बातम्या आणत असत. त्यांमध्ये एक पंचाहत्तर वर्षांचे हरबट सिंग होते. ते खाणकामगार नसूनसुद्धा नाताळहून सीमा पार करून ट्रान्सवालमध्ये आले होते आणि म्हणून पकडले गेले होते.

गांधी हरबट सिंग यांना म्हणाले की, त्यांच्यासारख्या वृद्ध माणसाकडून कारागृहात जाण्याची अपेक्षा नाही. त्यावर त्यांनी उत्तर दिलं, "तुम्ही, तुमची पत्नी आणि तुमची मुलंसुद्धा तुरुंगात जाऊ शकता, तर मी कसा बाहेर राहू शकतो?" या वयात हरबट सिंग यांना कारावासाचे कष्ट सहन होणार नाहीत, असा विचार करून गांधींनी त्यांच्या सुटकेचा प्रस्ताव मांडला; परंतु सिंग यांचा नकार ठाम होता. ५ जानेवारी १९१४ रोजी हरबट सिंग दरबान तुरुंगात मरण पावले.

फटके आणि गोळीबार : सुमारे ११० मैल पायी चालत आलेल्या पदयात्रींना ट्रेनमध्ये डांबायचं, नाताळला परत पाठवायचं आणि कोळशाच्या खाणींमध्ये कैदी म्हणून राबवायचं हे सरकारचं धोरण होतं. डंडी आणि न्यूकॅसल इथल्या कोळशाच्या खाणींभोवती काटेरी तारांचं कुंपण घालून त्यांचे तुरुंगापासून दूरवर असलेले तळ बनवले गेले आणि भारतीयांना खोलात जाऊन खणण्याचे आणि कोळसा उपसून काढण्याचे आदेश दिले गेले. गांधींनी याला नाव दिलं, 'शुद्ध अन् निव्वळ गुलामगिरी.'

कामगारांनी आदेश पाळण्याचं नाकारल्यावर त्यांना फटके मारण्यात आले, लाथांनी तुडवण्यात आलं आणि छळ करण्यात आला. या असंतुलित व्यवहाराचे आणि संतापाच्या उद्रेकाचे पडसाद लगेच उमटले. कारण भारत आणि ब्रिटनमध्ये व शिवाय दक्षिण आफ्रिकेतही संतापाची, निषेधाची तीव्र लाट उसळली. सरकारला माघार घेणं भाग पडलं.

संपावर जाणाऱ्या कामगारांमध्ये खाणकामगार काही एकटेच नव्हते. संपूर्ण नाताळमधील ऊस-मळ्यांमध्ये, रेल्वे, हॉटेल्स आणि रेस्टॉरंट्समध्ये काम थांबवण्यात आलं. नाताळच्या किनारी प्रदेशातील अर्धवर्तुळाकार भाग यामुळे प्रभावित झाला– टोंगाटपासून दरबान आणि पुढे खाली उमझिंटोपर्यंत– आणि पीटरमारिट्झबर्ग व लेडीस्मिथ ही अंतर्गत भागात असलेली शहरंसुद्धा त्यात होती. १९१३च्या नोव्हेंबर महिन्यात केव्हा न केव्हा नाताळमधल्या ६० हजार भारतीयांपैकी बहुतेक जण कामावर बहिष्कार टाकून होते.

या प्रकाराला उत्तर म्हणून सरकारनं घोडेस्वार असलेल्या पोलीस शिपायांना कामगारांना जबरदस्तीनं कामावर आणण्यास सांगितलं आणि संपकऱ्यांना फटके मारणाऱ्या मालकांना व व्यवस्थापकांना मदत करायला सुरुवात केली. पोलिसांच्या गोळीबारात एक संपकरी १६ नोव्हेंबर रोजी मारला गेला आणि २५ नोव्हेंबर रोजी एस्परेंझा इथल्या वसाहतीवर दोन संपकऱ्यांना गोळ्या घालण्यात आल्या. दोन दिवसांनंतर पचिअप्पन, राघवन, सेल्वन, गुरुवादू आणि सोब्रायेन गुंडेन हे पाच संपकरी माउंटएजकोंबे इथल्या वसाहतीवर मारले गेले. पक्षाघातानं एक हात अधू असलेला सूरझाई, ज्याला आम्हलाराम या नावानंही ओळखलं जाई, याला फिनिक्स वसाहतीजवळ असलेल्या एका मळ्यात अतिशय अमानुषपणे मारहाण करण्यात आली; तो दोन आठवड्यांनी निधन पावला. दुसरा एक कामगार, नारजिया तुरुंगात मरण पावला. शेकडो लोक गंभीररीत्या जखमी झाले.

रॉयटरनं या दडपशाहीची बातमी भारत आणि ब्रिटनपर्यंत पोचवली, तिथे तीव्र प्रतिक्रिया उमटल्या.

तडजोड : पुण्यात रुग्णशय्येवर असलेल्या गोखल्यांनी प्रत्येक बारीकसारीक तपशील मागवून तो प्रसिद्ध केला आणि व्हाइसरॉय लॉर्ड हार्डिंग यांना प्रतिनिधी मंडळाचं तातडीनं अधिवेशन भरवणं भाग पडलं. २७ नोव्हेंबर रोजी मद्रासहून हार्डिंग यांनी दक्षिण आफ्रिका सरकारची जाहीर निर्भर्त्सना केली. भारतीयांच्या हिताचं प्रतिनिधित्व करणारी चौकशी समिती नेमण्याची सूचना केली आणि सत्याग्रहाची पाठराखण केली.

महासागरांच्या अलीकडून-पलीकडून झडलेल्या खासगी चर्चांच्या फेऱ्यांमधून भारत, लंडन आणि प्रिटोरिया इथल्या ब्रिटिश राजवटीच्या उच्चस्तरीय अधिकाऱ्यांनी

असा निष्कर्ष काढला की, एक आयोग नेमून त्याद्वारे गांधींच्या मागण्या मान्य केल्यास प्रिटोरियाला मानभंगापासून वाचता येईल. डिसेंबरच्या सुरुवातीला स्मट्स यांनी सर रिचर्ड सॉलोमन यांच्या अध्यक्षतेखाली इवाल्ड एसेलीन आणि वायली यांचा समावेश असलेला एक आयोग नेमण्याची घोषणा केली, तो भारतीयांच्या संपाबाबत चौकशी करणार होता. आयोगाच्या विनंतीवरून १८ डिसेंबर रोजी गांधी, पोलॉक व कालेनबाख यांची सुटका करण्यात आली; पाठोपाठ वेस्ट यांची आणि ट्रान्सवाल व फिनिक्स इथल्या गटांची, कस्तुरबा आणि रामदास यांचीही सुटका करण्यात आली.

ब्लोमफॉन्टेन इथल्या बंदिवासाचं गांधींनी स्वागतच केलं होतं. तिथल्या सुसह्य गैरसोई म्हणजे एक वरदान आणि आनंद होता असे ते म्हणाले. कारण त्यामुळे कितीतरी वर्षांनी त्यांना वाचण्यासाठी वेळ आणि एकांत लाभला होता. क्षणोक्षणी आपले डोळे आणि कान उघडे ठेवण्याची सावधगिरी बाळगण्याची सक्ती नव्हती. एक सुशिक्षित भारतीय असलेले गांधी, एक कैदी म्हणून का होईना, पण डोळ्यात तेल घालून जपलेल्या गोऱ्यांच्या ऑरेंज फ्री स्टेट या प्रांताच्या भरवस्तीत होते, ही गोष्ट मनाला समाधान देणारी होती.

तुरुंगातील डॉक्टर गांधींचे मित्र बनले, तुरुंगप्रमुखही मित्र झाले. गांधींना खास सवलत देण्यात यावी या डॉक्टरांनी केलेल्या विनंतीचा अव्हेर तुरुंगप्रमुखांनी केला, त्याला गांधींनी पाठिंबा दिला तेव्हापासून हे मैत्र जुळलं. परंतु ही ब्लोमफॉन्टेनची विश्रांती सहा आठवड्यांनी संपली.

विजय समीप आला आहे हे त्यांनी हेरलं; परंतु एसेलीन आणि वायली या दोन विख्यात आणि सक्षम परंतु भारतीयांविषयीची नापसंती वेळोवेळी व्यक्त करणाऱ्या नागरिकांचा आयोगात झालेला समावेश त्यांना चिंतित करून गेला. २१ डिसेंबर रोजी स्मट्स यांना पत्र लिहून भारतीयांचा विश्वास असलेल्या व्यक्तीला सभासद करून घेण्याची गांधींनी मागणी केली.

त्याच दिवशी दरबानमधल्या एका सार्वजनिक सभेत गांधी एखाद्या कंत्राटी कामगारासारखा पोशाख करून आले आणि त्यांनी जाहीर केलं की, मारल्या गेलेल्या कामगारांना श्रद्धांजली म्हणून काही काळ, ते दिवसातून फक्त एक वेळ अन्न ग्रहण करतील. इतरांनाही असंच करण्याचं आवाहन त्यांनी केलं. आयोगात भारतीयांना मान्य असलेल्या सभासदाची जोपर्यंत नियुक्ती होत नाही, तोपर्यंत आयोगापुढे साक्ष द्यायची नाही, असा निर्णय सभेनं घेतला आणि दुसऱ्या एका संपाची शक्यता जिवंत ठेवली.

वाढीव सभासदाची कल्पना स्मट्स यांनी फेटाळून लावली. असं असलं तरी आतापर्यंत दोन मध्यस्थ दक्षिण आफ्रिकेकडे यायला निघाले होते. त्यांपैकी एक होते, १९१३ साली साहित्यासाठीच्या नोबेल पारितोषिकाने सन्मानित रवींद्रनाथ

टागोर यांचे स्नेही चार्ल्स फ्रीअर अ‍ॅण्ड्र्यूज.

'इंडियन ओपिनिअन'चे हंगामी संपादक अल्बर्ट वेस्ट यांना अटक झाल्याचं वृत्त गोखल्यांना समजल्यावर (२५ नोव्हेंबर) त्यांनी अ‍ॅण्ड्र्यूज यांना तार पाठवून ते ताबडतोब दक्षिण आफ्रिकेला जाऊ शकतात का, याची विचारणा केली. अ‍ॅण्ड्र्यूज सहमत झाले. (गांधींनी वेस्ट यांना सूचना केली होती की, ते स्वत: आणि अहमद कचलिया, मगनलाल गांधी आणि सोन्जा स्क्लेझिन यांनी अटक होईल, असं कोणतंही पाऊल उचलू नये; तरीही वेस्ट यांना अटक झाली होती.)

भारतातूनच येणारे दुसरे मध्यस्थ होते सर बेंजामिन रॉबर्टसन; व्हाइसरॉय हार्डिंग यांनी त्यांना खास बोटीनं पाठवलं होतं. २ जानेवारी १९१४ रोजी डब्ल्यू. डब्ल्यू. पीअर्सन या आपल्या मित्राबरोबर अ‍ॅण्ड्र्यूज, रॉबर्टसन यांच्या आधीच दोन आठवडे दरबानला येऊन दाखल झाले.

गांधींबरोबरच्या आपल्या पहिल्याच भेटीत त्यांच्यापेक्षा दोन वर्षांनी लहान असलेले अ‍ॅण्ड्र्यूज खाली वाकले आणि भारतीय परंपरेप्रमाणे ते गांधींच्या पाया पडले. 'कृपया असं करू नका, ही माझ्यासाठी शरमेची गोष्ट आहे.' गांधी म्हणाले. अ‍ॅण्ड्र्यूज म्हणाले की, अशा भावनादर्शक कृतींची त्यांना भारतात परतल्यावर सवय करून घ्यावी लागेल.

याच सुमारास दक्षिण आफ्रिकन रेल्वेतील युरोपियन कर्मचाऱ्यांनी पुकारलेल्या संपामुळे आपला लढा पुन्हा सुरू करण्याची सुसंधी भारतीयांपुढे होती; परंतु सरकारला अडचणीत आणण्याची भारतीयांची इच्छा नाही, असं गांधींनी जाहीर केलं. लढ्याचा पुनरारंभ रेल्वेचा संप मिटल्यावरच होणार होता.

निकडीच्या दिवसांमध्ये भारतीयांनी केलेली ही मदत आणि हिंसेचा अवलंब करण्याला त्यांनी दिलेला नकार यामुळे सरकार असहाय झालं आहे आणि त्यामुळे भारतीयांवर हात टाकण्यापासून त्याला परावृत्त व्हावं लागलं आहे, अशी प्रतिक्रिया स्मट्स यांच्या सचिवानं दिली.

तारांच्या द्वारे गोखल्यांनी आणि संभाषणातून अ‍ॅण्ड्र्यूजनी आयोगावर बहिष्कार न घालण्याची गळ गांधींना घातली; परंतु गांधी व त्यांच्या सहकाऱ्यांना वाटलं की, जर बहिष्कार मागे घेतला तर कामगारांना तोंडघशी पाडल्यासारखं होईल. अधिकृत बहिष्कारामुळे गांधी, स्मट्स, रॉबर्टसन आणि अ‍ॅण्ड्र्यूज यांच्यामधल्या खाजगी चर्चांना बाधा येणार नाही, असा समझोता झाल्यानंतर ही कोंडी फुटली.

गांधींच्या मते, रॉबर्टसन इंग्रज अधिकाऱ्याच्या नेहमीच्या कमजोरीपासून मुक्त नव्हते. असं असलं तरी रॉबर्टसन जर स्मट्स यांचा दृष्टिकोन जवळचा मानत होते, तर अ‍ॅण्ड्र्यूज यांना गांधींच्या दृष्टिकोनाबद्दल सहानुभूती होती. यामुळे दोन्ही बाजू समतोल झाल्या होत्या आणि एक तात्पुरती तडजोड दृष्टिपथात आली होती.

सर्व कैद्यांना सोडून देण्यात येणार होतं आणि भारतीय लोक सत्याग्रह थांबवून आयोगाच्या निष्कर्षांची आणि दिलासा देणाऱ्या कायद्याच्या घोषणेचीही वाट बघणार होते. आयोग भारतीयांच्या मुख्य मागण्यांना पाठिंबा देईल, असं गांधींबरोबरच्या संभाषणात स्मट्स यांनी सांगितलं.

बऱ्याच शहरांमध्ये झालेल्या भारतीयांच्या सार्वजनिक सभांमध्ये या तडजोडीचं स्वागत करण्यात आलं. २१ फेब्रुवारी रोजी अॅण्ड्र्यूज इंग्लंडला जायला निघाले; ७ मार्चला सॉलोमन समितीनं आपला अहवाल सादर केला आणि मे व जूनमध्ये दक्षिण आफ्रिका संसदेच्या दोन्ही सभागृहांनी इंडियन्स रिलीफ अॅक्ट किंवा १९१४चा अॅक्ट २२ संमत केला.

तीन पौंडांचा कर रद्द करण्यात आला. सर्ल यांच्या निकालापूर्वी भारतीयांच्या विवाहाला असलेली मान्यता परत मिळाली आणि पूर्वीच्या रहिवाशांना त्यांच्या हक्कांची हमी मिळाली. सुशिक्षित भारतीयांना दक्षिण आफ्रिकेत प्रवेश देण्याची खास सवलत देणारे अधिकार जरी या कायद्यात समाविष्ट नव्हते तरी स्मट्स आणि गांधी यांच्यातल्या पत्रव्यवहारात ते मान्य केलं गेलं होतं. त्यामध्ये स्मट्स यांनी हे मान्य केलं की, सर्व अस्तित्वात असलेल्या कायद्यांची अंमलबजावणी न्याय्य मार्गानं व सर्वांचं हित लक्षात घेऊन केली जाईल.

हा शेवटचा मुद्दा भारतीय दुकानदारांच्या खास जिव्हाळ्याचा विषय होता. कारण नेहमीच व्यवसाय करण्याच्या, जमीन विकत घेण्याच्या किंवा दक्षिण आफ्रिकेच्या बऱ्याच भागांमध्ये वास्तव्य करण्याच्याही संधी मिळत नसत आणि त्यांना असलेले थोडेफार अधिकारही हिरावून घेतले जाण्याची भीती नेहमीच होती. आपल्या आवडीच्या प्रांतात स्थायिक होण्याचा अधिकार या कायद्यानं दक्षिण आफ्रिकेतल्या भारतीयांना बहाल केला नव्हता. पदयात्रेदरम्यान गांधींनी ही मागणी केली होती, परंतु त्यासाठी दबाव आणला नव्हता.

स्मट्स यांना लिहिलेल्या अखेरच्या पत्रात गांधींनी म्हटलं की, केव्हा ना केव्हा सरकार या मुद्द्याचा अधिक सहानुभूतिपूर्वक विचार करेल आणि असंही म्हटलं की, 'भारतीय रहिवाशांना त्यांचे संपूर्ण नागरी हक्क प्रदान केल्याशिवाय पूर्ण समाधानाची अपेक्षा ठेवता येणार नाही.' बऱ्याच गोष्टी साध्य करायच्या राहिल्या होत्या, तरीही गांधींनी पत्रात लिहिलं की,

> *भारतीयांसाठी रिलीफ बिल संमत केल्यामुळे आणि या पत्राद्वारे १९०६च्या सप्टेंबरमध्ये सुरू झालेल्या सत्याग्रहाचा लढा अखेरीस थांबवण्यात येत आहे. या लढ्यात भारतीय समाजाला बरंच शारीरिक आणि आर्थिक नुकसान सहन करावं लागलं...*

जनरल गांधी : सत्याग्रहाच्या या सेनापतीच्या कुशाग्र बुद्धिमत्तेची दखल आपल्याला घ्यावीच लागेल. अनेकदा प्रतिकूल असलेल्या परिस्थितीची त्यांना जाणीव होती आणि त्याप्रमाणे ते आपली व्यूहरचना आखत. आपल्या सैन्यबळाची आणि विरोधकांच्या ताकदीची त्यांना पूर्ण कल्पना होती आणि प्रतिपक्षावर दबाव आणि प्रभाव टाकू शकतील अशी माणसं हेरून त्यांना गांधींनी तयार केलं होतं. गोखल्यांच्या आणि मैत्रीपूर्ण संबंध प्रस्थापित केलेल्या पत्रकारांच्या मदतीनं त्यांनी हार्डिंग यांचं प्यादं यशस्वीरीत्या वापरलं; त्यांनी कळसाध्याय लिहिताना महत्त्वाची भूमिका बजावली आणि दक्षिण आफ्रिकेतल्या गोऱ्यांमधून सहकारी निवडण्याचं गांधींचं वर्षानुवर्षं चालत आलेलं धोरण त्यांना शेवटी फलदायी ठरलं.

११ मार्च रोजी दक्षिण आफ्रिकेच्या संसदेमध्ये स्मट्स यांनी सांगितलं की, गांधी दक्षिण आफ्रिकेत त्यांच्या मनाप्रमाणे काम करू शकले; कारण राज्यात अराजक माजवण्यासाठी त्यांनी कधीही हिंसक पद्धतींचा अवलंब केला नाही.

आपल्या स्वत:च्या सैन्यासाठी गांधींनी कुशल आणि विश्वासू कार्यकर्त्यांची फौज उभारली होती आणि प्रभावशाली अधिकाऱ्यांची फळी तयार केली होती. जाणीवपूर्वक पावलं टाकत असताना केव्हा वेगवान हालचाली करायच्या, केव्हा थांबायचं किंवा वाटाघाटी करायच्या, याची संपूर्ण कल्पना त्यांना होती.

लढा पुढे कोणतं वळण घेईल हे आजमावण्याची त्यांची क्षमता आणि शिवाय कंत्राटी कामगार कसा प्रतिसाद देतील, याचा बांधलेला अचूक अंदाज खरोखर वाखाणण्याजोगाच होता. काही भारतीय व्यापारी कायद्याच्या विरोधात होते आणि त्यांच्यावरचा अन्याय दूर करण्यात गांधींना आलेल्या काहीशा अपयशामुळे नाराज होते. त्यांच्या मदतीमुळे गांधी दक्षिण आफ्रिकेला येऊ शकले होते आणि बरीच वर्षं त्यांची मदत गांधींना मिळत होती, ही बाब लक्षात घेतली तर त्या व्यापाऱ्यांची त्यांच्याबद्दलची नाराजी स्वाभाविकच म्हणावी लागेल. कंत्राटी कामगारांविषयीची गांधींना वाटणारी आत्मीयता ही या नाराजीला अगदी समांतर होती.

१८९३ आणि १९१४च्या दरम्यान गांधींच्या प्रवास करण्याच्या आणि वेषभूषा करण्याच्या पद्धतीत झालेला बदल म्हणजे या विरोधाभासाचं प्रतिबिंबच म्हणावं लागेल. गांधी दक्षिण आफ्रिकेत पहिल्यांदा आले तेव्हा एखाद्या बॅरिस्टरला शोभतील असेच देखणे युरोपियन शर्ट्स आणि सूट्स घालण्याकडे त्यांचा कटाक्ष असायचा व प्रथमवर्गानं प्रवास करायला मिळावा म्हणून ते धडपडायचे. १९१४मध्ये प्रवास करताना ते तिसऱ्या वर्गाचं तिकीट काढत असत व एखाद्या कंत्राटी कामगारासारखे कपडे वापरत.

त्यांच्या सैन्यानं संपूर्ण विजय जरी मिळवला नसला, तरी तो विजय होता हे निश्चित. १९२०च्या मध्यावर गांधींनी स्वत: केलेल्या विश्लेषणाशी आतासुद्धा

असहमत होणं अवघड आहे :

हा ऐतिहासिक संघर्ष झाला नसता आणि अनेक समर्पित भारतीयांनी त्रास सहन केला नसता, तर अजूनही दक्षिण आफ्रिकेतून भारतीयांची हकालपट्टी झाली असती. भारतीयांनी दक्षिण आफ्रिकेत मिळवलेल्या या विजयाचा ब्रिटिश साम्राज्याच्या इतर वसाहतींमध्ये स्थलांतर करणाऱ्या भारतीयांना कमी-अधिक प्रमाणात ढालीसारखा उपयोग करता आला...

फिनिक्समधली एक आगळीक आणि उपवास : १९१३मध्ये जोहान्सबर्गला गांधी असताना फिनिक्समधल्या दोन व्यक्ती नैतिक अध:पतनाच्या गुन्ह्यात दोषी ठरल्याची बातमी त्यांच्या कानी आली. आता २१ वर्षांचा असलेला मणिलाल त्यांपैकी एक होता आणि एक विवाहित महिलाही. वडिलांची पत्रं येऊन धडकत असताना आधी मणिलालनं या दुर्वर्तनाबद्दल कानावर हात ठेवले; कदाचित त्या स्त्रीचा यामागे हात असावा. परंतु मणिलालला 'वेदनेनं तळमळणाऱ्या पित्याचे आशीर्वाद' अशी सही असलेलं पत्र मिळालं, तेव्हा त्याचा बांध फुटला. गांधींना देण्यासाठी म्हणून कालेनबाख यांना पाठवलेल्या पत्रात या मुलानं कृत्याची कबुली दिली आणि क्षमायाचना केली.

'मी तुला क्षमा करतो; देवाची माफी माग.' अशी तार पाठवून गांधी फिनिक्सला गेले आणि चित्तशुद्धीसाठी आठवडाभर उपवास करण्याचं त्यानी जाहीर केलं. त्यानंतर एकवीस आठवडे दिवसातून फक्त एकदाच जेवण्याचा आणि जर हे गैरकृत्य पुन्हा घडलं तर आणखी तीन आठवडे उपवास करण्याचा इरादा त्यांनी जाहीर केला.

अन्नाशिवाय राहणं गांधींना जरी अवघड गेलं तरी उपवास करण्याच्या त्यांच्या या निर्णयामुळे त्यांच्या दिसण्यात बदल झाला. ज्याचा आतला प्रकाश कुणीतरी शांतवला आहे अशा दु:खी व त्रासलेल्या माणसाला अचानक मन:शांतीची प्राप्ती झाल्यावर तो जसा दिसेल तसं हे रूप होतं असं आपल्या आठवणीत मिली पोलॉक सांगतात. चित्तशुद्धीसाठी करण्यात येणाऱ्या या खासगी उपवासात आपल्या वडिलांबरोबर मणिलालही सहभागी झाला; हा उपवास मारल्या गेलेल्या कामगारांविषयी शोक व्यक्त करण्यासाठी केलेल्या सार्वजनिक उपवासाची नांदी ठरला.

लक्ष्मीदास आणि करसनदास यांचं देहावसान व कस्तुरबांचं आजारपण : कौटुंबिक जबाबदारीला सर्वाधिक प्राधान्य देण्याला गांधींनी दिलेला नकार लक्ष्मीदास यांना रुचला नव्हता. ते आपल्या धाकट्या भावाला वर्षानुवर्षं रजिस्टर्ड पोस्टानं शिव्याशाप पाठवत असत, असं गांधी नंतर सांगत. परंतु थोरले बंधू नंतर पाघळले, असं स्पष्टच दिसतं. गांधी जे काम करत होते, ते आवश्यक

होतं हे त्यांनी मान्य केलं आणि गांधींना दक्षिण आफ्रिकेत येऊन मदत करावी, ही आपली तीव्र इच्छा असल्याचं त्यांनी कळवलं. पण हे घडणार नव्हतं; कारण ९ मार्च १९१४ रोजी पोरबंदरला लक्ष्मीदास यांचं देहावसान झालं. त्या आधीच्या जूनमध्ये मधला भाऊ करसनदास हा राजकोटला निधन पावला होता. आपणही मृत्यू पावलो तर कौटुंबिक बाबींकडे लक्ष द्यावं, असं या मृत्यूमुळे हादरलेल्या गांधींनी छगनलालला ११ मार्च रोजी लिहिलेल्या पत्रात म्हटलं आहे.

तुरुंगात तब्येतीचं नुकसान झाल्यामुळे कस्तुरबा गंभीर आजारी होऊन अंथरुणाला खिळलेल्या अवस्थेत असतानाच लक्ष्मीदास यांच्या निधनाची बातमी आली. 'त्या जीवन-मरणाच्या सीमारेषेवर हेलकावे खात आहेत', असं २ मार्च रोजी गांधींनी भारतात असलेल्या हरिलालला आणि १३ मार्च रोजी निकटचे संबंध प्रस्थापित झालेल्या ॲण्ड्र्यूज यांना लिहिलं. 'मागच्या आठवड्यात सौ. गांधी मृत्यूच्या दारात उभ्या होत्या. त्यामुळे गेल्या दहा दिवसांत मी इतर काहीही करू शकलेलो नाही.' त्यांची स्थिती सुधारण्याची काही चिन्हं दिसेनात; १ एप्रिल रोजी गोखल्यांशी पत्रव्यवहार करताना कस्तुरबा वाचतील की नाही, याबद्दल गांधींनी शंका व्यक्त केली.

त्यांची शंका खोटी ठरली आणि इंग्लंडहून भारतात जाण्यासाठी त्या गांधींबरोबर १९१४च्या जुलैत केपटाउनहून निघू शकल्या. त्यांची मुलं आणि फिनिक्समधली इतर मंडळी मगनलालबरोबर थेट भारतासाठी ऑगस्टमध्ये प्रस्थान ठेवणार होती. ॲण्ड्र्यूज यांच्या सूचनेवरून गांधींनी फिनिक्सच्या लोकांना प्रथम महात्मा मुन्शी राम यांनी हिमालयाच्या पायथ्याशी स्थापन केलेल्या केंद्रात जाऊन मुक्काम करायला सांगितलं; महात्मा मुन्शी राम नंतर स्वामी श्रद्धानंद या नावानं ओळखले गेले. तिथून सगळ्यांनी पूर्वेला कलकत्त्यात टागोरांनी सुरू केलेल्या शांतिनिकेतन या शैक्षणिक संस्थेत जावं, असं सांगण्यात आलं. मुन्शी राम आणि टागोर या दोघांशी जिव्हाळ्याचे संबंध असलेल्या ॲण्ड्र्यूज यांनी आदरातिथ्याची जबाबदारी उचलली होती.

दक्षिण आफ्रिकेच्या विविध शहरांमध्ये (प्रिटोरिया, केपटाउन, ब्लोमफॉन्टेन, जोहान्सबर्ग आणि दरबान व व्हेरुलम या नाताळमधल्या शहरांत) लढ्यातल्या हुतात्म्यांना श्रद्धांजली वाहण्यात आली आणि गांधींना निरोप देण्यात आला. दरबान आणि व्हेरुलम इथल्या वक्त्यांनी गांधींचा उल्लेख 'महात्मा' असा केला. एक महान आत्मा म्हणून त्यांच्याकडे बघितलं गेलं, कारण त्यांनी दीन-दुबळ्यांसाठी काम केलं होतं. गोऱ्यांनीदेखील गांधींबद्दल गौरवोद्गार काढले; ब्रिटिश साम्राज्यानं न्यायाचा आदर केला तर त्यांना भविष्य आहे, असं प्रतिपादन गांधींनी केलं.

टॉलस्टॉय फार्मवर स्वत: तयार केलेल्या डझनभर पादत्राणांपैकी एक जोड निघण्यापूर्वी गांधींनी स्मट्स यांना भेटीदाखल दिला. गांधींनी बनवलेली पादत्राणं

घालण्याची आपली लायकी नाही, असं स्मट्स म्हणाले; परंतु १९१४मध्ये मात्र गांधी तिथून एकदाचे निघाले याचा त्यांना आनंदच झाला होता. एका मित्राला त्यांनी लिहिलं, 'तो संत आमच्या भूमीवरून निघून गेला आहे; तो कायमचा गेला असावा, अशी आशा मी करतो.'

एक साधुपुरुष आणि दुर्बोध या दृष्टीनं त्यांच्याकडे पाहिलं जात असलं, तरी गांधी लखलखीत सहजप्रेरणा असलेले एक राजकारणीसुद्धा होते. प्रार्थना हा त्यांच्या दैनंदिन आयुष्याचा अविभाज्य घटक होता हे निःसंशय. अगदी नुकत्याच पार पडलेल्या मोहिमेत त्यांनी पुन्हा एकवार दैवी हस्तक्षेपाचा भाग मान्य केला होता. तरीसुद्धा मुख्यत: ते त्यांच्या परिपूर्ण आणि हिकमतीनं केल्या जाणाऱ्या अथक प्रयत्नांवर विसंबून असायचे.

त्या भव्य पदयात्रेचं प्रेरणास्थान आणि नेते असलेले गांधी काही निव्वळ दोरीवर वाळत घातलेल्या आणि ईश्वररूपी वारा जसा वाहील त्या दिशेनं फडकत राहण्यावर समाधान मानणाऱ्या सदऱ्यासारखे नव्हते– आपल्याला अनुकूल असे प्रवाह निर्माण करण्यासाठी झटणाऱ्या पवनचक्कीसारखे होते. परंतु ज्या वाऱ्यांना त्यांचं काही देणं द्यायचं नव्हतं, अशांनाही चतुरपणे त्यांनी उपयोगात आणलं.

दक्षिण आफ्रिकेतले भारतीय आणि ते स्वत: ज्या आफ्रिकन लोकांमध्ये राहिले; त्यांच्याही भल्यासाठी काही करणं हे बहुधा गांधींच्या आवाक्याबाहेरचं असावं. असं असूनही, विसाव्या शतकाच्या आरंभीच्या दशकांमध्ये गांधींनी तयार केलेलं व्यासपीठ, ज्यामध्ये त्यांच्या राष्ट्रवादाचाही समावेश होतो, सगळ्या मानवजातीला आधारभूत ठरलं आणि दक्षिण आफ्रिकेच्या भविष्यातल्या भारतीय-आफ्रिकन युतीच्या राजकारणालाही त्याचा फायदा झाला.

त्या वेळीसुद्धा बऱ्याच आफ्रिकन लोकांनी भारतीय सत्याग्रहींना मूक शुभेच्छा आणि शाबासकी दिली. ॲण्ड्र्यूज यांचा मित्र, रेव्ह. डब्ल्यू. डब्ल्यू. पीअर्सन यानं जेव्हा झुलू नेता जॉन ड्यूब यांची मुलाखत घेतली, तेव्हा ही बाब समोर आली. हा नेता फिनिक्स वसाहतीजवळ ओहलांज संस्था चालवत असे.

फिनिक्स स्टेशनच्या बाहेर स्वत:च्या डोळ्यांनी पाहिलेल्या एका दृश्याची आठवण पीअर्सन यांना सांगताना ड्यूब म्हणाले की, आधीच्या नोव्हेंबरमधली, भारतीयांनी केलेल्या संपादरम्यानची ती घटना होती. ज्या अहिंसक वृत्तीनं आणि आत्मसंयमानं पोलिसी क्रौर्याला भारतीयांनी तोंड दिलं, ते पाहून ड्यूब आश्चर्यानं थक्क झाले. गांधी राजावरचं त्यांचं प्रेमही असंच थक्क करणारं होतं.

ड्यूब पुढे असंही म्हणाले की, भारतीय मानसिकतेची नस गांधींनी अचूक पकडली होती, पण आफ्रिकन लोकांमध्ये ती अस्तित्वात आहे की नाही याची त्यांना खात्री नसावी. वर उल्लेखलेली घटना जर आफ्रिकन लोकांच्या बाबतीत घडली

असती तर ड्यूब यांच्या मते, त्यांनी नक्कीच बेपर्वाईनं उलट प्रहार केला असता. माझ्या एखाद्या बांधवानं उत्तेजित होऊन एखाद्या गोऱ्याला मारलं असतं, तर आमचा विनाश ओढवला असता. हा धोका न पत्करणंच योग्य होतं.

ANC (आफ्रिकन नॅशनल काँग्रेस)चे संस्थापक-सदस्य सेल्बी सिमांग १९७६मध्ये एका मुलाखतीत म्हणाले की, गांधींच्या वेळच्या आफ्रिकन नेतृत्वाला आघाडी स्थापण्यासाठी भारतीय राजकारण खूप जास्त जहाल वाटलं असावं. दक्षिण आफ्रिकेतल्या कोणत्याही आफ्रिकन किंवा भारतीय नेत्यानं किंवा गांधींनी त्यांच्या काळी भारतीयांची आणि आफ्रिकी लोकांची राजकीय आघाडी तयार करण्याचा जरी प्रयत्न केला नाही, तरी भारतीय लढा आफ्रिकी लढ्यासाठी मार्ग तयार करत होता. हे ओळखून १९०८मध्ये स्मट्स यांनी जाहीर केलं होतं की, ट्रान्सवालमधल्या भारतीयांनी केलेल्या आज्ञाभंगाची परिणती एक दिवस 'काफिर' किंवा आफ्रिकन आज्ञाभंगात होईल.

इंग्लंडमार्गे भारताकडे : गोखल्यांच्या मार्गदर्शनाखाली गांधी भारतात आपल्या सार्वजनिक जीवनाची सुरुवात करणार होते. भारतापुढे सत्याग्रहाचं सादरीकरण करायला उत्सुक असलेल्या गांधींनी वर्षभर काहीही न बोलता नुसतं निरीक्षण करत राहण्याचा गोखल्यांचा सल्ला मानला होता. गोखल्यांनी प्रकृतीच्या कारणास्तव भारतातलं वास्तव्य सोडून युरोपात स्थलांतर केल्यामुळे गांधी आणि कस्तुरबांनी केपटाउनहून १८ जुलै रोजी किलफॉन्स कॅसल या बोटीनं इंग्लंडला प्रस्थान ठेवलं.

गांधींनी भारतात येण्याचा मांडलेला प्रस्ताव मान्य करून निघालेले कालेनबाख आपल्यासोबत दोन दुर्बिणी बाळगून होते. या दोन गोष्टींचं आपल्याला वेड आहे, असं त्यांनी सांगितल्यावर गांधींनी त्या समुद्रात फेकून देण्याचा प्रस्ताव मांडला. कालेनबाख यांनी तो मान्य केला. गांधींनी आपले शब्द प्रत्यक्षात आणले आणि अटलांटिकच्या समृद्धीत या दोन गोष्टींची भर पडली!

बोट इंग्लिश खाडीत असतानाच पहिल्या महायुद्धाची घोषणा झाली. बोअर आणि झुलू युद्धाच्या वेळी होता, तसाच प्रतिसाद आताही गांधींचा होता : रुग्णसेवा पथक स्थापन करून साम्राज्याला मदत करण्याचा प्रस्ताव त्यांनी मांडला. त्यात युनायटेड किंग्डममध्ये शिकणाऱ्या भारतीयांचा समावेश असणार होता. काही भारतीयांची तक्रार होती की, गांधी गुलामांना आपल्या मालकांशी सहकार्य करायला सांगत आहेत; पण गांधींची अशी खात्री होती की, मदतीच्या या प्रस्तावामुळे भारतालाच फायदा होणार होता.

गांधींच्या या प्रस्तावावर हेन्री पोलॉकनं दक्षिण आफ्रिकेहून तारेनं आपला निषेध कळवला : अहिंसक गांधी अप्रत्यक्षपणे का होईना, पण युद्धाला पाठिंबा कसे काय देऊ शकतात? त्यावर गांधींचं उत्तर होतं की, जिथे एक जीव दुसऱ्या जिवावर

जगतो आणि सगळे मानव हिंसेच्या आगडोंबात गुंतले गेलेले आहेत, तिथे थोडीफार तडजोड करण्यावाचून सुटका नाही. एक भारतीय पुढारी म्हणून गांधींच्या राजकीय निर्णयाचं हे तात्त्विक स्पष्टीकरण होतं.

लंडनमधल्या अधिकाऱ्यांनी गांधींचा प्रस्ताव स्वीकारला आणि अनेक भारतीयांनी रुग्णसेवा पथकात आपलं नाव नोंदवलं. त्यांपैकी एक होते, प्राणजीवन मेहतांनी देऊ केलेल्या दुसऱ्या शिष्यवृत्तीच्या मदतीनं इंग्लंडमध्ये कायद्याचा अभ्यास करत असलेले सोराबजी अडाजानिया. सहा आठवड्यांमध्ये सुमारे ऐंशी जणांनी प्रशिक्षण घेतलं. परंतु, देखरेख करणारा अधिकारी एकाही भारतीयाशी, अगदी गांधींशीही सल्लामसलत करत नसे आणि ऑक्सफर्ड युनिव्हर्सिटीत शिकणारे स्नातकपूर्व विद्यार्थी भारतीयांना हुकूम सोडत फिरताना बघून अडाजानिया संतापले. एक छोटा सत्याग्रह करण्यात आला आणि तडजोड झाली.

लंडनमध्ये एक गोष्ट गांधींच्या लक्षात आली की, शहरातली अल्पसंख्याक (मुस्लीम) वस्ती टर्कीनं जर्मनीबरोबर युद्धात उडी घेण्याचं ठरवल्यावर अतिशय हादरली. यामुळे संरक्षक साम्राज्य आणि जगातल्या सुन्नी मुस्लिमांचा मुख्य असलेला खलिफा, जो सर्वांत प्रमुख मुस्लीम राष्ट्राचा, टर्कीचा सुलतान होता, यांमध्ये निवड करण्याचा अशक्यप्राय पर्याय मुस्लिमांसमोर उभा ठाकला.

लंडनमध्ये भेटलेल्या भारतीयांपैकी दोघं (कवयित्री सरोजिनी नायडू आणि डॉक्टर असलेले जीवराज मेहता) गांधींचे भविष्यातले सहकारी झाले. तिथे गोखल्यांबरोबर चर्चाही झाल्या. त्यांनी जर्मन नकाशांबद्दल असलेलं कालेनबाख यांचं ज्ञान बारकाईनं तपासलं. ऑगस्टमध्ये केलेल्या एका भाषणात दक्षिण आफ्रिकेतल्या भारतीय कामगारांच्या चिकाटीचा गौरव करताना त्यांनी एक उल्लेखनीय कल्पनाचित्र उलगडून दाखवलं :

हे स्त्री-पुरुष भारताच्या पायाचे दगड आहेत; भविष्यातील भारत हे राष्ट्र त्यांच्यावर उभारलं जाईल.

याचाच अर्थ, भारत हे राष्ट्र अजून निर्माण होणार आहे, असं त्यांना वाटत होतं आणि ते निर्माण करण्याचा त्यांचा प्रयत्न हा एखाद्या धर्मावर किंवा वंशावर आधारलेला नाही; पण संघर्षाला तत्पर असणाऱ्या व विविध प्रकारच्या पार्श्वभूमी लाभलेल्या स्त्री-पुरुषांवर आधारलेला आहे. (स्त्रियांचा खास उल्लेख करण्याची ते काळजी घेतात.)

मात्र, प्लूरसी आणि दुखावलेला पाय यामुळे लंडनमध्ये गांधी हतबल झाले. दक्षिण आफ्रिका सोडण्यापूर्वी त्यांनी भोगलेले कष्ट आणि केलेले उपवास यांचा तो परिपाक होताच; पण केवळ फळं आणि दाणे यांचा आहारसुद्धा कारणीभूत होता.

राज्यासाठीचे उपसचिव रॉबर्ट्स आणि त्यांची पत्नी लेडी सिसिलिया गांधींकडे आले आणि त्यांनी त्यांची देखभाल करण्याचा प्रयत्न केला. पण अखेरीस रॉबर्ट्स यांनी सांगितलं की, इंग्रजी हवामानात गांधींची तब्येत सुधारणं अवघड आहे. रुग्णसेवा पथकाचं काम करणंही त्यांना शक्य नाही. दाट धुक्याशी जुळवून न घेता आल्यानं गोखल्यांनी भारताकडे प्रस्थान ठेवलं होतं. आपण कस्तुरबांसह हेच करावं, असा निर्णय गांधींनी घेतला.

जर्मन पासपोर्ट असलेल्या कालेनबाख यांच्यासाठी भारतीय व्हिसा मिळवण्याचा त्यांनी आटोकाट प्रयत्न केला, परंतु सर्व जर्मन नागरिकांना भारतात प्रवेश निषिद्ध आहे आणि यात कोणताही अपवाद केला जाणार नाही, असं व्हॉइसरॉय हार्डिंग यांनी जाहीर केलं. *'मि. कालेनबाख यांच्यापासून ताटातूट होणं माझ्यासाठी अतिशय क्लेशकारक होतं आणि त्यांच्या वेदना माझ्यापेक्षा जास्त होत्या, हे मला दिसत होतं.'*

१९१४च्या १९ डिसेंबरला गांधीदांपत्य 'अरेबिया' बोटीनं मुंबईसाठी रवाना झालं.

७

मन गुंतवणारा भारत

अहमदाबाद-बिहार, मद्रास-अमृतसर, १९१५-२०

ते पंचेचाळीस वर्षांचे होते आणि त्यांनी तब्बल बारा वर्षांत आपली जन्मभूमी पाहिली नव्हती. त्यांचे बंधू आता या जगात नव्हते; परंतु राजकोटला न परतण्यामागे तेवढं एकच कारण नव्हतं. त्यांची बोट ज्या दिशेनं चालली होती, ती संपूर्ण भारतभूमी त्यांच्यासाठी रणांगण ठरणार होती. ते त्यांचं घर होतं किंवा भारतीय परंपरेनुसार तिला कर्मभूमी म्हणू या— तिथे राहणारी सगळी त्यांची माणसं होती.

मात्र, ज्या लोकांकडे ते परतत होते, ते लोक स्वतःला भारतीय समजण्याऐवजी पंजाबी किंवा बंगाली किंवा बोहरा किंवा मेमन किंवा पाटीदार किंवा ब्राह्मण किंवा दलित किंवा अजून काही समजत होते.

चार वर्षांपूर्वी, साम्राज्याचा एक कवी रुडयार्ड किपलिंग यानं सी.एल.आर. फ्लेचर याच्याबरोबर ग्रेट ब्रिटन आणि त्याच्या राजवटीत रस घेणाऱ्या ब्रिटिश मुलं आणि मुलींसाठी एक इतिहासाचं पुस्तक प्रकाशित केलं होतं. त्या पुस्तकात किपलिंगनं भारताचे विभाग अधोरेखित केले :

> संपूर्ण भारतीय उपखंडावर आमचं साम्राज्य पसरू शकलं, याला एक कारण म्हणजे दुसऱ्या कोणत्याही युरोपियन सत्तेची तिथे असलेली अनुपस्थिती आणि दुसरं म्हणजे, दुबळी राज्यं आणि राजे शक्तिवान राज्यांविरुद्ध सतत आमची मदत मागत असत. कलकत्ता, मद्रास आणि मुंबई या आमच्या तीन आरंभबिंदूंपासून सुरुवात करून आम्ही हळूहळू संपूर्ण देश गिळंकृत केला.

१८५७ चा उठाव बहादूर शीख आणि गुरखे यांच्या मदतीनं दडपण्यात आला, असं प्रतिपादन करत किपलिंग पुढे म्हणाला की, १८५७ नंतरच्या काळात तीन कारणांमुळे भारतीय राष्ट्रवाद रोखला गेला : हिंदू-राजवटीविषयी मुस्लिमांना वाटणारी

भीती; स्थानिक राजांचा असलेला विरोध आणि खूप मोठ्या संख्येनं असलेल्या शेतकरी समाजाची संपूर्ण उदासीनता.

एका संपूर्ण भारताकडे- एकसंध भारतीयांकडे- परतत असलेला एक भारतीय म्हणून गांधी, भारतातल्या सगळ्यांना भारतीय बनवून किपलिंगला सडेतोड उत्तर देणार होते. आणि ते ही गोष्ट स्वत:चं उदाहरण देऊन आणि आपल्या लंडनच्या भाषणात उल्लेख केल्याप्रमाणे सत्याग्रहाचा मार्ग अनुसरून करणार होते.

सत्याग्रहाद्वारे स्वराज्य, अहिंसक प्रतिकाराद्वारे स्वातंत्र्य हे त्यांचं उद्दिष्ट असणार होतं. नेहमी आपसात भांडणाऱ्या समाजाच्या विविध घटकांची मदत सत्याग्रहासाठी घेण्यावर त्यांचा कटाक्ष असणार होता. अर्थात, फिनिक्स किंवा टॉलस्टॉय फार्म यांसारखा एखादा तळ त्यांना भारतात हवा होता आणि मदतनिसांचा ताफाही. मात्र तो जमवण्यासाठी त्यांना काळजीपूर्वक निवड करायला हवी होती. दक्षिण आफ्रिकेप्रमाणेच त्यांना इथेही पैशांची गरज भासणार होती आणि बहुधा 'इंडियन ओपिनिअन'सारख्या एखाद्या पत्रिकेची.

ज्यांच्यासाठी सत्याग्रह करता येईल असे लोकांना जिव्हाळ्याचे वाटणारे मुद्दे त्यांना शोधावे लागणार होते. शक्य असेल तर सर्वसामान्य भारतीय जनतेला आणि त्यांना स्वत:ला जोडणारा एखादा दुवा त्यांना निर्माण करावा लागणार होता. दक्षिण आफ्रिकेतील भारतीय कामगारांबाबत ही गोष्ट करणं त्यांना साध्य झालं होतं. या सगळ्या गोष्टींवर सल्ला देण्यासाठी सुदैवानं गोखले होते, परंतु गांधींच्या स्वत:च्याही काही कल्पना होत्या.

एक त्यांनी 'हिंद स्वराज'मध्ये व्यक्त केली होती. भारतीय उच्चभ्रू समाज नव्हे, तर शेतकरी आणि सामान्य भारतीय त्यांचे मुख्य सहकारी असतील. (त्या जाहीरनाम्यात त्यांनी वकील आणि डॉक्टरमंडळींना ब्रिटिश वर्चस्वाचाच एक भाग मानलं होतं.) दक्षिण आफ्रिकेतल्या गरिबांशी त्यांना समन्वय साधता आला होता आणि भारतातही तो साधण्याचा प्रयत्न ते करणार होते.

जे भारतीय राजकारणी त्यांना माहीत होते किंवा ज्यांच्याबद्दल त्यांनी ऐकलं होतं, त्यांचं सगळं लक्ष ब्रिटिश अधिकाऱ्यांवर किंवा त्यांच्या स्वत:च्या जाती-जमातींवर किंवा स्वत:च्या प्रदेशातल्या समाजावर होतं. त्यांचं राजकीय नेतृत्व स्वीकारण्यासाठी ते धडपडत होते; परंतु सामान्य भारतीयाकडे त्यांचं लक्ष नव्हतं. भारतीयांनी भारतभर राज्य केलं पाहिजे, असं जेव्हा ते म्हणत, तेव्हा ते स्वत: ब्रिटिशांची जागा घेतील, असा अर्थ असायचा. गांधी आपलं लक्ष शत्रूवर (ब्रिटिश) किंवा स्वाभाविक मित्रांवर (त्यांच्या जातीचे गुजराती) केंद्रित करणार नव्हते; तर संपूर्ण भारतातल्या सर्वसामान्य जनतेवर केंद्रित करणार होते आणि त्यांच्यातली ताकद मिळवणार होते.

ब्रिटिशांकडून सत्ता मिळवण्याचा प्रयत्न करताना इतर भारतीय राजकारणी परकी सत्ताधीशांपुढे साजूक तुपात घोळवलेल्या तक्रारींचा पाढा वाचण्यात आणि आपल्या स्वत:च्या उपप्रांतातल्या एका छोट्याशा जातिवर्गापुढे निष्फळ शब्दांचे फुलोरे फुलवण्यात मग्न होते, तेव्हा गांधी संपूर्ण देशभरात पसरलेल्या सामान्य भारतीयांचे बाहू बळकट करण्याची स्वप्नं बघत होते.

*

नोव्हेंबरमध्ये फिनिक्सचा गट जेथे उतरला होता, त्या शांतिनिकेतनाच्या परिसरात बोलली जाणारी बंगाली भाषा अवगत करण्याचा गांधींनी प्रवासात असताना प्रयत्न केला, ही गोष्ट फारशी आश्चर्यकारक नाही.

संपूर्ण प्रवासात हवामान एकतर थंड होतं किंवा वादळी होतं. गांधी व कस्तुरबा दोघांचीही प्रकृती धडधाकट नव्हती, तरीही दोघांनीही प्रवासाची मौज लुटली. त्यांच्या विवाहानंतर जवळजवळ पहिल्यांदाच कस्तुरबांना त्यांचा पती संपूर्ण वेळ त्यांच्याबरोबर लाभला होता–त्यांची मुलं आधीच फिनिक्सच्या लोकांबरोबर पुढे गेली होती आणि जहाजावर त्यांचे कुणी अन्य सहकारीही नव्हते.

परंतु दोघंही कालेनबाख यांची फार आठवण काढत होते. गांधींनी त्यांना लिहिलं (२३ डिसेंबर १९१४), 'तुझ्या उपस्थितीनं आमचा आनंद परिपूर्ण झाला असता. आम्ही नेहमी तुझ्याबद्दल बोलतो...'

कालेनबाखना माहिती पुरवताना ते लिहितात, 'सौभाग्यवती गांधींची नापसंती पत्करून त्या दिवशी मी युरोपियन पद्धतीचे कपडे न वापरता पुन्हा एकदा दक्षिण आफ्रिकेतल्या कंत्राटी कामगारांसारखा वेष परिधान केला.' त्यांनी छगनलाललाही लिहिलं की, भारतात आपण फक्त आपला नेहमीचा, म्हणजेच त्यांच्या आसपासचे गुजराती लोक घालतात, तसा पोशाख घालू. (३ जानेवारी १९१५)

पोशाखाबद्दलचा एवढा बारीक विचार हा भारतात आल्यावर आखल्या जाणाऱ्या व्यूहरचनेचा एक भाग होता. ज्या युरोपियन कपड्यांचा त्यांनी त्याग केला होता, ते पुन्हा वापरण्याची किंवा कंत्राटी हमालाच्या पोशाखात मुंबईत वावरण्याची त्यांची इच्छा नव्हती. प्रवासातला त्यांचा आनंद अधूनमधून उत्कंठेमुळे झाकोळला जात होता, एका महान कामगिरीच्या उंबरठ्यावर उभ्या असल्याच्या जाणिवेची ही उत्कंठा होती. फिनिक्समध्ये 'इंडियन ओपिनिअन'चं संपादन करत असलेल्या वेस्ट यांना त्यांनी लिहिलं :

२३ डिसेंबर १९१४ : मला भारतात येण्यापासून आतापर्यंत इतक्या वेळा रोखलं गेलं आहे की, मी भारताकडे जाणाऱ्या जहाजात बसलो आहे, हे खरंच वाटत नाही. भारतात पोचल्यावर मी काय करणार आहे?

तरीही, 'चल प्रकाशा, अंधार दाटला फार, तू घेऊन चल रे मला', हा विचार माझं सांत्वन करतो.

'झोपायला जाण्यापूर्वी मी न चुकता भगवद्गीता व रामायण वाचतो आणि एक श्लोक म्हणतो', असं त्यांनी कालेनबाख यांना लिहिलं आहे. जितकी मिळेल तितकी ताकद ते गोळा करत होते, हे स्पष्ट आहे. पण याच वेळी काही गोष्टींबाबत ते प्रामाणिक होते असे दिसते. हे पत्र पाहा :

प्रति कालेनबाख, ३० डिसेंबर १९१४ : माझं मन भरकटतं आणि ज्या गोष्टी मनाच्या कप्प्यातून मी काढून टाकल्या आहेत, असं मला वाटत होतं, त्याच गोष्टींची आस मला लागून राहते. आपण कसे फसवले जातो नाही! काही विशिष्ट इच्छांचं दमन आपण केलं आहे, अशा भ्रमात आपण राहतो; पण अचानक आपल्याला समजतं की, त्या आपल्या आत केवळ झोपल्या होत्या, पूर्णपणे नष्ट झाल्या नव्हत्या.

काहीही असलं तरी, 'अरेबिया'नं प्रवास करत असलेल्या गांधीदांपत्याबद्दल कल्पना करणं खूप मनोरंजक आहे. तिला त्याच्याबरोबर संपूर्ण वेळ घालवायला संधी मिळाली आहे आणि एक चांगला खलाशी असलेला तो, प्रवासाची मजा लुटत आहे, जहाज पाणी कापत पुढे पुढे जात असताना रोज रात्री एक प्रार्थना म्हणत आहे.

*

९ जानेवारी १९१५ रोजी 'अरेबिया'चं मुंबईला आगमन झालं. या दांपत्याचं स्वागत करायला अनेकजण बंदरावर गेले, कारण दक्षिण आफ्रिकेतल्या संघर्षाची बातमी भारतात सर्वदूर पसरली होती. जहाजातून उतरल्यानंतर ज्या वाहनात गांधी दांपत्य बसलं, ते ओढून नेण्याचा काहींनी आग्रह धरला. (त्यांपैकी एकजण– वालजी गोविंदजी देसाई– हिंद स्वराज'नं भारावून गेले होते आणि आयुष्यभर त्यांचे सहकारी राहिले.) वार्ताहरांनी गांधींना त्यांच्या योजनांबद्दल विचारलं असता गांधी म्हणाले की, आपण गोखल्यांचा सल्ला मानू आणि काही काळ एक निरीक्षक आणि विद्यार्थी म्हणून राहू.

प्रकृती बरी नसतानाही गोखले पुण्याहून गांधींच्या स्वागताला आले. त्या महानगरात अनेक स्वागत समारंभ झाले. त्यांतल्या एकाचं अध्यक्षस्थान फिरोजशहा मेहतांकडे होतं. अतिशय लोकप्रिय असलेले बाळ गंगाधर टिळक दुसऱ्या एका समारंभाला उपस्थित होते. त्यांना सहा वर्षांच्या बंदिवासानंतर आधीच्याच वर्षी मुक्त केलं गेलं होतं. तिसरा समारंभ गुजराती लोकांनी आयोजित केला होता. या शेवटच्या स्वागत समारंभाचं अध्यक्षस्थान बॅरिस्टर मुहम्मद अली जिनांकडे होतं.

गांधींसारखेच काठियावाडी असलेले मुस्लिमधर्मीय जिना कृश, इंग्रजाळलेले आणि एक अतिशय हुशार बॅरिस्टर होते. ते शिया मुस्लिमांच्या इस्माईली किंवा खोजा शाखेचे होते. ज्या व्यक्तीचं ते स्वागत करायला आले होते, तिच्यापेक्षा ते सात वर्षांनी लहान होते आणि काँग्रेस व मुस्लीम लीगमध्ये त्यांचा बराच प्रभाव होता. गांधींप्रमाणेच ते गोखल्यांचे स्नेही होते आणि गोखल्यांप्रमाणे साम्राज्याच्या विधिमंडळाचे सदस्य होते.

या स्वागत समारंभांना गांधींनी अगदी साधे, पण जरासे बोजड आणि काठियावाडच्या मध्यमवर्गीय, पुराणमतवादी हिंदू पुरुषासारखे कपडे परिधान केले होते. लांब अंगरखा, त्याच्या आत एक शर्ट, घोट्यापर्यंत पोचणारं धोतर आणि एक जाड फेटा असा त्यांचा वेष होता. त्यांच्या स्वागताला येणाऱ्या राजकीय आणि सामाजिक पुढाऱ्यांनी एकतर युरोपियन पेहराव केला होता किंवा दिमाखदार भारतीय पोशाख. त्या तुलनेत गांधींचा पोशाख जरा विचित्र दिसत होता आणि स्वागताच्या भाषणांना उत्तर देताना केलेला गुजराती भाषेचा वापरही उठून दिसत होता.

भाषा आणि पोशाखाद्वारे गांधी उच्चभ्रू नसलेल्या सर्वसामान्य भारतीयांबरोबर खास व्यक्तिगत दुवा जोडू बघत होते, तर दुसऱ्या बाजूला ओशाळलेले, अचंबित किंवा चकित झालेले उच्चभ्रू नेते विचार करत होते, ज्याच्या स्वागताला आपण जमलो आहोत, तो विचित्र माणूस भारतीय राजकारणाच्या निबिड अरण्यात लवकरच हरवून जाईल!

गोखल्यांच्या आग्रहावरून मुंबईचे गव्हर्नर– विलिंग्डन– यांना भेटायला गेलेल्या गांधींनी विलिंग्डन यांनी मागितलेलं वचन देऊन टाकलं : सरकारच्या विरोधात कोणतंही पाऊल उचलण्यापूर्वी ते आधी गव्हर्नरला भेटतील– काही असो, ब्रिटिशराज गांधींकडे गांभीर्यानं बघत होतं. पुढचे काही महिने खूप प्रवास करण्यात– (आणि निरीक्षण करण्यात) सरले. त्यातला बराचसा प्रवास तृतीय वर्गाच्या डब्यांतून केलेला होता.

गांधी गोखल्यांशी बोलणी करायला पुण्याला गेले. (गांधींनी एखादी वसाहत स्थापन करायची ठरवली, तर त्याला आर्थिक मदत करण्याचं आश्वासन त्यांनी दिलं.);

मित्रांना आणि नातेवाइकांना भेटायला काठियावाडला गेले. त्यांत लक्ष्मीदास यांच्या विधवा पत्नीचा समावेश होता. काठियावाडी लोकांनी तिथे त्यांचा सत्कार केला (काहींनी त्यांना 'महात्मा' गांधी असं संबोधलं.);

मग कलकत्त्याजवळच्या बोलपूर इथे शांतिनिकेतनात त्यांच्या मुलांना आणि फिनिक्सहून आलेल्या बाकीच्या लोकांना भेटायला गेले (तिथे टागोरांनीसुद्धा 'महात्मा' ही उपाधी वापरली);

रंगूनला जवाहिऱ्यांचा व्यापार सुरू केलेल्या प्राणजीवन मेहतांची मग त्यांनी

भेट घेतली;

हिमालयाच्या पायथ्याशी कांग्री इथे जाऊन महात्मा मुन्शी राम यांना भेटून त्यांना धन्यवाद दिले.

भारताची नवीन (आणि प्राचीनही) राजधानी दिल्ली इथे ॲण्ड्र्यूज यांचे मित्र सुशील रुद्र हे सेंट स्टीफन्स कॉलेजचे प्राचार्य होते, त्यांची गांधींनी भेट घेतली. रुद्र यांनी त्यांची शहरातल्या पुढाऱ्यांशी ओळख करून दिली, त्यांत हकीम अजमल खान आणि डॉ. मुख्तार अहमद अन्सारी होते. त्यानंतर, दक्षिण भारतात जाऊन दक्षिण आफ्रिकेतल्या पदयात्रेत सामील असलेल्या तमिळ आणि तेलुगू बांधवांच्या प्रदेशांना भेटी देऊन त्यांनी आभार प्रदर्शित केले.

तिसऱ्या वर्गानं प्रवास करताना लांब अंगरखा आणि फेटा अडचणीचा ठरू लागल्यावर या कपड्यांना रजा देण्यात आली. मृत्यू पावलेल्या आपल्या बांधवाप्रति शोक व्यक्त करण्यासाठी आपण पादत्राणांचाही त्याग करत असल्याचं त्यांनी सांगितलं. फेट्याच्या जागी स्वस्त काश्मिरी टोपी घालून ते भारतातल्या दीन-दुबळ्यांच्या काही इंच आणखी जवळ सरकले.

माणसांनी खच्चून भरलेल्या आणि घाणेरड्या तिसऱ्या वर्गाच्या डब्यातून प्रवास करणं गांधी व कस्तुरबांसाठी कठीण होतं; पण तितकंच बोध देणारं होतं. त्यातूनच आयुष्यभर गांधी प्रवाशांना आणि रेल्वे अधिकाऱ्यांना शहाणं करण्यासाठी धडपडत राहिले. या प्रवासानं त्यांना इतर राजकारण्यांपासून अलग केलं. गांधींशी असभ्य वर्तन करणाऱ्या सहप्रवाशांना किंवा ज्यांना गांधी जागा करून देत, अशांना जेव्हा ते कोण आहेत हे समजे, तेव्हा त्यांना शरम, आश्चर्य आणि कौतुक वाटे.

अशाच एका प्रवासात त्यांना काठियावाडमधल्या वधवानचा मोतीलाल नावाचा एक शिंपी भेटला; त्यानं विरामगाम रेल्वे स्टेशनवरच्या आयातशुल्क अधिकाऱ्यांविरुद्ध सत्याग्रह करण्याची विनंती केली. हे अधिकारी प्रवाशांचा छळ करत व त्यांना लवकर सोडत नसत. आपण तुरुंगात जायला तयार असल्याचं मोतीलालनं सांगितल्यावर, गांधींनी जाहीरपणे या विरामगामच्या अधिकाऱ्यांबद्दल बोलायला सुरुवात केली आणि त्याविरुद्ध सत्याग्रहाचा इरादाही बोलून दाखवला.

गव्हर्नर विलिंग्डन यांच्याकडे जेव्हा त्यांनी अधिकाऱ्यांविरुद्ध तक्रार केली, तेव्हा त्यांना सांगण्यात आलं की, या बाबतीत मुंबई नाही, तर दिल्ली काही दिलासा देऊ शकते. दोन वर्षांनंतर गांधींनी पाठपुरावा केल्यामुळे व्हाइसरॉय लॉर्ड चेम्सफर्ड यांनी त्या अधिकाऱ्यांच्या निलंबनाचे आदेश दिले. अशा प्रकारे विरामगामला भारतातल्या सत्याग्रहाची मुहूर्तमेढ रोवली गेली.

आश्रम आणि तिथल्या शपथा : एक तासाच्या शिवणकामातून पोटापुरतं मिळवून आपला उरलेला सगळा वेळ सार्वजनिक कामासाठी देणारा मोतीलाल

गांधींच्या भारतातल्या सेनेतला भरती झालेला पहिला शिपाईगडी ठरला. मे १९१५मध्ये, भारतात आल्यानंतर चार महिन्यांनी, अहमदाबादला गांधींनी स्थापन केलेल्या आश्रमात तो महिन्यातले बरेच दिवस घालवू लागला.

बऱ्याच भारतीयांच्या दृष्टीनं आश्रम म्हणजे एक आत्ममुक्त आणि प्राय: धार्मिक एकांतवास देणारी जागा. आपल्या तळाला आश्रम असं संबोधण्यात गांधींनी दोन हेतू साध्य केले, राजकारण आत्ममुक्त (स्वार्थमुक्त) केलं आणि धर्म नि:पक्ष केला. 'आश्रम' या शब्दातून ध्वनित होणारा 'हिंदू' अर्थ त्यांनी फारसा मनावर घेतला नाही; कारण हिंदूंच्या व्यासपीठावर प्रवेश करून तो काबीज करण्याचा आणि त्यात बदल घडवून आणण्याचा त्यांचा इरादा होता, तो टाळण्याचा मुळीच नव्हता.

गांधी गुजराती असण्यापेक्षा भारतीय अधिक आहेत, हे समजल्यावर महात्मा मुन्शी राम यांनी त्यांना हरिद्वारला आश्रम काढण्याबाबत विचारलं होतं. बाकीच्यांची इच्छा त्यांनी बंगालमधून काम करावं अशी होती. परंतु गांधींनी ब्रिटिश गुजरातची राजधानी असलेल्या अहमदाबादची निवड केली, कारण तिथे ये-जा करणं सहज शक्य होतं. ते वैभवसंपन्न असल्यानं देणग्या मिळण्याची त्यांना अपेक्षा होता, ते पूर्वी हातमाग विणकामाचं केंद्र होतं (हात-कताई आणि हात-बुनाई पुन्हा सुरू करण्याची त्यांची इच्छा होती.) आणि त्यांच्याबरोबरचे बरेचसे लोक गुजराती-भाषिक होते. समग्र भारताचे असणारे ते, आपल्या गुजरातमध्ये मुळं रुजवू बघत होते, हे नक्कीच शहाणपणाचं होतं.

राजकोटला आश्रम स्थापण्याबाबत काहींनी (बहुधा त्यात मगनलालही असावा) धरलेला हट्ट मात्र नाकारण्यात आला. एक परगणा असलेलं आणि पोचायला अवघड असलेलं राजकोट पिवळं किंवा संस्थान होतं. ब्रिटिशांशी थेट सामना करण्यासाठी गांधींना लाल तळ किंवा लाल शहर हवं होतं, शिवाय ते शतकानुशतकं भारतीयांनी उभारलेलं किंवा जोपासलेलं हवं होतं; मुंबई, कलकत्ता आणि मद्राससारखं ब्रिटिशांनी उभारलेलं नको होतं.

अहमदाबादस्थित एक बॅरिस्टर जीवनजी देसाई यांनी मांडलेला कोचरब इथलं त्यांचं मोठं घर भाड्यानं देण्याचा प्रस्ताव गांधींनी स्वीकारला. त्याला आश्रम म्हणून संबोधलं जाणार होतं, पण कोणत्या प्रकारचा आश्रम? 'सेवाश्रम' आणि 'तपोवन' अशी नावं सुचवली गेली. पण नावाद्वारे काय सुचवायचं आहे, याबाबत गांधींच्या कल्पना सुस्पष्ट होत्या. त्यांचा आश्रम हा 'सत्याग्रह' आश्रम असणार होता.

त्या आश्रमात दाखल होणारे अकरा शपथांनी स्वत:ला बांधून घेणार होते : अहिंसा, सत्य, अस्तेय, ब्रह्मचर्य, असंग्रह, शरीरश्रम, अस्वाद, भयवर्जन, सर्वधर्मसमभाव, स्वदेशी आणि अस्पृश्यता-निवारण. यांमधल्या पहिल्या पाच शपथा प्राचीन हिंदू परंपरांचं (आणि बुद्ध व जैन धर्मांचं) जतन करणाऱ्याच होत्या; परंतु त्यांना नवीन

अर्थ प्राप्त करून देण्याचा गांधींचा हेतू होता.

बाकीच्या शपथा या सर्वस्वी नवीन, काहीशा कठोर आणि गांधींसाठी फार महत्त्वाच्या होत्या. गांधींनी ॲण्ड्र्यूज यांना दु:खदायक, क्लेशकारक, दास्यत्वाची भावना जागवणाऱ्या अस्पृश्यतेबद्दल लिहिलं होतं. भीती त्यागण्याच्या शपथेबाबत त्यात गांधी म्हणाले : 'शरीर गोठवून टाकणाऱ्या भीतीनं माझा देश ग्रस्त आहे. आम्ही सार्वजनिक ठिकाणी आमचं तोंड उघडू शकत नाही, आम्ही आमची मतं गुप्तपणेच व्यक्त करू शकतो.' जे श्रम न करता खात, ते त्यांच्यासाठी चोरांप्रमाणे होते आणि स्वदेशी व धार्मिक सहिष्णुता अंगीकारण्यावाचून भारताला दुसरा पर्याय नव्हता व भविष्यही नव्हतं. या असामान्य शपथांची अस्त्रं धारण करणाऱ्या या 'धार्मिक' आश्रमानं सामाजिक आणि राजकीय उद्दिष्टं मनात बाळगली होती, हे नक्की.

परिस्थितीचा आढावा घेताना : भारतात परतून त्यांना सहाच आठवडे झाले होते, तेव्हा एका तारेद्वारे त्यांना गोखले निधन पावल्याची बातमी समजली. गांधी आपल्या आत्मचरित्रात लिहितात, 'आपण (गोखल्यांच्या) व्यक्तिमत्त्वात स्वत:ला मिसळून टाकण्याच्या तीव्र इच्छेनं आणि त्याद्वारे मुक्ततेची भावना अनुभवण्याच्या आशेनं भारतात आलो होतो.' त्यांच्यावर विश्वास टाकणारं आणि राजकीय व आर्थिक छत्रछाया धरणारं ते व्यक्तिमत्त्व अचानक काळाच्या पडद्याआड गेलं होतं.

गांधीपेक्षा आठ वर्षांनी मोठ्या असलेल्या टागोरांशी झालेली भेट मात्र स्नेहपूर्ण आणि उत्साहवर्धक होती. शांतिनिकेतनमध्ये गांधींनी बऱ्याच प्रतिभावान लोकांना आकर्षित करून घेतलं. पुढे लवकरच ते लोक गांधींना येऊन मिळाले. (शांतिनिकेतनमध्ये स्वच्छता, भंगीकाम आणि स्वयंपाक स्वत:च करून फिनिक्सच्या गटानं खळबळ उडवून दिली होती.)

गांधींकडे आकर्षित झालेल्या व्यक्तींपैकी एक होते सिंध प्रांतातले जीवतराम कृपलानी (१८८८-१९८२). त्यांनी स्वत:ची ओळख इतिहासाचे शिक्षक अशी करून दिली. गांधींनी कृपलानींना आपल्याबरोबर येण्यासाठी आणि इतिहास घडवण्यासाठी आमंत्रित केलं. दुसरे होते, एक हुशार महाराष्ट्रीय दत्तात्रेय ('काकासाहेब') कालेलकर (१८८५-१९९१). तेही कोचरब आश्रमात दाखल झाले. लंडनला गांधींच्याच काळात शिकायला असलेले केशवराव देशपांडे यांनी बडोदा इथे सुरू केलेल्या गंगानाथ विद्यालय या शाळेत कालेलकर शिक्षक होते. आगामी दोन किंवा तीन वर्षांत गंगानाथ विद्यालयातून सत्याग्रह आश्रमात दाखल झालेल्यांमध्ये गांधींना अनेक प्रतिभावान सहकारी मिळाले.

गोखल्यांच्या निधनामुळे गांधींची केवळ ऐकणं आणि निरीक्षण करणं, या वचनातून मुक्तता झाली. (३१ मार्च रोजी कलकत्याला) सैनिकी शिक्षण घेणाऱ्या विद्यार्थ्यांच्या एका विराट सभेला संबोधित करताना त्यांनी हत्या करणं ही सर्वस्वी

परदेशातून आलेली संकल्पना असल्याचं सांगितलं. भारताला दहशतीखाली ठेवू इच्छिणाऱ्यांनी हे लक्षात ठेवावं की, गांधी त्यांच्याविरुद्ध उभा राहील, असा इशाराही दिला. क्रांतीचा, बंडाचा मार्ग स्वीकारणाऱ्याचा आपण उघडपणे पुरस्कार करू; विद्यार्थी प्राणार्पण करायला तयार असतील, तर त्यांच्याबरोबर आपणही प्राणत्याग करायला मागे-पुढे पाहणार नाही, असं त्यांनी सांगितलं.

या भाषणानं बरीच खळबळ माजवली. ज्यांच्यावर त्याचा परिणाम झाला त्यामध्ये चित्तवेधक अली बंधू, इंग्रजी व उर्दूमध्ये अस्खलितपणे लिहिणारा, ऑक्सफर्डला शिकलेला मुहम्मद आणि त्याचा मोठा भाऊ शौकत होते. भारतातील व इतरत्र असलेल्या मुस्लिमांप्रमाणेच तेसुद्धा टर्कीबाबत ब्रिटिशांनी अंगीकारलेल्या धोरणामुळे अस्वस्थ होते. महायुद्धात टर्की जर्मनीच्या बाजूनं होतं, पण अजूनही जगातलं मुख्य मुस्लीम राष्ट्र मानलं जात होतं. हे दोन बंधू गांधींना भेटले आणि त्यांच्याशी हातमिळवणी केली. त्यानंतर काही काळानं ब्रिटिशांनी त्यांना बंदिवासात टाकलं.

हिमालयाजवळच्या महात्मा मुन्शी राम यांच्या आश्रमात एका कट्टर हिंदुधर्मीयानं गांधींना शरीरावर हिंदुत्वाच्या खुणा बाळगण्याविषयी आग्रह केला. 'जानवं' घालायला गांधींनी नकार दर्शवला; कारण खालच्या जातींना ते धारण करण्याचा अधिकार नाकारण्यात आला होता. मात्र डोक्याच्या मागे, हिंदू परंपरेनुसार पुन्हा एकदा शेंडी ठेवायला ते राजी झाले. आपल्या पहिल्या लंडनवारीच्या पूर्वसंध्येला सत्तावीस वर्षांपूर्वी शेंडी काढून टाकली ही गोष्ट केवळ शरमेपोटी केली होती, असा निष्कर्ष गांधींनी काढला. जानवं घालायला दिलेला नकार हा हिंदू वर्णव्यवस्थेचा केलेला निषेध होता, तर शेंडीद्वारे ते आपलं हिंदुत्व दर्शवत होते. पुन्हा एकदा गांधी फार विचारपूर्वक पवित्रा घेत होते. मुंबईला ते गुजरातीत बोलले, कलकत्त्याला भाषण केलं, अली बंधूंची भेट, आश्रमासाठी जागा निश्चित आणि तिथे घेण्याच्या शपथा निवडल्या, आपण काय परिधान करावं आणि काय करू नये, हे ठरवताना प्रत्येक वेळी त्यांनी विचारपूर्वक पावलं उचलली.

जूनच्या अखेरीस गांधी, आता हयात नसलेल्या गोखल्यांच्या आणि टिळकांच्या शहरी, पुण्याला गेले; मुंबई प्रेसिडेन्सी इलाक्याचे (अहमदाबाद हा त्याचाच एक भाग होता.) ब्रिटिश अधिकारी पावसाळ्याचा काळ पुण्यात घालवायचे. तेव्हा मुंबईचे गव्हर्नर विलिंग्डन यांनी गांधींना दक्षिण आफ्रिकेतल्या त्यांच्या कार्याबद्दल 'कैसर-इ-हिंद' हा शाही पुरस्कार प्रदान केला.

संथही नाही आणि वेगवानही नाही

त्यांचे स्वत:चे आश्रमवासी आणि पत्नी कस्तुरबा मात्र अस्वस्थ होते, कारण आपल्या आश्रमात गांधींनी एका तरुण अस्पृश्य जोडप्याला

–दुदाभाई दाफ्दा आणि त्याच्या बायकोला प्रवेश दिला होता; ते दोघं जनावरांची कातडी साफ करण्याच्या व्यवसायात असलेल्या धेड किंवा धेढ जमातीतले गुजराती भाषिक होते. गांधींनी कस्तुरबांना सांगितलं की, या धेड दांपत्याबरोबर त्या राहू शकत नसतील, तर आपल्याला सोडून जावं. चांगले मित्र म्हणून आपण एकमेकांचा निरोप घेऊ. कस्तुरबांनी माघार घेतली आणि त्या तिथेच थांबल्या; परंतु दक्षिण आफ्रिकेतली एक सत्याग्रही असलेली मगनलालची पत्नी संतोक मात्र राहिली नाही. आपल्याच सुहृदांच्या रूढी-परंपरांच्या कल्पना छेदणं ही अहमदाबादमध्ये अधिकच अवघड गोष्ट ठरली होती.

आश्रमात खळबळ माजली होती. दुदाभाई आणि त्याच्या पत्नीच्या आश्रम-प्रवेशाच्या निषेधार्थ संतोक उपोषणाला बसली; प्रत्युत्तर म्हणून गांधींनी उपवास धरला; संतोक आणि मगनलाल यांनी आपलं सामान बांधलं, निरोप घेतला आणि निघून गेले. मात्र नंतर ते परत आले. गांधींच्याच शब्दांत सांगायचं, तर त्यांच्या हृदयातून अस्पृश्यतेची भावना धुऊन टाकल्यानंतर परत आले.

पण शहरात आणि आश्रमाच्या आसपाससुद्धा खळबळ माजली. शेजारच्या विहिरीवरून पाणी आणायचा प्रयत्न करणाऱ्या दुदाभाई आणि इतरांचा आळीपाळीनं छळ होऊ लागला आणि आश्रमाला मिळणारी आर्थिक मदत रोडावली.

धेड वसाहतीत आश्रम हलवण्याचा गांधी विचार करत होते, तेव्हा विशीतला एक तरुण उद्योगपती अंबालाल साराभाई शांतपणे नोटांची चळत घेऊन गाडीतून आला, १३ हजार रुपये गांधींच्या हातात ठेवले आणि निघून गेला. गांधींची आणि त्याची भेट यापूर्वी एकदाच त्याच्याच घरी झाली होती. तेव्हा त्यांनी अहमदाबादला आश्रम स्थापण्याविषयी चर्चा केली होती, जातिभेदाविरुद्ध आवाज उठवण्याच्या गांधींनी दाखवलेल्या तयारीमुळे साराभाई प्रभावित झाला होता, जातिभेद नेहमीच त्याला अपमानास्पद वाटत आले होते.

वाऱ्याची दिशा लवकरच बदलली आणि आत्मसंयम बाळगणाऱ्या व धीरानं वागणाऱ्या दुदाभाई व त्याच्या पत्नीला शेजाऱ्यांकडून वाढती आपुलकी अनुभवाला येऊ लागली. भेटायला येणारे व इतर आश्रमवासी यांनीदेखील त्यांचा हळूहळू स्वीकार केला. या सगळ्या प्रकारामुळे सामाजिक प्रश्नांच्या बाबतीत शांततेनं केलेला प्रतिकार किती परिणामकारक ठरतो, हे गांधींना दिसून आलं. तसं त्यांनी २३ सप्टेंबरला गोखल्यांचे एक मित्र आणि सहकारी व्ही. एस. श्रीनिवास शास्त्री यांना पत्रात लिहिलं. या पत्रात त्यांनी असंही म्हटलं की, सत्याग्रहाचं हे अभियान स्वराज्य आणि सामाजिक प्रश्न, दोन्हींसाठी उपयुक्त ठरेल अशी आपल्याला अपेक्षा आहे.

हिंदू-मुस्लीम प्रश्नाला हात घालण्याचीही त्यांची इच्छा होती. अली बंधूंमध्ये त्यांना वाटणारा रस आणि त्यांना गांधींबद्दल वाटणारा जिव्हाळा हेच दाखवून देत

होता, शिवाय इंडियन नॅशनल काँग्रेसमध्ये हिंदूंच्या हितसंबंधांची जपणूक करण्यासाठी धडपडणारे अलाहाबादचे कर्मठ ब्राह्मण पंडित मदन मोहन मालवीय यांच्याशी गांधींचे वाढते संबंधही याची साक्ष देत होते.

बाकीच्या राजकारण्यांनी नाही, परंतु गांधींनी (त्यांच्या दक्षिण आफ्रिकेतल्या वास्तव्याच्या सुरुवातीपासून) तीन प्रश्नांमधला नैतिक आणि व्यावहारिक परस्परसंबंध बरोबर हेरला होता. जोपर्यंत हिंदू आपल्यातल्याच एका गटाला अस्पृश्य मानणं बंद करणार नाहीत, तोपर्यंत परकीय सत्तेपासून मुक्तता मिळवण्यासाठी ते लायक ठरणार नव्हते; जर अस्पृश्यांनी विरोध केला तर हिंदूंना स्वराज्य मिळवणं शक्य नव्हतं आणि जर हिंदू व मुस्लीम एकमेकांशी भांडत बसले तर स्वातंत्र्य मिळवण्याची त्यांची योग्यताही नव्हती आणि शक्यताही नव्हती.

या तिन्ही आघाड्यांवर लढण्यासाठीचा योग्य तो वेग शोधण्याची आवश्यकतासुद्धा गांधी जाणून होते. मुस्लीम आणि अस्पृश्यांना स्वराज्य मिळवण्याच्या मार्गाकडे खेचून आणण्यासाठी धीरोदात्तपणे काम करण्याची गरज होती. असं असूनही, बॉम्बस्फोट करून घाईघाईनं स्वराज्य मिळवण्यासाठी उच्चवर्णीय हिंदूंना उद्युक्त करणाऱ्या कट्टर हिंदुत्ववाद्यांच्या गराड्यात सापडणं त्यांना परवडणारं नव्हतं, त्यामुळे ते स्वराज्य उच्चवर्णीय हिंदूंच्या वर्चस्वाखाली राहिलं असतं, शिवाय दुसऱ्या बाजूला कडवे मुस्लीम पूर्वीचं मुस्लीम वर्चस्व पुनर्प्रस्थापित करण्याची शक्यता होती. जातिव्यवस्थेचे जहाल विरोधक भारतात त्वरित जातीय समानतेची स्वप्नं दाखवून, प्रसंगी ब्रिटिशांच्या कृपाछत्राखाली एकत्र येण्याचा संभव होता. घाईघाईत केलेले वार आणि आत्यंतिक सावधगिरी, दोन्हीही गोष्टी टाळणं गरजेच होतं.

गोखल्यांचं देहावसान झालं त्या दिवशी, म्हणजे २० फेब्रुवारी १९१५ रोजी, ॲण्ड्र्यूज यांनी गांधींना विचारलं होतं की, सत्याग्रह लवकरच भारतात येऊन पोचेल असं त्यांना वाटतं का? 'हे सांगणं अवघड आहे,' गांधी उत्तरले होते. नंतर पुढे त्या वर्षात इंदुलाल याज्ञिक या तरुण माणसानं (१८९२-१९७२) गांधींना मुंबईत विचारलं की, सविनय कायदेभंगाला भारतात पाठिंबा मिळेल अशी त्यांना अपेक्षा आहे का? गांधींनी उत्तर दिलं :

> *खूप मोठा पाठिंबा मिळेल की नाही याची मला चिंता नाही. तो काळाच्या ओघात मिळेलच. परंतु एक वेळ अशी येईल की, माझे असंख्य पाठीराखे मला कदाचित माझ्या कठोर तत्त्वनिष्ठेमुळे खाली फेकून देतील, अशी मला शंका आहे. असंही घडू शकतं की, मला रस्त्यावर हाकलून देण्यात येईल आणि एका भाकरीच्या तुकड्यासाठी मला दारोदार भीक मागत फिरावं लागेल.*

छोट्या कालखंडासाठी आश्वस्त आणि भविष्यकाळासाठी आशंकित असलेले १९१५ सालचे गांधी, आपल्या तोंडून स्वीकार्य आणि अस्वीकार्य गोष्टी निघू शकतात हे जाणत होते. भारताचे साम्राज्यशाहीशी असलेले संबंध आणि स्वराज्य हे दोन्ही एकत्र नांदू शकतील असाही त्यांचा एक विचार होता. १९१५च्या एप्रिलमध्ये मद्रासला ते म्हणाले :

ब्रिटिश साम्राज्याकडे स्वत:चे असे काही आदर्श आहेत, त्यांच्या मी प्रेमात पडलो आहे, असा शोध मला लागला आहे आणि त्यातला एक आदर्श असा आहे की, ब्रिटिश साम्राज्यातल्या प्रत्येक नागरिकाला त्याची स्वत:ची ऊर्जा आणि गौरव प्रदर्शित करायला व त्याच्या सदसद्विवेकबुद्धीला रुचेल असं वागायला पूर्ण वाव आहे... त्यामुळे त्यासाठी माझी निष्ठा ब्रिटिश साम्राज्याला आहे.

असं असूनही, भारतात परत आल्याच्या क्षणापासून ते सत्याग्रहाचा प्रयोग करून पाहण्याची संधी शोधायला लागले.

हरिलाल आणि मणिलाल : आईवडील बोटीतून उतरले तेव्हा सत्तावीस वर्षांचा असलेला त्यांचा सगळ्यांत मोठा मुलगा मुंबईत होता आणि त्यांच्या पुढच्या काही प्रवासांमध्ये त्यानं त्यांची सोबत केली. पिता-पुत्रांमध्ये दीर्घकाळ बोलणी झाली. परंतु दरी काही बुजली नाही. राजकोटला लक्ष्मीदास यांच्या कुटुंबाला हरिलालवर केलेल्या खर्चाची भरपाई गांधींनी दिल्यानंतर, त्यांच्या अलग होण्यावर शिक्कामोर्तब झालं. छगनलाल आणि मगनलाल यांचा भाऊ व त्यांच्यासारखाच एक जवळचा सहकारी असलेला नारायणदास याला १४ मार्च १९१५ रोजी गांधींनी लिहिलं :

हरिलाल माझ्यापासून पूर्णत: वेगळा झाला आहे. त्याला माझ्याकडून कसलीही आर्थिक मदत मिळणार नाही. त्याला ४५ रुपये दिले आणि तो कलकत्त्याला वेगळा झाला. त्या वेळी कोणत्याही प्रकारची कटुता नव्हती. त्याला हवी असतील ती माझी पुस्तकं किंवा कपडे घेऊन जाऊ देत.

मार्चच्या अखेरीस गुलाबनं शांती या आपल्या चौथ्या अपत्याला जन्म दिला. तिला आणि हरिलालला आता तीन पुत्र व एक कन्या होती. (त्यानं परीक्षेत पास होण्याचे प्रयत्न सोडून दिले होते.) शांतीच्या जन्मानंतर लगेचच हरिलालनं आपल्या पित्याला उपहासपूर्ण अर्ध-अनावृत पत्र लिहिलं. ते छापलं गेलंच पण बऱ्याच मोठ्या वर्तुळात वितरित झालं, गांधींनाही ते मिळालं. शेवटच्या क्षणी ते पत्र वृत्तपत्रांना पाठवण्याचा बेत त्यानं रद्द केला. त्यामध्ये विखारी आरोप केले होते :

गेल्या दहा वर्षांतल्या मतभेदांचं मुख्य कारण म्हणजे शिक्षणाबाबत असलेली आपली मतं... तुम्ही अत्यंत सुसंस्कृत पद्धतीनं आमची (मुलांची) गळचेपी केली... तुम्ही आम्हाला कोणत्याही रितीनं प्रोत्साहन दिलं नाही... तुम्ही आमच्याशी नेहमीच प्रेमानं नव्हे तर रागानं बोललात... आम्हाला अशिक्षित, अडाणी ठेवलंत... मला इंग्लंडला पाठवा, म्हणून मी विनवण्या केल्या. एक वर्षभर मी रडलो-भेकलो. मी गोंधळून गेलो. पण तुम्ही माझं जराही ऐकून घेतलं नाही... मी विवाहित आहे... मला चार मुलं आहेत. मी संन्यासी तर बनू शकत नाही. त्यामुळे तुमच्या परवानगीनं मी तुमच्यापासून अलग झालो आहे.

हरिलालपेक्षा बारा वर्षांनी लहान असलेला गांधींचा सर्वांत धाकटा मुलगा देवदास नंतर म्हणायचा की, 'हे पत्र म्हणजे हरिलालच्या आयुष्यातला आणि त्याच्या कुटुंबाशी असलेल्या संबंधातला मैलाचा दगड होता.' असं असूनसुद्धा सप्टेंबर १९१५मध्ये गांधींना मुंबईला जाणं आवश्यक होतं तेव्हा हरिलाल त्यांच्याबरोबर गेला. मुंबईहून तो कलकत्त्याला गेला; तिथे एका गुजराती व्यावसायिकानं त्याला कार्यालयात नोकरी देऊ केली होती.

कलकत्त्याला हरिलालचं पाचवं आणि शेवटचं अपत्य, मुलगी मनू जन्मली, कस्तुरबा त्या वेळी मदतीला तिथे गेल्या. आतापर्यंत न अनुभवलेलं समाधान व स्थैर्य वर्षभर उपभोगल्यानंतर हरिलालला पेढीच्या आर्थिक व्यवहारात अफरातफर केल्याच्या आणि कर्जाची परतफेड न केल्याच्या आरोपांवरून नोकरी गमवावी लागली.

हरिलालला आश्रमाच्या निधीतून पैसे पुरवल्यामुळे आणि सुरुवातीला वडिलांपाशी ही गोष्ट नाकबूल करणाऱ्या चोवीसवर्षीय मणिलालला जून १९१६मध्ये त्याची मोठी किंमत चुकवावी लागली. या मुलाला आश्रमातून काढून टाकलं गेलं, मद्रासचं एकमार्गी तिकीट आणि अगदी थोडे पैसे देण्यात आले आणि हरिलालला देण्यात आलेली रक्कम व परतीच्या तिकिटाचे पैसे कमावल्याशिवाय परत न येण्याबद्दल बजावण्यात आलं. कालेनबाख यांना गांधी या घटनेविषयी लिहितात, 'मणिलालनं मला पुन्हा फसवलं... तो फारच कमकुवत मुलगा आहे.'

जाण्यापूर्वी पुन्हा उपवास न करण्याबाबत आपल्या पित्याची मणिलालनं मनधरणी केली. गांधींनी तीन दिवस उपवास केला, हे त्या वेळी मणिलालला माहीत नव्हतं. दक्षिणेच्या प्रवासात मणिलाल आपल्याला झालेल्या शिक्षेमुळे आणि पुन्हा एकवार वडिलांना दिलेल्या दुःखामुळे खूप रडला. मद्रासमध्ये त्यानं बरेच कष्टप्रद आठवडे घालवल्यावर आपल्या मुलाच्या संपर्कात राहण्याविषयी गांधींनी आपल्या

मित्रांना सांगितलं; मित्रांनी त्याला काही प्रमाणात मदत केली. आपल्या सात महिन्यांच्या वास्तव्यात मद्रासला मणिलाल तमिळ शिकला आणि विणायलाही शिकला; त्यातून त्याला दिवसभरात चार आण्याची कमाई होत असे.

मुकाबल्यासाठी सज्जता आणि सैन्याची जमवाजमव

डिसेंबर १९१५च्या अखेरीस मुंबईत झालेल्या इंडियन नॅशनल काँग्रेसच्या वार्षिक अधिवेशनात गांधींनी कामकाजामध्ये भाग घेतला आणि वसाहतींमधल्या भारतीयांवर एक ठराव संमत करून घेतला.

येणाऱ्या वर्षात, भारत एक अचंबित करणारा परंतु आश्वासक असा आवाज ऐकणार होता. श्रीमंत-गरीब, उच्चवर्णीय-अस्पृश्य, हिंदू-मुस्लीम , जहाल-मवाळ, पुरोगामी-प्रतिगामी, ब्रिटिशधार्जिणे-ब्रिटिशविरोधी अशा असंख्य मतभेदांनीयुक्त देशाला गांधींची नक्की भूमिका काय, हे सुरुवातीला समजेनासं झालं. प्रत्येक बाजूची खिल्ली उडवतानाच ते एकीकडे आपला पाठिंबाही व्यक्त करत.

इतर राजकारण्यांपेक्षा ते किमान तीन बाबतीत वेगळे होते. एक, ते स्वत:ला गरिबांमधलाच एक समजत आणि गरीबही त्यांना आपला नेता मानत होते, असं दिसतं. दुसरी बाब, लंडन आणि दक्षिण आफ्रिकेतल्या वास्तव्यापासून ते ब्रिटिशांशी परिचित होते व त्यांच्याशी बरोबरीच्या नात्यानं वागत होते. तिसरी, भारतातला प्रत्येक प्रांत ते आपलं घरच मानत असावेत, असं वाटत असे.

बरेच लोक त्यांना संत मानत तर इतर लोकांसाठी ते १९१७ सालच्या सरोजिनी नायडूंच्या शब्दांत सांगायचं झालं तर ते एक–

> *अवघड आणि अशक्यप्राय स्वप्नं पाहणारे स्वप्नांचे सौदागर होते. लंडन किंवा मिलान, पॅरिस किंवा पेट्रोग्राडच्या चोखंदळ, उच्चभ्रू वस्तीत जर आज असिसीचा सेंट फ्रान्सिस लक्तरं झालेल्या अंगरख्यामध्ये अवतरला तर इतकी खळबळ माजणार नाही, जितकी या विचित्र माणसाच्या उपस्थितीनं माजते. हा माणूस, अनवाणी फिरणारा आणि जाडीभरडी वस्त्रं घालणारा, त्याची स्निग्ध नजर आणि शांत, हळुवार हास्य, ब्रिटिश साम्राज्याला पैसे मोजूनही मिळणार नाही अशी भावपूर्ण आदरांजली सहज झटकून टाकतं आणि त्याच वेळी त्याबद्दल कृतज्ञताही व्यक्त करतं.*

६ फेब्रुवारी १९१६ रोजी बनारसला केलेलं त्यांचं भाषण लोकांच्या भावना भडकवण्यासाठी अत्यंत चांगलं (किंवा अत्यंत वाईट) होतं. तिथे हिंदू विद्यापीठाच्या पायाभरणी समारंभात ते बोलत होते. ॲनी बेझंट यांनी या विद्यापीठाच्या उभारणीसाठी बरेच कष्ट घेतले होते. इतर अनेक उच्चभ्रू मान्यवरांबरोबर आमंत्रण असलेल्या

गांधींनी शहरात दिसणाऱ्या गलिच्छपणावर टिप्पणी केली आणि व्यासपीठावर बसलेल्या मौल्यवान अलंकारांनी सजलेल्या उमरावांची लाखो दीन-दुबळ्यांशी तुलना केली. अमीर-उमराव जोपर्यंत आपले अलंकार काढून फेकून देत नाहीत, तोपर्यंत भारताची उन्नती शक्य नाही, असं त्यांनी जाहीर केलं.

काहीही झालं तरी भारताच्या मदतीला वकील, डॉक्टर किंवा धनिक जमीनदार नव्हेत तर शेतकरी धावून येतील, असंही ते पुढे म्हणाले. पुढे, विद्यापीठाच्या उद्घाटनाला आलेल्या व्हाइसरॉयच्या रक्षणासाठी तैनात करण्यात आलेली पोलिसांची फळी रस्त्यावर बघून गांधी म्हणाले की, अशा संरक्षणाखाली जगणं म्हणजे जिवंतपणी मरण भोगणं आहे, त्यापेक्षा खून झालेला परवडला.

हे ऐकून मिसेस बेझंट आणि इतर मान्यवर अवाक झाले. गांधींना थांबण्यास सांगून सभामध्येच आवरती घेण्यात आली. एरिक्सन यावर असं भाष्य करतात की, या प्रसंगी गांधींचा उपहास टोमण्यांकडे जरा जास्तच झुकला असावा. समोर बसलेल्या प्रक्षोभक विचार मनात उसळत असलेल्या विद्यार्थ्यांच्या भावनांना त्यांनी जरा जास्त प्रमाणात हात घातला, त्यांना आपल्याकडे आकर्षित करून घेण्याचा जरी गांधींचा हेतू असला तरी त्यांनी त्यांच्याशी जास्त जवळीक साधली आणि गांधींच्या शब्दांमधून त्यांच्यापर्यंत अहिंसेचा संदेश पोचण्याऐवजी अराजकतावादाचा संदेश पोचला असावा.

बाकी लोकांनी मात्र काहीसा वेगळा अर्थ काढला. घन:श्याम दास बिर्ला नावाचा एक तरुण मारवाडी उद्योजक त्या भाषणानं भारावून गेला. आधीच्या वर्षी त्यानं गांधींचं कलकत्त्यात स्वागत केलं होतं आणि त्यांची गाडीही ओढली होती. अशीच प्रतिक्रिया महाराष्ट्रातून आलेल्या विनोबा भावे (१८९५-१९८२) या एकवीसवर्षीय विद्वानाच्या मनात उमटली.

जून १९१६मध्ये भावे गांधींना भेटायला कोचरब आश्रमात आले आणि त्यांच्यात भाव्यांना 'शांती' आणि 'क्रांती' दोन्ही दिसल्या, हिमालयाची शांतता आणि क्रांतीची धग. दोन वर्षांनंतर विनोबांनी गांधींपुढे एक पुत्र म्हणून सेवा करण्याचा प्रस्ताव मांडला. त्या तरुणाच्या बुद्धी आणि भावनांनी प्रभावित होऊन गांधींनी त्यांना लिहिलं (फेब्रुवारी १९१८) :

> *तुमचं प्रेम आणि चारित्र्य पाहून मी मोहून गेलो आहे, तुमच्या स्व-परीक्षणानंही मी प्रभावित झालो आहे. तुमचं मूल्यमापन करण्याची माझी योग्यता नाही... गुणांच्या बाबतीत जेव्हा एखादा पुत्र आपल्या पित्याला मागे टाकतो, तेव्हा तो पिता फक्त एक पिता असतो, असं माझं मत आहे... तुम्ही मला प्रदान केलेली भूमिका प्रेमाची भेट म्हणून मी स्वीकारतो.*

स्वत:ला त्या पात्रतेचा ठेवण्यासाठी मी प्रयत्न करेन आणि जर मी कधी एखादा हिरण्यकश्यपू झालोच तर, ईश्वरावर प्रेम करणाऱ्या आणि पित्याचा नम्रपणे आज्ञाभंग करणाऱ्या प्रल्हादाप्रमाणे तुम्ही मला विरोध करा.

मूलभूत बदल घडवून आणणाऱ्या आपल्या उद्दिष्टांची जाणीव, तीव्र इच्छाशक्ती आणि लोकप्रियता यामुळे आपण हिरण्यकश्यपूसारखे जुलूमशहा बनू की काय, अशी गांधींना वाटणारी भीती इथे लक्षात घेण्यासारखी आहे.

बनारसच्या आधी सुरत आणि नवसारी इथे गुजराच्या पटेल, जैन व मुस्लीम लोकांसमोर त्यांच्या समाजाच्या सभांमध्ये गांधी बोलले होते. बनारसनंतर ते पुन्हा मद्रासला आणि नंतर गुजरातच्या उत्तर-पश्चिम भागातल्या सिंधमधल्या गावांमध्ये गेले, त्या वेळी तो भाग बॉम्बे प्रेसिडेन्सी इलाक्यात सामावलेला होता.

सर्वत्र अतिशय मोठ्या संख्येनं लोक त्यांना बघायला आणि ऐकायला जमत आणि त्यांची ओळख मोठ्या आदरयुक्त शब्दांत करून दिली जाई. कराचीत ते म्हणाले (२९ फेब्रुवारी १९१६), 'संपूर्ण भारतात लोकांची हृदयं त्यांच्याबद्दलच्या खास प्रेमानं भरून गेली आहेत, त्याला कारण दक्षिण आफ्रिकेतले आमचे शूर आणि उमदे बंधू-भगिनी आहेत.'

परंतु हा विनय होता. सत्य हे होतं की गांधींच्या त्यांच्यामधल्या उपस्थितीमुळे अनेक भारतीयांना दिलासा मिळत होता. गांधींमध्ये त्यांना सहवेदना आणि आत्मशक्ती दोन्हींचा प्रत्यय येत होता. लोकांना असं वाटत होतं की, या विलक्षण माणसाला त्यांची काळजी वाटत होती, त्यांच्या क्लेशकारक अवस्थेची जाण होती, त्यासाठी दिल्लीच्या मोठ्या गोऱ्या साहेबांच्या समोरदेखील उभं राहण्याची त्यांची ताकद होती आणि विविध प्रांतांतल्या शासनव्यवस्थेच्या विरोधात दंड थोपटून उभं ठाकण्याची क्षमता होती.

गांधींची निष्ठाही लोकांचं लक्ष वेधून घेत होती. अहिंसेच्या तत्त्वाबाबत जेव्हा पंजाबच्या लाला लजपतराय यांनी शंका उपस्थित केली, तेव्हा गांधींनी त्यांना त्यांच्या पूर्वजांच्या अहिंसेवर असलेल्या श्रद्धेबाबत भीती बाळगण्याचं कारण नसल्याचं सांगितलं. अहिंसा हा हिंदुत्वाचा गाभा आहे, असं ठाम प्रतिपादन करताना गांधींनी पुढे असं म्हटलं की (ऑक्टोबर १९१६), जरी धार्मिक पुस्तकांमध्ये काही वेगळाच अर्थ सांगितला आहे, असं जरी माझ्या निदर्शनास आलं तरी अहिंसेवर असलेली श्रद्धा अविचल राहील.

१६ फेब्रुवारी १९१६ रोजी मद्रासमध्ये, अस्पृश्यतेबाबत बोलताना ते म्हणाले, 'या पवित्र भूमीवर जी जी दु:खं आपल्याला भोगावी लागतात, ती म्हणजे आपण करत असलेल्या गंभीर आणि ज्याचं क्षालन होऊ शकत नाही अशा गुन्ह्याला

मिळालेली योग्य अशी शिक्षाच आहे.'

एप्रिलच्या शेवटी बेळगावमध्ये त्यांनी जाहीर केलं की, इतरांपेक्षा स्वत:ला वरचढ समजणाऱ्या कोणत्याही गटाला किंवा समाजातल्या घटकाला ते विरोध करतील. जर एखादा विशिष्ट वर्ग वर्चस्व प्रस्थापित करू पाहत असेल... तर तिथे होमरूल येऊच शकत नाही.

त्यांचं नाव आणि प्रतिमा सर्वसामान्य भारतीय जनतेमध्ये अभूतपूर्व अशा पद्धतीनं दुमदुमत होती आणि गरीब, अस्पृश्य व आदिवासींमधल्या अनेक जणांना ते आपले तारणहार आहेत, असं वाटू लागलं होतं.

*

एकमेकांबरोबर स्पर्धा करणाऱ्या युरोपियन राष्ट्रवाद्यांमध्ये लढल्या जाणाऱ्या महायुद्धामुळे भारतीय राष्ट्रवादाची ठिणगीही चेतवली गेली होती आणि भारताकडून मिळणारे मनुष्यबळ व इतर मदतीची साम्राज्याला गरज असल्यामुळे राजकारणात आपली प्यादी पुढे सरसावण्याची संधीही चालून आली होती. १९१६मध्ये 'होमरूल' ही एक लोकप्रिय घोषणा बनली होती. 'लोकमान्य' ही लोकांनी प्रेमानं दिलेली पदवी स्वीकारणाऱ्या टिळकांनी पुण्यात होमरूल लीग स्थापन केली, तर सप्टेंबरमध्ये मिसेस बेझंट यांनी मद्रासमध्ये त्यांच्या होमरूल लीगची स्थापना केली.

एकजुटीची इच्छाही सर्वत्र दिसून येत होती. १९०७मध्ये मुख्य कार्यकारिणीतून बाहेर काढला गेलेला टिळकांच्या नेतृत्वाखालचा जहाल गट आणि कॉंग्रेस यांच्यातली एकी, शिवाय कॉंग्रेस व मुस्लीम लीग यांच्यातलं ऐक्य हे त्याचंच उदाहरण. या होमरूल व एकजुटीच्या प्रयत्नांचे बिनीचे खेळाडू होते टिळक, मिसेस बेझंट आणि जिना. गांधींचा त्यातला सहभाग हा मनस्वी परंतु तुलनेने अल्प होता.

मात्र, ऑक्टोबरमध्ये अहमदाबाद इथे भरलेल्या बॉम्बे प्रांतीय परिषदेमध्ये त्यांनी प्रमुख भूमिका बजावली, त्यात इतरांबरोबरच टिळक आणि जिनांनीही हजेरी लावली होती. गुजरात सभेनं आमंत्रित केलेल्या (सरकारपुढे जनतेची गाऱ्हाणी आणि प्रश्न मांडण्यासाठी १८८४मध्ये या सभेची स्थापना झाली होती.) या परिषदेमध्ये जहाल आणि मवाळ एकत्र आले. जिनांनी अध्यक्षपद स्वीकारावं असा प्रस्ताव गांधींनी मांडला, त्यांनी तो स्वीकारला आणि गांधींनी काही राजकीय ठरावसुद्धा मांडले, त्यात विरामगाम इथल्या कस्टम्स अधिकाऱ्यांना दूर करणं आणि बॉम्बे प्रेसिडेन्सीमध्ये मिसेस बेझंट यांना असलेली प्रवेशबंदी उठवणं हे प्रमुख होतं.

या परिषदेत गांधींनी एका माणसाला आपल्याकडे आकर्षून घेतलं, जो पुढे त्यांचा एक महत्त्वाचा सहकारी बनणार होता. ते होते गांधी आणि जिनांप्रमाणेच लंडनहून बॅरिस्टर होऊन आलेले वल्लभभाई पटेल. दणकट बांध्याच्या, सडेतोड

स्वभावाच्या आणि केस विरळ होत चाललेल्या पटेलांचे वडील खेडा जिल्ह्यातले एक गरीब शेतमालक होते; पटेल अहमदाबादमधले अतिशय हुशार फौजदारी वकील म्हणून उदयाला आले होते आणि गुजरात क्लबचे ब्रिज चॅम्पियन होते. वल्लभभाईंचे थोरले बंधू विठ्ठलभाई हेसुद्धा बॅरिस्टर होते, ते बॉम्बे कायदेमंडळात गुजरातचं प्रतिनिधित्व करायचे.

क्लबमध्ये जेव्हा-जेव्हा मित्र गांधींबद्दल बोलायचे तेव्हा-तेव्हा आजपर्यंत वल्लभभाई नेहमी हसायचे– त्यांचा उल्लेख एक विक्षिप्त, लहरी माणूस अशा शब्दांत पटेल करीत. धान्य दळून आणि मुताऱ्या साफ करून स्वराज्य मिळणार आहे असं त्याला वाटतं म्हणून ते गांधींची खिल्ली उडवत. मात्र परिषदेमध्ये गांधींच्या स्वरातला गंभीरपणा आणि मोजूनमापून केलेली शब्दयोजना पटेलांना भावली.

संयुक्त प्रांतामध्ये लखनौ इथे डिसेंबरमध्ये कॉंग्रेसच्या मेळाव्यात पटेलांनी गांधींना पुन्हा एकदा पाहिलं. त्या ठिकाणी मुस्लीम लीगसुद्धा निमंत्रक होती आणि स्व-शासनासाठी दोन्ही पक्षांनी एकत्रितपणे काम करण्याला मान्यता दिली. हे सरकार थेट निवडणुकीनं निवडलं जाणार होतं, त्यासाठी मुस्लीम व शीख यांना स्वतंत्र मतदारसंघ देण्यात यावेत आणि प्रांतीय व केंद्रीय विधिमंडळात धार्मिक अल्पसंख्याकांना राखीव जागा देण्यात याव्यात यावर शिक्कामोर्तब झालं.

या उल्लेखनीय लखनौ कराराचे शिल्पकार होते टिळक, जिना आणि ॲनी बेझंट. या 'स्व-सरकार'च्या हाकेत भारतीय शेतकऱ्याला सामावून घेण्याचे मार्ग शोधणारे गांधी एका पाठीराख्याच्या भूमिकेत होते. त्याला अनुसरून त्यांनी लखनौ आणि अलाहाबाद इथे श्रोत्यांशी हिंदीत संवाद साधण्याचा प्रयत्न केला.

गांधींनी पुढे ज्यांना आपला वारसदार म्हणून जाहीर केलं त्या जवाहरलाल नेहरूंनी त्यांना लखनौमध्ये सर्वप्रथम पाहिलं. कॉंग्रेसमधल्या मवाळ गटाचे एक प्रमुख आणि अलाहाबादमधील एक नावाजलेले वकील, काश्मिरी ब्राह्मण मोतीलाल नेहरू यांचे ते पुत्र होते आणि गांधी, जिना, पटेलांप्रमाणेच लंडनहून कायद्याचा अभ्यास करून आले होते. जवाहरलाल हॅरो आणि केंब्रिजहूनसुद्धा शिक्षण घेऊन आले होते. या विचारी, सुसंस्कृत आणि देखण्या सत्तावीसवर्षीय युवकाला डिसेंबर १९१६ मधले गांधी दूरस्थ, वेगळे आणि अ-राजकीय वाटले होते.

चंपारण

लखनौमधल्या सगळ्यांच्याच मनात हा विचार आला नव्हता, उत्तर बिहारमधल्या ब्रिटिश मळेवाल्यांच्या हाताखाली नीळ पिकवणाऱ्या आणि मळेवाल्यांच्या दडपशाहीविरुद्ध मदतीच्या शोधात असलेल्या राज कुमार शुक्लाच्या मनात तर निश्चितच नाहीच नाही. बिहारमधले एक वकील ब्रजकिशोर प्रसाद यांनी गांधींशी ओळख करून

दिल्यानंतर शुक्लानं गांधींना नीळ पिकवणाऱ्या शेतकऱ्यांच्या हालअपेष्टा स्वत:च्या डोळ्यांनी बघण्याची विनंती केली. हे मळे गंगेच्या उत्तरेला डोंगराळ प्रदेशात चंपारण इथे होते. नेपाळच्या सीमेजवळ असलेलं हे ठिकाण माउंट एव्हरेस्टपासून काही फार लांब नव्हतं.

आपल्या अंत:प्रेरणेनं प्रोत्साहित होऊन गांधींनी हा प्रस्ताव स्वीकारण्याची इच्छा दाखवली. १९१७च्या एप्रिलमध्ये शुक्ला पुन्हा एकदा आपलं गाऱ्हाणं घेऊन अहमदाबादला पोचला तेव्हा त्याच्याबरोबर उत्तर बिहारला जायला गांधी तयार झाले. बिहारची राजधानी पाटणा इथे थांबून शुक्ला गांधींना राजेंद्र प्रसाद यांच्या घरी घेऊन गेला. त्यानं आणि इतर नीळ उत्पादकांनी त्यांना वकील म्हणून नेमलं होतं. परंतु वकीलसाहेब शहराबाहेर गेले होते आणि त्यांच्या नोकरांनी गांधींना खालच्या जातीचे समजून विहिरीतून पाणी काढायला, घरातल्या शौचालयाचा वापर करायला मज्जाव केला.

त्या वेळी बत्तीस वर्षांचे असलेले प्रसाद (१८८४-१९६३) एक बिहारी कायस्थ होते. त्यांनी कलकत्ता विद्यापीठात उत्तम यश संपादन केलं होतं. पुढे जाऊन ते एक महत्त्वाचे सहकारी बनले आणि काळाच्या ओघात काँग्रेसचे अध्यक्ष आणि नंतर (१९५० ते १९६२) भारतीय प्रजासत्ताकाचे अध्यक्ष झाले. प्रसाद यांची भेट झाली नाही हे पाहून गांधींनी आपले पूर्वीचे लंडनमधले सहाध्यायी आणि मूळ पाटण्याचे रहिवासी असलेले मुस्लीम लीगचे नेते मझरूल हक यांच्याशी संपर्क साधला.

हक यांनी गांधी आणि शुक्लांना त्या प्रांताच्या उत्तरेला असलेल्या मुझफ्फरपूरला जाणाऱ्या ट्रेनमध्ये बसवून दिलं. त्यात त्यांना मध्यरात्रीच्या सुमारास कृपलानी भेटले. या इतिहासाच्या प्राध्यापकांशी गांधींची शांतिनिकेतनमध्ये भेट झाली होती. कृपलानींबरोबर विद्यार्थ्यांचा एक जथाही होता. या स्वागत समितीकडे कंदील होते, तरीही गांधींना शोधण्यात कृपलानींना बराच त्रास झाला, कारण ते तिसऱ्या वर्गानं प्रवास करत होते.

शेतकऱ्यांच्या समस्येचं मूळ 'तिनकथिया' नावानं ओळखल्या जाणाऱ्या एका नियमात होतं, त्यानुसार किमती कमी होत असतानादेखील त्यांना आपल्या जमिनीच्या तुकड्यावर निळीचं उत्पादन घेणं बंधनकारक होतं. शुक्लांनी सांगितलेल्या जुलूमजबरदस्तीच्या कहाण्यांना स्थानिक वकिलांनी पुष्टी दिली. गांधी तिथे पोचल्यावर लगेचच राजेंद्र प्रसाद आणि ब्रजकिशोर प्रसादही पाटण्याहून त्यांना येऊन मिळाले.

पूर्वी घडल्याप्रमाणेच– म्हणजे १८९४ साली दरबानमध्ये, १९०३ साली जोहान्सबर्गला, १९१३ साली न्यूकॅसलला– गाधींना ही संधी समोर दिसली आणि त्यांनी लगेच तिचा उपयोग करून घेण्याचं ठरवलं. त्यांनी पाटण्याच्या आणि उत्तर बिहारच्या त्या वकील समुदायाला सांगितलं की, त्यांनी त्यांची जबाबदारी चोखपणे

बजावली तर ते स्वत: त्यांच्या जन्मस्थानापासून सुमारे हजार मैल दूर असलेल्या आणि सांस्कृतिकदृष्ट्या भिन्न वातावरणात त्या नीळ उत्पादक प्रदेशात राहायला तिथे आपलं घर थाटायला आणि लढायला तयार आहेत.

आपण बिहारच्या वकिलांना तुरुंगात जायला सांगणार नाही हेही गांधींनी स्पष्ट केलं. परंतु त्यांनी शेतकऱ्यांचे लेखनिक म्हणून विनावेतन काम करण्याची तयारी दाखवली पाहिजे, त्यांच्या कहाण्या लिहून घेणं, तक्रारींची नोंद ठेवणं आणि गांधी वाचू शकणार नाहीत अशा कागदपत्रांचं भाषांतर करणं किंवा स्थानिक भाषेत दिली जाणारी आणि त्यांना न समजणारी भाषणं त्यांच्यासाठी अनुवादित करणं, असं त्या कामाचं स्वरूप होतं. (चंपारणमध्ये काही वेळा कैथी किंवा उर्दू भाषा वापरली जाई.)

सगळे सहमत झाले आणि त्यांच्याही नकळत राष्ट्रीय चळवळीत नेतृत्व करण्यासाठी शिकाऊ उमेदवार म्हणून त्यांनी स्वत:ला दाखल करून घेतलं. न्यायालयातल्या मोठ्या हुद्द्याचा आलेला प्रस्ताव धुडकावताना राजेंद्र प्रसाद यांनी आपण कारकून आणि लेखनिक म्हणून काम करण्यात समाधान मानू, असं सांगितलं. ब्रजकिशोर प्रसाद यांचंही तेच म्हणणं पडलं.

बदलांचा स्वीकार करताना त्या वकिलांनी जातीपातीची बंधनं झुगारून दिली आणि सगळ्यांसाठी असलेल्या रसोड्यात जेवायला सुरुवात केली : सगळे जण आता सेवाकार्यात गुंतलेले असल्यामुळे, पंक्तिभेद करण्यात काहीच अर्थ उरलेला नसल्याचं गांधींनी त्यांना सांगितलं. पुढच्या काही आठवड्यांत त्या साधारण लोकांची निवेदनं अभिजनांनी काळजीपूर्वक लिहून घेतली. गांधींच्या देखरेखीखाली, प्रमुख नीळ उत्पादन असलेल्या चंपारण जिल्ह्यात (मुझफ्फरपूर नगराच्या पश्चिमेला) त्यांनी हे काम केलं.

गांधींच्या उपस्थितीमुळे स्फूर्ती आल्यानं शेतकऱ्यांनी त्यांना आपला मार्गदर्शक म्हणून स्वीकारलं. मळेवाल्यांनी या गोष्टीला हरकत घेतली आणि दक्षिण आफ्रिकेच्या अधिकाऱ्यांच्या पावलावर पाऊल ठेवून गांधी एक नको असलेला पाहुणा असल्याचं जाहीर केलं. परंतु गांधींनी शेतकऱ्यांच्या अडचणी जाणून घेण्याचा आपल्याला अधिकार असल्याचा आणि त्यानुसार सरकारला सल्ला देणं हे आपलं कर्तव्य असल्याचा दावा केला. पोलीस आपल्यावर नजर ठेवून आहेत हे पाहिल्यावर गांधींनी जिल्हा न्यायदंडाधिकाऱ्यांना लिहिलं-

> *१७ एप्रिल १९१७ : काल एक पोलीस अधिकारी आमच्या गटाचा पाठलाग करत होता, असं माझ्या नजरेस आलं... आमच्या कार्यात जरी पोलिसांची आम्हाला मदत मिळत नसली तरी त्यांची उपस्थिती स्वागतार्ह आहे.*

शेतकऱ्यांची पाठराखण करणं हा आपला अधिकारच आहे, असं मानणारे 'परके' गांधी अशा प्रकारे महत्त्वाची माहिती गोळा करण्यात अधिकाऱ्यांनी त्यांची मदत करावी, अशी अपेक्षा व्यक्त करतात, भले ती माहिती अधिकाऱ्यांच्या विरुद्ध जाणारी का असेना.

१६ एप्रिल रोजी गांधींना एक पूर्वसूचना देण्यात आली. त्यांनी जी पहिली मिळेल त्या ट्रेननं चंपारण सोडावं असा आदेश त्यात होता. आपण हा आदेश पाळणार नसल्याचं जिल्हा न्यायदंडाधिकाऱ्यांना लिहिलेल्या पत्रात गांधींनी कळवलं आणि व्हाइसरॉय यांच्या खासगी सचिवाला लिहिलेल्या पत्रात त्यांनी 'कैसर-इ-हिंद' ही उपाधी परत करणं गरजेचं वाटत असल्याचं लिहिलं. १८ एप्रिल रोजी मोतीहारी या चंपारणच्या जिल्हा मुख्यालयाच्या न्यायालयात ते म्हणाले :

> *माझ्यावर बजावण्यात आलेल्या आदेशाचं पालन न करण्यामागचं कारण मला कर्तव्यदक्ष अधिकाऱ्यांचा अनादर करायचा आहे असं नसून आपल्या अस्तित्वाशी निगडित जो सर्वांत मोठा कायदा– म्हणजे सदसद्विवेकबुद्धीचा आवाज– त्याच्या आदेशाचं पालन करणं हे आहे.*

बिहारच्या बाहेर असलेल्या आपल्या अनेक स्तरातल्या मित्रांना चंपारणमधल्या घडामोडींची खबर पत्रांनी देण्याची खबरदारी गांधींनी घेतली होती– ॲण्ड्र्यूज, श्रीनिवास शास्त्री, मालवीय, पोलॉक, कालेनबाख, अहमदाबादला असलेला मगनलाल आणि काही इतर. यातले काही मित्र वृत्तपत्रांच्या संपर्कात होते आणि काही वेळा गांधीही संपर्कात असायचे.

न्यायालयात गांधींनी केलेलं वक्तव्य ही भारतभर एक मोठी बातमी ठरली. अहमदाबादमधल्या गुजरात क्लबमध्ये ते वाचत असताना रावसाहेब हरिलालभाई त्यांच्या खुर्चीतून ताडकन उठले आणि आपल्या आसपासच्या लोकांना म्हणाले, "हा पाहा, हा माणूस, खरा हिरो, एक शूर माणूस! आपण त्याला गुजरात क्लबचा अध्यक्ष केला पाहिजे." वल्लभभाई पटेल आणि इतर ताबडतोब सहमत झाले. इतरत्रही अशाच प्रतिक्रिया उमटल्या. बिहारमध्ये कृपलानींनी गांधींना ते आश्रमात येऊन राहू शकतात का, असं विचारलं आणि राजेंद्र प्रसाद, ब्रजकिशोर प्रसाद व इतर बरेच कायमचे त्यांना वश झाले.

साम्राज्यानं गांधींना बंदिवासात टाकलं नाही. हकालपट्टीचा आदेश केवळ मागे घेतला गेला, असं नाही, तर गांधींना त्यांच्या पद्धतीनं चौकशी करण्याची मुभा दिली गेली आणि नंतर शेतकऱ्यांच्या तक्रारीत लक्ष घालण्यासाठी नेमलेल्या अधिकृत चौकशी समितीचं सभासदत्व बहाल करण्यात आलं. ऑक्टोबरमध्ये या समितीनं एकमुखानं तिनकथिया पद्धत बंद करण्याची मागणी केली.

गांधी यशस्वी का झाले? भारताच्या उच्चभ्रू राजकारण्यांकडे नसलेली हत्यारं गांधींनी दक्षिण आफ्रिकेहून आणली होती : गरीब जनतेशी ओळख आणि सामंजस्य, गोऱ्या शासनकर्त्यांशीही याच पद्धतीनं असलेली वागणूक. एकीकडे, काही गोरे अधिकारी विद्वेष करत असतानाच ब्रिटिश मळेवाले आणि इतर अधिकाऱ्यांशी मैत्रीपूर्ण संबंध ठेवण्यात ते यशस्वी झाले आणि नवी दिल्लीतही गांधींविषयी सहानुभूतीचं वातावरण होतं.

दुसरीकडे, त्यांना चंपारणच्या शेतकऱ्यांकडून पाठिंबा तर होताच आणि देशभर प्रसिद्धीही मिळाली होती, याचाच अर्थ असा की गांधींना अटक करणं किंवा त्यांची हकालपट्टी करणं हे राजवटीसाठी त्यांच्या मनासारखं वागण्यापेक्षा जास्त धोकादायक होतं. त्याहीपेक्षा, महत्त्वाचं, जगभर निळीची बाजारपेठेतली किंमत घसरत होती आणि गांधींच्या विरोधात उभं राहण्यासाठी सरकारकडे कोणताही ठोस मुद्दा नव्हता.

दरम्यान, गांधींनी कस्तुरबा आणि इतर सहकारी यांनाही चंपारणला आणलं, स्वत:ला हिंदीतून पत्र लिहिण्याचं शिक्षण घेतलं, शाळा सुरू केल्या आणि चंपारणच्या ग्रामस्थांना प्रगत शेतीतंत्र आणि स्वच्छता शिकवण्याचा प्रयत्न केला. या शेवटच्या प्रश्नाबाबत, मेरिमन या ब्रिटिश अधिकाऱ्यानं चंपारणचा समावेश असलेल्या तिरहट विभागाचे आयुक्त मॉर्शिड यांना लिहिलं :

व्यक्तिश: मला असं वाटतं की, ते लोक ज्या गोष्टींचा पुरस्कार करतात, त्यात त्यांना जर खरोखरच मनापासून रस असेल, तर बिहारी शेतकऱ्यांना स्वच्छता शिकवता शिकवता त्यांच्या नाकी नऊ येतील.

कलकत्त्याच्या 'द स्टेट्समन' या वृत्तपत्राला लिहिलेल्या पत्रात आयर्विन या एका प्रमुख गोऱ्या मळेवाल्यानं गांधींच्या कार्यावर हल्ला चढवताना, चंपारणमधल्या कस्तुरबांच्या उपस्थितीबाबत आक्षेप घेतला. आयर्विन म्हणाला : होमरूल आणि तत्सम समारंभांमध्ये आपल्या यजमानांच्या अनुपस्थितीदरम्यान मिसेस गांधींनी... शाळा उघडण्याचा निव्वळ बहाणा करून, खेड्यात बाजार भरवला. आपल्या उत्तरात गांधी म्हणतात, 'आयर्विन यांनी भेकडपणे, या पृथ्वीवरच्या सर्वांत निरागस स्त्रियांमधल्या एकीवर हल्ला चढवला. (ती माझी पत्नी असतानाही मी हे वक्तव्य करत आहे.)'

एक हिंदू म्हणून गायीविषयी असलेल्या आपल्या आपुलकीबद्दल गांधी जर बोलतच राहिले, तर हिंदू-मुस्लीम यांच्यात तेढ निर्माण होईल, असा इशारा आयर्विन यांच्या या पत्रात देण्यात आला होता. गांधी पूर्वीही याविषयी बोलले होते. गांधींच्या उत्तरातून हिंदू आणि मुस्लीम यांची मनं जिंकण्याची आणि त्यांच्यात सुधारणा घडवून आणण्याची उमेद डोकावत होती. ते लिहितात,

भारतात राहत असलेले ख्रिश्चन आणि मुस्लीम , त्यांत ब्रिटिशांचाही समावेश

आहे, यांना एक ना एक दिवस गोमांसाचा त्याग करावा लागेल. परंतु असं घडण्यासाठी हिंदूंना गायीप्रति असलेल्या त्यांच्या वागणुकीत सुधारणा करावी लागेल. हिंदुत्वाच्या तत्त्वांविरुद्ध जाऊन काही हिंदू, प्रसंगी तलवारीचा धाक दाखवूनसुद्धा मुस्लीम किंवा ख्रिश्चन लोकांना गोहत्याबंदीसाठी बाध्य करण्यास मागेपुढे बघणार नाहीत याची त्यांना चिंता होती. एका निष्पाप प्राण्याला वाचवण्यासाठी आपल्या सोबत्याची हत्या करण्याचा अमानुषपणा आणि मूर्खपणा करण्याची चूक दाखवून देण्यासाठी आपण कटिबद्ध आहोत, असं गांधी पुढे जाहीर करतात.

राजकारणाची पुनर्रचना : १९१७मध्ये विजयाचे आणखी दोन प्रसंग आले. एक, पूर्वी उल्लेख केल्याप्रमाणे विरामगाम कस्टम्स अधिकाऱ्यांची हकालपट्टी. दुसरा म्हणजे, गांधींनी कंत्राटी कामगारांचं स्थलांतर रद्द करण्याची मागणी केली आणि ती मान्य केली गेली. परंतु दुसऱ्या एका आघाडीवर काँग्रेस नेत्यांनी गांधींचा एक प्रस्ताव नामंजूर केला : त्यांनी असं सुचवलं होतं की, निलगिरी प्रांतात बंदिवासात असलेल्या मिसेस बेझंट यांना भेटण्यासाठी शंभर स्वयंसेवकांनी मुंबईहून पदयात्रा करत जावं आणि भेटण्याची परवानगी मिळाली नाही तर स्वत:ला अटक करून घ्यावी.

सप्टेंबरमध्ये मिसेस बेझंटना सोडण्यात आलं आणि मग, भारतीयांना आणखी राजकीय संधी देता येतात का, याची चाचपणी करण्यासाठी नव्यानं भारतासाठीच्या राज्यव्यवहाराचे सचिव म्हणून नियुक्त झालेले एडविन मॉंटेग्यू ऑक्टोबरमध्ये लंडनहून आले. नोव्हेंबरच्या अखेरीस ते टिळक, मिसेस बेझंट, गांधी आणि जिना यांना भेटले, तसंच इतर काही नेत्यांचीही त्यांनी भेट घेतली. आपल्या रोजनिशीत मॉंटेग्यू यांनी नोंद केली की, मिसेस बेझंट यांचा आवाज हा त्यांनी आजवरच्या आयुष्यात ऐकलेला सगळ्यांत सुंदर आवाज होता, तर जिना हे उत्तम शिष्टाचार पाळणारे व अत्यंत हुशार पण काहीसे उद्दाम होते.

भारतात ब्रिटिशविरोधी रागाची आग धुमसते आहे, हे ओळखून मॉंटेग्यू यांनी रोजनिशीत पुढे लिहिलं की, जिनांसारख्या माणसाला आपल्या स्वत:च्या देशाचं कामकाज चालवायला मिळू नये ही मोठी धक्कादायक बाब आहे. जिना या बाबतीत लगेच सहमत झाले असते. 'मँचेस्टर गार्डियन'चा वार्ताहर वॉकर मॉंटेग्यूना म्हणाला : (जिनांना) असं वाटतं की मिसेस बेझंट आणि टिळकांनंतर तेच नेता होणार आहेत.

'प्रख्यात गांधी'बद्दल (असं मॉंटेग्यू त्यांना संबोधायचे) रोजनिशीत अशी नोंद आहे की, ते कामगारांसारखे कपडे घालतात आणि अक्षरश: हवेवर जगतात. ते गांधींना स्पष्टपणेच म्हणाले, "तुम्हाला या देशाच्या राजकारणात सहभागी होताना पाहून मला आश्चर्यच वाटलं." क्षणाचाही विचार न करता गांधींनी उत्तर दिलं (असं त्यांनी नंतर ॲण्ड्र्यूज यांना लिहिलं) की, आपण राजकारणात आहोत कारण

त्याशिवाय मी माझं धार्मिक आणि सामाजिक कार्य करू शकणार नाही. मला असंही वाटतं माझ्या जीवनाच्या अंतापर्यंत हे उत्तर असंच राहणार आहे, असंही गाधींनी ॲण्ड्र्यूजना पुढे लिहिलं. (६ जुलै १९१८)

माँटेग्यू यांनी आपल्या रोजनिशीत गांधींचं नामकरण एक समाजसुधारक असं केलं, तरी काही बाबतीत त्यांच्या सहकारी राजकारण्यांपेक्षा ते निश्चितच जास्त वास्तववादी होते आणि लोकांमध्ये मिसळण्यासाठी त्यांच्यापेक्षा जास्त उत्सुक होते. उदाहरणादाखल, लखनौमध्ये ज्या 'स्वतंत्र सरकार'ची काँग्रेस आणि मुस्लीम लीगनं मागणी केली होती, तिचे माँटेग्यू यांना स्मरण करून देण्यासाठी काँग्रेसनं सह्या जमवण्याची देशव्यापी मोहीम उघडावी, असा प्रस्ताव त्यांनी मांडला.

हा प्रस्ताव काँग्रेसनं स्वीकारला आणि हे निवेदन त्या त्या प्रादेशिक भाषांमध्ये काढावं ही गांधींची सूचनाही स्वीकारली. गुजरातच्या ग्रामीण विभागात उत्साहाला एकदम भरतं आलं याबद्दल त्यांना धन्यवादच दिले पाहिजेत. १९१७च्या सप्टेंबरच्या अखेरीस त्या भागातून आठ हजारांपेक्षा जास्त सह्या गोळा झाल्या, त्या काळी हा आकडा प्रचंडच म्हणायला हवा.

१९१७च्या नोव्हेंबरच्या पहिल्या आठवड्यात गुजरात सभेचा प्रमुख म्हणून उत्तर गुजरातच्या गोध्रा इथे एका परिषदेचं अध्यक्षस्थान भूषवताना गाधींनी गुजरातमधल्या राजकारणाला एक नवीन चेहरा प्राप्त करून दिला. भारतातल्या प्रत्येक राजकीय परिषदेच्या सुरुवातीला मांडण्यात येणारा राजाशी एकनिष्ठ राहण्याच्या ठरावाचा मसुदा त्यांनी प्रथम फाडून टाकला. इंग्लंडमधल्या सभांमध्ये असला एकनिष्ठतेचा ठराव मंजूर करत नाहीत याकडे लक्ष वेधून गांधी म्हणाले की, 'आपणहोऊन बंडखोरी जाहीर केली जात नाही तोपर्यंत निष्ठा गृहीत धरली जावी.'

त्यानंतर, स्वराज्य हे सर्वदूर पसरलेल्या शेतकऱ्यांच्या पाठिंब्यावर अवलंबून असतं, असं ठासून सांगत त्यांनी प्रत्येक वक्त्याला, त्यात पुण्याहून आलेले टिळक आणि मुंबईहून आलेले जिना यांचाही समावेश होता, भारतीय भाषेत बोलण्याची विनंती केली. टिळक मराठीत बोलले आणि इंग्रजाळलेल्या जिनांनी अनिच्छेनं गुजरातीत कसंबसं अडखळत भाषण केलं. गोध्राला गांधींनी टाकलेला हा दबाव मग पुढे आयुष्यभर जिनांना एक अप्रिय आठवण म्हणून छळत राहिला.

गोध्राला गांधी तथाकथित उच्चवर्णीय हिंदू व मुस्लीम नेत्यांबरोबर एका सभेला गेले, तिथे अस्पृश्य धेडही उपस्थित होते. तिथे नोंदी करत बसलेल्या एका पोलीस प्रतिनिधीच्या नोंदीप्रमाणे गांधी तिथे जे बोलले ते पुढीलप्रमाणे : 'आपण हिंदू आणि मुस्लीम एक झालो आहोत; इथे आपण या धेड समाजाच्या लोकांबरोबर आहोत. ज्या दिवशी उच्चवर्णीय समाज धेड लोकांना नीच जातीचे मानणं थांबवेल, त्या वेळी तो स्वराज्यासाठी सुयोग्य ठरेल.'

देशातली सर्वोच्च सत्ता ब्रिटिशांकडून तथाकथित उच्चवर्णीय म्हणवणाऱ्या हिंदूंकडे सोपवण्याचे प्रयत्न आपल्या रक्ताचा शेवटचा थेंब उरेपर्यंत हाणून पाडले जातील, असं अस्पृश्य समाजाच्या नेत्यांनी मॉंटेग्यू यांना मुंबईत सांगितल्याचं गांधींना बहुधा माहीत नव्हतं. परंतु, आपण पाहिलंच आहे की, स्वराज्य, जातिव्यवस्था आणि हिंदू-मुस्लीम प्रश्न हातात हात घालून सामोरे येतील हे त्यांना उपजत प्रेरणेनं उमगलं होतं.

शेवटी, गोध्राला गांधींनी वर्षातून एकदा संमेलनाच्या स्वरूपात भरणाऱ्या गुजरात सभेचं रूपांतर कायमस्वरूपी, कार्यरत राहणाऱ्या मंडळात केलं. या सभेची कार्यकारी समिती स्थापन करून अहमदाबादचे वकील आणि आता शहराच्या नगरपालिकेचे एक महत्त्वाचे सभासद असलेले वल्लभभाई पटेल यांना या समितीचे सचिव म्हणून काम करण्यासाठी गांधींनी राजी केलं.

गांधींनी पटेलांना सांगितलं की, 'वेठ' पद्धत बंद करण्यासाठी वरिष्ठ अधिकाऱ्यांची मदत घेणं हे त्यांचं पहिलं काम असेल. 'वेठ' म्हणजे खेड्यांमध्ये लोकांना जबरदस्तीनं आणि बहुतेक वेळा विनावेतन काम करायला लावणं; तिथे भेट देणाऱ्या अधिकाऱ्यांच्या तंबूसाठी खुंट्या तयार करायला स्थानिक सुताराला सांगणं, कुंभाराकडून भांडी घेणं आणि त्यात पाणी भरायला सांगणं, वाण्याकडून फुकट सामान मागवणं, झाडूवाल्याला सफाई करायला लावणं, या आणि अशा इतर कामांचा त्यात समावेश होता.

पटेलांना त्यात काही प्रमाणात यश मिळालं. मुंबई प्रेसिडेन्सीच्या उत्तर प्रांताचे आयुक्त आणि त्यामुळे साम्राज्याचे गुजरातमधले मुख्य अधिकारी फ्रेडरिक प्रॅट यांना पटेलांची ही ढवळाढवळ पसंत पडली नाही, तरीही ते वेठबिगारी अमानुष असल्याचं वास्तव नाकारू शकले नाहीत किंवा या पद्धतीविरुद्ध ग्रामीण भागात आवाज उठवणाऱ्या गुजरात सभेच्या कार्यकर्त्यांना मज्जाव करू शकले नाहीत.

या वेळेपर्यंत गांधींनी आणखी एक प्रमुख मदतनीस मिळवला आणि इंग्रजी व गुजराती दोन्ही भाषांवर प्रभुत्व असलेले लेखक, वकील महादेव देसाई (१८९२-१९४२) या पंचवीस वर्षांच्या गृहस्थांनी मोर्ले यांचं 'ऑन कॉम्प्रमाइझ' हे पुस्तक गुजरातीत अनुवादित केलं होतं. गांधींना भेटल्यानंतर दोन वर्षांनी देसाईंनी स्वत:ला गांधींच्या अक्षरश: स्वाधीन केलं.

३१ ऑगस्ट १९१७ रोजी गांधी देसाईंना म्हणाले : 'मला हवा तसा माणूस मला तुमच्यात सापडला आहे.' पोलॉकना त्यांनी लिहिलं (८ मार्च १९१८), 'देसाई... त्यांचं आयुष्य माझ्याबरोबर व्यतीत करू इच्छितात. ते अतिशय सक्षम साहाय्यक आहेत आणि तुझी जागा घेण्याची त्यांची महत्त्वाकांक्षा आहे. ही फार मोठी झेप आहे.' वयाच्या पन्नासाव्या वर्षी स्थानबद्धतेत असताना देहावसान होईपर्यंत

देसाईंनी गांधींची स्टेनोग्राफर, टायपिस्ट, विश्वासू सहकारी, माहिती देणारा, दुभाष्या, संपादक, मदतनीस आणि मित्र अशा अनेक प्रकारे सेवा केली.

खेडामधील शेतकरी : १९१७ साल संपून १९१८ साल सुरू होताना खेडा जिल्ह्यातल्या अस्वस्थ शेतकऱ्यांनी गांधींना ग्रामीण गुजरातला सत्याग्रहाची ओळख करून देण्याची एक प्रकारे संधीच मिळवून दिली. एक-दोन वर्षं नुकसानीची गेल्यानंतर आलेल्या उत्तम पिकाची १९१७च्या ऑक्टोबरमध्ये बरसलेल्या मुसळधार पावसानं वाताहत केल्यावर खेडामधून दोघं जण गांधींची मदत मागायला आले. मोहनलाल पंड्या आणि शंकरलाल पारिख हे गोध्राच्या परिषदेला हजर राहिले होते आणि जमिनीवर असलेला कर रद्द करावा यासाठी गांधींनी काही मदत करावी, या हेतूनं ते आले होते.

भारताच्या प्रचंड विस्तार असलेल्या ग्रामीण भागात हा कर जमीनमालक शेतकरी वर्षानुवर्षं भरत आले होते. ब्रिटिश साम्राज्यशाहीचा तो एक पायाचा दगड किंवा त्या राजवटीचा प्रत्यक्ष पुरावाच होता. अर्थात पूर्वीच्या काळी मुघल सत्तेखालीही हा कर भरावा लागत असे. काही दुष्काळी वर्षांमध्ये ब्रिटिश त्या करात सूट देत असत; परंतु तो लागू करायचा की सूट द्यायची ही बाब सर्वस्वी त्यांच्या अखत्यारीतली होती.

भारतात अन्यत्र असलेल्या व्यवस्थेनुसार खेडामधला करवसुली अधिकारी हा जिल्ह्यासाठी साम्राज्यानं नेमलेला मुख्य अधिकारी होता; शिवाय तो जिल्हा न्यायदंडाधिकारीही होता. त्या प्रांत-विभागाच्या आयुक्ताला किंवा काही वेळा मुंबईच्या प्रांत सरकारला थेट अहवाल सादर करणं, हे त्याचं काम होतं. (अहमदाबाद येथील फ्रेडरिक प्रॅट हा या ठिकाणचा आयुक्त) खेडाच्या वसुली अधिकाऱ्याच्या हाताखाली जिल्ह्याच्या प्रत्येक तहसिलासाठी एक मामलेदार होता आणि प्रत्येक मामलेदाराच्या हाताखाली बरेच तलाठी किंवा ग्रामीण महसूल वसुली करणारे होते.

खेडाच्या शेतकऱ्यांना गावातल्या तलाठ्यापासून ते मुंबई प्रेसिडेन्सी इलाक्याच्या गव्हर्नरपर्यंत नोकरशाहीच्या या उतरंडीला तोंड द्यावं लागे. पंड्या आणि पारिख यांनी अशा हजारो त्रस्त शेतकऱ्यांच्या सह्या गोळा केल्या. खेडाच्या काही भागातील कर रद्द करण्याविषयी गुजरात सभेनं मुंबई सरकारला गळ घातली आणि इतर भागातल्या वसुलीची मुदत वाढवून मागितली, परंतु मामलेदार आणि तलाठ्यांनी ताबडतोब कर वसूल व्हावा म्हणून आग्रह धरला. चंपारणला शेतकऱ्यांना शाळेत, स्वच्छतेच्या कामात, आरोग्य केंद्रात आणि पशुधन विकासात गुंतवण्याचा प्रयत्न करणाऱ्या गांधींना अहमदाबादहून बोलावणं धाडण्यात आलं.

पंड्या आणि पारिख यांची उलटतपासणी घेऊन, शेतकऱ्यांचा प्रश्न खरंच गंभीर आहे याची खात्री पटल्यावर मुंबई सरकारकडून काही उत्तर येईपर्यंत शेतकऱ्यांना कर

न भरण्याबाबत सल्ला देण्याचा विचार करावा, असं गांधींनी गुजरात सभेला सांगितलं. परंतु त्यांनी दोन अटी मांडल्या. एक म्हणजे, जो काही कृती कार्यक्रम ठरेल तो सभेच्या कार्यकारी समितीनं एकमतानं मंजूर केलेला असावा आणि दुसरी म्हणजे, समितीतल्या एकानं तरी ही मोहीम पूर्ण होईपर्यंत आपला संपूर्ण वेळ तिला दिला पाहिजे.

गांधींनी जरी कुणा एकाचं नाव घेतलं नसलं, तरी त्यांच्या मनात समितीचे सचिव वल्लभभाई पटेल यांचंच नाव होतं. ते पटेलांचं मन जिंकण्याचा प्रयत्न करत होते, आश्रमात त्यांनी रोज आपल्याबरोबर जेवावं म्हणून आग्रह करत होते, नगरपालिकेसाठी त्यांनी केलेल्या कामाचं चंपारणहून अभिनंदन करत होते आणि पटेलांच्या पत्नीचं १९०९मध्ये देहावसान झाल्यावर पुनर्विवाह न करण्याच्या त्यांच्या निर्णयाचं कौतुक करत होते. शेतकऱ्यांविषयी आत्यंतिक जिव्हाळा असलेल्या पटेलांचं मन आपल्या खेडामध्ये सत्याग्रह करण्याच्या कल्पनेनंच थुईथुई नाचू लागलं, परंतु अनिश्चित काळासाठी आपली वकिली थांबवणं, ही त्यांच्या व त्यांच्या दोन मुलांच्या भविष्याचा विचार करता, फार मोठी जोखीम होती.

असं असतानाही त्यांनी त्यांची सेवा देऊ केली आणि ती पूर्णपणे विचारांती आणि क्षणिक मोहाला बळी न पडता दिली आहे, असं नंतर ठासून सांगितलं. गांधींची दुसरी अटही पूर्ण झाली; सत्याग्रहाबाबत साशंक असलेल्या एकमेव सभासदानं प्रस्तावाविरुद्ध मत द्यायचं नाही, असं ठरवलं.

पटेलांपेक्षा सहा वर्षांनी मोठे असलेले पण गांधींच्याच वयाचे आणि त्यांना पूर्वी भेटलेले व त्यांच्याबद्दल आत्मीयता बाळगणारे फ्रेडरिक प्रॅट (त्यांचे धाकटे बंधू बोरिस कार्लोफ हे पुढे नट म्हणून नावारूपाला आले.) यांनी खेडाचं जिल्हाधिकारीपद भूषवलं होतं आणि गुजराती भाषाही त्यांना चांगली अवगत होती. कणखर आणि अनुभवी असलेल्या प्रॅट यांना गुजरातच्या शेतकऱ्यांच्याप्रति साम्राज्याला असलेल्या परोपकारबुद्धीबद्दल खात्री होती. त्यांनी गांधींना सांगितलं :

> *भारतात, महसूल कायद्याला विरोध करणं म्हणजे संपूर्ण प्रशासन नष्ट करण्याकरता उचललेलं एक पाऊल होय. त्यामुळे इतर कायदे मोडणं आणि हा कायदा मोडणं यात फरक आहे.*

पुढच्या पाच महिन्यांच्या संघर्षकाळात प्रॅट गांधींपेक्षा पटेलांशी जास्त कठोरपणे वागले. काही सार्वजनिक व्याख्यानांमध्ये ते गांधींचा उल्लेख महात्मा गांधी असा करत. ते आणि त्यांचे मामलेदार शेतकऱ्यांशीही बरेच निष्ठुरपणे वागत. तीन हजारांपेक्षा जास्त शेतकऱ्यांनी कर न भरण्याच्या शपथेवर सह्या केल्या होत्या आणि मालमत्ता जप्त होऊनसुद्धा बहुतांश लोकांनी तिचं पालन केलं.

शेतकऱ्यांकडून मिळालेल्या या प्रतिसादानं उत्तेजित झालेले गांधी तरीही त्यांना या शांततापूर्ण युद्धाचा खरा अर्थ उमगला आहे की नाही याबद्दल साशंक होते—इतर काही गोष्टींबरोबरच, म्हशी जप्त करायला आलेल्या एका मामलेदाराला स्त्रियांनी आणि मुलांनी बेदम चोप दिला असं त्यांच्या कानावर आलं होतं. या सत्याग्रहाच्या दर्जाबाबत गांधींच्या मनात संभ्रम निर्माण होत असतानाच, राजवटीनं मात्र काही प्रमाणात नमतं घेतलं आणि गरिबांना वर्षभर करातून सूट द्यायला होकार दिला.

चंपारण आणि नीळ यांच्या बाबतीत जे घडलं होतं, त्याचीच पुनरावृत्ती होऊन, दिल्लीतले व्हाइसरॉय लॉर्ड चेम्सफर्ड यांच्याशी असलेले गांधींचे सौहार्दपूर्ण संबंध पुन्हा कामी आले. या मैत्रीपूर्ण संबंधांना गांधींनी युद्धासाठी विनाशर्त देऊ केलेला पाठिंबा कारणीभूत होता. त्यांनी चेम्सफर्डना सांगितल्याप्रमाणे भारतानं साम्राज्याच्या संकटकाळात त्याला आपखुशीनं व निःसंदिग्धपणे पाठिंबा द्यावा, अशी त्यांची इच्छा होती, त्यामुळे भारतीयांना आणखी वेगानं कॅनडा आणि ऑस्ट्रेलियाचा दर्जा गाठणं सोपं जाणार होतं.

गांधींना फार त्रास देण्यात येऊ नये असा आदेश दिल्लीहून मुंबईला दिला गेला आणि तिथून अहमदाबादला प्रॅट यांच्यापर्यंत पोचला. ६ जून १९१८ रोजी गांधी आणि पटेलांना विजयाची घोषणा करता आली आणि संघर्षाची समाप्ती झाली.

खेडाची चळवळ संपली तरी वल्लभभाई पटेल आपल्या वकिलीकडे परत गेले नाहीत. ते आपला वेळ गांधींना देणार होते, गांधींसाठी पटेलांचा हा निर्णय म्हणजे खेडाच्या धामधुमीनंतर झालेला आल्हाददायक शिडकावा होता. खेडाचा अनुभव आणि गांधी यांच्यामुळे वल्लभभाई बदलून गेले होते. त्यांच्यामधील हा बदल १९१८ साली कृपलानी यांनी नोंदवून ठेवला आहे. ते राजेंद्र प्रसाद यांच्या बरोबर बिहारहून अहमदाबाद आणि खेडाला गांधींबरोबर राहण्यासाठी आले होते.

मी प्रथम पटेलांना भेटलो तेव्हा ते नुकतेच गांधीजींच्या व्यक्तिमत्त्वाच्या प्रभावाखाली आले होते. एका तरुण आणि अद्ययावत बॅरिस्टरला शोभून दिसेल अशा पद्धतीनं त्या वेळी ते वावरत असत. लवकरच ते शेतकऱ्यांच्या सत्याग्रहात सहभागी होण्यासाठी अहमदाबादहून खेडाला रवाना झाले. काही काळानंतर मीही तिथे (पटेलांच्या मागे) गेलो.
तिथलं त्यांचं आयुष्य म्हणजे माझ्यासाठी एक आश्चर्याचा धक्काच होता. आपल्या विदेशी कपड्यांबरोबरच आणि आतापर्यंत अनुसरलेल्या त्या प्रकारच्या आरामदायी जीवनशैलीचा त्यांनी त्याग केला होता. ते कामगारांबरोबर राहत, त्यांच्याबरोबर साधंसुधं भोजन घेत, जमिनीवर झोपत, स्वतः सगळी कामं करत, स्वतःचे कपडे स्वतः धूत आणि खेड्यांमध्ये मैलोन्मैल

पायी फिरत... (परंतु) त्यांचा एरवीचा हसतमुख आणि गमत्या स्वभाव मात्र तसाच होता. आमच्या इतर अनेक नेत्यांमध्येही मला हे वैशिष्ट्य पुन्हापुन्हा जाणवलं. स्वातंत्र्यलढ्यात सामील झाल्यावर त्यांनी जणू काही आपलं पूर्वायुष्य मागे ठेवलं, पुन्हा परतून त्याकडे पाहिलंही नाही. भारतीय म्हणून जसा काही त्यांचा पुनर्जन्मच झाला.

१९१८च्या उन्हाळ्यापर्यंत असा बदल स्वत: कृपलानी, राजेंद्र प्रसाद, महादेव देसाई आणि इतर अनेकांमध्ये झाला. या मित्रांना आणि कार्यकर्त्यांना 'सत्याग्रह' या गांधींच्या शस्त्रानं आणि गांधींच्या व्यक्तिमत्त्वानं जिंकून घेतलं. बॉम्ब पेरण्यासारख्या धोकादायक आणि अर्ज-विनंत्या करण्यासारख्या मानहानिकारक कृत्यांना हे शस्त्र म्हणजे एक आकर्षक पर्याय होता; शिवाय पळपुट्यांना शूर बनवण्यात तो माणूस स्वत: वाकबगार होता हा शेरा ३० मार्च १९१८ रोजी नडियाद इथे पटेलांनी मारला.

हे नवीन सहकारी जसजसे गांधींबरोबर वावरायला आणि काम करायला लागले तसतशी एक गोष्ट त्यांच्या ध्यानात आली की लढा केव्हा सुरू करायचा आणि केव्हा थांबवायचा हे गांधींना पक्कं ठाऊक असायचं. कमिशनर आणि शेतकरी दोघांनाही ते सारख्याच आदरानं वागवायचे, एका दिवसात शांतपणे अनेक पत्रं लिहायचे (किंवा, आता महादेवभाईंना सांगायचे) आणि एखाद्या गावाच्या सगळ्या गोष्टींमध्ये स्वत: लक्ष घालायचे : गावाची स्वच्छता, तिथल्या स्त्रियांची आणि अस्पृश्यांची परिस्थिती, तिथल्या शैक्षणिक गरजा आणि ग्रामस्थ आपला फावला वेळ कसा घालवतात, यावरही त्यांचं बारीक लक्ष असे.

गिरणी कामगार, उपवास आणि पौराणिक परिमाण

खेडात सुरू असलेल्या चळवळीबरोबरच त्यामानानं लहान परंतु अधिक नाट्यमय अशा अहमदाबादच्या गिरणी कामगारांच्या सत्याग्रहातही गांधी त्यांच्याबरोबर गुंतले होते. इंग्लंडहून शिकून आलेल्या अनसूयाबेन साराभाई यांच्याकडून चंपारणमध्ये असताना त्यांनी त्या कामगारांच्या समस्येबाबत ऐकलं होतं. त्या अंबालाल साराभाईंच्या भगिनी होत्या. अंबालाल हे शहराचे एक प्रमुख गिरणीमालक होते आणि त्यांनीच गांधींच्या आश्रमासाठी शांतपणे येऊन पूर्वी पैसे ठेवले होते. अंबालाल यांची ही असामान्य बहीण मात्र कामगारांना मदत करत होती. बऱ्याच दिवसांपासून रेंगाळत असलेल्या पगारवाढीची ते कामगार मागणी करत होते.

अहमदाबादला परतल्यानंतर त्या कामगारांची मागणी न्याय्य असल्याचं गांधींच्या लक्षात आलं. त्यांनी ३५ टक्के पगारवाढ मागितली होती आणि गिरणीमालकांना जास्तीत जास्त २० टक्के वाढ मान्य होती. गांधींनी हा तंटा लवादासमोर मांडण्याचं

आवाहन गिरणीमालकांना केलं. त्यांनी ते अमान्य केल्यावर कामगारांची आपल्या अटींचं पालन करण्याची तयारी असली तर संपावर जावं, असा सल्ला गांधींनी दिला; अटी होत्या : हिंसा न करणं, संपात सामील न झालेल्यांना त्रास न देणं, मदतीची याचना न करणं आणि ध्येयापासून तसूभरही न ढळणं.

संपकऱ्यांच्या नेत्यांनी अटी समजावून घेतल्या आणि मान्य केल्या. एका सर्वसाधारण सभेत कामगारांनी काम थांबवण्याची आणि तंटा लवादासमोर जाईपर्यंत किंवा पगारवाढ मान्य होईपर्यंत काम सुरू न करण्याची शपथ घेतली. अहमदाबादच्या इतिहासातला हा पहिला संप होता. मालकांनी टाळेबंदी जाहीर केली.

या वेळेपर्यंत प्लेगचा प्रादुर्भाव असलेल्या कोचरबच्या परिसरातून सत्याग्रह आश्रमाचं स्थलांतर होऊन तो अधिक प्रशस्त, हवेशीर ठिकाणी, साबरमतीच्या किनारी नेण्यात आला होता. दररोज, गांधी आणि अनसूयाबेन यांचं मार्गदर्शन घेण्यासाठी संपकरी आश्रमाजवळच्या एका बाभळीच्या झाडाच्या सावलीत जमत. काही वेळा अनसूयाबेन गांधींना आपल्या गाडीतून घेऊन येत.

वरचेवर गांधी अंबालाल व इतर गिरणीमालकांना भेटत आणि कामगारांच्या न्याय्य हक्कांची मागणी करत. परंतु कामगार आम्हाला आमच्या मुलांसारखे आहेत आणि या कौटुंबिक प्रश्नात लवादाचं काही काम नाही, असं त्यांना सांगितलं जाई. कधीतरी अंबालाल आश्रमात जेवायला यायचे; परंतु हा तरुण उद्योजक आपल्या मतापासून तसूभरही ढळला नाही. (गालातल्या गालात हसत गांधी मुद्दाम अनसूयाबेनना आपल्या भावाला वाढायला सांगायचे.)

सुमारे दोन आठवडे कामगार आपल्या निर्णयावर ठाम राहिले. रोज पत्रकं काढून गांधी त्यांना एकात्मतेचे धडे द्यायचे किंवा त्यांना आता आपल्या घरांची स्वच्छता किंवा दुरुस्ती करायची संधी आहे, ही गोष्ट नजरेला आणून द्यायचे किंवा वाचायला शिकण्याची, काही नवीन कौशल्यं आत्मसात करण्याची संधी आहे, हे सांगायचे. परंतु गिरणीमालकांनी टाळेबंदी उठवल्यावर आणि वीस टक्के पगारवाढ मान्य करून कामावर परत येणाऱ्यांचं स्वागत आहे, असं जाहीर केल्यावर कामगारांचा निश्चय डळमळण्याची चिन्हं दिसू लागली. बरेच कामगार कामावर रुजू झाले; त्यांना काही संपकरी धमकावू लागले. एका संपकरी कामगारानं, गांधी आणि अनसूयाबेन स्वतःच्या गाडीतून ये-जा करतात आणि चमचमीत भोजन करतात, त्यांना भुकेलेल्यांची दुःखं काय समजणार, असा शेरा मारल्याचं छगनलाल यांनी गांधींच्या कानावर घातलं.

१५ मार्च रोजी जेव्हा गांधी पुन्हा त्या बाभळीच्या झाडाखाली बसले, तेव्हा त्यांनी आधी बघितलेल्या निश्चयाचं तेज झळकत असलेल्या पाच हजारांपेक्षाही जास्त चेहऱ्यांऐवजी त्यांना हजारभर निराश चेहरे दिसले. झपाट्यानं बिघडत चाललेल्या परिस्थितीला आता आपणच वाचवलं पाहिजे, याची जाणीव होऊन

गांधी शांतपणे म्हणाले, *''तुम्ही तुमची शपथ मोडताहात, हे मी क्षणभरही सहन करू शकत नाही. तुम्हाला ३५ टक्के पगारवाढ मिळेपर्यंत मी अन्न ग्रहण करणार नाही आणि गाडीही वापरणार नाही.''*

याविषयी सात वर्षांनंतर आपल्या आत्मचरित्रात ते लिहितात,

'ध्यानीमनी नसताना आपोआप ते शब्द माझ्या ओठांवर आले.' ते अचानक आलेही असतील कदाचित, परंतु अविचारानं खचितच नाही. दक्षिण आफ्रिकेत असताना पाच वर्षांपूर्वी त्यांनी स्वत:ला दोन वेळा उपवासाचे क्लेश करून घेतले होते. आपल्या मुलाच्या गैरवर्तणुकीची शिक्षा म्हणून एकदा, त्या वेळी त्यांनी संपूर्ण आठवडाभर उपवास केला होता आणि जुलमी अधिकाऱ्यांच्या हातून मारल्या गेलेल्या संपकऱ्यांना श्रद्धांजली म्हणून काही आठवडे ते एकभुक्त राहिले होते.

मणिलालच्या वर्तणुकीचं परिमार्जन म्हणून केलेल्या उपवासामुळे गांधींमध्ये आंतरिक बदल घडून आला होता, असं निरीक्षण मिली पोलॉकनं नोंदलं होतं. आता या वेळी दुसऱ्या संपाच्या संदर्भात नैतिक कमजोरी समोर दिसत असताना पुन्हा एकदा उपोषणाचा विचार मनात येणं अस्वाभाविक नव्हतं.

हादरलेल्या आणि विचलित झालेल्या कामगारांनी आपली शपथ पाळण्याचं वचन दिलं आणि पोट भरण्यासाठी कोणतंही हलकं काम करण्याची तयारी दाखवली. परंतु अंबालाल गांधींकडे गेले आणि भडकून म्हणाले, ''ही गिरणीमालक आणि कामगार यांची आपसातली बाब आहे. तुमच्या आयुष्याचा प्रश्न यात येतोच कुठे?'' गांधींच्या उपवासाकडे गिरणीमालकांना दुर्लक्ष करणं शक्यच नव्हतं, कारण त्यांना त्यांच्या नातेवाइकांना तोंड द्यायचं होतं. 'फक्त तुमच्यासाठी आणि फक्त या वेळेपुरतं' गांधींची जी काही मागणी असेल, ती मान्य करण्याचा प्रस्ताव मांडण्यात आला; परंतु ते न्याय्य तडजोड व्हावी या मागणीवर ठाम होते.

चार दिवसांच्या वाटाघाटींनंतर चार टप्प्यांची योजना मोठ्या कल्पकतेनं तयार करण्यात यश मिळालं. सर्वप्रथम प्रा. आनंदशंकर ध्रुव यांनी केलेला निवाडा मालकांनी मान्य करावा. त्यानंतर कामगारांनी कामावर यावं आणि त्या दिवसासाठी ३५ टक्के पगारवाढ घ्यावी. त्याच्या दुसऱ्या दिवशी मालकांनी घेतलेल्या शपथेचा आब राखण्यासाठी कामगारांनी २० टक्के वाढ स्वीकारावी. त्यानंतर ध्रुव यांनी निवाडा केल्याप्रमाणे सुवर्णमध्य गाठण्यासाठी कामगारांना २७॥ टक्के वाढ मिळेल. हे चार टप्पे पूर्ण केल्यानंतर ध्रुव यांनी ३५ टक्के वाढीचे आदेश दिले.

१९ मार्च १९१८ रोजी गांधींनी आपला उपवास सोडला. हा त्यांचा पहिला राजकीय उपवास होता. जमलेले लोक अतिशय स्तब्ध होऊन बघत होते. कमिशनर प्रॅट यांना बोलायला सांगण्यात आलं. ते म्हणाले, ''गांधीसाहेबांचा सल्ला कामगारांनी मानला तर त्यांना न्याय मिळेल आणि त्यांचं भलं होईल.''

आपल्या उपवासामुळे गिरणीमालकांवर विशेषत: अंबालाल यांच्यावर सक्ती झाली, हे गांधींनी नंतर मान्य केलं. (त्यांची 'दुर्दम्य इच्छाशक्ती आणि पारदर्शक प्रामाणिकपणा' याची दखल गांधींनी घेतली होती.) अंबालाल यांची पत्नी सरलादेवी यांच्या चेहऱ्यावरची खेदाची गडद छाया मला सहन झाली नाही, तीसुद्धा आपल्या निर्णयामुळे यावी, या गोष्टीचं त्यांना वाईट वाटलं. सरलादेवी या मला सख्ख्या बहिणीप्रमाणे जवळच्या होत्या, असं ते म्हणत. असं असूनही या उपवासाचे बरेच चांगले फायदे झाले : या संघर्षकाळात फार थोडी कटुता किंवा दुष्टावा निर्माण झाला, कायमस्वरूपी लवाद नेमायला गिरणीमालक तयार झाले आणि कामगारांनी अहमदाबाद वस्त्र कामगार संघटना ही गुजरातची पहिली संघटना स्थापन केली.

भारतीय लोकांबरोबर आपले आत्मिक संबंध निर्माण झाले आहेत, हे गांधींना जाणवलं. सातासमुद्रापार 'हिबर्ट जर्नल'मध्ये गिल्बर्ट मरे यांनी चंपारण, अहमदाबाद आणि खेडाच्या घटनांनंतर जुलै १९१८मध्ये लिहिताना, ही एक आत्मा आणि एका सरकारमधली लढाई आहे, असे म्हटले. मरे यांनी असंही भाकीत केलं की, गांधी हे धोकादायक आणि त्रासदायक शत्रू ठरू शकतात; कारण त्यांच्या शरीरावर तुम्ही विजय मिळवू शकता, परंतु असं करूनही त्यांचा आत्मा तुम्ही काबीज करू शकत नाही.

धाडसी खेळी : हिंदू-मुस्लीम ऐक्य घडून यावं म्हणून धडपडणाऱ्या गांधींनी त्यांचे मित्र असलेले व्हाइसरॉय यांच्याकडे आग्रह धरला की, १९१५ पासून स्थानबद्धतेत असलेल्या अली बंधूंची सुटका करण्यात यावी. जागतिक महायुद्धामुळे, कर्जाच्या, सक्तीच्या लष्करभरतीच्या आणि वाढत्या महागाईच्या खाईत लोटल्या गेलेल्या भारतात अली बंधूंच्या स्थानबद्धतेमुळे त्यांची प्रतिष्ठा वाढली होती. धाकटा भाऊ मुहम्मद अली हा त्या काळातला भारतातला सर्वांत लोकप्रिय मुस्लीम तरुण होता. डिसेंबर १९१७मध्ये त्याला मुस्लीम लीगचा गैरहजेरीतला अध्यक्ष म्हणून नेमलं गेलं. गांधी ज्या अधिवेशनास आवर्जून उपस्थित होते, त्या कलकत्त्यात भरलेल्या लीगच्या अधिवेशनात त्याची तसबीर खुर्चीवर ठेवण्यात आली.

एप्रिल १९१८मध्ये दिल्लीला भरलेल्या युद्धविषयक परिषदेमध्ये व्हाइसरॉयनं गांधींना आमंत्रित केलं, तेव्हा तिथेही त्यांनी अली बंधूंच्या सुटकेच्या मागणीचा पुनरुच्चार केला. आपण युद्धासाठी लष्करभरतीला पाठिंबा देतो, असं एका वाक्याचं भाषण गांधींनी त्या परिषदेत केलं. ते हिंदीत बोलले, व्हाइसरॉयच्या घरात ही घटना अभूतपूर्वच होती. ब्रिटिश साम्राज्याला देऊ केलेला मदतीचा हात हा गांधींनी राष्ट्राभिमानाच्या रंगात अशा प्रकारे बुडवून दिला.

हिंदू-मुस्लीम , भारत-ब्रिटिश साम्राज्य आणि मुस्लीम-ब्रिटिश अशा प्रचंड मोठ्या दऱ्यांची तीव्र जाणीव असलेले गांधी त्या तीनही दऱ्या बुजवण्याची स्वप्नं

बघत होते. परिषदेच्या पूर्वी महिनाभर आधी त्यांनी महादेव देसाईंना मनमोकळेपणानं (आणि खाजगीत) सांगितलं, 'ब्रिटिश साम्राज्याशी निष्ठा राखायला माझं मन मुळीच तयार नाही आणि बंडाची लाट रोखण्यासाठी मला आटोकाट प्रयत्न करावे लागताहेत.' गांधी पुढे म्हणाले, 'पण मला अगदी मनापासून असं वाटतं की, ब्रिटिशांशी संबंध ठेवूनच भारताचं भलं होणार आहे; त्यामुळे त्यांच्याशी चांगलं वागण्याचा मी बळेच प्रयत्न करतोय.'

त्यांनी देसाईंना असंही सांगितलं की, आज जरी हिंदू आणि मुस्लीम एकमेकांकडे बंधुत्वाच्या भावनेने बघत नसले तरी त्यावाचून त्यांना गत्यंतर नाही, कारण ते एकमेकांशेजारी राहतात. चार महिन्यांनंतर आणखी एकदा देसाईंशी ते मुस्लिमांच्या ब्रिटिशांवर असलेल्या रागाबद्दल बोलले आणि म्हणाले, ''मी त्यांना (मुस्लिमांना) प्रेम आणि अहिंसेच्या मार्गावर नेण्यात कसा काय यशस्वी होणार, ते मला कळत नाही.''

अली बंधूंच्या सुटकेसाठी खटपट करत असताना आणि चंपारण व खेडाचे सत्याग्रह ताजे असतानाही ब्रिटिश साम्राज्याचे एक मित्र म्हणून आपला स्वीकार केला जाऊ शकतो, असा विचार दिल्ली परिषदेच्या वेळी गांधींच्या मनात आला. खेडाची चळवळ त्या वेळी अगदी ऐन भरात होती; पण असं असतानाही आपण ही चळवळ आता रोखू शकत नाही, असं गांधींनी चेम्सफर्ड यांना बिनदिक्कत सांगितलं. गांधींच्या तोंडून मैत्रीची ही अजब संकल्पना ऐकूनसुद्धा व्हाइसरॉयनं त्याबाबत विचार करण्याची तयारी दर्शवली. परंतु संसद सभासद सर विल्यम व्हिन्सेंट गांधींना म्हणाले, ''माझ्या कानावर आतापर्यंत आलेल्या माहितीनुसार तुम्ही स्थानिक अधिकाऱ्यांना बराच त्रास दिलेला आहे. मला सांगा, तुम्ही युद्धात काय मदत केली आहे? एखादा तरी सैनिक भरती करण्यासाठी काही प्रयत्न केला आहे का?'' असा सवालही त्यांनी केला.

व्हिन्सेंट यांच्या या प्रश्नामुळे खेडामध्ये सैनिकभरती करण्याच्या गांधींच्या कल्पनेला चालना मिळाली– जिल्ह्यातल्या कणखर, राकट शेतकऱ्यांमधून काही सैनिक मिळू शकतील, असं त्यांना वाटलं. त्याशिवाय, त्यांनी टिळक, ॲनी बेझंट आणि जिनांकडे सरकारला सैन्यभरतीसाठी मदत करण्याबद्दल आग्रह धरला. अशा प्रकारच्या बिनशर्त पाठिंब्यामुळे राजकारणात काही प्रगती होऊ शकेल, असा त्यांचा दावा होता.

वसाहतींसाठी नेमलेले सचिव मॉंटेग्यू आणि व्हाइसरॉय चेम्सफर्ड हे ज्या राजकीय सुधारणांवर काम करत होते, त्या जुलैमध्ये जाहीर झाल्या. 'मॉंटफर्ड' योजना याच नावानं ओळखली जाणारी ही सुधारणा म्हणजे भारताचं समाधान करण्यासाठी केलेले आटोकाट प्रयत्न आहेत, असं गांधींचं म्हणणं होतं. ती संमत केली पाहिजे, असं त्यांनी जिनांना सांगितलं. भारतानं जर सैन्यभरतीसाठी मदत

केली, तर त्या योजनेत काही सुधारणा घडवून आणण्याचे उपाय सुचवता येतील किंवा टिळकांना पाठवलेल्या पत्रात त्यांनी म्हटल्याप्रमाणे सत्याग्रहाच्या मार्गानं त्या मिळवता येतील, असं त्यांना वाटत होतं.

भारतानं जर सैनिकभरतीला मदत केली आणि ब्रिटिशांनी जर त्यांच्या मागण्यांना प्रतिसाद दिला, तर सत्याग्रहाचं अस्त्र सध्या म्यानबंद ठेवता येणार होतं. पण असं न झाल्यास, साम्राज्याविरुद्ध ते उपसावं लागेल, हे त्यांना माहीत होतं. जूनमध्ये मोठ्या उत्साहानं सैनिकभरतीसाठी प्रयत्न करत असता त्यांनी देसाईंना सांगितलं, 'आपण आता अंधूक प्रकाशाच्या उंबरठ्यावर उभे आहोत– हा प्रकाश आपल्याला उजेडाकडे नेणार आहे की अंधाराकडे, माहीत नाही. एका वाटेनं गेलं की रात्रीच्या अंधारात जाऊ, तर दुसरी वाट पहाटेकडे नेईल.'

अपयश आणि निराशा : गांधींच्या काही आश्रमवासी सहकाऱ्यांनी सांगितलं की, सैनिकभरती करणं हे त्यांना अहिंसेच्या तत्त्वाशी सुसंगत वाटत नाही. (पूर्वी पोलॉकनं पण हेच सांगितलं होतं.) त्यावर गांधींचं उत्तर होतं की, भारतीयांची अहिंसा म्हणजे आपला भेकडपणा झाकण्यासाठी पांघरलेला एक बुरखा असतो. बनिया लोक अहिंसा आचरणात आणू शकत नाहीत, असं जाहीर करताना खेडातल्या लोकांनी आपलं क्षात्रतेज दाखवावं, असं जोरदार आवाहनही त्यांनी केलं.

शिस्तपालन, अगदी सैनिकी शिस्तपालन हेही अहिंसेच्या दिशेनं उचललेलं एक पाऊल आहे आणि त्यामुळे आपली ताकद वाढून, ब्रिटिशांनी जर आपली गळचेपी करायला सुरुवात केली तर त्यांच्याशी आपण लढासुद्धा देऊ शकू, असं गांधींनी सांगितलं. खेडानं जर ब्रिटिश फौजांसाठी सैनिक दिले तर, भारताला ब्रिटिश राष्ट्रकुल संघात स्वशासित राष्ट्राचा दर्जा प्राप्त करता येईल आणि कदाचित एखाद्या भारतीय शेतकऱ्याला सरकारदरबारी उच्चपद प्राप्त होऊ शकेल, असं गांधींना वाटत होतं.

त्यांच्या मनात राष्ट्रहित आणि अहिंसा यांत द्वंद्व चाललं होतं, असं असूनही ही नैतिक शृंगापत्ती अगदी खरी होती. या द्विधा मन:स्थितीची तुलना फक्त 'विवाद्य' अशा ब्रह्मचर्यपालनाच्या मुद्द्याशी होऊ शकते, असा गांधींचा दावा होता. २८ जुलै रोजी मगनलालना लिहिलेल्या पत्रात ते म्हणाले की, *'सर्व दृष्टींनी पौरुषानं रसरसलेला माणूस जेव्हा ब्रह्मचर्यपालन करतो, तेव्हा कमजोर मनुष्यानं पाळलेल्या ब्रह्मचर्यापेक्षा ते केव्हाही श्रेष्ठच असतं.'* फ्लॉरेन्स विंटरबॉटम या ब्रिटिश स्नेह्याला लिहिलेल्या पत्रात गांधींच्या मनातला संघर्ष उघड होतो :

> *माझ्या आयुष्यातल्या बहुतेक सर्वांत कठोर परीक्षेला मी सध्या सामोरा जात आहे... मी लोकांना युद्धासाठी उद्युक्त करू इच्छितो, त्यांच्या*

इतक्याच निष्पाप असलेल्या माणसांना कंठस्नान घालण्यासाठी प्रोत्साहित करतो. आणि या रक्ताच्या महासागरातच मला माझा स्वर्ग सापडेल. अशी कल्पना करतो... दुसऱ्यावर शस्त्र उगारताना घाबरणारी नालायक माणसं मला आजूबाजूला दिसत आहेत. त्यांना अहिंसेची महती मी कशी काय समजावून सांगणार? आणि त्यासाठी त्यांनी दुसऱ्यांना मारण्याची कला शिकून घ्यावी, अशी इच्छा मी बाळगतो! हे सगळं फार भयंकर आहे.... काही वेळा माझ्या हृदयाचा ठोका चुकतो.

खेडोपाडी जाऊन सैनिकभरती करण्याच्या मोहिमेवर स्वतःच्या जिल्ह्यात वल्लभभाईही गांधींना सामील झाले. खेडाच्या या मोहिमेत गांधींबरोबर महादेव देसाई, इंदुलाल याज्ञिक (यांनी १९१५ साली गांधींना मुंबईला बोलावून घेतलं होतं आणि खेडाच्या कर रद्द करण्याच्या चळवळीत मदत केली होती.) आणि मोहनलाल पंड्याही होते. हे सगळे परेड करत निघालेल्या सैनिकांसारखे किंवा दक्षिण आफ्रिकेतल्या गांधींच्या रुग्णसेवा पथकातल्या कार्यकर्त्यांसारखे दिसत.

परंतु ही खेळी फसली. साम्राज्याविरुद्ध भूमिकरासंबंधी लढा दिल्यामुळे खेडाच्या शेतकऱ्यांच्या मनात त्याच्याविषयीची आत्मीयता कमी झाली होती; तशी ती त्याआधी फार जास्त होती अशातला भाग नाही. ब्रिटिशांसाठी आपला जीव धोक्यात घालायला कुणीही तयार नव्हतं. युद्धविषयक आवाहन करण्यासाठी गांधी आणि पटेल यांच्या येण्याचा सुगावा लागताच शेतकरी नेहमी घरांमध्ये किंवा शेतांमध्ये लपून बसत. त्यांना खायला अन्न आणि निवारा द्यायलाही ते तयार नसत.

भाजून काढणाऱ्या उन्हात दहा आठवडे वणवण फिरून गांधी कमिशनर प्रॅट यांना फक्त शंभर नावं देऊ शकले. या शंभर जणांच्या प्रशिक्षणासाठी जागा शोधायला प्रॅट यांना सांगण्यात आलं. गांधींचं नाव त्या यादीत अग्रस्थानी होतं. फ्रान्समध्ये किंवा इतर कुठेही जर्मन तोफांचा सामना करायला ते एका पायावर तयार होते; पण ते कोणतंही शस्त्र बाळगणार नाहीत, असं त्यांनी सांगितलं. त्यानंतर पटेलांचा क्रमांक होता. यादीतली बरीच नावं आश्रमवासीयांचीच होती.

नडियादला असताना ११ ऑगस्ट रोजी गांधी आजारी पडले. प्रचंड उकाडा, शेतकऱ्यांच्या बाबतीत आलेलं अपयश आणि सगळ्यांत महत्त्वाचं म्हणजे सैन्यभरतीची मोहीम व अहिंसा (जे त्यांच्या आणि त्यांच्या निकटच्या सहकाऱ्यांच्या मते गांधींच्या आयुष्याचं ध्येय होतं) यांच्यामधलं द्वंद्व, या आजारपणाला कारणीभूत झालं. या वेळी राजेंद्र प्रसाद बिहारहून आले होते. लक्ष्मीदास व करसनदास या बंधूंच्या वियोगाचं दुःख विसरायला लावणारा 'भाऊ' अशी गांधींनी त्यांची गुजरातला ओळख करून दिली होती. राजेंद्र प्रसाद यांच्या एक गोष्ट लक्षात आली की, या

काळात गांधी नेहमी रडत आणि म्हणत, 'देवाची इच्छा काय आहे, मला माहीत नाही.'

शारीरिक, मानसिक आणि आत्मिकदृष्ट्या खिळखिळ्या झालेल्या गांधींनी हतबलतेचं टोक गाठलं होतं. अंबालाल आणि त्यांची पत्नी सरलादेवी अहमदाबादहून नडियादला आले आणि त्यांनी गांधींना आपल्या घरी नेलं. साराभाई कुटुंबात एक महिना आणि साबरमती आश्रमात एक महिना घालवल्यावर त्यांच्या प्रकृतीत हळूहळू सुधारणा झाली. परंतु अधूनमधून असे काही क्षण यायचे की, गांधींना वाटायचं, आपण आता जगत नाही आणि मग त्यांना बोलायची किंवा वाचायचीसुद्धा इच्छा व्हायची नाही.

जर्मनीच्या पराभवामुळे ते या दिव्यातून बाहेर पडले. ब्रिटिशांना आता अधिक सैन्यभरतीची गरज उरली नाही आणि गांधींनी सुटकेचा निःश्वास टाकला.

सहकारी, मित्र, कुटुंबीय : त्यांच्या मित्रांपैकी त्यांना 'मोहन' म्हणणारा फक्त ॲण्ड्र्यूज होता. ('चार्ली' हे गांधींनी त्याला दिलेलं नाव.) गांधींबरोबर भारतात येण्यापासून रोखण्यात आलेले आणि काही काळासाठी इंग्लंडमध्ये स्थानबद्ध असलेले कालेनबाख हे कधीच त्यांच्यासाठी 'हर्मन' नव्हते. परंतु भारतात आल्यापासून दर दोन आठवड्यांनी गांधी त्यांना पत्र लिहीत. त्यांची सुरुवात 'माझे प्रिय मित्र' आणि शेवट 'तुमचा जुना मित्र' असा असायचा. त्या जर्मन ज्यूनं आपलं सुतारकाम आणि रोजनिशीलेखन सुरू ठेवलं आहे का, याची त्यात चौकशी असायची आणि कालेनबाख यांनी वचन दिल्याप्रमाणे न्यू टेस्टामेंट, 'इमिटेशन ऑफ ख्राईस्ट' आणि एडविन अर्नोल्ड यांचं गीतेवरचं भाष्य यांचं वाचन सुरू आहे की नाही, याबद्दलही त्यांना आवर्जून विचारत. गांधींच्या मनात घोळत असलेल्या एका नवीन विषयाबद्दल कालेनबाख यांचा सल्ला या पत्रात विचारलेला असायचा– गरीब भारतीय सूत कातू शकेल आणि कापड विणू शकेल, अशी काही सोपी उपकरणं तयार करण्याची कल्पना गांधींच्या डोक्यात आली होती.

कस्तुरबा आणि मुलं यांच्याबद्दलची खबरबात गांधी कालेनबाख यांना द्यायचे. कस्तुरबांचा संताप किंवा सहकार्य किंवा आजारपण किंवा त्यातून बरं होणं याचे उल्लेख त्यात असायचे. त्याशिवाय आश्रमात अस्पृश्य कुटुंबाला आसरा द्यायला कस्तुरबांचा असलेला विरोधही ते कळवायचे. कालेनबाख यांना लिहिलेल्या पत्रांपैकी काही पत्रांमध्ये गांधी हळवे झालेले आढळतात.

२२ जुलै १९१५ : मी आमचं सामान उघडलं आहे आणि तुमची कायमस्वरूपी आठवण म्हणून मी तुमची लाकडी उशी वापरतो आहे... सगळ्या गोष्टींची व्यवस्था लावत असता मी नेहमी तुमचा विचार करतो, मला तुमची खूप आठवण येते... हे चांगलं की वाईट माहीत नाही, पण

काही काळ तरी आपल्याला एकमेकांपासून लांब राहावं लागेल.

२१ डिसेंबर १९१७ : आपण नाश पावतो, पण आपल्या आतील तत्त्व मात्र विनाशी असतं, असा विचार करत असताना मला तुमची आठवण आली आणि मी एक उसासा टाकला. परंतु मी सावरलो आणि मनाशीच म्हणालो, 'मी माझ्या मित्राला केवळ बाह्यरूपामुळे ओळखत नाही तर ज्या गोष्टींमुळे त्याची खरी ओळख मला झाली आहे, त्यांमुळे मी त्याला ओळखतो.'

१५ नोव्हेंबर १९१७ रोजी हिंदू नववर्षाच्या शुभदिनी चंपारणहून गांधींनी आश्रमात असलेल्या मगनलालला पत्र लिहून सांगितलं की, या आनंदाच्या दिवशी ते प्रेम आणि परोपकार यांची भेट पाठवू इच्छितात. तुझ्यात, माझ्यात आणि इतर बऱ्याच जणांमध्ये ही भावना जागृत होण्याची गरज आहे, असं त्यांनी पुढे लिहिलं. कॉरिंथियन्सना पॉलनं लिहिलेल्या 'पहिल्या पत्रा'तला प्रेमभावनेवरचा परिच्छेद उद्धृत करून ते पुढे लिहितात :

हे वाच, त्याच्या शेवटाचं चांगलं चर्वण कर आणि ते पचव. मूळ इंग्रजीमधलं पत्र वाच; ते हिंदीत अनुवादित कर. तुला शक्य तेवढं तू कर, अगदी मान-पाठ एक कर, पण या प्रेमाचा किंवा परोपकाराचा एखादा तरी किरण तुझ्या मनाला स्पर्श करू दे. या प्रेमरूपी कट्यारीनं मीरेवर खोल वार केला होता आणि ती घायाळ झाली होती, त्या जखमेची अनुभूती तिला येत राहिली. आपल्यालाही जर ही कट्यार गवसली... तर आपण जगाला मुळापासून हादरवून टाकू.

जुलै १९१८मध्ये दक्षिण आफ्रिकेतल्या भारतीय चळवळीवर मोठा आघात झाला; बॅरिस्टर सोराबजी अडाजानिया यांचं पस्तिसाव्या वर्षी अकाली निधन झालं. मात्र भारतात गांधींनी अनेक मदतनीस गोळा केले होते, त्यांत मराठी बोलीभाषा असलेल्या वर्धा प्रांतातील जमनालाल बजाज हे मारवाडी व्यावसायिक आणि महाराष्ट्रातलेच एक गुजराती विद्वान किशोरलाल मश्रूवाला यांचा समावेश होता.

मद्रासमधला त्याचा मुक्काम संपवून मणिलाल दक्षिण आफ्रिकेला परत गेला. रामदासही त्याच्याबरोबर गेला. फिनिक्सला हलाखीच्या परिस्थितीत असलेल्या 'इंडियन ओपिनिअन'ची जबाबदारी मणिलाल घेईल, अशी गांधींना आशा होती. रामदास कापड-विक्रीचा व्यवसाय आणि जोहान्सबर्गच्या एका शिंप्यासाठी काम करत होता. शिवणकामात कला आणि सौंदर्य असतं, असं गांधी म्हणायचे. फिनिक्समधल्या आपल्या आयुष्याबाबत आणि वडिलांनी आपल्यासाठी जे काही केलं त्याबाबत असमाधानी असलेल्या मणिलालला गांधींनी १९१८च्या जुलैमध्ये

एक लांबलचक पत्र लिहिलं :

> तुला माझ्यावर रागवण्यासाठी मी भरपूर कारणं पुरवली आहेत. कृपा
> करून मला क्षमा कर. मी तुला इकडे-तिकडे जाण्यासाठी खूप आग्रह
> केला आणि त्यामुळे तुझं शिक्षण सुरळीत पार पडू शकलं नाही. पण हे
> अपरिहार्य होतं ही गोष्ट जाणलीस, तर मात्र तू मला माफ करू शकशील...
> माझ्या प्रयोगांची किंमत जशी मला चुकवावी लागली, तशीच ती तुला
> आणि बालाही चुकवावी लागली... जर आहे त्या परिस्थितीत समाधान
> मानलंस तर तुला मनःशांतीही लाभेल.
> मी जाणूनबुजून तुझं नुकसान केलं नाही. तुझं भलं व्हावं या हेतूनंच मी
> सगळं काही केलं. तुझा राग शांत करण्यासाठी हे पुरेसं नाही का?

वीसवर्षीय रामदासला त्यांनी अशाच प्रकारचं, परंतु अधिक प्रेमळ शब्दांत पत्र
लिहिलं :

> २७ फेब्रुवारी १९१८. तू या क्षणी माझ्याजवळ असतास, तर तुला मी
> जवळ घेऊन थोपटलं असतं. तुला सुखी ठेवण्यात मला आलेलं अपयश
> पाहता माझ्यात काहीतरी कमतरता असली पाहिजे, असं मला वाटतं...
> मी तुला हेतुपूर्वक दुखावलेलं नाही, हे तू लक्षात घे आणि मला क्षमा
> कर. तुझी तिथली कामं झाली की तू माझ्याकडे परत यावंस, अशी माझी
> इच्छा आहे. तुझा विवाह करून देण्याचं कर्तव्य मला पार पाडायचं आहे.
> जर तुला शिकायचं असेल, तर मी मदत करेन...
> सध्या आपण सगळे विखुरलेले आहोत. तू तिथे, मणिलाल फिनिक्सला,
> देवा बधरवाला (चंपारण), बा भिटीहरवाला (चंपारण), हरिलाल कलकत्त्याला
> आणि मी सारखा पायाला भिंगरी लावून सगळीकडे फिरणारा.

१९१८ साली अठरा वर्षांचा असलेला देवदास चंपारणची आपली नेमून दिलेली
कामगिरी पार पाडून मद्रासला गेला. तिथे हिंदी भाषेचा प्रसार करून दक्षिण व उत्तर
भारतामधली दरी सांधण्याचं काम त्याला सोपवण्यात आलं. इथे एक गोष्ट नमूद
करण्यासारखी आहे की, गांधींनी आपल्या मुलांना महायुद्धासाठी सैन्यात भरती
व्हायला सांगितलं नाही; देवदास मात्र एकदा भरती होण्यासाठी उत्सुक होता.

सत्य, भारत आणि त्यांचे कुटुंबीय यांच्याकडे वेळोवेळी गांधींचं मन ओढ घेत
असे आणि काही वेळा या विविध प्रकारच्या ओढींमुळे त्यांची मनःस्थिती द्विधा होत
असे. या आकर्षणांना ते देत असलेल्या प्रतिसादांबद्दल आधी अंदाज बांधणं कठीण
होतं, तरी कुटुंबीयांना नेहमीच शेवटी प्राधान्य दिलं जायचं, असं कस्तुरबा आणि

मुलांचं मत होतं. या विविध प्रभावांचा गुंता गांधींना नेहमीच सोडवता येत नसे किंवा काही वेळा तर कुठली गोष्ट आपल्याला सगळ्यांत जास्त प्रभावित करत आहे, हे त्यांच्या लक्षात येत नसे.

बिचारा हरिलाल अतिशय दु:खी आणि सर्वांपेक्षा अलग राहून आयुष्य कंठत होता, तेव्हा १९१८च्या उन्हाळ्यात त्याची पत्नी गुलाब तिच्या माहेरी–राजकोटला–एन्फ्लूएन्झानं आजारी पडली. हरिलाल तिला बघायला राजकोटला चालला आहे, हे कळल्यावर गांधी त्याला त्याच्या प्रवासात मध्येच स्टेशनवर भेटायला गेले आणि राजकोटहून नडियादमार्गे जेव्हा हरिलाल परत निघाला, तेव्हा त्याचे वडील एकापेक्षा जास्त गाड्यांमध्ये शोधत-शोधत एका रेल्वेच्या डब्यात त्याला जाऊन भेटले. परंतु पिता-पुत्रांमध्ये फारसं संभाषण झालं नाही; त्याचा उदास चेहरा पाहून गांधींना धक्का बसला.

प्रत्यक्षात गुलाबची आणि तिच्याबरोबर तिच्या तीन वर्षीय मुलाची–शांतीची–प्रकृती चिंताजनक झाली होती. ऑक्टोबरमध्ये आधी शांतीचं निधन झालं आणि एका आठवड्यानंतर गुलाबचं. त्यांच्या मृत्यूनंतर हरिलाल आणि कस्तुरबा राजकोटला पोचले आणि साबरमतीला गांधी शोकविव्हल झाले. त्यांच्या दु:खी-कष्टी मुलाची गुलाब ही एकमात्र आधार होती.

यानंतरच्या काळात आजारी असलेले गांधी हरिलालला रोज एक पत्र पाठवत असत. २६ नोव्हेंबर रोजी त्यांनी लिहिलं की, 'माझ्या कठोर, निर्दय स्वभावाची मला लाज वाटते.' हरिलाल जर त्याच्या पित्याकडे आला, तर 'माझ्या अनुभवाचा पुरेपूर फायदा मी तुला करून देईन', असं ते लिहितात. परंतु पुत्राला मात्र हे शक्य झालं नाही.

त्यानंतरच्या फेब्रुवारीत गांधींनी हरिलालच्या चार हयात मुलांची तपशीलवार हालहवाल कळवणारं दुर्मीळ पत्र लिहिलं. ही चार मुलं आश्रमात त्यांच्या आजीआजोबांच्या छत्रछायेखाली राहत होती. हे पत्र सत्याग्रहींच्या संस्थेला उद्देशून लिहिलं होतं. दक्षिण आफ्रिकेत असताना हरिलाल आणि त्याच्या काही सहकाऱ्यांनी हे बिरुद स्वत:ला लावून घेतलं होतं.

हरिलाल यास, २३ फेब्रुवारी १९१९ : हे पत्र लिहायला सुरुवात करण्याआधी माझ्या खोलीचं रूपांतर मला न्यायालयात करावं लागलं आहे. आरोपी होता रसिक आणि फिर्यादी होता एक निष्पाप कुत्रा. कुणीतरी त्याला चांगलाच चोप दिला, असं तो आपल्या भुंकण्यातून सांगण्याचा जोरदार प्रयत्न करत होता.

माझ्या चौकशीतून रसिक गुन्हेगार असल्याचं उघडकीला आलं. आरोपीनं गुन्हा कबूल केला आणि खोलात जाऊन चौकशी केल्यावर पूर्वी केलेले गुन्हेही कबूल केले. न्यायाधीशांनी (म्हणजे मीच) त्यांचे सगळे गुन्हे माफ

केले; परंतु त्याला चांगली तंबीही दिली...

आत्ता मी हे लिहीत असताना कांती दौत धरून उभा आहे. तो आणि रामी पत्र लिहिलं जात असताना ते वाचत आहेत आणि त्यात दुरुस्त्या सुचवत आहेत. आरोपीसुद्धा डेस्कच्या एका पायामागे लपून बसला आहे. छोटी मनू अधूनमधून खिंकाळल्यासारखी हसत होती, पण आता ती झोपेला आली आहे आणि कुणीतरी आपल्याला उचलून घ्यावं म्हणून रडत आहे.

हे दृश्य त्यांना हरिलालच्या बालपणीची आठवण करून देत होतं, असं गांधींनी पुढे लिहिलं. एका छोट्या मजेदार कवितेनं त्यांनी पत्राचा शेवट केला आहे. त्यांच्या सध्याच्या स्थितीमुळे गांधींना असं पत्र लिहायला वेळ मिळाला, पण ते लिहीत असतानाची भावावस्था दक्षिण आफ्रिकेत पूर्वी घडून गेलेल्या एका प्रसंगाशी निगडित होती. त्या वेळी त्यांनी दूध न पिण्याची शपथ घेतली होती आणि ती आतापर्यंत पाळली होती.

कस्तुरबांनी केली सुटका : त्यांना त्रास देत असलेल्या गळवांवर जानेवारी १९१९मध्ये मुंबईत शस्त्रक्रिया केल्यावर डॉक्टरांनी गांधींना सांगितलं की, दुग्धप्राशन केल्याशिवाय त्यांची प्रकृती सुधारणार नाही. आपले वडीलही याच दुखण्यानं निधन पावले होते, याची गांधींना आठवण झाली. त्यांना जगायचं होतं.

काही महिने आधी, त्यांच्या एकोणपन्नासाव्या वाढदिवशी २ ऑक्टोबरला गांधींनी हरिलाल आणि देवदास या आपल्या सर्वांत ज्येष्ठ आणि सर्वांत कनिष्ठ पुत्रांना उद्देशून लिहिलेल्या पत्रांमध्ये त्यांनी आता पित्याच्या निर्वाणाची मानसिक तयारी करावी, असं लिहिलं होतं. पण सैन्यभरतीच्या मोहिमेमुळे गलितगात्र झालेल्या अवस्थेत हे त्यांनी लिहिलं होतं. आता १९१९च्या जानेवारीमध्ये त्यांना अजून कितीतरी गोष्टी करायच्या राहिल्या आहेत, हे डोळ्यांसमोर दिसत होतं.

या परिस्थितीतून कस्तुरबांनी अत्यंत हुशारीनं मार्ग काढला. गांधींनी जेव्हा शपथ घेतली होती तेव्हा त्यांच्या मनात गाई होत्या, शेळ्या नव्हत्या याची आठवण त्यांनी गांधींना करून दिली. गाईंना क्रूरतेची वागणूक दिली जाते, हे या शपथेमागचं कारण होतं ना? त्यामुळे शेळीच्या दुधाला या शपथेतून सूट नक्कीच मिळत होती, असं कस्तुरबांनी त्यांना सांगितलं. चोवीस तास द्विधा मन:स्थितीत घालवल्यावर गांधींनी आपल्या पत्नीचा बिनतोड परंतु तरीही अडचणीत टाकणारा युक्तिवाद मान्य केला आणि शेळीचं दूध प्यायला सुरुवात केली.

असं केल्यामुळे ते स्वत:च्या आणि पोलॉकसह त्यांच्या काही सहकाऱ्यांच्या नजरेतून उतरले; परंतु या शरणागतीमुळे मानवी चुकांकडे क्षमाशील वृत्तीनं बघण्याचा एक नवा दृष्टिकोन त्यांना लाभला आणि स्वत:च्या पत्नीबद्दलची आत्मीयता

आणखी वाढली. कस्तुरबांच्या हस्तक्षेपानंतर काही दिवसांतच भारतभेटीवर आलेल्या मिली पोलॉकला गांधी म्हणाले, 'तुम्ही बायका अतिशय हुशार असता आणि आपला हट्ट सोडत नाही.' मिली पोलॉकनं पुढे लिहून ठेवलं आहे, 'आपली प्रकृती सुधारावी म्हणून कस्तुरबांनी ज्या हुशारीनं पावलं उचलली, त्यासाठी त्यांच्याबाबत गांधींच्या मनात किती स्नेहभाव दाटून आला होता, हे त्यांच्या मिस्कील नजरेतून आणि भावनेनं ओथंबलेल्या स्वरावरून समजत होतं.' यामुळे त्यांची ढासळलेली तब्येत सावरायला मदत झाली. तरीही अनेक महिन्यांचं आजारपण आणि अशक्तपणा यांनी आपला कायमस्वरूपी ठसा उमटवला; त्यानंतर त्यांना उभं राहून भाषण करणं अवघड होऊन बसलं.

अद्‌भुत दृश्य

गांधींना हे माहीत नव्हतं, पण त्यांनी १९१८च्या ऑगस्टमध्ये गाठलेलं टोक त्यांना एक संधी मिळवून देणार होतं. नडियादला असताना ऑगस्टमध्ये त्यांच्या मनात चालू असलेली खळबळ ही एक नांदी किंवा सुरुवात होती, १९१९च्या फेब्रुवारी महिन्यात मुख्य नाट्याला सुरुवात झाली; कारण तेव्हा संपूर्ण राष्ट्रात उसळलेल्या आंदोलनामागे त्यांचा हात होता.

याच महिन्यात प्रक्षोभक भाषण-लेखन करायला विरोध करणारं रौलट विधेयक विधिमंडळात मांडण्यात आलं. त्यासाठी नेमलेल्या समितीच्या अध्यक्षांचं नाव त्या विधेयकाला देण्यात आलं होतं. चौकशी न करता कुणालाही अटक करण्याची आणि प्रक्षोभक भाषण-लेखन करण्याच्या नुसत्या संशयावरून चौकशी करण्याची, त्याबाबत अपीलही न करू देण्याची तरतूद त्या विधेयकात होती. ज्या भारतीयाच्या खिशात प्रक्षोभक मजकूर सापडेल, त्याला दोन वर्षांची सजा होणार होती.

१८९२ साली ऑलिव्हंट प्रकरणानंतर आणि दक्षिण आफ्रिकेत घडलेल्या तत्सम घटनांनंतर जसं घडलं, त्याचीच पुनरावृत्ती झाली. गांधी क्रोधानं पेटून उठले. व्हाइसरॉय आणि बिहार-गुजरातमधल्या अधिकाऱ्यांकडून त्यांना मिळणाऱ्या आदरयुक्त वागणुकीपेक्षाही भारतीयांविषयी या विधेयकाद्वारे व्यक्त झालेला अनादर आणि तिरस्कार जास्त होता. साम्राज्यानं भारताचा एक विश्वस्त आणि सेवक म्हणून भारतात राहावं ही भारतीयांची स्वाभिमान जपणारी रास्त अपेक्षा असताना, त्यांना संशयास्पद 'प्रजा' म्हणून वागणूक मिळणं, हे अन्यायाचं होतं.

मॉंटफर्ड योजनेत जी त्रुटी होती, ती मिळवण्यासाठी भविष्यात सत्याग्रह करण्याची योजना गांधींच्या मनात घोळत होती. पण आता हे निर्दय रौलट विधेयक येऊ नये, म्हणून ताबडतोब हालचाल करणं गरजेचं होतं.

त्यांनी वल्लभभाई पटेलांना मदतीसाठी विचारलं. "कशासाठी?" पटेलांनी

चौकशी केली. गांधींनी उत्तर दिलं, "सत्याग्रह करण्यासाठी." पटेलांनी ताबडतोब होकार दिल्यावर गांधींनी आश्रमात एक सभा बोलावली. त्यात सुमारे वीस लोक सहभागी झाले– पटेल, 'बॉम्बे क्रॉनिकल'चे ब्रिटिश संपादक बी. जी. हॉर्निमन, कवयित्री सरोजिनी नायडू, मुंबईतले एक मुस्लीम गिरणीमालक उमर सोभानी, अनसूयाबेन साराभाई, याज्ञिक आणि मुंबईतले होमरूल चळवळीतले एक कार्यकर्ते व गांधी आणि अनसूयाबेन यांना वस्त्रोद्योग कामगारांच्या संपाच्या वेळी मदत करणारे शंकरलाल बँकर. गांधींनी तयार केलेल्या एका शपथपत्रावर सगळ्यांनी सह्या केल्या :

> *आम्ही गंभीरतापूर्वक अशी शपथ घेतो की, हे विधेयक कायद्यात रूपांतरित झालं तर आणि ते मागे घेईपर्यंत आम्ही सौजन्यपूर्ण रीतीनं त्याचं पालन करण्याचं नाकारू. यापुढे नियुक्त केल्या जाणाऱ्या समितीनं या प्रकारचे आणखी कायदे जर योग्य मानले नाहीत, तर त्यांनाही विरोध करू. आम्ही पुढे असंही जाहीर करतो की, आम्ही सत्याशी एकनिष्ठ राहू आणि जीव, व्यक्ती अथवा मालमत्तेशी निगडित हिंसेपासून दूर राहू.*

सह्या करणाऱ्यांना गांधींनी 'भारतीय करारनाम्याचे प्रणेते' अशी उपाधी बहाल केली आणि त्यांनी उचललेलं पाऊल हे अत्यंत क्रांतिकारी आहे, असं म्हटलं. १८५७ नंतर प्रथमच प्रमुख भारतीयांनी एकत्र येऊन ब्रिटिश कायद्यांचा जाहीरपणे निषेध केला होता. त्याआधीच्या वर्षी खेडाच्या शेतकऱ्यांनी तसा प्रयत्न केला होता; परंतु ब्रिटिशांनी त्यांना भांडखोर किंवा क्षुल्लक समजून त्यांच्याकडे दुर्लक्ष केलं होतं. आता प्रतिष्ठित भारतीय लोक उघडपणे धिक्कार करत होते. साम्राज्याच्या इतिहासातला हा कलाटणी देणारा क्षण गांधींनी अचूक हेरला होता.

कायदेभंगाची चळवळ पुढे नेण्यात गुजरात सभा किंवा काँग्रेसची असमर्थता जाणून गांधींनी 'सत्याग्रह सभा' ही एक नवीन समिती स्थापन केली. ते स्वत: तिचे अध्यक्ष आणि पटेल सचिव झाले. त्यानंतर दिल्लीला जाऊन, सरळ व्हाइसरॉयना त्यांनी आपल्या हेतूंची कल्पना दिली आणि विधिमंडळात जिना आणि श्रीनिवास शास्त्रींनी विधेयकाला कडाडून केलेला विरोधही ऐकला. परंतु प्रक्षोभक कारवायांविरोधात बळाचा वापर हे साम्राज्याचं मुख्य धोरण होतं आणि त्यामुळे गांधींकडे व विधिमंडळाचा निषेध म्हणून राजीनामा देणाऱ्या शास्त्री-जिनांकडे ब्रिटिशांनी काणाडोळा केला.

देशाच्या दुसऱ्या टोकाला असलेलं मद्रास हा आजारी गांधींचा पुढचा पडाव होता. दक्षिण आफ्रिकेतल्या संघर्षात गांधींना आर्थिक मदत पाठवणाऱ्या चक्रवर्ती राजगोपालाचारी (१८७८-१९७२) या चाळीसवर्षीय वकिलांनी त्यांना तिथे आमंत्रित केलं होतं. १९१६च्या एका वृत्तपत्रात सी.आर. या नावानंसुद्धा ओळखले जाणारे राजगोपालाचारी यांनी भारततही सत्याग्रह यशस्वी ठरू शकतो, असा दावा केला

होता. चश्मा लावणारा तल्लख बुद्धिमत्तेचा हा ब्राह्मण गांधींच्या आगमनापूर्वी काही काळ सालेम शहरातून मद्रासला येऊन दाखल झाला. गांधींचा नवीनतम सहकारी बनला आणि मद्रास सत्याग्रह सभेचा सचिव झाला.

आपण पटेलांना ओळखता का, असं गांधींनी सी.आर.ना विचारलं. (राजगोपालाचारीही पटेलांप्रमाणेच विधुर होते.) 'त्यांच्या रूपानं मला एक विश्वासू, एकनिष्ठ आणि शूर सहकारी मिळाला आहे', अशी पुस्ती गांधी त्यांच्याबद्दल जोडतात. राजेंद्र प्रसाद आणि कृपलानी यांना गुजरातला बोलावून घेणं आणि सी.आर.ना पटेलांशी संपर्क साधायला सांगणं ही गांधींची देशभरात सहकाऱ्यांचं जाळं विणण्याची एक पद्धत होती. पटेलांच्या मुलांप्रमाणेच त्यांनी राजगोपालाचारींच्या मुलांशीही मैत्री जोडली.

मद्रासला सी.आर. यांच्या घरी राहत असताना व्हाइसरॉयनं एका विधेयकावर सही करून त्याचं रौलट ॲक्टमध्ये रूपांतर केल्याची बातमी गांधींना मिळाली. दुसऱ्या दिवशी, २३ मार्चच्या भल्या पहाटे झोप आणि जागेपणीच्या सीमारेषेवर रेंगाळत असताना अचानक गांधींच्या मनात आलं की, रौलट कायद्याच्या निषेधार्थ येणाऱ्या रविवारी हरताळ पाळण्यासाठी, उपवास करण्यासाठी आणि प्रार्थना करण्यासाठी सगळ्या भारताला हाक द्यावी.

ही कल्पना त्यांनी सी.आर.ना बोलून दाखवली आणि निदान मुंबई, मद्रास, बिहार व सिंध प्रांतांमधून या कल्पनेला सकारात्मक प्रतिसाद मिळेल, असं आपल्याला वाटत असल्याचंही त्यांनी सांगितलं. राजगोपालाचारींनी ही कल्पना ताबडतोब उचलून धरली. ३० मार्च रोजी सार्वत्रिक हरताळ पाळण्यासंबंधी निवेदन तयार करण्यात गांधी गुंतले. जास्तीत जास्त लोकांचा सहभाग मिळावा, या हेतूनं ही तारीख नंतर पुढे ढकलण्यात येऊन ६ एप्रिल ही तारीख निश्चित करण्यात आली; परंतु दिल्लीतल्या समर्थकांना मात्र आधीचीच तारीख योग्य वाटत होती.

काँग्रेसमधल्या कुठल्याही गटानं गांधींच्या हाकेला उघडपणे प्रतिसाद दिला नाही. आतापर्यंत बऱ्याच मवाळपंथी लोकांनी काँग्रेसला रामराम ठोकून नवीन उदारमतवादी पक्षाची स्थापना केली होती, मात्र त्यात कार्यकर्त्यांऐवजी नेत्यांचीच संख्या जास्त होती. गांधींनी मध्यंतरीच्या काळात सुरू केलेल्या सैनिकभरतीच्या मोहिमेमुळे काँग्रेसमधले बरेच 'जहालमतवादी' किंवा राष्ट्रवादी गांधींना दुरावले होते.

असं असूनसुद्धा गांधींच्या आवाहनाला भारतानं प्रचंड प्रतिसाद दिला. ३०मार्चला दिल्लीला आणि त्यानंतर एका आठवड्यानं बाकी ठिकाणी या काळ्या कायद्याच्या निषेधार्थ हिंदू-मुस्लिमांनी एकमेकांच्या हातात हात घालून काळा रविवार पाळला. भारताच्या प्रदीर्घ इतिहासात असं सर्वव्यापी राष्ट्रीय आंदोलन प्रथमच घडत होतं.

आपल्या अहवालात मूर या गुप्तहेर अधिकाऱ्यानं मद्रास सरकारला कळवलं

की, त्या दिवशी समुद्रकिनाऱ्यावर निघालेल्या मोर्च्यात सहभागी झालेली गर्दी, आतापर्यंत मद्रासमध्ये अशा प्रसंगी एकत्रित झालेली सर्वाधिक गर्दी होती. अगदी तळागाळातले लोकही यात समाविष्ट होते, असंही मूरनं नमूद केलं : दही विकणारे रस्त्यांवर कुठे दिसत नव्हते आणि सकाळी इडल्या विकायला निघणाऱ्या बायकांनीही आज आपलं काम थांबवलं होतं.

कलकत्त्यामध्ये दोन लाख लोकांचा जमाव गोळा झाला. उत्तर-पश्चिम सीमा प्रांतात अठ्ठावीसवर्षीय अब्दुल गफार खान यानं खैबर खिंडीच्या २५ मैल पूर्वेला उतमांझाई इथे एक मोर्चा आयोजित केला. नंतर गांधी लिहितात, 'संपूर्ण भारतभर, एका टोकापासून ते दुसऱ्या टोकापर्यंत, शहरांमध्ये आणि अगदी खेड्यांमध्येसुद्धा या दिवशी संपूर्ण हरताळ पाळला गेला. हे एक विस्मयकारक दृश्य होतं.'

गांधींच्या हाकेला उत्तर म्हणून अहमदाबाद, मुंबई, मद्रास, कराची आणि इतरत्रही असंख्य लोकांनी उपवास केला. बंदी असलेली पुस्तकं– जशी 'हिंद स्वराज', थोरोचं 'सिव्हिल डिसओबिडियन्स' आणि आश्चर्य म्हणजे तुर्कीच्या मुस्तफा केमालचं चरित्रसुद्धा –बेकायदेशीरपणे विकली गेली; 'सत्याग्रही' हे अधिकृत नोंदणी न केलेलं 'वृत्तपत्र' प्रसिद्ध केलं गेलं आणि बेकायदेशीररीत्या अनेक ठिकाणी विकलं गेलं. पटेलांनी ते स्वत:च्या घरी अहमदाबादला छापलं, तर सी.आर.नी मद्रासला त्यांच्या घरी.

कुणावरही उपवासाची आणि हरताळ पाळण्याची सक्ती करण्यात येऊ नये, असे आदेश देणारे गांधी त्या दिवशी मुंबईत होते; एका मशिदीत पाच हजार लोकांसमोर व्याख्यान द्यायला त्यांना आमंत्रित केलं गेलं होतं. त्यांच्यासाठी यापेक्षा उत्साहवर्धक गोष्ट दुसरी कुठली असणार होती?

सुरुवातीला ब्रिटिश राजवटीनं सत्याग्रहींकडे दुर्लक्ष करायचं ठरवलं. त्यांना अटक केली असती तर त्यांची आणि त्याचबरोबर गांधींची प्रतिमा जनमानसात आणखी उंचावली असती. परंतु गांधींची मोहिनी जबरदस्त होती. देशातील अनेक लोक त्यांच्या प्रभावाखाली आले. त्यांपैकी एक होते मोतीलाल नेहरूंचे सुपुत्र, २९ वर्षीय जवाहरलाल. दोन वर्षांपूर्वी त्यांनी गांधी अव्यवहारी आहेत, असं मत व्यक्त केलं होतं. आता ते अलाहाबादला सत्याग्रह सभेत सामील झाले.

६ एप्रिलच्या यशाला हिंदू-मुस्लीम , श्रीमंत-गरीब यांच्या एकत्रित सहभागाबरोबरच देशव्यापी राष्ट्रभावनेची जोड मिळाली होती. मॉंटेग्यू यांनी ही गोष्ट ओळखल्यानंतर १८ महिन्यांनी, युद्धामुळे निर्माण झालेल्या वाढत्या टंचाई आणि महागाईबरोबरच भारतीयांचा प्रक्षोभही वाढीला लागला होता. विविध आघाड्यांवर लढणारे सैनिक तिथलं कौतुक झेलून परत आले, तेव्हा त्यांना मातृभूमीत वंशभेदाला तोंड द्यावं लागलं. तुर्की संबंधात ब्रिटिशांचा दृष्टिकोन धिक्कारणाऱ्या मुस्लिमांनी गांधींच्या

रौलटविरोधी हाकेला उत्स्फूर्त प्रतिसाद दिला आणि मॉंटफर्ड सुधारणांना कॉंग्रेसच्या बऱ्याच नेत्यांच्या असलेल्या विरोधाचंही स्वागत केलं.

एका अभूतपूर्व घटनेत गांधींचे मित्र महात्मा मुन्शी राम, म्हणजे आताचे स्वामी श्रद्धानंद यांना दिल्लीच्या जामा मशिदीत बोलण्यासाठी आमंत्रित केलं गेलं. ही मशीद सतराव्या शतकात शाहजहान यानं बांधली होती. पण स्वामींच्या नेतृत्वाखाली निघालेल्या मिरवणुकीवर गोळीबार करण्यात आला आणि त्यात काही लोक मारले गेले, तेव्हा त्यावर संतप्त प्रतिक्रिया उमटली आणि स्वामी व हकीम अजमल खान या दोघांनी मिळून गांधींना दिल्लीत शांतता प्रस्थापित करण्यासाठी बोलावून घेतलं.

युद्धकाळात भारतामधून सर्वांत जास्त सैनिक पुरवणारा पंजाब प्रांत अत्यंत अशांत होता. मार्चमध्ये आणि एप्रिलच्या आरंभी या प्रांतात प्रचंड तणाव होता. अमृतसरचे सत्यपाल, सैफुद्दीन किचलू आणि लाहोरमधील रामभुज दत्त चौधरी यांसारख्या अनेक नेत्यांनी गांधींना पंजाबात येऊन शांततेसाठी प्रयत्न करण्याची गळ घातली. दिल्लीत पोचण्याचीही गांधींना गरज होती, म्हणून महादेव देसाईंना बरोबर घेऊन त्यांनी दिल्ली आणि पंजाबला जाणाऱ्या गाडीत ८ एप्रिलच्या रात्री प्रस्थान ठेवलं.

दुसऱ्या दिवशी पंजाबमधल्या पालवाल स्टेशनमध्ये ट्रेन शिरण्याआधी गांधींना ट्रेनमधून उतरण्याची आणि पंजाबमध्ये प्रवेश न करण्याची नोटीस देण्यात आली. त्यांच्या आगमनामुळे पंजाबमधली शांतता भंग पावेल, असं त्यांना सांगण्यात आलं. आपण पंजाब आणि दिल्लीला शांततेचा भंग करण्यासाठी नाही, तर अशांती शमवण्यासाठी जात आहोत असं ठाम प्रतिपादन करत गांधींनी पुढे अशी पुस्ती जोडली की, पंजाबमध्ये शांतता प्रस्थापित करणं हे जसं सरकारचं कर्तव्य आहे, तसंच आपलंही आहे. त्यांनी ट्रेनमधून पायउतार व्हायला नकार दिला.

पालवालला त्यांना जबरदस्तीनं उतरवलं गेलं, रात्री काही काळासाठी मथुरेला नेण्यात आलं आणि मुंबईला परत पाठवण्यात आलं (या दरम्यान काही काळ त्यांना मालगाडीनं प्रवास करावा लागला.); परंतु त्यांनी महादेव देसाईंच्या हस्ते सर्व संबंधितांना निरोप पाठवला की, त्यांनी आपल्या अटकेची खंत करू नये किंवा हिंसेचे कृत्य करू नये. दरम्यान, पंजाबात गांधींना आमंत्रित करणाऱ्या किचलू, सत्यपाल आणि चौधरींना अटक झाली.

हिंसा : ११ एप्रिलला मुंबईत आल्यावर गांधींना सोडून देण्यात आलं. तिथे ब्रिटिश सरकारचे घोड्यांवर स्वार सैनिक चाबूक घेऊन संतप्त आणि दगडफेक करणाऱ्या जमावावर चाल करून जात असल्याचं त्यांच्या नजरेस पडलं. त्यांच्या सत्याग्रहानंतरच्या दोन घटना ओळीनं त्यांच्या डोळ्यांदेखत घडत होत्या : संतप्त भारतीयांचा उद्रेक आणि सरकारनं केलेला बळाचा अनिर्बंध वापर. मुंबईचे पोलीस कमिशनर ग्रिफिथ यांच्याकडे थेट जाऊन गांधींनी पोलिसांच्या वर्तणुकीचं गाऱ्हाणं

मांडलं. तेव्हा,

'अहमदाबाद आणि अमृतसरला काय घडलं, हे तुम्हाला ठाऊक आहे?' असा ग्रिफिथनं उलट प्रश्न विचारला. गांधींना माहीत नव्हतंच आणि ग्रिफिथलाही स्पष्ट कल्पना नव्हती; कारण दूरसंदेशवहनाच्या तारा तोडण्यात आल्या होत्या. परंतु गंभीर स्वरूपाचा हिंसाचार झाला होता आणि त्याबद्दल ग्रिफिथनं गांधींना जबाबदार धरलं. त्यावर गांधी उत्तरले की, जर त्यांना पंजाबात जाऊ दिलं असतं, तर या घटना घडल्या नसत्या, गुजरातमध्येही शांतता राहिली असती. आपण ही चळवळ स्थगित करण्याविषयी विचार करायला तयार आहोत, असंही त्यांनी सूचित केलं.

अहमदाबादला दोन किंवा तीन युरोपियन लोक मारले गेले, असं गांधींना सांगितलं गेलं. तिथे दूरसंदेशवहन कार्यालय, जिल्हाधिकारी कचेरी आणि रेल्वे स्टेशनचा काही भाग भस्मसात करण्यात आला आणि पोलिसांनी केलेल्या गोळीबारात बरेच भारतीय मारले गेल्याचंही सांगण्यात आलं. गांधींच्या अटकेची वार्ता आणि अनसूयाबेनच्या अटकेची अफवा यांमुळे शहरात दंगे भडकले. संपूर्ण शहरात लष्करी राजवट प्रस्थापित करण्यात आली.

पंजाबमध्ये अमृतसरला सत्यपाल व किचलू यांच्या अटकेमुळे भडकलेल्या संतप्त जमावानं, पाच-सहा युरोपियन लोकांची हत्या केली. मिस शेरवूड या इंग्रजी महिलेवर हल्ला झाला आणि जनरल सर रेजिनाल्ड डायर यांच्या नेतृत्वाखाली सैन्यानं संपूर्ण शहर ताब्यात घेतलं.

हिंसक कृत्यांमुळे सामुदायिक सत्याग्रहाची समाप्ती करावी लागेल, असं त्या रात्री गांधींनी मुंबईत जाहीर केलं. १३ एप्रिलला अहमदाबादला पोचल्यावर ते प्रथम प्रॅट यांच्याकडे गेले, तेव्हा त्यांना कमिशनर अत्यंत चिडलेल्या मनःस्थितीत दिसले. हिंसाचाराबद्दल खेद व्यक्त करून, मार्शल लॉ जारी करण्याची काही आवश्यकता नसल्याचं नमूद करून शांतता प्रस्थापित करण्यासाठी आपण प्रॅट यांना सर्वतोपरी मदत करू, असं आश्वासन गांधींनी त्यांना दिलं.

त्यांच्या या आश्वासनामुळे प्रॅट जरा शांत झाले. दुसऱ्या दिवशी आश्रमात एक सभा बोलवण्याची त्यांनी गांधींना संमती दिली आणि मार्शल लॉ हटवण्याबद्दलही आपली सहमती दर्शवली.

नुकतंच येऊन गेलेलं आजारपण आणि त्यानंतर एकापाठोपाठ एक घडत गेलेले प्रसंग यामुळे गांधींना खूप अशक्तपणा आला होता; परंतु आश्रमातल्या सभेपुढे आपलं भाषण वल्लभभाईंनी वाचून दाखवावं, या त्यांच्या विनंतीमागे ते एकच कारण नव्हतं. हिंसाचाराबद्दल पटेलांनाही आपल्याइतकाच खेद वाटतो, हे ब्रिटिश अधिकारी आणि त्याचबरोबर गुजरातच्या लोकांनाही दिसावं, अशी त्यांची इच्छा होती. १४ एप्रिल रोजी जमलेल्या दहा हजारांपेक्षाही जास्त लोकांपुढे

पटेलांच्या धीरगंभीर पण भावनारहित आवाजात गांधींनी आपले विचार मांडले :

माझ्या बांधवांनो, गेल्या काही दिवसांत घडलेल्या घटनांमुळे मी लज्जित झालो आहे. त्यासाठी जबाबदार असलेल्यांनी माझी बेअब्रू केली आहे. सत्याग्रहाच्या नावाखाली आपण इमारती भस्मसात केल्या, जबरदस्तीनं शस्त्रं हस्तगत केली, बळाचा वापर करून पैसे वसूल केले, ट्रेन्स रोखल्या, दूरसंदेशवहनाच्या तारा तोडल्या, निष्पाप लोकांचा जीव घेतला आणि दुकानं, घरांचं नुकसान केलं. सगळ्यांत क्रूर अफवा पसरवली गेली ती अनसूयाबेनच्या अटकेची... त्या अटकेच्या अफवेचं निमित्त काढून अतिशय घृणास्पद कृत्यं केली गेली. आपल्याला या सगळ्याबद्दल पश्चात्ताप झाला पाहिजे आणि आपण त्यासाठी प्रायश्चित्त घेतलं पाहिजे. ही पापं अंशत: धुऊन निघावीत म्हणून तुम्हाला शक्य असल्यास तुम्ही चोवीस तासांचा उपवास करावा, असा मी सल्ला देतो... मी स्वत:ला तुमच्यापेक्षा लाखो पटींनी जबाबदार धरतो... म्हणून मी बहात्तर तास उपवास करेन. अन्यायाचं परिमार्जन जर केवळ इंग्रजी लोकांबद्दल द्वेषभावना मनात बाळगून आणि त्यांच्यावर हल्ला करून होणार असेल, तर मला स्वराज्यही नको आणि अन्यायाची भरपाईही नको.

१५ एप्रिल रोजी अहमदाबादचे जिल्हाधिकारी चॅटफील्ड यांना पत्र लिहून मृत्यू पावलेल्या ब्रिटिशांच्या कुटुंबीयांना मदत पाठवण्याबाबतचा तपशील गांधींनी मागवून घेतला आणि १८ एप्रिल रोजी सत्याग्रहाला तात्पुरती स्थगिती देण्याची घोषणा केली.

जालियनवाला

अमृतसरचं हत्याकांड ही भारतामधली ब्रिटिश राजवटीच्या कालखंडातली सगळ्यात भीषण घटना होती. गांधींनी साबरमती आश्रमात केलेल्या भाषणाआधी एक दिवस ती घडली; परंतु ती बातमी त्यांना ताबडतोब कळली नाही. मार्शल लॉ, सरकारी प्रतिबंध आणि दूरसंदेशवहन व दूरध्वनिसेवांच्या कापून टाकण्यात आलेल्या (अथवा बंद केलेल्या) तारा यामुळे भारताचा बहुतांश भाग या घडामोडींपासून अनभिज्ञ होता.

अमृतसरचा कारभार हाती घेतल्यांतर जनरल डायरनं सार्वजनिक सभांवर बंदी घातली. परंतु सगळ्यांनाच याची कल्पना होती असं नव्हे. १३ एप्रिल रोजी रविवार होता, बैसाखीचा सण होता. शीख आणि हिंदूंचा विशेष महत्त्वाचा सण होता. त्या दिवशी दुपारी सुमारे दहा हजार हिंदू, मुस्लीम आणि शीख बांधव 'जालियनवाला बाग' या तीन बाजूंनी पाच फूट उंचीच्या भिंती बांधून बंदिस्त केलेल्या मोकळ्या मैदानात जमले होते. डायरनं घातलेल्या बंदीबाबत त्यांना काही माहीत नव्हतं आणि

ते सगळे नि:शस्त्र होते.

सभेला नुकतीच सुरुवात झालेली असताना डायर आणि रायफल्स घेतलेले पन्नास सैनिक तिथे आले आणि मैदानाचं प्रवेशद्वार असलेली एकमेव मोकळी बाजू अडवून उभे राहिले. त्या मैदानातून बाहेर जाण्यासाठी ते एकच दार होतं. लोकांना पांगवण्यासाठी कोणत्याही प्रकारचा इशारा न देता डायरनं गोळीबार करण्याचा हुकूम दिला. तब्बल दहा मिनिटं ब्रिटिश राजवटीच्या गुरखा आणि बालोची रेजिमेंटमधल्या भारतीय सैनिकांनी त्या आदेशाचं पालन केलं. जवळजवळ प्रत्येक गोळीनं आपलं लक्ष्य टिपलं. ३७९ लोक मारले गेले आणि एक हजाराच्या वर जखमी झाले, असा अधिकृत अंदाज वर्तवला गेला. अनधिकृत आकडे त्यापेक्षा जास्त होते.

त्यापाठोपाठ घडलेले प्रसंगही अविश्वसनीय होते. पंजाबचे गव्हर्नर सर मायकेल ओडवायर यांनी संपूर्ण पंजाब प्रांतात मार्शल लॉ लागू केला. मिस शेरवूडवर ज्या ठिकाणी हल्ला झाला होता, तिथे अमृतसरमधल्या रस्त्यावर चालणाऱ्या प्रत्येक भारतीयानं रांगत जावं, असा आदेश जनरल डायरनं दिला. ब्रिटिश अधिकारी दिसल्यावर प्रत्येक भारतीयानं सलाम करावा, असाही फतवा काढला. डायरच्या नियमांना डावलणाऱ्यांना भर चौकात फटके मारले गेले. लाहोरला पोलिसांनी गोळीबार केला; पंजाबात इतरत्र शेतकऱ्यांच्या दोन गटांवर हवेतून बॉम्बहल्ले केले गेले. एक काल्पनिक क्रांतिकारी कट उधळला गेला.

गांधीच पंजाबात शांतता प्रस्थापित करू शकतील, या गांधींच्या मताशी ब्रिटिश राजवटीतील काही महत्त्वाच्या व्यक्ती सहमत होत्या आणि बऱ्याच भारतीयांचंही हेच मत होतं. व्हाइसरॉयला सप्टेंबरमध्ये लंडनहून पाठवलेल्या एका खासगी तारेत माँटेग्यू यांनी म्हटलं :

> *गांधींच्या उपस्थितीनं शांतता प्रस्थापित झाली नाही, अशी एकही घटना माझ्या ऐकिवात नाही. मध्यंतरी झालेल्या दंग्यांच्या वेळी अहमदाबाद आणि मुंबईतही हेच बघायला मिळालं... गांधी आपला शब्द नेहमीच पाळतात, हेच मी आजवर ऐकत आलो आहे.*

इतरांचं मत निराळं होतं. आता मद्रासचे गव्हर्नर असलेल्या लॉर्ड विलिंग्डन यांनी गांधींना 'बोल्शेव्हिक' असं संबोधलं. ज्या सहकाऱ्यांच्या मनात शंका होती, ते अनैतिक एकजूट करून चिडिचूप राहिले आणि चूक असो वा बरोबर, सगळे इंग्रजी लोक एकमेकांची पाठराखण करत राहिले.

ब्रिटिश सरकारचा माथेफिरूपणा जालियनवाला हत्याकांडाला कारणीभूत होता, असा गांधीजींचा विश्वास होता आणि त्याशिवाय निष्पाप स्त्री-पुरुषांना किडा-मुंगीसारखं जमिनीवर रांगायला लावणं हे हत्याकांडापेक्षाही घृणास्पद होतं, असंही

त्यांना वाटलं. २१ एप्रिल रोजी व्हाइसरॉयला पत्र लिहून फटके मारण्याबद्दलच्या आदेशाचा त्यांनी धिक्कार केला. परंतु आपल्या देशबांधवांनाही त्यांनी माफ केलं नाही. ब्रिटिशांप्रमाणेच तेसुद्धा 'वेडे' झाले होते, असं गांधींचं मत होतं.

अर्थात त्यांनी स्वत:लाही माफ केलं नाही. सत्याग्रहाला हिंसाचारापासून दूर ठेवणाऱ्या कार्यकर्त्यांची प्रशिक्षित फौज तयार करण्याआधीच सत्याग्रहाचे प्रयोग करणं ही हिमालयाएवढी चूक होती, असं प्रतिपादन त्यांनी जुलैमध्ये नडियादला केलं. १२ एप्रिल रोजी टागोरांनी सत्याग्रहाबाबत त्यांना सावध केलं होतं, तरीही सत्याग्रह संपूर्णपणे थांबवण्याचा गांधींचा कोणताही इरादा नव्हता.

यंग इंडिया आणि नवजीवन : साबरमतीला केलेल्या करारनाम्याच्या 'प्रणेत्यां'पैकी तिघेजण–उमर सोभानी, शंकरलाल बँकर आणि इंदुलाल याज्ञिक हे मिळून दोन पत्रिका प्रकाशित करत होते. मुंबईहून निघणारे 'यंग इंडिया' हे इंग्रजी भाषेतील साप्ताहिक आणि अहमदाबादहून गुजरातीत निघणारी मासिक पत्रिका 'नवजीवन'. 'बॉम्बे क्रॉनिकल' या राष्ट्रीय दैनिकाशीही हे तिघे संबंधित होते. एप्रिलच्या अखेरीस, ब्रिटिश सरकारच्या अनेक मनमानी निर्णयांपैकी एका निर्णयामुळे 'क्रॉनिकल'चे संपादक हॉर्निमन या ब्रिटिश गृहस्थांची हकालपट्टी झाली आणि त्यामुळे वृत्तपत्राचं प्रकाशन थांबवावं लागलं.

या प्रकाराला उत्तर म्हणून सोभानी, बँकर आणि याज्ञिक यांनी गांधींना 'यंग इंडिया' व 'नवजीवन'च्या संपादनाची जबाबदारी स्वीकारावी आणि या तिघांची मदत घेऊन त्यांनी 'यंग इंडिया' आठवड्यातून दोनदा आणि 'नवजीवन' दर आठवड्याला प्रसिद्ध करावा, अशीही विनंती केली. गांधींनी यास मान्यता दिली आणि ७ मे १९१९ रोजी नवीन मालिकेतला 'यंग इंडिया'चा पहिला अंक प्रसिद्ध झाला. 'क्रॉनिकल'चं प्रकाशनही त्याच वेळी नव्यानं सुरू झालं आणि बरोबरीनं साप्ताहिकाच्या रूपातला 'यंग इंडिया'चा अंक गांधींच्या सोईसाठी अहमदाबादहून प्रकाशित व्हायला सुरुवात झाली. 'नवजीवन' हे साप्ताहिकसुद्धा ७ सप्टेंबरला प्रसिद्ध झालं.

भारतात परतल्यापासून ज्या गोष्टींची मनीषा गांधी मनात बाळगून होते, त्या त्यांना शेवटी मिळाल्या : त्यांचा संदेश सर्वत्र पोचवणारी माध्यमं.

फिरणारं चाक : भारतीय विणकाम तंत्रज्ञानाची अधोगती आणि ब्रिटिश राजवट या दोन्ही गोष्टींचा संबंध देशातल्या गरिबीशी जोडत गांधींनी 'हिंद स्वराज'मध्ये भारतीय बुद्धिवंतांना हातमागाचं पुनरुज्जीवन करण्याचं आवाहन केलं होतं. १९०९मध्ये जेव्हा त्यांनी हे लिहिलं, तेव्हा त्यांनी ना हातमाग पाहिला होता ना सूतकताईचं यंत्र; तरीही त्यांच्या मनात तेव्हा घराघरांमधल्या मागांमधून वाहणारी आर्थिक, राजकीय आणि मानसिक ऊर्जा आकार घेत होती, त्यांच्या कल्पनाशक्तीमुळे त्यांच्या नजरेसमोर ती तरळत होती.

त्यानंतर बराच कालावधी लोटल्यावर, म्हणजे चरखा आणि खादीनं (हातानं कातलेल्या सुताचं हातमागावर विणलेलं कापड) देशभरात लोकप्रियता संपादन केल्यावर गांधींनी एका ठिकाणी, उत्तर-पश्चिम प्रांतातल्या बानू येथे म्हटले,

चरखा हा काही मी लावलेला शोध नाही. तो पूर्वीपासूनच होता... पण देव माझ्या कानात कुजबुजला : 'तुला जर अहिंसात्मक मार्गानं काम करायचं असेल, तर छोट्या छोट्या गोष्टी साध्य करत पुढे जा; एकदम मोठी उडी घेऊ नकोस.'

१९१५मध्ये आश्रमाची स्थापना झाल्यावर लवकरच चरखा शोधून काढणं ही गांधींना एक व्यावहारिक गरज वाटायला लागली. गांधी आणि त्यांच्या सहकाऱ्यांनी दोन गोष्टींचा निश्चय केला होता : १) भारतीय धाग्यापासून हातमागावर विणलेलं वस्त्रच परिधान करायचं आणि २) ते वस्त्र आपण स्वतःच तयार करायचं. त्याप्रमाणे काही हातमाग आश्रमात बसवण्यात आले आणि मगनलाल व काही इतर लोक हातमागावर विणकाम शिकले.

परंतु भारतातल्या सूतगिरण्यांना आपलं सूत केवळ यंत्रमागांनाच पुरवायची इच्छा होती, हातमाग-विणकरांना देण्याची नव्हती; त्यामुळे गांधींनी आपल्या सहकाऱ्यांना सूतकताई यंत्र शोधायला सांगितलं. नोव्हेंबर १९१७मध्ये गोध्रा इथे भरलेल्या अधिवेशनात गंगाबेन मजुमदार या अस्पृश्यतेच्या शापातून स्वतःला मुक्त केलेल्या आणि निम्न वर्गात निर्भयपणे वावरणाऱ्या व त्यांची सेवा करणाऱ्या महिलेनं चरखा शोधून काढण्याचं आश्वासन गांधींना दिलं.

बडोदा संस्थानमध्ये विजापूरला तिला एक नाही, तर शेकडो चरखे सापडले. निरुपयोगी अडगळ म्हणून ते माळ्यावर टाकून दिलेले होते. पूर्वी चरखा तयार करणाऱ्या महिलांनी गंगाबेनला हेही सांगितलं, की कुणी जर त्यांना कापसाच्या पेळूंचा पुरवठा केला आणि त्यांचं सूत विकत घेतलं, तर त्या सूतकताई पुन्हा सुरू करायला तयार आहेत.

या अटी पूर्ण करायला आपण तयार आहोत, असं गांधींनी सांगितलं. त्यांचे मित्र उमर सोभानी यांनी त्यांच्या मुंबईच्या गिरणीतून पेळू पुरवले. त्यानंतर आश्रमाला पुरून उरेल इतकं सूत मिळू लागलं. आश्रमातल्या सुधारित चरख्यांवर होणाऱ्या उत्पादनाची व्यवस्था आता मगनलाल पाहू लागला.

आश्रमात आणि त्याच्या आसपास, शिवाय गुजरातच्या इतर भागात सूतकताई शिकणाऱ्यांची संख्या वाढत होती, गांधींचाही त्यात समावेश होता. गिरण्यांवर अवलंबून राहायला नको म्हणून गंगाबेननं हातानं पेळू तयार करणारे कारागीर शोधून काढले. आणि लवकरच, संपूर्णपणे हातानं तयार केलेलं खादीचं कापड किंवा खद्दर

सगळ्या भारतभर दुकानांमध्ये, घरांमध्ये आणि रस्त्यांवर पुन्हा दिसायला लागलं.

गिरण्यांमध्ये तयार होणाऱ्या कापडापेक्षा खादी जास्त जाडीभरडी, जड आणि महाग होती. ती लवकर फाटायचीदेखील. पण, तिच्यामुळे सूतकताई आणि विणकाम करू इच्छिणाऱ्या प्रत्येक जमीनहीन मजुराला, बेकाराला, अल्परोजगार असलेल्याला आणि अर्धपोटी गरिबाला थोडाफार पैसा मिळू लागला. बाकीच्यांसाठी हे प्राचीन आणि तरीही नवीन कापड म्हणजे प्रामाणिक कष्टाचं आणि देशभक्तीचं प्रतीक बनलं. लवकरच ते एक प्रतिष्ठेचं आणि कनिष्ठ व उच्चवर्गीय भारतीयांमधल्या स्नेहबंधाचं लक्षण मानलं जाऊ लागलं.

त्याहूनही जास्त म्हणजे या प्रतीकाला स्पर्श करता येत होता, ते डोळ्यांनी पाहता येत होतं आणि दाखवता येत होतं. खादी वापरणारा प्रत्येक पुरुष आणि प्रत्येक स्त्री किंवा कापूस पिंजणारा, सूत कातणारा किंवा कापड विणणारा प्रत्येकजण स्वत:ला त्या धाग्यांनी महात्मा गांधींशी, गरिबांशी, स्वराज्याशी, सत्याग्रहाशी जोडू पाहत होता. स्वत: गांधी चरख्याच्या गुणगुणणाऱ्या आवाजाशी एकरूप झाले होते. १९१८च्या उत्तरार्धात मुंबईत असताना तब्येत सुधारण्यात चरख्याचा फार मोलाचा वाटा होता, असं त्यांनी नंतर नमूद केलं.

त्या वेळी ते प्राणजीवन मेहता आणि त्यांचे नातेवाईक यांच्या मणिभवन या घरात राहत होते. त्यांच्या सहकारी महिलांनी त्यांना खोलीत चरखा तयार करून दिला होता. १९१९च्या उन्हाळ्यापर्यंत गांधींना पूर्ण खात्री पटली की, 'हिंद स्वराज'च्या वेळी ते नजरचुकीनं ज्याला 'माग' म्हणत होते, ती अंत:प्रेरणा आता प्रत्यक्ष साकार झाली होती.

चरखा आणि खादी गांधींना थेट कबिराशी नेऊन जोडतात. पंधराव्या शतकातल्या या विणकरानं आणि उत्तर भारतीय कवीनं गांधींप्रमाणेच हिंदू-मुस्लिमांमधली दरी बुजवायचा प्रयत्न केला होता. दक्षिण भारतातील लोकांना करुणा व एकात्मतेचा संदेश देणारा, बहुधा सहाव्या शतकात होऊन गेलेला विणकर-कवी थिरुवल्लूवर याच्याशीही चरख्याच्या माध्यमातून गांधी नातं जोडतात.

पंजाब आणि सरलादेवी चौधुराणी : पंजाबात अजूनही प्रवेशबंदी असलेल्या गांधींनी अमृतसर हत्याकांडाच्या संपूर्ण चौकशीची व त्यानंतर देण्यात आलेल्या अमानुष शिक्षांचीही चौकशी व्हावी, अशीही मागणी केली. चौकशीसाठी हंटर कमिशनची नेमणूक केली जाईल, अशी घोषणा ब्रिटिश सरकारनं सप्टेंबरमध्ये केली आणि ऑक्टोबरमध्ये गांधींना पंजाबात प्रवेश करण्याची परवानगी दिली गेली.

आपल्या पन्नासाव्या वाढदिवसानंतर तीन आठवड्यांनी, म्हणजे २४ ऑक्टोबर १९१९ रोजी गांधींनी आयुष्यात पहिल्यांदा लाहोरमध्ये पाऊल ठेवलं. याविषयी नंतर ते लिहितात, 'रेल्वे स्टेशनवर या टोकापासून ते त्या टोकापर्यंत जनसागर

उसळला होता. शहरभर सगळे लोक खूप वर्षांनी आलेल्या एखाद्या जिवलगाला भेटायला यावं तशा उत्साहानं आणि ओढीनं दारादारांमध्ये उभे होते आणि आनंदानं वेडे झाले होते.'

पंजाबचे अनेक राजकीय नेते अजूनही स्थानबद्ध होते. रामभुज दत्त चौधरी हे त्यातलेच एक. गांधींना त्यांच्या घरी उतरवण्यात आलं होतं. काँग्रेसचे अध्यक्ष पंडित मालवीय, दिल्लीचे स्वामी श्रद्धानंद आणि अलाहाबादचे मोतीलाल नेहरू हेही लाहोरमध्येच होते. त्याचबरोबर चार्ली अ‍ॅण्ड्र्यूजही होता.

हंटर कमिशनच्या चौकशीबाबत असमाधान व्यक्त करत मालवीय, गांधी आणि इतरांनी समांतर चौकशी करण्याचा निर्णय घेतला, त्यासाठी काँग्रेसची एक समिती नेमण्यात आली. गांधी, मोतीलाल नेहरू, कलकत्त्याचे तडफदार वकील चित्तरंजन दास (१८७०-१९२५), मुंबईचे बॅरिस्टर एम. आर. जयकर आणि ज्युरी म्हणून काम पाहणारे गुजरातचे अब्बास तय्यबजी यांचा त्या समितीत समावेश होता.

सुरुवातीला समितीची सगळी जबाबदारी आपल्या शिरावर घेत गांधींनी तीन महिने पंजाबातल्या विविध भागांमध्ये घालवले. छळवादाचे साक्षीदार असलेल्या अनेक लोकांच्या गाठी-भेटी घेतल्या आणि अखेरीस त्यांनी समितीचा अहवाल लिहिला. ज्या विधानांबाबत जरादेखील शंकेला वाव होता ती सगळी विधानं त्या अहवालातून काढून टाकली आहेत, असा त्यांचा दावा होता.

पंजाबमधल्या आपल्या दौऱ्यात गांधींनी खादी आणि चरखा यांचा प्रचार केला, पंजाबच्या स्त्रियांचा प्रतिसाद चांगला असल्याचं त्यांना दिसून आलं. जालियनवाला स्मारकासाठी त्यांनी निधीही गोळा केला; परंतु ते स्मारक म्हणजे कुणाविषयी दुष्टावा किंवा तिरस्कार निर्माण व्हावा यासाठी नव्हे तर लोकांना भोगाव्या लागलेल्या दुःखाचं प्रतीक आणि निष्पाप लोकांनी मृत्यूच्या रूपात केलेला त्याग यांचं स्मरण ठेवणारं असेल, ही गोष्ट स्पष्ट केली. पाहिजे तितक्या जोमानं देणग्या गोळा होत नव्हत्या, तेव्हा स्मारकासाठी निधी जमावा म्हणून गरज पडली तर आपण साबरमतीचा आश्रम विकू, असं गांधींनी जाहीर केलं आणि मग मदतीचा ओघ वाढला.

गांधींनी हे जाहीर केल्यावर प्यारेलाल नायर (१९००-१९८२) या तरुणानं गांधींना सामील होण्याचा निर्णय घेतला. पंजाबमधल्या दौऱ्यांमध्ये त्यांना सोबत केल्यावर गांधींमध्ये एक आश्वासक ताकद असल्याचं प्यारेलाल यांना जाणवलं. ग्रॅनाईटची अभेद्य भिंतसुद्धा आरपार छेदू शकेल अशा सामर्थ्याचा सागर त्यांच्यात दडला आहे, असं प्यारेलाल यांना वाटत होतं.

यादरम्यान अचानक ध्यानीमनी नसताना गांधींच्या बाबतीत एक गोष्ट घडली, गांधी ज्या रामभुज दत्त चौधरी यांच्या घरी लाहोरला उतरले होते, त्यांच्या सत्तेचाळीस वर्षांच्या पत्नीकडे–सरलादेवींकडे त्यांचं चित्त आकर्षिलं गेलं. त्या वेळी रामभुज

तुरुंगवास भोगत होते. टागोरांची भाची असलेल्या सरलादेवी (त्यांची आई स्वर्णकुमारी या कविराजांच्या दोन भगिनीपैकी एक) आपल्या पतीच्या गैरहजेरीत 'हिंदुस्तान' या पत्रिकेच्या संपादनाची जबाबदारी सांभाळत होत्या.

गांधींनी त्यांना १८ वर्षांपूर्वी, म्हणजे १९०१च्या डिसेंबरात कलकत्त्याला काँग्रेसच्या अधिवेशनात बघितलं होतं. त्या अधिवेशनाच्या उद्घाटनाप्रसंगी म्हणण्यात आलेल्या एका गीताच्या वाद्यवृंदाचं संचलन सरलादेवींनी केलं होतं. त्यांनी त्या गाण्याला संगीतबद्ध केलं होतं आणि अठ्ठावन्न गायकांनी ते गायलं होतं. त्या वेळी सरलादेवींबद्दल गांधी काही बोलले होते का, याची नोंद उपलब्ध नाही, पण १९४०मध्ये सरलादेवींनी लिहिलेल्या पुस्तकातल्या संदर्भावरून ते १९०१च्या अधिवेशनात भेटले असावेत, असं वाटतं. त्या वेळी सरलादेवींच्या मनात गांधींबद्दल, त्या संपादक असलेल्या 'भारती' या पत्रिकेसाठी देणगी देऊ शकणारा दक्षिण आफ्रिकेहून आलेला एक माणूस एवढाच विचार आला होता.

त्या वेळी त्या एकोणतीस वर्षांच्या होत्या. त्या अधिवेशनात त्या दोघांमध्ये काही बातचीत झाल्याचा पुरावा जरी नसला, तरी गांधींच्या आत्मचरित्रामध्ये १९०१ साली त्यांनी सरलादेवींचे वडील आणि काँग्रेसचे एक सरचिटणीस जानकीनाथ घोषाल यांच्याबरोबर काही तास घालवले, असा उल्लेख आढळतो. घोषाल यांना वेळ नसल्यामुळे त्यांच्या काही पत्रव्यवहाराला गांधींनी तेव्हा उत्तरं लिहिली आणि घोषाल यांनी गांधींना आपल्याबरोबर जेवायला थांबण्याचा आग्रह केला. गांधींना घोषाल 'गप्पिष्ट' वाटले आणि (गांधींचा पूर्वेतिहास कळल्यावर) त्यांना आपण कारकुनी काम करायला सांगितल्यामुळे घोषाल शरमिंदे झाले.

१९०९मध्ये गांधींची सरलादेवींशी ओझरती भेट झाली असावी, परंतु गांधींना ती आठवत असावी असं वाटतं. ग्रीन यांच्या पुस्तकात प्रसिद्ध झालेला पदवीदान समारंभातला त्यांचा फोटो पाहून त्यांचं व्यक्तिमत्त्व प्रभावी असावं, असं दिसतं. अतिशय प्रतिभावान गायिका आणि लेखिका असलेल्या सरलादेवी बंगाली युवकांना कडव्या राष्ट्रभक्तीचं प्रशिक्षण देत असल्यामुळे पोलिसांची नजर त्यांच्यावर होती. त्याआधी त्या विवेकानंदांच्या शिष्या होत्या आणि त्यांनी आपल्याबरोबर परदेशी यावं, अशी स्वामींची इच्छा होती, असं म्हणतात.

१९०५ या बंगाल-फाळणीच्या तणावपूर्ण वर्षात सरलादेवींनी पंजाबच्या रामभुज दत्त चौधरी, या दोनदा विधुर झालेल्या आर्य समाजवादी गृहस्थाशी विवाह केला. हा विवाह त्यांनी आपल्या आई-वडिलांच्या इच्छेखातर केला. कलकत्ता पोलिसांच्या नजरेपासून दूर लाहोरला आपली मुलगी सुरक्षित राहील, असं त्यांना वाटलं असावं. त्या काळच्या नवविवाहितांपेक्षा तेहेतीसवर्षीय सरलादेवी नक्कीच मोठ्या होत्या आणि त्यांचे पती त्यांना भारतातील सर्वशक्तिमान स्त्री असं म्हणायचे.

१९०१ ते १९१९ या वर्षांमधल्या त्यांच्या आयुष्याबद्दल गांधींना कितपत माहीत होतं, हे स्पष्ट नाही. १९०९मध्ये पोलॉक लाहोरला गेले असता ते सरलादेवी आणि त्यांच्या पतीच्या घरी राहिले होते (लाहोरला येणारे बरेचसे पाहुणे त्यांच्याकडे उतरत.); परंतु ही व्यवस्था गांधींनी सुचवली होती का, याबद्दलही आपण अनभिज्ञ आहोत.

लाहोरला पोचल्यावर काही दिवसांत, २७ ऑक्टोबर १९१९ रोजी गांधींनी अनसूयाबेनना अहमदाबादला लिहिलं : 'सरलादेवींच्या सहवासात खूप बरं वाटतं. त्या माझी उत्तम प्रकारे देखभाल करतात.' पुढच्या काही महिन्यांत त्यांच्यात काही खास भावबंध निर्माण झाले आणि १९२०च्या जून महिन्यात या संबंधांचं स्वरूप बदललं, तेव्हा गांधींनी त्यांना ज्या नात्याची व्याख्या करता येणार नाही, असं या नात्याबद्दल म्हटलं. या मधल्या काळात कोणतेही विशेष संबंध निर्माण होऊ न देण्याची गांधींची नेहमीची दक्षता बाजूला तर पडलीच; शिवाय सरलादेवींबरोबर आध्यात्मिक पातळीवर विवाह करावा असाही एक विचार त्यांनी केला. अर्थात असा विवाह म्हणजे नेमकं काय, याचा अर्थ गांधींनाच ठाऊक असणार.

वयाच्या सत्तेचाळिसाव्या वर्षी सरलादेवींचं बाह्यरूप जरी मोहवणारं नसलं, तरी आंतरिक सौंदर्य आणि राजकीयदृष्ट्या त्या इरॉसलासुद्धा मोहवणाऱ्या होत्या, असं गांधींना वाटत होतं. भारतीय आणि पाश्चिमात्य परिभाषेतसुद्धा सुसंस्कृत असलेल्या सरलादेवी लेखन आणि वक्तृत्व यांत पारंगत होत्या आणि गांधींच्या मते त्यांचा आवाज 'सुमधुर' होता. राजकारणाच्या दृष्टीनं टागोर घराण्याची प्रतिष्ठा, बंगालच्या अध्यक्षीय कारकिर्दीची तडफ आणि त्याशिवाय भारताच्या स्वातंत्र्यासाठी हिंसेचा मार्ग अवलंबणाऱ्या विचारधारेतली एक धारा यांचं त्या मूर्तिमंत प्रतीक होत्या. सरलादेवींशी हातमिळवणी करून संपूर्ण भारताला सत्याग्रहाच्या प्रवाहात ओढून आणता येईल, अशी गांधींना आशा होती.

अशा शक्यतांचा त्यांनी जाणीवपूर्वक विचार केला होता की नाही, माहीत नाही; कदाचित अशी कल्पना त्यांना चित्तवेधक वाटली असावी; पण कस्तुरबांचा विचार मनात आल्यामुळे आणि मुलगा देवदास, महादेव देसाई आणि गांधींची सावत्र बहीण मूलीबेन हिचा तरुण नातू मथुरादास त्रिकमजी यांच्या हस्तक्षेपामुळे आपण नरकासमान अग्निदिव्य करण्यापासून परावृत्त झालो, असं १९३३मध्ये ते म्हणाले. (हे त्यांनी फादर विल्यम लॅश आणि ई. स्टॅनले जोन्स यांना सांगितलं.)

कस्तुरबांच्या अशिक्षितपणाच्या संदर्भात १९३५ साली मार्गरेट सँगर यांच्याशी बोलताना गांधी म्हणाले, 'विशाल दृष्टिकोन आणि सुसंस्कारी, सुशिक्षित अशा एका स्त्रीला भेटल्यावर माझा जवळजवळ तोल गेला होता; परंतु सुदैवानं त्या संमोहनातून माझी सुटका झाली.' १९१९-२०च्या सुमारास त्यांच्या मनात निर्माण झालेल्या ओढीविषयी ते बोलत होते. (भारतात परतल्यानंतर) आत्मचरित्राच्या शेवटच्या

पानावर गांधींनी माझ्यामध्ये सुप्तावस्थेत अजूनही असलेल्या कामनांचा अनुभव आल्याचं लिहिलं आहे; ही बाबही १९१९-२०च्या काळातल्या त्या दिवसांबद्दलच लिहिली गेली आहे, असं दिसतं.

दुसरीही एक गोष्ट त्या वेळी कारणीभूत ठरली असावी. कदाचित गांधींची खूप चांगली देखभाल करणारी ही प्रेमळ आणि सौंदर्योपासक महिला त्यांना हवा असणारा भावनिक आधार देत असावी. या जगात नेहमीच काही ना काही देत राहणारा, दुसऱ्यांकडून क्वचितच काही मिळणारा आणि नेहमीच काहीतरी मिळण्याची गरज भासणारा गांधींसारखा माणूस अशा प्रकारच्या आधाराची अपेक्षा करत असावा; परंतु त्यांना स्वतःला किंवा त्यांच्या अवतीभोवती असणाऱ्या अनुयायांना आणि सहकाऱ्यांना या गोष्टीची कधी जाणीवच झाली नसावी. स्वतःवर संपूर्ण विश्वास असलेल्या आणि सत्याग्रहाचा सेनानी असलेल्या या संस्थापकाच्या हृदयात, त्याला स्वतःला आणि त्याच्या सहकाऱ्यांना अनभिज्ञ अशा अगणित वेदना दडल्या असाव्यात. संपूर्ण भारत आणि सत्य त्यांच्याशी जर कायम संवाद साधत असतील, तर सर्वसामान्य माणसासारखं असलेलं आणि काबूत ठेवलेलं त्यांचं अंतर्मनही त्यांना आपल्या व्यथा सांगत असणार. आणि सरलादेवींच्या कारकिर्दीवर इतरांपेक्षा या संबंधावर अधिक संशोधन करणारे मार्टिन ग्रीन गांधींबद्दल म्हणतात, 'त्यांच्यासमोर उघडं झालेलं दार त्यांनी स्वतःहून बंद केलं.' पुढे ते असंही म्हणतात : गांधी आणि सरलादेवी मिळून एक असामान्य राजकीय समीकरण तयार झालं असतं.

असं असूनही ग्रीन या संबंधाच्या अस्थिरतेवर आणि सरलादेवींच्या व्यक्तिमत्त्वावरही भाष्य करतात. आपली योग्य ती कदर न झाल्याची भावना आणि मनोबल व निर्णय घेण्याच्या क्षमतेचा अभाव (धडाडी आणि सुस्तपणा, स्त्रीवादी विचार आणि पुरुषजातीबद्दल क्षमाशीलता) या परस्परविरोधी वैशिष्ट्यांनी युक्त असं सरलादेवींचं व्यक्तिमत्त्व होतं. काही बाबतीत 'कडव्या स्त्रीवादी' विचारांचा पाठपुरावा करणाऱ्या सरलादेवी, जर प्रथम पत्नीला मूल होऊ शकत नसेल तर पुरुषानं दुसरा विवाह करावा या मताचा पुरस्कार करत. गांधींनी त्यांना विरोध केला होता व या प्रश्नावर सरलादेवींशी त्यांचा वाद झाला होता, असं त्यांनी सँगर यांना सांगितलं.

१९१९च्या ऑक्टोबरचा शेवट आणि १९२०च्या फेब्रुवारीचा मध्य या मधल्या काळात गांधींनी काही आठवडे दिल्लीत व्यतीत केले; परंतु त्यांचा बराचसा वेळ पंजाबात गेला. चौकशीसाठी ठिकठिकाणी प्रवास करण्यात, खादीचा प्रसार करण्यात किंवा चौधरींच्या लाहोरच्या घरी अहवाल तयार करण्यात त्यांनी यातला बराच काळ घालवला. पंजाबमधल्या गांधींच्या दौऱ्यांमध्ये सरलादेवी त्यांच्याबरोबर होत्या. त्यांच्या सभांमध्ये त्या गात किंवा भाषण करत, स्वतः खादी वापरत आणि तिचं महत्त्व लोकांना पटवून देत आणि सत्याग्रहाचा अर्थ समजून घ्यावा म्हणून पंजाबातल्या

लोकांना आवाहन करत. पंजाब प्रांतातल्या बऱ्याच लोकांनी दडपशाही निमूटपणे सहन केली, याबद्दल गांधी आणि सरलादेवी खेद व्यक्त करत.

डिसेंबर संपता संपता रामभुज दत्त चौधरींची सुटका झाली. 'नवजीवन'साठी लिहिलेल्या वृत्तान्तात २३ जानेवारी रोजी गांधींनी लिहिलं, 'या आधी आपल्या पतीपासून लांब असलेल्या आणि एकाकी जीवन कंठणाऱ्या एका स्त्रीला मी वाघिणीच्या स्वरूपात बघितलं, आज मी एक अत्यंत आनंदी दांपत्य पाहिलं... श्रीमती सरलादेवींच्या चेहऱ्यावर एक नवीच चमक आली आहे. आजपर्यंत चिंतेनं ग्रासलेला तो चेहरा आज आनंदानं लकाकतो आहे.'

या वेळेपर्यंत त्या दांपत्याचा कुमारवयीन मुलगा दीपक साबरमती आश्रमात दाखल झाला होता. त्याच्यासाठी गांधींनी काही सवलती देऊ केल्या, तेव्हा आश्रमवासीयांच्या भुवया उंचावल्या आणि जेव्हा १९२०च्या मार्चमध्ये स्वत: सरलादेवी आश्रमात येऊन राहिल्या, तेव्हा गांधी त्यांच्याबरोबर बोलण्यात घालवत असलेला वेळ हाही टीकेचा विषय झाला.

जवळजवळ चार ते पाच महिने–१९२० सालच्या जानेवारी ते मेच्या दरम्यान– गांधी नक्कीच त्यांच्या व्यक्तिमत्त्वानं दिपून गेले होते आणि भारताचा कायाकल्प करण्यासाठी नियतीनंच त्या दोघांना एकत्र आणण्याची योजना आखली आहे, अशा कल्पनारंजनात मग्न होते. त्या नेहमी स्वप्नात दिसतात आणि त्या एक महान शक्ती आहेत, असं त्यांनी सरलादेवींना लिहिलं आहे. फेब्रुवारी १९२०च्या 'यंग इंडिया'च्या अंकात पहिल्या पानावर आणि 'नवजीवन'च्या अंकात सरलादेवींच्या कविता प्रसिद्ध झाल्या. कविता अगदी सर्वोत्तम परिपूर्ण असल्याचा गांधींचा शेरा या कवितांसोबत होता.

परंतु त्यांचा मुलगा देवदास आणि इतरांनी– म्हणजे देसाई, मथुरादास आणि सी.आर. यांनी– गांधींशी चर्चा केली आणि त्यांनी सरलादेवींशी असलेले आपले खास संबंध जर असेच चालू ठेवले तर कस्तुरबांवर, स्वत: गांधींवर आणि त्यांच्यासारख्या लोकांवर होणाऱ्या परिणामांबद्दल जरा विचार करावा असं सुचवलं. त्यांच्या प्रेमाच्या बंधांनी मला घट्टपणे आणि बळकटपणे जखडून ठेवलं आणि वाचवलं, असं गांधींनी नंतर फादर लॅश यांना सांगितलं.

सरलादेवींनी नंतर पुढे लिहिलेल्या आत्मचरित्रात या संबंधांचा कोणताही उल्लेख नाही. गांधींच्याही नाही, पण काही पत्रांमध्ये आणि रेकॉर्ड केलेल्या संभाषणांमध्ये गांधींचे या बाबतीतले विचार समजतात. 'ही बाब इतकी खासगी होती, की ती मी आत्मचरित्रात लिहिली नाही', असं त्यांनी सँगरना सांगितलं. ज्या वेळी आत्मचरित्र लिहिलं गेलं, तेव्हा सरलादेवी आणि त्यांचा मुलगा दीपक हयात होते, १९२३मध्ये रामभुज दत्त चौधरी यांचं निधन झालं होतं. या कालखंडाचा उल्लेख करून गांधींना कदाचित सरलादेवींना पुन्हा दुखवायचं नसावं.

आधी विचार केल्याप्रमाणे हे संबंध पुढे चालू ठेवणं शक्य नाही असं जेव्हा गांधींनी सांगितलं, तेव्हा सरलादेवींना अतिशय दु:ख झालं. हा बदल १९२०मध्ये जूनच्या मध्यावर घडला असावा; कारण गांधींची तार मिळाल्यावर राजगोपालाचारींनी त्यांना १२ जून रोजी लिहिलं, 'तुमची तार मिळाली. माझ्याकडे बोलायला शब्द नाहीत. तुम्ही मला माफ कराल, अशी आशा आहे.' आपण असा निष्कर्ष काढू शकतो की, ज्या व्यक्तीनं या संबंधांबद्दल चिंता व्यक्त केली होती, तिला त्यात बदल केला गेला असल्याचं कळवण्यात आलं. (गांधींच्या तारेमधला मजकूर माहीत नाही.)

हा घडलेला बदल कायम राहावा म्हणून राजगोपालाचारींनी स्पष्ट शब्दांत गांधींना १६ जून रोजी पत्र लिहिलं. 'माझे अत्यंत लाडके गुरू' अशी सुरुवात करून त्यांनी लिहिलं की, 'सरलादेवी आणि कस्तुरबा यांच्यातला विरोधाभास लिहिताना केरोसीनवर चालणारा दिवा आणि प्रभातसमयीचा सूर्य यांच्यातल्या फरकाप्रमाणे आहे.' गांधींनी अत्यंत भीतिदायक दिवास्वप्नाचा पाठपुरावा केला असं ठाम प्रतिपादन करून सी.आर. पुढे लिहितात, 'सर्वाधिक पवित्र अशा आत्म्याचं बाह्य कवच मात्र हाडामांसाचंच बनलेलं आहे... मी आतल्या ख्रिस्ताला नव्हे तर बाहेरच्या कवचाला सावध करण्याचा आणि त्यावर टीका करण्याचा प्रयत्न केला आहे. मागे फिरा आणि आमच्यात प्राण फुंका... कृपा करून स्वत:ला संपूर्णपणे यापासून मुक्त करा.'

अशा प्रकारे या संबंधांना पूर्णविराम मिळाला. देवदास यांनी लिहून ठेवलं आहे की, शिक्षणासाठी ते बनारसला प्रस्थान ठेवत असता (बहुधा १९२०च्या उन्हाळ्यात) त्यांचे वडील अचानक पुढे आले आणि अत्यंत प्रेमानं माझ्या कपाळाचं चुंबन घेतलं. आपल्या वीस वर्षांच्या मुलावरच्या केवळ प्रेमानं गांधींनं असं केलं नव्हतं, तर त्या कृतीत कृतज्ञतेची भावना होती. ऑगस्टमध्ये कालेनबाख यांना लिहिलेल्या पत्रात ते म्हणतात, 'देवदास माझ्याबरोबर आहे, प्रत्येक बाबतीत त्याचा सर्वांगीण विकास होत आहे.'

२३ ऑगस्ट रोजी त्यांनी सरलादेवींना लिहिलं की, मथुरादास आणि इतर सहकाऱ्यांना त्यांच्या चारित्र्याचा हेवा वाटणं स्वाभाविक होतं, कारण ते त्यांच्यापुढला आदर्श होते. त्यांना गांधींबद्दल वाटणाऱ्या पवित्र आणि नि:स्वार्थी प्रेमाला लायक ठरण्यासाठी सगळ्या जगाचा त्याग करायला आपण तयार आहोत, असं गांधींनी सरलादेवींना सांगितलं.

मनानं पार उद्ध्वस्त झालेल्या सरलादेवींनी तक्रार केली की, 'एका तागडीत जगातली सगळी सुखं, सगळे आनंद टाकले होते आणि दुसऱ्या पारड्यात बापू आणि त्यांचे नियम. दुसऱ्या पारड्याची निवड करण्याची आपण फार मोठी चूक केली.' त्यांनी गांधींकडे स्पष्टीकरण मागितल्यावर डिसेंबर १९२०मध्ये गांधींनी एका पत्रात ते देण्याचा प्रयत्न केला :

तुमच्याविषयी मला वाटणाऱ्या प्रेमभावनेचं विश्लेषण करण्याचा मी प्रयत्न केला आहे. आध्यात्मिक (विवाहाच्या) व्याख्येपर्यंत मी येऊन पोचलो. भिन्नलिंगी व्यक्तींमधली ही एक भागीदारी असते आणि त्या ठिकाणी शारीरिक आकर्षणाचा लवलेशही नसतो. त्यामुळे अशी भागीदारी होणं भाऊ-बहीण, वडील-मुलगी यांच्यातही शक्य असतं. वैचारिक, शाब्दिक आणि शारीरिक ब्रह्मचर्य पाळणाऱ्या दोन ब्रह्मचाऱ्यांमध्येच ती घडू शकते... आपल्यात ती आत्यंतिक शुद्धता, मतांमधली एकतानता, संपूर्ण समर्पण, आदर्शांची एकरूपता, नि:स्वार्थीपणा, ध्येयाप्रति निष्ठा, तो परस्परविश्वास आहे? माझ्या बाबतीत सांगायचं झालं तर, असं असावं, अशी माझी आकांक्षा आहे. परंतु तुमच्याबरोबर अशी मैत्री ठेवण्याची माझी लायकी नाही... मी तुम्हाला शब्द दिल्याप्रमाणे लिहिलेलं हेच ते सविस्तर पत्र. अत्यंत स्नेहभरानं मी अजूनही स्वत:ला मानतो–
तुमचा एल.जी.

एल.जी. ही आद्याक्षरं 'लॉ गिव्हर' या सरलादेवींनी गांधींना दूषणं देताना वापरलेल्या उपाधीची होती. हे मोठ्या हिमतीनं लिहिलेलं पत्र सरलादेवींच्या पोळलेल्या भावनांचा दाह शांत करू शकलं नाही. पुढच्या काही वर्षांत त्यांनी गांधींवर टीका केली; अहिंसेचं रूपांतर त्यांनी तिरस्कारात होऊ दिलं म्हणून काही वेळा आणि काही वेळा गांधींचा दृष्टिकोन हिंदू नसून ख्रिस्तो-बुद्धिस्ट आहे, असा आरोप या टीकेमागे होता.

मात्र दोघांचा एकमेकांशी संपर्क तुटला नाही. १९४०मध्ये सरलादेवींच्या सांगण्यावरून गांधींनी त्यांच्या मुलाचं–दीपकचं नाव जवाहरलालना त्यांच्या मुलीसाठी–इंदिरेसाठी वर म्हणून सुचवलं. ही कल्पना प्रत्यक्षात उतरली नाही; पण सरलादेवी आणि गांधी, दोघांच्याही निर्वाणानंतर दीपकनं मगनलाल गांधींची मुलगी राधा हिच्याशी विवाह केला. या दोघांमधल्या प्रेमभावनेची सरलादेवी आणि गांधींना कल्पना होती. काही काळ मुलींच्या शिक्षणासाठी घालवल्यानंतर सरलादेवी अध्यात्माकडे वळल्या आणि १९३५ साली त्यांनी एका गुरूचा आश्रय घेतला. १९४५ साली त्यांचं निधन झालं.

या सर्व प्रकरणाबद्दल गांधींनी कस्तुरबांना काही सांगितलं का, याबाबत काही ज्ञात नाही; परंतु जुळलेले आणि नंतर तुटलेले संबंध कस्तुरबांच्या लक्षात आले असावेत, असं गृहीत धरायला हरकत नाही. इतर काही लोकांनीही त्यांना याविषयी सांगितलं असणार, त्यात देवदासचाही समावेश होता; कारण तो आपल्या आईच्या जास्त जवळ होता. आपण हेही समजू शकतो की, या संबंधांमुळे कस्तुरबांना धक्का बसला असावा व त्या दुखावल्या गेल्या असाव्यात. जेव्हा हे संबंध संपुष्टात आले,

तेव्हा गांधींच्या आसपासच्या लोकांच्या नजरेत कस्तुरबांची प्रतिष्ठा नक्कीच वाढली. दोन वर्षांच्या खंडानंतर, ऑगस्ट १९२०मध्ये कालेनबाख यांना पत्र लिहिताना गांधींनी कस्तुरबांबद्दल लिहिलं आहे : सौ. गांधी आश्रमात आहेत. त्या बऱ्याच वयस्कर झाल्या आहेत, परंतु त्यांचा निडरपणा तसाच कायम आहे.

बारा वर्षांनंतर गांधींनी रामदासला लिहिलं की,

त्यांच्या कोणत्याही मुलानं– मी जसं बाशी वागलो, तसं वागू नये... ती माझ्यावर कधीच रागावली नाही, पण मी मात्र तिच्यावर चिडलो. मनात येईल ते करण्याचं स्वातंत्र्य मी उपभोगलं, पण तिला मात्र ते स्वातंत्र्य दिलं नाही... साबरमतीला असताना माझं तिच्याशी वागणं बदलत गेलं... आणि परिणामस्वरूप तिला पूर्वी माझ्याबद्दल वाटणारी भीती (संपूर्णपणे नाही, तरी बरीचशी) नाहीशी झाली.

(११ ऑगस्ट १९३२)

कस्तुरबांनी गांधींना दूध प्यायला लावून जो जीवरक्षक तोडगा काढला होता, त्यानंतर एक वर्षानं सरलादेवी प्रकरण झालं. कस्तुरबांच्या कृतीमुळे गांधींच्या दृष्टिकोनात फरक पडला असावा; परंतु या गोष्टीचा उल्लेख त्यांनी पत्रात केला नाही.

खिलाफत आणि नॉन-कोऑपरेशन : अरेबिया, पॅलेस्टाईन आणि इराकमधील इस्लामच्या पवित्र स्थळांवर असलेला तुर्कीच्या सुलतानाचा ताबा काढून घेण्याचा विजयी मित्रसंघाचा इरादा आहे हे कळल्यावर प्रक्षुब्ध झालेले भारतातले मुस्लीम नेते नोव्हेंबर १९१९मध्ये दिल्लीत एकत्र आले. ५ जानेवारी १९१८ रोजी ब्रिटिश पंतप्रधान लॉईड जॉर्ज यांनी शब्द दिला होता की, 'तुर्कीच्या हातून वैभवशाली आणि प्रसिद्ध असलेला आशिया मायनरचा प्रदेश बळकावण्याच्या इराद्यानं मित्रपक्ष युद्धात उतरलेला नाही.' या वचनावर विसंबून भारतातले मुस्लीम ब्रिटिश फौजेत दाखल व्हायला राजी झाले होते. या गोष्टीचं स्मरण होऊन विश्वासघाताचे बळी ठरलेले हे नेते योग्य प्रत्युत्तर शोधण्यासाठी एकत्रित झाले होते. तुर्की सुलतान किंवा खलिफा हा जगभरातल्या सुन्नी पंथीयांचा प्रमुख होता आणि शतकानुशतकं इस्लामच्या धार्मिक स्थळांचा रक्षणकर्ता होता.

ब्रिटिशांविषयी कमालीचा द्वेष आणि गांधींबद्दल अविश्वासाची भावना असलेल्या त्या लोकांच्या सभेला गांधींना निमंत्रित करण्यात आलं होतं. त्या वेळी त्यांनी मुस्लिमांना ठाम राहण्याचा परंतु शहाणपणानं निर्णय घेण्याचा सल्ला दिला. केवळ ब्रिटिश उत्पादनांवर बहिष्कार टाकण्यापेक्षा सगळ्या विदेशी कपड्यांवर बहिष्कार टाकणं जास्त शहाणपणाचं ठरेल, असं त्यांचं मत पडलं आणि ज्या ठिकाणी आलेल्या प्रत्येक माणसाच्या अंगावर ब्रिटनमध्ये उत्पादित केलेली कोणती ना

कोणती वस्तू आहे, अशा सभेनं ब्रिटिश उत्पादनांवर बहिष्काराच्या गोष्टी करणं हास्यास्पद ठरलं असतं.

ब्रिटिश उत्पादनांवर बंदीची मागणी करणारे मौलाना हसरत मोहानी यांनी यावर प्रतिवाद केला की, सगळ्या विदेशी कापडावर बहिष्कार टाकणं प्रत्यक्षात उतरणं अवघड आहे. पण ते सध्या राहू दे, आम्हाला लवकरात लवकर काय करता येईल ते सांगा. अजूनही फारशी सफाई नसलेल्या मोडक्या-तोडक्या हिंदीत उत्तर देताना गांधींनी एक इंग्रजी शब्द सांगितला; या शब्दाला सुयोग्य हिंदी प्रतिशब्द अजून त्यांना सापडला नव्हता. पुन्हा एकदा चालून आलेल्या संधीचा फायदा उठवायला ते तयार झाले. आणि म्हणाले,

आपण 'नॉन-कोऑपरेशन' करून प्रत्युत्तर देऊ. मित्रपक्ष आणि ब्रिटिश यांनी जर तुर्कीचा विश्वासघात केलाच, देव करो आणि असं न घडो, तर भारतीय लोक असहकार करून ब्रिटिश सरकारला विरोध करू शकतात. ब्रिटिश साम्राज्यानं देऊ केलेल्या पदव्या, मान-सन्मान परत करून, मॉंटफर्ड समितीनं देऊ केलेले, मोहात पाडणारे अधिकार नाकारून असहकार करू शकतात.

मित्रपक्षाच्या निर्णयाची वाट बघण्याचा निर्णय दिल्लीच्या सभेत घेण्यात आला, पण असहकाराच्या संकल्पनेनं बऱ्याच मुस्लीम मनांना भुरळ घातली आणि हिंदू-मुस्लीम आघाडी स्थापण्याच्या आपल्या ध्येयाकडे गांधींनी आणखी एक पाऊल टाकलं.

अमृतसर काँग्रेस आणि सुधारणा कायदा : काँग्रेसचं वार्षिक अधिवेशन डिसेंबरमध्ये अमृतसरला भरवण्यात आलं; जालियनवाला बागेच्या जवळचं ठिकाण म्हणून अमृतसरला प्राधान्य देण्यात आलं. काँग्रेसचे सर्व प्रमुख नेते त्याला हजर होते. अधिवेशनाच्या पूर्वसंध्येला सुटका झालेले अली बंधू हे मुख्य आकर्षण होते. टिळक, ॲनी बेझंट, जिना, अध्यक्षपदावरून पायउतार होणारे मालवीय आणि नूतन अध्यक्ष मोतीलाल नेहरू यांचा उपस्थितांमध्ये समावेश होता. बंगाल प्रांताचं प्रतिनिधित्व करणारे चित्तरंजन दास आणि बिपिनचंद्र पाल हे आपल्या अमोघ वक्तृत्वासाठी ख्यातनाम होते.

असे सगळे नेते असूनही, रौलट सत्याग्रह आणि पंजाबच्या दडपशाहीविरुद्ध आवाज उठवल्यामुळे प्रकाशझोतात असलेले आणि प्रकृती पूर्णपणे बरी नसतानाही उपस्थित असलेले गांधी हे त्या वेळी लोकांच्या आकर्षणाचा केंद्रबिंदू ठरले. मोतीलाल नेहरूंनी अध्यक्षपदाच्या खुर्चीतून या गोष्टीची दखल घेतली आणि 'महात्माजी' असा त्यांचा गौरवपूर्ण उल्लेख केला, जिनांनीसुद्धा त्यांना 'महात्मा गांधी' असं संबोधलं. अमृतसरला गांधींना पाठिंबा देणाऱ्या नेत्यांच्या दुसऱ्या फळीत गुजरातचे वल्लभभाई पटेल, अलाहाबादचे जवाहरलाल नेहरू, मद्रासचे राजगोपालाचारी

आणि बिहारचे राजेंद्र प्रसाद यांचा समावेश होता.

आता 'सुधारणा कायदा' असं नामाभिधान झालेली मॉंटफर्ड योजना हाउस ऑफ कॉमन्सनं संमत केली होती आणि हाच सभेपुढचा मुख्य विषय; परंतु पंजाबमधल्या घटनाक्रमानंतर ब्रिटिशांनी मांडलेला प्रस्ताव स्वीकारणं ही अशक्य गोष्ट होती. सुधारणा कायद्यावर टिळक, दास आणि पाल यांनी टीकेची झोड उठवली, पण मालवीय, मोतीलाल नेहरू आणि ॲनी बेझंट यांचं मत, योजना स्वीकारून बघावी असं पडलं.

अखेरीस, गांधींनी मांडलेला आणि जिनांनी अनुमोदन दिलेला ठराव मंजूर करण्यात आला. त्यानुसार असं जाहीर करण्यात आलं की, सुधारणा कायदा जरी अपूर्ण आणि निराशाजनक असला तरी कॉंग्रेस त्याचा स्वीकार करायला तयार आहे. अली बंधूंच्या सुटकेनंतर ब्रिटिश भारतीयांच्या भावनेचा आदर करून पंजाबमध्ये झालेल्या अन्यायाचा आणि खिलाफतच्या प्रश्नाचा विचार करतील, अशी आशा करायला वाव आहे, असं गांधी म्हणाले.

प्रतिष्ठेची पुनःप्राप्ती

पंजाब हत्याकांडाची आणि भारतीय समुदायाकडून झालेल्या हिंसाचाराची निर्भर्त्सना करणारा ठराव गांधींनी विषय समितीला तयार करून दिला. मुंबईचे एक वकील आणि लेखक के. एम. मुन्शी यांनी एक प्रतिनिधी या नात्यानं या ठरावावरच्या चर्चेची नोंद करून ठेवली आहे. स्वतंत्र भारतात नंतर त्यांनी महत्त्वाची पदं भूषवली. ते आपल्या नोंदीत म्हणतात,

> *ठरावाचा उत्तरार्ध वाचताना आमच्यापैकी बऱ्याच जणांची मनं प्रक्षुब्ध झाली... बऱ्याच लोकांना हे काम श्रीमती बेझंट यांचं आहे असं वाटलं; कारण शेवटी काही झालं तरी त्या ब्रिटिश होत्या. पंजाबच्या एका नेत्यानं काहीशा रांगडेपणानं आपल्या भावनांना वाट मोकळी करून दिली. तो म्हणाला की, भारतीय आईच्या पोटी जन्म घेणारा कुणीही असा ठराव लिहिणार नाही. लोकमान्यही संतप्त झाले होते आणि पाल, सी.आर. दासही. ठरावाचा उत्तरार्ध मोठ्या बहुमतानं अमान्य केला गेला.*
>
> *दुसऱ्या दिवशी अध्यक्षांनी ठरावाचा पुन्हा विचार करण्याची समितीला शिफारस केली. गांधीजी त्यावर ठाम आहेत, असं ते म्हणाले. यावर कडवा प्रतिकार झाला. शेवटी, ठरावाचा पुनर्विचार व्हावा हे सांगण्यासाठी गांधीजींना टेबलाजवळ आणण्यात आलं. ते बसून बोलले. केवळ आदरापोटी सभा स्तब्ध राहिली परंतु सर्वत्र अस्वस्थता जाणवत होती.*

भारतीय मातेच्या पोटी जन्मलेला कुणीही या ठरावाचा मसुदा तयार करू शकत नाही, या शेऱ्याचा उल्लेख करत गांधीजी म्हणाले की, एक भारतीय म्हणून आपण हा ठराव तयार करू शकतो का, या गोष्टीवर त्यांनी खूप वेळ व खूप खोलात जाऊन विचार केला; कारण तो खरोखरच त्यांनी तयार केला होता. परंतु अगदी हृदयाच्या तळाशी जाऊन शोध घेतल्यावर ते अशा निष्कर्षाला आले की, केवळ एका भारतीय मातेच्या पोटी जन्मलेली व्यक्तीच असा ठराव लिहू शकते.

आणि नंतर, जणू काही या प्रश्नावर त्यांचं आयुष्य अवलंबून आहे अशा पद्धतीनं ते बोलले... त्यांचं बोलणं संपलं तेव्हा आम्ही त्यांच्या चरणांशी लीन झालो होतो... ठरावाचा पुनर्विचार झाला आणि तो त्याच्या मूळ रूपात संमत केला गेला.

गांधींनी अमृतसरमध्ये केलेल्या काही इतर टिपण्यांची नोंद प्यारेलाल नायर यांनी केली. प्यारेलाल म्हणतात, 'गांधींचा आवाज इतका मोठा आणि सुस्पष्ट होता की, माईकचा वापर सुरू होण्याआधीच्या त्या काळात प्रचंड जनसमुदायाच्या अगदी शेवटच्या टोकापर्यंत तो ऐकता येत होता.' गांधी म्हणाले :

सरकारचं तर डोकं फिरलं होतंच, पण आपल्या लोकांनीही वेडेपणाचं कृत्य केलं. मी असं म्हणतो, वेडेपणाला वेडेपणानं उत्तर देऊ नका, तर वेडेपणाला शहाणपणानं उत्तर द्या आणि बघा परिस्थिती तुमच्या काबूत येते की नाही?

इंग्लंडला सुटीसाठी गेलेले अहमदाबादचे कमिशनर फ्रेडरिक प्रॅट यांनी गांधींना पाठवलेल्या खाजगी पत्रात लिहिलं आहे :

एक-दोन आठवड्यांपूर्वी अमृतसर काँग्रेसमधल्या तुमच्या भाषणाचा वृत्तान्त मी वाचला... तेव्हा मला असं वाटलं की, तुम्ही घेतलेल्या पवित्र्याबद्दल पत्र लिहून तुमचं अभिनंदन करावं...

पूर्वीपासूनच आपले संबंध फार काही स्नेहपूर्ण नव्हते. केवळ माझ्यापुरतं बोलायचं झालं तर तुमच्याबद्दल कडवट विचार आणि कठोर शब्द माझ्या मनात होते नक्की; परंतु ते अन्यायकारक होते. भूतकाळापेक्षा आपण भविष्याकडे नजर ठेवली पाहिजे आणि तुम्ही तुमच्या प्रशंसनीय भाषणात देऊ केलेला मैत्रीचा, सहकाराचा हात त्याच भावनेनं स्वीकारावा, अशी माझी इच्छा आहे.

प्रॅट यांच्या या उमद्या पत्रात हे अप्रत्यक्षपणे मान्य केलं आहे की, अमृतसरमध्ये

गांधींनी भारतीय स्वाभिमानाला नवीन अर्थ प्राप्त करून दिला, काँग्रेसला नैतिक विजय मिळवण्यात मदत केली आणि ब्रिटिश साम्राज्याला बचावात्मक पवित्रा घेण्यास भाग पाडलं. मुन्शी यांच्या मते अमृतसरला जुन्या सेनानींची धूळधाण उडाली आणि संपूर्ण कुरुक्षेत्र गांधीजींच्या आधिपत्याखाली आलं.

काँग्रेसची पुनर्रचना : याच वेळी एका लहान बालकाचं संगोपन करण्याची जबाबदारीही त्यांच्यावर येऊन पडली; कारण पक्षाची नवीन घटना लिहिण्याची जबाबदारी काँग्रेसनं त्यांच्यावर टाकली. दोन वर्षांपूर्वी त्यांनी गुजरात सभेची पुनर्रचना केली होती. आता त्यांनी नॅशनल काँग्रेससाठी नवीन रचना सादर केली. प्रस्तावित घटनेत त्यांनी असं म्हटलं की, काँग्रेसच्या ध्येयाचा ('साम्राज्यांतर्गत स्वराज्य') स्वीकार करणारी कोणतीही प्रौढ व्यक्ती वर्षाला चार आणे (रुपयाचा पाव भाग) भरून काँग्रेसची सभासद होऊ शकते. सभासदांचे हक्क आणि भूमिका याबद्दल विवेचन करताना, १९२०च्या डिसेंबरमध्ये स्वीकृत झालेल्या गांधींच्या मसुद्यात 'तो' किंवा 'ती' आणि 'त्याचा' किंवा 'तिचा' असे उल्लेख होते.

खेडे किंवा शहर, तालुका, जिल्हा, प्रांत आणि संपूर्ण देशात सर्व स्तरांवर लोकशाही पद्धतीनं निवडून आलेल्या समित्या काम करतील.

साम्राज्यानं केलेल्या प्रांतरचनेनुसार रचना न करता, काँग्रेसनं केलेली प्रांतरचना ही भाषिक भिन्नतेवर आधारित असेल आणि त्या त्या प्रांताला लागून असलेल्या संस्थानांचा त्यात समावेश असेल; परंतु संस्थानांच्या अंतर्गत कारभारात काँग्रेस हस्तक्षेप करणार नाही.

प्रत्येक प्रांतातून मतं मिळवून निवडून आलेल्या पंधरा सदस्यांची एक कार्यकारी समिती (वर्किंग कमिटी) काँग्रेस अध्यक्ष स्थापन करेल, ती वर्षभर काम करेल आणि त्यामध्ये अध्यक्ष हा फक्त नामधारी प्रमुख असेल.

सर्वसामान्य लोकांसाठी सभासदत्व, संस्थानांमधल्या लोकांचा समावेश तसेच स्त्रियांचा सहभाग असावा हा आग्रह आणि प्रस्तावित कार्यकारी समित्या व त्यांत अग्रभागी असलेली कमिटी, या सगळ्या अभिनव संकल्पना होत्या. अमृतसरच्या अनुभवानं आत्मविश्वास मिळालेले गांधी काँग्रेस ही सर्वसामान्य जनतेची व्हावी आणि तशीच ती अधिक कार्यक्षम व्हावी, म्हणून धडपडत होते; गरज पडल्यास तिला ते लढाईचं एक शस्त्र म्हणून घडवायलाही सिद्ध झाले होते.

८

साम्राज्याला आव्हान

भारत, १९२०-२२

अमृतसर अधिवेशनानंतरचे काही महिने गांधींनी, आपल्या तरुण सहकाऱ्यांना 'रिफॉर्म्स ॲक्ट'नं देऊ केलेल्या प्रांतीय विधिमंडळात रस निर्माण व्हावा यासाठी त्यांना प्रवृत्त करण्यात व्यतीत केले. या विधिमंडळांच्या निवडणुका नोव्हेंबर १९२०मध्ये घेण्याचं ठरलं होतं. ब्रिटिश गव्हर्नर आणि त्यानं नियुक्त केलेल्या समितीच्या आधिपत्याखाली अनेक महत्त्वाचे विषय येत असले तरी, मतदान करून निवडून आलेल्या नवीन विधिमंडळांच्या हाती काही प्रमाणात सत्ता असणार होती. म्हणून मुंबई विधिमंडळासाठी खेडामधून वल्लभभाईंनी आपली उमेदवारी जाहीर केली आणि मद्रासमध्ये राजगोपालाचारींनी काँग्रेस राष्ट्रवाद्यांसाठी एका जाहीरनाम्याचा मसुदा तयार केला.

परंतु मार्च आणि मेमध्ये अशा काही घटना घडल्या की, आपण साम्राज्याच्या विरोधात उभे ठाकू, ही गांधींनी मनाच्या तळाशी दाबून टाकलेली जाणीव खरी ठरली. पहिली घटना घडली ती तुर्की आणि तिची खिलाफत यांच्या संदर्भात. इस्लामची पवित्र तीर्थक्षेत्रं तुर्की अमलापासून अलग करू नयेत, यासाठी पंतप्रधान लॉईड जॉर्ज यांना विनंती करण्यासाठी इंग्लंडला गेलेल्या शिष्टमंडळाचा नेता मुहम्मद अली याला पंतप्रधानांनी असं सांगितलं की, ज्या कठोर न्यायापुढे जर्मनी आणि ऑस्ट्रियाचा निभाव लागला नाही, त्यापासून तुर्कीचा बचाव होण्याचं काहीच कारण नाही.

खिलाफत हा 'प्रश्नांचा प्रश्न' आहे आणि तुर्कीला देण्यात येणाऱ्या कठोर, निर्दय शिक्षेमध्ये ब्रिटिश साम्राज्यानं हस्तक्षेप करून ती शिक्षा कमी करावी आणि तसा शब्द द्यावा, अशी गांधींनी टिप्पणी केली. ('यंग इंडिया', ३१ मार्च १९२०)

तरीही १४ मे रोजी 'सेव्हर्स कराराची' (Treaty of Severs) बातमी येऊन थडकली. त्याद्वारे तुर्कीला आपल्या वसाहतींवरचे आणि ग्रीकांचं प्राबल्य असलेल्या

प्रदेशांवरचे हक्क सोडावे लागले. एवढंच नाही तर मक्का आणि मदिनावर एका ब्रिटिशधार्जिण्या प्रमुखाची नियुक्ती करण्यात आली. करबला आणि नजफ प्रांत असलेल्या इराकचं पालकत्व ब्रिटनकडे सोपवण्यात आलं आणि जेरुसलेम ज्या पॅलेस्टाईनमध्ये होतं तो प्रांतही ब्रिटिशांकडे सोपवला गेला. इस्लामची सगळी पवित्र क्षेत्रं अशा प्रकारे प्रत्यक्ष वा अप्रत्यक्षपणे ब्रिटिश आधिपत्याखाली आली. फ्रान्स या आणखी एका अ-मुस्लीम देशाला सीरियाला मदत व सल्ला द्यावा, असं सांगण्यात आलं.

मेच्या मध्यापर्यंत मुस्लीम भारताचा रोष वाढत वाढत गेला आणि महिन्याच्या अखेरीस तर पंजाबातल्या अत्याचारांची चौकशी करण्यासाठी नेमलेल्या हंटर कमिशनचा अहवाल जाहीर झाल्यानं संपूर्ण भारत अपमानानं पेटून उठला. गांधींनी सादर केलेल्या वृत्तान्तामधील मुद्द्यांवर शिक्कामोर्तब करून हंटर अहवालानं अतिशय तोकडे निष्कर्ष काढले आणि पंजाबचे गव्हर्नर मायकेल ओडवायर यांची सगळ्या आरोपांतून मुक्तता केली. निर्णय घेण्यात चूक केल्याबद्दल जनरल डायर यांना दोषी धरण्यात आलं आणि त्यांचे अधिकार काढून घेण्यात आले; परंतु यामुळे ओडवायर यांच्या निष्ठुर कारवाईनं झालेल्या जखमांवर मलमपट्टी होऊ शकली नाही.

यापेक्षाही वाईट पुढे घडणार होतं. 'हुजूर सभागृहा'कडून डायर यांची प्रशंसा करण्यात आली आणि त्यांना मानाची तलवार, शिवाय २० हजार पौंड देण्यात आले.

हिंदू भारत आणि मुस्लीम भारत यांनी एकाच वेळी संतप्त होणं ही एक असाधारण घटना होती. सुमारे सहा दशकांपासून हिंदू-मुस्लीम ऐक्य होऊ नये यासाठी ब्रिटिशांनी मोठ्या कष्टानं प्रयत्न केले होते आणि ते यशस्वीही ठरले होते. सध्याच्या परिस्थितीशी थोडंफार साधर्म्य दाखवणारी परिस्थिती १८५७ साली उद्‌भवली होती; त्या वेळी साम्राज्याच्या बंगाल विभागातल्या हिंदू व मुस्लीम सैनिकांनी उठाव केला होता. अर्थात भारताच्या एका छोट्या भागात हे घडलं होतं आणि हे बंड निर्दयपणे व निर्णायकरीत्या चिरडलं गेलं होतं.

या वेळी मात्र, गांधींकडे ब्रिटिशांना बुचकळ्यात पाडणारी अहिंसेची शस्त्रं होती आणि संपूर्ण भारतानं या चळवळीत सहभागी व्हावं, यावर त्यांचा कटाक्ष होता. त्यांनी तसं १२ ऑगस्ट रोजी मद्रासमध्ये सांगितलं आणि पुन्हा १८ ऑगस्ट रोजी कालिकतमध्ये सांगितलं. भारताला ही एक अशी संधी मिळाली आहे की, पुढच्या शंभर वर्षांत तशी मिळण्याची शक्यता नाही, असं गांधीचं म्हणणं होतं.

अकस्मात, त्यांच्या तीन सुप्त इच्छा मूर्त स्वरूपात साकार होण्याची शक्यता निर्माण झाली : हिंदूंनी मुस्लिमांसोबत एकाच ध्येयासाठी लढण्याचं ठरवलं तर त्या दोघांचं ऐक्य; मुस्लिमांना अहिंसात्मक मार्गानं असहकार करण्याचा पर्याय उपलब्ध

करून दिल्यास त्यांना हिंसेच्या मार्गावरून परावृत्त करण्यात यश आणि हिंदू-मुस्लिमांनी एकत्रितपणे साम्राज्याशी सहकार्य करण्याचं नाकारलं, तर ब्रिटिश साम्राज्यशाहीचा अटळ अस्त.

त्यांपैकी शेवटची इच्छा त्यांनी मनात बाळगली होती; परंतु त्यांची बुद्धी मात्र ही शक्यता नाकारत राहिली होती. आता मात्र ब्रिटिश राजवटीनं आपली तत्त्वं बासनात गुंडाळायला सुरुवात केल्यामुळे गांधींपुढे दुसरा पर्याय उरला नाही. त्यापेक्षाही, भारत साम्राज्यापासून मनानं इतका दुरावला होता की, जर गांधींनी अखिल भारतीय स्तरावर अहिंसात्मक मार्गानं चळवळीचं नेतृत्व केलं नसतं, तर इतर प्रवृत्तींनी मुस्लीम , हिंदू आणि शिखांना वेगळं पाडून, हिंसेचा, प्रांतीयवादाचा आणि (जसं १८५७मध्ये घडलं तसं) असफल बंडाचा मार्ग स्वीकारायला भाग पाडलं असतं.

आयुष्यात एकदाच येणारी या प्रकारची संधी हा एकमेव शक्य असलेला पर्याय समोर होता आणि गांधी त्यासाठी सज्ज होते. दक्षिण आफ्रिकेहून परतल्यापासूनच गांधींनी अली बंधूंशी (आणि इतर मुस्लीम नेत्यांशी) संधान बांधायला सुरुवात केली होती आणि एप्रिल १९१९ पासून पंजाब प्रश्नावर ब्रिटिश साम्राज्याला आव्हान देण्याची तयारी त्यांनी सुरू केली होती.

खिलाफत प्रश्नावर गांधींनी घेतलेल्या भूमिकेशी हेन्री पोलॉक अजिबात सहमत नव्हते. ते आता इंग्लंडमध्ये वास्तव्याला होते. गांधींचा दृष्टिकोन 'संकुचित' आहे, असा त्यांनी आरोप केला. स्वत:ला त्यांनी भारतात बंदिस्त करून घेतल्यानं युरोपमधल्या बदलत्या वातावरणाबद्दल त्यांना काहीही माहीत नाही, ही गोष्ट त्यांचा असा दृष्टिकोन तयार होण्याला कारणीभूत आहे, अशी टिप्पणी पोलॉक यांनी केली.

मध्य पूर्वेतही नवनवीन घटना घडत होत्या किंवा घडू पाहत होत्या. ऑट्टोमन साम्राज्याच्या युद्धोत्तर पुनर्रचनेच्या कितीतरी आधी, म्हणजे १९१७च्या नोव्हेंबरमध्ये ब्रिटिश परराष्ट्रसचिव लॉर्ड बालफोर यांनी पॅलेस्टाईनमध्ये ज्यू लोकांचं राष्ट्र निर्माण करण्यासाठी ब्रिटिश कटिबद्ध असल्याचा निर्वाळा दिला होता. दक्षिण आफ्रिकेत असताना एकमेकांचे अत्यंत जवळचे सहकारी असलेली ही दोन माणसं, एक ब्रिटिश ज्यू आणि दुसरा स्वराज्याची व हिंदू-मुस्लीम सहकार्याची आकांक्षा करणारा भारतीय, मध्य पूर्वेच्या प्रश्नावर मात्र एकवाक्यता दाखवू शकले नाहीत.

प्रति- श्री. पोलॉक, २७ मार्च १९२० :

आता खिलाफतबाबत तुमच्या-माझ्यातली तीव्र मतभिन्नता मी फार मनाला लावून घेतली नाही. मी इतकंच म्हणू शकतो की, युरोपमधील हे नवीन वातावरण किंवा जीवनशैली मला अत्यंत तिरस्करणीय वाटते. दिलेल्या

शब्दाचं पावित्र्य न राखणं आणि पाशवी शक्ती व संपत्ती यांची आंधळेपणानं केलेली पूजा या गोष्टी मला भयंकर वाटतात. त्या वातावरणात राहिल्यामुळे हा आधुनिक युरोप वरील गोष्टींचा दर्प सगळ्या जगात पसरवत आहे, ही गोष्ट तुम्हाला जाणवत नाही. मी त्या सर्वांच्या बाहेर राहून त्याची तीव्रता अनुभवू शकतो... मी जर तुम्हाला समोरासमोर भेटू शकलो, तर तुमचा दृष्टिकोन माझ्या दृष्टिकोनासारखा बनवायचा प्रयत्न करू शकेन.

गांधींच्या खिलाफतबाबत असलेल्या मतांवर काही काळ अॅण्ड्र्यूज यांनीही टीका केली. तुर्की अमलाखालून अरब आणि आर्मेनियन प्रदेशांची मुक्तता व्हावी आणि त्यांना त्यांचे हक्क मिळावेत, असं त्यांचं मत होतं. गांधींनी दिलेलं उत्तर युरोपियन सत्तेच्या व्यापारी हेतूंचा परामर्श घेणारं होतं.

प्रति- श्री. अॅण्ड्र्यूज, २५ मे १९२० :
मी नेहमीच असं प्रतिपादन करत आलो आहे की, आर्मेनिया तसेच अरेबिया यांच्या अंतर्गत मामल्यात ढवळाढवळ करणार नाही, अशी निर्विवाद हमी (तुर्की) सुलतानाकडून घेण्यात यावी.
शांतता करारानंतर उद्‌भवलेली परिस्थिती अत्यंत असहनीय आहे. सुलतानाच्या अमलाखाली अरब लोकांना जे काही स्वातंत्र्य होतं (कारण ते त्याच्या काकणभर वरचढ होते.) ते त्यांनी गमावलं आहे. आणि आता हेजाझचा राजा आणि आमिर फैजल काहीही करू शकणार नाहीत, कारण हे दोघंजण ब्रिटिश अधिकाऱ्यांच्या हातातील बाहुले बनतील आणि अरेबिया व मेसापोटेमिया पूर्णपणे कंगाल होतील. या ब्रिटिश अधिकाऱ्यांचा एक हेतू या दोन प्रदेशांमधल्या संपत्तीची लूट करून युरोपियन भांडवलशहांच्या तिजोऱ्या भरणे हाच आहे.

एक महिन्यानंतर 'यंग इंडिया'त लिहिताना गांधींनी 'मोसुलच्या तेलात' ब्रिटिशांना खास रस आहे, या मुद्द्याकडे लक्ष वेधलं. (३० जून १९२०.) हंटर अहवाल 'सेव्हर्स करारा'वर कळस चढवायला आला होता आणि गांधींनी अॅण्ड्र्यूज यांना सांगितलं की, 'सध्याच्या ब्रिटिश प्रशासनानं जे दोन घोर अपराध केले आहेत, त्यांची तीव्रता माझ्यासोबत अनुभवा किंवा मला माझी चूक दाखवून द्या आणि ती सुधरवा!'

त्यांची हाक : नोव्हेंबरमध्ये होऊ घातलेल्या निवडणुकांमध्ये भाग घेऊ 'नये', असं आता गांधींनी भारतीयांना सांगितलं आणि मेच्या सुरुवातीला 'यंग इंडिया'त एक लेख लिहून असहकार चळवळीतून कोणती उद्दिष्टं गाठणं अपेक्षित आहे, हे अधोरेखित केलं : ती उद्दिष्टं होती हिंदू-मुस्लीम ऐक्य–खिलाफतबाबत मिळणाऱ्या

हिंदूंच्या पाठिंब्यामुळे या ऐक्याला मुस्लिमांनी सकारात्मक प्रतिसाद दिला असता– आणि दुसरं उद्दिष्ट भारत-ब्रिटन यांच्यात सन्माननीय संबंध.

या ५ मेच्या लेखात गांधींनी असहकाराची एक चारस्तरीय योजनाही विशद केली. सर्वप्रथम भारतीयांनी त्यांना मिळालेले किताब आणि सन्माननीय पदं परत करायची. नंतर, नेत्यांनी सांगितल्यावर भारतीयांनी सरकारी नोकऱ्यांवर बहिष्कार टाकण्याचा/राजीनामा देण्याचा विचार करायचा. तिसरा व चौथा टप्पा काही काळानंतर अमलात आणायचा होता. त्यात पोलीस दल व सैन्यातून माघार घेणं आणि कर भरायला नकार देणं, या बाबींचा समावेश होता.

असहकाराची कल्पना चटकन उचलून धरणाऱ्या काही मुस्लिमांनी गांधींना नेतृत्व करण्याची विनंती केली. त्यांना गांधींनी असहकाराचे प्रत्यक्ष होणारे परिणाम स्पष्ट करून सांगितले :

> *जर समर्पणाची तयारी नसेल तर त्यांनी कमीत कमी माझ्यासारख्या माणसाला मार्गातून दूर केलं पाहिजे. मी राजनैतिक विजयाची हमी देऊ शकत नाही. मी केवळ आत्मसमर्पणाच्या अवघड, चिंचोळ्या व काटेरी मार्गावरचा पथदर्शक होऊ शकतो...*

अहिंसेबद्दल ते लिहितात,

> 'नवजीवन', १६ मे १९२० :
> *मी त्यांना सांगितलं की, त्यांनी जर हिंसेची कल्पना सोडून दिली तरच असहकार शक्य आहे. जर आमच्यापैकी कुणीही हिंसाचार केला किंवा आमच्यासाठी कुणी हिंसा केली, तर मी लगेच सोडून जाईन. त्यांनी हे मान्य केलं आणि अनेक बाबतीत असहकार हे हिंसाचारापेक्षा कितीतरी अधिक घातक हत्यार आहे, हे त्यांना समजलं.*

असहकाराला प्रतिसाद देणारे बरेचसे मुस्लीम अहिंसेची त्यांची विचारधारा संपूर्णपणे पचवू शकले नव्हते, ही गोष्ट गांधींना मान्य होती. त्यांपैकी काहीजण हिंसाचारानं काही साध्य करू शकले, तर ते अजूनही तोच मार्ग स्वीकारतील, ते द्वेषाचा संपूर्णपणे त्याग करू शकलेले नाहीत; तरीही त्यांच्या द्वेषाला प्रेमाची जोड देऊन त्याची तीव्रता कमी करता येईल, अशी त्यांना आशा वाटत होती. ('नवजीवन', १८ एप्रिल १९२०)

मुस्लिमांच्या भाषणांमध्ये आणि आजूबाजूच्या वातावरणात हिंसा ओतप्रोत भरलेली होती, त्याबरोबरच अपवित्र प्रदेशाकडून पवित्र भूमीकडे स्थलांतर ही हिजरतची संकल्पनाही चर्चेत होती. खिलाफत नष्ट करणाऱ्या वंशाचा अंमल

असणारा प्रदेश अपवित्र घोषित केला गेला होता आणि भारतातल्या मुस्लिमांना मुस्लीम देशांमध्ये बस्तान हलवण्याबाबत गळ घातली जात होती.

हिजरतचं पालन करू नये, असा गांधींनी सल्ला दिला; पण १९२०च्या वसंत ऋतूत काही हजार भारतीय मुस्लीम (बहुतकरून वायव्य सरहद्द प्रांतातील, त्यात अब्दुल गफार खान यांचाही समावेश होता.) अफगाणिस्तानात गेले. काही महिने हलाखीत काढल्यावर आणि बरेच मृत्यू झाल्यावर ते परत आले.

काही संतापलेल्या मुस्लिमांनी– तुर्कीसाठी अधिक चांगला शांतता करार करण्यासाठी दबाव टाकण्याच्या उद्देशानं– अफगाणिस्तानातून ब्रिटिश भारतावर हल्ला करण्याची शक्यता बोलून दाखवली. गांधींनी 'यंग इंडिया'त (२३ जून १९२०) या कल्पनेवर केवळ हल्ला चढवला नाही, तर असा प्रयत्न झाल्यास भारतावर होणाऱ्या आक्रमणाला रोखणं हे प्रत्येक हिंदूचं कर्तव्य ठरेल, असं सांगितलं. मात्र, अहिंसक असहकार चळवळीत मुस्लिमांना साथ देणं हे हिंदूंचं कर्तव्य आहे, असं त्यांनी आवर्जून बजावलं.

जिना, अजमल खान, अन्सारी आणि आझाद : एप्रिलच्या अखेरीस सोभानी, बँकर आणि याज्ञिक यांच्यासारख्या क्रियाशील कार्यकर्त्यांच्या आग्रहावरून गांधींनी 'अखिल भारतीय होमरूल लीग' या संघटनेचं अध्यक्षपद स्वीकारलं होतं. ही गोष्ट संघटनेच्या संस्थापक ॲनी बेझंट किंवा एक महत्त्वाचे सदस्य जिना या दोघांनाही रुचली नाही. दोघंही असहकाराकडे शंकित नजरेनं पाहत होते. तरीही, काँग्रेसला जरी ही असहकार चळवळ जड जाऊ लागली, तरी आता गांधींना स्वत:साठी एक हक्काचं व्यासपीठ उपलब्ध झालं होतं. जिनांच्या पत्नी रूटी यांचा विश्वास गांधींनी संपादन केला होता आणि आपल्या पतीचं मन वळवण्यासाठी गांधींनी त्यांचीच मदत मागितली.

> *श्रीमती जिना यांना, ३० एप्रिल १९२० : श्री. जिनांना माझ्या सदिच्छा सांगा आणि हिंदुस्थानी किंवा गुजराती भाषा शिकण्यासाठी त्यांना राजी करा. मी जर तुमच्या जागी असतो, तर मी त्यांच्याशी गुजराती किंवा हिंदुस्थानीत बोलायला सुरुवात केली असती. त्यामुळे तुम्हाला तुमच्या इंग्रजीचं विस्मरण होईल किंवा तुमच्यात एकमेकांबद्दल गैरसमज होतील असा धोका तर संभवत नाही, हो ना?... तुमचा माझ्याप्रति असलेला स्नेहभाव मी जाणतो, तरीही मी हे विचारतो आहे.*

रूटी यांनी सांगितल्याप्रमाणे केलं की नाही, माहीत नाही; पण गांधींच्या योजनेकडे जिनांनी काणाडोळा केला. तुर्कीला दिल्या गेलेल्या वागणुकीचा ते जरी निषेध करत असले, तरी गांधींनी धडक कृतीत दाखवलेली रुची जिनांना अस्वस्थ करत होती,

कारण जिना हे घटनाधिष्ठित मार्गानं जाण्यात विश्वास असलेले गृहस्थ होते. इंग्रजी भाषेत, उच्चस्तरीय कायदेमंडळात, प्रतिष्ठित लोकांबरोबर वाटाघाटी करून प्रश्न सोडवण्यावर त्यांचा विश्वास होता.

मात्र, भारतीय मुस्लिमांच्या मध्यवर्ती खिलाफत समितीनं अहिंसक असहकाराचा स्वीकार केला आणि अनेक मुस्लीम पुढाऱ्यांनी गांधींना सहकार्याचा हात देऊ केला. त्यांत अली बंधू आणि १९१५मध्ये गांधींना प्रथम भेटलेले दिल्लीचे दोन डॉक्टर्स हकीम अजमल खान (१८६३-१९२७) व मुख्तार अहमद अन्सारी (१८८०-१९३६) यांचा समावेश होता. अजमल खान यांनी तर आपल्याला मिळालेलं ब्रिटिश पदक मार्चमध्येच परत करून टाकलं होतं.

१९२० पासूनचे गांधींचे एक महत्त्वाचे सहकारी होते कलकत्त्याचे अबुल कलाम आझाद (१८८८-१९५८). एक सिद्धहस्त लेखक, वक्ता आणि इस्लामचे अभ्यासक असणाऱ्या आझादांनी 'अल् हिलाल' व 'अल् बालाघ' या उर्दू पत्रिकांद्वारे भारतीय मुस्लिमांवर मोहिनी घातली होती. त्यांना ब्रिटिश सरकारनं बिहारमध्ये रांची इथे १९१६ ते १९२० पर्यंत स्थानबद्ध करून ठेवलं होतं. एक सच्चे मुस्लीम असलेल्या आझादांचे त्यांच्या आईच्या बाजूनं अरबांशी नातेसंबंध होते आणि हिंदूंशी सहकार्य केल्यानं कोणत्याही इस्लामी आदेशांची पायमल्ली होत नाही, यावर त्यांचा दृढ विश्वास होता.

काही काळासाठी हिजरतचा पुरस्कार केलेल्या आझादांनी १९२०मध्ये अहिंसक असहकाराला आपला पाठिंबा व्यक्त केला. पण त्याचबरोबर हेही जाहीर केलं, की अहिंसा ही आपली श्रद्धा नसून एक धोरण म्हणून आपल्याला मान्य आहे. अली बंधूंनीही हेच सांगितलं होतं.

धाडसी पत्र : मनातलं व्यक्त करण्यास विलंब लावणाऱ्या काँग्रेसनं असहकारासंबंधानं निश्चित धोरण ठरवण्यासाठी कलकत्त्याला सप्टेंबरमध्ये खास अधिवेशन बोलावलं जाईल, असं जाहीर केलं. त्या निर्णयाची वाट न पाहता गांधींनी असं घोषित केलं की, तुर्कीबरोबरच्या तहाचा फेरविचार न केल्यास व पंजाबवर झालेल्या अन्यायाची भरपाई न झाल्यास १ ऑगस्टपासून असहकाराला सुरुवात करण्यात येईल.

तुर्कीबरोबर झालेल्या शांतता-कराराच्या संदर्भात 'सर्व मुस्लिमांची मनं दुखावणारी कलमं' त्यात आहेत, अशी कबुली देणाऱ्या व्हाइसरॉय लॉर्ड चेम्सफर्ड यांना दिल्लीत असताना (सेंट स्टीफन्स कॉलेजचे प्रिन्सिपल रुद्र यांच्या घरी) २२ जून रोजी गांधींनी एक पत्र लिहिलं. ते पत्र उद्वेगानं व अतिशय स्पष्टपणे लिहिलं होतं. पुढे उद्धृत केलेल्या भागापेक्षा ते बरंच मोठं होतं :

माननीय व्हाइसरॉय, आपला विश्वास संपादन करण्याचं भाग्य लाभलेला आणि ब्रिटिश साम्राज्याचा एक हितचिंतक स्वतःला समजणारा मी, आपल्याला आणि आपल्यामार्फत राजेसाहेबांच्या मंत्रिमंडळाला माझा खिलाफत प्रश्नाशी असलेला संबंध आणि त्या प्रश्नाबाबत मी केलेली कृती यांचं स्पष्टीकरण देणं, हे माझं कर्तव्य समजतो.

युद्धाच्या अगदी सुरुवातीपासून, अगदी मी भारतीय रुग्णसेवा पथकांची जुळवाजुळव करायला लंडनमध्ये होतो तेव्हापासून, मी या खिलाफतच्या प्रश्नात रस घ्यायला सुरुवात केली. तुर्कीनं जेव्हा जर्मनीच्या बाजूनं युद्धात उतरण्याचा निर्णय घेतला, तेव्हा लंडनमधलं मुसलमानांचं छोटंसं जग किती अस्वस्थ झालं होतं हे मी बघितलं.

जानेवारी १९१५मध्ये भारतात आल्यावर मी ज्या ज्या मुसलमानांच्या संपर्कात आलो. त्यांच्यात मी अगदी तीच अस्वस्थता आणि प्रसंगामुळे आलेलं गांभीर्य पाहिलं. गुप्त कराराची माहिती जेव्हा भारतात फुटली, तेव्हा ती चिंता शिगेला पोचली... शांतता कराराची कलमं आणि त्यांची तुम्ही केलेली पाठराखण यामुळे भारतातल्या मुसलमानांना जो प्रचंड धक्का बसला आहे, त्यातून त्यांना सावरणं अतिशय अवघड जाणार आहे.

आपल्या मुसलमान देशबांधवांशी निकटची मैत्री ठेवण्याची इच्छा असलेला एक कट्टर हिंदू या नात्यानं त्यांच्या संकटकाळात मी त्यांना साथ दिली नाही, तर भारताचा सुपुत्र म्हणवून घेण्याची माझी लायकी नाही, अशी माझी धारणा आहे.

मुसलमान आणि हिंदू यांचा एकत्रितपणे ब्रिटिशांच्या न्यायबुद्धीवरचा आणि प्रतिष्ठेवरचा विश्वास पूर्णपणे उडाला आहे. हंटर कमिशनचा अहवाल, त्यावरचा आपला वृत्तान्त आणि मि. मॉंटेग्यू यांचं उत्तर, यांमुळे या अविश्वासाला बळकटीच आली आहे.

आपल्याला या गोष्टीची जाणीव असेलच की, एके काळी मुसलमानांमधले काही सर्वांत धाडसी आणि अर्थातच सर्वांत अविचारी असलेले लोक हिंसाचाराची भलामण करत. हिजरतचा घोषही अजून हवेत विरलेला नाही.

हिजरतचा पंथ अनुसरण्यावर आता काही प्रमाणात लगाम घातला गेला आहे; तरीही ती चळवळ अजून पुरती थंडावली नाही. कोणत्याही दडपशाहीमुळे तो हिंसक उद्रेक दबला गेला नसता. थेट कृती करण्याचा पर्याय लोकांनी त्यांच्यासमोर ठेवला नसता, तर तो नक्कीच उफाळून आला असता.

मी असा दावा करण्याचं धाडस करतो की, शांततापूर्वक चर्चा करून हिंसेच्या मार्गानं जाणाऱ्या समूहाला मी त्या मार्गानं जाण्यापासून परावृत्त करण्यात यशस्वी ठरलो. मी हे मान्य करतो की, मी त्यांना कोणत्याही नैतिक आधारावर नाही, तर निव्वळ उपयुक्ततेच्या आधारावर हिंसाचारापासून परावृत्त केलं, मी नैतिकतेचा आधार घेण्याचा प्रयत्न केला नाही. मात्र, काहीही झालं तरी हिंसाचार रोखणं हे एकच ध्येय सध्या डोळ्यासमोर ठेवलं आहे.

त्याबरोबरच लोकांच्या मोठ्या समूहानं असहकाराचं पालन करण्यात मोठा धोका आहे, ही गोष्ट मी कबूल करतो. कायदा आणि सुव्यवस्थेची सर्वथैव पायमल्ली जरी झाली नाही, तरी आता कोणत्याही प्रकारचा धोका न पत्करणं पुढे फार मोठ्या संकटाला आमंत्रण दिल्यासारखं होईल.

परंतु, अजूनही असहकारापासून सुटका करून घेण्याचा एक मार्ग आहे. दक्षिण आफ्रिकेमधील संकटाच्या वेळी ज्याप्रमाणे आपल्या पूर्वसुरींनी चळवळीचं नेतृत्व स्वत: केलं होतं, तसंच मुसलमान शिष्टमंडळाच्या वतीनं आपल्यालाही या चळवळीचं नेतृत्व स्वीकारण्याची विनंती केली गेली आहे. परंतु आपल्याला ही गोष्ट करणं जर शक्य नसेल आणि असहकाराशिवाय जर दुसरा पर्याय उरला नाही, तर आपण मला व माझ्या अनुयायांना कठोर कर्तव्यपालनाची मुभा द्याल, अशी मी आशा करतो.

एम. के. गांधी

संपूर्ण ब्रिटिश राजवटीपेक्षा एक गौरवर्णीय नसलेला आणि अधिकार नसलेला एक नि:शस्त्र माणूस या देशाला जास्त परिणामकारकपणे आणि न्याय्य पद्धतीनं मार्गदर्शन करत आहे, असा दावाच जणू हे पत्र करत होतं. पूर्वीचे अधिकारी हार्डिंग यांनी ज्याप्रमाणे गांधींना पाठिंबा दिला होता, तसाच सध्याच्या व्हाइसरॉयनं द्यावा, अशी मागणीही त्यात होती.

मगनलालचे गैरसमज : गांधींच्या आश्रमात मात्र, त्यांच्या अनुपस्थितीत तिथली व्यवस्था सांभाळणारे मगनलाल हे, गांधी आश्रमाला किंवा आध्यात्मिक आचरणाला पुरेसा वेळ देऊ शकत नाहीत म्हणून तक्रार करत होते. राजकारणात आणि विशेषत: मुस्लीम लोकांमध्ये गांधींचं गुंतत जाणं मगनलाल व आश्रमातल्या इतरांना अस्वस्थ करत होतं (त्यांतील बरेचसे कर्मठ हिंदू पार्श्वभूमी असलेले लोक होते). पाच वर्षांपूर्वी धेड लोकांना आश्रमात प्रवेश देण्याच्या गांधींच्या भूमिकेनंतरही अशीच अस्वस्थता पसरली होती. मरणासन्न अवस्थेत असलेल्या सरलादेवी हासुद्धा

गांधी आणि आश्रमातले त्यांचे निकटवर्ती यांच्यातला कळीचा मुद्दा होता.

याशिवाय, आश्रमासाठी एखादी गाडी ठेवण्याच्या प्रस्तावाला गांधींची काही आडकाठी दिसली नाही, ही बाबही मगनलाल यांना आश्चर्यचकित करणारी होती. अखेरीस, गांधी आपली शारीरिक क्षमता आणि आध्यात्मिक चमक हळूहळू गमवत चालले आहेत. तुम्ही जे सांगाल ते भारावून जाऊन सगळेजण ऐकायचेच, ती शक्ती गांधी हरवून बसले होते, असं मगनलाल यांना वाटायला लागलं.

मगनलालना पाठवलेलं उत्तर (४ मे १९२०) हे, व्हाइसरॉयना पाठवलेल्या पत्राइतकंच आत्मविश्वासानं ओतप्रोत भरलेलं होतं.

पूर्वीची ताकद आपण हरवून बसलो आहोत, हे मान्य करताना गांधींनी ती केवळ शारीरिक ताकद आहे, हे नमूद केलं. 'माझ्या आजारपणामुळे मी दुबळा झालो आहे', त्यांनी लिहिलं. 'माझ्या शरीरातली पोलादी शक्ती निघून गेली आहे. कुणी मला आतापर्यंत हवाबदलासाठी जाताना पाहिलंय? पण, आता ही गोष्ट मी करतो.' त्यांनी पुढे लिहिलं :

मात्र माझी कडवी एकनिष्ठता अजून तशीच आहे. माझ्या संकल्पना आणखी पक्क्या आणि भेदक झाल्या आहेत. भौतिक सुखांविषयीची माझी उदासीनता आणखी वाढली आहे. पूर्वी पुसट असणाऱ्या कल्पना आता जास्त स्पष्ट झाल्या आहेत. मी आता अधिक सोशीक झालो आहे, त्यामुळे इतरांच्या बाबतीत पूर्वीइतका आग्रही राहिलो नाही (त्यांनी माझ्या म्हणण्याप्रमाणे वागावं, यासाठी).

गाडीच्या बाबतीत गांधी म्हणतात,

आर्थिकदृष्ट्या विचार करता, गाडी असणं फायदेशीर ठरेल, असं मला वाटलं. आपण खरोखर गाड्यांचा वापर मोठ्या प्रमाणात करतो. प्रश्न असा आहे की, गाडी आपण भेट म्हणून स्वीकारावी अथवा नाही? माझ्या स्वत:च्या वतीनं घाईघाईत या प्रश्नाचं उत्तर देणं मला योग्य वाटलं नाही. गाडीचा विचार मनातून काढून टाकण्यासाठी दोन दिवस मी स्वत:शीच खूप झगडलो, पण ल्यालचा विचार करून (ल्यालबद्दल किंवा त्याच्या गरजांबद्दल फारशी माहिती नाही.) माझ्या विरोधाची धार कमी झाली. ती भेट मी स्वीकारावी अशी तुझीही इच्छा असेल, तर मी तसंच करेन, असा विचार मी करीत आहे.

खिलाफत प्रश्नाबाबत गांधींनी लिहिलं :

मी जर या खिलाफत चळवळीत सामील झालो नसतो तर मला वाटतं,

मी सगळं काही गमावून बसलो असतो. त्या चळवळीत सहभागी होऊन मी माझा जो धर्म मानतो, त्याचं पालन केलं आहे, असं मी मानतो... मी हिंदू आणि मुस्लिमांना एकत्र आणतो आहे... असहकार जर यशस्वी झाला तर पाशवी बळावर पोसलेली एक प्रचंड शक्ती एका साध्या दिसणाऱ्या गोष्टीसमोर निष्प्रभ ठरेल/गुडघे टेकेल.

भारतनामक महासागरात ही खिलाफत चळवळ म्हणजे एक प्रचंड घुसळण आहे. त्यातून काय निष्पन्न होईल, याची काळजी आपण कशाला करायची? या चळवळीचा हेतू शुद्ध आणि योग्य आहे, हे फक्त आपण बघायचं.

डोक यांनी गांधींना 'पाथफाइंडर' असं नाव दिलं होतं, याची गांधींनी शेवटी मगनलालना आठवण करून दिली. त्यांच्या पुस्तकालाही 'पाथफाइंडर' अथवा 'जंगलब्रेकर' असं नाव द्यावं, अशी त्यांची इच्छा होती. त्याऐवजी 'ॲन इंडियन पेट्रियट' ('भारतीय देशभक्त') असं नाव देण्याचा पोलॉक यांनी आग्रह धरला आणि तो डोक यांच्या गळी उतरवला.

'राजकारणासाठी आध्यात्मिकतेचा बळी दिला', ही गांधींबद्दल वाटणारी खंत केवळ मगनलाल यांनीच व्यक्त केली नव्हती. त्याला 'यंग इंडिया'च्या अंकात (१२ मे १९२०) अतिशय संस्मरणीय उत्तर मिळालं. आपण एक संत आहोत हा समज पूर्णपणे नाकारून गांधींनी लिहिलं :

मला बहाल करण्यात आलेलं संतपद नाकारून जरी मी त्या टीकाकाराचा अपेक्षाभंग केला असला, तरी मी हे सांगून त्याची खंत कमी करू इच्छितो की, मी घेतलेल्या कोणत्याही निर्णयावर माझ्यातल्या राजकारणाचा प्रभाव पडलेला नाही. आणि मी राजकारणात भाग घेताना दिसतो त्याचं एकमेव कारण म्हणजे, ज्याप्रमाणे कितीही प्रयत्न केला तरी सापाच्या विळख्यातून सुटका करून घेता येत नाही, त्याप्रमाणे आपल्या सर्वांभोवती राजकारणाचा जो घट्ट विळखा पडला आहे, त्यातून सुटणं अवघड आहे. त्यामुळे मी त्या सापाशी दोन हात करू इच्छितो, जे मी करत आहे. १८९४ पासून जाणीवपूर्वक, कमी-अधिक यश मिळवत आणि मला आता लागलेल्या शोधानुसार, माझी विवेकबुद्धी जागृत झाल्यापासून अजाणतेपणी ही गोष्ट मी करत आलो आहे.

आपल्या बालपणापासून राजकारणाशी असलेली जवळीक गांधी मान्य करत होते. परंतु आता त्यात धर्मभावनेचा समावेश आपण करत आहोत, ही गोष्ट ते ठासून सांगत होते.

माझ्याभोवती घोंघावणाऱ्या वादळात मला शांततेनं जगता यावं यासाठी काहीशा स्वार्थीपणानं मी स्वतःवर आणि माझ्या मित्रांवर, राजकारणात धर्मभावनेचा समावेश करून प्रयोग करत आहे.

धर्म म्हणजे काय, याचा माझ्या शब्दकोशातला अर्थ मला सांगू द्या. मला अभिप्रेत असलेला हा हिंदू धर्म नाही, अर्थात तो मला इतर सर्व धर्मांपेक्षा प्रिय आहे. हिंदुत्वाच्याही पलीकडे जाणारा तो धर्म आहे, तो एखाद्याचा स्वभाव पूर्णपणे बदलतो, तो एखाद्याला स्वतःच्या आतल्या सत्याशी एकरूप करतो आणि आत्म्याचं नित्य शुद्धीकरण करतो.

ते दोन गोष्टी सांगत होते. एक म्हणजे राजकारणरूपी वादळात ते धर्माच्या मजबूत आधारावर टिकून होते. दुसरी म्हणजे, हा जो धर्माचा मजबूत खांब वा आधार होता, तो नैतिक व वैश्विक होता आणि हिंदुत्वाच्या पार पलीकडे जाणारा होता.

अशा प्रकारच्या स्वच्छ स्पष्टीकरणानंतरही गांधींकडे हिंदुत्वाचं एक (किंवा अनेकांच्या दृष्टीनं 'एकमेव') प्रतीक म्हणून बघितलं गेलं आणि याची त्यांना जाणीव होती.

अर्थात हिंदूंच्या नवीन पंथाचा संस्थापक म्हणून नाही; तर एक कृतिशील माणूस, एक कर्मयोगी म्हणून. हिंदू, मुस्लीम , ब्रिटिश साम्राज्य आणि इतरांसमोर हिंदू जगताचं प्रतिनिधित्व करून नेतृत्व करणारा म्हणून त्यांच्याकडे बघितलं गेलं.

राजकारणात उपयोगी ठरणारी ही प्रतिमा, हिंदू जगतापुढे एक आव्हान म्हणून उभी ठाकली. कारण हळूहळू पण निश्चितपणे गांधी त्या जगतात विवेकनिष्ठा, न्याय आणि करुणेची स्थापना करत होते. भारतातला एक सुपरिचित आणि सर्वांत लोकप्रिय हिंदू म्हणून हिंदूंना बाहेरच्या दडपणांना व आतल्या असहिष्णुतेला झुगारून देण्यासाठी आत्मिक बल प्रदान करणारा निर्देशक म्हणून त्यांना मान्यता मिळाली होती.

अत्यंत पापभीरू असलेल्या मगनलालनी आपली सगळी स्वप्नं आणि संपूर्ण आयुष्य गांधींच्या पायाशी वाहिलं होतं. परंतु आपल्या दैवतानं नवनवीन पायवाटा शोधून काढण्याऐवजी स्थिरचित्तानं आरामात आयुष्य घालवावं, असं त्यांना वाटत असे. दुसरीकडे, आपली मुळं कुठेच रुजवायला तयार नसलेल्या आणि सदैव कर्जात बुडालेल्या हरिलालनं असहकाराला मोठ्या उत्साहानं प्रतिसाद देत काही काळ साधीसुधी पांढरी खादीची टोपी वापरली. दक्षिण आफ्रिकेतल्या तुरुंगाच्या गणवेशावरून ती तयार केली गेली होती आणि असहकार आंदोलनाची प्रतीक बनली.

अत्यंत निष्ठावान असलेल्या मगनलाल यांच्यासाठी आपल्या काकांनी हाती

घेतलेल्या नवीन कार्यामागील कारण समजून घेणं सोपं नव्हतं किंवा त्यांच्या आयुष्यात निर्माण होणारे आशादायक संबंध नाकारतानाच एकीकडे समाजात ऐतिहासिक बदल घडवून आणण्याचं ध्येय गाठण्यासाठी मनाची चाललेली उलाघाल समजणं मगनलाल यांच्या आवाक्याबाहेर होतं.

मगनलाल गांधींच्या अतिशय निकट होते आणि आश्रमीय कामकाजाबाबत अतिशय दक्ष. १९२० साली पन्नासवर्षीय असलेल्या गांधींचा जोम, नावीन्यपूर्ण उपक्रमांचा पाठपुरावा करण्याचा उत्साह, त्यांची धडाडी आणि स्वत:वर घातलेला अंकुश समजून घेणं त्यांच्यासाठी अवघड होतं. साम्राज्याशी दोन हात करण्याची तयारी दाखवताना आणि स्वत:च्या अनुयायांची/भारतवासीयांची ओझी स्वत:च्या शिरावर वाहता वाहता एका प्रतिभावान महिलेशी जोडल्या जाऊ शकणाऱ्या समाधानकारक संबंधांकडे जाणारा दरवाजा गांधींनी स्वत:च्या हातानं बंद केला होता.

थकवा आणि अशक्तपणा यांना झुगारून देऊन, अपुरी झोप घेऊन, गांधी प्रवास करत होते, पत्रं लिहीत होते, लेख लिहीत होते, सभांमध्ये भाषणं करत होते, लोकांची मनं वळवत होते, वृत्तपत्रांमध्ये वाद-चर्चा करत होते. त्यांच्या अनेक सभा सुरू होत्या, अलाहाबाद (जूनच्या प्रारंभी), मुंबई (जुलैच्या सुरुवातीला), पंजाबमधल्या शहरांमध्ये (जुलैच्या मध्यावर लाहोर, अमृतसर, रावळपिंडी आणि जालंदर इथे), सिंध (जुलैच्या उत्तरार्धात), दक्षिण भारत (ऑगस्टमध्ये) आणि गुजरात (ऑगस्टच्या अखेरीस). गांधी संवाद साधताना असहकाराची संकल्पना समजावून सांगत होते, अहिंसा पाळण्याचं आवाहन करत होते आणि व्हाइसरॉयना लिहिलेल्या पत्रात म्हटल्याप्रमाणे असहकाराचा पर्याय समोर ठेवल्यामुळे हिंसाचार टळला, असा दावाही करत होते.

प्यारेलाल यांनी नंतर लिहून ठेवलं आहे :

एक दिवस त्यांनी स्वहस्ते छप्पन्न पत्रं लिहिलेली मी मोजली. पाठवण्यापूर्वी प्रत्येक पत्र अगदी सुरुवातीच्या तारखेपासून ते शेवटी पत्त्यापर्यंत अत्यंत काळजीपूर्वक स्वत:च्या नजरेखालून घातलं. हे सगळं झाल्यानंतर ते इतके थकले की, ठणकणारं डोकं दोन्ही हातांनी दाबून ते बसल्या जागीच जमिनीवर आडवे पडले. ज्या वळकटीला ते टेकून बसले होते, ती पसरण्याचं त्राणही त्यांच्या अंगी राहिलं नाही. त्यांनी ती बाजूला लोटून दिली.

टिळकांचं देहावसान : हंटर अहवालामुळे असहकाराबाबत हिंदूंच्या मनात असलेली साशंकता दूर झाली आणि वास्तविक हिंदूच अलिप्त राहिले नाहीत. हिंदूंची बाजू हिरिरीनं उचलून धरणारे टिळकसुद्धा १९२०च्या मे महिनाअखेरीस म्हणाले की,

'खिलाफतबाबत मुस्लिमांनी घेतलेल्या निर्णयांना हिंदूंचा पाठिंबा राहील.' मुस्लिमांचा पाठिंबा मिळावा म्हणून त्यांना स्वतंत्र मतदारसंघ बहाल करण्याबाबत कॉंग्रेसनं १९१६मध्ये केलेल्या ठरावासंबंधी टिळकांनी केलेल्या प्रयत्नांची त्यांच्या या वक्तव्यानं आठवण झाली.

मात्र, मधुमेहानं पोखरलेल्या आणि अनेक वर्षं तुरुंगात घालवल्यानं प्रकृती ढासळलेल्या टिळकांचं १ ऑगस्ट रोजी निधन झालं. भारतीयांना 'स्वराज्य हा माझा जन्मसिद्ध हक्क आहे', हा मंत्र देणाऱ्या या महामानवाचं असहकार चळवळीच्या मुहूर्ताच्या दिवशीच महानिर्वाण झालं. गांधींनी अंत्ययात्रेत त्यांना खांदा दिला, चौसष्टवर्षीय टिळकांच्या देहाला गिळंकृत करणाऱ्या चितेजवळ उभे राहिले आणि त्यांनी टिळकांना मानवंदना दिली. त्यात गांधींनी टिळकांचा उल्लेख 'मानवांमधला महामानव', 'लोकांचा आदर्श' आणि ज्याची गर्जना स्तब्ध झालेली आहे, असा सिंह असा गौरवपूर्ण केला.

त्या दिवसाच्या उत्तरार्धात, दक्षिण आफ्रिकेतल्या कार्याबद्दल मिळालेली पदकं गांधींनी एका पत्रासोबत व्हाइसरॉयना परत केली. खिलाफत आणि पंजाब प्रश्नांवर सरकारनं केलेल्या विश्वासघातामुळे आपल्याला सरकारबद्दल कसलाही आदर वा आपुलकी शिल्लक राहिली नसल्याचं त्यांनी पत्रात लिहिलं. भारतभरात अनेकांनी आपापली पदकं परत केली. आपल्या उत्तरात चेम्सफर्ड यांनी असहकाराचा उल्लेख 'सर्व मूर्खपणाच्या योजनांमधली सर्वांत मूर्खपणाची योजना', असा केला.

कलकत्ता अधिवेशन : बरेच भारतीय जरी व्हाइसरॉयशी असहमत असले, तरी बरेचसे कॉंग्रेस नेते नव्हते. सप्टेंबरच्या कलकत्ता अधिवेशनात असहकाराची योजना उधळून लावण्याचे मनसुबे ते रचत होते. ट्रेनमधून उतरल्या-उतरल्या जिनांना मोतीलाल नेहरू भेटले आणि त्यांच्याशी त्यांनी व्यूहरचनेबाबत चर्चा केली. असहकाराच्या योजनेला थंड प्रतिसाद देणाऱ्यांमध्ये ॲनी बेझंट, बंगालचे चित्तरंजन दास आणि बिपिनचंद्र पाल, बनारसचे पंडित मालवीय, जालियनवाला बागेतलं हत्याकांड घडलं तेव्हा अमेरिकेत असलेले आणि अधिवेशनाचे विद्यमान अध्यक्ष असलेले पंजाबचे लाला लजपत राय यांचा समावेश होता.

जुन्याजाणत्या नेतेमंडळींची ही फळी मजबूत होती; परंतु सर्वसामान्य प्रजा आणि पटेल, सी.आर., प्रसाद, जवाहरलाल आणि आझाद हे तरुण नेतृत्व गांधींबरोबर होतं. मुंबई विधिमंडळात प्रवेश करण्याचे सगळे मनसुबे बाजूला सारलेल्या पटेलांनी कलकत्ता अधिवेशनाच्या आधी गुजरातमध्ये एका परिषदेचं आयोजन केलं, त्यात असहकार योजनेचा पुरस्कार केला आणि तुर्कीला मिळालेल्या वागणुकीमुळे घायाळ झालेल्या मुस्लिमांना पाठिंबा देण्याचं हिंदूंना आवाहन केलं.

कलकत्त्याचा एकूण रागरंग लक्षात घेऊन, त्यात आपल्या सुपुत्राचं मन जाणून

मोतीलाल यांनी विचार बदलला व असहकाराची मागणी करणाऱ्या गांधींच्या ठरावाच्या बाजूनं मत दिलं. आपल्या भाषणात गांधींनी त्यांना भारतभर आढळलेल्या भावनेचं प्रतिपादन केलं– पुन्हा एकदा त्यांनी केलेला प्रवास त्यांच्या उपयोगी पडला. मालवीय, दास, पाल, जिना आणि मिसेस बेझंट विरोधात बोलले; परंतु गांधींचा ठराव १८५५ विरुद्ध ८७३ अशा प्रचंड बहुमतानं संमत झाला.

या ठरावामध्ये ब्रिटिश सरकारनं देऊ केलेल्या पदव्या व उपाध्या परत करणं, सरकारी मंडळं, समित्या आणि नोव्हेंबरमध्ये होणाऱ्या निवडणुकांवर बहिष्कार घालणं, विदेशी मालावर बहिष्कार घालणं आणि सरकारी शाळा, महाविद्यालयं, न्यायालयं यांमधून विद्यार्थी व वकिलांनी हळूहळू आपली नावं काढून घेणं, यासाठी लोकांना आवाहन केलं गेलं. 'हळूहळू'/'क्रमाक्रमानं' हे शब्द म्हणजे वस्तुस्थिती ध्यानात घेऊन दिलेली सूट होती : अगदी उत्साही अनुयायीसुद्धा ताबडतोब सरकारी संस्था सोडायला वा आपल्या मुलांना तसं सांगायला तयार नव्हते.

एक गोष्ट लक्षात घेण्यासारखी होती, ती म्हणजे कलकत्त्याच्या या भेटीत गांधी आपला मुलगा हरिलाल याच्याबरोबर पोलॉक स्ट्रीटच्या त्याच्या निवासस्थानी राहिले. मुस्लीम लीगचीही कलकत्त्यात सभा होऊन शौकत अली यांच्या नेतृत्वाखाली कोणताही विरोध न होता वरीलप्रमाणेच ठराव मंजूर करण्यात आला. लीगच्या या सभेच्या अध्यक्षस्थानावरून बोलताना जिनांनी रौलट, 'पंजाबचं हत्याकांड' आणि 'जीवन-मरणाचा' प्रश्न असलेली खिलाफत यांचा उल्लेख करून काही प्रमाणात असहकाराची गरज असल्याचं मान्य केलं.

परंतु पुढच्याच महिन्यात गांधींशी त्यांचे मतभेद झाले. गांधींच्या सांगण्यावरून होमरूल लीगनं आपली घटना आणि नाव बदललं, त्या वेळी साम्राज्यांतर्गत स्वयं-शासन या धोरणाऐवजी यापुढे केवळ 'स्वराज' हेच धोरण राहील, असा ठराव कार्यकारिणीमध्ये ४२ विरुद्ध १९ मतांनी संमत करण्यात आला आणि 'स्वराज सभा' असं नवीन नामाभिधान करण्यात आलं. अल्पमतात गेलेल्या एकोणिसांपैकी एक असलेल्या जिनांनी ब्रिटिश साम्राज्याचा असलेला संदर्भ तसाच राहू देण्याची मागणी केली होती. कार्यकारिणीची घटना बदलण्याचा त्या सभेला पुरेसा अधिकार नसल्याचा आरोप करून जिनांनी राजीनामा दिला, इतर अठरा जणांनी त्यांचीच री ओढली.

घटनात्मक मुद्द्यावर असहमती व्यक्त करून गांधींनी 'स्वराज' शब्दाचीच शिफारस केली होती; कारण ब्रिटिश साम्राज्याशी भारताचे असलेले बंध त्यामुळे अबाधित राहणार होते, जशी गरज भासेल त्याप्रमाणे ते सांधले किंवा तोडले जाऊ शकणार होते. त्यांनी जिनांना परतण्याची विनंती केली आणि देशासमोर जे नवं आयुष्य उलगडत जाणार आहे, त्यात तुमचा वाटा उचलावा असं आमंत्रणही दिलं.

त्यांच्यावर एखादी जबाबदारी सोपवण्यात येईल, या शक्यतेचा जिनांवर काही फारसा चांगला परिणाम झाला नाही. त्यांनी उपरोधानं त्यावर उत्तर दिलं आणि गांधींच्या कार्यक्रमपत्रिकेबद्दल साशंकता व्यक्त केली :

> *देशापुढे उलगडत जाणाऱ्या नवीन आयुष्यात माझा वाटा उचलण्याबद्दल आपण केलेल्या प्रेमळ सूचनेसाठी मी आपला आभारी आहे. 'नवीन आयुष्य' याचा अर्थ जर तुमच्या पद्धती आणि तुमचे कार्यक्रम असा असेल, तर ते स्वीकारणं मला शक्य नाही, असं मी खेदपूर्वक सांगतो; कारण यामुळे सर्वनाश ओढवेल, असं मी खात्रीनं सांगू शकतो.*

जिनांचा अंगुलिनिर्देश एकवचनी वा अनेकवचनी नामाकडे होता किंवा काय, हे निश्चितपणे सांगता येत नसलं तरी, ते निश्चितपणे हिंसाचाराची शक्यता वर्तवत होते, हे नक्की.

नागपूर अधिवेशन : असहकाराला सर्व स्तरांतील लोक शहाणपणाचा विचार करून विरोध करतील, अशी सरकारची अटकळ असताना निदान सर्वसामान्य लोकांनी तरी तो स्वीकारला, हे नोव्हेंबरमध्ये दिसून आलं. नवीन विधिमंडळासाठी होणाऱ्या मतदानावर दोनतृतीयांश मतदारांनी बहिष्कार टाकला. त्यांपैकी एक जिनाही होते. परंतु डिसेंबरमध्ये नागपूरला झालेल्या काँग्रेसच्या खुल्या अधिवेशनात ज्या ईन मीन तीन नेत्यांनी गांधींच्या कृतिकार्यक्रमाला विरोध केला, त्यांतही त्यांचा समावेश होता. ॲनी बेझंट व मालवीय हे इतर दोन नेते होते.

१९१५ पासून गांधींचे सहकारी असलेले वर्ध्याचे जमनालाल बजाज यांनी स्वागत समितीचे अध्यक्ष म्हणून या अधिवेशनाचं आयोजन केलं, दक्षिणेकडचे सी. विजयराघवाचारी हे त्याचे अध्यक्ष होते. परंतु गांधींच्या योजनेला कुठल्या टेकूंची गरज नव्हती. देशानं दिलेला कौल सगळ्यांच्या समोर होता आणि ज्यांनी कलकत्त्यात असहकाराला विरोध केला होता, त्यांनी नागपूरमध्ये मात्र ती योजना उचलून धरली.

दास यांनी त्यासाठी ठराव मांडला आणि लजपत राय व पाल यांनी दासना अनुमोदन दिलं. ॲनी बेझंट नागपूरला आल्याच नाहीत. शहरात असूनही प्रकृती ठीक नसल्यामुळे मालवीयांनी असहकाराला आपला विरोध असल्याचा निरोप पाठवला. तो सर्वांनी आदरपूर्वक ऐकला, परंतु त्याकडे फारसं लक्ष दिलं नाही. दास यांचा ठराव सभेपुढे मांडला गेला तेव्हा दोन लोकांनी असहमती दर्शवली; त्यांपैकी एक उत्तर प्रदेशचा होता, तर दुसरा सिंधचा. त्यांची नावं मात्र माहीत नाहीत.

नागपूरला काँग्रेसची तळापासून पुनर्रचना करण्यात आली. अशा प्रकारच्या संघटनेचा प्रस्ताव गांधींनी मांडला होता. येणाऱ्या वर्षासाठी तीन सर्वसाधारण सचिवांची नियुक्ती करण्यात आली : मोतीलाल नेहरू, अन्सारी आणि राजगोपालाचारी.

काँग्रेसच्या इतिहासात प्रथमच अस्पृश्यतानिवारणाला काँग्रेसच्या कार्यक्रमाचा एक हिस्सा बनवण्यात आलं. अखेरीस होमरूल लीगप्रमाणेच काँग्रेसनंही आपलं ध्येय साम्राज्यांतर्गत स्वराज यापासून नुसतं स्वराज असं परिवर्तित केलं.

या बदलाला जिनांनी ठासून विरोध केला आणि सुरुवातीला दास आणि पाल यांनी त्यांना पाठिंबा दिला. नंतर जेव्हा जिना एकटेच असहमती दर्शवायला उरले आणि त्यांनी जेव्हा आपल्या भाषणात 'श्री. गांधी' आणि 'श्री. मुहम्मद अली' असे उल्लेख केले, तेव्हा श्रोत्यांमधून जिनांनी 'महात्मा' व 'मौलाना' असा नामोल्लेख करावा. अशा आरोळ्या उठल्या. जिनांचा व त्यांनी निवडलेल्या शब्दांचा श्रोत्यांनी आदर करावा, अशी गांधींनी उपस्थितांना विनंती केली; परंतु त्या मुंबईच्या बॅरिस्टरची सहनशीलता संपली. नागपूर अधिवेशनानंतर त्यांनी काँग्रेस सोडली.

ब्रिटिश साम्राज्याशी धागा जुळवून ठेवण्याच्या जिनांच्या आग्रहाचं मूळ हे अलिगढ मुस्लीम युनिव्हर्सिटीची (AMU) स्थापना करणाऱ्या सर सय्यद अहमद खान (१८१७-१८९८) यांनी प्रस्थापित केलेल्या एका मुस्लीम विचारधारेत होतं. भारतातील कोणत्याही लोकशाहीवादी स्वतंत्र सरकारमध्ये नेहमी हिंदूंचंच वर्चस्व राहील, त्यामुळे मुस्लिमांनी ब्रिटिश साम्राज्याचं संरक्षण मागावं, असं आवाहन सर सय्यद यांनी आपल्या समाजबांधवांना केलं होतं.

तर दुसरीकडे, गांधींनी ओळखल्याप्रमाणे बरेचसे हिंदू, मुस्लिमांच्या हल्ल्यापासून ब्रिटिश सरकारच आपलं रक्षण करेल, या विचाराचे होते. परंतु मुस्लिमांपेक्षा संख्येनं तिप्पट जास्त असलेल्या हिंदूंनी त्यांच्यापासून रक्षण व्हावं म्हणून ब्रिटिशांचं संरक्षण मागावं, यापेक्षा शरमेची गोष्ट दुसरी कोणती असणार, असं गांधींचं म्हणणं होतं. हिंदूंपुढे ही अनपेक्षितपणे चालून आलेली दुर्मीळ संधी जर त्यांनी साधली– 'पुढची शंभर वर्षं तरी पुन्हा अशी शक्यता नाही'– आणि मुस्लिमांना पाठिंबा दिला, तर तेही सकारात्मक प्रतिसाद देतील, अशी शक्यता होती. जरी त्यांनी तसं केलं नाही, तरी हिंदू आपली काळजी घ्यायला समर्थ होते. ('नवजीवन', २९ ऑगस्ट १९२०)

दोन मतप्रवाह आणि नवीन विचारधारा

१९२० नंतर देशात दोन भिन्न राजकीय मतप्रवाह असल्याची भारतीयांना जाणीव होऊ लागली. एकाचं प्रतिनिधित्व ब्रिटिश सरकारकडे होतं, तर दुसऱ्याचं गांधींकडे. दुसऱ्या मतप्रवाहाकडे खेचले गेलेले, असहकार चळवळीतले कार्यकर्ते व त्यांचे समर्थक, हे खादीच्या पेहरावामुळे व चरख्यावर सूत कातत असल्यामुळे वेगळे ओळखू येऊ लागले. मुहम्मद अलींनी खादी वापरायला सुरुवात केली, तसंच त्यांच्या वृद्ध मातोश्रींनीही. १९२१ साल संपेपर्यंत शेकडो, हजारो लोक खादीकडे वळले. संपूर्ण भारतभर वीस लाख चरखे फिरत राहिले पाहिजेत, हा काँग्रेसच्या

सकारात्मक कृतिकार्यक्रमाचा एक भाग होता (आणि गांधींचाही). त्याशिवाय एक कोटी रुपयांचा निधी टिळकांच्या नावे जमवणं आणि एक कोटीचं काँग्रेसचं सभासदत्व हेही कार्यक्रम त्यात समाविष्ट होते. जर सकारात्मक आणि नकारात्मक ध्येयं गाठली गेली, तर एका वर्षात भारताला स्वराज्य मिळेल, असं गांधींचं म्हणणं होतं. ब्रिटिश साम्राज्याचा अस्त झाला किंवा झाला नाही, तरी भारतीयांना स्वयं-शासन स्थापन करणं शक्य होतं.

असहकार चळवळीच्या हाकेला प्रतिसाद म्हणून अनेक नामांकित वकिलांनी आपली वकिली बंद केली, त्यांत कलकत्त्याचे चित्तरंजन दास, उत्तर प्रदेशचे मोतीलाल व जवाहरलाल नेहरू, अहमदाबादचे पटेल, मद्रासचे राजगोपालाचारी आणि पाटण्याचे प्रसाद यांचा समावेश होता. भविष्यात काय दडलं आहे, याची जराही फिकीर न करता शेकडो यशस्वी वकिलांनी न्यायालयांमधून बाहेर पडून त्यांचं अनुकरण केलं.

ब्रिटिश सरकारच्या विधिमंडळासाठीच्या निवडणुकांवर टाकला गेलेला बहिष्कार अतिशय प्रभावी ठरला (त्यासाठी स्थानिक पक्ष, स्वतंत्र/अपक्ष आणि काँग्रेसमधले माजी मध्यममार्गी नेत्यांनी एकत्र येऊन स्थापन केलेल्या लिबरल पार्टीचे उमेदवार उभे होते). मतदानाचा अधिकार असलेल्या जनतेपैकी दोनतृतीयांश लोक मतदानापासून दूर राहिले. 'लंडन टाइम्स'साठी लिहिणारे सर व्हॅलेन्टाइन किरॉल यांनी अशी नोंद केली की, अलाहाबादजवळच्या स्वच्छ झाडलेल्या मतदान केंद्राकडे सकाळी आठ ते दुपारी बारा वाजेपर्यंत एकही मतदार फिरकला नाही.

आपल्या महाविद्यालयांवर असलेली सरकारची हुकमत नाकारून हजारो हुशार मुला-मुलींनी महाविद्यालयांवर बहिष्कार टाकला. त्यांतले बरेच दुर्गम, गलिच्छ खेड्यांकडे आणि शहरांमधल्या झोपडपट्ट्यांकडे वळले, तिथे त्यांनी खादीचा प्रचार सुरू केला किंवा काहींनी हिंदी भाषेचा किंवा हिंदू-मुस्लीम ऐक्याचा किंवा अस्पृश्यता निवारणाचा प्रसार किंवा काँग्रेससाठी सभासद नोंदणी सुरू केली.

अलिगढमधील जामिया मिलिया इस्लामिया महाविद्यालय, अहमदाबादमधील गुजरात विद्यापीठ आणि कलकत्ता, पाटणा, महाराष्ट्र व मद्रासमधील महाविद्यालयं अशा अनेक नव्यानं सुरू झालेल्या राष्ट्रीय महाविद्यालयांत अनेक तरुणांनी प्रवेश घेतला. अलिगढ मुस्लीम युनिव्हर्सिटी (AMU) मधील अनेक विद्यार्थी व प्राध्यापक जामिया महाविद्यालयात स्थलांतरित झाले, त्यातली मुख्य व्यक्ती होती मुहम्मद अली. ते तिथले प्रमुख प्रशासक बनले. कवी इक्बाल यांनी हे पद नाकारलं होतं. 'मुस्लीम नॅशनल युनिव्हर्सिटी तुम्हाला साद घालत आहे', हे गांधींनी केलेलं आवाहन त्यांनी कानाआड केलं होतं.

संपूर्ण देशभरातून धडाडीचं, उमदं नेतृत्व पुढे येत होतं, ते म्हणजे नुकतेच

इंग्लंडहून परत आलेले पंचवीस वर्षांचे सुभाषचंद्र बोस (१८९७-१९४५). सरकारच्या प्रशासकीय सेवेत प्रवेश करण्याचे मनसुबे बाजूला सारून ते चळवळीत सामील झाले आणि गांधींच्या सूचनेवरून दास यांच्या हाताखाली काम करायला सज्ज झाले. कलकत्त्याला स्थापन झालेल्या नवीन राष्ट्रीय महाविद्यालयाचे प्राचार्य म्हणून त्यांनी सूत्रं हातात घेतली.

गांधींच्या पाटणा भेटीनंतर आणि अबुल कलाम आझाद यांच्या काळजाला हात घालणाऱ्या भाषणानंतर एकोणीसवर्षीय जयप्रकाश नारायण (१९०२-१९७९) यांनी त्यांची पाठ्यपुस्तकं धरणाच्या पाण्यात भिरकावून दिली, सरकारी शिक्षणव्यवस्थेवर बहिष्कार टाकला आणि नवीन सुरू झालेल्या बिहार विद्यापीठात प्रवेश घेतला. त्या वेळी पाटणा विद्यापीठाची परीक्षा देण्यासाठी काहीच आठवडे शिल्लक राहिले होते.

बोस आणि नारायण यांच्यासारख्या लोकांना देशभर व्यापक प्रमाणात प्रसिद्धी मिळाली; परंतु प्रांताप्रांतांतून चळवळीत सामील झालेल्या शेकडो लोकांमधूनच पुढे लहानमोठ्या मतदारसंघांना नेते मिळाले.

काही प्रांतांमध्ये (गुजरातच्या बहुतांश भागांमध्ये) असहकार चळवळीच्या कार्यकर्त्यांनी अक्षरशः प्रत्येक खेडंन् खेडं पिंजून काढलं. लोकांनी नवे कपडे वापरायला सुरुवात केली, नवीन सहकाऱ्यांबरोबर ते वावरू लागले, नवीन विषयांवर बोलू लागले, पूर्वी न केलेल्या गोष्टी करू लागले, पूर्वी न पाहिलेल्या ठिकाणांना भेटी देऊ लागले. एक वर्षानंतर काँग्रेसची सभासदसंख्या साठ लाखांवर पोचली, टिळकांच्या नावानं सुरू केलेल्या निधीनं आपलं लक्ष्य गाठलं आणि शेकडो-हजारो चरखे सर्वत्र फिरू लागले.

आंध्रमधल्या एका काँग्रेस कार्यकर्त्यानं गांधींना सुचवलं की, स्वतंत्र भारताच्या झेंड्यावर चरख्याला स्थान मिळालं पाहिजे. या सूचनेला उत्साहानं प्रतिसाद देत गांधींनी झेंडा तीन रंगांत असावा असा प्रस्ताव मांडला– भारतातल्या हिंदूंसाठी केशरी, मुस्लिमांचं प्रतिनिधित्व करणारा हिरवा आणि इतर सगळ्यांचं प्रतिनिधित्व करणारा पांढरा– तो खादीच्या कापडापासून बनवला जावा, असंही सुचवलं. स्वातंत्र्यप्राप्तीनंतर भारताच्या राष्ट्रीय ध्वजाचं मूळ रूप असलेला काँग्रेसचा ध्वज अशा प्रकारे अस्तित्वात आला.

एका वर्षात स्वराज्य मिळणार, अशी अपेक्षा अनेक भारतीय करत असतानाच १९२१मध्ये भीतीचे ढग एका नवीन चैतन्याच्या लाटेनं उडवून लावले. भारतीयांमध्ये, विशेषतः हिंदू-मुसलमानांमध्ये उभा असलेला अदृश्य पडदाही त्या लाटेमुळे विरून गेला; त्यांच्यात एक अभूतपूर्व असा बंधुभाव जागृत झाला. सनातनी हिंदूंच्या घरी मुस्लिमांना जेवणाचं आमंत्रण मिळू लागलं; हिंदू नेत्यांना मशिदींमध्ये व्याख्यानांना बोलावणं येऊ लागलं. हिंदूंशी दोस्तान्याचं प्रतीक म्हणून मुहम्मद अलींनी गोमांस

खाणं सोडलं; वर्षानुवर्षांची परंपरा मोडून असंख्य मुस्लीम घरांमध्ये गोमांसाशिवाय ईद साजरी होऊ लागली.

१९२१ साल संपत असताना मुहम्मद अलींनी जाहीर केलं, 'सर्वोच्च आदराचं स्थान असलेल्या पैगंबरानंतर, गांधीजींच्या आदेशांचं पालन करणं मी माझं परमकर्तव्य समजतो.' एप्रिल १९२१मध्ये चेम्सफर्ड यांच्या जागी व्हाइसरॉय म्हणून आलेल्या लॉर्ड रीडिंग (पूर्वाश्रमीचे रुफूस इसाक) यांनी हे सगळं घडत असताना आपल्या मुलाला लिहिलेल्या पत्रात हिंदू व मुस्लीम यांच्यामध्ये निर्माण झालेल्या दरीवर पूल बांधला जात असल्याचं निरीक्षण नोंदवलं.

या चैतन्यदायी हवेनं आणखी एका महत्त्वाच्या समाजघटकाला स्पर्श केला : शीख. शिखांच्या काही समुदायांनी भ्रष्टाचारी धर्मगुरूंच्या आधिपत्याखाली असलेली आपली पवित्र तीर्थस्थळं, गुरुद्वारा अहिंसेच्या मार्गाने मुक्त करून घेतले आणि अकाली चळवळीचा उदय झाला.

अस्पृश्य : जातीयवादाविरोधात उघडलेली मोहीम प्रगतिपथावर होती, पण तिच्यासमोर आव्हानंही उभी होती. अहमदाबादमध्ये सुरू झालेल्या नवीन नॅशनल युनिव्हर्सिटी, म्हणजेच गुजरात विद्यापीठानं अस्पृश्यांना ज्या शाळांमधून काढून टाकलं गेलं होतं, अशा शाळांच्या विद्यार्थ्यांना प्रवेश देत नाही अशी घोषणा केली गेली (ऑक्टोबर १९२०मध्ये); त्यावर वर्तमानपत्रात टीका सुरू झाली व आपसात दबक्या आवाजातील चर्चांना ऊत आला.

'गुजराती' नामक पत्रिकेनं असा आरोप केला की, गांधींची अस्पृश्यताविरोधी भूमिका ही ॲण्ड्र्यूजसारख्या ख्रिश्चनांच्या प्रभावामुळे तयार झाली आहे आणि सनातनी हिंदूंनी गांधींना सांगितलं की, अंत्यजांना (गुजरातमध्ये त्या काळी अस्पृश्यांना असं संबोधलं जाई.) राष्ट्रीय शाळांमध्ये/विद्यालयांमध्ये प्रवेश दिल्यास स्वराज्यासाठीची चळवळ हवेत विरून जाईल.

अंत्यजांना वाऱ्यावर सोडण्यापेक्षा आपण स्वराज्याकडे पाठ फिरवायला तयार आहोत, असं उत्तर त्यावर गांधींनी दिलं ('नवजीवन', ५ डिसेंबर). परंतु ब्रिटिश सरकारच्या बाजूला जाण्याची धमकी केवळ सनातनी हिंदूंकडूनच आली नव्हती. अस्पृश्यांच्या काही नेत्यांनाही ब्रिटिश सरकारकडूनच केवळ आपल्या लोकांचा उद्धार होण्याची शक्यता आहे, असं वाटत होतं. अस्पृश्यांचा आत्मविश्वास दृढ करण्यासाठी १९२१च्या एप्रिलमध्ये गांधींनी अहमदाबादला एक सभा बोलवली :

> *मी आज... प्रार्थना केली : माझा जर पुनर्जन्म झाला तर तो एक अस्पृश्य म्हणून व्हावा; म्हणजे मला त्यांची दुःखं, त्रास आणि केले गेलेले अपमान अनुभवता येतील. त्यामुळे मी स्वतःला आणि त्यांना त्या*

क्लेशदायक परिस्थितीतून मुक्त करण्याचा प्रयत्न करीन.

आम्हाला दयाबुद्धीनं बंधनातून मुक्त करा, असं तुम्ही हिंदूंना सांगता कामा नये. हिंदूंनी आपणहोऊन त्यांच्या भल्यासाठी हे केलं पाहिजे... ताटातलं उष्टं अन्न स्वीकारणं तुम्ही आता बंद केलं पाहिजे... तुम्हाला धान्य मिळालं पाहिजे–स्वच्छ धान्य, खराब झालेलं नाही– आणि तेसुद्धा आदरपूर्वक दिलेलं...

अस्पृश्य म्हणून माझा जन्म झाला पाहिजे, या गांधींच्या वाक्यात भावनांचा कल्लोळ होताच; परंतु त्यात वास्तवाचाही अंश होता. आपल्यातलाच कुणीतरी एक ते नेता म्हणून अखेरीस मान्य करतील, हे गांधींना जाणवलं होतं. अस्पृश्यता पाळणं हा एक गुन्हा आहे, याची कबुली देऊन (आणि सनातनवाद्यांना शरमेनं मान खाली घालायला लावून/धिक्कारून) ते अस्पृश्यांची मनं जिंकण्याचा प्रयत्न करत होते. 'नवजीवन'मध्ये त्यांनी लिहिलं होतं की, अस्पृश्यांना दिली जाणारी कठोर वागणूक आपण निषेध करत असलेल्या पंजाबात झालेल्या अन्यायापेक्षा कितीतरी अधिक निंदनीय होती. अहमदाबादच्या सभेत ते पुन्हा एकदा कठोर सत्य बोलले :

ज्या सैतानी वर्तणुकीबद्दल आपण सरकारचा धिक्कार करतो, तशीच वागणूक आपण आपल्या अस्पृश्य बांधवांना देत नाही का?... आम्ही त्यांना जमिनीवर पोटावर रांगायला लावतो; त्यांना रेल्वेच्या डब्यांमधून बाहेर हाकलताना आपल्या डोळ्यांत अंगार फुललेला असतो– ब्रिटिश सरकार यापेक्षा काय वेगळं वागतं?

तरीही, हिंदूंना आपले कट्टर शत्रू मानू नका, असं ते अस्पृश्यांना आवाहन करत होते. 'हिंदू काही मुळात दुष्ट नाहीत, ते अज्ञानाच्या गर्तेत बुडाले आहेत...'

जातीच्या प्रश्नावरून गांधींच्या बाजूकडे जरा तणावाचं आणि गोंधळाचं वातावरण होतं, तरी त्यामुळे अस्पृश्यांना सन्मान आणि उच्चवर्णीयांना शरम वाटण्यात मदतच झाली. बऱ्याच उच्चवर्णीय हिंदूंमध्ये अस्पृश्यांना न्याय मिळवून देण्याचा निश्चय जागृत झाला.

जनजाती : या नवीन वातावरणात सरकारनं 'अनुसूचित जमाती' आणि काही संदर्भात 'गुन्हेगार जमाती' म्हणून संबोधलेले 'आदिवासी' (मूळ रहिवासी)सुद्धा प्रतिष्ठा मिळावी, म्हणून लढत होते. १९२१-२२ या काळात गांधींच्या प्रेरणेनं स्थानिक पुढाऱ्यांच्या नेतृत्वाखाली भारताच्या पश्चिम, दक्षिण आणि पूर्व भागांत छोट्या-मोठ्या चळवळी झाल्या. या चळवळी काही नेहमीच अहिंसात्मक मार्गानं जात नव्हत्या किंवा गांधींचा त्यांना पाठिंबा असेच असं नाही; परंतु गांधींच्या सहकाऱ्यांनी (इंदुलाल याज्ञिक, अमृतलाल ठक्कर आणि जुगतराम दवे) आतापर्यंत

आदिवासींसाठी काम करणं सुरू केलं होतं आणि दक्षिण गुजरातमध्ये आश्रम काढले होते.

या चळवळींनी अफूचं व्यसन आणि वेश्याव्यवसाय यांसारख्या विषयांनाही हात घातला होता. ॲण्ड्र्यूज यांनी नंतर पूर्वापार चालत आलेली छळवणूक दूर करण्याविषयी आणि त्यांनी व गांधींनी बंगालमधील बरिसाल इथे उपजीविकेसाठी शरीरविक्रय करणाऱ्या 'भगिनींसोबत' घालवलेल्या दोन तासांच्या संस्मरणीय आठवणींबद्दल लिहिलं.

भारतात काय चाललं आहे आणि का चाललं आहे, हे जाणून घेतल्यावर न्यूयॉर्कमध्ये एका युनिटेरियन मंत्र्यानं (ईश्वर एकच आहे असं मानणाऱ्या पंथाचा अनुयायी)– जॉन हेन्स होम्स यांनी– १९२१च्या एप्रिलमध्ये आपल्या प्रवचनात सांगितलं की, गांधी या जगातले सध्याचे निर्विवादपणे सर्वश्रेष्ठ मानव आहेत.

अडथळे

परंतु, या असहकाराच्या गाडीच्या मार्गात अनेक अडथळे आले. सगळ्यात मोठा अडथळा आणला तो तुर्कांनी. तुर्कीचा तारणहार म्हणून उदयाला आलेल्या, ज्याच्यावर भारतातले मुस्लीम जीव ओवाळून टाकायला तयार होते आणि ग्रीक व ब्रिटिशांशी लढून अंगोरा (अंकारा) इथे स्वतंत्र सरकारची स्थापना केलेल्या मुस्तफा केमालनं तुर्कीच्या सुलतानाची खिल्ली उडवली. १९२१च्या फेब्रुवारीत गांधींनी एका खिलाफत परिषदेत भाग घेतला, त्यात या उगवत्या नेतृत्वाबरोबर भागीदारी करावी, अशी सुलतानाला गळ घालण्यात आली; परंतु दोन्ही तुर्की सरकारांचा एकमेकांशी छत्तीसचा आकडा होता आणि केमालला खिलाफतबाबत काही आत्मीयता असल्याची चिन्हं दिसत नव्हती.

यामुळे अली बंधूंची अस्वस्थता वाढत गेली आणि त्यांनी भावना भडकावणारी भाषणं केली. मुहम्मद अलींनी असं वक्तव्य केलं की, ते अशा अफगाण सैन्याला मदत करायला तयार होतील, जे भारतावर आक्रमण करून त्याला पारतंत्र्यातून मुक्त करेल आणि पुन्हा परत जाईल. यामुळे हिंदू अस्वस्थ झाले. व्हाइसरॉय रीडिंग यांनी अली बंधूंच्या भाषणांबाबत गांधींकडे चिंता व्यक्त केली. त्यावर गांधींनी सांगितलं की, ते एकतर माफीनामा आणतील किंवा स्वत: त्यांच्याशी संबंध तोडतील.

गांधींच्या सांगण्यावरून अली बंधूंनी दिलगिरी व्यक्त केली. मुहम्मद अलींनी त्यांच्या एका मित्राला लिहिलं की, 'हिंदू आणि मुस्लीम यांच्यातली दरी पूर्णपणे मिटवण्यासाठी आणि आम्हाला आमच्या सहकाऱ्याबद्दल आणि नेत्याच्या मार्गदर्शनाबद्दल संपूर्ण आदर आहे हे त्यांना, म्हणजे गांधींना दाखवून देण्यासाठी त्यांनी दिलगिरी

प्रदर्शित केली.

अली बंधूंनी उचललेल्या या पावलाबद्दल त्यांची प्रशंसा करताना गांधींनी 'यंग इंडिया' (१ जून १९२१)मध्ये त्यांच्यावर असलेल्या प्रचंड ओझ्यांबद्दल आणि इस्लामची प्रतिष्ठा जपण्याची जी जबाबदारी त्यांनी उचलली होती, त्याबद्दल लिहिलं. या परस्पर सामंजस्याच्या भूमिकेमुळे अली बंधू आणि गांधी यांच्यातला संभाव्य संघर्ष टळला, असं मत मॉंटेग्यू आणि रीडिंग यांनी व्यक्त केलं. पण मॉंटेग्यू यांना असंही वाटलं की, गांधींनी माफी मागण्याबाबत धरलेल्या आग्रहामुळे त्यांच्या मनात कटुतेची भावना जागृत झाली असणार; परंतु तरीही जे झालं ते चांगल्यासाठीच झालं.

गांधींच्या अली बंधूंबरोबर असलेल्या युतीमुळे माफीप्रकरण थोडक्यात मिटलं असलं, तरी संशयाच्या भुंग्यानं या भागीदारीला मुळापासून पोखरायला सुरुवात केली होती. दोन्ही गटांमध्ये अशी कुजबुज सुरू होती की, दुसऱ्या गटानं असहकाराचा स्वीकार केला, तरीही सरकारी नोकऱ्या मात्र सोडल्या नाहीत. पाकिस्तानी लेखक शेख मुहम्मद इक्रम याच्या एका वक्तव्यामधून संशय आणि दुश्मनीच्या या अंत:प्रवाहाची कल्पना येते. १९२१मध्ये पंजाबात सरकारच्या पोलीस आणि सैन्यातल्या नोकऱ्या सोडण्याबाबत मुस्लिमांना उद्देशून काढलेल्या फतव्याबद्दल हे वक्तव्य होतं.

> *पंजाबमधील हिंदू वृत्तपत्रांनी या फतव्याचं जोरदार स्वागत केलं. पूर्वी त्यांनी पोलीस आणि सैन्यदलातल्या मुस्लिमांच्या संख्याधिक्याबद्दल तक्रार केली होती. परंतु, अगदी थोड्या सैनिकांनी व पोलिसांनी फतव्याचा मान राखला, त्यामुळे त्याचा काही फारसा परिणाम झाला नाही.*

ऑगस्ट १९२१मध्ये मलबार या मल्याळी प्रांतात एक स्फोटक प्रकरण घडलं. मलबार मोप्ला, म्हणजेच अरबी वंशाचे व धर्मांधतेची पार्श्वभूमी असलेले मुस्लीम लोक हिंदू घरमालकांचे भाडेकरी म्हणून राहत होते. त्यांच्या धार्मिक नेत्यांचा अपमान झाल्याच्या तथाकथित बातम्यांमुळे त्यांनी आधी सरकारविरुद्ध आणि नंतर त्यांच्या घरमालकांविरुद्ध हिंसक बंड पुकारलं. 'स्वातंत्र्य' जाहीर करण्यात आलं, खून आणि जाळपोळीच्या घटना घडल्या आणि काही हिंदूंचं जबरदस्तीनं धर्मांतर करण्यात आलं.

सरकारनं हजारो सैनिकांना त्या भागात पाठवलं. पुढे झालेल्या सैनिकी कारवाईत दोन हजारांच्या वर लोक (बहुतांश मोप्ला) मारले गेले आणि २४ हजारांच्या वर लोकांवर उठाव करण्याच्या व इतर छोट्या-मोठ्या गुन्ह्यांसाठी खटले भरण्यात आले. ही आकडेवारी १९२१मध्ये प्रसिद्ध झाली नाही, काही महिन्यांसाठी ती गुप्त ठेवण्यात आली; परंतु बंडाच्या आणि जबरी धर्मांतराच्या कहाण्या सर्वदूर पसरल्या,

त्यामुळे हिंदू-मुस्लिमांमधल्या परस्परविश्वासाला तडा गेला.

उठावाचं मूळ आणि हेतू हा स्थानिक कारणांमध्ये होता. त्या मोप्ला प्रांतात खिलाफतच्या प्रचारावर बंदी होती आणि अली बंधूंचं नावही कधी कुणी ऐकलं नव्हतं. असं असतानाही १९२२च्या मार्च महिन्यात सरकारच्या गृह खात्यातला एक सदस्य म्हणाला की, 'मलबारमध्ये अनेक हिंदूंची मानहानी व कत्तल झाली आहे आणि मुहम्मद अली, शौकत अली व त्यांचे अनुयायी यांनी फूस लावून हजारो मोप्लांची दिशाभूल केल्यामुळे एकतर ते मृत्यूच्या खाईत लोटले गेले किंवा देशोधडीला लागले.'

या मोप्ला प्रकरणावर ऑक्टोबरमध्ये गांधींनी आपल्या प्रतिक्रिया दिल्या. ते म्हणाले की, ते व इतर असहकार चळवळीचे कार्यकर्ते यांना मलबारमध्ये केलेली प्रवेशबंदी हे सरकारच्या अ-दूरदृष्टीचं द्योतक आहे आणि त्यात आश्चर्य वाटण्यासारखं काही नाही. हा प्रश्न शांततामय मार्गानं सोडवण्यासाठी असहकार चळवळीला श्रेय देण्याची इच्छा नसलेल्या अधिकाऱ्यांनी भारतात फक्त ब्रिटिश सैनिकच कायदा व सुव्यवस्था राखू शकतात, हे दाखवण्याची संधी दवडली नाही.

गांधी पुढे म्हणाले की, मुस्लिमांनी केवळ तोंडी निषेध न नोंदवता त्याही पलीकडे जाऊन मोप्लांनी केलेल्या जबरी धर्मांतर आणि हिंसक हल्ल्यांबद्दल शरमेची भावना बाळगली पाहिजे. हिंदू असोत वा मुस्लीम, दुर्बलांना स्व-संरक्षणाची कला शिकवली गेली पाहिजे. पळून जाण्यापेक्षा लढा दिला असता, तर ते अधिक योग्य ठरलं असतं. शेवटी, एक व्यापक, द्रष्टेपणाचा निष्कर्ष काढत गांधी लिहितात,

> यंग इंडिया, २१ ऑक्टोबर १९२१ :
> *अनेक शतकांपासून आपण आपल्या अडाणी देशबांधवांकडे दुर्लक्ष करत आलो आहोत. सहृदयता दाखवण्याची गरज किंवा एखाद्याची चूक नसतानाही त्याला अन्न, वस्त्र, निवारा मिळत नाही, या गोष्टींकडे आपण काणाडोळा केला आहे. ती प्रेमाची हाक आपल्या कानांपर्यंत पोचलीच नाही. आपण वेळेवर जागे झालो नाही, तर सगळ्या शोषित वर्गांप्रमाणेच आपली शोकांतिका होईल. सध्या होत असलेल्या जागृतीचा सर्व वर्गांवर परिणाम होत आहे. आपण जर त्यांना न्याय मिळवून देण्यात चालढकल केली आणि आपल्या अपराधांचं प्रायश्चित्त केलं नाही, तर अस्पृश्य समजल्या जाणाऱ्या आणि तथाकथित रानटी म्हणवल्या जाणाऱ्या जमाती त्यांच्यावर आपल्याकडून होणारे अन्याय विसरणार नाहीत.*

या मोप्ला प्रकरणामुळे सरकारला खिलाफत चळवळीला बदनाम करण्यासाठी व

हिंदू-मुस्लीम ऐक्य तोडण्यासाठी एक हत्यार मिळालं, एवढंच नाही तर दोन्ही समाजांना एकमेकांपासून स्वतःचं रक्षण व्हावं म्हणून गुप्त हिंसक कारवाया करण्यासाठी एक कारण मिळालं. पण १९२१च्या ऑगस्टमध्ये त्यांची व्याप्ती मलबारपुरतीच सीमित राहिली आणि असहकाराची गाडी पुन्हा रुळावरून धावू लागली.

टागोरांशी वादविवाद

टागोरांनी काही गंभीर प्रश्न उपस्थित करूनही या गाडीला खीळ बसली नाही. ते आणि गांधी यांच्यातल्या वादविवादांची मेजवानीच भारतीयांना मिळाली. आपली मतं मांडण्यासाठी टागोरांनी कलकत्त्याच्या 'मॉडर्न रिव्ह्यू'मधील स्तंभाची मदत घेतली होती, गांधी 'यंग इंडिया'त आपली उत्तरं लिहीत होते आणि इतर पत्रिका या वादावर चर्चा करत होत्या. १९२१च्या मे महिन्यात लिहिलेल्या एका लेखात टागोरांनी गांधींना केवळ भारतीयांमध्ये एकजूट न घडवता पूर्व आणि पश्चिमेचा मेळ घालण्याची धडपड त्यांनी करावी, अशी गळ घातली आणि आपली माणसं इतरांपासून वेगळी पडतात याची टोचणी लागून राहते, याबद्दल नापसंती व्यक्त केली.

असहकाराचा मुख्य उद्देश भारत आणि पाश्चिमात्य देशांमध्ये चीनची भिंत उभी करण्याचा नसून, खऱ्याखुऱ्या, सन्माननीय आणि ऐच्छिक सहकार्याकडे जाण्याचा मार्ग मोकळा करण्याचा आहे, असं उत्तर गांधींनी दिलं. अशा महान चळवळीच्या नावातलं पहिलं अक्षर 'अ' असावं, याबद्दल टागोरांनी नाराजी व्यक्त केली. त्यावर पेरण्याबरोबरच तण काढणंही तितकंच महत्त्वाचं असतं, असं उत्तर देऊन गांधींनी उपनिषदांकडे निर्देश केला, त्यात ईश्वराचं सर्वांत प्रथम वर्णन 'नेती'– 'हे नाही' असं केलं आहे. गांधींनी पुढे लिहिलं :

यंग इंडिया, १ जून १९२१ :
कविराजांइतकाच मीसुद्धा मुक्त वातावरणाचा पुरस्कर्ता आहे, असं मला वाटतं. माझं घर चहूबाजूंनी भिंती घालून बंदिस्त करावं, अशी माझी मुळीच इच्छा नाही. आणि माझ्या घराच्या खिडक्या सदैव खुल्या असाव्यात असंच मला वाटतं. जगभरातल्या सगळ्या संस्कृतींचा माझ्या घरात मुक्त संचार असावा, असाच माझा आग्रह आहे. परंतु त्यांतल्या एखाद्या संस्कृतीनं मी झपाटून जाईन, असं मात्र मुळीच नाही.

'मॉडर्न रिव्ह्यू'मध्ये 'सत्याची हाक' हा लेख लिहून टागोरांनी ऑक्टोबरमध्ये या चर्चेला पुन्हा एकदा सुरुवात केली. असहकार चळवळीतले काही कार्यकर्ते करत असलेली सक्ती त्यांना अस्वस्थ करत होती आणि त्याचबरोबर गांधींनी सूतकताई

आणि बुनाई यांचा धरलेला आग्रहही. परंतु कविराजांना १ ऑगस्ट १९२१ पासून असहकार चळवळीत नव्यानं दाखल झालेल्या एका कार्यक्रमानं जास्त चिंतेत टाकलं होतं : विदेशी कापडाची होळी.

गांधींच्या रूपानं ईश्वरानं आपल्याला सत्याची तळपणारी बिजली प्रदान केली आहे असं वर्णन करून टागोर म्हणाले की, आपल्या प्रेमानं या महात्म्यानं भारताचं हृदय जिंकलं आहे, भारताला केवळ 'काता आणि विणा, काता आणि विणा' असं न सांगता त्याही पलीकडे जाऊन काही सांगा, असा सल्ला गांधींना देऊन टागोरांनी पुढे लिहिलं :

> *अनावृत असल्यामुळे लज्जित झालेली आणि कुडकुडणारी आपली मातृभूमी... तिच्या डोळ्यांदेखत कपड्यांच्या ढिगाची होळी होत असल्याचं चित्र डोळ्यासमोर आणा... पुरेसे कपडे नसल्यामुळे घराबाहेर पडता न येऊ शकणाऱ्या स्त्रियांना मिळू शकणारे कपडे जबरदस्तीनं जाळून आपण करत असलेल्या पापाचं प्रायश्चित्त कसं करणार?*

टागोरांनी उपस्थित केलेल्या या प्रश्नाला उत्तर देताना गांधींचं वाक्चातुर्य जागृत झालं. 'महान पहारेकरी' या लेखातून भारतातील एकूण परिस्थितीविषयीची गांधींची प्रगल्भ जाण दिसून येते. कट्टरपणा आणि असहिष्णुता या गोष्टींबाबत कविराजांनी दिलेल्या इशाऱ्याचं स्वागत करून गांधींनी ज्या ओळी लिहिल्या, त्यातून लेखकाला त्या लिहिताना झालेला आनंद व्यक्त होताना दिसतो. ज्या माणसानं लिखाईच्या ऐवजी लढाई हे आपलं जीवनध्येय मानलं, त्याच्यासाठी ही एक नवलाईची बाब होती.

> 'यंग इंडिया', १३ ऑक्टोबर १९२१ :
> *जेव्हा लढाई सुरू होते तेव्हा कवी आपली लेखणी, वकील आपला अहवाल, विद्यार्थी आपली पुस्तकं बाजूला ठेवून देतो.*
> *भुकेल्या आणि रिकामटेकड्या माणसांसाठी देव जर कोणत्या योग्य रूपात अवतरणार असेल, तर तो कामाच्या रूपात आणि मोबदला जर कोणता योग्य असेल, तर तो आहे पोट भरण्याची हमी. आपलं अन्न मिळवण्यासाठी काम करावं म्हणून ईश्वरानं माणूस निर्माण केला आणि सांगितलं, की जे फुकटचं खातात ते चोर आहेत. भारतातले ऐंशी टक्के लोक हे वर्षातले अर्धे महिने सक्तीचे चोर असतात. मग, भारत हा एक प्रचंड तुरुंग बनला, तर त्यात नवल काय?*
> *मला अन्न मिळवण्यासाठी काम करण्याची गरज नसतानाही मी सूत का कातत? कारण जे माझं नाही, ते मी खातो. मी माझ्या देशबांधवांवर... उपजीविका करतो. माझ्या विदेशी कपड्यांची होळी करून एक प्रकारे मी*

मला वाटत असलेल्या शरमेची होळी करतो. उघड्यावाघड्या लोकांना कामाची नितांत गरज असताना त्यांना कपडे देऊन त्यांचा अपमान करण्याची माझी अजिबात इच्छा नाही. त्यांना मी भाकर-तुकडा किंवा जुने, वापरलेले कपडे देणार नाही; तर काम देईन.

आपल्या काव्यमय, तरल भावविश्वाशी प्रामाणिक राहून कविराज भविष्यात राहू इच्छितात व आम्हीही तसं करावं, अशी त्यांची इच्छा आहे. आमच्या कौतुकभरल्या डोळ्यांपुढे ते पहाटेच्या रम्य वेळी स्तुतिगीतं गात आकाशात उंच भरारी घेणाऱ्या पक्ष्यांचं सुंदर चित्र उभं करतात. या पक्ष्यांना त्यांचं खाणं मिळालेलं आहे, त्यांच्या पंखांना रात्रभर विश्रांती मिळाली आणि त्यांच्या धमन्यांमध्ये रात्री नवीन, सळसळणारं रक्त भरलेलं आहे. परंतु मी मात्र दु:खी अंत:करणानं असे पक्षी बघत आहे जे शक्ती नसल्यामुळे, कितीही उत्तेजन दिलं तरी, साधे पंखसुद्धा फडफडू शकत नाहीत.

भारताच्या आकाशाखालचा माणूस रात्री झोपायला जाताना जितकं उसनं बळ असल्याचा आव आणतो, त्यापेक्षाही शक्तिहीन अवस्थेत तो सकाळी जागा होतो. लाखो भुकेल्या लोकांना एकच गाणं ऐकायचं आहे– ताजंतवानं करणाऱ्या अन्नाचं. ते त्यांना दिलं जाणार नाही. त्यांना ते मिळवावं लागेल. आणि केवळ निढळाच्या श्रमानंच ते त्यांना कमावता येणार आहे.

कपड्यांची होळी करण्याबाबत असलेल्या टागोरांच्या नाराजीशी अ‍ॅण्ड्र्यूज सहमत होते, त्यात त्यांना हिंसाचार आणि वंशभेदाचा वास येत होता. त्यावर, सर्वच विदेशी वस्तूंवर बहिष्कार टाकला जात नाही अथवा त्या नष्ट केल्या जात नाहीत, असा गांधींचा युक्तिवाद होता. असं केल्यास, ते फार वंशद्वेष्टं, संकुचित आणि क्रूरपणाचं ठरलं असतं. असहकार काही ब्रिटिशविरोधी नाही, असं त्यांनी ठामपणे सांगितलं. त्यांनीच दिल्लीला हकीम अजमल खान यांनी सुरू केलेल्या नॅशनल मेडिकल कॉलेजच्या उद्‌घाटन समारंभात (फेब्रुवारी १९२१) लॉर्ड हार्डिंग आणि लेडी हार्डिंग यांच्या तैलचित्रांचं अनावरण केलं नव्हतं का?

वंशभेदाच्या वास्तवावर प्रतिक्रिया म्हणून विदेशी कापडाला लक्ष्य केलं असल्याचा दावा गांधींनी केला. भारतीयांच्या मनात नि:संशयपणे ब्रिटिशांविरुद्ध द्वेषभावना ओतप्रोत भरली होती, परंतु हा द्वेष माणसांवरून हटवून वस्तूंप्रति व्यक्त व्हावा यासाठी ते झगडत होते. गांधी द्वेषभावनेला खतपाणी घालत आहेत, अशी भीती टागोर आणि अ‍ॅण्ड्र्यूज व्यक्त करत असताना दुसरीकडे गांधी मात्र आपण तिला मार्गच्युत करत असल्याचा दावा करत होते.

ब्रिटिश साम्राज्याची पिछेहाट : खेडुतांनी आपले दावे न्यायालयाबाहेर मिटवायला सुरुवात केल्यामुळे सरकारच्या अधिकारांत घट झाली. मद्य-विक्री कमी झाल्यामुळे त्याच्या महसुलात घट झाली. आणि शहराशहरांमधून महनीय व्यक्तींनी विदेशी हॅट्स, टोप्या, सूट्स आणि शाली होळीत टाकायला सुरुवात केल्यामुळे सरकारची प्रतिष्ठाही घसरू लागली. टिळक स्वराज फंडात सोनं, चांदी आणि रोकड जमा होऊ लागली, त्यामुळे काँग्रेसचं बळ वाढलं. हजारो स्त्रिया, त्यातही बुरख्यातून बाहेर पडलेल्या अनेक मुस्लीम स्त्रिया दागिने जमा करण्यासाठी किंवा स्वत: विणलेलं कापड गांधी आणि अली बंधूंना देण्यासाठी गर्दी करू लागल्या.

दोन्ही ध्रुव प्रतिष्ठेची लढाई लढण्यासाठी एकमेकांना भिडले होते. मे महिन्यात रीडिंग यांच्याबरोबर गांधींच्या सहा वेळा भेटी झाल्या आणि एकूण सुमारे तेरा तासांची बोलणी झाली. रीडिंग यांनी आपली प्रतिक्रिया पुढील शब्दांत नोंदवली :

> *अहिंसा आणि प्रेमच भारताला स्वातंत्र्य मिळवून देईल आणि ब्रिटिश सरकारविरुद्ध उभं ठाकण्याचं बळ देईल, या मुद्द्यावर त्यांचा एवढा विश्वास आहे की, काही वेळा त्यांची मतं कट्टरतेची परिसीमा गाठतात. आमची बोलणी अतिशय मोकळेपणानं झाली, त्यांचं वागणं अत्यंत सौजन्यपूर्ण आणि शिष्टाचारांचं काटेकोर पालन करणारं होतं.*

परंतु, नोव्हेंबरमध्ये होऊ घातलेल्या प्रिन्स ऑफ वेल्स यांच्या भारतभेटीमुळे प्रक्षोभित करणाऱ्या बोलण्यावर मर्यादा पडल्या. जुलैमध्ये मात्र या मर्यादांचं उल्लंघन झालं. कराचीमध्ये एका सभेत अली बंधू म्हणाले की, ब्रिटिश आणि मुस्तफा केमाल यांच्यात जर की युद्ध झालं, तर ब्रिटिश सैन्यात मुस्लीम भरती होणार नाहीत. मुस्तफा केमाल आणि सुलतान यांच्यात दिलजमाई होईल, या कल्पनेला ते घट्ट चिकटून होते.

मलबारला भेट देता येईल या खोट्या आशेनं दक्षिणेकडे निघालेल्या ट्रेनमध्ये गांधी आणि मुहम्मद अली प्रवास करत असताना १४ सप्टेंबर रोजी मुहम्मद अलींना तेलुगू प्रांतातल्या वाल्तेअर इथे अटक करण्यात आली. दुसरीकडे त्यांच्या ज्येष्ठ बंधूंनाही पकडण्यात आलं. ताबडतोब गांधींच्या बोलण्यातून आणि नंतर 'यंग इंडिया'तून त्यांनी तिखट प्रतिक्रिया नोंदवली :

> *'यंग इंडिया', २९ ऑक्टोबर १९२१ : शिपायांच्या निष्ठेमध्ये हस्तक्षेप केल्याबद्दल आणि प्रक्षोभक विधानं करण्याबद्दल अली बंधूंवर आरोपपत्र दाखल करण्यात आलं आहे. परंतु प्रक्षोभकता हा तर काँग्रेसचा धर्मच झाला आहे. असहकार चळवळीतला प्रत्येक कार्यकर्ता सरकारप्रति असहमतीचा प्रचार करण्यासाठी शपथबद्ध आहे.. पण हा शोध काही*

नवीन नाही. लॉर्ड चेम्सफर्ड यांना हे ठाऊक होतं. लॉर्ड रीडिंग यांना ही गोष्ट माहीत आहे. आम्ही कधीही दयेची भीक मागितली नाही; सरकारकडून आमची तशी अपेक्षाही नाही.

ऑक्टोबरच्या आरंभी गांधींसह दास, नेहरू, लजपत राय, पटेल, सी.आर. आणि सरोजिनी नायडू असे त्यांचे जवळचे अनेक सहकारी मुंबईत एकत्र जमले आणि एक जाहीरनामा तयार करून त्याद्वारे असं जाहीर केलं गेलं की, सरकारबरोबरचे सर्व संबंध तोडणं, हे प्रत्येक भारतीय नागरिकाचं आणि सैनिकाचं परमकर्तव्य आहे. नोव्हेंबरमध्ये होणाऱ्या 'प्रिन्स ऑफ वेल्स' यांच्या दौऱ्यावर शांततामय आणि सौजन्यपूर्णरीतीनं बहिष्कार टाकला जावा. त्याचा परमोच्चबिंदू सर्व नागरिकांनी एकत्रितपणे केलेला आज्ञाभंग– कर भरण्यास नकार देऊन– हा असेल; कोणत्या क्षेत्रांमध्ये तो केला जावा, हे नंतर जाहीर केलं जाईल, ही त्या जाहीरनाम्यातली कलमं होती.

धैर्यशील आणि अहिंसक सत्याग्रही असलेला गुजरातमधील एखादा प्रांत निवडण्यास वल्लभभाई आणि त्यांचे बंधू विठ्ठलभाई यांना सांगण्यात आलं. नोव्हेंबरच्या सुरुवातीला अली बंधूंना दोन वर्षांची शिक्षा ठोठावण्यात आली आणि पटेल बंधूंनी शिफारस केलेल्या सुरतमधील बार्डोली तालुक्यात योग्य ते उत्तर दिलं जाईल, असं गांधींनी जाहीर केलं. या तालुक्यात मोठ्या संख्येनं राष्ट्रीय शाळा होत्या आणि त्याशिवाय सूत कातणारे व खादीचं कापड विणणारे लोकही बरेच होते.

बार्डोलीतले बरेच लोक दक्षिण आफ्रिकेतून परतले होते, तिथे त्यांनी सत्याग्रहात भाग घेतला होता. परंतु तिथल्या लोकसंख्येमध्ये निम्मे लोक आदिवासी होते आणि काँग्रेसमधल्या अगदी थोड्या लोकांनी किंवा गांधींच्या काहीच सहकाऱ्यांनी त्यांच्याबरोबर काम केलं होतं. ही चूक दुरुस्त करण्यात यावी, असे आदेश गांधींनी दिले.

सुरत हे ब्रिटिशांचं उपखंडातील अगदी सुरुवातीच्या ठाण्यांपैकी एक असल्यामुळे साम्राज्याला आव्हान देण्यासाठी सुरत तालुक्याची केलेली निवड सर्वथा योग्य अशीच होती. बार्डोली यशस्वी लढ्याची सुरुवात करेल, असा विश्वास प्रकट करून गांधींनी 'यंग इंडिया'त लिहिलं, *'उभ्या, आडव्या पसरलेल्या भारतातील तालुके बार्डोलीत यशस्वीरीत्या झेंडा फडकल्यानंतर स्वराज्याचा ध्वज रोवण्यास उत्सुक आहेत.'*

१९१३मध्ये दक्षिण आफ्रिकेत झालेल्या नाट्यमय विस्ताराप्रमाणेच हे लोण पसरेल, अशी गांधींची कल्पना होती.

सेनानीचे कायदे आणि विलक्षण गणवेश : हा सेनानी त्याच्या अधिकाऱ्यांच्या आणि सैनिकांच्या सतत संपर्कात असायचा आणि प्रवास करण्याचं त्याचं प्रमाण

अफाट होतं. ऑक्टोबरमध्ये त्यानं असा दावा केला की,

> *गेल्या १३ महिन्यांत मी जेवढा भारत पालथा घातला, तेवढा क्वचितच कुणी घातला असेल. पश्चिमेला कराचीपासून ते पूर्वेला दिब्रुगडपर्यंत आणि उत्तरेला रावळपिंडीपासून ते दक्षिणेला तुतीकोरीनपर्यंत मी प्रवास केला आहे ('नवजीवन', ९ ऑक्टोबर १९२१).*

गाडीनं जाणाऱ्या गांधींना पाहण्यासाठी दिवसाच्या कोणत्याही प्रहरी आणि रात्रीसुद्धा लोक रेल्वे स्टेशन्सवर गर्दी करत. काही वेळा त्यांचा अतूट संयम सुटत असे. एका रात्री गोरखपूर ते बनारस असा प्रवास करत असताना आपल्याला कस्तुरबा किंवा महादेवना झोपू द्यावं, अशी त्यांनी आधी विनंती केली आणि नंतर ते गर्दीच्या अंगावर ओरडले. अखेरीस, त्यांनी स्वत:च्याच गालात तीन वेळा मारून घेतलं. दुसऱ्यांदा मारल्यावर एक प्रवासी त्यांना म्हणाला, "तुम्ही जर असे रागाला बळी पडलात, तर आमची अवस्था कठीण होईल." वरमलेल्या गांधींनी हा प्रसंग 'नवजीवन'मध्ये लिहिला, त्यामुळे आपल्याला तो माहीत झाला (२० फेब्रुवारी १९२१).

दिवसागणिक कामाच्या वाढत चाललेल्या दबावामुळे आठवड्यातून एक दिवस मौनव्रत पाळण्याची कल्पना त्यांना सुचली. 'मौनातच पूर्ण सत्य सामावलेलं आहे', असं त्यांनी १९२०च्या डिसेंबरमध्ये लिहिलं होतं. १९२१च्या एप्रिलपर्यंत त्यांनी, अगदीच आणीबाणीची परिस्थिती नसेल तर सोमवारी मौन पाळायचा निश्चय केला होता. पुढे आयुष्यभर त्यांनी हा मौन सोमवार पाळला.

आपल्या गणवेशात बदल करताना या सेनापतीनं २२ सप्टेंबर रोजी असं जाहीर केलं की, कंबरेखाली नेसल्या जाणाऱ्या वस्त्राचा आकार आपण कमी करत आहोत. घोट्यापर्यंत पोचणाऱ्या धोतराऐवजी ते आता कंबरेपासून गुडघ्यापर्यंत धोतर किंवा ज्याला पंचा म्हणता येईल असं वस्त्र नेसू लागले. ते अतिशय नीटनेटकं आणि स्वच्छ ठेवण्याकडे त्यांचा कटाक्ष असे. पूर्व बंगालमधल्या दुष्काळग्रस्त लोकांची अवस्था बघितल्यावर हा निर्णय घेतल्याचं त्यांनी सांगितलं; शिवाय मुहम्मद अलींना झालेली अटक आणि खादी खूप महागडी असल्याची बऱ्याच लोकांनी केलेली टीका हीदेखील कारणं त्यामागे होती. आयात केलेल्या पूर्ण लांबीच्या धोतराची पैशात बरोबरी हा आखूड खादीचा पंचा करू शकणार होता.

काहीही असो, त्यांचं म्हणणं होतं, 'भारतातील लाखो शेतकऱ्यांचा वेष हा खरोखरच पंचाच आहे, त्यापेक्षा जास्त काहीही नाही.' आपल्याला माथेफिरू म्हणून संबोधलं जाईल, याची आपल्याला पूर्ण कल्पना असल्याचं त्यांनी लिहिलं; परंतु आपण असहाय आहोत, असं त्यांचं म्हणणं होतं. जिथे लाखो लोक उघडेवाघडे

फिरतात, अशा भारताला सहानुभूती दाखवण्याचा हा एकच मार्ग होता ('द हिंदू', १५ ऑक्टोबर १९२१).

या तोकड्या गणवेशात जेव्हा गांधी प्रथम सर्वांसमोर आले तेव्हा राजगोपालाचारींनी नापसंती व्यक्त केली, काही इतर सहकाऱ्यांच्या चेहऱ्यावरही नापसंतीची छटा उमटून गेली. मद्रासचे गव्हर्नर लॉर्ड विलिंग्डन यांनी खाजगीत अशी आशा व्यक्त केली की, गांधी परिणामी न्यूमोनिया होऊन गेले नाहीत म्हणजे पावले! तरीही पेहरावात केलेल्या या नवीन बदलाबाबत गांधी ठाम होते. पुन्हा एकदा सखोल विचारांती तो अमलात आणला आहे, असं ते म्हणत.

एक माणूस : असहकार चळवळीच्या या धामधुमीत गांधींचं वेळोवेळी झालेलं दर्शन, त्यांच्या व्यक्तिमत्त्वातील विविध छटा बंगालच्या कृष्णदास यांनी टिपून ठेवल्या. अलाहाबादहून निघणारं वृत्तपत्र 'इन्डिपेन्डन्ट' चालवण्यासाठी मोतीलाल नेहरूंना मदत करण्यासाठी महादेव देसाईंची नियुक्ती झाल्यामुळे कृष्णदास गांधींच्या मदतीला दाखल झाले होते.

कृष्णदासांनी लिहून ठेवलं आहे की (ऑक्टोबर १९२१), 'आश्रमातल्या सायंकालीन प्रार्थनेनंतर गांधी उपस्थित आश्रमवासीयांतल्या प्रत्येकाची अगदी प्रेमानं चौकशी करत आणि संभाषणादरम्यान ते असं काही नर्मविनोदी भाष्य करत की, समोर बसलेला श्रोतृवर्ग हास्यकल्लोळात बुडून जाई.' लजपत राय जेव्हा गांधींशी बोलणी करण्यासाठी आले आणि जेवायला बसले, तेव्हा भारतीय जनतेकडून राजेशाही सन्मानाची वागणूक मिळण्याची सवय असलेला हा यजमान पाहुण्यांना त्रासदायक ठरत असलेली भुंकणारी कुत्री हाकलण्याच्या कामगिरीत गुंतला होता (कृष्णदास, 'सेव्हन मंथ्स विथ महात्मा गांधी', पान ९३).

सेनानीपदाची धुरा पुन्हा उचलताना गांधी उगीच लुडबुड करणाऱ्यांची गय करत नसत, आणि इतक्या जलद सूचना देत की, त्यांचं पालन करण्यात अडचणी येत. कुणी बंदीचा प्रतिकार करावा आणि कुणी करू नये आणि कधी, कुठे आणि कसा हा प्रतिकार करावा, याबाबतचे प्रश्न गांधी पत्रांद्वारे, तारांद्वारे आणि त्यांच्या लेखांद्वारे हाताळायचे. तुरुंगात जाणाऱ्या लोकांच्या कुटुंबीयांच्या ख्याली-खुशालीसारख्या बारीकसारीक तपशिलांकडे त्यांचं लक्ष असायचं.

वेगवेगळ्या वेळी गांधी वेगवेगळे दिसायचे, असं कृष्णदासांना वाटत होतं. कधीकधी मला ते पंचवीस वर्षांच्या तरुणासारखे दिसत, अफाट आणि अजोड ऊर्जेनं सतत काम करत राहणारे, तर काही काही वेळा ते अगदी ८०-९० वर्षांच्या जराजर्जर वृद्धासारखे दिसत, वयाच्या ओझ्यामुळे शिणलेलं शरीर घेऊन वावरणारे.

गांधींना आलेली पत्रं त्यांना मोठ्यानं वाचून दाखवताना कृष्णदासांनी मनोमन नोंद केली की प्रशंसेच्या/स्तुती करणाऱ्या पत्रांना ते थंड, उदासीनपणे प्रतिसाद देत;

तर निंदा किंवा टीका करणाऱ्या पत्रांमधला मजकूर ते लक्षपूर्वक ऐकत. १९१९मध्ये त्यांच्या सचिवपदाची धुरा खांद्यावर घेणारे प्यारेलाल यांचा उल्लेख त्यांनी एक 'विद्वान' आणि एक 'ज्ञानकोश' असा केल्याचं कृष्णदासांनी ऐकलं होतं आणि 'नवजीवन'च्या संपादनात मदत करणारे स्वामी आनंद व 'यंग इंडिया'साठी असंच काम करणारे वालजी देसाई यांचं स्वातंत्र्य, स्वाभिमान आणि व्यक्तित्व जपण्याची गांधी कसोशीनं काळजी घेत.

मात्र, गांधींच्या शुभेच्छा अखंडपणे त्यांच्या सच्च्या अनुयायांबरोबर, तशाच विरोधक व मित्रांबरोबर होत्या, तरी त्यांचं प्रेम आणि हळुवार भावना मात्र अनुयायांसाठी जास्त होत्या.

कृष्णदासांच्या म्हणण्याप्रमाणे, कस्तुरबा अतिशय निष्ठेनं आणि विनातक्रार गांधींच्या सगळ्या पाहुण्यांसाठी स्वयंपाक रांधायच्या. गांधींच्या गरजांविषयी त्यांना उपजतच जाणीव होती. परंतु बऱ्याच काळासाठी सतत जर त्यांना पाहुण्यांसाठी स्वयंपाक करण्याची वेळ आली, तर त्यांची प्रकृती बिघडत असे. गांधी कृष्णदासना म्हणाले, ''अथक काम करून जेव्हा ती दमून जाते, तेव्हा बिचारी कटकट करत नाही वा विरोधही करत नाही; फक्त रडत राहते.''

एक दिवस सायंप्रार्थनेनंतरच्या गप्पांमधून एका आश्रमवासीयाच्या आजारपणाविषयी कस्तुरबा अनभिज्ञ असल्याचं कळल्यावर गांधी त्यांना सर्वांसमक्ष म्हणाले, ''देवदास जर आजारी असता, तर ते तुला लगेच कळलं असतं; पण दुसरे लोक जेव्हा आजारी असतात, तेव्हा तुला ते कसं समजत नाही?'' त्यांनी समानता जपण्याचा प्रयत्न केला; परंतु सर्वांसमक्ष अपमान झाला असं वाटून कस्तुरबा मात्र नंतर खाजगीत रडल्या असतील.

देवदासची सौजन्यपूर्ण वागणूक, दुसऱ्यांना मदत करण्याची वृत्ती आणि प्रसन्न व शांत व्यक्तिमत्त्व कृष्णदासांना प्रभावित करून गेलं. गांधी आपल्या या एकवीसवर्षीय मुलाला हळूहळू, पायरी-पायरीनं तयार करत होते, असं त्यांना वाटलं. गांधी एक दिवस उघडपणे कृष्णदासांना म्हणाले : 'देवदासच्या व्यक्तिमत्त्वामध्ये भीतीचा लवलेशही नाही. एखादं काम करण्याआधी लोक तीन वेळा विचार करतील; पण देवदास मात्र क्षणाचाही विलंब न करता सुरुवात करेल.'

कृष्णदासांच्या मते, गांधींची पाच वर्षांची नात, मातृछत्र हरपलेल्या हरिलालच्या मुलांपैकी एक मनू व अस्पृश्य दुदाभाईची सात वर्षांची मुलगी लक्ष्मी यांच्याविषयी गांधींच्या भावना अतिशय कोमल होत्या. बहुतांश वेळी एखाद्या खडकासारखे निश्चल असलेले गांधी, लक्ष्मी आणि मनूबरोबर मात्र मोकळे आणि चिंतामुक्त असायचे.

पिछेहाट : १७ नोव्हेंबरला मुंबईत दाखल झालेल्या प्रिन्स ऑफ वेल्स (भावी

आठवा एडवर्ड) यांच्या भेटीदरम्यान मुंबईत दंगे झाले, त्यामुळे बार्डोली योजनेत विघ्न आलं. स्वागत समारंभात सामील झालेले लोक, ज्यात बहुसंख्येनं पारशी, अँग्लो-इंडियन व ज्यूंचा भरणा होता, हिंदू-मुस्लीम जमावांचं लक्ष्य ठरले. काही पारशी स्त्रियांच्या साड्या खेचल्या गेल्या. काही लोकांनी घातलेल्या विदेशी टोप्या जबरदस्तीनं उतरवल्या गेल्या व जाळल्या गेल्या. पारशांच्या मालकीची काही मद्याची दुकानं फोडली गेली. पाच कॉन्स्टेबल्स मारले गेले आणि पाच दिवसांच्या दंग्यात व पोलीस गोळीबारात ५३ हिंदू-मुस्लीम मारले गेले.

त्या वेळी गांधी मुंबईत होते. रस्त्यावर येऊन दंगेखोरांचा सामना करताना ते म्हणाले की, त्यांनी पाहिलेल्या स्वराज्याच्या या स्वरूपामुळे त्यांचा श्वास कोंडला आणि हिंदू-मुस्लिमांच्या एकजुटीमुळे मूठभर पारशी, ख्रिश्चन आणि ज्यूंसमोर नवीन संकट उभं ठाकलं. त्यांच्या उपवासामुळे दंगे थांबले; परंतु हादरलेल्या गांधींनी बार्डोली बंडाची योजना पुढे ढकलली. डिसेंबरअखेर कॉंग्रेस याबाबत निर्णय घेईल, असं त्यांनी सांगितलं. आपल्या मुस्लीम बांधवांना दिलेल्या खास संदेशात त्यांनी सांगितलं की, या दंग्यांमध्ये मुस्लिमांचा मोठा हात असल्याची त्यांनी दखल घ्यावी.

आधी बार्डोली बंडाच्या तयारीसाठी मदत म्हणून नियुक्त केलेल्या देवदासना त्यांनी बोलावून घेतलं आणि आता पुन्हा मुंबई किंवा जवळपास दंगे उसळले तर आपण देवदासना त्या दंग्यांमध्ये पाठवू, असं त्यांनी जाहीर केलं. आपल्या लाडक्या मुलाचा त्याग करण्यास आपण तयार आहोत, असंही ते म्हणाले. कॉंग्रेस वर्किंग कमिटीला त्यांनी एक अखिल भारतीय स्वयंसेवक संघ स्थापन करायला सांगितलं. हे हिंदुस्थानी सेवा दल निदर्शनं नियंत्रित करण्याचं काम करणार होतं.

मुंबई प्रकरणानं बार्डोली बंडाला खीळ बसली आणि भारतात शांतता कशी प्रस्थापित करावी, हा त्यांचा प्रमुख कार्यक्रम होऊन बसला. परंतु भारतातील मोठी चळवळ तर ते बंद करू शकत नव्हते ना? भारतातील ऊर्जेचा जोश आणि गांधींच्या सत्यातली ताकद एकमेकांना टक्कर देत होते. ८ डिसेंबरला 'यंग इंडिया'त त्यांनी आपले विचार प्रकट केले आहेत :

> *माझ्या शत्रूंवर प्रेम करण्यावर माझा विश्वास आहे. भारतातील हिंदू, मुसलमान, शीख, पारशी, ख्रिश्चन आणि ज्यूंसमोर अहिंसा हा एकमेव उपाय आहे... आपल्या वर्तणुकीनं आपण प्रत्येक इंग्रज माणसाला हा विश्वास दिला पाहिजे की, मशिनगनच्या मागे तो स्वतःला जितका सुरक्षित समजतो, तितकाच तो भारताच्या कुठल्याही कानाकोपऱ्यांत सुरक्षित आहे... आपल्यात ताकद असतानासुद्धा आपल्या निर्माणकर्त्यासमोर आपण नेहमीच विनम्र असलं पाहिजे.*

तरीही, दंग्यांनंतर सरकारनं जेव्हा वृत्तपत्रांवर नियंत्रण आणलं आणि सभाबंदीचे आदेश जारी केले, तेव्हा गांधींनी संपूर्ण देशभरात असहकार चळवळीतल्या कार्यकर्त्यांना या बंदीविरुद्ध आवाज उठवून तुरुंगात जाण्याची तयारी ठेवण्याचं आवाहन केलं. सुरुवातीला एकेक करून नंतर दहा-दहांनी आणि लवकरच शेकड्यांनी आणि हजारोंच्या संख्येनं भारतीय तुरुंगात भरती होऊ लागले. त्यांमध्ये दास, नेहरू, लजपत राय, सी.आर. आणि आझाद यांचा समावेश होता.

या नेत्यांच्या अटकेमुळे गांधींमध्ये उत्साहाचं वारं संचारलं आणि जेव्हा बंगालमध्ये दास यांची पत्नी बसंतीदेवी आणि इतर स्त्रियांनीही स्वतःला अटक करवून घेतली, हे गांधींना समजलं तेव्हा गांधी अतीव आनंदानं ओसंडणाऱ्या एखाद्या लहान मुलासारखे दिसत असल्याचं कृष्णदासांना वाटलं. त्यांच्या संपूर्ण शरीरभर आनंदाची कारंजी थुईथुई नाचत आहेत, असं वाटत होतं. चालताना ते आनंदानं डोलत होते. प्रतिष्ठित स्त्रियांनी तुरुंगाबद्दल वाटणाऱ्या भीतीवर मात केली होती. नोकरी जाण्याचा धोका पत्करून हजारो लोक अहिंसक मार्गानं सरकारनं लादलेल्या बंदीचा प्रतिकार करत होते. प्रत्यक्षात जरी आलं नसलं, तरी स्वराज्याची भावना सर्वदूर पसरली होती.

गांधींचे पुत्र मणिलाल दक्षिण आफ्रिकेत होते आणि लवकरच तिथून परतणार होते. परंतु मोठे सुपुत्र हरिलाल कलकत्त्यात असहकार चळवळीमध्ये सामील झाले आणि १० डिसेंबरला त्यांना अटक झाली. अतिशय हर्षित झालेल्या गांधींनी ताबडतोब हरिलालला तार पाठवली. त्यात आपण अतिशय समाधानी असल्याचं कळवलं, कस्तुरबांनाही आनंद झाला. त्या म्हणाल्या, ''मीसुद्धा दक्षिण आफ्रिकेत असताना तीन महिन्यांचा सश्रम कारावास भोगला आहे.''

गांधींना अजून अटक झाली नव्हती, कारण त्यांनी अजून एखाद्या कायद्याचं उल्लंघन केलं नव्हतं आणि शिवाय देशभर अनावर अशांततेची लाट उसळावी अशी सरकारची अजिबात इच्छा नव्हती. पण आपल्याला कधीही अटक होऊ शकते, हे त्यांना माहीत होतं. त्यांनी कालेनबाखना लिहिलं, 'मला हद्दपार केलं जाईल असं वाटतं. कदाचित मृत्युदंडाचीही शिक्षा होऊ शकते... परंतु 'त्याच्या' इच्छेविरुद्ध गवताचं पातंदेखील हलू शकत नाही, हे मी जाणतो' (८ फेब्रुवारी १९२२).

शिखर दृष्टिपथात

ख्रिसमसच्या दिवसांत प्रिन्स ऑफ वेल्सचं भव्य आणि शांततापूर्ण वातावरणात स्वागत करावं, अशी मनीषा मनात बाळगून व्हाइसरॉय रीडिंग यांनी एक सौदा केला. सरकारनं जर बहुसंख्य कैद्यांना सोडून दिलं, सर्व प्रकारची बंदी उठवली आणि भारतीयांच्या प्रश्नांवर विचार करण्यासाठी एक समिती नेमण्याचं आश्वासन दिलं, तर

काँग्रेसनं टाकलेला बहिष्कार आणि बार्डोली योजना मागे घेतली जाईल का?

मालवीयांमार्फत सरकारनं हा प्रस्ताव कैदेत असलेले काँग्रेसचे निर्वाचित अध्यक्ष चित्तरंजन दास यांच्याकडे पाठवला. तुरुंगातून दास यांनी हा प्रस्ताव गांधींकडे पाठवला. त्यावर अली बंधूंचीही सुटका होणार असेल आणि समिती कधी नेमली जाईल व त्यात कुणाचा समावेश असेल, हे आधी कळवण्याबद्दल करार होणार असेल, तर हा प्रस्ताव मान्य करण्यात येईल, अशी गांधींनी भूमिका घेतली. रीडिंग यांनी या अटी फेटाळल्या आणि ही खेळी वाया गेली.

डिसेंबर येईपर्यंत वातावरणात तणाव होता. शेकडो पुढारी आणि जवळजवळ इतर ३० हजार लोकांना अटक करण्यात आली. अलाहाबादच्या 'इन्डिपेन्डन्ट'सहित काही वर्तमानपत्रांवर बंदी घालण्यात आली होती; महादेव देसाईही कारावासात गेले होते आणि त्यांच्या जागेवर गांधींनी देवदासना अलाहाबादला पाठवलं; शक्य झाल्यास 'इन्डिपेन्डन्ट'ची हस्तलिखित प्रत काढण्याचा ते प्रयत्न करणार होते.

काँग्रेसचं वर्षअखेरीचं अधिवेशन अहमदाबादला भरलं. दास यांच्या अनुपस्थितीत सभेचं कामकाज हकीम अजमल खान यांनी पाहिलं आणि बार्डोलीचा आज्ञाभंग कार्यक्रम जानेवारीत सुरू होईल, असा निर्णय घेण्यात आला. गांधींच्या आग्रहावरून सर्व काँग्रेस कार्यकर्त्यांना अहिंसेच्या आणि वर्किंग कमिटीनं आखून दिलेल्या नियमांच्या बाहेर जाऊन आज्ञाभंग न करण्याच्या शपथनाम्यावर सह्या कराव्या लागल्या.

कळसाध्याय जवळ आला होता. अहमदाबादला त्याच वेळी मुस्लीम लीगच्या समांतर अधिवेशनासाठी आलेल्या जिनांनी आणखी एक प्रस्ताव पुढे ठेवला. त्यांच्या आग्रहाखातर १५ जानेवारी रोजी गांधींनी मुंबईला सर्वपक्षीय अधिवेशनाला हजेरी लावली. त्यात त्यांना बार्डोली सत्याग्रह पुढे ढकलण्यास सांगण्यात आलं आणि कैद्यांची तुरुंगातून सुटका करावी, बंदी मागे घ्यावी आणि एक गोलमेज परिषद बोलवावी, असा प्रस्ताव सरकारला पाठवण्यात आला. फेब्रुवारीपर्यंत बार्डोली सत्याग्रह पुढे ढकलायला गांधी तयार झाले; परंतु रीडिंग यांनी त्यांच्यापुढचे प्रस्ताव फेटाळले.

२९ जानेवारी रोजी, बार्डोलीच्या चार हजार खादीधारी रहिवाशांनी कर न भरण्याची, विनातक्रार तुरुंगवास भोगण्याची आणि अगदी वेळप्रसंगी मृत्यूला कवटाळण्याचीही शपथ घेतली. दुसऱ्या दिवशी गांधींनी त्यांना सांगितलं की, केवळ हात वर करून स्वराज्य मिळणार नाही, तर मालमत्ता किंवा अगदी आयुष्य गमावण्याची तयारी ठेवावी लागेल. गांधींनी सांगितल्याशिवाय कुणीही सरकारला महसूल देणार नाही, असं त्या सगळ्यांनी जाहीर केलं.

१ फेब्रुवारी रोजी गांधींनी रीडिंग यांना निर्वाणीचा इशारा दिला. राजकीय कैद्यांची सुटका करावी, बंदी उठवावी आणि काँग्रेस कार्यकर्त्यांना पूर्ण स्वातंत्र्य देण्यात यावं. हे जर मान्य झालं नाही, तर बार्डोली सत्याग्रह सुरू होणार होता. सरकार नमणार

नाही, असा उलट जवाब व्हाइसरॉयनं दिला. आपल्या सैनिकांसाठी रोज एक पत्रक काढणाऱ्या गांधींनी त्यावर उत्तर दिलं आणि अहिंसक सत्याग्रह १२ फेब्रुवारी रोजी सुरू होईल, असं जाहीर केलं.

मात्र, त्या तारखेआधीच, गांधींच्याच शब्दांत सांगायचं तर पूर्व उत्तर प्रदेशमध्ये जमावानं त्यांच्या पाठीत खंजीर खुपसला आणि हा संपूर्ण कार्यक्रम त्यांना गुंडाळावा लागला.

निराशाजनक शेवट

गोरखपूर शहराच्या जवळ असलेल्या चौरीचौरा या ठिकाणची ही गोष्ट. ५ फेब्रुवारी रोजी, दारूगोळा संपल्यामुळे आपल्या पोलीस चौकीच्या आश्रयाला आलेल्या पोलिसांच्या एका तुकडीला सुमारे चार हजार हिंदू-मुस्लीम लोकांच्या संतप्त जमावानं घेराव घातला. काही वेळापूर्वी पोलिसांच्या गोळ्यांनी दोघांचा बळी घेतला होता; काही दिवसांपूर्वी एका सबइन्स्पेक्टरनं एका माजी सैनिक असलेल्या असहकार चळवळीच्या कार्यकर्त्याला धक्काबुक्की केली होती.

पोलीस चौकीला आग लावण्यात आली आणि पळणाऱ्या हवालदारांची एकतर खांडोळी करण्यात आली, नाहीतर त्यांना पुन्हा ज्वाळांच्या स्वाधीन व्हायला भाग पाडण्यात आलं. 'महात्मा गांधी की जय' अशा घोषणा देणाऱ्या जमावाच्या हातून बावीस पोलिसांची हत्या झाली.

गांधींना हा संपूर्ण तपशील ताबडतोब समजला नाही; पण ८ फेब्रुवारीच्या वर्तमानपत्रात या घटनेची बातमी आली आणि त्याच दिवशी किंवा दुसऱ्या दिवशी त्यांना देवदास यांची तारही मिळाली; ज्या ठिकाणी रक्तपात होईल, त्या ठिकाणी आपण हजर असावं, ही आपल्या पित्याची इच्छा लक्षात घेऊन ते अलाहाबादहून चौरीचौऱ्याला पोचले होते.

परंतु ही बातमी ऐकून गांधी अवाक् झाले आणि १२ फेब्रुवारी रोजी सुरू होणारा बार्डोलीचा सत्याग्रह आता मागे घ्यावा लागणार, याची त्यांनी मनोमन खूणगाठ बांधली. तुरुंगात नसलेल्या प्रत्येक वर्किंग कमिटी सभासदाला आणि काही इतर लोकांना त्यांनी ताबडतोब एक पत्र पाठवून ११ फेब्रुवारीला बार्डोलीला चर्चा करण्यासाठी बोलावून घेतलं. ते अत्यंत कासावीस झाले होते, त्यांनी त्यात लिहिलं. देवदासना त्यांनी एक तार पाठवली. त्यातली भाषा एखाद्या सेनानीला साजेशी होती, तरी तिला एका पित्याच्या काळजीचं अस्तरही होतं :

९ फेब्रुवारी १९२२ : तुझी तार. संपूर्ण अचूक माहिती पाठव. लोकांना हिंसाचारापासून रोख. सगळी माहिती मिळव. कार्यकर्त्यांना सांग, मला

तीव्र दुःख झालं आहे. शांत राहा. देव तुझं कल्याण करो... बापू.

चौरीचौऱ्याचं वृत्त कळण्याआधीच्या दिवशी गांधींनी कालेनबाखना लिहिलं होतं : 'देवदास खूप चांगला तयार झाला आहे.' 'नवजीवन'मध्ये गांधींनी लिहिलं :

> *गोरखपूर जिल्ह्यातल्या लोकांच्या गुन्ह्याला सर्वांत जास्त मी जबाबदार आहेच; परंतु प्रत्येक खरा असहकार करणारा कार्यकर्ताही जबाबदार आहे. आपण सर्वांनीच त्याबद्दल शोक बाळगला पाहिजे. संपूर्ण तपशील उपलब्ध झाल्यावरच यावर अधिक चर्चा करता येईल. भारत आणि असहकाराची लाज राखणं आता ईश्वराच्याच हाती आहे.*

१० फेब्रुवारी रोजी बार्डोलीचा प्रतिकार-कार्यक्रम पुढे ढकलण्याबाबत त्यांनी तिथल्या सहकाऱ्यांबरोबर विचारविनिमय केला. 'जवळजवळ सगळ्यांनी एकमुखानं जाहीर केलं की, आता या घडीला लढा थांबवण्याचा विचार करणंही चुकीचं आहे; जर आता महात्माजींनी माघार घेतली... तर देशाला जगासमोर मान खाली घालावी लागेल.' बार्डोली सत्याग्रहाचे मुख्य अध्वर्यू विठ्ठलभाई पटेलांनी यावर तीव्र आक्षेप घेतला. तिघांनी भिन्न मत प्रदर्शित करत, माघार घेतली नाही तर परिस्थिती आणखी बिघडण्याची भीती व्यक्त केली.

वर्किंग कमिटीची बैठक अजून झाली नव्हती, पण बार्डोलीचा सत्याग्रह मागे घेण्यात येत आहे असं १० फेब्रुवारीच्या सभेसमोर गांधींनी जाहीर केलं. त्या वेळी उपस्थित असलेले मालवीय म्हणाले की, यामध्ये गांधींचं असामान्य मोठेपण दिसून आलं; परंतु बहुतांश लोक अवाक् झाले आणि निराशही. दुसऱ्या दिवशी वर्किंग कमिटीनं अनिच्छेनंच गांधींचा हा निर्णय स्वीकारला.

१३ फेब्रुवारीला 'यंग इंडिया'साठी त्यांनी 'चौरीचौऱ्याचा अपराध' हा एक लेख तयार केला. या प्रसंगातून प्रत्यक्ष ईश्वरानंच आपल्याशी संवाद साधला आहे, असा दावा करून गांधींनी लिहिलं :

> *सैतानानं विचारलं, 'व्हाइसरॉयना पाठवलेल्या तुझ्या जाहीरनाम्याचं काय? आणि त्यांच्या उत्तरावर तू दिलेला उलट जवाब?' मानहानीचं हे हलाहल गळी उतरवणं खरंच कठीण होतं. सरकारला मोठ्या तोऱ्यात दिलेल्या धमक्यांच्या दुसऱ्याच दिवशी माघार घेणं आणि बार्डोली लोकांचा वचनभंग करणं हा भ्याडपणाच आहे. सत्य नाकारण्यासाठीच सैतानाचं हे आमंत्रण होतं...*
>
> *मी माझ्या शंका आणि दुःखं वर्किंग कमिटीसमोर आणि माझ्या जवळच्या इतर सहकाऱ्यांसमोर मांडली. सुरुवातीला ते सगळेच काही माझ्याशी*

सहमत झाले नाहीत. त्यांतले काही अजूनही सहमत नाहीत. इतके समजूतदार आणि क्षमाशील सहकारी क्वचितच कुणाला लाभले असतील. मी त्या बाबतीत भाग्यवान आहे...

एखादा आक्रमक कार्यक्रम शब्दश: पूर्णपणे गुंडाळून ठेवणं ही गोष्ट राजकीयदृष्ट्या वेडेपणाची व निरर्थक असेलही; परंतु सारासार विचार करता ती नि:संशय शहाणपणाची आहे आणि शंकेखोरांना मी हे छातीठोकपणे सांगू शकतो की, माझ्या मानभंगामुळे आणि चुकीची कबुली देण्यामुळे आपल्या देशाचा फायदाच होणार आहे...

माझ्या मते, बार्डोलीची जनता भारतात सर्वांत जास्त समजूतदार आहे. पण बार्डोली हा भारताच्या नकाशावरचा एक बारीकसा ठिपका. देशाच्या इतर भागातून सर्वतोपरी सहकार्य मिळेपर्यंत या ठिकाणच्या लोकांच्या प्रयत्नांना काहीच अर्थ उरत नाही...

चौरीचौऱ्याच्या शोकांतिकेतून आपल्याला एक इशाराच मिळाला आहे... आपल्याला अहिंसेमधून जर हिंसेला जन्म द्यायचा नसेल, तर आपण उचललेलं पाऊल ताबडतोब मागे घेतलं पाहिजे आणि शांतता प्रस्थापित केली पाहिजे, हे स्पष्टच आहे...

आपल्या मानहानीत किंवा कथित पराभवात आपले विरोधक भलेही आनंद मानू देत... चौरीचौऱ्याच्या त्या घटनेमुळे सरकार आणखी कडक होऊ देत, पोलीस आणखी नीतिभ्रष्ट होऊ देत आणि त्यातून निर्माण होणाऱ्या सुडाच्या आगीमुळे लोक नाउमेद होऊ देत. (पण) आपण या शोकांतिकेपासून काही बोध घेतला, तर या शापाचं रूपांतर आपण वरदानात करू शकतो

('यंग इंडिया', १६ फेब्रुवारी १९२२).

चौरीचौऱ्याच्या लोकांनी केलेल्या पाशवी हिंसाचाराला अप्रत्यक्षपणे कारणीभूत ठरणाऱ्या त्यांच्या चुकीला प्रायश्चित्त घेण्याची आणि शिक्षेची गरज होती; म्हणून ते पाच दिवसांच्या उपोषणाला बसले.

गांधी त्यांच्या अंत:स्थ इच्छेबद्दल बोलले; परंतु बाहेरचे संदर्भ/घटनाही त्यांच्यावर प्रभाव टाकत होत्या. जानेवारीत आणि फेब्रुवारीच्या आरंभी कलकत्ता, अहमदाबाद, पंजाब आणि इतरत्र बेशिस्तीच्या घटना घडल्याचे वृत्तान्त त्यांच्या कानावर आले होते तेही हिंदू, मुस्लीम आणि शीख अशा वेगवेगळ्या समाजांतल्या लोकांनी केलेल्या बेशिस्त वर्तणुकीचे. मुंबई दंगलीच्या पाठोपाठ येणाऱ्या या बातम्यांमुळे गांधी अस्वस्थ झाले होते. चिंताग्रस्त (आणि तुरुंगात) असलेल्या जवाहरलालना लिहिलेल्या

पत्रात ते म्हणाले, ''चौरीचौरा म्हणजे सहनशक्तीचा कडेलोट करणारी घटना होती.''

त्याहीपेक्षा, काही काळ थांबणं अनिवार्य ठरणार आहे, अशी गांधींना शंका होतीच; कारण मुस्तफा केमाल यानं खिलाफतचा मुद्दा निरर्थक ठरवला होता (लवकरच तुर्कीच्या सुलतानाची तो हकालपट्टी करणार होता, कारण त्याचा त्याला आता काहीच उपयोग राहिला नव्हता). नैतिक गरजेमुळे एखादी गोष्ट लांबणीवर टाकण्याला राजकीयदृष्ट्याही काही अर्थ होता.

तुरुंगाच्या भिंतीआडून गांधींवर निषेधाचा वर्षाव झाला. काँग्रेस अध्यक्ष दास, अली बंधू, मोतीलाल नेहरू, लजपत राय, जवाहरलाल, सी.आर., आझाद आणि इतर अनेकांनी नापसंती व्यक्त केली. अगदी महादेव देसाईंचाही याला अपवाद नव्हता. राजगोपालाचारींच्या शब्दांत सांगायचं तर, त्या सगळ्यांना विचारायचं होतं की, 'लांब कुठेतरी घडणाऱ्या आणि आपल्याशी संबंध नसलेल्या प्रत्येक घटनेमुळे आपल्या जन्मसिद्ध अधिकार मिळवण्याच्या लढाईला खीळ का बसावी?'

नंतर सी.आर. यांचं मतपरिवर्तन झालं, तसंच इतर बऱ्याच जणांचं झालं. त्यांतल्या जवाहरलाल यांनी लिहिलं, 'सगळी शिस्त आणि संघटना नाहीशी होत चालली होती... गांधीजींचा निर्णय योग्य होता. ही पसरणारी कीड रोखणं आणि नव्यानं सुरुवात करणं त्यांच्यासाठी गरजेचं होतं.' पण काहीजणांना हे पटलं नाही आणि गांधींच्या राजकीय क्षमतेविषयी त्यांच्या मनात शंका निर्माण झाली.

विधायक कार्यक्रम : ११ फेब्रुवारी रोजी वर्किंग कमिटीचे सभासद जेव्हा एकत्र आले आणि त्यांनी सगळे आक्रमक कार्यक्रम लांबणीवर टाकण्याचा निर्णय घेतला, तेव्हा शंकरलाल बँकर यांनी गांधींना असहकार चळवळीतल्या कार्यकर्त्यांना अधांतरी लटकत ठेवू नये, अशी विनंती केली. त्यांना दुसरा एखादा पर्यायी कृती कार्यक्रम देण्याची गरज होती. वर्किंग कमिटीनं संमत केलेली गांधींची प्रतिक्रिया अशी होती : कार्यकर्त्यांनी–

★ काँग्रेसमध्ये भरती व्हावं आणि भरती होताना 'सत्य आणि अहिंसेच्या पंथाचा' खात्रीपूर्वक स्वीकार करावा.

★ रोज ठरावीक वेळ सूत कातावं.

★ 'स्वातंत्र्य आणि समृद्धीचं प्रतीक असलेल्या चाकाचा', म्हणजेच चरख्याचा प्रत्येक घराघरांत प्रसार करावा.

★ अस्पृश्य घरांना भेट देऊन त्यांच्या गरजा जाणून घ्याव्यात

★ अस्पृश्य मुलांना प्रवेश देण्यासाठी राष्ट्रीय शाळांचं मन वळवावं.

★ दारूग्रस्त लोकांच्या घरांना भेट द्यावी.

★ खऱ्या पंचायत समित्यांची स्थापना करण्यास मदत करावी आणि

★ योग्य पायावर राष्ट्रीय शाळांची उभारणी करण्यास मदत करावी ('यंग इंडिया', १६ फेब्रुवारी १९२२).

हा विधायक कार्यक्रम राबवण्यासाठी गांधींनी एक संघ तयार केला, थोडाफार प्रवास केला आणि लेख लिहिले, नोंदी केल्या; परंतु त्यांना आता कधीही अटक होण्याची शक्यता होती.

भारतातल्या जनतेचं नीतिधैर्य खचलेलं असताना गांधींच्या अटकेमुळे परिस्थिती हाताबाहेर जाण्याची शक्यता नव्हती.

तरी अजून कटू शब्दांची देवाणघेवाण बाकी होती. संसदेतल्या भाषणात लॉर्ड बर्कनहेड यांनी ब्रिटन हा कच्च्या गुरूचा चेला नसल्याचा इशारा भारताला दिला आणि भारतासाठीचे सचिव मॉंटेग्यू यांनी जाहीर केलं की, जरी ब्रिटिश साम्राज्याच्या अस्तित्वाचा प्रश्न उपस्थित झाला, तरी जगातल्या सर्वांत दृढनिश्चयी लोकांना भारत आव्हान देऊ शकणार नाही.

'यंग इंडिया'मध्ये (२३ फेब्रुवारी) गांधींनी उत्तर दिलं की, भारतानं केलेल्या मागणीत खरोखरच साम्राज्याच्या अस्तित्वाचा प्रश्न सामावलेला आहे आणि जगातल्या सर्वांत दृढनिश्चयी लोकांसमोर न वाकणारं आणि न मोडणारं भारतीयांचं मनोधैर्य सागरापलीकडून येणाऱ्या सगळ्या पक्क्या गुरूच्या चेल्यांचं स्वागत करायला तयार आहे.

अटक आणि खटला

१० मार्चच्या दुपारी अजमेरला धावती भेट देऊन अहमदाबाद स्टेशनवर जेव्हा गांधी परतले, तेव्हा ट्रेनच्या खिडकीतून मोठ्या-मोठ्या उत्सुक डोळ्यांनी ट्रेनजवळून जाणाऱ्या गांधींकडे पाहत एका ब्रिटिश शिपायानं त्याचा हात पुढे केला आणि म्हणाला, "श्री. गांधी, मला तुम्हाला अभिवादन करायचं आहे." गांधींनी मनापासून आपला हात पुढे केला, तो लगेच हातात घेतला गेला आणि भरल्या गळ्यानं तो शिपाई काय पुटपुटला, ते या प्रसंगाचे आपले साक्षीदार कृष्णदास यांना ऐकू गेलं नाही (कृष्णदास, पान नं. २५८).

गांधी कधी नव्हे इतके आनंदात होते, तरी त्याच दिवशी त्यांनी देवदासना लिहिलं, *'दिवसेंदिवस तुझा विरह तू आमच्यासाठी असह्य करतो आहेस. तसं होऊ नये असं मला वाटत असतानाही तो मला जाणवत राहतो.'* त्या रात्री दहानंतर पोलीस सुपरिन्टेन्डेन्ट डॅन हिली पोलीस पथकासह आश्रमाबाहेर आले. 'गांधींना अटक करायची आहे', असं त्यांनी अनसूयाबेनना सांगितलं आणि ते तयारीसाठी वेळ घेऊ शकतात, अशी पुस्तीही हिली यांनी जोडली.

अनसूयाबेननं दिलेल्या बातमीचं गांधींना आश्चर्य वाटलं नाही. 'वैष्णव जन' हे

गांधींचं आवडतं प्रार्थना-गीत आश्रमातल्या स्नेही जनांनी म्हटल्यावर गांधी पोलीस-पथकाकडे जाता जाता स्वत:शीच बोलले, 'अरे, हा तर आनंदाचा दिवस! आज खूप चांगली गोष्ट घडली.' जाता जाता गांधींनी नेहमीच त्यांच्याशी मतभेद व्यक्त करणारे राजकारणी (आणि कवी) मौलाना हसरत मोहानी यांची गळाभेट घेतली. तीन दिवसांनंतर आपले मित्र रेवाशंकर झवेरी यांना पत्रात गांधींनी लिहिलं :

माझ्या क्रोधाचं मी उच्चाटन केल्यानंतर, प्रायश्चित्त घेतल्यानंतर आणि आत्मशुद्धीनंतर मला अटक करण्यात आली. भारताचं आणि माझं यापरतं दुसरं भाग्य कोणतं?

आश्रमापासून फार लांब नसलेल्या तुरुंगापर्यंत गांधींना सोबत करण्याची कस्तुरबांना आणि इतर काहीजणांना परवानगी मिळाली, त्यांत कृष्णदासही होते. मध्यरात्रीच्या थोडं आधी गांधींना त्यांच्या कोठडीच्या बाहेरच्या व्हरांड्यात घातलेल्या बिछान्यावर सोडून (कृष्णदासांना तो बिछाना तयार करण्याची अनुमती मिळाली होती.) सगळे आश्रमात परतले.

जवळजवळ सगळा भारत दु:खात बुडाला. परंतु निदर्शनं मात्र झाली नाहीत. रीडिंग यांनी त्यावर शेरा मारला, 'एक साधं कुत्रही भुंकलं नाही.' कुठेही भुंकणं ऐकू आलं नाही, कारण आपल्या अटकेची प्रतिक्रिया म्हणून विधायक कार्य करण्याच्या गांधींच्या आवाहनाला काहींनी प्रतिसाद दिला, तर काही चौरीचौऱ्याच्या निर्णयामुळे नि:शब्द झाले होते.

राणी सरकारच्या शासनाच्या विरोधात द्रोह करण्याला उद्युक्त केल्याच्या आरोपाखाली १८ मार्च रोजी अहमदाबादच्या शाही बाग सर्किट हाउसमध्ये गांधींवर खटला सुरू झाला. पुराव्यादाखल मागील वर्षातल्या सप्टेंबर आणि डिसेंबरमध्ये आणि १९२२च्या फेब्रुवारीत प्रसिद्ध झालेल्या 'यंग इंडिया'मधील तीन लेख सादर करण्यात आले. 'यंग इंडिया'चे मुद्रक आणि प्रकाशक शंकरलाल बँकर यांच्यावरही कायद्याच्या कलम (१२४ A) अन्वये खटला दाखल करण्यात आला.

ब्रिटिश साम्राज्याच्या असामान्य शत्रूविरोधात चालवलेल्या या अल्पजीवी खटल्याची नोंद इतिहासानं ठेवली आहे. न्यायाधीश रॉबर्ट एस. ब्रूमफील्ड यांच्या दैनंदिनीत त्या तारखेसाठी : 'गोल्फ' आणि 'गांधींचा खटला' अशा दोन नोंदी आहेत, सुनावणीदरम्यान ब्रूमफील्ड यांचं वर्तन सौजन्यपूर्ण होतं आणि ते जरासे हेलावले होते. आरोपीवर गुन्हा शाबीत झाल्यावर गांधींना आणखी काही बोलायचं आहे का, याची विचारणा न्यायाधीशांनी केली. मागील काही दिवसांमध्ये स्वत:च्या सदसद्विवेकबुद्धीला सामोरं गेलेल्या गांधींची आता सरकारनंही आपल्या सदसद्विवेकबुद्धीचा सामना करावा अशी इच्छा होती. सरकारचा एक विश्वासू ते एक

शत्रू या परिवर्तनाची रूपरेखा सांगितल्यावर, ते म्हणाले :

> *मी अत्यंत नाइलाजानं या निष्कर्षाप्रत आलो, की ब्रिटिशांशी संबंध आल्यापासून भारत राजकीय आणि आर्थिकदृष्ट्या अभूतपूर्व निराशेच्या खोल गर्तेत ढकलला गेला आहे.*
> *एखाद्या आक्रमणाविरुद्ध सशस्त्र लढा देण्याबाबत नि:शस्त्र भारत आत्यंतिक दुबळा आहे, तो प्रतिकारासाठी असमर्थ आहे...*
> *दारिद्र्यानं तो इतका पिचला आहे की, दुष्काळाचा सामना करण्यासाठी त्याच्याकडे ताकदच नाही. ब्रिटिशांच्या आगमनापूर्वी, आपल्या तुटपुंज्या शेतकी उत्पन्नाला आधार म्हणून लाखो झोपड्यांमध्ये कताई व बुनाई होत असे...*
> *भारतातले लाखो अर्धपोटी जीव हळूहळू कसे कळाहीन होत चालले आहेत, हे शहरात राहणाऱ्यांना पुरेसं माहीत नाही... ब्रिटिश भारतात कायद्यानुसार प्रस्थापित झालेलं सरकार हे या लोकांच्या पिळवणुकीला कसं जबाबदार आहे, याची जाणीव त्यांना नाही.*
> *अनेक खेड्यांमधून उघड्या डोळ्यांना दिसणाऱ्या हाडांच्या सापळ्यांचं स्पष्टीकरण कोणताही युक्तिवाद किंवा आकड्यांचा खेळ देऊ शकणार नाही...*
> *कोणत्याही एखाद्या प्रशासकाविरुद्ध माझ्या मनात वैयक्तिक अढी नाही, खुद्द राजेसाहेबांवरही माझा रोष असण्याचं कारण नाही; परंतु सरकारविरुद्ध मात्र माझ्या मनात नक्कीच असंतोष आहे, कारण यापूर्वी भारतावर असणाऱ्या कोणत्याही राजवटीपेक्षा या सरकारनं या देशाचं अधिक नुकसान केलं आहे.*

फेब्रुवारीत चौरीचौरा इथे आणि नोव्हेंबरमध्ये मुंबईत झालेल्या दुर्दैवी घटनांची संपूर्ण जबाबदारी स्वीकारून ते म्हणाले, *'माझे लोक काही वेळा वेड्यासारखे वागले, हे मी जाणतो; त्याबद्दल मी क्षमा मागतो.'* परंतु त्यांनीच त्यांच्या लोकांना साद घातली होती, याबाबत त्यांनी खेद व्यक्त केला नाही :

> *मी आगीशी खेळत होतो, हे मला ठाऊक होतं. मी तो धोका पत्करला आणि माझी जर सुटका करण्यात आली, तर मी अजूनही हेच करेन... मला हिंसा टाळायची होती. मला हिंसा टाळायची आहे. माझ्या धर्माची पहिली दीक्षा अहिंसा हीच आहे. माझ्या पंथाचा अंतिम पडावही अहिंसाच आहे. परंतु माझ्यावर निवड करण्याची वेळ आली. एक पर्याय होता, माझ्या देशाचं कधीही भरून न येणारं नुकसान करणाऱ्या व्यवस्थेला*

शरण जाणं किंवा माझ्याच तोंडून सत्य जाणून घेतल्यानंतर माझे लोक बिथरण्याचा धोका पत्करणं.

त्यांच्या 'पद्धतीचं' सार अहिंसेत सामावलेलं होतं, पण सगळ्याच भारतीयांच्या पचनी ती पद्धत पडली होती, असं नव्हे. भारताचे ब्रिटनशी बरोबरीचे संबंध हे त्यांचं 'साध्य' होतं; त्याशिवाय आपल्या लोकांचा आत्मसन्मान जपणं हेसुद्धा ध्येय होतं.

मी दयेची भीक मागत नाही. मला सौजन्याची अपेक्षा नाही. कायद्यानुसार जो गुन्हा मी केला आहे आणि एक नागरिक म्हणून ज्याला मी माझं सर्वोच्च कर्तव्य समजतो, त्याबद्दल मिळालेल्या प्रायश्चित्ताला मी आनंदानं सामोरं जात आहे आणि त्याचं स्वागतच करतो.

न्यायमूर्ती ब्रूमफील्ड यांनी गांधींना सहा वर्षांची शिक्षा ठोठावली आणि बँकर यांना एक वर्षाची. बँकर यांनी एक हजार रुपयांच्या दंडाची रक्कम भरली नाही तर आणखी सहा महिन्यांची शिक्षा त्यांना भोगावी लागणार होती. सरकारच्या या शत्रूसारखीच त्याचीही (सरकारचीही) एक अनपेक्षित बाजू ब्रूमफील्ड यांनी उजेडात आणली :

तुमच्यावर असलेले आरोप मान्य करून श्री. गांधी, तुम्ही एक प्रकारे माझं काम हलकं केलं आहे. तरीसुद्धा, योग्य शिक्षा देण्याचं, या देशातल्या न्यायाधीशांसाठी अत्यंत अवघड असलेलं काम बाकी राहतंच.
मी आजपर्यंत पाहिलेल्या किंवा पुढे भविष्यात कधी सामोऱ्या येणाऱ्या कोणत्याही व्यक्तीपेक्षा तुम्ही सर्वस्वी वेगळे आहात... तुमच्या लाखो देशबांधवांच्या नजरेत तुम्ही एक महान देशभक्त आणि एक थोर पुढारी आहात. राजकीयदृष्ट्या मतभिन्नता असणाऱ्या तुमच्या विरोधकांच्या दृष्टीनं तुम्ही एक उच्च तात्त्विक मूल्यं जपणारी व्यक्ती आहात आणि एक प्रगल्भ आयुष्य जगणारे जणू संतच आहात...
(परंतु) न्यायाच्या/कायद्याच्या तराजूत तुम्हाला तोलणं हे माझं कर्तव्य आहे. तुम्ही स्वत:होऊन कायदेभंग केला आहे आणि शासनाच्या विरोधात, सर्वसामान्यांच्या दृष्टीनं पाहिलं असता, गंभीर गुन्हा केला आहे.
तुम्ही कायम हिंसेच्या विरोधात प्रचार केला आहे, हे मी विसरलेलो नाही आणि माझ्या माहितीनुसार बऱ्याच प्रसंगी हिंसा रोखण्याचा तुम्ही प्रयत्न केला आहे. परंतु, तुमच्या राजकीय शिकवणुकीचं स्वरूप पाहता आणि ज्यांना तुम्ही ती शिकवण देता, त्यांच्या एकंदर स्वभावाची रूपरेषा पाहता, सगळ्याचा परिणाम हिंसाचारात होणार नाही, असा विश्वास तुम्ही

कसा काय बाळगू शकता, हे माझ्या आकलनशक्तीच्या पलीकडे आहे... भारतात यानंतर घडणाऱ्या घटनाक्रमामुळे शक्य झाल्यास सरकारनं तुमच्या शिक्षेचा कालावधी कमी केला आणि तुमची सुटका केली, तर सगळ्यांत जास्त आनंद मला होईल.

कोणत्याही न्यायाधीशानं दिली नसती इतकी सौम्य शिक्षा दिली गेली आहे, अशी टिप्पणी करून गांधी पुढे म्हणाले, *''एवढ्या मोठ्या सौजन्याची अपेक्षा मी केली नव्हती हे मला मान्य केलंच पाहिजे.''*

'यंग इंडिया'नं याविषयी बातमी दिली, 'न्यायमूर्ती सभागृहाबाहेर गेल्यावर गांधींच्या मित्रांनी त्यांच्याभोवती गर्दी केली आणि त्यांच्या पायांवर पडले. स्त्री-पुरुष दोघंही हुंदके देत होते. पण हा सर्व वेळ गांधी मंदस्मित करत होते व अत्यंत शांत होते; त्यांच्याजवळ येणाऱ्या प्रत्येकाला धीर देत होते' (२३ मार्च १९२२).

आपले पिता वल्लभभाईंबरोबर उपस्थित असलेली त्यांची कन्या मणिबेन पटेल यांनी पाहिलं की शिक्षा ठोठावली जात असताना गांधींचा चेहरा शांत, खिन्न होता आणि खच्चून भरलेल्या न्यायालयात वातावरण स्तब्ध होतं– जणू काही पक्षी व प्राणीही चिडिचूप झाले होते आणि लोकांनी श्वासोच्छ्वास करणंही थांबवलं होतं– त्यानंतर सर्वत्र पसरलेला दुःखाचा पूरही त्यांनी अनुभवला. 'तुम्ही इतके दुःखी का दिसता, असं विचारता लोक धीर सुटून रडत होते.' ('नवजीवन', १८ मार्च १९२३).

एकंदर गोषवारा : १९२० साली, भारतीय स्वातंत्र्य आणि हिंदू-मुस्लीम ऐक्य घडवून आणण्याचा नियतीचा इरादा दिसत होता. गरज होती फक्त भारतीयांच्या इच्छाशक्तीची. सगळ्या भारतावर नजर फिरवली असता गांधीच त्या इच्छाशक्तीला चालना देऊ शकतील, असं दिसत होतं. १९२२च्या फेब्रुवारीत, नेहमी शंका उपस्थित करणारे एक सहकारी लजपत राय म्हणाले :

आपल्या लोकांच्या कर्तृत्वाची/प्रतिभेची न चुकता प्रशंसा करणारा असा नेता आजतागायत मानवतेच्या इतिहासात कुणी पाहिला नाही. गेल्या तीन वर्षांत महात्मा गांधींनी जनतेची नस अचूक पकडली आहे. भारतीय जनतेवर एवढा प्रभाव असलेली एकच व्यक्ती भारताच्या इतिहासात कधी झाली असेल का, याची मला शंका आहे...

मात्र, हा प्रभाव तितकासा खोलवर झाला नव्हता, हे चौरीचौऱ्याच्या घटनेवरून दिसून आलं. त्याशिवाय गांधींच्या व्यक्तिमत्त्वाच्या मोहिनीला एका मोठ्या विरोधाभासाची किनार होती. प्रथम दृष्टिक्षेपात तर ती स्पष्टपणे दिसत असे. *'मी इंग्रजी माणसांचा तिरस्कार करू शकत नाही आणि करणार नाही; आणि त्यांनी माझ्या मानेवर*

ठेवलेलं जोखड सहन करणार नाही'– हा गांधींचा पवित्रा बऱ्याच भारतीयांच्या आकलनशक्तीच्या पलीकडचा होता. त्यांच्या दृष्टीनं द्वेष आणि युद्ध एकमेकांच्या हातात हात घालून वावरत असत.

आणि तरीही गांधी आपल्या ध्येयाच्या अगदी जवळ आले होते. बार्डोली सत्याग्रहाची आखणी झाली आणि तो मागे घेण्यात आला, त्या काळात त्या प्रांताचे मुंबईचे गव्हर्नर असलेले लॉर्ड लॉईड यांनी १९२३च्या नोव्हेंबरमध्ये एका ब्रिटिश पत्रकाराला सांगितलं :

> *त्यांच्यामुळे आम्हाला धडकी भरली होती. त्यांच्या कृतिकार्यक्रमामुळे आमचे तुरुंग भरले. तुम्ही सदासर्वकाळ काही लोकांना अटकेत टाकू शकत नाही आणि त्यांची संख्या जर ३२० दशलक्ष असेल, तर नाहीच नाही. त्यांनी जर पुढचं पाऊल उचललं असतं आणि आमचे कर भरायला नकार दिला असता, तर देव जाणे, आमचं काय झालं असतं? गांधींचा हा प्रयोग जगाच्या इतिहासातला एक विराट प्रयोग होता आणि तो यशस्वी होण्याच्या अगदी शेवटच्या टप्प्यात येऊन पोचला होता. परंतु लोकांच्या भावना आवरणं त्यांना जमलं नाही. ते हिंसक बनले आणि गांधींना त्यांचा कृतिकार्यक्रम गुंडाळावा लागला.*

तुरुंगातून आणि नंतर सुटल्यावर चित्तरंजन दास यांनी गांधींच्या 'गोंधळा'वर टीका केली. दास यांच्या मते गांधींनी १९२१च्या नोव्हेंबरमध्ये समोर आलेला प्रस्ताव नाकारून आणि त्यानंतर तीन महिन्यांनी बार्डोलीचा कार्यक्रम स्थगित करून मोठी चूक केली. उपजतच गंभीर आणि प्रभावी व्यक्तिमत्त्व लाभलेले तरुण सुभाषचंद्र बोसही इतरांबरोबर या टीकेत सामील झाले. परंतु गांधींची जीवन-ध्येयं पाहता, नोव्हेंबरमध्ये अली बंधूंचा विश्वासघात करणं किंवा फेब्रुवारीत अहिंसेला वाऱ्यावर सोडणं, या त्यांच्यासाठी अशक्यप्राय गोष्टी होत्या.

एकीकडे, हिंसेपासून स्वतःला दूर न ठेवू शकलेल्या भारतीयांनी भारतामध्ये गांधींना खाली बघायला लावलं, तर दुसरीकडे बाहेरच्या जगात मुस्तफा केमालनं खिलाफत चळवळ नेस्तनाबूद केली. असंख्य सुशिक्षित भारतीयांनी आपल्या सरकारी नोकऱ्या जाण्याच्या भीतीपायी प्रत्यक्ष लढ्यात उडी घेण्याची अनिच्छा दाखवल्यामुळे ही लढाई आणखीनच कमकुवत झाली. हजारोंनी मोठं धाडस दाखवलं; परंतु बाकीच्या लाखोंनी नाही. सरकारची अवज्ञा करण्यास असलेली नाखुशी ही जितकी मानवी होती, तितकीच निदर्शकांनी अहिंसा पाळण्याबद्दल दाखवलेली असमर्थतताही मानवी होती.

परंतु बऱ्याच मध्यमवर्गीय आणि भारताच्या सामाजिक उतरंडीत वरच्या पायरीवर असलेल्या भारतीयांच्या मनात गांधींच्या असहकाराच्या हाकेनंतर होणाऱ्या व्यापक

परिणामांबद्दल भीती होती– आपापल्या प्रांतावर असलेल्या आपल्या हुकमतीला (निम्न जातीतील आणि गरीब लोकांवर असलेल्या प्रभावाला) आव्हान निर्माण होण्याचा धोका त्यांना जाणवला.

मोप्ला बंडानंतर प्रतिक्रिया देताना गांधी म्हणाले होते, *'या आताच्या जागृतीमुळे सर्व स्तरांतल्या लोकांवर परिणाम होत आहे.'* या जागृतीची बऱ्याच भारतीयांना भीती वाटत होती आणि त्यामुळे होणाऱ्या परिणामांना गांधी कितपत आपल्या नियंत्रणाखाली ठेवू शकतील, याविषयीही त्यांच्या मनात शंका होती.

गांधींनी घातलेल्या हाकेची मुळं सगळीकडेच खोलवर रुजली नसतीलही; परंतु भारताच्या कानाकोपऱ्यांत असलेल्या पिचलेल्या दुर्बल घटकांच्या मनात त्यामुळे नक्कीच आशेची किरणं चमकली. त्यांमध्ये अस्पृश्य, आदिवासी, चहाच्या मळ्यांत काम करणारे कामगार, शेतकरी आणि निम्न प्रवर्गातले लोक, शीख व भारतातल्या संस्थानिकांच्या हाताखालची प्रजा यांचा समावेश होता. बऱ्याच सरकारी कर्मचाऱ्यांवरही– भारतीय आणि ब्रिटिशही– याचा परिणाम झाला. एक परिणाम म्हणजे तुरुंगात जाणाऱ्या भारतीयांना प्रसंगी सौजन्यानं किंवा काही वेळा अगदी आदरानं वागवलं जाऊ लागलं.

लढाई जरी हरलो असलो तरी अजून युद्ध संपलं नाही, याचा गांधीसेनेतल्या अनेकांना साक्षात्कार झाला. तुरुंगात राजगोपालाचारींनी आपले विचार व्यक्त केले, 'आपला देश अत्यंत दुबळा आहे, आर्थिकदृष्ट्या तो इतका खचला आहे की एका मोहिमेत ती लढून जिंकू शकत नाही. आपलं ध्येय गाठण्याआधी आपल्याला अनेक मोहिमा आखाव्या लागणार आहेत.'

स्वत:चं मत व्यक्त करताना टागोरांनी खेद व्यक्त केला की, गांधी मानवतेसाठी न लढता केवळ भारतासाठी लढले. परंतु खूप मोठी लढाई हाती घेण्याआधी राष्ट्रानं स्वाभिमानाच्या भक्कम खडकावर उभं राहिलं पाहिजे, असा गांधींचा विचार होता. याउलट, तक्रारीचा सूर लावताना बाकीच्या लोकांनी असं म्हटलं की, गांधींचे विचार जास्तच व्यापक आणि अखिल भारताला सामावून घेणारे होते; त्यांच्या भारताला कशाची गरज होती हे त्यांनी ओळखलं नव्हतं– हिंदूंना किंवा मुस्लिमांना किंवा शिखांना किंवा दलितांना किंवा भारतातल्या आणखी दुसऱ्या घटकाला काय हवं होतं, याकडे गांधींनी पुरेसं लक्ष दिलं नाही.

गांधींच्या अटकेनंतरच्या काळात हिंदू-मुसलमानांमधील परस्परविश्वासात जाणवण्याइतपत घट झाली, तरी हा ऱ्हास काही त्यांच्या खिलाफतशी संबंधित असहकार चळवळीच्या हाकेमुळे झाला नव्हता. परंतु तरीही तो झाला. लोकांना भौतिक सुखसोईंची लागलेली सवय सरकारी नोकऱ्यांवर बहिष्कार टाकण्याच्या त्यांच्या आवाहनाच्या आड आली, तर दोन्ही धर्मांच्या लोकांच्या मनात एकमेकांविषयी खोलवर दडून बसलेले पूर्वग्रह (आणि त्या द्वेषाच्या भावनेला सतत चेतवणारी

परिस्थिती), दोन्ही समाजांमध्ये सामंजस्याची प्रक्रिया घडावी यासाठी गांधींचे जे कळकळीचे प्रयत्न होते, त्याच्या आड आले.

अली बंधू हळूहळू गांधींपासून दूर गेले आणि १९१५ साली गांधींचे आश्रयदाते असलेल्या स्वामी श्रद्धानंदांसारखे हिंदू नेतेदेखील. भारतीय इतिहासात एकत्रित लढ्यापासून फारकत घेऊन हिंदू-मुस्लिमांच्या वेगवेगळ्या चळवळींचा जन्म होणं, ही गोष्ट लोकांसाठी मात्र नवीन नव्हती. हे असं आधीही घडलं होतं, १८५७च्या उठावानंतर लगेचच. भारतीय स्वातंत्र्यासाठी एकत्रित लढा देण्याबद्दलची बऱ्याच हिंदू-मुस्लिमांमध्ये असलेली बांधिलकी, ही गोष्ट मात्र नवीन होती.

जे लोक चळवळीशी संबंधित नव्हते किंवा मुस्लीम लीगमध्ये सामील झाले नव्हते किंवा संपूर्णपणे हिंदुत्ववादी संघटनेशी संलग्न नव्हते, त्यांनी १९२०-२२ या काळात घडलेल्या एकूण घडामोडींचं महत्त्व मान्य केलं. पुढे मुहम्मद अलींचं चरित्र लिहिणारे अफझल इक्बाल यांनी लिहिलं :

> *आधुनिक भारताच्या जडणघडणीत या घटना मानसिकता बदलण्यासाठी महत्त्वपूर्ण ठरल्या. भारतानं प्रथमच एवढ्या व्यापक प्रमाणावर झालेली चळवळ अनुभवली. तिनं संपूर्ण देश ढवळून निघाला आणि ब्रिटिश सत्तेला जवळजवळ गलितगात्र केलं. प्रथमच भारताला स्वाभिमानाची जाणीव झाली आणि ऐक्याची भावना मूळ धरू लागली... प्रथमच, स्नेह आणि सुसंवादाचं कधी नव्हे ते दुर्मीळ प्रकटीकरण करताना हिंदू आणि मुसलमान एकाच ताटात जेवू लागले...*

असहकार चळवळ पुढे ढकलल्यामुळे बसलेला धक्का आणि निराशा जरी सर्वत्र पसरलेली असली, तरी इतर भावनांचा उदय झाला, भारतीय हृदयांत अभिमानाचा आणि ब्रिटिशांच्या अंत:करणात आदरभावनेचा. जॉफ्रे ॲश यांनी म्हटल्याप्रमाणे, भारताच्या नेत्यानं रक्तपात, दहशत आणि फसवेगिरीच्या जुन्या मार्गानं जनतेला घेऊन जाण्यास नकार दिला.

जगात इतरत्र (मेक्सिकन कवी ऑक्टाव्हिओ पाझ यानं म्हटल्याप्रमाणे) स्वातंत्र्यप्राप्तीसाठी झालेली युद्धं ही हुकूमशहांची जन्मभूमी ठरली होती आणि त्यातून केवळ लष्करशाही, बंड, उठाव आणि यादवी यांचाच उगम झाला. वेगळ्याच प्रकारच्या परिणामांसाठी निराळीच लढाई सुरू करणारे गांधी आता कारावासात होते आणि खरं म्हणजे तिथे असण्याबद्दल आनंदात होते; परंतु ते संपले मात्र नव्हते.

९

नव्यानं सुरुवात करताना

भारत, १९२२-३०

१९२२ सालच्या मार्च महिन्यातल्या २०-२१च्या मध्यरात्री गांधी आणि बँकर यांना साबरमती तुरुंगातून हलवण्यात आलं आणि एका खास ट्रेननं पुण्याला नेऊन येरवडा तुरुंगात ठेवण्यात आलं.

गांधींनी आपल्याबरोबर आपला चरखा आणि गीता, आश्रमीय प्रार्थनेचं पुस्तक, रामायण, एक शब्दकोश, कुराणाचं भाषांतर आणि अमेरिकन विद्यार्थ्यांनी पाठवलेलं बायबल ही काही पुस्तकं घेतली. येरवड्याच्या जेलरनं चरखा जप्त केला; त्यावर गांधींनी सूतकताई करता आली नाही, तर आपण अन्न ग्रहण करणार नाही, असा पवित्रा घेतला; तेव्हा चरखा परत देण्यात आला.

१ एप्रिल रोजी तुरुंगाच्या पहिल्या मजल्यावरील सुपरिन्टेन्डेन्टच्या कार्यालयात त्यांच्या आणि जेलरच्या देखरेखीखाली देवदास व राजगोपालाचारी (त्यांची २० मार्च रोजी सुटका झाली होती) यांना गांधींना भेटण्याची परवानगी मिळाली.

गांधींनी देऊन ठेवलेल्या सूचनेनुसार सी.आर. यांनी 'यंग इंडिया'च्या संपादकपदाची जबाबदारी स्वीकारली. त्यांनी पत्रिकेत लिहिलं की, 'आनंदाचा आणि प्रेरणेचा तो जुना व ओळखीचा स्रोत दृष्टीस पडल्यावर त्यांचं हृदय उचंबळून आलं (६ एप्रिल १९२२). परंतु, सुपरिन्टेन्डेन्ट आणि जेलर आरामात खुर्च्यांवर बसलेले असताना गांधींना मात्र एका दगडी चौथऱ्यावर उभं राहावं लागलं, हे बघून देवदासना रडू कोसळलं.'

भेटीदरम्यान अर्थातच उभेच असलेले राजगोपालाचारी आणि देवदास यांना समजलं की, गांधी एका पातळ ब्लँकेटवर एकाकी एका कोठडीत झोपत होते, रात्री ती कोठडी बंद करण्यात येत होती, उशाला ते त्यांची काही पुस्तकं घेत होते आणि त्यांना वृत्तपत्रं व नियतकालिकं दिली जात नव्हती. या भेटीनंतर राजगोपालाचारींनी 'यंग इंडिया'त लिहिलं (६ एप्रिल १९२२) की, 'कैसरपेक्षा, नेपोलियनपेक्षा

महान... युद्धात पकडलेल्या महानतम कैद्यांपेक्षाही महान अशा माणसाचा ताबा असण्याचं भाग्य आपल्याला लाभलं, याविषयी भारताचे सत्ताधीश अनभिज्ञ होते.'

दोन वर्षांनंतर गांधी स्वत: म्हणाले : *माणसाच्या हाती काही नसतं. नेपोलियननं खूप स्वप्नं पाहिली आणि शेवटी सेंट हेलेनाच्या तुरुंगात त्याला जावं लागलं. तो बलशाली कैसर, युरोपच्या राजमुकुटाची आकांक्षा करता-करता, एक साधासुधा माणूस म्हणून त्याचं अस्तित्व सीमित झालं. ईश्वराची तशीच इच्छा होती. अशी उदाहरणं आपण डोळ्यासमोर ठेवावी आणि विनम्र राहावं* ('यंग इंडिया', ९ ऑक्टोबर १९२४).

कैदेतील जीवन

इतिहासात घडून गेलेल्या तीव्र प्रतिकाराच्या घटनांबरोबर गांधींनी अशा प्रकारे आपल्या अनुभवाची तुलना केली आहे. ब्रिटिश सरकार उलथून टाकण्यासाठी पुढाकार घेतल्यानंतर आता ते, नेपोलियनप्रमाणे कारावासात होते. कैसरप्रमाणेच त्यांचं लक्ष्य राजमुकुट हे होतं; अर्थात तो बाजूला हटवण्याचं होतं. कटू परिणामांच्या पश्चात खरोखर विनयशीलतेची आणि परिणामांचा स्वीकार करण्याची गरज होतीच.

परंतु त्यांनी हार स्वीकारली नव्हती. ईश्वराच्या इच्छेनं, एक दिवस ते त्यांचा लढा पुन्हा सुरू करणार होते. दरम्यान, ते वाचन करणार होते. चिंतन करणार होते– आणि सूत कातणार होते. 'मला एक पाऊल पुरेसं', हे न्यूमनचं सत्यवचन गांधींनी अंगीकारलं होतं. सध्याच्या काळात पुढे उचलायच्या पावलाची रूपरेषा स्पष्ट होती– त्यांच्यासाठी आणि त्यांच्या मते, बाहेरच्या देशांसाठीसुद्धा– ती म्हणजे विधायक कामं आणि त्या कामांचं त्यांच्यासाठी लाडकं स्वरूप होतं चरखा फिरवणं.

येरवड्याला चरखा चालवणं ही त्यांची आणि बँकर यांची दिनचर्या होती. गांधी काही काळ मौनव्रतही पाळत, काही वेळा हे व्रत ते आठवडाभर पाळत. राजगोपालाचारींनी नमूद केलेलं वास्तव वर्तमानपत्रांमध्ये पुन्हा छापून आल्यानंतर काही बंधनं शिथिल करण्यात आली. गांधींना उशी देण्यात आली आणि तुरुंगाच्या आवारात शतपावली करण्याची मुभा देण्यात आली. मित्रांनी पाठवलेली आणि तुरुंगाच्या वाचनालयात उपलब्ध असलेली पुस्तकं वाचण्याची परवानगीही त्यांना मिळाली.

विनाव्यत्यय वाचन करण्याचे प्रसंग गांधींनी अनुभवले होते, ते आठ वर्षांपूर्वी दक्षिण आफ्रिकेच्या तुरुंगात. येरवड्याला दिवसाचे सहा तास पुस्तकांच्या सहवासात घालवताना त्यांनी बरीच पुस्तकं वाचून संपवली : रोम साम्राज्याची अधोगती व अस्त यावर गिबन यांनी लिहिलेले खंड, साम्राज्यावर किपलिंग यांनी रचलेली काव्यं, महाभारत, प्लेटो, ज्यूल्स व्हर्न, मेकॉले, शॉ, वॉल्टर स्कॉट, फॉस्ट, टागोर, वेल्स, वूडरॉफ, डॉ. जेकिल ॲन्ड मि. हाईड; स्कॉटलंडचा इतिहास,

शिखांचा, भारताचा, पक्षांचा, शहरांचा इतिहास; पिट, कोलंबस, विल्बर फोर्स, पॉल ऑफ टार्सस, कबीर यांची चरित्रं; कितीतरी ख्रिश्चन, मुस्लीम आणि बुद्धिस्ट पुस्तकं आणि हिंदू पुराणांवरची पुस्तकं; विवेकानंदांचं लेखन; दयानंद सरस्वती, अरविंद आणि टिळकांचं लेखन; आणि त्यांचे तरुण सहकारी कालेलकर व मश्रूवाला यांचं लेखन; आणखी बरंच काही.

ही यादी समृद्ध, मोठी आणि वैविध्यानं नटलेली आहे. ब्रिटिश साम्राज्याचा हा प्रतिस्पर्धी, त्याच्या पन्नाशीच्या मध्यावर अशा प्रकारे, ज्ञानाची भूक असलेल्या विद्वानाच्या रूपात आपल्यासमोर येतो. काही वेळा तो त्याला भावलेल्या ओळी एका वहीत नोंदवून ठेवतो, गोथेच्या 'फॉस्ट'मधल्या या अशाच काही ओळी :

माझा बिचारा थकलेला मेंदू पोखरला आहे वेदनेनं आणि माझं बिचारं
चिंताक्रांत हृदय कातरलं आहे द्विधा मन:स्थितीनं.

येरवड्यात वरवर प्रसन्न दिसत असलेल्या गांधींचा मेंदू मात्र अवघड प्रश्नांची उकल करण्यात गुंतला होता आणि हृदय वेदनेनं कळवळत होतं, हे नक्की.

लेखक : येरवड्यामध्ये काहीतरी लिखाण करण्याचंही गांधींच्या मनात होतं आणि चौरीचौऱ्याच्या घटनेपासून– म्हणजे जेव्हापासून त्यांना अटक होण्याची शक्यता बळावली होती तेव्हापासून– कमीत कमी तीन विषयांवर काम करण्याबद्दल गांधींच्या मनात आराखडे तयार होते, याच्या खुणा आपल्याला इथे-तिथे सापडतात. ते तीन विषय होते : त्यांच्या दक्षिण आफ्रिकेतल्या लढ्यांचा इतिहास, त्यांचं आत्मचरित्र आणि अहिंसेच्या दृष्टिकोनातून महाभारताचं आणि गीतेचं विवेचन.

पुढची पाच किंवा त्याहून जास्त वर्षं गांधींच्या वैयक्तिक विधायक कार्यक्रमांतर्गत पहिलं प्राधान्य हे सूतकताईपेक्षाही खरंतर लेखनालाच मिळालं. त्यांच्या अटकेनंतर दोन वर्षांनी, तब्येतीनं गंभीर वळण घेतल्यावर सरकारला गांधींना सोडून द्यावं लागलं; तेव्हा दक्षिण आफ्रिकेतल्या कहाणी कथनात विलक्षण प्रगती होत असल्याचं आणि जोडीला आत्मचरित्र व महाभारताचं विवेचन करण्याची इच्छा असल्याचं गांधींनी सार्वजनिकरीत्या जाहीर केलं.

या घटनेच्या खूप आधी, त्यांना येरवड्याला आणण्याच्याही आधी मार्च १९२२मध्ये गांधींनी, आता दक्षिण आफ्रिकेत 'इंडियन ओपिनिअन'चे संपादक असलेल्या आपल्या पुत्राला– मणिलालला काही कागदपत्रं, पत्रव्यवहार, वृत्तपत्रांच्या बातम्यांची कात्रणं आणि त्यांनी दक्षिण आफ्रिकेत ठेवलेली पुस्तकं भारतात पाठवण्यास सांगितलं. परंतु ही सगळी सामग्री गांधींना येरवड्यात असताना मिळाली नाही, तरी ते दक्षिण आफ्रिकेतल्या सत्याग्रहाचा इतिहास लिहिण्याचा विचार करत होते, हे आपल्या लक्षात येतं (१७ मार्च १९२२ चं पत्र).

त्या लढ्याचा इतिहास लिहिण्याची त्यांची खूप दिवसांपासून इच्छा होती, कारण त्या लढ्याचा सेनानी म्हणून ज्या गोष्टी त्यांना माहीत होत्या, त्या कुणालाच माहीत नव्हत्या. त्याहीपेक्षा, त्या लढ्याच्या कहाणीतून असहकार चळवळीत काय कमतरता राहिली आणि भविष्यात त्या चळवळीला कशाची गरज पडेल, हे समजायला मदत झाली असती.

येरवड्यात त्यांचं वाचन विस्तृत असलं, तरी त्याला काही मर्यादा होत्या. कोठडीत दिवे नसल्यामुळे दिवसा वाचावं लागत असे आणि ते सहा तासांपेक्षा जास्त वेळ वाचनाला देऊ शकत नसत. रोज चार तास नेमानं ते कताईसाठी, सूत स्वच्छ करण्यासाठी राखून ठेवत आणि पहाटे व संध्याकाळी ते प्रार्थना म्हणत, पठण करत आणि भजनं म्हणत, बहुतेक वेळा एकटेच.

सूतकताईकडेसुद्धा ते एक आध्यात्मिक कृती म्हणूनच बघत होते. काँग्रेसचे प्रभारी अध्यक्ष अजमल खान यांना एप्रिलमध्ये लिहिलेल्या पत्रात गांधी म्हणाले, *'काही वेळा गीता, कुराण आणि रामायण वाचताना माझं मन विचलित होत असे; पण चार तासांत (सूतकताई करताना) एकदाही अपवित्र विचार माझ्या मनाला शिवत नाही.'*

अगदी रोज नाही, तरी नियमितपणे ते रोजनिशीत काही ओळी लिहीत असत; त्यांत त्यांनी वाचलेली पुस्तकं आणि त्यांना भेटायची परवानगी मिळालेले लोक किंवा बँकर यांचा उल्लेख असे. एके ठिकाणी, त्यांनी बँकर यांची माफी मागितली अशी नोंद आहे– कशासाठी, ते माहीत नाही.

एकाकीपणात मन रमवत असतानाही गांधी काही वेळा सोबतीसाठी खंतावत. बऱ्याचदा दिवसाचा काही वेळ भिडस्त स्वभावाच्या बँकर यांच्यासमवेत ते मजेत घालवत; परंतु आणखी कुणी भेटावं अशीही इच्छा मनाशी बाळगत. त्यांच्या भेटीसाठी कोणकोणत्या नातेवाइकांना पाठवावं, त्यांची नावं विचारली असता गांधींनी नऊजणांची यादी दिली. त्यांतले बरेच लोक त्यांचे रक्ताचे नातेवाईक नव्हते. कस्तुरबांचं नाव यादीत सर्वांत शेवटी होतं आणि त्यांचा उल्लेख 'मिसेस गांधी' असा केला होता.

त्यांचा मुलगा रामदास आणि अस्पृश्य मुलगी लक्ष्मी दुदाभाई यांचा त्यात समावेश होता, शिवाय आश्रमातली एक मुस्लीम मुलगी अमीना बवाझीर आणि एक आजारी मुलगी पंधरावर्षीय मोती लक्ष्मीदास यांचीही नावं त्यात होती. जवळच्या लोकांची यादी सर्वसमावेशक असावी, हा कटाक्ष पाळायची संधी गांधी कधी सोडत नसत (२६ एप्रिल १९२३).

तीन महिन्यांतून एकदा ते पत्र पाठवू शकतात असं सांगितलं असता, पहिलं पत्र १९२२च्या एप्रिल महिन्याच्या मध्यावर लिहिताना त्यांनी काँग्रेसचे हंगामी

अध्यक्ष हकीम अजमल खान यांची निवड केली; ते आपले जवळचे मित्र आहेत, असं स्पष्टीकरण गांधींनी तुरुंगाधिकाऱ्यांना दिलं. पत्रात राजकारणाचा उल्लेख नव्हता, तर कुटुंबीयांसाठी आणि मित्रांसाठी अनेक संदेश/सूचना होत्या; त्यात दास व मोतीलाल नेहरूंचीही नावं होती आणि त्या सर्वांना निरोप पोचवले जातील, अशी अपेक्षाही व्यक्त केलेली होती. कस्तुरबांनी काळजी करू नये व तुरुंगात भेटायला यायचा प्रयत्न करू नये, असा निरोप या पत्राद्वारे दिला होता. देवदासप्रमाणे त्यांनाही रडू फुटेल, अशी गांधींना भीती वाटत होती.

ते पत्र सरकारनं रोखून धरलं. ते फक्त कुटुंबीयांनाच पत्र लिहू शकतात, इतरांना नाही, असं गांधींना सांगण्यात आलं. असं असेल तर ही त्रैमासिक पत्रं न लिहिणंच ते पसंत करतील, असं उत्तर त्यांनी दिलं; परंतु परवानगी घेऊन त्यांनी दोन-तीन वेळा जे लिहिलं, त्यांत एकदा जमनालाल बजाजांना लिहिलं.

कस्तुरबा आणि तृतीय पुत्र रामदास यांच्या भेटीनंतर लगेचच हे पत्र त्यांनी लिहिलं. दक्षिण आफ्रिकेहून एवढ्यातच परतलेल्या चोवीसवर्षीय रामदास यांनी विवाहाची इच्छा बोलून दाखवली होती. बजाज यांच्यामार्फत गांधींनी रामदासना सल्ला दिला की, एखाद्या गरीब कुटुंबातील गुणी मुलगी त्यांनी शोधावी, श्रीमंत मुलगी बघू नये (५ ऑक्टोबर १९२२).

गांधींना अटक होण्यापूर्वी, तिशी ओलांडलेल्या मणिलाल यांनीही आपण विवाहाला उत्सुक असल्याची इच्छा गांधींपर्यंत पोचवली होती. गांधींनी त्याचा हिरमोड केला होता. त्यांनी लिहिलं, *'ज्या दिवशी तू लग्न करशील, त्या दिवसापासून तुझी कीर्ती लोप पावेल.'* पुढे असंही लिहिलं, *'बाबरोबर आज माझे संबंध एका बहिणीबरोबर असावे तसे आहेत आणि त्यामुळेच आज माझी कीर्ती झाली आहे.'* पत्राच्या शेवटी गांधींनी लिहिलं, *'मात्र मला काय वाटतं, यापेक्षा तुला काय वाटतं ते तू कर. तुला जर लग्नावाचून राहता येणार नसेल, तर तू जरूर लग्नाचा विचार कर.'* (१७ मार्च १९२२)

कामासक्त विचारांपासून मनाला दूर कसं ठेवावं याविषयी अटकेत असलेल्या गांधींचा सल्ला बजाजांनी विचारला होता. त्यावर सात्त्विक अन्न, प्रार्थना आणि भरकटणाऱ्या नजरेवर अंकुश ठेवण्याची शिफारस त्यांनी केली. मनात उलटसुलट विचार येणं आणि त्यांना बळी पडणं यांतला फरक ओळखायला गांधींनी बजाजांना सांगितलं. *'माझ्या विचारांना मी जर माझ्या कृतींचा ताबा घेण्याची मुभा दिली असती, तर मी संपलोच असतो. त्याच वेळी, या वाईट विचारांनी आपलं डोकं भणभणू न देण्याची काळजी आपण घेतली पाहिजे.'* (५ ऑक्टोबर १९२२)

येरवड्याला असताना त्यांनी मुलांसाठी गुजराती भाषेतून 'पूर्वपाठ' लिहिला. त्यातल्या बारा प्रकरणांपैकी दोन प्रकरणांमध्ये भजनं होती– 'वैष्णव जन' आणि या

सृष्टीचा दयाळू निर्माता म्हणून ईश्वराची आळवणी करणारं एक गीत. दुसऱ्या प्रकरणामध्ये एक ग्रामीण भागातली आई आणि तिची मुलगी व मुलगा खेळणं, व्यायाम, अभ्यास, दात घासणं, शरीराची स्वच्छता, झाडा-फुलांची काळजी घेणं आणि घरकाम या विषयांबाबत चर्चा करताना दाखवली आहेत. या सगळ्या गोष्टींमध्ये मुलांचाही सहभाग अपेक्षित धरलेला आहे. हे संवाद काहीसे 'कृत्रिम' आहेत आणि अगदी वास्तवातल्या ग्रामीण घरातले वाटत नाहीत, हे मान्य करूनही ते उपयुक्त ठरतील, असं गांधींना वाटलं.

तुरुंगात त्यांनी गीतेची परिशिष्टासह एक संक्षिप्त आवृत्ती तयार केली. त्यासाठी रोज ते बरोबर मोजकी पंधरा मिनिटं देत असत. शरीरावर काही शस्त्रं किंवा बंदी असलेल्या काही वस्तू सापडतात का हे पाहण्यासाठी त्यांची रोज चाचपणी होत असे. काही वेळा रासवटपणे होत असे. अशाच एका तपासणीच्या वेळी युरोपियन शिपायानं गांधींच्या जांघेला स्पर्श केला. या गैरवर्तनाबद्दल सुपरिन्टेन्डेन्टशी बोलावं, असा गांधींनी प्रथम विचार केला. त्यांना गांधींबद्दल आदर होता, परंतु त्याऐवजी सरळ त्या शिपायाशीच बोलावं, असा विचार गांधींनी केला आणि त्यानंतर त्याचं वागणं सुधारलं.

इतर तुरुंगरक्षक जेव्हा-जेव्हा त्यांच्याशी किंवा इतर कैद्यांशी निष्ठुरपणे वागत, तेव्हा-तेव्हा गांधींनी तुरुंग अधिकाऱ्यांपर्यंत प्रकरण न नेता त्या रक्षकांना समजावण्याचा/सुधारण्याचा प्रयत्न केला. गांधींना वेळोवेळी भेटण्याची परवानगी असलेले एक कैदी इंदुलाल याज्ञिक यांनी, गुन्हेगार असलेल्या आणि नंतर रक्षक झालेल्या ॲडन या सोमाली व्यक्तीसंबंधात घडलेल्या एका प्रसंगाची नोंद ठेवली आहे :

> *एका संध्याकाळी सोमाली देशातल्या आमच्या निग्रो रक्षकाच्या हाताला विंचू चावला. तो जोरात ओरडला. मि. गांधी ताबडतोब त्या ठिकाणी गेले... जखम कापण्यासाठी त्यांनी प्रथम एका चाकूची मागणी केली... परंतु चाकू घाणेरडा असल्याचं त्यांना दिसलं. म्हणून मग वेळ न घालवता त्यांनी जखमेभोवतीची जागा धुतली आणि जखमेला तोंड लावून विष चोखून काढायला सुरुवात केली. चोखून- चोखून त्यांनी थुंकायला सुरुवात केली. ॲडनला बरं वाटायला लागल्यानंतरच ते थांबले.*

परंतु जेव्हा नेमून दिलेलं काम करायला नकार देणाऱ्या सत्याग्रही सह-कैद्यांना चाबकाचे फटके दिले गेले, तेव्हा गांधींनी तीव्र विरोध केला. त्यांना भेटू देण्याची गांधींची विनंती जेव्हा फेटाळली गेली, तेव्हा त्यांनी उपोषणाची धमकी दिली. त्यापुढे नमतं घेऊन तुरुंग अधिकाऱ्यांनी तुरुंगातील सेवकवर्गावर हल्ला करणाऱ्यांनाच

फटक्यांची शिक्षा देण्याची तरतूद केली.

१९२३च्या एप्रिलमध्ये बँकर यांची तुरुंगवासाची मुदत संपली आणि त्यांची सुटका झाली. त्यांना घ्यायला येरवड्याच्या प्रवेशद्वारापाशी गेलेल्या राजगोपालाचारींच्या मनात विचार आला, १३ महिने गांधींच्या सहवासात सक्तीचा एकांतवास काढल्यामुळे बँकर यांच्या आत्म्याला एक प्रकारची झळाळी आली होती ('यंग इंडिया', १९ एप्रिल १९२३).

गांधींना आपल्या विश्वासू तुरुंग-साथीची उणीव भासत असतानाच १६ एप्रिल रोजी, आता तेवीस वर्षांचे झालेले देवदास त्यांच्या दुसऱ्या भेटीसाठी येरवड्याला आले, म्हणून गांधींना आनंद झाला. मध्यंतरीच्या काळात या मुलानं बरेच महिने अलाहाबादच्या तुरुंगात व्यतीत केले होते. सुनावणीच्या वेळी तो म्हणाला होता, 'सध्याच्या काळात स्वाभिमानी माणसासाठी तुरुंग हेच खरं वास्तव्यास योग्य ठिकाण आहे, असं जेव्हा आम्ही भारतीय म्हणतो, तेव्हा ते काही विनोद म्हणून म्हटलेलं नसतं.'

आपल्या पुत्राला निरोप देण्यासाठी येरवड्याच्या मुख्य फाटकाजवळ गेले असता गांधींना तिथे वाट बघत असलेले वल्लभभाई दिसले. खळाळून हसत गांधी उद्‌गारले, *"अरे! काय सुंदर भेट मिळाली ही मला आज!"*

गांधींच्या मनात पराजयाच्या नव्हे, तर मृत्यूच्या विचारांचा कल्लोळ माजलेला होता. त्यांच्या सुटकेनंतर गांधींनी जे काही लिहिलं, त्यावरून ते आपल्या श्रद्धेखातर मृत्यूला जवळ करणाऱ्या रहस्यमय गूढ इलाजाविषयी विचार करत होते, हे आपल्याला समजतं. १९२३ सालच्या एप्रिल महिन्यापासून उदरात होत असलेल्या तीव्र वेदनांमुळे हे मृत्यूचे विचार जास्तच गडद झाले असावेत.

५ मे रोजी आणि त्यानंतर दहा दिवसांनी पुन्हा मुंबई इलाक्याचे पुणेस्थित सर्जन-जनरल कर्नल मॅडॉक यांनी गांधींना तपासलं आणि १८ मे रोजी कस्तुरबांना आपल्या पतीला भेटण्याची परवानगी देण्यात आली. गांधींना तुरुंगाच्या कमी खडतर युरोपियन कक्षात हलवण्यात आलं होतं.

त्रास जरा कमी झाल्यासारखा वाटत होता. १९२३च्या नोव्हेंबरपासून गांधींनी त्यांच्या नेतृत्वाखाली झालेल्या दक्षिण आफ्रिकेतल्या लढ्याची कहाणी मांडायला सुरुवात केली, त्याला कारणीभूत हे प्रकृतिअस्वास्थ्य असावं. कोणत्याही कागदपत्रांशिवाय अथवा नोंदींशिवाय त्यांनी गुजरातीमध्ये याज्ञिक यांना हे अनुभव सांगण्यास सुरुवात केली. मरण्यापूर्वी ही कहाणी सांगावी, अशी त्यांची इच्छा होती.

काँग्रेसमधला विसंवाद

तुरुंगाबाहेरच्या जगात, तुरुंगांमधून बाहेर पडलेले हजारो लोक आणि

राजकीयदृष्ट्या सजग असलेले इतर भारतीय लोक गोंधळलेले होते आणि त्यांच्यात मतैक्य नव्हतं. सरकारी विधिमंडळात जाण्यापेक्षा साम्राज्याला आव्हान देणं काँग्रेसनं जास्त पसंत केलं, परंतु या दोहोंपेक्षा विधायक काम करणं अधिक नीरस होतं. अर्थात सगळ्यांसाठी मात्र नव्हे. उदाहरणार्थ, वल्लभभाईंनी गुजरात विद्यापीठासाठी दहा लाख रुपये गोळा केले होते आणि ते स्वतः, राजगोपालाचारी व इतर काही लोक आपापल्या प्रांतांमध्ये अस्पृश्यतेविरुद्ध लढा देत होते.

हे दोघे आणि बजाज, राजेंद्र प्रसाद, देवदास व विनोबा भावे नागपूरला स्थानिक स्वरूपाचा परंतु मनोधैर्य उंचावणारा एक सत्याग्रह करण्यात गुंतले होते, तो होता काँग्रेसचा झेंडा फडकवण्याचा हक्क परत मिळवण्यासाठी.

देशाच्या दुसऱ्या भागात, त्यांच्या परंपरेनुसार अकाली लोक (त्यांच्या मंदिराच्या सार्वजनिक रसोड्यासाठी), अमृतसरपासून १० मैलांवर असलेल्या 'गुरू का बाग' या ठिकाणी सरपण गोळा करत होते, तेव्हा पोलिसांच्या लाठीमाराला न जुमानता त्यांनी आपलं काम सुरू ठेवलं. गटागटांनी ते लाकडं तोडायला जात होते आणि कोणताही प्रतिकार न करता मार खात होते. शेवटी इंधन गोळा करण्याचा त्यांचा हक्क मान्य करण्यात आला.

परंतु विधिमंडळात प्रवेश करण्याविषयीचं आकर्षण आणि झेंडे व सरपण यांची तुलना होऊ शकत नव्हती. १९२३च्या नोव्हेंबरमध्ये निवडणुका घेण्याचं जाहीर झालं होतं. विधिमंडळांवर बहिष्कार टाकण्याच्या धोरणाचा पुनर्विचार करावा अशी मागणी १९२२च्या जूनमध्ये सुटका झालेले मोतीलाल नेहरू आणि त्यांच्यानंतर दोन महिन्यांनी सुटलेले चित्तरंजन दास यांनी केली. त्यांना बऱ्याच लोकांनी पाठिंबा दिला. विठ्ठलभाई पटेल म्हणाले, "शत्रूच्या किल्ल्यात घुसून त्याला मात द्यावी." विधिमंडळांचं काम असमाधानकारक वाटलं तर काँग्रेसचे सभासद त्यांना आतमध्ये राहून उद्ध्वस्त करतील, असा दावाही त्यांनी केला.

त्यांचे बंधू वल्लभभाई यांनी निदर्शनास आणलं की, दिखाऊ विधिमंडळं ही शत्रूची मोक्याची जागा नसून व्हाइसरॉय आणि इतर गव्हर्नर्स यांच्या अभेद्य वसाहती ही ती जागा आहे आणि विधिमंडळांच्या कोणत्याही आदेशाचा त्यांच्या अधिकारांवर काहीही परिणाम होणार नव्हता. काहीही असलं तरी चर्चा आणि मतं यांचा साम्राज्यावर परिणाम होणारच असा दावा करून, 'प्रो चेंजर्स' ('बदलाभिमुख') काँग्रेस सभासदांनी नवीन धोरण आखण्याची मागणी केली.

'नो चेंजर्स'चं ('बदलविरोधी') नेतृत्व करणारे होते सी.आर., पटेल, राजेंद्र प्रसाद आणि जमनालाल बजाज. १९२२च्या अखेरीस जेव्हा दास यांच्या अध्यक्षतेखाली बिहारमधील गया इथे काँग्रेसचं वार्षिक अधिवेशन भरलं, तेव्हा सर्वांत लक्षवेधी कामगिरी ठरली ती राजगोपालाचारींची. 'नो चेंजर्स'नी चर्चांमध्ये

आणि मतांमध्ये बाजी मारली.

परंतु त्यावर प्रतिक्रिया म्हणून दास, मोतीलाल नेहरू आणि विठ्ठलभाईंनी काँग्रेसमधला विधिमंडळाभिमुख गट म्हणून 'स्वराज' पक्षाची स्थापना केली. यामुळे बऱ्याच कटू शब्दांची देवाणघेवाण झाली. आझाद व जवाहरलाल यांच्या नेतृत्वाखालच्या तिसऱ्या गटानं एकी टिकावी यासाठी निष्फळ प्रयत्न केले. परंतु स्वराज पक्षानं नोव्हेंबरमध्ये निवडणुका लढवल्या आणि अनेक जागा जिंकल्या.

अलाहाबादहून मोतीलाल नेहरू मध्यवर्ती कायदेमंडळात निवडून गेले. मुंबई शहरात असलेल्या दोन जागांपैकी एकीवर अपक्षांचा व लिबरल पक्षाच्या उमेदवाराचा पराभव करून विठ्ठलभाई निवडून आले, दुसरी जागा जिनांनी घेतली, ती मुस्लिमांसाठी राखीव होती. बंगालमध्ये दास यांच्या नेतृत्वाखाली स्वराज पक्ष एकमेव मोठा पक्ष म्हणून जिंकून आला आणि मध्य प्रांतात त्यांना बहुमत मिळालं. इतर ठिकाणी त्यांना स्थानिक पक्षांकडून आणि अपक्षांकडून पराभव पत्करावा लागला.

१९२३च्या डिसेंबरमध्ये, नुकत्याच सुटून आलेल्या मुहम्मद अलींच्या अध्यक्षतेखाली बेझवाडा (विजयवाडा) इथे काँग्रेसच्या अधिवेशनात 'प्रो चेंजर्स' आणि 'नो चेंजर्स' यांनी एक प्रकारच्या समझोता करारावर सह्या केल्या. असहकार हेच काँग्रेसचं धोरण राहील, यावर पुन्हा एकदा शिक्कामोर्तब करण्यात आलं; परंतु स्वराज पक्षानं विधिमंडळात केलेल्या प्रवेशालाही पाठिंबा व्यक्त केला गेला. मात्र ते काँग्रेसचं प्रतिनिधित्व करत नसून केवळ स्वतःचं प्रतिनिधित्व करत आहेत, ही बाब स्पष्ट करण्यात आली.

शस्त्रक्रिया आणि सुटका

१२ जानेवारी १९२४ रोजी, पोटातील वेदनांनी उग्र रूप धारण केल्यावर आणि अशक्त झालेल्या गांधींना ससून हॉस्पिटलमध्ये हलवल्यावर कर्नल मॅडॉक यांनी अपेंडिसायटिसचं निदान केलं. (नंतर जेव्हा निदान करण्यात झालेल्या विलंबावरून टीका झाली, तेव्हा गांधींनी डॉक्टरांची पाठराखण केली. अपेंडिसायटिसचं निदान करणं सोपं नव्हतं, असं ते म्हणाले आणि त्या काळी ही गोष्ट खरीच होती.)

त्यांना हवे असलेले डॉक्टर बोलावण्यात येतील, असं मॅडॉक यांनी गांधींना सांगितल्यावर त्यांनी डॉ. जीवराज मेहता आणि डॉ. दलाल यांची नावं घेतली; परंतु दोघांनाही लवकर निरोप पोचला नाही. त्यावर मॅडॉक यांनीच शस्त्रक्रिया पार पाडावी, असं अधिकारपत्र गांधींनी लिहून दिलं. १२ जानेवारी रोजी विजेनं दगा दिल्यामुळे टॉर्चच्या प्रकाशात मॅडॉक यांना शस्त्रक्रिया करावी लागली; परंतु ही कसरत यशस्वी ठरली.

सरकारनं ही बातमी जाहीर केली. मॅडॉक यांनी या आपत्तीतून सुटका केली

असली, तरी गांधींना अटकेत ठेवणं आता यापुढे सरकारला शक्य नव्हतं; कारण गांधी हे भारताचं प्रेमनिधान होतं हे त्यांना माहीत होतं. ते आजारी होते आणि अशक्त झाले होते (जे त्यांना भेटायला जाऊ शकले, त्यांना ते पूर्वीपेक्षा अर्धे झाले आहेत, असं वाटलं), हे प्रत्येकाला माहीत होतं. चौरीचौऱ्याच्या घटनेनंतर दोन वर्षांपूर्वी गांधींनी देशव्यापक लढा मागे घेतला होता, हेसुद्धा प्रत्येकाला आठवत होतं.

त्यांची अवस्था बघून त्यांना बिनशर्त सोडून देण्यात येणार असल्याचं ५ फेब्रुवारी रोजी, ससून हॉस्पिटलमध्येच असताना त्यांना कळवण्यात आलं. आपल्या सुटकेचं कारण आपली प्रकृती ठरावी, याबद्दल गांधींनी खेद व्यक्त केला. त्यांच्या सुटकेमुळे भारतभर आनंदाची लाट पसरली.

परंतु प्रकृती सुधारलेली नसल्यामुळे त्यांना हॉस्पिटल सोडणं शक्य नव्हतं. १० मार्च रोजी जेव्हा प्रथम ते खुल्या हवेत आले तेव्हा अतिशय तत्पर, हुशार इंग्रजी नर्स ओठांच्या कोपऱ्यातून हसत आणि खट्याळ नजरेनं बघत गांधींना म्हणाली, ''सगळ्या ब्रिटिश गोष्टींवर बहिष्कार टाकणाऱ्या कट्टर बहिष्कारी व्यक्तीवर (ती गांधींचा उल्लेख असा करत असे) एका ब्रिटिश सर्जननं ब्रिटिश उपकरणं वापरून शस्त्रक्रिया केली आणि त्यांना ब्रिटिश औषधं देण्यात आली व एका ब्रिटिश नर्सनं त्यांची देखभाल केली, हे त्यांनी लक्षात ठेवावं.'' गांधींनी दोन महिन्यांनंतर हे लिहिलं आहे.

हॉस्पिटलमधून बाहेर येताना गांधींच्या डोक्यावर धरलेली छत्रीही ब्रिटिश आहे, असं शेवटचं विजयी वाक्य त्या नर्सनं उच्चारलं; परंतु त्यावर उत्तर देताना गांधी म्हणाले, *''त्यांना जो बहिष्कार अपेक्षित होता तो काही ब्रिटिश किंवा शाही वस्तूंवर नव्हता, तर भारताबाहेर बनणाऱ्या– मग ते ब्रिटन असो वा युरोप, अमेरिका किंवा इतर ठिकाण– कापडावर होता; आणि तोसुद्धा चरख्याखातर व भारतातल्या खेड्यांमध्ये राहणाऱ्या स्त्री-पुरुषांखातर. त्यावर आपणही कदाचित स्वत: खादी वापरायला लागू, असं उत्तर त्या चटपटीत नर्सनं दिलं''* ('यंग इंडिया', १५ मे १९२४).

१९२४ सालातली ध्येयं : गांधींची प्रकृती सुधारावी, यासाठी मुंबईचे एक उद्योजक नरोत्तम मोरारजी यांनी जुहूच्या समुद्रकिनारी असलेलं त्यांचं घर वास्तव्यासाठी देऊ केलं. त्या वास्तव्यात गांधी काही निष्कर्षांप्रत आले. एक गोष्ट त्यांनी ठामपणे ठरवली, ती म्हणजे १९२८च्या मार्च महिन्यापूर्वी ब्रिटिश साम्राज्याविरोधी कोणत्याही लढ्याचं ते नेतृत्व करणार नाहीत; कारण तोपर्यंत त्यांच्या सहा वर्षांच्या अटकेचा काळ सुरू राहणार होता.

तसं पाहिलं तर विभागलेला भारत कोणत्याही लढ्यासाठी सज्ज नव्हताच;

त्यामुळे पुनर्बांधणीकडे लक्ष पुरवण्याचं त्यांनी ठरवलं– संपूर्ण भारत देशाची आणि काँग्रेसचीसुद्धा. त्याबरोबरच विधायक कार्यक्रमांचा प्रसार करण्याचं आणि वाढत्या असहिष्णू वातावरणात हिंदूंसाठी दूरदृष्टीचं धोरण आखण्याची दक्षता घेण्याचं त्यांनी ठरवलं. शेवटी, त्यांच्यानंतर भारताच्या नेतृत्वाची धुरा कोण सांभाळणार, हेसुद्धा ठरवावं लागणार होतं.

३१ ऑगस्ट रोजी मुंबईच्या एक्सलसिअर थिएटरमध्ये झालेल्या सभेत गांधींनी आपलं मन मोकळं करत काही विचार मांडले; तत्पूर्वी, असहकार चळवळीवर टीका करणाऱ्या वक्त्यांची असहकार चळवळीच्या कट्टर कार्यकर्त्यांनी हुर्यो उडवली होती. गांधींनी व्यत्यय आणणाऱ्या लोकांना उभं राहायला सांगितलं आणि माफी मागायला सांगितली; त्या लोकांनी तसं ताबडतोब केलं. मग गांधी म्हणाले की, *आपल्या स्वभावाला दोन बाजू आहेत, 'कठोर आणि मृदू'. पहिल्या बाजूमुळे माझी पत्नी, मुलगा आणि स्वर्गवासी भाऊ मला दुरावले,* अशी कबुली त्यांनी दिली. तो चेहरा जेव्हा ते धारण करतात तेव्हा त्यांचं छुपं प्रेम शोधावं लागतं, असंही ते पुढे म्हणाले. आता भारत त्यांच्या स्वभावाचा कोमल पैलू बघणार होता (असं बहुधा त्यांना म्हणायचं होतं).

विरोध, चातुर्य, ऐक्य : 'प्रो चेंजर्स'चं बंड गांधींनी मोडून काढावं, अशी काँग्रेसमधल्या 'नो चेंजर्स'ची इच्छा होती; तर 'प्रो चेंजर्स'ना गांधी आपल्याला पाठिंबा देतील, अशी आशा होती. हा तिढा सोडवण्यासाठी जबाबदाऱ्यांची स्पष्ट विभागणी करावी, असं प्रथम गांधींनी सुचवलं. स्वराज पक्षातील सदस्य विधिमंडळाशी संबंधित आणि 'नो चेंजर्स' काँग्रेसशी संबंधित कामकाज पाहतील, अशी ती विभागणी होती. परंतु काँग्रेसमध्येही आपलं वजन कायम राहावं, अशी मनीषा बाळगणारे मोतीलाल नेहरू (मध्यवर्ती कायदेमंडळात स्वराज गटाच्या पंचेचाळीस सदस्यांचे नेते म्हणून त्यांची निवड झाली होती) व दास यांनी हा प्रस्ताव फेटाळला.

१९२४च्या जून महिन्यात अहमदाबाद इथे झालेल्या अखिल भारतीय काँग्रेस समिती (AICC)च्या बैठकीत गांधींना असं दिसून आलं की, जी धोरणं त्यांना प्रिय होती, त्याविरोधात तीव्र भावना होत्या. विधिमंडळातल्या प्रवेशाचं समर्थन तर केलं गेलंच; परंतु दास आणि इतरांनी, कलकत्त्याला एका इंग्रजी गृहस्थाच्या झालेल्या हत्येचा धिक्कार करणारा जो ठराव गांधींनी मांडला, त्यावर हल्ला चढवला आणि जवळजवळ तो नामंजूर केला. '१९२० पासून तुमच्या मार्गावर चालण्याचा प्रयत्न केला. आता आम्हाला संधी द्या', जणू काही हा संदेश दास, मोतीलाल नेहरू, विठ्ठलभाई आणि इतरांनी गांधींना दिला.

काँग्रेसमध्ये गांधींना आणखी एका आघाडीवर आव्हानांचा सामना करावा लागला : ब्रिटिश साम्राज्यात तयार झालेल्या सर्व वस्तूंवर बहिष्कार घालण्याची

मागणी करण्यात आली. ससून हॉस्पिटलमधल्या नर्सच्या निदर्शनास आल्याप्रमाणेच गांधींनी या धोरणाला विरोध केला. या धोरणाला द्वेषाचा रंग चढला होता, त्यामुळे हिंसेचा उद्रेक होण्याची शक्यता होती आणि ते अव्यवहार्य होतं, असं गांधींचं मत होतं. त्यापेक्षा विदेशी कापडावर बहिष्कार हा अधिक व्यवहार्य पर्याय होता, असा त्यांचा दावा होता. कारण भारतातल्या कापड-गिरण्यांबरोबरच चरखा चालवून भारताची कापडाची गरज भागवणं शक्य झालं असतं.

ब्रिटिश-विरोध दर्शवणारा बहिष्कार हिंसेकडे घेऊन जाणारं एक पाऊल ठरलं, तर चरखा हे– त्यांच्यासाठी व त्यांच्या टीकाकारांसाठी– अहिंसेचं प्रतीक ठरलं.

हिंसेची अतिशय जुनी पद्धत अवलंबण्याचा निर्विवाद अधिकार भारताला होता; परंतु ब्रिटिशांकडे असलेल्या अद्ययावत शस्त्रसामग्रीमुळे भारतीयांच्या हल्ल्याचा बीमोड करून अनिर्बंध आणि अनंत काळापर्यंत आपलं वर्चस्व ते ठेवू शकले असते, असं गांधींचं म्हणणं होतं. हिंदू-मुस्लीम केवळ ब्रिटिशांच्याच नव्हे, तर परस्परांच्या विरोधात हिंसाचाराचा अवलंब करू शकतात, असा इशाराही गांधींनी दिला. त्यामुळे हत्या करून स्वातंत्र्य जरी कसंबसं पदरात पडलं, तरी त्याची परिणती एक हिंदू किंवा एक मुस्लीम राष्ट्र बनण्यात होईल, सर्वांसाठी एक भारत राष्ट्र म्हणून होणार नाही ('यंग इंडिया', २२ मे १९२४).

अहमदाबादला मतांच्या आधारानं जरी ते प्रबल ठरले असले, तरी त्यांच्या ध्येयधोरणांवर झालेल्या हल्ल्यानं गांधी इतके व्यथित झाले की, अधिवेशनात सगळ्यांसमोर त्यांना रडू फुटलं. आपला नक्षा उतरला आणि पराजय झाला, असं वाटत असल्याचं ते म्हणाले. परंतु एक बुद्धिमान खेळी खेळताना त्यांनी असा प्रस्ताव मांडला की, जर स्वराज पक्षानं त्यांना खादीबाबत पाठिंबा दिला, तर विधिमंडळाच्या विषयात आपण माघार घेऊ. स्वराज पक्षानं हे मान्य केलं आणि गांधी-दास-नेहरू करारावर सह्या होऊन या काँग्रेसअंतर्गत कलहाला पूर्णविराम मिळाला.

स्वराज पक्षाचे सभासद काँग्रेसचे प्रतिनिधी म्हणून कायदेमंडळात गेले आहेत, हे गांधींनी मान्य केलं आणि जे चरखा चालवतील तेच केवळ काँग्रेसचे सभासद होऊ शकतात, ही बाब स्वराज पक्षानं मान्य केली. वर्षाला चार आणे वर्गणी भरण्याऐवजी काँग्रेस सभासद यापुढे सुताच्या गुंड्या जमा करतील, असं ठरवण्यात आलं. स्वत: जे लोक सूत कातू शकत नसतील, ते दुसऱ्यांनी बनवलेल्या गुंड्या जमा करू शकणार होते. कायदेमंडळाच्या विषयात जरी गांधींना माघार घ्यावी लागली, तरी खादीच्या आघाडीवर त्यांना यश मिळालं होतं, ही एक प्रकारची अहिंसाच होती, असं त्यांचं (आणि इतरांचं) म्हणणं होतं.

१९२४मध्ये सरकारनं बंगालमध्ये अनेक स्वराजवाल्यांना अटक केली, त्यांत

सुभाष बोसही होते. त्यावर प्रतिक्रिया म्हणून या लोकांचा काँग्रेसनं स्वीकार करावा, असं गांधींनी सुचवलं. स्वराज सभासदांप्रति असलेलं गांधींचं उदारमतवादी धोरण 'नो चेंजर्स'ना रुचलं नाही; पण ते एकनिष्ठ राहिले आणि अनुभवातून शहाणे होऊन स्वराज सभासद आपणहोऊन माघारी फिरतील, हा गांधींचा विश्वास खरा ठरावा अशी प्रार्थना करत बसले.

प्रत्यक्षात १९२४मध्ये असहकार चळवळ सोडून दिली गेली होती. राष्ट्रीय एकात्मतेसाठी खादी, हिंदू-मुस्लीम ऐक्य आणि अस्पृश्यतेविरुद्ध लढा या तीन बाबी एकत्र येऊन एक व्यासपीठ तयार होईल, अशा अपेक्षेनं गांधींनी सगळ्यांना, अगदी लिबरल पार्टीलादेखील एकत्र येण्याचं आवाहन केलं.

सामंजस्याच्या सेतूला तडे

'हिंदू-मुस्लीम ' हा एक प्रचंड वादाचा/आव्हानात्मक मुद्दा होता. गांधी त्याला 'प्रश्नांचा प्रश्न' म्हणत. हेच विशेषण त्यांनी पाच वर्षांपूर्वी खिलाफतसाठी वापरलं होतं. रीडिंग यांनी दखल घेतलेल्या या पुलाला तडे जाऊ लागले होते. काही प्रमाणात सरकारनं खेळलेली राजनीती फळाला येऊ लागली होती.

गांधींची सुटका होणार होती त्या महिन्यात, म्हणजे १९२४च्या फेब्रुवारीत व्हाइसरॉयच्या कार्यकारी समितीतील एक मुस्लीम सभासद सर मुहम्मद शफी यांनी अली बंधूंबरोबर तीन तास घालवले आणि त्यांच्याकडून एक वचन घेतलं, असं आपल्या डायरीत नमूद करून ठेवलं. 'मुस्लिमांचे हितसंबंध जपण्यासाठी व वाढवण्यासाठी एका मुस्लीम संघटनेची स्थापना करण्याविरोधात ते बंधू काहीही करणार नाहीत', असं ते वचन होतं. १९२१च्या ऑगस्ट महिन्यात झालेल्या मोप्ला शोकांतिकेनंतर हिंदूंनी सुरू केलेल्या शुद्धी आणि संघटन कार्यक्रमांमुळे इस्लामला धोका असल्याचं शफी यांनी त्यांना ठासून सांगितलं.

शुद्धी आणि संघटनाची हाक देणाऱ्यांमध्ये गांधींचे जुने मित्र स्वामी श्रद्धानंद होते. १९१९मध्ये दिल्लीच्या जामा मशिदीमध्ये भाषण देण्यासाठी आमंत्रित स्वामी आता प्रथम एक हिंदू होते. १९२२ साली शुद्धी-कार्यक्रमांसाठी त्यांनी काँग्रेसकडे निधीची मागणी केली, ती फेटाळली गेली म्हणून त्यांनी काँग्रेसचा त्याग करून 'हिंदू महासभे'बरोबर नातं जोडलं. १९१५ साली स्थापन झालेल्या या संघटनेत जाऊन हिंदूंचे हितसंबंध जपण्यासाठी जोमानं काम करण्याचं त्यांनी ठरवलं.

१९०९ पासून गांधींचे विरोधक असलेले आणि दोनच वर्षांपूर्वी अंदमानच्या सेल्युलर जेलमधून रत्नागिरीच्या तुरुंगात हलवण्यात आलेले विनायक दामोदर सावरकर यांनी एक लेख प्रसिद्ध केला, 'हिंदू म्हणजे नेमकं कोण?' 'हिंदुत्वा'चा प्रचार करताना या लेखात असा दावा केला गेला होता, की जे भारताला आपली

मातृभूमी आणि पवित्र भूमी/तीर्थक्षेत्र मानतात, तेच खरे देशभक्त असू शकतात. या व्याख्येनुसार मुस्लीम आणि ख्रिश्चन देशद्रोही ठरत होते.

१९११ साली जेव्हा सावरकरांना जन्मठेपेची शिक्षा भोगण्यासाठी अंदमानला पाठवण्यात आलं (१९०९ साली, नाशिकचे कलेक्टर संस्कृतचे जाणकार असलेले ब्रिटिश अधिकारी ए. एम. टी. जॅक्सन यांच्या हत्येच्या कटात हात असल्याचा आरोप त्यांच्यावर सिद्ध झाला होता.) तेव्हा ब्रिटिश त्यांचे शत्रू क्रमांक एक होते; परंतु लवकरच ती जागा मुस्लिमांनी घेतली.

ब्रिटिश सरकारकडे त्यांनी दिलगिरी व्यक्त केल्यावर काही अटींवर १९२४ साली सोडण्यात आलेले परंतु रत्नागिरी जिल्ह्यात १९३७ पर्यंत स्थानबद्धतेत ठेवण्यात आलेले सावरकर जेव्हा सुटले तेव्हाही असं दिसतं, की हिंसक कृत्यात काहीतरी पुरुषार्थ असतो असा त्यांचा विश्वास होता. देशाच्या शत्रूला मारणं हे देशभक्तांचं राष्ट्रीय कर्तव्य असतं, यावरही त्यांची श्रद्धा होती.

त्यांची ही मतं १९२०, १९३०च्या दशकांत आणि नंतरही त्यांनी केलेल्या लिखाणात व्यक्त होताना दिसतात. त्याआधीही १९०९ साली त्यांनी जो १८५७च्या उठावाचा इतिहास लिहिला होता (त्याच वर्षी त्यांची आणि गांधींची भेट झाली होती आणि वायलींच्या हत्येचा गांधींनी तेव्हा धिक्कार केला होता, तर सावरकरांनी त्या घटनेचं समर्थन केलं होतं.), ब्रिटिश महिला व मुलांच्या जेव्हा त्या उठावादरम्यान क्रूर हत्या झाल्या त्यांचा निषेध करण्याचं सावरकरांनी नाकारलं होतं. अशा प्रकारे ऐतिहासिक प्रश्नांपासून ते सद्य:स्थितीतल्या मुद्द्यांवर सावरकर हे गांधींच्या कट्टर विरोधात उभे ठाकले होते.

१९२३च्या ऑगस्ट महिन्यात हिंदू महासभेनंही सावरकरांच्या विचारधारेला आपला पाठिंबा व्यक्त केला आणि शुद्धी करण्याचं व हिंदूंसाठी स्व-संरक्षण पथक उभारण्याचंही आवाहन केलं. मुस्लिमांनीही समांतर कार्यक्रम आखत तब्लिघ (प्रसार-प्रचार) आणि तंझिम (संघटना) यांची घोषणा केली. हिंदू आणि मुस्लीम या दोन्हीही बाजूंकडून स्व-संरक्षणासाठी हे कार्यक्रम आखत असल्याचा दावा करण्यात आला, तरीसुद्धा हिंदू-मुस्लीम दंगे उसळलेच. १९२३मध्ये तर असे अकरा लक्षणीय दंगे झाले.

सुटका झालेल्या गांधींपुढे मुहम्मद अलींसह मुस्लिमांनी या शुद्धी व संघटन कार्यक्रमांविषयी तक्रारी मांडल्या. शिवाय पंडित मालवीय, लाला लजपत राय आणि स्वामी श्रद्धानंद अशांसारख्या हिंदू नेत्यांच्या वक्तव्याबाबत नाराजीचा सूर लावला. दुसरीकडे मुस्लिमांना जागं केलं म्हणून हिंदूंकडून गांधींना छापता न येण्याजोग्या भाषेतून पत्रं आली. मुस्लिमांच्या द्वेषाचं लक्ष्य आता ब्रिटिश नसून हिंदू असल्याचा दावा त्यात केला गेला होता.

मुहम्मद अलींवर मुस्लिमांनी धार्मिक तत्त्वांच्या बाबतीत ते गांधींचे अनुयायी असल्याचा आरोप केला, तेव्हा त्यावरची अलींची प्रतिक्रिया गांधींना माहीत नव्हती का? अली म्हणाले होते, 'एक चारित्र्यवान व्यक्ती म्हणून महात्मा गांधींपेक्षा वरची जागा मी कुणाला देऊ शकत नाही; तरीही अगदी रसातळाला पोचलेल्या किंवा चारित्र्यविहीन मुसलमानांचा पंथ त्या वेळी तुरुंगात असलेल्या गांधींपेक्षा नेहमीच उच्च स्थानी असेल.'

उच्चकोटीला पोचलेल्या वादातही अशा शब्दांत केलेल्या तुलनेची काहीच आवश्यकता नव्हती. त्यानंतर अपरिहार्यपणे उठलेल्या गदारोळात काहींनी काँग्रेसच्या प्रमुखपदावरून अलींनी पायउतार व्हावं, अशी मागणी केली. गांधींची यावर प्रतिक्रिया अशी होती की, इस्लामवरची आपली निष्ठा अधोरेखित करण्याच्या अलींच्या प्रयत्नाबाबत राईचा पर्वत केला गेला होता.

निबंध आणि अविवेकी वर्तन : हिंदू आणि मुस्लीम जोपर्यंत एकत्रितपणे ब्रिटिशांविरुद्ध लढत होते तोपर्यंत काही महत्त्वाचे आणि वादाचे प्रश्न बाजूला ठेवले गेले होते. आता पुढाकार घेऊन त्यांचा समाचार घेणं गांधींना गरजेचं होतं. मेअखेरीस त्यांनी 'यंग इंडिया'त एक सर्वस्पर्शी निबंध लिहून ते कार्य केलं; त्याचं काळजीपूर्वक वाचन करणं आवश्यक आहे.

'हिंदू-मुस्लिमांमधील तणाव : त्याची कारणे व उपाय' असे शीर्षक असलेल्या निबंधाची सुरुवात गांधींना मिळालेल्या 'आरोपपत्रां'नी झाली. खिलाफत प्रश्नावर गांधींनी घेतलेल्या भूमिकेमुळे मौलवींची प्रतिष्ठा वाढली, त्यामुळे त्यांनी हिंदूंविरुद्ध एक प्रकारे जिहाद पुकारला आहे, असा आरोप हिंदूंनी केला; तर हिंदू आम्हाला फसवून गुपचूप ब्रिटिश सरकारच्या न्यायालयांमधील, महाविद्यालयांमधील आणि समित्यांमधील आपापल्या पदांवर परत रुजू झाले आणि मुस्लीम मात्र बाहेरच राहिले, अशी तक्रार मुस्लिमांनी केली.

एक मुस्लीम टीकाकार म्हणाला की, असहकार चळवळीमुळे अलिगढ विद्यापीठाची अपरिमित हानी झाली आणि मुस्लीम समाजासाठी पूर्वी ठोस काम करणारे मुहम्मद अली यांना तुम्ही (गांधींनी) तुमच्या बाजूला खेचून नेल्यामुळे या समाजाचं मोठं नुकसान झालं (तरी सुदैवानं तुमच्या गटात अगदी थोडे मुस्लीम राहिले म्हणून बरं).

हे आरोप अमान्य करत आपण अजिबात पश्चात्तापदग्ध नसल्याचं गांधींनी लेखात लिहिलं. आपण जर एक देवदूत असतो आणि जे घडलं ते जर आपल्याला आधीच कळलं असतं, तरी आपण जे केलं तेच केलं असतं. जनतेमध्ये झालेली जागृती ही एक खूप मोठी कमाई होती आणि लोकांना पुन्हा निद्रितावस्थेत जाऊ द्यायला ते तयार होणार नव्हते.

नुकत्याच झालेल्या दंग्यांमध्ये मुस्लिमांबरोबरच हिंदूंचेही बळी गेले, या बाबीकडे त्यांनी लक्ष वेधलं. अर्वाच्य भाषा वापरण्यात व परस्परांच्या धर्मांची निंदानालस्ती करण्याची दोन्ही बाजूंनी प्रकाशित होणाऱ्या वृत्तपत्रांमध्ये चढाओढ लागलेल्या पंजाब प्रांतात समस्येची खरी सुरुवात झाली, असं जाहीर करून गांधी म्हणाले की, *हिंसेचं समर्थन करण्याची विचारसरणी हे भारतापुढील सर्वांत मोठं आव्हान आहे. हिंसा हाच आयुष्याचा खरा धर्म आहे आणि मी माझ्या शत्रूचा द्वेष केलाच पाहिजे,* या एका मुस्लीम मित्रानं केलेल्या वक्तव्यांना उद्धृत करून गांधी पुढे म्हणाले की, *काही हिंदू टीकाकारांनाही अहिंसा ही तिरस्करणीय वाटत होती.*

'काही विशिष्ट परिस्थितीत हत्या करणं हे कर्तव्य असल्याचं गीतेत सांगितलं गेलं आहे, असं माझे काही हिंदू मित्र मला सांगतात.' त्यांचं स्वत:चं असं ठाम मत होतं की, *आपल्यात असलेल्या दुष्ट प्रवृत्तीला ताबडतोब व कठोरपणे नष्ट करणं, हेच कर्तव्य आहे, असं गीतेमध्ये पुन्हापुन्हा सांगितलं आहे. परंतु मला समजलेल्या या अर्थाकडे काही हिंदू तिरस्काराच्या नजरेनं बघत. हिंसेची मोठी लाट येणार असं मला वाटतं,* असा इशारा गांधींनी दिला आहे.

गांधींनी या गोष्टीकडे लक्ष वेधलं की, ते भारतीयांना दुष्टपणाशी किंवा चोर, दरोडेखोर किंवा... भारतावर आक्रमण करणाऱ्या देशांशी पूर्णपणे अहिंसेनं वागण्यासाठी काही सांगत नव्हते, तर स्वराज्य मिळवण्यासाठीचे मार्ग मात्र पूर्णपणे अहिंसक हवेत. दुसरी गोष्ट म्हणजे, हिंदू, मुस्लीम , ख्रिश्चन, शीख आणि पारशी यांनी आपसातले मतभेद मिटवण्यासाठी हिंसेचा आधार घेता कामा नये. हिंदू-मुस्लिमांमधील वाद हे लवादामार्फत अथवा न्यायालयात सोडवले गेले पाहिजेत. गांधींचे म्हणणे होते,

> *कोणताही पक्ष कायदा आपल्या हातात घेणार नाही, याबाबत दोन्ही समाजांमध्ये एकवाक्यता झाली पाहिजे. केव्हाही आणि कुठेही उद्‌भवणारे वादाचे मुद्दे त्या-त्या समाजाच्या इच्छेनुसार खाजगी लवादामार्फत किंवा न्यायालयात सोडवले गेले पाहिजेत. समूहाशी संबंधित बाबींशी निगडित अहिंसेचा संपूर्ण अर्थ हा असा आहे...*

हल्ला झाला तर आपल्या सुहृदांचं रक्षण करण्यासाठी हिंदूंनी अर्थातच लढलं पाहिजे. सशापासून शिकारी कुत्र्यानं पळून जाणं आणि इंग्रजी मुलांसमोर एखाद्या तगड्या झुलूनं लोटांगण घालणं हे अहिंसेचं नव्हे, तर भेकडपणाचं लक्षण आहे. गांधींनी पुढे लिहिलं, *'आपण असं ऐकलं आहे की, पश्चिम उत्तर प्रदेशमधील सहारणपूर इथे हिंदू घरांवर हल्ला झाला आणि एका महिलेवरही हल्ला झाला; परंतु त्या वस्तीच्या हिंदूंनी प्रतिकार केला नाही. एक हिंदू म्हणून मुसलमानांच्या दडपशाहीचा*

राग येण्यापेक्षा हिंदूंच्या भेकडपणाची मला जास्त शरम वाटते.' गांधींनी पुढे लिहिलं :

> *बऱ्याच तंट्यांमध्ये हिंदूंचा क्रमांक दुसरा असतो, याबद्दल माझ्या मनात कोणतीही शंका नाही. माझ्या स्वत:च्या अनुभवावरून मुसलमान हा मुळातच पुंड असतो (आणि हिंदू हा नेमस्त/नेभळट असतो) या मताला पुष्टीच मिळाली आहे. हे मी रेल्वेगाड्यांमध्ये, सार्वजनिक रस्त्यांवर आणि मी सोडवलेल्या भांडणांच्या वेळी बघितलं आहे. जिथे भेकड असतात, तिथे पुंड हे असणारच.*

लेखामध्ये इतर मुद्द्यांनाही स्पर्श केला होता. शुद्धी आणि तब्लिघ करून दुसऱ्या धर्मांना कमी लेखण्याच्या वृत्तीचा सार्वत्रिक धिक्कार केला गेला पाहिजे. प्रत्येक नोंदवल्या गेलेल्या दंग्यांमधील वास्तव प्रकाशात आणलं गेलं पाहिजे. केवळ गुंडांवर दोषारोप करणं योग्य नसून प्रतिष्ठित हिंदू व मुस्लीम यांनाही जबाबदार धरलं पाहिजे, कारण गुंड निर्माण होण्यासाठी पोषक वातावरण निर्माण करण्यात त्यांचाही हातभार लागत असतो.

एखाद्या मशिदीजवळ धार्मिक गाणी वाजवण्यास उत्सुक असलेल्या मध्यमवर्गीय हिंदूंनी मृत्यूला न भिणाऱ्या अस्पृश्यांचा वापर ढालीसारखा करू नये. अशा प्रकारे आपल्या अस्पृश्य भाईबंदांची पिळवणूक करून एकूणच हिंदुत्वाचं आणि विशेषत: शोषित वर्गाचं काहीही भलं होणार नाही.

ज्या गाईवरून दंगे पेटतात, तिच्याविषयी बोलायचं झालं तर; गाईवरून मुस्लिमांवर हल्ला करण्यापेक्षा तिला योग्य वागणूक देऊन/देखभाल करून हिंदूंनी तिचं रक्षण करावं. आपल्या बहुतांश गोधनाची असलेली अर्धपोटी अवस्था ही गोष्ट आपल्यासाठी लाजिरवाणी आहे.

मालवीय, लजपत राय आणि श्रद्धानंदांसारख्या हिंदू नेत्यांना शत्रू न मानण्याचं आवाहन या लेखाद्वारे मुस्लिमांना करताना गांधी म्हणतात, *'ते जरी अगदी परिपूर्ण नसले तरी अगदी कुचकामी नक्कीच नव्हते.'* अगदी असाच सल्ला हिंदूंनाही दिला गेला.

अली बंधूंचे लखनौस्थित सल्लागार मौलाना अब्दुल बारी यांनी केलेली काही विधानं मनाला झोंबणारी होती, हे खरं. परंतु त्यांनी ताबडतोब माफीही मागितली. अली बंधू निर्दोष नव्हते. असं असूनही माझ्यासारख्या अनेक दोषांनी युक्त असलेल्या माणसानंही त्यांची मैत्री संपादायला आणि वाढवायला मागे-पुढे पाहिलं नाही. त्यांचं इस्लामधार्जिणं असणं हिंदूविरोधी नव्हतं.

हिंदू असो वा मुस्लीम , ते कुणाचीही मैत्री तोडणार नाहीत, असं गांधींनी जाहीर

केलं. 'आपण समान मुद्दे शोधले पाहिजेत आणि ईश्वरावर श्रद्धा ठेवून सगळ्यांच्या भल्यासाठी काम केलं पाहिजे.' 'हिंदू-मुस्लीम ऐक्य म्हणजेच स्वराज्य', या जिनांच्या वक्तव्याशी आपण सहमत असल्याचं त्यांनी सांगितलं. दोन्ही समाजांसाठी आवश्यक असणारी गोष्ट– म्हणजेच एकमेकांची मनं जुळणं ही असून, ती स्वाभाविक आणि शक्य होती, असा गांधींचा निष्कर्ष होता ('यंग इंडिया', २९ मे १९२४).

मुस्लीम हे पुंड, तर हिंदू भेकड आहेत, हे एक सरसकट व्यापक विधान वगळता हा लेख संतुलित, सुस्पष्ट, प्रांजळ आणि व्यवहारज्ञानानं युक्त वाटला. भविष्यात येणारी हिंसेची लाट, पंजाबच्या मुद्द्याला दिलेलं महत्त्व आणि हिंसक दंगलींसाठी केलेलं दलितांचं शोषण हे मुद्दे दूरदृष्टी दर्शवणारे होते.

पण सगळे संदर्भ बाजूला सारून, गांधींनी केलेलं व्यापक विधानच फक्त लक्षात घेतल्यामुळे मुस्लिमांना ते अन्यायकारक आणि अपमानास्पद वाटलं आणि सरसकट सगळ्या मुस्लिमांवर शिक्का मारायला उत्सुक असलेल्या हिंदूंच्या एका विशिष्ट गटाच्या हाती कोलीत मिळालं. या वेळी गांधी थोडेसे वाहवत गेले, ही गोष्ट नवलाईचीच होती. त्यांनी स्वत:ला रोखलं नाही, कारण हिंदू मनाची भविष्याची दोन वेगवेगळी स्वप्नं पाहताना होणारी ओढाताण त्यांना जाणवत होती. एक स्वप्न त्यांनी स्वत: पाहिलेलं आणि दुसरं होतं वेगानं वाढणाऱ्या मुस्लीम विरोधी हिंदुत्वाचं. आपल्या हिंदू बांधवांविषयी वाटणाऱ्या स्नेहभावनेची शक्ती मदतगार सिद्ध व्हावी, अशी त्यांची इच्छा होती.

सावरकरांच्या विचारांबद्दल आणि योजनांबद्दल किंवा १९२५मध्ये अस्तित्वात येणाऱ्या राष्ट्रीय स्वयंसेवक संघाच्या बांधणीच्या नागपुरात चाललेल्या तयारीबाबत १९२४च्या मेमध्ये गांधींना काही (किंवा कितपत) माहीत होतं की नाही, हे आपण सांगू शकत नाही. १९२४ साली नागपूरला जातीय दंगे झाले, हे गांधींना ज्ञात होतं हे माहीत आहे– कारण त्यांनी छाननी करण्यासाठी मोतीलाल व जवाहरलाल नेहरू आणि अबुल कलाम आझादांना नागपूरला पाठवण्याचा प्रयत्न केला होता. ते काहीही असो, गांधींनी गीतेच्या लावलेल्या अन्वयार्थाच्या झालेल्या तिरस्कारयुक्त अवहेलनेविषयी आणि नजीकच्या काळात येणाऱ्या हिंसेबद्दल लेखात मारलेल्या शेऱ्यांवरून त्यांच्या हिंदूंशी असलेल्या हितसंबंधांना निर्माण झालेल्या धोक्याची गांधींना स्पष्ट जाणीव होती, असं दिसतं.

तथापि, एक वर्षानंतर गांधींनीच लेखकांसाठी आणि पत्रकारांसाठी घालून दिलेल्या नियमावलीतील सावधगिरीची पातळी 'पुंड-भेकड' असा शेरा मारताना ते स्वत:च ओलांडतात.

मी रागानं किंवा द्वेषभावनेनं लिहीत नसेनही. मी निष्काळजीपणानंही लिहीत नसेन. केवळ भावना भडकावण्याच्या उद्देशानं लिहीत नसेन... बहुतेक वेळा माझा गर्व एखादा कठोर शब्द लिहिण्यास मला भाग पाडतो किंवा माझा राग एखादं कटू विशेषण वापरण्यास! ही एक... तण काढण्याची छान कसरत आहे. 'यंग इंडिया'ची पानं सुंदररित्या लिहिलेली/ सजवलेली जेव्हा वाचकाला दिसतात तेव्हा त्याला वाटतं, हा म्हातारा फारच नीटनेटका असला पाहिजे! साऱ्या जगाला समजू दे की, हा नीटनेटकेपणा अतिशय काळजीपूर्वक आणि प्रयासपूर्वक जोपासलेला आहे ('यंग इंडिया', २ जुलै १९२५).

आपल्या पंचावन्नाव्या वाढदिवसाच्या जवळ पोचलेले गांधी प्रथमच स्वत:ला म्हातारा म्हणवताहेत, ही बाबही लक्षात घेतली पाहिजे.

१९२४च्या नोव्हेंबरमध्ये एक आव्हानात्मक विधान करताना गांधींनी पुन्हा एकदा हिंसेच्या लाटेची जाणीव असण्याचा उल्लेख केला आणि हिंसायुक्त कडव्या राष्ट्रवादाची साम्राज्यशाहीशी तुलना केली. *'कडवा राष्ट्रवाद म्हणजे साम्राज्यवाद असून, तो एक शाप आहे. सभ्य, सुसंस्कृत आयुष्य जगण्यासाठी अहिंसक राष्ट्रवाद गरजेचा आहे'*, असं ते म्हणतात ('यंग इंडिया', २७ नोव्हेंबर १९२४).

दंगा आणि उपवास

हिंदू-मुस्लीम ऐक्य स्वाभाविक आणि शक्य होतं, असं जरी गांधींचं मत असलं तरी वातावरण मात्र अगदी त्याच्या उलट होतं. तरीही त्यांनी ती गोष्ट घडावी म्हणून उल्लेखनीय प्रयत्न केले, कारण होतं उत्तर-पश्चिम सरहद्दीवरच्या कोहट गावात १९२४च्या सप्टेंबरमध्ये घडलेल्या एका हिंसक घटनेचं. मुहम्मद पैगंबरांची अवहेलना करणारं एक काव्य कोहटमधील मुस्लिमांच्या रोषाला कारणीभूत ठरलं आणि बरीच हिंदू कुटुंबं जिथे वास्तव्यास होती अशा एका इमारतीला त्यांनी वेढा घातला. इमारतीतून सुटणाऱ्या गोळ्यांनी मुस्लीम जखमी झाले आणि त्यांचा राग आणखीनच भडकला. एका स्थानिक शीख माणसाचे त्याच्या मुस्लीम माळ्याच्या पत्नीबरोबर असलेल्या कथित विवाहबाह्य संबंधांच्या आरोपामुळे आगीत तेल ओतलं गेलं.

याची हिंसक प्रतिक्रिया म्हणून बरेच हिंदू मारले गेले. तीन विवाहित हिंदू स्त्रियांचं अपहरण व त्यांचं धर्मांतर करून पुनर्विवाह लावण्यात आल्याच्या घटनाही घडल्या. जीव वाचवण्यासाठी स्वेच्छेनं धर्मांतर केलेल्या काही हिंदूंनी त्यांच्या शेंड्या काढून टाकल्या आणि इस्लामवरची तथाकथित श्रद्धा व्यक्त करण्यासाठी कुराणाचं पठण केलं. ते अपमानास्पद काव्य मागे घेण्यात आलं, परंतु मुस्लिमांचा क्रोध शांत

झाला नाही. सरकारच्या मदतीनं कोहटच्या हिंदूंनी आणि शिखांनी रावळपिंडीला स्थलांतर केलं.

हतबलतेच्या भावनेनं ग्रासलेल्या गांधींच्या कानावर कोहटचीही बातमी तुकड्या-तुकड्यानं येऊन पोचली, तीसुद्धा अधिकृत सूत्रांकडून नाही. गांधी जे बोलले किंवा त्यांना जे लिहिलं त्यामुळे दोन्ही समाज एकत्र आले नाहीत. त्यांचा राष्ट्रवादाबद्दलचा अभिमानही दुखावला गेला. त्याविषयी लिहिताना ते म्हणतात, 'आपली आपसात होणारी हाणामारी सगळं जग बघतंय– काही मजेनं तर काही दु:खानं–' ('यंग इंडिया', २५ सप्टेंबर १९२४). अपराधीपणाची भावनाही त्यात डोकावत होती. अहिंसेचं पालन म्हणजे भेकडपणा, असं जर हिंदूंना वाटत होतं तर कदाचित ते स्वत: या धारणेला काही अंशी जबाबदार होते.

त्यांनी तसं १८ सप्टेंबरला महादेव देसाईंना बोलून दाखवलं; विश्वासघाताचा आरोप हिंदू आपल्यावर करू शकत होते, कारण हिंदूंच्या मते, ज्या अली बंधूंनी गांधींना दगा दिला त्यांच्यावर विश्वास ठेवायला गांधींनी हिंदूंना सांगितलं होतं. १९ सप्टेंबर रोजी ते शौकत अलींना म्हणाले, 'तुम्ही व तुमच्या भावानं मला दिलेला शब्द मोडला असा आरोप लोकांनी तुमच्यावर केला, तर मला ते सहन होणार नाही.'

गांधींनी तसं बोलून दाखवलं ('यंग इंडिया', २५ सप्टेंबर १९२४), 'ईश्वरानं ज्याला अतिशय मर्यादित क्षमता दिल्या आहेत अशा माणसाला खूप मोठ्या जनसमूहाला आवर घालणं, त्यांच्याबरोबर काम करणं, त्यांच्या वतीनं काम करणं सोपं नव्हतं.' त्याच वेळी अली बंधूंसारख्या माणसांनी गांधींच्या खांद्यावरचं हे ओझं हलकं करण्यासाठी काही केलं नव्हतं; गांधींनी त्यांच्यावर दाखवलेला विश्वास समर्थनीय होता, हे हिंदूंना पटवून देण्यात ते अयशस्वी ठरले. 'यंग इंडिया'त त्यांनी लिहिलं (४ डिसेंबर १९२४) :

सगळ्या बाजूंनी वेढलेल्या अंधारातून प्रकाशाची वाट या जगात मी शोधत आहे. माझी संपूर्ण श्रद्धा ईश्वरावर आहे. आणि मी माणसांवर विश्वास ठेवतो, कारण माझा देवावर विश्वास आहे. भरवसा ठेवायला माझ्यासाठी ईश्वर जर नसता, तर माझ्या प्रजातीचा तिरस्कार करणाऱ्या टिमॉनसारखा मी झालो असतो.

गांधींच्याच शब्दांत सांगायचं झालं, तर अगतिकतेमुळे आणि त्याचबरोबर अपराधीपण, दुखावलं जाणं आणि दोषारोप यांमुळे त्यांचं रूपांतर एका धुमसणाऱ्या गोळ्यात झालं होतं. कोहटच्या बातमीमुळे (तो गोळा) पेटून उठला. त्यावर प्रतिक्रिया म्हणून त्यांनी 'प्रायश्चित्त व प्रार्थना' यांसाठी एकवीस दिवसांच्या उपवासाची घोषणा केली.

त्यापूर्वी चाळीस दिवसांचा उपवास करावा, असा विचार होता; परंतु नंतर प्रयोग म्हणून कालावधी कमी केला आणि काही मित्रांना त्यांनी सांगितलं की, मृत्यू हा एकच पर्याय समोर उभा ठाकला, तर ते उपवास त्याहीपेक्षा लवकर संपवतील.

उपवास करण्याचा निर्णय गांधींनी घेतला तेव्हा ते मुहम्मद अलींच्या दिल्लीच्या घरी पाहुणे म्हणून होते, कोहटला जायला निघाले होते आणि अली बंधूही सोबत येतील, अशी त्यांना आशा होती. उपवासाचा निर्णय घेताना त्यांनी त्यांचे कुटुंबीय, देसाईंसारखे जवळचे सहकारी वा त्यांचे यजमान या कुणाशीही सल्लामसलत केली नाही.

अलींनी या निर्णयावर टीका केली. गांधींचे यजमान आणि काँग्रेस अध्यक्ष म्हणून आपल्याशी सल्लामसलत करायला हवी होती, अशी अपेक्षा त्यांनी व्यक्त केली. शिवाय गांधी जर या दरम्यान तग धरू शकले नाहीत, तर हिंदू मुस्लिमांवर हल्ला करतील, अशीही भीती त्यांना वाटली. आजारी असलेल्या आणि खादी वापरणाऱ्या अलींच्या वृद्ध आईनं, बी अम्मान यांनी, उपवास न करण्याची गळ गांधींना घातली. मुंबईहून आलेल्या शौकत अलींनी आणि इतर बऱ्याच लोकांनी गांधींना परावृत्त करण्याचा प्रयत्न केला.

अजिबात विचलित न झालेल्या गांधींनी बी अम्मान यांना उत्तर दिलं की, *आपल्या स्वर्गवासी आईनं आदेश दिला आहे, असं समजून मी तुमचं आज्ञापालन केलं असतं; परंतु ईश्वराचा आदेश पाळणं मला भाग आहे.* आपल्या निर्णयाचा पुनर्विचार करण्याची गळ घालणाऱ्या अनेक हिंदूंना (सरलादेवी त्यांपैकीच एक) त्यांनी आठवण करून दिली की, आईनं केलेल्या कळकळीच्या विनवण्यांना न जुमानता राम वनवासाला गेला होता.

गांधींची प्रकृती अजून पूर्ण सुधारली नसल्यामुळे ते हा उपवास सहन करू शकतील की नाही, या भीतीमुळे दिल्लीला निघालेल्या राजगोपालाचारींच्या अंदाजानुसार हिंदूंना भोगावा लागत असलेला त्रास समजून घेण्यात आणि गांधींनी दाखवलेल्या सौजन्याची परतफेड करण्यात मुस्लीम नेत्यांना आलेल्या अपयशामुळे दुःखी होऊन हा उपवासाचा निर्णय गांधींनी घेतला असावा.

स्वतः गांधींचं स्पष्टीकरण जास्त व्यापक होतं. एकमेकांच्या धर्माची निंदानालस्ती करणं, बेधडक विधानं करणं, खोटं बोलणं, निष्पाप लोकांची डोकी फोडणं आणि मंदिरं, मशिदींची नासधूस करणं हेच सर्वत्र सर्रास आढळत होतं. आत्मनाशाला कारणीभूत ठरणाऱ्या ऊर्जेचा जनक म्हणून त्यांना उत्तर देणं भाग होतं, असं गांधींचं म्हणणं होतं.

गांधींच्या पुढील उद्गारातून एक अंतर्यामी दडलेला आवेग दिसून येतो : *द्रौपदीच्या पाच शूरवीर संरक्षक पतींनी वाऱ्यावर सोडल्यावर तिनं जसा टाहो*

फोडला, तशीच मीही ईश्वराकडे प्रार्थना केली. 'युगायुगांच्या कातळा, दुभंगून मला तुझ्यात लपण्यासाठी जागा दे', ही तिची प्रार्थना वाया गेली नाही.

ज्या मुहम्मद अलींच्या घरी हा उपवास १७ सप्टेंबर रोजी सुरू झाला, ते दिल्ली शहराबाहेर रिज भागात होतं. १८५७मध्ये याच ठिकाणाहून ब्रिटिशांनी दिल्ली पुन्हा ताब्यात घेण्याच्या हालचाली सुरू केल्या होत्या. जवळच त्या बंडाचं एक स्मारक उभं राहिलं होतं.

मुहम्मद अलींच्या घरातलं दृश्यही मोठं प्रतीकात्मक होतं. उपवास करणारे गांधी आणि त्यांच्याभोवती जमा झालेले महत्त्वाचे हिंदू व मुस्लीम नेते (स्वामी श्रद्धानंद, मोतीलाल नेहरू, दास, राजगोपालाचारी, अली बंधू, अजमल खान, अन्सारी, अबुल कलाम आझाद आणि इतर) याशिवाय दोन ब्रिटिशही तिथे उपस्थित होते; तातडीनं आलेले ॲण्ड्र्यूज आणि दुसरे होते कलकत्त्याचे बिशप फॉस वेस्टकॉट.

देशभरातील जनता चिंताक्रांत होती आणि लोकांमध्ये खळबळ माजली होती. उपवासाची सवय असलेले आणि स्वत:ची प्रकृती पूर्णपणे ओळखून असलेले गांधी मात्र यातून आपण सहीसलामत बाहेर पडू, याबाबत खात्री बाळगून होते आणि चौकशीसाठी आलेल्या लोकांना तसं विश्वासानं सांगत होते.

बाकीच्या गोष्टींबरोबरच ते हिंदूंबरोबर दिलजमाई करण्याचे आणि त्यांच्याबरोबर आपले बंध दृढ करण्याचे प्रयत्न करत होते. राम आणि द्रौपदीचे दिलेले संदर्भ ही गोष्ट सूचित करत होते; तसंच उपवास सुरू केल्यानंतर 'नवजीवन'च्या वाचकांना उद्देशून गुजरातीत लिहिलेल्या पत्रात खाली 'आपला सेवक, मोहनदास गांधी' अशी सही करून तिच्यावर शिक्कामोर्तब केलं (२८ सप्टेंबर १९२४).

या पत्रात त्यांनी लिहिलं की, ते जरी कायम संपूर्ण अहिंसेचं अवलंबन करत राहणार असले तरी, असाच प्रतिसाद प्रत्येक जण देईलच असा संभव नाही. या जगात तलवारीला नक्कीच जागा आहे, परंतु भ्याडपणाला नाही. गरज पडली तर तलवार उपसून आपल्या कुटुंबीयांचं रक्षण करणं हे त्यांच्या वाचकांचं कर्तव्यच होतं.

'नवजीवन'साठी नेहमीच हृदय ओतून आपण काम केलं आणि ईश्वराला साक्षी ठेवल्याशिवाय एकही शब्द लिहिला नाही, असं सांगून गांधी पुढे म्हणाले की, *भ्याडपणा म्हणजेच अहिंसा असं नकळत सुचवून आपण आपल्या वाचकांची दिशाभूल तर केली नाही ना, हा विचार आपल्या मनाला कुरतडत होता.* प्रायश्चित्त म्हणून उपवास सुरू केल्यानंतर त्यांना बरं वाटू लागलं.

'प्रायश्चित्त' म्हणून केलेला उपवास हा हिंदूंना संदेश होता, तर 'प्रार्थना' मूलत: काँग्रेस नेत्यांसाठी असावी, असं वाटतं. हिंदू-मुस्लीम ऐक्यासाठी त्यांनी झटावं,

अशी गांधींची इच्छा होती. गांधींना अटक झाल्यानंतर, म्हणजे १९२२च्या मार्चमध्ये अजमल खान यांना त्यांनी लिहिलेल्या एका पत्रात म्हटलं होतं, *'विभक्त राहिलो, तर आपण कायम गुलामगिरीतच राहू.'* पुढे त्यांनी असंही लिहिलं की, *बऱ्यापैकी संख्येनं हिंदू व मुस्लीम नेत्यांनी ऐक्यावर अतूट विश्वास दाखवला, तर जनतेमध्ये त्याचा प्रसार होईल.*

ही प्रार्थना मुस्लीम समाजाला उद्देशूनही होती. १९ सप्टेंबर रोजी त्यांनी शौकत अलींना सांगितलं, *'ही बाब त्यांच्या धर्माला सोडून नसेल तर, मी मुस्लिमांना हिंदूंशी मैत्री करायला सांगेन. त्यांना जर हे धर्मविरोधी वाटलं, तर मला जगण्यासाठी काही उद्दिष्ट नाही, याबाबत माझी पक्की खात्री होईल; मग मी मरण पत्करेन.'* उपवासाच्या पहिल्या आठवड्यात ते अशाच अर्थाचं बोलले :

अनुदारता आणि असहिष्णुता यांपासून स्वतःची शुद्धी करून घेण्यास इस्लाम समर्थ आहे, याबाबत मला तिळमात्रही शंका नाही ('यंग इंडिया', २५ सप्टेंबर १९२४).

अली बंधूंनी आपल्या कृतीद्वारा आदरभाव व्यक्त केला. दोघांनी चरख्यावर सूत कातून गांधींना ते दाखवलं. शौकत अली गांधींना पुन्हापुन्हा 'माझे वरिष्ठ' म्हणून संबोधत होते आणि आपल्या धाकट्या भावाच्या घरात पडलेल्या गांधींच्या दुःखी बिछान्याचा उल्लेख खेदानं करत होते. त्या घरातील सगळे लोक गांधींच्या वास्तव्याच्या काळात शाकाहारी बनले होते. मुहम्मद अलींच्या घरात मिळाली तशी प्रेमाची वागणूक दुसरीकडे कुठेच मिळाली नव्हती, असं गांधींचं म्हणणं होतं. *'मला इथे उच्च कोटीचं प्रेम मिळत आहे. ते मला अन्नापेक्षाही जास्त मोठं वाटतं.'* असंही गांधींनी पुढे बोलून दाखवलं.

उपवास संपता-संपता त्यांची एक प्रतीकात्मक कृती म्हणून मुहम्मद अलींनी कसायाकडून एक गाय विकत आणली आणि गांधींना ती एका हिंदू पांजरपोळात दान द्यायला सांगितली. परंतु या उपवासामुळे आपल्याला लक्ष्य केल्याची भावना अली बंधूंमध्ये निर्माण झाली असावी आणि कोहट हिंसाचाराच्या विषयात तर ते गांधींच्या नजरेला नजर देत नसत, हे आपण जाणतोच.

या उपवासामुळे गांधींचा एक संवेदनशील आणि तरीही सर्जनशील चेहरा समोर आला. हिंदू व मुस्लिमांनी ज्याला मनापासून आणि निःशंकपणे साथ दिली, तो १९२१ चा आत्मविश्वासानं ओतप्रोत भरलेला सेनापती १९२४मध्ये मात्र कमकुवत, अपराधीपणाची भावना मनात बाळगणारा आणि एकाकी भासला. आणि जेव्हा गांधींनी स्वतःला उपाशी ठेवण्याचं ठरवलं, तेव्हा– स्वतःच्या शरीरक्षमतेबद्दल पूर्ण विश्वास त्यांनी व्यक्त केला होता तरीही– ते नक्कीच झगडत होते. स्वतःला

पाणी ग्रहण करण्याची दिलेली सूट, कस्तुरबा, त्यांच्या मदतीला तत्पर असलेले इतर लोक, डॉक्टर आणि त्यांचा स्वतःचा ईश्वर यांच्यावर ते संपूर्णपणे अवलंबून होते.

या त्यांच्या परावलंबित्वामुळे त्यांच्या मनातली विनम्रता आणि प्रेमळपणा वाढीस लागला. त्यांनी जवाहरलाल, राजगोपालाचारी, वल्लभभाई व त्यांची कन्या मणिबेन, बजाज, बिर्ला, लक्ष्मी दुदाभाई आणि इतर बऱ्याच लोकांना आस्थेवाईकपणे पत्रं लिहिली किंवा तोंडी सांगितली.

उपवास सुरू करण्याच्या काही काळ आधी गांधींनी आपल्या अतिप्रिय आप्तांना उद्देशून म्हटले की, ('यंग इंडिया', ४ सप्टेंबर १९२४), *'काही वेळा प्रेमाच्या दाहकतेमुळे प्रिय माणसांच्या मनावर खोल व्रण उमटतात; पण प्रेम करणाऱ्याच्या हृदयावर त्याहीपेक्षा खोल जखमा होतात.'* आपल्या जवळच्या माणसांना आपण बऱ्याचदा दुखावलं; याची जाणीव होऊन त्यांनी बऱ्याच वेळा एकांतात शोक व्यक्त केला.

गांधींनी खूप प्रेमानं देवदासला लिहिलेला मजकूर त्यानं 'नवजीवन'साठी इंग्रजीमध्ये भाषांतरित केला. त्यात आपल्या उपवासाचं स्पष्टीकरण करताना तो निराशेतून उद्भवल्याचं त्यांनी म्हटलं, पण देवदासनं मात्र तो शब्द दुरुस्त करून तो असहायतेतून उद्भवल्याचं लिहिलं.

गांधींनी त्याला मग लिहिलं, *'माझा वारस म्हणून तू स्वतःला सिद्ध केलंस. ईश्वर तुला उदंड आयुष्य देवो आणि तुझं चारित्र्य व कौशल्य यांत आणखी वाढ करो.'* (२१ सप्टेंबर १९२४.)

उपवासाच्या विसाव्या दिवशी, (या प्रकरणाच्या प्रारंभी उद्धृत केलेल्या वाक्याला अनुसरून) नेपोलियन व कैसर यांच्या वाट्याला आलेल्या प्रारब्धाच्या दर्शनानं आपल्याला विनम्रता शिकवली, असा उल्लेख गांधींनी केला. ते पुढे म्हणाले : *कृपा, आनंदयोग आणि शांती प्रदान करणाऱ्या या दिवसांमध्ये, मी स्वतःशीच 'रघुवर तुमको मेरी लाज' ही सत्याग्रह आश्रमात नेहमी म्हणत असलेली प्रार्थना आम्ही गुणगुणत आलो आहे.*

'रामायण' या महाकाव्याचा नायक असलेल्या राजपुत्र रामाचं नाव जनमानसात रुजवण्याचं कार्य करणारे सोळाव्या शतकातले कवी तुलसीदास यांनी रचलेलं हे पद होतं. त्यात, राम-नाम हे मोक्षाचा मार्ग दाखवणारं आणि राजपुत्र रामापेक्षाही सामर्थ्यवान असं त्याचं स्वरूप तुलसीदासांनी उभं केलं होतं. गांधी ज्या ओळी गुणगुणत होते त्या, दुर्बलांचं रक्षण करणाऱ्या आणि मानवजातीतील पाप आणि दुःख दूर करणाऱ्या त्या एकमेवाद्वितीयाला एका 'पापी' माणसाकडून घातलेलं कळकळीचं साकडं होतं. अशीच भावना व्यक्त करणारी ख्रिस्ताची आळवणी गांधींनी उत्स्फूर्तपणे केली (आणि कदाचित मनातल्या मनात गायलीही असावी),

हे आपण यापूर्वी पाहिले आहेच.

एकविसावा दिवस संपताना, मंदिरात व मशिदींमध्ये प्रार्थना करण्याचं संपूर्ण आणि विनाअडथळा स्वातंत्र्य दिलं जावं, अशी गांधींनी मागणी केली. तिथे हजर असलेल्या आपल्या मित्रांनी हिंदू-मुस्लीम मैत्रीसाठी प्रसंगी आपला जीव धोक्यात घालण्यासाठी तयार व्हावं, अशी इच्छा व्यक्त केली.

अजमल खान आणि अबुल कलाम आझाद यांनी त्यांची जबाबदारी उचलायचं मान्य केलं. गांधींच्या विनंतीवरून विनोबा भावेंनी 'उपनिषदां'चं पठण केलं. भावेंप्रमाणेच साबरमती आश्रमातून तिथे येऊन दाखल झालेले इमाम बवाझीर यांनी 'फतेहा'चं पठण केलं आणि ॲण्ड्र्यूज यांनी 'व्हेन आय सर्व्हे द वंडर्स क्रॉस' ही प्रार्थना म्हटली.

आपल्या यजमानांना गांधी म्हणाले, *'मी तुम्हाला भावापेक्षाही जास्त मानतो. ईश्वर महान आणि दयाळू आहे.'* त्यांनी डॉ. अन्सारींच्या हातून संत्र्याचा रस प्राशन करून उपवासाची सांगता केली.

उपोषणाच्या संपूर्ण कालावधीत ॲण्ड्र्यूज गांधींजवळ होते व त्यांच्यावर त्याचा खोलवर परिणाम झाला. आपल्या हिंदू-मुस्लीम देशबांधवांचं पातक आपल्या या मित्रानं स्वत:च्या शिरावर घेतलं, असं त्यांचं मत झालं. उपवास संपल्यानंतर बराच काळ ॲण्ड्र्यूज म्हणत राहिले : भारताच्या नजीकच्या इतिहासात इतकी प्रभावशाली घटना घडलेली नाही.

त्यानंतर काही काळ तरी भारतातले बरेच जण हेलावले होते; परंतु उपाशी गांधींभोवती जमलेल्या पुढाऱ्यांवर उपोषणाचा सर्वांत खोलवर परिणाम झाला. किंमत चुकवल्याशिवाय हिंदू-मुस्लीम ऐक्य घडणार नाही, हे त्यांना दिसून आलं.

ही किंमत चुकवण्यासाठी मोतीलालजींचा मुलगा, जवाहर तयार आहे, ही गोष्ट गांधींनी ओळखली. त्या वेळेपासून गांधींकडून जवाहरलाल नेहरूंची जडणघडण सुरू झाली. उपवास सुरू झाल्यावर धक्का बसलेल्या जवाहरलालना चिंता न करण्याबद्दल गांधींनी लिहिलं; परंतु जवाहर त्यांची सातवर्षीय कन्या इंदिरा हिच्यासह गांधींकडे धावले.

उपवास संपल्यानंतर एक महिन्यानं गांधींनी जवाहरलाल यांच्यासमोर दंगलग्रस्त भागात तातडीनं पोचून चौकशी सुरू करण्यासाठी हिंदू-मुस्लीम फिरत्या पथकाची उभारणी करण्याचा प्रस्ताव मांडला. नोव्हेंबरच्या मध्यावर जवाहरलालना त्यांच्या पस्तिसाव्या वाढदिवसासाठी शुभेच्छाही वरील निरोपानंतर पाठवल्या आणि काही दिवसांनी जवाहरलाल व त्यांच्या पत्नी कमला यांचं नवजात अर्भक निधन पावल्यावर त्यांना एक तारही पाठवली. इतरही अनेक पुढाऱ्यांना वर नमूद केलेल्या संदेशांप्रमाणेच संदेश गांधींनी पाठवले, तरीही उपवासाच्या कसोटीच्या काळात जवाहरलाल यांच्यात गांधींनी दाखवलेला रस लक्षात घेण्यासारखा अपवादात्मक आहे.

ध्रुवीकरण

ध्रुवीकरण मात्र वेगानं सुरू होतं. १९२५मध्ये केशव बळिराम हेडगेवार यांच्या नेतृत्वाखाली आणि सावरकरांच्या पाठिंब्यानं महाराष्ट्रीय ब्राह्मणांचा राष्ट्रीय स्वयंसेवक संघ (RSS) नागपूरमध्ये स्थापन झाला. (हेडगेवार हे डॉक्टर होते आणि त्यांनी असहकार चळवळीत भाग घेतला होता; परंतु असहकार चळवळीच्या दुधावर पोसलेले यवनरूपी साप गरळ ओकून देशभरात दंगलींना चिथावणी देत होते, असा निष्कर्ष काढला होता.)

राष्ट्रीय स्वयंसेवक संघाचं उद्दिष्ट हिंदू धर्म, हिंदू संस्कृती यांचं संवर्धन करणं हे असून, हिंदू राष्ट्र हे त्यांचं ध्येय आहे, असं जाहीर करून त्यांनी हिंदूंच्या हिताची भारताच्या हिताशी सांगड घातली. या ध्येयपूर्तीसाठी भारतभर सर्व जातींच्या हिंदू तरुणांच्या शाखा स्थापन करण्यात येणार होत्या. तरुणांना खाकी अर्ध्या विजारी परिधान करण्यास सांगण्यात येणार होतं आणि हिंदू राष्ट्रभक्तिपर गीतं त्यांनी गावी, कवायत करावी, काठ्यांचा व काही प्रसंगी कट्यारीचा वापर करण्याचा सराव करावा आणि अठराव्या व एकोणिसाव्या शतकात मुस्लीम सत्ताधाऱ्यांचा पाडाव करण्यासाठी गेलेल्या ब्राह्मण पेशव्यांनी वापरलेल्या 'भगव्या' झेंड्याला सलाम करावा, असंही सांगितलं गेलं.

भारतीय राष्ट्रीयत्वाच्या महत्त्वाच्या प्रश्नांवर– हिंदू-मुस्लीम संबंध, लष्करीकरण, हिंसेचा वापर आणि भारताचा झेंडा– राष्ट्रीय स्वयंसेवक संघाची तत्त्वप्रणाली अशा प्रकारे मूलत:च गांधींच्या तत्त्वांपेक्षा भिन्न होती. राष्ट्रीय स्वयंसेवक संघाच्या कार्यक्रमातच ही तत्त्वप्रणाली समाविष्ट केली गेली होती. त्यात काही इतर आततायी विचारांबरोबरच शेतकरी समाज आणि इतर 'निम्नवर्गीय' लोकांमध्ये वाढलेली गांधींची लोकप्रियता व त्यांचे वाढते अधिकार याबाबत उच्चभ्रू ब्राह्मण वर्गाला वाटणाऱ्या चिंतेचाही समावेश होता.

जनतेमध्ये झालेली जागृती हा फार मोठा फायदा आहे, असा गांधींचा दृष्टिकोन होता, तर असहकार चळवळीमुळे ब्राह्मण-ब्राह्मणेतर वाद चव्हाट्यावर आला, असा निराशेचा सूर हेडगेवारांनी लावला. यावर प्रतियोजना म्हणून सगळ्या हिंदू जातींना मुस्लिमांपासून असलेल्या संभाव्य धोक्याविरुद्ध संघटित करावं, असं राष्ट्रीय स्वयंसेवक संघाचं धोरण असणार होतं.

हिंदू राष्ट्रवाद्यांमध्ये असलेल्या मतभेदांची कल्पना गांधींना होती. राष्ट्रीय स्वयंसेवक संघाप्रमाणे विचार न करता श्रद्धानंद आणि लजपत राय यांच्यासारखी माणसं हिंदूंच्या हितसंबंधांबरोबरच स्वातंत्र्यासाठीही तेवढीच आग्रही होती, तर मालवीय (केंद्रीय विधिमंडळाचे लजपत राय यांच्याप्रमाणेच एक सभासद) हिंदू-मुस्लीम

संघर्षात कोणत्याही प्रकारे हिंसेचा वापर करण्याच्या विरोधात होते. मुस्लिमांचा इतिहास आणि त्यांचा कायदा हाच हिंदू-मुस्लीम ऐक्यात एक प्रभावी अडसर होता, असं जरी लजपत राय यांचं मत असलं, तरी मुस्लीम किंवा ख्रिश्चनांना समाजात दुय्यम दर्जा द्यावा, असं त्यांना कधीही वाटत नव्हतं.

श्रद्धानंद, लजपत राय व मालवीय यांच्याबरोबर गांधींचे अतिशय उत्तम वैयक्तिक संबंध होतेच; पण काही प्रमाणात तात्त्विकदृष्ट्याही त्यांच्यात सहमती होती. १९२५च्या मे महिन्यात गांधींनी व्यक्त केलेल्या भावनेशी या तिघांनी कदाचित सहमती दर्शवली असती; परंतु सावरकर वा राष्ट्रीय स्वयंसेवक संघ यांनी मात्र नाही :

> *माझ्या आयुष्यात माझ्या विरोधकांना गोळ्या घालून हुतात्मा म्हणून मिरवण्याची संधी बऱ्याचदा आली होती; परंतु त्यांपैकी कुणालाही मारण्याचं मला धाडस झालं नाही. कारण त्यांनी मला मारावं अशीही माझी इच्छा नव्हती... माझ्या चुका त्यांनी मला पटवून द्याव्या, असं मला वाटत होतं. त्यांच्या चुकांची जाणीव त्यांना करून देण्याचा प्रयत्न मी करत होतो ('यंग इंडिया', ७ मे १९२५).*

तरीही, १९२६च्या डिसेंबरमध्ये दिल्लीत स्वामी श्रद्धानंदांची एका मुस्लिमानं हत्या केली आणि हिंदू-मुस्लीम ऐक्य आणखीनच अवघड होऊन बसलं. स्वातंत्र्यासाठीच्या निदर्शनांत पोलिसांच्या लाठीमारात जखमी होऊन १९२८मध्ये लजपत राय यांचं निधन झालं.

वर्षभर आधी (१९२७च्या ऑगस्टमध्ये), घनश्याम दास बिर्ला यांना पाठवलेल्या एका पत्रात लजपत राय यांनी गांधींविषयी म्हटलं होतं–

> *वागण्याची रीतभात शिकण्यासाठी सर्वांत योग्य माणूस म्हणजे महात्मा गांधी. या जगात अचूक असं काहीच नसतं– तरीही त्यांचं वागणं हे अचूक असतं. ते सगळ्यांपेक्षा इतके महान आहेत, आणि त्यांच्या मित्रांशी व सहकाऱ्यांशी वागताना ते अत्यंत काटेकोर असतात.*

परंतु गांधींची वर्तणूक आणि युक्तिवाद त्यांच्याबद्दल विश्वास परत मिळवण्यात असमर्थ ठरला. १९२५मध्ये पश्चात्तापानं नव्हे तर निराशेनं त्यांनी म्हटलं :

> *मालवीयजी आणि इतर लोक हे मुस्लिमांचे शत्रू आहेत, ही गोष्ट मी स्वीकारू शकत नाही. (मुहम्मद) अली हिंदूंचे शत्रू आहेत हे पण मला मान्य नाही. रक्ताच्या बदली रक्त आणि मशिदीच्या ऐवजी मंदिर हा कायदा मला मंजूर नाही. पण माझं कोण ऐकतो?*

सरकारनं गांधींना आणि अली बंधूंना कोहटला भेट देण्याची परवानगी दिली नाही. १९२४च्या डिसेंबर महिन्यात अली बंधूंशिवायच गांधी रावळपिंडीला गेले आणि कोहटच्या निर्वासितांची त्यांनी भेट घेतली. लगेचच फेब्रुवारीत ते आणि शौकत अली एकत्र रावळपिंडीला गेले. तिथे कोहटहून काही मुस्लीम आपली बाजू मांडायला आले, परंतु दोघा तपासकर्त्यांनी वेगवेगळे निष्कर्ष काढले. हिंदू कवींनी लिहिलेल्या भावना भडकवणाऱ्या काव्याकडे शौकत अलींनी बोट दाखवलं, तर हत्या, अपहरण व जबरी धर्मांतराच्या घटनांकडे कोहटच्या मुस्लीम पुढाऱ्यांनी केलेल्या काणाडोळ्याकडे गांधींनी लक्ष वेधलं.

जबरदस्तीनं केलेल्या धर्मांतराला शौकत अलींनी विरोध दर्शवला; परंतु गांधींनी केलेल्या तपासावर सही करायला ते राजी नव्हते. अजमल खान यांचा सल्ला न मानता २९ मार्च १९२५च्या 'यंग इंडिया'त गांधींनी दोन्ही अहवाल प्रसिद्ध केले. रावळपिंडीला दिलेल्या संयुक्त भेटीकडे जनता डोळे लावून बसली होती. त्यामुळे त्या भेटीचं फलित, मग ते वेगवेगळे का असेना, जाणून घेण्याचा तिला हक्क आहे, असं त्यांचं मत होतं.

अली बंधू हळूहळू गांधींपासून दूर गेले. 'आम्ही अजूनही एकमेकांवर प्रेम करतो', असे दोन वेगळे अहवाल प्रसिद्ध केल्यावर गांधींनी जरी लिहिल, तरी त्यांची साथसंगत मात्र सुटत चालली होती. गांधी आता हिंदूंचे पुढारी किंवा त्यांचे हितसंबंध जपणारे नेते झाले आहेत किंवा कदाचित नेहमीच होते, असा विचार मुस्लिमांच्या मनात जोर धरू लागला.

एका अहमदीला दगडांनी ठेचून मारण्यात आल्याची बातमी १९२५च्या उत्तरार्धात काबूलहून आली. इस्लामी कायद्याप्रमाणेच ही शिक्षा झाली, असा दावाही करण्यात आला. तरी शिक्षेच्या या स्वरूपाबद्दल गांधींनी 'यंग इंडिया'त नाराजी व्यक्त केली, तेव्हा एक खिलाफतचे पुढारी मौलाना झफर अली खान म्हणाले की, मुस्लिमांमध्ये असलेली गांधींची प्रतिष्ठा त्यांना जपायची असेल, तर मुस्लिमांच्या अंतर्गत बाबींमध्ये त्यांनी दखल घेता कामा नये. यावर गांधींचं उत्तर होतं, त्यांना प्रतिष्ठा नव्हे तर प्रेम हवं होतं आणि सेवेच्या माध्यमातून ते मिळवायचा प्रयत्न ते करत राहणार होते.

पण आता मुस्लिमांची मनं ते जिंकू शकत नव्हते. अजमल खान, अन्सारी, आझाद आणि गफार खान गांधींबरोबरच होते आणि गांधी केवळ हिंदूंचे नेते होते, ही धारणा त्यांनी झटकून टाकली होती. तरीही गांधींच्या एका इशाऱ्यावर तुरुंगात जायला धडपडणारे व गांधींच्या सतत मागे जाणारे मुस्लीम हे दृश्य मात्र आता इतिहासजमा झालं होतं.

माघार : हिंदू-मुस्लीम सहयोगाला पुन्हा चालना देणं किंवा ब्रिटिश सत्तेविरुद्ध

आणखी एखादी चळवळ सुरू करणं नजीकच्या भविष्यकाळात शक्य होईल, असं न वाटल्यामुळे गांधी आता खादीवर, अस्पृश्यतेच्या प्रश्नावर आणि आपल्या लेखनावर लक्ष केंद्रित करायला मोकळे होते. राजकारणाचा आखाडा त्यांनी आता सोडल्यातच जमा होता, तरीही काँग्रेसच्या दोन्ही गटांनी विचारलं असता १९२४च्या वर्षअखेरीच्या बेळगाव अधिवेशनाचं अध्यक्षपद स्वीकारण्याचं त्यांनी मान्य केलं.

मात्र, अध्यक्ष गांधींनी तयार केलेल्या कार्यकारी समितीमधून सी. आर., पटेल आणि बजाज यांना वगळण्यात आलं. या नेत्यांना विधायक कार्याच्या कसोटीवर घासूनपुसून भविष्यात येणाऱ्या संघर्षासाठी तयार करण्याचा गांधींचा मानस होता, पुढे ही वेळ येणार याची त्यांना कल्पना होती आणि स्वराज पक्षातले लोक प्रतिस्पर्धी कार्यकारी समितीला विरोध करणार नव्हते.

तमिळ प्रांतात तिरुचेंगोडे इथे राजगोपालाचारींनी आश्रम सुरू केला. वीसच्या दशकाच्या आरंभी गांधी विद्यार्थिदशेत असताना लंडनमध्ये भेटलेले एक मित्र मझरूल हक यांनी पाटणा इथे सुरू केलेल्या सदाकत आश्रमाशी प्रसाद संलग्न झाले. या व इतर आश्रमांचा कारभार सुरळीत ठेवण्याची जबाबदारी बजाजांनी उचलली. कताई आणि बुनाई कामगारांचा समाजातील दर्जा उंचावला, तसंच अस्पृश्यता आणि दारूविरोधी चळवळीनंही जोर धरला, अस्पृश्य आश्रमात दाखल होऊ लागले.

गांधींच्या संमतीनं व आशीर्वादानं वल्लभभाईंनी अहमदाबाद नगरपालिकेत प्रवेश केला आणि ते तिचे अध्यक्ष झाले, तर जवाहरलाल अलाहाबाद नगरपालिकेचे. चकचकीत प्रांतीय मंडळांच्या अगदी विरुद्ध चित्र शहरांच्या नगरपालिकांत दिसू लागलं. त्यांनी शाळा काढल्या आणि अस्पृश्यांसह अनेक लोकांना रोजगार दिला आणि जनतेची सेवा करण्यासाठी सुस्पष्ट संधी उपलब्ध केल्या.

या लोकांनी स्वातंत्र्यप्राप्तीसाठीची लढाई अर्धवट सोडली नव्हती. पाटणा नॅशनल कॉलेजच्या विद्यार्थ्यांसमोर भाषण देण्यासाठी प्रसादांनी १९२६च्या मार्च महिन्यात सी.आर.ना पाचारण केलं होतं, त्या प्रसंगी बोलताना ते म्हणाले की, माझ्यासारखे सैनिक निवृत्त झालेले नाहीत. आपापल्या आश्रमात ते पुढच्या लढाईसाठी दारूगोळा तयार करण्याच्या कामी लागले आहेत. या दारूगोळ्यातच देशाच्या सहनशीलतेची क्षमता सामावलेली होती, पण तो वापरून संपला होता. काही दिवसांनी अहमदाबादमध्ये एक लष्करी रूपक वापरताना राजगोपालाचारी म्हणाले : कापसापासून सूत बनवणारी चाती ही भारतीय जनतेचं पिस्तूल होतं.

अस्पृश्यतेविरुद्ध सत्याग्रह : १९२४ नंतर गुजरातमध्ये आणि इतरत्र गांधींनी पुन्हा एकवार खादीसाठी आणि अस्पृश्यता, हुंडा आणि मद्यपान यांच्याविरोधात जोमानं चळवळी सुरू केल्या. बहुतांश सभांमध्ये उच्चवर्णीय हिंदू आणि अस्पृश्य

वेगवेगळ्या विभागांमध्ये बसायचे; काही वेळा उच्चवर्णीय हिंदू दोघांच्यामध्ये घातलेला अडसर दूर करत आणि इतिहास घडवत; तर काही वेळा गांधी आणि त्यांच्या सहकाऱ्यांनी विटाळलेली भांडी यजमान पुन्हा शुद्ध करून घेत– अस्पृश्यांच्या संगतीत राहिल्यामुळे गांधीपथकावरही विटाळाचा शिक्का बसला होता.

कच्छमधील बंदर असलेल्या मांडवी शहरात स्वागत समितीच्या अध्यक्षांनी काही फूट अंतरावरून गांधींच्या स्वागताचं भाषण केलं; त्यांचं आदरातिथ्य केलं गेलं, पण त्यांना स्पर्श करणं मात्र शक्य नव्हतं.

त्रावणकोर संस्थानातील वैकोम (वैक्कम) शहरात १९२४मध्ये सुरू झालेल्या सत्याग्रहाला गांधींनी पाठिंबा दिला. तिथे मंदिरांजवळून आणि ब्राह्मणांच्या घरांजवळून जाणाऱ्या सार्वजनिक रस्त्यांचा वापर करण्यास अस्पृश्यांना बऱ्याच दिवसांपासून बंदी होती. सत्याग्रहींना प्रसंगी कंबरभर पुराच्या पाण्यात उभं राहण्यास भाग पाडण्यात आलं, तरी त्यांनी महिनोन्महिने आपला विरोध सुरूच ठेवला. बंदी घातलेल्या रस्त्यांवरून ते शांतपणे गेले आणि उभारलेले अडथळे त्यांनी ओलांडले. वैकोमला भेट देऊन, या प्रश्नावर उच्चवर्णीय हिंदूंचं सार्वमत घ्यावं, असा प्रस्ताव गांधींनी मांडला– केवळ काही मूठभर सनातनी या बंदीचं समर्थन करतील, असा त्यांना विश्वास होता.

ही मागणी अमान्य झाली, परंतु १९२५च्या जून महिन्यात मंदिराच्या तीन बाजूंना असलेले प्रतिबंधित रस्ते अस्पृश्यांसाठी खुले करण्यात आले. पण हा विजय अपुरा होता, कारण मंदिराच्या पूर्वेकडचा रस्ता अजूनही अस्पृश्यांसाठी बंद होता. पण संपूर्ण भारतानं सनातन्यांचा हटवादीपणा पाहिला होता. त्यामुळे वैकोम सत्याग्रहाचा नीट अभ्यास करून हा सत्याग्रह म्हणजे अस्पृश्यतेविरुद्धच्या लढाईतला एक महत्त्वाचा मैलाचा दगड ठरला.

आत्मकथा

गांधींनी लिहिलेला 'दक्षिण आफ्रिकेतील सत्याग्रह' मालिका-रूपानं 'नवजीवन' आणि 'यंग इंडिया'मध्ये १९२४ व १९२५ सालात प्रसिद्ध झाला आणि १९२५ साल संपता-संपता दोन्ही पत्रिकांमध्ये आत्मचरित्र प्रसिद्ध व्हायला सुरुवात झाली. थंडावलेल्या राजकारणामुळे हे लिखाण शक्य झालं, शिवाय त्यांच्या सहकाऱ्यांनी त्यांच्या आत्मकथनासाठी सतत त्यांना गळ घातली होती; त्यांच्या आजारपणामुळे या आठवणी मांडण्याच्या आग्रहाला आणखीनच पुष्टी मिळाली असावी. हे लेखन म्हणजे आत्मपरीक्षण आणि विचारमंथन यांची एक प्रकारे तालीम ठरली असावी.

सत्याचा सेवक आणि एक निष्ठावान हिंदू अशी त्यांची प्रतिमा दृढ होण्याला मदत करणारी ही कथा सांगण्यात गांधींना काही राजकीय मूल्यंही दिसली असावी,

असा निष्कर्ष आपण काढू शकतो. १९२५ ची अखेर ते १९२९च्या फेब्रुवारीपर्यंत असा तीन वर्षांपेक्षा जास्त काळ दोन्ही पत्रिकांमध्ये प्रत्येक आठवड्याला टप्प्याटप्प्यांमध्ये ही कहाणी प्रसिद्ध झाली. 'माझे सत्याचे प्रयोग' या शीर्षकाखाली ही कहाणी १९२०च्या डिसेंबर महिन्यात झालेल्या नागपूर अधिवेशनानं समाप्त झाली.

दर आठवड्याला प्रसिद्ध होणारे गांधींच्या कथेचे भाग महादेव किंवा प्यारेलाल इंग्रजीमध्ये अनुवादित करत; काही वेळा त्यात गांधी काही सुधारणा सुचवत. वर्तनातील बऱ्याच चुका, गांधींच्या बालपणापासून १९२० पर्यंतचे त्यांच्या मनातले बारीकसारीक विचार आणि त्यांच्या आयुष्यातले लहान-मोठे संघर्ष या आत्मकथनात प्रांजळपणे नोंदले गेले. प्रामाणिकपणा व आत्मनिष्ठा यांच्या बाबतीत हे कथन अभूतपूर्व असंच म्हटलं पाहिजे. शेवटच्या भागात त्यांनी लिहिलं, *'वाचकांची रजा घेताना माझ्या मनाला क्लेश होत आहेत; पण प्रामाणिक कथन करण्यात मी कुठलीही कसर सोडली नाही.'*

तरीही काही गोष्टी सांगितल्या गेल्या नाहीत. पहिल्या भागात त्यांनी फक्त स्वत:ला आणि ईश्वरालाच माहीत असलेल्या आणि उघड न करण्यासारख्या काही गोष्टींचा उल्लेख केला आणि त्या लिहिल्या नाहीत. त्या काय असाव्या, याचा आपण केवळ अंदाज बांधू शकतो. एका आदर्श भक्ताला न शोभणारी, ईश्वराकडे केलेली कडवट गाऱ्हाणी? अपूर्ण आशा-आकांक्षांमुळे झालेल्या वेदना? विशिष्ट प्रकारच्या अवाजवी चिंता? नीटसं सांगता येणार नाही.

अगदी मोजक्या लोकांना माहीत असलेल्या काही गोष्टींचाही उल्लेख केला गेला नाही– उदाहरणार्थ, सरलादेवींशी संबंधित घटना. त्या वेळी त्या हयात होत्या; पण त्या घटनांच्या उल्लेखानं त्या नव्यानं पुन्हा दुखावल्या गेल्या असत्या. शेख मेहताबशी संबंधित घटनांचा समावेश केला गेला, पण पूर्वी उल्लेख केल्याप्रमाणे, त्याचं नाव लिहिलं गेलं नाही.

गीता : १९२६-२७ साली नऊ महिने त्यांनी गुजरातीतून गीतेवर प्रवचनं दिली; ती 'नवजीवन'मध्ये प्रसिद्ध करण्यात आली. हा खटाटोप केवळ त्यांना अत्यंत प्रिय असलेल्या ग्रंथाला मानवंदना म्हणून नाही, तर हिंदूंच्या मनातील संशय दूर करण्यासाठी आणि त्यांची मनं जिंकण्यासाठी होता.

आश्रमातल्या प्रभातकालीन प्रार्थनेच्या शेवटी गांधी गीतेवर जो प्रवचनं देत, त्यातील महत्त्वाचे भाग असे असत : गीता सांगतेसमयी रणांगणाची जी पार्श्वभूमी वापरली आहे, ती रूपकात्मक आहे, तिला ऐतिहासिक महत्त्व नाही. कृष्ण आणि अर्जुन ज्या रथात आरूढ झाले आहेत तो रथही खरा नाही. मानवी शरीर म्हणजे खरा रथ, अर्जुन म्हणजे माणसाचं मन आणि कृष्ण म्हणजे अंतस्थ गुरू/मार्गदर्शक. माणसांनी शत्रूविरुद्ध रक्तरंजित युद्ध नाही, तर आपल्या मनातील सुष्ट आणि दुष्ट

प्रवृत्तींमधील रोज सुरू असलेलं द्वंद्व लढावं, अशी कृष्णरूपातील परमेश्वराची इच्छा आहे. क्रोध आणि द्वेष त्यागण्याविषयी गीतेमध्ये वारंवार कळकळीचं आवाहन करणारा कृष्ण क्रोध व द्वेषानं युक्त अशी हत्या करण्याविषयी कसा सांगेल?

हे खरं आहे की, गीतेच्या पहिल्या अध्यायात आणि दुसऱ्या अध्यायाच्या आरंभी युद्धाचं वर्णन केलं आहे; पण अठरा अध्यायांचा हा ग्रंथ आत्म-संयमन आणि ईश्वराशी तादात्म्य यावरचा एक प्रबंधच आहे. कुणीही गीतेला युद्धनीतीवरचं एक पाठ्य-पुस्तक असं संबोधणार नाही. अखेरीस, महाभारताचा विषय हा मुळात युद्धामुळे होणारे तोटे असा असताना आणि त्या युद्धात महाकाव्यातील बहुतांश पात्रं मारली जाऊन जग म्हणजे एक पोकळी उरलेली असताना, त्याच महाकाव्याचा एक भाग असलेली गीता त्या संदेशाच्या विरुद्ध उपदेश कशी करेल?

भारतावर असणारा गीतेचा प्रभाव लक्षात घेऊन, गांधींनी त्याचा वापर हिंसेच्या विरोधात आणि सत्याग्रहांसाठी करून घ्यायचा विचार केला.

पिंजऱ्यातला सिंह

आपण पिंजऱ्यात बंद असलेला एक सिंह असल्यासारखं आपल्याला वाटत आहे, असं १९२५च्या नोव्हेंबर महिन्यात त्यांनी डॉ. अन्सारींना लिहिलं. वर्तमानपत्रात लिहिलं त्यापेक्षाही जास्त विचारांचं ओझं माझ्या मनाच्या तळाशी खोल दडून बसलं होतं आणि पुढे असंही लिहिलं की, 'त्या अदृश्य शक्तीसमोर ते रोज उघड केल्याशिवाय ते राहत नव्हते.'

इतर काही गोष्टींबरोबरच, अप्रत्यक्षरित्या ते हिंदू-मुस्लीम अलगीकरणाचा आणि स्वत:वरच टाकलेल्या स्वघोषित निर्बंधांचा (१९२८च्या मार्च महिन्याआधी नाही) उल्लेख करत होते. परंतु पुन्हा एकदा एका मोठ्या लढ्याचं आपण नेतृत्व करणार आहोत, असं त्यांना वाटत असावंसं दिसत होतं आणि लोकांबरोबरच्या त्यांच्या संबंधांवर असलेल्या विश्वासाचा त्यांना आधार वाटत होता. १९२६च्या जानेवारीत त्यांनी लिहिलं :

> लोकांमध्ये आणि माझ्यात एक बंध निर्माण झाला आहे, त्याचं वर्णन करता येणार नाही; पण तो दोघांनाही जाणवतो. मी ज्या ईश्वराची भक्ती करतो, तो मला त्यांच्या सहवासात दिसतो... भले मी आश्रमात राहत असेन किंवा लोकांच्या गराड्यात असेन. मी त्यांच्यासाठी काम करतो, त्यांचाच विचार करतो आणि त्यांच्यासाठी प्रार्थना करतो. मला फक्त त्यांच्यासाठी जगायचं आहे– म्हणजेच माझ्यासाठी ('यंग इंडिया', ७ जानेवारी १९२६).

नेहमीच स्वत:ला आपल्या मनुष्यत्वाची जाणीव करून देत असता १९२७च्या फेब्रुवारी महिन्यात ते म्हणतात, *"जेव्हा मी एखादा चुकणारा माणूस बघतो, तेव्हा मी स्वत:शीच म्हणतो, 'मीही चुका केल्या आहेत.' जेव्हा एखादा लोभी माणूस बघतो, तेव्हा मी म्हणतो, 'मीही एकेकाळी असाच होतो.' आणि अशा प्रकारे जगातल्या प्रत्येकाशी मी स्वत:ला बंधुत्वाच्या नात्यानं जोडतो"* ('यंग इंडिया', १० फेब्रुवारी १९२७.)

त्यानंतर एक महिन्यानं त्यांनी लिहिलं :

> *या महात्म्याला मी त्याच्या नशिबावर सोपवलं पाहिजे. एक असहकारातील कार्यकर्ता असूनही मी आनंदानं एका अशा ठरावाला पाठिंबा देईन, ज्याद्वारे मला महात्मा म्हणून संबोधणारा व माझे पाय धरणारा कुणीही माणूस गुन्हेगार ठरवला जाईल. अर्थात, ज्या ठिकाणी मी हा नियम अमलात आणू शकतो, म्हणजे आश्रमात, तिथे असं करणं म्हणजे गुन्हाच आहे, हे मला ठाऊक आहे ('यंग इंडिया', १७ मार्च १९२७).*

असं असूनही, नियतीनं त्यांना दिलेली भूमिका त्यागण्याचं त्यांनी मनोमन नाकारलं :

> *एकीकडे माझा क्षुद्रपणा आणि माझ्या मर्यादा व दुसरीकडे माझ्याबद्दलच्या वाढलेल्या अपेक्षा यांचा जेव्हा मी विचार करतो, तेव्हा एक क्षण मी भांबावून जातो; परंतु जेकिल आणि हाईड यांचं एक विचित्र मिश्रण असलेल्या माझ्याबद्दल या अपेक्षा नसून माझ्याद्वारा अवतार घेतलेल्या काहीशा अपूर्ण पण तरीही तुलनात्मकदृष्ट्या महान, अमूल्य अशा सत्य-अहिंसा या गुणांसाठी त्या आहेत ('यंग इंडिया', ८ ऑक्टोबर १९२५).*

काही कारणांनी लोकांमध्ये पुन्हा अस्वस्थता निर्माण होणार असल्याचं १९२७च्या मार्च महिन्यात त्यांना जाणवलं.

> *मी जिवंत असेपर्यंत माझा संदेश काही ठसा उमटवू शकेल की नाही, याची मला फिकीर नाही. जसजसे दिवसांमागून दिवस जाताहेत आणि लोकांच्या हालअपेष्टा वाढतच चालल्या आहेत, तसतसा हा संदेश त्या प्रत्येक भारतीयाच्या मनात जाऊन रुजेल; ज्याला त्या संदेशाला प्रतिसाद देण्याची इच्छा आहे ('यंग इंडिया', २४ मार्च १९२७).*

नियतीच्या पावलांचं भान असणारा, जनसमुदायाबरोबरच्या संबंधांची आणि त्यांच्या हालअपेष्टांची जाणीव असणारा हा माणूस लोकांचा मित्र होता. १९२६च्या कडाक्याच्या थंडीत पहाटे चार वाजता दिल्लीच्या रेल्वे स्टेशनवर झालेलं संभाषण घन:श्याम

दास बिर्लांनी नोंदवून ठेवलं आहे. बिर्ला यांच्या पत्नी महादेवी या गंभीर आजारी असताना ते गांधींना भेटायला स्टेशनवर गेले होते. गांधी पंजाबातून येणार होते आणि अहमदाबादला जाणारी पुढची गाडी तिथे पकडणार होते.

स्टेशनवर बिर्लांनी गांधींना अनौपचारिक जिव्हाळ्यानं विचारलं, ''तुम्ही इथे थांबणार आहात का?/मुक्काम करणार आहात का?''

गांधी : तुम्ही असं का विचारलं?

बिर्ला : नाही, काही नाही.

गांधी : नाही, नक्कीच काहीतरी कारण आहे.

बिर्ला : नाही म्हणजे, एक महिला आहे, मृत्युशय्येवर आहे. तिला तुमचं दर्शन घ्यायचं आहे, पण तुम्ही मुक्काम करणार नाही, तर मी तुम्हाला माझ्याबरोबर चला, असं कसं म्हणू?

गांधी : मी मुक्काम करणार नाही, पण तुमच्याबरोबर येईन.

बिर्ला : इथे अतिशय थंडी आहे आणि ती जागा इथून बारा मैल लांब आहे.

गांधी : त्याची चिंता करू नका. मी येईन आणि माझी गाडी मी पुढच्या स्टेशनवर पकडेन.

'बिर्ला समजावण्याचा प्रयत्न करतात.'

गांधी : एकही अधिक शब्द बोलू नका. गाडीत बसा.

बिर्लांची कहाणी पुढे सुरू राहते :

त्या काळात आतासारख्या बंद गाड्या आमच्याकडे नव्हत्या. बाहेर खरंच कडाक्याची थंडी होती आणि बर्फाळ वाऱ्यातून १० मैल जंगल पार करून जायचं होतं. तिथे पोचल्यावर त्या आजारी स्त्रीला त्यांनी विचारलं, ''तुम्ही कशा आहात?'' तिचे डोळे आश्चर्यानं विस्फारले.. ती म्हणाली, ''तुम्ही इथे आलात! मला खरंच खूप आनंद झाला... मी आता सुखानं मरेन.'' त्यांनी उत्तर दिलं, ''ईश्वराचं नाव घ्या आणि शांत राहा.'' ते तिथे दहा मिनिटं थांबले आणि पुढच्या स्टेशनवर गाडीत चढले... माझं हृदय काबीज करणारा तो माणूस असा होता.

सुस्तावलेपण आणि स्वराज्यवाद्यांच्या समस्या : गांधींच्या भेटीनंतर काही दिवसांतच, म्हणजे १९२५च्या जून महिन्यात दास आकस्मिकपणे दार्जिलिंग इथे निधन पावले. त्या दोघांमध्ये नुकतेच भावबंध निर्माण झाले होते. 'दास नुसतेच महान नव्हते, तर ते अत्यंत चांगले होते, याची मला जाणीव झाली', असं गांधींनी त्यांच्या संबंधात 'यंग इंडिया'त लिहिलं (१८ जून १९२५).

दास-मोतीलाल यांचा गांधींबरोबर करार झाला असला, तरी काँग्रेस सभासदत्वाशी

सूतकताईचा जोडलेला संबंध दास यांना कधीही रुचला नव्हता. त्यांच्या मरणोत्तर, या नियमात सूट देण्याची घोषणा गांधींनी केली. लोकांना सूतकताई जमत नसेल, तर त्यांनी पैशांच्या स्वरूपात वर्गणी भरावी यासाठी आपण तयार असल्याचं ते म्हणाले. राजगोपालाचारी आणि इतर 'नो चेंजर्स' गटाला भयंकर धक्का बसला; परंतु दास यांचा सन्मान करून त्यांच्या समर्थकांचा पाठिंबा मिळवण्याची गांधींची इच्छा होती.

गांधींच्या सल्ल्यावरून स्वराज्यवाद्यांनी १९२५च्या वर्षअखेरीस होणाऱ्या कानपूर अधिवेशनासाठी काँग्रेसच्या अध्यक्षपदी सरोजिनी नायडू यांची, मद्रासच्या ॲडव्होकेट-जनरलपदाचा राजीनामा देणारे श्रीनिवास अय्यंगार यांची १९२६ अखेरीच्या गौहत्ती (गुवाहाटी) अधिवेशनाच्या अध्यक्षपदी; तर डिसेंबर १९२७च्या मद्रास अधिवेशनासाठी डॉ. अन्सारी यांची निवड केली. आपला पाठिंबा दर्शवण्यासाठी गांधी त्या सगळ्या अधिवेशनांना हजर राहिले, परंतु प्रत्येक ठिकाणी उत्साहाचा अभाव होता; त्याचं प्रमुख कारण म्हणजे विधिमंडळांमध्ये सरकारची कोंडी करण्याऐवजी स्वराज्यवादी एकमेकांवरच कुरघोडी करत होते.

छात्रसैनिकांच्या प्रशिक्षण समितीमध्ये सरकारनं केलेली नेमणूक मोतीलाल नेहरूंनी स्वीकारल्यावर आणि केंद्रीय मंडळाचं अध्यक्षपद विठ्ठलभाई पटेलांना मिळाल्यावर, मध्य प्रांतातील एक स्वराज पक्षाचे नेते, तांबे यांनी आणखी एक पाऊल पुढे टाकून १९२५ साली प्रांतीय कार्यकारी मंडळात प्रवेश केला. तांबेंच्या या कृतीवर मोतीलाल यांनी टीका केल्यावर इतर स्वराज्यवाद्यांनी मोतीलाल नेहरूंवर प्रतिहल्ला केला.

सहयोगी आणि जिवलग

दक्षिण आफ्रिकेत 'इंडियन ओपिनिअन' आणि फिनिक्सचं कामकाज सुरळीत ठेवण्यासाठी झगडत असलेले आणि हळूहळू त्यात यश मिळवत असलेले मणिलाल आपल्या वडिलांना भेटण्यासाठी १९२४च्या ऑक्टोबर महिन्यात भारतात धावती भेट द्यायला आले. प्रख्यात कादंबरीकार, शांतीवादी आणि टॉलस्टॉय यांचे प्रशंसक असलेल्या रोमेन रोलँड यांनी त्या वर्षी गांधींवर प्रकाशित केलेल्या चिकित्सा ग्रंथाची साऱ्या युरोपातून दखल घेतली गेली. त्याच्या पुढील वर्षी मॅडेलीन स्लेड या साबरमती आश्रमात गांधींकडे येऊन दाखल झाल्या. एका इंग्रजी ॲडमिरलची ही तेहेतीसवर्षीय कन्या रोलँड यांचं पुस्तक वाचल्यावर त्यांच्याच प्रोत्साहनामुळे गांधींना भेटायला आली होती.

मिस स्लेड यांना गांधींनी आश्रमात दाखल करून घेतलं. उंच, करारी व्यक्तिमत्त्वाच्या आणि सरळ स्वभावाच्या स्लेड अतिशय उत्साही आणि संगीतात

रस घेणाऱ्याही होत्या. त्यांनी भारतीय राहणीमानाचा अवलंब करत खादीची सलवार-कमीज वापरायला सुरुवात केली. त्या सूत कातायला शिकल्या, हिंदी बोलायला व शौचालयं साफ करायलाही त्यांनी सुरुवात केली. आपलं सर्व काही ईश्वराला अर्पण करणाऱ्या राजपूत राजकन्येचं, मीरेचं नाव गांधींनी त्यांना बहाल केलं, ते त्यांनी स्वीकारलं. गांधींना त्या अतिशय आवडल्या. रोलँडना त्यांनी लिहिलं :

> *१३ नोव्हेंबर १९२५ : तुम्ही मला किती मौल्यवान ठेव पाठवली आहे!... तिनं पूर्व आणि पश्चिमेला सांधणारा दुवा बनावं यासाठी मी पराकाष्ठेचे प्रयत्न करेन. मला शिष्य असावेत, एवढी पात्रता माझी नाही. ती माझी एक सहकारी असेल आणि मी तिच्यापेक्षा वयानं व त्यामुळे कदाचित आध्यात्मिक अनुभवात मोठा असल्यामुळे, मी तुमच्या बरोबरीनं वडिलकीचे संबंध निभावू इच्छितो. परिस्थितीशी जुळवून घेण्याचं तिचं कौशल्य वादातीत आहे आणि आम्ही सर्व तिच्याशी आता सहज मोकळेपणानं वागू लागलो आहोत.*

गांधींच्या कुटीपासून जवळच एका झोपडीवजा खोलीत मीरा राहायला लागली आणि एक मदतनीस, सहकारी व गांधींनी रोलँड यांना जे लिहिलं त्याउलट एक शिष्या म्हणून वावरू लागली.

त्यांचे सगळेच सहकारी काही त्यांचे शिष्य किंवा अनुयायी नव्हते. त्यांपैकी काही जसे– मोतीलाल नेहरू, दास, अजमल खान, अन्सारी, लजपत राय, राजगोपालाचारी, वल्लभभाई पटेल, अबुल कलाम आझाद, राजेंद्र प्रसाद आणि जवाहरलाल हे त्यांचे राजकीय सहकारी होते. पटेल, राजगोपालाचारी आणि प्रसाद हे नेहमी गांधींच्या विचारांची कास पकडून चालत असल्यानं त्यांचे अनुयायीही होते. जवाहरलाल यांचा स्वत:चा एक वेगळाच वर्ग होता. एक निष्ठावान अनुयायी असूनही ते नेहमीच आपले मतभेद व्यक्त करत असत. बिर्ला, बजाज, साराभाई, प्राणजीवन मेहता हे काही सहकारी आर्थिक पाठबळ पुरवणारे होते; त्यांपैकी बजाज हे स्वत:ला अनुयायी आणि खरंतर गांधींचा पाचवा मुलगाच समजत.

गांधींच्या निकटवर्ती वर्तुळातील इतर अ-राजकीय सहकारी, विचारवंत किंवा आध्यात्मिक साधक होते किंवा साहित्यिक वा पत्रकारिता आणि काही सामाजिक चळवळीतले : विनोबा भावे, काका कालेलकर, किशोरलाल मश्रूवाला, स्वामी आनंद, रविशंकर व्यास, मोहनलाल पंड्या, नरहरी पारिख, जुगतराम दवे, अमृतलाल ठक्कर, वालजी देसाई, नारायण खरे, शंकरलाल बँकर, अनसूया साराभाई आणि इतर.

या गटातील काही लोक 'यंग इंडिया' आणि 'नवजीवन'मधले गांधींचे सहकारी होते, काही आश्रमातील, तर काही अस्पृश्यता निवारणाच्या कार्यातील किंवा कुणी

आदिवासी, शेतकरी किंवा औद्योगिक कामगारांबरोबर काम करणारे. त्यांतील बरेच जण स्वत:ला शिष्य म्हणवत, पण गांधींसाठी ते सहकारी होते. बऱ्याच जणांच्या भोवती (गांधींच्या राजकीय सहकाऱ्यांप्रमाणे) त्यांचे स्वत:चे अनुयायी होते. त्यांच्या कामामुळे आणि संपर्कामुळे गांधींची ताकद वाढायला मदत होत होती. या गटातल्या अनेक लोकांबरोबर आणि आपल्या राजकीय सहकाऱ्यांबरोबर असलेल्या स्फूर्तिदायी आणि मनमोकळ्या साहचर्यामुळे गांधींना खूप आनंद मिळत असे.

या सर्व लोकांपेक्षा खूप जवळचा, पण एक छोटासा गट होता मित्रांचा. त्याची आपण दखल घेतलीच पाहिजे. ॲण्ड्र्यूज, प्राणजीवन मेहता आणि मथुरादास त्रिकमजी (हे नातेवाईकही होते) यांच्यासारखे लोक या गटात होते.

महादेव देसाई, मगनलाल, प्यारेलाल, कृष्णदास, देवदास, कस्तुरबा, मीरा हा आणखी एक छोटा गट म्हणजे सहकारी/अनुयायी/मदतनीस यांचा. ते त्यांचा बराचसा वेळ गांधींबरोबर घालवत आणि गांधींच्या प्रकृतीची आणि त्यांच्या कामकाजाची काळजी घेत. या गटातल्या लोकांचा त्यांच्याशी अधिक निकटचा संबंध होता. अर्थात हा गट काही कायमचा, कधीही न बदलणारा असा नव्हता; त्यातही बदल होत असत (बाकीच्या गटांमध्येही काही ना काही अदलाबदल होत होती).

वरील नावांमध्ये त्यांची पत्नी आणि त्यांच्या एका मुलाचाही समावेश आहे. आपण हे पाहिलं की, कस्तुरबा किंवा देवदास यांचेच केवळ गांधींशी खास संबंध होते, असा दावा ते करणं शक्य नव्हतं; कारण स्वत: गांधी महादेव, मगनलाल किंवा प्यारेलाल यांना आपला मुलगा म्हणून संबोधत आणि मीरेला आपली मुलगी म्हणून. उलटपक्षी ते त्यांना बापू म्हणत, तसं आता प्रत्येक गटातील लोकही म्हणू लागले होते. अर्थात प्रत्येक जण नव्हे; ॲण्ड्र्यूज त्यांना 'मोहन' म्हणत, हे आपण पाहिलं आहेच.

१९२५मध्ये साबरमतीला भेट देणाऱ्या ॲण्ड्र्यूजना तिथे शिस्त आणि प्रेम यांचं मिश्रण दिसलं. मुलं (गांधींच्या) जवळ धावत येत, त्यांच्या अवतीभोवती भीती आणि दरारा यांचा लवलेशही नसे आणि गाधींच्या बाबतीत अलिप्तता/ तुसडेपणा किंवा बडेजाव यांचा बुरखा पांघरून वावरणं, ही गोष्ट असंभव होती.

विसाव्या दशकात जेव्हा प्यारेलालजींची धाकटी बहीण सुशीला साबरमती आश्रमात आली, तेव्हा तिला कस्तुरबा स्वयंपाकघरात त्यांना झेपणाऱ्या कामांपेक्षाही जास्त काम करताना आणि अतिशय चपळाईनं हालचाली करताना दिसल्या. थक्क करणारी चपळता आणि व्यवस्थितपणा कस्तुरबांमध्ये दिसल्याची नोंद करतानाच सुशीलेला त्या बापूंजवळ क्वचित बसलेल्या दिसल्या. तरीही सगळा वेळ कस्तुरबांची नजर त्यांचा पाठलाग करत असे आणि त्यांच्या सगळ्या गरजा वेळच्या वेळी पूर्ण होत आहेत, याकडे त्यांचा कटाक्ष असे.

कस्तुरबांचं असं चित्र त्या वेळी आश्रमात राहणाऱ्या आणखी एका व्यक्तीनं, प्रभावती नारायण यांनी रेखाटलं आहे :

> *बा आणि बापूंच्या निवासस्थानी... एक स्वयंपाकघर होतं. तिथे आश्रमात येणाऱ्या पाहुण्यांसाठीही स्वयंपाक तयार केला जाई. हळूहळू तिथे रोजच १५ ते २० माणसांचा स्वयंपाक बनवला जाऊ लागला. आश्रमातले काही लोक बांना स्वयंपाकात मदत करत असत. पण तिथली बहुतांश कामं बा स्वत:च करत आणि पाहुण्यांचं आदरातिथ्य करण्यात त्यांना मनस्वी आनंद होत असे.*

मुलं आणि विवाह : १९२६मध्ये रामदासमार्फत मणिलालनं एक आश्चर्यकारक संदेश पाठवला : केपटाउनचे एक व्यापारी युसूफ गुल आणि त्यांच्या केप मलाय पत्नी वहिदा यांची मुलगी फातिमा किंवा टिम्मी गुल हिच्याशी विवाह करण्याची इच्छा त्यांनी बोलून दाखवली होती. युसूफ गुल हे पूर्वी सुरतजवळ राहत होते, ते नंतर दक्षिण आफ्रिकेला स्थायिक झाले. टिम्मीचीही हा विवाह करण्याची इच्छा होती. गुल यांच्या मोठ्या कुटुंबाला मणिलाल १९१४ पासून ओळखत होते. भारतात परतायच्या आदल्या रात्री सर्व गांधी कुटुंबीय केपटाउनला गुल यांच्या घरी राहिले होते. पित्याचं उत्तर अगदी स्पष्ट होतं. हिंदू आणि मुस्लीम यांच्यातील हा विवाह संकटांना निमंत्रण देणारा ठरला असता. दोघांपैकी कुणीही एक जण धर्मांतर करणार होता का? विवाहानंतर होणाऱ्या संततीचा धर्म कोणता असणार होता? यापुढेही,

> *तुमचा विवाह हिंदू-मुस्लीम प्रश्नावर आघात करणारा ठरेल... तू माझा मुलगा आहेस हे तू किंवा समाज विसरू शकणार नाही. हा संबंध तू स्वीकारलास... तर 'इंडियन ओपिनिअन' चालवण्यास योग्य राहणार नाहीस. यानंतर तुला भारतात येऊन स्थायिक होणं अशक्य होऊन बसेल, असं मला वाटतं (३ एप्रिल १९२६).*

गांधींनी पुढे लिहिलं, *'तू एक स्वतंत्र व्यक्ती आहेस, त्यामुळे मी काहीही करण्यासाठी तुझ्यावर जबरदस्ती करणार नाही.'* परंतु या व्यक्तिस्वातंत्र्याच्या स्मरणाबरोबरच संदिग्ध किंवा नि:संदिग्ध इशारेही त्यांनी दिले, ते होते : मणिलाल यांचं सर्वस्व असलेल्या संपादकपदाची अखेर आणि पिता-पुत्रांचे संबंध संपुष्टात येण्याचा संभव. १९२० साली स्वत:साठी एक धोकादायक दरवाजा बंद करणारा पिता सहा वर्षांनंतर आपल्या तेहेतीसवर्षीय पुत्राला तसंच एक प्रवेशद्वार बंद करायला सांगत होता.

आपले वडील संमती देतील, अशी स्वप्नं मणिलालनं रंगवली होती : शेवटी

हिंदू-मुस्लीम मैत्री व्हावी यासाठी तर गांधी कटिबद्ध होते आणि फिनिक्स, टॉलस्टॉय फार्म व साबरमती या ठिकाणी सर्वधर्मसमभावाची जोपासना त्यांनी जाणीवपूर्वक केली होती.

परंतु, त्याची ही धारणा चुकीची होती. एका मुस्लीम मुलीशी मणिलालला विवाह करण्याची संमती देऊन दक्षिण आफ्रिका आणि भारतातील आपल्या कार्यावर पाणी फिरवायला हा पिता तयार नव्हता. मणिलाल यांची नात आणि चरित्रकार उमा धुपेलिया-मेस्त्री यांनी म्हटल्याप्रमाणे, 'नेहमीच एक आज्ञाधारक मुलगा असलेल्या मणिलालनं पुन्हा एकदा वडिलांच्या इच्छेपुढे मान तुकवली.' आणि मग हस्तक्षेप करत कस्तुरबांनी गांधींना मणिलालसाठी दुसरी वधू शोधायला सांगितलं.

गांधींनी 'यंग इंडिया' (१७ मार्च १९२७)मध्ये लिहिलं आहे, *'मतभेद असणं म्हणजेच शत्रुत्व असं असेल, तर माझी पत्नी आणि मी एकमेकांचे हाडवैरी असलो पाहिजे.'* असं असलं तरी, या प्रसंगी त्यांनी आपल्या पत्नीशी सहमती दर्शवली. जमनालाल बजाजांसारख्या इतरही सहकाऱ्यांशी सल्लामसलत केल्यावर मणिलालच्या माता-पित्यानं महाराष्ट्रात अकोला इथे राहणाऱ्या एका एकोणीसवर्षीय मुलीची निवड केली : सुशीला ही गांधींसारखीच बनिया जातीची होती, पण काठियावाडी नव्हती; गांधींचे 'यंग इंडिया' व 'नवजीवन'मधले सहकारी किशोरलाल मश्रूवाला यांची ती पुतणी होती.

१९२७ सालच्या मार्च महिन्यात अकोला इथे हा विवाह साजरा झाला. 'वैवाहिक जीवनाची सुरुवात प्रामाणिकपणे झाली पाहिजे', असा आग्रह गांधींनी आपल्या मुलाकडे धरल्यामुळे, मणिलालने सुशीलेला 'टिम्मी'शी लग्न करण्याचा गुंडाळलेला मनसुबा आणि त्या आधीचं फिनिक्स प्रकरण याविषयीही सांगून टाकलं. (टिम्मी आयुष्यभर अविवाहित राहिली, तिनं मणिलालना माफ केलं असावं, असं दिसतं.) आपल्या पत्नीला घेऊन दक्षिण आफ्रिकेला गेलेल्या मणिलालना पित्यानं पत्रात लिहिलं :

> *मला तुझ्याकडून असं वचन पाहिजे की... तू सुशीलेच्या स्वातंत्र्याचा मान ठेवशील; तू तिला तुझी गुलाम म्हणून नव्हे... तर सहचरी म्हणून वागवशील, तिच्या संमतीनंच तू वैवाहिक आयुष्याचा आनंद लुटशील (८ फेब्रुवारी १९२७).*

सुशीलेचे वडील सुखवस्तू होते; पण गांधींच्या म्हणण्यानुसार विवाह सोहळा अत्यंत साधेपणानं साजरा झाला. नवविवाहित दांपत्याला मिळालेल्या सगळ्या भेटी राष्ट्रीय निधीला समर्पित करण्यात आल्या. मणिलालच्या आई-वडिलांकडून दांपत्याला गीतेची एक प्रत, आश्रम-प्रार्थनागीतांची एक प्रत, सूतकताईसाठी लागणारी टकळी

आणि गांधींनी कातलेल्या सुताच्या दोन माळा मिळाल्या.

या विवाहाच्या आधी काही महिन्यांपासून, गांधींच्या मनात मृत्यूबद्दलचे विचार येत होते. त्यांनी एक मृत्युपत्र लिहून आपल्याजवळ कोणतीही मालमत्ता नसल्याचं जाहीर केलं आणि त्यांचं स्वत:चं असं जर काही सापडलं, तर ते सत्याग्रह आश्रमाला द्यावं असं नमूद करून ठेवलं. याचं कारण असं की, १९२७ सालच्या पूर्वार्धात बराच काळ ते पुन्हा आजारी पडले व अशक्त झाले होते. उष्ण हवामान टाळण्याचा डॉक्टरांचा सल्ला ऐकून त्यांनी काही महिने बंगळुरूमध्ये व्यतीत केले (तिथे खादीचं एक भव्य प्रदर्शन भरवलं गेलं); जवळच असलेल्या नंदी हिल्स इथेही ते राहिले. त्यांचे यजमान, सोबती आणि द्वार-रक्षक असलेले राजगोपालाचारी उगीच भेटायला येणाऱ्या लोकांना मागच्या मागे परतवून लावत होते.

इथे पाहुणा आणि यजमान दोघांनाही अनपेक्षित अशी एक घटना घडली : नऊ वर्षांपासून राजगोपालाचारींशी जवळिकीचे संबंध असलेला सत्तावीसवर्षीय देवदास यानं त्यांची केवळ पंधरा वर्षांची सगळ्यात धाकटी मुलगी लक्ष्मी हिच्याशी लग्न करण्याची इच्छा व्यक्त केली. तिनं हा प्रस्ताव मान्य केला; पण आपापल्या पालकांची संमती घेतल्याशिवाय हे लग्न करायचं नाही, असंही उभयतांनी ठरवलं. एक बनिया आणि एक ब्राह्मण यांच्यातला हा विवाह ही त्या वेळी सर्वसाधारण घटना नव्हती. मात्र हिंदू-मुस्लीम विवाहापेक्षा निश्चितच वेगळी होती. गांधी किंवा राजगोपालाचारींनी जातिपातीचा विचार केला नाही; पण देवदास आणि लक्ष्मीला त्यांनी वाट पाहायला सांगितलं. मुलीचं वय पाहता योग्य-अयोग्यतेचा निर्णय घ्यायला ती सक्षम आहे किंवा नाही, हा खरा प्रश्न होता.

काही वर्षं एकमेकांना न भेटता आणि पत्रव्यवहार न करताही त्यांना नंतर एकमेकांशी लग्न करण्याची इच्छा राहिली, तरच पालकांची परवानगी मिळेल, असं सांगण्यात आलं. देवदास उत्तर भारतात परतला, तर लक्ष्मी तिच्या पित्याबरोबर आणि आजारातून बरे होणाऱ्या गांधींबरोबर सिलोनला गेली. तिथे कर्नाटक प्रांताप्रमाणेच खादीचा प्रसार आणि विक्री जोमानं होत होती, तसंच अस्पृश्यतेविरुद्धही जोरदार मोहीम सुरू होती.

१९२८च्या जानेवारी महिन्यात देवदासपेक्षा दोन वर्षांनी वडील असलेल्या रामदास यांनी आश्रमात निर्मला व्होरा हिच्याशी विवाह केला. मणिलालप्रमाणेच हा विवाहसुद्धा पालकांनी ठरवलेला होता आणि विवाहित दांपत्याला मणिलाल-सुशीलेप्रमाणेच भेटी मिळाल्या. काठियावाडी बनिया असलेल्या व्होरांनी गांधी कुटुंबाशी बरेच वैवाहिक संबंध जोडले होते– हरिलालची पत्नीसुद्धा व्होरा होती आणि लक्ष्मीदास यांचा मुलगा सामळदास याची पत्नीही.

छोट्या धार्मिक कार्यक्रमानंतर गांधींनी रामदास, निर्मला, आश्रमवासी आणि

कुटुंबीयांसमोर भाषण केलं. आपल्या मुलांवर लादलेल्या दारिद्र्याचा उल्लेख करताना ते जवळजवळ अश्रू ढाळत होते. रामदासला त्यांनी नववधूचा मालक न होता खराखुरा मित्र होण्याचा सल्ला दिला. गरीब लोकांप्रमाणेच तुम्ही दोघं घाम गाळून कष्टाची भाकरी मिळवाल... गीता तुमच्यासाठी हिऱ्यांची खाण ठरो, असे आशीर्वाद दिले.

हरिलालबद्दल बोलायचं झालं तर, तो कायम भटकंतीचं आणि ऋणाईताचंच जिणं जगत राहिला. त्याच्या चार मुलांचं पालनपोषण त्याचे माता-पिता किंवा त्याच्या दिवंगत पत्नीच्या बहिणी करत राहिल्या. १९२७ साली त्यानं त्याच्या वडिलांवर टीकात्मक लिखाण प्रसिद्ध केलं. गांधींनी दक्षिण आफ्रिकेतील त्यांच्या रिच नावाच्या मित्राला लिहिलं की, हरिलाल हा एक प्रकारे शूर मुलगा होता. तो एक उघड बंडखोर होता.

अभिव्यक्ती

१९२५मध्ये गांधींनी भारताच्या पूर्व आणि उत्तर भागात व गुजरातेत, तर १९२७मध्ये दक्षिण भारतात व सिलोनमध्ये भरपूर प्रवास केला; परंतु त्या दोन वर्षांमधल्या एका वर्षी म्हणजे १९२६ साली त्यांनी आपला जवळजवळ संपूर्ण वेळ आश्रमात घालवला, ही त्यांच्यासारख्या माणसाच्या बाबतीत विलक्षणच गोष्ट म्हटली पाहिजे. दरम्यान, कधीतरी फिनलंड आणि अमेरिकेला भेट देण्याच्या निमंत्रणांवर त्यांनी तिथे जाण्याचा विचार केला होता; परंतु नंतर त्यांनी ते आमंत्रण नाकारलं.

त्यांना आमंत्रण देणाऱ्या अमेरिकन लोकांना उद्देशून गांधींनी लिहिलं, *'मी आवश्यक त्या नम्रतेनं आणि निगर्वीपणे हे सांगू इच्छितो की, माझा संदेश आणि माझी पद्धत सगळ्या जगासाठीच फार महत्त्वाची आहे.'* मात्र भारतात त्याची आलेली प्रचीती हीच त्यांच्या सांगण्यापेक्षा बोलकी ठरणार होती :

> *मी जी चळवळ उभी करू इच्छितो, ती जर शक्तिशाली असेल आणि तिला जर ईश्वराचं पाठबळ असेल, तर तिच्यात संपूर्ण विश्व ढवळून टाकण्याचं सामर्थ्य असेल. त्यासाठी जगाच्या वेगवेगळ्या भागांमध्ये मी स्वत: हजर असणं तितकंसं गरजेचं नाही... ('यंग इंडिया', १७ सप्टेंबर १९२५).*

वाचन आणि लेखन हे त्यांच्या आयुष्याचा अविभाज्य भाग होते. आपण कोणत्या गोष्टींचं प्रतिनिधित्व करतो, याबाबत ते उघड आणि ठाम प्रतिपादन करत असत. कॅथरीन मायो या लेखिकेच्या 'मदर इंडिया' या वादग्रस्त पुस्तकावर १९२७मध्ये त्यांनी एक परीक्षण लिहिलं, त्यात या अमेरिकन लेखिकेनं भारतातील अस्वच्छता आणि इतर अव्यवस्थेवर बोट ठेवलं होतं. असं करताना काही ठिकाणी तिनं,

गांधींनी ब्रिटिश सरकारच्या व भारतीय संस्थानिकांच्या प्रयत्नांच्या केलेल्या कौतुकाचा आधार घेतला होता.

हे पुस्तक अतिशय हुशारीनं आणि समर्थपणे लिहिलेलं असल्याचं मान्य करून गांधींनी तो एका 'उघड्या गटारी व त्यातील घाण' याविषयीच्या निरीक्षकाचा अहवाल असल्यासारखं वाटतं, असं प्रतिपादन केलं. 'भारत म्हणजे गटारं' असं लेखिका विजयी मुद्रेनं आणि परिणामकारकपणे म्हणते', असंही गांधींनी पुढे म्हटलं. ते पुढे लिहितात,

> *हे पुस्तक अमेरिकन व इंग्रजी लोकांसमोर ठेवण्याच्या योग्यतेचं नाही असं मला वाटत असतानाच, (कारण त्यामुळे त्यांचा काहीच फायदा होणं शक्य नव्हतं) हे पुस्तक वाचल्यानं प्रत्येक भारतीयाला मात्र काही प्रमाणात फायदा होईल. तिनं केलेल्या आरोपांमधल्या आशयाकडे आपण दुर्लक्ष करायला नको. बाकी जग आपल्याकडे कोणत्या नजरेनं बघतं, हे जाणून घेणं केव्हाही चांगलंच असतं. ज्या हेतूनं हे पुस्तक लिहिलं गेलं आहे, त्याची चिकित्सा करण्याची आपल्याला अजिबात गरज नाही ('यंग इंडिया', १५ सप्टेंबर १९२७).*

ब्रिटिशांविषयी द्वेषभावना उत्पन्न करण्याचा पर्याय नाकारताना त्यांनी लिहिलं, *'इंग्रज लोकांचा तिरस्कार करतानाच मी दुसरीकडे मुस्लीम आणि हिंदूंशी प्रेमानं वागू शकत नाही.'* पुढे त्यांनी लिहिलं, *'प्रार्थनापूर्वक, शिस्तपालन करून, दीर्घकाळच्या उपासनेनंतर चाळीस वर्षांपेक्षा जास्त काळापासून मी कोणाचाही द्वेष करण्याचं बंद केलं आहे.'* ('यंग इंडिया', ६ ऑगस्ट १९२५) एक वर्षानंतर याच विचाराचा त्यांनी पुनरुच्चार केला :

> *१५ जुलै १९२६ : आपण जर इंग्रज लोकांचा द्वेष केला, तर आपण एकमेकांवर कधीच प्रेम करू शकणार नाही. जपानी लोकांवर प्रेम करायचं आणि ब्रिटिशांचा द्वेष करायचा, असं करणं आपल्याला शक्य नाही. एकतर आपण प्रेमाचा कायदा पूर्णता अंगीकारला पाहिजे किंवा त्याचा पूर्णपणे अव्हेर केला पाहिजे. दुसऱ्यांच्या द्वेषाच्या पायावर उभा राहिलेला आपापसातल्या प्रेमाचा इमला किरकोळ दडपणाखालीही कोसळू शकतो...*

तमिळ प्रांतातील कनाडूकाठणमध्ये चेट्टियार समाजाच्या लोकांनी त्यांचं स्वागत केलं. या समाजाच्या लोकांनी मलाया आणि बर्मामध्ये मोठं नाव कमावलं होतं. तिथे बोलताना गांधींनी आपल्या यजमानांच्या घरांत झालेल्या अनेकविध वस्तूंच्या गर्दीबद्दल

जरा वेगळं, परंतु परखड मत व्यक्त केलं :

तुमची घरं खचाखच भरलेली जेव्हा मी पाहिली... तिथे भरलेल्या बेसुमार सामानानं मी दबून गेलो... बसायला किंवा श्वास घ्यायलाही तिथे जागा नव्हती... तुम्ही लावलेली काही चित्रं बीभत्स आहेत आणि बघण्याच्या लायकीची नाहीत... हे आलिशान प्रदर्शन शुद्ध हवेला अडवतं आणि धुळीला आमंत्रण देतं. शिवाय हवेत लाखो जीवजंतू पसरतात ते वेगळंच. चेट्टिनाडमधले सगळे महाल सजवण्याचं कंत्राट जर तुम्ही मला दिलंत, तर मी ते काम या खर्चाच्या एकदशांश भागात करून देईन; शिवाय आजच्यापेक्षा तुम्हाला राहण्यासाठी अधिक चांगली जागा आणि सोईसुविधा देईन. तुम्ही करून घेतलं त्यापेक्षा जास्त कलात्मकरित्या मी तुमची घरं सजवली, असं प्रशस्तिपत्र मी भारतातल्या कलाकारांकडून मिळवेन (२२ सप्टेंबर १९२७).

असं बोलणारे गांधी कालेनबाख या स्थापत्यविशारदाचे आणि सजावटकाराचे सहकारी होते. सृष्टिसौंदर्याचेही ते उपासक आणि आस्वादक होते. पूर्व भारतात आणि सिलोनमध्ये त्यांच्याबरोबर प्रवास करताना कालेलकरांना असं दिसून आले की, 'बऱ्याचदा गांधी माझं लक्ष निसर्गातल्या सुंदर दृश्यांकडे वेधत असत, खासकरून पहाटेचं सौंदर्य आणि बुडणारा सूर्य यांच्याकडे.' ज्या व्यवस्थितपणे आणि नेटकेपणानं ते इतरांशी बोलत, त्यांचं काम करत, चेहरा धूत, भाज्या चिरत, कपड्यांच्या घड्या घालत... त्यानंसुद्धा कालेलकर अचंबित होत.

अस्पृश्य आणि हिंदू धर्म : चेट्टिनाड आणि इतरत्र गांधींनी अस्पृश्यतेचा, हुंडा पद्धतीचा आणि हिंदू-मुस्लिमांमधील संशयाच्या वातावरणाचा उघडपणे धिक्कार केला. अनेक अनिष्ट प्रथांचा नाश करण्याचं शस्त्र म्हणून चरखा वापरावा, असं आवाहन केलं. त्यांचा हा प्रवास राजकीय हेतूनं प्रेरित नसला, तरी जनतेबरोबर संबंध दृढ करण्यासाठी उपयोगी ठरला. १९२७च्या डिसेंबरमध्ये घडलेल्या एका प्रसंगात गांधींनी दुर्गम भागातील अस्पृश्यांमध्ये जागवलेलं कुतूहल आणि सुधारणेबाबत त्यांचा असलेला दृष्टिकोन दिसून येतो.

ओरिसामधील बोलगढमध्ये ते आणि अँण्ड्र्यूज गेले होते. जवळचं रेल्वे स्टेशन त्या ठिकाणापासून एकतीस मैल दूर होतं. तेव्हा 'यंग इंडिया'त गांधींनी नंतर लिहिल्याप्रमाणे,

निम्न जातीचा, कंबरेत वाकलेला, एक घाणेरडं फडकं गुंडाळलेला माणूस आमच्यासमोर दबकत-दबकत आला. त्यानं एक वाळलेली गवताची काडी उचलली आणि आपल्या तोंडात ठेवली. नंतर तो त्याचे हात

पसरून पूर्णपणे पालथा पडला. मग तो उठून उभा राहिला, हात जोडले, वाकून नमस्कार केला, तोंडातली काडी घेतली आणि आपल्या केसात खोवली...

तो मनुष्य निघणार, एवढ्यात गांधींनी त्याला थांबायला सांगितलं. गांधींच्या प्रश्नांची उत्तरं देताना त्यानं सांगितलं की, तो एक अस्पृश्य होता, सहा मैल लांब एका गावात राहत होता आणि लाकडाच्या मोळ्या विकायला बोलगढला आला होता. माझ्याबद्दल ऐकून मला बघायला आला होता. त्यानं तोंडात काडी का पकडली, असं विचारलं असता त्यानं सांगितलं की, माझ्याप्रति आदर व्यक्त करण्याची ती एक पद्धत होती.

तोंडात काडी पकडून ती चावणं ही 'निम्न' जातीच्या लोकांकडून श्रेष्ठत्व मान्य करून घेण्याची 'उच्च'वर्णीय लोकांची पद्धत होती. भारतीय उपखंडात, उत्तर-पश्चिम सरहद्द प्रांतात सर्वदूर ही पद्धत पूर्वापार चालत आलेली होती. काही वेळा 'निम्न'वर्णीय लोकांना 'मी तुमचा बैल आहे', असंही म्हणावं लागे.

एखाद्या माणसानं स्वत:च स्वत:चा मानभंग करतानाचं हे दृश्य पाहून 'मी वेदनेनं कळवळलो', असं लिहिणाऱ्या गांधींनी त्या माणसाकडून एक वचन घेतलं– 'या जगातल्या कोणत्याही माणसासाठी तोंडात कधीही काडी धरणार नाही.' असं केल्यामुळे आत्मसन्मानाचं खच्चीकरण होतं, असंही त्यांनी त्याला सागितलं. त्यांनी त्याच्याकडून आणखी दोन वचनं घेतली : मद्यप्राशन करणार नाही किंवा भारतातील अस्पृश्यांना जे कुजकं, सडकं मांस खावं लागतं, ते खाणार नाही ('यंग इंडिया', २२ डिसेंबर १९२७).

तीन महिन्यांपूर्वी अस्पृश्यतेच्या आणि बालविवाहाच्या समर्थनार्थ हिंदू पोथ्या-पुराणांचे दाखले द्यायला निघालेल्या कुंभकोणमच्या ब्राह्मण पुजाऱ्यांची तोंडं गांधींनी बंद केली होती :

हिंदू धर्माची पताका फडकवत ठेवण्याचा योग्य मार्ग कोणताही आगापिछा नसलेले संदर्भ पुराणांमधून शोधून काढण्याचा नव्हे, तर आतला विवेकाचा आवाज जे सांगतो त्याची अंमलबजावणी करण्याचा आहे. सत्य आणि प्रेम यांना विरोध करण्यात कोणताही धर्म नाही असंच हिंदू शास्त्रं सांगतात ('बॉम्बे क्रॉनिकल', १६ सप्टेंबर १९२७).

हिमालयाची शिखरं, आतील गुहा : १९२९च्या उन्हाळ्यात हिमालयातील कौसानी या ठिकाणी बरेच दिवस वास्तव्य करताना त्यांनी गुजरातीत गीतेचं केलेलं भाषांतर व भाष्य या पुस्तकासाठी एक प्रस्तावना लिहिली. आपल्या वाचकांपुढे गुजरातीत आपलं मनोगत व्यक्त करताना त्यात लिहिलं– सूर्यप्रकाशात चमचमणाऱ्या

हिमालयाच्या बर्फाळ उत्तुंग शिखररांगांकडे बघत असताना माझ्या मनात कायम विचार येतात, हिमालय जर नसता तर गंगा, जमुना, ब्रह्मपुत्रा आणि इंडसही नसत्या... हिमालय नसता तर पाऊस पडला नसता... आणि... सहाराप्रमाणेच भारतही एक वाळवंट झाला असता.

सतत लोकांच्या गराड्यात राहणाऱ्या आणि निसर्गाशी काहीच संपर्क साधू न शकणाऱ्या माणसाला हिमालयातल्या या शांत दिवसांमुळे एक अनपेक्षित निवांतपणा लाभला. त्या काळात मनन-चिंतनात सतत मग्न असलेले गांधी लिहितात (गुजरातीवरून अनुवादित) :

मुलांनी जर हा देखावा पाहिला असता, तर हा पर्वत त्यांच्या आवडत्या आइस्क्रीमचा बनलेला आहे, असं त्यांनी एकमेकांना सांगितलं असतं. तिथे पळत-पळत जाऊन, त्यावर बसून ते मनसोक्त खात बसले असते. माझ्यासारखा एखादा चरखावेडा असता तर म्हणाला असता की, कुणीतरी... कापसाचा पर्वत तयार केला आहे आणि तो न संपणाऱ्या रेशमाच्या लडींसारखा दिसत आहे...

एखाद्या श्रद्धाळू पारशानं हे दृश्य पाहिलं असतं तर सूर्यदेवतेला प्रणिपात करून तो म्हणाला असता, 'या पर्वतांकडे बघा. अगदी नव्याकोऱ्या पांढऱ्या शुभ्र पगड्या आणि स्वच्छ धुतलेले व इस्त्री केलेले अंगरखे घालून आलेल्या आमच्या धर्मगुरूंसारखे ते दिसत आहेत. सूर्याचं दर्शन घेत हात जोडून स्तब्ध उभे असलेले ते डोंगर किती रुबाबदार दिसताहेत.'

पाण्यानं ओथंबलेल्या दूरवरच्या ढगांमधून पाणी गोळा करून ते मस्तकी धारण करणाऱ्या लखलखीत शिखरांना बघून एखादा धार्मिक हिंदू म्हणाला असता, 'हा तर करुणेचा सागर असलेला साक्षात शिव शंभो... आपल्या शुभ्र जटांमध्ये गंगेला धारण करून भारताला महापुरापासून वाचवणारा शंकर.'

यापेक्षाही अधिक जीवनदायी विचार ते पुढे लिहितात :

वाचक हो! खरा हिमालय तर आपल्या हृदयात वसलेला आहे. त्या गुहेच्या आश्रयाला जाऊन तिथे शिवाचं दर्शन घेण्यातच खऱ्या महायात्रेचं पुण्य सामावलेलं आहे ('नवजीवन', १४ जुलै १९२९).

हिंदू धर्माच्या वांशिक अथवा राष्ट्रीय चेहऱ्यापेक्षा त्याच्या नैतिक चेहऱ्याची अधिक सुस्पष्ट ओळख करून देण्यासाठी जो संघर्ष गांधींनी केला, त्यात गीतेवरील भाष्य आणि त्याची कौसानीला असताना त्यांनी लिहिलेली प्रस्तावना ही दोन जणू त्यांची शस्त्रं होती. त्यांद्वारे त्यांनी भारताच्या आत्म्यापेक्षा स्वत:च्या आत्म्याशी नातं जोडलं.

ती व्यक्ती आणि तिचा आश्रम

मगनलाल यांचं देहावसान : १९२८च्या एप्रिल महिन्यात पाटण्याला मगनलाल यांचं काही आजारामुळे अनपेक्षितपणे देहावसान झालं आणि गांधींना मोठा धक्का बसला. मगनलाल यांचे वडील खुशालचंद आणि पत्नी संतोक यांना पाठवलेल्या पत्रात त्यांनी लिहिलं की, आपल्याला झालेलं दु:ख त्या दोघांइतकंच आहे; पण नुकसान मात्र त्यांच्यापेक्षा अधिक आहे. मगनलाल यांच्या ठायी असलेल्या विविध कौशल्यांचा परामर्श 'यंग इंडिया'त त्यांनी घेतला आहे. सुतारकाम, बागकाम, बुनाई, छपाई, अभियांत्रिकी, व्यवस्थापन आणि अशा अनेक कौशल्यांचा उल्लेख करीत पुढे त्यांनी लिहिलं :

> सर्वार्थांनी माझा वारसदार म्हणून ज्याची मी निवड केली होती, तो आता या जगात राहिला नाही... त्याला राजकारणातलं काही कळत नव्हतं, असं वाचकांनी समजू नये. त्याला कळत होतं; परंतु त्यानं शांत, नि:स्वार्थी विधायक सेवेचा मार्ग स्वीकारला. तो माझे हात होता, पाय होता आणि जग बघणारे डोळेसुद्धा! माझी तथाकथित महानता ही अविरत श्रम आणि काबाडकष्ट करणाऱ्या मूक, समर्पित, सक्षम आणि सच्च्या कार्यकर्त्यांवर अवलंबून आहे, हे जगाला फारसं समजलेलं नाही. या कार्यकर्त्यांमध्ये पुरुष आहेत, तशाच महिलाही आहेत आणि या सगळ्यांमध्ये मगनलाल माझ्या दृष्टीनं सर्वोत्तम, महान आणि सर्वांत सच्चा होता.
>
> हे लिहिताना माझ्या कानावर, आपल्या प्रिय पतीच्या वियोगानं शोकविव्हल झालेल्या त्या विधवेचा विलाप पडतो आहे. तिला हे कळलेलं नाही की, तिच्यापेक्षा मी जास्त असहाय झालेलो आहे. त्या ईश्वरावर माझी असीम श्रद्धा नसती, तर माझ्या स्वत:च्या मुलांपेक्षाही प्रिय असलेल्याच्या वियोगानं मी वेडापिसा झालो असतो... ('यंग इंडिया', २६ एप्रिल १९२८).

त्यांचा साठावा वाढदिवस जवळ आला आणि पारही पडला. अखंड प्रवासात असणाऱ्या गांधींना या वाहणाऱ्या कालप्रवाहाची आणि अटळ अशा संघर्षाची चाहूल लागली असावी बहुधा. (१९२९ सालच्या सुरुवातीच्या महिन्यांमध्ये उत्तर भारत व सिंध प्रांत, मार्चमध्ये बर्मा, एप्रिलमध्ये आंध्र, ऑक्टोबरमध्ये उत्तर प्रदेश.)

फेब्रुवारी १९२९मध्ये हरिलालचा दुसरा मुलगा आणि गांधींनी वाढवलेला त्यांचा सतरा वर्षांचा नातू रसिक याला काळानं ओढून नेलं. प्रसन्न व्यक्तिमत्त्वाचा आणि मनमिळाऊ मुलगा असलेला रसिक त्याचा काका देवदासबरोबर दिल्लीत होता. देवदास जमियामधील विद्यार्थ्यांना हिंदी आणि सूतकताई शिकवत होते. (जमिया अलिगढहून

दिल्लीच्या करोल बाग इथे स्थलांतरित झाली होती.) सूतकताई शिकवण्यासाठी रसिक देवदासांच्या मदतीला आला होता, परंतु त्याला विषमज्वरानं गाठलं.

जमियाचे चॅन्सेलर असलेल्या डॉ. अन्सारींनी रसिकसाठी त्यांचं सारं कौशल्य पणाला लावलं. देवदासांनीही प्रयत्नांची पराकाष्ठा केली, परंतु तो मुलगा वाचू शकला नाही. शेवटच्या क्षणी हरिलाल तिथे पोचले, कस्तुरबाही पोचल्या.

रसिकमध्ये एकनिष्ठता आणि कर्तव्यपरायणता हे दोन उच्चकोटीचे गुण होते, असं सांगून त्याचा मृत्यू हेवा करण्यासारखा होता, असं गांधींनी म्हटलं; परंतु 'नवजीवन'मध्ये त्यांनी आपला तीव्र शोक एका लेखात व्यक्त केला. त्याला शीर्षक दिलं, 'सकाळीच सूर्यास्त.'

वयाची साठ वर्षं पूर्ण केल्यानंतर काहीच दिवसांनी त्यांनी लिहिलं, *'वार्धक्य जवळ येत चाललेलं मला दिसतंय.'* ('नवजीवन', १५ डिसेंबर १९२९)

विवाद : पुन्हा न शिजवलेलं अन्न खाऊन निर्वाह करण्याचा प्रयत्न करणारे गांधी वाचकांना वेळोवेळी त्यांच्या नवीन-नवीन आहारविषयक प्रयोगांची आणि सामाजिक रूढीविषयक त्यांच्या मतांची माहिती देत होते. ती बहुधा प्रश्नोत्तराच्या स्वरूपात असायची. एकदा एका तरुण मुलीनं त्यांना लिहिलं की, तिच्या वडिलांनी तिच्या लहानपणीच तिचा विवाह एका दुष्ट, विवाहित आणि वयानं बऱ्याच मोठ्या असलेल्या माणसाबरोबर लावून दिला; पण तिला त्याच्याबरोबर राहायचं नसून तिच्या पसंतीच्या एका तरुण माणसाशी लग्न करण्याची इच्छा होती. तेव्हा गांधींनी त्यांचं उत्तर नव्यानं सुरू झालेल्या 'नवजीवन'च्या हिंदी आवृत्तीत प्रसिद्ध केलं :

> *लक्ष्मीदेवीवर लादल्या गेलेल्या विवाहाला धार्मिक/वैदिक विवाह मानता येणार नाही. वैदिक विवाहात त्या मुलीला तिचं लग्न कुणाशी होत आहे, याची पूर्ण कल्पना दिली गेली पाहिजे, त्या विवाहासाठी तिची संमती घेतली पाहिजे आणि शक्य झाल्यास नियोजित वराला बघण्याची तिला संधी दिली गेली पाहिजे. लक्ष्मीदेवीच्या बाबतीत यांतलं काहीच घडलं नाही. दुसरी गोष्ट म्हणजे विवाहसंबंधासाठी ती वयानं खूप लहान होती. त्यामुळे तो विवाह नाकारण्याचा तिला संपूर्ण अधिकार आहे.*
>
> *या शोकांतिकेमधील एक दिलासा देणारी गोष्ट म्हणजे तिची आई तिच्याबरोबर आहे... मी लक्ष्मीदेवीच्या वडिलांना अशी विनंती करतो की, अधर्माला धर्म समजण्याची चूक त्यांनी करू नये आणि तिच्या मार्गात आड येऊ नये. हे पत्र प्रसिद्धीला देताना लक्ष्मीदेवीनं जे धैर्य आणि विनय दाखवला आहे, तो ती ठामपणे निर्णय घेतानाही कायम राखेल आणि तिच्याशी धर्मानुसार लग्नबंधनात अडकायला तयार असलेल्या तरुणाशी विवाह*

करेल, अशी मला आशा आहे.

आश्रमानं ब्रह्मचर्याला दिलेल्या पाठिंब्यामुळेही काही मुद्दे उपस्थित करण्यात आले. उदाहरणार्थ, बिहारचे काँग्रेस नेते ब्रजकिशोर प्रसाद यांची मुलगी प्रभावती हिनं (वयाच्या चौदाव्या वर्षी) १९२० साली जयप्रकाश नारायण यांच्याशी विवाह केला. तिचे पती तेव्हा अमेरिकेत शिक्षणासाठी गेल्यावर ती १९२२ सालापासून आश्रमात राहत होती.

कस्तुरबा आणि गांधी यांच्या जवळची असणारी आणि त्यांच्या नजरेखाली वाढलेली प्रभावती पूर्णपणे आश्रमवासी झालेली होती आणि काही इतर आश्रमीय महिलांप्रमाणे तिनंही ब्रह्मचर्याची शपथ घेतली होती. पण तिनं ही शपथ तिच्या किशोरावस्थेत आणि तिच्या पतीच्या गैरहजेरीत घेतली होती. जयप्रकाशांच्या संमतीशिवाय ही शपथ पक्की करू नये, असं गांधींनी तिला सांगितलं होतं. तरीही तिनं घेतलेल्या या शपथेच्या अर्थपूर्णतेवर प्रश्नचिन्हं उमटली.

कुटुंबांमधील आणि आश्रमातील स्वातंत्र्य : एका गृहस्थाचा मुलगा व सून काही काळासाठी आश्रमात राहिले होते, त्यानंतर त्या सुनेनं डोक्यावरून घुंघट घेणं बंद केलं. तेव्हा त्या गृहस्थानं अशी तक्रार केली की, स्वतःच्या सदसद्विवेकबुद्धीला पटत नसेल तर ज्येष्ठांशी आपले मतभेद व्यक्त करण्याविषयी जे आवाहन गांधींनी तरुणांना केलं होतं, त्यामुळे कुटुंबांमधले परस्परसंबंध बाधित होत होते. आश्रमातील महिला काही वेळा गांधींना स्पर्श करतात आणि ते मुलींना स्पर्श करतात, या बाबींनाही त्या गृहस्थानं हरकत घेतली.

उत्तरादाखल, 'नवजीवन'मध्ये गांधींनी प्रसिद्ध केलं की, त्यांना सामील झालेल्या लोकांना आत्मसंयमन शिकवण्यावर त्यांचा विश्वास होता, पण तरीही त्या लोकांना पूर्ण स्वातंत्र्यही दिलं जात होतं. वयात आलेल्या त्यांच्या सर्व मुलांना आणि नातवांना संपूर्ण स्वातंत्र्य होतं, असं ते म्हणाले. पुढे त्यांनी लिहिलं :

माझा सर्वांत मोठा मुलगा उघडपणे माझ्या विरोधात जातो. मला त्याचं दुःख होत नाही... मी त्याच्याशी असलेलं पित्याचं नातं कायम ठेवतो... तो त्याच्या पत्रांखाली 'तुमचा आज्ञाधारक मुलगा' अशी सही करतो. असं करून तो माझा अपमान करतो, असं मला अजिबात वाटत नाही... आज्ञाधारकपणालाही काही मर्यादा असतात.

आश्रमात मिळतं तितकं स्वातंत्र्य स्त्रियांना भारतात दुसऱ्या कुठल्याही ठिकाणी मिळत असल्याचं मला माहीत नाही, असा दावा करून त्यांनी पुढे म्हटलं की, त्यांचे गांधींशी आई, बहीण आणि मुलीसारखे संबंध होते. त्या महिलांनी गांधींना स्पर्श केला तरी तो मातृत्वाच्या भावनेनं असतो, तर त्यांचा स्पर्श एखाद्या पित्यानं

निरागसपणे आपल्या मुलीला सर्वांदेखत केलेला स्पर्श असतो.

> *खाजगीपणा मला कधीच आवडत नाही. रोज जेव्हा तरुण मुली माझ्याबरोबर फिरायला निघतात, तेव्हा मी त्यांच्या खांद्यांवर हात टाकतो आणि फिरतो. ही गोष्ट त्या मुलींनाही ठाऊक आहे आणि हा स्पर्श अगदी निरपवादपणे निष्पाप असतो, हे प्रत्येकजण जाणतो.*

सर्वसामान्य मनुष्यप्राण्यापेक्षा एखाद्या योग्याप्रमाणे आपण वेगळे आहोत, असा दावा त्यांनी कधीच केला नाही, असं ते पुढे म्हणाले. *'इतरांप्रमाणेच मीसुद्धा मातीचाच बनलेलो आहे, माझ्यातही वैषयिक भावना आहेत.'* तरीही, जसे बाकीचे वडील त्यांच्या मुलींना निर्हेतुकपणे स्पर्श करतील, तसेच तेसुद्धा आश्रमातील मुलींना वागवत होते. एकपत्नीत्वाच्या शपथेनं ते बांधले गेले होते, खुद्द कस्तुरबा माझ्याबरोबर केवळ एखाद्या मैत्रिणीसारख्या राहतात, असं ते म्हणाले.

थोडक्यात सांगायचं तर,गांधींनी स्वत: घेतलेल्या ब्रह्मचर्याच्या शपथेचं पालन करण्याचा अधिकार ते बजावू पाहत होते आणि इतरांनी घेतलेल्या ब्रह्मचर्याच्या किंवा आत्मसंयमनाच्या शपथेच्या बळावर त्यांना ती पाळण्याचं स्वातंत्र्य देऊ बघत होते.

इतरांसाठी नसलेलं आचार-विचारांचं स्वातंत्र्य केवळ गांधींपुरतंच मर्यादित होतं हे सूचित करून, ते पुढे म्हणाले, *"माझ्याशिवाय तरुण मुलींना कुणीच स्पर्श करत नाही, कारण तसा प्रसंगच कधी उद्‌भवत नाही. असे वडिलकीचे संबंध काही कुणाच्या इच्छेनं निर्माण होत नसतात."*

जवळच्या माणसांना स्पर्श करणं हा गांधींचा एक स्वभावधर्म होता. चालताना आश्रमातल्या मुलांच्या खांद्यांवर हात ठेवणं, प्रसंगी काही वेळ त्या मुलांना स्वत:ला उचलू देणं किंवा चालताना आश्रमातल्या मुली व महिलांच्या खांद्यावर हात ठेवणं किंवा लहान-थोरांच्या पाठीवर थाप मारणं किंवा त्यांच्या डोक्यावरून आशीर्वादाचा हात फिरवणं किंवा एखाद्या दु:खी जिवाला जवळ घेणं–'जणू काही त्याची वेदना ते आपल्या हृदयात भरून घेत असत, ते स्पर्शातून आपली माया व्यक्त करीत आणि दुसऱ्यांकडूनही तशीच माया त्यांनाही मिळत असावी,' असं आपण म्हणू शकतो.

निकटच्या वर्तुळातील लोकांना स्पर्श करण्याची गरज ही त्यांच्या व्यक्तिमत्त्वाचा एक भाग होता. लंडनहून राजकोटला परतल्यावर बावीस वर्षांचे असताना ते आपल्या भाचे-पुतण्यांच्या खांद्यांवर हात ठेवून चालत असत, हे आपण पूर्वी बघितलं आणि या सवयीवर पुढे प्रश्न उभे केले गेले, हेही आपण बघणार आहोत. काही जणांच्या बाबतीत स्पर्शातून साधलेली ही जवळीक असे, तर इतरांच्या बाबतीत काही प्रमाणात अलिप्ततेची वागणूक असे आणि त्याचबरोबर वागणुकीत पावित्र्य किंवा शुचिता राखण्याची धडपडही असे.

उदाहरण द्यायचं तर मीरेबरोबर वागताना ते काळजी घेत. कदाचित त्यांना स्वत:ला तिच्याविषयी वाटणाऱ्या स्नेहाची जाणीव होत असेल. तिची मदत करण्याची वृत्ती, तिची योग्यता (त्यात तीव्र राजकीय जाणही होती) आणि सुंदर गाता गळा यांमुळे त्या स्नेहाला खतपाणी मिळालं होतं. तिला त्यांच्याविषयी वाटणाऱ्या अमर्याद स्नेहाला प्रतिसाद म्हणूनही ते असावं. मीरेची स्वामित्व गाजवण्याची आणि मगरूर वृत्ती इतरांना पसंत नसे, याची जाणीव त्यांना होती; परंतु मीरेबद्दलची त्यांची भावना त्यावर मात करत असे.

मीरेच्या मते गांधींचा गाता गळा आकर्षक होता. जीवनाच्या संध्याकाळी साबरमतीची पहाटवेळ आठवून ती म्हणायची, 'सकाळच्या प्रार्थनेसाठी सर्वांत प्रथम ते येत असत आणि त्या वेळी ते गुणगुणायला सुरुवात करत असत. त्यांचा आवाज सुंदर होता.'

त्यापूर्वी १९२८च्या सप्टेंबर महिन्यात आश्रमातील एका वासराला दयामरण देण्याच्या संदर्भात तीव्र आक्षेप घेतले गेले. वासरू बरे होण्याची कोणतीही शक्यता नसल्याची माहिती गांधींना मिळाल्यावर त्यांनी आश्रमातील इतर लोकांशी सल्लामसलत केली आणि नंतर, त्यांच्याच शब्दांत सांगायचं तर- *'अत्यंत विनम्रपणे परंतु पूर्णपणे खात्री पटल्यावर माझ्या उपस्थितीत एका डॉक्टरला मी त्या वासराला विषाचं इंजेक्शन देऊन शांत करायला सांगितलं.'* ('यंग इंडिया', ३० सप्टेंबर १९२८) तिथे त्या वेळी उपस्थित असलेल्या मीरेनं अशी नोंद केली की, गांधी खाली वाकले आणि इंजेक्शन दिलं जात असताना त्या वासराचा पुढचा पाय त्यांनी हातात घेतला.

या प्रसंगानंतर रागानं त्यांना पत्रं लिहिणाऱ्यांमध्ये एक जैन माणूस होता. त्यानं सरळ सरळ लिहिलं, 'गांधी, तुम्ही त्या गायीला मारलंत आणि त्या बदल्यात मी तुम्हाला मारलं नाही, तर मी स्वत:ला जैन म्हणवून घेणार नाही.'

राजकीय वारसदारी

ब्राह्मणेतर आणि अस्पृश्य समाजात होणाऱ्या जागृतीचं गांधींनी जरी स्वागत केलं असलं, तरी नेतृत्वाची धुरा वाहणाऱ्यांच्या यादीतून त्यांनी ब्राह्मणांना वगळलं नव्हतं. तमिळनाडू प्रांतातील कराईकुडी येथील ब्राह्मणविरोधी कार्यकर्त्यांनी गांधींना एक पत्रक दिलं, त्यात राजगोपालाचारींचा उपहासात्मक उल्लेख केलेला होता. तेव्हा गांधी सी.आर. यांचा केवळ बचाव करून थांबले नाहीत; तर राजगोपालाचारी हे त्यांचे वारसदार असतील, असं त्यांनी सप्टेंबर १९२७मध्ये जाहीर केलं.

> तुम्ही या माणसाला ओळखत नाही. जर राजगोपालाचारी खोटं बोलू शकत असतील, तर मीही खोटं बोलतो, असं तुम्ही खुशाल म्हणू

शकता. तेच एक वारसदार शक्य आहेत, असं मी नेहमी म्हणतो आणि आज त्याचा मी पुनरुच्चार करतो... हे पत्रक वाचून असं वाटतं की, तुम्हाला खोटी माहिती मिळालेली आहे... तुम्हाला हवं तर तुम्ही कडवा लढा देऊ शकता, पण तुमचा पाया सत्यावर उभारलेला असायला हवा (२५ सप्टेंबर १९२७ रोजी किंवा त्या आधी).

१९२७मध्ये गांधींच्या बिघडलेल्या प्रकृतीमुळे वारसाच्या या प्रश्नाला चालना मिळाली. राजगोपालाचारी हे केवळ एकमेव उमेदवार नव्हते. आणखी कमीत कमी चार लोक होते : राजगोपालाचारींपेक्षा तीन वर्षांनी मोठे असलेले वल्लभभाई, वल्लभभाईंपेक्षा चौदा वर्षांनी लहान असलेले जवाहरलाल, जवाहरलालपेक्षा पाच वर्षांनी मोठे असलेले बिहारचे राजेंद्र प्रसाद, प्रसादांपेक्षा चार वर्षांनी तरुण असलेले बंगालचे अबुल कलाम आझाद.

आझाद सोडले तर सगळे वकील होते. त्यांनी वकिली पेशा झुगारून दिला होता (त्यातही वल्लभभाई आणि नेहरू हे गांधींप्रमाणेच लंडनहून बॅरिस्टर होऊन आलेले होते.) आणि स्वराज पक्षात सामील व्हायला या सगळ्यांनी नकार दिला होता. या पाचांपैकी सत्याग्रह समजून घेतलेले सी.आर. हे पहिले होते आणि ती संकल्पना वक्तृत्वातून मांडण्याची उपजत कला त्यांच्यात होती, ज्यामुळे ते इतरांपेक्षा वरचढ ठरत.

१९२२ साली, गांधींना कारावासाची शिक्षा झाल्यानंतर 'प्रो चेंजर्स'ना पराभूत करण्याची मोहीम सी.आर. यांनी यशस्वीपणे पार पाडली होती. हिंदू-मुस्लीम ऐक्य, अस्पृश्यता निवारण आणि खादी या गांधींना अत्यंत महत्त्वाच्या वाटणाऱ्या तीन प्रश्नांची उकल करताना ते गांधींसोबत पहाडासारखे उभे राहिले होते. परंतु देवदासांनी त्यांच्या कन्येशी विवाहाचा प्रस्ताव मांडल्यामुळे त्यांची उमेदवारी मागे पडली : एखाद्या संभाव्य नातेवाइकाचं नाव सुचवताना गांधी शेकडो वेळा विचार करत होते.

पाचवे उमेदवार, बंगालचे अबुल कलाम आझाद हे जवाहरलालजींपेक्षा एक वर्षानं मोठे होते. राजकीय इस्लाम आणि हिंदू-मुस्लीम ऐक्याचा मूर्तिमंत आदर्श असलेले आझाद, दास यांच्या जवळचे होते आणि स्वराज पक्ष व 'नो चेंजर्स' यांच्यात युती घडवण्याचे प्रयत्न त्यांनी केले होते.

आपण पाहिलं आहेच की, १९२४च्या उपोषणापासून गांधींचं लक्ष जवाहरलालजींकडे वेधलं होतं. त्यांच्यात गांधींना असहिष्णुतेचा एक उत्कट विरोधक दिसला होता. १९२६च्या एप्रिलमध्ये त्यांनी रोमेन रोलँड यांना लिहिलेल्या पत्रात जवाहरलालजींचा प्रथम उल्लेख केला, तेव्हा जवाहर आपली आजारी पत्नी कमलासह

युरोपमध्ये होते. गांधींनी त्यांचा उल्लेख 'माझे अत्यंत प्रिय मित्र आणि सहकारी', असा केला. तरीही, मार्क्सिझम आणि सोविएटमध्ये होत असलेल्या प्रयोगांमुळे प्रभावित झालेल्या नेहरूंमुळे गांधी काही काळ सावध झाले होते. १९२७च्या अखेरीस त्या दोघांमध्ये तीव्र मतभेद झाले.

ब्रिटिशशासित राज्याचा दर्जा न स्वीकारता संपूर्ण स्वातंत्र्य हे यापुढे भारताचं ध्येय असावं, अशी मागणी काँग्रेसनं करावी हा मुद्दा होता. जवाहरलाल व बर्मामधील मंडाले इथून नुकतेच नजरकैदेतून सुटलेले सुभाष बोस यांच्या नेतृत्वाखालील जहालमतवादी, १९२७च्या अखेरीच्या मद्रास काँग्रेस अधिवेशनात असा ठराव मांडण्यात आणि मंजूर करून घेण्यात यशस्वी ठरले.

त्या वेळच्या चर्चेस अनुपस्थित असलेले गांधी यामुळे प्रभावित झाले नाहीत. काही काळापासून काँग्रेसनं कोणताही लढा दिला नव्हता आणि त्यासाठी लागणारी तयारी व शस्त्रंही काँग्रेसकडे नव्हती. अशा परिस्थितीत या ठरावामुळे गांधींना सुचलेली उपमा अशी– 'साखळदंडांनी जखडलेले कैदी अर्वाच्य भाषेत बडबड करतात, त्यामुळे केवळ त्यांच्या जेलरची करमणूक होते.' दुसरा काही शक्य असलेला उपयुक्त पर्यायही या ठरावामुळे पुसला गेला.

> *केंद्रशासित दर्जाला जर सर्वसंमतीने पाठिंबा मिळाला, तर तो स्वातंत्र्यापेक्षाही जास्त मोलाचा ठरू शकतो. सर्वसंमती नसेल तर संपूर्ण स्वातंत्र्याचा खेळखंडोबा होऊ शकतो. आपल्यासमोर वास्तव स्वच्छ दिसत असताना केवळ नावात काय ठेवलं आहे? शेवटी गुलाबाचा वास मधुर येणारच, मग... ('यंग इंडिया', १२ जानेवारी आणि ६ सप्टेंबर १९२८).*

गांधींना पत्रं लिहून जवाहरलालजींनी त्यांची भूमिका स्पष्ट केली; परंतु आपल्यात मतभेद असल्याचं त्यांनी जाहीर करावं, असं आवाहन गांधींनी केल्यावर त्यांनी माघार घेतली. "राजकारणात मी तुमचा मुलगाच नव्हे का?" त्यांनी गांधींना लिहिलं.

शांततेचा भंग

१९२६ सालच्या एप्रिल महिन्यात रीडिंग यांच्याकडून सूत्रं हाती घेतल्यानंतर नवे व्हाइसरॉय लॉर्ड आयर्विन यांनी ऑक्टोबर १९२७मध्ये गांधींना दिल्लीला बोलावलं. दक्षिणेत असलेल्या गांधींनी पश्चिम किनाऱ्यावरील मंगलोरहून बोटीनं मुंबईपर्यंत प्रवास केला आणि पुढे ट्रेननं दिल्लीला गेले. तिथे त्यांना व इतर काही भारतीय राजकीय पुढाऱ्यांना लॉर्ड आयर्विन यांनी सांगितलं की, सर जॉन सायमन यांच्या अध्यक्षतेखाली एक संवैधानिक समिती १९२८च्या आरंभी भारताचा दौरा करणार असून, काही घटनात्मक प्रस्ताव ही समिती मांडेल. ही माहिती एक आण्याच्या

पत्रानंदेखील पोचवता आली असती, असं व्हाइसरॉयना सांगून गांधी आपल्या आश्रमात परतले.

सायमन समितीमध्ये सगळे गौरवर्णीय असून, एकही भारतीय त्यात नाही, ही बातमी वाऱ्यासारखी पसरल्यावर चार वर्षांपासून सुप्तावस्थेत असलेल्या सरकारविरोधाच्या निखाऱ्यांवर जणू फुंकर घातली गेली. भारतीय घटना तयार करण्यात भारतीय असमर्थ आहेत, असा अर्थ यातून निघत असल्यामुळे जवळजवळ सगळेच राजकारणी डिवचले गेले–नो चेंजर्स, स्वराज पक्ष, लिबरल्स आणि इतर, त्यात लजपत राय, जिना आणि मुहम्मद अली यांचा समावेश होता. १९२७ सालच्या अखेरीस मद्रासला झालेल्या सभेत काँग्रेसनं सर्व भारतीयांना सायमन कमिशनवर बहिष्कार टाकण्यास सांगितलं. गांधींच्या पूर्ण पाठिंब्यानं काँग्रेसनं मोतीलाल नेहरूंच्या अध्यक्षतेखाली एका तज्ज्ञ मंडळाला सर्व पक्षांशी सल्लामसलत करून भारतीय राज्यघटनेचा मसुदा तयार करण्यास सांगितलं.

१९२८च्या फेब्रुवारीत जेव्हा सायमन कमिशननं आपला भारत दौरा सुरू केला, तेव्हा 'सायमन परत जा' ('सायमन गो बॅक') असा नारा भारतभर दुमदुमला. लोक जथ्याजथ्यानं ठिकठिकाणी जमा झाले आणि त्यांना लाठ्याकाठ्यांनी पांगवण्यात आलं. लखनौमध्ये काँग्रेस नेते गोविंद वल्लभ पंत जवाहरलाल नेहरूंना पोलिसांच्या लाठ्यांपासून वाचवण्यासाठी आडवे पडले असता त्यांना मार पडला व ते आयुष्यभरासाठी जायबंदी झाले. त्या वर्षाच्या उत्तरार्धात लाहोरमध्ये त्रेसष्ट वर्षांचे आणि आजारी असलेले लजपत राय एका निदर्शनाच्या वेळी पोलिसांच्या लाठीमारानं जखमी झाले. अठरा दिवसांनी त्यांचं निधन झालं.

लजपत राय आणि अजमल खान (यांचं १९२७च्या डिसेंबरमध्ये निधन झालं) यांच्या जाण्यामुळे गांधींनी त्यांचे दोन महत्त्वाचे साथीदार गमावले होते. परंतु १९२८ साल जसजसं पुढे सरकू लागलं आणि मार्च १९२८ ही गांधींची वैयक्तिक सीमारेषा जशी पार झाली, तसा केवळ भारतच पुढच्या लढ्यासाठी सज्ज झाला असं नाही; तर गुजरातमध्ये एका लक्षणीय सत्याग्रहात वल्लभभाई पटेलांनी बार्डोलीच्या शेतकऱ्यांना आपल्या नेतृत्वाखाली विजय मिळवून दिला.

बार्डोली : चौरीचौऱ्याची घटना घडली नसती तर १९२२ साली सरकारवर चढाई करण्याचा प्रारंभ या तालुक्यापासून होणार होता. १९२५ साली जेव्हा गांधी आणि वल्लभभाई अस्पृश्यताविरोधी प्रचार करण्यासाठी व खादीचा प्रसार करण्यासाठी गुजरातच्या दौऱ्यावर होते, तेव्हा बार्डोलीला गांधी म्हणाले होते :

> *बार्डोलीसाठीच्या माझ्या आशा कधीच संपुष्टात येणार नाहीत... मी इथे वल्लभभाईंना हे सांगण्याकरता आलो आहे की, त्यांची इच्छा असेल तर*

त्यांच्या ताकदीनं व प्रभावानं बार्डोलीचं वैभव ते परत आणू शकतात... मी आज लोकांना तुरुंगात जायला सांगत नाही. आपण भविष्यात तुरुंगात जाऊ या.

त्या साली, म्हणजे १९२५ साली त्या तालुक्यातील चार आश्रमांच्या संघाचे पटेल अध्यक्ष झाले. या आश्रमांत काम करणाऱ्या गांधींच्या सहकाऱ्यांनी सगळ्या जातींच्या लोकांना सूतकताई आणि बुनाई शिकवली होती, शिवाय बऱ्याच अस्पृश्यांना आणि आदिवासींना वाचायला शिकवलं होतं आणि बऱ्याच गावकऱ्यांना मद्यपान सोडायला उद्युक्त केलं होतं. या सगळ्या प्रक्रियेदरम्यान त्यांचे गावकऱ्यांबरोबर दृढ भावबंध जुळले होते. तरी दुबला जमातीबरोबर, इतर आदिवासी जमातींबरोबर आणि अस्पृश्यांबरोबर काम केल्यामुळे जमीनदार असलेल्या पाटीदारांशी (पटेल) त्यांचे काही वेळा खटके उडाले होते.

१९२८ साली बार्डोली तालुक्यातील जमीन महसूल करात २२ टक्क्यांनी वाढ करण्यात आली, तेव्हा संघर्षाची वेळ येऊन ठेपली. त्याचबरोबर बार्डोलीची तेवीस खेडीही जास्त करभरणा गटात टाकण्यात आली. हे दुहेरी संकट कोसळल्यामुळे त्याचा सामना करण्याच्या हेतूनं शेतकरी आश्रमवासीयांकडे गेले आणि आश्रमवासी सल्ला घेण्यासाठी गांधी व पटेलांकडे गेले. गांधींनी हिरवा कंदील दाखवला आणि पटेलांनी लढ्याचं नेतृत्व स्वीकारलं.

या सेनानीला कुमक अगदी तयारीची मिळाली. गांधी दक्षिण आफ्रिकेहून परतल्यावर लगेचच गांधींचे अनुयायी बनलेल्यांचा त्यात समावेश होता (मोहनलाल पंड्या, रविशंकर व्यास, जुगतराम दवे, स्वामी आनंद, दरबार गोपालदास), त्यांतल्या काहींनी (जसे खुशालभाई पटेल) दक्षिण आफ्रिकेतील संघर्षात भाग घेतला होता, तर काही स्थानिक पुढारी होते (जसे कुँवरजी आणि कल्याणजी मेहता). गांधींसारखा मुरब्बी सल्लागारही या सेनापतीच्या पाठीशी होता.

वल्लभभाईंच्या ठाम, सडेतोड आणि प्रभावी नेतृत्वामुळे, शेतकऱ्यांच्या दृढनिश्चयामुळे आणि अनेक वर्षांपासून आश्रमवासी करत आलेल्या कामामुळे या लढाईत सरशी झाली.

चार महिने चाललेल्या संघर्षादरम्यान शेतकऱ्यांनी सारा न भरल्यामुळे जमीन व गुरं जप्त करण्यात आली; परंतु १९२८ सालच्या ऑगस्टपर्यंत साऱ्यात केली गेलेली वाढ मागे घेण्यात आली आणि जप्त केलेली बरीचशी मालमत्ता परत करण्यात आली. शेतकरी शेवटपर्यंत नमले नाहीत. ना त्यांनी प्रतिकार केला ना एकही जीव गेला (वा घेतला गेला). हा अहिंसेचा विजय होता.

हा लढा हिंदू-मुस्लिमांनी एकत्रितपणे दिला, त्याला त्या प्रदेशाचे अनुभवी न्यायाधीश अब्बास तय्यबजी आणि साबरमतीचे इमाम बवाझीर यांचा पाठिंबा लाभला.

स्वराज्य हे अंतिम ध्येय नजरेसमोर ठेवून १९२२ सालचा, प्रत्यक्षात होऊ न शकलेला सत्याग्रह योजला गेला होता, परंतु १९२८च्या या सत्याग्रहाचं उद्दिष्ट मात्र केवळ आर्थिक होतं. पटेल हे गुजरात प्रदेश काँग्रेस समिती (GPCC)चे अध्यक्ष असूनही काँग्रेसला व काँग्रेसच्या नेत्यांना या सत्याग्रहापासून लांब ठेवलं गेलं होतं. परंतु सर्व भारताचं लक्ष सत्याग्रहात होणाऱ्या चढउतारांकडे लागलं होतं. या मनोधैर्य उंचावणाऱ्या विजयामुळे पटेलांना भारतभर ख्याती मिळाली. त्याचबरोबर बार्डोलीच्या शेतकऱ्यांनी त्यांना एक उपाधी प्रदान केली, 'सरदार'.

कलकत्ता काँग्रेस, डिसेंबर १९२८ : सगळ्या भारताचं 'बार्डोलीकरण' करण्याची इच्छा अनेकांनी व्यक्त केली आणि पटेलांनी काँग्रेसच्या पुढच्या अधिवेशनाचं अध्यक्ष व्हावं, असं मोतीलाल नेहरूंनी गांधींना सुचवलं. पर्याय म्हणून नेहरूंनी पुस्ती जोडली, 'जवाहरची निवड झाली तर उत्तमच.' त्यावर उत्तर म्हणून स्वत: मोतीलालजींनीच अध्यक्षपद स्वीकारावं, असं गांधींनी सांगितलं– मोतीलाल आणि त्यांचा गट यांनी सर्वांशी सल्लामसलत करून अथक परिश्रमांनी एक घटनात्मक योजना तयार केली होती. 'नेहरू अहवाल' म्हणून ती ओळखली गेली. १९२८च्या ऑगस्टमध्ये ती पूर्णपणे तयार झाली होती.

कलकत्त्यामध्ये मोतीलाल नेहरूंची गाडी पांढऱ्या शुभ्र घोड्यांनी ओढली; पण संपूर्ण अधिवेशनात जहालमतवाद्यांचा बोलबाला होता. त्याला कारणीभूत होते जवाहरलाल आणि त्याहीपेक्षा जास्त जवाहरलालजींपेक्षा सहा वर्षांनी तरुण असलेले, दास यांचे वारस म्हणून ओळखले जाणारे बंगालवासीयांचे सगळ्यांत लाडके सुभाष बोस.

काँग्रेसमधल्या स्वयंसेवक दलाचे 'कमांडर' म्हणून ओळखल्या जाणाऱ्या बोस यांनी अधिवेशनात एखाद्या सेना-अधिकाऱ्यासारखा गणवेश घातला होता. नेहरू अहवालामध्ये नमूद केलेल्या केंद्रशासित दर्जाला विरोध दर्शवत सुभाष आणि जवाहरलाल दोघांनी 'संपूर्ण स्वातंत्र्या'ची मागणी केली. गांधींनी तडजोडीचा प्रस्ताव मांडला : दोन वर्षांत जर ब्रिटिशांनी केंद्रशासित दर्जा प्रदान केला नाही आणि नेहरू अहवालामधील इतर शिफारशी मान्य केल्या नाहीत, तर काँग्रेस लढा देत 'संपूर्ण स्वातंत्र्या'ची मागणी करेल.

'दोन वर्षं? आपण दोन मिनिटंही थांबू शकत नाही', असं उत्तर जवाहरलालजींनी दिलं तरी, प्रतीक्षेचा काळ दोन वर्षांहून एका वर्षावर आणू, असं गांधींनी सांगितल्यावर जवाहरलाल आणि बोस समितीच्या बैठकीत या तडजोडीला तयार झाले. मात्र, खुल्या अधिवेशनात जेव्हा केंद्रशासित दर्जाच्या मंजुरीसाठी ३१ डिसेंबर १९२९ ही अंतिम तारीख ठरवली जावी, असा प्रस्ताव गांधींनी मांडला, तेव्हा बोस यांनी त्यात ब्रिटिशांशी पूर्ण फारकत घेण्यात यावी असा हरकतीचा मुद्दा मांडला आणि जवाहरलालजींनी त्यांना पाठिंबा दिला. त्यावर गांधींची प्रतिक्रिया सडेतोड होती :

तुम्ही तुमच्या तोंडानं स्वातंत्र्याचा उच्चार करता; पण तुमच्या बोलण्यात जर सत्त्व नसेल तर ती सगळी बडबड निरर्थक ठरेल. तुम्ही दिलेला शब्द जर पाळणार नसाल, तर त्या स्वातंत्र्याला अर्थ काय?

कलकत्ता अधिवेशनात बोस यांचे पुष्कळ समर्थक होते. त्यांनी सुचवलेला दुरुस्ती प्रस्ताव फेटाळला गेला, तरी त्याच्या बाजूनं ९७३ मतं पडली आणि विरुद्ध १३५०. गांधींच्या बाबतीत बोलायचं झालं, तर ब्रिटिश सरकारविरोधी वातावरण तापवण्यासाठी ते आता सज्ज होते; परंतु जातिद्वेष, धर्माधर्मातील तेढ वाढीला लागू नये, यासाठीही दक्षता घेत होते. १९२८च्या ऑक्टोबर महिन्यात त्यांनी लिहिलं :

माझ्या पाश्चात्त्य शिक्षणामुळे जर माझी अहिंसेबद्दलची मतं बनली असतील, तर मला त्याची अजिबात खंत वाटत नाही. मी कधीही सगळ्या पाश्चात्त्य कल्पना धुडकावून लावल्या नाहीत आणि पश्चिमेकडून येणारी प्रत्येक गोष्ट मुळातच वाईट असते, असं मानायला मी तयार नाही ('यंग इंडिया', ११ ऑक्टोबर १९२८).

घटनेवर एकमत?/संविधानावर सहमती?

भारतीय राज्यघटनेसंबंधी 'दिल्लीचे प्रस्ताव' घेऊन जिना आणि मुहम्मद अली कलकत्त्यात येऊन दाखल झाले आणि तीन प्रमुख मागण्यांवर त्यांनी जोर दिला, त्या होत्या : बंगालच्या आणि पंजाबच्या विधिमंडळात मुस्लीम बहुसंख्याकांना कायदेशीर मान्यता; मुस्लीम समाजाचं अधिक्य असलेला सिंध प्रांत मुंबई इलाक्यापासून अलग करून नवीन मुस्लीम अधिक्य असलेल्या प्रांताची निर्मिती; आणि केंद्रीय विधिमंडळात मुस्लिमांना एकतृतीयांश जागा.

या प्रस्तावांना काँग्रेसनं जर मान्यता दिली, तर १९१६च्या लखनौ करारानुसार काँग्रेसनं मंजूर केलेली व ब्रिटिश सरकारनं स्वीकारलेली अलग मुस्लीम मतदारसंघाची मागणी मुस्लीम कदाचित सोडून देतील, असं जिना आणि अली यांचं म्हणणं होतं.

मोतीलाल नेहरूंबरोबर पूर्वी जुळलेल्या समीकरणाचं पुनरुज्जीवन करावं, अशी जिनांची इच्छा होती. नेहरू अहवालाद्वारे आपल्या बाजूनं काँग्रेसनं सिंध प्रांत वेगळा काढण्याला संमती दर्शवली होती, संयुक्त मतदारसंघाची मागणी केली होती आणि लखनौ करारानुसार प्रत्येक प्रांतीय विधिमंडळात अल्पसंख्याकांना देऊ केलेल्या प्रमाणाबाहेर समभागावर स्थगिती आणावी, अशी मागणी केली होती. मुस्लीम बहुसंख्याक असलेल्या बंगाल आणि पंजाब प्रांतांतील मुस्लिमांसाठी वरील तरतूद ही एक डोकेदुखी ठरली होती; कारण त्याचा अर्थ मुस्लिमेतर समाजाला सत्ता मिळण्याची संधी त्यामुळे निर्माण झाली होती.

अल्पसंख्याकांना दिलेल्या अवाजवी समभागाचा मुद्दाच निकाली काढून नेहरू अहवालानं बंगाल व पंजाब प्रांतात जनादेश न घेताही मुस्लिमांचं प्राबल्य सर्वमान्य होण्यासाठी रस्ता मोकळा करून दिला. (आपल्या मृत्यूपूर्वी लजपत राय यांनी कायद्यानं मुस्लिमांना सत्ता बहाल करण्यावर टीका केली होती, पंजाबच्या शिखांनीही विरोध केला होता.) मध्यवर्ती विधिमंडळाबाबत बोलायचं तर, नेहरूअहवालानुसार मुस्लिमांना एकूण जागांचा पाव हिस्सा दिला गेला होता; तो लोकसंख्येत त्यांच्या असलेल्या प्रमाणाला अनुरूप होता.

नेहरूअहवाल आणि दिल्लीप्रस्तावातील फरक फारसे मोठे दिसत नव्हते. संयुक्त मतदारसंघांचा प्रस्ताव काँग्रेसमधील अनेकांना आकर्षक वाटत होता, कारण वेगळे मतदारसंघ म्हणजे राष्ट्रीय ऐक्यभावनेला बाधा, असं त्यांचं मत होतं. सर्वपक्षीय बैठकीत जिना आणि मुहम्मद अलींनी आपलं म्हणणं कळकळीनं मांडलं. मात्र, सहमती होऊ शकली नाही.

जिना म्हणजे एक 'लाडावलेलं मूल' आहे, असं वर्णन करणारे एक वकील व लिबरल नेते तेज बहादूर सप्रू यांनी जिनांच्या मागण्या मान्य करून ही बाब एकदाची निकालात काढावी, अशी विनंती काँग्रेसला केली. परंतु त्यांचे सहकारी एम. आर. जयकर म्हणाले की, हिंदूंनी मोठ्या मुश्किलीनं नेहरूअहवालाला स्वीकृती दिली होती आणि जर या मुद्द्याला पुन्हा तोंड फुटलं तर ते आता कडवी व उर्मट प्रतिक्रिया देतील.

मुस्लिमांच्या मागण्या आपल्याला वैयक्तिकरीत्या मान्य आहेत असं जिनांना सांगून गांधी म्हणाले की, नेहरूअहवालामध्ये जर काही बदल झाले, तर आम्ही बहिष्कार टाकू असं शिखांनी जाहीर केलं आहे.

केंद्रीय विधिमंडळात मुस्लिमांचं प्रमाण पंचवीस टक्क्यांवरून सत्तावीस टक्क्यांपर्यंत वाढवण्याची सवलत देण्याची तयारी काँग्रेसनं दर्शवली. हिंदू व शिखांच्या भावनांची तीव्रता जाणून घेतानाच जिना व मुहम्मद अली संपूर्ण मुस्लीम समाजाचीच मतं मांडत होते की नाही, याबाबत काँग्रेस नेत्यांच्या मनात साशंकता होती. संयुक्त मतदारसंघाची कल्पना अमान्य करत सर मुहम्मद शफी जिनांपासून वेगळे झाले होते आणि मुस्लीम राजकारणातील एक वाढतं प्रस्थ असलेले कवी इक्बाल यांचा शफींना पाठिंबा होता.

कलकत्ता अधिवेशनानंतर आत्यंतिक निराश झालेल्या जिनांनी वेगळी वाट धरण्याचे संकेत दिले आणि चिडलेल्या मुहम्मद अलींनी अधिकृतरित्या काँग्रेसला सोडचिठ्ठी दिली. मुस्लिमांना काँग्रेसपासून दूर राहण्याचंही आवाहन त्यांनी केलं.

गांधींबद्दल बोलायचं तर त्यांचं मन सरकारविरोधात संघर्ष उभा करण्याच्या शक्यता पडताळण्यात गुंतलं होतं. तशी एक शक्यता त्यांना दिसत होती,

लोकांच्या पसंतीस नक्की उतरेल अशा लढ्याची सुरुवात आपण करू, असा आत्मविश्वास त्यांना वाटत होता, हे ऑक्टोबरमधील त्यांच्या विधानावरून वाटत होतं ('यंग इंडिया', ११ ऑक्टोबर १९२८).

हिंसेचं आकर्षण : भारतीय तरुणांमध्ये असलेलं हिंसेविषयीचं आकर्षण हा गांधींच्या मनात सलत असलेला एक मुद्दा होता. लजपत राय यांचं जखमी होणं व त्यानंतर झालेलं देहावसान या घटनांनंतर (डिसेंबर १९२८मध्ये), त्यांचा सूड म्हणून लाहोरमध्ये जे. पी. सॉंडर्स या पोलीस अधिकाऱ्याची हत्या करण्यात आली आणि दिल्लीला केंद्रीय विधिमंडळात भगतसिंग व बटुकेश्वर दत्त या दोघा तरुणांनी काही क्रूड बॉम्ब आणि काही पत्रकं फेकली. त्या दोघांना अटक झाली आणि त्यांच्यावर खटला भरण्यात आला. लाहोर हत्याकांडातही त्यांचा हात असल्याचं सिद्ध झाल्यामुळेही हा खटला भरण्यात आला. लाहोर व दिल्लीच्या घटनांचं सनसनाटी स्वरूप, सुनावणीदरम्यानचं सिंग आणि दत्त यांचं बेदरकार वर्तन आणि लाहोर हत्याकांड हा एका मोठ्या क्रांतिकारी कारस्थानाचा एक भाग असून, बरेच तरुण त्यात सहभागी असल्याचा झालेला गौप्यस्फोट यामुळे भारतातील बरेच लोक भारावून गेले.

गांधींनी 'यंग इंडिया'त 'बॉम्बची लोकप्रियता' या मथळ्याचा एक लेख लिहिला. स्वत:च्या तत्त्वप्रणालीला 'क्रांतिकारी दहशतवाद' असं संबोधणारे लोक म्हणजे काही सगळी भारतीय जनता नव्हे, असं ठाम प्रतिपादन करून त्यांनी त्यातील धोके अधोरेखित केले.

एक तर, ज्या-ज्या वेळी हिंसाचार झाला, त्या-त्या वेळी आपल्याला दारुण पराभव पत्करावा लागला, सैन्यावरील खर्च वाढला आणि भयानक सूडसत्रं सुरू झाली. ज्या जनतेच्या नावाखाली आणि ज्या जनतेसाठी आपल्याला स्वातंत्र्य हवं आहे, त्यांच्यावर अधिकतर बोजा वाढला. दुसरं म्हणजे, परकीय सत्ताधीशांवर केलेल्या हिंसक हल्ल्यापासून ते आपल्याच लोकांवर हल्ले करण्यापर्यंत मजल मारणं अगदी स्वाभाविक झालं; कारण त्यांचाही मार्गात अडथळा वाटला, तर काटा काढायला मागेपुढे बघितलं नाही.

एकदा का हिंसेला आदराचं स्थान मिळालं असतं, तर भारतातील अशक्त आणि अपंग लोकांना कुणी वाली उरला नसता. भारतीयांवर जुलूम करणाऱ्यांविरुद्ध हिंसाचाराचा अवलंब करणंही वेडेपणाचं ठरलं असतं; कारण जुलमी सत्ताधीशांविरुद्ध रागानं पेटून उठून त्यांनी बदला घेण्यासाठी दुसऱ्या परकीय शक्तीशी हातमिळवणी केली असती. याउलट, १९१९-२२मध्ये भारतानं अहिंसेचे परिणाम बघितले होते. गांधी पुढे लिहितात :

जनतेत जागृती निर्माण झाली; कशी, ते कुणालाच माहीत नाही. अगदी

कानाकोपऱ्यांतली खेडीसुद्धा जागी झाली. कितीतरी वाईट गोष्टी दूर सारल्या गेल्या... सक्तीच्या श्रमाची पद्धत हवेत जणू काही विरून गेली... भारताच्या इतर अनेक भागांतही, लोकांना स्वतःत असलेल्या शक्तीची जाणीव झाली... लोकांनी लोकांसाठी मिळवलेलं ते खरं स्वराज्य होतं ('यंग इंडिया, २ जानेवारी १९३०).

या हिंसाचाराच्या घटनांमुळे, बेधडक कृती आणि त्याग करण्याची आस लागलेल्या भारतीय तरुणांना आकर्षित करेल अशा अहिंसक सत्याग्रहाचा शोध घेण्याची तीव्र इच्छा गांधींना झाली. १९२९च्या फेब्रुवारी महिन्यात 'यंग इंडिया' आणि 'नवजीवन'मध्ये आत्मकथेचा शेवटचा भाग प्रसिद्ध झाल्यावर गांधींनी काँग्रेसचे सरचिटणीस असलेल्या जवाहरलालजींना पुढच्या वर्षात सुरू होणाऱ्या एका अहिंसक चळवळीसाठी एका गटाची जुळवाजुळव करण्यास सांगितलं.

गफार खान : १९२९च्या उन्हाळ्यात गांधी व सरहद्द प्रांताचे अब्दुल गफार खान लखनौला भेटले. १९१९ साली झालेल्या रौलट कायदाविरोधी चळवळीपासून एकोणचाळीस वर्षीय गफार खान गांधींच्या कार्याचा मागोवा घेत आले होते, त्यात त्यांनी भागही घेतला होता. काँग्रेसच्या अधिवेशनांमध्येही त्यांनी गांधींना पाहिलं होतं, पण ही त्या दोघांची पहिली भेट होती. गफार खान यांच्या मोठ्या बंधूंना, डॉ. खान साहिब यांना ब्रिटनमधील विद्यार्थिदशेतल्या दिवसांपासून नेहरू ओळखत होते. त्यांनी गफार खान यांची गांधींशी भेट घालून दिली. सरहद्द प्रांतात, अफगाणिस्तानात आणि दोहोंच्या मधल्या आदिवासी भागात राहणाऱ्या पख्तून लोकांबद्दल त्या दोघांची झालेली बोलणी उभयपक्षी दिलासादायक होती. ब्रिटिशांच्या जुलूमशाहीविषयी जाण असलेले आणि पख्तूनांच्या सूडबुद्धीला लगाम घालण्याची इच्छा असलेले गफार खान अहिंसक धोरणांबाबत श्रद्धा बाळगून होते. या लखनौ भेटीनंतर काहीच आठवड्यांत १९२९च्या सप्टेंबरमध्ये त्यांनी पख्तून लोकांची सेवा करण्यासाठी आणि गरज पडल्यास त्यांच्यासाठी अहिंसक मार्गानं लढा देण्यासाठी 'ईश्वराचे सेवक' म्हणजेच 'खुदाई खिदमतगार' या नावानं त्यांच्या उत्मंझाई या गावात एक संघटना उभारली.

या वेळेपर्यंत गांधींना काँग्रेसचं अध्यक्षपद बहाल करण्यात आलं होतं, पण त्यांनी ते स्वीकारलं नाही. काँग्रेसच्या दहा प्रांतीय समित्यांनी गांधींचं नाव सुचवलं आणि ते निवडून आल्याचं घोषितही झालं; परंतु अध्यक्षपदावर जवाहरलालजींना बसवावं, असा दबाव काँग्रेसवर आणण्यात ते यशस्वी ठरले.

जवाहरलाल विरुद्ध पटेल

गांधींनी अध्यक्षपदी बसावं अशी सर्वांची इच्छा असण्याचं कारण लढ्याच्या अग्रभागी

एका सेनानीची गरज होती, ब्रिटिशांबरोबर वाटाघाटी करण्यासाठी एका मुरब्बी मुत्सद्द्याची गरज होती आणि हिंदू-मुस्लीम प्रश्नाच्या गाठीची उकल तर अजून व्हायचीच होती.

अध्यक्षपदाची खुर्ची नाकारताना गांधींनी आपल्या अशक्तपणाचं कारण देत पुढे म्हटलं ('यंग इंडिया', १ ऑगस्ट १९२९) : *'भविष्यातली लढाई तरुण स्त्री-पुरुषांनी लढायची आहे. आणि त्यांच्यातल्याच एकानं त्यांचं नेतृत्व करणं ही गोष्ट अत्यंत योग्य होईल.'* त्यांच्यातल्या अंगभूत गुणांवर कोणत्याही पदामुळे कोणताच परिणाम होणार नव्हता. गांधींनी पुढे लिहिलं :

> *माझ्या मतानुसार अध्यक्षपदाचा मुकुट पंडित जवाहरलाल नेहरूंच्या डोक्यावर विराजमान व्हावा... जुन्या माणसांचे दिवस आता मागे पडले आहेत... जबाबदारीच्या जाणिवेमुळे तरुण जरा मवाळ आणि गंभीर होतील आणि त्यांच्यावर पडणाऱ्या जबाबदारीचं ओझं उचलायला तयार होतील.*

जवाहरलाल यांनी सरचिटणीसपद उत्तमरीत्या सांभाळलं होतं. शिवाय, त्यांचं शौर्य, निर्धार, परिश्रम, धैर्य, सचोटी आणि कणखरपणा यांमुळे ते या भूमीतील तरुणांच्या पसंतीला उतरले आहेत. ते कामगारांच्या आणि शेतकऱ्यांच्या संपर्कात राहिले आहेत. युरोपियन राजकारणाशी त्यांचा जवळून आलेला संपर्क त्यांना आपल्या राजकीय परिस्थितीचा अभ्यास करण्यासाठी चांगलाच उपयोगी पडू शकतो.

आपले जवाहरलालजींबरोबर 'बौद्धिक मतभेद' असल्याचं मान्य करून गांधी पुढे म्हणाले :

> *जे लोक माझ्या जवाहरलालशी असलेल्या संबंधांबाबत जाणतात, त्यांना हे नक्की समजेल की, ते अध्यक्षपदाच्या खुर्चीत बसले म्हणजे मी बसल्यासारखंच आहे... आमची हृदयं एक आहेत. तरुण वयामुळे येणाऱ्या उतावळेपणाबरोबरच त्यांच्यात असलेली कडक शिस्त आणि निष्ठा यांमुळे ते एक आत्यंतिक भरवशाचे डोळे झाकून कुणीही त्यांच्यावर विश्वास टाकावा, असे सहकारी ठरू शकतात.*

त्याहीपेक्षा महत्त्वाचं,

> *काँग्रेसचा अध्यक्ष म्हणजे काही कुणी अनियंत्रित सत्ताधारी नव्हे. एका सुविहित घटनेशी आणि सर्वपरिचित परंपरांशी बांधिलकी असणारा एक प्रतिनिधी आहे. तो इंग्रजी राजाप्रमाणे आपली मतं लोकांवर लादू शकत नाही... आणि योग्य वेळ येताच ब्रिटिश राज्यकर्त्यांना संपूर्ण काँग्रेसशी*

वाटाघाटी कराव्या लागणार आहेत.

अशा प्रकारे जवाहरलालना अधिकार प्रदान करण्यात आले आणि त्यांच्या मर्यादांची जाणीवही त्यांना करून देण्यात आली आणि इतरही लोक शक्तिहीन नाहीत, अशीही जाणीव त्यांना करून दिली गेली. समसमान दर्जाच्या एका गटातून जवाहरलाल यांना गांधींनी केवळ प्राधान्य दिलं होतं. गरज पडल्यास बाकीचे एकत्र येऊन अध्यक्षपदी बसू शकणार होते. जवाहरलालजींवर असलेला गांधींचा प्रभाव हा गरज पडल्यास त्यांना आवर घालायला उपयोगी पडणार होता.

खासकरुन वल्लभभाई गांधींच्या मनात होते. सुभाष बोस तसं नंतर म्हणाले, "हा सन्मान सरदार वल्लभभाई पटेलांना मिळावा, अशी सर्वसाधारण भावना काँग्रेसमध्ये होती." पाच प्रांतीय समित्यांनी बार्डोलीच्या या नायकाचं नाव सुचवलं होतं; परंतु गांधींच्या सांगण्यावरून जवाहरलालजींसाठी वल्लभभाईंनी तत्काळ माघार घेतली, त्यांचं नाव तीन समित्यांनी सुचवलं होतं.

या घडीला पटेलांपेक्षा जवाहरलालना प्राधान्य देताना गांधींनी प्रामुख्यानं वयाचा विचार केला होता. गांधींपेक्षा फक्त सहा वर्षांनी लहान असलेले वल्लभभाई त्यांना धाकट्या भावासारखे होते, तर वीस वर्षांनी लहान असलेले नेहरू मुलासारखे. पटेल हे गांधींच्या सेनेचे एक अविभाज्य घटक होते, तर जवाहरलाल नवीन पिढीचं नेतृत्व.

या खेळीमुळे डाव्या विचारांकडे झुकणाऱ्या नेहरूंना खीळ बसेल, अशी आशा गांधींना वाटत असावी, असं स्पष्ट होतं. त्याबरोबरच, जहाल तरुणाई क्रांतिकारी किंवा कम्युनिस्ट विचारांनी न बहकता काँग्रेसबरोबर राहील, असाही विचार होता.

ब्रिटिशांचा प्रस्ताव, लाहोर काँग्रेस : ऑक्टोबरच्या अखेरीस, लंडनमध्ये व्हाइसरॉय आयर्विन यांनी असं जाहीर केलं की, पुढील वर्षी लंडनमध्ये भारतीय नेत्यांची भेट घेण्याची HMG (हिज मॅजेस्टीज गव्हर्नमेंट) यांची इच्छा होती. त्याविषयी चर्चा करण्यासाठी चार भारतीय नेते– गांधी, ज्यांच्या काँग्रेस अध्यक्षपदाच्या कारकिर्दीचे अंतिम काही आठवडे शिल्लक होते ते मोतीलाल नेहरू, केंद्रीय विधिमंडळाचे अध्यक्ष विठ्ठलभाई आणि मुस्लीम लीगचे अध्यक्ष जिना–आयर्विन यांच्या भेटीसाठी २३ डिसेंबर रोजी दिल्लीत आमंत्रित केले गेले. काँग्रेसनं सरकारला दिलेली मुदत संपायला अजून आठ दिवस बाकी होते.

या भेटीच्या आधी काही तास व्हाइसरॉयना घेऊन येणाऱ्या खास ट्रेनखाली बॉम्ब फुटला; परंतु त्यांना काही इजा झाली नाही. या प्रसंगाचं वर्णन नेत्यांना सांगून आयर्विन यांनी राजकारणाकडे मोर्चा वळवला, 'आपण कशी सुरुवात करू या?' गांधींनी सरळ सरळ उत्तर दिलं : *'लंडनची चर्चा केंद्रशासित दर्जाच्या मुद्द्यावर बेतलेली असणार आहे का?'* अशी हमी आपण देऊ शकत नसल्याचं आयर्विन

यांनी सांगितल्यावर ही भेट संपली.

आता खेळी काँग्रेसच्या हातात होती. रावी नदीच्या तीरी, लाहोर शहराच्या बाहेर डिसेंबरअखेरीला काँग्रेस अधिवेशन भरलं. कडाक्याची थंडी होती, तरीही काँग्रेसचे इतिहासकार पट्टाभी सीतारामय्या यांनी लिहून ठेवलं, त्याप्रमाणे : 'तापलेल्या भावना आणि उत्कंठा, निष्फळ ठरलेल्या वाटाघाटींचा निषेध, युद्धाच्या तुताऱ्यांची चाहूल लागल्यानंतर फुललेले चेहरे, या सगळ्या गोष्टी बाहेरच्या हवेशी विरोधाभास दाखवणाऱ्या होत्या.'

गफार खान यांच्या नेतृत्वाखाली खुदाई खिदमतगार अधिवेशनात सगळ्यांचं लक्ष वेधून घेत होते. नवीन वर्षाच्या पूर्वसंध्येला मध्यरात्री जवाहरलालजींनी काँग्रेसचा तिरंगा फडकावला. केंद्रशासित दर्जाचं वचन पाळण्यात ब्रिटिश असमर्थ ठरले असल्यामुळे आता 'संपूर्ण स्वातंत्र्या'साठी लढण्यास काँग्रेस वचनबद्ध होती. आपल्या अध्यक्षीय भाषणात चाळीस वर्षांच्या जवाहरलालजींनी भविष्यातील समाजवादी व रिपब्लिक आकांक्षा बोलून दाखवल्या; परंतु निकराचा सवाल हा होता, की काँग्रेस संघर्ष कसा करणार होती?

उत्तरासाठी सर्वांच्या नजरा गांधींकडे वळल्या. त्यांनी सर्वप्रथम, देश यासाठी तयार आहे का याची चाचणी करण्यात यावी, असं आवाहन केलं. २६ जानेवारी रोजी सर्व भारतीयांनी एकत्र यावं, तिरंगा फडकवावा आणि स्वातंत्र्याची व आदेश मिळाल्यावर कायदेभंग करण्याची तयारी असल्याची शपथ घ्यावी, असं त्यांनी सुचवलं. दुसरं म्हणजे, विधिमंडळातील काँग्रेस प्रतिनिधींनी राजीनामे द्यावेत, असं आवाहन केलं. अखेरीस ते म्हणाले, 'कोणत्या प्रश्नावर आणि कधी, कुठे व कसा लढा सुरू करावा, हे आपण लवकरच जाहीर करू.'

दरम्यान, चांगुलपणा म्हणून किंवा येऊ घातलेल्या संघर्षाचं अहिंसक स्वरूप स्पष्ट करण्यासाठी म्हणून आयर्विन यांचं बॉम्बस्फोटातून बचावल्याबद्दल काँग्रेसनं अभिनंदन करावं, असं गांधींनी सांगितलं. सुभाष बोस यांनी ताबडतोब या कल्पनेला विरोध दर्शवला आणि लाहोरमधल्या अनेकांनी त्यांना दुजोरा दिला. त्यावर मतदान घेण्यात आलं आणि अगदी किरकोळ फरकानं बोस यांचा पराभव झाला. त्यांनी बैठकीवर बहिष्कार टाकला, त्याबरोबर श्रीनिवास अय्यंगार यांनीही सभा सोडली. दोघांनीही काँग्रेसअंतर्गत 'डेमॉक्रॅटिक पार्टी' असा एक अलग गट स्थापन केला.

तीन आठवड्यांतच, २६ जानेवारी १९३० रोजी, भारतीय पुढच्या संघर्षासाठी तयार आहेत की नाही, हे गांधींना समजणार होतं. ते जर तयार नसते, तर गांधींची निराशा अटळ होती. परंतु, ते जर तयार असते तर गांधींचा कसोटीचा काळ सुरू होणार होता; कारण मग एका अहिंसक संघर्षाची योजना त्यांना लोकांपुढे मांडावी लागणार होती.

१०

मूठभर मिठाचा प्रहार

भारत, इंग्लंड, भारत, १९३०-३२

एका सामर्थ्यशाली साम्राज्याविरुद्ध उठाव करायला नि:शस्त्र, उद्विग्न, बहुढंगी आणि विखुरलेल्या जनतेला एखाद्यानं कसं बरं प्रवृत्त केलं असावं? १८ जानेवारी १९३० रोजी टागोर आश्रमात आले आणि त्यांनी गांधींकडे त्यांच्या व्यूहरचनेबाबत पृच्छा केली. *'अहोरात्र मी विचारांत नुसता बुडालो आहे, परंतु मला मार्ग दिसत नाही',* गांधी उत्तरले. पण तरीही ते काही निष्कर्षांप्रत नक्की पोचले होते. अहिंसेला वाहून घेतलेल्या प्रशिक्षित आश्रमवासीयांनी सर्वप्रथम, पहिल्या टप्प्यात सहभागी व्हावं; त्यांनी आखून दिलेल्या मार्गावर नंतर नवशिक्यांनी मार्गक्रमण करावं. दुसरं म्हणजे, या चळवळीत हिंसेनं शिरकाव केल्यास ती ताबडतोब बंद करण्यात यावी; अप्रासंगिक हिंसाचारामुळे तिच्यावर काही परिणाम होणार नव्हता.

२६ जानेवारी रोजी भारताच्या विविध भागांत हजारो लोक जमा झाले आणि त्यांनी गांधींनी तयार केलेली एक शपथ गंभीरपणे घेतली. त्यात गांधींनी ब्रिटिश सत्तेला आर्थिक, राजकीय, सांस्कृतिक आणि आध्यात्मिक असे चारपदरी अरिष्ट म्हणून संबोधलं. अशा सत्तेपुढे मान तुकवणं हा ईश्वराविरुद्ध आणि मानवजातीविरुद्ध केलेला गुन्हा असल्याचं सांगून भारतीयांना असलेला स्वातंत्र्याचा आणि त्यांनी केलेल्या श्रमांची फळं भोगण्याचा अधिकार प्रतिपादन केला. अशा अधिकारांची पायमल्ली करणारं सरकार बदलून किंवा उलथून टाकण्याचा अधिकारही त्यांना असल्याचं पुढे नमूद केलं. उद्युक्त केल्यावरही हिंसा न करता काँग्रेसच्या आदेशांनुसार कायदेभंग करण्याचा अधिकारही त्यांनी अधोरेखित केला होता.

आज्ञाभंग म्हणजे नेमकं काय करावं, यासाठी वेगवेगळ्या लोकांनी वेगवेगळ्या सूचना मांडल्या—समांतर सरकार तयार करावं असं सुभाष यांना वाटत होतं, तर दिल्लीला व्हाइसरॉयच्या घरावर मोर्चा न्यावा, असं बजाजांचं म्हणणं होतं. शेतसारा भरण्याच्या विरोधात लढा उभारावा, असं वल्लभभाईंचं मत होतं (बार्डोली सत्याग्रहामुळे

त्यांचं हे मत असणं स्वाभाविक होतं.) आणि राजगोपालाचारींचं मत होतं की, मद्यविक्रीवर बंदी घालण्यात यावी.

भारतीय आता प्रतिकारासाठी सज्ज आहेत, असं काही सगळ्यांचं मत नव्हतं. गांधींच्या मुस्लीम सहकाऱ्यांमधले एक प्रमुख सहकारी व त्यांचे निकटवर्ती असलेले डॉ. अन्सारी यांनी गांधींना सावध केलं. १९१९-२२मध्ये होती त्यापेक्षा आता संघर्षासाठी परिस्थिती वाईट असल्याचं त्यांचं मत होतं. वाढलेली महागाई, रौलट कायदा, मार्शल लॉ आणि खिलाफत या प्रश्नांवर त्या वेळी सगळ्या भारतीयांची ब्रिटिशांविरुद्ध एकी झाली होती. याउलट, आता मात्र ब्रिटनमधील मजूर पक्षाच्या सत्तेमुळे भारतीयांच्या मनात आशा निर्माण झाल्या होत्या, त्याचप्रमाणे यॉर्कशायरच्या एका जमीनदार घराण्यातून आलेल्या नेमस्त प्रवृत्तीच्या व्हाइसरॉय आयर्विन यांची तुलनेनं सौम्य वर्तणूकही दिलासादायक होती. त्यांना भेटलेल्या काही भारतीयांच्या मते भारतीय राष्ट्रवाद्यांच्याप्रती त्यांचं वागणं 'दयाळू'पणाचं वाटत होतं.

गांधींना लिहिलेल्या पत्रात अन्सारींनी लिहिलं की, त्या घडीला हिंदू-मुस्लिमांमध्ये एकवाक्यता नाही, शीख काँग्रेसविरोधी बनले होते (१९२०मध्ये अशी परिस्थिती नव्हती.), काँग्रेस विभागली गेली होती आणि तरुण हिंसाचाराकडे वळले होते.

१६ फेब्रुवारी रोजी पहाटे साडेतीन वाजता गांधींनी अन्सारींना उत्तर लिहिलं. हिंदू-मुस्लीम प्रश्न हा प्रश्नांचा मुकुटमणी आहे हे मान्य; पण जोपर्यंत काँग्रेसची धोरणं सर्वांसाठी समान आहेत, तोपर्यंत मुस्लिमांनी घाबरण्याचं काही कारण नाही. दोन आठवड्यांनी, दुसऱ्या एका पत्रात गांधींनी अन्सारींना लिहिलं : बैठका, परिषदा भरवून आपण (हिंदू-मुस्लीम) ऐक्य साधू शकणार नाही; परंतु समान ध्येयांसाठी लढताना आपण ते साध्य करू शकतो (३ मार्च १९३०).

अन्सारींनी व्यक्त केलेल्या काही शंकांशी देवदास सहमत होते आणि त्यांनी तसं आपल्या वडिलांना बोलून दाखवलं. मात्र या योजनेची आखणी आणि अंमलबजावणी करण्याचे पूर्ण अधिकार कार्यकारी समितीनं गांधींना दिले होते. गांधींच्या सहकाऱ्यांकडे सर्वसंमत अशी दुसरी कोणतीही योजना नव्हती आणि काहीही असलं, तरी गांधींच्या निर्णयक्षमतेवर विश्वास ठेवण्याची त्यांना वर्षानुवर्ष सवय झाली होती.

फेब्रुवारीच्या मध्याला त्यांचा अथक शोध संपला : विजेसारखी एक कल्पना त्यांच्या मनात चमकून गेली; मूठभर मिठाचं शस्त्र वापरून हल्लाबोल करण्याची.

मीठ? मिठाच्या उत्पादनावर व विक्रीवर कर लादून सरकार लाखो भुकेलेल्यांना, आजाऱ्यांना, लुळ्या-पांगळ्यांना आणि अगतिक लोकांना आणखी हतबल करत होतं. निसर्गानं भारताला मुक्तहस्तानं मीठ बहाल केलं होतं; परंतु वाहतूक खर्चापेक्षाही जास्त कर लादल्यामुळे भारतीय जनता ना ते उचलू शकत होती, ना त्याचा उपयोग

करू शकत होती. मिठाच्या या कायद्यामुळे सगळेच त्रासले होते आणि त्यामुळे उघडपणे प्रतिकार करायला उत्सुक होते. सागरकिनाऱ्याजवळ राहणाऱ्या सत्याग्रहींना मिठागरांजवळ चालत जाऊन मूठभर मीठ उचलून कायदेभंग करणं सहज शक्य होतं. देशाच्या आतल्या भागात राहणारे लोक 'बेकायदेशीर' मीठ विकून वा खरेदी करून सत्याग्रह करू शकले असते.

ब्रिटिशांनी जर आधीच अटक केली नाही, तर आपल्या आश्रमसेनेचं नेतृत्व स्वत: करत समुद्रापर्यंत पदयात्रा करत जातानाची चित्रं गांधींच्या डोळ्यांपुढे तरळत होती. या प्रतिकारामुळे मोठे लक्षवेधी प्रसंग उभे राहिले असते. हिंसेचा कमीत कमी धोका पत्करून जास्तीत जास्त दबाव आणता आला असता आणि हे आंदोलन चिरडणं ब्रिटिशांना कठीण गेलं असतं : भारताच्या एवढ्या प्रचंड लांबच लांब सागरकिनाऱ्यांवर ते पोलीस तैनात करू शकणार होते का? या सत्याग्रहाची लागण आश्रमवासीयांपासून ते सामान्य जनतेपर्यंत पटापट होईल, अशी आशा गांधींना होती. सोळा वर्षांपूर्वी दक्षिण आफ्रिकेतही असंच घडलं होतं.

१९३० सालच्या परिस्थितीत मिठाचा कायदा विरोधासाठी निवडण्यामागे गांधींना एक फायदा दिसत होता– सगळे मिळून त्याला विरोध करू शकणार होते, हिंदू आणि मुस्लीम , शेतकरी आणि जमीनहीन. श्रीमंतांना मीठ (क्षार) त्यांच्या सर्व प्रकारच्या अन्नघटकांमधून मिळत होतं; परंतु गरिबांना त्याची गरज जास्त होती. गांधींनी म्हटलं :

> *हवा आणि पाणी यांच्यानंतर कदाचित मीठच जीवनातील अत्यावश्यक गरज आहे. गरिबांसाठी तर ते इतर स्वादिष्ट मसाल्यांच्या तोडीस तोड आहे. गुरंढोरं त्याच्याशिवाय जगू शकणार नाहीत. अनेक उत्पादनांमध्ये मीठ हा आवश्यक घटक आहे. ते एक उत्तम खतसुद्धा आहे.*

आणखी एक गोष्ट म्हणजे शेतसारा आंदोलनाप्रमाणे या आंदोलनात शेतकऱ्यांना त्यांच्या जमिनी किंवा गाई-गुरं गमवावी लागणार नव्हती. शेतसारा आंदोलनापुढे ब्रिटिश खरोखर नमले होते; पण बार्डोली सत्याग्रह हा स्वराज्यप्राप्तीच्या आंदोलनापासून काळजीपूर्वक दूर ठेवला गेला होता, म्हणून हे घडलं. आता मात्र स्वातंत्र्यप्राप्ती हेच मुख्य ध्येय होतं आणि त्याबाबतीत ब्रिटिश अजिबात दयामाया दाखवणार नव्हते. सहभागी होणाऱ्यांचं कोणत्याही प्रकारे नुकसान होणार नाही, असं आंदोलन गांधींच्या मनात होतं आणि म्हणून मिठाच्या सत्याग्रहाची ही कल्पना त्यांनी उचलून धरली.

ही कल्पना त्यांच्या मनात फार पूर्वीपासून मूळ धरून होती. जवळजवळ चाळीस वर्षांपूर्वी, १८९१मध्ये लंडनला शिकत असताना त्यांनी मिठाचा उल्लेख 'कराचा मोठा बोजा असलेला पदार्थ', असा केला होता. १९०९ साली 'हिंद

'स्वराज'मध्येही त्याचा संदर्भ आला होता; आणि इतर अनेक प्रसंगी त्यांनी मिठाचा उल्लेख केला होता. याखेरीज नौरोजी आणि नंतर गोखल्यांनी हा प्रश्न उपस्थित केला होता. मिठाच्या कायद्यामुळे ब्रिटिश मीठ भारतात विकणं त्यांना सोपं झालं होतं. प्रत्येक भारतीयावर– अगदी गरिबांतल्या गरिबावरसुद्धा- कर लादण्याचा हा सगळ्यांत सोपा आणि सगळ्यांत रानटी उपाय होता. भारताच्या सरकारला त्यापासून दोन टक्के महसूल मिळत होता.

मीठ हे एक शक्तिशाली प्रतीक होतं. म्हणी-वाक्प्रचारांमध्ये, धर्मग्रंथांमध्ये आणि रोजच्या बोलीभाषेत त्याचा वापर होत होता. सगळे मानवप्राणी खात असलेला हा एकमेव असेंद्रिय पदार्थ होता. मीठ होतंच तसं रक्षण करणारं, निर्जंतुक करणारं, जतन करणारं.

अर्थातच, मिठामुळे हानीही होऊ शकत होती– गांधी स्वत: मीठविरहित अन्नग्रहणाचे प्रयोग करत होते, हे आपल्याला दिसलं आहे, परंतु त्यांना मिठाचा मर्यादित वापर करण्याच्या निष्कर्षाप्रत पुन्हा परतलेलंही आपण पाहिलं आहे. त्यामुळे मिठाचा एक प्रतीक म्हणून वापर करण्याला किंवा करामुळे निर्माण झालेल्या अन्यायाच्या भावनेला कुठेही बाधा आली नसती.

मिठाबाबत घेतलेल्या या नि:संदिग्ध निर्णयामुळे गांधींमध्ये निश्चित बदल झाला. एका निरीक्षकाच्या मते, त्यानंतर, आश्रमात होणाऱ्या प्रार्थनासभांच्या दरम्यान गांधी बोलत, तेव्हा अगदी आतून आलेल्या स्फूर्तिदायक विचारामुळे आणि प्रार्थनेमुळे एखाद्याच्या चेहऱ्यावर चमक यावी आणि आवाजात उत्साह यावा, तसे ते दिसत होते.

त्यानंतर बरेच दिवस हा नवा विचार त्यांनी स्वत:कडेच ठेवला आणि अगदी मोजक्या निकटच्या सहकाऱ्यांना सांगितला. तयारीसाठी आणि आधीच होणारी अटक टाळण्यासाठी ही गुप्तता पाळणं आवश्यक होतं. फेब्रुवारीत बऱ्याच सहकाऱ्यांना या योजनेची कल्पना देण्यात आली. त्यात महादेव, वल्लभभाई, मोहनलाल पंड्या आणि रविशंकर व्यास यांचा समावेश होता. शेवटच्या तिघांवर पदयात्रेचा मार्ग निवडण्याची आणि ज्या ठिकाणी बेकायदेशीररीत्या मीठ उचलायचं होतं, ती समुद्रकिनाऱ्यावरील जागा निश्चित करण्याची जबाबदारी टाकण्यात आली.

व्हाइसरॉयना पत्र : फेब्रुवारीच्या शेवटच्या आठवड्यात गांधींनी सत्याग्रहाची रूपरेखा उघड केली, परंतु तो मिठाचा असेल या गोष्टीचा उल्लेख मात्र केला नाही. २ मार्च रोजी व्हाइसरॉयना लिहिलेल्या (पण साधारण एका आठवड्यापर्यंत सार्वजनिकरीत्या प्रसिद्ध केलेल्या) पत्रात, सरकारला सत्याग्रहाचा सामना करायचा नसेल, तर ज्या अकरा मागण्या त्यांनी मान्य कराव्यात असा प्रस्ताव मांडला, त्या अकरांमध्ये मिठाचा कायदा रद्द करण्याची एक मागणी होती. 'चार पदरी' अन्यायांच्या

आरोपाचा पुनरुच्चार करत गांधींनी मागणी केली.

> *१) संपूर्ण प्रतिबंध, २) रुपया/शिलिंग्ज यांचं आणखी चांगलं परस्परप्रमाण, ३) शेतसारा निम्म्यानं कमी करणं, ४) मिठाचा कायदा रद्द करणं, ५) सैन्यावर होणारा खर्च निम्मा कमी करणं, ६) अधिकाऱ्यांच्या पगारात कपात, ७) परदेशी कापडावर जकात, ८) किनारी सागरी वाहतुकीसाठी भारतीय जहाजांना आरक्षण, ९) खुनाच्या किंवा खुनाचा प्रयत्न केल्याच्या आरोपाखाली अटकेत असलेल्यांना वगळून सर्व राजकीय कैद्यांची सुटका, १०) गुन्हा अन्वेषण खाते बरखास्त करणं किंवा निवडून गेलेल्या प्रतिनिधींचं त्यावर असलेलं नियंत्रण काढून घेणं आणि ११) परवानाप्राप्त बंदुका बाळगण्याचा भारतीयांना अधिकार.*

या मागण्या लिहिणारा हा लेखक, त्याची चरखा चालवणारा एक बैरागी ही त्याची प्रतिमा त्यागून एक शक्तिशाली राष्ट्रवादी म्हणून पुढे आलेला दिसतो. हा अहिंसेचा पुरस्कर्ता भारतीयांना कोणत्याही, अगदी बंदूक बाळगण्याच्या अधिकारापासूनसुद्धा वंचित ठेवू इच्छीत नाही; त्याचबरोबर, आपला लढा हा केवळ संपूर्ण स्वातंत्र्य या शब्दांच्या जोडीशी निगडित नसून सर्वसामान्य भारतीयाचं जीवन अधिक चांगलं व्हावं म्हणून आहे, याची आठवण वरील यादीमुळे भारतीयांना झाली.

'प्रिय मित्र' असं संबोधताना गांधींनी आपल्या मागण्या अतिशय सौम्य भाषेच्या आवरणात गुरफटून सादर केल्या होत्या, तरीही दहा वर्षांपूर्वी चेम्सफर्डना पाठवलेल्या पत्रापेक्षा हे अधिक जोरकस होतं. भारतीयांकडून वसूल होणाऱ्या महसुलातून आयर्विन यांना भरपूर पगार मिळत होता, या गोष्टीची आठवणही इतर मुद्द्यांबरोबर त्यांना करून देण्यात आली.

गांधींनी हे पत्र टपालानं न पाठवता त्या वेळी आश्रमात असलेल्या रेजिनाल्ड रेनॉल्ड्स या तरुण ब्रिटिश कैवाऱ्याच्या हाती पाठवलं. रेनॉल्ड्सचा निरोप्या म्हणून वापर करताना एकाही इंग्रज माणसाविरुद्ध जाणूनबुजून काही कृती करण्यावर मीच माझ्याकडून नियंत्रण घालून घेतलं, अशी भावना निर्माण झाल्याचा दावा गांधींनी केला.

गांधींनी व्हाइसरॉयना पत्रात लिहिलं, *'माझी महत्त्वाकांक्षा, अहिंसेच्या मार्गानं ब्रिटिशांमध्ये बदल घडवून त्याद्वारे, त्यांनी भारतावर केलेला अन्याय त्यांना दाखवून द्यावा, अशी आहे.'* लॉर्ड आयर्विनकडून काहीही उत्तर आलं नाही; पण १२ मार्च रोजी व्हाइसरॉयचे सचिव, कनिंगहॅम यांच्याकडून गांधींना एक चार ओळींचं पत्र मिळालं. त्यात लिहिलं होतं, 'तुम्ही जो मार्ग अवलंबण्याचा विचार करत आहात, त्यामुळे उघडपणे कायद्याचं उल्लंघन होणार आहे आणि सार्वजनिक शांततेला धोका

निर्माण होणार आहे, हे जाणून लॉर्ड आयर्विन यांना खेद होत आहे.'

५ मार्च रोजी आश्रमातील प्रार्थना-मैदानात गांधींनी मिठाच्या सत्याग्रहाची जाहीर घोषणा केली, तेव्हा त्यांचे राजकीय सहकारी स्तिमित झाले. जवाहरलाल किंवा त्यांच्या पिताश्रींना ही गोष्ट विशेष आवडली नाही आणि नाराज वल्लभभाई गांधींनी बोलवलेल्या पहिल्या नियोजन योजना-आखणी सभांना गैरहजर राहिले.

खरी गोष्ट अशी होती की, १९३०च्या फेब्रुवारीत मिठाच्या कायद्यासंदर्भात भारतातील कोणत्याही भागात अशांतता नव्हती, सुशिक्षित भारतीयांच्या दृष्टीनं हा कायदा ही एक क्षुल्लक बाब होती, त्यात गांधींच्या बऱ्याच सहकाऱ्यांचा समावेश होता. इंदुलाल याज्ञिक यांनी तर 'सत्याग्रहाच्या ताकदवान हातोडीनं मिठाच्या कायद्याची माशी मारणं', अशा भाषेत त्या निर्णयाची संभावना केली.

ब्रिटिश व ब्रिटिशधार्जिण्या वर्तुळांमध्ये हा एक विनोदाचा विषय ठरला. 'गांधींना लवकरच त्यांचं स्वत:चं मीठ खाऊ द्या', अशी टिप्पणी करण्यात आली. गांधींनी आपली योजना जाहीर केल्यावर ब्रिटिशांच्या मालकीची कलकत्त्याहून प्रसिद्ध होणारी पत्रिका 'द स्टेट्समन'मध्ये लिहून आलं :

> *...न हसणं मोठं अवघड आहे आणि बहुतेक सर्व विचारी भारतीयांची हीच अवस्था असेल, याची आम्हाला कल्पना आहे. सरकारकडे असलेल्या मिठाच्या सार्वभौमत्वाला असं आव्हान देणं हे अगदीच बालिश नाटकीपणाचं आहे.*

मुक्कामाचं ठिकाण, मार्ग आणि पदयात्री : दक्षिण गुजरातची पाहणी केल्यानंतर मोहनलाल पंड्या आणि रविशंकर व्यास यांनी सुरत जिल्ह्यातील दांडी किनारी एक गाव निवडलं, त्या ठिकाणी अरबी समुद्राच्या लाटा त्यांच्याबरोबर मिठाचे ढीगच्या ढीग आणून टाकत असत. हे ठिकाण शेवटचा मुक्काम म्हणून निवडण्यात आलं. दांडी हे आश्रमापासून २०० मैलांपेक्षा जास्त अंतरावर दक्षिण दिशेला आणि बार्डोलीच्या जवळ होतं. दांडीला चालत जात असता सत्याग्रहींनी खेडा, भरूच आणि सुरत जिल्ह्यांमधील कोणकोणत्या गावा-शहरांतून जावं, याचीही रूपरेषा पंड्या आणि व्यास यांनी मांडली.

गांधींनी ती यादी काळजीपूर्वक नजरेखालून घातली. त्यातील त्यांनी काही अशी गावं निवडली, जिथे (अ) सरकारविरोधात काही अधिकाऱ्यांना वळवता येईल, (ब) खादीचा आणि स्वच्छतेचा प्रसार करता येईल, (क) अस्पृश्यतानिवारणाचं काम करता येईल आणि (ड) हिंदू-मुस्लीम ऐक्याबाबत काही प्रगती साधता येईल. परंतु यात्रेचा मार्ग आणि गंतव्याचे ठिकाण ९ मार्चपर्यंत जाहीर केलं गेलं नाही.

जे लोक शिस्त पाळणारे व समर्पित होते, त्यांनीच या पदयात्रेत सामील व्हावं,

यावरही त्यांचं तेवढंच लक्ष होतं. व्हाइसरॉयना गांधींनी पाठवलेल्या कठोर पत्रानुसार ते कायदेभंग करणार असल्यामुळे त्यांना अटक होण्याची पुरेपूर शक्यता होती, कदाचित बऱ्याच काळासाठी त्यांना तुरुंगवास भोगावा लागण्याची शक्यता होती. मारहाणही होऊ शकली असती आणि मृत्यूची संभावना नाकारता येणार नव्हती. स्थापनेनंतर पंधरा वर्षांनी आपल्या नावाला सत्याग्रह-आश्रम जागणार का, हे पाहणं उत्कंठावर्धक ठरणार होतं.

आश्रमवासीय शपथांनी एकमेकांशी आणि गांधींशी बांधले गेले होते. आश्रमातील आजारी माणसांबरोबर वेळ घालवण्यात किंवा तरुणांशी हास्यविनोद करण्यात गांधी कधीही कसूर करत नसत. आश्रमवासीयांमध्ये मतभेद होते, कुरबुरी होत्या; पण ते एका मोठ्या कुटुंबाप्रमाणे राहत. महादेव देसाईंचे सुपुत्र नारायण अशी आठवण सांगतात की, आश्रमातल्या एखाद्या व्यक्तीचं कुणी जवळचं माणूस निवर्तलं, तर बापूंच्या सांत्वनाच्या शब्दांपेक्षा ते ज्या प्रकारे पुढे येत आणि त्या व्यक्तीला मिठी मारत, ते जास्त दिलासादायक असे. त्यांचं दुःख ते आपल्या हृदयात शोषून घेत आहेत, असंच वाटे. बापू लांबच्या ठिकाणी असतील, तर ते रोज पत्र पाठवत असत.

मात्र या पदयात्रेमध्ये गांधींना अगदी लहान मुलं, वृद्ध, ज्यांच्यावर कौटुंबिक जबाबदाऱ्यांचा भार आहे किंवा स्त्रिया यांनी सहभागी होणं मंजूर नव्हतं. स्त्रियांचा सहभाग नसावा असं त्यांना वाटत होतं, कारण त्यांचा ढाल म्हणून उपयोग करून घेणं त्यांना भेकडपणाचं लक्षण वाटत होतं.

मार्गदर्शक तत्त्वं : सत्याग्रहींसाठी त्यांनी काटेकोर नियम आखून दिले. मृत्यूलासुद्धा सामोरं जाण्याची तयारी त्यांनी दाखवली पाहिजे, ब्रिटिश सत्ताधारी किंवा त्यांच्या भारतीय चाकरांच्याप्रति हिंसा, मारहाण किंवा अपमान यांचा अवलंब करता कामा नये आणि शिव्या-शाप देण्यापासून स्वतःला रोखलं पाहिजे. युनियन जॅकला त्यांनी सलाम करू नये वा त्याचा अपमानही करू नये. जातीय दंगलीची सुरुवात होत आहे, असं दिसल्यास सत्याग्रहींनी हस्तक्षेप करून ती रोखण्याचा प्रयत्न केला पाहिजे.

अटक झाल्यानंतर त्यांनी तुरुंगाचे नियम पाळले पाहिजेत. अधिकाऱ्यांकडे कोणत्याही सोयी-सुविधांची मागणी करू नये किंवा स्वतःच्या कुटुंबाच्या खर्चाची मागणी काँग्रेसकडे करू नये. परंतु 'सरकारचा विजय असो', अशासारख्या घोषणा द्यायला किंवा अस्वच्छ वा तुच्छतेनं पुढे केलेलं अन्न खायला नकार द्यावा.

'या वेळेपर्यंत साधारण दोनशे मजबूत आश्रमवासीयांची शारीरिक स्फूर्ती आणि नैतिक धैर्य कळसाला पोचलं होतं,' मीराबेननं लिहिलं. 'रोज सकाळी आणि संध्याकाळी बापू प्रार्थनेच्या वेळी बोलायचे आणि हवेत सगळीकडे प्रेरणादायी चैतन्य

भरून राहत असे.'

आश्रमाबाहेरूनही भरपूर प्रतिसादाची अपेक्षा असलेल्या गांधींनी आपल्याला आधीच अटक होईल, अशी अटकळ बांधली होती आणि आपल्याला अटक झाल्यावर काय करायचं याच्या स्पष्ट सूचना देऊन ठेवल्या होत्या. सगळ्या शंकांचं फार लवकर निरसन झालेले वल्लभभाई गांधींच्या गैरहजेरीत पदयात्रेचं नेतृत्व करणार होते.

मिठानं हल्लाबोल करण्याची कल्पना उघड झाल्यानंतर (५ मार्च), गांधींना लगेच अटक करायची की त्यांनी प्रत्यक्ष कायदेभंग करेपर्यंत वाट बघायची, यावर ब्रिटिशांमध्ये चर्चा सुरू झाली. लगेच अटक केली तर त्यांची प्रतिष्ठा आणखी वाढली असती आणि ताबडतोब त्यावर प्रतिक्रिया उमटली असती. त्यांची ही विक्षिप्त योजना बारगळल्यानंतर त्यांना अटक करणं शहाणपणाचं ठरलं असतं. गांधींनी निवडलेलं ठिकाण हे ब्रिटिश सत्तेचे कडवे शत्रू असलेल्या वल्लभभाईंच्या सहकारी पाटीदार समाजाचं, खेडा जिल्ह्यातील असेल, असा समज ब्रिटिशांनी करून घेतला होता.

वल्लभभाईंना अटक : ७ मार्च रोजी खेडामधील रास गावातून जात असताना वल्लभभाईंना अटक झाली. त्यांना स्वत:ला आणि गांधींना या गोष्टीचं खूप आश्चर्य वाटलं. रास गावच्या लोकांनी तगादा लावल्यामुळे भाषण करायला तयार झालेल्या वल्लभभाईंच्या हातात त्यांच्या मागावर असलेल्या अधिकाऱ्यांनी भाषणबंदीचा आदेश ठेवला. या वेळेपर्यंत हजारो लोक वल्लभभाईंना ऐकण्यासाठी जमा झाले होते. आपण त्यांच्याशी बोलणार असल्याचं वल्लभभाईंनी जाहीर केल्यावर त्यांना अटक झाली. खेडाचे जिल्हाधिकारी अल्फ्रेड मास्टर आणि जिल्हा मॅजिस्ट्रेट यांनी पटेलांना तीन महिन्यांच्या कारावासाची सजा सुनावली.

८ मार्च रोजी साबरमतीच्या किनाऱ्यावर ५० हजार संतप्त भारतीय जमले. त्यांना उद्देशून भाषण करताना आपला उजवा हात गमावल्याची भावना गांधींनी बोलून दाखवली आणि सरदार वल्लभभाईंच्या मागोमाग तुरुंगात जाऊ अथवा संपूर्ण स्वातंत्र्य मिळवू, अशी शपथ श्रोत्यांना घेण्यास सांगितली. ही शपथ पूर्णपणे पाळण्याची ताकद असेल तरच ती तुम्ही घ्या, असं बजावायला ते विसरले नाहीत. हजारोंचे हात समर्थनार्थ वर झाले.

तीन दिवसांत आपण स्वत: व सत्तरपेक्षाही जास्त लोक सुरतच्या किनाऱ्याकडे कूच करू असं ९ मार्च रोजी गांधींनी जाहीर केलं. एप्रिलच्या पहिल्या आठवड्यात ते तिथे पोचतील, अशी अपेक्षा होती. १३ एप्रिल १९१९ रोजी जालियनवाला बागेत झालेल्या त्या वेळच्या चळवळीच्या शोकांतिकेच्या स्मरणार्थ ६ ते १३ एप्रिल हा 'राष्ट्रीय आठवडा' म्हणून जाहीर करण्यात आला होता. त्या तारखेच्या

आत सुरत किनारा गाठण्याचा त्यांचा इरादा होता.

आतापावेतो, लोकांच्या अपेक्षा खूप उंचावल्या होत्या. १० मार्चला आश्रमात सायंकालीन प्रार्थनेच्या वेळी दोन हजारांपेक्षा जास्त लोक जमले असता गांधींनी सत्याग्रहाचं सामर्थ्य आणि बारकावे उलगडून दाखवले :

> *प्रत्येकाची उत्कंठा अगदी शिगेला पोचली आहे आणि प्रत्यक्षात काही घडायच्या आधीच सगळ्या जगाचं लक्ष या गोष्टीनं वेधून घेतलेलं आहे... संघर्ष सुरू व्हायला अजून दोन दिवस अवकाश असताना तुम्ही इथे निर्भयपणे कसं काय येऊ शकलात? तुम्हाला गोळीबाराचा किंवा बॉम्बचा सामना करावा लागला असता, तर तुमच्यापैकी कुणीही इथे हजर नसतं...*
>
> *समजा, मी एका हिंसक लढाईला सुरुवात करणार आहे, पण ती बंदूकधारी सैनिकांना न घेता काठ्या आणि दगड घेऊन असेल, अशी घोषणा केली असती तर सरकारनं मला आजपर्यंत असं मोकळं ठेवलं असतं, असं तुम्हाला वाटतं? तुम्ही मला इतिहासातलं एखादं तरी उदाहरण सांगू शकाल का, अगदी इंग्लंड, अमेरिका किंवा रशियातलं, की ज्या ठिकाणी त्या राष्ट्रानं एका दिवसासाठीसुद्धा हिंसक प्रतिकार सहन केला आहे? परंतु इथे सरकार गोंधळलेलं आहे, बुचकळ्यात पडलं आहे, हे तुम्ही जाणता.*
>
> *सक्तीची तुरुंगभरती म्हणजे काय, याची तुम्हाला आता पूर्ण कल्पना आली आहे, म्हणूनच तुम्ही इथे आला आहात... समजा, भारतातल्या ७० लाख खेड्यांमधून प्रत्येकी दहा माणसं जरी मीठ तयार करायला आणि कायद्याचा भंग करायला पुढे आली, तर... हे सरकार काय करू शकतं? अगदी वाइटातला वाईट सत्ताधारीही शांततेने प्रतिकार करणाऱ्या नागरिकांना तोफेच्या तोंडी देऊ शकणार नाही.*

तरीही आपण लवकरच तुरुंगात जाऊ आणि त्यात मृत्यू ओढवणंही शक्य आहे, हे त्यांना माहीत होतं. ते आणि इतर पदयात्री चांगल्या कारणासाठी आश्रमाबाहेर पाऊल टाकणार होते आणि जिवंत राहिले तर, भारत स्वतंत्र झाल्यावरच परतणार होते. ११ मार्चच्या संध्याकाळी ते म्हणाले :

> *उद्या सकाळी जरी सरकारनं मला पदयात्रेसाठी प्रस्थान ठेवू दिलं, तरी साबरमतीच्या पवित्र काठावर हे माझं अखेरचं भाषण असेल. कदाचित या ठिकाणचे हे माझे अखेरचे शब्द असतील...*

आम्हाला सगळ्यांना जरी अटक झाली, तरी शांततेचा भंग मात्र होता कामा नये... रागाच्या भरात कुणीही दुष्कृत्य करू नये, ही माझी अपेक्षा आणि प्रार्थना आहे. माझे हे शब्द या भूमीच्या कानाकोपऱ्यांत पोचू दे... माझ्या गटाला अटक झाल्याझाल्या दहा आणखी गट तयार असतील, अशी बातमी कानावर येण्यासाठी मी आतुर असेन.

त्यांच्या अटकेनंतर काँग्रेसचे अध्यक्ष जवाहरलाल सल्ला देतील, असं त्यांनी सांगितलं; परंतु प्रत्येक प्रांतात एकेक सेनाधिकारी आधीच तैनात झाले होते. दक्षिणेत राजगोपालाचारी, बिहारमध्ये राजेंद्र प्रसाद, बंगालमध्ये जे. एम. सेनगुप्ता, सरहद्द प्रांतात गफार खान आणि पदयात्रेच्या मार्गाव्यतिरिक्त गुजरातेत महादेव देसाई. या लोकांना जर अटक झाली, तर या लढ्यातून नवे नेते पुढे येतील, असं गांधी म्हणाले.

पदयात्रा

१२ मार्चला भल्या सकाळी गांधींबरोबर अठ्ठ्याहत्तर लोक (दुसऱ्या एका मोजणीनुसार, ऐंशी) निघाले, तेव्हा वातावरण आनंद आणि दुःख, अभिमान आणि भीती आणि प्रार्थनेच्या सुरांनी भारलेलं होतं. तीस वर्षांचे प्यारेलाल आणि पस्तीसवर्षीय छगनलाल जोशी (मगनलाल यांच्या मृत्यूनंतर आश्रमाचे व्यवस्थापक झालेले) गांधींच्या मागोमाग चालत होते. बाकीचे लोक भारतातील पंधरा प्रांतांचं प्रतिनिधित्व करत होते. त्यामध्ये गुजरातचं संख्याबळ सर्वाधिक होतं, तर त्याखालोखाल महाराष्ट्राचा क्रमांक होता. त्या लोकांमध्ये प्रामुख्यानं हिंदूंचा भरणा होता, दोन मुस्लीम होते, एक ख्रिश्चन आणि चार अस्पृश्य होते.

दक्षिण आफ्रिकेतून आलेले अडतीसवर्षीय मणिलाल यात्रेत सामील झाले, तर हरिलालचा वीसवर्षीय पुत्र कांतीही सामील झाला. आश्रमातील चव्वेचाळीस वर्षांचे संगीतशिक्षक पंडित नारायण खरे त्यांचा तानपुरा घेऊन पदयात्रेला निघाले होते. काही दिवसांपूर्वीच त्यांचा मुलगा वसंत देवी होऊन मरण पावला होता. गांधींचं काही लिखाण इंग्रजीत अनुवादित करणारे पस्तीस वर्षांचे वालजी देसाई हे एक ज्येष्ठ पदयात्री होते. अमेरिकेत शिकणारा पंचवीस वर्षांचा हरिदास मुझुमदार हा गुजराती मुलगा आणि कालेलकरांचे पुत्र, वीसवर्षीय सतीश व अठरावर्षीय बाळ हे त्या जथ्यातील तरुण ब्रिगेडचे सभासद होते. त्यात सर्वांत तरुण होता सोळा वर्षांचा विठालाल ठक्कर.

तरुण मुलींनी सगळ्या पदयात्रींच्या कपाळावर कुंकुमतिलक रेखून त्यांच्या गळ्यात हार घातले. निरोप द्यायला आलेल्या सगळ्यांच्या नजरेसमोरून इतिहासातली

आणि पुराणांतली युद्धावर निघालेल्या योद्ध्यांची चित्रं तरळून गेली. अहमदाबादच्या रस्त्याच्या दुतर्फा तुडुंब गर्दी करून उभे असलेले हजारो लोक रडत होते; जणू काही पदयात्रींचं हे अखेरचंच दर्शन आहे, असं त्यांना वाटत होतं.

कस्तुरबांनी गांधींना कुंकवाचा टिळा लावला आणि स्वत:च्या हातानं कातलेल्या सुताची माळ त्यांच्या गळ्यात घातली. कालेलकरांनी गांधींच्या हातात बांबूची काठी दिली. बरोबर सकाळी साडेसहा वाजता पदयात्रेला सुरुवात झाली. तिथे उपस्थित असलेल्या जवाहरलालजींनी लिहिलं :

> *आज तो यात्रेकरू त्याच्या प्रदीर्घ यात्रेला निघाला. हातात काठी व डोळ्यांत स्पष्ट ध्येय घेऊन तो गुजरातच्या धुळीनं माखलेल्या रस्त्यांवरून ठाम पावलं टाकत निघाला. त्याचा एकनिष्ठ समूहही त्याच्या पदचिन्हांचा मागोवा घेत निघाला. पूर्वीही त्यानं अशा अनेक यात्रा पार पाडल्या आहेत, खडतर मार्ग मागे टाकले आहेत; परंतु त्या सगळ्या यात्रांपेक्षाही ही त्याची अखेरची यात्रा लांबवरची आहे आणि मार्गात अनेक अडथळेही आहेत. पण निर्धाराचं धगधगतं अग्निकुंड त्याच्या आत पेटलं आहे आणि त्याच्या दीनदुबळ्या देशवासीयांविषयीच्या प्रेमानं त्याचं हृदय उचंबळून आलेलं आहे. दाहक सत्याविषयीचं आणि प्रेरणादायी स्वातंत्र्याविषयीचं प्रेमही त्यात ओतप्रोत भरलेलं आहे.*

सगळ्या यात्रेकरूंनी खादी परिधान केलेली होती आणि बहुतेकजणांनी साधीसुधी पांढरी टोपी घातली होती. गांधींसह सगळ्यांकडे एक खांद्याला लटकवलेली पिशवी होती (गांधींनी टोपी घातली नव्हती); त्यात अंथरूण, बदलायचे कपडे, सूतकताईची टकळी, एक डायरी आणि पाणी पिण्यासाठी एक मग असं सामान होतं. गांधींनी कंबरेला अडकवलेलं त्यांचं घड्याळ नजरेत भरत होतं. एकसष्ट वर्षांचे गांधी त्या समूहातील सर्वांत वृद्ध पदयात्री तर होतेच, पण सर्वांत अनुभवीही होते आणि अंगावर उठलेले फोड व थकवा आलेला असूनही खरोखरच सर्वांत जलद चालणाऱ्यांपैकी होते. २२० मैलांच्या त्या प्रदीर्घ यात्रेत त्यांच्या बरोबरीनं चालणं बहुतेकांना अवघड जात होतं.

ही सेना म्हणजे एक चालता-बोलता आश्रमच होता : प्रत्येक यात्री रोज प्रार्थना करतो की नाही, कताई व दैनंदिनी लिहिणं ही नित्यकर्मं पार पाडतो की नाही, याकडे त्यांचा सेनानी (किंवा त्यांचे वडील) बारीक लक्ष ठेवून होता. रोज बापू कुणालाही दैनंदिनी वाचून दाखवायला सांगण्याची शक्यता असे. स्वत: गांधी रोज अनेक पत्रं आणि आठवड्याला बरेच लेख लिहीत असल्यामुळे ते एक चालतं-बोलतं ऑफिसही झालं होतं.

पदयात्रेच्या मार्गावर येणाऱ्या गावांकडून काय अपेक्षा असणार आहेत, हे गांधींनी यात्रा सुरू होण्यापूर्वीच स्पष्ट केलं होतं : अतिशय साधं अन्न (पदयात्री ते स्वत: शिजवायला तयार होते), झोपण्यासाठी स्वच्छ जागा आणि निसर्गाच्या हाकेला उत्तर देण्यासाठी सत्याग्रहींना बंदिस्त जागेची व्यवस्था. (मीठ उचलून) भारताला स्वतंत्र करण्याची आणि इंग्लंडचं मतपरिवर्तन करण्याची आशा बाळगून असलेल्या या नेत्याच्या आत एक संशोधकही दडलेला होता. प्रत्येक मुक्कामाच्या ठिकाणी पुढील माहिती त्यांच्यासाठी तयार ठेवली जावी, असं गांधींनी सांगितलं होतं :

त्या गावाची लोकसंख्या (स्त्रिया, पुरुष, हिंदू, मुस्लीम , ख्रिश्चन, पारशी यांची संख्या इ.); अस्पृश्यांची संख्या आणि जर काही शिक्षण घेत असतील तर त्याची स्थिती; जर शाळा असेल तर गावातल्या शाळेतील मुला-मुलींची संख्या; गाई-गुरांची संख्या, चरख्यांची आणि खादी वापरणाऱ्यांची संख्या; शेतसारा/जमीन महसुलाची एकूण रक्कम आणि त्याचा दर; एखादं सार्वजनिक चराऊ कुरण असेल तर त्याचं आकारमान; मीठ ग्रहण करण्याचं प्रमाण ('नवजीवन', ९ मार्च १९३०).

यात्रेकरूंची व्यवस्था संपूर्णपणे नशिबावर सोडलेली नव्हती. अहमदाबादच्या गुजरात विद्यापीठाचे अठरा विद्यार्थी पदयात्रींच्याही आधी रवाना झाले होते. यजमानांना ते स्वयंपाकासाठी, झोपण्यासाठी आणि प्रार्थनेसाठी जागा तयार करायला आणि प्रातर्विधीसाठी चर खणायला मदत करणार होते. विद्यापीठाचे उपकुलगुरू असलेल्या कालेलकरांनी त्यांची निवड केली होती. 'अरुण-तुकडी'चे हे सदा-दुर्लक्षित असलेले सभासद पदयात्रा व्यवस्थित पार पडण्याच्या दृष्टीनं तर महत्त्वाचे होतेच; पण कुणाला जर अटक झाली, तर त्यांची जागाही भरून काढणार होते.

मार्गावरील अनेक ठिकाणी प्रचंड उत्साह दिसून आला. काही गावांमध्ये (त्यात नडियाद, बोरसाड, भरूच आणि सुरत या गावांचा समावेश होता) सगळे लोक सडासंमार्जन आणि पताकांनी सुशोभित केलेल्या रस्त्यांवर जमा झाले होते. रस्त्यानं जाणाऱ्या पदयात्रींना बघण्यासाठी ही गर्दी होत असे आणि बऱ्याचदा तिचं रूपांतर प्रचंड सभांमध्ये होत असे. मार्गावरच्या बऱ्याच गावांमध्ये आणि गुजरातमध्येही इतरत्र सरकारी अधिकाऱ्यांनी आपापल्या नोकऱ्यांचे राजीनामे दिले आणि चळवळीत प्रवेश केला. या घटनांनी प्रोत्साहित होऊन, अखिल भारतीय काँग्रेस समितीनं तातडीनं अहमदाबादमध्ये (२१ मार्च) सभा घेतली, भारतातील प्रांतीय समित्यांना आज्ञाभंगासाठी तयार राहण्याच्या सूचना दिल्या गेल्या आणि राष्ट्रीय, प्रांतीय व स्थानिक काँग्रेस समित्यांच्या अध्यक्षांना आपापले वारसदार नेमण्याचे अधिकार दिले

गेले. आदेशांच्या फैरी सुटल्या आणि युद्धाच्या योजना आकार घेऊ लागल्या.

गांधींच्या मार्गावरील काही गावांनी मात्र सावधगिरीचा पवित्रा घेतला. त्यांची अस्पृश्यांविषयीची भूमिका काही अंशी याला कारणीभूत होती. दाभण गावी (१५ मार्च) पोचल्यावर गांधी गावातून सरळ मंदिर आणि गावाचा चौक ओलांडून अस्पृश्यांच्या वस्तीकडे चालत गेले, तिथे विहिरीतून पाणी काढून त्यांनी स्नान केलं. या कृतीमुळे त्यांच्या उच्चवर्णीय स्वागत-समितीला लाजल्यासारखं आणि आव्हान दिल्यासारखं झालं. त्यांच्या 'शुद्ध' विहिरीतूनसुद्धा गांधी पाणी काढतील, अशी त्या लोकांनी अपेक्षा केली नव्हती; या प्रकारची कामं नोकरानं करायची होती.

गजेरा गावी (२१ मार्च) त्यांचं स्वागत करणाऱ्या उच्चवर्णीय हिंदूंना गांधींनी अस्पृश्यांनासुद्धा सभेत सामील करून घेण्यास सांगितलं. बऱ्याच लोकांना त्याचं काही वाटलं नाही आणि अस्पृश्य बाकीच्या लोकांमध्ये येऊन बसले; पण काही उच्चवर्णीय बायका मात्र उठून गेल्या.

लोकांनी जुलमी अधिकाऱ्याशी अहिंसक पद्धतीनं कसं वर्तन करावं, असं अंखी गावात (२१ मार्च) विचारलं गेल्यावर त्यावर, करुणा आणि करारीपणा दोन्ही प्रकारे वागावं, असं गांधींनी उत्तर दिलं. एखादा अधिकारी, मग तो गोरा असो वा काळा, अगदी जनरल डायरसारखा असला तरी संकटात असेल, तर त्याला ताबडतोब मदत केली पाहिजे; पण, सत्तेचा दुरुपयोग करणारा एखादा उद्धट अधिकारी मात्र अन्न, पाणी, अंथरूण, काड्यापेटी, अगदी त्याच्या घोड्याला चारा यांपासून वंचित ठेवला गेला पाहिजे.

२९ मार्चच्या संध्याकाळी दोन गोष्टींनी गांधींना अस्वस्थ केलं. पहिली म्हणजे, यात्रेतला 'अमेरिकन' विद्यार्थी, मुझुमदार हा आधीच्या मुक्कामी आइस्क्रीम खाण्याच्या आमिषाला बळी पडला होता. दुसरी गोष्ट, काही पदयात्रींनी एका नोकराला डोक्यावर जड पेट्रोमॅक्सचा दिवा घेऊन जलद चालायला भाग पाडलं, हे त्यांच्या नजरेस आलं. त्या रात्री भाटगावला आल्यानंतर गांधींनी 'दाहक सत्य' व्यक्त केलं :

आपण फार दुबळे आहेत, आपण सहजपणे मोहाला बळी पडतो. मोहमयी वाटेवर पाय घसरण्याचे अनेक प्रसंग आपल्या खाती जमा आहेत... असे काही प्रसंग आजच उघडकीला आले... या शोधांच्या पार्श्वभूमीवर, सर्वसाधारण माणसाच्या उत्पन्नापेक्षा व्हाइसरॉय पाच हजार पटींपेक्षाही जास्त पगार घेतात, अशी कठोर टीका त्यांना पत्र लिहून त्यांच्यावर करण्याचा मला काय अधिकार आहे?... आपण ईश्वराचं नाव घेऊन ही पदयात्रा सुरू केली. भुकेल्या, उघड्यावाघड्या आणि बेकार लोकांसाठी काम करतो, असा डंका आपण पिटतो... कोणीही कामगार

इतकं ओझं त्याच्या डोक्यावर वाहणार नाही. वेठबिगारीला असलेला आपला विरोध न्याय्य आहे. परंतु ही वेठबिगारी नाही; तर काय आहे? भारताच्या सर्वोच्च स्थानावर, स्वराज्य मिळवल्यानंतर, एखादा तथाकथित निम्न जातीतला माणूस बसेल, अशी आपली अपेक्षा आहे, हे लक्षात ठेवा.

या भाषणाची नोंद करून घेणाऱ्या सरकारी वार्ताहरानंसुद्धा वातावरण 'भारल्यासारखं' झालं होतं, असं लिहिलं.

'बेकायदेशीर कृत्या'चा गुणाकार : आता गांधींना अटक करावी, असं मुंबईचे गव्हर्नर साइक्स यांना वाटू लागलं होतं. असंच मत अल्फ्रेड मास्टर आणि अहमदाबादमधील त्यांचे वरिष्ठ जोसेफ गॅरेट यांचं होतं. परंतु आयर्विन आणि त्यांचे सल्लागार मात्र संभ्रमात होते. गांधींचा रक्तदाब धोकादायक पातळीवर पोचला आहे आणि हृदयाची स्थिती फारशी चांगली नाही; शारीरिक व मानसिक दगदगीमुळे दांडीला पोचण्यापूर्वीच त्यांचा मृत्यू ओढवू शकतो, अशी माहिती त्यांना मिळाली होती.

ही दांडी मीठ यात्रा धोकादायक ठरण्यापेक्षा विनोदीच ठरेल, असं विठ्ठलभाई पटेलांसारखे (ते केंद्रीय विधिमंडळाचे अध्यक्ष होते) त्यांचे काही मित्र आयर्विन यांना सांगत होते. दुसरीकडे, गांधींना अटक करणं म्हणजे त्यांचं महत्त्व वाढवण्यासारखं होतं आणि त्यामुळे सार्वत्रिक असंतोष उफाळण्याची शक्यता होती.

त्यामुळे आश्रम सोडल्यानंतर चोवीस दिवसांनी ५ एप्रिल रोजी अटक न होता गांधी आणि त्यांची सेना दांडीला पोचली. सरकारकडून बेदखल होणं आपल्याला पूर्णपणे अनपेक्षित असल्याचं मान्य करून, त्याचं श्रेय टोकाच्या राजकीय चळवळीसुद्धा दडपशाही करून बंद पाडण्याविरोधात तयार झालेल्या जागतिक मतैक्याला असून, ती चळवळ जर अहिंसक असेल, तर तिला अशा प्रकारे पाठिंबा मिळू शकतो, असंही त्यांनी नमूद केलं. परंतु मिठाच्या कायद्याचा प्रत्यक्षात भंग ब्रिटिश सहन करणार नाहीत, असं गांधींना वाटत होतं.

सगळ्या भारतभरातून आणि बाहेरूनही पत्रकार दांडीला गोळा झाले होते. त्यांच्यासाठी गांधींनी एक खुसखुशीत वाक्य लिहून दिलं : *'अन्याय विरुद्ध न्याय या लढतीत मला साऱ्या जगाची सहानुभूती हवी आहे.'*

दुसऱ्या दिवशी भल्या सकाळी, 'राष्ट्रीय आठवड्याच्या' पहिल्याच दिवशी, गांधींनी समुद्रात अंघोळ केली, ज्या ठिकाणी मीठ होतं तिथे ते गेले, बोटांनी थोडं मीठ उचललं, सरळ उभे झाले आणि सभोवती जमलेल्या प्रचंड समुदायाला ते हातात धरलेलं मीठ दाखवलं. मीठ अगदी थोडं होतं आणि अगदी शुद्धही नव्हतं–

सरकारच्या पोलिसांनी त्या ठिकाणी स्वच्छ मीठ राहू नये, यासाठी प्रयत्नांची पराकाष्ठा केली होती.

असं असूनसुद्धा, कायदेभंगाची घटना घडली होती. तिथे उपस्थित असलेल्या सरोजिनी नायडू यांनी गांधींना 'कायदा मोडणारा' अशी उपाधी दिली. सत्याग्रह साकार झाला होता. पुढील काही दिवसांत व आठवड्यांत, कोणत्या न कोणत्या स्वरूपात हजारो लोकांनी भारतभर त्याचं अनुकरण केलं. गांधींच्या अपेक्षेपेक्षा कितीतरी जास्त प्रतिसाद मिळाला. जवाहरलाल यांनी नंतर म्हटल्याप्रमाणे, 'जणू काही अचानक एखादी स्प्रिंग सुटून मोकळी व्हावी, असं वाटलं.'

सहा वर्षांपासून गांधींनी स्वत:वर आणि आपल्या सहकाऱ्यांवर– आश्रमात वास्तव्य, विधायक कार्यावर संपूर्ण लक्ष आणि अस्पृश्यतानिवारणाचे अथक प्रयत्न– या जीवनशैलीच्या द्वारे जे नियंत्रण ठेवलं होतं, ते अचानक सर्वशक्तिनिशी मोकळं झालं. पाण्याचा प्रवाह मोठ्या जोमानं वाहू लागला. दीर्घ आत्मसंयमनानंतर सत्याग्रहाचा वणवा गांधी आणि त्यांच्या पदयात्रींपासून भारतभर 'प्रेअरीच्या आगी'प्रमाणे पसरला (जवाहरलालजींनी हे रूपक वापरलं).

भारतात शेकडो ठिकाणी बेकायदेशीररीत्या मिठाचं उत्पादन केलं गेलं वा त्याची वाहतूक केली गेली किंवा ते विकलं गेलं वा खरेदी केलं गेलं. बहुतेक ठिकाणी ही कृत्यं सामुदायिकपणे केली गेली. दक्षिण खेडाच्या दक्षिणेला बादलपूर या किनाऱ्यालगतच्या गावी १३ एप्रिल रोजी पौर्णिमेच्या दिवशी जवळजवळ २० हजार लोकांनी बेकायदेशीरपणे मीठ उचललं. जूनच्या मध्यापर्यंत खेडाच्या निम्म्याहून जास्त गावांमध्ये लोकांनी सरकारी नोकऱ्यांचे राजीनामे दिले; या जिल्ह्यानं ब्रिटिश सत्ता नाकारली होती.

बंगाल एका नेत्रदीपक पदयात्रेचा साक्षीदार ठरला, काळजीपूर्वक निवडलेल्या १०० सत्याग्रहींची फौज घेऊन बंगालच्या उपसागराजवळच्या वेदारण्यम् या ठिकाणी जाण्यासाठी दक्षिणेला राजगोपालाचारींनी १४५ मैलांची पदयात्रा काढली. सत्याग्रहींना अन्न किंवा निवारा देणाऱ्या लोकांना हालअपेष्टा सहन कराव्या लागल्या आणि प्रसंगी तुरुंगाची हवा खावी लागली; परंतु लोकांनी सी.आर. यांनाच साथ दिली. ३० एप्रिल रोजी त्यांचे सत्याग्रही कायदा मोडण्यात यशस्वी ठरले, त्यांनी मीठ बनवलं आणि अटक करवून घेतली. वेदारण्यम्ची पदयात्रा रोखण्यासाठी नेमलेल्या जे. ए. थॉर्न या अधिकाऱ्यानं नमूद केलं : 'कधी काळी सरकारविषयी जनतेच्या मनात जागृत असलेली थोडीफार आस्था आता पूर्णपणे विझली आहे.'

यापेक्षाही मोठा उद्रेक भारताच्या दुसऱ्या टोकाला, म्हणजे उत्तर-पश्चिम दिशेला झाला. २३ एप्रिल रोजी आपल्या प्रिय नेत्याच्या म्हणजे गफार खान यांच्या अटकेनं प्रक्षुब्ध होऊन शेकडो खुदाई खिदमतगारांनी पेशावरमध्ये निदर्शनं केली, त्यांनी

मशिनगन्स, घोडे आणि लाठ्यांचा सामना केला. पेशावरच्या किस्सा ख्वानी बझार या ठिकाणी नि:शस्त्र पख्तूनांवर गोळीबार करण्याचा आदेश सरकारच्या गढवाल रायफल्स या भारतीय तुकडीनं धुडकावून लावत त्यांचा अहिंसक निषेध व्यक्त केला. पुरे पाच दिवस पेशावरवर ब्रिटिशांचा नव्हे, तर खिदमतगारांचा ताबा होता.

सरकारचा प्रतिसाद : चळवळीचं व्यापक स्वरूप पाहून आश्चर्यचकित झालो असल्याची कबुली देऊन आयर्विन आणि त्यांच्या अधिकाऱ्यांनी वृत्तपत्रं ताब्यात घेतली. 'यंग इंडिया' आणि 'नवजीवन'वर बंदी आणली, काँग्रेसशी निगडित समित्या व कार्यकारी समितीवर बंदी घातली आणि कायदेभंगाला वाढती सहानुभूती व्यक्त करणाऱ्या स्वराज पक्षाच्या किंवा लिबरल पक्षाच्या सभासदांचा भरणा असलेल्या मध्यवर्ती कायदेमंडळाला बाजूला सारत थेट सरकारचा अंमल प्रस्थापित केला.

अजूनही गांधी व त्यांच्या बरोबरच्या सत्याग्रहींना हात न लावता ब्रिटिशांनी इतरत्र बऱ्याच लोकांना अटक केली, शिवाय बेकायदेशीर मीठ ताब्यात घेण्यासाठी बळाचाही वापर केला. सत्याग्रहींना तुरुंगात टाकण्यापेक्षा त्यांना मारहाण करण्याचा पर्याय जास्त स्वस्त आणि परिणामकारक होता, असं सरकारच्या निदर्शनास आलं. *'सत्याग्रहींच्या हातातलं मीठ हे जणू देशाच्या स्वाभिमानाचं प्रतीक आहे, अगदी हाताचे तुकडे होईपर्यंत ते हातातून सोडता कामा नये'*, असं गांधी म्हणाले होते ('यंग इंडिया', १० एप्रिल १९३०).

ज्या ठिकाणांवर सत्याग्रही चढाई करण्याची शक्यता होती, त्या-त्या ठिकाणचं मीठ आधीच उचलण्याची खेळी ब्रिटिश खेळले. दांडीला अटक न होता मोकळे असणारे पण उचलायला मीठच नसणारे मूळ सत्याग्रही निराश झाले. त्यातल्या काहींना दुसरीकडे होणाऱ्या निदर्शनांत सामील होण्यासाठी वा कायदेभंगाची नवीन चढाई करण्यासाठी जाण्याची परवानगी देण्यात आली; पण बहुसंख्य लोक गांधींबरोबर राहिले. दांडीला पसरलेल्या निरुत्साहावर गांधींचं प्रत्युत्तर दुपेडी होतं.

महिला पुढे सरसावल्या : पहिली गोष्ट म्हणजे, त्यांनी महिलांना लढ्यात उतरण्याची परवानगी दिली. मिठाच्या सत्याग्रहाचा प्रहार झेलणारे मुंबईचे गव्हर्नर साइक्स यांनी व्हाइसरॉयना सांगितल्याप्रमाणे गांधींच्या सभांना महिलांची गर्दी दिवसेंदिवस वाढत चालली होती :

> *गांधींचा जनमानसावर जबरदस्त पगडा आहे, यात काही शंका नाही. हे त्यांच्या निदर्शनांमध्ये सामील होणाऱ्यांच्या संख्येवरून दिसतंच आहे. तरुण पिढीमध्ये त्यांची लोकप्रियता प्रचंड आहे आणि विशेषत: महिला व मुलींमध्ये तर ती वाढतंच आहे. ही गोष्ट अपेक्षेपेक्षा जरा जास्त*

प्रमाणात घडत आहे.

६ एप्रिल रोजी 'नवजीवन'मध्ये आणि चार दिवसांनी 'यंग इंडिया'त प्रसिद्ध झालेल्या लेखात गांधींनी *'चांगल्या लढाईत सामील होण्यासाठी काही भगिनींना झालेली घाई हे चांगलं लक्षण आहे'*, असं लिहिलं. पुढे त्यांनी महिलांविषयी आणि अहिंसक कृतीविषयी मांडलेली मतं सर्वश्रुत आहेत :

> *स्त्रीला अबला समजणं म्हणजे तिची बदनामी करणं होय. पुरुषानं स्त्रीवर केलेला तो अन्याय आहे... शक्तीचा अर्थ जर नैतिक धैर्य असा असेल, तर स्त्री ही पुरुषापेक्षा कितीतरी पटींनी श्रेष्ठ आहे. पुरुषापेक्षा स्त्रीमध्ये जास्त अंत:प्रेरणा नसते काय, ती जास्त नि:स्वार्थी, सहनशील आणि धैर्यशाली नसते काय?... आपल्या अस्तित्वाचा अर्थ जर अहिंसा असा असेल, तर आपलं भविष्य स्त्रीच्या हाती आहे ('यंग इंडिया', १० एप्रिल १९३०).*

स्त्रिया मद्यविक्री आणि विदेशी कापडाची विक्री रोखू शकतात, असं गांधींचं म्हणणं होतं. १३ एप्रिलला दांडीला आणि १६ एप्रिलला विजलपूरला झालेल्या महिलांच्या दोन सभांमध्ये ही कल्पना उत्स्फूर्तपणे उचलून धरण्यात आली. सरकारनं जागोजागी उभारलेल्या अडथळ्यांमुळे बऱ्याच महिलांना दांडीची सभा गाठण्यासाठी बारा मैलांची पायपीट करावी लागली. कस्तुरबा या सभांना हजर होत्या, शिवाय कर्नाटकच्या कमलादेवी चट्टोपाध्याय (त्यांचे पती सरोजिनी नायडूंचे बंधू होते), गुजरातच्या हंसा मेहता (हिंदू), मिठू पेटिट (पारशी) आणि अमिना तय्यबजी (मुस्लीम) या महिलाही हजर होत्या.

२७ एप्रिलला अठ्ठावीस स्त्रियांच्या स्वाक्षऱ्या असलेलं, मद्य व परदेशी कापड विक्रीला विरोध दर्शवणारं पत्र व्हाइसरॉयना धाडण्यात आलं. मात्र, हे पत्र गांधींनी तयार केलं होतं. स्वाक्षरी करणाऱ्यांमध्ये अंबालाल साराभाईंची पत्नी व बहीण, मगनलाल यांची विधवा पत्नी आणि महादेव देसाईंच्या पत्नीचा समावेश होता.

मिठाच्या साठ्यावर छापा : पदयात्रींना त्रासदायक ठरत असलेल्या सुस्तीची जाणीव असणाऱ्या गांधींनी दांडीच्या आसपासची ठिकाणं पालथी घालायला सुरुवात केली. या कामासाठी त्यांनी गाडीचा वापर करायलाही मागेपुढे पाहिलं नाही. त्यांना त्यांचं दुसरं आयुध सापडलं : धारासना येथील तीन सरकारी मिठाच्या साठ्यांवर छापा. धारासना दांडीच्या दक्षिणेला पंचवीस मैलांवर होतं. या छाप्याचं आपण स्वत: नेतृत्व करू, असं त्यांनी पत्रकारांसमोर एप्रिलच्या अखेरीला जाहीर केलं.

या वेळेपर्यंत देशभर हजारो लोकांना अटक झाली होती. त्यांत जवाहरलाल, जमनालाल बजाज, रविशंकर व्यास, दरबार गोपालदास आणि महादेव देसाई

होतेच; पण गांधींचे दोन पुत्र– रामदास व देवदासही होते. रामदासना दांडीपासून जवळच अटक झाली, तर देवदासना बेकायदेशीर मीठ विकताना दिल्लीत अटक झाली. याशिवाय हातातील मीठ सोडायला नकार देणाऱ्या शेकडो लोकांना मारहाण करण्यात आली. पेशावरला उद्रेक झाला आणि सी.आर. व त्यांची शंभर लोकांची फौज वेदारण्यम्च्या जवळ पोचली.

गांधी छाप्याचं नेतृत्व करणार असल्याची बातमी भारतीय, ब्रिटिश आणि अमेरिकन वृत्तपत्रांमध्ये छापून आली. आता बंडाच्या नायकाला अटक करण्यावाचून आयर्विन यांच्यासमोर पर्याय उरला नाही. तरीही, आपला उद्देश व्हाइसरॉयपर्यंत स्वतःच थेट पोचवण्याची गांधींची इच्छा होती. दांडीपासून पूर्वेला पाच मैलांवर कराडीला पडाव टाकलेला असताना एका झोपडीत तात्पुरतं कार्यालय थाटून बसलेल्या गांधींनी ४ मेच्या रात्री उशिरापर्यंत जागून आयर्विन यांच्यासाठी एक पत्र तयार केलं. मिठाचा कायदा रद्द झाला नाही आणि खाजगी मीठ उत्पादनाला परवानगी मिळाली नाही, तर ते आणि त्यांचे सहकारी धारासनाकडे कूच करतील आणि मिठागरं ताब्यात घेतील, असं गांधींनी लिहिलं.

परंतु, आयर्विन काही पत्राची वाट बघत थांबले नाहीत. मध्यरात्रीनंतर चाळीस मिनिटांनी तीन अधिकारी (दोन ब्रिटिश व एक भारतीय), वीस ते तीस रायफलधारी भारतीय पोलिसांसह छावणीत शिरले. आकाशाखाली आणि आंब्याच्या झाडांखाली झोपलेल्या पदयात्रींच्या जवळून शांतपणे चालत जाऊन त्यांनी गांधींच्या झोपडीत प्रवेश केला. एव्हाना गांधी गाढ झोपले होते. त्यांच्या बिछान्याच्या एका बाजूला एक सत्याग्रही आणि दुसऱ्या बाजूला भेट घ्यायला आलेली एक पाहुणी महिला झोपली होती. चेहऱ्यावर उजेड पडल्यामुळे गांधी जागे झाले.

'तुम्ही मला न्यायला आलात का?' उत्तर माहीत होतं, तरी गांधींनी विचारलं. दुसऱ्या एका प्रश्नाला उत्तर देताना त्यांना सांगण्यात आलं की, १८२७च्या २५ व्या कलमाखाली त्यांना अटक झाली होती, त्याचा अर्थ खटला न भरता अटकेची ही तरतूद होती. आरोपीच्या कठड्यातलं त्यांचं आणखी एक भाषण आता सरकारला ऐकायचं नव्हतं.

आता कराडीमध्ये प्रत्येकजण जागा झाला होता; पण गांधींच्या जवळ जायला पोलिसांनी त्यांना मज्जाव केला होता. गांधींनी आपला नातू कांती याला अंथरुणाची त्यांना नेता येईल अशी वळकटी करायला सांगितली आणि जवळपास पूर्ण झालेलं आयर्विन यांना लिहिलेलं पत्र 'यंग इंडिया'त पाठवण्याबाबत वालजी देसाईंना सांगितलं.

गांधींनी सरकारी अधिकाऱ्यांना विचारलं, 'मी दात घासून स्नान करू शकतो का?' 'करू शकता, पण लवकर', असं उत्तर त्यांना मिळालं. काही मिनिटांतच

गांधी तयार झाले, त्यांनी दोन टकळ्या आणि कापसाचे पेळूही बरोबर घेतले. दांडी यात्रेचा एक ऑस्ट्रेलियन अभ्यासक टॉम वेबर यानं लिहून ठेवलं, 'केवळ दोन तासांची झोप मिळालेल्या एका वृद्ध माणसाच्या मानानं ही कृती अतिशय शांतपणे व व्यवस्थितपणे केली गेली.'

अधिकाऱ्यांच्या परवानगीनं गांधींनी पंडित खरेंना 'वैष्णव जन' हे भजन म्हणायला सांगितलं. यात्रा सुरू होतानाही हेच भजन म्हटलं गेलं होतं. मान खाली घालून आणि डोळे मिटून त्या कैद्यानं ते ऐकलं. मग त्यांना तिथून नेण्यात आलं. त्या अटकेच्या वेळी हजर असलेल्या कराडीच्या एका माणसाला ते दृश्य आठवून अठ्ठावन्न वर्षांनंतरही रडू कोसळलं.

गांधींबरोबर घालवलेल्या वेळाच्या स्मृती पदयात्रींसाठी अत्यंत मोलाच्या होत्या, आपण त्यांच्यासाठी कोणीतरी खास आहोत, ही भावनाच सुखावणारी होती. मी त्यांना मुलासारखा होतो किंवा ते मला पित्यासमान होते, अशा प्रकारच्या आठवणी तर सगळ्यांच्याच होत्या, पण वैयक्तिकरीत्या आपली गांधींना गरज होती, ही भावना जास्त प्रबळ होती. उदाहरणार्थ, प्यारेलाल जवळ नसताना त्यांच्या पत्रव्यवहाराची व्यवस्था बघणं किंवा सूत कातताना गांधींना काही अडचण आली तर ती सोडवणं इत्यादी.

काही मैलांवर असलेल्या रेल्वे-क्रॉसिंगपर्यंत गांधींना एका मालवाहू मोटारगाडीतून नेण्यात आलं आणि उत्तर-पश्चिम वायव्य प्रांताहून आपल्या लांबलचक प्रवासाला मुंबईला निघालेल्या फ्रंटियर मेलमध्ये अंधारात चढवण्यात आलं. गाडीच्या वेळापत्रकात नसलेला हा थांबा होता. आणखी एका अशाच थांब्यावर मुंबईच्या उत्तरेला बोरिवलीजवळ ५ मे रोजी सकाळी सहा वाजून ४० मिनिटांनी गाडी काही तासांच्या प्रवासानंतर थांबली होती.

गुपचूपपणे पण झटकन गांधींना एका ब्यूकमध्ये बसवण्यात आलं आणि १२५ मैलांवर असलेल्या पुण्याच्या येरवडा तुरुंगाकडे नेण्यात आलं. बोरिवलीच्या उत्तरेला रेल्वे रुळांच्या आसपास जे ब्रिटिश शिपाई दिसत होते आणि जी ब्यूक गाडी दिसत होती, ती गांधींसाठीच तिथे तैनात केली गेली असणार, असा अगदी बरोबर कयास दोन अमेरिकन पत्रकारांनी लावला होता व ते गांधींच्या स्वागतासाठी तिथे हजर होते. गांधींनी त्यांना ओळखलं आणि त्यांच्या विनंतीवरून अमेरिकनांसाठी एक छोटा संदेशही दिला : *घडणाऱ्या घटनांचा त्यांनी बारकाईनं अभ्यास करावा आणि त्यांना तर्काच्या कसोटीवर तपासूनच निष्कर्ष काढावेत.*

गांधींना येरवड्याला घेऊन जाणाऱ्या शिपायांच्या तुकडीबरोबर एक डॉक्टरही होते, तिथे त्यांना शेळीचं दूध उपलब्ध करून देण्यात आलं आणि सूत कातण्याची परवानगी देऊन शिलाई मशिन वापरायचीही संमती देण्यात आली. गांधींनी त्याबद्दल

समाधान व्यक्त केलं. परंतु इतरांच्या दृष्टीनं गांधींना देवदूत मानणाऱ्या हजारोंच्या संख्येला भिऊन सरकारनं त्यांना मुद्दाम रात्रीच्या अंधारात अटक केली होती.

पदयात्रींना अटक : आधीच ठरल्याप्रमाणे ज्युरी असलेले मुस्लीम नेते अब्बास तय्यबजी यांनी पदयात्रेचं नेतृत्व स्वीकारलं. पांढरीशुभ्र भरघोस दाढी असलेले तय्यबजी ७५ वर्षांचे होते. जुगतराम दवेही त्यांच्या मदतीला सरसावले. १२ मेच्या सकाळी कस्तुरबा आणि श्रीमती तय्यबजी या दोघींच्या आशीर्वादानं पदयात्रींनी धारासनाच्या मिठाच्या गोदामाकडे प्रस्थान ठेवलं. काही मिनिटं ते चालले असतील, तेवढ्यात शेकडो पोलिसांनी त्यांना गराडा घातला आणि मागे फिरण्याचे आदेश दिले. हा आदेश धुडकावला तर गोळीबाराची शक्यता असल्याची शंका काहींच्या मनात डोकावली; तरीसुद्धा 'आम्ही माघार घेणार नाही', अशी एकमुखी घोषणा सगळ्यांनी दिली.

त्यांना अटक झाली. तय्यबजींना सहा महिन्यांची साधी, दवे यांना सहा महिन्यांची सक्तमजुरी आणि इतरांना तीन महिन्यांची शिक्षाही झाली. चार जणांना अल्पवयीन म्हणून तंबी देऊन सोडून देण्यात आलं. धारासनाला जाणाऱ्या दुसऱ्या एका गटात ते ताबडतोब सामील झाले.

या ठिकाणी मिठाच्या ढिगाऱ्याभोवती चर खणून आणि काटेरी तारांचं कुंपण घालून ते सुरक्षित केले होते. त्याशिवाय, सव्वीस रायफलधारी सैनिक व ४०० पोलीस, त्यांच्यावर देखरेख करायला सहा ब्रिटिश अधिकारी तैनात केले होते. २१ मे रोजी सरोजिनी नायडू, मणिलाल गांधी, इमाम बवाझीर आणि प्यारेलाल यांनी अडीच हजार सत्याग्रहींना बरोबर घेऊन आक्रमण केलं. अजिबात मीठ उचललं न जाताही त्यांच्या या कृतीला जगभरातील वृत्तपत्रांनी ठळक प्रसिद्धी दिली.

खणलेल्या चरांमधून कष्टानं पुढे जाणाऱ्या आणि काटेरी तारांपर्यंत पोचण्याचा प्रयत्न करणाऱ्या एकापाठोपाठ येणाऱ्या जथ्यांवर लोखंडी टोकं असणाऱ्या काठ्यांनी हल्ला केला गेला. अनेकांच्या डोक्यावर आणि खांद्यांवर प्रहार झाले; परंतु एकानंही पोलिसांवर हात उचलला नाही. ते खाली कोसळले, ती भूमी रक्तानं माखली. प्रथमोपचार करणाऱ्या सत्याग्रहींच्या गटानं जखमींना ज्या ब्लँकेट्समध्ये गुंडाळून झोपडीतल्या 'हॉस्पिटल'मध्ये नेलं, तीसुद्धा रक्तात भिजली.

धारासनाची बातमी झाली जगभर : त्या घटनांचा साक्षीदार असलेला, युनायटेड प्रेसचा अमेरिकन वार्ताहर वेब मिलर यानं तपशीलवार वृत्तान्त पाठवला, त्यामुळे जगभर खळबळ माजली :

सावकाशपणे आणि शांतपणे तो जथा अर्ध्या मैलावर असलेल्या मिठाच्या ढिगाऱ्यांकडे निघाला. काटेरी कुंपण खाली खेचण्यासाठी काहींनी दोरांचे

फास करून घेतले होते... जथा जसजसा मिठाच्या ढिगांजवळ जाऊ लागला, तसतशी त्यातल्या लोकांनी क्रांतिकारी घोषणा द्यायला सुरुवात केली, 'इन्किलाब झिंदाबाद'... अचानक आदेश दिला गेला, जन्मानं भारतीय असलेले पोलीस पुढे जाणाऱ्या पदयात्रींवर धावून गेले आणि लोखंडी टोकं असलेल्या काठ्यांनी त्यांनी त्या लोकांच्या डोक्यांवर प्रहार करायला सुरुवात केली. त्यांचा प्रतिकार करण्यासाठी एकाही सत्याग्रहीनं हात उचलला नाही. ते धडाधड खाली कोसळले. मी ज्या ठिकाणी उभा होतो, तिथे त्या नि:शस्त्र लोकांच्या डोक्यांवर होणारे काठ्यांच्या आघातांचे आवाज ऐकून माझ्या पोटात ढवळायला लागलं... नंतर दुसरा एक गट तयार झाला... ताठ मानेनं तो पुढे निघाला... पोलीस पुढे धावले, पद्धतशीरपणे आणि यांत्रिकपणे त्यांनी तो दुसरा गटही खाली पाडला... स्ट्रेचर म्हणून वापरली गेलेली ब्लँकेट्स रक्तानं माखली होती... त्या गांधींच्या अनुयायांनी मग आपली व्यूहरचना बदलली, ते पंचवीस-पंचवीसच्या गटांनी पुढे गेले आणि ढिगांजवळ जाऊन जमिनीवर बैठक मारली, जवळ जाण्याचा त्यांनी अजिबात प्रयत्न केला नाही... त्यांच्या प्रतिकार न करण्याच्या धोरणानं शेवटी पोलीस चवताळले... बसलेल्या लोकांच्या पोटावर व गुप्तांगावर त्यांनी दात-ओठ खाऊन लाथा मारायला सुरुवात केली...

तरीसुद्धा तुरुंगात जाण्यापेक्षा मारहाण परवडणारी होती. परंतु बऱ्याच जणांना अटक झाली, त्यात नायडू, मणिलाल, इमाम बवाझीर आणि प्यारेलाल होते. घडलेल्या घटनांमागचं तर्कशास्त्र लक्षात घेतलेले आणि मध्यवर्ती विधिमंडळाच्या सभापतिपदाचा राजीनामा दिलेले विठ्ठलभाई पटेल म्हणाले :

भारत आणि ब्रिटिश साम्राज्य यांच्यात सामंजस्य निर्माण होण्याचे सगळे मार्ग आता खुंटले आहेत... आज सकाळी ब्रिटिश ज्या निष्ठुरपणे आणि क्रूरपणे अहिंसक, प्रतिकार न करणाऱ्या लोकांशी वागले आहेत, त्या प्रकारे स्वत:ला सुसंस्कृत म्हणवणारं सरकार कसं वागू शकतं, हे माझ्या आकलनशक्तिपलीकडचं आहे.

विठ्ठलभाईंचा हा शेराही मिलरनं जगभर पोचवला. धारासनाला अगदी थोडं मीठ उचललं गेलं; परंतु जे. सी. कुमारप्पांनी 'यंग इंडिया'त असा दावा केला (२९ मे), 'सरकारचे गलिच्छ आणि क्रूर छक्के-पंजे सर्वशक्तिनिशी जगासमोर आणण्याचा आमचा मुख्य उद्देश होता. यात आम्ही कल्पनेपलीकडे यश मिळवलं आहे.' तमिळ प्रांतातील ख्रिश्चन कुमारप्पा कोलंबियाहून पदवी घेऊन आलेले अर्थशास्त्रज्ञ होते,

त्यांनी नुकतीच गुजरात विद्यापीठात प्रोफेसर म्हणून कामाला सुरुवात केली होती.

छोटे-छोटे छापे आणि मारहाणीचं सत्र आणखी काही दिवस सुरू राहिलं. गुजरात काँग्रेसच्या अहवालात म्हटल्याप्रमाणे एकंदर दोन हजार ६९९ स्वयंसेवक सत्याग्रहात उतरवले गेले, एक हजार ३३३ जखमी झाले आणि जखमांमुळे चार लोक दगावले.

स्वातंत्र्याची जाणीव : १ जून रोजी मुंबई शहरात मोठा छापा घातला गेला, लक्ष्य होतं वडाळ्याची मिठागरं. समर्थनार्थ सुमारे १५ हजारांचा जमाव जमला आणि स्त्रिया-मुलांचा समावेश असणारं पथक 'दलदल आणि चिखलातून वाट काढत मिठागरांकडे निघालं.' या वेळी मोठ्या प्रमाणात मीठ गोळा केलं गेलं. जमावावर लाठीहल्ला झाला, पायदळालाही पाचारण करण्यात आलं आणि अटकसत्रं झडली; पण मुंबई मात्र स्वातंत्र्याची हवा चाखत होती.

एक ब्रिटिश पत्रकार व लेबर पार्टीचे पुढारी असलेले एच. एन. ब्रेल्सफर्ड यांनी शहराला भेट दिल्यावर काँग्रेसच्या बहिष्काराबद्दल, पदयात्रा व मेळाव्यांबद्दल लिहिलं :

इतक्या शिस्तबद्ध आणि शांत सभा मी दुसरीकडे कुठे पाहिल्या नाहीत... वकिली भाषेत बोलायचं, तर भाषणं नक्कीच 'प्रक्षोभक' होती; परंतु ती कधीही अनागोंदी माजवण्यास उद्युक्त करणारी वाटली नाहीत. ती नि:संशयपणे अहिंसेचा पुरस्कार करणारी होती... वक्ते बोलत असताना श्रोत्यांमधले भक्तिभावाने भाषण ऐकणारे स्त्री-पुरुष त्यांची टकळी बाहेर काढत आणि शांतपणे, न थकता सूत काढता-काढता ते ऐकत.

भारत सरकारचे गृहसचिव असलेले हॅरी हेग यांनी दिल्लीत खाजगीरीत्या ही गोष्ट कबूल केली की, मुंबईच्या रस्त्यांवर काँग्रेसचीच सत्ता असल्यासारखं वाटत होतं. काँग्रेसच्या पदयात्रांमध्ये सामील झालेल्या लोकांची संख्या, त्यांची शिस्त आणि वाहतुकीवर असलेलं पोलिसांचं नियंत्रण झुगारून देणारं त्यांचं सामर्थ्य या दोन्ही गोष्टींचा मिलाप होऊन काँग्रेसच्या चळवळीची शक्ती व तिचं यश ठसठशीतपणे उठून दिसलं आहे.

इतरत्रही, सरकारची प्रतिष्ठा इतक्या नाट्यपूर्ण रीतीनं नसली तरी घसरलीच. काँग्रेसच्या वेगवेगळ्या घटकांवर बंदी घातली गेली होती, मोठ्या प्रमाणात लोकांना अटक झाली होती आणि यापूर्वीच्या कोणत्याही व्हाइसरॉयनं वापरली नसेल... अशी निरंकुश सत्ता वापरून एप्रिलच्या मध्यापासून ते डिसेंबरच्या मध्यापर्यंत आयर्विन यांनी दहा कायदे अधिकृतपणे लागू केले होते, तरीही ती घसरली.

जवाहरलालना अटक झाली, तेव्हा त्यांचे पिताजी काँग्रेसचे प्रभारी अध्यक्ष झाले. जूनमध्ये त्यांनाही अटक झाल्यावर जूनअखेरीस तुरुंगातून सुटलेल्या वल्लभभाई

पटेलांना मोतीलालजींनी अध्यक्ष केलं. या वेळेपर्यंत कटू प्रसंगांबाबत नेहमी दक्ष असणाऱ्या मालवीयांनीसुद्धा केंद्रीय विधिमंडळाचा राजीनामा दिला होता. त्यांच्या विनंतीवरून वल्लभभाईंनी त्यांची नियुक्ती काँग्रेसच्या बेकायदेशीर कार्यकारी समितीमध्ये केली.

'देशातील प्रत्येक घर हे काँग्रेस समितीचं ऑफिस असावं आणि प्रत्येक माणूस हा स्वत:च एक काँग्रेस असावा', असंही आवाहन पटेलांनी केलं. जमावबंदीचा आदेश धुडकावून लावणाऱ्या वल्लभभाई, मालवीय आणि इतर अनेकांना जुलैअखेर मुंबईत अटक झाली. सुटका होऊन १९३०च्या डिसेंबरमध्ये पुन्हा अटक झालेल्या पटेलांनी राजेंद्र प्रसाद यांची काँग्रेसचे हंगामी अध्यक्ष म्हणून नियुक्ती केली.

१९३०च्या चळवळींतर्गत सुमारे ९० हजार भारतीयांना कायदेभंगाच्या आरोपाखाली अटक झाली. वायव्य सरहद्द प्रांत वगळता अटक झालेल्यांमध्ये मुस्लिमांची संख्या थोडी होती आणि शिखांनीही स्वत:ला या संघर्षापासून लांब ठेवलं असल्याचं दिसत होतं. तरीसुद्धा बेकायदेशीर मीठ गोळा केलं गेलं, त्याची वाहतूक केली गेली, भारतभर ते विकलं आणि विकत घेतलं गेलं, विदेशी कापडावर बहिष्कार टाकला गेला आणि पूर्वी विकत घेतलेल्या विदेशी कापडाची होळी केली गेली. सुती कपड्यांची आयात ७५ टक्क्यांनी खाली आली, खादीची विक्री साठ टक्क्यांनी वाढली आणि पिकेटिंग करणाऱ्या स्त्रियांच्या पथकांची संख्या दिवसेंदिवस वाढू लागल्यानं मद्यविक्रीवरही परिणाम झाला.

गांधींनी ताकीद दिलेली असूनही भारताच्या बाजूनं कराचीत (जमावाला रोखण्याच्या प्रयत्नात जखमी होऊन काँग्रेसचे दोन स्वयंसेवक दगावले.), कलकत्त्यात, पेशावरला आणि पूर्व बंगालमध्ये चितगावला हिंसाचाराच्या घटना घडल्याच. चितगावला एका सशस्त्र गटानं एका पोलीस दलावर हल्ला करून गार्ड्सची हत्या केली आणि शस्त्रं व दारूगोळा घेऊन पलायन केलं. परंतु १९३०च्या भारताच्या अहिंसक हल्लाबोलचा आवाका एवढा मोठा होता की, त्यामुळे या घटना झाकोळल्या गेल्या. या आंदोलनाचा नंतरच्या वर्षी उल्लेख करून चर्चिल यांनी आरोप केला की, भारताच्या भूमीवर पहिलं पाऊल ठेवल्यापासून ब्रिटिशांच्या वाट्याला अशा प्रकारची मानहानी आणि प्रतिकार आला नव्हता. भारतीयांनी तो आता त्यांना भोगायला लावला. हॅरो स्कूलचे दुसरे एक विद्यार्थी जवाहरलाल आपल्या आत्मचरित्रात लिहिते झाले : 'गांधींनी या प्रकारच्या आंदोलनाचा प्रस्ताव जेव्हा सर्वप्रथम मांडला, तेव्हा त्याच्या यशस्वितेबाबत शंका घेतली, म्हणून मी खजील व लज्जित झालो.' एक कैद्यानं दुसऱ्याला, म्हणजेच नेहरूंनी गांधींना लिहिलं (२८ जुलै १९३०) :

तुमच्या जादुई स्पर्शानं तुम्ही एक नवीन भारत निर्माण केल्याबद्दल मी तुमचं अभिनंदन करू इच्छितो! भविष्यात काय वाढून ठेवलं आहे, ते मी

जाणत नाही; परंतु घडून गेलेल्या भूतकाळामुळे आमच्या क्षुद्र, रूक्ष अस्तित्वाला एक व्यापक परिमाण लाभलं हे नक्की.

शेतसारा भरण्यास नकार : वल्लभभाईंना ज्या गावात अटक झाली होती त्या रास गावातून पदयात्रा जात होती, त्या वेळी म्हणजे १९ मार्च रोजी, पाटीदार शेतकऱ्यांनी शेतसारा भरणार नसल्याचं गांधींना सांगितलं : त्यांच्यामुळे पटेलांवर अटकेची कुऱ्हाड कोसळली म्हणून त्या गोष्टीचं प्रायश्चित्त घेण्यासाठी त्यांच्या नायकाला अपेक्षित असलेला प्रतिकार आता ते करणार होते.

आता काळ बदलला असल्याचा इशारा गांधींनी दिला. १९२८ ची सुरत जिल्ह्यातल्या बार्डोलीची चळवळ ही आर्थिक शोषणाविरुद्ध आवाज उठवण्यासाठी होती. त्या चळवळीत आणि आताच्या चळवळीत जमीन-अस्मानाचा फरक होता, आता सरकारला पदच्युत करण्याची भाषा होती. सरकार यापुढे अधिकाधिक कठोरपणे वागणार होतं.

परंतु, सरकारच्या थेट नियंत्रणाबाहेर असणाऱ्या बडोदा संस्थानामधल्या सिस्वा आणि झारोला या शेजारी गावांतल्या आप्तमित्रांकडून अभय व पाठिंबा मिळण्याची रासच्या जनतेला खात्री होती. शिवाय, बळकावलेल्या जमिनी शेतकरी बंधू विकत घेणार नाहीत, हा विश्वाससुद्धा असल्यानं रासचे लोक त्यांच्या विचारावर ठाम होते. रासचे शेतकरी अशक्यप्राय ध्येयाला हात घालत आहेत, असं मत गांधींनी 'नवजीवन'मध्ये जरी व्यक्त केलं, तरी त्यांनी शेतकऱ्यांना आडकाठी केली नाही.

खेडा जिल्ह्यातील बोरसाड तालुक्यात रास हे गाव होतं. त्या तालुक्यातील आणखी तेरा गावं शेतसारा न भरण्याच्या या निर्णयात रासबरोबर सामील झाली. गांधींच्या अटकेनंतर बार्डोलीनंही कर न भरण्याचा निर्णय घेतला आणि मेच्या अखेरीस खेडाच्या पाटीदार शेतकऱ्यांनी (त्यांपैकी अनेकांचे नातेवाईक बडोद्याच्या खेड्यांमध्ये होते) संपूर्ण जिल्हाभर या प्रतिकाराचा प्रसार करण्याचा विडा उचलला.

बंडखोरांना शिक्षा करण्याचा निश्चय केलेल्या अल्फ्रेड मास्टर यांनी शेतसारा गोळा करण्याची अंतिम तारीख अलीकडे घेतली; त्यामुळे उभं पीक विकण्याची आणि उत्पन्न बडोद्याला हलवण्याची शेतकऱ्यांची योजना बारगळल्यानं ते निराश झाले. बोरसाड तालुक्याचा मामलतदार मोहनलाल शहा याला अल्फ्रेड यांनी मुक्त अधिकार दिले. त्यानं काँग्रेसजनांना मारहाण करून तुरुंगात डांबण्याचा प्रस्ताव मांडला, शिवाय पटेलांचं कर्ज डोक्यावर असल्यानं ज्यांच्या पूर्वजांनी जमिनी गमावल्या होत्या त्या, तुलनेनं गरीब बरैया आणि पतनवाडिया जमातींच्या शेतकऱ्यांनी पटेलांनी आता गमावलेल्या जमिनी विकत घ्याव्या, म्हणून तो प्रोत्साहित करू लागला.

त्या भागात काम केलेल्या रविशंकर व्यास यांच्याशी एकनिष्ठ असलेल्या पतनवाडिया शेतकऱ्यांनी पटेलांच्या जमिनी फुकट मिळाल्या तरी घेण्यास नकार दिला; परंतु इतरांची तशी इच्छा होती, प्रसंगी पाटीदारांची घरंदारं लुटून व जाळून मास्टर-शहा यांनी खेळलेली खेळी परिणामकारक ठरू लागली. शेकडो कुटुंबांनी जमिनी गमावल्या आणि हजारो पाटीदार खेडा सोडून बडोद्याच्या गावांमध्ये गेले. सुरत आणि भरूच जिल्ह्यांतल्या बऱ्याच शेतकऱ्यांनीही असंच केलं : १९३१च्या फेब्रुवारीत बडोद्याच्या अधिकाऱ्यांनी २८ हजार स्थलांतरित लोकांची नोंद केली. त्यांनी मोठी किंमत मोजली होती, पण रासचे लोक व त्यांच्याचसारखे दक्षिण गुजरातमधले लोक अविचल राहिले; त्यांना केलेल्या कृतीचा पश्चात्ताप झाला, असं मुळीच जाणवलं नाही.

कैदी

आपल्याला किती काळ कैदेत ठेवलं जाणार, हे गांधींना माहीत नव्हतं; कारण पंचवीस वर्षांपूर्वी वापरला गेलेला १८२७ चा पंचविसावा नियम सरकारला एखाद्या व्यक्तीस अमर्याद काळापर्यंत बंदिवासात ठेवण्याची मुभा देत होता. कालेलकर त्यांचे कोठडीतले सहवासी होते, परंतु येरवडा मध्यवर्ती तुरुंगातील इतर राजकारण्यांना– त्यांत वल्लभभाई, सरोजिनी नायडू आणि सिंधचे जमयरामदास दौलतराम यांचा समावेश होता– भेटण्याची परवानगी गांधींना नव्हती.

कालेलकरांनी नंतर लिहिलं की, तुरुंगाचा स्वयंपाकी गांधींनी सुचवलेल्या औषधयोजनेमुळे त्याच्या लंगडेपणावर मात करू शकला. पॅट्रिक क्वीन या आयरिश जेलरशी त्यांची मैत्री झाली व ते त्याला गुजरातीचे धडे देत असत. क्वीन तर सरळ सरळ त्याच्या शर्टच्या खिशात गांधींनी लिहून दिलेली दोन ओळींची चिठ्ठी बाळगत असे : *'कैद्यांशी दयाळूपणानं वागावं. राग आला तर तो गिळून टाकावा.'*

कालेलकरांच्या सोबतीचा आणि सूतकताईला मिळणाऱ्या वेळाचा आनंद लुटत गांधींनी कातलेल्या सुताचा दर्जा आणि प्रमाण यांत सुधारणा केली. पुण्याच्या एक स्नेही लेडी प्रेमलीला ठाकरसी यांनी पाठवलेल्या शिलाई मशिनमुळे गांधींना दक्षिण आफ्रिकेत शिकलेल्या शिवणकामातही प्रगती साधता आली.

पत्रं : राजकारणाशी संबंधित नसणारी कितीही पत्रं लिहिण्याची मुभा असल्यामुळे गांधी दर आठवड्याला साठ ते ऐंशी पत्रं लिहीत असत : आश्रमातील मुलांना, दांडी पदयात्रींना, कुटुंबीयांना, सहकाऱ्यांना, मित्रांना. तपासणी आणि विलंब यांच्या चक्रातून निघून ती पत्रं गठ्ठ्यानं आश्रमात धाडली जात आणि तिथून ती नवीन व्यवस्थापक, मगनलाल यांचे बंधू नरनदास गांधींमार्फत पुढे पाठवली जात. त्यातील बरीचशी गांधींना येणाऱ्या पत्रांची उत्तरं असत. त्यांना पत्रं आलेली आवडत असत

आणि पत्रं न लिहिणाऱ्यांबद्दल ते लटकी तक्रार करत.

अगदी सुरुवातीच्या पत्रांत ते आपला पत्ता 'येरवडा' असा लिहीत. काही दिवसांतच त्यात बदल होऊन तो 'येरवडा पॅलेस' असा झाला आणि काही पत्रांनंतर 'येरवडा मंदिर' असा झाला. बहुतेक वेळा पत्रांचा विषय आश्रमाशी संबंधित प्रश्नांशी निगडित असे किंवा आहार वा आरोग्याविषयी. एकदा त्यांनी लिहिलं, फलित न झालेलं अंडं हे दुधापेक्षाही जास्त 'शाकाहारी' असतं. बऱ्याचदा पत्रात सल्ला दिलेला असे; पण त्याशिवाय त्यात प्रेम, कौतुक, कल्पकता, कृतज्ञता, विश्वास, चिंतन, विनोद किंवा काळजीही असे.

गांधींचा चरखा नीटनेटक्या रीतीनं पाठवणाऱ्या, गांधींवर प्रेम करणाऱ्या आणि त्यांचं प्रेम मिळवणाऱ्या मीरेला (मिस स्लेड), लिहिलेलं हे पत्र १२ मे :

–तुझ्या पत्रापासूनच लिहायला सुरुवात करतो. तुरुंगातून लिहिलेलं हे पहिलं पत्र आणि तेही मौनव्रताच्या दिवशी. मी अगदी आनंदात आहे आणि राहून गेलेली विश्रांती उपभोगतो आहे. इथल्या रात्री गार आहेत आणि मला मोकळ्या आकाशाखाली झोपण्याची परवानगी मिळाली आहे, त्यामुळे मला छान झोप लागते... इतक्या विचारपूर्वक पाठवलेला चरखा आणि त्याबरोबर व्यवस्थित गुंडाळून पाठवलेल्या वस्तू या माझ्यासाठी अमूल्य भेट आहेत.

'पाखरांना', आश्रमातील मुलांना, १२ मे, 'येरवडा पॅलेस'हून :

पंख नसताना उडतात ते खरे पक्षी. पंख असल्यावर काय कुणीही उडेल. तुम्हाला पंख नाहीत, तरी तुम्ही जर उडू शकलात, तर तुम्हाला कशाचीच भीती वाटणार नाही... बघा, मला पंख नाहीत आणि तरीही रोज मी उडून तुमच्याकडे येतो... पाहा, तिथे विमला आहे आणि हे पाहा हरी, मनू आणि धर्मकुमार, तुम्हीसुद्धा तुमच्या मनानं उडू शकता आणि माझ्याबरोबर आहात, असं समजू शकता.

कस्तुरबांना, १२ मे :

रविवारी (४ मे) संध्याकाळी तुम्हा सगळ्यांना भेटून किती बरं वाटलं! तुमच्या कॅम्पपर्यंत तुमच्यासोबत मला येता आलं, हेही छान झालं! असं करता आलं याचा मला खूप आनंद झाला. देव त्याच्या कृपेचा वर्षाव माझ्यावर करतो आहे. सगळ्या भगिनींना मला पत्र लिहायला सांग.

दिल्लीत अटक झालेल्या देवदासला, 'येरवडा मंदिरातून', १३ मे :

तू कुठं आहेस, मला माहीत नाही; म्हणून आश्रमाच्या पत्त्यावर लिहीत आहे. ईश्वराला आपली काळजी आहे आणि म्हणून आपल्याला एकमेकांविषयी काळजी करण्याची गरज नाही. तुला माहीत आहे, की सरतेशेवटी मी सहीसलामत बाहेर पडत असतो. ईश्वर मला नेहमीच रस्ता दाखवतो.

हरिलालच्या मुलांचा सांभाळ करणाऱ्या बाली व कुमी या हरिलालच्या दिवंगत पत्नीच्या गुलाबच्या (किंवा चंचल) दोघी बहिणींना, २६ जुलै : *बालीचं पत्र मला मिळालं. कुमीनंही लिहिलं पाहिजे. मनूला* (हरिलालची सर्वांत धाकटी मुलगी) *तुम्ही नेलंत त्याबाबत माझं काही म्हणणं नाही. तुम्हा दोघी बहिणींना ज्या गोष्टीत आनंद आहे, त्या गोष्टीत मलाही आनंद आहे. या मुलांविषयी तुमच्या मनात असलेलं प्रेम बघून काही वेळा माझ्या डोळ्यात आनंदाश्रू येतात.*

आश्रमातील संगीतशिक्षक पंडित नारायण खरे यांना, २१ ऑगस्ट : *प्रार्थनेच्या वेळचा तुमचा आवाज माझ्या कानात रोज घुमत असतो.*

मणिलालची पत्नी सुशीला आपल्या पतीला तुरुंगात जाऊन भेटल्यानंतर तिला, २४ ऑगस्ट :
तुला मणिलाल नेहमीच हसऱ्या चेहऱ्याचा आणि गमतीदार बोलताना दिसत असेल, असं मला वाटतं. तो तुरुंगात काही वाचतो का?

नरनदास गांधींना, २४/२६ ऑगस्ट :
देवदासची प्रकृती आता कशी आहे? मी नेहमी त्याची आठवण काढतो, असं त्याला सांग. रामदासची तब्येत सुधारली का?

नरनदासला, ५/९ सप्टेंबर :
दुदाभाईंना (एक अस्पृश्य, त्यांची मुलगी, लक्ष्मी आश्रमात राहत असे) *जर लक्ष्मीला त्यांच्याबरोबर घेऊन जायचं असेल आणि तिचीही तशी इच्छा असेल, तर तिला रोखू नये.*

मीरेला, २८ सप्टेंबर :
तुझं कुमारप्पांशी फारसं जमत नाही, असं नरनदास म्हणत होता. परोपकार हा आपला धर्म आहे. त्याला जे हवं आहे, ते मी त्याला करू दिलं असतं.

प्रेमा कंटक यांना, २ ऑक्टोबर (गांधींचा जन्मदिवस), आश्रमातील मुलांना या महाराष्ट्रातून आलेल्या बाई शिकवत असत, गांधींवर त्यांची आत्यंतिक भक्ती होती आणि त्यांच्या लाकडी खडावा स्वत:जवळ

ठेवण्याची त्यांची इच्छा होती :

तुमची जर इच्छा असेल तर तुम्ही खडावा ठेवून घेऊ शकता. पण त्या लाकडाच्या तुकड्यांचं तुम्ही काय करणार? तुमची उंची त्यामुळे इंच-दोन इंच वाढेल असं वाटत असेल, तर जरूर ठेवा...

मी माझ्या वडिलांचा एक फोटो माझ्याजवळ ठेवत असे. दक्षिण आफ्रिकेत असताना त्यांचे फोटो मी ड्रॉइंग रूम व बेडरूममध्ये लावले होते. मी जेव्हा गळ्यात साखळी घालायचो, तेव्हा तिच्या लॉकिटमध्ये माझ्या वडिलांचा व मोठ्या भावाचा छोटा फोटो असायचा. मी आता ते बाजूला ठेवून दिलं आहे. याचा अर्थ मला त्यांच्याबद्दल आता आदर उरला नाही, असा होत नाही.

ज्यांच्या ज्यांच्याविषयी मला आदर वाटतो, त्या सगळ्यांचे फोटो लावण्याची मनीषा मी धरली असती, तर मला जागा पुरली नसती आणि त्या सगळ्यांच्या लाकडी खडावा मी ठेवायचं ठरवलं असतं, तर त्यासाठी मला जमीन विकत घ्यावी लागली असती. एक अनुभवी माणूस म्हणून मी तुम्हाला सांगू इच्छितो की, जेव्हा मी योग्य मार्गावर चालत असेन तेव्हा माझ्या मागे येणं हे माझ्या खडावा ठेवून घेण्यापेक्षा हजार पटींनी चांगलं असेल...

१९३०च्या लढ्याशी असहमती दर्शवणाऱ्या परंतु जन्मदिनाचं अभीष्टचिंतन करणाऱ्या हेन्री पोलॉक यांना, २० ऑक्टोबर :

प्रिय हेन्री, तुझ्या आणि मिलीच्या प्रेमळ शुभेच्छा मिळाल्या. तुम्ही कायम माझ्या मनात वस्ती करून असता. लिऑन कसा आहे?

ॲण्ड्र्यू यांना, १२ नोव्हेंबर :

माझ्या प्रिय चार्लीस,... मी रोज तुझी आठवण काढतो. प्रेम. मोहन.

शपथ घेण्याबाबत आपली शंका लिहून पाठवणाऱ्या जे. सी. कुमारप्पांना, १६ नोव्हेंबर :

कणखर माणसंही प्रसंगी कमजोर पडल्याची उदाहरणं आपण पाहतो... म्हणून शपथ घेण्याची गरज असते. महत्त्वाच्या क्षणी आपल्याला शक्ती मिळावी, यासाठी ईश्वराची मदत मागण्यासारखं ते असतं. पण मी तुझ्याशी वाद घालणार नाही. मला असं वाटतं की, आपल्या दोघांना एकच गोष्ट सांगायची असते; पण ती आपण वेगवेगळ्या तऱ्हेनं सांगतो– तू स्पॅनिशमध्ये आणि मी इटालियनमध्ये, असं म्हणू या का?

मीरेसाठी ते रोज आश्रम भजनावलीतून एखाद्या भजनाचं किंवा पदाचं इंग्रजीमध्ये भाषांतर करत. मूळ संस्कृत, गुजराती, हिंदी किंवा मराठी पद्याचा अर्थ समजून घेण्यासाठी काही वेळा ते कालेलकरांची मदत घेत. ५ मे रोजी सुरू झालेलं हे काम १५ डिसेंबरला संपलं. थोडक्यात असली तरी ही २२४ नीटनेटकी भाषांतरं झाली. आश्रमाच्या अकरा शपथांवर आधारित विस्तृत विवेचनंही गुजरातीत लिहून गांधींनी येरवड्याहून पाठवली.

नोव्हेंबरमध्ये मुदत संपल्यावर कालेलकरांची सुटका झाली. गांधींचं हे एक प्रकारे नुकसानच होतं, पण लवकरच येरवड्यालाच कैदी असलेल्या प्यारेलाल यांची सोबत त्यांना मिळाली.

वाटाघाटी : तात्पुरत्या तहाची शक्यता पडताळून पाहण्यासाठी आयर्विन यांच्या परवानगीनं सर तेज बहादूर सप्रू आणि एम. आर. जयकर यांनी ऑगस्टच्या मध्यावर गांधींची भेट घेतली. पुन्हा एकवार आयर्विन यांच्या सौजन्यानं त्यांनी आपल्याबरोबर उत्तर प्रदेशातील नैनी तुरुंगामधून दोन्ही नेहरूंना आणि बिहारचे सईद महमूद यांना आणलं. दोन्ही मध्यस्थ, उत्तर भारतातून आणलेले तीन कैदी आणि गांधी, वल्लभभाई, सरोजिनी नायडू व जयरामदास दौलतराम हे येरवड्याचे चार स्थानबद्ध हे सगळे एकत्र आले, १४ व १५ ऑगस्ट रोजी त्यांनी चर्चा केली. तहाबाबत काँग्रेसच्या अटी बरोबर घेऊन सप्रू आणि जयकर आयर्विन यांच्याकडे गेले.

कायदेभंगाची चळवळ पुढील तीन अटींवर मागे घेण्यास काँग्रेसचे पुढारी तयार होते– साम्राज्यापासून फारकत घेण्याचा भारताचा अधिकार ब्रिटिशांनी मान्य करावा, गांधींच्या अकरा मुद्द्यांचा योग्य तो सन्मान व्हावा आणि मीठ साठवण्यावरची बंधनं सैल करावीत. व्हाइसरॉयनं या अटी फेटाळून लावल्या.

पंतप्रधान रॅमसे मॅकडोनाल्ड यांनी बोलवलेल्या गोलमेज परिषदेला (Round Table Conference - RTC) सप्रू व जयकर नोव्हेंबर आणि डिसेंबरमध्ये लंडनला हजर राहिले. त्या परिषदेवर काँग्रेसनं बहिष्कार टाकला याचा उच्चार करून मॅकडोनाल्ड यांनी प्रतिनिधित्वाअभावी ती तहकूब केली. या परिषदेच्या फलिताविरुद्ध सार्वजनिकरीत्या काहीही प्रतिक्रिया देण्यापूर्वी काँग्रेस नेत्यांनी आपण लंडनहून परतण्याची वाट बघावी, अशी तार सप्रू आणि जयकर यांनी केली.

या त्यांच्या विनंतीबरोबरच आयर्विन यांचं एक अनपेक्षित वक्तव्य प्रसिद्ध झालं. 'राष्ट्रवादाचा अर्थ समजून न घेता त्याला कमी लेखणं ही फार मोठी चूक ठरेल', असं त्यांनी कलकत्त्यात जाहीर केलं. 'सरकारची कोणतीही कठोर कृती तिला सुधारू शकणार नाही', अशी पुष्टीही व्हाइसरॉयनं जोडली.

सुटका : २६ जानेवारी १९३१च्या सकाळी– काँग्रेसनं घेतलेल्या स्वातंत्र्याच्या

शपथेच्या बरोबर एक वर्षानं– गांधींना, त्यांची सुटका होत असल्याचं सांगण्यात आलं. जवाहरलाल, पटेल, राजगोपालाचारी आणि कार्यकारी समितीच्या सगळ्या सभासदांनाही त्या दिवशी सोडून देण्यात आलं; शिवाय समितीवरची बंदीही उठवण्यात आली. चर्चा करता यावी, म्हणून या सुटका केल्याचं आयर्विन यांनी सांगितलं. गांधींनी नरनदास यांना २६ जानेवारीला लिहिलं :

प्यारेलाल आणि मला सोडणार आहेत, असं आम्हाला आज सकाळी सांगण्यात आलं... या क्षणी मला असं वाटतंय, की शांतता सोडून मी एका वादळात उडी घेणार आहे.

त्या संध्याकाळी पुण्याच्या पश्चिमेला असलेल्या एका रेल्वे स्टेशनवरून असोसिएटेड प्रेस ऑफ इंडियानं एक बातमी प्रसिद्ध केली :

मुंबईला जाणाऱ्या गाडीची वाट बघत चिंचवडच्या प्लॅटफॉर्मवर उभ्या असलेल्या गांधींनी भारतीय जनतेसाठी पुढील संदेश दिला :
'कोणत्याही पूर्वग्रहानं दूषित नसलेल्या, विद्वेषाचा स्पर्शही न झालेल्या पूर्णपणे खुल्या मनानं आणि प्रत्येक दृष्टिकोनातून परिस्थितीचं परीक्षण करण्याच्या तयारीनं मी तुरुंगातून बाहेर आलो आहे.'
***प्रश्न :** सर्व राजकीय कैद्यांना ताबडतोब सोडून देण्याबाबत तुमचं काय मत आहे?*
***उत्तर :** माझ्या सविनय कायदेभंग चळवळीशी निगडित प्रत्येक राजकीय कैद्याला ताबडतोब सोडून देण्यात यावं, असं माझं प्रामाणिक मत आहे. जोपर्यंत आमचे बंधू-भगिनी तुरुंगात आहेत, तोपर्यंत आम्हा नेत्यांना चैन पडणार नाही.*
पुन्हा एकदा स्वतंत्र झाल्यामुळे आनंदित झालात का, या प्रश्नावर ते उत्तरले, 'मला खरंच माहीत नाही.' तुरुंगात मिळालेल्या वागणुकीबद्दल गांधींनी कृतज्ञता व्यक्त केली. नजीकच्या भविष्यकाळात पुन्हा तुरुंगात जाण्याची शक्यता वाटते का, यावर ते उत्तरले, 'शक्य आहे. कुणास ठाऊक, काही सांगता येत नाही.'

आयर्विन यांच्याशी करार

यॉर्कशायरच्या जमीनदार कुटुंबाचे वारसदार असलेले आणि गांधींपेक्षा बारा वर्षांनी लहान असलेले एडवर्ड फ्रेडरिक लिंडले वूड १९२५ साली लॉर्ड आयर्विन झाले आणि १९२६ साली भारताचे व्हाइसरॉय. 'गांधींजवळ एक प्रखर आत्मबल आहे', अशी जाहीर कबुली देणाऱ्या आयर्विन यांच्या वक्तव्यामुळे दिल्लीतील बरेच

अधिकारी उद्विग्न झाले. आयर्विन यांनी खाजगीतही काही मतप्रदर्शन केलं, त्यामुळे सप्रू, जयकर आणि श्रीनिवास शास्त्री यांच्यासारखे उदारमतवादी उत्साहित झाले.

या तिघांनी केलेल्या कळकळीच्या विनंतीवरून आता कायदेशीर झालेल्या कार्यकारी समितीनं काँग्रेसच्या वतीनं आयर्विन यांच्याशी वाटाघाटी करण्याचे अधिकार गांधींना दिले आणि गरज लागली तर चर्चेसाठी उपलब्ध असावं म्हणून ते सभासदही गांधींबरोबर दिल्लीला गेले. मात्र, दरम्यानच्या काळात, काही महिन्यांपूर्वी सुटका झालेले, आजारी असलेले एकोणसत्तर वर्षांचे मोतीलाल नेहरू लखनौला असताना देवाघरी गेले होते (६ फेब्रुवारी).

१७ फेब्रुवारीला नवी दिल्लीत व्हाइसरॉयबरोबर सुरू झालेली गांधींची बोलणी सोळा दिवस चालली. लाल व पांढऱ्या रंगाचा वाळूचा दगड आणि विविध छटा असलेला संगमरवर वापरून ल्युटेन्स या स्थापत्यविशारदानं बांधलेल्या व्हाइसरॉयच्या नव्या राजवाड्यात ही बोलणी झाली. एकूण दीड मैल लांबी भरेल इतके मोठे कॉरिडॉर्स आणि ३४० खोल्या असलेल्या या महालानं सोळा एकर जमिनीवरची साडेपाच एकर जागा व्यापली होती. ब्रिटिश साम्राज्य हे भव्य आणि कायमस्वरूपी असल्याची द्वाहीच जणू ही इमारत सर्वत्र फिरवत होती.

तेथून पाच मैलांवर असलेल्या दरियागंज भागातील एक मुस्लीम डॉक्टर आणि काँग्रेसचे नेते मुख्तार अहमद अन्सारी यांच्या घरी व्हाइसरॉयचा पाहुणा उतरला होता. आयर्विन यांच्याशी बोलणी करण्यासाठी गांधी या घरून कार्यकारी समितीच्या महालापर्यंत पायी जात असत आणि चर्चेचा तपशील कानावर घालण्यासाठी परत पायी येत असत. काही वेळा त्यांच्या अशा येरझारा दिवसातून दोन वेळा होत असत. याच दरम्यान–

लंडनमध्ये चर्चिल यांनी त्यांचे प्रसिद्ध ताशेरे मारले. ते म्हणाले, "एका फकिराचा वेष धारण केलेल्या मिडल टेम्पलमधल्या (हे चुकीचं होतं– गांधी इनर टेम्पलमध्ये वकिली करत असत.) उद्धट वकिलानं अर्धनग्न अवस्थेत व्हाइसरीगल पॅलेसच्या पायऱ्या चढून जाऊन राजवंशाचं प्रतिनिधित्व करणाऱ्याच्या बरोबर वाटाघाटी कराव्यात, ही गोष्ट उबग आणणारी आहे." चर्चिल पुढे म्हणाले, "खरं म्हणजे गांधीवादी आणि त्या संबंधित सगळ्या गोष्टींची मुस्कटदाबी करून शेवटी त्यांना चिरडलं पाहिजे."

जे दृश्य चर्चिल यांना अपमानास्पद वाटलं, ते भारतीयांना मात्र अत्यंत योग्य वाटलं. चर्चेच्या लांबलचक फैरी झडल्यावर बंडखोर आणि व्हाइसरॉय सहमतीच्या मुक्कामावर आले आणि ४ मार्चच्या रात्री त्यांनी करारावर सह्या केल्या. सरकारच्या म्हणण्यानुसार हाच तो आयर्विन-गांधी करार किंवा भारतीयांच्या मानण्यानुसार गांधी-आयर्विन करार.

कायदेभंगाची चळवळ स्थगित करून हिवाळ्यात लंडनला होणाऱ्या गोलमेज परिषदेत सहभागी होण्याची तयारी काँग्रेसनं दाखवली, तर १९३०च्या कायदेभंग चळवळीत अटक झालेल्या सगळ्या लोकांना सोडून देण्याची, जाचक कायदे आणि काँग्रेसच्या विविध समित्यांवर घातलेली बंदी मागे घेण्याची, जप्त केलेल्या व न विकलेल्या जमिनी परत देण्याची, किनारपट्टीवर राहणाऱ्या लोकांना स्वत:चं मीठ तयार करण्याची आणि मद्यविक्री किंवा विदेशी कापडाविरुद्ध शांततामय मार्गानं पिकेटिंग करू देण्याची तयारी सरकारनं दर्शवली.

प्रत्यक्षात स्वातंत्र्याचा प्रस्ताव मांडला गेला नाही. मिठाचा कायदा रद्द केला गेला नाही आणि विकल्या गेलेल्या जमिनी परत केल्या गेल्या नाहीत. तरी बहुतांश भारतीयांनी आनंद व्यक्त केला; कारण हजारो-लाखो लोकांना सोडून देण्यात येणार होतं. आणखी एक कारण म्हणजे या करारामुळे ब्रिटन आणि भारत, व्हाइसरॉय आणि गांधी, सरकार आणि काँग्रेस व अगदी मुळापासून बोलायचं तर सरकारचे पोलीस आणि कायदेभंग करणारे अहिंसक कार्यकर्ते यांच्यामध्ये एक प्रकारची समानता प्रस्थापित झाली.

आता काँग्रेसचे स्त्री-पुरुष सभासद मुक्तपणे मीठ गोळा करू शकणार होते किंवा कापड व मद्य यांचं निर्भयतेनं पिकेटिंग करणार होते; तेसुद्धा काल-परवापर्यंत एखाद्या कळपावर झडप घालणाऱ्या लांडग्यासारख्या पोलिसांच्या नजरेसमोर! मानसिकदृष्ट्या, ही एक क्रांतीच होती.

परंतु, काही प्रमाणात निराशाही होती. गोलमेज परिषदेत चर्चिल्या गेलेल्या संवैधानिक योजनेवर अधिक विचार करण्याविषयीच्या अटीला करारात दिलेल्या संमतीबाबत बोस आणि काँग्रेस अध्यक्ष जवाहरलाल समाधानी नव्हते. हे संपूर्ण स्वातंत्र्याच्या दिशेनं वाटचाल करण्याऐवजी बरंच अंतर माघारी येण्यासारखं आहे, असं त्यांचं मत होतं. गुजरातच्या शेतकऱ्यांच्या जप्त झालेल्या सगळ्या जमिनी परत मिळवण्यात आलेलं अपयश हे पटेलांच्या दु:खाचं कारण होतं.

भगतसिंगांचं प्रारब्ध : सगळ्याच राजकीय कैद्यांना शिक्षेत सूट मिळाली नाही, म्हणून भारतभर तरुण वर्ग नाखूश होता. दहशतवादी कारवायांसाठी कैदेत असलेल्या बंगाली तरुणांची सुटका झाली नव्हती; त्यापेक्षा निराशाजनक बाब म्हणजे, लाहोरला सॉंडर्सची हत्या केल्याच्या आरोपावरून १९२८ साली देहान्ताची शिक्षा झालेल्या भगतसिंग, सुखदेव आणि राजगुरू यांच्या शिक्षेत कोणतीही कपात झाली नव्हती. तरुणांचे नायक जर फाशी जाणार असतील, तर ते आनंदित कसे होणार?

कोणत्याही मुद्द्यावर, म्हणजे कैदी, जमिनी किंवा अगदी सगळ्या मुद्द्यांवर असहमती झाली तर बोलणी थांबवायची का, याची चर्चा करारावर सही करण्यापूर्वी

गांधींनी कार्यकारी समितीच्या प्रत्येक सभासदाची वैयक्तिकरीत्या भेट घेऊन केली होती... असमाधान असलं तरी कुणीही चर्चा थांबवण्याच्या बाजूनं नव्हतं. आपण अटी लादणारे कुणी नेता नसून तडजोड करत आहोत, हे सभासदांना चांगलं माहीत होतं.

प्रत्येक मुद्दा गांधींनी पराकोटीच्या प्रयत्नानं लावून धरला. शेतकऱ्यांच्या सगळ्या जमिनी परत मिळवून देण्याच्या पटेलांच्या शब्दाचा मान आपल्याला राखला पाहिजे, या गांधींच्या मुद्द्याला प्रामाणिकपणे उत्तर देताना आयर्विन म्हणाले, ''जमिनी परत देण्यात येणार नाहीत, असं वचन आपणही स्वत: साइक्स, गॅरेट आणि मास्टर यांना दिलं होतं.''

परंतु, राजीनामा दिलेल्या गावप्रमुखांच्या पुन्हा नेमणुका कराव्यात यासाठी मुंबई सरकारला विनंती करण्यास आणि विकल्या गेलेल्या जमिनी परत मिळवण्यासाठी सरकारबाह्य प्रयत्नांना मदत करायला आयर्विन तयार होते. त्याशिवाय, राष्ट्रवादी मुस्लीम गटाचे प्रतिनिधी म्हणून लंडनच्या गोलमेज परिषदेला हजर राहण्याची अन्सारींना मुभा असल्याचंही आयर्विन यांनी गांधींना सांगितलं : ही गोष्ट गांधींसाठी फार महत्त्वाची होती; कारण काँग्रेसविरोधी मुस्लीम लंडन परिषदेत आवाज उठवणार, हे त्यांना माहीत होतं.

मात्र भगतसिंग, राजगुरू आणि सुखदेव यांना जीवनदान देण्याची गांधींची विनंती आयर्विन यांनी ठामपणे नाकारली. ज्या विचारधारेचा मूळ पायाच अहिंसक विचारसरणीच्या पूर्णपणे विरुद्ध आहे, त्या धारेतील एकनिष्ठांविषयी अहिंसेच्या जनकानं इतक्या कळकळीनं विनवणी करावी, या गोष्टीचं प्रचंड आश्चर्य वाटत असल्याचं त्यांनी नमूद केलं. माझा निर्णय सर्वथा राजकीय विचारांनी प्रभावित होऊ द्यावा, ही गोष्ट पूर्णता अयोग्य असल्याचंही ते म्हणाले. एका पोलीस अधिकाऱ्याची हत्या करणाऱ्याला देहान्ताची शिक्षा स्वाभाविकपणे व्हायलाच हवी, असं आयर्विन यांचं मत होतं.

त्या तिघांनाही फाशी झाल्यानंतर गांधींनी हे कबूल केलं की, शिक्षा कमी होण्यासाठी प्रयत्न करतानाच त्या मुद्द्यावरून बोलणी खंडित करावी, असं आपल्याला वा कार्यकारी समितीला वाटलं नव्हतं. आयर्विन यांचा स्वत:चा पवित्रा वगळता, लंडनही या प्रश्नावर ठाम होतं. दुसऱ्या गोलमेज परिषदेवर काँग्रेसनं बहिष्कार टाकावा, असं आवाहन गांधींनी केलं असतं, तरीही शिक्षा अमलात आणली गेलीच असती; पण परस्परसंवादाचं, गांधींच्या म्हणण्याप्रमाणे स्वराज्याकडे नेणारं दुसरं दार किलकिलं झालं होतं– ते मात्र बंद झालं असतं.

ब्रिटनचा विश्वासघात केल्याचा आरोप चर्चिल आपल्यावर करणार, असं आयर्विन यांनी गांधींना सांगितलं. व्हाइसरॉय अगदी बरोबर होते. आयर्विन यांनी दिलेल्या सवलतींमुळे बेकायदेशीर कृती कायदेशीर होण्याला मदत झाली, असा

आरोप चर्चिल यांनी केला, शिवाय गांधी आणि काँग्रेस यांना डोक्यावर बसवण्यात आलं आहे आणि ब्रिटिशांनी भारतीय भूमीवर पाऊल ठेवल्यानंतर प्रथमच त्यांना मानहानिकारक वागणूक देणाऱ्यांना व त्यांचा विरोध करणाऱ्यांना सहानुभूतीचा हात पुढे केला गेला, असाही आरोप त्यांनी केला.

६ मार्च रोजी दिल्लीला झालेल्या पत्रकार परिषदेत भारतीय, ब्रिटिश आणि अमेरिकन पत्रकारांशी बोलताना गांधींनी तडफदार उत्तरं दिली.

पत्रकार : गोलमेज परिषदेदरम्यान तुम्ही पूर्ण स्वराज्याचा आग्रह धरणार का?

गांधी : आम्ही तसा आग्रह धरला नाही, तर आम्हीच आमचं अस्तित्व नाकारल्यासारखं होईल.

पत्रकार : वाटाघाटींदरम्यान कोणत्या गोष्टींमुळे दान सुलट पडलं?

गांधी (हसत) **:** आयर्विन यांचा चांगुलपणा आणि कदाचित (हास्य अधिक रुंदावत) तेवढाच माझाही चांगुलपणा.

पत्रकार : तुमच्या हयातीत तुम्ही पूर्ण स्वराज्याची अपेक्षा करता का?

गांधी : नक्कीच! मला पूर्ण आशा आहे. मी स्वत:ला बासष्ट वर्षांचा तरुण समजतो.

पत्रकार : राज्य चालवण्यासाठी इतर वंशांपेक्षा तुम्ही इंग्रजी वंशाला जास्त प्राधान्य देता का?

गांधी : हा निवाडा करणं माझ्या हातात नाही. माझ्या स्वत:शिवाय माझ्यावर दुसऱ्या कुणाचीही सत्ता असावी, अशी इच्छा मला नाही.

पत्रकार : भावी सरकारचे पंतप्रधान होण्याला तुम्ही संमती द्याल का?

गांधी : नाही. ती जागा तरुण मनांसाठी आणि कणखर हृदयांसाठी राखीव आहे.

गांधींबरोबर या प्रश्नोत्तरांच्या प्रसंगी उपस्थित असणाऱ्या पत्रकारांमध्ये 'शिकागो ट्रिब्यून'चे विल्यम शायररही होते, पुढे जाऊन त्यांनी The Rise and fall of the Third Reich आणि Gandhi : A memoir ही पुस्तकं लिहिली. शायरर यांच्या आठवणींप्रमाणे या प्रसंगी गांधी त्यांना म्हणाले, *'मित्रा शायरर, तुम्ही बघालच! आम्ही स्वातंत्र्य मिळवूच; तेही माझ्या हयातीत.'*

१९३१ साली सत्तावीस वर्षांचे असलेले शायरर गांधींकडे आकर्षित झाले. दिल्लीला झालेल्या त्या वार्तालापादरम्यान एकदा गांधींच्या विनंतीवरून त्यांनी गांधींनी केलेलं एक वक्तव्य टाइप करून दिलं. त्या प्रसंगाची आठवण त्यांनी नंतर सांगितली :

त्यांच्या शब्दांनी आणि ज्या साधेपणानं आणि प्रामाणिकपणे ते शब्द ते

उच्चारत होते, त्यामुळे मी इतका हेलावून गेलो, की ते टाइप करणंही मला जड गेलं होतं.

कराची काँग्रेस : कार्यकारी समितीनं वल्लभभाईंची काँग्रेसच्या अध्यक्षपदी निवड केली. या निवडीबद्दल एका व्यक्तीनं नापसंती दर्शवली, ती होती त्यांचे वडीलबंधू विठ्ठलभाई. केंद्रीय विधानमंडळाच्या अध्यक्षपदाचा राजीनामा दिल्याबद्दल मोबदला म्हणून काहीच मिळालं नसल्यानं त्यांची ही नाराजी होती.

काँग्रेसच्या खुल्या अधिवेशनासाठी कराचीला जाताना गांधींनी पुन्हा एकदा आयर्विन यांना भगतसिंग, राजगुरू आणि सुखदेव या तिघांना जीवदान देण्याची विनंती केली. त्यांची फाशीची शिक्षा अमलात आणली, तर देशाची शांतता धोक्यात येईल आणि आपण खूपच अडचणीत येऊ, असं त्यांनी सांगितलं. या अखेरच्या आवाहनात गांधींचं शेवटचं वाक्य होतं, 'दयाळूपणा कधीही वाया जात नाही.' ज्या दिवशी हे पत्र पाठवलं गेलं, त्याच दिवशी म्हणजे २३ मार्च रोजी त्या तिघांना फाशी दिली गेली.

२५ मार्चला जेव्हा गांधी कराची स्टेशनवर उतरले, तेव्हा प्रक्षुब्ध तरुणांनी काळे झेंडे दाखवून त्यांचं स्वागत केलं आणि गांधीवादाचा धिक्कार असो, अशा घोषणा दिल्या. ते आपल्यावर हल्ला करणार, असं गांधींना वाटत होतं. त्याऐवजी, काळ्या कापडापासून तयार केलेली फुलं त्यांना तरुणांनी दिली आणि त्यांच्यासाठी आणलेल्या गाडीपर्यंत त्यांना सुरक्षितपणे नेऊन पोचवलं. देसाईंनी वर्णन केल्याप्रमाणे, २६ मार्चच्या रात्री स्वर्गाच्या मंडपाखाली भरलेल्या अधिवेशनाला संबोधित करताना गांधींनी त्या तरुणांनी दाखवलेल्या सौजन्याची प्रशंसा केली. ते पुढे म्हणाले :

मी देशाचा विश्वासघात करतो आहे, असं जर त्यांना वाटलं असेल, तर माझ्यावर टीका करण्याचा त्यांना अधिकार होता, असं मला वाटतं... त्यांना प्रेमानं जिंकून घेण्याचा माझा मानस आहे. तलवार बाजूला फेकून दिल्यावर माझ्या विरोधकांसमोर प्रेमाचा प्याला धरण्याशिवाय दुसरं काय उरतं?

एका पत्रकार परिषदेत गांधी म्हणाले होते, *"भगतसिंगांच्या शौर्यापुढे आणि त्यागापुढे आपली मान आपोआप झुकते."* अधिवेशनात बोलताना ते नंतर म्हणाले :

परंतु, भगतसिंगांनी केलेली चूक तुम्ही लक्षात घ्यावी, असं मला वाटतं... आपल्या लाखो अर्धपोटी, मुक्या, बहिऱ्या, लुळ्या-पांगळ्या बांधवांसाठी आपण तलवारीच्या बळावर स्वराज्य मिळवू शकत नाही, असं मी पुन्हा जाहीरपणे सांगतो. त्या परमेश्वराला साक्षी ठेवून मी हे सत्य तुमच्यासमोर

मांडतो...

आपण जर हिंसेचा मार्ग पत्करला असता, तर मागच्या आंदोलनात विजयाचा आनंद अनुभवणाऱ्या स्त्रिया व मुलांना तो आनंद अनुभवता आला असता, असं तुम्हाला वाटतं? जगात सगळ्यांत दुर्बल समजल्या जाणाऱ्या आपल्या महिला हिंसेची कास धरल्यानंतर असं असाधारण कार्य करू शकल्या असत्या? गंगाबहनसारख्या स्त्रिया त्यांची पांढरी साडी रक्तानं माखेपर्यंत लाठ्यांचे घाव सोसू शकल्या असत्या?

आणि आपली मुलं- आपली वानरसेना. त्यांची खेळणी, त्यांचे पतंग आणि त्यांचे फटाके बाजूला सारून स्वराज्याचे सैनिक म्हणून ही निरागस मुलं आपल्याला येऊन मिळाली. ही लढाई जर हिंसेच्या मार्गानं न्यायची असती, तर त्यांना तुम्ही तुमच्याबरोबर येऊ दिलं असतं का? लाखो पुरुष, स्त्रिया आणि मुलं सैनिक म्हणून आपण जमा करू शकलो, कारण आपण अहिंसेच्या शपथेनं बांधलो गेलो होतो.

भगतसिंगांनी दाखवलेल्या धैर्याला 'नवजीवन'मध्ये आदरांजली वाहताना (२९ मार्च १९३१) गांधींनी हत्याकांडाला असलेल्या आपल्या विरोधाचा पुनरुच्चार केला :

न्याय मिळवण्यासाठी हत्या करत सुटण्याची सवय जर आपल्याला लागली तर, तथाकथित न्यायासाठी आपण एकमेकांचे खून करत सुटू. आधीच करोडो निराश्रित आणि पंगू असलेल्या या देशात मग भयावह परिस्थिती निर्माण होईल.

एकमेव प्रतिनिधी : सरत्या वर्षात झालेल्या संघर्षात मिळवलेल्या यशामुळे कराची अधिवेशनात लक्षणीय ऐक्य दिसून आलं. त्यामध्ये गांधी-आयर्विन कराराला पाठिंबा व्यक्त करण्यात आला. कराराच्या समर्थनार्थ जवाहरलाल यांनी ठराव मांडला आणि सुभाष बोस यांनी अनुमोदन दिलं. शिवाय गोलमेज परिषदेला उपस्थित राहण्यासाठी काँग्रेसचे एकमेव प्रतिनिधी म्हणून गांधींची नियुक्ती केली गेली आणि तिथे ऐनवेळी उपस्थित होणाऱ्या मुद्द्यांवर तरतमभावानं निर्णय घेण्याचे अधिकारही त्यांना देण्यात आले.

लंडनमध्ये गांधींसोबत सहकाऱ्यांची निवड करणं म्हणजे इतरांना वगळणं भाग होतं. ही तारेवरची कसरत कटुता निर्माण करणारीही ठरू शकली असती. अध्यक्ष पटेलांनी जावं आणि जवाहरलाल यांनी नाही? की जवाहर यांनी जावं व बोस यांना वगळावं? राजगोपालाचारी का नको? अशा परिस्थितीत तरी गांधींच्या अनुपस्थितीत भारताला नेत्यांची आवश्यकता होती. कराची अधिवेशनाच्या वृत्तसंकलनासाठी गेलेल्या शायरर यांच्या मते गांधींची वर्तणूक तेथे एखाद्या कसलेल्या राजकारणपटूसारखी

होती. स्वतंत्र भारतात मिळणाऱ्या मूलभूत अधिकारांसंदर्भात एक महत्त्वपूर्ण ठरावही कराचीत संमत केला गेला. त्याचा मसुदा गांधी व जवाहरलाल या दोघांनी मिळून तयार केला होता, तो ठराव गांधींनी मांडला. *'आम्ही सत्तेवर आल्याआल्या काय काय करणार आहोत, ते या ठरावाद्वारे आम्ही जगाला आणि आमच्या स्वत:च्या लोकांना स्पष्ट करून दाखवू इच्छितो.'*

त्याद्वारे काँग्रेस अभिव्यक्तिस्वातंत्र्य, धार्मिक स्वातंत्र्य, विचार आणि एकत्र जमण्याच्या स्वातंत्र्याला बांधील असणार होती. त्यामध्ये जात-पात, लिंगभेद यांना थारा नव्हता. किमान रोजगार आणि कामाचे मर्यादित तास, धर्मनिरपेक्ष राज्य (स्वराज्य हिंदुत्वाला आणि इस्लामला सारखंच प्राधान्य देईल, हे गांधींनी स्पष्ट केलं); अस्पृश्यता व वेठबिगारीचं उच्चाटन, मिठाचा कायदा रद्द करणं आणि महत्त्वाच्या उद्योगांवर शासनाचं नियंत्रण किंवा मालकी या बाबींनाही बांधील असणार होती.

कराची अधिवेशन सुरू असतानाच कानपूरला धार्मिक संघर्षाच्या ठिणग्या उडाल्या. हिंदू-मुस्लीम संघर्षात हस्तक्षेप करताना हिंदी साप्ताहिकाचे संपादक आणि उत्तर प्रदेशातील एक प्रमुख काँग्रेस नेते एकेचाळीस वर्षांचे गणेश शंकर विद्यार्थी हे मृत्युमुखी पडले, त्यामुळे भारतात खळबळ माजली. 'यंग इंडिया'मध्ये गांधींनी लिहिलं (९ एप्रिल १९३१) की, 'विद्यार्थी यांच्या हौतात्म्यामुळे अखेरीस कठिणातली कठीण हृदयं वितळतील आणि एकजीव होतील.'

विलिंग्डन आणि निराशा : आयर्विनबरोबरच्या चांगल्या संबंधांमुळे आशा निर्माण झाली होती; पण विविध प्रांतांमध्ये ब्रिटिश अधिकारी व्हाइसरॉयनं दिलेल्या सवलतींना अटकाव करत होते. गुजरातमध्ये काँग्रेसधार्जिण्या गावप्रमुखांची पुनर्नियुक्ती करण्यास गॅरेट आणि मास्टर यांचा विरोध होता आणि बंडखोरांना त्यांच्या जमिनी परत मिळवण्यासाठी मदत करायलाही ते तयार नव्हते. बाकीच्या प्रांतांमध्येही हीच स्थिती होती.

गांधींच्या सांगण्यावरून आयर्विन यांनी मास्टरची बदली केली; परंतु १८ एप्रिलनंतर मदतीसाठी आयर्विनच तिथे राहिले नाहीत. पूर्वी मुंबई व मद्रास प्रांतांचे गव्हर्नर म्हणून काम पाहिलेल्या लॉर्ड विलिंग्डन यांची व्हाइसरॉय म्हणून नियुक्ती झाली. १९१९मध्ये गांधींना त्यांनी 'बोल्शेव्हिक' असं संबोधलं होतं आणि आयर्विनसारख्या साध्यासुध्या माणसाला गांधींनी फसवलं होतं, असं त्यांचं मत होतं.

गांधींपेक्षा तीन वर्षांनी मोठे असलेले नवीन व्हाइसरॉय हे मूळचे जॉर्ज फ्रीमन थॉमस. बॅरन होण्याआधी आणि कॅनडाचे गव्हर्नर जनरल (१९२६-३१) होण्यापूर्वी ते पार्लमेंटचे एक उदारमतवादी सदस्य होते. लॉर्ड होण्याच्या तयारीत असलेले आणि पाचव्या जॉर्ज राजाचे टेनिसचे साथीदार असलेले विलिंग्डन भारतातील

संस्थानिकांना राजकारण्यांपेक्षा जास्त पसंत करत असत.

गुजरात, सीमावर्ती प्रांत आणि उत्तर प्रदेशात कराराचा भंग केला जात असल्याच्या सततच्या तक्रारींकडे आणि बंगालमधल्या कैद्यांच्या सुटकेसाठी होत असलेल्या अर्जविनंत्यांकडे विलिंग्डन दुर्लक्ष करताहेत हे पाहून, लंडनला प्रस्थान ठेवण्यासाठी केवळ अठरा दिवस उरले असताना, गांधींनी आपण गोलमेज परिषदेसाठी जात नसल्याचं ११ ऑगस्ट रोजी जाहीर केलं.

आपल्याबरोबर पुन्हा मुस्लीम साथीदार घेऊन काम करण्याचे प्रयत्न निष्फळ ठरल्यामुळेही ते नाउमेद झाले होते. मुंबईत सतत दोन दिवस शौकत अलींशी बोलणी केल्यावर त्यांनी गांधींचा प्रस्ताव आधी स्वीकारला व नंतर नाकारला : मध्यवर्ती मंडळात एकतृतीयांश भागीदारी आणि संयुक्त मतदारसंघ, असा युतीचा तो प्रस्ताव होता.

परंतु सप्रू आणि जयकर पुन्हा एकदा पुढे सरसावले आणि तीन दिवसांच्या आत गांधी, पटेल, जवाहरलाल आणि गफार खान सिमल्याला जाऊन पोचले. तिथे गांधींची विलिंग्डन यांच्याबरोबर भेट झाली. गांधींना त्या वेळी सद्‌भावनेचा पूर्णपणे अभाव जाणवला. एक मागणी वगळता इतर सगळ्या मागण्या विलिंग्डन यांनी धुडकावल्या. उत्तर प्रदेश किंवा सीमावर्ती प्रांत किंवा बंगालमध्ये हस्तक्षेप करायला ते तयार नव्हते आणि अन्सारींना गोलमेज परिषदेसाठी शिष्टमंडळात जाऊ द्यायलाही राजी नव्हते. पण बार्डोलीच्या जमिनींसदर्भात चौकशी करायला मात्र तयार होते.

या छोट्याशा सवलतीमुळे गोलमेज परिषदेला उपस्थित राहण्याकडे गांधींचा कल अधिक झुकला आणि पटेल, नेहरू, गफार खान आदींनीही त्यांना जाण्याबाबत आग्रह केला. स्वातंत्र्याकडे नेणाऱ्या दुसऱ्या दरवाजावरील गांधींचा विश्वास कमी झाला नव्हता. त्यांनी सिमल्यात जाहीर केलं की, कायदेभंगाची चळवळ स्थगित केली असली, तरी वेळ आली तर काँग्रेस 'थेट सावध कृती'चा आसरा घेईल.

हा आसरा म्हणजे त्यांच्या सैनिकांसाठी एका नव्या त्रासाची सुरुवात असेल, हे गांधी जाणून होते. आशावादी दृष्टिकोन घेऊन ते इंग्लंडला जाणार होते; केवळ गोलमेज परिषदेच्या बैठकीसाठीच नाही, तर ब्रिटिश जनतेशी संवाद साधण्यासाठी.

बरोबर साथीदार/मदतनीस म्हणून त्यांनी महादेव देसाई, देवदास, प्यारेलाल आणि स्लेड यांची निवड केली. मीरेबाबत एका पत्रकारानं विचारलं असता गांधी मोठ्यानं हसले आणि म्हणाले, *"मी तिला का नेऊ नको? ती एक अत्यंत उपयुक्त मदतनीस आहे आणि शिवाय, इंग्लंडला असलेल्या तिच्या आईला भेटायला ती उत्सुक आहे."* परंतु त्यांनी राजकारणातील जवळचे साथीदार बरोबर घेतले नाहीत.

राजगोपालाचारी यांना, २८ ऑगस्ट १९३१ रोजी ते लिहितात : *माझ्याबरोबर लंडनला दोन व्यक्ती असायला हव्या होत्या, तुम्ही आणि जवाहरलाल... इतरांप्रमाणे*

तुम्ही भारतात राहून मला मदत कराल. मात्र, तुम्ही बरोबर असता तर माझ्यावरचं ओझं जरा हलकं झालं असतं.

इंग्लंड

२९ ऑगस्ट १९३१ रोजी गांधी आणि मंडळी मुंबईला 'राजपुताना' बोटीवर चढली. एक अधीर आणि उत्सुक किशोर म्हणून भारतातून इंग्लंडला ते गेले त्या गोष्टीला आता त्रेचाळीस वर्षं झाली होती–नंतर १९०६, १९०९ आणि १९१४ सालच्या त्यांच्या इंग्लंड वाऱ्या या दक्षिण आफ्रिकेहून केलेल्या होत्या. या वेळी ते संपूर्ण भारताच्या वतीनं तिथे चालले होते.

ओळखीचा आणि काही बाबतीत लाडका असलेला हा देश मात्र भारताचा मालक होता. त्याशिवाय, तिथले सत्ताधारी, गोलमेज परिषदेचे यजमान गांधींकडे भारताचा आवाज म्हणून नाही तर अनेक भारतीय प्रतिनिधींपैकी एक असं समजणार होते. आयर्विन त्यांना तसं समजत असत.

ब्रिटिश जनतेशी संपर्क साधणं हा त्यांचा प्रमुख उद्देश असल्यामुळे डोरीस आणि म्युरिएल लेस्टर या दोन बहिणींनी बो येथील ईस्ट एन्ड विभागात चालवलेल्या किंग्जले हॉल या कम्युनिटी सेंटरमध्ये उतरण्याचं आमंत्रण त्यांनी स्वीकारलं. एक शांतीवादी, स्त्रीवादी आणि विश्वबंधुत्वावर विश्वास ठेवणाऱ्या म्युरिएल पूर्वी साबरमती आश्रमात येऊन गेल्या होत्या आणि त्यांनी गांधी आणि मंडळींना 'हॉल'च्या 'खोल्यां'वर (असं त्या संबोधत) राहायला येण्याचं आमंत्रण दिलं होतं.

त्यांनी सागरीसफरीचा आनंद लुटला. एक खलाशी म्हणून गांधी त्यांच्या साथीदारांपेक्षा सर्वच बाबतींत उत्कृष्ट होते, असं ॲडमिरलची मुलगी असलेल्या मीरेचं मत होतं (भारतीय वेष परिधान करणाऱ्या मीरेनं भारतीय जोगिणींसारखा डोईचा तुळतुळीत गोटा केला होता). 'राजपुताना'वरच्या एका तरुण, खट्याळ सहप्रवाशानं गांधींना 'स्कँडल टाइम्स' नावाची 'पत्रिका' देऊन त्यांची प्रतिक्रिया विचारली, तेव्हा त्या पानांना लावलेली पिन त्यांनी काढून घेतली आणि 'धन्यवाद', असं म्हणून पानं त्या तरुणाला परत दिली.

युरोपियन एकाधिकारशाहीचा धिक्कार करणाऱ्या इजिप्शियन नागरिकांनी सुएझ आणि पोर्ट सैद इथे गर्दी केली; पण साम्राज्याच्या मुख्य बंडखोराला भेटण्याची मुभा त्यांना देण्यात आली नाही. कवी अहमद शौकी यांनी इजिप्शियन लोकांना कळकळीचं आवाहन केलं होतं की, जेव्हा गांधी या मार्गानं जातील, तेव्हा लोकांनी–

> *बोटीत बसून अगदी जवळून वा लांबवरूनही जिथून शक्य असेल तिथून त्यांचं स्वागत करायला थांबलं पाहिजे. ते कन्फ्यूशिअससारखे मार्गदर्शक आणि गुरू आहेत... त्यांनी हिंदू-मुस्लिमांमध्ये परस्परांविषयी प्रेम प्रेरित*

केलं आहे आणि त्यांच्या आत्मिक शक्तीमुळे त्या दोन तलवारी एकाच म्यानात ठेवल्या आहेत. दडपशाही करणाऱ्यांना लगाम घालण्यासाठी लागणारी शक्ती या ऊर्जास्रोतात आहे.

मार्सेलिसमध्ये कालाईसला जाण्यासाठी ब्रिटिश खाडीच्या किनाऱ्यावर ट्रेन पकडण्यासाठी गांधी गेले असता शेकडो लोकांनी, अनेक पत्रकारांनी त्यांना गराडा घातला. १२ सप्टेंबरला सुमारे पाच हजार लोकांनी इंग्लंडला फॉकस्टोन इथे गाडी पोचली तेव्हा त्यांचं स्वागत केलं, त्यात बरेच भारतीयही होते. दिवसाच्या उत्तरार्धात जेव्हा ते किंग्जले हॉलला पोचले, तेव्हाही ईस्ट लंडनच्या लोकांनी गर्दी करत त्यांचं उत्साहात स्वागत केलं.

'ईव्हिनिंग स्टँडर्ड'च्या (१२ सप्टेंबर) वार्ताहराला त्यांनी सांगितलं की, ते लंडनमध्ये त्यांचा पंचा वापरणार होते; पण थंडीपासून बचाव करण्यासाठी शाली आणि रग वापरणार होते. ते काही नाटकांचे प्रयोग बघणार का, असं विचारलं असता, उत्तरादाखल गांधींनी काही जुन्या आनंददायी आठवणी सांगितल्या :

एके काळी मी लिसिअमला जात असे. मला शेक्सपिअरची नाटकं आवडत असत– मला अतुलनीय एलेन टेरी आवडत असे– मी तिची पूजा करत असे; पण हे सगळं मेलोड्रामा येण्याच्या आधी. मी या वेळी लंडनची नाटकं बघायला जाणार नाही, कारण मला वेळच मिळणार नाही. तुम्ही समजता तसा काही मी भयंकर म्हातारा नाही. खरंतर मी एक मस्तमौला माणूस आहे. मला तुम्ही स्कॉच म्हणू शकता. माझ्या पैशांची मी फार काळजी घेतो.

१३ सप्टेंबरच्या संध्याकाळी डॉर्चेस्टरला पंतप्रधान रॅमसे मॅकडोनाल्ड यांच्याबरोबर त्यांची दीर्घ बोलणी झाली. मजूर पक्षाचे हे पंतप्रधान एका गरीब स्कॉटिश शेतकऱ्याचे सुपुत्र होते. ऑगस्टच्या अखेरीपासून टोरींचा वरचश्मा असलेल्या राष्ट्रीय सरकारचे ते प्रमुख होते. बहुतांश मजूर पक्षाच्या खासदारांना हे असं सरकार पसंत नव्हतं. गांधींना मॅकडोनाल्ड असहाय असल्यासारखे वाटले : त्याला कारण होती मंदी. बेकारीही प्रचंड होती, पाऊंड घसरत होता आणि मूलतःच पंतप्रधान कणखर नव्हते.

ते काहीही असलं, तरी भारत हा काही इंग्लंडच्या चिंतेचा मुख्य विषय नव्हता. त्यापेक्षाही, भारतीय स्वतःचा देश चालवू शकणार नाहीत, असं मानणाऱ्या अधिकाऱ्यांच्या हाती भारताबाबतचं धोरण ठरवण्याची जबाबदारी दिली गेली होती. गांधींच्या दृष्टिकोनातून सर्वांत वाईट गोष्ट होती की, भारतातून आलेले निरनिराळे प्रतिनिधी– मुस्लीम, पारशी, अँग्लो-इंडियन, युरोपियन संस्थानिक, महाराष्ट्रातून आलेल्या आणि अस्पृश्यांचं प्रतिनिधित्व करणारे भीमराव आंबेडकरांसारखे लोक हे काँग्रेस ही

काही त्यांच्या भारताचं प्रतिनिधित्व करत नाही, असं गोलमेज परिषदेत खुलेआम जाहीर करतील, अशी त्यांना खात्री होती.

गोलमेज परिषद : तरीही, ग्लासमध्ये अजूनही काही वाळू बाकी असताना ते एक प्रयत्न करून पाहणार होते. गोलमेज परिषदेमधील त्यांच्या पहिल्याच भाषणात त्यांनी काँग्रेसच्या सर्वसमावेशक स्वरूपाचं विश्लेषण करताना काँग्रेसनं आतापर्यंत निवडलेल्या मुस्लीम , पारशी आणि ख्रिश्चन अध्यक्षांचा उल्लेख केला, अल्पसंख्याकांच्या तसेच अस्पृश्यांच्या आणि स्त्रियांच्या अधिकारांसाठी काँग्रेस कटिबद्ध असल्याचा पुनरुच्चार केला. ब्रिटिशांच्या गुणांचं वर्णन केलं आणि ब्रिटिशांना भेडसावणाऱ्या आर्थिक आणीबाणीची भारताला जाणीव असल्याचा दावा केला :

एक काळ असा होता, की मी स्वत: ब्रिटिश प्रजाजन असल्याचा किंवा तसं म्हणवून घेण्यात धन्यता मानत होतो. परंतु बऱ्याच वर्षांपासून असं मानणं मी थांबवलं आहे; प्रजाजन म्हणवून घेण्यापेक्षा मी स्वत:ला बंडखोर म्हणणं जास्त पसंत करतो.

पण मी अजूनही, ब्रिटिश साम्राज्याचा नव्हे, तर कॉमनवेल्थचा– शक्य असेल तर भागीदारी करून– नागरिक बनण्याची आकांक्षा ठेवतो. ईश्वराची इच्छा असेल तर अखंड भागीदारी करून राहू इच्छितो– पण ही भागीदारी एका देशानं दुसऱ्या देशावर लादलेली नसावी... दोन्ही पक्षांना ती मोडण्याचा अधिकार असावा...

मी लंडनला येत असतानासुद्धा हाच विचार करत होतो, की आम्ही... आजच्या स्थितीला ब्रिटिश मंत्र्यांसाठी एक ब्याद तर ठरत नाही? आम्ही आगंतुक तर वाटत नाही आहोत? आणि मग मी स्वत:लाच म्हणालो : आम्ही आगंतुक वाटत नसण्याची शक्यता आहे.

हो, भारताला तलवारीच्या धाकात ठेवता येऊ शकतं! तलवारीच्या धाकाखाली भारताला ठेवू शकण्याच्या भारताच्या क्षमतेबद्दल मला तिळमात्रही शंका नाही. परंतु ग्रेट ब्रिटनची भरभराट होण्यासाठी कोणाची मदत होईल... गुलामीत जखडलेल्या पण बंडखोर भारताची की ब्रिटनच्या सुखदु:खांत भागीदार असलेल्या स्वाभिमानी भारताची?

आणि म्हणून तुमच्या या सुंदर देशाच्या किनाऱ्याजवळ येत असताना मी स्वत:शीच म्हणालो, भारत एक महत्त्वपूर्ण भागीदार होऊ शकतो, ही गोष्ट ब्रिटिश मंत्र्यांच्या गळी उतरवण्यात कदाचित मला यश मिळेल. एक असा भागीदार, जो जबरदस्तीनं नव्हे तर प्रेमाच्या रेशमी धाग्यानं जोडला

गेला असेल... तुमची अर्थव्यवस्था आतापुरतीच नाही तर पुढेही अनेक वर्षं रुळावर आणण्यासाठी तो खरोखरच मदत करेल.

दोन देश काय करू शकणार नाहीत? एक छोटासा, पण शूर व अतुलनीय शौर्याचा इतिहास असलेला, गुलामगिरीशी मुकाबला केलेला देश, दुर्बलांचं रक्षण करण्याचा दावा करणारा देश आणि दुसरा प्राचीन, लाखोंचं मनुष्यबळ असणारा, प्राचीन आणि वैभवशाली परंपरा असलेला, सध्या हिंदू व इस्लाम या दोन महान संस्कृतीचं प्रतिनिधित्व करणारा... समजा, ईश्वरानं इथे उपस्थित असलेल्या हिंदू आणि मुसलमान प्रतिनिधींना सद्प्रेरणा दिली आणि त्यांनी परस्परांविषयी ईर्षा न बाळगता परस्पर-सामंजस्याची भूमिका घेतली...

सुमारे सात महिने भारतात गांधींच्या आचार, विचार, भाषणांचा मागोवा घेतल्यानंतर गोलमेज परिषदेचा वृत्तान्त लिहिण्यासाठी आलेल्या शायरर यांना वाटलं की, अंतर्यामीच्या उमाळ्यातून आणि कोणताही कागद समोर न ठेवता, त्यांच्या प्रदीर्घ राजकीय कारकिर्दीतील हे सर्वोत्तम भाषण होतं.

स्नेहाचा हात : बोच्या रस्त्यांवरून गांधी सकाळ-संध्याकाळ फिरत असत, त्यांच्या खोलीत रोज सूत कातत असत, तिथे टेबल-खुर्ची नव्हती, पलंगही नसल्याने ते जमिनीवर झोपत, किंग्जले हॉलमध्ये ते सकाळी व संध्याकाळी प्रार्थना करत (गांधींसाठी तिथे एक शेळी आणून ठेवली होती) आणि भेटायला येणाऱ्यांना आपल्या खोलीत भेटत.

आपल्या घराजवळून चालत जाणाऱ्या या विचित्र व्यक्तीला बघण्यासाठी बोचे रहिवासी त्यांच्या खिडक्यांमधून डोकावत असत. त्यांना आपल्याला भेटण्याची इच्छा आहे असं समजल्यावर गांधी एका महिलेला हॉस्पिटलमध्ये भेटायला गेले आणि एका रुग्णाला त्याच्या घरी जाऊन भेटले. आपल्या पालकांच्या मागे भुणभुण करून मुलं गांधींबरोबर पहाटे फिरायला जाण्याची परवानगी मिळवण्यात यशस्वी ठरली. म्युरिएल लेस्टरनं लिहून ठेवलं आहे, गांधी अतिशय आनंदानं त्यांच्याबरोबर फिरायला जात. मुलांचे चेहरे सफरचंदांसारखे गुलाबी असत आणि त्यांच्या डोक्याभोवती मोठाले रुमाल गुंडाळलेले असत. मुलं त्यांना अंकल गांधी म्हणत आणि त्यांच्या पायात मोजे नाहीत, हे पाहून दुःखी होत. त्यांनी उबदार कपडे घालावेत म्हणून प्रयत्न करत.

किंग्जले हॉलमधल्या एका मौजमजेच्या रात्री, मार्था रोलॅसन नावाची एक महिला गांधींच्या खांद्यावर थोपटून त्यांना म्हणाली, ''चला गांधी, आपण नृत्य करू.'' म्युरिएल लेस्टरला वाटलं, 'या आमंत्रणामुळे' गांधी आनंदित झालेले

असावेत; पण त्यांनी नृत्य करण्याचा प्रयत्न केला नाही. डॉर्चेस्टर हॉटेल, दि मैट्र, इथे एका चार्ल्स नावाच्या माणसानं गांधींना अभिवादन केलं आणि १८८९ साली आपण दोघं नृत्याचे धडे गिरवत होतो, याची आठवण करून दिली. गांधींना ते आठवलं आणि ते उद्गारले, 'चार्ली!'

गांधींच्या संरक्षणासाठी स्कॉटलंड यार्डनं नियुक्त केलेले सार्जंट इव्हान्स आणि रॉजर्स गांधींच्या मागे-मागे चालत आणि गांधींच्या वेगाबरोबर जुळवून घेता घेता दमछाक होऊन कपाळावरचा घाम पुसत-पुसत परत येत. गांधी जिथे जातील तिथे ते जायचे आणि ते जागत तितका वेळ जागायचे. बोच्या आयुष्यात स्वत:ला झोकून देताना गांधींनी हॉटेल्समध्ये किंवा लंडनच्या वेस्ट एन्डच्या कचेऱ्यांमध्ये आपल्या गाठीभेटी आणि चर्चा सुरूच ठेवल्या होत्या. विविध प्रतिनिधी आणि ब्रिटिश नेते यांच्याशी चर्चा करता-करता गांधींची मध्यरात्र सहज उलटून जात असे. साधारणपणे रात्री त्यांना चार तास झोप मिळत असे.

या वेळीही १९०६ आणि १९०९ प्रमाणेच एकूण कार्यक्रमाची रूपरेषा होती. त्यांच्या विद्यार्थिदशेतील दिवसांत, म्हणजे खूप पूर्वी त्यांनी 'गाइड टू लंडन'मध्ये इंग्लंडचं वातावरण/हवामान खूप काम करण्यासाठी पोषक आहे, असं लिहिलं होतं.

मंदीचा आणि विदेशी कापडावर भारतानं टाकलेल्या बहिष्काराचा फटका बसलेल्या गिरणी कामगारांची भेट घेण्यासाठी ते दोन दिवस लँकेशायरला गेले. ॲण्ड्र्यूज यांनी या भेटीचा प्रस्ताव सुचवला होता (गांधी इंग्लंडला आले होते, म्हणून तेही आले होते.) आपल्याला कामगारांविषयी सहानुभूती वाटते, असं सांगून गांधींनी त्यांना भारतीयांच्या कष्टांबद्दलही विचार करण्याची विनंती केली. 'त्या राकट... सूतगिरणी कामगारांच्या हातांनी बहिष्काराचं आवाहन करणाऱ्याचं प्रचंड स्वागत केलं', असा विचार गांधींबरोबर लँकेशायरला गेलेल्या शायररच्या मनात आला.

गांधींनी साम्राज्यातल्या माणसं घडवणाऱ्या शाळांना (इटन, केंब्रिज, ऑक्सफर्ड) आणि यंत्रभूमीलाही (बर्मिंगहॅम, नॉटिंगहॅम, मँचेस्टर) भेटी दिल्या. गांधींचा पेहराव, अन्न आणि दिनक्रम खूपच असामान्य वाटल्यानं पत्रकारांनी त्यांच्यावर अनेक लेख लिहिले, त्यांत अपरिहार्यपणे भारतीय संघर्षाचा उल्लेख आलाच. मोठ्या वृत्तपत्रांनी जरी गांधींच्या वक्तव्यांना आतल्या पानांवरच्या छोट्या जागेत स्थान दिलं, तरी वार्ताहरांनी त्यांच्याबाबत लिहिलेल्या लेखांनी आणि गांधींच्या मुलाखतींनी त्यांचा जो सडेतोड स्वभाव लोकांसमोर आणला, त्याला ब्रिटिश साम्राज्याचे भागीदार असलेली ब्रिटिश जनता सरावलेली नव्हती :

आमच्या अहिंसक आंदोलनाचं अंतिम ध्येय भारताला पूर्ण स्वातंत्र्य हे आहे. कोणताही गूढ अर्थ न काढता, ब्रिटिशांना जो स्वातंत्र्याचा अर्थ अभिप्रेत आहे, नि:शंकपणे अगदी त्याच अर्थाचं हे स्वातंत्र्य असावं. प्रत्येक देशाला त्याचा अधिकार आहे; मग तो त्यासाठी लायक आहे किंवा नाही, हा प्रश्नच उद्‌भवत नाही, असं मला वाटतं. जसं प्रत्येक देशाला खान-पान करण्याचं, श्वास घेण्याचं स्वातंत्र्य असतं तसंच आपला कारभार, मग तो वाईटरीतीनं का असेना, चालवण्याचंही असतं... शासन करण्याला लायक असण्याच्या या कानपिचक्या ही निव्वळ धूळफेक आहे. परकीय सत्तेपासून मुक्तता हा आणि हाच केवळ स्वातंत्र्याचा अर्थ आहे, त्यापेक्षा दुसरा नाही.

ऑक्सफर्डच्या एका गटापुढे ते म्हणाले :

थोडक्यात काय, तुम्ही आमच्यावर विश्वास दाखवणार नाही. अहो, आम्हाला चुका करण्याचं स्वातंत्र्य द्या... (भारताच्या स्वत:च्या सरकारनं) कसं काम करावं, हे तुम्ही शिकवण्याची आवश्यकता नाही. कळत-नकळत तुम्ही स्वत:कडे ईश्वराची भूमिका घेत आहात. त्या उच्चस्थानावरून काही क्षण तुम्ही खाली उतरून पाहावं, अशी माझी विनंती आहे.

भारताला ब्रिटिश साम्राज्यापासून तुम्ही किती अलग करू शकाल? असं त्यांना विचारलं गेलं, तेव्हा गांधी उत्तरले, *'साम्राज्यापासून पूर्णपणे. ब्रिटिश देशापासून मात्र नाही.'* इटनच्या विद्यार्थ्यांना ते म्हणाले, *"तुमचा देश आमच्यावर सत्ता गाजवतो, यात तुम्हाला अभिमान वाटावा अशी ही बाब नाही. स्वत:ला बंधनात अडकवल्याशिवाय कुणीही गुलामाला साखळदंडानं जेरबंद करू शकत नाही."* गोलमेज परिषद अयशस्वी झाल्यास काँग्रेस कायदेभंगाची चळवळ पुन्हा सुरू करेल, हे त्यांनी विनम्रपणे पण स्पष्टपणे सूचित केलं.

राजाबरोबर चहापान : गोलमेज परिषदेच्या सगळ्या प्रतिनिधींना चहापानासाठी बंकिंगहॅम पॅलेसमधून आमंत्रित केलं गेलं; पण गांधींना बोलावण्याची कल्पना काही विलिंग्डनचे मित्र असलेल्या पाचव्या जॉर्ज राजेसाहेबांना रुचली नाही. चर्चिल यांच्या वक्तव्याचा प्रभाव त्यांच्यावर होता आणि दहा वर्षांपूर्वी त्यांच्या मुलाच्या स्वागत समारंभावर भारतानं घातलेला बहिष्कार ते विसरले नव्हते. भारतासाठीचे सचिव असलेल्या सॅम्युएल होअर यांना ते म्हणाले, *"माझ्या निष्ठावंत अधिकाऱ्यांवर झालेल्या सगळ्या हल्ल्यांच्या मागे हात असलेल्या त्या बंडखोर फकिराला इथे बोलवायचं?"*

गांधींना असं वगळता येणार नाही, हे राजाच्या राजकीय सल्लागारांनी पटवून

दिलं आणि गांधीही स्वत:च्या मनाविरुद्ध आपला नेहमीचा पोशाख परिधान करून त्या शाही समारंभासाठी गेले. या पोशाखात वावरताना तुम्हाला अवघडल्यासारखं झालं नाही का, असं विचारलं असता गांधी म्हणाले, *"आमच्या दोघांच्याही वाट्याचे कपडे एकट्या राजेसाहेबांनीच घातले होते."*

होअर यांनी गांधींची ओळख करून दिल्यावर राजानं विचारलं, 'तुम्ही माझ्या मुलावर बहिष्कार का घातला?' यावर गांधी उत्तरले, *'तुमच्या मुलावर नाही, महाराज; तर ब्रिटिश सत्तेच्या अधिकृत प्रतिनिधीवर हा बहिष्कार होता.'* होअर यांच्या म्हणण्याप्रमाणे बंडखोरीच्या परिणामांची जाणीव गांधींना करून देणं हे आपलं कर्तव्य आहे, असं राजाला वाटलं आणि एक गंभीर इशारा देत ते म्हणाले, "मि. गांधी, माझ्या साम्राज्यावर आणखी हल्ले झालेले मला चालणार नाही." त्यावर गांधी म्हणाले, *"राजेसाहेबांचं आतिथ्य स्वीकारल्यावर राजेसाहेबांच्या राजवाड्यात राजकीय वादंगात मी ओढलं जाणं योग्य ठरणार नाही."* गांधींच्या प्रसंगावधानामुळे पुढील प्रसंग टळला, असं होअर यांनी लिहून ठेवलं.

गांधींनी विनंती करूनही चर्चिल यांनी त्यांची भेट घेण्याचं नाकारलं. परंतु चर्चिलची डाव्या विचारसरणीची एक बहीण क्लेअर शेरीडन हिला त्यांचं शिल्प करायचं होतं, त्याला मात्र गांधींनी मान्यता दिली. गांधी तिला म्हणाले, *"तुम्ही त्यांना (चर्चिल) सांगितलं पाहिजे... की आता तुम्ही मला भेटलात, मी काही तितकासा वाईट नाही."*

बर्नार्ड शॉ, चार्ली चॅप्लिन, ह्यूलेट जॉन्सन (नंतर ते कँटरबरीचे 'लाल' डीन म्हणून ओळखले गेले.), मारिया माँटेसरी आणि माजी पंतप्रधान लॉईड जॉर्ज यांच्याबरोबर मित्रांनी गांधींच्या भेटी ठरवल्या. समाजवादी आयरिश आणि पूर्णपणे शाकाहारी असलेल्या शॉमध्ये गांधींना स्वत:च्या विचारांशी साधर्म्य असलेली व्यक्ती सापडली; पण चॅप्लिनविषयी त्यांनी पूर्वी कधी ऐकलंही नव्हतं. पोलॉक यांच्यासारखे जुने सहकारीही त्यांना भेटले, नव्यानं मित्र झालेले आणि पूर्वीचे विरोधक लॉर्ड आयर्विन, जुना शत्रू आणि मित्र जनरल जॅन स्मट्स भेटले. चाळीस वर्षांपूर्वी भेट दिलेल्या लंडन व्हेजिटेरियन सोसायटीपुढेही त्यांनी भाषण केलं.

इंग्लंडमध्ये गांधींनी स्वत:भोवती चर्चशी संबंधित लोकांची, विक्षिप्त आणि लहरी लोकांची फौज गोळा केल्याची तक्रार मॅकडोनाल्ड मंत्रिमंडळात असलेल्या आणि गोलमेज परिषदेत सक्रिय असलेल्या लॉर्ड सँकी यांनी केली. खरंच काही लोकांना दूर ठेवण्यात आलं, पण मजूर सांसद आणि पत्रकार व व्यंगचित्रकार जे. एफ. होराबिन यांच्यासारखी काही मंडळी गांधींच्या डोळ्यातली 'हसरी चमक' पाहून प्रभावित झाली होती.

होराबिनना ही चमक बऱ्याचदा दिसली : आणखी एक जास्त विख्यात

व्यंगचित्रकार लो यांना गांधींच्या भेटीला नेलं तेव्हा, अतिशय आक्रमक शैलीच्या एका अनामिक टोरी सांसदाशी गांधी बोलले तेव्हा आणि पुन्हा माझ्या गोवर स्ट्रीटवरच्या घरी पत्रकारांच्या छोट्या घोळक्यात ते बसले होते तेव्हा त्यांना ही चमक विशेष जाणवली. ते म्हणतात, 'या शेवटच्या प्रसंगी गांधींचे डोळे काही तास चमकत होते.'

गोलमेज परिषद आणि आंबेडकर : *'(दिल्लीचा) तह मला कायमस्वरूपी समझोत्यात परिवर्तित करायचा आहे'*, असं गांधी १ डिसेंबरला म्हणाले. *'माझ्यासारख्या वयाची बासष्ट वर्षं पार केलेल्या, एका दुबळ्या माणसाला कृपा करून एक संधी द्या'*, ही त्यांची मागणी होती; पण अर्जविनंत्या करूनसुद्धा भारताच्या स्वातंत्र्यासाठीची वेळ मुक्रर करण्याला ब्रिटिश मंत्र्यांनी नकार दिला.

त्याऐवजी, संपूर्ण भारताच्या वतीनं बोलण्याच्या काँग्रेसच्या अधिकारावरच त्यांनी प्रश्नचिन्ह उमटवलं आणि काँग्रेसला विरोध करणाऱ्या गोलमेज परिषद प्रतिनिधींकडे अंगुलिनिर्देश केला. त्यांच्यातील सर्वांत सडेतोड होते ते चाळीसवर्षीय भीमराव आंबेडकर (१८९१-१९५६). महाराष्ट्रातील 'महार' या अस्पृश्य जमातीत जन्मलेले एक अतिशय हुशार वकील. शाळेत आणि कॉलेजमध्ये मानहानीचा सामना केल्यानंतर आंबेडकरांनी लंडन व न्यू यॉर्कला जाऊन डॉक्टरेट मिळवली.

१९२७ साली, अस्पृश्यांचं एक उभरतं नेतृत्व बनलेल्या आंबेडकरांनी महाड इथल्या सार्वजनिक तलावातील पाणी अस्पृश्यांना मिळावं यासाठी त्यांच्या १० हजार लोकांना सत्याग्रहासाठी उद्युक्त केलं होतं. गांधींचा फोटो अग्रस्थानी लावलेल्या मोर्चानं गेलेले आंबेडकर आणि इतर मंडळी तलावाजवळ गेली आणि ते पाणी प्याली. नंतर, गावातल्या ब्राह्मणांनी तलावाच्या पाण्याच्या शुद्धीकरणासाठी एक समारंभ आयोजित केला.

पण, गांधींच्याप्रती आंबेडकरांचा हा स्नेहभाव टिकला नाही. गोलमेज परिषदेला जाण्याआधी काही काळ ते मुंबईत प्रथम भेटले, तेव्हा गांधींना आंबेडकर हे अस्पृश्यतेविरुद्ध लढा देणारे एक सनातनी ब्राह्मण वाटले होते. (मात्र तसं ते आंबेडकरांना म्हणाले नाहीत आणि आपली चूक त्यांच्या लगेच लक्षात आली.)

आंबेडकरांची क्षमता आणि निष्ठा त्यांनी ओळखली. आंबेडकर देशाच्या ज्या भागातून आले आहेत त्या भागाचं ते प्रतिनिधित्व करतात, असं लंडनमध्ये मान्य करतानाच, संपूर्ण भारताच्या अस्पृश्यांचे खरे प्रतिनिधी मात्र आपण स्वत: असल्याचं गांधींनी ठासून सांगितलं.

अनेक वर्षांपासून ते त्यांच्या प्रश्नांसाठी झटत होते. १९२९च्या डिसेंबरमध्ये ते म्हणाले होते की, *'आपल्यातल्या चांभार, विणकर आणि धेड इत्यादींनी सर्वोच्च ज्ञान प्राप्त केलं आहे. त्यांच्या सेवा करण्याच्या गुणाच्या आधारावर त्यांच्यातला*

एक देशाचा अध्यक्ष झाला, तर त्यात आश्चर्य वाटण्यासारखं काय आहे?'

गांधी नेहमी व्यक्त करत असलेल्या अशा प्रकारच्या भावना आंबेडकरांना पितृवत वाटत होत्या. अस्पृश्यांमधल्याच एकानं त्यांचं नेतृत्व करावं, अशी त्यांची इच्छा होती. जातिव्यवस्थेवर थेट प्रहार न करण्याबाबत गांधींवर टीका करतानाच आंबेडकरांना अशी भीती वाटत होती, की स्वातंत्र्यानंतर हिंदू जातिव्यवस्था अधिक वरचढ होईल. हीच भीती गांधींनाही वाटत होती. लंडनला निघण्यापूर्वी गांधी म्हणाले होते :

> *अस्पृश्यतेचा कलंक पुसला जाण्याआधीच जर आपण सत्तेत आलो, तर मला खात्री आहे की 'स्वराज्या'त अस्पृश्यांची स्थिती आता आहे त्यापेक्षाही आणखी वाईट होईल; कारण सत्ता मिळाल्यामुळे आपल्या उणिवांना आणि दोषांना बळकटी मिळेल.*

असं असलं तरी, गोलमेज परिषदेदरम्यान गांधी आणि आंबेडकरांमध्ये तीव्र मतभेद दिसून आले. अस्पृश्यांसाठी स्वतंत्र मतदारसंघांची आणि राखीव जागांची मागणी करतानाच आंबेडकरांनी त्यांच्या लोकांची बाजू मांडण्याच्या गांधींच्या अधिकारालाच आव्हान दिलं. मुस्लीम प्रतिनिधींनीसुद्धा गांधींचं नेतृत्व अमान्य करत वेगळ्या मुस्लीम मतदारसंघाची मागणी केली. १९१६च्या लखनौ करारादरम्यान काँग्रेस आणि मुस्लीम लीगनं सह्या करून या मागणीवर शिक्कामोर्तब केलं असल्यामुळे गांधी किंवा काँग्रेस मुस्लीम मतदारसंघाची मागणी अमान्य करू शकत नव्हते. कराराबाबत दोन्ही बाजूंच्या तक्रारी होत्या; पण दुसऱ्या पर्यायाबाबत त्यांचं एकमत नव्हतं.

परंतु अस्पृश्यांसाठी अलग मतदारसंघाची मागणी ही गांधींच्या आतापर्यंतच्या कामाविरुद्धच होती. त्यांनी (आणि इतर सुधारणावादी उच्चवर्णीय हिंदूंनी) अस्पृश्यतेच्या भिंती तोडल्या होत्या आणि असा एक नाजूक पूल उभारला होता, ज्याच्यावरून अनेक उच्चवर्णीय हिंदू व अस्पृश्य धैर्यानं वाटचाल करत होते. अलग मतदारसंघामुळे या भिंती पुन्हा उभ्या राहून उच्चवर्णीयांमध्ये वाहत असलेलं सुधारणेचं वारं अडणार होतं.

सर्वांत वाईट गोष्ट म्हणजे हिंदू समाज शस्त्रधारी टोळ्यांमध्ये विभागला गेला असता आणि अस्पृश्यांना मोठ्या युद्धप्रसंगाला सामोरं जावं लागलं असतं. यूस्टनच्या क्वेकर सेंटरमधील फ्रेंड्स हाउस इथे चर्चा करत असताना (३१ ऑक्टोबर) गांधींनी दावा केला की, फक्त तेच त्यांच्या भावना समजून घेऊ शकतात आणि त्यांचं जीवन जाणू शकतात.

गांधींचं म्हणणं होतं,

अस्पृश्य त्यांच्यापेक्षा उच्चवर्णीयांच्या हाती सापडले आहेत. ते त्यांना पूर्णपणे दडपून टाकू शकतात आणि त्यांच्या दयेवर अवलंबून असणाऱ्या अस्पृश्यांवर ते सूड उगवू शकतात. हे म्हणजे मला वाटत असलेली लाज मी तुमच्यापुढे उघड करण्यासारखंच आहे. पण... मी त्यांच्या सर्वनाशाचा धनी कसा होऊ? मी या पापात सहभागी होणार नाही.

लंडनमध्ये आंबेडकरांचं मन वळवण्यासाठी गांधींनी देवदासना त्यांच्याकडे पाठवलं आणि मुस्लीम प्रतिनिधी सर मिर्झा इस्माईल यांनाही त्यात सामील करून घेण्याचा प्रयत्न केला. इंडियन मज्लिससमोर भाषण करताना गांधींना वाटत असलेली सहानुभूती प्रकट करताना ते म्हणाले,

मला डॉ. आंबेडकरांविषयी नितांत आदर आहे. कडवटपणे वागायचा त्यांना पूर्ण हक्क आहे. ते आपली डोकी फोडत नाहीत, हे त्यांच्या आत्मसंयमनाचं उदाहरण आहे... दक्षिण आफ्रिकेत सुरुवातीच्या काळात माझ्या बाबतीतही हेच झालं, मी जिथे जाईन तिथे युरोपियन लोकांनी मला भंडावून सोडलं. आपला संताप व्यक्त करणं हे त्यांच्यासाठी अगदी स्वाभाविक आहे.

गांधींचे हे सर्व प्रयत्न तर अयशस्वी झालेच; पण ब्रिटिश अधिकाऱ्यांच्या दृष्टीनं एक आनंदाची गोष्ट घडली. गोलमेज परिषदेत गांधींच्या मागण्या मंजूर होण्यास अटकाव व्हावा यासाठी आंबेडकर आणि परिषदेस उपस्थित असलेल्या इतर गटांच्या नेत्यांनी मिळून एका काँग्रेसविरोधी अल्पसंख्याक आघाडीची स्थापना केली.

आपल्याला यापूर्वी इतकं अपमानास्पद कधी वाटलं नसल्याचं गांधींनी शायररना सांगितलं. पण त्यांच्या मनात एक प्रतिसाद उमटू लागला होता आणि १३नोव्हेंबरला जेव्हा तो तथाकथित अल्पसंख्याक करार घोषित करण्यात आला, तेव्हा त्यांचं उत्तर तयार झालं होतं. इतरांबरोबर आंबेडकर आणि आगा खान यांच्या सह्या असलेल्या त्या करारात मुस्लीम , अस्पृश्य, खिश्चन, अँग्लो-इंडियन्स आणि भारतात स्थायिक झालेल्या युरोपियन लोकांसाठी वेगवेगळ्या मतदारसंघांची मागणी करण्यात आली होती.

अस्पृश्यांसाठी वेगळा मतदारसंघ म्हणजे एक कायमस्वरूपी अभद्र अडथळा असल्याचा प्रतिवाद करत गांधी पुढे म्हणाले :

भारताचं स्वातंत्र्य जिंकून घेण्यासाठीही मी अस्पृश्यांचं हित पणाला लावलं नसतं. अस्पृश्यांच्या प्रचंड जनसमुदायाचं मी स्वत: प्रतिनिधित्व करतो, असा माझा दावा आहे... अस्पृश्यांमध्ये जर सार्वमत घेतलं तर

मला त्यांची मतं मिळून निवडणुकीत सर्वोच्च मतांनी निवडून येईन, असाही मी दावा करतो.
अस्पृश्यतेचा कलंक धुऊन काढण्यासाठी आज हिंदू सुधारकांचा एक गट शपथबद्ध आहे. शीख कायम शीखच राहतील, तसंच मुसलमान आणि युरोपियन्ससुद्धा राहतील. अस्पृश्य हेही कायमस्वरूपी अस्पृश्यच राहणार का?

अलग मतदारसंघांमुळे प्रत्येक गावात 'दोन भाग' पडतील, याची आठवण देऊन गांधी म्हणाले की, अलगतावादी लोकांना त्यांचा भारत कळलेला नाही; आज भारतीय समाजाची रचना कशी आहे, हेही त्यांना माहीत नाही.

शेवटी त्यांनी जाहीर केलं :

सर्व शक्ती गोळा करून मी ठामपणे हे सांगू इच्छितो की, या गोष्टीला विरोध करणारा जर मी एकटाच माणूस असेन, तर ते रोखण्यासाठी मी माझं आयुष्य पणाला लावेन.

दुसऱ्या शब्दांत सांगायचं तर, ते आमरण उपोषण करायला सिद्ध झाले होते.

लंडनचा निरोप : लंडन सोडताना मात्र पराभवाची कोणतीही भावना त्यांच्या मनात नव्हती. १ डिसेंबर रोजी त्यांनी जे शब्द उच्चारले, ते साम्राज्याच्या इतिहासात अद्वितीय ठरावेत. गोलमेज परिषदेत पंतप्रधानांसह ब्रिटनच्या नेत्यांना उद्देशून बोलताना त्यांनी काल्पनिकतेच्या अनेक फुग्यांना टाचणी लावली, काँग्रेसच्या दाव्यांचं समर्थन केलं, प्रतिकार करण्याच्या भारताच्या अधिकाराचं ठाम प्रतिपादन केलं, स्वराज्याकडे नेणारं दुसरं दार म्हणजेच वाटाघाटी निष्फळ ठरल्याचं सांगून प्रतिहल्ल्याची दुसरी लाट फुटण्याच्या बेतात असल्याचं जाहीर केलं :

मी कोणत्याही भ्रमात नाही. मला असंही वाटत नाही की, या संध्याकाळी मी काहीही बोललो, तरी त्याचा परिणाम मंत्रिमंडळाच्या निर्णयावर होईल. या सभेला उपस्थित असलेले इतर सगळे पक्ष एकेका गटाचं प्रतिनिधित्व करतात... काँग्रेस मात्र संपूर्ण भारताचं, त्याच्या हिताचं प्रतिनिधित्व करते... अर्थात ती प्रत्येक वेळी तिच्या धर्माला जागलीच असेल, असं नाही. एकही मानवी संघटना तिच्या धर्माला जागली असल्याचं मला माहीत नाही... परंतु कठोरातल्या कठोर टीकाकाराला हे मान्य करावंच लागेल की, तिचा संदेश भारतातील अगदी दूरदूरच्या दुर्गम गावापर्यंत पोचला आहे...
काँग्रेसवर... समांतर सरकार चालवल्याचा किंवा असं सरकार चालवण्याची

इच्छा असल्याचा आरोप होतो; एका अर्थी या आरोपाला मी पुष्टीच दिली आहे... समांतर सरकार चालवू शकणाऱ्या संघटनेचं (तुम्ही) स्वागत केलं पाहिजे आणि कोणतीही शक्ती पाठीशी नसताना स्वेच्छेनं सरकाररूपी यंत्र ती संघटना अगदी प्रतिकूल परिस्थितीत चालवू शकते, हे दाखवून दिलं पाहिजे...

मी बऱ्याच वक्त्यांची भाषणं ऐकली... भारतात कायदेभंगाचं, बंडाचं, दहशतवादाचं आणि आणखी कसलं-कसलं वारं वाहू लागलं, तर मोठी आपत्ती कोसळेल, असं ते म्हणाले... विद्यार्थिदशेत इतिहासाचीही परीक्षा देताना मी असं वाचलं होतं की, स्वातंत्र्यासाठी लढलेल्यांच्या रक्तानं इतिहासाची पानं माखली आहेत...

ज्यांनी स्वातंत्र्यावर आंधळं प्रेम केलं असं मला वाटतं त्यांनी खंजीर, विषाचा प्याला, बंदूकधाऱ्याची गोळी, भाला आणि आणखी अशी हत्यारं आणि विध्वंसाच्या पद्धती आतापर्यंत वापरल्या आहेत. आणि इतिहासकारांनी (त्यांना) नावं ठेवली नाहीत.

काँग्रेस देशाच्या क्षितिजावर आली आणि इतिहासाला ज्ञात नसलेली एक नवीन पद्धत तिनं अमलात आणली, सविनय कायदेभंगाची... असं मला सांगितलं जातंय की, जगातलं कोणतंही सरकार ही पद्धत सहन करणार नाही... कोणतंही सरकार सविनय कायदेभंग सहन न करू देत. पण या शक्तींपुढे सरकारांना झुकावंच लागेल...

३५० दशलक्ष लोकांच्या देशाला खंजिराची गरज नाही, विषाच्या प्याल्याची, तलवारीची आणि भाल्याची किंवा बंदुकीच्या गोळीची गरज नाही. त्याला गरज आहे फक्त स्वतःच्या इच्छाशक्तीची, 'नाही' म्हणण्याच्या शक्तीची आणि हा देश आता 'नाही' म्हणायला शिकतो आहे...

सगळ्यांप्रति आभार व्यक्त करत त्यांनी या भाषणाचा समारोप केला :

मी सगळ्यांना धन्यवाद देतो– राजेसाहेबांपासून ते मी राहत असलेल्या ईस्ट एन्डमधल्या गरिबांतल्या गरीब माणसापर्यंत प्रत्येकाला... त्यांनी मला स्वीकारलं... लँकेशायरच्या लोकांना जरी माझ्यावर चिडायला काही कारण होतं, तरी मला त्यांच्या वागण्यात तसं काही दिसलं नाही, कामगारांमध्येही काही असंतोष दिसला नाही; उलट, त्यांनी मला आलिंगन दिलं... मी हे कधीही विसरणार नाही.

मी माझ्याबरोबर, हजारो इंग्रज लोकांच्या सद्‌भावना, मैत्रीच्या भावना घेऊन जात आहे. मी त्यांना ओळखत नाही; पण सकाळी लवकर

फिरायला जाताना तुमच्या रस्त्यांवर मला त्यांच्या डोळ्यांत स्नेहभाव दिसला. माझ्या दुःखी देशाच्या नशिबात काहीही लिहिलेलं असो; हे सगळं आदरातिथ्य, हा प्रेमळपणा माझ्या स्मरणातून कधीही पुसला जाणार नाही.

'सुईसारख्या तीक्ष्ण नजरेनं आणि बुद्धीनं त्यांनी क्षणार्धात सर्व ढोंगीपणाला आरपार भेदलं', अशा शब्दांत भारतासाठीचे सचिव होअर यांनी गोलमेज परिषदेतील गांधींच्या कामगिरीचं विश्लेषण केलं.

परंतु मंदी आणि इतरही प्रश्नांनी घेरलेल्या साम्राज्यानं आपलंही उत्तर तयार ठेवलं होतं : ब्रिटिश सरकार कोणत्याही बंडाचा बीमोड करणार असल्यानं इंग्लंडहून प्रस्थान ठेवण्याच्या काही वेळ आधीच, गांधी आणि इतर काँग्रेस नेत्यांनी केव्हाही तुरुंगात जाण्याची तयारी ठेवावी, असा गर्भित इशारा होअर यांनी गांधींना दिला.

भारतातील घटना : महादेव देसाईंनी पटेलांना हा निरोप दिला; त्यांनी तत्काळ काँग्रेसचं नेतृत्व करू शकणाऱ्या नेत्यांची एक यादी बनवली. त्यांना अटक झाली तर एकामागोमाग एक काँग्रेसचं अध्यक्षपद कोणी स्वीकारायचं, याची ती यादी होती. यात नावं होती राजेंद्र प्रसाद, राजगोपालाचारी, अन्सारी, सैफुद्दीन किचलू आणि शीख नेते सरदार सिंग कवीशर.

भारतातलं वातावरण बिघडत चाललं होतं. बंगालमध्ये हिंसाचार आणि दडपशाहीच्या सत्रांनंतर सगळ्या कायद्यांना मागे सारून एक नवीन नियम लागू करण्यात आला. उत्तर प्रदेशातही काही शेतकऱ्यांनी जमीनमहसूल रोखून धरण्याची भाषा करताच सगळे कायदे डावलून एक नवीन नियम अमलात आणला गेला. सरहद्द प्रांतात गफार खान आणि त्यांचे बंधू डॉ. खान साहिब, दोघांवरही प्रतिबंध लादण्यात आले. आणि गुजरातेत, विलिंग्डन यांनी नाखुशीनं सुरू केलेल्या बार्डोलीच्या चौकशीतून वल्लभभाई बाहेर पडले; ती चौकशी एकतर्फी आणि वरवरची असल्याचं पटेलांचं मत होतं.

तीन महिन्यांच्या वास्तव्यानंतर इंग्लंड सोडताना आपल्या भावना व्यक्त करताना गांधी म्हणाले, *'मी शांतीच्या शोधात आलो, युद्धाची भीती घेऊन परतत आहे.'* ते व्हिक्टोरिया स्टेशनवरून ट्रेन पकडून फोकस्टनला जाणार होते आणि तिथून बोटीने फ्रान्सला.

किंग्जले हॉलच्या मुलांनी गांधींना त्यांच्या वाढदिवशी एक लोकरीचं कोकरू, छोट्या बाहुलीचा पाळणा आणि काही इतर वस्तू दिल्या. म्युरिएल लेस्टरनं लिहून ठेवलं आहे की, इंग्लंड सोडताना या भेटवस्तू प्रत्येक वेळी गाड्या बदलतानाही गांधींनी खिडकीत मांडून ठेवल्या आणि खाडी पार करताना बोटीच्या प्रवासातही स्वत:बरोबर ठेवल्या.

युरोपमार्गे येताना : गांधी आणि मंडळींनी पाच दिवस स्वित्झर्लंडमध्ये घालवले. त्यातला बराच वेळ व्हिलेनूव्हला रोमाँ रोलँबरोबर घालवला. चार दिवस इटलीत वास्तव्य केलं. तिथे त्यांनी मुसोलिनीची भेट घेतली आणि सिस्टाईन चॅपेलला भेट दिली. यापूर्वी या दोन्ही देशांना त्यांनी कधी भेट दिली नव्हती. इटलीत असताना सार्जंट इव्हान्स आणि रॉजर्स यांना पगारी सुटी देण्यात यावी, अशी विनंती गांधींनी ब्रिटिश सरकारला केली आणि ती मान्य झाली.

बऱ्याच वर्षांपासून युरोपसाठीचा गांधींचा दुभाष्या असलेला रोलँ (त्यानं मीरेची गांधींशी ओळख करून दिली होती) आता मार्क्सवादाकडे झुकत चालला होता. बहुधा, बीथोव्हननं पहिल्यांदा मीरेला त्याच्या संपर्कात आणलं होतं म्हणून त्यानं बीथोव्हनच्या काही रचना भारतीय पाहुण्यांसमोर वाजवल्या. मीरा, महादेव, प्यारेलाल आणि देवदास यांना त्या फार आवडल्या. पण गांधी रोलँला फक्त एवढंच म्हणाले, 'तू म्हणतोस, म्हणून ते सुंदरच असलं पाहिजे.'

रोलँ गांधींशी हुकूमशाहीच्या धोक्यांविषयी बोलला आणि त्यांनी मुसोलिनीला भेटू नये म्हणून त्यांचं मन वळवायचा प्रयत्न केला. मात्र मुसोलिनीनं गांधींना भेटण्याची इच्छा प्रदर्शित केली होती. आपण दक्षता घेऊ, अशी खात्री रोलँला देऊन गांधींनी त्याला सोव्हिएट रशियाबाबत सावध पवित्रा घेण्याचा सल्ला दिला. *'रशियात चाललेल्या या प्रयोगाबाबत माझ्या मनात मुळातच अविश्वासाची भावना आहे,'* असं ते म्हणाले.

स्वित्झर्लंडच्या सौंदर्यानं त्यांना मोहित केलं. ल्युसेनच्या श्रोत्यांना ते म्हणाले (८ डिसेंबर), *'तुमच्या सुंदर सरोवराजवळून ट्रेन जात असताना आणि स्वच्छ, सुंदर गावांजवळून आम्ही जात असताना मी त्या अद्वितीय, उदात्त सौंदर्यामुळे भारावून गेलो.'*

एका प्रश्नाचं उत्तर देताना त्यांनी सांगितलं की, ईश्वर म्हणजेच प्रेम आणि सत्य, असं वर्षानुवर्षं सांगत आल्यानंतर आता सत्य म्हणजेच ईश्वर असं आपल्याला म्हणायला आवडेल. 'सत्य म्हणजे काय?' असं त्यांना विचारलं गेलं. गांधी उत्तरले, *'प्रश्न अवघड आहे, पण माझ्यापुरता मी तो सोडवला आहे. आतला आवाज जे सांगतो ते सत्य.'* पण वेगवेगळे आतले आवाज वेगवेगळं सांगणार नाहीत का? खरंतर ते सांगतातच; म्हणूनच गांधी म्हणाले, *'तुमचा आतला आवाज पारखून घ्यायला अहिंसेची गरज असते.'*

रोममध्ये ते सरकारचं आदरातिथ्य डावलून रोलँच्या मित्रांकडे राहिले. मुसोलिनीच्या कार्यालयाबाहेरचं शस्त्रांचं प्रदर्शन त्यांना उबग आणणारं वाटलं आणि मुसोलिनीचे डोळे त्यांना मांजरासारखे वाटले; परंतु व्हॅटिकन पेंटिंग्ज त्यांना आवडली आणि त्यांचा अभ्यास करण्यासाठी थोडा वेळ हवा होता, असं त्यांना वाटलं. टॉलस्टॉयच्या सगळ्यांत मोठ्या मुलीला रोममध्ये भेटून त्यांना आनंद झाला. इटलीच्या राजाची

मुलगी, प्रिन्सेस मारिया, त्यांना भेटायला आली.

सिस्टाईन चॅपेलमध्ये अल्टरवरच्या क्रूसासमोर गांधी सद्गदित झाल्याचं देसाई आणि मीरेला दिसलं. 'यंग इंडिया'त (३१ डिसेंबर १९३१) त्यांनी लिहिलं :

मोठ्या कष्टानं मी तिथून उठलो... क्रूसावरच्या वेदनांमुळेच माणसांप्रमाणेच देशही घडतात, अन्य कशानंही नाही, हे मला त्या क्षणी कळून चुकलं.

कडक कारवाई

१४ डिसेंबर रोजी ब्रिंडिसीला ते 'पिल्सना' बोटीवर चढले, ती २८ डिसेंबरला मुंबईला पोचली. तोपर्यंत जवाहरलाल आणि खान बंधूंना अटक झाली होती. कस्तुरबा, राजगोपालाचारी आणि खिन्न दिसणारे पटेल यांनी बोटीवर गांधींना भेटून ही बातमी दिली. ही व्हाइसरॉयकडून आलेली खिसमसची भेट असल्याचं गांधी म्हणाले.

त्या संध्याकाळी आझाद मैदानावर जमलेल्या विराट जनसमुदायासमोर बोलताना त्यांनी सांगितलं की, सरकारबरोबर ते सहकार्य करायला किंवा संघर्ष करायला तयार आहेत. कार्यकारी समितीनं अधिकार दिल्यामुळे त्यांनी विलिंग्डन यांच्या मुलाखतीची मागणी केली. त्याचबरोबर गांधींनी व्हाइसरॉयना कळवलं की, हत्यांचा आणि दहशतवादी मार्गांचा काँग्रेसनं खुलेआम धिक्कार केला, तर सरकारनं अवलंबलेल्या कायदेशीर दहशतवादाचाही तिला प्रतिकार करावा लागेल.

विलिंग्डनना हा उद्दामपणा वाटल्यानं ४ जानेवारीला भल्या पहाटे, गांधी आणि पटेलांना अटक झाली. इतरांवरही पाठोपाठ कुऱ्हाड कोसळली. केवळ कार्यकारी समितीचे सभासदच नाही तर प्रत्येक शहरातले आणि मोठ्या गावांमधले पुढारी तुरुंगात डांबले गेले. काँग्रेसच्या समित्यांवर आणि विधानमंडळातील प्रवेशावर बंदी आली. सभा आणि मोर्च्यांवर लाठीमार झाला किंवा गोळीबार केला गेला किंवा घोड्यांवर स्वार पोलिसांनी त्यांचा बीमोड केला.

सहा आठवड्यांत शांतता प्रस्थापित करण्याचं वचन देऊन विलिंग्डन यांनी काँग्रेसचं नाव पुसून टाकू, अशी खात्री आपल्या समर्थकांना दिली. काँग्रेसशी संबंधित सगळ्या कचेऱ्यांवर आणि आश्रमांवर छापे टाकण्यात आले. प्रतिकार करणाऱ्या शेतकऱ्यांच्या आणखी जमिनी हिरावून घेण्यात आल्या. वृत्तपत्रांवर निर्बंध घातले गेले आणि संपूर्ण भारत एकाधिकारशाहीच्या अमलाखाली आला.

भारतानं प्रतिहल्ला केला. या एकतंत्री कारभाराचा आणि लादलेल्या प्रतिबंधांचा हजारोंनी निषेध केला. १९३०च्या चळवळीच्या अगदी कळसाध्यायाच्या वेळी आयर्विन यांचे जेवढे राजकीय कैदी होते, त्यापेक्षा जास्त कैदी अवघ्या दोन महिन्यांत विलिंग्डन यांनी तुरुंगात डांबले. गांधींना ज्याची भीती होती, तसंच हे

धगधगतं अग्निकुंड होतं. तुरुंग कैद्यांनी भरून ओसंडू लागल्यावर सरकारी अधिकाऱ्यांना चाबकाची आठवण आली. चाबूक जरी मुक्तपणे फटकारला गेला नाही, तरी लाठी मात्र मनसोक्त वापरली गेली. काँग्रेसच्या इतिहासकारांच्या मते, जानेवारी व फेब्रुवारी १९३२मध्ये सुमारे ७५ हजार लोकांना अटक झाली आणि सुमारे तीन लाख ते चार लाख लोकांना लाठ्यांनी बडवलं गेलं.

पुन्हा येरवडा : परतल्यानंतर आणि अटकेच्या आधी मुंबईत असताना गांधींनी काही महत्त्वाची कामं पार पाडली होती. सार्जंट इव्हान्स आणि सार्जंट रॉजर्सना त्यांनी दोन इंग्रजी घड्याळं पाठवली– घड्याळं इंग्रजीच असली पाहिजेत, असं त्यांनी त्यांच्या मदतनिसांना बजावलं होतं. शिवाय, राजगोपालाचारी आणि कस्तुरबांशी सल्लामसलत केल्यावर त्यांनी देवदासना सांगितलं की, त्यानं आता स्वतःला सिद्ध केलं असल्यानं तो आता लक्ष्मीशी विवाह करू शकतो. पण विवाह तर दूरच राहिला, कारण देवदासही गजाआड जाणार होते.

४ जानेवारीला उत्तररात्री पोलीस गांधींना घेऊन जायला आले, तेव्हा देवदासनंच आपल्या पित्याला उठवलं. ते तेव्हा प्राणजीवन मेहतांच्या नातेवाइकांच्या 'मणिभवन'मध्ये वास्तव्याला होते.

कस्तुरबांनी गांधींना निरोप दिला. त्यांच्या इंग्लंडवारीमुळे ते बांपासून चार महिने लांब होते आणि आता परतल्यानंतर सात दिवसांतच पुन्हा त्यांची ताटातूट होत होती. डोळ्यांत पाणी आणून त्या गांधींना म्हणाल्या, "कोणत्याही मार्गानं मी जर तुम्हाला दुखावलं असेल तर, कृपा करून मला माफ करा." नंतर तुरुंगातील आपले सहकारी पटेल आणि देसाई यांच्याबरोबर वार्तालाप करत असताना कस्तुरबांच्या त्या वाक्याची आठवण काढत गांधी म्हणाले, *"या आयुष्यात आता आमची भेट कदाचित होणार नाही, अशी तिला भीती वाटत असावी."* कस्तुरबांचा निरोप घेऊन वडील आणि मुलगा हातात हात घालून पोलिसांच्या गाडीकडे गेले.

परत एकदा १८२७ चं २५ वं कलम लागू करण्यात आलं आणि खटला भरला गेला नाही. गांधी आणि पटेलांना येरवड्याला नेण्यात आलं. तिथे दोन महिन्यांनंतर दुसऱ्या तुरुंगातून आलेले देसाई त्यांना सामील झाले. रोज मिळत असलेल्या वर्तमानपत्रांवरून गांधींना असं समजलं की, कस्तुरबांना पण अटक झाली होती, काही आठवड्यांनी त्यांना सोडून दिलं. पुन्हा अटक होऊन सहा महिन्यांच्या कारावासाची शिक्षा झाली.

या वेळी आपल्याला पाच वर्षं तुरुंगामध्ये राहावं लागेल, असं गांधींना वाटत होतं मात्र तरीही त्यांचा प्रत्येक तास काहीतरी कामात जाऊ लागला. सकाळ-संध्याकाळ फिरणं आणि दिवसातून दोनदा प्रार्थना व सूतकताई. पटेलांनी संस्कृतचा अभ्यास सुरू केला. गांधी, देसाई व स्वतःचे दात घासण्यासाठी त्यांनी काड्या

तोडल्या तसंच जुन्या कागदांपासून पाकिटं तयार केली.

सरकारनं राजकारणाशिवाय इतर पत्रव्यवहाराला परवानगी दिली होती. गांधी रोज अनेक पत्रं लिहीत असत वा सांगत असत; देसाई किंवा कधी पटेल ती लिहून घेत असत.

साबरमती तुरुंगामध्ये असलेल्या कस्तुरबांना त्यांनी पत्रं लिहिली, ती त्यांना दिली गेली नाहीत आणि बांची काही पत्रंही गांधींपर्यंत पोचली नाहीत. उत्तर प्रदेशात पूर्वेकडे असलेल्या गोरखपूर तुरुंगामध्ये असलेला देवदास टायफॉईडनं गंभीर आजारी झाला, पण चिंताग्रस्त पित्यानं लिहिलेली पत्रं दिवस-दिवस मुलापर्यंत पोचू दिली नाहीत; कारण ती सेन्सॉर (परिनिरीक्षण) करणाऱ्यांना गुजराती वाचता येत नव्हतं.

दक्षिण आफ्रिकेत परत गेलेला मणिलालही आजारी पडला आणि आपल्या मुलांच्या कारणावरून हरिलाल दिवंगत पत्नीच्या बहिणींशी भांडत बसला. अशा प्रकारे उरी काळज्यांचं दडपलेलं ओझं घेऊन गांधी जगत होते. त्यात हरिलालनं दुखावणारं पत्र पाठवल्यावर हे उत्तर बाहेर पडलं :

> *२७ एप्रिल १९३२. माझ्या नेहमीच्या शिरस्त्याच्या विरुद्ध मी तुझं पत्र जपून ठेवलं आहे; ते अशासाठी की, तुला जेव्हा जाग येईल, तेव्हा तुला तुझ्या पत्रातला उद्धटपणा दिसेल आणि तू त्यावर रडशील, तसंच स्वत:च्या चुकीवर हसशील... तुझं पत्र मी तुझ्या तोंडावर फेकणार नाही तर फक्त मला तेव्हा त्यावर हसायला मिळेल म्हणून...*

देवदासला पित्यानं लिहिलं (२३ जून १९३२) :

> *हरिलालचा ग्लास नेहमी लाल पेयानं भरलेला असतो. त्याचा जन्म झाला, तेव्हा मी अज्ञानात जगत होतो. तो वाढत होता तो काळ मौजमजेचा होता. मी कधीही मद्याला शिवलो नाही, पण त्याची भरपाई हरिलाल करतो आहे. मी एकाच स्त्रीमध्ये माझं सुख शोधलं. हरिलाल अनेकींमध्ये ते शोधतो. हा केवळ प्रमाणातला फरक आहे, प्रकारातला नाही.*

देवदासला लिहिलेल्या दुसऱ्या एका पत्रात (१७ जुलै १९३२) त्यांनी लिहिलं, *'माझ्याशी ज्यांचे ज्यांचे संबंध जुळले आहेत किंवा ज्यांनी संबंध ठेवले आहेत, त्यांना मोठी किंमत मोजावी लागेल. बानं सगळ्यात मोठी किंमत मोजली आहे, असं म्हणावं लागेल.'* एक महिन्यानंतर रामदासला लिहिताना पुन्हा गांधींनी कस्तुरबांच्या कष्टांचा उल्लेख केला :

> *मी जसा बाशी वागलो, तसं तुमच्यापैकी कुणीही आपापल्या पत्नीशी वागलेलं मला आवडणार नाही... ती माझ्यावर कधीही रागवू शकली नाही, पण मी मात्र तिच्यावर रागवायचो. वागण्याचं जे स्वातंत्र्य मला*

होतं, तसं मी तिला कधीच घेऊ दिलं नाही... (११ ऑगस्ट १९३२).

ताऱ्यांचा अभ्यास : गांधींनी येरवड्याला उर्दूचा सराव सुरू केला. लेडी ठाकरसींनी दिलेल्या दुर्बिणीतून तारे न्याहाळण्याचा छंदही त्यांना लागला. *'तारे आपल्याशी मूक संभाषण करत असतात, हे एक पवित्र साहचर्य आहे,'* (१ जुलै १९३२) असं ते याविषयी म्हणाले. कालेलकरांना लिहिलेल्या पत्रात त्यांनी माणसं ग्रहांवर आणि ताऱ्यांवर जाण्याची कल्पना मांडली. ते लिहितात,

> *पृथ्वीवर असताना एखाद्याला बऱ्या-वाइटाचा जो अनुभव येतो, तसाच अनुभव कदाचित त्याला ग्रहताऱ्यांवर गेल्यानंतर येईल. पण इतक्या दूरवरून त्यांच्या सौंदर्यामुळे आणि शीतलतेमुळे जो मन:शांतीचा अनुभव मिळतो, तो खरोखर अद्‍भुत आहे... या विचारांनीच मला या अनंत अवकाशाचं निरीक्षण करावंसं वाटतंय...*

रंगूनमध्ये प्राणजीवन मेहतांचं निधन झाल्याची बातमी त्यांना ऑगस्टमध्ये कळली. मेहता कुटुंबाला या प्रसंगी आधार द्यायला आपण असमर्थ असल्याच्या विचारानं त्यांना अतीव दु:ख झालं. मेहतांच्या पुतण्याला त्यांनी लिहिलं :

> *४ ऑगस्ट १९३२ : एक सुंदर घरटं आज उजाड व्हायच्या मार्गावर आहे... या जगात मला डॉक्टरपेक्षा जास्त जवळचा दुसरा मित्र नव्हता आणि माझ्यासाठी तो अजून जिवंत आहे. पण त्याचं घरटं अबाधित ठेवण्यासाठी इतक्या दुरून मी काहीही करू शकत नाही, त्याचंच मला दु:ख होत आहे.*

देसाईंची डायरी : देसाईंनी डायरी लिहिल्याबद्दल त्यांचे आभार मानले पाहिजेत, कारण येरवड्याच्या दिवसांतल्या दैनंदिन आयुष्याच्या आणि संभाषणांच्या नोंदी त्यामुळे आपल्याला समजतात. तिघाही कैदी-मित्रांनी तुरुंगातील एका मांजरीशी आणि तिच्या पिलांशी मैत्री केली, काही वेळा पटेल त्यांच्या खोड्या काढत असत. पटेलांचा पाकीट तयार करण्याचा आणि संस्कृत शिकण्याचा उत्साह वाखाणताना गांधी थट्टेनं असंही म्हणतात, *'उंदरांच्या मागे लागणाऱ्या मांजरीच्या एकाग्रतेसारखे पटेल निरुपयोगी कागदांच्या मागे लागलेले असतात. (१४ जून १९३२), संस्कृत शिकण्याचा त्यांचा वेग एखाद्या अरबी घोड्यासारखा होता.'* (२८ ऑगस्ट)

सरकारनं अटक केल्यानंतर पुढची चाल खेळणं किंवा पुढील लढ्याची आखणी करणं गांधींसाठी आवश्यक होऊन बसलं; परंतु शिक्षेचा कालावधी माहीत नसल्यानं ते अवघडही होऊन बसलं. सरकारचे अधिकारी जेव्हा त्यांची भेट घ्यायला येत, तेव्हा त्यांच्याशी बोलताना ब्रिटिशांच्या मनात काय चाललं आहे; ते जाणून

घेण्याचा गांधी आणि त्यांचे सहकारी प्रयत्न करत. पुण्याचे आयुक्त भेटून गेल्यानंतर झालेल्या चर्चेविषयी गांधींनी मारलेला शेरा देसाईंनी टिपून ठेवला (२७ मार्च). गांधी म्हणाले की, त्यांचं बोलणं म्हणजे सत्ताधाऱ्यांनी जेवताना मारलेल्या गप्पांचा प्रतिध्वनी त्यामध्ये उमटत होता.

एका चालीबाबात मात्र गांधींची भूमिका अगदी स्पष्ट होती : नवीन विधानमंडळासाठीच्या ज्या निवडणुका विचाराधीन होत्या, त्यांमध्ये अस्पृश्यांना सरकारनं अलग मतदारसंघ दिले, तर ते आमरण उपोषण करणार होते. लंडनमध्येही त्यांनी हेच सांगितलं होतं. अटकेनंतर दोन महिन्यांनी सचिव होअर यांना पत्र पाठवून त्यांनी हाच इशारा पुन्हा दिला.

'कुत्र्यांच्या भुंकण्याचा तांड्यावर काही परिणाम होत नाही.' ही भारतीय आंदोलनावरील होअर यांची टिप्पणी कळल्यावर तिन्ही येरवडावासीयांचा जळफळाट झाला. ऑक्टोबरमध्ये तिघांना आकाशात हेलिकॉप्टरच्या पंख्यांचा आवाज आला– एका शर्यतीसाठी विलिंग्डन पुण्याला आले होते. *'एका रेससाठी हजारो रुपयांचा चुराडा!'* गांधी उद्गारले. पटेलांना वाटलं, व्हाइसरॉयना हे दाखवून द्यायचं आहे की, ते सत्ताधीश आहेत आणि गांधी फक्त एक कैदी.

सेन्सॉरच्या तावडीतून सुटलेल्या काही पत्रांमुळे बाहेर सुरू असलेल्या लढ्यांची खबर मिळत असे. नवीन कैद्यांची भेट घेण्याची परवानगी जेलरकडून घेऊन गांधी त्यांना भेटले. त्यांच्याकडून समजलं की, खेडासारखी काही ठिकाणं अजून लढा देत होती; पण काही ठिकाणी वेग मंदावल्याच्याही बातम्या होत्या.

येरवड्याच्या पाहुण्यांच्या मनातल्या गोष्टी काढून घेण्याचा सरकारही आपल्या परीनं प्रयत्न करत होतं. २६ मे रोजी जेलर मेजर मेहतांनी तिघांना मुसोलिनीविषयी प्रश्न केला, "ते एक वैशिष्ट्यपूर्ण आणि सुंदर व्यक्तिमत्त्व नव्हतं का?" "वाघासारखं सुंदर." महादेव म्हणाले. *"एक दुष्ट माणूस."* गांधी म्हणाले. दुसऱ्या दिवशी पटेलांनी गांधींना वर्तमानपत्रातला एक फोटो दाखवला. आठ ते दहा वर्षांची इटालियन मुलं सैनिकी शिक्षण घेत असल्याचा तो फोटो होता. पटेल म्हणाले, "जेव्हा ती मोठी होतील, तेव्हा जगाचा विनाश करायला ती मुसोलिनीला मदत करतील."

गांधी उत्तरले, *"तुमचं बरोबर आहे. विन्सटन चर्चिल मुसोलिनीचा मोठा प्रशंसक आहे... आपले विरोधक किती बलवान आहेत! पण आपण काळाच्या अंतापर्यंत त्यांचा प्रतिकार करत राहिलं पाहिजे."* १९३२ सालच्या येरवड्यातील उन्हाळ्यात उच्चारलेल्या त्या शेवटच्या उक्तीमध्ये काही अभद्र अर्थ दडला होता.

नेहमी उपरोधिक बोलणारे पटेल गांधींनी इंग्लंडमध्ये घालवलेल्या काळाचा उल्लेख 'त्या देशात तुम्ही वाया घालवलेले दिवस', अशा शब्दांत करीत (११ एप्रिल).

आयर्विन यांनी विलिंग्डनच्या धोरणाला पाठिंबा व्यक्त केल्याचं वृत्त पेपरमध्ये वाचल्यावर पटेल म्हणाले (३० एप्रिल), "बघा, तुमचा मित्र कसा वागतोय ते."

त्यातला काही भाग थट्टा-मस्करीचा असे. काही वेळा अन्य मार्गांनीही पटेल त्यांच्या सहकाऱ्यांना हसायला लावत. एरवी गांधींसमोर हातचं राखून बोलणारे पटेल तुरुंगामध्ये आल्यापासून मात्र खुलले होते. २४ नोव्हेंबर रोजी देसाईंनी पुढील संभाषणाची नोंद केली :

आज एका पत्रकारानं (गांधींना) खुलं पत्र लिहिलं आणि खाली सही केली होती, 'तुमच्या काळात जन्म घेतलेला एक दुर्दैवी.'

बापू : मला सांगा, या माणसाला मी कसं उत्तर लिहू?

पटेल : त्याला विष-प्राशन करायला सांगा.

बापू : त्यानं मला विष द्यावं, असं सांगणं जास्त योग्य ठरणार नाही का?

पटेल : त्यामुळे त्याला काही मदत होणार नाही, असं मला वाटतं. त्यानं तुम्हाला विष दिलं आणि तुम्ही देवाघरी गेलात, तर त्याला मृत्युदंड होईल. मग तो पुन्हा तुमच्याच बरोबर पुनर्जन्म घेईल. तेव्हा त्यानं स्वत:वर विषप्रयोग करणंच जास्त चांगलं.

'सरदार वल्लभभाई माझ्याबरोबर आहेत. त्यांच्या विनोदांनी मला इतकं हसू येतं की, नंतर मला हसणं अशक्य होतं आणि असं एकदा नाही तर दिवसातून अनेकदा घडतं.' असं गांधींनी श्रीनिवास शास्त्रींच्या पत्राला उत्तर देताना लिहिलं, 'एकटेपणामुळे तुम्हाला उदास वाटतं का', असं त्यांनी गांधींना विचारलं होतं.

सहकारी त्यांचं वास्तव्य सुखद करण्याचा प्रयत्न करत होते, तर गांधीही आपला वाटा उचलत होते. उदाहरणार्थ, पटेल आणि देसाईंसाठी तांदूळ, डाळ आणि कुकर मिळावा अशी जेलरकडे मागणी करण्याची सूचना त्यांनी देसाईंना केली. वल्लभभाईंना डास त्रास देतात हे लक्षात आल्यावर (२७ मार्च) गांधींनी जेलरला एक चिठ्ठी लिहिली. त्यात मच्छरदाणीची ताबडतोब व्यवस्था करावी, अशी मागणी होती. त्या दिवशी रविवार होता, म्हणून वॉर्डनला ती चिठ्ठी जेलरच्या घरी पोचवायला सांगितली.

नेहमीच एक सुधारक असलेल्या गांधींनी पटेलांना त्यांच्या लिंबाचा रस आणि थोडासा सोडा यांचं पेय बनवण्याच्या पद्धतीत सुधारणा शिकवली. त्यांनी वल्लभभाईंना सांगितलं (२६ एप्रिल) : *'तुम्ही चमचा चुकीचा धरताहात. तो फक्त वरच्या टोकाला धरला पाहिजे. त्याची दुसरी बाजू ही सरबत ढवळण्यासाठी असते. शिवाय, तुम्ही तुमच्या रुमालानंच तो चमचा पुसलात, त्याच रुमालानं तुम्ही तोंड पुसता.'* तरीही, पटेल गांधींची ज्या तऱ्हेने काळजी घेत होते, त्यानं ते हेलावून जात. त्यांनी नंतर म्हटलं, *'त्यांच्या प्रेमानं आणि वात्सल्यानं मी भारावून गेलो आणि*

मला माझ्या आईची आठवण आली.'

येरवड्याला असताना मनात मृत्यूचे विचार येणं अगदी स्वाभाविक होतं. मृत्यू आज नाही तर उद्या येईल, असं ११ जूनला गांधी म्हणाले. त्यावर पटेलांनी मल्लिनाथी केली : नाही, नाही. आम्हाला असं संकटात टाकून जाऊ नका. जहाज किनाऱ्याला लावा आणि मग तुम्हाला जायचं तिथे जा. मग मी पण तुमच्याबरोबर येईन. स्वातंत्र्य मिळवण्यापूर्वी तुम्ही जायचं नाही. त्यानंतर आपण बरोबरच जाऊ. येरवड्याला पटेलांचे गांधींबरोबर असे अनुबंध जुळले होते.

२५ मे रोजी पाकिटं बनवत असताना वल्लभभाईंना गांधींनी अचानक विचारलं, 'स्वराज्याच्या मंत्रिमंडळात तुमच्यासाठी कोणतं खातं राखून ठेवायचं?' तल्लख पटेलांनी तत्काळ उत्तर दिलं, 'मी भिकाऱ्याचा कटोरा घेईन.'

गांधींनी आपलं बोलणं पुढे चालू ठेवलं : *'दास आणि मोतीलाल त्यांना हव्या असलेल्या खात्यांबद्दल बोलत असायचे. मुहम्मद अलींना आपण शिक्षणमंत्री व्हावं, असं वाटायचं आणि शौकत अलींना सैन्यदलाचं वरिष्ठ पद हवं असायचं.'* गांधी पुढे म्हणाले, *'अजून स्वराज्य मिळायचं आहे.'* दास, मोतीलाल नेहरू आणि मुहम्मद अली आता जिवंत नव्हते आणि शौकत अलींनी साथ सोडली होती, असं असताना पटेलांना कोणत्याही मंत्रिमंडळात सर्वोच्च पद किंवा खातं मिळालं असतं; पण गांधींनी त्यांना विचारलेल्या प्रश्नानं हे सूचित होतं की, पंतप्रधान म्हणून गांधींच्या डोळ्यांसमोर दुसरंच कुणीतरी होतं.

मंत्रिपदाविषयी चाललेली ही चर्चा वायफळ नव्हती, कारण आता गांधींनी एक महत्त्वाचा निर्णय घेतला होता. लंडनला नवीन भारतीय राज्यघटनेवर जे काम सुरू होतं त्यानुसार प्रांतांना जर खरीखुरी सत्ता दिली गेली, तर आपण विधानमंडळं काबीज करायची, असं गांधी पटेलांना २८ मार्च रोजी (अटक झाल्यानंतर तीनच महिन्यांत) म्हणाले.

मुंबईत, उत्तर प्रदेशात किंवा दुसऱ्या एखाद्या प्रांतात काँग्रेसचं सरकार आलं असतं, तर बंडखोर शेतकऱ्यांनी गमावलेल्या जमिनी त्यांना परत देण्यात ते सरकार यशस्वी ठरलं असतं. तीन महिन्यांनी हाच विचार गांधींनी पुन्हा बोलून दाखवला, तेव्हा पटेलांनी त्याला सहमती दर्शवली. आतापर्यंत सरकारी प्रतिनिधी मंडळांबाबत या दोघांनी सावध भूमिका घेतली होती. आता, बदललेल्या परिस्थितीत विलिंग्डनच्या दडपशाहीला प्रतिनिधी मंडळांत कसा प्रतिसाद मिळतो, हे बघण्यास ते उत्सुक होते.

तुरुंगातून सोडलेलं अस्त्र

अलग मतदारसंघांबाबतचा अंतिम निर्णय पंतप्रधानांच्या हातात आहे हे माहीत असलेल्या

तिघांच्या मनात मॅकडोनाल्ड झुकणार का, हाच सवाल होता. ६ जुलै १९३२ :

पटेल : मॅकडोनाल्ड यांचा पुरस्कार (मतदारसंघांचा) आपल्याविरुद्धच असणार.

गांधी : मॅकडोनाल्ड टोरींच्या (हुजूर पक्षाच्या) विरोधात उभे राहतील, अशी मला अजूनही आशा आहे.

पटेल : तुम्ही चुकताहात. ते सगळे एकाच माळेचे मणी आहेत.

गांधी : तरी मला वाटतं की, त्यांना स्वतःची मतं आहेत.

पटेल : त्यांना जर खरंच ती असती, तर त्यांनी स्वतःला टोरीजना विकलं असतं का? त्यांना आपल्या मानगुटीवरनं उतरायचंच नाहीए.

गांधी : (ते मला मान्य आहे) भारतीयांवरची पकड ढिली करायला कोणताही इंग्रज माणूस तयार होणार नाही...

देसाई : मुस्लिमांसाठी वेगळे मतदारसंघ द्यायला (मॅकडोनाल्ड) विरोध करतील?

गांधी : नाही. परंतु अस्पृश्यांसाठी असे मतदारसंघ देणं त्यांना सहजासहजी शक्य होणार नाही.

वरील संभाषणानंतर सहा आठवड्यांनी म्हणजे १७ ऑगस्ट रोजी राजेसाहेबांच्या सरकारनं (हिज मॅजेस्टीज गव्हर्न्मेंट - HMG) पुरस्कार जाहीर केले : 'अस्पृश्यां'ना किंवा 'निम्न वर्गा'ला (असं अधिकृतपणे त्यांना म्हटलं जाई) वेगळा मतदारसंघ दिला जाणार होता. दुसऱ्या दिवशी गांधींनी पंतप्रधानांना लिहून ते प्राणपणानं या निर्णयाला विरोध करणार असल्याचं कळवलं. या निर्णयाचा फेरविचार केला नाही, तर आपण कोणत्याही प्रकारचं अन्न ग्रहण करणार नाही; फक्त मीठ व सोडा घातलेलं किंवा नुसतंच पाणी पिऊन राहू, असा इशारा त्यांनी दिला. हे उपोषण ते २० सप्टेंबरच्या मध्यान्हीपासून सुरू करणार होते.

त्यांनी त्यांच्या व्यूहरचनेबाबत बारकाईनं विचार केला होता. तुरुंग अधिकाऱ्यांना त्यांचं पत्र लंडनला तारेनं पाठवायला सांगून पुढे गांधींनी पंतप्रधानांना ते प्रसिद्ध करण्याची विनंती केली होती. त्यामुळे जनमत प्रभावित व्हावं, अशी आपली इच्छा असल्याचा त्यांचा दावा होता. त्याच वेळी पटेल आणि देसाईंना त्यांनी गुप्ततेची शपथ घ्यायला लावली. त्यांनी त्याला विरोध केल्यावर गांधी उत्तरले, *'ही बाब अचानक सगळ्यांसमोर येणं हेच जास्त चांगलं... अचानक बसलेला धक्का हाच खरा उपाय ठरेल.'*

विशेषकरून दोन माणसांना हा धक्का देणं गरजेचं होतं, असं गांधींनी पटेल आणि देसाईंना सांगितलं : देशातील सर्वांत आदरणीय सनातनी हिंदू असलेले मालवीय आणि काँग्रेसचे प्रभारी अध्यक्ष असलेले, हिंदू सुधारणावादी राजगोपालाचारी. विद्वान ब्राह्मण असलेले हे दोघं १९३२च्या बंदीचा निषेध करून तुरुंगामध्ये गेले होते आणि आता सुटले होते. उच्चवर्णीय हिंदूंकडून पापप्रक्षालन करून घेण्याची

त्यांची ताकद होती आणि त्यामुळे अलग मतदारसंघाचा आग्रह धरणाऱ्या आंबेडकरांचं मन वळवणं शक्य झालं असतं.

हिंदूंच्या सदसद्विवेकबुद्धीला दंश करण्याची आपली इच्छा असल्याचं गांधींनी बोलून दाखवलं. हिंदू जर अस्पृश्यतेचा नायनाट करायला तयार नसतील, तर गांधींना गमवायला त्यांनी मागेपुढे पाहता कामा नये. तुरुंगाच्या जाड भिंतींमागून हा कैदी काँग्रेसला, हिंदू समाजाला, अस्पृश्यांना आणि सरकारला पुनर्विचार करायला भाग पाडत होता.

गांधींचा जीव वाचवण्यासाठी भारतातील हिंदू अस्पृश्यतेच्या प्रथेचा त्याग करणार होते? त्यांनी जर असं केलं, तर आंबेडकर त्यांची भूमिका मवाळ करणार होते? ते जर नमले तर मॅकडोनाल्ड त्यांच्या 'पुरस्कारा'वर फेरविचार करण्यास तयार होते? सप्टेंबर १९३२च्या महिन्यात हे प्रश्न उपस्थित झाले होते.

आंबेडकरांचं मन जिंकण्यासाठी गांधी अस्पृश्यांसाठी विधानमंडळात राखीव जागा ठेवायला तयार होते, शिवाय सरकारनं देऊ केलेल्या जागांपेक्षा दुप्पट जागा द्यायला तयार होते (गांधींनी सुचवलेला आकडा लोकसंख्येच्या प्रमाणाच्या जास्त जवळ जाणारा होता). पण 'अस्पृश्य' उमेदवार वेगळ्या नव्हे तर सर्वसाधारण मतदारसंघातूनच निवडून यायला हवे, असं त्यांचं म्हणणं होतं.

१२ सप्टेंबर रोजी गांधींनी मॅकडोनाल्ड आणि होअर यांना पाठवलेली पत्रं वर्तमानपत्रात प्रसिद्ध झाली, तेव्हा त्यांना मिळालेला प्रतिसाद थक्क करणारा होता. येरवड्याला तारांचे ढीग जमले. डाऊनिंग स्ट्रीट आणि नवी दिल्लीतील व्हाइसरॉय महालातही हीच स्थिती होती. मालवीयांनी हिंदू नेत्यांची मुंबईत तातडीची बैठक बोलावली.

भारतभर मोठ्या जनसभा होऊन त्यात गांधींनी उपवास मागे घेण्याची आणि मॅकडोनाल्ड यांनी निर्णयात फेरबदल करण्याची विनंती करण्यात आली. उपवास मागे घेण्याची गळ राजगोपालाचारींनी तारेद्वारे घातली. त्याला उत्तर देताना गांधींनी लिहिलं :

शोषित वर्गाच्या कल्याणासाठी सत्याग्रहाचा हा अंतिम अंक सादर करण्याची ईश्वरानं तुमच्या सहकाऱ्याला संधी दिली आहे. त्याबद्दल तुम्ही कृतज्ञता व्यक्त करावी, अशी माझी अपेक्षा आहे.

सनातनी हिंदूंना पाठवलेल्या इतर संदेशांमध्ये गांधी लिहितात, *'ही तर सुरुवात आहे. यापुढे सुधारणावाद्यांची वाढती सेना, वंचित वर्गाच्या सामाजिक, नागरी आणि राजकीय शोषणाचा प्रतिकार करेल.'*

हा विषय मानवी आकलनाच्या पलीकडील होता, 'स्वराज्या'च्याही खूप पुढे जाऊन विचार करायला लावणारा होता. आपली हाक त्या सर्वशक्तिमान ईश्वराचं

सिंहासन हलवून सोडेल, असा विश्वास असल्याचं गांधी म्हणाले.

उपवास सुरू होण्याच्या एक दिवस आधी, एक ऐतिहासिक समझोता करण्यात आला. मुंबईत झालेल्या सनातनी हिंदूंच्या सभेत असा ठराव करण्यात आला की, 'स्वराज्याच्या संसदेतील सर्वांत पहिला कायदा हा अस्पृश्यांना सार्वजनिक विहिरी, सार्वजनिक शाळा, रस्ते आणि इतर सर्व सार्वजनिक संस्थांमध्ये जाण्या-येण्याचा, प्रवेशाचा समान अधिकार देणारा असेल.'

उपवास सुरू झाल्यानंतर नातेवाइकांना आणि मध्यस्थी करू इच्छिणाऱ्या लोकांना गांधींना भेटण्याची परवानगी देण्यात आली. उपोषणाला बसलेल्या आपल्या पतीसमवेत राहण्याची संमती मिळालेल्या कस्तुरबांनी गांधींचं स्वागत 'पुन्हा तीच जुनी कहाणी!' या शब्दांत केलं. खरं म्हणजे गांधींना केव्हापासून त्यांना भेटण्याची इच्छा होती आणि बांनाही तशीच इच्छा होती, हे ते जाणून होते. उपवासानं तुरुंगाची कुलपं उघडली होती.

टायफॉईडमधून बरा होत असलेल्या देवदासलाही सोडून देण्यात आलं आणि वडिलांना भेटण्याची परवानगी देण्यात आली. गांधींनी त्याला, त्याच्या वडिलांचाच तो मुलगा असल्यामुळे, शोषित वर्गाचं आणखी शोषण होऊ देण्यापेक्षा तो आपल्या पित्याला गमवायला एकवेळ तयार होईल असं त्यानं म्हणावं, असं सुचवलं. वर्तमानपत्रांनी देवदासचं हे पत्र प्रसिद्ध केल्यावर, त्याच्याशी लग्न करू इच्छिणाऱ्या लक्ष्मीला त्या पित्यानं लिहिलं : *'बघ, देवदासनं किती सुंदर (पत्र) लिहिलं आहे.'*

उपवासाच्या आदल्या रात्री आणि त्या दिवशी म्हणजे २० सप्टेंबरला अगदी पहाटे सगळ्या आप्तस्वकीयांना लिहिलेल्या पत्रांमध्ये गांधींनी विनंती केली, की आपला यात मृत्यू जरी ओढवला, तरी दुःख करू नये. गांधींच्या खूप जवळ असलेल्या परंतु अजूनही जुन्या रूढींना चिकटून असलेल्या त्यांच्या मोठ्या चुलत भावाला, खुशालचंद गांधींना (छगनलाल, मगनलाल आणि नरनदास यांचे वडील) गांधींनी १९ सप्टेंबर रोजी लिहिलं :

> *उद्या सुरू होणाऱ्या यज्ञाचं तुम्ही स्वागतच कराल, याची मला खात्री आहे. तुम्हाला जर तो पवित्र वाटत असेल तर तुमचे आशीर्वाद मला पाठवा, अशी मी तुम्हा दोघांना विनंती करतो. मी जर तुमच्या आधी हे जग सोडून गेलो, तर कृपा करून दुःख करू नका; पण असा यज्ञ पूर्ण करायला ईश्वरानं तुमच्या धाकट्या भावाला शक्ती दिली, यातच धन्यता माना. तुम्ही मला भावापेक्षाही जास्त काही आहात. या पहाटेच्या समयी, तुमचा हा धाकटा भाऊ तुम्हाला नमस्कार करतो...*

२० तारखेच्या सकाळी मीरेला लिहिलेल्या पत्रात गांधींनी हे कबूल केलं की, जेव्हा

त्यांनी मॅकडोनाल्डना पत्र लिहून उपोषणाविषयी कळवलं, तेव्हा त्यांच्या मनात तिचा आणि बाचा विचार आला आणि त्या दोघींना धक्का बसेल हे ठाऊक असल्यानं त्यांच्या मनाची चलबिचल झाली. गांधींनी पुढे लिहिलं :

> *क्षणभर मला भोवळ आली. तुम्ही दोघी ही गोष्ट कशी सहन करणार? पण... ते पत्र गेलं. अस्पृश्यतेचं पाप धुऊन टाकण्यापुढे कोणतीही वेदना श्रेष्ठ ठरणार नाही. त्यामुळे या कष्टप्रद स्थितीशी तुम्ही जुळवून घेतलं पाहिजे आणि धैर्यानं तोंड दिलं पाहिजे... शेवटचं दर्शन घेण्याला काही अर्थ नाही हे समजून घे आणि विचार कर. ज्या आत्म्यावर तुम्ही प्रेम करता, तो सदैव तुमच्याच बरोबर आहे.*

उपवास करणाऱ्या गांधींना भेटायला टागोर धावत आले. गांधी तेव्हा आंब्याच्या झाडाखाली एका खाटेवर झोपले होते. टागोरांनी आपला चेहरा बराच वेळ गांधींजींच्या छातीवरील वस्त्रांमध्ये लपवला. झाडाखाली झोपलेल्या गांधींना भेटायला मालवीय आणि सी.आर. आले. दलितांचे नेते आणि आंबेडकरही आले; इतर नेत्यांमध्ये एम. सी. राजा आणि पी. एन. राजभोज होते.

तुरुंगाच्या अंगणातलं ते आंब्याचं झाड म्हणजे एक राष्ट्रीय व्यासपीठ झालं. आंबेडकरांनी उच्चारलेले पहिले शब्द होते, 'महात्माजी, तुम्ही आमच्यावर फार मोठा अन्याय केला आहे.' गांधी उत्तरले, *"नेहमी माझीच बाजू अन्यायकारक वाटत आलेली आहे."* प्यारेलाल यांच्या मते (तेही गांधींजवळ पोचले होते, सगळ्या घटनांचे साक्षीदार होते आणि नंतर त्यांनी त्या एका पुस्तकात नोंदवून ठेवल्या), त्या खंबीर डॉक्टरांनी (आंबेडकर) आपल्या सहकाऱ्यांच्या मदतीनं शेवटपर्यंत किल्ला लढवला.

या उपवासानं नि:संशयपणे आंबेडकरांवर दबाव आला, गांधींना देशभरातून मिळणाऱ्या पाठिंब्याचंही त्यांना दडपण आलं, परंतु रूढिवाद्यांवर त्यापेक्षाही जास्त दडपण आलं. जुने अडसर झुगारून, एका रात्रीत भारतातील देवालयांची दारं अस्पृश्यांसाठी उघडली. शहराशहरांमध्ये, ब्राह्मण आणि अस्पृश्यांच्या एकत्र पंगती उठल्या. सरोजिनी नायडूंची कन्या पद्मजाला वाटलं की, शतकानुशतकं साठलेल्या अनिष्टतेच्या गाळाचा निचरा होतानाचे आपण साक्षीदार आहोत. आपल्या डोळ्यांदेखत एक चमत्कार घडताना आपण पाहत आहोत, असं टागोरांना वाटलं.

गांधींची मुलाखत घेतल्यावर, ब्रिटिशांची मालकी असलेल्या 'टाइम्स ऑफ इंडिया'च्या वार्ताहरानं लिहिलं (२४ सप्टेंबर) :

> *ब्लँकेटनं आच्छादलेल्या तुरुंगामधील एका कॉटवर आंब्याच्या झाडाच्या सावलीत मिस्टर गांधी पडले होते. बोलणं संपल्यावर, त्यामुळे आलेल्या*

थकव्यानं मिस्टर गांधी त्यांच्या बिछान्यावर मागे रेलले. ताबडतोब, काय लागेल ती मदत करायला तुरुंगाचे दोन डॉक्टर त्यांच्या दोन्ही बाजूंना येऊन बसले. परंतु, मिस्टर गांधींना मिसेस गांधींमुळेच जास्त आराम वाटत होता. त्याही साहजिकच काळजीत होत्या; पण तरीही गांधींची उशी नीट करण्यात, त्यांच्या कपाळावर ऑलिव्ह तेल चोळण्यात आणि त्यांच्याशी शांतपणे बोलण्यात त्यांना अतीव आनंद मिळत होता, असं वाटत होतं.

२४ सप्टेंबरच्या संध्याकाळी अस्पृश्यांच्या आणि सनातनी हिंदूंच्या नेत्यांनी झाडाभोवती एकत्र येऊन 'पुणे करारा'वर स्वाक्षऱ्या केल्या. मालवीयांनी आधी सही केली, त्यानंतर आंबेडकरांनी, त्यांच्यानंतर राजगोपालाचारींनी आणि मग राजेंद्र प्रसादांनी. अस्पृश्यांचे नेते राजा, श्रीनिवासन आणि गवईंनीही सह्या केल्या.

गांधींची तब्येत खालावली असल्यानं, कराराची ही वार्ता तारेनं लंडनला धाडली गेली. तिथे मॅकडोनाल्ड आणि त्यांच्या मंत्र्यांनी ती स्वीकारली आणि आधीच्या 'पुरस्कारा'त बदल केला. २६ रोजी संध्याकाळी पाच वाजता या बदलाची बातमी येरवड्याला येऊन पोचली, तेव्हा सुटकेचा नि:श्वास सोडलेल्या कस्तुरबांच्या हातानं संत्र्याचा रस घेऊन गांधींनी आपला उपवास सोडला. त्या वेळी तिथे टागोर उपस्थित होते आणि कुष्ठरोगाचा सामना केलेले, आता कैदेत असलेले आश्रमवासी परचुरेशास्त्रीही होते, याचा गांधींना आनंद झाला.

राखीव जागांच्या गांधींनी केलेल्या स्वीकाराची बरोबरी आंबेडकर आणि अन्य अस्पृश्य नेत्यांनी संयुक्त मतदारसंघाची मागणी मान्य करून केली. नंतर भारताच्या घटनेत समाविष्ट करून घेण्यात आलेल्या त्या करारानं बरेच आरोप-प्रत्यारोप पचवले आहेत– गांधींच्या उपोषणामुळे आंबेडकरांवर दबाव आला, सनातनी हिंदू अस्पृश्यांवर सूड उगवतील या भीतीनं आंबेडकर पुणे करार करायला तयार झाले, इत्यादी इत्यादी.

१९३२ साली झालेल्या त्या उपोषणाच्या आणि वाटाघाटींच्या नोंदींवरून तसं काहीच सूचित होत नाही. गांधींमध्ये आणि स्वत:मध्ये इतक्या गोष्टी समान आहेत, हे पाहून त्या वेळी आपण 'आश्चर्यचकित, खूपच आश्चर्यचकित' झाल्याचं आंबेडकर म्हणाले. 'वंचित वर्गाच्या कल्याणासाठी तुम्ही पूर्णपणे समर्पित झालात, तर तुम्ही आमचे हीरो व्हाल', असं ते गांधींना म्हणाले.

गांधींनी तयार केलेल्या वक्तव्यात (२६ सप्टेंबर) म्हटलं होतं की, 'गेल्या सात दिवसांत संपूर्ण भारत देशभर जे अद्भुत प्रदर्शन करण्यात आलं, त्यात ईश्वराचीच काहीतरी योजना असावी.' डॉ. आंबेडकर, रावबहादूर श्रीनिवासन आणि

... रावबहादूर एम. सी. राजा यांच्याप्रति हिंदूंच्या बाजूनं कृतज्ञता व्यक्त करून गांधींनी पुढे लिहिलं :

पिढ्यान् पिढ्यांच्या अन्यायाची शिक्षा म्हणून ते तथाकथित उच्चवर्णीय हिंदूंविरुद्ध ताठर आणि हट्टी भूमिका घेऊ शकले असते.
त्यांनी जर असं केलं असतं, तर मी तरी त्यांच्या भूमिकेला विरोध केला नसता आणि न जाणे किती काळापासून दलित सोसत असलेल्या अन्यायाची किरकोळ भरपाई माझ्या प्राणत्यागामुळे झाली असती. परंतु त्यांनी उमदा मार्ग निवडला आणि सगळ्या धर्मांनी प्रतिपादन केलेल्या क्षमाशीलतेचा गुणधर्म त्यांनी अंगी बाणवला आहे, हे दाखवून दिलं. त्या क्षमेला सनातनी हिंदू पात्र ठरतील, अशी मी आता आशा करतो...

सनातनी उच्चवर्णीय हिंदूंना त्यांनी गर्भित इशाराही दिला :

(करारातील) राजकीय भाग हा सामाजिक सुधारणेच्या तुलनेत अगदी नगण्य आहे. येणाऱ्या भविष्यकाळात सनातनी हिंदूंना सुधारणेकडेच लक्ष द्यायचं आहे आणि ती म्हणजे हिंदू लोकसंख्येतील एक मोठा हिस्सा ज्या सामाजिक आणि धार्मिक असमानतेखाली भरडला जात आहे, तिचं समूळ उच्चाटन.
सुधारक सहकाऱ्यांना आणि सनातनी हिंदूंना मी जर हा इशारा दिला नाही, तर विश्वासघात केल्यासारखं होईल. उपवास थांबवण्यामागे तो पुन्हा सुरू करण्याची शक्यताही दडली आहे. वर सांगितलेली सुधारणा ही ठरावीक काळात सतत पाठपुरावा करून साध्य केली गेली पाहिजे.

चार दिवसांनी, ॲण्ड्र्यूजना लिहिलेल्या पत्रात त्यांनी म्हटलं :

३० सप्टेंबर १९३२ : रूढिवाद्यांकडून मला मोठ्या प्रतिसादाची अपेक्षा होती, अचानकपणे जे समोर आलं त्यासाठी मी तयार नव्हतो. पण मी फसणार नाही. उघडलेली देवळं उघडीच राहतील आणि इतरही घडलेल्या गोष्टी टिकून राहतील, हे पाहिलं पाहिजे.

मात्र, त्या वेळेपुरता तरी एका त्रेसष्ट वर्षांच्या कैद्यानं दोन आघाड्यांवर इतिहास घडवला होता. एक, तुरुंगाच्या अंगणातील एका झाडाखाली आडवं झोपून त्यानं कठोर साम्राज्यावर आपली इच्छा लादली होती. दुसरी, अनंत काळापासून सुप्तावस्थेत पडलेल्या हिंदू समाजाच्या विवेकबुद्धीला जाग आणली होती.

११

दडपशाहीचा मुकाबला

तुरुंगात आणि तुरुंगाबाहेर, १९३२-३६

विलिंग्डन यांच्या ओंजळीतसुद्धा काही लाभ पडलाच. भारतीयांचा प्रतिकार हळूहळू संपुष्टात आला होता, गांधींची अहिंसावादी सेना कुठे थकली होती, तर काही ठिकाणी धराशाही झाली होती आणि स्वत: गांधी गजांआड होते! त्यांच्या कुटुंबापासून आणि बऱ्याचशा सहकाऱ्यांपासून अलग झालेले, एकटे त्यांचा विनाशकारी आश्रम जवळपास रिकामा झाला होता, त्यांच्या प्रक्षोभक पत्रिकांवर बंदी आली होती.

अस्पृश्यतेच्या प्रश्नावर त्यांना मिळालेलं यश हे सरकारला काट्यासारखं सलत होतं, यात शंका नव्हती; तरी सरकारनं त्या विषयावर गांधींचं तोंड बंद केलं नाही. उपोषण संपल्यावर तुरुंगाचे इतर निर्बंध गांधींवर पुन्हा लगेच लादले गेले, पण अस्पृश्यतेवर भाष्य करायला मात्र त्यांना आडकाठी केली गेली नाही. सनातनी हिंदू आणि आंबेडकरांसारखी माणसं, दोघांनाही गांधी भडकवू शकतील, अशी सरकारला अपेक्षा होती.

सरकारचे आडाखे अचूक ठरतील, अशी भीती पटेल आणि देसाईंना वाटत होती; परंतु उपोषणामुळे निर्माण झालेली संधी गमवायला गांधी तयार नव्हते. त्यांची लेखणी आणि मन त्यांच्या लोकांशी पुन्हा एकदा संवाद साधण्यासाठी उत्सुक झालं होतं, मग तो फक्त अस्पृश्यतेच्या विरोधात का असेना.

सप्टेंबर १९३२ पासून त्यांनी 'अस्पृश्यां'ना 'हरिजन' (देवाची माणसं) असं संबोधायला सुरुवात केली. हे संबोधन 'नवजीवन'चा एक 'अस्पृश्य' वाचक असलेल्या माणसानं १९३१ साली सर्वप्रथम वापरलं. गुजरातचे १५ व्या शतकातील संतकवी नरसी मेहता ('वैष्णव जन'चे जनक) यांचा दाखला त्यानं दिला होता. स्वत:ला 'स्व-घोषित हरिजन' असं संबोधणाऱ्या गांधींनी याबाबत स्पष्टीकरण करताना २८ एप्रिल १९३३ रोजी लिहिलं आहे,

...ही संज्ञा हरिजनांना कायम वेगळी ओळख देण्यासाठी म्हणून तयार करण्यात आलेली नाही... 'अस्पृश्य' या शब्दाला तिरस्काराचा वास येतो... आतापर्यंत अस्पृश्यांना वेगळी ओळख असल्यामुळे त्यांना संबोधण्यासाठी काही एक नाव देणं गरजेचं होतं... हा वेगळेपणा संपेल अशी आपण प्रार्थना करू या; म्हणजे आपण सगळेच 'हरिजन' – देवाची माणसं, असं म्हणवून घ्यायला पात्र ठरू. एक स्नेही म्हणाला, ते बरोबर आहे, आज हिंदू 'अरिजन'- हिंदुत्वाचे शत्रू, झाले आहेत.

आठवड्यांमागून आठवडे ते या प्रश्नावर तुरुंगात बसून लिहीत होते आणि वर्तमानपत्रं त्यांचं हे लिखाण प्रसिद्ध करत होती. 'अस्पृश्यां'च्या माथी आपण किती अन्याय थोपले आहेत, याची आठवण ५ नोव्हेंबर १९३२ रोजी त्यांनी सनातनी हिंदूंना करून दिली. ते लिहितात,

सामाजिकदृष्ट्या ते जणू महारोगी आहेत. त्यांची आर्थिक स्थिती गुलामांपेक्षा खालावलेली आहे. आपण ज्यांचा 'देवालय' असा चुकीचा उल्लेख करतो, त्या ठिकाणी धर्मानं त्यांना प्रवेश नाकारला आहे. सार्वजनिक रस्ते, सार्वजनिक रुग्णालये आणि विहिरी व पाणवठे, उद्यानं आणि अशाच इतर ठिकाणांचा वापर करण्याचा त्यांचा अधिकार डावलला जातो. विशिष्ट अंतराच्या आत त्यांनी प्रवेश करणं हा सामाजिक गुन्हा मानला जातो, (किंवा)... त्यांनी कुणाच्या नजरेला पडणं हा अपराध समजला जातो.

ज्या ठिकाणी त्यांना कोणत्याही सामाजिक सुविधांचा लाभ मिळत नाही, अशा शहरांमधील किंवा गावांमधील सर्वांत गलिच्छ भागात त्यांना राहायला भाग पाडून त्यांचा अधिक्षेप केला जातो. सवर्ण वकील आणि डॉक्टर्स त्यांची सेवा करायला तयार होत नाहीत... त्यांच्या धार्मिक कार्यांचं पौरोहित्य करणं ब्राह्मण नाकारतात. इतकं अभावग्रस्त आयुष्य ते जगू शकतात, हेच खरं आश्चर्य आहे किंवा अजूनही ते हिंदू समाजात आहेत, हीसुद्धा नवलाची बाब आहे. ते इतके पिचलेले आहेत की, त्यांच्यावर जुलूम करणाऱ्यांविरुद्ध आवाज उठवण्याचीही ताकद त्यांच्यात नाही.

१९३३ सालच्या फेब्रुवारी महिन्यापासून तुरुंगामधल्या त्यांच्या कोठडीतून एका नवीन पत्रिकेचं, इंग्रजी भाषेतील 'हरिजन'चं संपादन करण्याची परवानगीही त्यांना मिळाली. काही दिवसांतच गुजरातीतून 'हरिजनबंधू' आणि हिंदीतून 'हरिजन सेवक' पत्रिकाही सुरू झाल्या.

मध्यवर्ती विधिमंडळात मांडलेल्या दोन विधेयकांनासुद्धा त्यांनी पाठिंबा दिला. निवडून गेलेले उमेदवार रंगा अय्यर यांनी ती मांडली होती. एका विधेयकाद्वारे हरिजनांना वेगळी वागणूक देण्यावर बंदी आणण्याची मागणी करण्यात आली होती आणि एखाद्या रूढिवादी अल्पसंख्याक गटानं हरिजनांवर मंदिरप्रवेशाची घातलेली बंदी बेकायदेशीर ठरवण्याची तरतूद दुसऱ्या विधेयकाद्वारे करावी, अशी मागणी होती. केरळमधील गुरुवायूर मंदिरात हरिजनांना प्रवेश मिळावा यासाठी मोठ्या संख्येनं असलेल्या सुधारक भक्तांनी केलेले प्रयत्न अयशस्वी ठरले; त्यामुळे दुसरं विधेयक मांडण्यात आलं होतं.

रंगा अय्यर यांच्या विधेयकांना मालवीयांनी विरोध केला; तर मंदिर प्रवेशाची फिकीर अस्पृश्य करत नाहीत, अशी टिप्पणी आंबेडकरांनी केली. या गोष्टीकडे पटेलांनी गांधींचं लक्ष वेधलं. देसाई म्हणाले की, त्यांना (गांधींना) असं वाटलं की, सवर्ण हिंदू आणि आंबेडकरांचे समर्थक अशा वरच्या आणि तळाच्या दगडांमध्ये सापडून आपला चुराडा होईल. 'दोन्ही गटांना आपसात भांडू द्यावं आणि त्या दोघांमध्ये पडू नये', असा पटेलांनी गांधींना सल्ला दिला.

त्यावर असहमती दर्शवून गांधी पटेल आणि देसाईंना म्हणाले (१६ फेब्रुवारी १९३३) की, *'आपल्याला वाऱ्यावर सोडून देण्यात आलं आहे, असं लाखो हरिजनांना वाटता कामा नये.'*

'हरिजन'द्वारे गांधींनी राजगोपालाचारींना काँग्रेसचं अध्यक्षपद सोडून आणि विधेयकांसाठी दिल्लीत मोर्चेबांधणी करण्यास प्रवृत्त केलं. ज्या सभेवर काँग्रेसनं बहिष्कार घातला होता, तिथे जाऊन सी.आर. मोर्चेबांधणी करणार या कल्पनेनं अनेकांना अस्वस्थ केलं आणि उत्तर प्रदेशातील तुरुंगातून नेहरूंनी गांधींना तीव्र शब्दांत नापसंती कळवली.

परंतु, आपण काय करत आहोत, हे गांधींना चांगलं माहीत होतं :

असहकाराचा पुरस्कर्ता आता त्याच्या देशबांधवांना सरकारच्या मंडळांचा स्वीकार करायला सांगत होता. आपल्याला हे ठाऊक आहे की, गेल्या वर्षभरापासून म्हणजे मागील वर्षाच्या एप्रिलपासून–पटेलांच्या पूर्ण सहमतीनं गांधी विधानमंडळं काबीज करण्याचा विचार करत होते, व्यूहरचनेतील हा बदल म्हणजे विलिंग्डन यांच्या दडपशाहीचा परिणाम होता.

आंबेडकरांशी आणखी चर्चा : पुणे करारावर सही केली असली तरी आंबेडकरांचे गांधींशी खटके उडतच होते. 'हरिजन'च्या पहिल्या अंकासाठी 'संदेश' देण्याची गांधींची विनंती नाकारून, त्यांनी एक 'वक्तव्य' पाठवलं; जातिव्यवस्थेचा समूळ नायनाट झाला तरच अस्पृश्यतानिवारण होऊ शकतं : जातीबाहेरचे लोक

आहेत कारण जाती आहेत, असं त्यांनी त्यात म्हटलं होतं. हिंदू धर्माचा त्याग करण्याची तयारीही आंबेडकरांनी सूचित केली.

गांधींच्या मते मात्र अस्पृश्यता जातिव्यवस्थेमुळे नाही तर उच्च-नीचपणाच्या कल्पनांमुळे निर्माण झाली होती. अस्पृश्यतेवर प्रहार म्हणजे या उच्च-नीचतेवर प्रहार यावर त्यांचा विश्वास होता. १४ फेब्रुवारी रोजी ते म्हणाले :

> *श्रेष्ठत्व आणि हीनतेचा हा सिद्धान्त पित्याकडून पुत्राकडे युगानुयुगे चालत येणं हा हिंदुत्वाचा अविभाज्य घटक असेल, तर डॉ. आंबेडकरांप्रमाणेच मलाही त्या धर्मात राहण्याची अजिबात इच्छा नाही. पण... माझ्या कल्पनेतील हिंदू धर्मात असा कोणताही श्रेष्ठ-कनिष्ठ भाव नाही. आपल्या मनातील कटुता आणि क्रोध याचा त्याग करावा, असं आवाहन मी आंबेडकरांना करतो. त्यांच्या पूर्वजांनी जोपासलेल्या श्रद्धेतील सौंदर्यस्थळांचा शोध घेण्याचा प्रयत्न त्यांनी करावा. कोणताही पूर्वग्रह न बाळगता हिंदुत्वाचा अभ्यास केल्याशिवाय त्यांनी त्याची निंदा करू नये आणि संकटकाळात त्यांना दिलासा देण्यात तो अपयशी ठरला, तर त्यांनी त्याचा जरूर त्याग करावा.*

आंबेडकरांचं मत बदललं नाही. दुसरीकडे, रूढिवाद्यांच्या दबावाला बळी पडून रंगा अय्यरांनी त्यांची विधेयकं मागे घेतली आणि शुद्धिवादी सनातन्यांनी गांधींच्या विरोधात निदर्शनं केली. एक जुने स्नेही रणछोडदास पटवारी (१८८८ साली त्यांनी दिलेल्या तात्पुरत्या कर्जामुळे मोहनदासला लंडनचा प्रवास करता आला होता) यांनी अठ्ठ्याऐंशी प्रश्नांची काटेकोर उत्तरं मिळावीत, अशी मागणी केली (गांधींनी अत्यंत संयमानं त्यांची उत्तरं दिली). रूढिवाद्यांविरुद्ध गांधींनी घेतलेल्या भूमिकेमुळे काँग्रेसचा सर्वनाश होईल, असं भाकीत केलं, गांधींनी धर्माचा संपूर्णपणे त्याग केला असं म्हणत त्यांच्याशी संबंध तोडण्याची भाषा केली.

परंतु, सुधारणावादी हिंदूंना, हिंदूंच्या ऐक्याचे पुरस्कर्ते असणाऱ्या हिंदूंना आणि अनेक अस्पृश्यांना गांधी त्यांचे कैवारी वाटत होते. पुन्हा एकदा आपल्या टीकाकारांपेक्षाही अधिक स्पष्टपणे परिस्थितीकडे पाहणाऱ्या गांधींना हे जाणवलं की, बहुसंख्य हिंदू समाज त्यांच्या मागे यायला तयार आहे आणि कट्टर हिंदुत्ववादी स्वत:लाच वेगळं पाडत आहेत. त्यांनी नेहरूंना लिहिलं :

> *१५ फेब्रुवारी १९३३ : सनातन्यांविरुद्धचा संघर्ष अधिकाधिक लक्षवेधी पण गुंतागुंतीचा होत चालला आहे... ते माझ्यावर करत असलेली चिखलफेक मोठी मनोरंजक आहे. या पृथ्वीतलावर जी कोणती गोष्ट अत्यंत वाईट आणि भ्रष्ट असेल, तर ती म्हणजे मी! पण हेही वादळ*

शमेल. कारण मी त्यावर प्रत्याघात न करण्याचा—अहिंसेचा—रामबाण उपाय शोधला आहे. मी त्या आरोपांकडे जेवढं दुर्लक्ष करतो, तेवढे ते तिखट होत जात आहेत. परंतु, हे पतंगानं दिव्याभोवती आत्मघातकी नृत्य करावं, तसं काहीसं आहे.

आणखी एक उपवास : १९३३ सालच्या मे महिन्यात या वेळी 'आत्मशुद्धी'साठी त्यांनी २१ दिवसांच्या उपवासाचा संकल्प करून आपली बाजू आणखी बळकट केली. मागच्या उपवासानं सनातन्यांवर आणि आंबेडकरांवर दबाव आला होता. या वेळी मात्र, कुणाकडूनही कसलीही अपेक्षा न करता, फक्त स्वतःवरच ते दबाव आणणार होते. उपवास हा हिंदूंचा पूर्वापार चालत आलेला रिवाज असल्यामुळे, गांधींच्या हिंदू असण्यावर या कठोर निर्णयामुळे शिक्कामोर्तबच होणार होतं. त्यातच त्यांची सुटकाही करण्यात आली.

उपवास सुरू करण्यापूर्वी त्याचे सगळे फायदे त्यांनी लक्षात घेतले होते, असं मात्र आपण गृहीत धरता कामा नये. उपवास करण्याचा विचार मनात आला, त्याला कारण म्हणजे त्या आधी दोन-तीन रात्री त्यांनी अस्वस्थतेत घालवल्या, त्यांना झोप आली नाही. आश्रमातील बेशिस्त वर्तनाच्या आणि हरिजनांशी इतर रहिवाशांच्या उडालेल्या खटक्यांच्या बातम्यांनी ते बेचैन झाले होते. आंबेडकर आणि सनातन्यांनी केलेले आरोपही त्यांना व्यथित करत होते. २९ एप्रिलच्या रात्री ते झोपायला गेले तेव्हा त्यांना काहीच कल्पना नव्हती... (दुसऱ्या दिवशी सकाळी सांगताना ते म्हणाले...)

काहीतरी आतून उचंबळून येत होतं... अकरानंतर मी उठलो, ताऱ्यांचं निरीक्षण केलं, रामनामाचा जप केला; पण तोच तोच विचार सतत माझ्या मनात येत राहिला : 'तू इतका अस्वस्थ आहेस, तर मग उपवास का करत नाहीस? कर ना.' बराच वेळ हा अंतस्थ संवाद झडत राहिला. साडेबारानंतर तो स्पष्ट, निर्विवाद आवाज आला : 'तू उपवास केलाच पाहिजेस.'

गांधींनी टागोर, मालवीय, श्रीनिवास शास्त्री, जवाहरलाल, ॲण्ड्र्यूज, अनसूया साराभाई आणि इतर स्नेह्यांना अनेक वेगवेगळी पत्रं लिहून संमती, अर्थात ते देऊ इच्छित असतील तर, मागितली. तंदुरुस्त असल्याची प्रबळ भावना आणि उपवासातून तगण्याची पूर्ण खात्री बाळगून असलेल्या गांधींनी, या उपवासामुळे परिस्थितीवर प्रभाव टाकण्याची आपली शक्ती आणखी वाढेल, असाही विचार केला :

मला वाटलं होतं त्यापेक्षाही (अस्पृश्यतेचा) हा भस्मासुर फार भयंकर आहे. तो पैशानं, बाह्य सांघिक प्रयत्नानं आणि अगदी हरिजनांच्या हाती

सत्ता सोपवूनही नष्ट होणारा नाही; अर्थात या तीनही गोष्टी आवश्यक आहेत. पण त्या प्रभावी ठरण्यासाठी... आंतरिक शक्तीचा पाठपुरावा करणं किंवा तिची सोबत करणं गरजेचं आहे... ही गोष्ट फक्त उपवास करून आणि प्रार्थनेनंच शक्य आहे.

अटकेत असलेले गांधी आत्मशुद्धीसाठी एकवीस दिवस उपवास करणार, या बातमीचा पुन्हा एकदा सर्वत्र सनसनाटी परिणाम झाला. दूरवर असलेल्या स्मट्स यांनी तार करून चिंता प्रकट केली, भारतभरातून अनेकांनीही तसेच संदेश पाठवले; पण हरिलालकडून आलेल्या तारेचा सर्वाधिक परिणाम गांधींवर झाला असला पाहिजे, त्यानं म्हटलं होतं, 'तुम्ही सांगाल ते करायला मी तयार आहे; पण कृपा करून उपवासाचा हट्ट सोडा.'

आपल्या सोबत असलेल्या कालेलकरांना गांधी म्हणाले, *'जर हरिलाल परत मिळणार असेल, तर मी बेचाळीस दिवस उपवास केला असता.'* आपल्या मुलाला त्या पित्यानं उलट तार केली : *'तुझं पत्र माझ्या मनाला भिडलं. या उपवासामुळे तू पुन्हा पवित्र जीवनात प्रवेश करणार असशील, तर दुधात साखर पडेल. मला भेट. मी तुला मार्ग दाखवण्याचा प्रयत्न करेन. ईश्वराचे आशीर्वाद तुझ्या पाठीशी आहेत.'*

ज्याला गांधी 'माझा सर्वांत धाकटा मुलगा आणि मोलाचा साथीदार', असं संबोधत, त्या देवदासनं (पित्याच्याच शब्दांत) अत्यंत कळकळीची विनंती केली, जोडीला अविरत अश्रुपातही केला. सी.आर. व पटेलांनीही विरोध दर्शवला आणि साबरमती आश्रमात परतलेल्या कस्तुरबांच्या व आधीपासून तिथे असलेल्या मीरेच्या वतीनं तार पाठवली. त्यात लिहिलं होतं,

आजच उपवासाची बातमी समजली. बांना त्यामुळे जबर धक्का बसला, असं त्यांनी मला कळवायला सांगितलं आहे. हा निर्णय अतिशय चुकीचा आहे, असं त्यांना वाटतं; पण तुम्ही इतर कुणाचंच ऐकलं नाहीत, त्यामुळे त्यांचंही ऐकणार नाही. त्यांनी मन:पूर्वक प्रार्थना पाठवली आहे. मीही स्तंभित झाले आहे पण हा ईश्वराचा आवाज आहे, हे जाणते आणि म्हणून या उद्वेगजन्य क्षणीही मला समाधान वाटत आहे. मन:पूत प्रार्थना. सस्नेह.

तारेनंच दिलेल्या उत्तरात गांधींनी म्हटलं :

२ मे १९३३ : बाला माझा निरोप सांग की, तिच्या पित्यानं तिच्यावर असा साथीदार लादला की, ज्याच्या ओझ्यानं इतर कोणत्याही स्त्रीचं

कंबरडं मोडलं असतं. मी तिचं प्रेम मौल्यवान समजतो. तिनं शेवटपर्यंत धैर्यानं तोंड दिलं पाहिजे. तुझ्याबद्दल मी एवढं म्हणेन की, तू मला दिल्याबद्दल देवाचे आभार! दुसरं काही नाही. ईश्वरानं माझ्यावर सोपवलेल्या या नवीन कामगिरीबद्दल आनंद मानून तू तुझं शौर्य दाखवून दिलं पाहिजेस. सप्रेम.

कस्तुरबांना गांधींजवळ येरवड्याला येऊन राहण्याची परवानगी मिळाली आणि कृतज्ञ गांधींनी मीरेला लिहिलं : *'बानं अतिशय उत्तम प्रतिसाद दिला आहे. तिचं धैर्य माझ्यासाठी शक्तिस्रोत आहे.'* स्वत: मीरेसाठी गांधींनी लिहिलं की, साबरमती तुरुंगात एकाकी कैदी म्हणून तिची होणारी परीक्षा त्यांच्यापेक्षाही जास्त शोधक ठरणार आहे.

उपवास सुरू झाल्यानंतर काही तासांनी, ८ मेच्या रात्री सरकारनं गांधींची सुटका केली. कैदेत त्यांना मृत्यू यावा, अशी सरकारची इच्छा नव्हती. गांधींना ही बाब काही फार धक्कादायक वाटली नाही. महादेवना पण सोडण्यात आलं. सुटकेचा आपण अवाजवी फायदा उठवणार नाही, असं जाहीर करत सहा आठवड्यांसाठी कायदेभंग चळवळ स्थगित करण्यात यावी, असं त्यांनी काँग्रेसचे हंगामी अध्यक्ष एम. एस. अणे यांना सांगितलं.

वल्लभभाईंना येरवड्याला सोडून गांधी, कस्तुरबा आणि देसाई लेडी प्रेमलीला ठाकरसींच्या पुण्यातल्या 'पर्णकुटी' या निवासस्थानी दाखल झाले.

कस्तुरबांनी मोठ्या निष्ठेनं आणि प्रेमानं केलेल्या शुश्रूषेमुळे, मसाजामुळे आणि मीठ घातलेलं पाणी तयार करण्यामुळे (उपवासादरम्यान आपण मीठ/क्षार घातलेलं पाणी पीत असू, असा उल्लेख गांधींनी नंतर एका ठिकाणी केला आहे.) (देसाईंनी सांगितलं त्याप्रमाणे), ८ मे रोजी सुरू झालेला उपवास गांधींना सहजपणे पार करता आला.

१३ दिवस उपवास झाल्यानंतर गांधींचे पुतण-नातू आणि स्नेही मथुरादास त्रिकमजी मदतीसाठी येऊन दाखल झाले. एका पत्रात त्यांनी लिहिलं :

मी हे पत्र एका कोपऱ्यात बसून लिहीत आहे, तिथून सतत मी... त्यांना बघत असतो. त्यांच्या पलंगावर ते एखाद्या तेजस्वी गोड बालकासारखे झोपलेले असतात.

एरवी, आत्मविश्वासानं रसरसलेला आणि इतरांना कामाला जुंपणारा हा सेनापती या उपवासांच्या वेळीही परावलंबी, शांत व हव्यहव्याशा व्यक्तीत परावर्तित झाला होता.

या कृपाशीर्वादांचा वर्षाव होत असलेल्या दिवसांमध्ये प्रेमानं न्हाऊ घालणाऱ्या

डॉक्टरांचे व इतर मित्रांचे २९ मे रोजी गांधींनी आभार मानले, ते पुढे म्हणाले :

> *एक-दोन मिनिटांतच मी उपवास सोडणार आहे. त्याच्या नावानं आणि त्याच्यावरील श्रद्धेनं तो सुरू केला होता आणि त्याच्या नावातच आता उपवासाची सांगता होत आहे. मी भाषण करावं अशी तुमची या प्रसंगी अपेक्षा नसावी, अशी मला आशा आहे. हा प्रसंग ईश्वराचं नामस्मरण करण्याचा आणि त्याचे गोडवे गाण्याचा आहे.*

दडपशाहीला प्रत्युत्तर

१९३० आणि १९३२ या वर्षांत बऱ्याच काळासाठी घरातली कमावती माणसं तुरुंगामध्ये गेली होती आणि बरीच अजूनही आत होती. काँग्रेसला मिळणाऱ्या देणग्यांवर बंदी आली होती आणि तिला मिळणारा निधी जप्त करण्यात आला होता किंवा संपला होता.

ॲण्ड्र्यूजना लिहिलेल्या पत्रात गांधींनी म्हटल्याप्रमाणे विलिंग्डनच्या जुलमी राजवटीमुळे जनता हवालदिल झाली होती. सर्वसामान्य लोक 'भयकंपित' झाले होते आणि सुखवस्तू लोक सरकारच्या भीतीनं चळाचळा कापत होते आणि म्हणून, डॉक्टरांच्या आदेशामुळे लोकसंपर्कापासून दूर असूनही माझ्या बिछान्यातसुद्धा ती स्मशानशांतता मला जाणवते आहे.

परंतु, गांधींनी हार मानलेली नव्हती. त्यांनी ॲण्ड्र्यूजना लिहिलं, *'वेळ... आमच्या बाजूनं आहे, आणि शेवटी विजयी होण्याची खात्री आहे.'*

उजवी-डावीकडे न पाहता उर्वरित संपूर्ण आयुष्य अस्पृश्यतानिवारणासाठी खर्ची घालावं, असं ॲण्ड्र्यूज यांनी गांधींना सांगितलं होतं. ज्या समाजात अस्पृश्यता पाळली जाते ते भारतीय स्वराज्यासाठी लायक नाहीत, असं गांधी पुन्हापुन्हा म्हणत याची आठवण करून देत ॲण्ड्र्यूज यांनी आपल्या या मित्राला दोन मालकांची सेवा न करण्याचा सल्ला दिला. आंबेडकरांनीही अशीच विनंती केली होती, पण गांधींनी हा सल्ला मानला नाही :

> १५ जून १९३३ रोजी ॲण्ड्र्यूजला ते लिहितात : *आता अस्पृश्यतेबद्दल तू केलेल्या महत्त्वाच्या विधानाबाबत. मूलतःच त्यात एक चूक आहे. माझं आयुष्य हे एकसंध आहे. ते कप्प्याकप्प्यांमध्ये विभागलेलं नाही– सत्याग्रह, असहकार, अस्पृश्यता, हिंदू-मुस्लीम ऐक्य, (इत्यादी)... हे त्या पूर्ण आयुष्याचे अविभाज्य भाग आहेत.*
>
> *माझ्या आयुष्यात त्यातल्या एकावर कधी जोर दिलेला तुला दिसेल, तर कधी दुसऱ्या बाबीवर. ते एखाद्या पियानोवादकासारखं आहे, कधी एका*

सुरावर जोर तर कधी दुसऱ्या. पण तरीही ते एकमेकांशी संबंधित आहेत, गुंतलेले आहेत.

बघ, त्यामुळे मला असं म्हणणं केवळ अशक्य आहे की, मला आता असहकार किंवा स्वराज्याशी काही घेणं-देणं नाही! एवढंच नाही... अस्पृश्यतेचं कायमस्वरूपी आणि समूळ उच्चाटन... स्वराज्याशिवाय निव्वळ असंभव आहे... सप्रेम. मोहन.

आता स्वराज्य मिळवण्याच्या दिशेनं कसं पुढे जायचं, यासाठी गांधींकडे सुधारित व्यूहरचना तयार होती. १९३३ साली १ आणि २ जून रोजी पुण्यात सी.आर.बरोबर झालेल्या चर्चेदरम्यान सामूहिक संघर्षाला आता पूर्णविराम द्यावा, यावर दोघांची सहमती झाली.

येरवड्याला पटेल आणि गांधींनी काढलेल्या निष्कर्षांना पुष्टी देत गांधी आणि सी.आर. यांनी एका क्षणी आपल्या हाती सत्ता घेण्याचा विचार करण्याची गरज निर्माण होऊ शकते, हे मान्य केलं. अगदी ते (ब्रिटिश) तयार करत असलेल्या राज्यघटनेंतर्गतसुद्धा काम करायला हरकत नसल्याच्या मुद्द्यावर दोघांचं एकमत झालं. दरम्यान, अगदी मोजक्या लोकांनी संघर्ष चालू ठेवावा आणि गांधींनी विलिंग्डन यांची भेट मागावी, असं ठरलं; अर्थात व्हाइसरॉयकडून आपल्याला तेच उत्तर मिळेल, अशी तयारी ठेवूनच!

गांधींच्या उपस्थितीत, साधकबाधक विचार करून अणे आणि अन्य मुक्त असलेल्या काँग्रेस नेत्यांनी या नवीन मार्गाचं स्वागत केलं.

देवदासचा विवाह : सहा वर्षं वाट पाहिल्यानंतर १६ जून १९३३ रोजी पुण्यात 'पर्णकुटी'मध्ये देवदास आणि लक्ष्मी विवाहबंधनात अडकले. मधल्या काळात देवदास स्वत:, त्याचे वडील आणि राजगोपालाचारी एकदा नव्हे तर बऱ्याचदा तुरुंगात जाऊन आले आणि देवदास मृत्यूच्या दाढेतून परत आला.

वर आणि वधू वेगवेगळ्या जातींचे असल्यामुळे विवाहविधी पार पाडायला लक्ष्मणशास्त्री जोशी हा एक सुधारणावादी तरुण महाराष्ट्रीय पुरोहित हजर होता. गांधी, कस्तुरबा, राजगोपालाचारी आणि मूठभर पाहुणे विवाहसमारंभाला उपस्थित होते. गांधींनी नवपरिणित जोडप्याला आशीर्वाद दिला, पण उपवासामुळे ते क्षीण झाले असल्यामुळे त्यांना बोलण्यासाठी शक्ती गोळा करायला तब्बल पाच मिनिटांपेक्षा जास्त वेळ लागला आणि ते गहिवरलेही होते :

देवदास, माझ्या तुझ्याकडून असलेल्या अपेक्षा तुला माहीत आहेत. तू त्या पूर्ण करशील... लेडी ठाकरसीसारख्या विशालहृदयी महिलेच्या घरात तुझा विवाह सोहळा पार पडेल, हे कुणाला ठाऊक होतं?

लक्ष्मणशास्त्री जोशींसारखा विद्वान आणि चारित्र्यसंपन्न माणूस पुरोहित म्हणून लाभेल, हेही कुणाला माहीत होतं?

आज तू राजगोपालाचारींकडून त्यांचं मौल्यवान रत्न हिरावून घेतलं आहेस. पण तू त्यास लायक ठरावास हीच इच्छा!

ईश्वर तुझं रक्षण करो! तोच रक्षणकर्ता आहे; पिता, माता, मित्र सर्वकाही तोच आहे. मातृभूमीच्या आणि मानवतेच्या सेवेसाठी तुझं जीवन समर्पित असू दे. तुम्ही उभयता सदा विनम्र, पापभीरू राहा आणि सदैव ईश्वराचं स्मरण करत राहा! ('द हिंदू' आणि 'द हिंदुस्तान टाइम्स', १७ जून १९३३).

मीरेला पाठवलेल्या पत्रात मात्र काळजी करणाऱ्या पित्याचं हृदय पुन्हा एकदा दिसून आलं (२१ जून) : देवदास कुठे राहणार आहे आणि पुढे तो काय करणार आहे, हे काहीच ठरलेलं नाही. तो आणि लक्ष्मी अतिशय आनंदात आहेत, हेच पुरेसं आहे...

नकार, प्रतिसाद आणि आश्रमाचा विलय : तडजोडीच्या शक्यता पडताळून पाहण्यासाठी जुलैमध्ये गांधींनी विलिंग्डन यांची भेट घेतली आणि अपेक्षेप्रमाणे त्यांच्या पदरी नकार आला. यावर गांधींचा प्रतिसाद दुपेडी होता. एक म्हणजे, ते स्वत: गुजरातेत असहकार आंदोलन करणार होते. दुसरं, सरकारनं जप्ती आणण्याआधीच ते साबरमती आश्रमाची निरवानिरव करणार होते—आश्रमवासीयांनी दंड व कर भरायला नकार दिल्यामुळे आश्रमातील बऱ्याचशा चीजवस्तू आधीच जप्त करण्यात आल्या होत्या.

या निरवानिरवीनंतर प्रत्येक आश्रमवासी हा एक चालताबोलता आश्रमच असणं अपेक्षित होतं. तुरुंगात किंवा तुरुंगाबाहेर आश्रमाचे आदर्श आचरणात आणण्याची जबाबदारी प्रत्येकानं निभवायची होती. कैदेत नसलेल्या आश्रमवासीयांशी सल्लामसलत करूनच हा कठोर आणि कटू निर्णय घेतला गेला होता. गांधींप्रमाणेच, तेही वैयक्तिक असहयोग आंदोलन करायला तयार होते : भारतभर हजारो लोकांनी त्यांची मालमत्ता गमावली असताना गांधी आपल्या आश्रमाचा अपवाद करू शकत नव्हते आणि आश्रमाचे सदस्य कातडीबचावू धोरण अवलंबणं शक्य नव्हतं.

मात्र, आश्रमातील हरिजनांना गांधींनी या निर्णयातून वगळलं : त्यांचा निवारा किंवा त्यांच्या शाळा हिरावून घ्याव्यात, असं त्यांना वाटलं नाही. कायदेभंगाच्या चळवळीपासून वेगळ्या व स्वतंत्र असलेल्या विश्वस्त मंडळांकडे आश्रमातील खादी, माग, चरखे, गाई-गुरं आणि पैसा यांची जबाबदारी सोपवली जाईल, अशी खात्रीशीर व्यवस्थाही गांधींनी केली. आश्रमातील लायब्ररीत असलेली ११ हजार पुस्तकं अहमदाबाद नगरपालिकेला भेटीदाखल देण्यात आली. परंतु सरकारनं

जबरदस्तीनं ताबा घेण्याआधीच ते आश्रमाच्या जमिनीचा, इमारतींचा आणि पिकांचा त्याग करणार होते.

ती मालमत्ता ताब्यात घ्यावी यासाठी मुंबईतील गृहसचिवांना विनंती करणारं एक पत्र गांधींनी लिहिलं. त्यात हा आश्रम आणि १९१५ साली भारतात परतल्यानंतरचं त्यांचं पहिलं रचनात्मक कार्य त्यांच्यासाठी काय होतं, याविषयी लिहिलं आहे :

२६ जुलै १९३३ : येथील प्रत्येक जनावराला आणि प्रत्येक झाडाला इतिहास आहे. त्यांच्यासोबत पवित्र स्मृती जोडल्या गेल्या आहेत. सगळे आश्रमीय एका मोठ्या कुटुंबाचे सदस्य आहेत. एकेकाळी उजाड असलेली ही जागा मानवी प्रयत्नांमुळे एका मोठ्या उद्यान-वसाहतीत परावर्तित झाली आहे. भरल्या अंतःकरणानं आम्ही हे कुटुंब आणि त्याचं कार्य विस्कटून टाकणार आहोत.

सोळा वर्षं वास्तव्य केलेलं आपलं घर गांधी वयाच्या चौसष्टाव्या वर्षी सोडून चालले होते, अर्थात यापूर्वीही फिनिक्स, टॉलस्टॉय फार्म, जोहान्सबर्ग, दरबान, मुंबई आणि राजकोटला त्यांनी याच गोष्टीची अंमलबजावणी, दुःखी अंतःकरणानं केली होतीच.

पुन्हा अटक : रासमधील खेडा गावाकडे कस्तुरबा आणि अन्य काही सहकाऱ्यांसह आपण कूच करू, असं गांधींनी ३१ जुलै रोजी जाहीर केलं. तिथल्या अनेक शेतकऱ्यांनी त्यांच्या जमिनी गमावल्या होत्या. त्या रात्री गांधी आणि बरोबर असलेल्या मंडळींना अटक करून साबरमती तुरुंगामध्ये ठेवण्यात आलं. २ऑगस्टला गांधी, कस्तुरबा आणि देसाईंना येरवड्याला हलवण्यात आलं. ४ ऑगस्ट रोजी गांधींची सुटका झाली; पण पुण्यातच राहण्याचे आदेश त्यांना देण्यात आले. त्यांनी पुण्याबाहेर जाण्याचा प्रयत्न केला, तेव्हा त्यांना पुन्हा अटक होऊन एक वर्षासाठी तुरुंगात टाकण्यात आलं.

भारतभर शेकडो लोकांनी सरकारचा वैयक्तिकरीत्या प्रतिकार केला आणि त्यांना अटक झाली. त्यात सी.आर. आणि प्रसादही होते. १९३२च्या जानेवारीपासून पटेल आणि खान बंधू तर सतत तुरुंगामध्ये होते. १९३३ सालच्या ऑगस्टमध्ये सुटलेले जवाहरलाल फेब्रुवारी १९३४मध्ये पुन्हा तुरुंगामध्ये गेले. विवाहानंतर काही आठवड्यांतच देवदासलाही दिल्लीजवळ अटक झाली. पत्रकारितेत काही काम करावं अशी आकांक्षा बाळगणाऱ्या देवदासनं असहकार करणार नसल्याच्या शपथपत्रावर सही करण्याचं नाकारलं, म्हणून ही अटक करण्यात आली.

तुरुंगात नसलेले आणि भारतातही नसलेले दोन प्रमुख काँग्रेसजन होते, विठ्ठलभाई पटेल आणि सुभाष बोस. गांधींनी अस्पृश्यतानिवारणाची धरलेली कास त्यांना नामंजूर होती. १९३३ सालच्या मे महिन्यात ऑस्ट्रियाहून त्या दोघांनी जाहीर

केलं की, गांधींचं नेतृत्व अपयशी ठरलं आहे. ऑक्टोबरमध्ये जीनिव्हानजीक एका क्लिनिकमध्ये विठ्ठलभाईंचा मृत्यू झाला.

उपवास, सुटका आणि चिंतन : या नव्यानं झालेल्या अटकांमुळे भारतात जनतेचं नीतिधैर्य काही फार उंचावलं नाही. तसं होईल अशी गांधींनी किंवा दुसऱ्या कुणीही अपेक्षा केली नव्हती. असहकार चळवळ आता जणू शेवटच्या घटका मोजत होती आणि काँग्रेससमर्थक खचले होते, विखुरले गेले होते.

सरकारनं पटेलांना नाशिकच्या तुरुंगामध्ये हलवलं होतं. येरवड्यात पटेल न भेटल्यामुळे निराश झालेल्या गांधींनी आपल्या कोठडीत हरिजनांसाठी काम करायची सवलत मागून घेतली. ती नाकारण्यात आल्यावर १६ ऑगस्ट रोजी त्यांनी उपोषणाला सुरुवात केली.

काही शर्तींवर सुटका करण्याचा प्रस्ताव त्यांनी दोन दिवसांनंतर धुडकावून लावला. २० ऑगस्ट रोजी प्रकृती खालावल्यामुळे त्यांना ससून हॉस्पिटलमध्ये हलवण्यात आलं, १९२४मध्ये तिथेच त्यांच्यावर अपेंडिक्स काढण्याची शस्त्रक्रिया झाली होती. तीन दिवसांनंतर जेव्हा त्यांची स्थिती आणखीनच खालावली, तेव्हा त्यांना बिनशर्त सोडून दिलं गेलं. कस्तुरबा काही इतर स्त्रियांबरोबर येरवड्याला कैदेतच राहिल्या.

२५ ऑगस्टला गांधी म्हणाले की, *'माझी सुटका, ही माझ्यासाठी आनंदाची बाब नाही. मी माझ्या सहकाऱ्यांना तुरुंगात घेऊन गेलो आणि उपवास करून एकटा बाहेर आलो, ही तर शरमेची बाब ठरावी.'* परंतु, पुन्हा प्रतिकार, अटक, उपवास, सुटका आणि पुन्हा अटक या चक्रात न अडकता त्यांनी ऑगस्ट १९३४ पर्यंत प्रत्युत्तर न देण्याचं ठरवलं. तोपर्यंत त्यांच्या अटकेची एक वर्षाची मुदत संपणार होती. दरम्यानच्या काळात ते हरिजनांच्या कार्यात स्वतःला गुंतवून घेणार होते.

दडपशाहीनं सत्याग्रहाला पराभूत केलं होतं का, या प्रश्नाच्या उत्तरार्थ पुन्हा एकदा गांधींनी स्वतःला आणि इतर सत्याग्रहींना दोष दिला होता; सत्याग्रहाला नव्हे. त्यांचा सत्याग्रह अपूर्ण नव्हता, असं त्यांचं म्हणणं होतं. पण खरी गोष्ट अशी होती की, दडपशाहीचा सामना करताना धोरणात लवचीकता आणणं गरजेचं होतं. यांत्रिकपणे केलेला प्रतिकार म्हणजे सर्वनाशाला आमंत्रण देण्यासारखंच होतं. आपण यापूर्वी हे बघितलं आहे, की सुरुवातीला उघडपणे जरी गांधी बोलले नसले, तरी मनात दुसरा एक पर्याय स्वीकारण्याची तयारी त्यांनी केली होती. काँग्रेसमधले बरेच लोकही आता त्या पर्यायाचा पुरस्कार करत होते : आणि तो होता सरकारी कौन्सिलमध्ये प्रवेश आणि प्रांतीय कचेऱ्यांवर कब्जा.

राजाच्या सरकारची योजना : १९३३ सालच्या मार्चमध्ये राजाच्या सरकारनं भारतात करण्यात येणाऱ्या राजकीय सुधारणांबाबत एक श्वेतपत्रिका जारी केल्यावर

वरील विचाराला चालना मिळाली. निवडून आलेल्या प्रांतीय विधानमंडळांना या श्वेतपत्रिकेद्वारे जादा अधिकार प्रदान करण्याचा प्रस्ताव दिला गेला आणि एक नवीन संघराज्यांचा गट निर्माण करून त्यात एकतृतीयांश जागा संस्थानिकांसाठी किंवा त्यांनी नियुक्त केलेल्या वारसांसाठी राखीव ठेवण्याचाही प्रस्ताव देण्यात आला.

संघराज्य गटात वंशपरंपरागत संस्थानिकांना मिळणाऱ्या मोठ्या अधिकाराचा फायदा गांधी किंवा त्यांच्या जवळचे दुसरे कुणीही उठवू शकत नव्हते; पण प्रांतीय विधानमंडळांत मिळू शकणाऱ्या अधिकारांकडे लक्ष केंद्रित करायला काही हरकत नव्हती. व्हाइसरॉय आणि गव्हर्नर त्यांचे राखीव अधिकार वापरून मंत्रिपदं स्वत:कडेच ठेवण्याची शक्यता अधिक होती, तरी इतर गोष्टींबरोबरच स्वातंत्र्यसैनिकांनी गमावलेल्या जमिनी परत मिळवणं आणि भविष्यातील लढ्याला मदत करणं प्रांतीय विधानमंडळांत प्रवेश केल्यानं शक्य झालं असतं.

१९३३च्या सप्टेंबरमध्ये, दोन तुरुंगवासांच्या मधला सुटकेचा काळ उपभोगत असलेल्या जवाहरलाल यांनी पुण्यात गांधींशी प्रदीर्घ आणि खाजगी चर्चा केली. असहकार चळवळ हळूहळू संपुष्टात येत असल्यानं गांधींपेक्षाही नेहरू जास्त अस्वस्थ झाले. प्रांतीय कचेऱ्यांमधील प्रवेशाचं महत्त्व जाणून घ्यायलाही फारसे उत्सुक नसलेले नेहरू, गांधी हरिजनांच्या प्रश्नाला देत असलेलं जास्त महत्त्व बघून आणखीनच अस्वस्थ झाले; स्वातंत्र्यप्राप्तीच्या मार्गात इतर विषय आड येण्याचा धोका त्यांना दिसत होता.

बोलणी झाल्यानंतर आपल्या तरुण सहकाऱ्याची समजूत घालण्यासाठी पाठवलेल्या पत्रात गांधींनी लिहिलं : *'माझ्या मनात पराभवाची भावना अजिबात नाही आणि हा आपला देश त्याच्या उद्दिष्टाच्या दिशेनं वेगात वाटचाल करत आहे, ही आशा ज्याप्रमाणे १९२० साली माझ्या मनात जागृत होती, तशीच आजही आहे.'*

एक नवीन तळ आणि भारतभर दौरा : सप्टेंबरच्या उत्तरार्धात ते नागपूरजवळील वर्धा इथे गेले. मराठी प्रदेशाच्या पूर्वेला स्थित असलेलं वर्धा हे जमनालाल बजाजांचं गाव होतं, अहमदाबादपेक्षा उष्ण पण भारताच्या भौगोलिक मध्याच्या जवळ. साबरमती सोडल्यानंतर ऑगस्टअखेरीस बजाजांनी गांधींना वर्ध्याला आपलं निवासस्थान बनवण्याविषयी गळ घातली. विनोबा भावे हे पूर्वीच या भागात येऊन दाखल झाले होते– १९२०च्या दशकाच्या सुरुवातीला गांधींनी त्यांना तिथे पाठवलं होतं. बजाजांची निष्ठा आणि मदत सोबतीला घेऊन विनोबा तिथे एक आश्रम चालवत होते.

वर्ध्याला आल्यावर गांधी बजाजांच्या बागेतील अतिथिगृहामध्ये उतरले आणि त्यालाच आपलं घर मानू लागले. आणि काही दिवसांतच, त्यांच्यातर्फे पाठवल्या जाणाऱ्या पत्रांवर ते स्वत:चा पत्ता 'सत्याग्रह आश्रम, वर्धा', असा लिहू लागले.

चौसष्ट वर्षांच्या गांधींनी, अंगात जरा ताकद आल्यावर नोव्हेंबरमध्ये संपूर्ण भारताचा दौरा करायला सुरुवात केली. या वेळी त्यांचं संपूर्ण लक्ष होतं अस्पृश्यतेच्या उच्चाटनाकडे. त्यांची पत्नी, देसाई, प्यारेलाल आणि इतर सहकारी तुरुंगामध्ये असल्यामुळे त्यांच्याबरोबर आता नवीन मदतनीस आणि प्रवासात नवे सोबती होते; पण नवीन वर्षात सुटका झाल्यावर मीरा त्यांच्यात सामील झाली.

नोव्हेंबर ते मार्चदरम्यान त्यांनी मराठी प्रांतातील नागपूर आणि विदर्भ भागाला भेट दिली; बिलासपूर आणि छत्तीसगढचा मोठा आदिवासी प्रदेश; मध्य भारतातील हिंदी भाषिक महाकोशल प्रांत; भोपाळ, दिल्ली आणि आसपासचा प्रदेश; बेझवाडा आणि तेलुगू प्रांतातील तब्बल सत्तरहून अधिक गावं आणि खेडी; कन्नड आणि मल्याळम प्रांत; तमिळ प्रदेश; कूर्ग विभाग; दक्षिण-पश्चिम भारतातील मंगलोर, बेळगाव, विजापूर आणि इतर ठिकाणं, असा त्यांनी विस्तृत दौरा केला.

सर्वत्र त्यांनी हरिजन फंडासाठी पैसे गोळा केले, नवीन साप्ताहिकांसाठी लेखन केलं, हरिजनांची वस्ती असलेल्या भागांना भेटी दिल्या, त्यांना मंदिरात प्रवेश मिळवून देण्याचे प्रयत्न केले आणि कुठल्याही गावात किंवा खेड्यात त्यांच्या स्वागतासाठी होणाऱ्या भाषणांमध्ये त्या-त्या गावच्या हरिजनांच्या स्थितीबद्दल माहिती देण्यात यावी, यासाठी आग्रह धरला. उत्तर बिहारात १५ जानेवारी १९३४ रोजी झालेल्या विनाशकारी भूकंपानंतरच्या मदतीसाठी त्यांनी निधी गोळा केला (१५ जानेवारी १९३४); पण त्यासाठी हरिजन फंडाचे पैसे वापरण्याचा काही लोकांचा आग्रह त्यांनी निग्रहानं मोडून काढला.

टागोरांबरोबर नवीन वाद : नुकत्याच सुटून आलेल्या राजेंद्र प्रसादांनीही निधी गोळा करून बिहारमध्ये मदतकार्य सुरू केलं, सरकारनंही मदत सुरू केली. गांधींनी बिहार रिलीफ फंडाची जबाबदारी घेण्यासाठी आपले सहकारी कुमारप्पांना तिथे पाठवलं. संकटसमयी या प्रश्नी सरकार आणि जनता एकदिलानं काम करत असल्याची टिप्पणी तमिळ प्रदेशातील तिनेवेल्ली आणि तुतीकोरीन इथे बोलताना गांधींनी केली.

मात्र, हरिजनांवर तथाकथित उच्चवर्णीय हिंदूंनी शतकानुशतकं अत्याचार करून जे महापातक केलं, त्यामुळे हा भूकंपरूपी दैवी प्रकोप झाला. अरिष्टाचा हा वारसा... शतकानुशतकं चालत आलेला आहे, हे त्यांचं विधान मात्र वादग्रस्त ठरलं.

गांधींच्या या श्रद्धाळू विधानावर टीका करताना टागोर म्हणाले की, हे तत्त्वज्ञान त्यांच्या स्वत:पेक्षा (गांधींच्या) विरोधकांच्या मानसिकतेला जास्त शोभून दिसेल. या दैवी प्रकोपासाठी सनातनी (गांधींना) आणि त्यांच्या अनुयायांना जबाबदार धरण्याची शक्यता आहे, असंही ते पुढे म्हणाले. अस्पृश्यतेचा प्रश्न ऐरणीवर आणण्यासाठी

भूकंपाचा वापर करून घेण्याचा मोह गांधींना आवरला नाही, एवढं मात्र खरं!

२४ जानेवारीला गांधी म्हणाले, *"आपल्या हातात अजून वेळ आहे. उच्च-नीच भेदभाव आपण नष्ट करू या, आपली अंत:करणं शुद्ध करू या आणि भूकंपामुळे किंवा इतर नैसर्गिक आपत्तीमुळे किंवा नैसर्गिकरीत्या ओढवलेल्या मृत्यूनंतर आपल्या निर्माणकर्त्याला सामोरं जाण्याची तयारी करू या."*

मार्च व एप्रिलमध्ये त्यांनी बिहारच्या भूकंपग्रस्त प्रदेशात चार आठवड्यांपेक्षा जास्त काळ घालवला. भूकंपग्रस्तांचं सांत्वन करत आणि प्रसादांच्या मदतकार्याला सहकार्य करत त्यांनी या आपत्तीचा संबंध पुन्हा अस्पृश्यतेशी जोडला. त्यांच्या सभांना संतप्त सनातन्यांनी काळे झेंडे दाखवून निदर्शनं केली.

दक्षिण आणि मध्य भारताप्रमाणेच या ठिकाणच्या सभांनाही प्रचंड गर्दी झाली. उच्च-नीच भेदावर त्यांनी केलेल्या हल्ल्याला सनातनी हिंदूंनी दिलेल्या तत्काळ प्रतिसादाचा अर्थ अस्पृश्यता आता दुबळी आणि कमजोर पडली आहे, असा गांधींनी लावला.

हा 'अ-राजकीय' दौरा काँग्रेसचा आत्मविश्वास पुनरुज्जीवित करणारा आणि गांधींच्या सार्वत्रिक आकर्षणाचं प्रदर्शन करणारा ठरला. उत्साहित झालेल्या गांधींनी २ एप्रिल १९३४ ला सहारसा, बिहार इथे बऱ्याच दिवसांपासून मनात असलेली, पाऊल माघारी घेण्याची इच्छा बोलून दाखवली :

> *बरंच विचारमंथन करून मी या निर्णयाला आलो आहे की, एकाच माणसानं आणि तो दुसरा कुणी नाही तर फक्त मीच सनदशीर प्रतिकाराची जबाबदारी स्वीकारली पाहिजे...*
>
> *विशिष्ट अन्यायांसाठी नाही, तर स्वराज्यासाठी म्हणून जो प्रतिकार काँग्रेसजन करत होते, तो त्यांनी स्थगित करावा, असं मी आवाहन करतो. त्यांनी ते काम माझ्या एकट्यावर सोपवावं... सत्याग्रहाचा जनक आणि पुरस्कर्ता या नात्यानं मी हे मत व्यक्त करत आहे... भारताला स्वातंत्र्य मिळवून देण्यासाठी हा सर्वांत उत्तम मार्ग आहे, याची मला खात्री पटली आहे.*

विस्कळीत झालेल्या साबरमती आश्रमातील आपल्या सहकाऱ्यांना पाटण्याला बोलावून घेत त्यांनी आणखी एक महत्त्वपूर्ण पाऊल उचललं. या सहकाऱ्यांनी नोकरी शोधण्यास मागे-पुढे पाहू नये, असं त्यांनी नि:संदिग्धपणे सांगितलंच; पण पुन्हा त्यांनी तुरुंगात जावं अशी आपली इच्छा असल्याची कल्पनाही करू नये, असंही ते म्हणाले. रामदास आणि देवदास ही त्यांची मुलंही आता नोकऱ्या करत होती (देवदासची १९३४च्या फेब्रुवारीत सुटका झाली), त्यांना ते आवडलं नव्हतं, पण त्यांनी हरकतही घेतली नव्हती. 'इतरांनीही कमाई करण्यास सुरुवात करावी.

ज्यांना तुरुंगामध्येच मरायची आणि तिथेच दफन होण्याची इच्छा आहे, त्यांनीच तिथे जावं.' असं त्यांचं म्हणणं होतं.

संघर्षाचा एक टप्पा आता संपला आहे, असं सूचित करून गांधींनी पुढे एक पुस्ती जोडली की, *'जे आता बाहेर पडून कमवायला लागले आहेत, त्यांनी भविष्यात त्यांना भावेल अशा त्यागपूर्ण संघर्षात उडी घेण्याची संधी शोधत राहावी.'* घटनात्मक चर्चा करून ब्रिटिश भारत सोडतील, ही आशा करत बसण्यापेक्षा असा एखादा संघर्ष पुन्हा करावा लागणार होता, हे त्यांना चांगलंच माहीत होतं. क्वेकर स्नेही अगाथा हॅरिसनना त्यांनी लिहिलं, *'या सुस्तीचा वाटचालीवर कोणताही परिणाम होणार नाही. उजाडण्यापूर्वीचा हा अग्रदूत आहे.'*

कवाडं किलकिली होताना : कायदेभंग चळवळ स्थगित ठेवण्याशिवाय काँग्रेसकडे दुसरा पर्यायही नव्हता, कारण त्याशिवाय काँग्रेसच्या समित्यांवर असलेली बंदी उठण्याची आशा नव्हती किंवा निवडणुका लढण्याची संधी मिळणार नव्हती. केंद्रीय विधानमंडळाच्या निवडणुका नोव्हेंबरमध्ये होऊ घातल्या होत्या आणि प्रांतीय निवडणुका त्यानंतर होणार होत्या. स्थगितीच्या निर्णयामुळे गांधींनी काँग्रेसजनांसाठी दारं उघडी केली होती; परंतु त्यातही मोठ्या कल्पकतेनं त्यांनी स्वत:साठी सत्याग्रह करण्याचा अधिकार राखून ठेवून स्वत:ची आणि काँग्रेसचीही प्रतिष्ठा अबाधित राखण्यात यश मिळवलं.

काँग्रेसच्या अध्यक्षपदी शेवटी निवड झालेले वल्लभभाई अजूनही तुरुंगामध्येच होते आणि जुलैच्या मध्यापर्यंत तरी त्यांच्या सुटकेची चिन्हं दिसत नव्हती. त्यांच्या आधीचे अध्यक्ष जवाहरलाल सहा महिन्यांचा सुटकेचा काळ उपभोगून पुन्हा अनिश्चित काळासाठी तुरुंगामध्ये गेले होते. सीमा भागातील खान बंधूही गजाआड होते. परंतु, हा अटळ बदल घडवून आणणं हे आपलं कर्तव्य असल्याचं गांधींनी मानलं. पटेल काही प्रमाणात सहमत असल्याचं ते जाणून होते आणि नेहरूंनाही तो मान्य होईल, असा गांधींना विश्वास होता.

तुरुंगात नेहरूंना धक्का बसला. गांधींच्या निर्णयामुळे आपण सपशेल तोंडावर आपटलो असल्याचं आणि गांधींशी कदाचित आपलं जमणार नाही, अशी भीती वाटत असल्याचं त्यांनी डायरीत लिहिलं. विधानमंडळं काबीज करण्याची तयारी दर्शवलेले वल्लभभाईही गोंधळात पडले आणि गांधींनी ज्या शस्त्रानिशी लोकांना सज्ज केलं होतं, तेच काढून घेतल्यामुळे त्यांना अतीव दु:ख झालं. परंतु सी.आर. (फेब्रुवारी १९३४मध्ये ते सुटले), प्रसाद, अन्सारी आणि बहुतांश काँग्रेसजनांना गांधींनी दाखवलेलं वास्तवाचं भान पटलं.

गांधींनी पटेलांना लिहिलं, १८ एप्रिल १९३४ :

माझा निर्णय तुम्हाला पूर्णपणे कळला असेल, असं मी समजतो... (तो)
अगदी बरोबर आहे, असं मला वाटतं. तो फार उशिराही नाही आणि फार
लवकरही घेतला गेला नाही...

ज्या काँग्रेसजनांना विधानमंडळांमध्ये प्रवेश करायचा आहे, त्यांना पूर्ण
स्वातंत्र्य देणं हे आपलं कर्तव्य असल्याचं मी मानतो. जे नेहमी विधानमंडळात
जाण्याची स्वप्नं रंगवतात, त्यांनी प्रत्यक्षात तिथे जाणंच योग्य ठरेल...
जो रोज केवळ कल्पनेतच जिलेबी खातो, त्यानं ती खरोखरच खावी
आणि ती खाण्यातील शहाणपणा वा चूक जाणून घ्यावी, हे चांगलंच
नाही का?...

(राजगोपालाचारींना) ही चाल संपूर्णपणे मान्य आहे, हे मला दिसतंय...
राजेंद्रबाबू पहिल्यापासूनच तिच्या बाजूनं आहेत.

गांधींचा इशारा जाणून दिल्लीतील गृह खात्याचे हेग यांनी, गांधींच्या प्रस्तावाला
औपचारिक मान्यता देण्यासाठी बोलावण्यात येणाऱ्या अखिल भारतीय काँग्रेस
समितीच्या (ऑल इंडिया काँग्रेस कमिटी -AICC) सभेवर बंदी घालणार नसल्याचं
घोषित केलं. मेमध्ये गांधींच्या उपस्थितीत पाटण्याला ही बैठक झाली, स्थगितीवर
शिक्कामोर्तब झालं आणि काँग्रेसच्या वतीनं स्वराज्यवाद्यांनी विधानमंडळात जाण्याऐवजी
खुद्द काँग्रेसनंच तिथे प्रवेश करावा, यावर सहमतीही झाली. जूनमध्ये बहुतांश काँग्रेस
समित्यांवरची बंदी उठवण्यात आली. नोव्हेंबरमध्ये होणाऱ्या निवडणुका लक्षात
घेता गांधींनी अन्सारींना काँग्रेस संसदीय समितीचं (काँग्रेस पार्लमेंटरी बोर्ड - CPB)
अध्यक्षपद स्वीकारायला सांगितलं.

कस्तुरबा

येरवडा तुरुंगामध्ये असताना गांधी आणि त्यांच्या पत्नीचा दर आठवड्याला एकमेकांशी
पत्रव्यवहार चालायचा. दुसऱ्या कुणाशीही पत्रव्यवहार करण्याची परवानगी कस्तुरबांना
नव्हती; मात्र गुजराती साप्ताहिकं 'हरिजनबंधू' आणि 'जम-ए-जमशेद' त्यांना
वाचायला मिळायची. दर आठवड्याला येणाऱ्या पत्रात एखादा आध्यात्मिक उतारा
लिहिण्याची विनंती कस्तुरबांनी गांधींना केली आणि सहसा ते त्याप्रमाणे करत
असत. गांधी ज्या-ज्या ठिकाणी जात, त्याचं वर्णन ते पत्रातून करत किंवा बिहार
भूकंपासारख्या घटनांची बातमी देत आणि आठवड्याच्या आठवड्याला कस्तुरबांच्या
जिव्हाळ्याच्या डझनावारी लोकांची खुशाली कळवत.

हरिलालची कोणत्या ना कोणत्या प्रकरणात अडकण्याची आणि वर्तमानपत्रातून

झळकायची सवय, सत्याग्रही म्हणून तुरुंगामध्ये असलेल्या त्याच्या मुलाचं– कांतीचं– धैर्य, कस्तुरबांचे बंधू माधवदास यांची परिस्थिती, दक्षिण आफ्रिकेत मणिलालची चाललेली धडपड, रामदासची कन्या सुमित्रा हिचे डोळे, मणिलालची मुलगी सीतेचा खेळकरपणा, रामदासची पत्नी निर्मला आणि देवदासची पत्नी लक्ष्मी या दोघींचं गरोदरपण, महादेव आणि प्यारेलाल यांचे त्यांच्या त्यांच्या तुरुंगातील दिनक्रम, कस्तुरबांची किंवा त्यांची स्वतःची प्रकृती– हे सगळे विषय त्यांच्या पत्रांमध्ये असत.

उभयतांना एकमेकांची वाटणारी काळजीही त्या पत्रांमधून व्यक्त होत असे. एकमेकांपासून दूर असले तरी त्यांची नात कुसुम (हरिलालची मुलगी, रामीची कन्या) गंभीर आजारी पडली, तेव्हा दोघांनाही सारखीच काळजी वाटत राहिली. कुसुम जेव्हा देवाघरी गेली, तेव्हा गांधींनी रामीला आणि तिची बहीण मनूला लिहिलं :

> *१ फेब्रुवारी १९३४ : दगडासारखं कठोर हृदय असलेल्या मलाही क्षणभर अतीव दुःख झालं. हे पत्र मिळेपर्यंत तुम्ही दोघी बहिणी बऱ्याचशा शांत झाल्या असाल... मला लिहीत राहा. मी रामीच्या पत्राची वाट पाहीन. या बातमीनं बालाही खूप दुःख होईल.*

काही वेळा पत्रात विनोदाची पखरण असायची. ८ मार्चला गांधींनी कस्तुरबांना लिहिलं, *'तू आता मणिलालची काळजी करणं सोडून दिलं पाहिजे. त्यानं आता चाळिशी पार केली आहे, हे तुझ्या लक्षात असावं, असं मी मानतो.'* ६ एप्रिलच्या पत्रात त्यांनी जे लिहिलं, त्यामुळे गांधींना स्वतःला आणि बांना कदाचित थोडा दिलासा मिळाला असावा.

> *बाकीच्यांना तुरुंगामध्ये जाण्यापासून रोखण्याचा निर्णय मी आता घेतला आहे. मी एकटाच सत्याग्रह करेन. त्यामुळे, आता जेव्हा तुम्ही सगळे सुटून याल, तेव्हा पुन्हा तुम्हाला सत्याग्रह करण्याचं कारण नाही.*

मेच्या अखेरीला सुटका होऊन बाहेर पडलेल्या बांची त्यांच्या पतीशी जूनमध्ये भेट झाली.

बॉम्ब : एप्रिल आणि ऑगस्टच्या दरम्यान म्हणजे हरिजनांच्या प्रश्नासाठी केलेल्या भारत दौऱ्याची सांगता होईपर्यंत गांधी आसाम, उत्तर आणि दक्षिण बिहार, ओरिसा, मुंबई, पुणे, गुजरात, मध्य भारतातील अजमेर, सिंध, पंजाब, बंगाल, उत्तर प्रदेश आणि पुन्हा बिहार अशी भ्रमंती करत होते. पुन्हा एकदा आणि एकूण पाचव्यांदा त्यांनी अक्षरशः संपूर्ण भारत पालथा घातला होता. बहुतेक वेळा रेल्वेने तृतीय वर्गाचा प्रवास करत, काही वेळा गाडीनं, तर बऱ्याचदा चालतचालत. पुन्हा

एकदा लक्षणीय संख्येनं आलेल्या लोकांनी सर्वत्र त्यांचं स्वागत केलं आणि परस्परांना ऊर्जा दिली.

हरिजन आणि सुधारणावाद्यांबद्दल त्यांना उत्सुकता होती. त्यांनी भेट दिलेल्या ठिकाणी हरिजनांसाठी शाळा आणि वसतिगृहं उघडली गेली, मंदिरांची दारं हरिजनांसाठी खुली करण्यात आली. गांधींनी हरिजन सेवक संघासाठी निधी गोळा केला आणि सर्व्हंट्स ऑफ हरिजन सोसायटी या संस्थेसाठीही देणग्या गोळा केल्या.

काही वेळा सनातनी विरोधकांनी हिंसक निदर्शनं केली. बनारसला त्यांचं छायाचित्र जाळण्यात आलं आणि कुऱ्हाडीनं गांधींवर हल्ला करण्याच्या इराद्यानं आलेल्या एका हिंदूला कराचीत आधीच ताब्यात घेण्यात आलं. हरिजनांना प्रवेशबंदी असलेल्या ओरिसाच्या प्रख्यात जगन्नाथ मंदिराजवळ गांधींची अवहेलना करण्यात आली. बिहारमध्ये जसीदीह स्टेशनवर उतरताना लाठ्या-काठ्या घेऊन त्यांच्यावर हल्ला करण्यासाठी आलेल्या सनातन्यांच्या तावडीतून ते थोडक्यात बचावले. गांधींवर हल्ला करण्यापासून त्यांना स्वागत समितीच्या लोकांनी रोखलं. गांधी जाऊन बसलेल्या गाडीवर त्यांनी अनेक प्रहार केले, परंतु गांधींना दुखापत झाली नाही.

दोन महिन्यांनंतर २५ जून रोजी पुण्यात नगरपालिकेच्या इमारतीत बोलणी करायला निघालेल्या गांधींना घेऊन जाणारी गाडी ती हीच, असं समजून एका गाडीवर एका अनामिक हल्लेखोरानं बॉम्ब टाकला. गाडीतील लोक जखमी झाले, पण त्या गाडीत गांधी नव्हतेच. त्या ठिकाणी पोचल्यावर त्यांच्या कानी हल्ल्याची ही खबर घालण्यात आली. बोलताना त्यांनी त्या घटनेचा उल्लेख केला.

> *माझ्या आयुष्यात आजपर्यंत मी इतक्या हल्ल्यांमधून वाचलो आहे की, या नवीन हल्ल्याचं मला आश्चर्य वाटत नाही. त्या बॉम्बमुळे कुणीही गंभीर जखमी झालं नाही, ही ईश्वराची कृपाच...*
>
> *या दुःखद घटनेमुळे हरिजनांच्या प्रश्नाला चालनाच मिळाली आहे... मला हुतात्मा बनण्याची हौस नाही; पण जे मी (माझं) परमकर्तव्य समजतो, ते पार पाडताना मला जर हौतात्म्य आलं... तर ते माझ्यासाठी भूषणावह असेल...*
>
> *माझं जे काही उरलेलं (आयुष्य) आहे, त्याबद्दल आकस धरणाऱ्यांनी हे ध्यानात घ्यावं की, माझं शरीर नष्ट करणं ही सर्वांत सोपी गोष्ट आहे. त्यांच्या दृष्टीनं पापी असणारं माझं शरीर नष्ट करण्यासाठी इतर निष्पाप जीव पणाला लावण्यात काय अर्थ आहे?*
>
> *त्या अनामिक हल्लेखोराविषयी माझ्या मनात फक्त करुणाच आहे. तो बॉम्ब फेकणारा सापडला असता आणि माझ्या हातात असतं, तर मी*

नक्कीच त्याला सोडून द्यायला सांगितलं असतं.

पुण्यातला तो हल्लेखोर पकडला गेला नाही आणि तो कोण होता ते समजलं नाही. पुढे गांधींची हत्या करणाऱ्या गटाशी त्याचा काही संबंध होता का, हे कळू शकलं नाही. पुढच्याच महिन्यात अजमेरला एक सनातनी नेते पंडित लालनाथ यांच्यावर हल्ला होऊन त्यांच्या डोक्याला मार लागला. गांधींनी भेटून दिलगिरी व्यक्त केली.

काँग्रेसमधील राजकारण

जसजसा जुलै पुढे सरकू लागला, तसतशा सगळ्यांच्या नजरा गांधींकडे लागल्या; कारण राजकारणात भाग घेण्यावर त्यांनी स्वत:वर लादलेल्या बंदीची मुदत ३ ऑगस्ट रोजी संपत होती. आता फक्त त्यांच्या एकट्यासाठीच उरलेला सरकारला विरोध करण्याचा अधिकार ते वापरणार का? पुन्हा तुरुंगामध्ये जाणार का? त्यांनी जर असं केलं, तर काँग्रेस निवडणुका लढवणार का?

वर्ध्याला परत आलेल्या गांधींनी ७ ऑगस्टपासून आठवडाभर उपवास केला. लालनाथ यांच्यावर झालेल्या हल्ल्याचं परिमार्जन व्हावं, म्हणून हा उपवास असल्याचं त्यांचं म्हणणं होतं. नंतर (जुलैमध्ये सुटून आल्यावर) पटेल आणि राजगोपालाचारींनी गांधींशी चर्चा केली; तेव्हा सुटकेचा नि:श्वास सोडलेल्या सी.आर. यांनी देवदासला पत्रात लिहिलं : ते तुरुंगात जाणार नाहीत, हे मात्र नक्की.

पत्नीच्या आजारपणामुळे अकरा दिवसांच्या पॅरोलवर सुटलेल्या नेहरूंनी काँग्रेसच्या स्थितीबद्दल गांधींना एक लांबलचक आणि कडवट पत्र लिहिलं (१३ ऑगस्ट १९३४). कायदेभंग चळवळीच्या स्थगितीला नाखुशीनंच संमती देत आणि विशिष्ट परिस्थितीत विधानमंडळात स्वत:च प्रवेश करण्याची तयारी असल्याचं सांगत नेहरूंनी स्वत:चा उल्लेख 'क्रांतिकारी' असा केला. काँग्रेस संघटनेतील पुरोगामी आणि बंडखोर घटकांना काँग्रेसमधूनच होत असलेला विरोध पसंत नसल्याचंही त्यांनी लिहिलं.

शेवटच्या वाक्याचा रोख मार्च १९३४मध्ये सरकारच्या तुरुंगात जन्मलेल्या समाजवादी पक्षाकडे मुख्यत: होता. काँग्रेसमधीलच एक गट म्हणून उदयाला येऊ पाहणाऱ्या या पक्षाचे नेते होते, बिहारचे जयप्रकाश नारायण (१९३० साली ते भारतात परतले होते), उत्तर प्रदेशचे नरेंद्र देव आणि राममनोहर लोहिया, मुंबईचे मिनू मसानी, युसूफ मेहेरल्ली आणि अशोक मेहता व महाराष्ट्राचे अच्युत पटवर्धन.

समाजवादी असल्याचा दावा करणारे परंतु या नवीन गटाचे अजून सभासद नसलेले नेहरू काही बाबतींत त्यांचे हीरो होते, तरीही गांधींवरही त्यांची निष्ठा होती. या गटाचं त्यांनी जाहीर स्वागत केलं होतं. तथापि, हिंसाचार आणि वर्ग-विषमतेविरुद्ध

नापसंती व्यक्त केली होती. स्वेच्छेनं पत्करलेल्या दारिद्र्यामुळे आपण स्वत:च एक खरेखुरे आणि वास्तवातील समाजवादी असल्याचा त्यांचा दावा होता.

मात्र, काँग्रेसमधील पटेल, सी.आर. आणि प्रसाद यांच्या नेतृत्वाखालील मोठा गट समाजवादापासून चार हात लांब राहणंच पसंत करणारा होता आणि गांधींच्या संमतीनं कार्यकारी समितीनं बेबंद वक्तव्य करण्याविरोधात दिलेला इशारा जवाहरलाल यांच्या डोकेदुखीचं कारण होतं. कार्यकारी समितीविषयी कठोर दृष्टिकोन न बाळगण्याचा सल्ला नेहरूंना देताना गांधींनी पुस्ती जोडली (१७ ऑगस्ट १९३४) : *'मला काळाची गरज ओळखण्याची कला अवगत आहे, असं वाटतं... स्फोटानंतर आता मला विधायक उभारणीची गरज वाटते.'*

राजीनामा : आपण काँग्रेसमधून निवृत्त होत आहोत, असं त्यांनी जाहीर करून ऑगस्टच्या अखेरीस गांधींनी नेहरू (ते आता परत तुरुंगामध्ये गेले होते), पटेल, सी.आर., प्रसाद व इतर सहकाऱ्यांना धक्काच दिला. प्रवासादरम्यान केलेलं चिंतन, राजकारणापासून दूर घालवलेले महिने, या गोष्टी हा निर्णय घेण्याला कारणीभूत ठरल्या, असं स्पष्टीकरण गांधींनी काँग्रेसचे विद्यमान अध्यक्ष वल्लभभाई पटेलांना एक पत्र लिहून दिलं (५ सप्टेंबर). आपल्याशी वैचारिक मतभेद असतानासुद्धा अनेक लोक ते व्यक्त करत नाहीत, त्यांची विचारशक्ती दडपून टाकतात; आपल्यामुळे त्यांचा श्वास कोंडतो ही जाणीव झाली असल्याचंही त्यांनी त्या पत्रात नमूद केलं.

काँग्रेसच्या विभाजनाचाही आपल्यावर परिणाम झाल्याचं ते म्हणाले. भांडवलशाही अर्थव्यवस्थेचे पुरस्कर्ते असलेले पटेल, सी.आर. आणि प्रसाद गांधींचे कट्टर अनुयायी म्हणून ओळखले जात होते. समाजवाद्यांबद्दल त्यांचे तीव्र गैरसमज होते, पण गांधींना मात्र समाजवाद्यांविषयी आपुलकी होती. नेहरूंवरचा त्यांचा विश्वास तर सर्वश्रुत होताच.

मग ते उजव्यांच्या बाजूनं होते की समाजवाद्यांच्या? त्यांच्या मते ते दोघांचेही होते आणि कुणाच्याही विरोधात नव्हते. दोघांपैकी एकाला झुकतं माप देण्यापेक्षा काँग्रेसचा त्याग करणं योग्य, असं त्यांना वाटलं. दोन्ही गटांनी आपली बाजू सांभाळावी, वेळ पडल्यास परस्परचर्चेतून तोडगा काढावा आणि स्वत:चं स्थान निर्माण करावं. आवश्यकता भासली तर दोघांमध्ये सलोखा करून देण्यास बाहेरून गांधी मदत करणार होतेच.

आपलं वाढलेलं वय आणि झालेले हल्ले लक्षात घेता, आपल्याशिवाय भविष्यात काम करण्याची मानसिक तयारी काँग्रेसनं ठेवायला हवी, असं त्यांचं म्हणणं होतं. शेवटी, त्यांच्या निवृत्तीमुळे काँग्रेस आणि सरकार यांच्यात समझोता होण्यास मदतच होईल, असा गांधींचा होरा होता. असं जर झालं नाही आणि आणखी एका संघर्षाची वेळ येऊन ठेपली, तर त्याचं नेतृत्व करण्यासाठी त्यांना

बोलवायला काँग्रेसला पूर्ण हक्क होता.

त्यांच्या या निर्णयाला आझादांनी विरोध केला. बेचैन झालेल्या राजगोपालाचारींच्या मते, निवृत्त झाल्यानंतरही काँग्रेस आणि स्वत: गांधींचं राजकीयदृष्ट्या महत्त्व अबाधित राहील असा जर गांधींचा समज असेल, तर त्यांच्या पदरी निराशाच येईल. परंतु चाणाक्ष गांधींचं त्यावर उत्तर तयार होतं, *'मी काही गुहेत निघून चाललो नाही.'* त्यांनी राजगोपालाचारींना सांगितलं. *'मी सगळ्यांच्या मदतीला सदैव तत्पर असेन.'*

वास्तविक त्यांच्या निवृत्तीमुळे काँग्रेसला सहकार्याची भूमिका घेणं सोपं जाणार होतं. शिवाय, वेळप्रसंगी लढ्याचं नेतृत्व करण्यासाठी त्यांचा प्रमुख बंडखोर पडद्याआड सिद्ध असणार होता.

१९३४ साली ऑगस्टमध्ये सुटका झाल्यानंतर खान बंधूंनी बरेच आठवडे गांधी, बजाज आणि देसाईंबरोबर वर्ध्याला घालवले. गफार खानांनी त्यांच्या पोरसवदा मुलीला- मेहेर ताजला - इंग्लंडहून तिथे शिकण्यासाठी बोलावून घेतलं. मुंबईत ऑक्टोबरच्या शेवटच्या आठवड्यात भरणाऱ्या काँग्रेस अधिवेशनाचं अध्यक्षपद स्वीकारण्याविषयी गांधींनी गफार खानांना विचारलं असावं : निवृत्ती म्हणजे काही पूर्णत: अंग काढून घेणं, असा अर्थ त्यांच्यासाठी नव्हताच. मात्र, संपूर्ण भारताची जबाबदारी घेण्यास नाखूश असलेल्या सरहद्द प्रांताच्या त्या नेत्यानं गांधींचा हा प्रस्ताव नाकारला.

दुसरे प्रस्तावित उमेदवार राजगोपालाचारी हिंदी भाषेविषयीचं अज्ञान असल्यामुळे स्वत:हूनच मागे हटले. भूकंपग्रस्तांसाठी केलेल्या कामामुळे प्रसिद्ध झालेल्या राजेंद्र प्रसादांचं पारडं त्यामुळे जड झालं. प्रसादांनी देशासाठी केलेला त्याग अतुलनीय असल्याचं सांगून गांधींनी पटेलांना लिहिलेल्या पत्रात, अनुपस्थित असलेल्या नेहरूंविषयी आपलं काय मत आहे, ते काँग्रेस जाणतेच, असं नमूद केलं (५ सप्टेंबर) – त्यांच्यापुढे अजून बरीच वर्षं आहेत. गांधी लिहितात–

> *या क्षणी मला जवाहरलालच्या सल्ल्याची आणि सोबतीची गरज भासते आहे. भविष्यात संघटनेचं सुकाणू सांभाळण्यासाठी ती एक अत्यंत योग्य व्यक्ती आहे.*

जवाहरलाल भविष्यातले नेते असतील, असं खुलेआम वल्लभभाईंना लिहिणं हे गांधींच्या मनमोकळेपणाचं आणि पटेलांच्या नैतिकतेचं निदर्शक होतं.

गांधी काँग्रेसशी फारकत घेत नव्हते, केवळ तिच्याशी असलेलं नातं पुन्हा एकदा तपासून पाहत होते. तरीही राजीनाम्याचं पत्र पाठवताना त्यांच्या हृदयात एक सूक्ष्मशी कळ उठली. *'या महान संघटनेतून बाहेर पडताना मला मुळीच आनंद होत नाही.'* त्यांनी लिहिलं. प्रसादांच्या अध्यक्षतेखाली मुंबईत भरलेल्या अधिवेशनाला

उद्देशून गांधी म्हणाले :

काँग्रेसमधल्या एखाद्या गोष्टीचा निषेध म्हणून मी बाहेर पडत नाही. काँग्रेसजनांनी स्वतंत्रपणे विचार व कृती करावी, म्हणून मी बाजूला होत आहे. माझ्या निवृत्तीचा असा अर्थ अजिबात नाही की, माझी गरज पडली तरी मी परत येणार नाही.

काँग्रेसवर असलेला एक प्रकारचा दबाव उठावा म्हणून मी तिच्यातून बाहेर पडत आहे, जेणेकरून तिची आणि माझीही वाढ व्हावी... अहिंसेची शक्ती वाढावी, यासाठी मी सोडून जात आहे...

तुम्ही मला सैन्याचं सेनापतीपद बहाल केलं आहे, तर त्या सेनापतीनं सैन्याच्या प्रमुखपदी राहून सेवा करावी की निवृत्त होऊन इतर लायक सैनिकांना नेतृत्वाची संधी द्यावी, हे ठरवण्याचा अधिकारही त्या सेनापतीला तुम्ही दिला पाहिजे.

आतापर्यंत मी सेनापतीपदाला शोभेशी कामगिरी केली आहे, असं जर तुम्हाला वाटत असेल, तर आतासुद्धा माझ्या न्यायबुद्धीवर तुम्ही विश्वास ठेवायला हवा...

पुन्हा आरंभ

जणू काही सगळं पुन्हा नव्यानं सुरू झालं होतं. त्यांनी त्यांच्या आश्रमाचा आणि घराचा पसारा आवरून टाकला होता, काँग्रेसचा राजीनामा दिला होता, पश्चिम भारतामधून मध्य भारतात तात्पुरता मुक्काम हलवला होता आणि कायदेभंगाचा अधिकार स्वतःपुरताच मर्यादित ठेवला होता. त्यांचा भविष्यकाळ अधांतरी होता आणि वर्ध्याचा पत्ता तात्पुरता.

हिटलरच्या हत्येचा कट रचल्याच्या आरोपावरून पुढे १९४५ साली ज्याला देहदंडाचं शासन झालं, तो जर्मन धर्मगुरू डेट्रिच बॉनहॉफर यानं लंडनहून पाठवलेल्या पत्रात आपल्या एका मित्रासमवेत भारतात येऊन काही काळ गांधींबरोबर व्यतीत करण्याची इच्छा प्रदर्शित केली, तेव्हा उत्तरादाखल गांधींनी लिहिलं (१ नोव्हेंबर १९३४) :

तुमच्याकडे आणि तुमच्या मित्राकडे परत जाण्याकरता आवश्यक इतके पैसे असतील आणि सुमारे शंभर रुपये महिना याप्रमाणे प्रत्येकी खर्च झेपणार असेल, तर तुम्ही केव्हाही येऊ शकता. सध्या इथली हवा थंड असल्यामुळे तिचा फायदा मिळवण्यासाठी तुम्ही लवकरात लवकर आलात तर जास्त बरं. महिन्याकाठी १०० रुपये खर्च मी जो सांगितला,

तो अगदी साधी राहणी ज्यांना परवडते त्यांच्यासाठी आहे. तुम्हाला कदाचित त्याच्या निम्मेच पैसे लागतील...

माझ्या दैनंदिन जीवनात माझ्यासोबत राहण्याची जी इच्छा तुम्ही व्यक्त केलीत, त्याविषयी बोलायचं तर, मी जर तुरुंगाबाहेर असेन तर तुम्ही माझ्याबरोबर राहू शकाल आणि हो, तुम्ही याल तेव्हा एखाद्या ठिकाणी माझं बस्तानही बसलेलं असलं पाहिजे... मी जर प्रवासात किंवा तुरुंगात असेन, तर माझ्या देखरेखीखाली चालवल्या जाणाऱ्या एखाद्या संस्थेत किंवा तिच्या आसपास राहण्याची तयारी तुम्ही ठेवली पाहिजे.

ब्रह्मचर्य : मुंबई अधिवेशनात सूचित केल्याप्रमाणे, आपल्या नुकत्याच केलेल्या त्यागांमुळे आत्मबलात भरच पडेल, अशी गांधींना आशा होती. स्वत:त काही सुधारणा घडवून आणण्याचाही त्यांचा विचार होता, कारण स्वत:त असलेल्या त्रुटींमुळेच सरकारची दडपशाही यशस्वी ठरू शकली, अशी त्यांची धारणा झाली होती. त्यापैकी काही भाग ब्रह्मचर्याशी निगडित होता. संपूर्ण ब्रह्मचर्यपालनात यश प्राप्त झालं की विरोधकांचा विरोध मावळेल, असा त्यांनी विचार केला असावा, असं वाटतं. मग तो विरोध सरकारकडून असो वा बुद्धिवाद्यांकडून, सनातन्यांकडून, आंबेडकर किंवा काँग्रेसशी फटकून राहणाऱ्या मुस्लिमांकडून असो.

काही प्रमाणात स्त्रीत्वाचा अंश असलेले काही पुरुष अस्तित्वात असणार, या गोष्टीची खात्री पटलेल्या गांधींनी दोघांनाही समान श्रेणी प्रदान करण्याचे आपले पूर्वीचे प्रयत्न पुन्हा सुरू केले. *'वैषयिक आकर्षणाशिवाय स्त्री-पुरुष एकत्र राहू शकत नसतील, तर त्यांचं ब्रह्मचर्य हे ब्रह्मचर्य नव्हेच.'* असं त्यांनी पंडित खरेंना १९३४च्या सप्टेंबरमध्ये एका पत्रात लिहिलं :

आई आणि मुलगा, वडील-मुलगी, भाऊ-बहीण असे एकत्र राहत नाहीत का? मग, अशा कोणत्याही प्रकारच्या नात्यात न बांधलेले स्त्री-पुरुष असे का राहू शकत नाहीत? आपण जर प्रामाणिक प्रयत्न केले, तर चुका सुधारून एक दिवस अशक्य ते शक्य करून दाखवू.

(नवव्या प्रकरणात लिहिल्याप्रमाणे) महिलांच्या खांद्यावर हात ठेवून चालण्याच्या गांधींच्या सवयीवर पाच वर्षांपूर्वी साबरमतीतील काही सहकाऱ्यांनी हरकत घेतली होती. तेव्हा गांधींनी त्यावर प्रत्युत्तर म्हणून दावा केला होता, *'असं करताना किंवा या सवयीमुळे माझ्या मनाला कोणत्याही अपवित्र भावनेचा स्पर्शही झालेला नाही.'* वर्ध्याला बजाजांच्या अतिथिगृहाच्या अंगणात आपल्या मनाचा कौल मानून त्यांनी तो उपक्रम पुन्हा सुरू केला.

मात्र, १९३५ सालच्या सप्टेंबर महिन्यात त्यांनी पुन्हा ही सवय सोडली.

कारण, वर्ध्याला भेट देणाऱ्या एका तरुणानं एका मुलीशी भगिनीसमान संबंध जोडल्याचा बहाणा करून तिचा विनयभंग केल्याची घटना त्यांच्या कानावर आली. पण ते समाधानी नव्हते. स्त्रियांशी मुक्तपणे वागण्याच्या स्वातंत्र्याचा पुरस्कार करून शुद्ध चारित्र्याचं उद्दिष्ट गाठायला मदत होते की अडथळा होतो, हा गांधींच्या चिंतनाचा मुख्य विषय बनला आणि सहकाऱ्यांशी याबाबत चर्चा झडू लागल्या. पुढे वेळोवेळी त्यांनी आपली ही सवय कधी सोडली, तर कधी पुन्हा तसा उपक्रम सुरू केला.

विचारांची शुद्धता आपण गाठू शकलो नाही, अशी कबुली 'हरिजन'च्या लेखांमध्ये आणि पत्रांमध्ये त्यांनी दिली आणि १९३६ साली असंही कबूल केलं की, भारतात आल्यावर वयाच्या साठीत त्यांना अनैच्छिक उत्तेजना जाणवल्या (त्याही काही वर्षांच्या ऐवजी काही महिन्यांच्या अंतरानं), ज्या त्यांना दक्षिण आफ्रिकेत असताना वयाच्या तिशीत आणि चाळिशीतही अनुभवाला आल्या नव्हत्या! तरीही, गांधींनी शेवटी असा निष्कर्ष काढला की, ते ज्यांना भगिनी वा मुली मानत असत, त्यांच्याशी मुक्त व्यवहार केल्यानं त्यांना स्वतःला (व त्या स्त्रियांना) शुद्धीचं उद्दिष्ट गाठण्यात मदतच झाली. तरीही काही वेळा, आपण स्वतःला फसवत तर नाही ना, असा विचार त्यांच्या मनाला शिवत असायचा.

१९३०च्या दशकाच्या शेवटी शेवटी या मुक्त व्यवहाराच्या प्रयोगात त्यांनी सर्वांसमक्ष– मग त्यात महिलाही होत्या– स्नान करण्यास सुरुवात केली आणि त्यांच्या सान्निध्यात झोपायला सुरुवात केली. त्या स्त्रियांमध्ये त्या वेळी प्यारेलाल यांच्या २२ वर्षीय डॉक्टर भगिनी सुशीला नायर, कपूरथळा संस्थानच्या पूर्वी शीख असलेल्या, पण आता ख्रिश्चन झालेल्या सत्तेचाळीस वर्षांच्या अविवाहित राजकुमारी अमृत कौर, साबरमतीतून 'ग्रॅज्युएट' झालेल्या, समाजवादी नेते जयप्रकाश नारायण यांच्या पत्नी तीस वर्षांच्या प्रभावती, पतियाळा संस्थानच्या प्रमुख मुस्लीम कुटुंबातून आलेल्या अमतस सलाम अशा स्त्रिया होत्या.

१९३४ सालच्या सप्टेंबरमध्ये प्रेमा कंटक यांना गांधींनी वर्ध्याहून पत्र लिहिलं, 'इथे झोपण्यासाठी मोठं आवार आहे.' पुढे त्यांच्या जवळ झोपणाऱ्यांची नावं लिहिली : 'अमतस सलाम, वसुमती, अमला (मागरिट स्पिगेल, जर्मन ज्यू), इथे असली तर बा, ओम (बजाजांची मुलगी) आणि प्रभावती.'

देशाच्या पटलावर विशेष घडामोडी घडत नसताना आपल्या साठीच्या मध्यावर आणि उत्तरार्धात गांधींना महिला मदतनिसांच्या वासनामुक्त साहचर्यामधून सुरक्षितता आणि स्वास्थ्य यांचा लाभ झाला.

राजकारण, अर्थकारण आणि खेड्यांमधला भारत : चारित्र्यशुद्धीचं उद्दिष्ट गाठण्याच्या गांधींच्या मार्गात काही ताणतणाव असतीलही; परंतु त्यांचे

राजकारण व अर्थकारणासंबंधीचे विचार मात्र सुस्पष्ट होते. काँग्रेसचे खेड्यांशी असलेले संबंध अधिक दृढ करण्याच्या योजनेला गांधींच्या निवृत्तीमुळे पुष्टीच मिळाली. १९३३-३४ सालांमध्ये बराचसा भारत नजरेखालून घालताना गांधींना असं प्रकर्षानं जाणवलं की, जवळजवळ सहा हजार गावांमधून सुमारे दोन लाख वीस हजार महिला आणि चाळीस हजार पुरुषांना खादीसंबंधित कामांमुळे रोजगार मिळत होता; मात्र तरीही वाढत्या ग्रामीण बेकारीला तोंड देण्यासाठी इतर कुटिरोद्योग सुरू करण्याची गरज होती.

तेव्हा त्यांनी काँग्रेसशी संलग्न पण अ-राजकीय आणि स्वायत्त अशी 'अखिल भारतीय ग्रामोद्योग संघटना' स्थापन केली. वर्ध्याहून जे. सी. कुमारप्पांना या नवीन संस्थेची धुरा सांभाळण्यास सांगण्यात आलं. कुटिरोद्यागातील प्रयोगांसाठी बजाजांनी त्यांची वीस एकरांची संत्र्याची बाग देऊ केली : ग्रामीण भागात कागद, साबण, गूळ यांसारख्या वस्तू कशा बनवाव्यात किंवा अधिक चांगल्या प्रतीचा हातसडीचा तांदूळ कसा तयार करावा आणि असंच इतर काही. फिनिक्स आणि साबरमतीच्या जडणघडणीत मोलाचा वाटा उचलणाऱ्यांच्या स्मृतिप्रीत्यर्थ गांधींनी त्या जागेला नाव दिलं– मगनवाडी.

गांधींचा तंत्रज्ञानाला विरोध असतो, हा आपल्यावरचा आरोप खोडून काढत गांधी म्हणाले : *'माझ्यासमोर असलेला हा चरखा म्हणजे मशिनच नाही का? आम्हाला यंत्रं हवी आहेत, पण आपण त्यांचे गुलाम बनता कामा नये. यंत्रांना आपण आपले गुलाम केलं पाहिजे.'* एकदा ते म्हणाले :

> *खेड्यांमधल्या लाखोंना विरंगुळा कसा मिळेल हे पाहणं, हा आपल्यापुढचा प्रश्न नाही. त्यांचा रिकामा वेळ सत्कारणी कसा लावावा, हा खरा प्रश्न आहे. वर्षभरातील कामाच्या सहा महिन्यांइतकाच काळ ते रिकामे बसलेले असतात ('हरिजन', १६ नोव्हेंबर १९३४).*

१९३४ सालच्या नोव्हेंबर महिन्यात डाव्या विचारसरणीचे मानववंशशास्त्रज्ञ निर्मलकुमार बोस यांच्याबरोबर एका मुलाखतीदरम्यान गांधींनी समाजवादी शासनपद्धतीविषयी असलेल्या आपल्या तात्त्विक हरकतींचा ऊहापोह केला :

> *शासन ही संस्था संघटित आणि एकत्रित हिंसाचाराचं प्रतिनिधित्व करते. प्रत्येक मनुष्यात एक आत्मा असतो, पण शासन हे एक आत्माविरहित मशिन असतं, ज्या हिंसेवर त्याचं अस्तित्व अवलंबून आहे, त्या हिंसेपासून त्याला परावृत्त करणं अवघड आहे.*
>
> *अशा प्रकारच्या शासनाचं सामर्थ्य वाढताना पाहून मला प्रचंड भीती वाटते, कारण वरवर पाहता सामाजिक शोषण कमी करत असतानाच*

सर्व विकासाचा जो मूलभूत पाया, त्या स्वतंत्र व्यक्तित्वावर घाला घालून ते मानवजातीला एक मोठा धोका उत्पन्न करतं.

सेंट्रल असेंब्लीच्या निवडणुका : १९३४ साली ऑक्टोबरच्या अखेरीस आपल्या क्वेकर स्नेही ॲगाथा हॅरिसन यांना गांधींनी पत्रात लिहिलं :

'नजीकच्या भविष्यकाळात काही वर्षंतरी सार्वत्रिक असहकाराची चळवळ सुरू करण्याचा किंवा घडवून आणण्याचा माझा कोणताही इरादा नाही.' नोव्हेंबरमध्ये तर उघडपणे त्यांनी लोकांना, बऱ्याचशा प्रतीकात्मक असलेल्या सेंट्रल असेंब्लीत काँग्रेस उमेदवारांना निवडून पाठवण्याचं आवाहन केलं. निवडणूक निकालात काँग्रेस व मित्रपक्षांच्या पारड्यात एकसष्ट जागा पडल्या; त्यात बारा जागा या मालवीयांच्या नेतृत्वाखालील राष्ट्रवादी पक्षाच्या होत्या.

हा आकडा सर्वसाधारण आणि अस्पृश्य जागांच्या जवळ जाणारा होता, 'कमीत कमी खर्च करून काँग्रेसनं प्रत्यक्षात उतरवलेलं स्वप्न', अशी प्रतिक्रिया आनंदित झालेल्या गांधींनी दिली (२३ नोव्हेंबर). एकशे सेहेचाळीस जागा असलेल्या सभागृहात ENO युरोपियन्स + नामनिर्देशित (नॉमिनेटेड) सभासद + ऑफिशिअल्स म्हणून ओळखल्या जाणाऱ्या गटाला सत्तेचाळीस जागा मिळाल्या होत्या. त्यांना सोळा निष्ठावंतांचा पाठिंबा होता, त्यांत जमीनदार व अन्य प्रकारचा सरकारी वरदहस्त असणाऱ्यांचा भरणा होता. तिसरा गट जिनांच्या नेतृत्वाखालील अठरा मुस्लीम उमेदवारांचा होता.

सरहद्द प्रांतात जाण्यास बंदी : तीस महिन्यांपेक्षाही जास्त काळ कैदेत घालवल्यानंतर सुटका झालेल्या खान बंधूंना त्यांच्या प्रांतात जायला मनाई असल्यामुळे १९३४ सालच्या ऑगस्ट महिन्यात ते गांधींबरोबर वर्ध्याला राहिले. १९३४ सालच्या त्या अखेरच्या महिन्यांमध्ये त्यांच्याबरोबर गांधींचा काळ मजेत गेला. हिंदू-मुस्लीम सलोख्याच्या आशा त्यांच्या मनात पुन्हा पल्लवित झाल्या आणि सरहद्दीवरच्या एखाद्या गावात स्वत:ला गाडून घेण्याची इच्छा त्यांच्या मनात जागृत झाली. मात्र, बऱ्याच काळानंतर आपल्या चारही पुत्रांसोबत पुनर्भेट झालेल्या गफार खानांना प्रक्षोभक कृतीच्या आरोपाखाली ७ डिसेंबर रोजी पुन्हा अटक झाली.

आपल्या खाजगी सचिवांद्वारे पत्र पाठवून विलिंग्डन यांनी गांधींना वायव्य सरहद्द प्रांतामध्ये (नॉर्थ वेस्ट फ्रंटियर प्रॉव्हिन्स- NWFP) प्रवेश करण्यास मनाई केली. काही महिन्यांनंतर, जेव्हा १९३५च्या जूनमध्ये बलुचिस्तानमधल्या क्वेट्टा इथे विनाशकारी भूकंप झाल्यावर गांधींनी तिथे जाण्याची परवानगी मागितली, तेव्हा पुन्हा ती नाकारण्यात आली.

हरिलाल

१९३४ सालच्या सप्टेंबर आणि ऑक्टोबर महिन्यात सेहेचाळीस वर्षांच्या हरिलालनं अनपेक्षितपणे आपल्या पित्याला पत्रं लिहिली. आपणाला नव्यानं आयुष्य सुरू करण्याची इच्छा आहे, असं सांगून हरिलालनं पुढे लिहिलं की, मनू या आपल्या मुलीकडून तो सूतकताई आणि खादी उत्पादनाची इतर कामं शिकत होता. तसंच त्याला पुनर्विवाहाची आणि स्थिर आयुष्य जगण्याचीही इच्छा होती. दोघांमध्ये बराच पत्रव्यवहार झाला.

भयशंकित झालेल्या आणि तरीही मुलावर विश्वास ठेवण्याची इच्छा असलेल्या पित्यानं उत्तरादाखल लिहिलं की, हरिलालनं एखाद्या विधवेशी विवाह केला, तर आपणाला आनंद होईल (कस्तुरबा मात्र साशंक होत्या). त्याला खरंच नव्यानं आयुष्याची सुरुवात करायची असेल, तर आपण आपल्या मित्रांना त्याची मदत करायला सांगू, असाही प्रस्ताव गांधींनी मांडला. १७ ऑक्टोबरच्या पत्रात गांधींनी लिहिलं :

> *मी सतत तुझाच विचार करत असतो... मला जर वेळ असता, तर मी तुला लांबलचक पत्रं लिहिली असती. तू म्हणतोस तसा तुझ्यातला बदल जर टिकून राहिला, तर माझ्या या शेवटच्या काळात मला अतिशय आनंद होईल.*

१९३५ सालच्या फेब्रुवारीत गांधींनी हरिलालला आपल्यासोबत राहायला वर्ध्याला बोलावलं आणि तो आला. शरीर खंगलेलं, चेहरा सुकलेला आणि काळवंडलेला, केस अस्ताव्यस्त. काही काळ असं वाटलं, की मुलगा सुधारतो आहे आणि आई-वडील-मुलगा परस्परांच्या सहवासात रमले आहेत. आपण एखाद्या खेड्यात राहून काम करू इच्छितो, असं हरिलालनं गांधींना सांगितलं. गांधी उत्तरले, *''असं असेल तर मला तुझ्या मांडीवर डोकं ठेवून मरायला आवडेल.''*

हरिलालनं जेव्हा पुन्हा विवाहाची इच्छा व्यक्त केली, तेव्हा गांधींनी हरकत घेतली नाही. ज्यू असल्यामुळे बर्लिनमधील शाळा-शिक्षिकेची नोकरी गमावलेली आणि गांधींच्या जीवनपद्धतीत रस वाटल्यानं भारतात आलेली मार्गरिट स्पिगेल हिला हरिलालबरोबर आपला विवाह व्हावा, असं वाटत होतं. तोही इच्छुक वाटला, परंतु हा विषय फार पुढे गेला नाही आणि मे महिन्यात हरिलाल राजकोटला परतला.

राजकोटला स्थायिक झालेल्या नरनदास गांधींना, गांधींनी लिहिलं : *'हरिलालचं नशीब त्याला कुठे घेऊन जाणार आहे, ते ईश्वरच जाणे! आमचा हा उधळ्या मुलगा पुन्हा कुठे हरवू नये, एवढंच देवाकडे मागणं आहे.'* परंतु, एकाच नोकरीत किंवा एका ठिकाणी किंवा दारूशिवाय किंवा पैसे उधार घेतल्याशिवाय राहणं हरिलालला जमलं नाही.

१९३६ साली एप्रिलमध्ये तो आपल्या माता-पित्यांना नागपूरला भेटला आणि 'विरुद्ध धर्माच्या मिशनऱ्यांकडून आपल्याला मानाची वागणूक मिळत असल्यानं गंमत वाटते', असं त्यानं सांगितलं. काही आठवड्यांनी, ३० मे रोजी, गांधी आणि कस्तुरबा बंगळुरूला असताना अठ्ठेचाळीस वर्षांच्या हरिलालनं गुपचूप इस्लाम धर्म स्वीकारल्याचं वृत्तपत्रांनी जाहीर केलं. मुंबईतल्या एका मुख्य मशिदीत २९ मे रोजी त्याचा मुस्लीम म्हणून स्वीकार केला गेला आणि त्याचं नाव बदलून आता अब्दुल्ला झालं होतं, असं या वृत्तात म्हटलं होतं. या वृत्तानं तीव्र मानसिक धक्का बसलेल्या कस्तुरबांनी हरिलालच्या मुलीला–रामीला, आपली प्रतिक्रिया पत्र लिहून कळवली :

> *मी अतिशय दुःखी आहे, पण काय करू? खरं म्हणजे मला स्वतःचीच लाज वाटते... आपण एक रत्न गमावलं. ते रत्न आता मुसलमानांच्या हातात गेलं आहे.*

या धर्मांतराचं मूळ व्यसनांमध्ये होतं, असं गांधींना वाटलं. *'त्याला कसलातरी मोह झाला असला पाहिजे आणि पैसाही मिळाला असला पाहिजे'*, त्यांनी अमृत कौरना लिहिलं (१ जून १९३६). परंतु, गांधींच्या मुलाचं जाहीररीत्या धर्मांतर ही बाब केवळ कौटुंबिक किंवा वैयक्तिक पातळीवर राहणारी नव्हती. त्यावर लोकांच्या प्रतिक्रिया उमटल्याच. समाजाला तोंड देणं गांधींना क्रमप्राप्तच होतं. २ जून रोजी गांधींनी जाहीर निवेदन प्रसिद्धीला दिलं :

> *वर्तमानपत्रांनी असं वृत्त प्रसिद्ध केलं आहे की, आता पन्नाशीला पोचलेला माझा मोठा मुलगा हरिलाल यानं पंधरा दिवसांपूर्वी इस्लाम धर्माचा स्वीकार केला आणि गेल्या शुक्रवारी त्याचा स्वीकार केला असल्याची बातमी जाहीर करण्याची परवानगी त्याला मिळाली. त्याचं बोलणं संपताच टाळ्यांच्या गजरात त्याचं स्वागत करण्यात आलं आणि त्याच्याशी हस्तांदोलन करण्यासाठी त्याच्या चाहत्यांमध्ये चढाओढ लागली.*
>
> *हा स्वीकार मनापासून असेल आणि कोणत्याही स्वार्थी विचारानं प्रेरित होऊन केला नसेल, तर माझं त्यावर काहीही म्हणणं नाही... पण मला याविषयी दाट शंका आहे... माझ्या मुलाला, हरिलालला जे लोक ओळखतात त्यांना हे माहीत आहे की, तो अनेक वर्षांपासून मदिरेच्या आहारी गेलेला आहे आणि बदनाम वस्त्यांना भेटी देण्याची त्याची सवयही जुनीच आहे.*
>
> *ईश्वर चमत्कार घडवू शकतो. दगडाची हृदयं विरघळवण्याची शक्ती त्याच्यात आहे आणि पापी माणसाला पुण्यवान बनवण्याचीही, तेही एका क्षणात. तो (हरिलाल) अचानकपणे बदलला आहे, हे खरं असेल तर,*

यापेक्षा चांगली बातमी माझ्यासाठी दुसरी कोणतीच नसेल... पण वर्तमानपत्रातल्या बातम्यांनुसार मलातरी तसं काही वाटत नाही.

हरिलालनं धर्मांतर केल्यामुळे हिंदू धर्माचं काहीही नुकसान होणार नाही आणि इस्लाममधल्या त्याच्या प्रवेशामुळे त्या धर्माचा काही फायदा होणार नाही. तो जर पूर्वीप्रमाणेच दुबळ्या व्यक्तिमत्त्वानिशी जगत राहिला, तर उलट त्या धर्माचं नुकसानच होईल.

माझ्या अनेक मुस्लीम मित्रांना उद्देशून हे सांगण्याचं कारण, हरिलालचा भूतकाळ तपासून बघा. त्याच्या धर्मांतर करण्यामागे जर मनापासून सुधारण्याची इच्छा दिसली नाही, तर तसं त्याच्या तोंडावर त्याला सांगा आणि त्याचा स्वीकार करू नका. तो प्रामाणिक आहे, असं जर निदर्शनास आलं, तर तो मोहाला बळी पडणार नाही याची दक्षता घ्या, जेणेकरून त्या प्रामाणिकपणाची परिणती तो समाजाचा एक पापभीरू सदस्य होण्यात होईल.

त्याचं नाव अब्दुल्ला असो नाहीतर हरिलाल, मला काही फरक पडत नाही. ईश्वराचा सच्चा भक्त, हा दोन्ही नावांचा अर्थ त्यानं सार्थ करून दाखवला, तर तेच माझ्यासाठी खूप आहे ('हरिजन', ६ जून १९३६).

हरिलालचा मुलगा कांती त्याला भेटायला गेला आणि पित्याची अवस्था बघून त्याला रडू फुटलं. लवकरच, अब्दुल्ला गांधी देशभरात फिरून इस्लामचा प्रसार करत असल्याच्या बातम्या येऊ लागल्या. त्याच्या बरोबरीनंच त्यानं केलेल्या अशोभनीय वर्तनाच्या आणि त्याविरुद्ध केलेल्या कारवायांच्याही बातम्या आल्या. या प्रकारामुळे शरमेनं काळवंडलेल्या कस्तुरबांनी एके दिवशी सकाळी दिल्लीला देवदाससमोर भावनांना वाट मोकळी करून दिली. हा दुःखावेग देवदासनं 'एका मातेचं तिच्या पुत्राला जाहीर पत्र' यामध्ये शब्दबद्ध केला, २७ सप्टेंबरला ते पत्र वर्तमानपत्रात प्रसिद्ध झालं. या पत्रामुळे गांधींच्या कणखर, पोलादी कवचामागील पित्याच्या कोमल हृदयाचा एक कप्पा उघडा झाला आणि कस्तुरबांचं स्वतःचं अंतरंगही :

प्रिय पुत्र हरिलाल, मला आता खरंच जगणंही अवघड झालं आहे. तुझ्या आईवडिलांच्या आयुष्याच्या संध्याकाळी तू त्यांना किती दुःखसागरात लोटतो आहेस, याचा थोडा तरी विचार कर.

तुझे वडील इतरांसमोर या विषयासंबंधी चकार शब्दही काढत नाहीत. पण तुझ्या वागणुकीमुळे त्यांना बसलेल्या धक्क्यानं त्यांचं हृदय विदीर्ण झालं आहे. देवानं त्यांना पोलादी इच्छाशक्ती दिली आहे... पण मी मात्र एक

दुबळी, म्हातारी बाई आहे आणि तुझ्यामुळे मला होत असलेले मानसिक क्लेश मी आता सहन करू शकत नाही.

तुझ्या वर्तनासंबंधी तक्रारी करणारी अनेक लोकांची पत्रं तुझ्या पित्याला रोज येत असतात. या बदनामीचा कडू घोट त्यांना पचवावा लागतो. पण मला तर तू तोंड लपवायलाही जागा शिल्लक ठेवली नाहीस. शरमेमुळे मला स्नेहीजनांमध्येच काय पण त्रयस्थ लोकांमध्येही मान उंचावण्याची शक्ती राहिली नाही. तुझ्या वडिलांनी तुला नेहमीच माफ केलं आहे, पण देव तुझं वर्तन कधीही सहन करणार नाही.

तुझ्या दुष्कृत्यांची कोणती वर्णनं आज वर्तमानपत्रात वाचावी लागणार, या धास्तीनंच माझी रोजची सकाळ उजाडते. मला तुला भेटायची खूप इच्छा आहे पण तुझा ठावठिकाणा मला माहीत नाही. तू माझा सगळ्यांत मोठा मुलगा आहेस आणि आता तू पन्नास वर्षांचा आहेस. कदाचित तू माझाही अपमान करशील.

पूर्वापार चालत आलेला आपला धर्म तू बदललास. तो तुझा वैयक्तिक प्रश्न आहे. तुला पैसे देणारी माणसं जवळची वाटतात, पण तो पैसा तू दारूवर उधळतोस आणि नंतर एखाद्या धर्मगुरूच्या आवेशात प्रवचनं देतोस...

धर्मांतरानंतर जल्लोष करणाऱ्या मुस्लिमांना उद्देशून कस्तुरबांनी पुढे म्हटलं :

घायाळ झालेल्या मातेच्या दुबळ्या आवाजानं कुणाचंतरी हृदय नक्की हेलावेल... तुम्ही जे काही चालवलं आहे, ते खुदाला कधीही मंजूर होणार नाही.

या पत्रावर हरिलालची पहिली प्रतिक्रिया होती की, 'हे पत्र आईनं लिहिलेलं नसून दुसऱ्या कुणीतरी तिच्या नावानं लिहिलं आहे.' (ती काही अगदीच चुकीची नव्हती, हे आपण जाणतो.) आपल्या माता-पित्यांनी इस्लामचा स्वीकार केला, तर आपण अपेयपान थांबवू, असंही त्यानं जाहीर केलं. परंतु, हे त्याचं धर्मांतर काही खरं नव्हतं; कारण वर्ष संपायच्या आत आर्य समाजातील एका समारंभात त्यानं पुन्हा हिंदू धर्मात प्रवेश केला आणि हिरालाल हे नवीन नाव धारण केलं.

याच सुमारास हरिलालच्या गांधीकुटुंबीयांबरोबर अचानक घडलेल्या भेटीचा प्रसंग, त्या वेळी तिथे उपस्थित असलेल्या महादेव देसाईंच्या मुलानं–नारायणनं– लिहून ठेवला आहे :

वर्ध्याला जाताना आमची ट्रेन एक दिवस एका स्टेशनवर थांबली, तेव्हा

तिथल्या गर्दीतून नेहमीपेक्षा एक वेगळी आरोळी ऐकू आली : 'माता कस्तुरबा की जय.'

ते हरिलालकाका होते. ते अगदी खप्पड दिसत होते. त्यांचे पुढचे दात पडून गेले होते. केस पांढरे झाले होते. आपल्या मळक्या, फाटक्या कपड्यांच्या खिशातून त्यांनी एक संत्रं काढलं आणि म्हणाले, "बा, हे मी तुझ्यासाठी आणलं आहे."

बापूमध्येच बोलले, "माझ्यासाठी तू काहीच आणलं नाहीस का?"

"नाही, तुमच्यासाठी काही नाही... बामुळे तुम्हाला ही कीर्ती मिळालेली आहे, हे विसरू नका!"

"हो, त्यात काही शंकाच नाही! पण आता तुला आमच्याबरोबर यायचं का?"

"नाही, नाही. मी फक्त बाला पाहायला आलो. हे संत्रं घे, बा. मी ते भीक मागून मिळवलं आहे आणि आता ते तुला देतो आहे. ते फक्त तुझ्याकरता आहे, समजलं? तू जर ते स्वत: खाणार नसशील, तर ते मला परत दे."

बांनी संत्र खाण्याचं वचन दिलं. मग त्यांनीसुद्धा हरिलालकाकांनी आमच्याबरोबर यावं म्हणून गयावया केली.

हरिलालकाकांचे डोळे अश्रूंनी डबडबलेले होते. "आता हे बोलणं सोडून दे, बा. माझ्यासाठी आता परतीचा मार्ग बंद झाला आहे." गाडी सुरू झाल्यामुळे आमचा डबा त्यांच्यापासून पुढे पुढे सरकू लागला, तेव्हा बांना अचानक वाटलं, 'त्या बिचाऱ्या लेकराला काही खायला हवं का, हेसुद्धा मी विचारलं नाही. आपल्याकडे टोपलीभर फळं आहेत. माझं पोर बिचारं भुकेनं कळवळत असेल.'

पण तोपर्यंत गाडीनं प्लॅटफॉर्म सोडला होता. 'गांधीजी की जय!'च्या घोषणांमधून आम्हाला अजूनही पुसटसा आवाज येत होता, 'माता कस्तुरबा की जय.'

आंबेडकर आणि धर्मांतर

धर्मांतराचा मुद्दा हा प्रामुख्यानं आंबेडकरांनी चर्चेत आणला होता. गुजरातमधील अहमदाबाद जिल्ह्यातील कविथा गावात हरिजनांवर झालेल्या अत्याचारांच्या बातम्या आलेल्या असताना लगेचच १४ ऑक्टोबर १९३५ रोजी महाराष्ट्रातील येवली इथे शोषित वर्गाच्या अधिवेशनात बोलताना त्यांनी असं जाहीर केलं की, आपला जन्म जरी हिंदू म्हणून झाला असला, तरी मरताना आपणाला हिंदू म्हणून मरण्याची इच्छा नाही.

१९३३ पासून हा सूर त्यांनी लावून धरला होता. हिंदू समाज सुधारणांपासून फटकून वागतो, असं त्यांचं म्हणणं होतं. सामाजिक आणि धार्मिक नियमांसंदर्भात गांधींनी केमाल पाशा किंवा मुसोलिनीसारख्या हुकूमशहाची भूमिका वठवावी, ही त्यांची विनंती गांधींनी नाकारली होती. हिंदू धर्मात अस्पृश्यांना कसलंही भविष्य नाही, असं आंबेडकरांचं ठाम मत बनलं होतं. अस्पृश्यांना समानतेची वागणूक देईल, असा धर्म शोधण्याचा ठराव या परिषदेत मंजूर करण्यात आला. गांधींनी ताबडतोब आपलं मत नोंदवताना म्हटलं,

> *कविथा आणि इतर गावांत झालेल्या अत्याचारांनंतर डॉ. आंबेडकरांसारख्या नीतिवान आणि उच्चशिक्षित व्यक्तीला राग येणं अगदी स्वाभाविक आहे. पण धर्म म्हणजे काही एखादं घर किंवा अंगरखा नाही, जो मर्जीनुसार बदलता येऊ शकतो...*
>
> *ठराव संमत करणाऱ्यांनी आणि आंबेडकरांनी धर्म बदलल्यामुळे त्यांचं ईप्सित साध्य होणार नाही; कारण लाखो असंस्कृत, अडाणी हरिजन त्यांचं ऐकणार नाहीत... त्यांच्या आयुष्यातील बऱ्या-वाईट गोष्टी सनातनी हिंदूंच्या आयुष्याशी निगडित आहेत, ही बाब त्यांच्या नेहमी स्मरणात असेल.*

तरीही, आता वर्णव्यवस्थेवर टीका करण्याची वेळ आलेली आहे, असा निष्कर्ष शेवटी गांधींनी काढला. आतापर्यंत, हिंदू परंपरेशी असलेली आपली निष्ठा व्यक्त करण्यासाठी त्यांनी 'आदर्श' वर्णव्यवस्थेची पाठराखण केली होती (म्हणजेच 'वर्णाश्रम' धर्माची). समानता आणि योग्यतेच्या निकषांवर ही श्रमविभागणी केली गेली असली, तरी हा आदर्श प्रत्यक्षात उतरलेला दिसत नाही, अशी कबुलीही त्यांनी दिली होती.

१६ नोव्हेंबर १९३५ रोजी गांधींनी वर्णव्यवस्थेबद्दल व्यक्त केलेले विचार थोडे बदललेले आणि म्हणूनच दखल घेण्याजोगे आहेत. *'लोक एकमतानं वर्णव्यवस्था जेवढ्या लवकर नष्ट करतील तेवढं चांगलं.'* या विषयावर 'हरिजन'मध्ये लिहिलेल्या लेखाचं शीर्षक होतं, 'जातिव्यवस्था नष्ट झालीच पाहिजे'. आंबेडकरांच्या बाबतीत बोलायचं तर, ख्रिश्चन, मुस्लीम आणि शीखधर्मीय गट सातत्यानं धर्मांतराबाबत त्यांचा पाठपुरावा करत असतानाही, नवीन धर्माची निवड करण्यात त्यांना अजिबात घाई दिसत नव्हती.

एक वर्षानंतर, १९३६ सालच्या नोव्हेंबर महिन्यात, ॲण्ड्र्यूज यांनी धर्मांतराचा मुद्दा पुन्हा एकदा चर्चेला आणला. 'ख्रिस्तचरणी लीन झाल्याशिवाय सद्‌गती मिळणं शक्य नाही, ही श्रद्धा आपण स्वत: फार पूर्वीच मनातून काढून टाकली

आहे.' असं सांगून त्यांनी गांधींना याबाबतचं मत विचारलं, 'ख्रिस्त धर्म स्वीकारल्याशिवाय आपल्याला शांती आणि मोक्ष मिळणं शक्य नाही, असं खूप विचारांती आणि प्रार्थनेअंती जर एखाद्याला वाटलं, तर त्याला तुम्ही काय सांगाल?'

> **गांधी :** जर एखादा ख्रिश्चनेतर माणूस, समजा एक हिंदू, एखाद्या ख्रिश्चन माणसाकडे गेला आणि असं म्हणाला (वर विचारल्याप्रमाणे), तर मी म्हणेन की त्या ख्रिश्चन माणसानं त्याला सांगावं की, दुसऱ्या धर्मात शांती शोधण्यापेक्षा चांगला हिंदू होण्याचा प्रयत्न करावा.
>
> **ॲण्ड्र्यूज :** तुम्हाला माझी मतं माहीत आहेत, तरीही मी तुमच्या मताशी पूर्णपणे सहमत नाही. पण समजा, ऑक्सफर्ड ग्रुप मूव्हमेंटच्या लोकांनी तुमच्या मुलाचं आयुष्य बदललं आणि त्याला धर्मांतर करावंसं वाटलं, तर तुम्ही काय म्हणाल?
>
> **गांधी :** ऑक्सफर्ड ग्रुपला कितीही लोकांची आयुष्यं बदलायची असतील तरी ते बदलोत; पण ते त्यांचा धर्म बदलू शकणार नाहीत... एखाद्याला बायबलवर श्रद्धा ठेवावीशी वाटली, तर त्यानं तसं खुशाल सांगावं; पण म्हणून त्यानं त्याचा स्वत:चा धर्म का त्यागावा? अशा धर्मांतरामुळे जगातली शांतता नष्ट होईल. धर्म ही वैयक्तिक बाब आहे.
>
> आपण आपल्या धर्माला अनुसरून आयुष्य जगत असतानाच एकमेकांच्या उत्तम गोष्टींची परस्परांमध्ये देवघेव केली पाहिजे. अशारीतीनं ईश्वरापर्यंत पोचण्याच्या मानवी प्रयत्नांमध्ये भरच पडेल... सगळे महान धर्म हे मूलत: समान आहेत, अशी माझी धारणा आहे. स्वत:च्या धर्माचा आपण जसा आदर करतो, तसाच तो दुसऱ्या धर्माचाही केला पाहिजे. लक्षात ठेवा, परस्परसहिष्णुता नव्हे, तर परस्परांविषयी समान आदर महत्त्वाचा आहे ('हरिजन', २८ नोव्हेंबर १९३६).

धर्मबदलाविषयी आत्यंतिक विरोधी मत असलेल्या आणि लोकांना आपल्या धर्मात खेचण्याच्या धर्मांधांमध्ये चालणाऱ्या स्पर्धेमुळे धास्तावलेल्या गांधींनी, आपला मुलगा हरिलाल आणि आंबेडकर यांसारख्या लोकांना त्यांच्या मर्जीनुसार धर्म निवडण्याचा अधिकार आहे, ही गोष्ट मात्र मान्य केली होती, हे आपण पाहिलं आहे.

सामूहिक धर्मांतर चुकीचं ठरू शकतं, हे काही ख्रिश्चन मिशनऱ्यांना मान्य होतं. यंग मेन्स ख्रिश्चन असोसिएशन (Young Men's Christian Association)चे अमेरिकन संस्थापक जॉन आर. मॉट १९३६ सालच्या नोव्हेंबरमध्ये म्हणाले की, अस्पृश्यांना आपल्या धर्मात ओढण्याची जी अनुचित चढाओढ मिशनऱ्यांमध्ये चालली होती, ती खेदजनक होती. पण, ख्रिश्चन धर्माचा स्वीकार लोकांनी करावा, हा दृष्टिकोन ठेवून

येशूचं चरित्र आणि शिकवण (गॉस्पेल) यांचा प्रसार करणं चुकीचं आहे का, असा सवाल मॉट यांनी उपस्थित केलाच.

गांधींच्या मनात पूर्वी आफ्रिकन लोकांबद्दल जसा पूर्वग्रह निर्माण झाला होता, साधारण तसंच मत अस्पृश्यांबद्दलही बनलं असावं, असं गांधींच्या उत्तरावरून वाटतं. त्यांनी विचारलं :

> *डॉ. मॉट, तुम्ही एखाद्या गाईला येशूची शिकवण (गॉस्पेल) द्याल का? इस्लाम, हिंदू आणि ख्रिश्चन धर्मांच्या गुणावगुणांची जेवढी माहिती तिला असेल, तेवढीच माहिती काही अस्पृश्यांना आहे... तुम्हाला जर हरिजनांना ही शिकवण द्यायची आहे, तर तुम्ही ठक्कर बाप्पा किंवा महादेवला ती का नाही देत? अस्पृश्यांना यात ओढून सध्याच्या अस्थिर परिस्थितीचा फायदा तुम्हाला का उठवायचा आहे? ('हरिजन', १९ आणि २६ डिसेंबर १९३६)*

'हरिजन'मध्ये हे वृत्त प्रसिद्ध झाल्यावर वरील शेऱ्यावर निषेधाचे अनेक सूर उमटले. त्यांतला एक होता अस्पृश्य जातीत जन्मलेला बिहारचा एक हुशार काँग्रेसी तरुण, जगजीवन राम यांचा. त्यावर स्पष्टीकरण देताना गांधी म्हणाले की, *गाईची उपमा देऊन हरिजनांचा अनादर करण्याचा आपला कोणताही हेतू नव्हता ('गाय हा एक पवित्र प्राणी आहे')*. पुढे ते म्हणाले, *'विविध धर्मांचे गुण-दोष हजारो हरिजन ओळखू शकत नाहीत आणि या त्यांच्या परिस्थितीस उच्चवर्णीय हिंदू जबाबदार आहेत'* ('हरिजन, ९ जाने १९३७).

पण या त्यांच्या खुलाशाने जगजीवन रामांच्या दुखावलेल्या भावनांवर फुंकर घातली गेली असेल, असं वाटत नाही. दलित स्वतंत्रपणे सुस्पष्ट विचार करू शकत नाहीत, असं गांधींना खरोखरच वाटत होतं का? काही अंशी त्यांच्या मनात हा पूर्वग्रह होता हे नक्की; पण भारतात सर्वोच्च प्रशासकीय पदं भूषवण्यास काही प्रतिभावान अस्पृश्य लायक होते, असंही गांधींच्या बोलण्यात पूर्वी येऊन गेल्याचं आपण पाहिलं आहे. शिवाय, आंबेडकरांच्याच नव्हे तर जगजीवन राम आणि इतर बऱ्याच दलित नेत्यांच्या क्षमतांची त्यांना पूर्ण जाणीव होती. मॉट यांच्या वक्तव्यानंतर गांधींच्या मनातून जे बाहेर पडलं, ते त्यांचं विचारपूर्वक बनवलेलं मत नव्हतं, तर अनेक हिंदूंप्रमाणेच आपल्या काही लोकांना गमावण्याची धास्ती आणि त्यामुळे आलेली विरोधाची भावना होती.

१९३५ सालचा कायदा : १९३५ सालच्या जुलै महिन्यात ब्रिटिश संसदेनं भारतासाठी एक नवा कायदा मंजूर केला. गव्हर्न्मेंट ऑफ इंडिया ॲक्ट. १९३३मध्ये जारी केलेल्या श्वेतपत्रिकेच्या धर्तीवर या १९३५ सालच्या कायद्यान्वये, लवकरच

होऊ घातलेल्या निवडणुकांनंतर प्रांतीय विधिमंडळांना मोठ्या प्रमाणात स्वायत्तता देण्याची योजना होती, तरी सेंट्रल असेंब्लीवर मात्र ब्रिटिश सरकारचाच अधिकार असणार होता.

१९३५ सालच्या ऑगस्ट महिन्याच्या अखेरीस गांधींनी व्हाइसरॉयना तार करून जवाहरलालची पत्नी कमला युरोपमध्ये गंभीररीत्या आजारी असल्यानं त्यांना बिनशर्त सोडण्यात यावं, अशी मागणी केली. नेहरूंची सुटका झाली आणि काँग्रेसमधून 'निवृत्त' झालेल्या गांधींनी त्यांना प्रसादांच्या जागी काँग्रेसचा अध्यक्ष होण्याची सूचना केली. अध्यक्षपदाच्या खुर्चीचा मान आता राजगोपालाचारींना मिळण्याची संधी आहे याची खूणगाठ बांधून वल्लभभाईंनी त्या दाक्षिणात्य नेत्याला अध्यक्षपद द्यावं, अशी गांधींना गळ घातली होती. गांधींनी राजगोपालाचारींना त्याबाबत संकेतही दिले होते; पण गांधींची इच्छा जाणून घेऊनही थकव्याचं कारण सांगून राजगोपालाचारींनी असमर्थता व्यक्त केल्यावर गांधींनी पटेलांना कळवलं, सी.आर.च्या संमतीनंच आपण जवाहरलालना विचारलं होतं.

१९३६ सालच्या मार्च-एप्रिलमध्ये लखनौला भरलेल्या काँग्रेसच्या खुल्या अधिवेशनात नेहरू (त्यांच्या पत्नीचं फेब्रुवारीत निधन झालं) आणि पटेल यांच्यातील कडाक्याचं शाब्दिक द्वंद्व सर्वांसमक्ष रंगलं. दोन मुद्द्यांवर त्यांचे तीव्र मतभेद झाले : आपल्या अध्यक्षीय भाषणात जवाहरलाल यांनी समाजवादाची भलामण केली आणि आपला त्यावर संपूर्ण विश्वास असल्याचं सांगितलं. प्रशासनात प्रवेश करण्याविषयीची नापसंतीही त्यांनी खुलेआम बोलून दाखवली. पटेलांना समाजवादाविषयी अविश्वास होता आणि प्रांतीय प्रशासनात प्रवेश करण्याची उत्सुकता होती. हीच भूमिका सी.आर. आणि प्रसादांचीही होती.

काँग्रेस एकसंध राहावी या इच्छेमुळे नेहरूंनी लखनौ अधिवेशनाच्या निर्णयाबरोबर जाण्याचं ठरवलं. प्रशासकीय जबाबदारीला आधीच विरोध करायचा नाही, असा निर्णय त्यात घेण्यात आला होता. काँग्रेस समाजवादी पक्षामध्ये सामील होण्याचंही त्यांनी टाळलं. वास्तविक, लखनौ अधिवेशन गांधींच्या अपेक्षेप्रमाणे पार पडलं, नेहरूंना त्यांचा अधिकार मिळावा; पण इतरांनाही त्यांचं मत मांडण्याची संधी मिळावी, अशीच गांधींची इच्छा होती.

लखनौला उपस्थित असलेल्या, पण आजारी असल्यामुळे फक्त बघ्याची भूमिका घेतलेल्या गांधींनी कार्यकारी समितीची निवड केली. पटेल, प्रसाद आणि सी.आर. या तिघांच्या नेतृत्वाखाली जुन्या शिलेदारांनी नव्या समितीमधील जास्तीत जास्त जागा व्यापली होती. नव्यानं समाविष्ट झालेल्या तीन समाजवाद्यांनी (जयप्रकाश, नरेंद्र देव आणि अच्युत पटवर्धन) आपली निवड जवाहरलाल यांच्यामुळे झाली नसून गांधींमुळे झाल्याचं सांगितलं. अच्युत पटवर्धन यांनी तर तसं जाहीर केलं.

सरकारच्या मर्जीविरुद्ध भारतात परतल्याबद्दल पुन्हा अटक झालेल्या सुभाष बोसांचाही त्यात समावेश होता. १९३४ सालापासून सचिवपदी असलेल्या कृपलानींची (पटेलांच्या आग्रहावरून) फेरनिवड झाली.

मात्र काही आठवड्यांतच नेहरूंनी एका नवीन वादाला तोंड फोडलं. नवीन कार्यकारी समितीची अधिक चांगल्या प्रकारे निवड करण्याची इच्छा असतानाही आपण मनाविरुद्ध संमती दिली असल्याचं त्यांनी उघडपणे बोलून दाखवलं. या विधानामुळे बहुसंख्य सभासदांची मानहानी झाली असून, अशा परिस्थितीत काहीही झालं तरी मी समितीत राहणार नाही, अशी प्रतिक्रिया पटेलांनी दिली. पटेल, प्रसाद, सी.आर., कृपलानी, बजाज, जयरामदास दौलतराम आणि शंकरराव देव या सात सभासदांनी त्यांचे राजीनामे पाठवून दिले.

त्यावर नेहरूंनी स्वतःच राजीनामा देण्याची तयारी दाखवली; परंतु गांधींनी हस्तक्षेप केला आणि सगळे राजीनामे व राजीनाम्याचे प्रस्ताव मागे घेण्यात आले. 'मला हा सगळा प्रकार हास्यास्पद शोकांतिकेसारखाच वाटतो', असं गांधी जवाहरलालना म्हणाले. आपले सहकारी असमंजसपणे वागत असल्याची तक्रार नेहरूंनी गांधींजवळ केली तेव्हा, *'तुम्ही स्वतः आणि इतर सहकारी यांच्यात निवड करण्याची वेळ काँग्रेसवर आणू नका'*, असं गांधींनी त्यांना सुनावलं. ते पुढे म्हणाले, *'त्यांनी असहिष्णू वर्तन केलं असेल, तर त्याला तुम्हीही जबाबदार आहात. तुमच्या परस्पर असहिष्णू वागणुकीची शिक्षा देशाला भोगावी लागता कामा नये.'*

१९३७ सालच्या पूर्वार्धात होऊ घातलेल्या निवडणुकांमुळे असेल कदाचित, पण सहकार्य आणि एकजुटीची भावना लवकरच दिसू लागली. निवडणुकीत विजय मिळावा ही प्रांतीय विधानमंडळात प्रवेशाला पाठिंबा देणाऱ्यांची आणि विरोध करणाऱ्यांचीही इच्छा होती. पण, मे महिन्यात एक मोठा धक्का बसला : डॉ. अन्सारींचं छपन्नाव्या वर्षी निधन झालं.

'एक महान मित्र हरपला' अशा मथळ्याखाली 'हरिजन'मधून (१६ मे) श्रद्धांजली वाहताना गांधींनी, हिंदू-मुस्लीम ऐक्याप्रति अन्सारींची असलेली बांधिलकी, डॉक्टर म्हणून असलेलं त्यांचं कौशल्य, गरीब रुग्णावर त्यांनी विनामूल्य केलेले उपचार आणि त्यांच्या रुग्णांची त्यांच्यावर असलेली श्रद्धा याबद्दल लिहिलं : *'देवानं त्यांच्याकडे पाठ फिरवली आहे असं वाटत असतानाच डॉक्टरांचा स्नेह त्यांना अनुभवायला मिळाला.'* अन्सारींच्या निधनानंतर पटेल काँग्रेस संसदीय समितीचे (CPB- काँग्रेस पार्लमेंटरी बोर्ड) अध्यक्ष झाले आणि त्यांना नेहरूंचं संपूर्ण सहकार्य मिळालं.

२६ ऑगस्ट १९३६ रोजी पटेलांनी गांधींना लिहिलं : या वेळी आमचं

छान जुळलं आहे... एखाद्या कौटुंबिक स्नेहसंमेलनासारखं वातावरण आहे. जवळजवळ एकमतानं जाहीरनामा तयार झाला आणि मंजूर झाला... जवाहरलालविषयी मी जास्त काय बोलू. त्यांच्याबरोबर काम करताना आम्हाला काहीही अडचण आली नाही.

सेवाग्राम

भेटायला येणाऱ्यांचा सतत राबता वर्ध्याला असे, त्यामुळे निवांतपणा मिळत नसे आणि शिवाय गरीब हरिजन गावकऱ्यांबरोबर राहण्याची गांधींची इच्छा होती; या दोन कारणांमुळे १९३६ सालच्या उन्हाळ्यात गांधींनी वर्ध्यापासून पाच मैलांवर असलेल्या सेगाव या खेडेगावात राहण्याचं ठरवलं. सेगावच्या जमिनीपैकी तीनचतुर्थांश जमीन बजाजांची होती आणि काही आठवड्यांपासून मीरा तिथे राहत होती.

सेगावची लोकसंख्या ६३९ होती, त्यात जास्त भरणा अस्पृश्यांचा होता. तिथे ना पोस्ट ऑफिस होतं, ना टेलिफोन वा दवाखाना. भरपूर साप, मलेरिया आणि टायफॉईड यांचं ते मुक्कामस्थान होतं. वर्ध्याहून तिथे जाणारा रस्ता 'रस्ता' म्हणवण्याच्या लायकीचा नव्हता. अशी परिस्थिती असतानाही, १९३६ सालच्या मार्च महिन्यात गांधींनी बजाजांना सेगावला एक मातीची झोपडी बांधायला सांगितली, त्यात ते स्वत: आणि कस्तुरबा राहणार होते. महादेव आणि कांतीसाठी (हरिलालचा मुलगा) तशीच दुसरी झोपडी बांधायला सांगितली. मीरा आधीपासूनच सेगावला झोपडी बांधून राहत होती. बजाज जे वाहतुकीचं साधन उपलब्ध करून देतील, त्यातून आपण लोकांच्या भेटीला वर्ध्याला येत जाऊ, असं गांधींनी बजाजांना सांगितलं. अन्यथा, इतर वेळी ते सेगावलाच राहून सगळ्यांचं लक्ष भारताच्या ग्रामीण भागाकडे केंद्रित करणार होते.

सेवाग्राम (सेवांचे गाव) आश्रमाची सुरुवात अशा प्रकारे झाली. हे होतं गांधींचं नवीन निवासस्थान. सेगावचं नामकरण सेवाग्राम असं झालं आणि गांधींचे आणखी सहकारी व मदतनीस सेवाग्रामला राहायला येऊ लागले. त्यांना भेटायला येणारे लोकही तिथेच येऊ लागले. 'डॉक्टर' गांधी आपला बराचसा वेळ गावकऱ्यांना, वाफारा कसा घ्यावा, त्याचबरोबर मातीचं पोटीस कसं तयार करावं, ओल्या चादरींचा वापर कसा करावा आणि एनिमा कसा घ्यावा, हे शिकवण्यात घालवू लागले. त्यांच्यावर ते आयोडीन, क्विनाईन, एरंडेल तेल आणि सोडा यांचे उपचार करत.

परंतु, त्यांना स्वत:लाच मलेरियाची लागण झाली आणि त्यातून ते लवकर बरे होईनात. बरेचसे गावकरी त्यांच्या स्वच्छतेच्या सूचना मनावर घेत नसत. हळूहळू त्यांना सूतकताई, विणाई आणि चामडं बनवायला/कमावणं शिकवण्यात गांधींना यश येऊ लागलं. रस्ता तयार करण्याच्या कामीही स्थानिक लोकांची मदत मिळवण्यात ते

यशस्वी ठरले. अस्पृश्यता दूर करण्यात त्यांना काही अंशी सफलता मिळाली. लवकरच, गावचे उच्चवर्णीय प्रमुख स्थानिक दलितांनी आश्रमात शिजवलेलं अन्न खाऊ लागले.

पूर्व-पश्चिम मार्गावरच्या मुंबई आणि कलकत्त्याला (कोलकाता) जोडणाऱ्या ट्रेन्स आणि उत्तर-दक्षिण धावणाऱ्या दिल्ली व मद्रासला जोडणाऱ्या ट्रेन्स वर्ध्याला थांबत असत. लवकरच, बरेच भारतीय आणि काही परदेशी लोक देशाच्या या मध्यवर्ती ठिकाणाला भेट द्यायला येऊ लागले– ट्रेननं वर्ध्याला आणि तिथून पायी अथवा बैलगाडीनं सेवाग्रामला. सत्तरीच्या जवळ पोचलेल्या, स्वतःच्याच मस्तीत जगणाऱ्या एका विक्षिप्त माणसाला भेटायला ते येत असत. एकीकडे एका उष्ण, वैराण, साप-नागांचा सुळसुळाट असलेल्या खेड्याचा 'विकास' करणारा हा माणूस, दुसरीकडे भारताच्या राजकारणाच्या नाडीवर आपलं अचूक आणि अचल बोट ठेवून होता.

नवी दिल्लीतल्या परिस्थितीत एक महत्त्वपूर्ण बदल घडला होता. १९३६ साली विलिंग्डन अखेरीस निवृत्त झाले आणि त्यांच्या जागी स्कॉटलंडचे हुजूर पक्षाचे एक राजकारणी लिन्लिथगोचे मार्की, व्हिक्टर अलेक्झांडर जॉन होप (१८८७-१९५२) हे व्हाइसरॉय म्हणून नियुक्त झाले. त्या वर्षीच्या पूर्वार्धात पाचवा जॉर्ज राजा निधन पावला. गांधी त्यानं आयोजलेल्या चहापानाला उपस्थित राहिले होते. गांधींनी राणीला सांत्वनाची तार पाठवली.

पटेल विरुद्ध नेहरू

१९३६ सालच्या नोव्हेंबर महिन्यात जवाहरलाल यांनी १९३७ सालातही काँग्रेसचा अध्यक्ष होण्याची इच्छा व्यक्त केली आणि पटेल संतापले. त्यांनी महादेव देसाईंना लिहिलं : 'गुडघ्याला बाशिंग बांधून उतावळा झालेला राजकुमार एकाच फटक्यात अनेकींशी लग्न लावायला निघाला आहे.' सी.आर.ना अध्यक्षपदाचं आमंत्रण द्यावं, म्हणून वल्लभभाईंनी पुन्हा एकदा गांधींना गळ घातली.

गांधींनी राजगोपालाचारींना २१ नोव्हेंबर १९३६ रोजी लिहिलं :

तुम्ही काटेरी मुकुट धारण करावा म्हणून सरदार अगदी घायकुतीला आलेले आहेत. तुम्ही तो घालायला तयार झालात तर मला आनंदच होईल, पण तशी तुम्हाला गळ घालण्याची माझी हिंमत होत नाही. ही जबाबदारी घेण्यासाठी तुमच्या मनानं कौल दिला, तर तुम्ही बिनदिक्कत हो म्हणा आणि सरदारांची चिंता दूर करा.

परंतु, अजूनही सी.आर.ना थकवा जाणवत होता किंवा गांधींची खरंच तशी इच्छा आहे की नाही, याची त्यांना शंका होती किंवा मद्रासचं प्रांतप्रमुखपद आपल्याला मिळेल, अशी अपेक्षा त्यांना असावी. ते काहीही असो, त्यांनी पुन्हा प्रस्ताव

नाकारला. पटेलांना वाटलं की या पदावर उत्तर प्रदेशच्या गोविंद वल्लभ पंतांची निवड होऊ शकते. देसाईंना पत्र लिहून त्यांनी पंतांचं नाव सुचवलं, खरं म्हणजे ते पत्र गांधींसाठीच होतं. पटेलांनी त्यात लिहिलं होतं की, नेहरूंची फेरनिवड झाली तर आपण राजीनामा देऊ. 'जीवतही (कृपलानी) अतिशय दुखावले गेले आहेत', अशी पुस्ती पुढे त्यांनी जोडली.

पुढच्या वर्षासाठी जे आपला विचार करत आहेत, त्यांनी आपण समाजवादी आहोत हे लक्षात घ्यावं, असं नेहरूंनी जाहीर केलं, तेव्हा समर्थकांनी पटेलांना उभं राहण्यास सुचवलं. त्यांनी तयारी दाखवली, त्यांचं नाव जाहीर झालं आणि गांधींनाही ही कल्पना आवडली. मात्र, कृपलानींनी नंतर आठवण लिहिली,

जवाहरलाल गांधींकडे गेले आणि त्यांनी सांगितलं की, काँग्रेसमध्ये नव्यानं चैतन्य निर्माण करण्यासाठी आठ महिने पुरेसे नाहीत, असं आपल्याला वाटतं. आपल्याला पुन्हा एकदा संधी मिळावी... गांधीजी काही काळ विचारात पडले. मग ते म्हणाले, 'काय करता येईल ते मी बघतो.' गांधीजी आणि जवाहरलाल यांच्यात झालेल्या संभाषणाच्या वेळी मी तिथे हजर होतो.

नेहरूंच्या हट्टामुळे निराश झालेल्या गांधींना तोंडावर आलेल्या निवडणुकांच्या पार्श्वभूमीवर नेहरू अध्यक्ष असण्याचं महत्त्व जाणवलं; दुखावले गेलेले जवाहरलाल काय नुकसान करू शकतात, हेही जाणवलं. सगळ्यांनी मिळून घेतलेल्या निर्णयाला चिकटून राहण्याच्या नेहरूंच्या मन:स्थितीचा फायदा करून घेण्याची हीच संधी आहे, हेही त्यांना दिसलं. वल्लभभाईंना माघार घ्यायला सांगून गांधींनी पटेलांना निवेदनाचा एक मसुदा तयार करून दिला.

२४ नोव्हेंबर १९३६ रोजी त्यांनी पटेलांना लिहिलं : *तुम्हाला मसुदा आवडला नाही तर दुसरा लिहा आणि स्पर्धेत उतरणं हे आपलं कर्तव्य आहे असं वाटत असेल, तर तसं करा. तुम्हाला निवेदनात कुठे बदल हवे असतील, तर ते करा. जे करायचं ते पूर्ण आत्मविश्वासानं करा, कारण आपल्याला अजून बरीच वाळवंटं पार करायची आहेत.*

वल्लभभाईंनी माघार घेतली. त्यांनी एक निवेदन प्रसिद्धीला दिलं. गांधींनी ते त्यांच्यासाठी लिहिलं असणार, याची पूर्ण जाणीव नेहरूंना होती :

मित्रांशी सल्लामसलत केल्यावर चढाओढीतून माघार घ्यावी, अशा निर्णयाला मी आलो आहे... सध्याच्या नाजूक परिस्थितीत एकमतानं निवड होणं आवश्यक आहे. जवाहरलालची सगळी मतं मला मान्य

आहेत, असा माझ्या माघारीचा अर्थ नाही. काही महत्त्वाच्या विषयात माझे जवाहरलालजींशी मतभेद आहेत, हे काँग्रेसजन जाणतात. उदाहरणार्थ, वर्गसंघर्ष अटळ आहे, असं मला वाटत नाही.

समान ध्येय गाठण्यासाठी सत्ताग्रहण आवश्यक ठरेल, तेव्हाची परिस्थिती मला आताच डोळ्यांसमोर दिसते आहे. त्या वेळी कदाचित जवाहरलाल आणि माझ्यात तीव्र मतभेद घडू शकतील. पण बहुमताचा निर्णय स्वीकारण्याइतकी काँग्रेसच्याप्रति जवाहरलालची निष्ठा नक्कीच आहे, हे आपण जाणतो.

काँग्रेसचा अध्यक्ष म्हणजे काही हुकूमशहा नव्हे. एका सुगठित संघटनेचा तो अध्यक्ष असतो... कोणाही ऐऱ्यागैऱ्या व्यक्तीला निवडून काँग्रेस आपली शक्ती व्यर्थ घालवत नसते.

नेहरूंबरोबर असलेल्या गांधींच्या संबंधांबाबत मार्टिन ग्रीन यांनी अगदी नेमकेपणानं लिहिलं आहे : 'खोटेपणाचा बुरखा न पांघरता, नेहरूंना आकर्षित करण्याचे आणि बांधून ठेवण्याचे अनेक मार्ग गांधींकडे होते.' परिस्थितीच्या मागणीनुरूप ते प्रेमळ, आनंदी, विचारी, प्रशंसक किंवा मृदू वागायचे. शिवाय नेहरूंच्या बहिणींच्या लग्नासाठी त्यांनी मदत केली होती. तरीही, अलिप्तपणे वागण्याचीही त्यांची तयारी असायची किंवा आपल्याहून तरुण असलेल्या त्या व्यक्तीकडून अलिप्ततेची वागणूक मिळाली, तरी त्याला तोंड देण्याची तयारी असायची आणि त्याच्याशी परखडपणे बोलण्यासही ते मागेपुढे पाहत नसत.

इतरही बऱ्याच लोकांशी वागताना गांधींचा प्रेमळपणा, मदत करण्याची वृत्ती आणि मोकळेपणा (विविध छटा घेऊन) दिसून येत असे : पटेल आणि राजगोपालाचारी, साराभाई, बजाज आणि बिर्ला, देसाई आणि प्यारेलाल, विनोबा, कालेलकर आणि स्वामी आनंद, टागोर आणि मालवीय, अ‍ॅण्ड्र्यूज आणि कालेनबाख, मीरा, अमतस सलाम आणि अमृत कौर अशी विविध प्रकारची माणसं वेगवेगळ्या प्रकारच्या नात्यांनी गांधींशी बांधलेली होती.

गांधी आणि पटेलांच्या अटी मान्य करून नेहरूंनी हे स्पष्ट केलं की, 'ही अध्यक्षपदासाठी झालेली निवड म्हणजे समाजवादाच्या बाजूनं किंवा सत्ताग्रहणाच्या विरोधात दिलेलं मत आहे, असं समजणं हा माझा मूर्खपणा ठरेल.' १९३६ साली पटेल आणि नेहरू एकमेकांविषयी मनात अढी धरून होते, तरी एकमेकांना पूरक अशा भूमिका पार पाडत ते एका मोठ्या योजनेच्या आखणीत स्वत:ला गुंतवत राहिले. लोकांची मतं मागत जवाहरलाल एखाद्या तीरासारखे देशभर फिरत राहिले, तर काँग्रेस संसदीय समितीचे अध्यक्ष म्हणून पटेल उमेदवारनिवडीत आणि निधी-

संकलनात मग्न झाले.

१९३६ सालच्या डिसेंबरात महाराष्ट्रातील फैजपूर (जि. जळगाव) गावी कॉंग्रेसचं अधिवेशन भरलं. हीसुद्धा 'निवृत्त' गांधींची संकल्पना होती. कॉंग्रेसचे ग्रामीण भारताशी बंध दृढ करण्याच्या प्रयत्नांचा तो एक भाग होता. अधिवेशन- स्थळाची आखणी करण्यासाठी शांतिनिकेतनहून नंदलाल बोस हे कलाकार आले. स्थळाचं नाव टिळकनगर ठेवण्यात आलं. शिष्टमंडळांची प्रवास व्यवस्था व सफाई यंत्रणेवर देखरेख करण्याची जबाबदारी शंकरराव देव यांनी सांभाळली. अधिवेशन प्रभावी झालं.

तुरुंगातून अखेरीस सुटका झालेले परंतु सीमेवर जाण्याची बंदी असलेले गफार खान फैजपूर अधिवेशनाला उपस्थित होते. गांधी तिथे गेले आणि म्हणाले (२५ डिसेंबर), *'मी माझ्या सगळ्या चिंता आता जवाहरलाल आणि सरदारांच्या रुंद खांद्यांवर टाकल्या आहेत.'*

१२

स्वप्नाची राखरांगोळी

१९३७-३९

१९३७ सालच्या फेब्रुवारी महिन्यात झालेल्या निवडणुकांमुळे काँग्रेसला आठ प्रांतांमध्ये मंत्रिमंडळं स्थापण्याची संधी मिळाली : उत्तर प्रदेश, मद्रास, बिहार, मध्य प्रांत आणि ओरिसा या ठिकाणी स्वबळावर आणि मुंबई, आसाम व मुस्लिमांचं आधिक्य असलेल्या वायव्य सरहद्द प्रांतात मित्रपक्षांबरोबर. सरहद्द प्रांतात काँग्रेसच्या नेतृत्वाखालील आघाडीचं प्रमुखपद 'मोठे बंधू' डॉ. खान साहिब यांना मिळालं.

मुंबईमधील महाराष्ट्र विभागात आंबेडकरांच्या पक्षाला बऱ्याच जागा मिळाल्या; पण तो विभाग वगळता इतरत्र 'अस्पृश्यांनी' काँग्रेसच्या पारड्यात आपली मतं टाकली. त्याचप्रमाणे, सनातन्यांच्या तीव्र विरोधाला न जुमानता उच्चवर्णीय हिंदूंनीही काँग्रेसलाच पसंती दिली.

सरहद्द प्रांत सोडला तर, मुस्लीम मतं काँग्रेसला फार थोड्या प्रमाणात मिळाली. १९३४ साली लीगचे कायमस्वरूपी अध्यक्ष म्हणून निवड झालेल्या जिनांच्या नेतृत्वाखाली मुस्लीम लीगनं हिंदूंचं आधिक्य असलेल्या प्रांतांमध्ये मुस्लीम जागांवर यश मिळवलं. त्या भागांमध्ये, मुस्लिमांचे हितसंबंध जपणारी, अशी मुस्लीम लीगची प्रतिमा निर्माण करण्यात आली होती. परंतु, अल्पसंख्याक हिंदू असलेल्या पंजाब, बंगाल, सिंध आणि वायव्य सरहद्द प्रांतांमध्ये लीगला अपेक्षित यश मिळालं नाही.

काँग्रेसच्या मोहिमेचं नेतृत्व करताना नेहरूंनी भारतीयांना 'काँग्रेस आणि ब्रिटिश' यांपैकी एकाची निवड करण्याचं आवाहन केलं होतं. मात्र याचा प्रतिवाद करताना जिना उत्तरले (जानेवारी १९३७) : 'मला हे मान्य नाही. इथे तिसरा पक्षही आहे– मुस्लिमांचा. आम्ही कोणाची हुकूमशाही खपवून घेणार नाही.'

काँग्रेस प्रशासनात जाणार की नाही, हे निश्चित होण्याआधी आणि नेहरूंबरोबर झालेल्या कुरबुरीनंतर, म्हणजे १९३७ सालच्या मेमध्ये जिनांनी बी. जी. खेर

यांच्यामार्फत गांधींना एक खाजगी, तोंडी निरोप पाठवला. खेर हे त्यांचे सहकारी वकील होते आणि मुंबई विधानमंडळातील काँग्रेस पक्षाचे नेते होते. हिंदू-मुस्लीम ऐक्य दृढ करण्यासाठी गांधींनी पुढाकार घ्यावा, असा हा निरोप होता; पण प्रत्यक्षात मात्र मुंबईत काँग्रेस-लीग युतीची शक्यता जिना पडताळून पाहत होते, असे याविषयी म्हणणे अधिक योग्य ठरेल.

या गोष्टीला गांधी फारसे अनुकूल नव्हते. कदाचित जिनांनी नेहरूंना केलेला विरोध हे त्यामागील कारण असावं किंवा प्रशासनात प्रवेश करण्याचा काँग्रेसचा निर्णय होण्याआधीच या विषयावर जिनांशी चर्चा करणं त्यांना प्रतिष्ठेचं वाटलं नसावं. काहीही असलं तरी त्यांनी जिनांना एक सर्वसाधारण पण निरुत्साहित करणारं लेखी उत्तर पाठवलं :

> *मि. खेर यांनी मला तुमचा निरोप दिला. मी काही करू शकलो असतो, तर मला आनंद झाला असता; पण मी हतबल आहे. ऐक्यावरचा माझा विश्वास नेहमीइतकाच दृढ आहे; फक्त मला आशेचा किरण दिसत नाही... (२२ मे १९३७)*

काँग्रेसचे अध्यक्ष असलेले नेहरू प्रशासनात जाण्याच्या विरोधात होते. पर्याय खुले ठेवतानाच, काँग्रेसनं खरंतर १९३५ सालच्या कायद्याचा 'बीमोड' करण्याचा निश्चय केलेला होता. त्या कायद्यान्वये ज्याप्रमाणे प्रांतीय मंत्रिमंडळ स्थापण्याची मुभा होती, तशीच निवडणूक न लढवता संस्थानिकांना (किंवा त्यांच्या वारसांना) मध्यवर्ती विधिमंडळात मतदान करण्याचा हक्क प्रदान करण्याचीही तरतूद होती. नेहरूंच्या पुढाकारानं उत्तर प्रदेश काँग्रेस समितीनं प्रशासन-प्रवेशाच्या विरुद्ध एक ठराव संमत केला.

१९३५ सालच्या कायद्यातील मध्यवर्ती विधिमंडळातील वर उल्लेख केलेल्या तरतुदीला काँग्रेसमधील सर्वांचाच विरोध होता, परंतु प्रांतीय प्रशासनात प्रवेश मान्य करण्यास पटेल अनुकूल होते, तसेच विद्यापीठाच्या जागेवरून निवडून आलेले व मद्रास विधानमंडळातील काँग्रेसनेते झालेले राजगोपालाचारीही अनुकूल होते. हा प्रश्न 'निवृत्त' गांधींपुढे मांडण्यात आल्यावर त्यांनी जर निवडून आलेल्या मंत्र्यांच्या कामात राज्यपाल हस्तक्षेप करणार नसल्याची हमी व्हाइसरॉय लॉर्ड लिन्लिथगो देत असतील, तर प्रशासन-प्रवेशाच्या बाजूनं आपलं मत देण्याची तयारी दर्शवली.

कायदेतज्ज्ञ सप्रूंच्या मते गांधी एक 'अविश्वसनीय' हमी मागत होते. ती मिळाल्यावर १९३५ चा कायदा निरर्थक ठरला असता. लिन्लिथगो यांनी गांधींची अर्धी मागणी मान्य केल्यानं सप्रू आणि इतरांना आश्चर्याचा धक्का बसला. एका जाहीर निवेदनात लिन्लिथगो यांनी म्हटले–

राज्यपालाला दिल्या गेलेल्या मर्यादित विशेष अधिकारांचं उल्लंघन करून तो प्रांतीय प्रशासनाच्या दैनंदिन कामकाजात हस्तक्षेप करेल किंवा त्याला तसं स्वातंत्र्य वा अधिकार असेल, हा आक्षेप निराधार आहे.

हे विधान म्हणजे ब्रिटिशांच्या सहकार्याची पावती समजून गांधींनी काँग्रेसला प्रशासन-प्रवेशाचा पर्याय स्वीकारण्याचा सल्ला दिला. जुलैच्या पहिल्या आठवड्यात वर्ध्याला झालेल्या कार्यकारी समितीच्या सभेत कुणीही, अगदी नेहरूंनीही त्या सल्ल्याला विरोध केला नाही आणि प्रशासन-प्रवेशावर अधिकृतपणे शिक्कामोर्तब झालं.

सरकारशी विळ्या-भोपळ्याचं सख्य असलेल्या काँग्रेसचा प्रशासनात प्रवेश घडवून बाजी काँग्रेसच्या बाजूनं उलटेल, असा डाव गांधी खेळले होते; तर त्यामुळे साम्राज्याचाच फायदा होईल असा लिन्लिथगो यांचा होरा होता. प्रादेशिक सत्ता मिळाल्यामुळे काँग्रेसचा फायदाच होईल अशी आशा करतानाच, काँग्रेसची धार बोथट होण्याच्या शक्यतेची जाणीव जशी गांधींना होती तशीच व्हाइसरॉयनाही होती. शिवाय, ही काँग्रेसनं सरकारशी केलेली हातमिळवणी आहे, असं भारतीय जनतेला वाटण्याचाही धोका मोठा होता.

असं असूनही, १९३७ सालच्या जुलै महिन्याच्या मध्यापर्यंत सात काँग्रेसजनांची प्रधानमंत्रिपदी नियुक्ती झाली : मद्रासला सी.आर., उत्तर प्रदेशात गोविंद वल्लभ पंत, बिहारमध्ये श्रीकृष्ण सिन्हा, मध्य प्रांतात एन. बी. खरे, वायव्य सरहद्द प्रांतात डॉ. खान साहिब आणि ओरिसात विश्वनाथ दास. एक वर्षानंतर आसामात गोपीनाथ बार्डोलोई काँग्रेसचे आठवे प्रधानमंत्री म्हणून नियुक्त झाले.

काँग्रेसी मंत्र्यांच्या नियुक्तीचं वर्णन करताना गांधी म्हणतात, *'ब्रिटिश सरकार आणि काँग्रेसमधला अलिखित करार... सज्जनांमधला करार, ज्यात दोन्ही बाजूंनी खेळात भाग घेणं अपेक्षित आहे.'*

मुंबई आणि उत्तर प्रदेश, पंजाब आणि बंगाल : काँग्रेस सत्ताग्रहण करणार हे स्पष्ट झाल्यावर जिनांनी काँग्रेस संसदीय पक्षाचे अध्यक्ष असलेल्या पटेलांना संदेश पाठवून मुंबई मंत्रिमंडळात दोन लीग विधायकांचा समावेश करावा, असं सुचवलं. लीगच्या सगळ्या आमदारांनी काँग्रेस विधिमंडळ पक्षात विलीन व्हावं, तरच त्यांचा समावेश करता येईल, असं पटेलांचं त्यावर म्हणणं होतं. आघाडी सरकारमध्ये बरोबरीची भागीदारी मिळावी पण काँग्रेसनं आपल्या आमदारांवर वचक ठेवू नये, अशी आकांक्षा धरणाऱ्या जिनांना ही अट मंजूर झाली नाही.

उत्तर प्रदेशात काँग्रेस व लीग एकत्र येण्याची शक्यता निर्माण झाली. तिथे जिनांच्या संमतीशिवाय खलीकुझ्झमान आणि नवाब इस्माईल खान या विभागीय नेत्यांनी काँग्रेसशी वाटाघाटी केल्या. या वाटाघाटींत भाग घेणारे काँग्रेस नेते होते,

नेहरू, आझाद (उत्तर प्रदेशात मंत्रिमंडळस्थापनेवर देखरेख करण्यासाठी काँग्रेस संसदीय समितीनं त्यांची नियुक्ती केली होती), पंत (काँग्रेस विधिमंडळ पक्षाचे उत्तर प्रदेशातील नेते), अखिल भारतीय काँग्रेसचे सरचिटणीस, मूळचे उत्तर प्रदेशचे असलेले कृपलानी आणि कार्यकारी समितीचे सभासद असलेले समाजवादी नरेंद्र देव.

सहाजणांच्या मंत्रिमंडळात लीगचे दोन मंत्री असावेत, असं काँग्रेसनं या वाटाघाटींत निश्चित केलं. त्यात उत्तर प्रदेश काँग्रेसमधले नेहरूंचे निष्ठावंत रफी अहमद किडवई हे तिसरे मुस्लीम सभासद असणार होते. तीन मुस्लीम मंत्री असणं हे हिंदू राष्ट्रवाद्यांना जरा अतीच वाटत होतं. डाव्या मुस्लिमांची आणि काँग्रेसमधल्या मुस्लिमांची अशी इच्छा होती की, लीगच्या उमेदवारांना मंत्रिपद न मिळता ते आपल्या उमेदवाराला मिळावं. या सगळ्या हरकतींना बाजूला सारून वरील निर्णय घेण्यात आला. मात्र, या वाटाघाटी फिसकटल्या; कारण मुस्लीम लीग आमदारांनी काँग्रेस विधिमंडळ पक्षात सामील व्हावं अशी मागणी पुन्हा एकदा काँग्रेसनं केली; ती लीग आमदारांनी धुडकावून लावली.

निवडणूक निकालातील यशामुळे वाढीला लागलेला १९३७ सालच्या काँग्रेसचा आत्मसंतुष्टपणा, उत्तर प्रदेश मंत्रिमंडळ बनवताना झालेल्या वाटाघाटींदरम्यान नेहरू, आझाद आणि प्रसाद यांच्यामधील पत्रव्यवहारात दिसून येतो. २१ जुलै रोजी नेहरूंनी प्रसादांना लिहिलं : 'मुस्लीम लीगच्या गटासमोर कठोर अटी मांडायच्या आणि त्यांनी त्या जशाच्या तशा मान्य केल्या तर त्यांच्या गटाचे दोन मंत्री समाविष्ट करायचे, या निर्णयाप्रत आम्ही आलो आहोत.' नेहरूंनी पुढे लिहिलं, 'त्यांतील एक अट उत्तर प्रदेशातील मुस्लीम लीग गट बरखास्त करून काँग्रेसमध्ये तो विलीन करणं, ही होय.'

भविष्याची चाहूल लागल्यामुळे वाटणारी चिंता वर्ध्याहून गांधींनी नेहरूंना पाठवलेल्या पत्रांमधून डोकावत असली, तरी त्यांचा एकूण प्रभाव मान्य करूनसुद्धा ते उत्तर प्रदेश काँग्रेस आणि काँग्रेसच्या वाटाघाटींमध्ये काहीही हस्तक्षेप करण्यास असमर्थ होते, असं वाटतं.

लीगचे केवळ दोन उमेदवार निवडून आलेल्या पंजाबमध्ये जमीनदार व शेतकरी (मुस्लीम, शीख व हिंदू) यांच्या संयुक्त पक्षाचे सर सिकंदर हयात खान हे प्रधानमंत्री झाले. मुस्लीम बहुसंख्याक असलेल्या तुलनेनं छोट्या सिंध प्रांतात स्थिर सरकार बनवणं अवघड होऊन बसलं.

बंगालमध्ये साठ जागा पटकावून सर्वांत मोठा पक्ष म्हणून काँग्रेस निवडून आली, तरी प्रधानमंत्रिपदाची माळ कृषक प्रजा पार्टी (Krishak Praja Party - KPP) या पूर्व बंगालमध्ये बहुसंख्येनं असलेल्या मुस्लीम शेतकऱ्यांच्या हितासाठी लढणाऱ्या

व पस्तीस जागांवर निवडून आलेल्या पक्षाचे फझलूल हक यांच्या गळ्यात पडली. जिनांनी फझलूल हक यांच्यासमोर प्रमुखपदाचा प्रस्ताव मांडल्यानंतर कृषक प्रजा पार्टी, लीग (चाळीस जागा) आणि काही छोटे गट मिळून आघाडी सरकारची स्थापना झाली.

बंगाल काँग्रेसमधील जमीनदारधार्जिण्या घटकांमुळे काँग्रेस आणि जरा जास्तच जहालमतवादी असलेल्या हक यांच्या पक्षात युती होऊ शकली नाही, तर दुसरीकडे पंजाबात काँग्रेसमधील जहाल गटांमुळे जमीनदारधार्जिण्या आणि ब्रिटिशांविषयी सहानुभूती असलेल्या संयुक्त पक्षाबरोबर काँग्रेसला आघाडी स्थापण्यात अपयश आलं.

संपूर्ण देशभरात मुस्लीम लीगची कामगिरी जिनांच्या अपेक्षेप्रमाणे झाली नाही, तरी त्यांना आता एक नवा उद्योग मिळाला होता. ब्रिटिश सत्तेविरुद्ध इतर भारतीयांना बरोबर घेऊन, सर्व मुस्लिमांची एकजूट करून लढा देण्याऐवजी, ती एकजूट 'हिंदू' काँग्रेसविरोधात वापरण्याला ते अधिक प्राधान्य देऊ लागले होते. 'हिंदू' काँग्रेस असा उल्लेख ते आता वारंवार करू लागले होते. त्यांच्या या वागण्याला आणखी चिथावणी मिळाली ती १९३७ साली भरलेल्या हिंदू महासभेच्या अधिवेशनात अध्यक्षपदावरून बोलताना सावरकरांनी काढलेल्या उद्गारांनी :

आपल्या हिंदू राष्ट्राला मुसलमानांकडून धोका पोचण्याची शक्यता आहे, असा इशारा मी सगळ्या हिंदूंना देतो... भारत आता एकसंध राष्ट्र राहिलेला नाही, एकाच देशात दोन राष्ट्रं निर्माण झाली आहेत : हिंदू आणि भारतातील मुसलमान.

सावरकरांसारख्या माणसांचा आणि सनातन्यांचा जातीच्या विषयावरून गांधींना विरोध होता; ते संपूर्णपणे हिंदू नाहीत असा त्यांचा आरोप होता. तर, गांधी आणि काँग्रेस हे हिंदुत्ववादीच आहेत, असं जिना ठासून सांगत. संयुक्त पक्ष किंवा हक हे जमीनसुधारणेच्या बाजूनं ब्रिटिशांसमोर उभे ठाकले आहेत, या बाबीकडे दुर्लक्ष करून जिनांनी त्यांना 'हिंदू काँग्रेस'ची आगेकूच रोखण्यासाठी संपूर्ण पाठिंबा देण्याची हमी दिली.

हक यांना बंगालचं प्रधानमंत्रिपद बहाल केलं गेलं आणि जिना-सिकंदर करारान्वये पंजाबातील लीगचा गट प्रतिरोध करणार नाही, अशी हमी सिकंदरना देण्यात आली. १९३७ सालच्या ऑक्टोबर महिन्यात लखनौला भरलेल्या मुस्लीम लीगच्या अधिवेशनात हक यांनी जिनांना सर्वांसमोर आलिंगन दिलं आणि लीगच्या शपथपत्रावर स्वाक्षरी केली. सिकंदरसुद्धा त्या अधिवेशनाला उपस्थित होते आणि त्यांनी जिनांना आपला राष्ट्रीय स्तरावरचा नेता म्हणून मान्यता दिली.

बहुसंख्य हिंदू असलेल्या प्रांतांमधील मुस्लिमांना 'हिंदूंचं वर्चस्व' ओळखून वागण्याचा सल्ला जिनांनी दिला. काँग्रेसनं प्रशासन हाती घेतल्यानंतर काही महिन्यांच्या आतच जिनांनी जाहीर केलं :

सर्व देशभरात १० हजार काँग्रेस समित्यांपैकी बऱ्याच समित्या आणि अगदी काही हिंदू अधिकारी अशा पद्धतीनं वागत आहेत की, जणू काही हिंदू राष्ट्र प्रस्थापित झालंच आहे.

त्यावर गांधींनी निषेध नोंदवला, तेव्हा जिनांनी तक्रारीचा सूर लावला. नेहरू आणि इतर लोक लीगला हीन वागणूक देत असताना गांधी गप्प राहिले, अशी त्यांची तक्रार होती. दोन्ही गटांना सांधण्याचं काम आपण करावं, अशी जिनांची इच्छा आहे काय, अशी पृच्छा गांधींनी केली. त्यावर प्रत्युत्तर म्हणून जिनांनी गांधींकडे काही ठोस प्रस्ताव आहे का, असं विचारलं आणि सर्वत्र हिंदू राज्य प्रस्थापित झाल्याचे आरोप करणं सुरूच ठेवलं. उत्तर प्रदेशातील आणि इतर हिंदू बहुसंख्याक प्रांतांमधील मुस्लिमांचा त्यांच्यावरील विश्वास दिवसेंदिवस वाढू लागला.

काही वर्षं इंग्लंडमध्ये वकिली केल्यावर आणि बरीच वर्षं राजकारणात रखडपट्टी झाल्यावर आता जिनांच्या हाती हुकमी पत्ते आले होते. जिनांनी पुढे केलेला हात धरून ठेवण्याची संधी गांधींच्या हातून निसटली होती का? लीगच्या त्या नेत्यानं पुन्हा तशी संधी कधीच दिली नाही.

काँग्रेसची मंत्रिमंडळं : काँग्रेसच्या मंत्र्यांना सत्तेची चटक लागू नये यासाठी त्यांचा मासिक पगार पाचशे रुपये आणि प्रवास भत्ता अडीचशे रुपयांपर्यंत मर्यादित असावा, अशी सूचना गांधींनी केली, तिला नेहरू व पटेलांनी दुजोरा दिला. त्यांना आपल्या बाजूला वळवणं सरकारला कठीण जावं म्हणून मंत्र्यांनी आणि आमदारांनी राज्यपालांनी वा वरिष्ठ ब्रिटिश अधिकाऱ्यांनी आयोजित केलेल्या समारंभापासून दूर राहावं, असं त्यांना सांगण्यात आलं. फोडा आणि झोडा नीती अवलंबण्याची संधी ब्रिटिशांना मिळू नये म्हणून राज्यपालांची भेट घेण्यापूर्वी प्रधानमंत्र्यांची परवानगी घेणं मंत्र्यांसाठी बंधनकारक करण्यात आलं.

काँग्रेस आणि सरकार, दोघंही एकमेकांचं पाणी जोखत होते. सुरुवातीलाच एक ठिणगी पडली ती काँग्रेसच्या मंत्र्यांनी राजकीय कैद्यांच्या सुटकेचे आदेश दिले आणि उत्तर प्रदेश व बिहारचे राज्यपाल त्याविरोधात उभे ठाकले तेव्हा. त्या सुटकांची सरकारला तेवढी चिंता नव्हती; पण महत्त्वाच्या निर्णयांमध्ये आपल्याला डावलण्याचा पायंडा पडेल की काय, या गोष्टीची मात्र होती.

पंत आणि सिन्हा या प्रधानमंत्र्यांनी राजीनामे द्यावेत, असं गांधी व पटेलांनी सुचवलं, त्याप्रमाणे त्यांनी ते दिले. त्या प्रांतांच्या राजधान्या व नवी दिल्ली आणि

नवी दिल्ली व लंडन यांच्यात तारांची तातडीनं देवाणघेवाण झाली. चालत्या गाड्याला खीळ बसावी अशी इच्छा नसल्यानं सरकारनं ते राजीनामे लगेच मंजूर केले नाहीत, गांधींनीही तडजोडीची तयारी दाखवणारं वक्तव्य केलं. संघर्ष टाळता आला असता, असं सांगून ते म्हणाले, *"राजकीय कैद्यांच्या सुटकेबाबत हस्तक्षेप करण्यामागे मंत्र्यांच्या अधिकारांची पायमल्ली करण्याचा कोणताही हेतू नव्हता, हे सांगण्याचं स्वातंत्र्य राज्यपालांना देण्यात आलं आणि त्यांनी तशी खात्री दिली, तर हा संघर्ष टळू शकेल."* राज्यपालांनी तशी हमी दिली आणि मग सुटकेची परवानगीही दिली.

गांधी फार क्वचितच हस्तक्षेप करीत. त्यांनी प्रधान मंत्र्यांची निवड केली नाही. ते काम बहुतेक वेळा पटेलांच्या सल्ल्यानं काँग्रेस आमदारांनी केलं. नेहरू, आझाद आणि प्रसादांचाही त्यात वाटा होता. निवडणुकीचं तिकीट देण्यासाठी उमेदवार निवडीचं कामही पटेलांच्या अध्यक्षतेखाली काँग्रेस संसदीय समितीनं पार पाडलं.

मंत्र्यांनी काँग्रेसच्या विषयपत्रिकेनुसार काम केलं. १९३० व १९३२ सालच्या बंडखोरांना जमिनी परत देण्यात आल्या. कमी पावसाच्या गावांपर्यंत पाणी पोचवण्यात आलं. गरीब शेतकऱ्यांची कर्जं माफ करण्यात आली. हरिजनांसाठी मंदिरं खुली केली गेली. जमीन सुधारणा कायद्यासंबंधीची विधेयकं विधिमंडळांसमोर मांडण्यात आली. मद्यविक्रीवर बंदी आणणं हे जरी कठीण काम होतं, तरी त्यामुळे शेकडो, हजारो गरीब घरांना दिलासा मिळाला. कैद्यांना देण्यात येणाऱ्या आहारात सुधारणा करण्यात आली. सरकारी नोकरदारांना खादीचे गणवेश घालण्याचा नियम लागू करण्यात आला.

भारताच्या बहुतांश भागांमध्ये काँग्रेसच्या सामर्थ्यात आणि लोकप्रियतेत वाढ होताना दिसू लागली. स्वराज्याचं स्वप्न जवळ आल्यासारखं भासू लागलं. त्या स्वप्नाची आठवण करून देण्यासाठीच जणू अखिल भारतीय काँग्रेस समितीच्या आणि काँग्रेसच्या वर्चस्वाखालील विधिमंडळांच्या प्रत्येक अधिवेशनात, केंद्रात प्रातिनिधिक सरकार असावं, अशी मागणी करण्यात आली; त्याचबरोबर लोकशाही सरकारच्या बांधणीसाठी लोकांनी निवडलेली संसद केंद्रात असावी, अशीही मागणी होऊ लागली.

मात्र, काँग्रेसचे मंत्री कायदा व सुव्यवस्थेचा जरा जास्तच बाऊ करत आहेत, अशी तक्रार नेहरूंनी केली. १९३७ सालच्या नोव्हेंबर महिन्यात मुंबईचे एक समाजवादी वकील एस. एस. बाटलीवालांनी मद्रास प्रांतात केलेल्या भाषणामुळे हिंसा उसळली, या आरोपावरून सी.आर. यांनी त्यांच्या अटकेचा आदेश काढला, तेव्हा नेहरूंनी आपला निषेध गांधींना कळवला. अशा प्रकारच्या घटनांमध्ये प्रधान मंत्र्यांनी कार्यकारी समितीचा सल्ला घेतला पाहिजे, असा प्रस्ताव नेहरूंनी मांडला.

गांधींनी आणि कार्यकारी समितीनेही नेहरूंशी सहमती दर्शवली नाही; पण टीकेवर आक्षेप घेण्यात येऊ नये, असं मंत्र्यांना सांगण्यात आलं.

सुभाष बोस : काँग्रेसच्या अध्यक्षनिवडीच्या बाबतीत गांधींनी स्वत: लक्ष घातलं : नेहरूंचा वारसदार म्हणून त्यांची पसंती होती ती १९३७ सालच्या मार्चमध्ये सुटका झालेले सुभाष बोस यांना. त्यावर नेहरूंचं काय म्हणणं होतं; हे समजू शकलं नाही; पण पटेल आणि सी.आर. मात्र याच्या विरोधात होते. आपले बंधू विठ्ठलभाई यांचं युरोपमध्ये निधन होण्यापूर्वी बोस यांनी त्यांची दिशाभूल केली होती, असा आरोप पटेल यांनी केला होता. बोस यांच्या मानसिक संतुलनाबाबतही त्यांनी प्रश्न उपस्थित केले, *'सुभाष जरा अस्थिर आहेत, हे मी पाहिलं आहे; पण त्यांच्याशिवाय दुसरं कुणीच अध्यक्ष होऊ शकत नाही.'* गांधी उत्तरले.

नेहरूंनंतर, किंबहुना नेहरूंइतकेच सुभाषही तरुणांचे हीरो होते, ही गोष्ट भविष्यावर नजर ठेवून असलेल्या गांधींसाठी महत्त्वाची होती. हिंदू–मुस्लीम ऐक्याच्याप्रति सुभाष पूर्णपणे समर्पित होते. त्याशिवाय, जिनांसाठी गांधी, नेहरू व पटेलांच्या तुलनेत बोस हे अपरिचित होते, ही बाब लीगच्या या नेत्याबरोबर वाटाघाटी करून तडजोड करण्याच्या कामी पथ्यावर पडली असती.

ताप्ती (आता तापी) नदीच्या किनारी बार्डोली तालुक्यातील हरिपुरा गावात १९३८ सालच्या फेब्रुवारीत झालेल्या अधिवेशनाचं अध्यक्षपद सुभाष यांनी भूषवलं. या अधिवेशनासाठी पटेलांनी एक सुंदर, भव्य गावच उभारलं, अशी दाद नेहरूंनी दिली. पाणीपुरवठा केंद्र, छापखाना, हॉस्पिटल, बगिचा, बँक, पोस्ट ऑफिस, टेलिफोन एक्स्चेंज आणि अग्निशमन दल अशा सगळ्या सुविधांनी ते युक्त होतं. स्वयंपाकघर सांभाळण्यासाठी व स्वच्छतागृहांच्या सफाईसाठी दोन हजार स्वयंसेवक सज्ज होते. पुन्हा एकदा शांतिनिकेतनातून नंदलाल बोस आले, त्यांनी दोनशे चित्रं रंगवली आणि रविशंकर रावल व कनू देसाई या गुजरातच्या कलाकारांनी त्यांच्या कलाकृती सादर केल्या.

सरकारबाबत तसंच संस्थानिकांच्या बाबत असलेलं काँग्रेसचं दुहेरी धोरण हरिपुरा अधिवेशनात पुन्हा एकदा स्पष्ट झालं. संस्थानिकांनी काळाची गरज ओळखून आचार-विचारात बदल करण्याची गरज प्रतिपादन केली गेली, तर लोकशाहीच्या अधिकारांविषयी जागरूक असणाऱ्या त्यांच्या प्रजाजनांना काँग्रेसजन मदत करतील, अशी हमी देण्यात आली. संस्थानिक अधिकाधिक ब्रिटिशांच्या आहारी जाऊ नयेत याची खबरदारी गांधींनी (आणि त्यांच्या सल्ल्यामुळे काँग्रेसनं) घेतली. दुरावलेले मुस्लीम हीच आधी एक डोकेदुखी होऊन बसली होती.

काँग्रेसच्या नेत्यांमध्ये एकजूट राखणं हे सतत एक मोठं आव्हानच होतं. *'सरदार आणि मी एकमेकांच्या अत्यंत जवळ आहोत, आम्ही जणू काही एकच*

आहोत, आमचं काम आणि आमचे विचार एकसारखे आहेत.' असं गांधी हरिपुराला म्हणाले. परंतु पटेलांना पत्र लिहिताना त्यांना त्यांचा सूर जरा बदलावा लागला.

२० फेब्रुवारी १९३८ :

तुमच्या भाषणाबद्दल आज देवदासनं नाराजी व्यक्त केली. नंतर जयप्रकाश आला आणि तोही अत्यंत उद्विग्नतेनं त्याबद्दल बोलला. मला वाटतं, तुमचं भाषण विनाकारण कठोर होतं. तुम्ही अशा प्रकारे समाजवाद्यांची मनं जिंकू शकणार नाही.

महादेव देसाई : १९३८ सालच्या मार्चअखेरीस गांधी, कस्तुरबा, महादेव आणि इतर बरेच लोक ओरिसात होते, तेव्हा कस्तुरबा, महादेवची पत्नी दुर्गा आणि दुर्गाची एक नातेवाईक महिला पुरीच्या जगन्नाथ मंदिरात गेल्या, असं गांधींच्या कानावर आलं. त्या मंदिरात हरिजनांना प्रवेश नव्हता. (चार वर्षांपूर्वी त्याच मंदिराच्या प्रवेशद्वाराशी गांधींना अपमानास्पद वागणूक मिळाली होती.)

ती बातमी ऐकून गांधींना धक्का बसून ते अस्वस्थ झाले. सगळ्या पुरीत कस्तुरबा मंदिरात गेल्या त्याविषयी चर्चा होती, असं त्यांना सांगण्यात आलं. ''कस्तुरबा खरंच मंदिरात गेल्या होत्या?'' असं स्टेशनमास्तरनंसुद्धा आम्हाला विचारलं.

गांधींनी कडक शासन केल्यावर त्या स्त्रिया रडल्या. मंदिरात जाण्याची चूक आपण केल्याची कबुली कस्तुरबांनी दिली. गांधींची सर्वांत कडक शिक्षा मात्र देसाईंसाठी राखून ठेवलेली होती. त्यांनी या स्त्रियांना आत जाण्यापासून परावृत्त करायला हवं होतं, असं गांधींनी खडसावलं. महादेव यांचा पंधरा वर्षांचा मुलगा नारायण मात्र आत जायला नकार देऊन बाहेरच थांबला, म्हणून त्याचं कौतुक करण्यात आलं. पुरीजवळ देलांग इथे एका सार्वजनिक सभेत (३० मार्च १९३८) गांधींनी या गैरकृत्याचा उल्लेख केला :

ही माझी दैनंदिन प्रार्थना आहे, तुम्हा सगळ्यांचीच ती असली पाहिजे, की अस्पृश्यता नष्ट होऊ शकत नसेल, तर त्यापेक्षा हिंदू धर्मच नष्ट व्हावा... माझी पत्नी आणि मला मुलीसारख्या असलेल्या दोन आश्रमवासी स्त्रिया पुरीच्या मंदिरात गेल्याचं मला कळलं, तेव्हा मी खजील झालो. ती वेदना माझी प्रकृती बिघडवण्यासाठी पुरेशी होती. माझा रक्तदाब चिंताजनकरीत्या वाढला...

त्या तिघी... अजाणतेपणी आत गेल्या. परंतु, मी दोषी होतो आणि त्यापेक्षाही महादेव जास्त दोषी आहे; कारण त्यानं त्या महिलांना त्यांचा धर्म काय आहे, याची जाणीव करून दिली नाही... त्या कृतीच्या

सामाजिक परिणामांची जाणीव तरी त्यानं ठेवायला हवी होती...
वाटेल त्या परिस्थितीत आम्ही हरिजनांबरोबर आहोत, याची खात्री आम्ही त्यांना कशी पटवून देणार? आम्ही स्वतःला त्यांच्यासारखंच समजतो, हे कुठल्या तोंडानं सांगणार? आमच्या कुटुंबीयांना – बायका, मुलं, भाऊ, बहिणी, नातेवाईक– बरोबर घेऊन आम्ही चाललो नाही, तर हरिजनांचा विश्वास कसा संपादन करणार?

खोटा धर्म आचरण्यापेक्षा भारतीयांनी जर खरा धर्म अनुसरला, तर त्यांच्यात अशी शक्ती निर्माण होईल, की इंग्रजांच्या हातून तलवार आपोआप गळून पडेल.

गांधींचा रक्तदाब जसा गंभीररीत्या वाढला, तसं महादेवना सगळं असह्य झालं. गांधी राईचा पर्वत करत आहेत, असं त्यांना वाटलं आणि त्यांनी गांधींकडे निघून जाण्याची परवानगी मागितली. महादेवभाईंच्याच शब्दांत सांगायचं तर ज्या गांधींनी प्रेमाची भूल (क्लोरोफॉर्म) देऊन अनेक आध्यात्मिक शस्त्रक्रिया पार पाडल्या होत्या, त्यांनीच या वेळी मात्र तो क्लोरोफॉर्म न वापरताच शस्त्रक्रिया केली. 'हरिजन'मध्ये त्यांनी मन मोकळं केलं :

स्वर्गातील संतांबरोबर राहणं म्हणजे आनंद भारी, पण पृथ्वीवरच्या संतांबरोबर राहणं ही गोष्ट वेगळी खरी ('हरिजन', ९ एप्रिल १९३८).

परंतु, त्यांना निघून जाण्याची परवानगी मिळाली नाही.

महादेव देसाईंना, ३१ मार्च १९३८ रोजी गांधी लिहितात :
मी हजार चुका सहन करेन, पण तुझ्यापासून दूर राहू शकत नाही... तू जर मला सोडून जायचा निर्णय घेतला आहेस, तर प्यारेलाल इथे राहील का? आणि प्यारेलाल जर गेला, तर सुशीला राहील?...
ते सगळे पळून जातील. लीलावती तर वेडीपिशी होईल... मी पळून जाणाऱ्यांना कसा काय अडवू शकणार?

गांधी आपल्या मदतनिसांवर किती अवलंबून होते आणि त्यांना गमावण्याची गांधींना किती भीती वाटत होती, हे या पत्रातून दिसून येतं. त्या वर्षाच्या उत्तरार्धात देसाई व बहुधा मीरेलाही दक्षिण आफ्रिकेला पाठवण्याची एक योजना कालेनबाख यांनी आखली आणि गांधींनी तिला मात्र मोठ्या उत्साहानं पाठिंबा दिला.

देसाईंना, ५ नोव्हेंबर १९३८ :
समुद्र-सफरीची ही कल्पना मला खरंच आवडली. कालेनबाखची सूचनाही फार आवडली. तू जा आणि माझ्या लढ्यांची रणभूमी बघून ये. फिनिक्स,

टॉलस्टॉय फार्म, दरबानला मी राहत होतो ते घर, जोहान्सबर्गचं ऑफिस तू बघावंस, असं मला वाटतं. मणिलाल तर आनंदानं नाचायलाच लागेल.

पण दुर्गा (देसाईंची पत्नी) आणि बबलूला (त्यांचा मुलगा नारायण) घेऊन जाणं मात्र अवघड आहे. बबलूनं माझ्याजवळच राहावं, असं मला वाटतं. आणि शिवाय, दक्षिण आफ्रिकेची भेट म्हणजे कमीत कमी चार महिने तरी हवेतच. दक्षिण आफ्रिका भारतापेक्षा काही लहान नाही. जा आणि त्या चार वसाहती बघ. व्हिक्टोरिया धबधबा बघायला मात्र विसरू नकोस...

तिथे जाऊन फक्त मिस स्क्लेझिनना भेटलास, तरी तुझं जाणं सार्थकी लागेल. तुझ्या भेटीचा काळ कालेनबाखच्या सदैव स्मरणात राहील. तिथल्या हवेचे काय वर्णन करू? बघ, विचार कर. तुझी जर इच्छा असेल, तर मी तुला पाठवायला खरंच तयार आहे. जर मीराबहनचीही इच्छा असेल, तर तिलाही पाठवण्यास मी तयार आहे.

दुर्दैवानं ही कल्पना प्रत्यक्षात उतरू शकली नाही.

स्वप्नाची जपणूक : १९३८ सालातील मार्च आणि एप्रिल महिने कठीण त्रासाचे होते. पुरीमधील घटनेबरोबरच गांधींच्या चिंतेचं अजून एक मुख्य कारण होतं, स्वातंत्र्य मिळण्याची शक्यता जसजशी स्पष्ट होत चालली होती, तसतसे मुस्लीम अधिकाधिक दुरावत चालले होते, हे त्यांना जाणवत होतं. मुस्लीम अलगतावादाचे किंवा जिनांच्याच शब्दांत सांगायचं तर मुस्लीम राष्ट्रवादाचे आता प्रमुख प्रवक्ते झालेले जिना दिवसेंदिवस जास्त शक्तिमान होत चालले होते. त्याचबरोबर, हिंदू-मुस्लीम ऐक्य अशक्य असल्याचा प्रसार हिंदू महासभा करत होती. स्वराज्याबरोबरच किंवा स्वराज्याऐवजी भारत धर्मयुद्धाच्या खाईत लोटला जाणार होता का?

१९२०च्या आणि १९३०च्या दशकांच्या पूर्वार्धात झालेल्या ब्रिटिशविरोधी संघर्षांमुळे भारतीयांचे आपसातील मतभेद झाकले गेले होते. १९३७ साली झालेल्या निवडणुकांमुळे आणि त्या अनुषंगानं झालेल्या वाटाघाटींमुळे भारत हा काँग्रेसपेक्षा मोठा असल्याचं आणि प्रतिस्पर्धी गटांतील छोट्या-मोठ्या कुरबुरी सोडवणं तर दूरच राहिलं, या गटांना काँग्रेस सामावूनसुद्धा घेऊ शकत नसल्याचं स्पष्ट झालं.

गांधींच्या आधी कुणीही भारतातील प्रत्येक गटाशी जुळवून घेण्याचा प्रयत्न केला नव्हता किंवा तसं करण्यासाठी काँग्रेसचं मन वळवलं नव्हतं. परंतु, तरीही

ही कामगिरी त्यांच्या, काँग्रेसच्या किंवा कोणत्याही मानवी ताकदीबाहेरची होती. केवळ एवढंच नाही : सगळ्या भारतीयांपुढे मैत्रीचा हात केल्यावर त्यांतल्या काहींना ते आवडत नव्हतं. त्यामुळेच, मुस्लिमांना काँग्रेसमध्ये सामावून घेण्याचे गांधींचे प्रयत्न जिना व सावरकर दोघांनीही हाणून पाडले होते. गांधी अतिक्रमण करून लुबाडत असल्याचा आरोप जिनांनी केला होता, तर हिंदूंच्या हिताबाबत ते उदासीन असल्याचा ठपका सावरकरांनी ठेवला होता.

१९३६ सालच्या अखेरीस भेडसावणाऱ्या फाळणीच्या शक्यतेमुळे आणि हिंसाचाराची चाहूल लागलेल्या गांधींनी संदेश मागणाऱ्या विद्यार्थ्यांना एकदा सांगितलं होतं :

वयाच्या अडुसष्टाव्या वर्षी मी तुम्हाला कोणता नवीन संदेश देणार?... माझ्या शरीराची हत्या केल्यानं अर्थातच काही बिघडत नाही, कारण माझ्या राखेतून हजारो गांधी निर्माण होतील. पण, ज्या तत्त्वांसाठी मी आजवर जगलो, त्यांचीच तुम्ही हत्या केलीत किंवा त्यांची राख केलीत, तर काय?

१९३८ सालच्या मार्च महिन्यात त्यांनी जिनांशी संपर्क साधण्यात पुढाकार घेतला. समोरासमोर बसून दोघांनी चर्चा केली पाहिजे, यावर त्यांचं एकमत झालं; पण सेवाग्रामला भेटण्याचं गांधींचं आमंत्रण जिनांनी तडकाफडकी नाकारलं आणि त्यांच्या मुंबईतील घरी भेटीला जाण्याचं गांधींनी मान्य केलं.

स्वाभिमान गिळावा लागला (*'मी जिनांना लिहिलं की, मी त्यांना जाऊन भेटायला तयार आहे'*, गांधींनी आश्रमातील सहकाऱ्यांना सांगितलं.), खोलवर कुठेतरी अस्वस्थता होती; कारण जिनांनी त्यांना लिहिलं होतं की, बोलणी सफल होण्यासाठी दोन्ही बाजूंनी, लीग ही भारतातील मुस्लिमांचं, तर गांधी व काँग्रेस भारतातील हिंदूंचं प्रतिनिधित्व करतात, हे मान्य करणं हाच मूळ आधार असेल.

गांधींच्या आजवरच्या आयुष्याला तिलांजली द्यायलाच जणू काही जिना सांगत होते. सुरुवातीला जिनांनी मौलाना आझादांना भेटावं, ही गांधींची सूचना अमान्य करून जिनांनी आपण फक्त गांधींशी त्यानंतर, गरज पडल्यास काँग्रेस अध्यक्ष सुभाष यांच्याशी बोलायला राजी असल्याचं सांगितलं. एप्रिलच्या अखेरीस मुंबईत भेटण्याचं गांधींनी मान्य केलं; पण, *'माझ्या सार्वजनिक आणि वैयक्तिक जीवनात पहिल्यांदाच आत्मविश्वास डळमळू लागल्यासारखं वाटू लागलं होतं'*, असं भेटीपूर्वी तीन आठवडे आधी ते म्हणाले. २२ एप्रिल रोजी सर्वांसमोर हे जाहीर करताना गांधी पुढे म्हणाले, *'गेल्या पन्नास वर्षांत पहिल्यांदाच मी निराशेच्या दलदलीत खोल बुडतो आहे, असं मला वाटतंय.'*

भारतीय राष्ट्र नावाची गोष्ट अस्तित्वातच नाही किंवा भारतीय लोक राज्यकारभार चालवू शकत नाहीत, ही ब्रिटिशांची धारणा मोडीत काढण्याच्या अगदी समीप गांधी आले असतानाच, त्यांना चुकीचं ठरवण्यासाठी जणू त्याच वेळी जिना उभे ठाकले होते. जिनांच्या या अडथळ्याबरोबरच आणखी एक गोष्ट होती, जी गांधींच्या वैयक्तिक दुबळेपणाची सूचक अशी एक घटना होती.

जिनांच्या भेटीला जाण्याआधी काही काळ या वैयक्तिक अपयशामुळे त्यांचा धीर सुटला होता, त्याबद्दल पुढे या प्रकरणात उल्लेख येईलच. अर्थात, गमावलेला आत्मविश्वास गांधी परत मिळवणारच होते. २२ एप्रिल रोजी ते म्हणाले :

> *हिंदू-मुस्लीम ऐक्य व्हावं यासाठी मी काहीही कसर बाकी ठेवणार नाही... आम्ही कुणी परके नाही, मित्र आहोत. आमचा परिस्थितीकडे बघण्याचा दृष्टिकोन वेगळा आहे, पण त्यानं काही फरक पडत नाही. या भेटीला जनतेनं अवास्तव महत्त्व देऊ नये, असं मी आवाहन करतो. पण भारतातील लक्षावधी अडाणी लोकांच्या भल्यासाठी सत्य आणि प्रेमरूपी ईश्वरानं आम्हा दोघांना योग्य शब्द आणि योग्य भूमिका निवडण्याची शक्ती द्यावी, अशी प्रार्थना धार्मिक सलोख्याच्या पाठीराख्यांनी करावी, अशी मी त्यांना विनंती करतो.*

२८ एप्रिल रोजी गांधी व जिनांमध्ये सुमारे साडेतीन तास बोलणी झाली. नंतर भेटीबाबत प्रतिक्रिया देताना गांधी म्हणाले : *'ते फारच ताठर आहेत. लीगचे इतर सभासदही जर असेच असतील, तर तडजोडीची सुतराम शक्यता नाही.'* मुस्लिमांना शांत करणं, ही वाकडी वाट करून काँग्रेसनं स्वीकारलेली एकतर्फी कामगिरी आहे, असं गांधींना वाटलं.

तरीही, परस्परसामंजस्य साध्य करण्यासाठी हरतऱ्हेचे प्रयत्न व्हावेत यासाठी त्यांनी सुभाषना जिनांशी बोलण्याचा प्रयत्न करण्याची गळ घातली. सुभाष हे चांगले श्रोते आहेत, हे माहीत असल्यामुळे इतरांना ज्यात अपयश आलं, तिथे कदाचित ते यशस्वी ठरतील, असं गांधींना वाटलं. मेमध्ये झालेली बोस-जिनांदरम्यानची बोलणीही अयशस्वी ठरली.

वायव्य सरहद्दीवर

मुस्लिमांना भारताबरोबर नव्यानं जुळवून घेण्याबाबत गांधी आजमावून पाहत असलेल्या शक्यतांना अजमल खान आणि अन्सारींच्या निधनामुळे खीळ बसली होती; पण तरीही तीन प्रभावशाली मुस्लीम सहकारी त्यांच्याजवळ होते– मूळचे बंगालचे अबुल कलाम आझाद आणि सरहद्द प्रांतातील खान बंधू.

१९३७ सालच्या जुलै महिन्यात, काँग्रेसच्या सत्ताग्रहणाच्या प्रसंगी गांधींची सकारात्मक भूमिका स्पष्ट झाल्यावर नवीन व्हाइसरॉय लिन्लिथगो यांनी पत्र लिहून गांधींना भेटण्याची इच्छा व्यक्त केली. आपणही अशी भेट घेण्याच्या विचारात आहोत, असं उमदेपणानं उत्तर देऊन गांधी थांबले नाहीत, त्यांनी दोन विनंत्याही केल्या : गफार खानांना वायव्य सरहद्द प्रांतात परत जाण्याची संमती मिळावी आणि स्वत: गांधींना तिथे जाण्याची परवानगी मिळावी.

गफार खान सरहद्दीवर परत गेले, १९३७च्या ऑक्टोबरमध्ये नेहरूही त्यांच्या मागोमाग तिथे गेले आणि १९३८ साली मेमध्ये, जिनांची भेट घेतल्यानंतर गांधीही गेले. त्यांच्या आधी महादेव तिथे जाऊन आले होते. १९३४ साली खान बंधूंच्या वर्ध्याच्या वास्तव्यात देसाईंनी त्यांच्याशी केलेल्या वार्तालापांचं एक छोटं पुस्तक 'टू सर्व्हंट्स ऑफ गॉड' १९३५ साली प्रकाशित केलं होतं. गफार खानांच्या 'ईश्वराप्रति संपूर्ण समर्पणा'च्या वृत्तीनं देसाई फार प्रभावित झाले होते आणि इस्लामी धर्माचरणाच्या बाबतीत मोठे बंधू फारसे कर्मठ नव्हते, असंही त्यांचं निरीक्षण होतं. 'माझा भाऊ माझ्या वाटचाही नमाज पढ़तो', असं डॉ. खान साहिबांनी देसाईंना सांगितलं होतं.

१९३८ सालच्या मेमध्ये सरहद्द प्रांतात एक आठवडा व्यतीत केल्यानंतर गांधी त्यानंतर पाच आठवड्यांसाठी १९३८ सालीच हेमंत ऋतू आणि १९३९ साली जुलै महिन्यात परत एकदा तिकडे गेले; या वेळी कस्तुरबाही त्यांच्याबरोबर होत्या. या तीनही भेटींच्या वेळी गफार खान त्यांचे यजमान, वाटाड्या आणि दुभाषी होते. १९०८ साली स्थापन झालेल्या पेशावरच्या विख्यात इस्लामिया कॉलेजमध्ये उपस्थित असलेल्या मुस्लीम श्रोत्यांना गांधींनी त्यांच्या समाजानं आखून घेतलेल्या सीमारेषांवर पुनर्विचार करण्याचं आवाहन केलं :

> *इस्लाम... माणसामाणसांतल्या बंधुभावावर विश्वास ठेवतो. पण, तुमच्या परवानगीनं मी असं सांगू इच्छितो, हा केवळ मुस्लिमांमधला बंधुभाव नसून अखिल मानवजातीमधला बंधुभाव आहे... इस्लाम जो अल्ला आहे, तोच ख्रिश्चनांचा गॉड आणि हिंदूंचा ईश्वर आहे.*

सरहद्द प्रांतातील वसाहतींवर काही टोळ्यांकडून वारंवार होणाऱ्या हल्ल्यांमुळे त्या प्रांतातील हिंदू व शीख अल्पसंख्याक त्रस्त झाले होते; त्यांना गांधींनी सांगितलं की, स्वसंरक्षण हा प्रत्येकाचा जन्मसिद्ध हक्क आहे. तटबंदीनं वेढलेल्या बानू या शहरी बोलताना २५ ऑक्टोबर १९३८ रोजी गांधी म्हणाले, *"मला भारतात एकही भेकड माणूस नको आहे."* तरीही, हल्ले करणाऱ्या टोळ्यांमधला माणूस हा तुमच्या-माझ्यासारखा एक माणूसच आहे आणि मानवी स्पर्शाला प्रतिसाद देऊ शकणारा आहे, याची जाणीव ठेवण्याचं आवाहन गांधींनी हिंदूंना आणि शिखांना केलं.

सरहद्द प्रांतात आल्यापासून गांधी त्या विशिष्ट जनजातीच्या बऱ्याच लोकांना भेटले होते. *'इतरत्र आढळणाऱ्या मनुष्यस्वभावापेक्षा त्या लोकांचा काही खास वेगळा स्वभाव त्यांना आढळला नाही'* , असं गांधी म्हणतात. नंतर त्यांनी हिंदूंना पुढीलप्रमाणे आवाहन केलं :

तुम्ही पेशानं व्यापारी आहात. तुमच्या देवाणघेवाणीतून प्रेम नावाच्या एका अत्यंत उदात्त आणि मौल्यवान वस्तूला वगळू नका. तुम्हाला जेवढं शक्य आहे, तेवढं प्रेम त्या लोकांना द्या; त्याबदल्यात तुम्हाला त्यांचं प्रेम मिळेल.

दुसऱ्या भेटीच्या वेळी गांधींची प्रकृती बरी नव्हती; परंतु उतमंझाई या खान बंधूंच्या गावातील शांत वातावरणात ती झपाट्यानं सुधारली. गांधींच्या निवासस्थानाच्या बाहेर पहाऱ्यासाठी तैनात केलेल्या लोकांच्या हातात शस्त्रं असल्याबद्दल गांधींनी नाराजी व्यक्त केल्यावर बादशहा खानांनी (पख्तून लोक गफार खानांना बादशहा खान म्हणत) ती शस्त्रं काढून घेतली; पण पहारेकरी काढून टाकण्यास मात्र त्यांनी ठाम नकार दिला.

वायव्य सरहद्द प्रांतात, गांधी ज्या ज्या ठिकाणी प्रवास करत, त्या त्या मार्गांवर गफार खानांचे खुदाई खिदमतगार (Khudai Khidmtagars - KKs) तैनात केलेले असत, गावागावांमध्ये स्वागतासाठी कमानी उभारलेल्या असत आणि घरांपुढच्या ओट्यांवर पठाण जमातीचे लोक गांधींना बघण्यासाठी उभे असत. खुदाई खिदमतगारांबरोबर गांधींनी तासन् तास घालवले. वक्तशीरपणा आणि हस्तकला शिकण्याचं आवाहन गांधींनी त्यांना केलं.

डेरा इस्माईल खान जिल्ह्यातील टांक गावात बोलताना त्यांनी *'तुमच्या (हिंदू व शीख) शेजाऱ्यांसाठी संरक्षणाची एक जिवंत भिंत तुम्ही बना'*, असंही सांगितलं.

दक्षिण आफ्रिकेत मीर आलम या पठाणानं आपल्यावर हल्ला केल्याची आठवण होऊन गांधींनी खुदाई खिदमतगारांची अहिंसेबाबतची मतं जाणून घ्यायचा प्रयत्न केला. त्यांच्या आदरणीय नेत्यांचा अपमान झाल्यास आपण अहिंसेचं पालन करू शकणार नाही, अशी कबुली एका खिदमतगारानं दिल्यावर गांधी म्हणाले, *''मुकाट्यानं अपमान सहन करणं एका पठाणासाठी फार सोपी गोष्ट नाही, हे मला माहीत आहे.''* टांकमध्ये खिदमतगारांशी बोलताना गांधींनी जे एक विधान केलं, ते पुढे भविष्यात अनेकदा उद्धृत केलं गेलं. ते विधान होतं,

आपल्या ध्येयावर अढळ श्रद्धा असलेल्या निश्चयी लोकांचा छोटा गटही इतिहास बदलू शकतो.

सरहद्द प्रांतात गांधींनी केलेली आणखी दोन विधानंही लक्षवेधक आहेत. एक पख्तून प्रांतातील स्त्री-पुरुष समानतेच्या प्रश्नावर केलेलं वक्तव्य होतं. कस्तुरबांबरोबरचे आपले अनुभव कथन करताना अप्रत्यक्षपणे त्यांनी त्या प्रश्नाला हात घातला (२३ ऑक्टोबर, हुंगू येथे) :

घरात मी एक हुकूमशहाच होतो... मी माझा सगळा राग कस्तुरबावर काढायचो. पण तिनं ते सगळं निमूटपणे आणि विनातक्रार सहन केलं. मी तिचा मालक असून, प्रत्येक गोष्टीत माझी आज्ञा पाळणं हे तिचं कर्तव्यच होतं, अशी माझी धारणा होती.

परंतु, तिच्या निमूटपणे सोसण्यामुळे माझे डोळे उघडले आणि हळूहळू मला हे समजायला लागलं की, तिच्यावर माझा काही जन्मसिद्ध अधिकार नाही. तिनं माझं ऐकावं असं जर मला वाटत असेल, तर प्रथम मी शांतपणे तिचं मन वळवणं गरजेचं होतं. अशा प्रकारे, तिनं मला अहिंसा शिकवली. आणि मी असं म्हणू शकतो की तिच्यापेक्षा निष्ठावान, श्रद्धावान सहकारी आयुष्यात दुसरा कुणी मिळाला नाही.

मी तिच्या आयुष्याचा खरोखर नरक करून टाकला होता. दर काही दिवसांनी मी घर बदलायचो, तिनं कोणते कपडे वापरावे, हे ठरवायचो. ती सोवळं-ओवळं पाळणाऱ्या सनातनी घरातून आलेली होती. आमच्या घरी मात्र मुस्लिमांचा आणि अस्पृश्यांचा राबता असायचा. तिचा विरोध मोडून काढून मी तिला त्यांची सेवा करायला सांगायचो.

पण तिनं कधीही 'नाही' म्हटलं नाही. तिनं रूढार्थानं शिक्षण घेतलं नव्हतं आणि ती साधीसुधी, आधुनिकतेचा स्पर्श न झालेली होती. तिच्या निष्कपट साधेपणानं मला जिंकून घेतलं. तुमच्या घरीही पत्नी, आया, बहिणी आहेत. त्यांच्याकडून तुम्ही अहिंसेचे धडे घेऊ शकता.

तिसऱ्या भेटीच्या वेळी, १९३९ साली जुलै महिन्यात गांधींनी आणखी एक संस्मरणीय वक्तव्य केलं. भारतीय स्वातंत्र्य म्हणजे हिंदूंची सत्ता या वाक्याला उपखंडातील बरेच मुस्लीम एव्हाना सरावलेले होते. सरहद्द प्रांतातील हझारा जिल्ह्यात अबोटाबादला बोलताना गांधी म्हणाले :

तुम्ही जर माझं हृदय चिरून पाहिलंत तर, तिथे काय दिसेल? मी झोपलेला असो वा जागा, एका क्षणाचीही उसंत न घेता चोवीस तास, हिंदू-मुस्लीम ऐक्यासाठी प्रार्थना आणि मनापासूनची तळमळ तुम्हाला तिथे अखंड चाललेली दिसेल... अगदी लहानपणापासून हिंदू-मुस्लीम ऐक्याचं स्वप्न माझ्या ध्यानीमनी रुजलं आहे.

स्वप्नाची राखरांगोळी । ५३३

या जगातील महान गोष्टी केवळ मानवी प्रयत्नांनी साध्य होत नाहीत, ईश्वराची साथ असल्याशिवाय ते शक्य होत नाही. योग्य वेळ येताच त्या घडतात. माध्यमं निवडण्याची ईश्वराची एक खास स्वतःची पद्धत आहे. कुणास ठाऊक, मी सतत हृदयापासून प्रार्थना करत असूनही, हे महान कार्य करण्याला मी लायक नसेनही.

आपण सगळ्यांनी कंबर कसून आणि पलिते पाजळून सज्ज राहिलं पाहिजे. तो कुणाची आणि कधी निवड करेल, हे आपल्याला ठाऊक नाही. सगळी जबाबदारी माझ्यावर ढकलून तुम्ही हात झटकून टाकू शकत नाही. माझ्या हयातीतच माझं हे स्वप्न पूर्ण होईल, अशी प्रार्थना करा... मानवाच्या गणितापेक्षा ईश्वराचे आडाखे वेगळेच असतात.

सरहद्द प्रांताच्या भेटीदरम्यान गांधी आणि गफार खान यांच्या दरम्यान झालेल्या संभाषणांच्या काही नोंदी आमच्याकडे आहेत. १९३८ साली ऑक्टोबर महिन्यात, नऊ वर्षांपूर्वी झालेली त्यांची पहिली भेट आठवताना गांधी बादशहा खानांना म्हणाले :

आदिवासी, आदिम भागाला भेट देऊन, अगदी थेट काबूलपर्यंत जाऊन, सरहद्दीवरच्या जमातींना भेटणं आणि त्यांची मानसिकता जाणून घेणं आपण एकमेकांना भेटल्यापासून बरीच वर्षं हे माझं लाडकं स्वप्न होतं. आपण दोघं मिळून पुढे का जाऊ नये? त्यांच्यापुढे आपला दृष्टिकोन मांडून त्यांच्याशी मैत्रीचे, सहानुभूतीचे बंध का जुळवू नयेत?

त्यावर आपल्या पाहुण्याला गफार खान म्हणाले :

धनधान्य, फळाफुलांनी समृद्ध असलेली, पृथ्वीवरील जणू नंदनवनच असलेली ही भूमी आतून किडीनं पोखरलेली आहे. हिंसाचार हा आज इथला धर्म बनला आहे... आपल्या भावाचा गळा कसा कापता येईल, यावर विचार करण्यात पठाणांची सगळी शक्ती खर्ची पडत आहे... अहिंसक चळवळ हे ईश्वरानं आपल्याला दिलेलं सर्वश्रेष्ठ वरदान आहे... आम्ही किती भित्रे आणि आळशी होतो. इंग्रज माणूस पाहिला, की आम्हाला भीती वाटायची. आपल्या चळवळीनं आमच्यात नवीन प्राण फुंकले आहेत आणि आम्हाला उद्योगी बनवलं आहे. आम्ही आमची भीती झटकून टाकली आहे आणि आता कुणाही इंग्रज माणसाला किंवा खरंतर कुणाही माणसाला आम्ही घाबरत नाही. इंग्रजांनाच आमच्या अहिंसेची भीती वाटते. ते म्हणतात, हिंसक पठाणापेक्षा अहिंसक पठाण जास्त धोकादायक असतो.

'मुस्लीम जनतेला काबूत ठेवून हिंदूंना मदत करण्याच्या हेतूनं मी एक लाख खुदाई खिदमतगारांची सेना सज्ज ठेवली आहे असा आरोप माझ्यावर होतो!' असं बादशहा खान पुढे म्हणाले. १९३८ साली नोव्हेंबरमध्ये तक्सिला (तक्षशीला) इथे एकमेकांचा निरोप घेताना आमचे डोळे पाणावले होते, अशी नोंद गांधींनी 'हरिजन'मधल्या एका लेखात केली. त्याआधी पेशावरला एका जाहीर सभेत बोलताना ते म्हणाले होते :

बादशहा खानांच्याप्रति लोकांची असलेली प्रेमळ निष्ठा पाहिली... केवळ खुदाई खिदमतगारच नाही, तर जिथे जिथे मी गेलो, तिथे तिथे प्रत्येक पुरुष, स्त्री आणि मुलाला ते माहीत होते आणि ती सर्व त्यांच्यावर प्रेम करताना मला दिसली. त्यांचं स्वागत लोक मोठ्या आपुलकीनं करताना दिसले. बादशहा खानांचा स्पर्श आपल्यासाठी आश्वासक होता. स्वत: बादशहा खान त्यांच्याकडे येणाऱ्या प्रत्येकाशी अत्यंत मायेनं वागत होते. खुदाई खिदमतगारांच्या निष्ठेबद्दल तर बोलायलाच नको. हे सगळं पाहून माझं मन आनंदानं भरून गेलं आहे.

खान बंधूंच्या कृपेनं मुस्लीम आधिक्य असलेला महत्त्वाचा विभाग काँग्रेस आणि गांधींवर विश्वास ठेवणारा होता, या जाणिवेचा त्या आनंदात मोठा वाटा होता.

सुभाष बोस

१९३८ सालच्या अखेरीस, पुढच्या सत्रातही अध्यक्षपद भूषवण्याची इच्छा सुभाष बोसांनी प्रदर्शित केली; परंतु जवाहरलाल पुढचे अध्यक्ष होतील, असं आधीच ठरलं होतं. पुढच्या सत्रात निर्णय घेण्याचे अधिकार आपल्याला मिळावेत, हेही सुभाष यांनी स्पष्ट केलं; ज्यायोगे, उदाहरणार्थ, आवश्यकता भासल्यास सगळी काँग्रेस मंत्रिमंडळं परत बोलवण्याचा निर्णय त्यांना घेता आला असता.

सुभाष यांचा हा पवित्रा म्हणजे युरोपमध्ये सुरू असलेल्या घडामोडींना दिलेला एक प्रकारचा प्रतिसादच होता, २९ सप्टेंबर १९३८ रोजी युरोपात, नेव्हिल चेम्बरलेन (ब्रिटन) आणि एदोआर्द दलादियर (फ्रान्स) या राष्ट्रप्रमुखांनी ॲडॉल्फ हिटलर (जर्मनी) आणि बेनिटो मुसोलिनी (इटली) यांच्याबरोबर म्युनिक करारावर सह्या केल्या. त्या करारान्वये हिटलरला झेकोस्लोव्हाकियाच्या बाबतीत हवा तो निर्णय घेण्याची मुभा देण्यात आली होती. बोस यांच्या दृष्टीनं मवाळ ब्रिटन आणि फ्रान्स, बेधडक जर्मनी व आत्मविश्वासपूर्ण इटली यांचं एकत्र येणं ही भारतात सामुदायिक असहकार पुकारण्याच्या दृष्टीनं सुवर्णसंधी होती; त्यामुळे बोस यांना अपमानास्पद वाटत असलेलं काँग्रेसचं सरकारबरोबरचं साहचर्य संपुष्टात येऊ शकलं असतं.

दुसरीकडे, म्युनिक करारावरची गांधींची प्रतिक्रिया जवाहरलाल यांना लिहिलेल्या पत्रात उमटली, 'आत्मसन्मानाच्या बदल्यात मिळालेली काय ही शांती!' (४ ऑक्टोबर १९३८). ८ ऑक्टोबरला 'हरिजन'मध्ये त्यांनी लिहिलं :

युरोपातील राजकारणाचा माझा अभ्यास आहे, असा दावा मी मुळीच करणार नाही. पण, मला असं दिसतं की, लहान राष्ट्रांना युरोपात ताठ मानेनं जगता येत नाही. त्यांचे मोठे शेजारी त्यांच्यावर प्रभाव गाजवतात. छोटी राष्ट्रं त्यांचे गुलाम बनतात. सात दिवसांच्या अस्तित्वासाठी युरोपनं त्याचा आत्मा विकला आहे... जर्मनी आणि इटलीनं संयुक्तपणे चालवलेल्या कत्तलीपुढे इंग्लंड व फ्रान्सनं त्यांची मान तुकवली आहे.

त्यानंतर लवकरच गांधींनी हिटलर आणि ज्यूंच्या विरोधात त्यानं उघडलेल्या मोहिमेबद्दल लिहिलं ('हरिजन', २६ नोव्हेंबर १९३८) –

जर कधी मानवतेच्या हितासाठी आणि मानवतेच्या बाजूनं न्यायाची लढाई लढायचीच असेल, तर ती जर्मनीच्या विरोधात असली पाहिजे. एका संपूर्ण मानववंशाला नष्ट होण्यापासून वाचवण्यासाठी पुकारलेलं हे युद्ध न्याय्य असेल. अर्थात, तरीही युद्ध करण्यावर माझा विश्वास नाही.

शेवटच्या वाक्यावरून हे लक्षात येतं की, युद्धात होणारी हिंसा हा गांधींसाठी कळीचा मुद्दा होता. हिटलरला जरी त्यांनी दूषणं दिली, तरी अहिंसक प्रतिकार हाच ज्यूंसाठी आणि झेक लोकांसाठी सर्वोत्तम पर्याय होता, हे त्यांनी आवर्जून सांगितलं. १९३७ सालच्या नोव्हेंबरमध्ये, भारतीय अहिंसक आंदोलन आणि ब्रिटननं केलेलं त्याचं शमन यांची हिटलरनं खिल्ली उडवली होती. आता लॉर्ड हॅलीफॅक्स असलेले आणि चेम्बरलेन यांच्या खालोखाल अधिकार असलेले मंत्री आयर्विन यांच्याशी बोलताना हिटलर म्हणाला होता :

तुम्हाला फक्त एवढंच करायचं आहे, गांधींना गोळ्या घालायच्या. गरज भासली तर काँग्रेसच्या आणखी काही नेत्यांना गोळ्या घाला. सगळ्या कटकटी कशा चुटकीसरशी संपतील, हे पाहून तुम्हालाही आश्चर्य वाटेल.

असो. आपण सुभाष बोसांकडे वळू या. ते कलकत्त्यातील (कोलकाता) जर्मन दूतावासाच्या संपर्कात काही योजनांसंदर्भात वाटाघाटी करण्यात गुंतले असल्याच्या बातम्या होत्या. मुंबईचे कायदामंत्री के. एम. मुन्शी यांना ही माहिती सरकारच्या केंद्रीय गुप्तचर विभागाच्या संचालकांकडून मिळाली होती, ती त्यांनी गांधींपर्यंत पोचवली. असं दिसतं की बोस यांना मुसोलिनीबद्दल वाटणारं कौतुक त्या वेळी

बऱ्याच जणांना माहीत होतं.

युरोपातील 'संदेशां'चा वेगळा अर्थ लावून सुभाष यांना हुकूमशाही सत्ताधीशांबद्दल वाटणाऱ्या आपुलकीमुळे गांधी अस्वस्थ झालेही असते. पण, सुभाष यांना मुदतवाढ न देण्याच्या इच्छेमागे दुसरंही एक कारण होतं : जिनांचा एकूण पवित्रा पाहून आझादांची निवड करावी, असं गांधींना अंतर्यामी जाणवलं. जिनांचं मन वळवता आलं नाही आणि जर त्यांच्याशी संघर्ष करण्याची पाळी आली, तर काँग्रेसच्या अध्यक्षपदी एक मुस्लीम असण्याला बराच अर्थ होता. त्यामुळे, बोस यांनी पुन्हा उमेदवारी जाहीर करू नये, असा सल्ला गांधींनी दिला आणि नेहरूंनीही तसंच केलं; पण विजयाची खात्री असलेल्या सुभाष यांनी आपली उमेदवारी जाहीर केली.

१९३९ साली जानेवारीच्या मध्यावर, गांधी आणि पटेलांशी बार्डोली इथे चर्चा केल्यानंतर आझादांनी बोस यांच्या विरोधात निवडणूक लढवण्याची तयारी दर्शवली. काही प्रादेशिक काँग्रेस समित्यांच्या आग्रहाखातर स्वत:ची उमेदवारी जाहीर करू पाहणाऱ्या पटेलांनी अधिकृतपणे आपलं नाव मागे घेतलं. बोस यांच्यासारख्या वलयांकित व्यक्तीशी लढा देणं ही सोपी गोष्ट नव्हती, खासकरून आझादांसाठी; कारण तेही बंगालमध्येच राहत होते आणि तिथे सुभाषना लोकांचा उत्स्फूर्त पाठिंबा होता. निवडणूक लढवण्यास संमती दिल्यानंतर थोड्याच दिवसांत आझादांनीही माघार घेतली.

आता बोस यांना टक्कर देण्यासाठी यादीत एकच नाव शिल्लक राहिलं होतं : तेलुगू प्रांतातील पट्टाभी सीतारामय्या; त्यांचं नाव आंध्र विभागीय काँग्रेस समितीनं (प्रॉव्हिन्शियल काँग्रेस कमिटी -PCC) पुढे केलं होतं. ते काही फार प्रसिद्ध व्यक्ती नव्हते, त्यामुळे (गांधींच्या सांगण्यावरून) पटेल, प्रसाद आणि कार्यकारी समितीच्या पाच इतर सदस्यांनी त्यांना जाहीर पाठिंबा व्यक्त केला, अर्थात त्यांनी गांधींचा उल्लेख केला नाही.

बोस यांनी नेहरूंची मदत मागितली. स्वत:ची आणि नेहरूंची गणना ते समाजवाद्यांमध्ये करत होते. सरकारबरोबर काम करणं दोघांनाही पसंत नव्हतं. परंतु, युरोपातील घडामोडींकडे बघण्याचा त्यांचा दृष्टिकोन वेगवेगळा होता. बोस मुसोलिनीमुळे प्रभावित झाले होते, तर जवाहरलाल स्पेनच्या फॅसिस्टविरोधी गटाच्या बाजूनं होते. भारताच्या बाबतीत बोलायचं तर, बोस आता स्वत:कडे गांधींना पर्याय म्हणून बघू लागले होते, तर नेहरू गांधींचा प्रतिकार कधीच करणार नव्हते. बोस-पट्टाभी लढ्यापासून ते दूरच राहिले.

कार्यकारी समितीचे बहुतांश सभासद पट्टाभींबरोबर होते, तर इतर सर्वसामान्य काँग्रेसजनांचं युरोपातील घडामोडींबद्दलचं मत बोस यांच्याप्रमाणेच होतं. जर्मनी आणि ब्रिटनदरम्यानच्या युद्धाच्या शक्यतेमुळे पुन्हा एकदा प्रतिकाराच्या धोरणाचं

समर्थन करणं शक्य होतं. जनतेचं मतही ब्रिटिशविरोधात तयार होत होतं; युरोपात लोकशाहीची पाठराखण करायची आणि भारतात मात्र भारतीयांचं सरकार बनवायला विरोध करायचा, हे ब्रिटिशांचं दुटप्पी धोरण त्याला कारणीभूत होतं.

विजयाची शक्यता दिसू लागल्यावर बोस यांनी प्रतिहल्ला चढवला. पट्टाभींना पाठिंबा देऊन सरदार पटेल आणि इतर नेत्यांनी अन्याय केला आणि नीतिमत्ता पायदळी तुडवली असल्याचा आरोप त्यांनी केला. काँग्रेसमधील उजव्या विचारसरणीचा गट आणि ब्रिटिश सरकार यांच्यात येत्या वर्षात फेडरल राज्यपद्धतीवर समझोता होण्याची शक्यता असल्याचं सूतोवाचही त्यांनी केलं. उजव्या गटाविषयी फारसं प्रेम नसलेल्या नेहरूंनी हे बदनामीकारक बोलणं अन्यायाचं आहे, असं जाहीरपणे सांगितलं.

बोस यांचं विधान आश्चर्यकारक असल्याचं सांगून 'माझ्या माहितीनुसार कोणाही सदस्याला फेडरेशन नको आहे', असं पटेल म्हणाले. आपण आणि आपले सहकारी यांना सदस्यांना मार्गदर्शन करण्याचा पूर्ण अधिकार असल्याची पुष्टीही त्यांनी जोडली. परंतु, बहुसंख्य सदस्यांनी तो मार्ग नाकारला. २९ जानेवारी रोजी पट्टाभींच्या १३७५ मतांच्या विरोधात १५८० मतं मिळवून सुभाष पुन्हा एकदा निवडून आले. गांधींचा कल कुणाकडे होता हे सर्वश्रुत असलं, तरी या सगळ्या घडामोडींदरम्यान त्यांनी गप्प बसणं पसंत केलं; परंतु निकाल समजल्यानंतर ते जाहीरपणे म्हणाले :

> *मौलाना साहेबांनी माघार घेतल्यानंतर डॉ. पट्टाभींनी त्यांची उमेदवारी मागे घेऊ नये यासाठी मी प्रयत्न केले होते; त्यामळे हा पराभव त्यांचा नसून माझा आहे* (वक्तव्य प्रसिद्ध झाल्याची तारीख ३१ जानेवारी १९३९).

आपण स्वतः आणि बोस यांच्यात काँग्रेसला निवड करावी लागेल, हे स्पष्ट करून गांधींनी पटेल आणि सी.आर. यांना, सुभाष यांनी राजीनामा द्यावा यासाठी त्यांच्यावर दबाव आणण्याची मोहीम राबवण्यास संमती दिली. सुभाष आणि त्यांचे मोठे बंधू सरत यांनी सुरू केलेल्या समझोत्याच्या प्रयत्नांना त्या मुरब्बी रक्षकानं (गांधींनी) विरोध केला.

मार्चमध्ये, मध्य प्रांतात नर्मदातीरावरील त्रिपुरी गावात भरलेल्या काँग्रेसच्या अधिवेशनात गोविंद वल्लभ पंतांनी एक ठराव मांडला. अध्यक्षांनी 'महात्मा गांधींच्या म्हणण्यानुसार कार्यकारी समितीची नेमणूक करावी', अशी मागणी त्यात केलेली होती. ठरावाला अनुमोदन देताना तडजोडीची शक्यता कठोरपणे फेटाळून लावताना सी. आर. म्हणाले,

> *नदीत दोन बोटी आहेत. एक आहे ती जुनी आहे, पण मोठी आहे. तिचे*

सुकाणू आहे महात्मा गांधींच्या हाती. दुसऱ्या माणसाकडे नवीन बोट आहे. आकर्षक रंगात रंगवलेली आणि सुबक बांधणीची. महात्मा गांधी हे मुरलेले खलाशी आहेत, त्यामुळे ते तुम्हाला सुरक्षित पैलतीराला नेऊ शकतात. मला हे माहीत आहे, की दुसरी बोट गळकी आहे; तिच्यात जर तुम्ही गेलात, तर सगळे बुडतील आणि नर्मदा खरंच खूप खोल आहे. 'नवीन बोटीचा मालक म्हणतो आहे की, तुम्हाला जर माझ्या बोटीत यायचं नसेल, तर कमीत कमी माझी बोट तुमच्या बोटीला बांधा.' हेसुद्धा अशक्य आहे. आम्ही गळकी बोट चांगल्या बोटीला बांधू शकत नाही. तिच्याबरोबर रसातळाला जाण्याचा धोका आम्ही पत्करू शकत नाही.

गांधी त्या वेळी त्रिपुरीत नव्हते. राजकोट संस्थानातील त्यांच्या जुन्या घरी ते होते आणि लोकशाहीसाठीच्या दुसऱ्या एका लढाईत गुंतले होते. पण त्याबाबत आपण नंतर याच प्रकरणात चर्चा करणारच आहोत. सुभाष हजर होते, पण बरेच आजारी होते. काँग्रेसचं बावन्नावं वार्षिक अधिवेशन असल्याकारणानं बावन्न हत्ती सुभाष यांची प्रतिमा मिरवणुकीनं ओढत घेऊन गेले आणि आपल्या बंधूंचं भाषण सरत यांनी वाचून दाखवलं.

पंतांनी मांडलेला ठराव सहजपणे मंजूर झाला; पण पुन्हा एकदा नेहरू (आणि काँग्रेसमधील बहुतेक समाजवादी) तटस्थ राहिले. त्रिपुरीच्या ठरावाची अंमलबजावणी करण्यास नकार देऊन बोस यांनी अध्यक्षपदाचा राजीनामा दिला आणि त्यांच्या जागी प्रसादांची नियुक्ती झाली. काँग्रेस मंत्रिमंडळांच्या विरोधात प्रचार करण्याचा कार्यकारी समितीनं धिक्कार केल्यानंतर जुलैमध्ये बोस यांनी त्याविरुद्ध प्रतिकारदिवस पाळण्याचं घोषित केलं, तेव्हा अत्यंत खेदपूर्वक निवडणूक आयोगानं तीन वर्षांसाठी त्यांच्यावर बंदी घातली. त्यांचं बंड अशारीतीनं मोडून काढण्यात आलं.

पण, सुभाष यांच्याबरोबर दिलजमाई होण्याची गांधींना आशा होती. १९३९ सालच्या नोव्हेंबरमध्ये त्यांनी सुभाषना लिहिलं : 'तुम्ही सध्या माझ्या कळपातलं हरवलेलं कोकरू आहात. मी जर खरा असेन आणि माझं प्रेम जर शुद्ध असेल, तर एक ना एक दिवस तुम्ही कळपात परत याल.'

लैंगिक व्यवहार, प्रेम आणि वासना : १९३५ सालच्या डिसेंबरमध्ये वर्ध्याला न्यू यॉर्कहून कुटुंब-नियोजनाच्या पुरस्कर्त्या मार्गारेट सँजर या आल्या होत्या. त्यांच्याशी दोन दिवस गांधींनी लैंगिकता, प्रेम आणि वासना या विषयांवर मनमोकळी चर्चा केली. त्या बोलण्यांदरम्यान तिथे हजर असलेल्या देसाईंनी सांगितल्याप्रमाणे गांधींनी या संभाषणात त्यांचं सर्वस्व ओतलं. आपलं अंत:करण तर त्यांनी मिसेस सँजरसमोर उघड केलंच; पण स्वत:च्या खाजगी जीवनाची एक

झलकही त्यांनी सँजरना घडवली ('हरिजन', २५ जानेवारी १९३६).

कुटुंब लहान असावं, यावर या दोघांचंही एकमत झालं; परंतु गर्भप्रतिबंधक साधनं वापरण्यावर मात्र नाही. त्यामुळे अनैतिक वर्तणुकीला उत्तेजन मिळेल, असं गांधींचं म्हणणं होतं. संपूर्ण आयुष्यात केवळ दोन किंवा तीन वेळा नवरा-बायको लैंगिकदृष्ट्या एकमेकांच्या निकट येण्याइतका संयम पाळू शकतील का, असा सँजर यांचा सवाल होता. काही लोकांच्या बाबतीत गर्भप्रतिबंधक साधनं वापरण्याचं समर्थन करता येऊ शकतं. मात्र, आपण स्वत: त्यांचा पुरस्कार करणार नाही, असं गांधींनी सांगितलं; तरीही पत्नीचे 'निर्धोक' दिवस लक्षात ठेवून दांपत्याला एकत्र येणं शक्य आहे, असं आपलं मत असल्याचं ते म्हणाले. सँजर यांनी खोदून विचारल्यावर, प्रजोत्पादनासाठी होणाऱ्या मिलनात वासनेचा सहभाग असतो, हे गांधींनी कबूल केलं.

अनेक वैवाहिक जोडीदार असण्यात काही गैर नसल्याचं मत सँजर यांनी प्रदर्शित केल्यावर गांधींनी त्याला असहमती दर्शवली. सरलादेवींचं नाव न घेता, त्यांच्याबरोबरच्या संबंधांच्या आठवणी जाग्या होऊन ते म्हणाले, *"मी स्वत:लाच विचारलं, आपण जास्त जवळिकीचे संबंध ठेवू शकत नाही का? हे फसवं समर्थन होतं आणि मी जवळजवळ घसरलोच होतो. पण मी वाचलो. मी त्या मोहनिद्रेतून जागा झालो, कसा ते माहीत नाही. मला सावध करणाऱ्या तरुण लोकांनी मला वाचवलं."*

प्रेम, अहिंसा आणि आफ्रिकन-अमेरिकन्स : 'अहिंसे'ऐवजी 'प्रेम' का नाही? असा सवाल १९३६ सालच्या फेब्रुवारी महिन्यात गांधींना बार्डोलीला भेटायला आलेल्या होवार्ड आणि स्यू बेली थर्मन व एडवर्ड आणि फेनोला कॅरोल या दोन आफ्रिकन-अमेरिकन्स जोडप्यांनी उपस्थित केला.

मीरा आणि म्युरिएल लेस्टर १९३४ साली अमेरिकेला जाऊन आले आणि त्याआधी १९२९ साली ॲण्ड्र्यूज जाऊन आले, तेव्हा तिथल्या काळ्या अमेरिकन्सना गांधी नावाच्या भारतीयाबद्दल जास्त जाणून घेता आलं. १९१७ पासून त्यांना त्या साली गांधींनी भारतीयांना स्वयंपूर्ण होण्यासाठी दिलेल्या हाकेचा उल्लेख ह्यूबर्ट एच. हॅरिसन यांनी १९१७ साली त्यांच्या निबंधात केला होता. तेव्हापासून त्यांना या माणसाबद्दल उत्सुकता वाटत होती. 'द क्रायसिस' या डब्ल्यू.ई.बी. बॉइस यांच्या पत्रिकेत गांधींचा उल्लेख जुलै १९२१मध्ये आणि त्यानंतर वारंवार झाला होता. दुसरे एक प्रख्यात काळे पुढारी मार्कस गार्व्हे, नेहमीच गांधींबद्दल बोलत होते. अशा प्रकारे गांधींमध्ये रस असणाऱ्या एका विशाल आफ्रिकन-अमेरिकन समाजाचं प्रतिनिधित्व थर्मन आणि कॅरोल दम्पती करत होते.

त्यांच्या प्रश्नांची उत्तरं देताना गांधी म्हणाले की, एकतर इंग्रजी भाषेत प्रेम या शब्दाच्या अनेक छटा आहेत. त्याशिवाय, लढाया आणि रक्तपात, बळी तो कान पिळी असं वातावरण जगभर असताना 'अहिंसे'त प्रेम आणि संघर्ष यांचा जो मिलाप

झालेला आढळतो, तो 'प्रेम' या शब्दात आढळत नाही. तरी विश्वाच्या भल्यासाठी प्रेम, हे सेंट पॉलचं तत्त्व आपल्याला जवळचं वाटतं, हेही त्यांनी मान्य केलं.

ही भेट गांधींसाठी महत्त्वाची असण्यामागे अनेक कारणं होती. अस्पृश्यतेची तुलना त्यांनी नेहमीच गुलामगिरीशी केली होती आणि १८९३ साली प्रिटोरियाला त्यांना मदत करणाऱ्या अनामिक आफ्रिकन-अमेरिकन व्यक्तीची स्मृती त्यांच्या मनात जागी होती. भारताचा साम्राज्यशाहीविरुद्धचा लढा आणि काळ्या अमेरिकन्सचा वंशभेदाविरुद्धचा लढा, या दोन गोष्टींत त्यांना साधर्म्य आढळलं होतं.

त्या मुलाखतीच्या दरम्यान तिथे उपस्थित असलेल्या देसाईंनी, हॉवर्ड युनिव्हर्सिटीच्या रॅन्किन चॅपेलचे त्या वेळचे डीन असलेल्या थर्मन यांना सांगितलं की, आपल्या गांधींबरोबरच्या इतक्या वर्षांच्या सहवासात पाहुण्यांचं इतक्या प्रेमानं स्वागत झालेलं कधी पाहिलं नव्हतं. मुलाखतीदरम्यान गांधी अमेरिकन निग्रोंबद्दल, गुलामगिरीच्या एकंदर स्थितीबद्दल आणि त्याला आम्ही कसं तोंड दिलं याबद्दल अगदी खोदून खोदून, चिकित्सकपणे प्रश्न विचारत होते, असं थर्मन यांनी नंतर सांगितलं. वर्णभेद आणखी वाढतोय की कमी होतोय? काळ्या आणि गोऱ्या व्यक्तींमधील विवाहसंबंधांना अमेरिकन कायदा मान्यता देतो का? आणि असे बरेच प्रश्न त्यांनी विचारले.

खटला न चालवता मृत्युदंडाची शिक्षा देणाऱ्यांविरुद्ध अहिंसेचं शस्त्र कसं वापरता येईल, असा प्रश्न स्यू बेली थर्मन यांनी गांधींना विचारला. त्यावर, अशा लोकांविरुद्ध प्रसंगी आत्मबलिदान करून काळ्यांनी असहकाराचं तत्त्व अंगीकारावं, असा सल्ला गांधींनी दिला; पण आपली स्वत:ची अहिंसा अजून परिपूर्ण नसल्याचं सांगितलं. त्यांच्या विनंतीवरून अमेरिकन पाहुण्यांनी एक निग्रो भक्तिगीत म्हटलं आणि त्या गीतात व गांधींकडून ऐकलेल्या विचारात साम्य आढळल्याचं थर्मन यांनी सांगितलं, तेव्हा गांधी म्हणाले :

> *हे जर प्रत्यक्षात उतरलं, तर निग्रोंच्या मार्फत अहिंसेचा पवित्र संदेश सगळ्या जगाला मिळेल ('हरिजन', १४ मार्च १९३६).*

त्यानंतर वर्षभरानं, बेंजामिन ई. मेज आणि चॅनिंग एच. टोबियस हे दोन दुसरे आफ्रिकन-अमेरिकन नेते गांधींना भेटायला सेवाग्रामला आले. टोबियस यांनी विचारलं, 'भविष्यकाळासाठी मी माझ्या निग्रो बांधवांना कोणता संदेश घेऊन जाऊ?' गांधी म्हणाले, *"सत्य त्यांच्या बाजूनं आहे आणि अहिंसेची निवड हे एकमेव शस्त्र त्यांच्या हाती आहे. हे जर त्यांनी उपयोगात आणलं, तर उज्ज्वल भविष्यकाळ त्यांचाच आहे."*

धर्मप्रचारक : ख्रिश्चन पाद्री आणि धर्मप्रचारक (जॉन मॉट, फ्रँक बुचमन, ई. स्टॅन्ले जोन्स, टोयोहिको कागावा, शेरवूड एडी आणि इतर) सतत गांधींना भेटायला

येत असत आणि स्वत: ख्रिश्चन धर्म न स्वीकारता आणि धर्मांतरासाठी धर्मप्रचार करत फिरणं त्यांना अमान्य असूनही गांधींचे त्यांच्यातील बऱ्याच लोकांबरोबर निकटचे, जिव्हाळ्याचे संबंध प्रस्थापित झाले.

ख्रिस्तप्रेमींनी किंवा सेवकांनी सेवा करावी, पण धर्मांतराचा प्रसार किंवा इच्छा करू नये, हे मत ते नेहमी व्यक्त करत असत. 'तुमच्या जगण्यातून तुम्ही जगाला संदेश देऊ शकता. गुलाब काही 'या आणि माझा वास घ्या' असं म्हणत नाही.' (असं त्यांनी जॉन मॉटना सांगितलं, नोव्हेंबर १९३६) पण, कट्टर ख्रिश्चनांबरोबरची मैत्री त्यांना आवडत असे.

गांधींमध्ये परस्परविरोधी गुण होते, असं निरीक्षण स्टॅन्ले जोन्स यांनी नोंदवलं : गांधी जसे पूर्वेचे होते तसेच पश्चिमेचेही होते, शहरी होते तसेच ग्रामीण होते, ख्रिश्चन धर्मामुळे प्रभावित झालेले हिंदू, साधे आणि चतुर, स्पष्टवक्ते, विचारपूर्वक चांगलं वागणारे, गंभीर आणि खेळकर, विनयशील आणि स्वत:ची मतं ठामपणे मांडणारे, असे गांधी होते. अशा सगळ्या गुणांच्या मिलापातून त्यांचं 'गोड व्यक्तिमत्त्व' बनलं होतं, असं जोन्स यांचं म्हणणं होतं, पण पुढे त्यांनी असंही म्हटलं, 'शेवटी खोल ठसा उमटतो तो त्यांच्या व्यक्तिमत्त्वातील माधुर्याचा नाही, तर ताकदीचा.'

१९२९ साली, जॉन मॉट यांनी गांधींना, त्यांच्या मनावर सर्वांत जास्त ओझं कोणत्या गोष्टींचं आहे, असं विचारलं. त्यावर गांधी म्हणाले, *"बायबलमधील शब्द वापरायचे तर, बहुसंख्य सर्वसामान्य जनता आणि तिचं दारिद्र्य यांच्याविषयी असलेली उदासीनता आणि निष्ठुरता, याचं ओझं परकीय सत्तेच्या ओझ्यापेक्षा अधिक आहे."*

१९३८ साली डिसेंबर महिन्यात मॉट आणि गांधी पुन्हा एकदा सेवाग्रामला भेटले. तोपर्यंत, म्युनिक करार झाला होता आणि जगातील सगळ्यांत तल्लख मेंदू अहिंसेच्या बाजूनं विचार करत नसल्यामुळे जगाला झुंडशाहीच्या विरोधात परंपरागत मार्गानंच प्रतिकार करावा लागेल, अशी भीती त्या वेळी गांधींनी व्यक्त केली.

तुमच्या आयुष्यात कोणकोणत्या वेळी ईश्वरी हस्तक्षेप झाला, असं मॉट यांनी विचारल्यावर, दक्षिण आफ्रिकेत झालेल्या हल्ल्यांमधून झालेली सुटका, संघर्षकाळात अत्यंत निकडीच्या वेळी मिळालेली पैशांची मदत, १९१९ साली झालेल्या देशव्यापी हरताळासाठी कारणीभूत ठरलेली प्रेरणा आणि १९३३ सालच्या मे महिन्यात केलेल्या उपवासाची दिशा दाखवणारा तो 'आवाज' अशा घटनांची यादी गांधींनी सांगितली. त्यानंतर मॉट यांनी त्यांना त्यांच्या आयुष्यात मौनाला काय स्थान आहे, असं विचारलं. गांधींनी उत्तर दिलं :

ती माझी आता एक शारीरिक आणि मानसिक गरज होऊन बसली आहे. अगदी सुरुवातीला मी माझ्यावरचं दडपण कमी करण्यासाठी मौनाचा वापर करीत होतो. नंतर, मला लेखन करायला वेळ हवा असायचा म्हणून. मात्र, नंतर मी जसजसा मौन पाळत गेलो, तसतशी मला त्याची आध्यात्मिक शक्ती जाणवायला लागली. मला अचानक असं जाणवलं की, हीच ती वेळ असते, जेव्हा मी ईश्वराशी जास्त एकाग्रतेनं संपर्क साधू शकतो.

ईश्वराजवळ केलेला आक्रोश? : असं असूनसुद्धा, ईश्वराशी होणारा हा संवाद म्हणजे सुटकेसाठी, मदतीसाठी किंवा एखादा चमत्कार घडवण्यासाठी केलेला आक्रोश असा क्वचितच होता. स्वत:चे कष्ट ईश्वराबरोबर वाटून घेण्यासाठी नाही, तर ताकद आणि ज्ञान मिळवण्यासाठी त्या संवादाचा उपयोग त्यांनी केला. गांधींच्या मते, त्यांचं ओझं त्यांना स्वत:लाच वाहायचं होतं.

(१९३६ साली डिसेंबर महिन्यात झालेली ही आणखी काही प्रश्नोत्तरे)

मॉट : तुमच्या दृष्टीनं सगळ्यांत मोठी आशा आणि समाधान तुम्हाला कशापासून मिळतं?

गांधी : ईश्वरावर असलेल्या श्रद्धेतून निर्माण झालेल्या स्वत:वरील श्रद्धेतून.

मॉट : ज्या वेळी तुम्हाला आधाराची गरज भासते, तेव्हा तुम्ही या तुमच्या देवावरच्या श्रद्धेकडे पाहता?

गांधी : हो. त्यामुळेच मी माझं वर्णन नेहमीच एक उन्मुक्त आशावादी असं करतो.

मॉट : मी पण स्वत: तसाच आहे. पापांपासून सुटका कशी करायची, हा आपल्यापुढचा मुख्य प्रश्न असतो. त्यामुळे आपण देवाकडे आधारासाठी वळतो.

गांधी : हो. माझ्यासमोर येणाऱ्या अडचणींमुळे माझी श्रद्धा बळकट होते आणि प्रत्येक अडचणीवर ती मात करते, कधीच विझत नाही. काही महिन्यांपूर्वी मी मुंबईला होतो, तेव्हा माझ्या आयुष्यातला सगळ्यांत काळाकुट्ट क्षण मी अनुभवला. मला मोहात पाडणारा तो क्षण होता. मी झोपेत असताना अचानक मला स्त्रीच्या दर्शनाची इच्छा उत्पन्न झाली. जवळजवळ चाळीस वर्षांपासून इंद्रियांवर विजय मिळवण्याचा प्रयत्न करत असलेल्या माणसाला असा भीतिदायक अनुभव आल्यावर तीव्र दु:ख होणारच.

मी ती भावना दडपून टाकली, पण माझ्या आयुष्यातल्या त्या काळ्याकुट्ट क्षणाच्या समोर मी उभा होतो... मी जी शांती अनुभवतो, तिचा माझे अनेक ख्रिश्चन मित्र हेवा करतात. मोहाचा सामना करण्याची जी शक्ती ईश्वरानं मला प्रदान केली आहे, त्यातून ती शांती येते.

मॉट : मी तुमच्याशी सहमत आहे. 'ज्यांचं मन शुद्ध असतं ते भाग्यवान असतात, कारण त्यांना ईश्वराचं दर्शन होतं.' ('हरिजन'मध्ये २६ डिसेंबर १९३६ साली प्रसिद्ध झालेल्या वृत्तान्तावरून).

मोहाच्या दर्शनामुळे गांधींची प्रतिक्रिया ही तीव्र धक्क्याची आणि आत्मिक बल वाढवण्याचा निर्धार पक्का करण्याची होती; ही शक्ती 'ईश्वराकडून येते' हे त्यांनी त्या वेळी मान्य केलं. आयुष्यभर मानवी प्रयत्नांवरची त्यांची निष्ठा अढळ राहिली, पण ईश्वराच्या इच्छेशिवाय काहीही घडणं शक्य नाही हे मत त्यांनी आपलंसं केलं होतं. हे सत्य त्यांनी स्वीकारलं आणि खरोखर त्याचा अनुभव घेतला.

पण ते सत्य नाकारण्याचा प्रयत्न करणारा एक भागही या व्यक्तिमत्त्वात होता. त्यांचे ख्रिश्चन मित्र ईश्वरी कृपेचा संबंध ख्रिश्चन धर्माशी जोडत होते, बरेच हिंदू दैवी कृपेचं कारण पुढे करून निष्क्रिय राहत होते. गांधी येशूप्रति आपली श्रद्धा दाखवतात आणि हिंदू दैववादावरसुद्धा म्हणजे आपल्या धर्मावरही त्यांची श्रद्धा व्यक्त करतात. त्यांच्या बांधिलकीचा संबंध ख्रिश्चन नीतिमत्तेशी जोडून त्यांचे ख्रिश्चन मित्र आदरभाव व्यक्त करतात, तर हिंदूंना ते आपल्या धर्मातील एक सर्वांत प्रभावशाली आधुनिक उदाहरण वाटतात.

गांधींच्या बाबतीत बोलायचं तर, त्यांच्या ख्रिश्चन मित्रांनी दिलेला खास इशारा ते कधीच विसरत नाहीत. तुलसीदास आणि नरसी मेहतांसारख्या भक्त-कवींनीही त्यांच्या काव्यातून हेच सांगितलं आहे की, दैवी हस्तक्षेपाशिवाय पापापासून मुक्ती मिळणं शक्य नाही. वारंवार, आत्मचरित्रातून आणि इतर लिखाणातून, ते या इशाऱ्याचा उल्लेख करतात. तरीही, देवापुढे गाऱ्हाणं गाणं ही त्यांची पद्धत नाही; ते असं करत असले तर ते बहुधा पडद्याआड; त्याची नोंद नाही. प्रत्येक संकट हे स्व-प्रयत्नांची पराकाष्ठा करण्याची संधी आहे, असंच त्यांनी मानलं आणि स्वत:च्या मनाची-विवेकबुद्धीची आज्ञा पाळणं हीच ईश्वरी कृपा आहे, अशी खात्री बाळगली.

हुडहुडी आणि विचित्र उपचार

१९३० सालच्या उत्तरार्धातील सेवाग्राममधील गांधी शारीरिक आणि मानसिक उलथापालथींनी ग्रस्त होते.

सेवाग्राममधील गांधींची झोपडी ही मुख्यत: कस्तुरबांच्या वापरासाठी होती,

कारण ते स्वत: बहुतेक वेळा उघड्यावर झोपत. सोबत दोन किंवा तीन सहकारी, बहुधा महिला, त्यांच्या आसपास झोपत. आपल्या पतीसोबत कोणताही खास वेळ घालवायला न मिळणाऱ्या कस्तुरबा गांधींना मदत करणाऱ्या या महिला सहकाऱ्यांशी अत्यंत खेळीमेळीनं वागत. त्यांच्यापैकी एक, प्रभावती नारायण यांनी काही आठवणी सांगितल्या :

> *थंडीच्या दिवसांत सेवाग्रामला पहाटे चार वाजताची प्रार्थना झाल्यावर मी बांच्या खोलीत जात असे. आणि बा नेहमी आग्रह करत असत : 'प्रभा, जा आणि थोडा वेळ झोप.' अगदी गोठवणाऱ्या थंडीतसुद्धा बा खोली झाडायच्या; नंतर त्या स्नानासाठी पाणी तापवायच्या आणि झाडणं, पुसणं आवरलं की मला उठवायला यायच्या. माझ्या स्नानासाठी गरम पाणी नेहमीच तयार असायचं.*

१९३७ साली केव्हातरी डॉक्टरांनी आजारी गांधींना घरामध्ये झोपायला सांगितलं, तेव्हा कस्तुरबांनी लगेच जाहीर केलं, 'बापू माझ्या झोपडीत झोपतील.' सुशीलेनं त्या प्रसंगाची आठवण सांगितली आहे :

> *बांची खोली लहान होती. गांधींच्या जवळ आणखी एक किंवा दोन माणसं झोपायची. बांनी बापूंसाठी आणि त्यांच्या सोबत्यांसाठी खोली रिकामी केली आणि त्या व्हरांड्यात आपल्या छोट्या नातवासह, कनूसह (रामदासचा मुलगा) झोपल्या. आपल्या पतीव्यतिरिक्त दुसऱ्या लोकांसाठी खोली रिकामी करताना त्यांनी मुळीच नाखुशी दाखवली नाही.*

दुसऱ्या दिवशी गांधींना अपराध्यासारखं वाटलं आणि ते म्हणाले :

> *बिचाऱ्या बाला तिची खोली स्वत:साठी कधी वापरायलाच मिळत नाही. ही झोपडी मी खास तिच्यासाठी बनवून घेतली आणि मी स्वत: देखरेख करून प्रत्येक बारीकसारीक सोय करून घेतली. तिच्या उतारवयात तिला थोडातरी आराम आणि एकांत मिळावा, असं मला वाटलं आणि आता मी तिच्या खोलीचा ताबा घेऊन बसलो आहे.*

त्याशिवाय, गांधींनी एक सहसा न आढळणारा उपक्रम सुरू केला होता किंवा लवकरच ते सुरू करणार होते. त्यांना अचानक थंडीमुळे हुडहुडी भरायची आणि एखादी महिला सहकारी जवळ झोपली, की त्यांना बरं वाटायचं.

'थंडीच्या दिवसांत गांधींना जर हुडहुडी भरत असेल तर एखाद्या महिलेला जवळ झोपायला सांगण्याऐवजी ते जास्तीचं ब्लँकेट अंगावर का घेत नव्हते?'

गांधींच्या मृत्यूनंतर विल्यम शायरर यांनी स्वाभाविकपणे विचारलेल्या या प्रश्नाचं गांधींकडून थेट उत्तर मिळालेलं नाही. तरीही, हा विचित्र उपचार इतिहासात यापूर्वी वापरला गेला होता.

एरिक्सन यांच्या निरीक्षणाप्रमाणे, बायबलमध्ये असं सांगितलं आहे की, 'रात्री अनेक पांघरुणं घेऊनसुद्धा किंग डेव्हिडला ऊब येत नव्हती, तेव्हा ॲबीशाग नावाच्या तरुण स्त्रीला राजाकडे आणण्यात आलं. तिनं राजाची काळजी घेतली आणि उपचार केले; पण राजाला ती माहीत नव्हती.' (किंग्ज)

आपल्याला हे माहीत आहे की, लहानपणापासूनच मोहनदासला थरथर कापणे व हुडहुडी भरण्याचा त्रास होता. १९३९ साली एप्रिल महिन्यात प्यारेलाल यांनी 'हरिजन'मध्ये लिहिलं की हे थरथरणं एक जुनं लक्षण होतं. तीव्र मानसिक धक्का बसल्यावर हा त्रास त्यांना सुरू होतो आणि त्याची सुरुवात बहुधा कंबरेजवळ तीव्र वेदना होऊन होते.

१९३७मध्ये हा त्रास कशामुळे झाला, ते कोणत्या शारीरिक व्याधीचं लक्षण होतं, की अनेक वर्षांपासून अधूनमधून त्यांच्यावर झालेल्या हल्ल्यांचा तो परिणाम होता, की हरिलालच्या बाबतीत आलेले दु:खद अनुभव, या सगळ्याचा परिपाक होता, हे समजलेलं नाही. किंग डेव्हिडची कथा गांधींना माहीत होती किंवा नाही, हेही कळू शकलेलं नाही.

मागे वळून पाहताना एक स्वाभाविक आलेख दिसून येतो : शारीरिक स्पर्शाची बऱ्याच काळापासून सवय असलेला एक जण आधी आपल्या तरुण सहकाऱ्यांना आसपास झोपायला सांगतो आणि नंतर जवळ खेटून झोपायला सांगतो. हुडहुडी भरण्याचं तात्कालिक किंवा जुनं कारण काहीही असो, महिला सहकारी जवळ झोपणं हे त्यावर उत्तर असायचं आणि ही गोष्ट कस्तुरबांना पूर्णपणे माहीत होती.

'मी जे काही करायचो, त्याची बाला पूर्ण कल्पना असायची', असा दावा १९४७ साली हरिलालच्या मुलाला – कांतीला – पत्र लिहिताना गांधींनी केला होता. या 'उपचारा'वर बांचा काही आक्षेप होता, अशी कुठेही नोंद नाही.

१९३७-३८ सालच्या हिवाळ्यात हे उपचार काही आठवडे सुरू राहिले; एवढंच नाही, तर हा ब्रह्मचर्यावरचा एक प्रयोग आहे आणि उपचार म्हणजे स्वत:त व सहकाऱ्यांत ब्रह्मचर्य बिंबवण्याचं एक साधन आहे, असं समर्थन गांधी करू लागले. कदाचित, आता गरज बनलेल्या या लाजिरवाण्या उपचाराचं उदात्तीकरण ते करत असावेत. तरीही, त्यात सामील असलेल्यांकडून कोणतीही सूचक विधानं केली गेली नाहीत किंवा त्या वेळी आणि नंतरही उघड किंवा छुप्या वासनेचा त्यात काही हात होता, असा आरोपही कुणी केला नाही. गांधी स्वत:ला जेवढं ओळखत होते, त्यानुसार वरील उपचारात वासनेचा लवलेशही नव्हता, असंच त्यांचं म्हणणं होतं.

१९३८ साली ७ एप्रिलच्या रात्री मात्र त्यांना एक मोठा धक्का बसला. (महादेवनं सोडून जाण्याची इच्छा दर्शवली, त्यानंतर थोड्याच दिवसांत हे घडलं. गांधी त्या वेळी जिनांच्या भेटीची शक्यता पडताळून बघत होते.) ते आणि चोवीस वर्षांची सुशीला आणि बत्तीस वर्षांची प्रभावती या त्यांच्या महिला सहकारी सेवाग्रामला उघड्यावर झोपल्या असता गांधींना अचानक उत्तेजना जाणवली. एक आठवड्यानंतर १४ एप्रिल रोजी, त्याची पुनरावृत्ती झाली. (२ जूनला) सहकाऱ्यांना त्यांनी एक खाजगी चिठ्ठी लिहिली :

मला लाज वाटली. त्या (७ एप्रिलच्या) अनुभवानंतर मी रात्रभर झोपलोच नाही. मी अस्वस्थ होतो. मी व्हरांड्यात फेऱ्या मारल्या आणि स्वतःला जरा शांत केलं... माझ्या बिछान्याजवळ झोपणाऱ्या सुशीला आणि प्रभावतीकडून सेवा स्वीकारायला मी लायक नाही, असं मला वाटलं. (पहाट-पूर्व) प्रार्थनेच्या आधी माझ्याबाबतीत घडलेला प्रकार मी त्यांना सांगितला आणि मी त्यांची सेवा यापुढे स्वीकारणार नाही, हेही सांगितलं. परंतु, माझ्या या निर्णयानं त्या दोघींना फार दुःख झालं. पुढच्या बारा तासांत मी माझ्या निर्णयाचा फेरविचार केला आणि त्यांची सेवा चालू ठेवण्याचं ठरवलं.

परंतु, त्यामुळे माझा त्रास कमी झाला नाही. १४ तारखेला मला पुन्हा तसाच अनुभव आला, त्यानं मला आणखीनच शरमल्यासारखं झालं आणि माझ्या दुःखात भरच पडली... या विचारचक्रात सापडलेलो असतानाच जिनांच्या भेटीची वेळ जवळ येत चालली होती... मी माझा आत्मविश्वास गमावून बसलो होतो...

पण ७ एप्रिलच्या अनुभवानंतर माझ्या मनात एक शंका उपस्थित झाली... माझं मन आणि विचार अधिकाधिक शुद्ध का झाले नाहीत?... स्त्रियांशी येणाऱ्या संपर्कामुळे त्या वाटचालीत काही अडथळा तर निर्माण झाला नसेल? या प्रश्नाचं उत्तर कोण देऊ शकेल? त्यावर एकमेव उपाय म्हणजे, ईश्वर जोपर्यंत त्याचं उत्तर देत नाही, तोपर्यंत मी शारीरिक स्पर्श पूर्णपणे टाळला पाहिजे आणि माझं मन समजून घेऊन त्या प्रश्नावर मात केली पाहिजे...

हा प्रयोग इतका भयंकर होता, तर मी तो करायलाच नको होता. जर तो करण्याच्या योग्यतेचा होता, तर माझ्या अटीवर मी माझ्या सहकाऱ्यांना तो करण्यासाठी उद्युक्त करणं गरजेचं होतं. ब्रह्मचर्यानं घालून दिलेल्या मर्यादांचं उल्लंघन करणारा माझा प्रयोग होता...

जो पूर्ण ब्रह्मचर्य पाळू शकतो, तोच संपूर्ण अहिंसा शिकवू शकतो..
खूप विचार केल्यानंतर मी ठरवलं आहे की, शारीरिक संपर्क होईल अशी कोणतीही सेवा मी स्त्रियांकडून स्वीकारणार नाही. अगदीच अटळ परिस्थिती याला अपवाद असेल... मी गमतीनं किंवा आपुलकीनंसुद्धा त्यांना स्पर्श करता कामा नये...
ब्रह्मचर्याची शपथ घेण्यापूर्वी आणि नंतरही मी सहजगत्या किंवा आपुलकीच्या भावनेनं अनेक स्त्रियांना स्पर्श केला. त्याचा कोणताही उलट परिणाम मी अनुभवला नाही आणि कुठल्याही स्त्रीच्या भावना त्यामुळे उद्दीपित झाल्याचं मला माहीत नाही.
माझं नशीब मला कुठे घेऊन जाणार आहे; ते कोण सांगणार? ईश्वराला प्रेमानं शरण जावं आणि त्याची इच्छा नेईल तिकडे जावं, हेच माझं मनापासूनचं मागणं आहे.
माझ्या सहकाऱ्यांपुढे सगळ्या गोष्टी स्पष्टपणे मांडणं हे माझं कर्तव्य होतं. माझ्या विचारात काही त्रुटी असेल तर ती माझा कोणताही सहकारी बिनदिक्कतपणे सांगेल आणि आपली प्रतिक्रिया नोंदवेल, अशी मी अपेक्षा करतो (ही चिठ्ठी २ जून १९३८ रोजी 'असुधारित' अशा शेऱ्यासह लिहिली).

ही चिठ्ठी शंका आणि अस्थिरतेनं पुरेपूर भरली आहे. आपलं अध:पतन ते त्यांनी घेतलेल्या स्वातंत्र्याशी जोडू पाहतात. पण नक्की कोण उत्तर देऊ शकतं? स्वातंत्र्यावर बंधन घातल्यानं कदाचित त्यांची ताकद वाढेल; त्यांचे निर्णय झालेले आहेत पण ते बदलूही शकतात. उदाहरणार्थ, जर सुशीला आणि प्रभावतीसारख्या स्त्रिया अस्वस्थ असतील, ईश्वराच्या मनात काय आहे किंवा माझं नशीब मला कुठे घेऊन जाईल, याबाबत त्यांना खात्री नाही. हा प्रयोग सध्यापुरता संपला आहे; पण कायमचा संपला आहे, असं म्हणणं गरजेचं नाही.

गांधींच्या अध:पतनाचं वृत्त ऐकून त्यांनी स्त्रियांना स्पर्श करणं कमी करावं किंवा पूर्णता थांबवावं असं मीरेनं एप्रिलअखेरीस सुचवलं. ती या प्रयोगाचा भाग कधीच नव्हती, हे आपण लक्षात घेतलं पाहिजे. मीरेच्या बाबतीत गांधी नेहमीच स्वत:ला एक पिता, एक पुरुष म्हणून पाहत असत; (इतर स्त्री-सहकाऱ्यांच्या बाबतीत समजत तसं) 'आई' किंवा 'बहीण' या रूपात पाहत नसत आणि कदाचित त्या दोघांशी संबंधित असा एखादा 'प्रयोग' करण्यात त्यांना तिच्या ब्रह्मचर्याबाबत खात्री नसावी.

मीरेला लिहिलेल्या (३ मे १९३८) उत्तरात गांधींनी स्त्रीच्या मोहापासून बचाव

करण्यासाठी हिंदू धर्मात जे नऊ मार्ग सांगितले आहेत, त्यांबद्दल नाराजी व्यक्त केली. त्या पत्राचे काही भाग हेलावून टाकणारे आहेत :

> *तुझ्या पत्रातून तुझा पारदर्शी स्नेह व्यक्त होतो... तू समजतेस तेवढा हा प्रश्न साधा नाही... ज्याला त्या नऊ तटबंद्यांची गरज भासते, त्या मनुष्यप्राण्याची योग्यताच काय? माझा प्रयोग नवीन आहे, हे तुझं म्हणणं बरोबर आहे. अहिंसेचा माझा प्रयोगही नवाच आहे. दोन्ही एकमेकांशी निगडित आहेत. माझ्या प्रयोगाला काही स्वाभाविक मर्यादा आहेत, हे लक्षात घे. मी कदाचित सुष्ट किंवा दुष्ट शक्तीला प्रवृत्त करू शकणार नाही... तुझ्या संकल्पनेत बसण्याकरता मी माझ्यात काय बदल केले पाहिजेत, हे तू तुझ्या पुढच्या पत्रात स्पष्टपणे लिही. सुशीलेनं देऊ केलेली सेवा मी नाकारली पाहिजे का? लीलावती किंवा अमतस सलाम यांच्याकडून मी मालीश करून घ्यायला नकार द्यावा का? किंवा मी कोणत्याही मुलीच्या खांद्याचा आधार कधीही घेऊ नये, असं तुला म्हणायचं का? मनाच्या या विषण्णावस्थेतून बाहेर पडण्यासाठी मी काय करावं असं तुला वाटतं, ते तू मोकळेपणानं सांग. मला त्यामुळे अजिबात वाईट वाटणार नाही, हे सांगायची गरज नाही. सेवा आणि आपुलकीच्या नात्यानं माझ्याभोवती वावरणाऱ्या लोकांकडून मला सध्या आधाराची गरज आहे; सध्या त्याला मी लायक नसलो तरीही!*
>
> *मला सल्ला देताना हे ध्यानात घे की, मी हे जे काही करत आहे, ते मी आयुष्यभर करत आलो आहे, असं तू म्हणू शकतेस. आणि माझं ब्रह्मचर्य अधिक दृढ आणि समजूतदार झालं आहे... मी प्रगतिपथावर आहे, असं मी समजत होतो. १४ एप्रिलच्या त्या अधोगतीला नेणाऱ्या, घाणेरड्या, कष्टदायक अनुभवानं मला मुळापासून हादरवलं आणि मला असं वाटलं की, मी ज्या कल्पनेतल्या स्वर्गात राहत होतो, तिथून माझ्या गलिच्छपणामुळे ईश्वरानं खाली ढकलून दिलं.*
>
> *माझ्या अनेक मुलांपैकी एकानं जरी मला मदतीचा हात दिला आणि या निराशेच्या खोल गर्तेतून मला बाहेर काढलं, तरी त्या मुलांचा पालक असल्याचा मला अभिमान वाटेल.*

मीरेशी उघडपणे असहमती दर्शवत सुशीलेनं गांधींच्या स्पर्श न करण्याच्या निर्णयाला विरोध दर्शवला (ती डॉक्टर होती). २ जूनची ती चिठ्ठी म्हणजे गांधींची स्वत:ची द्विधा मन:स्थिती आणि त्यांना मिळत असलेले परस्परविरोधी सल्ले, यांवर दिलेली प्रतिक्रिया होती.

त्यांच्या मनाची चलबिचल त्या वेळी त्यांनी प्यारेलाल, सुशीला, मीरा, महादेव आणि इतरांना लिहिलेल्या अनेक पत्रांमधून दिसून आली. त्यांच्या सहकाऱ्यांमधील आपापसातील आणि गांधींशी असलेले संबंध या सुमाराला ताणले गेले होते, क्वचित तुटायच्या बेतात आले होते. काही पत्रांमध्ये ते प्यारेलाल आणि सुशीलेला आपल्याला सोडून न जाण्याची विनंती करतात. सुशीलेच्या महादेव देसाईंच्याप्रति वर्तनाबाबत आपण केलेल्या आरोपांना आपलेच गैरसमज कारणीभूत असल्याचं लिहितात. त्यांच्यात अगदी क्वचितच आढळणारी खिन्नता या पत्रांमधून डोकावते. 'ठाम भूमिके'बद्दल ते सुशीलेला धन्यवादही देतात. पुढे ते लिहितात, 'तू माझ्याकडे मुलगी म्हणून आलीस आणि माझी आई झालीस.'

१ जून रोजी त्यांनी सुशीलेला लिहिलं : *'आता मी 'साधारणपणे'* (हा शब्द ठळक केला आहे) *असं ठरवलं आहे की, शारीरिक स्पर्श ज्यात होईल, अशी सेवा बाशिवाय इतर कोणत्याही स्त्रीकडून मी स्वीकारणार नाही.'* मात्र, दोन दिवसांनी त्यांनी प्यारेलालना लिहिलं: *'जेव्हा ती (सुशीला) आपणहोऊन येईल तेव्हा अर्थातच, मी स्त्रियांकडून जरी सेवा करून घेण्याचं थांबवलं असलं तरी, तिला आलिंगन देईन.'* (३ जून १९३८ रोजी लिहिलेलं पत्र)

ते ज्या सेवांचा उल्लेख करत होते त्या होत्या, त्यांचं जेवण बनवणं आणि वाढणं, स्नानाला मदत करणं आणि तेलानं त्यांना मालीश करणं.

दुसरे एक सहकारी, बलवंतसिन्हांना पाठवलेल्या पत्रात (११ जून १९३८) गांधींनी लिहिलं की, स्त्रियांच्या खांद्यावर हात न ठेवण्याचा १९३५ साली जो निर्णय घेतला, त्याचा अर्थ कोणत्याही मुलीच्या खांद्यावर कधीच हात ठेवणार नाही, असा नव्हता. काही स्त्रियांच्या उपस्थितीत विवस्त्रावस्थेत स्नान करण्याचीही आपल्याला सवय असल्याचा उल्लेख गांधींनी पुढे केला. त्यांनी लिहिलं :

अगदी सुरुवातीपासून मी एक अपवाद म्हणून सुशीला बहनला बासारखंच मानलं... शक्य असतं तर या दोघींचाही स्पर्श मी टाळला असता, परंतु असं करण्याची मला इच्छा नाही कारण त्यामुळे त्या दोघी अतिशय दुखावल्या जातील, शिवाय त्या दोघींच्या स्पर्शानं माझ्या मनात कोणतेही विकार जागृत होत नाहीत.

मी बाला खूप दु:ख दिलं आहे. अजूनही काही वेळा देतो, पण यापुढे आणखी दु:ख तिला देण्याची हिंमत किंवा इच्छा मला नाही...

सुशीलेकडून कोणतीही वैयक्तिक सेवा करून घ्यायची नाही असं एकदा मी ठरवलं होतं, पण बारा तासांच्या आतच माझं मन द्रवलं आणि मी तो निर्णय थांबवला. सुशीलेचे अश्रू आणि प्रभावतीला आलेली भोवळ

मला सहन झाली नाही. मला ते सहन करण्याची इच्छाही नव्हती... मी विवस्त्रावस्थेत स्नान करताना सुशीला तिथे उपस्थित असते आणि तिच्या अनुपस्थितीत बा किंवा प्रभावती किंवा लीलावती तिथे उपस्थित असतात. क्वचित कधी प्यारेलाल असतो, पण जिच्याबरोबरचे संबंध संशयरहित असतील, अशा स्त्रीनं मला विवस्त्रावस्थेत पाहण्यात मला अजिबात शरम वाटत नाही.

गांधींचे सहकारी खरोखरच अस्वस्थ झाले. १९१५ पासून त्यांचे सहकारी असलेल्या, हरिजन आणि आदिवासींच्या सेवेत वाहून घेतलेल्या अमृतलाल ठक्कर, म्हणजेच ठक्कर बाप्पा, यांना खूप वाईट वाटलं, असं गांधींना सांगण्यात आलं. महादेवसुद्धा अस्वस्थ झाले.

काही सहकारी आणि गांधींचं एक मन स्त्रियांशी निकट संबंध त्यागण्याविषयी सांगत असताना, स्त्रियांवर अवलंबून राहण्याची सवय त्याचा विरोध करत होती; शिवाय जवळच्या स्त्रियांची मनं दुखवण्याचा प्रश्न होताच. निकटच्या वर्तुळातील स्त्रिया बदलत असत : काही सोडून जात, काही नव्यानं येत. १९३०च्या दशकाच्या उत्तरार्धात त्यात मुंबईच्या लीलावती असर (१९३८ साली त्या चौदा वर्षांच्या होत्या), प्रभावती नारायण, पूर्व पंजाबातील पतियाळा संस्थानातून आलेल्या एक निष्ठावान मुस्लीम अमतस सलाम आणि सुशीला नायर यांचा समावेश होता.

कस्तुरबांना त्या वर्तुळात खास स्थान होतं; पण फार महत्त्वाचं नसावं. गांधींबरोबरच्या वेळात आणि त्यांची कामं करण्यात वाटेकरी होणाऱ्या इतर स्त्रियांना समजून घेणं त्यांना जमलं होतं आणि काही स्त्रिया कस्तुरबांनाही तितक्याच जवळच्या होत्या. आपल्या पतीनं मुलींकडून सेवा करून घ्यावी, असा आग्रह त्यांनी एकदा निश्चितपणे आणि बहुतेक नेहमी धरला.

सगळ्या विरोधाभासांसकट त्या दोघांमध्ये विलक्षण विश्वास, आदर आणि प्रेम होतं. १९३८च्या उन्हाळ्यात झालेल्या सगळ्या उलथापालथीनंतर लगेचच सरहद्द प्रांतात गांधींनी आपण कस्तुरबांना दिलेल्या कठोर वागणुकीची प्रामाणिक कबुली दिली होती, ही गोष्ट लक्षात घेतली पाहिजे.

इतर कुणापेक्षाही पुरुषार्थात श्रेष्ठ असलेल्या या माणसाचा एखाद्या स्त्रीप्रमाणे कोमलहृदयी राहण्याचा प्रयत्न असायचा. निकटच्या स्त्रीवर्तुळाचाच आपण एक भाग असल्याची जाणीव गांधींना होती आणि बाहेरच्या जगात लढाया लढण्यासाठी हे प्रेम त्यांना शक्ती देत होतं.

आपल्यासारख्या एका अहिंसक सेनानीची शक्ती त्याला कुठून मिळते आणि ती कशामुळे कमी होते, याची गांधींना जाण होती आणि वैयक्तिक इच्छा-अपेक्षाही

त्यांना चांगल्या प्रकारे ठाऊक होत्या, या त्यांच्या दाव्याची दखल आपण घेतलीच पाहिजे. ब्रह्मचर्यपालनाचे आणि सत्याग्रहाचे आपणच प्रथम पुरस्कर्ते आहोत हा विचार, स्त्रियांचा संपर्क टाळण्याच्या सल्ल्याशी विसंगत वाटल्यामुळे तो सल्ला कधी टाळला गेला, पुन्हा पाळला गेला किंवा त्याची अंमलबजावणी पुढे ढकलली गेली...

एक गोष्ट निर्विवादपणे खरी आहे की, प्रत्यक्ष स्पर्श आणि जवळीक यांच्यावर ते अवलंबून होते. या जवळिकीला काही मर्यादा होत्या (तसं त्यांनी मीरेला लिहिलं होतं), तरीही ती जवळीक त्यांना दिलासा देत होती, नवीन शक्ती निर्माण करीत होती. ती त्यांना आईची आठवण करून देते. कधीही कुणी त्यांच्या बालपणी केलं नसेल, असं प्रेम आईनं केलं आणि कुणी दाखवला नसेल इतका विश्वास तिनं दाखवला. गांधींबद्दल बोलायचं तर त्यांच्या मते त्यांनी जितकं प्रेम आईवर केलं; तितकं कुणीही कधीच आपल्या आईवर केलं नसेल. रात्रीच्या वेळी ते आईची माया शोधतात आणि देतात. प्रत्येक सूर्योदयापूर्वी, उभ्या ठाकलेल्या संकटाशी दोन हात करायला नव्या दमानं आणि दुसऱ्या कुठल्याही भारतीयानं न दाखवलेल्या हिमतीनं सज्ज होतात.

कर्तव्याची जाणीव : हुडहुडी भरण्यामुळे (किंवा त्यावरच्या उपचारामुळे) गांधींच्या कर्तव्यतत्परतेवर कोणताही परिणाम झाला नाही. गमावलेला आत्मविश्वास त्यांना फार काळ छळू शकला नाही. १९३८ सालात ते दोन वेळा सरहद्द प्रांतात गेले आणि एकदा पूर्व भारतात. १९३९ साली ते गुजरात, उत्तर प्रदेश, कलकत्ता (कोलकाता), बिहार आणि पुन्हा सरहद्द प्रांतात गेले.

दररोज, मग प्रवासात असो वा सेवाग्रामला असो आणि निराशेच्या दलदलीत असतानासुद्धा गांधी डझनावारी पत्रं लिहीत होते आणि अनेक लोकांच्या भेटी घेत होते. पहाटे साडेतीन वाजता उठणं, दिवसातून दोन वेळा प्रार्थना करणं, एक तासाहून जास्त वेळ सूत कातणं आणि आजारी माणसांची शुश्रूषा करणं या त्यांच्या दैनंदिन कार्यक्रमात कधीही खंड पडला नाही. दर आठवड्याला ते 'हरिजन'साठी लिहीत होते. ते आता एक राजकीय, तसंच सामाजिक सुधारणा करणारं वृत्तपत्रं म्हणून नावारूपाला आलं होतं. काँग्रेस मंत्रिमंडळांना आणि राजकारणाबाहेरच्या आपल्या अनुयायांना सल्ला देण्याचं कामही गांधी सतत करतच होते. आणि जेव्हा आवश्यकता भासेल, तेव्हा काँग्रेसच्या कारभारात ते लक्ष घालत होते : सुभाष बोस यांच्या अध्यक्षपदाच्या काळात त्यांनी निभावलेली भूमिका ही काही एकमेव घटना नव्हती.

गांधींचं दिसणं हे पाहणाऱ्यावर अवलंबून होतं. काहीजणांना ते लहानखुरे आणि कुरूप वाटायचे. पाच फूट सहा इंच उंची असल्यामुळे ते काही उंच म्हणता आले नसते. त्यांचे कान मोठे होते (आताच्या पिढीच्या भाषेत मिकी माऊससारखे

होते) आणि जाड नाकाचा शेंडा खाली झुकलेला तर खालचा ओठ जणू त्याला भेटण्यासाठी वर आलेला.

परंतु ते एखाद्या चकाकणाऱ्या अक्रोडासारखे दिसायचे. त्यांची त्वचा चमकदार होती आणि अंगावर कुठेही जास्तीचं मांस नव्हतं. लुईस फिशर या अमेरिकन पत्रकाराशी त्यांची ओळख झाली, तेव्हा गांधी वृद्ध माणसासारखं दिसत नसल्याचं निरीक्षण त्यानं नोंदवलं. त्यांचे हात लांब होते आणि बोटं सुबक होती. गांधींनी हस्तांदोलन केल्यावर त्यांच्या हाताची मजबूत पकड जाणवायची. त्यांची त्वचा मृदू आणि मुलायम होती, तिच्यावर निरोगी चमक असल्याचंही फिशरला जाणवलं. तिचा रंग तांब्यासारखा असल्याचं निरीक्षणही अनेकांनी नोंदवलं आहे. १९३९ साली भेटलेल्या फ्रान्सिस वॉटसन या ब्रिटिश पत्रकाराला गांधी तांब्यासारखे तुकतुकीत निरोगी वाटले.

रोज तेलानं मालीश केल्यामुळे अर्थातच त्वचेचा पोत सुधारायला मदत झाली असणार. पण आरोग्याचा जिज्ञासू आणि प्रयोगशील वृत्तीनं अभ्यास करणारे गांधी वर्षानुवर्षं स्वतःची काळजी घेत आले होते, खाण्यापिण्याच्या बाबतीत दक्ष होते आणि दिवसाला अनेक मैल चालत होते. *'जशी एखादी गर्भवती स्त्री तिच्या पोटातल्या बाळासाठी स्वतःची काळजी घेते, तसाच मीही घेतो; कारण माझ्या पोटात स्वराज्यरूपी बाळ आहे,'* असं गांधी १९३० साली कालेलकरांना म्हणाले होते. गांधी बसलेले असताना त्यांच्या कृश शरीरात ऊर्जेचं वलय असल्यासारखं वॉटसनला वाटलं होतं. त्यांच्या चालण्यात विजेचं चापल्य होतं आणि चालताना त्यांचा कणा ताठ असायचा.

बहुतेक लोकांना त्यांचं व्यक्तिमत्त्व सामान्य न वाटता ठसा उमटवणारं, म्हातारं न वाटता तरुण, चैतन्यपूर्ण वाटायचं आणि विशेषतः त्यांचं हसणं लोकांच्या मनात ठसायचं. ते स्मित करायचे, तोंडभरून हसायचे, गालातल्या गालात हसायचे, खुदकन हसायचे किंवा मोठ्यानं मनमुराद हसायचे आणि सहसा त्यांना भेटायला आलेले लोकही त्यांच्याबरोबर हसायला लागायचे. गांधी एखाद्या खोलीत आले की चैतन्याची झुळूक आली आहे, असं नेहरूंना आणि इतरांना वाटायचं.

तरीही गांधींची ही प्रसन्नता त्यांच्या दुःखापेक्षा दुय्यम होती. गांधींच्या लुकलुकणाऱ्या डोळ्यांत दुःखाचे खोल डोह नेहरूंना दिसले आणि गांधींभोवती सगळे भावविवश होऊन बसले असताना हंसा मेहतांनी सगळ्यांच्याच मनातलं बोलून दाखवलं : 'त्यांच्या मनात नक्कीच फार मोठं दुःख भरलं असलं पाहिजे, कारण त्यांच्यासमोर मला नेहमीच गहिवरून येत असे.'

काही प्रमाणात हे दुःख स्वतःच्या इच्छा दडपून टाकण्यामुळे होत असलं

पाहिजे हे नि:संशय : त्यांना जे हवं ते त्यांना करता येत नव्हतं. *'देशसेवेसाठी जर मी कशाचा त्याग केला असेल, तर तो इंग्रजी साहित्यामध्ये असलेल्या माझ्या रुचीचा'*, असं त्यांनी १९१५ साली कालेलकरांना सांगितलं होतं. त्यांनी नाकारलेल्या अनेक आनंददायी गोष्टींच्या हिमनगाचं हे एक वर दिसणारं टोक होतं.

सर्वांत मोठ्या मुलाच्या वर्तनाचं मोठं दु:ख तर होतंच. हरिलालच्या दारुण परिस्थितीची येणारी प्रत्येक आठवण हृदयावर सुरा फिरवत असायची. गांधींची ध्येयं उत्तुंग होती, एका प्रचंड देशाशी आणि काही वेळा त्यापेक्षाही मोठ्या असलेल्या मानवतेशी निगडित होती, त्यामुळे त्यांना वाटणारी निराशा ही त्यांच्या मुलाच्या किंवा कुटुंबीयांच्याही पलीकडली होती.

त्यांच्या अंतर्गत संघर्षाचाही त्या दु:खात मोठा वाटा होता– ब्रह्मचर्यावरून चाललेला संघर्ष आपण पाहिला. कोणत्याही वेळी परकी कोण आणि जास्त जवळ असणारी त्यांची माणसं किंवा 'कुटुंब' कोण हे ठरवणं आणि निकटच्या लोकांशी किती कठोरपणे किंवा सौम्यपणे वागावं याबाबत मनात चाललेलं द्वंद्व, असे अनेक संघर्ष होते. दाबून टाकलेल्या दु:खाला एक अस्तर होतं ते भारत आणि सत्याचा आवाज यांमध्ये वेळोवेळी निर्माण होणाऱ्या तणावाचं. हा ताण त्यांना प्रसंगी हिंसाचाराशी जुळवून घेण्याला भाग पाडत होता.

तरी, नेहमी दाबून टाकलेलं दु:ख हे प्रेरणेचा स्रोत ठरत होतं. दु:खाची प्रत्येक आठवण हाती असलेल्या कामगिरीच्या स्मरणाला जन्म देत होती. त्यांच्या बाबतीत दैव आणि दु:ख हातात हात घालून वावरत होते– गालातल्या गालात हसण्याचं कारण बनत होते.

त्यांच्या दु:खाप्रमाणेच प्रसन्नतेलाही बाह्य आणि अंतर्गत कारणं होती. कितीही मंद गतीनं मिळाला तरी चांगल्याचा विजय होतो, यावर त्यांचा विश्वास होता. जीवन जगण्यातला आणि सृष्टीत घडणाऱ्या गोष्टींमागे असणाऱ्या प्रयोजनातला आनंद त्यांना गवसला होता. जगाशी वाटून घेण्याजोगी काही महान सत्यं त्यांना जन्मत:च प्रदान केली गेली आहेत, असं गांधींना वाटत होतं. त्यांतली काही प्रत्यक्षात उतरलेली त्यांनी पाहिली होती. समोर येणाऱ्या प्रत्येक मनुष्यात कोणतातरी महत्त्वाचा गुण त्यांना सापडत असे आणि प्रत्येक दिवस कोणती न कोणती इच्छा पूर्ण करूनच मावळत असे; मग भले बऱ्याच इच्छा अपूर्णतेच्या अंधारात बुडून जात असल्या तरी!

गांधी जगावर प्रभाव पाडण्याच्या प्रयत्नात असले तरी ते भक्तांच्या, अनुयायांच्या शोधात मात्र नव्हते. १९४० सालच्या मार्च महिन्यात कार्यकर्त्यांच्या एका मेळाव्यासमोर बोलताना ते म्हणाले :

अमुक एक जण गांधींचा भक्त आहे, असं कुणी म्हणू नये. मी माझा

स्वत:चाच अनुयायी असणं पुरेसं आहे... तुम्ही अनुयायी नाही, तर माझे सहकारी, विद्यार्थी, यात्रेकरू, संशोधक आणि कामगार आहात.

'भगिनी' किंवा 'मुली'च्या जवळ झोपण्याचा एक अर्थ असाही काढता येईल की, त्यांच्या खांद्यावर असलेल्या प्रचंड ओझ्यामुळे आलेली ती एक प्रतिक्रिया होती : वैयक्तिक दुःख आणि निराशा अधिक ते लढत असलेल्या मोठ्या लढायांचे ताण यांनी ते ओझं बनलेलं होतं. ते अक्षरश: भारताला आपल्या खांद्यांवर वाहून नेत होते. त्या अशक्य ओझ्याखाली काही वेळा त्यांचं संतुलन ढळतं आणि अपारंपरिक मार्गांचा अवलंब ते आधारासाठी करतात; पण खांद्यावरचं ओझं मात्र खाली पडू देत नाहीत.

पुढे ते जरी भारताचे राष्ट्रपिता म्हणून ओळखले गेले, तरी ते भारतमातेचे सुपुत्रदेखील होते. श्रावण त्याच्या आईवडिलांना कावडीत बसवून उचलून नेतो, हे लहानपणी नाटकात बघितलेलं दृश्य मोहनच्या मनावर कायमचं कोरलं गेलं होतं. तसंच भारतमातेलाही गांधी आपल्या खांद्यांवर वाहून नेत होते. आईवडिलांच्या आधी श्रावण स्वर्गवासी झाला आणि त्यांनी शोक केला, तसा गांधींच्या जाण्यानं भारतीयांना करावा लागला. हा भार उचलताना त्यांना विचित्र कसरती आणि तडजोडी कराव्या लागल्या. गांधींच्या पद्धती विशिष्ट आणि विचित्र होत्या; पण भार मात्र सुरक्षितपणे वाहिला जात होता.

कहाण्या : १९३९ साली 'हिंदू संघटने'चे हितसंबंध जपण्याचा दावा करणाऱ्या एका मराठी वर्तमानपत्रानं छापलं, की गांधींचं ब्रह्मचर्य हा त्यांची 'विषयवासना' लपवण्यासाठी वापरलेला बुरखा होता आणि त्यात त्यांनी सुशीलेचा उल्लेख केला. काही मराठी वर्तमानपत्रांनी गांधींचं मनोगत विकृतरीत्या छापलं होतं, त्याचा आधार घेऊन भारतात रस असणाऱ्या एडवर्ड थॉम्पसन या ब्रिटिश इतिहासकारानं ब्रिटिश संसद सदस्यांना अशाच प्रकारची कहाणी ऐकवली असल्याचं वृत्त 'बॉम्बे क्रॉनिकल'मध्ये प्रसिद्ध झालं. त्यावर गांधींना उत्तर द्यायला सांगितलं असता त्यांनी 'हरिजन'मध्ये एक खुलासा लिहिला. त्यात टीकाकारांनी त्यांच्यावर केलेल्या टीकेचं विश्लेषण करताना त्यांनी लिहिलं :

माझ्या आजूबाजूला असलेल्या लोकांमध्ये स्नानाद्वारे औषधोपचार करण्यात आणि मसाज देण्यात डॉ. सुशीला नायर सर्वांत निष्णात आहेत. त्या दोन्ही गोष्टी त्यांनी माझ्यासाठी केल्यामुळे बिचाऱ्या डॉ. नायरना जनतेच्या रोषाला सामोरं जावं लागत आहे. जवळजवळ दीड तासापेक्षा जास्त वेळ चालणाऱ्या या उपक्रमांबाबत कोणतीही गुप्तता पाळली जात नाही, हे मी जिज्ञासूंना मुद्दाम सांगू इच्छितो. ते चालू असताना मी बहुतेक वेळा झोपी

जातो; पण काही वेळा त्या दरम्यान मी प्यारेलाल, महादेव किंवा इतर सहकाऱ्यांबरोबर कामाविषयी बोलत असतो.

अस्पृश्यतेच्या विरोधात प्रत्यक्ष मोहीम उघडल्यानंतर हे आरोप सुरू झाले आहेत, ही गोष्ट माझ्या लक्षात आली आहे. काँग्रेसच्या कृतिकार्यक्रमात अस्पृश्यतानिवारणाचा समावेश झाला आणि मी या विषयावर लोकांशी बोलू लागलो, सभांमध्ये हरिजनांनी उपस्थित राहावं आणि आश्रमात त्यांनी येऊन राहावं असा आग्रह धरला, तेव्हापासून हे सुरू झालं. त्या आधी माझे मित्र असणारे आणि मला मदत करणारे काही सनातनी, नंतर मला सोडून गेले आणि ही बदनामीची मोहीम त्यांनी सुरू केली...

माझी विषयलालसा जागृत झाली असती, तर ते मान्य करण्याचं धाडस मी नक्कीच दाखवलं असतं...

ज्या प्रकारे ब्रह्मचर्याचा मला साक्षात्कार झाला, त्यामुळे मानवाची माता म्हणून स्त्रीकडे मी अनावरपणे खेचलो गेलो. विषयलोलुप प्रेम करण्यापेक्षाही ती फार वरच्या दर्जाची आहे, असं मला जाणवलं. आणि म्हणून त्याच क्षणी प्रत्येक स्त्री माझ्यासाठी बहीण किंवा मुलगी झाली...

दक्षिण आफ्रिकेत असताना बऱ्याच युरोपियन आणि भारतीय भगिनींनी दाखवलेल्या विश्वासामुळे मला आनंद मिळत होता. आणि जेव्हा दक्षिण आफ्रिकेतल्या भारतीय भगिनींना मी सविनय प्रतिकार चळवळीत भाग घ्यायला बोलवलं, तेव्हा त्यांच्यापैकीच मी एक असल्याचं मला जाणवलं. स्त्रीजातीची सेवा करण्यासाठी मी अगदी योग्य असल्याचा शोध मला लागला.

(माझ्यासाठी उत्कंठावर्धक असलेली) गोष्ट थोडक्यात सांगायची तर, मी भारतात परत आल्या-आल्या भारतीय स्त्रियांमध्ये लगेच मिसळून गेलो. मी त्यांची मनं सहज जिंकू शकतो, हा माझ्यासाठी आनंददायी साक्षात्कार होता. मुस्लीम भगिनींनी माझ्यासमोर दक्षिण आफ्रिकेत पडदा पाळला नाही आणि इथेही पाळला नाही.

आश्रमात माझ्या आजूबाजूला महिला झोपतात, कारण माझ्या सहवासात त्यांना सर्वार्थानं सुरक्षित वाटतं. सेवाग्राम आश्रमात अजिबात एकांत नाही, ही गोष्ट लक्षात ठेवण्यासारखी आहे.

स्त्रियांबद्दल मला शारीरिक आकर्षण वाटलं असतं, तर आयुष्यातल्या या टप्प्यावरसुद्धा बहुपत्नीकत्व स्वीकारण्याइतकं धाडस माझ्यात नक्कीच आहे. मी अनिर्बंध प्रेमावर विश्वास ठेवत नाही; मग ते गुप्त असो वा उघडपणे केलेलं असो ('हरिजन', ४ नोव्हेंबर १९३९).

ब्रह्मचर्य, शक्ती आणि हाक : तत्पूर्वी, १९३८ साली जुलै महिन्यात लिहिलेल्या एका लेखातून त्यांनी आपल्या श्रद्धा आणि शंकासुद्धा शब्दबद्ध करून लोकांसमोर मांडल्या होत्या.

सत्याग्रहाच्या सेनानीच्या शब्दांमध्ये काहीतरी शक्ती असली पाहिजे– अमर्याद शस्त्रं बाळगल्यामुळे येणारी शक्ती नव्हे; तर पवित्र जीवनामुळे, कठोर उपासनेमुळे आणि अविरत परिश्रमांमुळे येणारी शक्ती.

एखादा अपवित्र विचार जसा ब्रह्मचर्य नष्ट करायला पुरेसा आहे, तसाच रागसुद्धा. जीवनाच्या निर्मितीसाठी आवश्यक असणारं चैतन्य जतन करण्यातून आणि त्याचं उदात्तीकरण करण्यातून सगळी शक्ती मिळत असते. हे चैतन्य फुकट वाया घालवण्यापेक्षा जर ते जोपासलं, तर अतिशय उच्च दर्जाची निर्मिती त्यापासून होऊ शकते.

माझं ब्रह्मचर्य पुस्तकी ज्ञानातून आलेलं नाही. माझ्या स्वत:च्या मार्गावरचे आणि माझ्या आमंत्रणावरून या प्रयोगात सामील झालेल्यांसाठीचे नियम मी आखले. परंपरेनं चालत आलेली बंधनं मी पाळली नाहीतच; पण स्त्री ही सर्व मोहाचं आणि नाशाचं मूळ आहे, ही धार्मिक साहित्यातील संकल्पना मी कधीही मान्य केली नाही.

स्त्रीचा स्पर्श पुरुषाच्या अध:पतनाला कारणीभूत नसतो; उलट, अनेकदा तो स्वत:च तिला स्पर्श करण्याच्या योग्यतेचा नसतो. पण, ब्रह्मचाऱ्यानं किंवा ब्रह्मचारिणीनं भिन्नलिंगी व्यक्तींशी संबंध ठेवताना पाळावयाच्या मर्यादांचं स्वरूप काय असावं, याबद्दलच्या शंकेनं मला एवढ्यात घेरलं आहे. मी ज्या मर्यादा घालून घेतल्या आहेत, त्यांनी मी समाधानी नाही.

अहिंसेवरची माझी श्रद्धा नेहमीसारखीच दृढ आहे. आपल्या देशातील सगळ्या गरजा पूर्ण करण्यासाठी ती समर्थ आहेच, पण तिचा योग्य वापर केला, तर भारताबाहेर सुरू असलेल्या आणि पाश्चिमात्य जगाला गिळंकृत करू पाहणाऱ्या भीषण रक्तपाताला रोखण्याचं सामर्थ्य तिच्यात आहे, यात मला तिळमात्रही शंका नाही...

जवळजवळ गेलं अर्धशतक मी हे जे माझ्यावर सोपवलेलं काम करतो आहे. ते करण्यासाठी माझी गरज उरली नाही, की कदाचित ईश्वर मला घेऊन जाईल. पण, माझ्यासाठी अजून काम बाकी असेल, अशी मला आशा आहे. मला गिळंकृत करू पाहणारा अंधार नाहीसा होईल आणि दांडीयात्रेपेक्षा मोठा संघर्ष होऊन किंवा असा कोणताही संघर्ष न होता अहिंसेच्या मार्गानं भारताला स्वत:चं अस्तित्व सापडेल, अशीही मला

आशा आहे (२३ जुलै १९३८).

म्युनिक कराराच्या दोन महिने आधी लिहिलेल्या वरील लेखात गांधी जाता-जाता युरोपातील युद्धाच्या शक्यतेचा ओझरता उल्लेख करतात आणि भारतात आणखी मोठा संघर्ष घडण्याची शक्यता व्यक्त करतात, हे आपण ध्यानात घेऊ या.

राजकोट : ब्रिटिश प्रांतांमध्ये स्वत:ची सरकारं आली, तर संस्थानांमध्येही प्रजासत्ताक पद्धत लागू करायला नको का? हा स्वाभाविक प्रश्न १९३८ साली मार्च महिन्यात हरिपुराला झालेल्या काँग्रेस अधिवेशनातही उपस्थित केला गेला होता. भारतीय संस्थानिकांची ब्रिटिश साम्राज्याशी जवळीक वाढू नये, यासाठी गांधी प्रयत्नशील होते आणि म्हणून संस्थानांमध्ये प्रजामंडळांच्या झालेल्या उदयाला त्यांच्या शुभेच्छा होत्या. काही काँग्रेसनेत्यांना त्या मंडळांना मदत करण्याची संमतीही त्यांनी दिली.

राजकोटची अवस्था दयनीय होती. तिथला सत्ताधीश धर्मेंद्रसिंग दुबळा आणि बेजबाबदार होता, उधळ्या होता. त्याचा दिवाण वीरावाला (हा काबा गांधींनंतर दिवाण झाला होता.) याला तांदूळ, काड्यापेट्या, साखर आणि सिनेमांची तिकिटं विकण्याचे मक्तेदार नेमण्यासाठी लिलाव पुकारण्याचा अधिकार धर्मेंद्रसिंगनं दिला होता. राज्याच्या मालकीच्या सूतगिरणीत दिवसाला चौदा तास काम करण्याची सक्ती कामगारांवर केली गेली होती. वीरावालानं जुगार खेळण्याची मक्तेदारीही विकली आणि राजकोटचं विद्युत्केंद्र गहाण टाकण्याची योजना बनवली.

मक्तेदारी देण्याविरुद्ध लोकांनी उघडलेल्या मोहिमेचा तरुण नेता यू. एन. ढेबर यानं धार्मिक सुट्यांच्या दिवशी जुगाराचे अड्डे बंद ठेवण्याची मागणी केली, तेव्हा त्याला अटक झाली आणि अनेक लोकांना मारहाण झाली. वल्लभभाई पटेलांनी मध्यस्थी केली. १९३८ सालच्या सप्टेंबरमध्ये ते राजकोटला गेले आणि म्हणाले, ''सत्ताधीशाला सत्तेवरून खाली खेचण्याची आमची इच्छा नाही. आम्हाला त्याच्या अधिकारावर मर्यादा आणायची आहे.''

ब्रिटिश सरकार राजकोटच्या जनतेच्या बाजूनं हालचाल करत आहे, असं दिसत होतं. ब्रिटिश दिवाण सर पॅट्रिक कॅडेल यांनी वीरावालाकडून अधिकार आपल्या हाती घेतले आणि ढेबरला सोडून दिलं. परंतु राजाचा वैयक्तिक सल्लागार म्हणून वीरावाला कायम राहिला आणि त्यानं धर्मेंद्रसिंगच्या सहीचं एक पत्र तयार करून काठियावाड संस्थानांचे निवासी अधिकारी ई. सी. गिब्सन (चार्ल्स ऑलिव्हंट यांच्यानंतर पदभार सांभाळणारे) यांना पाठवलं. त्यात कॅडेल यांचं दिवाणपद काढून घेण्यात यावं, अशी विनंती करण्यात आली होती. मात्र, उत्तरादाखल गिब्सन यांनी

वीरावालालाच राजकोट सोडून जाण्यास सांगितलं. कॅडेल तिथेच राहिले आणि वीरावाला गेला. पण ढेबर आणि त्यांचे सहकारी यांनी चळवळ पुन्हा सुरू केल्यावर त्यांना अटक झाली. त्यांच्या समर्थनार्थ पटेलांची मुलगी मणिबेन राजकोट संस्थानातल्या खेड्यांमध्ये जाऊन चळवळ चालवू लागली. तिला ५ डिसेंबर रोजी अटक झाली.

सत्ता परत मिळवण्यासाठी वीरावाला आता एक धूर्त चाल खेळला. कॅडेल यांना काही कळू न देता, स्वत: वीरावाला, धर्मेंद्रसिंग आणि पटेलांसारख्या इतर भारतीयांनी आपापसांत हा वाद मिटवावा, असं त्यानं पटेलांना सांगितलं. पटेल करत असलेल्या तथाकथित विश्वासघाताची खबर गिब्सन आणि कॅडेल यांच्या कानावर जाईल. अशीही व्यवस्था त्यानं करून ठेवली.

२८ डिसेंबर रोजी पटेल आणि सत्ताधीश यांच्यात समझोता झाल्याचं जाहीर करण्यात आलं. ढेबर, मणिबेन आणि इतर लोकांची सुटका करण्यात आली आणि सुधारणेच्या योजना तयार करण्यासाठी एक समिती नेमण्याचं वचन धर्मेंद्रसिंगनं दिलं. पटेलांनी निवडलेले सात लोक आणि त्यानं निवडलेले तीन लोक त्या समितीत असतील, असंही त्यानं सांगितलं. मात्र, पटेलांनी जनतेची चळवळ थांबली असं जाहीर केल्यावर आणि ज्या वेगानं आणि नाट्यपूर्णरीत्या समझोता झाला, त्यामुळे निवासी अधिकारी गोंधळून गेला असेल, असं कल्पनाचित्र रंगवल्यावर गिब्सन यांनी धर्मेंद्रसिंगकडे पटेलांविषयी तक्रार करायला सुरुवात केली.

समझोत्यावर सही केल्यानंतर तीन आठवड्यांनीच राजानं करार मागे घेतला. एवढंच नाही, तर कॅडेलना काढून वीरावाला पुन्हा दिवाणपदी विराजमान झाला! पटेलांच्या सांगण्यावरून लढा पुकारण्यात आला. तो कठोरपणे दडपण्यात आला. वर्तमानपत्रांना राजकोटचे दरवाजे बंद झाले, सभांवर बंदी आली. बंदीहुकूम मोडणाऱ्यांना मारहाण झाली आणि त्यांची मालमत्ता जप्त झाली.

'संस्थानांमधली स्वातंत्र्याची चळवळ आता नव्या टप्प्यात प्रवेश करत आहे.' गांधींनी २८ जानेवारी १९३९ रोजी 'हरिजन'मध्ये लिहिलं. राजकोटव्यतिरिक्त ओरिसा प्रांतातील संस्थानांमध्ये त्यांना दडपशाहीच्या घटना आढळून आल्या, राजपुतानातील जयपूरला पण अशा काही घटना घडल्या, त्रावणकोरला धार्मिक आणि जातीय तेढ निर्माण होण्याचं संकट उभं राहिलं.

ब्रिटिश सत्तेविरुद्ध जे लक्ष केंद्रित करायला हवं, ते अस्पृश्यतानिवारण आणि हिंदू-मुस्लीम प्रश्नामुळे विचलित होत असल्याबद्दल गांधींना त्यांचे सहकारी नेहमी सांगत. आता आणखी एक नवीन प्रकरण सुरू केलं, म्हणून त्यांच्यावर टीका झाली. राजकोटला निर्माण झालेल्या गुंतागुंतीच्या परिस्थितीत अडकत चालल्याबद्दल त्यांना सावध करण्यात आलं. त्याच सुमाराला सुभाष बोस पुन्हा निवडणुकीला उभे राहत असल्यामुळे काँग्रेसमध्येही पेच निर्माण झाला होता.

पण, स्वातंत्र्यप्राप्तीकडे जाणाऱ्या मार्गावरून जाताना संस्थानांनाही बरोबर घेऊन जावं लागणार होतं, हे गांधींना पूर्वीपासूनच माहीत होतं. राजकोटच्या बाबतीत बोलायचं तर गांधींचा उजवा हात असलेल्या पटेलांचा जो विश्वासघात झाला, त्याला प्रत्युत्तर द्यायलाच हवं होतं. शिवाय, राजकोट हे त्यांचं स्वत:चं संस्थान होतं आणि गांधींच्या उपस्थितीत धर्मेंद्रसिंगांचे वडील लखाजीराज १९२५ साली म्हणाले होते : 'मला स्वत:ला गांधीजींचा लेफ्टनंट व्हायला आवडेल. मी वल्लभभाईंपेक्षा सरस का नाही ठरू शकणार?'

कस्तुरबांचा बालपणीचा काळही राजकोटला व्यतीत झाला होता. डिसेंबरमध्ये मणिबेनला अटक झाल्यावर कस्तुरबांनी गांधींकडे तिथे जाण्याची परवानगी मागितली. पण काही दिवसांपूर्वीच दिल्लीला देवदासच्या घरी त्या भोवळ येऊन पडल्या होत्या, त्यामुळे या साहसासाठी त्या फार अशक्त आहेत, असं त्यांच्या पतीचं मत पडलं. जानेवारीच्या अखेरीस बांनी पुन्हा एकदा जाण्याविषयी विचारलं. या वेळी मात्र गांधींनी त्यांना जाऊ दिलं. 'हरिजन'मध्ये त्यांनी लिहिलं (४ आणि ११ फेब्रुवारी १९३९) :

माझ्या पत्नीची तीव्र इच्छा आहे... ती जरी माझ्याइतकीच वृद्ध आहे आणि तुरुंगात भोगाव्या लागणाऱ्या अपेष्टांना तोंड देऊ शकेल इतकी ठणठणीत नाही, तरी राजकोटला गेलंच पाहिजे, असं तिला वाटतं. ही तिच्या अंतरीची हाक आहे. राज्यातील स्त्री-पुरुषांच्या स्वातंत्र्यासाठी राजकोटच्या मुली जिवाचं रान करत असताना ती शांत बसणं शक्यच नव्हतं. भारताच्या नकाशात राजकोटला गौण स्थान आहे, यात शंका नाही. पण माझ्या आणि माझ्या पत्नीच्या आयुष्यात त्याचं स्थान गौण नाही.

फेब्रुवारीच्या प्रारंभी कस्तुरबांनी मणिबेन आणि मृदुला साराभाई (अंबालाल यांची मुलगी) यांच्यासह राज्यात प्रवेश केला. तिघींनाही अटक झाली, त्यांना अत्यंत गलिच्छ जागी डांबून ठेवण्यात आलं आणि सेवाग्रामला गांधी आजारी असल्याचं खोटं वृत्त देण्यात आलं. ती आता 'सरकारी पाहुणी' झाली आहे या गोष्टीचं आपल्या पत्नीला स्मरण देत गांधी रोज त्यांना पत्र लिहीत आणि बासुद्धा गांधींना लिहीत. त्या आजारी पडल्या, गांधींनाही बरं वाटत नव्हतं आणि दोघंही एकमेकांची काळजी करत होते.

कस्तुरबांना पत्र, ९ फेब्रुवारी :
सध्यापुरतं मी मुलींकडून सेवा करून घेणं थांबवलं आहे. अस्वस्थ होऊ नकोस. काय करायचं ते मी बघतो. अर्थातच सुशीला माझी काळजी घेतेच आहे.

कस्तुरबांच्या हालअपेष्टांमुळे भारतात बऱ्याच लोकांच्या मनात खळबळ माजली आणि त्यांच्या पतीलाही चिंता वाटू लागली. फेब्रुवारी महिन्याच्या शेवटी आपणच आता राजकोटला जावं, असं गांधींना वाटायला लागलं. तिथे वीरावाला गांधींना भेटायला आला, त्यांच्यापुढे लोटांगण घातलं आणि साडेतीन तास तिथे थांबला; पण २८ डिसेंबरला झालेल्या कराराच्या वैधतेवर त्यानं प्रश्नचिन्ह उपस्थित केलं. शिवाय गांधी धर्मेंद्रसिंगला भेटतील तेव्हा तिथे उपस्थित राहण्याचा आग्रह धरला. निवासी अधिकारी गिब्सन यांना लिहिलेल्या पत्रात गांधी लिहितात की, *'जबाबदार, विचारी सत्ताधीश' असा या राजाबाबत विचार करणं हे लबाडाला पैसे देण्यासारखं आहे. सर्वार्थानं राजकोटचा सत्ताधीश असलेला वीरावाला अत्यंत बेभरवशाचा आहे* (४ मार्च १९३९).

३ मार्च रोजी गांधींनी उपवास सुरू केला आणि राजानं पटेलांना दिलेल्या वचनाची पूर्तता व्हाइसरॉय करतील, अशी आशा व्यक्त केली. (राजकोटला असल्यामुळे स्वाभाविकपणे) आईची आठवण येऊन ते म्हणाले :

> *उपवास करणं माझ्या रक्तात आणि हाडीमांसी रुजलं आहे. माझ्या आईच्या दुधातूनच ते माझ्यात भिनलं आहे. कुणी आजारी असेल... तिला दुःख झालं असेल... व्रताचा काळ असो-नसो, माझी आई उपवास करायची. मी, तिचा मुलगा, दुसरं काय करणार?*

चिंताक्रांत कस्तुरबा, मणिबेन आणि मृदुलाला तीन दिवसांनी सोडण्यात आलं. त्याहून महत्त्वाचं म्हणजे, डिसेंबरअखेरीस झालेल्या कराराबाबत असलेला वाद भारताचे मुख्य न्यायाधीश सर मॉरिस ग्वायर यांच्यासमोर ठेवता येईल, असं गिब्सन यांचे वरिष्ठ व्हाइसरॉय लॉर्ड लिन्लिथगो यांनी एका संदेशाद्वारे गांधींना सुचवलं.

ही सूचना स्वीकारून गांधींनी चौथ्या दिवशी उपवास थांबवला. ३ एप्रिल रोजी वीरावालाची सुनावणी होऊन ग्वायर यांनी पटेल निर्दोष असल्याचा निकाल दिला आणि कराराची अंमलबजावणी व्हावी, अशी सरकारची इच्छा असल्याचं व्हाइसरॉयनं जाहीर केलं.

गांधींनी व्हाइसरॉयना धन्यवाद दिले, पण हा प्रभावी विजय अल्पजीवी ठरला. हार नाकबूल करून वीरावालानं राजकोटमधल्या अल्पसंख्याकांना भडकवण्याचा उद्योग सुरू केला. राज्यातील मुस्लीम, गरासिया (जमीनदार) आणि भायत (राजाचे आप्त) हे सगळे पटेलांनी नियुक्त केलेल्या व्यक्तींनी चालवलेल्या अल्पसंख्याकांच्या तथाकथित दडपशाहीच्या विरोधात वीरावालानं सुरू केलेल्या मोहिमेत सामील झाले.

हिंसेचा इशारा : पटेलांच्या जिवाला धोका आहे, असं बोललं जात होतं. नंतर १६ एप्रिल रोजी राजकोटला, सत्तराव्या वाढदिवसाकडे वाटचाल करणारे,

अजून पूर्ण बरे न झालेले गांधी एका प्रार्थनासभेत बसले असताना ६०० तगडे भायत तलवारी परजत आणि मुस्लीम लाठ्या-काठ्या घेऊन तिथे आले आणि त्यांनी गांधींभोवती असलेलं नि:शस्त्र स्वयंसेवकांचं कडं तोडण्याचा प्रयत्न केला.

गांधींच्या बाजूलाच उभा असलेला आणि दांडीयात्रेत कुमारवयातच भाग घेतलेला सव्वीस वर्षांचा कालेलकरांचा मुलगा बाळ याला बापूजींचं सगळं शरीर प्रचंड थरथरत असलेलं दिसलं. बाळला वाटलं की ही थरथर भीतीमुळे सुरू झाली नव्हती; त्यांच्या चेहऱ्यावर निर्भयता स्पष्ट दिसत होती. घृणास्पद हिंसेविरुद्ध बंड करून उठलेल्या शरीराची ती प्रतिक्रिया होती.

जवळच उभ्या असलेल्या प्यारेलालनं जे लिहिलं ते आपण या आधीच वाचलं आहे. 'कंबरेजवळ तीव्र वेदना होऊन ही थरथर अचानक सुरू व्हायची. तीव्र मानसिक धक्का बसल्यावर हे लक्षण दिसू लागतं आणि त्रास सुरू होतो, असं त्यांनी लिहिलं. प्यारेलाल पुढे लिहितात :

> *धक्काबुक्की करणाऱ्या त्या गर्दीमध्ये ते काही क्षण अविचल आणि शांत उभे राहिले, त्यांचे डोळे मिटलेले होते, आपल्या सहकाऱ्यांच्या आधारानं ते उभे होते आणि मूक प्रार्थनेतून स्वत:ला दिलासा देण्याचा प्रयत्न करत होते... पुरेसं सावरल्यानंतर हल्लेखोरांना एकटंच सामोरं जाण्याचा निश्चय त्यांनी बोलून दाखवला. समोर उभ्या असलेल्या एका भायतला उद्देशून ते म्हणाले : 'तुझ्या एकट्याच्या संरक्षणाखाली मला जायची इच्छा आहे, सहकाऱ्यांबरोबर नाही.'*

बाळ कालेलकरनं लिहिलेल्या वृत्तानुसार असं सूचित होतं, की या वेळी ती प्रार्थना मूक नव्हती, गांधींनी ईश्वराचा धावा केला होता :

> *अचानक त्यांनी डोळे मिटले आणि प्रार्थना सुरू केली, ज्या आवेगानं ते रामनाम घेत होते, तो मी कधीच यापूर्वी पाहिला नव्हता. मी पण त्यांच्या प्रार्थनेत सामील झालो आणि देवाचं नाव घेताना मी त्यांच्या पाठीवर एका विशिष्ट लयीत थोपटू लागलो...*
>
> *प्रार्थना फळाला आली. बापूजींनी डोळे उघडले तेव्हा एखादी जादू व्हावी तशी एक नवीनच शक्ती त्यांच्यात संचारली होती. त्यांनी ठाम स्वरात सगळ्या स्वयंसेवकांना त्या ठिकाणाहून जायला सांगितलं आणि त्या भाडोत्री गुंडांसमोर त्यांना एकटं सोडायला सांगितलं...*
>
> *मग त्यांनी त्या टोळीच्या म्होरक्याला बोलावलं. तो जमावाला पांगवण्यात गुंतला होता. त्याला गांधींनी विचारलं की, मी आता पूर्णपणे तुमच्या ताब्यात आहे, तुमचा मुद्दा काय आहे तो तुम्ही स्पष्ट करून सांगणार*

आहात का? जर असं नसेल तर पुढे काय करायचा तुमचा विचार आहे, ते तरी सांगाल का? सगळे आश्चर्यानं पाहत असता, त्या गुंडाचा हिंस्रपणा बर्फ वितळावा तसा वितळून गेला. टोळीचा तो म्होरक्या बापूजींच्या समोर हात जोडून उभा राहिला... त्या संध्याकाळी ते त्या म्होरक्याच्या खांद्यावर एक हात ठेवून त्याच्याबरोबर चालत घरी गेले.

थरथरणाऱ्या पण अंततः सफल झालेल्या या धाडसाच्या कहाणीत त्या तरुण माणसानं निभावलेली भूमिका लक्षात घेण्यासारखी आहे. बाळच्या आश्वासक आणि प्रेमळ थोपटण्यानं गांधींना सावरायला मदत केली होती.

पराभवाची कबुली : गांधींना काही त्रास न देता जाऊ दिलं असलं तरी, पटेलांनी नामनिर्देशित केलेल्या व्यक्तींमुळे आणि तरुण ढेबरमुळे राजकोटवरचं आपलं वर्चस्व कमी होऊ देण्याच्या मन:स्थितीत भायत नव्हते. वीरावालानं भडकवून ठेवलेल्या भायत, गरासिया आणि मुस्लीम लोकसंख्येचा एकूण लोकसंख्येत केवळ पंधरा टक्के वाटा होता; पण राज्यातील पोलीस आणि इतर ताकदवान लोकांमध्ये त्यांचा भरणा जास्त प्रमाणात होता.

त्यांच्या मदतीनं कराराची अंमलबजावणी वीरावालानं रोखून धरली होती. रिकाम्या हातांनी, थकल्या शरीरानं आणि राखरांगोळी झालेल्या आशा घेऊन २४एप्रिल रोजी गांधींनी राजकोट सोडलं.

या सगळ्या घडामोडींवर विचार करण्याची गरज निर्माण झाली. राजकोटमध्ये लोकप्रतिनिधींचं सरकार तयार करण्याची निव्वळ सुरुवात केल्यानंतर अल्पसंख्याकांकडून विरोध झाला होता. सरंजामशाहीच्या विरुद्ध लढा पुकारताच जातीय आणि धार्मिक तेढ निर्माण झाली होती. त्यापेक्षाही, सरंजामशाहीचा बीमोड करण्यासाठी गांधींना साम्राज्यशाहीच्या प्रतिनिधीकडे मदतीसाठी हात पसरावा लागला होता.

त्यांना, पटेलांना आणि राजकोटमधल्या बहुतांश लोकांना त्यांचा 'विजय' व्हाइसरॉयनं मिळवून दिला होता. लिन्लिथगोंना मध्यस्थी करायला सांगून गांधींनी सरकारची प्रतिष्ठा वाढवली होती. त्यांना हे पक्कं माहीत होतं की इतर–म्हणजे जिना, संस्थानिक राजे, जमीनदार, आंबेडकर, सावरकर आणि त्यांच्यासारखे बाकीचे– सरकारकडे मदत मागायला गेले, तर व्हाइसरॉय त्यांना नकार देऊन गांधींच्या मतांप्रमाणे चालतील, अशी मुळीच शक्यता नव्हती.

लिन्लिथगोंना केलेली विनंती अवेळीही केली गेली होती; कारण गांधींच्या जवळ असलेले नेते ब्रिटिशांशी संधान बांधून असल्याचा आरोप सुभाष बोसांनी नुकताच केला होता. ग्वायर यांनी दिलेला पण अमलात न येऊ शकणारा पुरस्कार अखेरीस १९३९ सालच्या मे महिन्यात गांधींनी नाकारला आणि व्हाइसरॉयची मदत

घेण्यात आपण चूक केली असल्याचं सांगितलं. संस्थानांतर्गत स्वातंत्र्य मिळवण्यासाठी पुन्हा केव्हातरी, वेगळ्या मार्गानं प्रयत्न करावे लागणार होते.

भारत गुंतागुंतीचा होता, पण स्वातंत्र्याकडील त्याचा प्रवासही गुंतागुंतीचा होता यावर राजकोटमधल्या घडामोडींनी शिक्कामोर्तब केलं. या घडामोडींतून अजून काय घडलं? नवीन नेतृत्वाचा उदय झाला. १९४८ साली ढेबर (१९०५-७७) सौराष्ट्राचे मुख्यमंत्री झाले आणि १९५५ ते १९५९ त्यांनी काँग्रेसचं अध्यक्षपद भूषवलं. राजकोटमधल्या घटनांनी कस्तुरबांना नवी प्रतिष्ठा मिळवून दिली आणि गांधींमधल्या जुन्या, पण सहनशक्तीची परीक्षा पाहणाऱ्या संबंधांना नवीन खोली मिळवून दिली.

जुलैत दोघं जेव्हा वायव्य सरहद्द प्रांतात गेले (गांधींची ही तिसरी भेट होती), तेव्हा त्यांच्या यजमानांना कस्तुरबांची प्रकृती 'बापूंपेक्षाही अत्यंत चांगल्या अवस्थेत' दिसली. काहीही असो, गांधींच्या मते 'राजकोट ही त्यांच्यासाठी अमूल्य प्रयोगशाळा ठरली.' ('हरिजन', २९ एप्रिल १९३९).

हिटलर, ज्यू आणि पॅलेस्टाईन

जर्मन लष्करशाही आणि तिचा प्रतिकार, ज्यूंच्या कत्तली आणि पॅलेस्टाईनमध्ये ज्यूंचं प्रस्थापीकरण करण्याचा विचार यांवर प्रतिक्रिया व्यक्त करावी म्हणून गांधींना आग्रह करण्यात आला, त्यावर १९३८ सालच्या नोव्हेंबर महिन्यात त्यांनी आपली मतं व्यक्त केली :

> *माझी सगळी सहानुभूती ज्यूंच्या बरोबर आहे. दक्षिण आफ्रिकेत मी त्यांना जवळून पाहिलेलं आहे. त्यातल्या काहींशी माझा जन्माचा स्नेह जुळलेला आहे. या मित्रांकडूनच मला ज्यूंच्या पूर्वापार होत असलेल्या छळाबद्दल समजलं आहे. ख्रिश्चन धर्मातील ते अस्पृश्य आहेत...*
>
> *परंतु, माझी सहानुभूती मला योग्य न्यायनिवाड्याकडे काणाडोळा करू देत नाही... जसं इंग्लंड इंग्रज लोकांचं आणि फ्रान्स फ्रेंच लोकांचं आहे, तसंच पॅलेस्टाईन अरबांचं आहे. ज्यूंना त्यांच्या माथी मारणं ही चुकीची आणि अमानुष बाब आहे... ज्यू जिथे जन्मले आणि वाढले, तिथेच त्यांना न्याय्य वागणूक मिळावी, हेच योग्य ठरेल...*
>
> *पण जर्मनांनी ज्यूंचा चालवलेला छळ हा इतिहासात अभूतपूर्व आहे. जुन्या जमान्यातल्या हुकूमशहांची डोकी आताच्या हिटलरएवढी कधीच फिरली नव्हती. तो त्याच्या कृतीचं धर्माच्या नावाखाली समर्थन करत आहे; कारण, तो संपूर्ण लष्करी राष्ट्रवाद नावाचा एक नवा धर्म जन्माला घालत आहे... मी जर ज्यू असतो आणि जर्मनीत जन्मून तिथेच स्थायिक झालो असतो,*

तर एखाद्या ज्यू नसलेल्या जर्मन माणसाप्रमाणेच मी जर्मनीला माझं घर मानलं असतं आणि तसा हक्क मागितला असता. मला गोळी घाला अथवा तुरुंगात डांबा, मी तिथून हलायला नकार दिला असता किंवा अलगतावादाला शरण गेलो नसतो.

हिटलरनं ज्यूंच्या कत्तलीची काळजीपूर्वक योजना आखल्यानंतर ती जाहीर केल्यावर ज्या प्रकारे ज्यूंना मारण्यात आलं, त्यावरून त्याची परिणती ज्यू लोकांच्या सरसकट कत्तलीत होऊ शकते, असं वाटतं.

जर हा छळ सोसण्यासाठी ज्यूंचं मन तयार केलं तर, मी माझ्या कल्पनेतील कत्तलीचा दिवससुद्धा ईश्वराचे आभार मानण्यात परावर्तित होऊ शकेल, या वंशाची मुक्तता करण्याचं काम जेहोवानं केल्याचा आनंद होऊ शकेल...

आणि आता पॅलेस्टाईनमधील ज्यूंबद्दल शब्दभर... बायबलमधील पॅलेस्टाईनची संकल्पना ही एखाद्या भूभागाशी निगडित नाही. ती जागा त्यांच्या हृदयात आहे. पण आपलं राष्ट्र म्हणून जर ते पॅलेस्टाईनकडे भौगोलिकदृष्ट्या बघत असतील, तर ब्रिटिश बंदुकांच्या छायेखाली तिथे प्रवेश करणं चुकीचं आहे. कोणतंही धर्मकृत्य बंदुकीच्या अथवा बॉम्बच्या साहाय्यानं पार पडू शकत नाही. केवळ अरबांच्या सदिच्छांमुळे/सौजन्यामुळे ते पॅलेस्टाईनमध्ये स्थायिक होऊ शकतात...

अरबांनी केलेल्या अत्याचारांना मी पाठीशी घालत नाही. त्यांच्या देशावर होत असलेलं अतिक्रमण असमर्थनीय असल्याची त्यांची भावना योग्य आहे; परंतु त्याचा प्रतिकार त्यांनी अहिंसक मार्गानं करायला हवा होता, असं मला वाटतं... ('हरिजन', २६ नोव्हेंबर १९३८)

जर्मनीत एक ज्यू म्हणून गांधी जन्मले असते, तर अहिंसक प्रतिकार त्यांनी कसा केला असता, हे कळण्याचा काही मार्ग नाही. अहिंसक मार्गाचा अवलंब करतानाच त्यांच्यात जोडीला वास्तवाचं तीव्र भान असल्याचं आपण बघितलं आहे. ब्रिटिशांनी भारतीयांची किंवा हिंदू, मुस्लीम किंवा अस्पृश्यांची भारतातीलच त्यांच्या शत्रूंनी सामूहिक कत्तल करावी, अशी कृती करण्यासाठी गांधींनी त्यांना कधीही उद्युक्त केलं नाही. अहिंसक लढाईचा प्रत्यक्ष रणभूमीवरील सेनानी हा कडव्या अहिंसक मूल्यप्रणाली निव्वळ शिकवणाऱ्या पढीक शिक्षकापेक्षा खूप वेगळा होता.

जर्मन वास्तवाला समजून न घेता सत्याग्रहाची संथा देऊ पाहणाऱ्या गांधींना ज्यू तत्त्ववेत्ता मार्टिन ब्यूबर यानं विरोध केला. त्याच्या म्हणण्यानुसार, नाझींनी केलेल्या ज्यूंच्या छळापुढे दक्षिण आफ्रिकेत भारतीयांनी किंवा ब्रिटिश सत्तेमुळे भारतीयांनी

सोसलेला त्रास फिका पडला असता. गांधींच्या मतांचा आपण 'फार पूर्वीपासून आदर करतो', असं सांगून ब्यूबर म्हणाला की, जो माणूस भारताच्या संदर्भात बोलताना नेहमी भेकडपणा किंवा गुलामगिरीपेक्षा हिंसा केव्हाही बरी, असं म्हणतो, त्यानं जर्मनीतल्या ज्यूंना अहिंसेचा सल्ला द्यावा का?

एका ज्यू पत्रिकेच्या संपादकानं म्हटलं, की 'हिंदू-मुस्लीम ऐक्याविषयी वाटणाऱ्या कळकळीमुळे गांधी अरबांच्या बाजूनं झुकतं माप देत होते; कारण भारतात स्वाभाविकपणे त्याच बाजूला जास्त महत्त्व दिलं गेलं.' त्यावर गांधींनी भारताच्या मुक्तीसाठी किंवा मुस्लिमांची मनं जिंकण्यासाठी आपण सत्याचा लिलाव करणार नाही, असं उत्तर दिलं. त्यांनी पुढे म्हटलं :

> *माझ्या या लिखाणामुळे 'ज्युईश फ्रंटियर'च्या संपादकांचं किंवा माझ्या अनेक ज्यू मित्रांचं समाधान होणार नाही, याची मला अंशत: जाणीव आहे. तथापि, काहीही करून जर्मनीमध्ये ज्यूंवर होणारे अत्याचार थांबावेत अशी माझी अगदी मनापासून इच्छा आहे आणि पॅलेस्टाईन प्रश्नाशी संबंधित सगळ्या घटकांचं समाधान होईल अशारीतीनं तो प्रश्न सुटावा, अशी मी प्रार्थना करतो ('हरिजन', २७ मे १९३९).*

कालेनबाख : १९३९ सालच्या प्रारंभी कालेनबाख यांनी वर्ध्याला दोन महिने वास्तव्य केलं. त्यांतले काही दिवस कालेनबाख आजारी पडले, पण पुन्हा एकत्र वेळ घालवायला मिळाल्यामुळे दोघंही जुने मित्र अत्यंत आनंदात होते. जर्मनीत ज्यूंच्या बाबतीत घडणाऱ्या घटनांची आणखी माहिती त्यांनी गांधींना दिली. गांधींनी 'हरिजन'मध्ये लिहिलं :

> *माझा एक ज्यू मित्र माझ्याबरोबर राहत आहे. अहिंसेवर त्याची तत्त्वत: श्रद्धा आहे; पण आपण हिटलरसाठी प्रार्थना करू शकत नाही, असं त्याचं म्हणणं आहे. जर्मन अत्याचारांबद्दल त्याच्या मनात इतका राग भरला आहे, की तो अत्यंत कडवटपणानं त्यांच्याविषयी बोलतो. त्याच्या या रागावरून मी त्याच्याशी भांडत नाही. त्याला अहिंसेची कास धरण्याची इच्छा आहे, पण ज्यू बांधव सोसत असलेल्या हाल-अपेष्टा त्याच्या सहनशक्तीच्या पलीकडे आहेत ('हरिजन', १८ फेब्रुवारी १९३९).*

हिटलरला पत्र : काही पाश्चिमात्य मित्रांनी गांधींना हिटलरला पत्र लिहिण्याचा आग्रह केला. युरोपपासून दूरवर राहत असलेल्या या अनोळखी तरी प्रतिष्ठित व्यक्तीच्या आवाहनाचा त्याच्यावर काहीतरी परिणाम होईल, अशी त्यांना आशा वाटली; शिवाय त्यामुळे काही हानी तर होणार नव्हतीच. जुलै महिन्यात सरहद्द

प्रांतात गांधी असताना त्यांच्याकडून ('वास्तव्य- वर्धा, मध्य-प्रांत') 'हर हिटलर, बर्लिन, जर्मनी' या पत्त्यावर एक पत्र रवाना झालं :

२३ जुलै १९३९ : प्रिय मित्र, मानवतेच्या भल्यासाठी हे पत्र मी तुम्हाला लिहावं, असा माझे मित्र मला आग्रह करत आहेत. मी आतापर्यंत त्यांच्या आग्रहाला दाद दिली नाही, कारण मी तुम्हाला पत्र लिहिणं हा उद्धटपणा ठरेल, अशी माझी भावना होती. पण असा हिशेबीपणा मी करू नये आणि माझ्या आवाहनाचा जो काही परिणाम होईल, तो होऊ द्यावा असं माझं मन मला सांगतं.

मानवतेचा सर्वनाश टाळण्यासाठी युद्ध रोखू शकणारी या जगातील एकमेव व्यक्ती तुम्ही आहात, हे तर स्पष्टच आहे. तुमच्या दृष्टीनं योग्य असं उद्दिष्ट गाठण्यासाठी एवढी मोठी किंमत मोजणं कितपत हितावह आहे? जाणूनबुजून युद्धाचे दरवाजे बंद करून, थोड्याफार प्रमाणात यशस्वी झालेल्या या माणसाचं आवाहन तुम्ही ऐकणार का?...

तुमचा मित्र, एम. के. गांधी

सरकारनं ते पत्र पुढे जाऊ दिलं नाही, ही गोष्ट गांधींना माहीत नव्हती. दुसरं महायुद्ध सुरू झाल्यावर त्यांनी त्या पत्रातील मजकूर 'हरिजन'मध्ये प्रसिद्ध केला (९ सप्टेंबर १९३९).

काँग्रेस आणि येणारं युद्ध : हिटलरनं चेतवलेल्या युद्धाच्या भीषणतेमुळे भारताचे स्वयंनिर्णयाचे अधिकार बाधित झाले नाहीत. गांधींच्या पाठिंब्यानं अखिल भारतीय काँग्रेस समितीनं १९३९ साली मे महिन्यात जाहीर केलं की, 'भारतीय जनतेच्या संमतीशिवाय जर युद्ध लादलं गेलं, तर काँग्रेस त्याला विरोध करेल.'

युरोपात होऊ घातलेल्या युद्धासंबंधात काँग्रेसची धोरणं, पुन्हा गांधींच्या संपूर्ण पाठिंब्यानं १० ऑगस्ट १९३९ रोजी कार्यकारी समितीनं जाहीर केली : त्यात म्हटलं होतं :

या आणीबाणीच्या प्रसंगी कार्यकारी समितीची सहानुभूती सर्वथा लोकशाही आणि स्वातंत्र्याची पाठराखण करणाऱ्या लोकांबरोबर असेल आणि युरोप, आफ्रिका, अतिपूर्व आशियामधील आक्रमक हुकूमशाही, त्याशिवाय झेकोस्लोव्हाकिया व स्पेनमधील ब्रिटिश साम्राज्यवादानं लोकशाहीची केलेली गळचेपी, या गोष्टींचा काँग्रेसनं सातत्यानं निषेध केला आहे. युद्धाच्या बाबतीतील तिची धोरणं काँग्रेसनं स्पष्ट केलेली आहेतच आणि भारतावर युद्ध लादण्याचे प्रयत्न झाले, तर त्याचा विरोध करण्याचा निश्चयही बोलून दाखवला आहे.

अशा प्रकारे जर्मन फॅसिझम आणि ब्रिटिश साम्राज्यवाद दोन्हींचा विरोध करणं गरजेचं होतं. ज्यांना ही गोष्ट माहीत होती, त्यांच्या दृष्टीनं युद्ध ही जास्त भयानक गोष्ट होती; पण ब्रिटिश राजवट ही त्यांच्या अगदी घरातच ठाण मांडून बसली होती. आता काँग्रेसबाहेर पडलेल्या सुभाषना दोन्हींत काहीच फरक दिसत नव्हता. जवाहरलालना दिसत होता, परंतु २२ ऑगस्ट रोजी रुसो-जर्मन करारावर सह्या झाल्यानंतर सोव्हिएट युनियनच्या बाजूनं असणारे नेहरू ब्रिटिश साम्राज्यवाद आणि जर्मन फॅसिझम यांच्यात फारसा फरक करायला उत्सुक नव्हते.

'युद्धाला तोंड फुटलं तर काँग्रेस मंत्रिमंडळांना कदाचित राजीनामे द्यावे लागतील', ते म्हणाले. दुसरीकडे पटेलांच्या अध्यक्षतेखाली सी.आर. आणि इतर काँग्रेस मुख्यमंत्र्यांची बैठक झाली. त्यात 'काँग्रेस आणि सरकार यांच्यात समझोता झाला तर ब्रिटिशांना संपूर्ण पाठिंबा दिला पाहिजे', यावर सहमती झाली.

१ सप्टेंबर रोजी हिटलरच्या सैन्यानं पोलंडमध्ये प्रवेश केला. दोन दिवसांनी पंतप्रधान नेव्हिल चेम्बरलेन यांनी ब्रिटन जर्मनीविरुद्ध युद्धात उतरत असल्याची घोषणा केली. काही तासांतच, भारतही युद्धात सामील होत असल्याचं लॉर्ड लिन्लिथगो यांनी जाहीर केलं. काँग्रेसशी याबाबत सल्लामसलत केली गेली नाही.

गांधींनी सरकारशी काळजीपूर्वक घडवलेली भागीदारी संपुष्टात आली होती आणि दोन दशकांपासून ते ओळखत असलेलं जगही त्याच वाटेनं चाललं होतं.

१३

'भारत छोडो!'

वर्धा, मुंबई आणि तुरुंग, १९३९-४४

व्हाइसरॉयनं २ सप्टेंबर १९३९ रोजी वर्ध्याला तार पाठवून जर्मनीनं पोलंडवर केलेल्या हल्ल्याची माहिती गांधींना दिली आणि त्यांना सिमल्याला बोलावलं. इतर काही भारतीयांनाही आमंत्रण गेलं. गांधींनी उत्तर दिलं, *'भयंकर दु:खद बातमी, लवकरातली लवकर ट्रेन पकडतो. चारला सकाळी सिमल्याला पोचतो.'*

त्याच दिवशी गांधी निघाले. कार्यकारी समितीच्या सदस्यांनी ९ सप्टेंबरला वर्ध्याला यावं, अशा मजकुराच्या तारा ते आणि त्यांच्याबरोबरचे लोक ट्रेनमध्ये चढायच्या आधी रवाना केल्या गेल्या. मुंबईहून निघून पटेलांनी गांधी ज्या गाडीनं प्रवास करत होते, ती गाडी इटारसीला गाठली. नंतर, झाशी स्टेशनहून जिना, बोस आणि जयप्रकाश यांना कार्यकारी समितीच्या कामकाजात सहभागी होण्यासाठी आमंत्रित करणाऱ्या तारा पाठवण्यात आल्या. भारतीयांच्या सर्वसहमतीसाठी गांधींचा हा खटाटोप चालला होता. 'हरिजन'मध्ये (९ सप्टेंबर) ते लिहितात :

> *एका अभूतपूर्व संकटात आपण सापडलो आहोत... भारतानं या भयकारी नाट्यात कोणती भूमिका निभवावी, हे काँग्रेसजनांनी आणि इतर सर्व जबाबदार भारतीयांनी वैयक्तिक आणि सामुदायिकरीत्या ठरवण्याची वेळ येऊन ठेपलेली आहे.*

गांधींची सहानुभूती इंग्लंडच्या बाजूनं होती; पण अंतिमत: स्वातंत्र्याची हमी मिळणार असेल आणि दिल्ली सरकारमध्ये राष्ट्रीय नेत्यांचा ताबडतोब समावेश झाला, तरच भारतीय युद्धात मदत करतील, हे त्यांना माहीत होतं.

दोन रात्रींचा प्रवास करून सिमल्याला पोचल्यावर (४ सप्टेंबर) त्यांनी लिन्लिथगो यांना सांगितलं, की ते युद्धाकडे इंग्रजांच्या दृष्टिकोनातून पाहत होते. पुढे त्यांनी असंही सांगितलं की, कार्यकारी समितीनं ठरवलेल्या मार्गानंच काँग्रेस जाईल; पण

ते स्वत: मात्र काँग्रेसनं ब्रिटनला आणि फ्रान्सला बिनशर्त पाठिंबा द्यावा, या मताचे होते– बिनशर्त पण अहिंसक.

वेस्टमिन्स्टर ॲबे आणि हाउसेस ऑफ पार्लमेंटवर बॉम्ब पडण्याच्या शक्यतेविषयी व्हाइसरॉयशी बोलताना गांधींच्या डोळ्यांत पाणी आलं. त्यांनी ते अश्रू लपवण्याचा प्रयत्न केला नाही; कारण आपल्या भावना त्यांना व्हाइसरॉयना दाखवायच्या होत्या. लिन्लिथगोंची वर्तणूक सौहार्दपूर्ण आणि नम्र होती; पण ते अविचल राहिले. युद्धामुळे त्यांचं साम्राज्यशाहीवादी मन कठोर झालं होतं. दुसऱ्या दिवशी वर्तमानपत्रांना दिलेल्या निवेदनात गांधींनी या अश्रूंचा उल्लेख केला– आपल्या भावना भारतीयांना आणि ब्रिटिश मित्रांना समजाव्यात, असा त्यांचा प्रयत्न होता. मात्र आपण सर्वार्थानं अहिंसेचा पुरस्कार करत असल्यामुळे संपूर्ण राष्ट्राच्या मताचं प्रतिनिधित्व करत नसल्याचं त्यांनी सांगितलं. या वक्तव्याचे दोन अर्थ होते. एक म्हणजे, कार्यकारी समितीनं भारतीयांतर्फे सशस्त्र मदत देऊ केली, तर तिच्या आड आपण येणार नाही. खरं म्हणजे त्यांच्या निवेदनात पुढे म्हटलं होतं :

> *तरीही असं दिसतं, की सर हिटलर ईश्वराला नव्हे तर निर्दय शक्तीला मानतो आणि जसं मि. चेम्बरलेन म्हणाले तसं तो दुसऱ्या कशानंच नमणार नाही ('हरिजन', ९ सप्टेंबर १९३९).*

दुसरा अर्थ असा होता की, इंग्लंड, फ्रान्स आणि पोलंडबद्दल गांधींना जशी सहानुभूती वाटत होती तशी संपूर्ण राष्ट्राला वाटत असेलच असं नाही. गांधींनी त्यांच्या बाजूनं पोलंडचा प्रख्यात पियानोवादक असलेला राजकारणी इग्नॅसी जॅन पॅदेरेवस्की याला तार केली : *'या असमान संघर्षात मी संपूर्णपणे पोलंडच्या बाजूनं आहे... त्यांची बाजू न्यायाची आहे आणि विजय निश्चित आहे; कारण ईश्वर नेहमी न्यायाच्या बाजूनं असतो.'* गांधींचा अंदाज खरा होता, भारतातल्या काहींची प्रतिक्रिया निराळी होती.

> *दिल्लीला (सिमल्याला जाण्यासाठी) मी कालकाच्या गाडीत बसत असताना मोठा जमाव नेहमीप्रमाणेच 'महात्मा गांधी की जय'च्या घोषणा देत होता. त्याच्या जोडीला 'आम्हाला कोणताही समझोता नको'... अशा घोषणाही चालल्या होत्या... व्हाइसरॉयबरोबर मी कोणत्याही प्रकारचा समझोता करू नये, असाच तो इशारा होता.*

वर्ध्याला परत जातानाही तोच अनुभव आला. इंग्लंडच्याबाबतीत ते एवढे भावनाप्रधान कसे झाले, असा सवाल सुभाष यांचे समर्थक प्रत्येक स्टेशनवर गांधींना करत होते. हल्ल्याच्या छायेखाली असलेल्या जर्मनीतील ठिकाणांबद्दल त्यांना काहीच वाटत

नव्हतं का, असा सवाल ते करत होते. गांधींबरोबर असलेल्या पटेलांनी ही प्रतिक्रिया ऐकली.

भारतीय नेत्यांशी चर्चा न करता भारताला युद्धाच्या खाईत लोटायला निघालेल्या ब्रिटनला बिनशर्त मदत देऊ करण्याच्या मन:स्थितीत सप्टेंबर १९३९ सालचा भारत नव्हता. हिटलरच्या भीतीवर ब्रिटनवरच्या रागाचं मळभ पसरलेलं होतं. ब्रिटननं जर भारतीय स्वातंत्र्याची हमी दिली, तर ते मळभ दूर हटणार होतं. पण झालं उलटंच. प्रत्यक्षात ते आणखी दाट झालं; कारण युद्ध होणार हे जाहीर झाल्याबरोबर ब्रिटिश संसदेनं व्हाइसरॉयना भारतातील प्रांतीय सरकारं ताब्यात घेण्याचे अधिकार दिले.

युरोपातील स्वातंत्र्ययुद्धामुळे भारतातील स्वतंत्र सरकारचा गळा घोटला गेला होता. प्रसादांच्या अध्यक्षतेखाली जेव्हा वर्ध्याला कार्यकारी समितीची सभा झाली, तेव्हा सुभाष आणि जयप्रकाश हजर होते, पण जिना नव्हते. 'साम्राज्यशाहीच्या युद्धात भारतीय लोक, पैसा आणि साधनांचा सहभाग नसावा', अशी मागणी बोस यांनी केली. प्रसादांच्या म्हणण्यानुसार, जवाहरलालसुद्धा आक्रमक मन:स्थितीत होते.

बिनशर्त अहिंसक पाठिंबा देण्याचा गांधींचा प्रस्ताव कार्यकारी समितीनं साफ धुडकावून लावला. कुणीही त्यांच्याशी सहमत झालं नाही. एकोणीस वर्षांत पहिल्यांदाच त्यांच्या तरुण सहकाऱ्यांनी एकत्र येऊन मताधिक्यानं त्यांना हरवलं होतं. या परिणामाची गांधींनी अपेक्षा केली होती आणि त्यांनी तो स्वीकारलाही; पण तो परिणाम लक्षणीय होता आणि सगळ्यांनीच त्याची नोंद घेतली. त्याचा गांधींना खेद झाला; कारण भारतात हुकमी पत्ते ब्रिटिशांच्या हाती होते, याची जाणीव इतर लोकांपेक्षा गांधींना जास्त होती आणि युद्धसमयी ब्रिटिशांना विरोध केल्यामुळे मार्गात येणारे धोकेही त्यांना चांगलेच माहीत होते.

फॅसिझमला विरोध दर्शवणारा पण ब्रिटनला युद्धाची उद्दिष्टं स्पष्ट करून त्यांचा भारतावर होणारा परिणाम स्पष्ट करायला सांगणारा नेहरूंनी मांडलेला ठराव सहजपणे मंजूर झाला. भारत आणि इंग्लंडमधील मैत्री समान पातळीवर असतानाच केवळ शक्य आहे आणि दास्याखालील भारत पोलंडच्या स्वातंत्र्यासाठी लढू शकत नाही, हे मत मांडताना जवाहरलाल संपूर्ण देशाचंच मनोगत मांडत होते. सरकारच्या युद्धविषयक धोरणांवर रोजच्या रोज प्रतिक्रिया देण्यासाठी कार्यकारी समितीनं नेहरूंच्या अध्यक्षतेखाली ते स्वत:, पटेल आणि आझाद यांची त्रिसदस्यीय 'युद्धसमिती' नेमली.

कार्यकारी समितीच्या ठरावाला आपला पाठिंबा व्यक्त करताना गांधींनी त्या ठरावाचा मसुदा तयार करणाऱ्या लेखकाची 'कलाकार' म्हणून प्रशंसा केली. त्यानं

या ठरावाच्या माध्यमातून भारताला केवळ स्वत:च्याच नव्हे, तर इतर शोषित राष्ट्रांच्या स्वातंत्र्याचा विचार करायला भाग पाडलं 'साम्राज्यशाहीला विरोध करतानाचा त्याचा ठामपणा अतुलनीय आहे; परंतु तरीही इंग्रज लोकांचा मित्र आहे आणि खरंतर त्याचे विचार आणि व्यक्तिमत्त्व भारतीय वाटण्यापेक्षा जास्त इंग्रजी आहे.'

ही प्रामाणिकपणे केलेली विधानं गांधींच्या व्यूहरचनेचा एक भाग होती. लिन्लिथगोंच्या थंड प्रतिसादानंतरही, काँग्रेस आणि ब्रिटिश सरकार ज्याप्रमाणे प्रांतांमध्ये एकत्र आले, तशीच भागीदारी नवी दिल्लीतही यशस्वी होईल, अशी त्यांना अजून आशा होती.

काही ब्रिटिशांनी 'हिज मॅजेस्टीज गव्हर्न्मेंट'नं दूरदृष्टी दाखवावी, असं आवाहन केलं. 'मँचेस्टर गार्डियन'नं लिहिलं, 'भारतीयांचा पाठिंबा मिळवण्याची ही ऐतिहासिक संधी आहे.' तर मजूर पक्षाचे नेते ॲटली यांनी सरकारला कल्पक दूरदृष्टी दाखवण्याची विनंती केली.

स्वातंत्र्यासाठी पुकारलेलं हे युद्ध अंतत: भारताच्या स्वातंत्र्यालाही कारणीभूत ठरू शकेल, अशी घोषणा व्हाइसरॉयनं आश्वस्त भाषेत करावी, अशी विनंती त्यांना पंजाबमधील ब्रिटिश अधिकाऱ्यांच्या एका गटानं खाजगीत केली. पण आता युद्धावर लक्ष केंद्रित झालेल्या त्या साम्राज्यशाहीवादी मनानं अशा सल्ल्यांसाठी त्याची कवाडं बंद करून टाकली होती.

सप्टेंबर, ऑक्टोबर आणि नोव्हेंबरमध्ये गांधींच्या लिन्लिथगोंबरोबर बऱ्याच भेटी, चर्चा झाल्या, तेव्हा काँग्रेसच्या अपेक्षा त्यांनी व्हाइसरॉयसमोर मांडल्या. वैयक्तिकरीत्या नम्र आणि गांधींशी आस्थापूर्वक वागणारे व्हाइसरॉय धोरणांच्या बाबतीत मात्र झुकले नाहीत. काँग्रेसच्या मागण्या म्हणजे ब्लॅकमेलची शक्यता अशा शब्दांत त्यांनी आणि भारतासाठी नेमलेले सचिव झेटलँड यांनी या मागणीची संभावना केली.

ब्रिटन जीवन-मरणाच्या संघर्षात लढत होता, यात काही संशय नाही; परंतु वरील टिप्पणी प्रामाणिक हेतूनं केलेली नव्हती, हेही तेवढंच खरं. काँग्रेसच्या मागण्या अनपेक्षित नव्हत्या किंवा युद्ध जाहीर झाल्यानंतर अचानक केलेल्या नव्हत्या. १९३७ साली प्रशासनात प्रवेश केल्यापासून काँग्रेसनं आणि तिच्या प्रांतीय विधिकारांनी केंद्रात घटनात्मक अधिकार मिळावेत, असे ठराव ठरावीक महिन्यांच्या अंतरानं मांडले होते. काँग्रेस आपल्या मागण्यांचा 'पुनरुच्चार' करत असल्याची कबुली झेटलँड यांनी दिली.

झेटलँड, लिन्लिथगो आणि लंडनमधले त्यांचे वरिष्ठ भारताला लवकरात लवकर स्वातंत्र्य देण्याच्या कल्पनेच्या विरोधात होते; भारतातील ब्रिटिश सरकारमधले कनिष्ठ दर्जाचे अधिकारी या बाबतीत त्यांच्याशी सहमत होते. गांधींच्या तापदायक

सहानुभूतीला, काँग्रेसच्या ठरावाला आणि उदारमतवादी ब्रिटिशांना उत्तर म्हणून त्यांनी आपलं खात्रीलायक शस्त्र बाहेर काढलं– 'फोडा आणि झोडा' ही नीती. राजाला लिहिलेल्या पत्रात लिन्लिथगोंनी स्पष्टपणे म्हटलं :

> युद्धप्रसंगी काँग्रेसनं देऊ केलेल्या सहकार्याच्या मोबदल्यात माझ्याकडून मोठ्या राजकीय सवलती काढून घेण्यासाठी दबावतंत्राची योजना केली जात असल्याची जाणीव मला झाल्याबरोबर मी भारतातील महत्त्वाच्या सगळ्या सामाजिक घटकांच्या प्रतिनिधींना बोलावून घेतलं. त्यांत चेंबर ऑफ प्रिन्सेसचे चॅन्सेलर आणि मि. जिना होते... एकापाठोपाठ एक मी त्यांच्याशी वार्तालाप केला... हे एक अवघड आणि तापदायक काम होतं, पण संकटाचं स्वरूप पाहता ते करणं आवश्यकही होतं. आणि मग काँग्रेसला जे हवं आहे ते देऊ नये, असा निर्णय घेण्यात आला. 'युद्धसमाप्तीनंतर भारताला राजकीय स्वातंत्र्य देण्यात येईल, हा तर परस्परांमधील समझोता होता.'

गांधींप्रमाणेच लिन्लिथगोही जिनांचं महत्त्व जाणून होते. गांधींचं आमंत्रण नाकारणाऱ्या जिनांनी ऑक्टोबरच्या आरंभी व्हाइसरॉयचं आमंत्रण मात्र स्वीकारलं. जिनांनी लिन्लिथगोंना सांगितलं की, फक्त आणि फक्त भविष्यात कोणत्याही प्रकारच्या भारतीय राज्यघटनेत मुस्लिमांना समाधानकारक न्याय मिळणार असेल तरच मुस्लीम लीग युद्धात साहाय्य करेल. स्वातंत्र्य मिळवण्याची घाई नसल्याचंही त्यांनी स्पष्ट केलं.

ते स्वातंत्र्य मिळण्यासाठी वाट बघायला तयार होते, जे काँग्रेसच्या अगदी विरुद्ध होते. कारण आता भारतातील बहुसंख्य मुस्लिमांच्या दृष्टीनं ब्रिटिश नव्हे, तर हिंदू त्यांचे प्रमुख शत्रू होते.

नोव्हेंबरमध्ये गांधी आणि नेहरूंनी नवी दिल्लीत जिनांशी बोलणी केली, त्यामुळे व्हाइसरॉयच्या मनावर चिंतेचं सावट आलं (असं त्यांनी झेटलँड यांना बोलून दाखवलं). लिन्लिथगोंची भेट घ्यायला व्हाइसरॉय हाउसवर एकदा गांधी आणि जिना एकत्रितपणे एकाच (जिनांच्या) गाडीतून आले. गांधी नंतर म्हणाले, "व्हाइसरॉयकडे जाताना तरी आपण एकत्र असल्याचा देखावा करू या, अशी मी विनंती केली." मात्र काँग्रेसला मदत करण्याचा जिनांचा कोणताही इरादा नव्हता. हीच गोष्ट बहुतेक संस्थानिक आणि आंबेडकरांच्या बाबतीतही असल्यानं काँग्रेस सगळ्या भारताचं प्रतिनिधित्व करत नाही, असा दावा करायला लिन्लिथगो मोकळे झाले.

ऑक्टोबर महिन्यात पटेल आणि प्रसादांनीही जेव्हा व्हाइसरॉयबरोबर बोलणी केली, तेव्हा त्यांनी पटेलांना सांगितलं की, काँग्रेसनं जर ब्रिटिशांना मदत केली नाही, तर त्यांना मुस्लिमांची मदत घेणं भाग पडेल. गांधींनी दिलेला बिनशर्त

मदतीचा सल्ला नाकारल्याची खंत हा शेरा ऐकल्यावर पटेलांना वाटून गेली.

१७ ऑक्टोबर रोजी, काँग्रेसच्या ठरावाला आणि मागण्यांना सरकारनं औपचारिक उत्तर दिलं : 'युद्धाच्या दरम्यान सरकारची नेमकी उद्दिष्टं काय असतील, याची काटेकोर आखणी सरकारनं केलेली नाही. मात्र, युद्धसमाप्तीनंतर ब्रिटिशांबरोबर भारतीय लोक घटनात्मक बोलणी करू शकतील. काँग्रेसची तशी इच्छा असेल, तर युद्ध सुरू असताना ती आपले प्रतिनिधी सल्लागार समितीत पाठवू शकते.'

काही महिन्यांपूर्वी गांधींनी जाहीर केलेली काँग्रेसची ब्रिटिश सरकारबरोबरची युती या उत्तरामुळे संपुष्टात आली. सर्व प्रांतीय मंत्रिमंडळांनी राजीनामे द्यावेत, असा आदेश कार्यकारी समितीनं दिला, अर्थात गांधींच्या म्हणण्यानुसार तो 'प्रयत्नपूर्वक सौम्य' शब्दांत काढला गेला. सत्तेचा त्याग करणं महागात पडणार असलं तरी भारतीय जनतेसमोर मानहानी होण्यापेक्षा ते नक्कीच बरं होतं.

मद्रासला राजगोपालाचारींच्या मंत्रिमंडळानं २७ ऑक्टोबर रोजी राजीनामा दिला. झुंडशाहीच्या विरोधात ब्रिटनला संपूर्ण सहकार्य करायला उत्सुक असलेल्या राजगोपालाचारींच्या मते ब्रिटननं भारताबरोबर मैत्री करण्यासाठी चालून आलेली संधी लाथाडली होती. २७ नोव्हेंबरपर्यंत सगळी काँग्रेस मंत्रिमंडळं सत्तेवरून पायउतार झाली, त्यांत वायव्य सरहद्द प्रांतातील डॉ. खान साहिबांचं मंत्रिमंडळही होतं. सल्लागारांच्या मदतीनं राज्यपालांनी कारभार हातात घेतला.

हिटलरच्या युद्धानं काँग्रेस-सरकार युती उद्ध्वस्त केली होती. मुस्लिमांना जल्लोष करायला कारण मिळालं, अशी जिनांची प्रतिक्रिया होती. दलितांनाही असंच वाटतं, हे आंबेडकरांचं मत होतं. तमिळ प्रदेशात ब्राह्मण, हिंदी भाषा आणि उत्तर भारतीय अशा तिघांविरुद्ध चळवळ उभारणाऱ्या ई. व्ही. रामस्वामी नायक्कर यांनाही विशेष आनंद झाला. वरील सगळ्या पक्षांनी २२ डिसेंबर १९३९ हा दिवस 'मुक्ती-दिन' म्हणून साजरा केला.

कुष्ठरोग्याची शुश्रूषा : व्हाइसरॉयना भेटायला सिमल्याला गेले असताना गांधींच्या मनात सतत एका माणसाचा विचार होता, असं नारायण देसाईंनी लिहून ठेवलं आहे. तो माणूस होता परचुरेशास्त्री. एकेकाळी साबरमती आश्रमाचे रहिवासी असलेले शास्त्री १९३२ साली गांधींनी येरवड्याला आपला उपवास सोडला, तेव्हाही हजर होते. शास्त्री हे एक संस्कृतचे विद्वान आणि कुष्ठरोगी होते. सगळीकडून तुच्छतेची वागणूक मिळाल्यानंतर सेवाग्राम आश्रमातच अखेरपर्यंत राहण्याची व तेथेच मरण्याची परवानगी त्यांनी मागितली होती. त्यांना इथे मरण्याची परवानगी मात्र मिळणार नाही, असं त्यांना ठेवून घेताना गांधींनी सांगितलं.

गांधींच्या निवासापासून जवळच शास्त्रींसाठी एक झोपडी बांधली गेली आणि गांधी नियमितपणे त्यांची शुश्रूषा आणि त्यांना मालीश करू लागले. काही काळापुरती

शास्त्रींची प्रकृती सुधारली, पण १९४५ साली त्यांनी अखेरचा श्वास घेतला; गांधींनी त्यांच्या केलेल्या देखभालीमुळे गांधींच्या सहकाऱ्यांना वर्ध्याजवळ कुष्ठरोग्यांसाठी वसाहत स्थापन करण्याची प्रेरणा मिळाली.

ॲण्ड्र्यूजचा मृत्यू : गांधींचे, टागोरांचे, इतर बऱ्याच लोकांचे, खासकरून दीनदुबळ्यांचे मित्र असलेले ॲण्ड्र्यूज कलकत्त्याला (कोलकाता) आजारी होते. १९४० सालच्या फेब्रुवारी महिन्यात गांधी आपल्या मित्राला भेटायला गेले. ''मोहन, स्वराज्य आता दूर नाही.'' रुग्णशय्येवर असलेले ॲण्ड्र्यूज म्हणाले. त्या आजारपणातून ते उठले नाहीत. ते आजारी असताना गांधींनी महादेवना त्यांच्या सेवेसाठी पाठवलं, पण ५ एप्रिलच्या पहाटे चार्ल्स फ्रीअर ॲण्ड्र्यूज देवाघरी गेले. गांधींना त्यांच्या प्रौढ वयातही 'मोहन' अशी हाक मारणाऱ्या त्या एकमेव व्यक्तीबद्दल गांधींनी 'हरिजन'मध्ये लिहिलं :

मी जितकं चार्ली ॲण्ड्र्यूजला ओळखत होतो तितकं दुसरं कुणीही ओळखत नसेल... आम्ही जेव्हा दक्षिण आफ्रिकेत भेटलो, तेव्हा आमच्यात भावाभावाचं नातं निर्माण होऊन ते अखेरपर्यंत टिकलं... ती मैत्री एका इंग्रज आणि भारतीयामधली नव्हती; तर दोन भक्तांमधला आणि दोन सेवकांमधला तो एक अतूट बंध होता...
ॲण्ड्र्यूज एक सर्वोत्तम आणि उदात्त विचारांचा इंग्रज माणूस होता, इंग्रज लोकांबद्दलचा द्वेष आपण आपल्या हृदयातून काढून टाकणं हीच खरी त्याच्या स्मृतींना श्रद्धांजली ठरेल ('हरिजन', १३ एप्रिल १९४०).

जिना आणि 'पाकिस्तान!'

१९३९ सालच्या शेवटच्या तिमाहीपासून गांधींच्या मनात जिनांचेच विचार होते. त्यांच्या नेतृत्वाखाली मुस्लीम लीगनं १९३०च्या दशकाच्या उत्तरार्धात शेकडो-हजारो लोकांना सभासद करून घेतलं होतं. मुस्लीम लीग काँग्रेसकडे मुस्लिमांचा शत्रू म्हणून बघत होती, हे भयानक वास्तव १९३९ सालच्या ऑक्टोबर महिन्याच्या अखेरीस मान्य केलं.

त्या ऑक्टोबर महिन्यात एका पत्रात आढळलेल्या एका मागणीमुळे गांधी अस्वस्थ झाले. बहुतेक पंजाबात असलेल्या आणि गांधींनी ज्याचे वर्णन 'मुस्लीम मित्र' म्हणून केले, अशा एका शाळाशिक्षकानं मुस्लिमांना एक स्वतंत्र राष्ट्र म्हणून ओळख मिळावी, अशी मागणी केली ('हरिजन', २८ ऑक्टोबर १९३९). बाकीचे लोकही अशी मागणी करत होते. (बहुतांश मुस्लीम, पण काही हिंदूसुद्धा.) जिना त्या मागणीला आपलंसं करतील, अशी चिन्हं दिसत होती आणि आपण आता एक सर्वस्पर्शी उत्तर द्यायला हवं, असं गांधींना प्रकर्षानं वाटलं :

भारत संपूर्ण एक राष्ट्र का असू शकत नाही? मुघल काळात ते तसं नव्हतं का? एकाच भारतात दोन राष्ट्रं आहेत का? जर आहेत, तर ती दोनच का? ख्रिश्चनांचं तिसरं, पारशांचं चौथं आणि आणखी काहींची, असं का नाही? चीनमधल्या मुस्लिमांचं इतर चिनी लोकांपेक्षा वेगळं राष्ट्र आहे का? इंग्लंडमधले मुस्लीम इंग्रज लोकांपेक्षा वेगळ्या असलेल्या देशात राहतात का?

पंजाबातील मुस्लीम तिथल्या हिंदूंपेक्षा आणि शिखांपेक्षा वेगळे कसे? ते सगळे पंजाबीच नाहीत का? एकाच नदीचं पाणी ते पितात, एकाच हवेत श्वास घेतात आणि एकाच जमिनीत धान्य पिकवतात. आपापली धर्मकृत्यं करण्याला त्यांना कुणी मनाई केली आहे? सगळ्या जगभरातील मुस्लिमांचं एक अलग राष्ट्र आहे का? किंवा फक्त भारतातले मुस्लीम इतर मुस्लिमांपेक्षा वेगळे आहेत म्हणून त्यांना वेगळा देश हवा आहे?

एक मुस्लीम आणि दुसरा मुस्लिमेतर असे भारताचे दोन तुकडे करायचे का? आणि ज्या अनेक खेड्यांमध्ये प्रामुख्यानं हिंदूंचं वास्तव्य आहे, तिथल्या मूठभर मुस्लिमांचं काय होणार आणि याच्या उलट, सरहद्द प्रांतात किंवा सिंधमध्ये विखुरलेल्या मूठभर हिंदूंनी काय करायचं?

या पत्रामध्ये जो मार्ग सुचवलेला आहे, तो संघर्षाकडे नेणारा आहे. जगा आणि जगू द्या किंवा परस्परांविषयी सहिष्णुता बाळगणं हा जीवनाचा खरा धर्म आहे. कुराणातून, बायबलमधून, झेंड-अवेस्तामधून आणि गीतेतून मी हाच धडा शिकलेलो आहे ('हरिजन', २८ ऑक्टोबर १९३९).

राष्ट्रीय स्वयंसेवक संघ (RSS) : जिनांनी पकडलेल्या नवीन मार्गाचं एक प्रकारे समर्थन करणारा एक वेगळा दृष्टिकोन हिंदूंच्या बाजूनं १९३९ साली मांडला गेला. हेडगेवार यांच्यानंतर राष्ट्रीय स्वयंसेवक संघाची धुरा सांभाळणारे माधव सदाशिव गोळवलकर यांनी तो मांडला. 'आम्ही किंवा आमच्या राष्ट्रवादाची व्याख्या' या लेखात गोळवलकरांनी लिहिलं :

मुळापासून वेगळे असणारे वंश आणि संस्कृती एकत्र नांदणं कसं अशक्य असतं, हे जर्मनीनं दाखवून दिलं आहे. हिंदुस्थानातील आमच्यासारख्या लोकांनी त्यापासून धडा घेतला पाहिजे...

हिंदुस्थानातील परकीय वंशांनी एकतर हिंदू संस्कृती आणि भाषा आपलीशी केली पाहिजे, हिंदू धर्माविषयी आदर आणि पूज्यभाव बाळगला पाहिजे, हिंदू वंश आणि संस्कृतीचं म्हणजेच हिंदू राष्ट्राचं उदात्तीकरण करण्याव्यतिरिक्त इतर कोणतीही संकल्पना मनात बाळगू नये आणि त्यांचं वेगळं अस्तित्व

न राखता हिंदू वंशात स्वत:ला एकरूप केलं पाहिजे किंवा हिंदू राष्ट्रापेक्षा दुय्यम दर्जा स्वीकारून देशात राहिले पाहिजे. त्यांनी कोणत्याही मागण्या करता कामा नयेत, कोणत्याही सवलतींची अपेक्षा ठेवता कामा नये, त्यांना कोणत्याही बाबतीत झुकतं माप मिळेल ही अपेक्षा तर मुळीच ठेवू नये– अगदी नागरिकांचे अधिकार मिळण्याचीही अपेक्षा ठेवू नये.

हिंदू आणि मुस्लीम ही दोन वेगळी राष्ट्रं आहेत या सावरकरांनी १९३७ साली केलेल्या दाव्याचा हा पुनरुच्चार होता. त्यांचं म्हणणं आपण यापूर्वीच पाहिलं आहे. युद्धामुळे भारताच्या पक्षांध तलवारींना चांगलीच धार चढत होती.

गांधींच्या चाली : जिनांची उंचावत जाणारी प्रतिमा स्वीकारून जानेवारी १९४० पासून गांधींनी त्यांना कैद-ए-आझम ('लोकांचा नेता') संबोधायला सुरुवात केली. बरेच मुस्लीम एव्हाना त्यांना याच उपाधीनं ओळखू लागले होते. त्याबरोबरच गांधींनी आणखी तीन चालींची आखणी केली

सर्वप्रथम, काँग्रेस ही हिंदूंची संघटना आहे हा जिनांचा आरोप खोडून काढण्यासाठी त्यांनी काँग्रेसच्या अध्यक्षपदी प्रसादांनंतर आझादांना विराजमान होण्यास सांगितलं. दुसरी गोष्ट म्हणजे, पंजाबचे मुख्यमंत्री, युनियनचे नेते सर सिकंदर हयात खान यांच्याशी निकटचे संबंध प्रस्थापित व्हावेत, म्हणून प्रयत्न केले.

तिसरी चाल म्हणजे, आंबेडकर आणि रामस्वामी नायक्कर या दोघांशी लीगचे प्रमुख हातमिळवणी करत आहेत आणि सावरकरांच्याही संपर्कात आहेत, ही बाब लक्षात येताच गांधींनी जिनांना 'माझे जुने सहकारी' असं संबोधून सर्व काँग्रेसविरोधी गटांना एकत्रित करून त्यांचं नेतृत्व करण्यासाठी आणि प्रसंगी काँग्रेसला दुय्यम स्थानी ढकलण्यासाठी प्रोत्साहित करायला सुरुवात केली. मुस्लीम भारतापासून अलग होण्यापेक्षा भारतभर काँग्रेसविरोधी चळवळ होणं त्यातल्या त्यात बरं, असा विचार त्यामागे होता. त्यांचं म्हणणं होतं,

कैद-ए-आझम जर अशी आघाडी तयार करू शकले, तर फक्त मीच नव्हे संपूर्ण भारत एकच गर्जना करेल 'कैद-ए-आझम जिना चिरायू होवोत.' ('हरिजन', २० जानेवारी १९४०)

परंतु, जिना या अमिषाला भुलले नाहीत. 'भारत हे काही एक राष्ट्र नाही, अनेक राष्ट्रांचा मिळून बनलेला तो एक उपखंड आहे', असे उद्गार जिनांनी काढले. काँग्रेसशी लढा द्यायला ते जितके उत्सुक होते, त्यापेक्षा यापुढे ते एकसंध भारताच्या कल्पनेविरुद्ध लढा द्यायला जास्त उत्सुक होते आणि आंबेडकर व नायक्कर यांसारख्या लोकांनी या लढ्यात सहभागी व्हावं, यासाठी प्रयत्नशील होते.

स्वतंत्र राज्य हेच जिनांनी घेतलेल्या पवित्र्याचं तर्कसंगत पर्यवसान असेल,

अशी टिप्पणी १९३९ सालच्या अखेरीस लिन्लिथगोंनी जिनांपाशी केली, त्यावर व्हाइसरॉयच्या म्हणण्यानुसार, जिना खजील झाले. पण जानेवारीत त्यांनी जाहीरपणे हे सांगितलं की, हिंदू आणि मुस्लीम हे केवळ वेगळेच नाहीत तर ती दोन स्वतंत्र राष्ट्रं आहेत. आणि १९४० साली मार्च महिन्यात जेव्हा लाहोरला लीगची सभा झाली, तेव्हा अधिकृतपणे आणि नाट्यपूर्णरीतीनं फाळणीची साद घालण्यात आली.

पाकिस्तान : बंगालचे मुख्यमंत्री फझलूल हक यांनी मांडलेल्या ठरावाद्वारे लीगनं जाहीर केलं की, 'आपण संपूर्णपणे वेगळ्या आणि सार्वभौम मुस्लीम राष्ट्रांची मागणी करत आहोत. भौगोलिकदृष्ट्या जवळजवळ असणारे आणि संख्येनं मुस्लिमांचं आधिक्य असलेले प्रांत त्यात समाविष्ट असतील. जसे– भारतातील वायव्य आणि पूर्वेकडील प्रांत.' परंतु घटक प्रांत किंवा त्यांच्या सीमा त्या ठरावात अधोरेखित केलेल्या नव्हत्या आणि एकापेक्षा जास्त मुस्लीम राष्ट्रांची मागणीही त्यात सूचित केली होती.

नवीन देशांत कोणते प्रांत समाविष्ट असतील, ते स्पष्टपणे नमूद न केल्यामुळे आणि संदिग्ध शब्दरचनेमुळे पंजाब आणि बंगालच्या विभाजनाला पुष्टी मिळेल, अशी भीती लाहोरला उपस्थित असलेल्या एका प्रतिनिधीनं बोलून दाखवली. लीगचे जनरल सेक्रेटरी लियाकत अली खान यांनी संदिग्धतेचं समर्थन करताना म्हटलं :

> *''जेव्हा आपण पंजाब असं म्हणतो, तेव्हा त्याचा अर्थ आपल्या देशाची सीमा गुरगाव ही असेल; शिवाय, आपल्या प्रस्तावित राज्यात दिल्ली आणि अलिगढचा समावेश असावा, अशी आमची इच्छा आहे; कारण ती आपल्या संस्कृतीची केंद्रं आहेत... आम्ही पंजाबचा कोणताही भाग देणार नाही, याची खात्री बाळगा.''*

दहा वर्षांपूर्वी, लखनौला एका सभेत कवी इक्बाल यांनी पहिल्यांदा उपखंडातील वायव्य प्रांतातील मुस्लिमांच्या सबलीकरणाचा मुद्दा उपस्थित केला होता. पूर्व विभागातील मुस्लीम इक्बाल यांच्या या योजनेत समाविष्ट नव्हते, तो भाग 'भारतातील मुस्लीम भारत' म्हणून राहील किंवा ती फाळणी पूर्णपणे होऊ शकणार नाही, असा त्यांचा होरा असावा. हिंदू आणि शीख बहुसंख्येनं असलेल्या पंजाबचा पूर्व भाग मुस्लीम विभागातून वगळला जाऊ शकेल, असंही इक्बाल यांचं म्हणणं होतं.

त्यानंतर काही काळानं ख्वाजा अब्दुर रहीम नावाच्या माणसाला 'पाकिस्तान' किंवा 'पवित्र लोकांची भूमी' हे नाव सुचलं, त्यात पंजाब, सरहद्द प्रांत, काश्मीर, सिंध आणि बलुचिस्तान यांचा समावेश असावा, असंही त्यानं सुचवलं. १९३३ साली, केंब्रिजचा एक विद्यार्थी चौधरी रहमत अली यानं हे नाव लिखित स्वरूपात प्रसिद्ध केलं आणि त्याचं चलनही ठरवलं.

१९३० साली इक्बालनं केलेल्या मागणीपेक्षा खूप मोठ्या प्रमाणात मागणी

१९४० सालच्या लाहोर ठरावानं केली; पण ती इक्बालच्या मागणीपेक्षा जास्त संदिग्ध होती आणि त्या ठरावात 'पाकिस्तान' असा शब्द वापरला नव्हता. ठरावात नमूद केलेल्या राष्ट्राला किंवा राष्ट्रांना काहीतरी नाव असण्याची गरज वृत्तपत्रांना भासली तेव्हा 'पाकिस्तान'ची आठवण निघाली आणि लवकरच लाहोरचा ठराव 'पाकिस्तान'चा ठराव म्हणून ओळखला जाऊ लागला. लीगनंही ते नाव स्वीकारलं.

आझादांचा दृष्टिकोन : लीगच्या लाहोर सभेआधी दहा दिवस बिहारमध्ये रामगढ येथे काँग्रेसची सभा झाली, तेव्हा अबुल कलाम आझादांनी केलेलं अध्यक्षीय भाषण छाप पाडणारं होतं :

> *मी मुस्लीम आहे आणि या गोष्टीचा मला अभिमान वाटतो. या भव्य इमल्याचा मी एक अनिवार्य घटक आहे. भारताचा हा अद्‌भुत ढाचा माझ्याशिवाय अपूर्ण आहे.*
> *भारताचं हे ऐतिहासिक विधिलिखितच होतं की अनेक मानववंश, संस्कृती आणि धर्म त्याला येऊन मिळावेत आणि अनेक काफिल्यांना इथे निवारा मिळावा... या काफिल्यांमधला शेवटचा काफिला होता इस्लामवर श्रद्धा असणाऱ्यांचा. ते इथे आले आणि इथेच त्यांनी त्यांचं बस्तान बसवलं. आम्ही आमचा मौल्यवान ठेवा आमच्याबरोबर आणला आणि भारताकडेसुद्धा त्याचा स्वत:चा अमूल्य वारसा होता. त्याला ज्याची सर्वाधिक गरज होती, ते आम्ही दिलं– समानतेचा संदेश. त्यानंतर तब्बल अकरा शतकं गेली. हिंदुत्वाप्रमाणेच या मातीवर इस्लामचादेखील मोठा अधिकार आहे. आमच्या एकत्रित वाटचालीचा ठसा इथल्या प्रत्येक गोष्टीवर उमटलेला आहे. आमच्या भाषा वेगळ्या होत्या, पण आम्ही हळूहळू एकच भाषा वापरायला लागलो. आमची वागायची पद्धत आणि रीतीरिवाज वेगळे होते, पण त्यातून एक नवीच पद्धत निर्माण झाली... आम्हाला अलग करण्याच्या कोणत्याही कल्पनेच्या भराऱ्या किंवा कृत्रिम योजना हे ऐक्य तोडू शकणार नाहीत.*

जिनांनी याला लाहोरला दिलेलं उत्तर असं होतं की, हिंदू आणि मुस्लीम 'मिळून एक राष्ट्र बनू शकत नाहीत' आणि 'एका राष्ट्रात दोन अशी राष्ट्रं बसवण्याच्या प्रयत्नात' कोणत्याही सरकारची वीण उद्‌ध्वस्त होईल. लंडनच्या 'टाइम्स' वृत्तपत्रानं बातमीत म्हटलं की, लोकांनी दीर्घकाळ केलेल्या जयजयकारात जिनांचं पुढचं वाक्य नीट ऐकू आलं नाही. ते म्हणाले की आपण मुस्लीम राष्ट्र व्हावं यासाठी संपूर्ण जीवन अर्पण करू.

सिकंदर हयात खान यांनी लाहोर ठरावाला पंजाब विधिमंडळात विरोध केला. मला

‘इकडे मुस्लीम राजवट आणि तिकडे हिंदू’, असं नको आहे, असं ते म्हणाले आणि सरहद्द प्रांतात खान बंधूही त्यांच्या विचारांवर ठाम होते. असं असलं तरी उपखंडातील बहुतेक मुस्लिमांनी आझादांपेक्षा जिनांना जास्त उचलून धरलं. जिनांशी बोलणी करण्याचा प्रस्ताव आझादांनी मांडल्यावर जिनांनी त्यांना उद्दामपणे तार पाठवली :

पत्रानं किंवा इतर मार्गानं मला तुमच्याशी चर्चा करण्याची इच्छा नाही... तुम्ही काँग्रेसचे केवळ दिखाऊ मुस्लीम अध्यक्ष आहात, याची तुम्हाला जाणीव नाही का?... काँग्रेस ही हिंदू संघटना आहे. तुम्हाला थोडा जरी स्वाभिमान असेल, तरी ताबडतोब राजीनामा द्या.

गांधींचा प्रतिसाद : पाकिस्तानच्या मागणीमुळे गांधींची मन:स्थिती द्विधा झाली. आता संघर्षाचा पवित्रा घेतला असता, तर युद्धात अडकलेल्या ब्रिटननं दडपशाहीचं हत्यार उगारलं असतं; शिवाय हिंदू-मुस्लिमांमध्ये हिंसाचाराचा उद्रेक झाला असता. काहीच कृती केली नाही तर काँग्रेसचं नीतिधैर्य खचण्याची शक्यता होती. यावर तोडगा काढण्यासाठी स्वत:च्या देखरेखीखाली काळजीपूर्वक निवडलेल्या व्यक्ती निवडक आणि शिस्तबद्ध कायदेभंग करतील, असं गांधींनी ठरवलं.

पाकिस्तानच्या मागणीनं धोरणाबाबत संभ्रम निर्माण झालाच; पण गांधींनी हृदयाशी जपलेल्या स्वप्नावरच घाला घातला, ही बाब जास्त गंभीर होती. त्यांच्या प्रतिक्रिया अनेक मार्गांनी व्यक्त झाल्या. सुरुवातीला त्यांनी या मागणीच्या मागे असलेल्या सिद्धान्ताबाबतच प्रश्न उपस्थित करताना म्हटलं :

हा ‘दोन राष्ट्रांचा’ सिद्धान्तच मुळात असत्य आहे. भारतातील बहुतेक मुस्लीम हे धर्मांतर करून इस्लाममध्ये आले आहेत किंवा धर्मांतर केलेल्या लोकांचे वारसदार आहेत.

बंगाली हिंदू जी भाषा बोलतो तीच भाषा बंगाली मुस्लीम बोलतो, तेच अन्न खातो, त्याच्या हिंदू शेजाऱ्याप्रमाणेच जिवाची करमणूक करतो. त्यांचा पोशाख सारखा असतो. त्यांच्या बाह्य स्वरूपावरून बंगाली हिंदू आणि बंगाली मुस्लीम ओळखणं मला नेहमीच अवघड जातं...

मी जिनांना जेव्हा पहिल्यांदा भेटलो, तेव्हा ते मुस्लीम आहेत हे मला समजलं नाही. त्यांचं संपूर्ण नाव मला कळलं, तेव्हा त्यांचा धर्म कोणता ते मला समजलं. त्यांचं राष्ट्रीयत्व त्यांच्या चेहऱ्यावर आणि वर्तनातून दिसून येत होतं...

अली बंधूंनी आणि त्यांच्या सहकाऱ्यांनी जेव्हा हिंदूंना रक्ताचे भाऊ मानून आलिंगन दिलं आणि दोघांमध्ये त्यांना खूप साम्य आढळलं, तेव्हा ते चुकीचं वागले, असं म्हणायचं का? (‘हरिजन’, ६ एप्रिल १९४०)

धर्म माणसाचा संबंध थेट ईश्वराशी जोडतो आणि माणसाचा माणसाशी. मग इस्लाम मुस्लिमाला फक्त मुस्लिमाशी जोडतो आणि हिंदूंचा द्वेष करतो का? पैगंबरानं मुस्लिमांमध्येच आणि मुस्लिमांसाठीच फक्त सलोखा नांदावा आणि हिंदूंविरुद्ध किंवा मुस्लिमेतर लोकांविरुद्ध युद्ध पुकारावं, असा संदेश दिला होता का? केवळ विषसमान असलेली ही शिकवण आठ कोटी मुस्लिमांच्या गळी उतरवायची का?...

मी केवळ एक दिवस नाही, तर जवळजवळ वीस वर्षं सातत्यानं मुस्लिमांबरोबर आणि त्यांच्यामध्ये राहत आलेलो आहे. इस्लाम हा हिंदू-द्वेष्टा धर्म असल्याचं त्यांच्यापैकी एकाही मुस्लिमानं मला कधी सांगितलं नाही. ('हरिजन', ४ मे १९४०)

विभाजन करणं आत्मघातकी ठरेल, असा इशारा त्यांनी मुस्लिमांना दिला ('हरिजन', ४ मे १९४०).

भारतातील मुस्लिमांमध्ये जो असत्यप्रचार सुरू आहे, त्याबाबत मी त्यांना सावध केलं नाही, तर मी माझ्या कर्तव्यपालनात चूक केली असा त्याचा अर्थ होईल...

शेजारी-शेजारी राहणाऱ्या हिंदू आणि मुस्लिमांनी या देशाचा कोपरान् कोपरा व्यापलेला असताना भारतासारख्या गरीब देशाचं विभाजन करणं ही बाब बेबंदशाहीपेक्षाही वाईट आहे. एका जिवंत शरीराचे तुकडे करण्यासारखं आहे हे. (१६ सप्टेंबर १९४० रोजी केलेलं भाषण, 'हरिजन सेवक', १२ ऑक्टोबर १९४०)

मुस्लीम जनता ही मागणी नाकारेल, अशी आशा त्यांनी व्यक्त केली :

जेव्हा प्रत्यक्ष निर्णयाची वेळ येईल तेव्हा मुस्लीम जनता फाळणीला तयार होईल, असं मला वाटत नाही. त्यांची विवेकबुद्धी त्यांना त्यापासून परावृत्त करेल. व्यक्तिगत हिताचा विचार त्यांना असं करण्यापासून रोखेल. आत्मघातकी विभाजनापासून त्यांचा धर्म त्यांना मागे खेचेल. ('हरिजन', ४ मे १९४०)

वैयक्तिकरीत्या त्यांनी फाळणीचा निषेध केला :

काही मुस्लीम स्वतःला स्वतंत्र राष्ट्र समजतात, तरी मला काही फरक पडत नाही. मी त्यांना तसं समजत नाही, हे माझ्यासाठी पुरेसं आहे. ('हरिजन', ४ मे १९४०)

परंतु, फाळणी होणं शक्य आहे, अशी कबुलीही त्यांनी दिली :

> भारतातील बहुतेक मुस्लिमांना आपण हिंदू आणि इतर भाईबंदांबरोबर एक राष्ट्र म्हणून राहू शकत नाही असं वाटत असेल, तर त्यांना कोण रोखू शकणार? ('हरिजन', ३० मार्च १९४०)

> आठ कोटी मुस्लिमांना उर्वरित भारताच्या इच्छेपुढे मान तुकवायला लावण्याची कोणतीही अहिंसक पद्धत मला माहीत नाही; मग भले ते उर्वरित लोक संख्येनं कितीतरी जास्त का असेनात ('हरिजन', ६ एप्रिल १९४०).

> परकीय वर्चस्वापेक्षा पाकिस्तान काही जास्त वाईट नसेल. माझ्या इच्छेविरुद्ध का होईना, मी परकीय वर्चस्वाखाली राहिलो आहे. ईश्वराची तशीच इच्छा असेल, तर माझ्या स्वप्नांचे तुकडे होताना असहायपणे त्याकडे बघत बसण्यापलीकडे मी काय करू शकतो? पण मुस्लिमांना भारत सोडून जायची इच्छा आहे, यावर माझा विश्वास नाही. ('हरिजन', ४ मे १९४०).

आणि त्यांनी विभाजनसदृश एक प्रस्ताव मांडला :

> उर्वरित भारताप्रमाणेच मुस्लिमांनाही स्वयंनिर्णयाचा अधिकार असला पाहिजे. सध्या आपण एकत्र कुटुंबाप्रमाणे नांदत आहोत. कोणताही सभासद विभक्त होण्याची इच्छा प्रदर्शित करू शकतो. ('हरिजन', ६ एप्रिल १९४०)

मात्र, पाच महिन्यांनंतर त्यांनी जाहीर केलं, की फाळणीच्या कोणत्याही प्रयत्नाला आपण विरोध करू. एप्रिल आणि मेमध्ये त्यांनी जे सांगितलं, त्याच्याशी हे बोलणं उघडपणे विसंगत होतं. फाळणी टाळण्याचा प्रयत्न केला जाईल, हे त्यांनी सप्टेंबरमध्ये ठामपणे सांगितलं :

> मी हे एक हिंदू म्हणून सांगत नाही. मी हिंदूंचा, मुस्लिमांचा, पारशांचा आणि सगळ्यांचा प्रतिनिधी म्हणून हे सांगत आहे. मी माझ्या मुस्लीम बांधवांना सांगेन, 'आधी माझे तुकडे करा आणि मग भारताचे करा. दोनशे वर्षांच्या मुस्लीम राजवटीत जी गोष्ट करण्याचा प्रयत्न झाला नाही, ती तुम्ही आता करत आहात. आम्ही तुम्हाला असं करू देणार नाही.' (१६ सप्टेंबर १९४० रोजी केलेलं भाषण; 'हरिजन सेवक', १२ ऑक्टोबर १९४०)

सी.आर. यांचं मतांतर यशस्वी : १९४० सालातील मार्च ते ऑगस्ट या काळात काँग्रेसमधील वरिष्ठ नेत्यांमध्ये गंभीर मतभेद झाले, राजगोपालाचारींनी गांधींपेक्षा वेगळं मत नोंदवलं आणि त्यांना मोठा पाठिंबा मिळाला. विषय होता, युरोपात दोस्त राष्ट्रांच्या झालेल्या पिछेहाटीचा भारतावर होणारा परिणाम. १९४० सालच्या वसंत ऋतूत आणि उन्हाळ्यात नॉर्वे, डेन्मार्क, हॉलंड, बेल्जियम आणि फ्रान्ससुद्धा हिटलरच्या झंझावाताला बळी पडले.

या पिछेहाटीमुळे ब्रिटिश काँग्रेसशी समझोता करतील, अशी आशा सी.आर. यांना वाटत होती; तर ब्रिटिशांना सन्माननीय तोडगा नको आहे, असं गांधींचं मत होतं. (मार्च १९४०मध्ये) रामगढला त्यांनी कार्यकारी समितीला सांगितलं की, 'आपण आता ब्रिटिशांविरुद्ध पूर्वीपेक्षा कडक भूमिका घेणार असून निवडक कायदेभंग अटळ आहे. समोरून मला कोणताही प्रामाणिक प्रतिसाद मिळताना दिसत नाही.' ते म्हणाले. युद्धकाळात केलेला कायदेभंग ब्रिटिश चिरडून टाकतील, असं राजगोपालाचारींचं मत होतं.

परंतु, 'फोडा आणि झोडा' नीतीमुळे गांधींचं मन विचलित झालं होतं. त्यांची सहानुभूती आटली होती. नऊ महिन्यांपासून सुरू असलेल्या युद्धाकडे ते आता इंग्रज नव्हे, तर भारतीय दृष्टिकोनातून पाहत होते.

चर्चिलच्या हाती सुकाणू : फ्रान्सचा पाडाव होण्याआधी काही आठवडे, १९४० सालच्या मे महिन्यात चर्चिल यांनी चेम्बरलेन यांच्याकडून ब्रिटनच्या पंतप्रधानपदाची सूत्रं हाती घेतली. चर्चिलना साम्राज्याप्रति असलेल्या अतीव निष्ठेची कल्पना गांधींना आपल्या सहकाऱ्यांपेक्षा जास्त होती. गांधींची चर्चिलशी १९०६ साली भेट झाली होती आणि १९३१ साली चर्चिल यांनी भेटण्यास नकार दिला होता, तसा गांधींच्या सहकाऱ्यांचा चर्चिलशी प्रत्यक्ष संबंध कधीच आला नव्हता.

नंतर, १९३५ साली लंडनमध्ये गांधींचे उद्योगपती असलेले स्नेही बिर्ला यांना चर्चिल एकदा म्हणाले होते, 'अस्पृश्यांच्या बाजूनं लढायला लागल्यामुळे माझ्या मनातील गांधींची प्रतिमा खूपच उंचावली आहे.' ही बातमी गांधींपर्यंत पोचल्यानंतर गांधींनी बिर्लांना आपल्या वतीनं चर्चिलना उत्तर द्यायला सांगितलं की, 'वसाहतींच्या कार्यालयात असतानाचे चर्चिल गांधींच्या चांगलेच लक्षात राहिले आहेत.' १९३७ साली पुन्हा एकदा बिर्लांची भेट झाली असता चर्चिल यांनी त्यांना 'तुमच्या नेत्याला माझं अभिवादन सांगा', असा निरोप दिला होता.

परंतु आधी केलेल्या भलेपणाच्या किरकोळ गोष्टी युद्धकाळात पंतप्रधानपद स्वीकारणाऱ्या माणसाच्या लक्षात असतील, यावर विश्वास ठेवण्याइतके गांधी दूधखुळे नव्हते. 'ब्रिटिश साम्राज्य बरखास्त करण्यासाठी काही मी राजाचा प्रथम मंत्री झालेलो नाही', हे चर्चिल यांचे प्रसिद्ध उद्‌गार निघायला अजून दोन वर्षं बाकी

होती, तरी पंतप्रधान झालेल्या चर्चिलकडून कशाची अपेक्षा करायची नाही, ते गांधींना चांगलंच माहीत होतं. आणि सध्याच्या सामाजिक परिस्थितीत भारतातील दुफळीचा पुरावा म्हणून पाकिस्तानच्या मागणीचा ते वापर करतील, हेही गांधी जाणून होते.

जूनच्या तिसऱ्या आठवड्यात, फ्रान्सनं हिटलरला शांततेचं आवाहन केल्याच्या दुसऱ्या दिवशी कार्यकारी समितीची वर्ध्याला सभा झाली. फ्रान्सच्या पाडावानंतर ब्रिटनला स्वतंत्र भारत एक मित्रराष्ट्र म्हणून हवा असेल, जर काँग्रेसनं युद्धात मदत देऊ केली तर तिचं स्वातंत्र्य मिळवण्याचं ध्येय साध्य होऊ शकेल आणि सरकारमध्ये ताबडतोब शिरकाव करता येईल, अशी कल्पना सी.आर. यांच्या मनात आली.

त्यांनी आपली बाजू सौम्यपणे, स्पष्टपणे, आर्जवानं मांडली. त्यांनी अहिंसेचं नाव घेऊन आपलं मत मांडायचा प्रयत्न केला. हिंसाचार संपवण्यासाठी काही प्रसंगी युद्धाचाच मार्ग सर्वोत्तम ठरतो, असा त्यांचा दावा होता आणि १९१८ साली ब्रिटिशांना सैनिकी मदत पुरवण्याच्या गांधींच्या प्रस्तावाची त्यांनी आठवण करून दिली.

लोकांच्या सैनिकीकरणाला कारणीभूत ठरण्याची माझी इच्छा नाही, असं गांधींनी आपल्या सहकाऱ्यांना सांगितलं. देशा-देशांमधील युद्धात अहिंसा यशस्वी ठरण्याची शक्यता होती का? युरोपात ती यशस्वी ठरली असती का?

भारतात सरकारशी काँग्रेसचं धोरण ठरवण्यासाठी भेटलेल्या कार्यकारी समितीमध्ये युरोपातील युद्धात अहिंसा कितपत उपयोगी ठरेल, या मुद्द्यावर चर्चा सुरू झाली. आपल्या श्रद्धेत कोणताही कमीपणा असल्याचं मान्य करण्यास राजी नसलेल्या गांधींनी जाहीर केलं की, युरोपीय राष्ट्रांनी आणि वेळ आली तर भारतानं स्वातंत्र्याचं रक्षण शस्त्रसामर्थ्यानं नव्हे, तर अहिंसेच्या सामर्थ्यानं केलं पाहिजे. ('हरिजन', २२ जून १९४०)

अध्यक्ष आझाद आणि पटेलांसह कार्यकारी समितीमधील बहुतेकांनी गांधींच्या मताशी असहमती व्यक्त केली, तेव्हा आपल्याला समितीच्या निर्णयप्रक्रियेतून वगळण्यात यावं, अशी विनंती गांधींनी केली. त्यांची इच्छा पूर्ण केली गेली. चार दिवसांच्या विचारविनिमयानंतर सभासदांनी सांगितलं की,

ते अशा निर्णयाला आले आहेत, की गांधींच्या मताशी ते पूर्णत: सहमत होऊ शकत नाहीत. पण त्यांचा महान आदर्श आचरण्याचं स्वातंत्र्य त्यांना दिलं गेलं पाहिजे, याची सगळ्यांना जाणीव आहे. त्यामुळे बाह्य आक्रमण आणि अंतर्गत अव्यवस्थेशी संबंधित काँग्रेस आखत असलेल्या कार्यक्रमाच्या आणि चळवळीच्या निर्णयप्रक्रियेच्या जबाबदारीतून त्यांना मुक्त केलं गेलं पाहिजे...

राजगोपालाचारींमुळे प्रभावित झालेले काँग्रेसनेते गांधींपासून सरकारकडे, चरख्याकडून बंदुकीकडे वळण्यासाठी किंमत मोजायला तयार होते. सत्तेची चाहूल आणि पुढे सरकणारा काळ या दोन गोष्टी त्याला कारणीभूत होत्या : पटेल आता पासष्ट वर्षांचे होते, राजगोपालाचारी बासष्ट, प्रसाद सहासष्ट, आझाद बावन्न, नेहरू एकावन्न.

जूनच्या अखेरीस, आधी ठरल्याप्रमाणे गांधी सिमल्याला लिन्लिथगोंची भेट घ्यायला गेले, तेव्हा त्यांनी व्हाइसरॉयना सांगितलं की, ही (त्यांची) शेवटची मुलाखत असेल. यापुढे व्हाइसरॉयनं काँग्रेससाठी काही प्रस्ताव असल्यास काँग्रेसच्या अध्यक्षांना भेटीला बोलवावं.

जुलैच्या प्रारंभी दिल्लीत झालेल्या कार्यकारी समितीच्या सभेत गांधींनी काँग्रेसच्या नव्या धोरणाबाबत लिन्लिथगोंचं म्हणणं सगळ्यांसमोर मांडलं :

> *तुम्हाला भारताचं रक्षण करायचं आहे; तुम्हाला विमानं, युद्धनौका, रणगाडे इत्यादी पाहिजेत. आम्ही हे सगळं तुम्हाला देऊ. त्यामुळे आमचाही हेतू साध्य होईल आणि तुमचाही. ही एक सुवर्णसंधी आहे. तुम्ही या आणि सर्व शस्त्रांनिशी स्वत:ला सज्ज करून घ्या. दबावाखाली आपण दुप्पट वेगानं पुढे जाऊ शकतो.*

चिंता : ज्या गोष्टीमुळे व्हाइसरॉय आनंदित झाले, त्या गोष्टीनं गांधी चिंतित झाले. त्यांच्या अहिंसक लढ्याचा अंत भारताच्या सैनिकीकरणात होणार होता का आणि तोही साम्राज्याशी हातमिळवणी करून? जिनांनी केलेल्या वारापेक्षाही त्यांच्या अत्यंत जवळच्या काँग्रेस सहकाऱ्यांनी त्यांच्या स्वप्नावर घातलेला हा घाव जिव्हारी लागला. गांधींनी कार्यकारी समितीला सांगितलं : *'मी हे करू शकत नाही. हे माझ्यासाठी नाही.'*

भारताच्या साधनसंपत्तीचा युद्धासाठी वापर व्हावा म्हणून सरकार टाकत असलेल्या दबावाकडे गांधींनी आपल्या सहकाऱ्यांचं लक्ष वेधलं :

> *ही प्रक्रिया... हलके हलके सुरू होती आणि फ्रान्सच्या पाडावापर्यंत विशेष लक्षात आली नव्हती. ही सक्ती बिनबोभाटपणे सुरू असताना मी गप्प बसून किंवा स्वस्थ राहून केवळ बघत बसावं, ही कल्पनाच मला करवत नाही.*

हजारो भारतीय सैन्यात भरती होत होते, त्यामुळे प्रचंड लोकसंख्येच्या या गरीब देशाला रोजगार मिळत होता, ही गोष्ट ते जाणून होते. 'हरिजन स्वखुशीनं सैनिक म्हणून भरती होत आहेत', याबाबत छेडलं असता, त्यांना परावृत्त करण्याचा कोणताही प्रयत्न केला जाऊ नये, असं गांधी म्हणाले. पण सैनिक म्हणून ते

भारताच्या नव्हे तर इंग्लंडच्या युद्धासाठी भरती होत होते.

युरोपात, ब्रिटनच्या मित्रराष्ट्रांचा एकामागोमाग एक पराभव होत होता– साम्राज्यावरचा सूर्य मावळत असल्याचं गांधी म्हणाले. काळ त्यांच्या बाजूनं होता. ब्रिटिशांना आवाहन करण्याची हीच योग्य वेळ होती का?

हिटलरच्या यशाबद्दल गांधींनी 'हरिजन'मध्ये लिहिलं : *'तो त्याच्या या विजयाचं काय करणार? इतकी प्रचंड सत्ता त्याच्या पचनी पडेल?... (जर्मन) पराभूत केलेल्या राष्ट्रांना कायम आपल्या मांडलिकत्वाखाली तर ठेवू शकणार नाहीत.'* जर्मनीचा पूर्वेकडील मित्र जपान जर आशिया खंड पार करून भारतावर चालून आला, तर भारतानं अहिंसक प्रतिकार केला पाहिजे, असंही गांधींनी कार्यकारी समितीला सांगितलं.

दरम्यान, सी.आर. यांचं मतपरिवर्तन झालं नाही. गांधी म्हणाले, *"पूर्वी राजाजींना बरोबर घेऊन जाण्यात मला किंचितही अडचण येत नसे. त्यांची बुद्धी आणि हृदय दोन्ही माझ्याबरोबर असे, पण प्रशासनात प्रवेश करण्याचा प्रश्न पुढे आला, तेव्हा मला दिसलं की आमच्या दोघांचे विचार दोन दिशांना धावताहेत."* पण इतर बऱ्याच जणांना बरोबर घेऊन जाण्यात ते अपयशी ठरले.

लवकरच नेहरूंनीही सी.आर. यांच्या युक्तिवादाला सहमती दर्शवली. प्रमुख नेत्यांमध्ये फक्त गफार खान आणि कृपलानी गांधींबरोबर होते.

युद्धाचं वारं, पाकिस्तानची मागणी आणि भारताला शस्त्रसज्ज करण्याच्या साम्राज्याच्या प्रयत्नात त्यांच्या सहकाऱ्यांनी दाखवलेली रुची, यामुळे गांधी किती अस्वस्थ झाले होते, याची प्रचिती १९४० सालच्या उन्हाळ्यात त्यांनी केलेल्या खालील वक्तव्यावरून येते :

> *मला कधीकधी पळून जाऊन तोंड लपवावंसं वाटतं; शांततेच्या शोधात नाही, तर एकाकीपणाच्या स्तब्धतेत स्वत:ला जाणून घेण्यासाठी, मी कुठे उभा आहे ते पाहण्यासाठी, अजूनही येत असणाऱ्या बारीकशा आतल्या आवाजाची कुजबुज जास्त स्पष्टपणे ऐकण्यासाठी.*

अखिल भारतीय काँग्रेस समितीच्या संमतीनं सर्वकाही : आपले शब्द सरदार आणि राजाजींचं मन वळवण्यात अपयशी ठरले, याची खंत वाटूनही गांधींनी अखिल भारतीय काँग्रेस समितीला कार्यकारी समितीनं ब्रिटनपुढे मांडलेल्या प्रस्तावाला पाठिंबा द्यायला सांगितलं. कार्यकारी समितीचे सभासद हे काँग्रेसचेच नेते असल्याचं सांगून, ते आपल्याइतकेच प्रामाणिक आणि कदाचित जास्त शहाणे असल्याचं गांधी म्हणाले. सी.आर. यांच्यात सातत्य, धैर्य आणि कौशल्य होतं. ('द हिंदू', ९ जुलै १९४०) आणि वल्लभभाई त्यांच्या मतांशी एकनिष्ठ राहिले, असंही त्यांनी

लिहिलं. मोठा घाव बसलेला असतानाही गांधी आपल्या चमूला सोडून जाणार नव्हते, काँग्रेसचे तुकडे करणार नव्हते किंवा काँग्रेसचा त्याग करण्याचा धोका पत्करणार नव्हते.

काँग्रेसनं पुढे केलेला मैत्रीचा हात न झिडकारण्याचा सल्ला त्यांनी 'हरिजन'मध्ये एका लेखाद्वारा ब्रिटिशांना दिला.

अवास्तव आवाहन : 'हरिजन'मध्ये लिहिलेल्या दुसऱ्या एका लेखात प्रत्येक ब्रिटिशाला उद्देशून लिहिताना गांधींनी युरोपातील युद्धात अहिंसा उपयोगी ठरेल, यावर आपली श्रद्धा असल्याचं लिहिलं. आजपर्यंत बनला नव्हता एवढा या युद्धानं माणूस पशूसमान झाला आहे, असा दावा करून त्यांनी अहिंसक असहकाराचा पर्याय सुचवला आणि पुढे लिहिलं :

लढणारे आणि न लढणारे यांच्यातील फरक नष्ट झाला आहे. कुणाचीही आणि कशाचीही गय केली जात नाही. खोटं बोलणं ही एक कला झाली आहे. लहान राष्ट्रांचं ब्रिटन रक्षण करणार होता. एकानंतर एक ती नष्ट झाली आहेत, निदान सध्यापुरती तरी...

हे युद्ध थांबवावं असं मी तुम्हाला आवाहन करतो; तुम्ही लढून लढून थकला आहात म्हणून नाही, तर मुळातच युद्ध ही वाईट गोष्ट आहे... तुमची मालकी असलेल्या देशांमध्ये येऊन काहीही घेऊन जाण्याचं आमंत्रण तुम्ही हर हिटलर आणि सिग्नॉर मुसोलिनीला द्यावं. तुमच्या सुंदर बेटाचा, अनेक सुंदर सुंदर इमारतींचा ताबा त्यांना घेऊ द्या. हे सगळं द्या; पण तुमची मनं, तुमचे आत्मे मात्र देऊ नका...

मी ज्या पद्धतीला वा प्रक्रियेला अहिंसक असहकार म्हणतो, ती भारतात अतिशय यशस्वी ठरली आहे. भारतातील तुमचे प्रतिनिधी कदाचित तुम्हाला सांगतील की... आमचा असहकार पूर्णपणे अहिंसक नव्हता, तो द्वेषापोटी निर्माण झाला होता.

त्यांनी जर असं सांगितलं तर मी ते नाकारणार नाही. ते खरंच पूर्णपणे अहिंसक असतं... भारताचे मालक असणारे तुम्ही तिचे विद्यार्थी झाले असता आणि आमच्यापेक्षा जास्त कौशल्यानं हे शस्त्र वापरून जर्मन व इटालियन मित्रांच्या हल्ल्यांना तोंड दिलं असतं... असं म्हणण्याचं धाडस मी केलं असतं. ('हरिजन', ६ जुलै १९४०)

गांधींच्या विनंतीवरून व्हाइसरॉयनं हे आवाहन हिज मॅजेस्टीज गव्हर्न्मेंटकडे लंडनला पाठवलं. १० जुलै रोजी लिन्लिथगोंनी गांधींना लिहिलं :

मला त्यांच्याकडून आता असा निरोप मिळाला की, तुमच्या चांगल्या

हेतूंचा मान राखूनही, तुम्ही ज्या पद्धतीचा पुरस्कार करता तिचा विचार करणं त्यांना शक्य नाही. संपूर्ण साम्राज्याचा ठाम विचार युद्ध पुढे सुरू ठेवणं आणि त्याचं विजयात पर्यवसान करणं, हा आहे.

कार्यकारी समितीबरोबर केलेल्या चर्चेचं फलित असलेलं हे आवाहन ही काही फारशी गांभीर्यानं घेण्याची बाब नव्हती. त्याच्या लेखकानं अहिंसेचा सिद्धान्त मांडला होता, तर भारतात अहिंसक चळवळी चालवणाऱ्या गांधींचे पाय मात्र जमिनीवर होते. आणि जेव्हा चर्चिलच्या नेतृत्वाखाली ब्रिटिशांनी निर्धारानं आणि सशस्त्र प्रतिहल्ला केला, तेव्हा गांधींनी त्यांच्या शौर्याला दाद दिली.

अखिल भारतीय काँग्रेस समितीचा पाठिंबा : ब्रिटिशांशी मैत्री करण्याच्या विरोधात असलेले सुभाष बोस आणि जयप्रकाश एव्हाना तुरुंगामध्ये होते. अटक होण्यापूर्वी सुभाष यांनी सार्वत्रिक प्रतिकाराचं आणि कामचलाऊ राष्ट्रीय सरकार स्थापण्याचं आवाहन केलं होतं. ऑगस्टमध्ये काँग्रेस समाजवादी गटाचे एक प्रमुख नेते राममनोहर लोहियांना अटक झाली. तरुण नेत्यांना प्रोत्साहन देण्यावर नेहमीच भर देणाऱ्या गांधींनी 'हरिजन'मध्ये जयप्रकाश आणि लोहियांविषयी अनेक सकारात्मक संदर्भ दिले.

सी.आर. यांना विरोध करून सार्वत्रिक कायदेभंगासाठी काम करण्याचं अयशस्वी आवाहन जयप्रकाशांनी तुरुंगातून नेहरूंना केलं. इतक्या टोकाला जाण्याची गरज गांधींना वाटली नाही, तरी भारतीयांच्या 'धगधगत्या असंतोषाचं' (हे गांधींचेच शब्द) प्रतिनिधित्व सी.आर. यांच्यापेक्षा जास्त सुभाष आणि जयप्रकाश करत होते, ही गोष्ट त्यांनी मनोमन मान्य केली.

२७ जुलै रोजी गांधींच्या अनुपस्थितीत पण त्यांच्याच सांगण्यावरून अखिल भारतीय काँग्रेस समितीच्या पुण्यात झालेल्या बैठकीत राजगोपालाचारींच्या प्रस्तावाला पाठिंबा व्यक्त केला गेला. त्याला विरोध दर्शवत गफार खानांनी काँग्रेसचा राजीनामा दिला. हिंसक युद्धाला पाठिंबा व्यक्त करणाऱ्यांबरोबर आपलं नाव जोडलं जावं, अशी त्यांची मुळीच इच्छा नव्हती.

ब्रिटनचं उत्तर : व्हाइसरॉयनं जाहीर केलेल्या निवेदनाद्वारे ८ ऑगस्ट रोजी 'पुणे-प्रस्तावा'ला उत्तर देण्यात आलं. त्यात म्हटलं होतं की, सरकार, काँग्रेस, मुस्लीम लीग आणि संस्थानिक यांनी आपापसात समझोता केला, तर काही राजकारण्यांचा समावेश व्हाइसरॉयच्या विस्तारित कौन्सिलमध्ये केला जाईल, त्या कौन्सिलमध्ये व्हाइसरॉय नकाराधिकाराचे अधिकारी असणार होते. युद्धसमाप्तीनंतर लवकरात लवकर एक समिती नेमून नवीन घटनेची चौकट ठरवली जाणार होती.

या निवेदनाद्वारे मुस्लीम आणि भारताच्या राष्ट्रीय पटावरील इतर अल्पसंख्याक

घटकांना ब्रिटननं दिलासा दिला की, बहुमताच्या सरकारच्या हुकमतीखाली राहण्याची सक्ती त्यांच्यावर होणार नाही. भारतातील संख्येनं मोठ्या आणि शक्तिशाली घटकांचा थेट अंकुश चालेल असं सरकार बनण्याला ब्रिटन परवानगी देणार नाही, हे उघड झालं.

काँग्रेसऐवजी जिना आणि संस्थानिकांना जास्त जवळ केलं गेलं होतं. धक्का बसलेल्या सी.आर. यांनी आपल्याला राग आल्याची प्रतिक्रिया दिली आणि ब्रिटिश सरकारनं त्यांचा खरा रंग दाखवायला सुरुवात केली, असं पटेल म्हणाले. त्यांच्यातील मतभेदांचा संदर्भ देऊन पटेल गांधींना म्हणाले, 'यापुढे आपल्या आयुष्यात परत असं काही घडणार नाही.'

मर्यादित सत्याग्रह : काँग्रेसच्या सल्लागारपदाची धुरा तातडीनं उचलण्याची निकड निर्माण झाल्यावर गांधींनी निवडक व्यक्तींद्वारे शिस्तबद्ध कायदेभंगाची आपली कल्पना पुन्हा एकदा मांडली. ब्रिटिश जनता किंवा ब्रिटिश सरकारचं स्वत:चंच अस्तित्व अधांतरी लटकलेलं असताना, अशा परिस्थितीत एखादं भव्य आंदोलन छेडणं त्यांना ओशाळवाणं करणारं ठरलं असतं, हिंदू आणि मुस्लिमांमध्ये संघर्ष पेटला असता आणि कदाचित सरकार व मुस्लीम लीग एकमेकांच्या जास्त जवळ आले असते. अगदी छोट्या प्रमाणावर केलेल्या कृतीमुळे काँग्रेस भारताच्या मुख्य प्रवाहापासून दूर जाऊन खच्ची झाली असती, कारण ब्रिटिशांच्या घट्ट होत जाणाऱ्या पकडीमुळे जनता दिवसेंदिवस अस्वस्थ होत चालली होती.

निवडलेले सत्याग्रही कोणत्या सरकारी नियमांचं उल्लंघन करणार होते? मुक्त भाषणावर बंदी असलेला नियम त्यासाठी निवडावा, असं गांधींनी सांगितलं. अखिल भारतीय काँग्रेस समितीसाठी गांधींनी ठरावाचा मसुदा तयार केला, त्यात असं म्हटलं होतं की, 'संकटाच्या प्रसंगी ब्रिटिश राष्ट्रानं दाखवलेल्या शौर्य आणि सोशीकतेची प्रशंसा केल्याशिवाय काँग्रेसला राहावत नाही'. तरीसुद्धा जनमत व्यक्त करण्याचं स्वातंत्र्य असावं, याबाबत तिचे विचार ठाम आहेत. नेहरूंच्या मदतीनं त्यांनी दोन वाक्यांची संयमित तरीही बेकायदा शब्दात घोषणा तयार केली :

> *ब्रिटिशांना युद्धात मनुष्यबळ वा पैशांच्या स्वरूपात मदत करणं चुकीचं आहे. अहिंसक प्रतिकारानंच युद्धाला सामोरं जाणं हेच फक्त योग्य आहे.*

ही घोषणा द्यायचा अधिकार भारतीयांना मिळावा, अशी विनंती गांधींनी व्हाइसरॉयची भेट घेऊन केली. लिन्लिथगोंनी ही विनंती फेटाळली आणि वैयक्तिक कायदेभंग चळवळीचा (ICD – Individual Civil Disobedience) मार्ग मोकळा झाला.

वैयक्तिक कायदेभंग ऑक्टोबर १९४०मध्ये सुरू झाला, तेव्हापासून ते १९४१ सालच्या उन्हाळ्यापर्यंत १५ हजारांपेक्षा जास्त भारतीय तुरुंगात गेले.

त्यांना नऊ महिन्यांपासून ते पंधरा महिन्यांपर्यंत शिक्षा ठोठावण्यात आली. सुरुवातीला सत्याग्रहींची निवड प्रांतीय काँग्रेस समित्यांनी केली, परंतु अंतिम निवड किंवा पसंती गांधींनी स्वत: केली. अहिंसेचा त्यांनी केलेला पाठपुरावा, सूतकताई, जातीय समानतेचं पालन आणि हिंदू-मुस्लीम मैत्रीचा पुरस्कार या निकषांवर ही निवड केली गेली.

प्रत्येक सत्याग्रही (पुरुष वा स्त्री) रस्त्यानं चालता-चालता घोषणा द्यायचा, एखादा पोलीस अधिकारी असं केल्याबद्दल त्याला अटक करायचा. बहुतेक वेळा पोलिसांना आधी कळवलेलं असायचं. काही लोक हिंसाचाराला विरोध दर्शवण्यासाठी घोषणा द्यायचे, त्यापेक्षाही जास्त साम्राज्याचा धिक्कार करणाऱ्या घोषणा दिल्या जात. सामान्यत: पहिलं वाक्य जास्त ठासून म्हटलं जात होतं. या घटनांमध्ये कुठेही हिंसाचार झाला नाही आणि ख्रिसमसच्या काळात सत्याग्रह केला गेला नाही. गांधींनी भारतभर राबवलेल्या अनेक मोहिमांमध्ये ही मोहीम तिची शिस्तबद्धता आणि संयम या गुणांमुळे वैशिष्ट्यपूर्ण ठरली. वैयक्तिक कायदेभंग मोहिमेमुळे काँग्रेसचं आणि तिचे सभासद व समर्थकांचं नीतिधैर्य टिकण्यास मदत झाली.

या सत्याग्रहाची सुरुवात करण्यासाठी गांधींनी विनोबा भावेंची निवड केली. कदाचित सर्वांत गुणी असलेल्या गांधींच्या या अ-राजकीय सहकाऱ्यानं देशाचं आणि जगाचं लक्ष वेधून घेतलं. १९२० सालापासून वर्ध्याजवळ विनोबा स्वत:चा एक आश्रम चालवत होते. विनोबांबरोबर स्नेह जुळल्यावर, म्हणजे १९१६ सालापासून गांधी या तरुण सहकाऱ्याला आत्मसंयमन आणि ज्ञान या बाबतीत स्वत:पेक्षा श्रेष्ठ समजत आले होते.

धर्मग्रंथ आणि भाषाविषयाचे विद्वान म्हणून ज्ञात असलेले विनोबा पूर्वीच्या सत्याग्रहांमध्येही शांतपणे सहभागी होत आलेले होते, तुरुंगातही त्यांनी कष्ट उपसले होते. या वेळी त्यांनी नेतृत्व करावं, अशी गांधींची इच्छा होती. त्याची कारणं त्यांनी 'हरिजन'मध्ये स्पष्ट केली :

> *उत्कृष्ट सूत कातण्यात सबंध भारतात त्यांचा कुणी हात धरू शकत नाही. त्यांच्या हृदयात अस्पृश्यतेचा लवलेशही शिल्लक नाही. माझ्याइतक्याच तीव्रतेनं त्यांना धार्मिक-जातीय एकतेविषयी कळकळ वाटते. इस्लामला मुळापासून जाणून घेण्यासाठी त्यांनी एक वर्ष मूळ कुराणाचा अभ्यास करण्यात घालवलं. त्यासाठी ते अरेबिक शिकले...*
>
> *त्यांच्या एका इशाऱ्यावर कोणताही त्याग करायला तयार असलेल्या कार्यकर्त्यांची आणि शिष्यांची फौज त्यांच्या पाठीशी उभी आहे. कुष्ठरोग्यांच्या सेवेसाठी आयुष्य वाहून घेतलेला एक तरुण माणूस घडवण्याचं श्रेय*

त्यांना जातं. वैद्यकशास्त्राचा वाराही न लागलेला हा तरुण केवळ निष्ठेपोटी कुष्ठरोग्यांवर उपचार करण्याची पद्धत शिकला आहे आणि आता त्यांच्या उपचारासाठी त्यानं कितीतरी शुश्रूषा केंद्रं उघडली आहेत...

मी चालवलेली ही बहुधा शेवटची नागरी कायदेभंगाची मोहीम असेल. स्वाभाविकच, ती अत्यंत निर्दोष असावी असाच माझा प्रयत्न राहणार...

या चळवळीत गांधींनी प्रत्यक्ष भाग घेतला नाही, कारण त्यांना अटक झाली असती तर जनता पेटून उठली असती आणि तिनं आंदोलन सुरू केलं असतं, सगळीकडे अंदाधुंदी माजली असती. हेच गांधींना नेमकं टाळायचं होतं. शिवाय, व्हाइसरॉयशी जर वाटाघाटींची वेळ आली असती, तर त्यासाठी गांधी उपलब्ध असणं गरजेचं होतं. २१ ऑक्टोबर रोजी विनोबांना अटक झाली. या अटकेचं वृत्त त्यांच्या पत्रिकांमध्ये छापू नये असा आदेश गांधींना मिळाल्यावर त्यांनी पत्रिकांचं प्रकाशन थांबवलं आणि म्हणाले :

प्रत्येकानं चालतं-बोलतं वर्तमानपत्र व्हावं आणि सगळीकडे ही चांगली बातमी पसरवावी... माझ्या कानांनी जी अधिकृत बातमी ऐकली ती माझ्या शेजाऱ्याला मी सांगावी, अशी यामागची कल्पना आहे. कोणतंही सरकार त्यावर बंदी आणू शकत नाही वा ती दडपू शकत नाही. आतापर्यंतचं हे सगळ्यांत स्वस्त वृत्तपत्र आहे आणि सरकार कितीही हुशारी दाखवू दे, तिच्यावर मात करण्याची ताकद त्याच्यात आहे.

या चालत्या-बोलत्या वृत्तपत्रांनी बातमी देण्यापूर्वी तिच्या खरेपणाची खात्री करून घ्यावी. कोणत्याही गावगप्पांमध्ये त्यांनी भाग घेऊ नये. बातमीच्या स्रोताबाबत त्यांनी खातरजमा करून घ्यावी आणि जनतेला सकाळचं वर्तमानपत्र न उघडताही हव्या असलेल्या सगळ्या बातम्या मिळायला हव्यात, हे त्यांनी पाहावं... ('हरिजन', ३ नोव्हेंबर१९४०)

विनोबांनंतर सत्याग्रहाचं नेतृत्व करण्यासाठी जवाहरलाल नेहरूंची निवड झाली होती; परंतु घोषणेची दोन वाक्यं तोंडातून निघण्याआधीच ३१ ऑक्टोबर रोजी त्यांना अटक झाली. यापूर्वी केलेल्या भाषणांमध्ये प्रक्षोभक भाषा वापरल्याच्या आरोपावरून ही अटक झाली आणि चार वर्षांच्या तुरुंगवासाची शिक्षा त्यांना ठोठावण्यात आली. या कठोरपणाचा निषेध म्हणून गांधी उपोषण करणार होते, पण अखेरीस त्यांनी ते केलं नाही. वर्ष संपण्यापूर्वी आझाद, पटेल, सी.आर., प्रसाद, इतर सगळे काँग्रेसचे नावाजलेले पुढारी आणि शेकडो लोक तुरुंगात गेले.

ते सगळे तुरुंगात असतानाच जून १९४१मध्ये हिटलरनं त्याच्या मित्र समजल्या जाणाऱ्या राष्ट्रावर – सोव्हिएट युनियनवर – चाल केली. भारतातील छोट्या, पण

कमी महत्त्वाच्या नसलेल्या कम्युनिस्ट पार्टी आणि इतर डाव्या गटांनी युद्धात यापुढे ब्रिटनला पाठिंबा देण्याचं ठरवलं.

बोस आणि जे. पी. : त्याआधी, २७ जानेवारी १९४१ रोजी सुभाष बोस कलकत्त्याला (कोलकाता) त्यांना स्थानबद्ध करून ठेवलेल्या घरातून नाट्यपूर्णरीतीनं निसटले, गुपचूप अफगाणिस्तानला पोचले आणि तिथून जर्मनीत पोचले. १९४१ सालच्या ऑक्टोबर महिन्यात देवलीच्या तुरुंगात असलेल्या जयप्रकाश नारायण यांनी, त्यांची पत्नी त्यांना भेटायला आली असता तिच्यामार्फत एक चिठ्ठी बाहेर पाठवायचा प्रयत्न केला, तो फसला. बाहेर उभ्या असलेल्या समर्थकांना भडकवणारा मजकूर त्या चिठ्ठीत होता, असा आरोप जयप्रकाशांवर केला गेला. सरकारनं या घटनेचा गाजावाजा केला.

भारतातील अनेकांना बोस यांचं पलायन थरारक वाटलं. त्यांच्याशी मतभेद असूनही गांधीसुद्धा प्रभावित झाल्यासारखे वाटले. नंतर आझादांशी बोलताना गांधींनी जे उद्‌गार काढले, त्यावरून आझादांनी हा अंदाज बांधला. आझादांनी त्यांचे उद्‌गार उद्‌धृत केले नसले, तरी या आधीच्या उन्हाळ्यात सुभाषना अटक झाल्यानंतर गांधी जे बोलले होते, ते आपल्याला ठाऊकच आहे. जून १९४०मध्ये सामूहिक कायदेभंगाला पाठिंबा असणाऱ्या सुभाष यांच्याशी झालेल्या वार्तालापाचा वृत्तान्त गांधींनी 'हरिजन'मध्ये लिहिला (१३ जुलै १९४०) :

> *कार्यकारी समितीला जे करणं जमलं नाही, ते आपण करून दाखवू असं त्यानं मला अत्यंत स्नेहपूर्णरीत्या सांगितलं. मी म्हटलं, त्याच्या योजनेचं फलित म्हणून माझ्या हयातीत स्वराज्य मिळालं, तर त्याचं अभिनंदन करणारी पहिली तार माझी असेल... पण त्यानं निवडलेला मार्ग चुकीचा आहे, असा इशारा मी त्याला दिला...*
>
> *एखादी विशिष्ट कृती योग्य आहे असं जोपर्यंत सुभाषबाबूला वाटतं, तेव्हा त्याला ती पार पाडण्याचा अधिकार आहे आणि ते त्याचं कर्तव्य आहे... मग ती काँग्रेसला पसंत असो वा नसो... जर त्याचे प्रयत्न यशस्वी ठरले आणि भारताला स्वातंत्र्य मिळालं, तर त्याचं बंड योग्य होतं असं सिद्ध होईल आणि काँग्रेस त्याच्या बंडाचा धिक्कार तर करणार नाहीच; पण तारणहार म्हणून त्याचं स्वागत करेल.*

जयप्रकाशांच्या अयशस्वी ठरलेल्या प्रयत्नानंतर गांधींनी प्रसिद्ध केलेल्या निवेदनातूनसुद्धा आपल्याला बोस यांच्या पलायनावरची त्यांची प्रतिक्रिया काय होती, हे समजू शकतं :

> *जयप्रकाश नारायण यांच्यावरील आरोप खरा आहे, असं गृहीत धरलं तर*

त्यांनी अवलंबलेली पद्धत काँग्रेसच्या सत्य आणि अहिंसेच्या धोरणाविरुद्ध आहे आणि त्यासाठी ते कठोर धिक्काराला पात्र आहेत. पण सरकारनं त्यांचा निषेध करणं किंवा बदनामी करणं शोभत नाही. स्पष्टच सांगायचं तर, सगळ्या राष्ट्रवादी शक्ती, मग त्यांची नावं काहीही असोत, सरकारच्या विरोधात उभ्या ठाकल्या आहेत.

आणि युद्धनीतीनुसार जयप्रकाश नारायण यांनी स्वीकारलेली पद्धत अगदी रास्त आहे. ते सात वर्षं अमेरिकेत राहून शिकले आहेत आणि पाश्चिमात्य देशांनी त्यांचं स्वातंत्र्य मिळवण्यासाठी वापरलेल्या पद्धतींचा त्यांनी अभ्यास केला आहे. फसवणूक करणं, गुप्त मार्गाचा अवलंब करणं आणि अगदी हत्येची योजना आखणं या मान्यताप्राप्त पद्धती आहेत व त्यांनी गुन्हेगारांनासुद्धा राष्ट्रीय हीरो बनवलं आहे.

क्लाईव्ह आणि वॉरेन हेस्टिंग्ज ब्रिटिशांचे हिरो नाहीत काय? जर जयप्रकाश नारायण ब्रिटिश राजनैतिक सेवेत असते आणि गुप्त राजनीती वापरून त्यांनी काही महत्त्वाची कामगिरी पार पाडली असती, तर त्यांचा सन्मान झाला असता...

जयप्रकाश नारायण देशभक्त आहेत हे आपण जाणतो; तरीही भारतीयांनी हे लक्षात घ्यावं, की अहिंसक लढा सुरू असताना त्यांनी वापरलेली पद्धत अत्यंत घातक आहे.

*

गांधींचे बहुतेक राजकीय सहकारी तुरुंगात असताना गांधी, त्यांच्याच शब्दांत सांगायचं तर, सेवाग्रामला चिकटून बसले होते. १९४१च्या फेब्रुवारी महिन्यात मुंबईला आणि अलाहाबादला दिलेल्या भेटींखेरीज एरवी ते कुठेच गेले नाहीत आणि ठाम विश्वासानं आहे तिथेच राहिले. याविषयी ते म्हणतात :

> या लढ्याचं नेतृत्व करण्यासाठी पुरेशी ताकद आणि कुमक माझ्याकडे आहे... दुसऱ्या कोणत्याही ठिकाणापेक्षा सेवाग्राममध्ये मी जास्त चांगला आणि स्पष्ट विचार करू शकतो, त्याचं साधं कारण म्हणजे इथे मी माझ्या उन्नतीसाठी हवं तसं वातावरण तयार करून घेतलं आहे. काळागणिक माझं शरीर कदाचित कमजोर होईल, पण माझं शहाणपण नाही. जसजसं वय वाढतंय, तसतशा मला गोष्टी अधिक स्पष्टपणे दिसू लागल्या आहेत. कदाचित ही स्वतःची फसवणूक असेल, पण त्यात दांभिकपणा नाही.

१९४१ सालच्या जुलै महिन्यात त्यांना वाटलं की, आपण निदान पाच वर्षं तरी

सातत्यानं सत्याग्रहींना तुरुंगात पाठवू. युद्ध किती काळ चालेल याचा त्यांनी काढलेला हा अंदाज असावा.

७ ऑगस्ट रोजी टागोरांचं निधन झालं. वर्षानुवर्षं त्या कविराजांच्या टीकेमुळे प्रोत्साहित झालेले आणि पाठिंब्यामुळे दिलासा मिळालेले गांधी गेल्या काही महिन्यांत शांतिनिकेतनसाठी निधी गोळा करत होते. आपल्या श्रद्धांजलीत गांधींनी लिहिलं, '*रवींद्रनाथ टागोरांच्या मृत्यूमुळे आपण या युगातील महानतम कवीला तर मुकलो आहोतच; पण एका सच्च्या मानवतावादी देशभक्तालाही मुकलो आहोत...*'

१९४१ सालच्या ऑगस्टमध्ये आणखी एक घटना घडली, ती म्हणजे पंतप्रधान चर्चिल आणि राष्ट्राध्यक्ष रुझवेल्ट यांनी अटलांटिक सनदेवर स्वाक्षऱ्या केल्या. त्याद्वारे लोकांना हव्या त्या स्वरूपाचं सरकार निवडण्याच्या अधिकाराप्रति त्यांनी त्यांचा आदर व्यक्त केला. 'ज्यांना सार्वभौम अधिकार हवे आहेत आणि ज्यांच्यापासून स्वत:चं सरकार बनवण्याचा हक्क जबरदस्तीनं हिरावून घेतलेला आहे, त्यांना तो परत मिळावा', अशा स्वरूपाचा तो करार होता. पण अटलांटिक सनद भारताला लागू करण्यात येणार नाही, असं लगेचच पुढच्या महिन्यात चर्चिल यांनी स्पष्ट केलं.

पटेलांची (येरवड्याहून) १९४१च्या ऑगस्टमध्ये सुटका झाली आणि त्यानंतर दोन महिन्यांनी सी.आर. यांची. 'माझ्यासकट सगळ्यांचे डोळे तुमच्याकडे लागले आहेत', असं थोड्या थट्टेच्या सुरात गांधींनी सी.आर.ना लिहिलं. ३१ ऑक्टोबर रोजी त्यांनी पटेलांना लिहिलं : '*तुमचा आज वाढदिवस आहे, असं ऐकतो... लक्षात ठेवा, स्वराज्य मिळाल्याशिवाय आपल्याला वर जायची परवानगी नाही.*'

तुरुंगात असताना आपले सहकारी काय विचार करत होते, हे जाणून घेण्याची त्यांना जिज्ञासा होती, हे स्पष्टच आहे. तमिळ प्रांतातील त्रिची इथल्या तुरुंगामध्ये असताना राजगोपालाचारींना 'द हिंदू'चे संपादक कस्तुरी श्रीनिवासन यांच्यामार्फत पंजाबचे मुख्यमंत्री सिकंदर हयात खान यांनी एक निरोप पाठवला. ब्रिटिशांविरुद्ध काँग्रेस-मुस्लीम लीग मिळून संयुक्तपणे एक खेळी करावी, असा प्रस्ताव खानांनी मांडला आणि त्यात सी.आर. यांनी रस दाखवला. श्रीनिवासनना राजगोपालाचारींना भेटण्याची परवानगी द्यायला नको होती, असं फोडा आणि झोडा राजनीतीशी ठाम असणाऱ्या लिन्लिथगोंनी मद्रासच्या गव्हर्नरला सुनावलं. हयात खानना आपला प्रस्ताव नाइलाजानं मागे घ्यावा लागला.

सरकार किंवा जिनांबरोबर किंवा दोघांबरोबर दिलजमाई करावी, असे बरेच महिने तुरुंगामध्ये घालवल्यामुळे सी.आर.ना वाटू लागलं होतं. दुसरीकडे, येरवड्याला असताना वल्लभभाई बरेच आजारी पडले (त्यांना कॅन्सर झाला असावा अशी शंका होती), पण त्यांनी गांधींच्या आदेशाची वाट पाहणं अधिक पसंत केलं. उत्तर

प्रदेशातील तुरुंगामध्ये असलेल्या जवाहरलालजींच्या मनात परस्परविरोधी विचारांचा कल्लोळ माजला होता. नाझिझम आणि फॅसिझमविषयी उद्वेग, रशियावर ओढवलेल्या आपत्तीमुळे नैराश्य, भारतावरील ब्रिटिश सत्तेविरोधात क्रोध, गांधींवरील निष्ठा आणि गांधींच्या काही कृतींबाबत संभ्रम असे अनेक घटक या कल्लोळास कारणीभूत होते.

वैयक्तिक सत्याग्रहामुळे कैदेत टाकण्यात आलेले काँग्रेस अध्यक्ष आझाद आणि नेहरू यांच्यासह सगळ्या कैद्यांची ४ डिसेंबर १९४१ रोजी सुटका करण्यात आली. बहुतेक सगळ्यांनी आपापल्या शिक्षेचा कालावधी पूर्ण केला होता आणि इतरांपेक्षा नेहरूंना जास्त काळ डांबण्यामागचं कोणतंही सबळ कारण सरकारकडे नव्हतं. इतकंच नव्हे तर सरकारविषयी नेहरूंचा दृष्टिकोन थोडा मवाळ असल्याची शंका सरकारला वाटत होती. जूनपासून ब्रिटनचं मित्रराष्ट्र झालेल्या सोव्हिएट युनियनबद्दल नेहरूंना वाटत असलेली आपुलकीही या वाटण्यामागे होती. 'विजय मिळेपर्यंत भारतातील सर्व जबाबदार विचारवंत युद्धाला पाठिंबा देण्याचा निर्धार करतील', असा विश्वास सरकारनं सुटकेसंबंधी निवेदन प्रसृत करताना व्यक्त केला.

धोरणात बदल झाल्याशिवाय सुटकांमुळे आपल्यात एकही सकारात्मक प्रतिसाद देणारी किंवा पसंतीची तार छेडली जाणार नाही, अशी गांधींनी त्यावर प्रतिक्रिया दिली. स्वत:हून लादून घेतलेल्या एकांतवासात कैद्यांनी स्वत:ची मतं बदलली असतील असं जर सरकारला वाटत असेल, तर त्यांचा लवकरच भ्रमनिरास होईल, असं त्यांनी म्हटलं. वैयक्तिक सत्याग्रह सुरूच राहील; पण कार्यकारी समितीचे आणि अखिल भारतीय काँग्रेस समितीचे सभासद काही काळासाठी आपणहोऊन तुरुंगवास पत्करणार नाहीत, असं त्यांनी जाहीर केलं.

पर्ल हार्बर आणि काँग्रेसचा आणखी एक प्रस्ताव : वर उल्लेख केलेल्या सुटकांनंतर तीनच दिवसांत जपाननं पर्ल हार्बरवर हल्ला केला आणि अमेरिकेला थेट युद्धात खेचलं. आपला दृष्टिकोन बरोबर असल्याची भावना राजगोपालाचारींच्या मनात जागी झाली. आता युद्धाचं लोण आशिया आणि युरोपात पसरल्यामुळे काँग्रेसचं सहकार्य मिळवण्यासाठी ब्रिटिश काहीही करतील, असं त्यांना वाटत होतं. ताबडतोब त्यांनी पाठिंबा मिळवण्यासाठी हालचाली सुरू केल्या आणि त्याची सुरुवात अध्यक्ष आझादांपासून केली.

डिसेंबरच्या अखेरीस बार्डोलीला बैठकीसाठी जमलेल्या कार्यकारी समितीची बहुतेक मतं पुन्हा एकदा राजगोपालाचारींच्या बाजूनं पडली, तरी या वेळी पटेल व नेहरूंनी त्यांच्या विरोधात मत दिलं. नवीन जागतिक परिस्थिती ओळखून, भारताच्या स्वातंत्र्याच्या बदल्यात मित्रराष्ट्रांना गरज पडली तर सैनिकी मदतसुद्धा देण्यात यावी, असा सी.आर. यांनी मांडलेला ठराव मंजूर करण्यात आला. गांधी आपल्या सहकाऱ्यांना म्हणाले :

माझ्या बाबतीत बोलायचं झालं तर, माझ्या हाती सार्वभौम सत्ता देण्यात आली, अगदी आज मला भारताचा व्हाइसरॉय केलं गेलं, तरी साम्राज्य टिकवण्यासाठी मी भारतीय जनतेला हातात तलवार घ्यायला सांगेन का?... ज्या बोटीनं मला जवळजवळ किनाऱ्यापाशी आणलं आहे, ती बोट मला सोडावी लागणार का?

पण १९४० सालचीच पुनरावृत्ती झाली. पर्ल हार्बर घटनेच्या आधी गांधींनी केलेल्या वक्तव्याला न जुमानता वैयक्तिक सत्याग्रह स्थगित केला गेला आणि कायदेभंग चळवळीचं नेतृत्व करण्याच्या जबाबदारीतून त्यांची मुक्तता करण्यात आली. मतभेद असतानाही अखिल भारतीय काँग्रेस समितीची जेव्हा जानेवारीत वर्ध्याला बैठक झाली, तेव्हा गांधींनी त्यांना कार्यकारी समितीनं ब्रिटनपुढे ठेवलेल्या बार्डोली प्रस्तावाला पाठिंबा द्यायला सांगितलं. नेहरू, पटेल आणि प्रसादांचा त्या प्रस्तावाला विरोध होता— नेहरूंनी तर राजगोपालाचारींनी स्वीकारलेला हा मार्ग बेपर्वाईचा आहे अशा शब्दांत त्याची संभावना केली. तरीही सी.आर. यांनी मांडलेली बाजू, जपाननं पॅसिफिक ओलांडून मारलेली मुसंडी, सत्तेचं आकर्षण आणि गांधींचा सल्ला या गोष्टी अखिल भारतीय काँग्रेस समितीची अधिकृत संमती मिळण्यास कारणीभूत ठरल्या.

आपण पाठिंबा का मागत होतो, याचं स्पष्टीकरण गांधींनी वर्ध्याला दिलं. सर्वप्रथम, त्यांना काँग्रेसचे तुकडे होऊ द्यायचे नव्हते आणि दुसरं कारण होतं

अहिंसेच्या तत्त्वाग्राही दृष्टिकोनामुळे काँग्रेसनं वाटाघाटींचे दरवाजे बंद केले असं बोलायला सरकार आणि काँग्रेसच्या टीकाकारांना जागा राहू नये यासाठी. या ठरावामुळे सरकारवर काँग्रेसच्या न्याय्य मागण्या मान्य करून तिला युद्धात सहभागी करण्यासाठी मनधरणी करण्याची नैतिक जबाबदारी येऊन पडली.

तिसरी बाब म्हणजे, गांधींच्या म्हणण्यानुसार, पुढे उडी मारण्यासाठी एक पाऊल मागे घेण्याचा आपल्याला अधिकार आहे. त्यांना जशी अपेक्षा होती त्याप्रमाणे जर ब्रिटननं सकारात्मक प्रतिसाद दिला नाही, तर लढा पुन्हा सुरू करणं शक्य होणार होतं, असा त्यांच्या म्हणण्याचा अर्थ होता.

'हरिजन' साप्ताहिकाचं पुनरुज्जीवन झालं. सत्ताधाऱ्यांनी ते सेन्सॉर करण्याचा प्रयत्न केल्यास गांधी स्वतः सत्याग्रह करून त्याला उत्तर देणार होते, काँग्रेसचा त्याच्याशी काहीही संबंध असणार नव्हता. स्वतः गप्प बसून राहण्याऐवजी ते बार्डोलीच्या प्रस्तावासाठी हरप्रकारे प्रयत्न करत होते.

देवदासला लिहिलेल्या एका पत्रात (१ जानेवारी १९४२) सी.आर. यांनी म्हटलं की, गांधींबरोबर मतभेद असूनही ते माझ्याशी अतिशय चांगले वागतात; पण पुढे ते म्हणतात, त्यात नवल ते काय? ते नेहमीच तसं वागत आलेले आहेत. गांधी पटेलांशीही खूप चांगलं वागत होते आणि त्यांची काळजी घेत होते. त्यांना चाळीस दिवस सेवाग्रामला ठेवून घेऊन गांधींनी त्यांच्यावर चिखलाचे पोटीस, कंबरेपर्यंत पाण्यात बसवून स्नान, चालणं आणि आहारनियमन असे उपचार केले.

वारसदार : गांधी आणि त्यांचे सहकारी एकमेकांचे चांगले मित्र होते. दोन दशकांहूनही अधिक काळ एकत्र संघर्ष करता करता त्यांचं नातं अधिकाधिक समृद्ध होत गेलं होतं. वर्षभराच्या वियोगानंतर त्यांचं पुन्हा एकत्र येणं ही काही लहानसहान गोष्ट नव्हती. पण १५ जानेवारी रोजी एक छोटा तणाव त्यात निर्माण झाला, गांधींनी अखिल भारतीय काँग्रेस समितीला सांगितलं,

माझा वारस राजाजी वा सरदार वल्लभभाई नाही; तर जवाहरलाल असेल.

हा विचार नवीन नव्हता. 'जसं मी नेहमीच म्हणत आलो आहे', अशी प्रस्तावना त्याआधी गांधींनी जोडली होती. तरीही प्रत्यक्ष नाव घेणं आणि वगळणं फारसं आनंददायी ठरलं असण्याची शक्यता नसावी. पटेल आणि सी.आर. यांची प्रतिक्रिया काय होती, याची नोंद नाही; पण तिथे उपस्थित असलेल्या रामनारायण चौधरी या राजस्थानच्या एका कार्यकर्त्यानं पाहिलं की, तोपर्यंत जमिनीवर मांडी घालून आणि लोडाला टेकून बसलेले नेहरू गांधींचं वाक्य ऐकल्यावर बसल्या जागेवरून एकदम उठले आणि लोडावर चढून बसले.

अहिंसेसकट काही विषयांवर आपल्यात आणि नेहरूंमध्ये मतभेद आहेत, हे मान्य करून गांधी पुढे म्हणाले :

काठीनं कितीही वेळा मारलं तरी तुम्ही पाण्याचं विभाजन करू शकत नाही. तसंच आम्हाला वेगळं करणं शक्य नाही... त्याच्या मनात जे असेल ते तो बोलून दाखवतो; पण मला जे हवं असतं तेच तो करतो. मी जेव्हा नसेन तेव्हा जे मी आता करत आहे, तेच तो करेल. तो माझीच भाषा बोलेल...
जेव्हा वेळ येईल, तेव्हा भारत स्वतःचं रक्षण अहिंसक मार्गानंच करेल आणि सगळ्या जगाला शांतीचा संदेश देईल. जवाहरसुद्धा शांततेसाठी काम करेल; युद्धासाठी नाही.

बजाजांचं निधन : फेब्रुवारी महिन्यात एक मोठा आघात झाला : मेंदूतील रक्तस्रावानं जमनालाल बजाजांचं निधन झालं. गांधींचा 'पाचवा पुत्र' म्हणून ओळखलं

जावं, अशी त्यांची इच्छा गांधींनी मान्य केली होती. ब्रिटिशांनी प्रदान केलेली उपाधी त्यांनी परत दिली होती आणि गांधींना त्यांनी पिता मानून, त्यांना निधी, सेवाग्राम आश्रम दिला आणि विधायक कार्यासाठी सर्वतोपरी मदत केली. हादरलेल्या गांधींनी बजाजांच्या पत्नी जानकीदेवींचं आणि त्यांच्या मुलांचं सांत्वन केलं. त्यांनी लिहिलं :

मृत्यूनं एका थोर माणसाला ओढून नेलं आहे. धनिकांनी आपल्या संपत्तीचे विश्वस्त होऊन सगळ्यांच्या भल्यासाठी व्यवहार करावा असं मी जेव्हा जेव्हा लिहिलं, तेव्हा नेहमीच माझ्या मनात हा व्यापारी राजा प्राधान्यानं असायचा.

त्याचा साधेपणा त्याचा स्वत:चा होता. स्वत: बांधलेलं त्याचं प्रत्येक घर ही एक धर्मशाळाच होती. एक सत्याग्रही म्हणून त्यानं दिलेलं योगदान सर्वोच्च होतं. राजकीय चर्चांमध्ये त्याचं स्वत:चं एक मत असायचं. त्याची पारख अचूक असायची...

त्याच्यासारखा मुलगा आता मला कुठे मिळणार?... पण... अशा प्रकारची आपत्ती म्हणजे एक वरदानच असतं. ईश्वर माझी पूर्णपणे परीक्षा पाहत आहे. या संकटातून बाहेर पडण्याची शक्तीही तोच मला देईल, असा माझा विश्वास आहे.

देसाई, कस्तुरबा, पटेल, हरिलाल : बजाजांच्या मृत्यूनंतर काही दिवसांतच, अति कामामुळे थकलेल्या महादेवना गांधींनी विश्रांतीकरता नाशिकला पाठवलं होतं. तिथून परत येत असताना वर्धा स्टेशनवर त्यांना हृदयविकाराचा झटका आला. तातडीनं त्यांना हॉस्पिटलमध्ये हलवण्यात आलं. सेवाग्रामला आता एक फोन बसवण्यात आला होता. २७ फेब्रुवारीला रविवारी चिंताग्रस्त गांधी सारखे फोनजवळ जात होते आणि वर्ध्याला असलेल्या महादेवच्या प्रकृतीची विचारपूस करत होते.

त्यांचे आठवडाभराचे मौन सुरू झाल्यामुळे, फोनजवळ बसलेल्या मदतनिसाकडे ते कागदावर प्रश्न लिहून देत होते. रात्री जेव्हा गाडीनं महादेवना त्यांच्या झोपडीकडे आणण्यात आलं, तेव्हा गांधी पळत त्यांच्याकडे आले, देसाईंच्या डोक्यावर त्यांनी थोपटलं आणि विचारलं, *'महादेव, आता तुला कसं वाटतंय?'* महादेवचा मुलगा नारायण याच्यानुसार, पुतण्या मगनलालच्या मृत्यूनंतर प्रथमच गांधींनी त्यांचं आठवडाभराचं मौनव्रत तोडलं होतं.

महादेव लवकरच पूर्णपणे बरे झाले; पण आता कस्तुरबा खूप आजारी पडल्या. गांधींना त्याच वेळी भारतभेटीवर आलेल्या चिआंग-कै-शेक यांना भेटायला कलकत्त्याला (कोलकाता) जायचं होतं. जपानच्या विरोधात चीनचं रक्षण व्हावं यासाठी चिआंग यांना भारतीयांशी आणि ब्रिटिशांशी सलोख्याचे संबंध प्रस्थापित करायचे होते आणि

गांधी, नेहरू व व्हाइसरॉयना भेटण्याची त्यांची इच्छा होती.

'तुला सोडून जाण्याची मला मुळीच इच्छा नाही', असं गांधींनी ट्रेनमधून कस्तुरबांना लिहिलं. त्या आजारपणातून उठल्या, पण त्यांना खूप अशक्तपणा जाणवत होता. गांधी-चिआंग भेटीतून काही खास निष्पन्न झालं नाही. दरम्यान, पटेलांनी आपल्या आजारपणाची खबर दिली.

एप्रिल महिन्याच्या सुरुवातीला गांधी दिल्लीला गेले, तेव्हा ते हरिलालला भेटले. त्याच्या हाताचं हाड मोडल्याचं गांधींना समजलं. त्यावर इलाज करवून घेण्यासाठी हरिलालला हॉस्पिटलमध्ये पाठवण्याची त्यांनी व्यवस्था केली. हरिलालच्या मुलाला, कांतीला, गांधींनी लिहिलं : *'माझ्याकडे परत येण्याची भाषा त्यानं सुरू केली. पण ते फक्त माझ्याकडून पैसे घेण्यापुरतंच असावं...'*

उंबरठ्याशी येऊन ठाकलेला जपान

'हरिजन'वर बंदी घालण्याचा प्रयत्न सरकारनं केला नाही, पण बार्डोलीच्या प्रस्तावाला उत्तर द्यायला सरकारला मार्चअखेरीस वेळ झाला. आशियातील घडामोडी त्याला कारणीभूत होत्या. ब्रिटनचा पूर्वेकडील मजबूत आणि सुरक्षित बालेकिल्ला असलेलं सिंगापूर जपानी फौजांनी काबीज केलं आणि ७ मार्च रोजी रंगून पडलं.

आतापर्यंत, भारतात राजकीय सुधारणा घडवून आणण्याच्या प्रत्येक प्रस्तावाला चर्चिल यांचा विरोध राहिला होता. अध्यक्ष रुझवेल्ट असोत वा जनरलिस्सिमो चिआंग असोत वा अन्य कोणी, चर्चिल यांनी त्यांच्या सूचनांकडे दुर्लक्षच केलं होतं; पण रंगूनचा पाडाव झाल्यावर त्यांचा नाइलाज झाला. मंत्रिमंडळातील आपले एक सहकारी आणि सभागृहनेते असलेले सर स्टॅफर्ड क्रिप्स युद्धसमितीकडून एक प्रस्ताव घेऊन भारतात जातील, असं ११ मार्च रोजी त्यांनी जाहीर केलं.

एक हुशार वकील आणि नेहरूंचे मित्र मजूर पक्षातील डाव्या गटाचे प्रतिनिधी असणारे, शाकाहारी क्रिप्स त्यापूर्वी मॉस्कोला राजदूत होते. चर्चिल यांनी त्यांना युद्धसमितीमध्ये नियुक्त करून घेतलं होतं. २२ मार्च रोजी दिल्लीत दाखल झालेल्या क्रिप्स यांनी 'हिज मॅजेस्टीज गव्हर्न्मेंट'ची योजना विशद केली.

प्रत्येकाचं समाधान करणारे वेगवेगळे प्रस्ताव त्यांनी मांडले. त्यात काँग्रेसचं समाधान करू शकणारी तीन कलमं होती. एक म्हणजे, युद्धसमाप्तीनंतर भारताला संघराज्याचा दर्जा देणं आणि राष्ट्रकुलातून बाहेर पडण्याचा अधिकार प्रदान करणं. दुसरं, प्रांतीय विधायक निवड करू शकतील अशा सभासदांची युद्धोत्तर विधानसभा (याची मागणी काँग्रेस १९३० सालापासून करत आली होती) आणि तिसरं, प्रमुख राजकीय पक्षांच्या प्रतिनिधींचं राष्ट्रीय सरकार.

त्या प्रस्तावात संस्थानिकांसाठीही आमिषं होती. त्यांनी नामनिर्देशित केलेले

प्रतिनिधी विधानसभेत पाठवण्याचा अधिकार त्यांना देण्यात आला होता. आपापल्या संस्थानांचं भविष्य ठरवण्याचा, स्वतंत्र राहण्याचा अधिकारही त्यात समाविष्ट होता.

जिनांसाठीसुद्धा प्रस्तावात काही गोष्टी होत्या. युद्धसमाप्तीनंतर, भारताला संघराज्याचा दर्जा मिळाल्यानंतरसुद्धा, प्रत्येक प्रांताला त्यापासून अलग राहण्याचा आणि भारतीय संघराज्याच्या बरोबरीनं स्वतंत्र संघराज्यीय दर्जा मिळवण्याचा अधिकार देण्यात आला होता.

देशाचे छोटे-छोटे तुकडे करण्याची, संस्थानिकांनी नामनिर्देशित केलेल्या सभासदांना विधानसभेत स्थान देण्याची आणि युद्धादरम्यान भारताचं संरक्षण संपूर्णपणे ब्रिटिशांच्या हाती देण्याची ही योजना क्रिप्सना भेटण्यासाठी नवी दिल्लीला बोलवण्यात आलेल्या गांधींना मुळीच रुचली नव्हती.

भारताला स्वेच्छेनं न सोडण्याचा चर्चिल यांचा निर्धार असल्याची खात्री पटलेले गांधी, त्यामुळे लगेचच सेवाग्रामला परतले. पण तत्पूर्वी त्यांनी क्रिप्सना काही खडे बोल सुनावले : *'ही जर तुमची भारतासाठी योजना असेल, तर पुढच्याच विमानानं तुम्ही घरी परत जावं, असा सल्ला मी तुम्हाला देईन.'*

आझाद, नेहरू, पटेल, सी.आर. आणि कार्यकारी समितीचे इतर सभासद मात्र क्रिप्स यांच्याशी बोलणी करण्यासाठी नवी दिल्लीत थांबले. राजधानीतील मुक्काम वाढतच चालल्याबद्दल गांधी पटेलांवर चिडले. ही बोलणी म्हणजे पाणी घुसळून लोणी काढण्यासारखी अशक्य गोष्ट होती, असं गांधींचं मत होतं.

आझाद, नेहरू आणि सी.आर. यांनी आपला मुद्दा लावून धरल्यानंतर सुरुवातीला क्रिप्स यांनी, राष्ट्रीय सरकारमध्ये व्हाइसरॉय हा केवळ घटनात्मक प्रमुख असेल, ही गोष्ट मान्य केली. मात्र, लिन्लिथगोंनी चर्चिलकडे तक्रारीचा सूर लावल्यावर क्रिप्सना व्हाइसरॉयचा नकाराधिकार कायम राखण्याशिवाय पर्याय उरला नाही. एक वर्षानंतर, १९४२ सालचे आपले प्रमुख अधिकारी आणि व्हाइसरॉय म्हणून वारस असलेले वॅव्हेल यांच्याशी बोलताना लिन्लिथगो म्हणाले :

व्हाइसरॉयच्या नकाराधिकाराच्या मुद्द्याबाबत क्रिप्स यांनी चलाखी करण्याचा प्रयत्न केला... त्यांनी काँग्रेससमोर तशा अर्थाचा प्रस्ताव मांडला.

संरक्षणाची जबाबदारी जनरल वॅव्हेलकडे सोपवण्यालाही तिन्ही काँग्रेस नेत्यांनी हरकत घेतली. या मुद्द्यावरसुद्धा क्रिप्स यांनी काँग्रेसची बाजू घेण्याचा प्रयत्न केला असता चर्चिल यांनी त्यांना तार करून कळवलं, की संरक्षणाच्या मुद्द्यावर आपल्याशी थेट बोलणी न करता व लिन्लिथगो आणि वॅव्हेलची संपूर्ण सहमती न घेता केलेली कोणतीही व्यवस्था आपण मान्य करणार नाही.

काँग्रेसनेत्यांच्या कल्पनेत असलेलं राष्ट्रीय सरकार अस्तित्वात येण्याची कोणतीही

चिन्हं दिसेनात, तेव्हा त्या नेत्यांनी अधिकृतरीत्या ती योजना फेटाळून लावली.

योजनेतील वेगळं निघण्याचं स्वातंत्र्य देणारं कलम म्हणजे 'पाकिस्तानच्या निर्मितीला दिलेली तत्त्वतः मान्यता' असल्याचं मत व्यक्त करून त्या कलमाचं जिनांनी स्वागत केलं. परंतु त्याद्वारे मुस्लीम राष्ट्राला नव्हे तर प्रांतांना तो अधिकार देण्यात येणार होता म्हणून त्यांनीही योजनेला आपला विरोध दर्शवला.

प्रांतांना किंवा संस्थानांना स्वतंत्र होण्याची तरतूद बहाल करणाऱ्या योजनेला विरोध करून काँग्रेस मोठ्या लोकसंख्येवर नियंत्रण ठेवण्याचा अधिकार तर प्रतिपादित नव्हती? या प्रश्नाचं उत्तर देताना कार्यकारी समितीनं स्पष्ट केलं, की 'कोणत्याही प्रांतातील लोकांना त्यांच्या उघड आणि तीव्र इच्छेविरुद्ध भारतीय संघराज्यात राहण्याची सक्ती करण्याचा आमचा कोणताही विचार नाही.' 'या तत्त्वाचा अनिवार्यपणे स्वीकार केल्यानंतर त्या भागातील इतर गटांवर सक्ती करण्याचा प्रश्नच उद्‌भवत नाही', असंही समितीनं पुढे म्हटलं.

भारतीय संघराज्य निर्माण झाल्यानंतर लोकांनी (पक्षानं किंवा राजानं नव्हे) स्वतंत्र होण्याची मागणी करण्याची शक्यता पहिल्या वाक्यातून ध्वनित होत होती. बाहेर पडू इच्छिणाऱ्या गटातील काही भागांना संघराज्यात राहण्यास मुभा असल्याचा अर्थ दुसऱ्या वाक्यातून दिसत होता. या विधानांना आझाद, पटेल, नेहरू आणि अगदी गांधींसकट कार्यकारी समितीतील सगळ्यांचा पाठिंबा होता.

१२ एप्रिल रोजी भारत सोडण्याआधी क्रिप्स यांनी नेहरूंना खाजगी आवाहन केलं. आपल्या या मित्रानं एखाद्या महान नेत्याप्रमाणे मोठं धाडस करावं असं म्हटलं. त्याचाच दुसरा अर्थ नेहरूंनी गांधींना आणि त्यांच्या सगळ्या सहकाऱ्यांना विरोध करावा, असा होता. नेहरूंनी ते नाकारलं, पण त्यांचं मन शंका-कुशंकांनी भरून गेलं.

क्रिप्स अपयशी ठरले म्हणून चर्चिलना खेद झाला नाही. दिल्लीच्या वाटाघाटी फसल्याचं जेव्हा चर्चिलना समजलं, तेव्हा चेकर्सला आपल्या पाहुण्यांसमोर त्यांनी अश्रू ढाळण्याचं आणि दुःख झाल्याचं नाटक केलं; पण झालेला आनंद लपवण्याचे कष्ट त्यांनी घेतले नाहीत. भारतीय लोक समझोत्याला तयार नसल्याचं चित्र त्यांना रुझवेल्टसमोर उभं करायचं होतं; शिवाय चर्चिल यांचा एक महत्त्वाकांक्षी सहकारी रिकाम्या हातांनी परतला होता, त्याचा आनंद वेगळाच होता.

स्वप्नांची धुळधाण?

भारताचे अनेक भागांत झालेले तुकडे, त्यांतले एक-दोन मुस्लीम भारत आणि बरीच भारतीय संस्थानं– युद्धोत्तर तुकड्यांमध्ये विभागला जाणारा भारत, हे गांधींच्या चिंतेचं एकमेव कारण नव्हतं.

पर्ल हार्बरची घटना घडण्याआधी, काळ आपल्या बाजूला आहे, असं गांधींना वाटत होतं. जर्मनी हरो वा न हरो, ब्रिटनला मिळणारा मदतीचा ओघ हळूहळू कमी होत होता. काही वर्षांतच, काँग्रेसनं आपलं वर्चस्व कायम राखलं असतं, तर तिला सरकारकडून अहिंसक मार्गानं सत्ता मिळणं अवघड जाणार नव्हतं. ही समीकरणं जपानच्या मुसंडीनं आणि युद्धात अमेरिकेनं केलेल्या प्रवेशानं उद्ध्वस्त झाली. यापूर्वीही हिटलरच्या चालीमुळे काँग्रेसने ब्रिटिशांबरोबर काळजीपूर्वक जोपासलेल्या संबंधांना तडा गेला होता.

अमेरिकेनं आपली सगळी संपत्ती युद्धाच्या कामी खर्ची घालण्याचं ठरवल्यामुळे ब्रिटनची ताकद वाढली होती. गांधींच्या निरीक्षणानुसार, 'अमेरिकेबरोबरच्या मैत्रीमुळे आता त्यांच्याकडे न संपणारे मदतीचे स्रोत आणि वैज्ञानिक कौशल्य उपलब्ध झालं होतं.'

त्याचबरोबर आक्रमक जपान भारताच्या अगदी उंबरठ्याशी येऊन उभा होता. अहिंसक मार्गानं स्वातंत्र्यप्राप्ती होण्याऐवजी भारताला आता स्वतःच्या भूमीवर आणि समुद्रात युद्ध होण्याची भीती निर्माण झाली होती–जपान आणि मित्रराष्ट्रांमध्ये सगळे डावपेच पणाला लावून खेळल्या जाणाऱ्या या लढाईत भाग घेणाऱ्या राष्ट्रांइतकीच भारताचीही जीवित आणि सांपत्तिक हानी होणार होती.

जपानी आक्रमकांना अन्नपाण्यापासून वंचित ठेवण्यासाठी पूर्व बंगालमध्ये शेती बेचिराख करण्याची पद्धत अवलंबली जात असल्याच्या बातम्या गांधींच्या कानी आल्या. शेतमळे आणि बोटी नष्ट करण्यात आल्या. पुढेही घरं आणि बोटी नष्ट करण्याच्या, पिकं आणि पाणीपुरवठा उद्ध्वस्त करण्याच्या, लोकांच्या मालकीच्या किंवा त्यांना उपयोगी पडणाऱ्या साधनसामग्रीचा नायनाट करण्याच्या योजना होत्या.

ब्रिटिश भारत सोडून पळून जातील, अशीही एक शक्यता होती. मलाया, सिंगापूर आणि बर्माच्या बाबतीतही त्यांनी असं केलं होतं. गांधींच्याच शब्दांत सांगायचं तर :

> *भारत हे काही ब्रिटिशांचं घर नव्हे. पाणी जर त्यांच्या डोक्यावरून जायला लागलं तर सिंगापूर, मलाया आणि रंगूनप्रमाणेच ते मुलाबाळांसह भारत सोडून निघून जातील.*

भारतीय लोकांचं मग काय होईल? बर्माहून परतणाऱ्या हजारो नाही तरी शेकडो भारतीयांचे अन्नपाण्यावाचून हाल झाले होते आणि त्या बिचाऱ्या दुःखी माणसांना क्लेशकारक भेदभावाला सामोरं जावं लागलं होतं. तिथे गोऱ्यांसाठी वेगळा आणि काळ्यांसाठी वेगळा मार्ग होता. गोऱ्यांसाठी अन्न आणि निवाऱ्याची सोय होती, पण काळ्यांसाठी नव्हती. भारतात आल्यावरही हा भेदभाव सुरू होता. साम्राज्याला

भारतातील ब्रिटिशांची काळजी सगळ्यात आधी होती.

अस्वस्थतेचं आणखीही एक कारण होतं. पाश्चिमात्य सैन्यावर आशियाई जपाननं सातत्यानं मिळवलेल्या विजयामुळे बरेचसे भारतीय जपानधार्जिणे आणि कडवे ब्रिटिशविरोधी झाले होते. अशी भावना जागृत होण्याला सुभाष बोस यांचं बर्लिनहून प्रसारित झालेलं भाषणही कारणीभूत ठरलं. कलकत्त्याला स्थानबद्धतेतून सुटून पळून गेल्यानंतर चौदा महिन्यांनी म्हणजे १९४२ सालच्या मार्चमध्ये हे भाषण त्यांनी केलं. स्वातंत्र्य मिळवण्यासाठी बोस यांची हिटलरची आणि जपानची मदत घेण्याची तयारी दिसत होती.

ओरिसात दाखल होण्याची शक्यता असलेल्या जपानी फौजांना बोस यांचे समर्थक मदत करणार असल्याच्या बातम्या गांधींच्या कानी आल्या होत्या. दुसरीकडे, जपानी आक्रमणाच्या पार्श्वभूमीवर जवाहरलाल शेती बेचिराख करण्याच्या पद्धतीचं आणि गुरिला युद्धपद्धतीचं समर्थन करत होते. त्यांच्या या भूमिकेला भारतीय कम्युनिस्ट पक्षाचा पाठिंबा होता.

हिंसेला पर्याय सुचवणारी भारतीय भूमी आता मित्रराष्ट्र आणि जर्मनी-इटली-जपान यांच्यातील युद्धाची साक्षीदार होणार होती का? आणि भारतीयांमध्ये आपसांत हिंसक लढाया पाहण्याचं तिच्या नशिबी लिहिलं होतं का?

युद्धाचा हा भस्मासुर गांधींना, त्यांच्या जीवनकार्याला आणि त्यांच्या स्वप्नाला गिळंकृत करू पाहत होता. त्यांनी उभारलेली, जन्म दिलेली, जोपासलेली, हृदयाशी जपलेली प्रत्येक गोष्ट तो उद्ध्वस्त करू पाहत होता– स्वराज्य, भारतीय राष्ट्र, काँग्रेसचं ऐक्य, अहिंसा, हिंदू-मुस्लीम सख्य, भारत-ब्रिटन भागीदारी... सगळं...

प्रतिसाद

आतापर्यंतच्या त्यांच्या आयुष्यातील हे सगळ्यांत मोठं आव्हान होतं आणि पूर्वीप्रमाणेच एक सोपं उत्तर घेऊन ते त्या आव्हानाला सामोरे गेले. या वेळी ते उत्तर होतं– 'भारत छोडो!' ब्रिटिशांना ते आपली भूमी सोडून जायला सांगणार होते आणि जनतेलाही त्या घोषणेचा पुनरुच्चार करायला सांगणार होते. यापेक्षा कमी धाडसी किंवा जास्त साधं उत्तर आता कामी येणार नव्हतं किंवा कुणाच्याही कानापर्यंत पोचू शकणार नव्हतं.

या हाकेसरशी पुढचं पाऊल उचलण्याचा अधिकार पुन्हा गांधींकडे आणि काँग्रेसकडे परत आला; प्रकाशझोत पुन्हा त्यांच्याकडे आणि त्यांच्या तत्त्वांकडे वळला– स्वराज, सर्वांसाठी भारत आणि अहिंसा. १९४२ सालच्या त्या उन्हाळ्यात भारतीय क्रोधानं पेटले होते. गांधींनी तीव्रपणे घातलेल्या हाकेमुळे कदाचित काही हिंसाचाराचे प्रसंग उद्भवले असते. परंतु, अहिंसा टिकून राहण्यासाठी थोड्या

हिंसेचा धोका, हिंसाचाराचे ओरखडे ते सहन करणार होते. हिटलर, चर्चिल आणि जपान्यांनी युद्धनौका आणि बॉम्बफेकीची भाषा सुरू केल्यानंतर गांधींना गप्प बसणं शक्यच नव्हतं.

मदतीचा हात सदैव पुढे करणारा बजाजांसारखा सहकारी देवाघरी गेला होता आणि वल्लभभाई व महादेवसारखे दोन अत्यंत महत्त्वाचे सहकारी आजारी होते, शिवाय कस्तुरबांचीही तब्येत ठीक नव्हती. गांधी स्वत: त्र्याहत्तर वर्षांचे होणार होते. अहिंसेच्या मुशीत घडलेल्या लोकांची संख्याही फार जास्त नव्हती. तरीही, ते आता वाट पाहू शकत नव्हते. सेवाग्रामला त्यांना भेटायला आलेल्या राष्ट्रीय युवक संघाच्या शंभर कार्यकर्त्यांना २८ मे रोजी त्यांनी सांगितलं :

अहिंसक लढ्यासाठी देश तयार होईपर्यंत मला थांबावं लागेल; असं मला नेहमीच वाटायचं. पण माझा दृष्टिकोन आता बदलला आहे. मला आता असं वाटतं की, मी जर वाट पाहत राहिलो तर जगाच्या अंतापर्यंत मला वाट बघतच थांबावं लागेल... आणि तोपर्यंत सर्वदूर पसरत चाललेल्या हिंसेच्या ज्वाला मला कदाचित भस्मसात करून टाकतील.

भारत छोडो : हे छोटंसं दोन शब्दांचं वाक्य गांधींचं स्वत:चं नव्हतं, काही अमेरिकन मित्रांना लिहिलेल्या पत्रात ३ ऑगस्ट रोजी त्यांनी ते प्रथम वापरलं. परंतु त्यामागची संकल्पना एप्रिल महिन्याच्या मध्यावर त्यांच्या मनात पहिल्यांदा चमकली.

जूनमध्ये लुईस फिशर या अमेरिकन पत्रकाराला गांधींनी सांगितलं, क्रिप्स प्रकरणामुळे या ब्रिटिशांना जायला सांगण्याच्या संकल्पनेचा जन्म झाला. क्रिप्स नुकतेच रवाना झाले आणि या कल्पनेनं माझ्या मनाचा ताबा घेतला.

ब्रिटिशांची सत्ता ही अनैसर्गिक आणि भारतीयांचा श्वास कोंडणारी होती. क्रिप्स यांनी सादर केलेली योजना हिंदू आणि मुस्लिमांमध्ये अभूतपूर्व दरी पाडणारी होती. हो, ब्रिटिश निघून गेल्यावर काही काळ अनागोंदी माजण्याची शक्यता होती; पण भारतातील भिन्न भिन्न प्रवाह त्यांचं नैसर्गिक संतुलन साधण्यात यशस्वी होतील, असं गांधींचं मत होतं. हिंदू-मुस्लिमांमधील प्रश्नही सोडवायला सोपा जाणार होता.

ब्रिटिश जर सोडून गेले नाहीत, तर 'भारत छोडो'ची घोषणा हे ध्वनित करेल की, भारतीयांसाठी मुख्य प्रश्न जपान विरुद्ध ब्रिटन हा नसून स्वराज विरुद्ध गुलामगिरी हा असणार होता. जेव्हा ही साद घातली गेली, तेव्हा बहुतांश भारत गांधींच्या पाठीशी उत्स्फूर्तपणे उभा राहिला.

पहिली चाल : गांधी आपली पहिली चाल २४ एप्रिल रोजी किंवा त्याच्या थोडं आधी खेळले; त्या महिन्याच्या उत्तरार्धात अलाहाबादला होणाऱ्या कार्यकारी समितीच्या बैठकीत मांडण्यासाठी एका ठरावाचा मसुदा त्यांनी तयार केला. ते

स्वत: बैठकीला हजर राहिले नाहीत, पण त्यांनी मसुदा घेऊन मीरेला समितीकडे पाठवलं.

भारताच्या पूर्व किनारपट्टीवर जपानकडून हल्ला होण्याची शक्यता गृहीत धरून हा मसुदा बनवला होता. युद्धात ब्रिटिश पराभूत होऊ शकतात किंवा त्यांचा नायनाट होऊ शकतो, ही वास्तविकता भारतानं स्वीकारावी, यासाठी गांधींनी पुढीलप्रमाणे ठराव तयार केला :

> *ब्रिटिश जर भारत सोडून गेले, तर भारतावर जपानकडून वा अन्य आक्रमकांकडून होणारे हल्ले भारतीय समर्थपणे परतवू शकतील, असं काँग्रेसचं मत आहे. अखिल भारतीय काँग्रेस समितीचं असं म्हणणं आहे की, ब्रिटिशांनी भारत सोडून निघून जावं...*
>
> *ही समिती जपानच्या सरकारला आणि जनतेला अशी हमी देऊ इच्छिते, की भारताला जपानबद्दल किंवा दुसऱ्या कोणत्याही राष्ट्राबद्दल शत्रुत्वाची भावना नाही. पण, जर जपाननं भारतावर आक्रमण केलं आणि ब्रिटननं समितीच्या आवाहनाला प्रतिसाद दिला नाही, तर काँग्रेसकडे अपेक्षेनं पाहणाऱ्या सर्वांनी संपूर्ण अहिंसात्मक असहकार करण्याचं आवाहन ही समिती करेल. हा असहकार जपानी फौजांविरुद्ध असेल आणि त्यांना कोणत्याही प्रकारची मदत केली जाणार नाही...*
>
> *अहिंसक असहकाराचं सोपं तत्त्व समजायला फार अवघड नाही : १) आक्रमणापुढे आम्ही झुकणार नाही किंवा आक्रमकाच्या आज्ञाही पाळणार नाही. २) त्याच्याकडून कोणत्याही सवलतीची अपेक्षा ठेवणार नाही आणि त्याच्या आमिषाला बळी पडणार नाही. पण आम्ही त्याचा द्वेषही करणार नाही किंवा त्याचं वाईट चिंतणार नाही. ३) आमच्या भूमीचा ताबा घेण्याचा प्रयत्न त्यानं केला, तर प्रतिकार करताना जीव गेला तरी आम्ही त्याला हा ताबा घेऊ देणार नाही.*

या मसुद्याची भाषा जपानविषयी सहानुभूती व्यक्त करणारी, दोस्त/अक्षराष्ट्रं (जर्मनी, इटली, जपान ही Axis Power) जिंकणार अशी अटकळ बांधणारी वाटते, असं नेहरू कार्यकारी समितीतील आपल्या सहकाऱ्यांना म्हणाले, असं समजतं. बार्डोली ठरावात 'आपली सहानुभूती मित्रराष्ट्रांच्या बाजूनं असल्याचं स्पष्टपणे नमूद केलं होतं', असं उत्तर त्यावर पटेलांनी दिलं; परंतु मसुद्याची भाषा जर अभावितपणे फॅसिस्टधार्जिणी वाटत असेल, तर ती बदलली जाऊ शकते, अशी पुस्तीही त्यांनी जोडली.

त्याप्रमाणे प्रसादांनी गांधींच्या मसुद्यात फेरबदल केले, परंतु नेहरूंनी आपला स्वत:चा एक ठराव तयार केला. त्यात गांधींनी वापरलेली भाषा बऱ्याच प्रमाणात

कायम ठेवली होती, तर ब्रिटिशांना परत जाण्याविषयी सांगताना जास्त शब्द खर्ची घातले नव्हते. भारतावरील ब्रिटिशांची सत्ता व अधिकार अगदी थोड्या प्रमाणात का होईना, कायम ठेवणाऱ्या कोणत्याही योजनेला किंवा प्रस्तावाला विरोध करणारा नेहरूंचा मसुदा होता. त्यात पुढे म्हटलं होतं : 'केवळ भारताच्या भल्यासाठीच नाही, तर ब्रिटनच्या सुरक्षेसाठी आणि जागतिक शांतता व स्वातंत्र्यासाठी ब्रिटननं भारतावरची आपली सत्ता सोडून जाणं गरजेचं आहे.'

मतदान घेण्यात आलं तेव्हा सहा सभासदांनी आणि पाच आमंत्रितांनी गांधी-प्रसाद यांच्या मसुद्याच्या बाजूनं मत दिलं, तर चार सभासदांनी आणि दोन आमंत्रितांनी नेहरूंच्या पारड्यात मत टाकलं. अध्यक्ष आझादांनी मतदान केलं नाही आणि अजूनही काँग्रेसमध्ये असलेल्या राजगोपालाचारींनी दोन्ही मसुद्यांना विरोध केला. मात्र, आझादांच्या विनंतीवरून प्रसादांनी आपला मसुदा मागे घेतला आणि नेहरूंना एकमतानं पाठिंबा देण्याचं आवाहन सगळ्यांना केलं. नाखुशीनंच सगळ्यांनी ते स्वीकारलं.

अलाहाबादला आपली बाजू नेटानं लावून न धरल्याबद्दल गांधींनी पटेलांना धारेवर धरलं. प्रसादांनी मसुदा मागे घ्यावा यासाठी आझादांनी राजीनाम्याची धमकी दिली होती हे कृपलानींकडून समजल्यावर, अध्यक्षांना राजीनामा देण्याची परवानगी द्यायला हवी होती, असा शेरा गांधींनी मारला. नेहरूंच्या मसुद्यात त्यांना काम करायला भरपूर वाव होता, असा शेराही त्यांनी मारला.

दुसरीकडे गांधींनी दबाव वाढवला. मूलभूत मतभेदांमुळे आपण कार्यकारी समितीचा राजीनामा देत असल्याचं पटेल, प्रसाद आणि इतरांनी गांधींच्या सांगण्यावरून आझादांना कळवलं. त्यांचे राजीनामे स्वीकारले गेले नाहीत. आझादांबरोबर नेहरूही हे जाणून होते, की जनता गांधींच्या बाजूनं होती. तसं त्यांनी आझादांना पत्रातून सूचित करताना लिहिलं होतं : *जनमत माझ्या ठरावाच्या बाजूनं आहे असं सरदार मला सांगतात.* महत्त्वाची बाब म्हणजे १९३०च्या दशकात नेहरूंच्या जवळ असलेले काँग्रेसमधील समाजवादी 'भारत छोडो'च्या मुद्द्यावर पूर्णपणे गांधींबरोबर होते.

२४ एप्रिल रोजी त्यांनी नेहरूंना लिहिलं होतं : *'प्रत्येकानं आपापला मार्ग निवडण्याची वेळ आता आली आहे.'* जुलैत वर्ध्याला कार्यकारी समिती नऊ दिवस विचारविनिमय करण्यासाठी भेटली, तेव्हा गांधींनी पुन्हा नेहरू आणि आझादांना सांगितलं की, त्यांना हवं ते करायला ते स्वतंत्र आहेत आणि राजीनामा देणं आवश्यक वाटल्यास त्यांनी तो देण्यासही हरकत नव्हती.

त्या दोघांनी गांधींचं ऐकलं पण त्यांना प्रभावितही केलं. नेहरूंनी तरी नक्कीच! 'भारत छोडो'च्या मुद्द्यावर गांधी मागे हटले नाहीत, तरी नेहरूंनी प्रश्न उपस्थित

केल्यावर जपानबाबत त्यांची भाषा बदलली. आणखी महत्त्वाचं म्हणजे, 'भारत छोडो'च्या मागणीत, जपानला कब्जा मिळवण्यापासून रोखण्यासाठी गरज पडल्यास स्वतंत्र भारत मित्रराष्ट्रांचं सैन्य तैनात करू शकतो, अशा प्रकारची शब्दरचना समाविष्ट करण्याला गांधी तयार झाले. २८ जून रोजी 'हरिजन'मध्ये लिहिताना त्यांनी हे मान्य केलं की, *मित्रराष्ट्रांचं सैन्य अचानक काढून घेतलं तर परिणामी जपान भारतावर कब्जा करेल आणि चीनचा पराभव निश्चित होईल.'*

प्रश्न : जपान्यांकडे 'मुक्तिदाते' म्हणून पाहण्याला गांधींचा पहिल्यापासूनच विरोध होता; त्याउलट, परिस्थितीचा पुरावा म्हणून त्यांनी 'चिनी इतिहासा'कडे अंगुलिनिर्देश केला. ते पुढे म्हणाले, *"आपण जपानधार्जिणे झालो असल्याच्या बातम्यांवर केवळ हसण्यापलीकडे काही करू शकत नाही."* २६ एप्रिल रोजी 'हरिजन'मध्ये त्यांनी लिहिलं, *'जर नाझी, फॅसिस्ट्स किंवा जपानी सैन्यांनी भारताचा नाद सोडला नाही आणि त्याच्यावर कब्जा करण्याचा प्रयत्न केला, तर असं करणं त्यांच्या ताकदीपलीकडचं ठरेल. ब्रिटनपेक्षा त्यांना ही गोष्ट करणं अवघड जाईल. त्यांचा स्वतःचा कठोरपणाच त्यांचा बळी घेईल.'*

तरीही, कोणत्याही परिस्थितीचा सामना करण्यासाठी लोकांची तयारी करून घेणं हे एका नेत्याचं कर्तव्यच असतं. 'मित्रराष्ट्रांचा पराभव होणार या धारणेचा परिणाम इंग्लंड आणि जपानकडे पाहण्याच्या गांधींच्या सध्याच्या दृष्टिकोनावर झाला आहे', अशा प्रकारच्या बातम्यांवर गांधींची प्रतिक्रिया 'हरिजन'मध्ये ७ जून रोजी प्रसिद्ध झाली :

हे असत्य आहे हे सांगताना माझी जीभ जराही अडखळत नाही. उलट, मागे एकदा मी 'हरिजन'मध्येच लिहिलं होतं की, ब्रिटिशांना हरवणं अवघड आहे. पराभूत होणं हे त्यांना माहीत नाही. आणि आता अमेरिकेची मदत मिळाल्यामुळे अफाट साधनसामग्री आणि वैज्ञानिक कौशल्याचं पाठबळ त्यांना मिळालं आहे... त्यामुळे युद्धाच्या निकालाबाबत माझं कसलंही निर्णायक मत नाही.

ओरिसातील किनारपट्टीजवळ राहणाऱ्या लोकांनी जपानी हल्ल्याला अहिंसक प्रतिसाद देण्याकरता तयार राहावं, यासाठी तेथील लोकांची मानसिक तयारी करण्यासाठी गेलेल्या मीरेला गांधी ३१ मे रोजी लिहितात :

एक गोष्ट त्यांनी कधीही करता कामा नये आणि ती म्हणजे जपान्यांपुढे स्वेच्छेनं शरणागती पत्करणं. ती स्वातंत्र्यप्रेमी लोकांना न शोभणारी एक भ्याड कृती ठरेल. असं झालं तर ते आगीतून निघून जास्त दाहक फुफाट्यात जाऊन पडतील.

१४ जून रोजी 'हरिजन'मध्ये त्यांनी लिहिलं :

त्यांना (जपान्यांना) अन्न वा निवारा दिला जाऊ नये आणि त्यांच्याशी कोणताही व्यवहार केला जाऊ नये. ते आपल्याला नकोसे आहेत, हे त्यांना समजू द्या.

मित्रराष्ट्रांविषयी नेहरूंनी गांधींचं मन वळवल्यानंतर ५ जून रोजी फिशर यांना गांधी म्हणाले :

ब्रिटन, अमेरिका आणि इतर देशही त्यांचं सैन्य इथे तैनात करू शकतात आणि लष्करी कारवायांसाठी तळ म्हणून भारतीय भूमीचा वापर करू शकतात. जपान युद्धात विजयी व्हावं, अशी माझी मुळीच इच्छा नाही. दोस्त/अक्ष राष्ट्रांनी (Axis) जिंकावं असंही मला वाटत नाही. मित्रराष्ट्रं रेल्वेमार्गांचाही वापर करू शकतात. त्यांना रसद मिळण्यासाठी बंदरांवर व्यवस्था करावी लागेल. लोकशाही राष्ट्रांचा विजय झाला, तर ती जास्त चांगली संधी ठरेल, हे गृहीतक मी स्वीकारलं आहे.

१४ जून रोजी 'हरिजन'मध्ये त्यांनी लिहिलं की, आक्रमक शक्तींविरुद्ध संरक्षणात्मक कारवाई करण्यासाठी संयुक्त राष्ट्रांबरोबर करार करणं ही स्वतंत्र भारताची 'पहिली कृती' असेल. कोणत्याही फॅसिस्ट शक्तीशी भारताचा काहीही संबंध असणार नाही, हे समान उद्दिष्ट असेल आणि संयुक्त राष्ट्रांना मदत करण्यासाठी भारत नैतिकदृष्ट्या सदैव कटिबद्ध असेल. निर्धारित केलेल्या शर्तींनुसारच मित्रराष्ट्रांचं सैन्य भारतीय भूमीवर तैनात करू दिलं जाईल, अशी पुस्तीही त्यांनी जोडली.

ब्रिटिशांबद्दल भारतीयांच्या मनात कटू भावना आहेत आणि ब्रिटिशांच्या योजनाबद्ध माघारीमुळे या द्वेषाचं रूपांतर स्नेहात होईल, असा दावा त्यांनी १९४२ सालच्या उन्हाळ्यात केला. अजूनही आपलं हेच ध्येय असल्याचं त्यांनी ठासून सांगितलं. परंतु त्यांनी फिशरना हेही सांगितलं की, वैयक्तिक अनुभवातून आणि ब्रिटिशांच्या इतिहासातून– त्यांना हे कळून चुकलं आहे, की ब्रिटिशांवर कृतीचा परिणाम होतो आणि आता आपण कृतीच केली पाहिजे.

पण ब्रिटिश खरोखरच गाशा गुंडाळून निघून जाणार होते का? काँग्रेसच्या एका घोषणेसरशी ब्रिटिश देश सोडून निघून जातील, या गोड समजाला राजगोपालाचारींनी जून महिन्यात जाहीरपणे हरकत घेतली, तर जुलैत गांधींना एक पत्र लिहून राजगोपालाचारींनी युक्तिवाद केला की, 'विदेशी शक्तींच्या महत्त्वाकांक्षेचा बळी होण्यासाठी देशाला अशा प्रकारे गोंधळाच्या अवस्थेत सोडून देऊन ब्रिटन आपल्या पापांमध्ये आणखी भर घालणार नाही.'

सी.आर. यांचा राजीनामा : पूर्व किनारपट्टीची परिस्थिती अवलोकन केल्यावर जपानच भारताचा मुख्य शत्रू असल्याची खात्री गांधींचे जुने मित्र आणि व्याही बाळगून होते. काँग्रेस-लीग यांच्यात समझोता होऊन नवी दिल्लीत राष्ट्रीय सरकार बनण्याची आशा बाळगणाऱ्या आणि मद्रास इलाक्याच्या मुख्यमंत्रिपदी परत विराजमान होऊन निवडणूक लढवण्यास उत्सुक असलेल्या सी.आर. यांनी मद्रास विधिमंडळातील काँग्रेस सदस्यांची मनं वळवून २४ एप्रिल १९४२ रोजी दोन वादग्रस्त ठराव मंजूर करून घेतले.

पहिल्या ठरावाद्वारे मद्रासच्या विधायकांनी अखिल भारतीय काँग्रेस समितीकडे मागणी केली, की काही विशिष्ट भाग वेगळे काढण्याच्या मुस्लीम लीगच्या दाव्याला समितीनं मंजुरी द्यावी आणि या संकटाच्या प्रसंगी राष्ट्रीय प्रशासन चालवण्यासाठी लीगची मदत मागावी. दुसऱ्या ठरावाद्वारे मद्रासच्या विधायकांनी अखिल भारतीय काँग्रेस समितीकडे मद्रासमध्ये लोकसहभाग असलेल्या सरकारची पुन:स्थापना करण्याची परवानगी मागितली (मुस्लीम लीगच्या सदस्यांचा यात समावेश होता.); जपानी हल्ल्याला तोंड देण्यासाठी दक्षिण भारतातील जनतेला सज्ज करता यावं म्हणून हे सरकार बनावं, अशी त्यांची मागणी होती.

आपल्या खेळ्यांच्या समर्थनार्थ सी.आर. यांनी एप्रिल महिन्यात कार्यकारी समितीनं मंजूर केलेल्या 'ना-सक्ती' ठरावाचा दाखला दिला. क्रिप्स यांच्याशी बोलणी झाल्यानंतर काही दिवसांतच मंजूर झालेल्या या ठरावात कोणत्याही प्रांतातील लोकांना त्यांच्या जाहीर इच्छेविरुद्ध भारतीय संघराज्यात राहण्याची सक्ती करण्यास मज्जाव करण्यात आला होता.

मे महिन्याच्या पूर्वार्धात अलाहाबादला अखिल भारतीय काँग्रेस समितीनं राजगोपालाचारींचं म्हणणं ऐकून घेतलं पण मद्रासच्या मागण्या बहुमतानं फेटाळण्यात आल्या. सी.आर. यांनी मग आपलं गाऱ्हाणं जनतेसमोर नेलं. काही ठिकाणी त्यांना पाठिंबा मिळाला, पण कार्यकारी समितीतील त्यांच्या सहकाऱ्यांचं आणि लवकरच बहुतांश काँग्रेस सदस्यांचंही समर्थन त्यांनी गमावलं. मद्रास विधायकांचा मोठा गटही त्यांना सोडून गेला.

हिंदू-मुस्लीम ऐक्यासाठी धडपड करण्याचा प्रयत्न स्तुत्य असून जपानी आक्रमणाला तोंड देण्याची तयारी करणं, ही गोष्टदेखील कौतुकास्पद असली, तरी सी.आर. यांची योजना पूर्णत: अस्वाभाविक असल्याचं मत गांधींनी व्यक्त केलं. राजगोपालाचारींनी काँग्रेसशी संबंध तोडणं सर्वथा उचित ठरेल असं सुचवून गांधी पुढे म्हणाले की, आपल्या पूर्ण क्षमतेनुसार, उत्साहानं ही चळवळ पुढे चालू ठेवायला राजगोपालाचारी मोकळे असतील.

काँग्रेसजनांची मनं वळवण्याची बंदी सभासदांवर घातली जाणं योग्य नसल्याचा

युक्तिवाद सी.आर. यांनी केला, तरीही जुलै महिन्यात त्यांनी आपली मोहीम पुढे चालू ठेवण्याचं पूर्ण स्वातंत्र्य मिळावं म्हणून काँग्रेसचा आणि मद्रास विधिमंडळाचा राजीनामा दिला.

ध्यास आणि बुद्धी : आपला प्रस्तावित लढा लढण्यासाठी तुमच्याकडे एखादी संघटना आहे का, अशी विचारणा ९ जून रोजी फिशर यांनी गांधींकडे केली.

गांधी : ही संघटना म्हणजे काँग्रेस पक्ष. पण तिनं मला साथ दिली नाही, तर माझी स्वत:ची एक संघटना आहे, मी स्वत:च...

फिशर : ऐतिहासिक दृष्टिकोनातून पाहिलं, तर तुम्ही एक नवीन आणि वैशिष्ट्यपूर्ण गोष्ट करत आहात– एका साम्राज्याचा अंत व्हावा, अशी मनीषा तुम्ही बाळगून आहात.

गांधी : हे एखादं लहान मूलही करू शकतं. मी लोकांच्या सहजप्रवृत्तीला आवाहन करेन. कदाचित मी त्यांना जागं करू शकेन...

फिशर : चळवळीच्या प्रारंभीच एखादी उलथापालथ करणारी घडामोड घडण्याची तुम्हाला अपेक्षा आहे?

गांधी : हो. कोणत्याही दिवशी याची सुरुवात होईल, असं मला वाटतं. मी सज्ज आहे. मला अटक होऊ शकते, हे मी जाणतो.

पाच दिवसांनी दुसऱ्या अमेरिकन पत्रकारांशी बोलताना गांधींनी पुन्हा ताबडतोब अटक होण्याची शक्यता व्यक्त केली; पण ते पुढे म्हणाले :

'आमच्या अटकांमुळे चळवळीला फायदाच होईल, भारतातील प्रत्येकजण आपापला खारीचा वाटा उचलायला त्यामुळे उद्युक्त होईल.'

'लोकांच्या मनावर गांधींची मोहिनी असण्याचं कारण काय असावं', यावर विचार करत असताना, गांधींचं बोलणं लक्षपूर्वक ऐकल्यावर आणि त्यांचं लिखाण बारकाईनं वाचल्यावर आपण एका तात्पुरत्या निष्कर्षावर आल्याचं फिशर यांनी देसाईंना सांगितलं; ती म्हणजे 'त्यांचा ध्यास.'

"बरोबर आहे हे." देसाई म्हणाले.

"या ध्यासाचं मूळ कशात आहे?" फिशर यांनी विचारलं.

"त्यांच्या उत्कट शारीरिक भावनांचं उदात्तीकरण म्हणजे हा ध्यास आहे." देसाईंनी स्पष्ट केलं.

"आणि कामभावना?"

'कामभावना, क्रोध आणि वैयक्तिक महत्त्वाकांक्षा... गांधींचा स्वत:वर संपूर्ण ताबा आहे. त्यातूनच ही प्रचंड ऊर्जा आणि ध्यास निर्माण होतो.'

परंतु 'भारत छोडो' चळवळीमागची भावना तर्काशी फटकून नव्हती. राजगोपालाचारींच्या धारणेच्या अगदी विरुद्ध, ब्रिटिश त्या उन्हाळ्यात किंवा त्यानंतर लगेचच निघून जातील, अशी तिळमात्रही अपेक्षा गांधींनी केली नव्हती. 'भारत छोडो' चळवळ जगाला त्यांच्या स्वप्नाची आठवण करून देण्याबरोबरच काँग्रेसची भारतातील स्थिती मजबूत करेल, असा गांधींचा त्यामागचा विचार होता.

जोर धरत असलेल्या पाकिस्तानच्या मागणीतील हवा काढून टाकण्यासाठी आणि ब्रिटिश सत्तेच्या जागी काँग्रेसची सत्ता यावी यासाठी खेळली जाणारी 'भारत छोडो' चळवळ ही एक खेळी असल्याची भावना मुस्लिमांच्या मनात जागी होऊ शकते, हे गांधींनी लक्षात घेतलं होतं का? किंवा काँग्रेसची चळवळ दडपली जाऊन पाकिस्तानच्या मागणीसाठी मुस्लीम लीगला रान मोकळं मिळेल, ही शक्यता पडताळून पाहिली होती का?

हा सगळा विचार त्यांनी केला होता, परंतु त्यांचा नाइलाज होता. *'आपण ब्रिटिशांना भारत काँग्रेसच्या किंवा हिंदूंच्या हाती सोपवा, असं सांगत नाही. त्यांनी भारत ईश्वराच्या हाती किंवा आधुनिक भाषेत सांगायचं, तर अराजकाच्या हाती सोपवावा. त्यानंतर सगळे पक्ष आपापसात कुत्र्यांसारखे भांडतील किंवा जबाबदारीची जाणीव झाल्यावर शहाण्यासारखे तडजोड करतील.'* असं गांधींनी १४ जून रोजी ठासून सांगितलं.

मार्चच्या अखेरीस क्रिप्स यांच्याशी बोलताना त्यांनी जिनांचा प्रचंड प्रभाव आणि गेल्या दोन वर्षांत पाकिस्तानच्या मागणीनं जोर पकडल्याचं मान्य केलं होतं. जून आणि जुलै महिन्यांत राजगोपालाचारींशी तीव्र मतभेद झाल्यानंतरही आपल्या मित्राला त्यांनी जिनांशी वाटाघाटी करण्यासाठी प्रोत्साहन दिलं होतं. मात्र जिनांबरोबर काही तडजोड होईल अशी आशा त्यांना स्वतःला वाटत नसताना, त्या शक्यतेसाठी 'भारत छोडो' चळवळ सोडून देण्याची त्यांची तयारी नव्हती.

'भारत छोडो' चळवळीत कुणी सहभागी व्हावं, यासाठी काही योजना किंवा व्यूहरचना त्यांनी आखली होती का? २२ मे रोजी मीरेला लिहिलेल्या पत्रातून त्यांच्या अपेक्षांची एक झलक बघायला मिळते :

मला हळूहळू वेग देण्याची इच्छा आहे. वेळ येण्याआधीच गोष्टी घडाव्यात, असं मला वाटत नाही. आपण ठामपणे पण मोजूनमापून पावलं टाकली पाहिजेत, जेणेकरून त्यांचा अर्थ जास्तीत जास्त लोकांच्या ध्यानी येईल. एक वेळ अशी येईल, की कदाचित गोष्टी हाताबाहेर जातील. आपण जाणूनबुजून त्या हाताबाहेर घालवणार नाही.

ताबडतोब अटक व्हावी अशी त्यांची इच्छा नाही, तरीही त्यांना काय म्हणायचं आहे

हे एकदा लोकांच्या लक्षात आलं, की ते आपणहोऊन कदाचित बेफिकिरीनं काहीतरी कृती करतील, असा गांधींना विश्वास आहे. ती वेळ आली पाहिजे हे मात्र खरं.

कार्यकारी समितीनं 'भारत छोडो'च्या प्रस्तावाला मंजुरी देण्याआधी एक महिना, म्हणजे ९ जून रोजी फिशर यांनी गांधींना, त्यांच्या योजनेवर चिनी, रशियन किंवा अमेरिकन लोकांनी कोणते प्रश्न उपस्थित केले आहेत ते ऐकण्याची इच्छा आहे का, असं विचारलं. त्यावर गांधींनी होकारात्मक उत्तर दिल्यावर फिशर यांनी विचारलं, 'हे सगळं व्हाइसरॉयच्या कानावर घालण्याचा अधिकार तुम्ही मला देता का?' गांधी उत्तरले, *'हो, तुम्हाला माझी परवानगी आहे.'*

फिशर : तुमचा दृष्टिकोन अध्यक्ष रुझवेल्टना कळावा, अशी तुमची इच्छा आहे का?

गांधी : हो. मला कुणाला आवाहन करण्याची इच्छा नाही. पण रुझवेल्ट यांना माझ्या योजना, माझी मतं आणि तडजोड करण्याची तयारी माहीत व्हावी, असं मला वाटतं. माझं मन वळवलेलं मला आवडेल, असं तुमच्या अध्यक्षांना सांगा.

सावधगिरी : १४ जून रोजी गांधींनी चिआंग कै-शेक यांना लिहिलं : *'जपानी आक्रमण कोणत्याही मार्गानं रोखण्याची आमची इच्छा आहे, हे मी स्पष्ट करू इच्छितो. त्यासाठी, मित्रराष्ट्रांनी आमच्याशी करार करून त्यांनी सशस्त्र सेना भारतात ठेवण्यास आणि जपानी हल्ल्याला तोंड देण्यासाठी एक लष्करी तळ म्हणून भारताचा वापर करण्यास माझी वैयक्तिक संमती आहे.'* त्यावर, 'भारत छोडो' चळवळीमुळे चीनच्या संरक्षणाला धोका निर्माण होईल, अशी भीती त्या चिनी नेत्यानं व्यक्त केली, त्यामुळे गांधींची निराशा झाली.

जर्मन आणि जपानी पाणबुड्यांचा वापर करून येत्या वर्षी जपान गाठण्याचा सुभाष यांचा मनसुबा होता. २१ जून रोजी सुभाष यांच्या या आशावादावर गांधींनी जाहीरपणे आपलं मत मांडलं.

विदेशी शक्तीच्या पकडीतून भारताला सोडवण्याच्या प्रयत्नात दुसऱ्या कोणत्याही शक्तीपुढे मदतीची याचना करण्याची माझी अजिबात इच्छा नाही. ब्रिटिश सत्तेच्या बदली दुसरी कोणतीही सत्ता यावी, असं मला वाटत नाही. अनोळखी शत्रूपेक्षा ओळखीचा शत्रू केव्हाही बरा... त्यामुळे सुभाषबाबूंच्या धोरणाला पाठिंबा देण्याचा प्रश्नच उद्‌भवत नाही. आमच्यातील जुने मतभेद अजून तसेच आहेत. मात्र, त्यांच्या त्यागाविषयी किंवा देशभक्तीविषयी मला शंका आहे, असा अर्थ कुणी काढू नये.

याबाबत असहमती व्यक्त करण्याचा सी.आर. यांना अधिकार असल्याचं सांगून त्यांची पाठराखण केली. मुंबईच्या एका सभेत निदर्शकांनी राजगोपालाचारींवर डांबर फेकलं असता त्यांनी जो संयम राखला, त्याची गांधींनी प्रशंसा केली : ते म्हणाले,

> माटुंग्याला राजाजींच्या सभेत हुल्लडबाजी झाल्याची बातमी वाचून दु:ख झालं. लोकांना न रुचणारं मत त्यांनी मांडलं म्हणून ते आदराला अपात्र ठरतात का?
>
> ज्या लोकांना त्यांचा दृष्टिकोन पटला नाही, ते सभात्याग करू शकले असते... राजाजींना प्रश्न विचारू शकले असते. ज्यांनी त्यांच्यावर डांबर फेकलं आणि गोंधळ घातला, त्यांनी स्वत:चीच पत घालवली आहे आणि हेतूची पायमल्ली केली आहे...
>
> या कसोटीच्या क्षणी राजाजींनी जो शांतपणा, खिलाडूवृत्ती, प्रसंगावधान आणि निर्धार दाखवला, तो प्रशंसेस पात्र आहे... राजाजींकडे एक नायक बनण्याचे सगळे गुण आहेत.

रुझवेल्ट यांना पत्र : १ जुलै रोजी गांधींनी रुझवेल्ट यांना मनमोकळं आणि भविष्याचा वेध घेणारं पत्र लिहिलं :

> प्रिय मित्रा, तुमच्या महान देशाला भेट देण्याची संधी दोन वेळा हुकली. तिथे अनेक ओळखीचे आणि अनोळखी मित्र असण्याचं भाग्य मला लाभलं आहे. माझ्या बऱ्याच देशबांधवांनी अमेरिकेत राहून शिक्षण घेतलं आहे आणि अजून घेत आहेत... थोरो आणि इमर्सन यांच्या लिखाणातून मला खूप शिकायला मिळालं आहे. मी तुमच्या देशाशी किती जोडला गेलो आहे, हे तुम्हाला कळावं म्हणून सगळं लिहिलं.
>
> ग्रेट ब्रिटनविषयी मी एवढंच सांगू शकतो की, ब्रिटिश सत्ता मला अत्यंत अप्रिय असली, तरी इंग्लंडमध्ये माझे अनेक वैयक्तिक मित्र आहेत, जे मला माझ्या स्वत:च्या लोकांइतकेच प्रिय आहेत. मी कायद्याचं शिक्षण त्या देशात घेतलं. त्यामुळे तुमच्या देशासाठी आणि ग्रेट ब्रिटनसाठी माझ्या मनात फक्त शुभेच्छाच आहेत.
>
> त्यामुळे, ब्रिटिशांनी कोणताही किंतू मनात न बाळगता ताबडतोब सत्ता सोडावी, हा मी मांडलेला प्रस्ताव मैत्रीच्या विशुद्ध हेतूनंच मांडला आहे, याची खात्री तुम्ही बाळगावी. कुणी काहीही म्हणो, पण सध्या भारतीयांच्या मनात ग्रेट ब्रिटनविषयी द्वेष भरला आहे. तो सद्भावनेत बदलावा आणि आता सुरू असलेल्या युद्धात लाखो भारतीयांना आपली भूमिका बजावता यावी, यासाठी मी प्रयत्न करत आहे...

मात्र परकीय सत्तेच्या अमलाखाली गुलाम म्हणून वावरण्याखेरीज आम्ही आमच्याकडून कोणतीही मदत देऊ शकत नाही. जोपर्यंत भारत आणि आफ्रिका यांचं ग्रेट ब्रिटनकडून शोषण होत आहे आणि अमेरिकेला स्वतःच्या देशात निग्रोंच्या समस्येला तोंड द्यावं लागत आहे, तोपर्यंत माणसाच्या स्वातंत्र्यासाठी आणि लोकशाहीच्या रक्षणासाठी मित्रराष्ट्रं युद्धात उतरली असल्याचा दावा पोकळ ठरेल.

पण... माझा प्रस्ताव केवळ भारताशी संबंधित आहे. भारत स्वतंत्र झाला तर मागोमाग इतर प्रश्नही सुटावेत; त्यांचा परस्परसंबंध नसला तरीही!

माझा प्रस्ताव निर्दोष व्हावा यासाठी मी असं सुचवतो की, मित्रराष्ट्रांना गरज भासली तर ते स्वखर्चानं आपलं सैन्य भारतात ठेवू शकतात; पण अंतर्गत सुव्यवस्थेसाठी नाही तर जपानी आक्रमण परतवून लावण्यासाठी आणि चीनच्या रक्षणासाठी...

श्रीयुत लुईस फिशर हे पत्र घेऊन तुमच्याकडे येतील.... आणि ते आगंतुकपणाचं आहे म्हणून तुम्ही त्याचा अव्हेर करणार नाही अशी आशा मी अखेरीस व्यक्त करतो. मित्रराष्ट्रांचा एक स्नेही आणि हितचिंतक म्हणून मी आपुलकीचा हात पुढे केला आहे, असं समजा. मनःपूर्वक, तुमचा, एम. के. गांधी

गांधींना प्रतिसाद देऊ नये म्हणून रुझवेल्ट यांचं मन वळवण्याचा प्रयत्न चर्चिल यांनी केला. ब्रिटिश माध्यमांनी दोस्त / अक्ष राष्ट्रांचे (Axis) समर्थक आणि पराभूत मनःस्थिती असलेले, असं गांधींचं चित्र अमेरिकेत रंगवलं. अलाहाबादच्या काँग्रेसच्या कार्यालयावर सरकारनं छापे टाकल्यावर जप्त करण्यात आलेल्या कागदपत्रांमधील, एप्रिलमध्ये गांधींच्या मसुद्यावर नेहरूंनी शेरा मारलेली वाक्यं या आरोपांच्या पुष्ट्यर्थ सादर करण्यात आली.

ऑगस्ट महिन्याच्या प्रारंभी सरकारनं जेव्हा ती कागदपत्रं लोकांसमोर प्रसिद्ध केली तेव्हा, ते शेरे म्हणजे खाजगी सचिवांनी काढलेली, संदर्भ नसलेली कच्ची टिपणं असल्याचं उत्तर नेहरूंनी दिलं. गांधींनी आपलं म्हणणं पुढीलप्रमाणे मांडलं :

जपान आणि जर्मनी युद्धात विजयी होतील, असं मी चुकूनही कधी म्हटलेलं नाही... त्यामुळे, मी माघार घ्यावी किंवा कार्यकारी समितीकडे पाठवलेल्या मसुद्याबाबत मला शरम वाटावी, असं काहीही नाही.

तथाकथित हानिकारक कागदपत्रांच्या जप्तीच्या आधी बरेच दिवस, म्हणजे १७ जुलै रोजी भारत सरकारचे माहिती संचालक फ्रेडरिक पकल यांनी प्रस्तावित चळवळीविरुद्ध जनजागृती करण्याचे आदेश सर्व प्रांतीय सरकारांच्या मुख्य सचिवांना दिले होते.

त्यासाठी एका व्यंगचित्राचा वापर करावा, असं त्यांनी सुचवलं होतं. त्यात हिटलर, मुसोलिनी, तोजो हातात ध्वनिक्षेपक घेऊन, 'मी काँग्रेसच्या ठरावाच्या बाजूनं मतदान करतो', असं ओरडताना दाखवले होते.

कम्युनिस्ट सोडले तर सरकारच्या या प्रचाराचा भारतीयांवर फारसा परिणाम झाला नाही. 'भारत छोडो'च्या हाकेवर टीका करताना मुस्लीम लीग, संस्थानिक आणि इतर काँग्रेसेतर घटकांचा भर आंतरराष्ट्रीय नव्हे तर स्थानिक मतपरिवर्तन करण्यावर होता. ब्रिटिश नव्हे तर मुस्लीम आपले शत्रू आहेत असा प्रचार करणाऱ्या हिंदू महासभा आणि राष्ट्रीय स्वयंसेवक संघ (RSS) यांनी हिंदूंना 'भारत छोडो'च्या चळवळीपासून चार हात लांब राहण्याचं आवाहन केलं. ब्रिटिशांच्या युद्धाचा भविष्यात मुस्लिमांशी दोन हात करण्यासाठी सराव म्हणून वापर करावा, असंही सांगितलं.

कार्यकारी समितीचा निर्णय : वर्ध्यात लागोपाठ बैठका घेऊन विचारविनिमय केल्यावर १४ जुलै रोजी कार्यकारी समितीनं 'भारत छोडो'ला पाठिंबा देण्याचा निर्णय घेतला. ब्रिटनबद्दल वेगानं पसरत चाललेला द्वेष आणि जपानच्या यशाबद्दल वाढत चाललेलं समाधान लक्षात घेऊन समितीनं पुढे म्हटलं :

सर्व प्रकारचं आक्रमण रोखलं पाहिजे, कारण त्यापुढे शरणागती पत्करणं म्हणजे भारतीय लोकांची अधोगती आणि गुलामगिरी, असा त्याचा अर्थ होतो. मलाया, सिंगापूर आणि बर्मा यांना आला तसा अनुभव येऊ नये, यासाठी काँग्रेस दक्ष आहे आणि जपान किंवा दुसऱ्या कोणत्याही विदेशी शक्तीनं भारतावर आक्रमण करून तो पादाक्रांत करू नये, म्हणून प्रतिकाराची फळी उभारू इच्छिते.

ब्रिटनबद्दलचा द्वेष सद्भावनेत रूपांतरित व्हावा यासाठी काँग्रेस झटेल... परंतु भारताला स्वातंत्र्याची पहाट दिसली, तरच हे शक्य होईल.

भारतातील सत्ता सोडून ब्रिटिश माघारी गेले की, देशातील जबाबदार स्त्री-पुरुष एकत्र येऊन कामचलाऊ सरकार स्थापन करतील.

ब्रिटिश सत्ता संपुष्टात आणण्याचा हा प्रस्ताव मांडताना ग्रेट ब्रिटन किंवा मित्रराष्ट्रांना युद्ध सुरू असताना पेचात पकडण्याचा काँग्रेसचा कोणताही हेतू नाही. तसंच, भारतावर आक्रमण करण्यास किंवा चीनवर दबाव टाकण्यास, जपान किंवा दोस्त/अक्ष (Axis) राष्ट्रांमधील इतर देशांना उद्युक्त करण्याचाही काँग्रेसचा इरादा नाही...

त्यामुळे जपानशी किंवा इतर आक्रमकांशी मुकाबला करण्यासाठी आणि त्यांचं आक्रमण परतवून लावण्यासाठी तसंच चीनचं संरक्षण आणि मदत करण्यासाठी मित्रराष्ट्रांच्या इच्छेनुसार त्यांची सशस्त्र सेना भारतात तैनात

करू द्यायला काँग्रेस तयार आहे.

मात्र, हे आवाहन जर फोल ठरलं... तर नाइलाजानं काँग्रेसला १९२० सालापासून गोळा केलेली अहिंसेची सगळी शक्ती वापरणं भाग पडेल...

ठरावाला पाठिंबा व्यक्त करण्यासाठी ७ आणि ८ ऑगस्ट रोजी मुंबईत अखिल भारतीय काँग्रेस समितीच्या बैठकांचं आयोजन करण्यात आलं. दरम्यान, गांधींनी मीरेला व्हाइसरॉयकडे एक माहिती देणारं निवेदन घेऊन पाठवलं. त्यात म्हटलं होतं, 'अहिंसेची हमी देण्याचा आपण पूर्ण प्रयत्न केला आहे. पण जर या वेळी हिंसक घटना घडल्या तरीसुद्धा चळवळ माघारी घेणं मला उचित वाटणार नाही.'

लिन्लिथगोंनी मीरेची भेट घ्यायला नकार दिला; परंतु मीरेनं व्हाइसरॉयचे सचिव सर गिल्बर्ट लेथवेट यांच्याद्वारे तो संदेश (१७ जुलै रोजी) त्यांच्यापर्यंत पोचवला.

प्रत्येक जपानी माणसाला : १८ जुलै रोजी गांधींनी खुल्या दिलानं 'प्रत्येक जपानी माणसाला' एक पत्र लिहिलं. जपानमधील तीन वर्तमानपत्रांनी हे आवाहन प्रसिद्ध केलं :

लंडनमध्ये शिकणारा अठरा वर्षांचा मुलगा असल्यापासून मी तुमच्या गुणांचा आदर करत आलेलो आहे. दक्षिण आफ्रिकेत असताना तुम्ही रशियन फौजांवर मिळवलेल्या विजयाच्या बातम्या ऐकून मी उत्तेजित झालो होतो. १९१५ साली दक्षिण आफ्रिकेहून भारतात परतल्यानंतर वेळोवेळी आमच्या आश्रमात येऊन वास्तव्य करणाऱ्या जपानी धर्मगुरूंशी माझा निकटचा संबंध आला आहे...

चीनवर तुम्ही विनाकारण हल्ला केलात, असं विचारांती माझं मत झालं आहे आणि कानी आलेल्या बातम्यांवर विश्वास ठेवायचा तर, तुम्ही त्या महान आणि प्राचीन भूमीची निर्घृणपणे विटंबना केलीत. या गोष्टींमुळे मला तीव्र दुःख होत आहे.

जगातील महासत्तांची बरोबरी करण्याची तुमची महत्त्वाकांक्षा योग्य होती, पण चीनवर तुम्ही केलेलं आक्रमण आणि दोस्त/अक्ष (Axis) देशांशी तुम्ही केलेली हातमिळवणी त्या महत्त्वाकांक्षेला राक्षसी स्वरूप देऊन गेली...

भारतात तुमचं उत्साहात स्वागत होईल, असा तुमचा विश्वास असेल तर तुमचा भ्रमनिरास होईल. ब्रिटिशांना माघार घ्यायला लावण्यासाठी सुरू केलेल्या या चळवळीचं अंतिम उद्दिष्ट, भारताला सर्व प्रकारच्या लष्करी आणि सरंजामशाही महत्त्वाकांक्षेला विरोध करण्यासाठी सज्ज करणं हे आहे; मग ते ब्रिटिश साम्राज्य असो नाहीतर जर्मन नाझीवाद वा तुमची पद्धत असो.

ब्रिटिश सोडून गेलेल्या देशात तुम्ही फक्त प्रवेश करणंच बाकी आहे,

अशी चुकीची समजूत करून घेऊ नका... असा विचार जर तुमच्या डोक्यात असेल आणि तो जर तुम्ही प्रत्यक्षात आणलात, तर आमचा देश सर्वशक्तिनिशी तुमचा प्रतिकार करण्यास मागेपुढे पाहणार नाही. तुमचा मित्र आणि हितचिंतक, एम. के. गांधी

हिंदू-मुस्लीम प्रश्नावर, आझादांनी तयार केलेल्या दोन प्रस्तावांना गांधींनी पाठिंबा दिला. काँग्रेस आणि लीगमध्ये बोलणी व्हावीत, असा एक प्रस्ताव होता. दुसऱ्या प्रस्तावात स्वातंत्र्याच्या घोषणेबरोबरच ब्रिटिशांनी काँग्रेसच्या किंवा मुस्लीम लीगच्या हाती सत्ता सोपवावी, अशी सूचना ब्रिटिशांना उद्देशून केली होती. ज्या पक्षाला सत्ता मिळेल तो ती इतरांबरोबर वाटून घ्यायला कटिबद्ध असेल; कारण स्वतंत्र भारतातील सरकार संपूर्णपणे लोकसहमतीवर आधारलेलं असलं पाहिजे, असं गांधींनी लिहिलं.

कृतियोजना? : जुलै महिनाभर विचार करूनसुद्धा 'भारत छोडो'मध्ये भाग घेणाऱ्या सत्याग्रहींसाठी कृतियोजना तयार करण्यात गांधींना यश आलं नव्हतं. या वेळी भाग घेणाऱ्या प्रत्येक स्त्री-पुरुषाला स्वतःच एक नेता बनणं आवश्यक होतं, हे त्यांना माहीत होतं. कारण सगळे प्रमुख नेते– त्यांत गांधी तर सर्वांत आधी– लवकरच गजाआड जाण्याची शक्यता होती. पूर्वीप्रमाणे, अटक पुढे ढकलण्यासाठी व्हाइसरॉयची भेट घेण्याचं गांधींच्या मनात होतं, पण ज्या व्हाइसरॉय हाउसमध्ये गांधींनी अधिकृतरीत्या ब्रिटिशांना भारत सोडून जायला सांगितलं होतं, तिथे लिन्लिथगो गांधींची भेट घ्यायला थांबणार होते का?

१५ जुलै रोजी वर्ध्याला गांधींनी कार्यकारी समितीला काही संकल्पना समजावून सांगितल्या. एक म्हणजे, ज्यांचा हिंसेवर विश्वास होता किंवा जे ब्रिटिशांचा, भारतीयांचा किंवा दुसऱ्या कोणत्याही धर्माचा द्वेष करत होते, त्यांनी 'भारत छोडो' चळवळीपासून लांब राहावं. दुसरी गोष्ट, तुरुंगात जाणं हे या वेळचं उद्दिष्ट नव्हतं : ज्यांना तुम्ही देश सोडून जायला सांगितलं आहे, त्यांच्याकडून अटक व्हावी असा प्रयत्न करणं हास्यास्पद ठरणार होतं. तिसरं, धाडसी तरुणांनी सरकारी महाविद्यालयांवर बहिष्कार टाकावा आणि भारत स्वतंत्र होईपर्यंत परत दाखल होऊ नये.

चौथी गोष्ट, सर्वत्र काम आणि व्यवसाय स्थगित करावेत. पाचवी, निर्भय लोकांनी मिठावरचा कर आणि शेतसारा भरण्यास नकार द्यावा. शेत किंवा घर सोडून जाण्याचे आदेश मिळाले, तर त्यांचं पालन करू नये. सहा, कठोर आदेशांपुढे मान तुकवण्यापेक्षा सरकारी नोकरांनी राजीनामे द्यावेत. सात, चीन आणि रशियाच्या संरक्षणाला कोणताही धोका पोचवू नये.

परंतु सातवा मुद्दा चौथ्या, पाचव्या आणि सहाव्या मुद्द्याशी आणि पहिला मुद्दा दुसऱ्याशी विसंगत वाटत होता. खोटं बोलल्याशिवाय, लपवाछपवी केल्याशिवाय

किंवा हिंसाचार केल्याशिवाय एखादा माणूस कायदेभंग किंवा बहिष्कार कसा करू शकणार होता आणि अटक कशी टाळू शकणार होता?

वर्ध्याला सुरू असलेल्या कार्यकारी समितीच्या सभा १४ जुलै रोजी संपल्यावर आणि ७ आणि ८ ऑगस्टला मुंबईत होणाऱ्या अखिल भारतीय काँग्रेस समितीच्या बैठकांमधल्या काळात काँग्रेसच्या नेत्यांनी आपापल्या प्रांतात जाऊन जनतेला चळवळीसाठी तयार करण्याचे कसोशीनं प्रयत्न केले. आजारी आणि थकलेल्या पटेलांनी गुजरात आणि मुंबई प्रांत आपल्या ताब्यात घेतले होते (जून महिन्यात त्यांची अखेर जवळ आली अशी अटकळ सरकारनं बांधली होती). गुप्तचर विभागाच्या माहितीनुसार अहमदाबादला २६ जुलै रोजी पटेल जे बोलले, ते पुढीलप्रमाणे :

> *उद्या जर सगळ्या नेत्यांना अटक झाली आणि पुन्हा भेटण्याची संधी मिळाली नाही, (मी तुम्हाला सांगू इच्छितो) तर मेलात तरी चालेल पण मागे हटू नका. या वेळी एखादा रेल्वेमार्ग उखडला किंवा एखादा इंग्रज मारला गेला, तरीही लढा थांबणार नाही... अर्थात काँग्रेसजन अहिंसेचं सर्वतोपरी पालन करतील. अखिल भारतीय काँग्रेस समितीच्या बैठकीआधी गांधींना आणि इतर नेत्यांना अटक झाली तरी यात बदल होणार नाही.*

त्यांच्या स्वतःच्या वतीनं किंवा कार्यकारी समितीच्या आणि गांधींच्याही वतीनं पटेलांनी गुजरातमध्ये पुढे असंही म्हटलं :

> *रेल्वे कामगारांनी काम करण्यास नकार द्यावा. टपाल आणि तार खात्यांच्या कामगारांनी संप करावा. सरकारी नोकरांनी नोकरी सोडावी. शिक्षकांनी आणि विद्यार्थ्यांनी शाळा-महाविद्यालयांमध्ये जाऊ नये. संपूर्ण प्रशासकीय यंत्रणा ठप्प करण्यासाठी लोकांनी आम्हाला अशा प्रकारे मदत करावी.*

२ ऑगस्ट रोजी मुंबईत विराट सभेपुढे बोलताना पटेलांनी पुन्हा एकदा 'संपूर्ण काम बंद' ठेवण्याचं आवाहन केलं. दुसऱ्या दिवशी सकाळी ते गांधी, कस्तुरबा, महादेव आणि प्यारेलाल यांना आणायला मुंबईच्या दादर स्टेशनला गेले. गांधी आणि बाकीची मंडळी बिर्ला हाउसवर मुक्कामासाठी गेली; पटेल त्यांच्या मुलाच्या घरी मरीन ड्राईव्हला उतरले होते.

४ ऑगस्ट ते ८ ऑगस्ट, कार्यकारी समिती रोज भेटत होती; त्याशिवाय अनेक छोट्या बैठकाही होत होत्या. ६ ऑगस्ट रोजी गांधींनी एक निवेदन प्रसृत केलं:

> *काँग्रेसचा ठराव मंजूर झाल्यानंतर आणि लढा सुरू होण्यापूर्वी मी जाणीवपूर्वक एक मध्यांतर घेतलं होतं... निर्वाणीचा इशारा म्हणून नाही; तर संघर्ष टाळण्यासाठी एक कळकळीची विनंती म्हणून व्हाइसरॉयकडे एक पत्र*

पाठवलं जाईल. त्याला जर सकारात्मक प्रतिसाद मिळाला, तर ते पत्र
पुढच्या वाटाघाटींचा पाया म्हणून उपयोगी पडेल.

मुंबई, ७-८ ऑगस्ट १९४२

मध्य मुंबईतील गोवालिया टँक मैदान चैतन्यानं सळसळत होतं. ७ ऑगस्ट रोजी अखिल भारतीय काँग्रेस समितीचं दोन दिवसांचं अधिवेशन सुरू झालं, तेव्हा मैदानात प्रचंड जनसमुदाय जमला होता. मतपरिवर्तन झालेल्या जवाहरलाल यांनी 'भारत छोडो'चा ठराव मांडला आणि पटेलांनी त्याला अनुमोदन दिलं. वल्लभभाई म्हणाले :

> *जपानी आक्रमणाच्या आधी भारताला स्वतंत्र करणं आणि ते आक्रमण झालंच तर देशाला त्यासाठी सज्ज करणं, हे या वेळचं मुख्य ध्येय आहे. सरकार नेत्यांना ताब्यात घेईल, सगळी परिस्थिती ताब्यात घ्यायचा प्रयत्न करेल. तेव्हा प्रत्येक भारतीयानं अहिंसक मार्गानं शंभर टक्के प्रयत्न करणं हेच त्याचं कर्तव्य असेल. जमेल त्या मार्गानं, हाती लागेल त्या शस्त्रानं ही लढाई तुम्हाला लढायची आहे. अशी संधी आयुष्यात एकदाच येते, वारंवार नाही.*

७ ऑगस्ट रोजी भाषण करताना गांधींनी प्रथम अहिंसेच्या मुद्द्याला स्पर्श केला :

> *माझ्यात काहीही बदल झालेला नाही, ही गोष्ट मी ठामपणे सांगू इच्छितो. मी पूर्वीप्रमाणेच अहिंसेच्या तत्त्वाशी एकनिष्ठ आहे. तुम्हाला जर त्याचा कंटाळा आला असेल, तर माझ्याबरोबर येण्याची गरज नाही.*

संस्थानांविषयी बोलताना त्यांनी शासक आणि प्रजाजन दोघांचाही पाठिंबा मिळवण्याचा प्रयत्न केला :

> *संस्थानांची संख्या सहाशे किंवा त्याहून जास्त आहे... त्यांचे राजे काहीही म्हणू देत, पण लोकांना जे हवं आहे त्यासाठीच आम्ही झटत आहोत, ही गोष्ट लोक मान्य करतील. मी सांगितलेल्या मार्गानं हा लढा आम्ही पुढे नेला तर संस्थानिकांनी कधी (ब्रिटिशांकडून) अपेक्षा केली नसेल, असे फायदे त्यांना मिळतील.*

काँग्रेसच्या किंवा हिंदूंच्या नव्हे तर भारतीयांच्या हाती सत्ता येईल, असं ते पुढे म्हणाले :

> *स्वातंत्र्यप्राप्ती हे आमचं ध्येय आहे, मग पुढची सूत्रं कुणीही सांभाळावीत. तुम्हाला जर पारशांच्या हाती सत्ता सोपवायची असेल, तर तसं होईल कदाचित. काँग्रेसमध्ये तुम्ही कधी ज्यांची नावं ऐकली नसतील, ते सूत्रं*

सांभाळतील, अशीही शक्यता आहे. लोकांनी ते ठरवायचं आहे.

द्वेष आणि हिंसेविषयी त्यांनी विवेचन केलं :

तुमच्या मनात इतर धर्मांविषयी किंचित जरी तेढ असेल, तर या लढ्यापासून लांब राहा. ब्रिटिशांबद्दलचा द्वेष आपण मनातून हद्दपार केला पाहिजे. माझ्या मनात तरी तिरस्काराचा लवलेशही नाही.

माझ्या आयुष्यातली सगळ्यांत मोठी लढाई लढण्यासाठी उतरत असताना ब्रिटिशांबद्दल माझ्या मनात द्वेष असूच शकत नाही. ते संकटाच्या कड्यावर उभे असताना त्यांना धक्का देऊन पाडण्याचा विचार माझ्या मनाला शिवणं केवळ अशक्य आहे. तो तिथे कधी नव्हताच...

रागाच्या भरात ते तुमच्या भावना भडकावणाऱ्या गोष्टी करतील; पण काहीही झालं तरी तुम्ही हिंसेचा वापर करून अहिंसेला मान खाली घालायला लावता कामा नये. असं काही जर घडलं, तर माझ्या मृत्यूचं पातक तुमच्या माथी बसेल. माझं बोलणं तुम्हाला समजत नसेल, पटत नसेल, तर तुम्ही ठरावाला विरोध करणंच बरं.

रशियाच्या किंवा चीनच्या पराभवाला कारणीभूत ठरण्याची माझी इच्छा नाही. असं जर झालं तर मीच माझा तिरस्कार करेन. फ्रेंच किंवा रशियन राज्यक्रांतीपेक्षा भारतीय क्रांती श्रेष्ठ ठरेल, असा दावा गांधींनी केला :

मी जेव्हा 'भारत छोडो'ची हाक दिली, तेव्हा मी काहीतरी नवीन गोष्ट समोर ठेवली आहे, असं निराश झालेल्या भारतीय जनतेला वाटलं. तुम्हाला खरंच स्वातंत्र्य हवं असेल, तर तुम्हाला एकत्र यावं लागेल आणि एक अशी खरीखुरी लोकशाही निर्माण करावी लागेल की, जी आजपर्यंत कुणी बघितली नसेल...

मी फ्रेंच क्रांतीविषयी बरंच काही वाचलं आहे. तुरुंगात असताना मी कार्लाइलचं साहित्य वाचलं आहे. फ्रेंच लोकांचं मला अतिशय कौतुक वाटत आलं आहे. पंडित जवाहरलाल नेहरूंनी मला रशियन राज्यक्रांतीबद्दल सगळं सांगितलं आहे. पण, त्यांनी केलेलं आंदोलन लोकांच्या हक्कांसाठी असलं, तरी माझ्या स्वप्नातील खऱ्या लोकशाहीसाठी दिलेला तो लढा नव्हता. प्रत्येक माणूस हा स्वत:चा मालक असावा, असा माझ्या लोकशाहीचा अर्थ आहे. मी इतिहासाचा पुष्कळ अभ्यास केला आहे. आणि लोकशाहीच्या स्थापनेसाठी अहिंसक मार्गानं एवढ्या मोठ्या प्रमाणावर एखादा प्रयोग झाल्याचं माझ्या वाचनात आलेलं नाही.

त्या रात्री लंडनमध्ये पंतप्रधान चर्चिल आणि दक्षिण आफ्रिकेच्या जनरल स्मट्स यांच्याबरोबर रात्रीच्या जेवणासाठी चर्चिल यांचे डॉक्टर लॉर्ड मोरान होते. त्याची आठवण सांगताना मोरान म्हणतात,

> *स्मट्स गांधींबद्दल बोलत होते : 'त्यांच्यावर ईश्वराचा वरदहस्त आहे. तुम्ही आणि मी सामान्य माणसं आहोत. गांधींनी धार्मिक प्रेरणांना आवाहन केलं आहे. तुम्ही कधीच केलं नाहीत. तिथेच तुम्ही कमी पडलात.' (खळाळून हसत) पंतप्रधान म्हणाले, 'सेंट ऑगस्टीननंतर कुणी केले नसतील एवढे धर्मगुरू मी तयार केले.' परंतु तरीही स्मट्स हसले नाहीत. त्यांचा चेहरा गंभीर होता.*

८ ऑगस्ट रोजी गांधींनी जिनांच्या एका मित्राला सांगितलं की, 'भारत छोडो' चळवळीत मुस्लीम लीग सामील होणार असेल, तर आज ब्रिटिश सरकारकडे असलेली सगळी सत्ता संपूर्ण भारताच्या वतीनं मुस्लीम लीगच्या हाती सोपवली तरी गांधींना आणि काँग्रेसला कोणतीच हरकत नसेल. नंतर त्या दिवशी, गोवालिया टँक मैदानावर जाण्यासाठी गांधी बिर्ला हाउसमधून निघणार होते तेव्हा देसाई कालेलकरांना म्हणाले : 'त्यांच्या आयुष्यातली ही सगळ्यात महत्त्वाची संध्याकाळ आहे. निघण्यापूर्वी त्यांनी प्रार्थना करायचं ठरवलं आहे.' प्रार्थना करणाऱ्या आठ किंवा दहा लोकांसमोर 'वैष्णव जन' गाण्यात आलं. भजन ऐकताना गांधींच्या चेहऱ्यावर 'देवावरची प्रगाढ श्रद्धा, ठाम निर्धार आणि सौम्यपणाची पवित्र आभा विलसत होती', असं कालेलकरांना वाटलं. कार्यकारी समितीच्या निर्णयाला अखिल भारतीय काँग्रेस समितीनं अधिकृत संमती दिली,

> *स्वातंत्र्य आणि मुक्ततेचा भारताचा जन्मसिद्ध हक्क अबाधित राखण्यासाठी, जास्तीत जास्त मोठ्या प्रमाणावर अहिंसक मार्गानं जाणारा लढा सुरू करण्यासाठी अखिल भारतीय काँग्रेस समिती पाठिंबा देत आहे. गेल्या बावीस वर्षांमध्ये केलेल्या शांततामय प्रतिकारानं साध्य झालेल्या अहिंसक शक्तीचा वापर त्यायोगे देश करू शकेल. अशा प्रकारच्या लढ्याचं नेतृत्व निर्विवादपणे गांधी करतील. त्यांनी पुढाकार घेऊन देशाला पुढील मार्ग दाखवावा, अशी विनंती समिती करत आहे...*
>
> *अशी एक वेळ येण्याची शक्यता आहे, ज्या वेळी आदेश देणं किंवा ते लोकांपर्यंत पोचवणं शक्य होणार नाही. कदाचित कोणत्याही काँग्रेस समित्या कार्यरत राहू शकणार नाहीत. असं जर झालं तर सहभागी होणाऱ्या प्रत्येक स्त्री-पुरुषानं दिलेल्या आदेशांच्या चौकटीत राहून कार्यरत राहिलं पाहिजे.*
>
> *स्वातंत्र्याची आस असलेल्या आणि त्यासाठी प्रयत्न करणाऱ्या प्रत्येक*

भारतीयानं स्वत:च स्वत:चा मार्गदर्शक होऊन या खडतर पण शेवटी भारताच्या स्वातंत्र्याकडे व मुक्तीकडे घेऊन जाणाऱ्या मार्गानं जाण्यासाठी स्वत:ला प्रेरित करावं.

सोव्हिएट युनियनविषयी सहानुभूती असलेल्या आणि बहुतेक सगळे काँग्रेसजन असलेल्या तेराजणांच्या छोट्या गटानं या पाठिंब्याच्या विरोधात मतदान केलं. मतदानानंतर एकदा हिंदीत आणि नंतर इंग्रजीमध्ये भाषण करताना मतभेद व्यक्त करणाऱ्या गटाला उद्देशून गांधी म्हणाले :

ठरावाच्या विरुद्ध मतदान करणाऱ्या तेरा मित्रांचं मी अभिनंदन करतो.

नंतर मुस्लिमांकडे आणि दोन देशांच्या मागणीकडे ते वळले :

एक काळ असा होता, जेव्हा प्रत्येक मुस्लीम संपूर्ण भारताला आपली मातृभूमी समजायचा. अली बंधू माझ्याबरोबर असताना त्यांच्या बोलण्यातून आणि चर्चांमधून हेच दिसून येई की, भारत जेवढा हिंदूंचा आहे तेवढाच तो मुस्लिमांचाही आहे, हीच धारणा त्यांच्या मनात होती.

ही धारणा मुखवटा नसून खरी होती, याची मी खात्री देतो. मी त्यांच्याबरोबर अनेक वर्षं राहिलो. त्यांच्या सहवासात मी कित्येक दिवस आणि रात्री व्यतीत केल्या...

लहानपणापासून मला वाटतंय, की हिंदूंबरोबर मैत्री करण्यासाठी खास प्रयत्न मी केले नाहीत तरी चालेल; पण निदान काही मुस्लिमांशी तरी मी मैत्री केली पाहिजे. एका मुस्लीम व्यापाऱ्याचा सल्लागार म्हणून मी दक्षिण आफ्रिकेला गेलो. तिथे माझी इतर मुस्लिमांशी, अगदी माझ्या अशिलाच्या विरोधकांशीही मैत्री जुळली. सचोटी व प्रामाणिकपणा यांबाबत मी तिथे लौकिक प्राप्त केला... मी त्यांची मनं जिंकली. जेव्हा मी भारतात परत यायला निघालो, तेव्हा वियोगाच्या दुःखामुळे त्यांचं हृदय भरून आलं, डोळ्यांत अश्रू उभे राहिले.

ही एकी भारतातसुद्धा अबाधित राखण्यासाठी मी हरप्रकारे प्रयत्न सुरू ठेवले. माझ्या मनात कायम ही आकांक्षा असल्यामुळेच खिलाफत चळवळीच्या वेळी मी माझं संपूर्ण सहकार्य मुस्लिमांना देऊ केलं. देशभरातल्या मुस्लिमांनी सच्चा मित्र म्हणून माझा स्वीकार केला.

कुणाच्याही मनात कधी संशयाची पाल चुकचुकली नाही. तो सन्मान, तो उदात्त हेतू आता कुठे नाहीसा झाला आहे?

मी, कैद-ए-आझम जिनांसकट सगळ्या मुस्लिमांना आवाहन करतो, की

त्यांनी पूर्वीचे ते सोनेरी दिवस आठवावेत आणि या कड्याच्या टोकाशी आपण का येऊन पोचलो आहोत, परतीचे दोर आपण का कापून टाकले आहेत, याचा विचार करावा. कैद-ए-आझम जिना एके काळी स्वत: काँग्रेसचे सदस्य होते... ईश्वर त्यांना उदंड आयुष्य देवो; पण मी गेल्यावर त्यांना जाणवेल आणि मान्य होईल, की मुस्लिमांबद्दल माझ्या मनात कोणतंही कपट नव्हतं आणि त्यांच्या हिताला धक्का पोचवणारं कोणतंही कृत्य माझ्या हातून कधी घडलं नाही.

त्यांचं अहित करून किंवा विश्वासघात करून मी कुठे तोंड लपवणार? माझं आयुष्य पूर्णपणे त्यांच्या हातात आहे. त्यांना जेव्हा वाटेल, तेव्हा ते मला संपवू शकतात. माझ्यावर पूर्वीसुद्धा हल्ले झाले आहेत; परंतु ईश्वरानं मला आजपर्यंत तारलं आहे... आपण एखाद्या बदमाशाला मारत आहोत असं समजून कुणी मला गोळ्या घातल्या, तर तो खऱ्या गांधीला मारणार नाही; तर त्याला तो बदमाश वाटतो आहे त्याला मारेल... मी तुम्हाला खात्रीनं सांगतो, की जो तुमचा खरा आणि निष्ठावान मित्र होता, त्याच्यावर तुम्ही अविश्वास दाखवलात आणि मारलंत, या गोष्टीचं एक दिवस तुम्हाला दु:ख होईल.

मुस्लीम अलगतावाद्यांच्या हिंदू अवताराबद्दल ते म्हणाले :

हिंदू जर मुस्लिमांना दहशतीखाली ठेवू पाहत असतील, तर वैश्विक एकीकरणाची भाषा ते कोणत्या तोंडानं करणार? तलवारीची भाषा मान्य असणारे डॉ. मुंजे आणि श्री. सावरकरांसारखे हिंदू कदाचित मुस्लिमांना हिंदूंच्या वर्चस्वाखाली ठेवण्याचा प्रयत्न करतील.

मी त्या वर्गाचा प्रतिनिधी नाही. मी काँग्रेसचं प्रतिनिधित्व करतो. सोन्याची अंडी देणारी कोंबडी असलेल्या काँग्रेसला मारण्याची तुमची इच्छा आहे. तुम्ही जर काँग्रेसवर विश्वास ठेवला नाही, तर हिंदू आणि मुस्लिमांमध्ये कायम युद्ध सुरू राहील, हे नक्की.

पण आता ते धार्मिक ऐक्य साधण्याची वाट बघणार नव्हते :

मला... ताबडतोब स्वातंत्र्य हवं आहे, अगदी मिळालं तर पहाटेपूर्वी याच रात्री हवं आहे. धार्मिक ऐक्याची वाट बघत आता स्वातंत्र्य थांबू शकत नाही. स्वातंत्र्यासाठीचं हे युद्ध आता काँग्रेस जिंकेल अथवा त्या प्रयत्नात नामशेष होईल. आणि ही गोष्ट ध्यानात ठेवा, की जे स्वातंत्र्य मिळवण्यासाठी काँग्रेस झगडते आहे, ते केवळ काँग्रेसजनांसाठी नसून सगळ्या चाळीस

कोटी भारतीय जनतेसाठी असणार आहे...

येऊ घातलेल्या क्रांतीमध्ये काँग्रेसजन हिंदूंच्या हल्ल्यापासून मुस्लिमांना आणि मुस्लिमांच्या हल्ल्यापासून हिंदूंना वाचवण्यासाठी आपले प्राण पणाला लावतील.

पत्रकार, सरकारी कर्मचारी, सैनिक, संस्थानिक आणि विद्यार्थ्यांना वेगवेगळं संबोधित केल्यावर गांधी पुन्हा स्वतःबद्दल बोलले :

मी ज्या तऱ्हेनं संपूर्ण भारत फिरलो आहे तसं सध्याच्या काळात कुणी फिरलं नसेल. या भूमीतल्या लाखो पीडित लोकांनी माझ्यात त्यांचा मित्र आणि प्रतिनिधी पाहिला आहे. मीसुद्धा, एका मनुष्यप्राण्याला जेवढं शक्य आहे तेवढं त्यांच्या भावनांशी एकरूप होण्याचा प्रयत्न केला आहे. त्यांच्या डोळ्यांत मला विश्वास दिसला आहे, त्याचं रूपांतर मला आता असत्य आणि हिंसाचाराच्या आधारानं उभ्या असलेल्या साम्राज्याशी लढा देण्यासाठी लागणाऱ्या शक्तीमध्ये करायचं आहे. त्या साम्राज्यानं कितीही प्रचंड तयारी केलेली असली, तरी त्याच्या तावडीतून आपल्याला सुटलं पाहिजे.

या अटीतटीच्या प्रसंगी माझ्या क्षमतांचा वापर न करता मी निष्क्रिय बसून राहणं कसं शक्य आहे? जपानी सैन्याला विलंबानं यायला मी सांगू का? सगळ्या जगाला गिळंकृत करण्यासाठी घोंघावत येणाऱ्या वादळाकडे दुर्लक्ष करून मी काहीही न करता शांत बसून राहिलो, तर ईश्वरानं मला बहाल केलेल्या गुणांचा वापर न केल्याबद्दल तो माझी नक्कीच हजेरी घेईल...

मग, पुढे काय वाढून ठेवलं आहे, याची त्यांनी कल्पना दिली :

असो. प्रत्यक्ष लढाई काही लगेच सुरू होणार नाही. तुम्ही सगळे अधिकार मला बहाल केले आहेत. मी आता व्हाइसरॉयना काँग्रेसची मागणी मान्य करण्याची विनंती करेन. या सगळ्या प्रक्रियेला दोन किंवा तीन आठवडे लागतील.

दरम्यानच्या काळात तुम्ही काय कराल?... या क्षणापासून तुम्ही प्रत्येक स्त्री-पुरुष स्वतःला स्वतंत्र समजा आणि स्वतंत्र असल्याप्रमाणे वर्तन करा. साम्राज्यशाहीच्या जोखडातून मुक्त झाल्याप्रमाणे तुमचं वागणं असू द्या... हा एक छोटा मंत्र मी तुम्हाला देतो. तो तुम्ही तुमच्या हृदयावर कोरून ठेवा आणि तुमच्या श्वासाश्वासातून तो प्रकट होऊ द्या. तो मंत्र आहे : 'करू वा मरू.' आपण भारताला स्वतंत्र करू अथवा त्या प्रयत्नात मरू...

तुरुंगात जाण्याचा विचार मनातून काढून टाका. सरकारनं जर मला मोकळं सोडलं, तर तुरुंगात जाण्याच्या त्रासापासून मी तुम्हाला वाचवू शकेन...

ईश्वराला आणि तुमच्या विवेकबुद्धीला साक्षी ठेवून शपथ घ्या की, स्वातंत्र्य मिळेपर्यंत तुम्ही आता थांबणार नाही आणि ते मिळवण्यासाठी प्राणांची बाजी लावायला तुम्ही तयार आहात. जो जीव गमावेल तो जगेल; जो जिवाला जपेल तो जीव गमावेल.

उसळू पाहणारा हा ज्वालामुखी भारतीय तर होताच, पण सार्वत्रिक आणि मानवी होता. त्यामुळे गांधींनी स्वाभाविकपणे बायबलमधील वचन उद्धृत केलं. काही वाक्यांच्या पूर्वी त्यांनी उच्चारलेला 'करू वा मरू' हा मंत्र टेनिसच्या 'चार्ज ऑफ द लाइट ब्रिगेड' ('Theirs not to reason why, theirs but to do and die') मधून घेतला होता. १९२० साली असहकार चळवळीच्या आरंभापासून जी हाक आपल्याला द्यायची होती; ती आता शेवटी आपण देत आहोत, असं गांधी म्हणाले :

गेली बावीस वर्षं मी माझ्या वाणीला आणि लेखणीला लगाम घातला आहे, माझी ऊर्जा साठवून ठेवली आहे... पण आता माझं मन तुमच्यासमोर उघडं करून दाखवण्याची वेळ आली आहे.

कदाचित तो सल त्यांच्या अंतर्मनात फार पूर्वीपासूनच– जवळजवळ पन्नास वर्षांपासूनच– असला पाहिजे. राजकोट रेसिडेन्सीत चार्ल्स ऑलिव्हंटनं गांधींना निघून जायला सांगितलं होतं, तेव्हापासून हा सल त्यांच्या मनात रुतून बसला असावा. आता तो बाहेर पडला होता.

मी तुम्हाला संदेश दिला आहे आणि तुमच्यामार्फत तो मी संपूर्ण भारतापर्यंत पोचवला आहे.

ठरलं तर मग! : गांधी आता शेवटाकडे वळले होते. स्तब्ध, क्षुब्ध आणि उत्कंठेनं भारलेल्या हजारो लोकांना त्यांनी मंत्र सांगितला होता. आता पुढच्याच क्षणी त्यांना अटक झाली. तरी काही फरक पडणार नव्हता. पण ती झाली नाही. त्यांनी इंग्रजीमध्ये बोलणं सुरू ठेवलं :

मला (सत्याग्रहींचा) पुढारी किंवा सैनिकी भाषेत त्यांचा कमांडर म्हटलं जातं. पण मी स्वत:कडे त्या दृष्टीनं बघत नाही. दुसऱ्याची मनं जोडण्यासाठी प्रेमाशिवाय दुसरं शस्त्र माझ्याकडे नाही.

हो. मी एक काठी मात्र वापरतो, तिचे तुम्ही विनासायास तुकडे करू

शकता. तिच्या आधारानं मी चालतो. जेव्हा अशा पांगळ्या माणसाच्या खांद्यावर जबाबदारीचं मोठं ओझं येऊन पडतं, तेव्हा त्याला फारसा आनंद होत नाही. मी तुमच्यासमोर एक कमांडर म्हणून नाही, तर एक नम्र सेवक म्हणून उभा राहीन, तेव्हाच तुम्ही ते ओझं माझ्याबरोबर वाटून घेऊ शकाल.

परत एकदा त्यांनी लिन्लिथगोंचा अनुनय करण्याचा प्रयत्न केला :

मला लॉर्ड लिन्लिथगोंच्या मैत्रीचा लाभ झाला आहे... औपचारिक संबंधांच्या पलीकडची ही मैत्री आहे. लॉर्ड लिन्लिथगो माझ्याशी सहमत होतील की नाही, माहीत नाही; पण आमच्यात एक वैयक्तिक बंध निर्माण झाला आहे. त्यांनी एकदा माझी त्यांच्या मुलीशी ओळख करून दिली.
साहाय्यक जिल्हा आयुक्त (Assistant District Commissioner) असलेले त्यांचे जावई माझ्याकडे आकर्षित झाले होते. माझ्यापेक्षाही जास्त त्यांना महादेव आवडत होता. लेडी ॲन आणि ते मला भेटायला आले होते. त्यांची मुलगी अतिशय आज्ञाधारक आणि त्यांना लाडकी आहे. त्यांच्या भल्याची मला काळजी आहे... असे संबंध ज्या व्हाइसरॉयशी आहेत, त्यांना प्रतिकार करणं हे खरोखरच कठीण काम आहे...

पाश्चिमात्यांशी असलेल्या आपल्या संबंधांविषयी इंग्रजीमध्ये ते बोलले :

चार्ली ॲण्ड्र्यूजच्या पवित्र आठवणीनं या क्षणी माझं हृदय भरून आलं आहे. त्याचा आत्मा माझ्याभोवती घोटाळत असतो. अत्यंत उज्ज्वल अशा इंग्रजी संस्कृतीचं मूर्तिमंत प्रतीक म्हणजे ॲण्ड्र्यूज. बऱ्याच भारतीयांपेक्षासुद्धा माझे त्याच्याशी जवळचे संबंध होते. त्याचा विश्वास मी संपादन केला होता. आमच्यामध्ये कोणतीही गुप्तता नव्हती. रोज आम्ही आमची मनं एकमेकांजवळ मोकळी करायचो... दुर्दैवानं आता तो नाही... ॲण्ड्र्यूजचा आत्मा माझं बोलणं नक्कीच ऐकत असणार... पण अशा पाश्चिमात्य मित्रांच्या मैत्रीखातर किंवा त्यांच्या प्रेमाखातर, मी माझ्या विवेकबुद्धीचा आतला आवाज दडपून टाकू शकत नाही...
मला कधीही न फसवणारा तो माझ्या आतील आवाज मला आता सांगतोय : 'मित्र, पत्नी आणि इतर कशाचाही विचार करू नकोस; ज्यासाठी तू जगला आहेस आणि ज्यासाठी तुला मरायचं, आहे त्यासाठी आता तू उभा राहा.'

त्यांना मरायची इच्छा होती, असा त्याचा अर्थ नाही. खरंतर त्यांना खूप जगायचं होतं, भारताला आणि इतर वसाहतींना स्वतंत्र झालेलं बघायचं होतं, स्वतंत्र

हवेत मोकळा श्वास घ्यायचा होता :

> मित्रांनो, माझ्यावर विश्वास ठेवा. मी मरण्यासाठी उत्सुक नाही, मला माझं पूर्ण आयुष्य जगायचं आहे. ते १२० वर्षांचं तरी असावं, असं मला वाटतं. तोपर्यंत भारत स्वतंत्र झाला असेल, हे जग स्वतंत्र झालं असेल.

पृथ्वीवरील गौरेतर वंशांबद्दल बोलताना गांधी म्हणाले,

> या वंशांवरचा अन्याय दूर व्हावा, त्यांना स्वातंत्र्य मिळावं यासाठी इंग्लंड आणि अमेरिका आज लढताना दिसताहेत का? माझी स्वातंत्र्याची कल्पना तुम्ही संकुचित बनवू शकत नाही. इंग्रजी आणि अमेरिकन शिक्षक, त्यांचा इतिहास आणि त्यांची महान काव्यं, तुम्ही त्या स्वातंत्र्याला व्यापक अर्थ देऊ नका, असं म्हणत नाहीत...
> परदेशी प्रसारमाध्यमांचे प्रतिनिधी आज इथे उपस्थित आहेत. त्यांच्यामार्फत मी जगाला हे सांगू इच्छितो की, आम्हाला भारताची गरज आहे असं सांगणाऱ्या संयुक्त राष्ट्रांना भारताचं स्वातंत्र्य जाहीर करण्याची आणि त्यांच्यावर असलेला विश्वास सार्थ करण्याची संधी आहे. ती त्यांनी घालवली तर आयुष्यातली एक महान संधी त्यांनी गमावली, असं म्हणावं लागेल.

मलाया आणि बर्मामधल्या लोकांना ब्रिटिशांनी देशाबाहेर जायला सांगितलं, त्याची आठवण करून देत गांधी पुढे म्हणाले :

> मी कुठे जाणार? आणि चाळीस कोटी भारतीय लोकांना मी कुठे नेणार? वैश्विक स्वातंत्र्याचं ध्येय गाठण्याची ईर्षा या प्रचंड जनसमुदायाच्या मनात कशी पेटणार?... त्यांच्या नजरेतली चमक जर परत आणायची असेल, तर स्वातंत्र्य उद्या नाही, आजच मिळायला हवं. त्यासाठी मी काँग्रेसला आणि काँग्रेसनं स्वत:ला शपथ घातली आहे, 'करू वा मरू'.

यापूर्वी कधीही गांधी किंवा त्यांचे श्रोते एवढे हेलावले नव्हते.

कडक कारवाई

बिर्ला हाउसवर परतल्यानंतर गांधींनी पटेल, देसाई आणि बिर्लांशी बोलणी केली. गांधींना पहाटेपूर्वीच अटक होईल, अशी खात्री देसाई आणि बिर्लांना वाटत होती; पण लिन्लिथगो आपल्याला भेटायला बोलवतील आणि तोपर्यंत अटक पुढे ढकलली जाईल किंवा आपण कायदेभंग केल्याशिवाय अटक होणार नाही, असं गांधींना वाटत होतं. 'आपण स्वत:हून ओढवून घेतल्याशिवाय अटक होणार नाही',

असा दिलासा गांधी कस्तुरबांना देत होते.

पण गांधींचा अंदाज चुकीचा ठरला. लिओपोल्ड ॲमेरी आणि चर्चिल यांच्याशी सल्लामसलत करून लिन्लिथगोंनी ताबडतोब कडक कारवाईची योजना आखली होती. त्यानुसार गांधींना एडनला आणि कार्यकारी समितीच्या सदस्यांना न्यासालँडला नेऊन ठेवण्याचं त्यांनी ठरवलं होतं. पण अशा हकालपट्टीमुळे मित्रराष्ट्रांना सैनिकी मदत करणाऱ्या भारतीयांसकट सगळे भारतीय प्रक्षुब्ध होण्याची शक्यता लक्षात घेऊन ती योजना गुंडाळण्यात आली. परंतु, गांधींना आणि कार्यकारी समितीला अटक करण्याची, प्रतिकार दाबून टाकण्याची, संपांचा बीमोड करण्याची आणि प्रचाराचा धडाका उडवण्याची योजना मात्र नक्की होती.

९ ऑगस्टची पहाट उजाडण्यापूर्वीच गांधी, महादेव आणि मीरेला बिर्ला हाउसमधून हलवण्यात आलं. कार्यकारी समितीच्या सदस्यांना आणि बऱ्याच स्थानिक काँग्रेस कार्यकर्त्यांना त्यांच्या निवासस्थानातून अटक करण्यात आली. आपल्या पतीच्या अटकेमुळे धक्का बसलेल्या कस्तुरबांना आणि प्यारेलालना सांगण्यात आलं की, ते एकतर गांधींबरोबर तुरुंगात जाऊ शकतात किंवा बाहेर राहू शकतात. त्यानंतर काय झालं, हे देसाईंचा मुलगा नारायण यानं लिहून ठेवलं आहे :

या वेळी तुरुंगाची वारी शेवटचीच ठरणार, असं आम्हा सगळ्यांनाच वाटत होतं. बापूंबरोबर तुरुंगात जायला मिळणार याचा मीराबेनला आनंद झाला होता. परंतु बा मात्र द्विधा मनःस्थितीत होत्या. त्या बापूंना म्हणाल्या, "मी काय करू ते तुम्हीच सांगा."

बापू म्हणाले, "तू विचारलं आहेस म्हणून सांगतो. आज संध्याकाळी निघणाऱ्या मोर्च्यासमोर माझ्याऐवजी तू भाषण करावंस आणि स्वतःला स्वतंत्रपणे अटक करवून घ्यावीस, अशी माझी इच्छा आहे. पण तुला माझ्याबरोबर यायचं असेल, तरी त्याला माझी हरकत नाही. त्यांनी जर तुला स्वतंत्रपणे अटक केली, तर कदाचित ते तुला माझ्यापासून अलग ठिकाणी ठेवतील. या सगळ्याचा विचार कर आणि निर्णय घे."

निवड करणं कठीण होतं. एकीकडे त्यांची जीवनभराची साथसोबत होती. शिवाय या वेळचा तुरुंगवास बापू पार पाडू शकतील, याची खात्री देता येत नव्हती. बापूंना भेटायला जाणंही शक्य होणार नव्हतं, तर दुसरीकडे बापूंची इच्छा होती.

तरीही, सांगायला जेवढा वेळ लागला त्यापेक्षाही कमी वेळात बांचा निर्णय झाला होता. त्या ठामपणे म्हणाल्या, "माझं म्हणाल तर अशा प्रसंगी मला तुमच्याबरोबर राहायला नक्की आवडेल. पण मला तुमच्या

इच्छेप्रमाणे वागायला त्याहीपेक्षा जास्त आवडेल. म्हणून मी थांबते.''
त्या त्यागमूर्तीकडे मी अवाक् होऊन बघतच राहिलो.

नारायण पुढे लिहितो :

काका (नारायण आपल्या वडिलांना काका म्हणत असे) पोलिसांच्या गाडीत चढणार इतक्यात मी त्यांना म्हणालो, ''आपण आता स्वतंत्र भारतात भेटू.'' उत्तरादाखल काकांनी माझ्या गालाचं चुंबन घेतलं.

प्यारेलाल यांनीही गांधींबरोबर न जाण्याचा निर्णय घेतला. तीनही कैद्यांना पोलीस गाडीतून नेण्यापूर्वी प्रार्थना करण्यात आली आणि गांधींनी प्यारेलालना एक संदेश लिहून द्यायला सांगितलं :

प्रत्येक अहिंसक स्वातंत्र्यसैनिकानं एका कागदाच्या किंवा कापडाच्या तुकड्यावर 'करू वा मरू' ही घोषणा लिहावी आणि तो तुकडा आपल्या कपड्यांवर चिकटवावा; म्हणजे जर सत्याग्रहाच्या दरम्यान त्याला मृत्यू आला तर अहिंसेचं तत्त्व न पाळणाऱ्या इतर घटकांपेक्षा तो वेगळा ओळखू येईल.

काही तासांतच 'करेंगे या मरेंगे' ही हिंदीतील घोषणा सगळ्या भारतीयांच्या ओठांवर होती.

त्या वेळी लंडनला ८ ऑगस्टची रात्र होती. अनभिज्ञ किंवा बेफिकीर असलेल्या चर्चिल यांच्या कानी गांधींच्या अटकेची बातमी घालण्यात आली. मग मोठ्या रुबाबात त्यांनी मोरान यांना सांगितलं : 'आम्ही गांधींना तुरुंगात डांबलं आहे.'

अटक केल्यावर कैद्यांना मुंबईतील बोरीबंदर स्टेशनवर नेऊन एका गाडीत चढवण्यात आलं. ज्या डब्यात गांधी होते तिथे आझाद आणि पटेल गेले असता त्यांनी आपापल्या जागी परत जाऊन बसावं, असा आदेश पोलिसांनी दिला. जाण्यापूर्वी पटेल गांधींना आणि देसाईंना म्हणाले, ''मी तुम्हाला पुन्हा पाहू शकेन असं मला वाटत नाही.'' गांधींना आणि कार्यकारी समितीच्या सदस्यांना वेगवेगळ्या तुरुंगांमध्ये ठेवणार आहेत, असं त्यांना वाटत होतं किंवा त्यांच्या कानावर आलं होतं.

आझादांनी तुरुंगात काँग्रेसचे अध्यक्ष म्हणून अधिकारांची मागणी करावी, असं गांधींनी सुचवलं; पण 'भारत छोडो' चळवळीत नाखुशीनंच सामील झालेल्या आझादांना आता त्यांना स्वत:ला आणि कार्यकारी समितीला अनिश्चित आणि कदाचित दीर्घ काळासाठी तुरुंगवासात धाडणाऱ्या या इसमाकडून सल्ला घेण्यात रस उरलेला नव्हता. तत्काळ अटक झाल्यामुळे गांधी आश्चर्यचकित झाले होते

आणि चिडले होते, असं आझादांना वाटलं.

गाडी पुढे पुण्याकडे निघाली. चिंचवड स्टेशन आल्यावर गांधी, महादेव, सरोजिनी नायडू आणि मीरा या सगळ्यांना एका मोटारगाडीत बसवून 'आगा खान पॅलेस'मध्ये नेण्यात आलं. जगातील इस्माईली किंवा खोजा मुस्लिमांचे प्रमुख असलेले आगा खान यांचा तो महाल होता. सरकारनं तो युद्धकाळात वापरण्यासाठी आगा खानांकडून घेतला होता आणि आता गांधींना स्थानबद्ध करून ठेवण्यासाठी त्या जागेची निवड केली होती. मुंबईत पकडलेल्या कॉंग्रेसजनांना दोन मालवाहू मोटारींमध्ये कोंबून येरवडा तुरुंगात नेण्यात आलं. काही मिनिटांनी खडकी स्टेशनवर युसूफ मेहेरअली आणि अशोक मेहता या समाजवाद्यांचा समावेश असलेल्या दुसऱ्या एका मुंबईतील कॉंग्रेसच्या गटाला गाडीतून उतरवून येरवडा तुरुंगात धाडण्यात आलं. कार्यकारी समितीला पुण्याच्या पुढे अहमदनगर स्टेशनवर उतरवून तिथून सोळाव्या शतकातील अहमदनगर किल्ल्यात नेण्यात आलं. तो लष्कराच्या ताब्यात होता आणि 'द कीप' (मनोरा) या नावानं ओळखला जात होता.

संध्याकाळी आपण सभेला संबोधित करू. असं कस्तुरबांनी जाहीर केल्यावर त्यांनाही अटक झाली; त्याचबरोबर सुशीला पण अटकेत गेल्या. सुदैवानं त्यांना आगा खान पॅलेसमध्ये आणण्यात आलं. कस्तुरबा अतिशय आजारी अवस्थेत होत्या. मुंबईहून येताना एका रेल्वे स्टेशनवर त्या दोघींना एका विश्रांतीकक्षात बसवून ठेवलं असताना त्यांना दिसलं, की आणीबाणीच्या गंभीर प्रसंगी लोकांचे जीव जात असताना इथे लोकांचं आयुष्य मात्र सुरळीत सुरू होतं.

सुशीलेनं लिहून ठेवलं आहे :

> *गाड्या येत होत्या आणि जात होत्या, लोक येत-जात होते, स्टेशनवरचे अधिकारी धूम्रपान करत, एकमेकांशी गप्पा मारत इकडून तिकडे फिरत होते आणि हमाल प्रवाशांबरोबर हुज्जत घालत होते. बा हे सगळं लक्षपूर्वक पाहत होत्या. अचानक त्या माझ्याकडे वळल्या आणि म्हणाल्या, "सुशीला, सगळ्या जगाचे व्यवहार असे चालू आहेत, जसं काही घडलंच नाही. बापूजी स्वराज्य कसं मिळवणार?"*

दुसऱ्या दिवशी (१० ऑगस्ट) सकाळी कॉंग्रेसवर बंदी घालण्यात आली, वृत्तपत्रांवरचे निर्बंध कडक करण्यात आले आणि सगळ्या सार्वजनिक सभांना परवानगी नाकारण्यात आली. एका अधिकृत निवेदनाद्वारे कॉंग्रेसवर आरोप करण्यात आला की, हिंसाचार घडवून आणण्याचा कॉंग्रेसचा हेतू होता, ती आघाडी राष्ट्रांच्या बाजूनं होती आणि भारतावर एकछत्री राज्यसत्ता आणण्याचा तिचा मानस होता.

भारताचा उद्रेक

कस्तुरबांना दिसलेलं रेल्वे स्टेशनवरचं दृश्य दिशाभूल करणारं होतं. गांधींच्या आणि कार्यकारी समितीच्या अटकेमुळे देशभर उत्स्फूर्तपणे संतापाची लाट उसळली. शहराशहरांमधून आणि गावागावांमधून प्रतिकार करणारे, उसळून उठणारे, मृत्यूला निर्भीडपणे सामोरे जाणारे नायक पुढे आले. पहिल्या चार दिवसांत सरकारच्या पोलिसांकडून सहाशे लोक मारले गेले आणि नोव्हेंबर महिन्याच्या अखेरीपर्यंत एक हजारापेक्षा जास्त लोक बळी पडले असं मजूर सभागृहाला (House of Commons) सांगण्यात आलं. खरा आकडा बराच जास्त होता.

बंगाल, बिहार, उत्तर प्रदेश, मुंबई, कर्नाटक आणि ओरिसामधल्या छोट्या-छोट्या विभागांनी स्वतःला स्वतंत्र म्हणून जाहीर केलं. कारखाने थंडावले. मुंबईत एका गुप्त आकाशवाणी केंद्रावरून तीन महिने संदेश प्रसारित केले गेले. बर्लिनहून सुभाष यांनी केलेल्या भाषणामुळे बंडखोरांचा उत्साह दुणावला. निदर्शनं करणारे भारतीय बाजारांमधून, गावांमधून, महाविद्यालयांमधून 'करू वा मरू'च्या घोषणा देत फिरू लागले. सरकारनं अटकसत्रं, लाठ्या-काठ्या, बंदुका चालवून त्याला प्रत्युत्तर दिलं. काही ठिकाणी क्रांतिकारकांवर उंचावरून मशिनगनमधून गोळ्या झाडण्यात आल्या.

एक लाखापेक्षा जास्त भारतीय राष्ट्रवादी अनिश्चित काळासाठी गजांआड गेले आणि हा उद्रेक ऑगस्टच्या शेवटी दडपून टाकण्यात आला. लिन्लिथगोंनी राजाला पाठवलेल्या पत्रात 'भारत छोडो' चळवळीचा उल्लेख '१८५७च्या उठावानंतर झालेलं सगळ्यात गंभीर स्वरूपाचं बंड', असा केला.

परिस्थिती शांत झाली नव्हती. पूल उडवण्यात आले. दूरसंदेशवहन आणि दूरध्वनीच्या तारा तोडण्यात आल्या, पोलीस स्टेशन्स आणि टपाल कार्यालयं जाळण्यात आली, सरकारी कर्मचारी मारले गेले. कुणाच्या जिवाला धोका न पोचवता मालमत्ता नष्ट केली तर अहिंसेच्या तत्त्वाला धोका पोचणार नव्हता, असं अहिंसेवर विश्वास ठेवणाऱ्या काहीजणांचं मत होतं; पण काही कट्टर 'गांधीवादी' त्यांच्याशी सहमत नव्हते. इतर क्रांतिकारकांच्या मते स्वातंत्र्याचा प्रश्न महत्त्वाचा होता, अहिंसा नव्हे.

संपूर्ण भारतात उद्रेक होण्याआधीच सगळे प्रमुख काँग्रेस नेते गजांआड गेले होते, त्यामुळे त्यांचा हिंसक उद्रेकाशी संबंध जोडणं सरकारला शक्य होत नव्हतं. तरी काहीतरी दुवा शोधण्याचा कसोशीनं प्रयत्न केला गेला. 'मौखिक सूचनां'द्वारे एक 'पूर्वीच ठरलेली मध्यवर्ती योजना' कार्यान्वित केली गेली, असा समज सरकारनं करून घेतला. उत्तर प्रदेशचे राज्यपाल हॅलेट यांनी हे शब्द वापरले; परंतु

१९४३ साली जानेवारी महिन्यात लिन्लिथगोंनी मान्य केलं की, 'हिंसाचाराशी कार्यकारी समितीचा संबंध असल्याचा कोणताही पुरावा अजून आम्हाला मिळाला नाही.' हा दुवा सापडला नाही कारण तो नव्हताच. ब्रिटिशविरोधात वातावरण पेटलेलं असताना गांधी आणि कार्यकारी समितीच्या अटकेची ठिणगी हिंसेचा वणवा भडकवायला पुरेशी ठरली.

काही विभागांमध्ये काही काळासाठी भूमिगत सरकारं स्थापन झाली : महाराष्ट्रात सातारा, बंगालमध्ये मिदनापूर, उत्तर प्रदेशात बालिया आणि बिहारचे बरेच विभाग यांत कुठलंही मार्गदर्शन, योजना नसताना झालेला 'भारत छोडो'चा हा विस्फोटक उद्रेक १९४०-४१ सालच्या वैयक्तिक सत्याग्रहाच्या अगदी उलट होता. त्या वेळी गांधींनी स्वतः प्रत्येक सत्याग्रहीची निवड केली होती आणि कायदेभंग करण्याची नियमावली आखून दिली होती. १९४२ सालच्या ऑगस्ट महिन्यात मात्र प्रत्येक बंडखोर आणि बंडखोरीचा मार्ग प्रत्येकानं स्वतःच निवडला.

१९४२ साली नोव्हेंबर महिन्यात बिहारच्या हझारीबाग तुरुंगातून निसटलेल्या जयप्रकाशांनी चालवलेल्या एका गुप्त मोहिमेमुळे ते राष्ट्रनायक झाले. बंगाली हिंदू असलेल्या अरुणा असफ अलींचे पती मुस्लीम होते आणि कार्यकारी समितीचे सदस्य होते. इतरांबरोबर तेही 'कीप' (मनोऱ्यात)मध्ये बंदिवान होते. अरुणा असफ अलीही 'भारत छोडो' चळवळीच्या एक प्रमुख भूमिगत नेत्या ठरल्या. राममनोहर लोहिया आणि अच्युत पटवर्धन या समाजवादी नेत्यांनीही कित्येक बंडखोर कारवायांचं नेतृत्व केलं. नेतृत्व करण्यात आघाडीवर असलेल्या महिलांमध्ये सुचेता कृपलानी होत्या, त्यांचे पती 'कीप'मध्ये बंदिस्त होते आणि उषा मेहता मुंबईत अवैध रेडिओ प्रसारण करणाऱ्या होत्या.

मद्रासहून 'इंडियन एक्स्प्रेस' प्रकाशित करणाऱ्या रामनाथ गोएंकांच्या मदतीनं देवदासनं ब्रिटिशांनी केलेल्या अत्याचारांच्या कहाण्यांचं पुस्तक 'इंडिया रॅव्हेज्ड' (India Ravaged) गुप्तपणे छापलं. उद्योगपतींनी क्रांतिकारकांना निधी उपलब्ध करून दिला; सरकारमधल्या भारतीय अधिकाऱ्यांनी क्रांतिकारकांना आगाऊ सूचना दिल्यामुळे त्यांना अटक टाळण्यात यश मिळालं; काही अधिकाऱ्यांनी क्रांतिकारकांना घरात लपायला जागा दिली. जनतेनं 'तोंड न उघडण्याचा सार्वत्रिक कट' केल्यामुळे अनेक क्रांतिकारकांना पकडण्यात अपयश आल्याची कबुली सरकारनं दिली.

'भारत छोडो' चळवळीचे काही नकारात्मक परिणाम सामोरे आले तरी, भारतीय जनतेला ब्रिटिश सत्ताधाऱ्यांपासून तोडून आणि काँग्रेसशी जोडण्यात तिला यश आलं.

१९४२ सालच्या ऑगस्टनंतर एक गोष्ट स्पष्ट झाली, ती म्हणजे ब्रिटिश आता नक्की भारत सोडून जाणार आणि काँग्रेस सत्ताग्रहण करणार होती; पण केव्हा,

एवढाच प्रश्न शिल्लक होता.

'भारत छोडो'नं अजूनही गांधीच भारताचे सर्वोत्तम खेळाडू असल्याचं अधोरेखित करतानाच दुसऱ्या महायुद्धाच्या पार्श्वभूमीवर अहिंसेचा झेंडा फडकवत ठेवला. क्रांतिकारकांकडून घडलेली काही हिंसक कृत्यं गांधींचं महत्त्व किंवा त्यांचा अहिंसेचा संदेश झाकोळून टाकू शकली नाहीत.

तुरुंगातून लढाई

आगा खान पॅलेसमध्ये आणल्यानंतर एक दिवसानं सर रॉजर लुमले या मुंबईच्या राज्यपालांना गांधींनी कडक शब्दांत पत्र लिहिलं.

धुळीनं माखलेल्या आणि नादुरुस्त असलेल्या त्या हवेलीचं 'तात्पुरता तुरुंग' म्हणून समर्पक शब्दांत वर्णन करून गांधींनी आरोप केला की, चिंचवड स्टेशनवर एका मुंबईच्या काँग्रेस सदस्याला एका इंग्रजी शिपायानं धक्काबुक्की केली आणि त्याला मालवाहू गाडीत एखादा लाकडाचा ओंडका फेकावा तसं फेकल्याचं आपण प्रत्यक्ष पाहिलं. आजारी असलेले पटेल आपल्या देखरेखीखाली उपचार घेत असून त्यांना पुरेशी जागा असलेल्या आगा खान पॅलेसमध्ये आणण्यात यावं, अशीही मागणी केली.

चार दिवसांनी व्हाइसरॉयना पत्र लिहून त्यांनी सरकारवर थेट आरोप केला. 'आणीबाणीची परिस्थिती ओढवून आणण्यात भारत सरकारनं घाई केली,' अशी पत्राची सुरुवात करून त्यांनी पुढे लिहिलं, 'मी सामूहिक कृती करेपर्यंत तरी सरकारनं वाट बघायला हवी होती.' आपलं म्हणणं हिरिरीनं मांडताना पुढेही त्यांनी अशी अनेक विधानं केली.

एकतर कोणत्याही टप्प्यावर काँग्रेसनं हिंसाचाराचा विचारसुद्धा केला नव्हता. दुसरं, मित्रराष्ट्रांचं उद्दिष्ट भारतानं आपलंसं करावं, यासाठी काँग्रेस हरप्रकारे प्रयत्न करत होती. तिसरं, मुस्लीम लीगनं स्वतंत्र भारताचं पहिलं सरकार स्थापन करावं अशी तयारी काँग्रेसनं दाखवल्यामुळे काँग्रेसच्या विरुद्ध एकछत्री कारभाराच्या केलेल्या आरोपात काही तथ्य उरलं नव्हतं.

चौथं म्हणजे, (भारत छोडो) मागणीच्या लेखकाला जिवंत गाडून टाकल्यामुळे पेच सुटला नव्हता, तर आणखीनच गुंतागुंतीचा झाला होता. पाचवं, मित्रराष्ट्रांचं ध्येय गाठण्यासाठी अटक करण्याची काहीही गरज नव्हती :

भारत सरकार आणि आमचं ध्येय एकच आहे आणि ते जगजाहीर आहे...
ते म्हणजे चीन आणि रशिया यांचं रक्षण करणं. ते गाठण्यासाठी
भारताला स्वातंत्र्य मिळणं आवश्यक नाही, असं भारत सरकारला वाटतं.

मला मात्र नेमकं याच्या उलट वाटतं.

जवाहरलाल नेहरू ही माझी मोजपट्टी आहे. त्यांचे वैयक्तिक संबंध असल्यामुळे चीन आणि रशियावर येऊ घातलेल्या संभाव्य संकटांचा धोका त्यांना माझ्यापेक्षा जास्त आणि कदाचित तुमच्यापेक्षाही जास्त जाणवतो, असं मी म्हणेन...

मी घेतलेल्या पवित्र्याविरोधात ते ज्या तळमळीनं उभे राहिले, त्याचं वर्णन करण्यासाठी माझ्याकडे शब्द नाहीत, परंतु वस्तुस्थितीची जाणीव झाल्यावर त्यांनी माघार घेतली. भारत स्वतंत्र झाला नाही, तर इतर दोन देश संकटात सापडू शकतात, याची जाणीव त्यांना झाली. अशा सहकाऱ्याला आणि मित्राला तुरुंगात टाकून तुम्ही खरोखरच फार मोठी चूक केली आहे.

समान उद्दिष्ट लक्षात न घेता, काँग्रेसच्या मागणीला सरकार जर दडपशाही या भाषेत उत्तर देत असेल, तर मित्रराष्ट्रांचं हित हे ब्रिटिश सरकारच्या काळजीचं कारण नसून भारतावरचा ताबा काहीही झालं तरी सोडायचा नाही, हा छुपा निश्चय त्यामागे आहे आणि साम्राज्यशाही धोरणाचा तो एक अविभाज्य पैलू आहे, असा अर्थ मी काढला तर सरकारनं आश्चर्य वाटून घेऊ नये.

ब्रिटिश जनतेसाठी आणि अखिल मानवजातीसाठी साम्राज्यशाहीचा नाश करण्याचा काँग्रेसचा प्रयत्न आहे आणि तो भारताच्या भल्यासाठीही आहे, असा दावाही गांधींनी केला.

महादेवना देवाज्ञा

गांधींच्या सहवासात राहून कस्तुरबांची प्रकृती सुधारत होती. गांधींनी लिन्लिथगोंना लिहिलेलं पत्र संपादित करायला मदत केल्यावर आणि ते टंकलिखित केल्यावर दुसऱ्या दिवशी, म्हणजे १५ ऑगस्ट रोजी महादेव अचानक कोसळले आणि त्यांचे निधन झाले. 'भारत छोडो'च्या हुतात्म्यांच्या यादीत आणखी एका नावाची भर पडली. आपल्या पतीनं 'त्याचा डावा आणि उजवा हात' गमावला, अशी प्रतिक्रिया हुंदके देत कस्तुरबांनी दिली. कित्येक आठवड्यांनंतर 'कीप'मध्ये पटेलांना ही बातमी समजल्यावर त्यांनी गांधींना लिहिलं :

सगळ्यांना मागे ठेवून महादेवच्या असं अचानक लवकर निघून जाण्यात मला देवाचा प्रकोप दिसतो.

'भारत छोडो'मुळे दैवी प्रकोप झाला असल्याचा अर्थ हळव्या झालेल्या पटेलांनी

लावला. महादेवचं निघून जाणं हा गांधींच्या आयुष्यातील सर्वांत जबरदस्त आघातांपैकी एक होता, तरीही ते ही गोष्ट मानायला राजी नव्हते. कुणीही पडलं तरी, सुरू असलेल्या लढ्यावर सेनानी प्रश्नचिन्ह लावू शकणार नव्हता. महादेव कोसळल्यावर गांधी त्या अचेतन देहाकडे धावले, महादेवचं मस्तक त्यांनी आपल्या मांडीवर घेतलं आणि 'महादेव! महादेव!' असा आक्रोश करू लागले. नंतर त्यांनी देसाईंच्या पत्नीला आणि मुलाला सविस्तर तार पाठवली, सेवाग्राम आश्रमाचे व्यवस्थापक चिमणलाल शहा यांच्या नावे ती धाडण्यात आली :

> *महादेव अचानक देवाघरी गेला. कसलीही पूर्वकल्पना आली नाही. आदल्या रात्री चांगला झोपला होता. न्याहारी केली. माझ्याबरोबर आणि सुशीलेबरोबर फिरायला आला. तुरुंगातील डॉक्टरनं शक्य ते सगळे उपाय केले, पण ईश्वराची इच्छा वेगळीच होती. मी आणि सुशीलेनं देहाला स्नान घातलं. फुलांनी आच्छादलेला त्याचा देह शांतपणे विसावला आहे, उदबत्ती जळते आहे. मी आणि सुशीला गीतापठण करत आहोत. महादेवला एका योग्याचं आणि देशभक्ताचं मरण आलं. दुर्गाला आणि बाबलाला (नारायण) सांगा, की दुःख करू नका. अशा उदात्त मृत्यूबद्दल आनंद माना. माझ्यासमोर अंत्यसंस्कार होताहेत. मी रक्षा ठेवून घेईन. दुर्गानं आश्रमात राहावं, पण तिला तिच्या माणसांमध्ये जायचं असेल तर जाऊ द्यावं. बाबला धीरानं वागेल आणि महादेवची जागा समर्थपणे भरून काढायला सिद्ध होईल, अशी आशा. प्रेम. बापू*

तार पाठवल्यानंतर तीन आठवड्यांनी ती मिळाली. त्या दरम्यान आणि त्यानंतरही, आगा खान पॅलेसमधील आपल्या वास्तव्यातील प्रत्येक दिवशी दोन वेळा, पन्नासाव्या वर्षी अचानक निघून गेलेल्या आपल्या 'मुला'चे अंत्यसंस्कार जेथे झाले, त्या ठिकाणी जाऊन गांधी फुलं वाहत असत. त्यांच्या सोयीसाठी सरकारनं प्यारेलालना आगा खान पॅलेसमध्ये जाऊन राहण्याची परवानगी दिली. महादेवच्या मृत्यूमुळे रिकामी झालेली जागा ते भरून काढणार होते.

भूतपूर्व व्हाइसरॉय आयर्विन, आता लॉर्ड हॅलिफॅक्स, यांचा मुलगा युद्धात मारला गेल्याची बातमी गांधींनी त्यांना देण्यात आलेल्या वर्तमानपत्रात नोव्हेंबर महिन्यात वाचली. गांधींनी लिन्लिथगोंना लिहिलं : 'सन्माननीय पीटर वूड याला युद्धात दुःखद वीरमरण आलं, असं आताच माझ्या वाचण्यात आलं. या दुःखद वियोगाबद्दल लॉर्ड हॅलिफॅक्सना माझ्यातर्फे तुम्ही अभिनंदन आणि सांत्वनाचा संदेश पोचवाल?'

अस्वस्थता आणि त्यावरचा इलाज : अहिंसेचा पुरस्कर्ता असलेला भारतीय

जनतेचा हा सेनानी अस्वस्थ होता. गांधींनी हिंसक कृत्यांची योजना आखली नसली, तरी अशा कृत्यांकडे त्यांनी डोळेझाक केली आणि शिवाय ते दोस्त/अक्ष (Axis) देशांच्या बाजूनं झुकलेले होते, असा प्रसार सरकारनं हेतुपुरस्सर चालवला होता. अशा प्रकारच्या प्रचारामुळे अमेरिकेत त्यांची आणि काँग्रेसची प्रतिमा मलिन झाली होती. मुस्कटदाबी झालेले गांधी त्याला उत्तर देऊ शकत नव्हते.

अस्वस्थतेचं दुसरं कारण मात्र सरकारच्या आरोपांमुळे उद्भवलेलं नव्हतं. भारताला ताठ मानेनं उभं राहता यावं यासाठी, गांधींच्या मते अनिवार्यपणे 'भारत छोडो'ची चळवळ सुरू करण्यात आली. भारत हा ब्रिटिशांचा आहे की भारतीयांचा, या प्रश्नाचं उत्तर शोधण्यासाठी ही मोहीम उघडण्यात आली. काँग्रेस जिवंत राहावी आणि अहिंसेचे तत्त्व जनमानसावर ठसवण्यासाठीही ती सुरू करण्यात आली.

ते काहीही असलं तरी, त्या चळवळीदरम्यान हिंसाचार झाला होता. निर्बंध असतानाही वृत्तपत्रांमधून जवळजवळ रोज तशा आशयाच्या बातम्या गांधींपर्यंत पोचत होत्या. त्या बातम्यांमुळे इंग्लंडमधल्या आपल्या मित्रांना– ॲगाथा हॅरिसन, होरॅस अलेक्झांडर, म्युरिएल लेस्टर, हेन्री पोलॉक अशा लोकांना– तीव्र दुःख होईल, हे गांधींना माहीत होतं आणि त्यामुळे गांधी मनातून अतिशय अस्वस्थ होते.

बंगालमधून येणाऱ्या उपासमारीच्या बातम्यांनी त्या अस्वस्थतेत भरच टाकली होती. पूर्वीप्रमाणेच, मनाच्या शांतीसाठी गांधी उपवासाकडे वळले, पण उसळी मारण्यासाठीही त्याचा वापर ते करणार होते. त्यांच्या उपवासामुळेच त्यांचा आवाज जगापर्यंत पोचणार होता. लिन्लिथगोंना पत्र लिहून त्यांनी उपवासाची पूर्वतयारी केली. 'स्थानबद्धता छावणी', असा पत्ता आणि 'नवीन वर्षाची पूर्वसंध्या', असं त्यांनी तारखेच्या ठिकाणी लिहिलं :

> *बायबलमध्ये सांगितलेल्या नियमाच्या अगदी उलट तुमच्याशी असलेले मतभेद मी बराच काळ मनात दडवून ठेवलेले आहेत; परंतु हे वर्ष संपण्यापूर्वी तुमच्याविरुद्ध माझ्या मनात जी खळबळ माजली आहे, ती मला बाहेर काढली पाहिजे. आपण मित्र आहोत, असा माझा समज होता आणि तो तसाच राहावा, अशी माझी इच्छा आहे. पण ९ ऑगस्टनंतर जे काही घडलं, त्यामुळे मी विचारात पडलो आहे...*
>
> *मी जर अजूनही तुमचा मित्र आहे, तर तुम्ही धडक कृती करण्याआधी मला भेटायला का बोलावलं नाही? मला तुमच्या मनातल्या शंका का बोलून दाखवल्या नाहीत आणि तुमच्याकडच्या माहितीची खात्री का करून घेतली नाहीत? दुसरे माझ्याकडे कसे पाहतात, हे मी निश्चितच जाणू शकतो...*

सरकारी कचेऱ्यांमध्ये माझ्याबद्दल जी विधानं केली जात आहेत, ती विपर्यस्त असल्याचं माझ्या निदर्शनाला आलं आहे... हिंसाचार आणि असत्याच्या जागी जीवनाच्या प्रत्येक वाटेवर सत्य आणि अहिंसेच्या पायघड्या पसराव्यात, अशी मनीषा १९०६ साली माझ्या मनात जागृत झाली आणि ते जीवितकार्य मानून १९१४ सालच्या अखेरीस मी दक्षिण आफ्रिकेहून भारतात परतलो, हे तुम्ही जाणता.

सत्याग्रहाचं तत्त्व पराभव जाणत नाही. संदेश-प्रसारासाठी तुरुंग हा अनेक मार्गांपैकी एक आहे, पण त्याला काही मर्यादा आहेत... मी मला सहा महिन्यांची मुदत दिली होती. ती संपत आली आहे आणि माझा धीरही. अशा कसोटीच्या प्रसंगी सत्याग्रहानं एक उपचार सांगितला आहे. एका वाक्यात तो सांगायचा तर 'उपवास करून शरीराला क्लेश द्या.' अगदी शेवटचा उपाय म्हणूनच त्याचा वापर करावा, असं सत्याग्रहाचं तत्त्व सांगतं. शक्य असेल तर त्याचा वापर टाळणं मला आवडेल.

तो टाळण्याचा हा मार्ग आहे : माझी चूक किंवा चुका मला पटवून द्या आणि मी त्या दुरुस्त करेन. तुम्ही मला भेटायला बोलवा किंवा तुमचं मन जाणणाऱ्या आणि हमी देणाऱ्या कुणाला तरी पाठवा. इच्छा असेल तर दुसरे अनेक मार्ग आहेत. त्वरित उत्तराची अपेक्षा करू का? नवीन वर्ष आपणा सर्वांसाठी सुखशांती घेऊन येवो.

गांधी उपवासाचं अस्त्र उपसतील याची लिन्लिथगो आणि त्यांच्या सहकाऱ्यांना पूर्ण कल्पना होती, तरीही या पत्रामुळे नवी दिल्ली आणि लंडनमध्ये सचिंत चर्चा सुरू झाल्या. उपवासामुळे गांधींचं महत्त्व पुन्हा वाढणार याची पूर्ण जाणीव त्यांना होतीच, पण त्या दरम्यान गांधींचा मृत्यू झाला तर भारतभर आगडोंब उसळेल, हे वास्तवही सरकारला माहीत होतं. चर्चेमधून जे उत्तर बाहेर पडलं त्यात लिन्लिथगोंनी म्हटलं, की खरं म्हणजे आपला विश्वासघात झाला आहे. 'भारत छोडो'च्या नावाखाली ज्या हत्या आणि मोडतोड झाली, त्याची उदाहरणे व्हाइसरॉयनं दिली. या आरोपांना उत्तर देताना गांधींनी लिहिलं :

काँग्रेसजन असल्याचं भासवणाऱ्या लोकांनी ज्या हत्या केल्या, त्यांच्या कहाण्या तुम्ही मला ऐकवता आहात. त्या हत्यांमागचं सत्य जसं मला स्पष्टपणे दिसतंय तसंच ते तुम्हालाही दिसतंय, असं मला वाटतं. सरकारनं जनतेच्या सहनशक्तीचा अंत पाहिला. अटकसत्र सुरू करून सरकारनं एक प्रकारे लोकांची शिकार केली...

बंगालमधल्या उपासमारीचा उल्लेख करून गांधी पुन्हा सरकारच्या धोरणांना

दोष देत लिहिले :

या खेदजनक घटनांना लाखो भारतीयांच्या उपासमारीची जोड मिळाली. जनतेनं निवडून दिलेल्या विधिमंडळाला जबाबदार असणारं प्रामाणिक सरकार असतं, तर ही परिस्थिती उद्‌भवलीच नसती असं मी म्हणणार नाही; पण ती नक्कीच आटोक्यात आली असती, असं म्हटल्यावाचून मला राहवत नाही.

आपल्याला उपवास करणं भाग पडत आहे, असं सांगून ते लिहितात :

मला वेदनाशामक मलम मिळालं नाही, म्हणून सत्याग्रहींसाठी आखून दिलेल्या नियमाकडे मला वळावं लागतंय, तो म्हणजे यथाशक्ती उपवास करणं. ९ फेब्रुवारीच्या सकाळी लवकर न्याहारी करून मी उपवासाला प्रारंभ करेन, तो एकवीस दिवस चालेल आणि २ मार्च रोजी सकाळी संपेल.

सहसा, माझ्या उपवासादरम्यान मी पाण्यात मीठ टाकून ते पितो. परंतु, माझं शरीर आता पाणी ग्रहण करायला नकार देतं. त्यामुळे, या वेळी मी लिंबूवर्गीय फळांचा रस त्यात मिसळून ते पिण्यायोग्य बनवेन. कारण आमरण उपोषण करण्याची माझी इच्छा नाही, ईश्वराची इच्छा असेल तर या कसोटीतून सुखरूप पार पडण्याची आहे.

या अटीतटीच्या पत्रापत्रीत, सल्लामसलत केल्यावर पुन्हा एकदा लिन्लिथगोंनी गांधींवर आरोपाची फैर झाडली :

तुमच्या योजनेमुळे हिंसाचार घडू शकतो, हे तुम्हाला आणि तुमच्या सहकाऱ्यांना माहीत होतं आणि तुम्ही त्याकडे जाणूनबुजून दुर्लक्ष केलंत असा आमच्याकडे पुरावा आहे. हिंसा घडवून आणणं हा तुमच्या गुप्त कटाचा भाग होता आणि तो तुम्ही काँग्रेस नेत्यांच्या अटकेपूर्वीच रचला होता.

उपवासाची धमकी हे 'राजकीय ब्लॅकमेल' असल्याचा आरोप करण्यापर्यंत व्हाइसरॉयची मजल गेली. कंसात त्यांनी 'हिंसा' हा हिंदी शब्द वापरला होता. गांधींना स्थानबद्धतेत असतानाच मृत्यू आला तर, होणाऱ्या परिणामांच्या भीतीनं त्यांनी उपवासाच्या काळापुरतं गांधींना सोडण्याचा प्रस्ताव मांडला. तो नाकारण्यात आला.

१० फेब्रुवारी १९४३ रोजी उपवास सुरू झाला. भारतातील आणि इंग्लंडमधील जनमताच्या दबावामुळे सरकारला कैद्याच्या प्रकृतीविषयी नेमानं निवेदनं प्रसृत करणं

भाग पडलं; तसंच एक प्रख्यात डॉक्टर असलेले बंगाल काँग्रेसचे नेते बिधान चंद्ररॉय यांची गांधींच्या प्रकृतीवर देखरेख करण्यासाठी नेमणूक करावी लागली. दुसरे एक डॉक्टर, मुंबईचे एम.डी.डी. गिल्डर यांना आगा खान पॅलेसमध्येच मुक्कामी ठेवून कैद्याला भेटायला येणाऱ्या नातेवाइकांना आत सोडण्याची जबाबदारी सोपवण्यात आली.

तेराव्या दिवशी गांधींना पाणी गिळायला त्रास व्हायला लागला आणि ती रात्रही ते काढू शकतील की नाही, अशी परिस्थिती निर्माण झाली. त्यांच्या संमतीनं आणि त्यांनी उपवास सुरू करण्यापूर्वीच जी स्वत:ला सूट दिली होती, तिला अनुसरून मोसंबीचा रस त्यांच्या पाण्यात घालण्यात आला आणि त्यांचा जीव वाचला. तरीही रस मिसळल्यामुळे गांधींना अपराधी वाटत होतं. सरकारचे तुरुंगप्रमुख जनरल कँडी यांना गांधी विनोदानं म्हणाले, *"आता माझा उपवास कुठे गेला?"* डॉ. रॉयना ते म्हणाले, *"पाण्यात रस मिसळून जिवंत राहायचं की मरायचं, असे पर्याय माझ्यासमोर होते. मी जगण्याचा पर्याय निवडला."*

गांधी अगदी मृत्यूच्या दारात उभे असताना, स्वत: आजारी असलेल्या कस्तुरबा मात्र अजिबात रडल्या नाहीत किंवा त्यांनी धीर सोडला नाही; तर इतरांना धीर देत आणि ईश्वराची करुणा भाकत राहिल्या, त्यांच्या पतीनं नंतर ही आठवण सांगितली.

या उपवासामुळे सरकारला थेट ठोसा बसला. २६ फेब्रुवारी रोजी व्हाइसरॉयच्या सल्लागार समितीतील तीन भारतीय सदस्यांनी गांधींना सहानुभूती व्यक्त करण्यासाठी आपापल्या पदांचे राजीनामे दिले : त्यांतले एक पारशी होते– सर होमी मोदी आणि पूर्वी काँग्रेसमध्ये असलेले दोन हिंदू– बंगालचे नलिनी रंजन सरकार आणि महाराष्ट्राचे एम. एस. अणे. पुन्हा एकदा तुरुंगाच्या भिंती सरकारला भारी पडल्या होत्या.

सी.आर. यांची भेट आणि प्रस्ताव : प्रकृतीचा धोका टळल्यानंतर राजगोपालाचारींना आप्त म्हणून गांधींची भेट घेण्याची लागोपाठ चार दिवस संधी मिळाली. 'भारत छोडो' चळवळीच्या आधीच काँग्रेसचा त्याग केल्यामुळे ते तुरुंगाबाहेर होते. दोघं एकमेकांशी गांभीर्यानं आणि हास्यविनोद करत बोलले, त्यात फ्रान्सिस थॉम्पसनच्या 'द हाउंड ऑफ हेवन' या कवितेवर बोलणं झालं. राजकारणात प्रामुख्यानं मुस्लीम लीगला बरोबर घेऊन जाण्याबाबत चर्चा झाली, असं राजगोपालाचारींनी वृत्तपत्रांना सांगितलं.

सुरुवातीला तोंडी आणि नंतर लिखित स्वरूपात सी.आर. यांनी आपला आराखडा गांधींपुढे मांडला : तात्पुरत्या राष्ट्रीय सरकारच्या उभारणीत मुस्लीम लीगनं काँग्रेसला सहकार्य करावं आणि त्या बदल्यात काँग्रेसनं स्वातंत्र्यानंतर मुस्लिमांचं संख्याप्राबल्य असलेल्या वायव्य आणि पूर्व प्रांतांमधील जनतेची पाकिस्तानच्या विषयावर सार्वमत घेण्याला संमती द्यावी. अलग होण्याची वेळ आली तर संरक्षण,

व्यापार आणि देवाणघेवाण या समान प्रश्नांवर परस्परसामंजस्यातून तोडगा काढला जावा.

अशा कराराला आपण मान्यता देण्याची शक्यता असल्याचं गांधींनी सूचित केलं. एक महिन्यानंतर, आपण मांडलेला प्रस्ताव किंवा गांधींनी त्याला दर्शवलेली अनुकूलता जाहीर न करता राजगोपालाचारींनी जिनांना सांगितलं, की पाकिस्तानच्या बाबतीत गांधींनी ताठर भूमिका घेतली नाही. त्यावर गांधींनी पुढाकार घेतला तर आपण त्याचं स्वागत करू असं जिनांनी खुलेआम जाहीर केलं. जिनांनी सुरू केलेल्या, 'डॉन' (Dawn) वर्तमानपत्रात जिनांचं विधान वाचल्यावर गांधींनी त्यांना लिहिलं :

जिनांना, ४ मे १९४३ : मला अटकेत टाकल्यानंतर काही काळानंतर, मला कोणती वर्तमानपत्रं वाचायला आवडतील, त्याची यादी देण्यास सरकारनं मला सांगितलं, तेव्हा मी 'डॉन'चा (Dawn) त्यात समावेश केला... ते वर्तमानपत्र जेव्हा जेव्हा माझ्यापर्यंत येतं, तेव्हा मी ते काळजीपूर्वक वाचतो... मी तुम्हाला लिहावं असं तुम्ही केलेलं आवाहन मी त्यात वाचलं...

तुमच्या प्रस्तावाचं मी स्वागत करतो. मध्यस्थामार्फत संपर्क साधण्यापेक्षा आपण समोरासमोर बसून बोलणी करावीत, असं मी सुचवेन. परंतु, ते मी तुमच्यावर सोपवतो.

हे पत्र तुमच्यापर्यंत पोचेल, अशी मला आशा आहे आणि माझी सूचना तुम्हाला मान्य असेल, तर सरकार तुम्हाला मला भेटण्याची परवानगी देईल, अशी आशा करू या.

गांधींचं हे पत्र सरकारनं जिनांपर्यंत जाऊ दिलं नाही. उलट, एक निवेदन प्रसिद्ध करण्यात आलं :

भारत सरकारनं हे पत्र पुढे न धाडण्याचा निर्णय घेतला आहे आणि तसं श्री. गांधी आणि श्री. जिनांना कळवलं आहे. राजकीय पत्रव्यवहाराची सुविधा उपलब्ध करून देण्याची सरकारची तयारी नाही किंवा अवैध सामूहिक चळवळीला प्रोत्साहन दिल्याची जबाबदारी स्वीकारलेल्या एका कैद्याशी संपर्क साधण्याची परवानगीही सरकार देऊ शकत नाही...

निकराची लढाई : प्यारेलाल यांच्या मदतीनं गांधींनी तुरुंगातून 'भारत छोडो' चळवळीला विकृत स्वरूप देणाऱ्या सरकारविरुद्ध लेखणीचं शस्त्र वापरून हल्ले सुरू केले. नवी दिल्लीतील मध्यवर्ती विधानमंडळ, लंडनमधली संसद यांच्यापुढे

आणि गांधींचा उपवास सुरू झाल्यानंतर प्रसिद्ध केलेलं ('काँग्रेस रिस्पॉन्सिबिलिटी फॉर द डिस्टर्बन्सेस', १९४२-४३) 'अशांततेस कारणीभूत काँग्रेस, १९४२-४३', या अधिकृत पत्रकामधील आरोपांना उत्तर देत गांधी आपली बाजू मांडत राहिले. गांधींनी आणि प्यारेलाल यांनी आपल्याबरोबर आणलेल्या कागदपत्रांचा सुदैवानं उपयोग करता आला : त्यात नुकतेच प्रसिद्ध झालेले 'हरिजन'चे अंक आणि ७ व ८ रोजी गांधींनी 'भारत छोडो'चा नारा दिला, त्या वेळी केलेल्या भाषणांची टिपणं – यांचा समावेश होता.

काहींना गांधींनी लिहिलेली प्रत्युत्तरं पुढे पाठवली गेली नाहीत. सरकारच्या विधानांना ग्राह्य धरून हुजूर सभागृहात गांधींवर टीका करणारे लिबरल पक्षाचे लॉर्ड सॅम्युएल यांना मे महिन्यात गांधींनी लिहिलेलं मोठं पत्र दडपण्यात आलं. परंतु, नवी दिल्लीतील गृह खात्याचे सदस्य सर रेजिनाल्ड मॅक्सवेल यांनी मध्यवर्ती विधानमंडळात, 'काँग्रेसच्या पुढाकारानं सुरू झालेल्या चळवळीचा निर्णायक पराभव झाला आहे' असं जे विधान केलं, त्याला गांधींनी दिलेलं उत्तर मात्र त्यांच्यापर्यंत पोचलं. 'हे विधान मला खोडून काढलंच पाहिजे.' गांधींनी मॅक्सवेलना लिहिलं. पुढे त्यांनी पत्रात लिहिलं :

सत्याग्रहाचा कधी पराभव होत नाही. कल्पनातीत घातक घाव पचवून तो अधिकाधिक बहरत जातो, परंतु या गोष्टीचा आधार घेण्याची मला आवश्यकता वाटत नाही. ब्रिटिश सरकारनं प्रस्थापित केलेल्या विचारपद्धतीनं मला असं शिकवलं आहे, की 'स्वातंत्र्याचा लढा एकदा सुरू झाला की तो धारातीर्थी पडलेल्या सरदाराकडून वारसाहक्कानं त्याच्या मुलाकडे येतो.' ध्येय साध्य झाल्यावर त्याचं महत्त्व कमी होतं...
साठ वर्षांपूर्वी काँग्रेसची स्थापना झाली, तेव्हाच पहाट झाली होती. ६ एप्रिल १९१९ रोजी अखिल भारतीय स्तरावर सत्याग्रहाची सुरुवात झाली, तेव्हा या टोकापासून ते त्या टोकापर्यंत भारत जागा झाला. काही काँग्रेसजनांच्या अपेक्षेनुसार, चळवळीचं प्रमुख उद्दिष्ट साध्य झालं नाही, त्यामुळे कदाचित तुम्हाला दिलासा मिळाला असेल.
परंतु, हा काही निर्णायक किंवा पराभवाचा निकष होत नाही. सत्तेचं असमर्थनीय ओंगळवाणं प्रदर्शन करून उत्स्फूर्त जनअभिव्यक्ती चिरडून टाकून एक लोकचळवळ दडपण्याला पराभव असं म्हणणं, हे ज्या वंशाला कधी पराभव माहीत नाही, अशा वंशाच्या वारसदाराला शोभा देत नाही.

गांधींची बाजू वर्तमानपत्रांतून मांडली जात नव्हती, तरीही अटकेत असलेल्या

गांधींना सरकारशी अशी लेखी लढाई लढण्यात मजा वाटत होती, हे तर स्पष्टच आहे. जुलै महिन्यात त्यांनी गृह खात्याला 'काँग्रेसची जबाबदारी' या पत्रकात केलेले आरोप खोडून काढणारं सर्वसमावेशक, मुद्देसूद पत्र पाठवलं. त्याची भाषा जोरकस, बुद्धिप्रचुर, काही ठिकाणी चमकदार होती. पत्राचा मसुदा प्यारेलाल आणि गिल्डर या दोघांनी टंकलिखित केला.

लिन्लिथगोंची मुदत पूर्ण : १९४३ सालच्या हेमंत ऋतूत लिन्लिथगोंची व्हाइसरॉयपदाची मुदत संपुष्टात आली. गांधींचे त्यांच्याशी स्नेहपूर्ण संबंध होते. फेब्रुवारीत अमेरींना लिहिलेल्या पत्रात लिन्लिथगोंनी गांधींच्या बऱ्याच सद्‌गुणांचं कौतुक केलं होतं आणि माझे त्यांच्याशी नेहमीच चांगले वैयक्तिक संबंध राहिले आहेत, अशी पुष्टी जोडली होती. परंतु 'भारत छोडो'च्या मुद्द्यावर दोघांमध्ये जोरदार वादावादी झाली होती. लिन्लिथगो पदावरून पायउतार होत असल्याचं समजल्यावर गांधींनी त्यांना लिहिलं :

> *२७ सप्टेंबर १९४३ : प्रिय लॉर्ड लिन्लिथगो, भारत सोडून जाण्याच्या पूर्वसंध्येला मी तुम्हाला काही सांगू इच्छितो. अनेक मोठ्या अधिकाऱ्यांशी माझा आजवर संबंध आला, पण तुमच्याएवढं दुःख मला दुसऱ्या कुणीही दिलं नाही. तुम्ही असत्याची साथ दिलीत आणि माझ्यासारख्या एकेकाळच्या मित्राला दिलेली वागणूक मनाला खूप लागली. एका महान देशाचे प्रतिनिधी असलेल्या तुम्हाला तुमच्या गंभीर चुकीची जाणीव ईश्वर कधीतरी करून देईल. अशी मी आशा आणि प्रार्थना करतो. शुभेच्छांसह, अजूनही तुमचा मित्र असलेला, एम. के. गांधी*

सरकारनं 'भारत छोडो' चळवळीचा विकृत अर्थ लावल्यामुळे गांधी जेवढे व्यथित झाले होते, तेवढेच लिन्लिथगो 'भारत छोडो' चळवळीमुळे व्यथित झाले होते आणि गांधी भारताशी जेवढे एकनिष्ठ होते, तेवढेच चर्चिल आणि ब्रिटिश साम्राज्याशी एकनिष्ठ असलेले लिन्लिथगो गप्प बसले नाहीत. त्यांनी गांधींकडे परतीचा फटका लगावला :

> *७ ऑक्टोबर १९४३ : प्रिय श्री. गांधी, तुम्ही लिहिल्याप्रमाणे माझ्या काही कृतींमुळे आणि शब्दांमुळे तुमच्या भावना दुखावल्या गेल्या असतील, तर त्याबद्दल मी खेद प्रकट करतो. पण घटनांचा तुम्ही लावलेला अन्वयार्थ मी स्वीकारू शकत नाही, हे मी शक्य तितक्या सौम्य शब्दांत स्पष्ट करू इच्छितो. काळ आणि विचार यांतील बदलांबाबत बोलायचं झालं, तर ते सगळ्यांनाच लागू पडतात आणि शहाण्या माणसानं त्याकडे कधीही दुर्लक्ष करू नये. तुमचा, लिन्लिथगो*

तुरुंगाबाहेरील घडामोडी : १९४२ सालच्या नोव्हेंबर महिन्यात गांधींनी आणि कार्यकारी समितीच्या सदस्यांनी आपापल्या मुक्कामी वर्तमानपत्रात एक बातमी वाचली- त्यात लंडनमध्ये लॉर्ड मेयर यांच्याकडील वार्षिक मेजवानीच्या दरम्यान चर्चिल यांनी काढलेले उद्‌गार छापले होते :

> *शत्रूला फसवणं ही गोष्ट मी क्षम्य समजतो, हे मला स्पष्टपणे इथे सांगायचं आहे. (चीअर्स)... मला ते स्पष्ट करू द्या. याबाबत कुणीही चुकीचा ग्रह करून घेऊ नये. ब्रिटिश साम्राज्य बरखास्त करण्यासाठी मी राजेसाहेबांचा प्रथममंत्री झालो नाही.*

पुढच्या महिन्यात पंजाबचे मुख्यमंत्री, युनियनिस्ट पक्षाचे सिकंदर हयात खान यांचा मृत्यू झाला. त्यांच्या प्रांतातील अनेक मुस्लिमांचं सहकार्य त्यांनी मिळवलं आणि धर्मावरून भारताची विभागणी करण्याच्या कल्पनेवर त्यांनी कडाडून टीका केली होती. त्यांच्या मृत्यूमुळे जिनांचं सामर्थ्य आणखीनच वाढलं. त्याआधी काँग्रेसच्या मंत्र्यांचं आणि नेत्यांचं राजकीय पटलावरून तात्पुरतं बाजूला जाणं त्यांच्या फायद्याचं ठरलं होतंच.

१९४२ साली मुस्लीम लीगनं (इतर गटांच्या मदतीनं) सिंधमध्ये मंत्रिमंडळ स्थापन केलं आणि आसामच्या मुस्लीम अल्पसंख्याक असलेल्या प्रांतात दुसरं मंत्रिमंडळ स्थापलं. १९३९ साली तेथील काँग्रेसच्या मंत्रिमंडळानं राजीनामा दिला होता. ब्रिटिश राज्यपालांच्या आणि पक्षांतर करणाऱ्या विधायकांच्या मदतीनं आणखी एका लीग मंत्रिमंडळानं १९४३ साली पदभार सांभाळला. हे वायव्य सरहद्द प्रांतात घडलं, तिथे माजी मुख्यमंत्री डॉ. खान साहिब आणि त्यांचे बंधू गफार खान 'भारत छोडो' चळवळीमुळे अटकेत होते. काँग्रेसची सत्ता असणाऱ्या इतर प्रांतांमध्ये राज्यपाल आणि त्यांचे सल्लागार कारभार चालवत होते.

जवळपास एक वर्ष गुप्त राहून प्रतिकार करणाऱ्या जयप्रकाश नारायण यांना लाहोरजवळ १९४३ सालच्या सप्टेंबर महिन्यात अटक झाली. 'भारत छोडो' चळवळ झाली तरीसुद्धा ब्रिटिश अजून तिथेच होते, लीगनं आपले हातपाय पसरले होते आणि काँग्रेस गजांआड होती.

काँग्रेसविरोधात पाठबळ उभं करण्यासाठी काँग्रेसच्या दोन शत्रूंचा व्हाइसरॉयच्या कार्यकारी मंडळात १९४२च्या जुलै महिन्यात समावेश करण्यात आला. त्यांपैकी एक होते आंबेडकर, दुसरे होते एन. बी. खरे. पूर्वी काँग्रेसमध्ये असलेल्या खरेंना बेशिस्त वर्तनासाठी संघटनेतून काढून टाकण्यात आल्यावर त्यांनी हिंदू महासभेत प्रवेश केला होता.

काँग्रेसचा राजीनामा दिल्यावरसुद्धा काँग्रेसजन म्हणून ओळखले जाणारे राजगोपालाचारी

वेळोवेळी सरकारच्या बंद दारावर अपेक्षेनं धडका देत होते; परंतु लिन्लिथगो किंवा त्यांचे वारसदार वॅव्हेल त्यांना बधले नाहीत. ब्रिटिश-काँग्रेस यांच्या दरम्यानचे संबंध सुधारण्यात त्यांना आता रस उरला नव्हता : १९४३च्या हेमंत ऋतूपर्यंत जपानी फौजा भारताच्या अतिपूर्वेकडे थांबल्यासारख्या दिसत होत्या. मात्र, यादरम्यान बंगालमधला तांदळाचा तुटवडा शिगेला पोचला होता आणि १७७० सालानंतर उपखंडातील आजवरच्या सगळ्यांत मोठ्या दुष्काळाचा सामना बंगाल प्रांत करत होता.

सी.आर. यांनी मांडलेल्या प्रस्तावाला गांधींनी संमती दिल्यानंतर तब्बल तेरा महिन्यांनी, म्हणजे १९४४ सालच्या एप्रिल महिन्यात सी.आर. यांनी जिनांची दिल्लीत भेट घेतली आणि सांगितलं की, राष्ट्रीय सरकारची मागणी करण्यात लीगनं काँग्रेसची साथ दिली, तर गांधी पाकिस्तानच्या प्रश्नावर सार्वमत घ्यायला काँग्रेसला राजी करतील. राजगोपालाचारींच्या प्रस्तावावर काही मिनिटं विचार केल्यावर जिना त्यांना म्हणाले, "तुमची योजना मला समाधानकारक वाटत नाही." लीगच्या नेत्याबरोबरची बैठक कशी झाली अशी विचारणा बिर्लांनी सी.आर. यांच्याकडे केल्यावर त्यांनी उत्तर दिलं, "जिना आता फार म्हातारे झाले आहेत."

कीपच्या आत

अहमदनगरच्या किल्ल्यात स्थानबद्ध असलेल्या आझाद, नेहरू, पटेल आणि इतर नऊ कार्यकारी समिती सदस्यांना, आपण किती काळासाठी कैदेत राहणार; याची कोणतीही कल्पना नव्हती. कृपलानी नंतर म्हणाले, "आमच्या दैनंदिन जीवनातला कंटाळा घालवण्यासाठी औषधापुरतंसुद्धा एखाद्या लहान मुलाचं वा स्त्रीचं दर्शन होत नव्हतं." नेहरूंनी किल्ल्यातून आपली बहीण कृष्णा हिला पत्र लिहिलं :

आम्हाला सदैव लखलखणारे ग्रहतारे दिसतात, पण अवतीभोवती दिसणारे पुरुष मात्र तेच आहेत आणि दिवसेंदिवस आम्हाला एकमेकांचा कंटाळा येत चालला आहे. आणि स्त्रिया? विचार केल्यावर एक चमत्कारिक आणि विशेष बाब माझ्या लक्षात आली, की (बऱ्याच काळापासून), दूरवरसुद्धा एखाद्या स्त्रीचं दर्शन आम्हाला झालेलं नाही.

त्या काळात तिथे पुस्तकं लिहिली गेली : नेहरूंनी 'डिस्कव्हरी ऑफ इंडिया' लिहिलं; कृपलानींनी गांधींवर एक पुस्तक लिहिलं; आझादांनी न पाठवलेल्या पत्रांचा संग्रह केला, त्यांची पत्नी झुलेखा वारल्याचं त्यांना कीपमध्ये असतानाच समजलं; हरे कृष्ण माहताब या ओरिसाच्या नेत्यानं त्यांच्या प्रांताचा इतिहास लिहिला; फ्रेंच भाषांतरावरून हरवलेल्या मूळ संस्कृत पुस्तकाचं पुनर्लेखन उत्तर प्रदेशातील एक

समाजवादी नरेंद्र देव यांनी केलं आणि आंध्रच्या पट्टाभी सीतारामय्यांनी 'फेदर्स अॅन्ड स्टोन्स' हे पुस्तक लिहिलं.

काहींचा, खासकरून नेहरू आणि पटेलांचा वेळ बागकामात जात होता. बॅडमिंटन आणि ब्रिज ही इतर करमणुकीची साधनं होती : उत्तर प्रदेशचे माजी मुख्यमंत्री पंत, कृपलानी, माहताब आणि बंगालचे प्रफुल्ल घोष ब्रिज खेळण्यात पटाईत होते, जिंकायला नेहमीच उत्सुक असणारे आणि बहुधा नेहमीच जिंकणारे पटेल हे त्या कंपूतील पुस्तकं आणि वर्तमानपत्रं वाचणारे अधाशी वाचक होते. कीपमध्ये मंडळींचं वास्तव्य सुरू झाल्यानंतर काही आठवड्यांतच त्यांना वर्तमानपत्रं वाचायला मिळू लागली. त्यांचे अध्यक्ष म्हणून आझादांनी सर्वप्रथम वर्तमानपत्र वाचायचं, त्यानंतर पटेल आणि नेहरूंचा क्रमांक आणि मग इतरांचा, असं सर्वानुमते ठरलं होतं.

महाराष्ट्राचे शंकरराव देव, बिहारचे सईद महमूद आणि दिल्लीचे असफ अली या तिघांसह कीपमध्ये एक डझन बंदिजन होते. कार्यकारी समितीचे एक मुख्य सदस्य राजेंद्र प्रसाद आजारी असल्यामुळे मुंबईतील बैठकांना हजर राहू शकले नव्हते; त्यांना अटक होऊन त्यांच्या प्रांतात, म्हणजे बिहारमध्ये ठेवण्यात आलं होतं. चौदाव्या सदस्या सरोजिनी नायडू पुण्याला आगा खान पॅलेसमध्ये स्थानबद्ध होत्या. मुंबईचे भुलाभाई देसाई हे पंधरावे सदस्य प्रकृतिअस्वास्थ्याच्या कारणामुळे १९४२ साली जुलै महिन्यात राजीनामा देऊन बाहेर पडले होते.

त्या बारा बंदिजनांमधले संबंध चांगले व सौहार्दपूर्ण होते; पण काही वेळा त्यांच्यात तणाव निर्माण होत असे आणि वेगवेगळे गट पडत असत. एका गटाचं नेतृत्व नेहरू-आझाद करायचे तर दुसऱ्याचं पटेल. सदुसष्ट वर्षांचे पटेल कीपमधले सर्वांत ज्येष्ठ कैदी होते. कृपलानी, देव आणि घोष पटेलांच्या, तर महमूद आणि अली नेहरू-आझादांच्या गटातले मानले जायचे. उरलेले चार– पट्टाभी, पंत, नरेंद्र देव आणि माहताब अलिप्त होते.

नवीन व्हाइसरॉय लॉर्ड आर्चिबाल्ड वॅव्हेल यांनी नेहरूंना खाजगीरीत्या कवितांचं एक पुस्तक पाठवलं, तेव्हा ही गोष्ट नेहरूंनी आझादांच्या कानावर घातली, पण पटेलांना सांगितली नाही. पटेल त्यातून 'भलते-सलते अर्थ काढतील, असं नेहरूंना वाटलं. कीपमधल्या वास्तव्यात ते सगळे एक कार्यकारी समिती म्हणून कधीच एकत्र आले नाहीत आणि एकत्रित चर्चाही क्वचितच झाल्या. अशाच एका चर्चेच्या वेळी पटेल आणि कृपलानींनी १९४२ साली मे महिन्यात आझादांनी केलेल्या हस्तक्षेपाची नेहरूंनी जी प्रशंसा केली होती, त्यावर जोरदार हरकत घेतली; तेव्हा नेहरू तिथून निघून गेले. १९४२ सालच्या मे महिन्यात झालेल्या कार्यकारी समितीच्या त्या बैठकीत नेहरूंचा मसुदा मंजूर व्हावा यासाठी प्रसादांना आपला

मसुदा मागे घेणं भाग पडलं होतं. कीपमधल्या चर्चेतून निघून गेल्यानंतर त्याबाबत नेहरूंनी दिलगिरी व्यक्त केली.

त्या बारा जणांमध्ये फूट पाडणारी आणि त्यांना चिडखोर बनवणारी बाब होती 'भारत छोडो' चळवळ. तिच्यामुळे त्यांच्यावर तुरुंगवासाची वेळ आली होती, हजारोंवर संकट कोसळलं होतं आणि मुस्लीम लीगचा फायदा झाला होता. या प्रश्नावर उघड चर्चा कधी झाली नाही; परंतु 'भारत छोडो'बद्दल आझादांची असलेली नापसंती मात्र दिसून येत होती आणि नेहरूही गांधींच्या काही खेळींबाबत साशंक वाटत होते. तरीही, बंदिवासातल्या गांधींनी सरकारविरुद्ध लेखणीनं जे युद्ध छेडलं होतं, त्यामुळे आपण खूपच प्रभावित झालो असल्याचं नेहरूंनी त्यांच्या रोजनिशीत नमूद केलं– गांधींनी सरकारशी केलेल्या पत्रव्यवहाराची टंकलिखित प्रत मिळवण्यात पटेल यशस्वी ठरले होते आणि ती त्यांनी नेहरूंना दाखवली होती.

बारांमधल्या किमान सात लोकांचं (पटेल, कृपलानी, पट्टाभी, नरेंद्र देव, शंकरराव, घोष आणि माहताब) अजूनही हेच मत होतं की, 'भारत छोडो'ची चळवळ होणं आवश्यक आणि अपरिहार्य होतं. आझाद, असफ अली आणि महमूद यांच्या मते ती एक चूक होती, तर नेहरू आणि पंत संभ्रमावस्थेत होते. सरकारशी संपर्क साधण्याचा प्रस्ताव एकदा आझादांनी मांडला आणि दुसऱ्या एका प्रसंगी पंतांनी मांडला. नेहरू त्या दोघांना पाठिंबा देतील असं वाटत होतं, परंतु पुढची चाल कोणती आणि कधी खेळायची हे गांधीच ठरवतील, असं सांगून पटेलांनी ती कल्पना धुडकावून लावली.

मात्र, एक क्षणिक विचार पटेलांच्या, नेहरूंच्या, आझादांच्या आणि इतर बऱ्याच जणांच्या मनात चमकून गेला; मात्र संभाषणात किंवा पत्रांमधून तो कधीही व्यक्त झाला नाही. तो विचार होता गांधींपासून सुटका करून घेण्याचा. त्यांच्या अंत:प्रेरणेतून चोखाळल्या गेलेल्या या मार्गात अनेक खाचखळगे होते आणि त्यावरून चालल्यामुळे बरीच उलथापालथ झाली. त्यांतली अगदी ताजी उलथापालथ म्हणजे या सगळ्यांचा प्रदीर्घ तुरुंगवास. बाहेरचं जग बदलत होतं आणि ते वृद्धत्वाकडे झुकत चालले होते. पुढच्या वेळी, गांधींच्या मागून जाण्याआधी ते दोन वेळा विचार करणार होते.

आगा खान पॅलेसमधलं जीवन : त्याच मराठी प्रांतात या सगळ्यांपासून दूर गांधी लढत देत होते. एक किताबप्राप्त पारशी खान बहादूर अर्देशीर एदलजी काटेली हा त्यांच्यावर देखरेख करणारा तुरुंगाधिकारी होता. त्यानं त्याच्या वरिष्ठांना हा गुप्त वृत्तान्त पाठवला (१५ डिसेंबर १९४३) :

१. श्री. गांधी त्यांच्या सहकाऱ्यांबरोबर राजकीय प्रश्नांवर चर्चा करतात, खासकरून श्री. प्यारेलाल आणि कुमारी स्लेडबरोबर; कुमारी नायर नेहमीच तिथे हजर असतात. डॉ. गिल्डरबरोबर क्वचित चर्चा होते. ते सगळे वर्तमानपत्र वाचत असताना सहसा हे घडतं.
२. श्री. गांधींच्या आयुष्यातील दिनक्रम : ते साधारणतः सकाळी साडेसहा वाजता उठतात आणि प्रातःकर्म व न्याहारी आटोपल्यावर ते पुस्तकं किंवा वृत्तपत्रं वाचतात. सकाळी सव्वाआठ ते नऊ बागेत प्यारेलाल, कुमारी स्लेड, नायर आणि मनू यांच्यासमवेत फेरफटका. चालताना ते राजकारणावर किंवा इतर काही विषयांवर बोलतात. गिल्डर आणि नायर हे दोन डॉक्टर्स त्यांना सुमारे पंचेचाळीस मिनिटं मालीश करतात आणि स्नान घालतात, तेव्हा साधारण सव्वाअकरा वाजलेले असतात. सव्वाअकरा ते बारा वाजेपर्यंत ते जेवतात आणि कुमारी स्लेड त्यांच्याशी गप्पा मारतात किंवा पुस्तकं वाचून दाखवतात.
दुपारी बारा ते एक, ते कुमारी नायरना संस्कृत शिकवतात. एक ते दोन विश्रांती. दुपारी दोन ते तीन, श्री. प्यारेलाल त्यांना वृत्तपत्र वाचून दाखवतात आणि त्यातील बातम्यांवर त्यांच्यात चर्चा होते, तेव्हा गांधी एकतर सूत कातत असतात किंवा वर्तमानपत्रातील कात्रणं फाइलमध्ये लावत असतात.
तीन ते चार कुमारी मनूला शिकवणं. चार ते सायंकाळी साडेपाच वाजेपर्यंत विविध विषयांवरच्या वर्तमानपत्रातील कात्रणांवर खुणा करणं. त्यांच्या या कामात प्यारेलाल, गिल्डर आणि नायर हे डॉक्टर्स त्यांची मदत करतात. खुणा केलेले भाग ते वर्तमानपत्रातून कापतात, कागदांच्या तुकड्यांवर चिकटवतात आणि क्रमवार फाइलमध्ये लावण्यासाठी श्री. गांधींकडे देतात.
साडेपाच ते साडेसहा, कुमारी स्लेड त्यांना वर्तमानपत्रं वाचून दाखवतात आणि राजकारणावर व इतर विषयांवर चर्चा होते. साडेसहा ते सव्वासात, सहकाऱ्यांबरोबर बागेत संध्याकाळचा फेरफटका होतो.
साडेसात ते रात्री सव्वाआठ सूतकताई, एकीकडे प्यारेलाल त्यांना काही पुस्तकं वाचून दाखवतात. सव्वाआठ ते नऊ प्रार्थना. रात्री नऊ ते दहा वाचन आणि श्री. प्यारेलाल व कुमारी सुशीला यांच्याबरोबर बातचीत. रात्री दहा वाजता ते झोपायला जातात. हवेतील बदलानुसार दिनक्रमात ते बदल करतात.
३. श्री. प्यारेलाल गांधींसाठी टंकलेखनाचं काम करतात. 'काँग्रेसची

जबाबदारी' या पत्रकाला उत्तर देताना भारत सरकारला जे मोठं पत्र पाठवलं गेलं, तेव्हा त्यातील बराच मोठा भाग डॉ. गिल्डर यांनी टंकलिखित केला.

तुमचा आज्ञाधारक सेवक,
(सही) अधिकारी I/C, आगा खान पॅलेस

गांधींच्या दिनक्रमाचा महत्त्वाचा भाग असलेल्या सकाळच्या प्रार्थनेचा उल्लेख काटेलीच्या वृत्तान्तात गाळला गेला आहे. त्यानं उल्लेख केलेली कुमारी मनू गांधींची पंधरावर्षीय पुतण-नात होती. तिची आई तिच्या बालपणीच वारली होती. तिचे वडील जयसुखलाल गांधी हे ओता गांधींच्या अनेक वारसदारांपैकी एक होते. १९४२ साली मे महिन्यात गांधी 'छोट्या' मनूला, तेव्हा ते तिला अशी हाक मारायचे, मुंबईहून सेवाग्रामला घेऊन आले होते, तिथे सुमारे चौदा वर्षांची मनू कस्तुरबांना मदत करायची. ३० जुलै १९४२ रोजी तिच्या वडिलांना गांधींनी सेवाग्रामहून पत्र लिहिलं :

मनू ही एक अतिशय समजूतदार आणि हुशार मुलगी आहे. ती बाची मनापासून सेवा करते. तिची सगळ्यांशी मैत्री झाली आहे. तिच्याविषयी कुणाचीही तक्रार नाही. अभ्यासातही ती चांगली आहे. ती मजेत आहे, असं मला वाटतं. रोज संध्याकाळी ती माझे पाय दाबून द्यायला येते. अर्थात, फिरतानाही ती मला सोबत करते. तिची तुम्ही मुळीच काळजी करू नये.

'भारत छोडो' चळवळीत स्वतःला अटक करवून घेऊन मनू १९४३ सालच्या मार्च महिन्यात आगा खान पॅलेसमध्ये दाखल झाली आणि कस्तुरबांची सेवा करू लागली. अटक झाल्या दिवसापासून कस्तुरबांची प्रकृती बिघडलेलीच होती आणि त्यांनी खासकरून मनूची मागणी केली होती.

१९४३ साल संपता संपता कस्तुरबांच्या आजारानं गंभीर स्वरूप धारण केलं. देवदासला त्यांना भेटण्याची परवानगी मिळाली. राजकारण सोडून गांधींशी काटेलीच्या उपस्थितीत बोलण्याचीही परवानगी मिळाली. काटेलीनं त्या भेटीचा वृत्तान्त लिहिला :

बंगालमधील दुष्काळात काही चर्चा झाली आणि श्री. देवदास म्हणाले की, एवढ्यात बरीच चांगली व्यवस्था करण्यात आली असून जमा झालेला निधी सरकारद्वारे नाही तर लोकांद्वारे वापरला गेला.
गांधी आपला वेळ कसा घालवतात, असं श्री. देवदास यांनी त्यांना

विचारलं. आपण डॉ. नायर आणि कुमारी स्लेड यांना संस्कृत शिकवतो आणि जास्तीत जास्त वेळ विविध वर्तमानपत्रातील सगळ्या विषयांवरची कात्रणं कापून ती फाइलमध्ये क्रमवार लावण्यात घालवतो, असं उत्तर श्री. गांधींनी दिलं.

'काँग्रेसची जबाबदारी' या विषयावर आपल्यात आणि भारत सरकारमध्ये काही पत्रव्यवहार झाल्याचंही श्री. गांधी म्हणाले. तो पत्रव्यवहार प्रसिद्ध करण्याची विनंती आपण सरकारला केली, परंतु सरकारनं ती नाकारल्याचं श्री. गांधींनी सांगितलं.

(७ डिसेंबरच्या) वृत्तान्तात पुढे असं म्हटलं होतं की, आपल्याला आणखी पाच वर्षं तुरुंगवासात ठेवलं जाईल, असं वाटत असल्याचं गांधींनी आपल्या मुलाला सांगितलं. ज्या व्यक्तींच्या प्रकृतीची त्यांनी विचारपूस केली, त्या होत्या कैदेत असणारे जयप्रकाश, वल्लभभाई आणि युसूफ मेहेरअली. तत्पूर्वी, १९४३ सालच्या जुलै महिन्यात 'काँग्रेसची जबाबदारी' या पत्रकातील आरोपांना उत्तर देताना गांधींनी जयप्रकाशांची बाजू घेतली होती; त्यांना पकडून देणाऱ्याला सरकारनं मोठं बक्षीस जाहीर केलं होतं :

जयप्रकाशबरोबरचे माझे मतभेद कितीही मोठे असले तरी, त्याची निर्भीड वृत्ती आणि देशप्रेमासाठी प्रिय गोष्टींचा त्यानं केलेला त्याग याबद्दल मला वाटणाऱ्या कौतुकाच्या आड हे मतभेद येत नाहीत. मी त्याचा जाहीरनामा वाचला आहे, ('काँग्रेसची जबाबदारी'मध्ये) एक परिशिष्ट म्हणून तो दिला गेला आहे... त्यातून केवळ त्याची प्रखर राष्ट्रभक्ती आणि परकीय सत्तेविषयीचा तिटकाराच प्रकट होतो. या त्याच्या गुणांचा कोणत्याही देशाला अभिमानच वाटेल.

वाचन करणं, कात्रणं क्रमवार फाइलमध्ये लावणं, विचार करणं आणि सरकारशी पत्रव्यवहार करणं यांत गांधींच्या दिवसभराच्या कामकाजातला बराचसा वेळ जायचा, तरी वेळात वेळ काढून कस्तुरबा आणि मीरेच्या प्रकृतीविषयी ते अधिकाऱ्यांना पत्रांवर पत्रं पाठवायचे. मीरेच्या पाठीत आणि हातात होणाऱ्या तीव्र वेदनांविषयी आणि त्या दोघींच्या उपचारांविषयी ते पत्रं लिहायचे. त्याशिवाय, प्यारेलाल आणि सुशीलेची धाकटी भावजय शकुंतला हिचा दिल्लीत मृत्यू झाल्यामुळे तिचं मूल एकाकी झालं होतं, त्याबद्दलही पत्रात उल्लेख असायचे.

प्रस्ताव : १९४३ साली ऑक्टोबर महिन्यात गांधींनी सरकारपुढे दोन प्रस्ताव ठेवले, दोन्हींचा संबंध बंगालमधल्या दुष्काळाशी होता. स्थानबद्ध केलेल्या काँग्रेसच्या नेत्यांबद्दल आणि कार्यकर्त्यांबद्दल एक प्रस्ताव होता :

माझ्या वाईट प्रभावामुळे लोक बिघडतात, असा जर सरकार विचार करत असेल, तर कार्यकारी समितीच्या सदस्यांना आणि इतर स्थानबद्ध केलेल्यांना सोडून देण्यात यावं. ज्या वेळी भारतातील लाखो लोक टाळता येऊ शकणाऱ्या उपासमारीने तळमळत आहेत आणि उपाशी मरत आहेत, अशा वेळी केवळ संशय असल्याच्या कारणावरून हजारो स्त्री-पुरुषांना अटकेत ठेवणं ही गोष्ट अनाकलनीय आहे. त्यांना तुरुंगात ठेवून त्यांच्यावर होणारा खर्च आणि त्यांची स्वत:ची ऊर्जा, या आणीबाणीच्या समयी संकटनिवारणासाठी उपयोगात आणली जाऊ शकते.

१५ जुलै रोजी पाठवलेल्या माझ्या शेवटच्या पत्रात मी म्हटल्याप्रमाणे काँग्रेसजनांनी त्यांचं प्रशासकीय कौशल्य, कल्पकता व मानवतावादी दृष्टिकोन गुजरातमध्ये आलेल्या प्रलयंकारी पुराच्या वेळी आणि बिहारमध्ये झालेल्या तेवढ्याच भयंकर भूकंपाच्या वेळी सिद्ध करून दाखवला आहे.

गांधींचा दुसरा प्रस्ताव असा होता की, त्यांना आगा खान पॅलेसमधून साध्या तुरुंगात हलवण्यात यावं :

एवढ्या प्रचंड मोठ्या जागेत, अनेक रक्षकांच्या गराड्यात मी स्थानबद्ध आहे, हा सार्वजनिक निधीचा अपव्यय आहे, असं मला वाटतं. इतर कोणत्याही तुरुंगात माझे दिवस घालवायला माझी काही हरकत नाही.

१९४४ साली मार्च महिन्यात हा विचार त्यांनी परत बोलून दाखवला :

माझ्या मते, हा सगळा खर्च अनाठायी आहे. तिकडे लोक उपासमारीनं मरत असताना, हा व्यर्थ जाणारा पैसा म्हणजे भारतीय जनतेचा अपराध केल्यासारखं आहे. सरकारनं स्वत:च्या मर्जीनं निवडलेल्या दुसऱ्या कोणत्याही सामान्य तुरुंगात मला आणि माझ्या सहकाऱ्यांना हलवण्यात यावं, अशी मी विनंती करतो...

भारतातील हजारो, लाखो अडाणी लोकांकडून गोळा केलेल्या करातून हा खर्च चालवला जातो, हा दु:खद विचार माझी पाठ सोडायला तयार नाही.

गांधींनी 'भारत छोडो' ठरावाचा पुनर्विचार करावा, अशी मागणी व्हाइसरॉयनं केली होती, त्याला उत्तर म्हणून वरील प्रस्तावांच्या आधी हा प्रस्ताव गांधींनी लिन्लिथगोंना पाठवला होता. कार्यकारी समितीनं मंजूर केलेल्या ठरावाचा पुनर्विचार फक्त ती समितीच करू शकते, असं गांधी म्हणाले (१९ जानेवारी १९४३). पुनर्विचार करणं आवश्यक असेल तर, मला कार्यकारी समितीच्या सदस्यांबरोबर ठेवलं जावं. पण त्यांचा एकही प्रस्ताव स्वीकारला गेला नाही.

वॅव्हेलना जिंकण्याचा प्रयत्न : १९४४ सालातील फेब्रुवारी, मार्च आणि एप्रिल हे तीन महिने गांधी आणि नवीन व्हाइसरॉय यांच्यात पत्रव्यवहार चालला. पूर्वीच्या व्हाइसरॉयप्रमाणेच वॅव्हेल यांचं मन जिंकून घेण्याचा गांधींनी प्रयत्न केला :

९ मार्च १९४४ : फार वर्षांपूर्वी, दक्षिण आफ्रिकेत टॉलस्टॉय फार्ममध्ये मुला-मुलींना शिकवताना मी त्यांना वर्ड्स्वर्थची 'कॅरॅक्टर ऑफ द हॅपी वॉरियर' ही कविता वाचून दाखवली. तुम्हाला पत्र लिहिताना ती कविता मला आठवत आहे. तो योद्धा तुमच्यात पाहताना मला आनंदच होईल... तुम्ही भारतभर विमानानं फिरत आहात. हाडांचा सापळा झालेल्या बंगालच्या लोकांमध्ये जायलाही तुम्ही कचरला नाहीत. तुमच्या ठरलेल्या विमानप्रवासाचा कार्यक्रम बदलून अहमदनगर आणि आगाखान पॅलेसमधल्या तुमच्या कैद्यांच्या मनात तुम्ही जरा डोकावून बघावं, असं मी सुचवू शकतो का? भारतातील ब्रिटिश सरकार आणि त्यांची शासनपद्धती यावर आम्ही जरी टीका करत असलो, तरी आम्ही सगळे ब्रिटिशांचे मित्र आहोत. तुम्ही आमच्यावर विश्वास टाकलात तर नाझिझम, फॅसिझम, जपानीझम आणि अशा इतर शत्रूंशी लढण्यात आम्ही तुमची सर्वतोपरी मदत करू शकतो, हे तुमच्या लक्षात येईल...

लिन्लिथगोंनी जे केलं, तेच वॅव्हेल यांनी केलं. वाटाघाटी करायच्या असतील तर 'भारत छोडो'चा ठराव मागे घ्यावा, असं त्यांनी गांधींना सांगितलं. गांधींनी आपली भूमिका सोडली नाही आणि काँग्रेस सहजासहजी अशी चिरडली जाणार नाही, असं ठाम प्रतिपादन व्हाइसरॉयना पाठवलेल्या पत्रांमधून ते करत राहिले :

९ मार्च १९४४ :
कार्यकारी समिती सदस्यांच्या आणि माझ्या भाषणांचा अभ्यास करेपर्यंत सरकारनं कृती करणं लांबणीवर टाकलं असतं तर, इतिहास वेगळ्या प्रकारे लिहिला गेला असता...

१७ फेब्रुवारी १९४४ :
परकीय सत्तेच्या पाशातून मोकळं होऊन भारताला मोकळा श्वास घेण्याची गरज आहे... अशा भारताचं पूर्णपणे प्रतिनिधित्व काँग्रेस करते. या फोफावलेल्या संघटनेची पाळंमुळं भारतीय मातीत खोलवर घट्ट रुजली आहेत.

दोन राष्ट्रांच्या समीकरणाला पाठिंबा देण्याचा वॅव्हेल यांचा मानस असल्यास त्याविरुद्ध गांधींनी त्यांना सावध केलं :

९ मार्च १९४४ :
दुसऱ्या पानाच्या मध्यावर तुम्ही भारतीय लोकांचं भलं करण्याविषयी लिहिलं आहे. आजपर्यंतच्या व्हाइसरॉयनं जारी केलेल्या निवेदनांमध्ये भारतात राहणाऱ्या लोकांचा उल्लेख 'भारताचे लोक' असा केला गेला होता. दोन्ही शब्दसमूहांचा अर्थ एकच होतो का?

मीरेला मिळणाऱ्या वागणुकीबाबत व्हाइसरॉयच्या आडून सरकारवर शरसंधान केलं गेलं :

९ मार्च १९४४ : मी एक अशक्य माणूस आहे, असं कुणाला वाटेल; अर्थात ते चुकीचं आहे. पण मीराबाईंचं काय? ती नौदलातील एका ॲडमिरलची आणि पूर्वीच्या कमांडर-इन-चीफची मुलगी आहे, हे तुम्ही जाणता.
तिनं माझ्या सहवासात राहण्याचा गुन्हा केला आहे, हे तिला जिवंत गाडण्यामागे एकमेव कारण असावं असं मला दिसतं.
तुम्ही तिला ताबडतोब सोडून द्यावं किंवा तिला भेटून मग तुम्ही ठरवावं, असं मी सुचवेन. माझ्या विनंतीवरून सरकारनं कॅप्टन सिमकॉक्स यांना ज्या उपचारांसाठी पाठवलं होतं, त्यांनी तिच्या वेदना अजूनही कमी झालेल्या नाहीत, हे मी पुढे नमूद करू इच्छितो...

गांधींनी स्वतःचं मतपरिवर्तन करावं, असं वॅव्हेल यांनी केलेलं आवाहन परत त्यांच्याकडेच टोलवताना गांधींनी लिहिलं :

जोपर्यंत सरकारचं मन, दृष्टिकोन आणि धोरण बदलत नाही, तोपर्यंत तुमचा कैदी बनून राहण्यात मला काही हरकत नाही. फक्त, यापूर्वी मी केलेल्या विनंतीचा तुम्ही योग्य दृष्टीनं विचार करून मला आणि माझ्याबरोबरच्या कैद्यांना दुसऱ्या तुरुंगात हलवाल, जेणेकरून आमच्या तुरुंगवासाचा खर्च आजच्यापेक्षा एकदशांशानं कमी होईल, अशी मी आशा व्यक्त करतो.

कस्तुरबांना देवाज्ञा

गांधींबरोबर स्थानबद्ध असलेल्या गिल्डर यांना त्यांच्या विवाहाच्या वर्धापनदिनानिमित्त भेट म्हणून आलेले आंबे स्वीकारण्याची परवानगी मिळाली, तेव्हा कस्तुरबांनी गांधींना विचारलं, 'आपल्या लग्नाला किती वर्षं झाली?' *'का? तुलाही लग्नाचा वर्धापनदिन साजरा करण्याची इच्छा झाली की काय?'* असं त्यावर गांधींनी विचारलं. १९४३ साली चौऱ्याहत्तर वर्षांच्या असलेल्या कस्तुरबा त्या वेळी

इतरांबरोबर मोठ्यानं हसल्या, पण एकूणच त्यांना आगा खान पॅलेसमधला काळ घालवणं जड जात होतं. आपल्या पतीच्या अकस्मात अटकेचा धक्का पचवत असतानाच त्यानंतर लगेच त्यांच्या लाडक्या महादेवचा अचानक झालेला मृत्यू त्यांना उद्ध्वस्त करून गेला.

काही वेळा त्या आपल्या पतीला दोष द्यायच्या : 'या सरकारबरोबर भांडण उकरून काढू नका, असं मी तुम्हाला सांगितलं नव्हतं?' किंवा 'तुम्ही त्या इंग्रज लोकांना भारत सोडून जायला का सांगितलंत? आपला देश मोठा आहे. आपण सगळे इथे राहू शकतो.' पण ब्रिटिशांनी इथे सत्ताधीश म्हणून न राहता बंधुभावानं राहावं, या गांधींच्या म्हणण्याशी त्या सहमत होत्या. कस्तुरबांच्या वतीनं सरकारला माफीपत्र पाठवायचं का, अशी गांधींनी विचारणा केल्यावर त्या चिडायच्या.

'तुमच्या करणीच्या परिणामांना सामोरं जाण्याशिवाय आता दुसरं काय करणार?' त्या म्हणायच्या. 'आम्ही तुमच्याबरोबर त्रास भोगणार. महादेव तर गेलाच. आता माझी पाळी.'

आपण आता बाहेरचं जग पाहू शकणार नाही, याची त्यांना खात्री पटली होती. गांधींच्या अटकेमुळे झालेलं दुःख आणि हरिलालविषयी त्यांची न संपणारी चिंता या दोन्हींवर मात करणारे मृत्यूच्या चाहुलीचं जे सावट पसरलं होतं, ते त्यांना जास्त अस्वस्थ करत होतं.

गांधी त्यांना रोज जे धडे देत होते, त्यांत त्या पूर्वीपेक्षा जास्त रस घेत होत्या : पंजाबातील नद्या, विषुववृत्त, अक्षांश-रेखांश अशा विषयांची माहिती गांधी त्यांना देत. त्यासाठी ते पृथ्वी म्हणून संत्र्याचा उपयोग करत. गुजराती पाचवीच्या पुस्तकातील दोन गाणी कस्तुरबा गांधींकडून शिकल्या आणि त्यांच्यात ताकद होती तोपर्यंत ते पती-पत्नी रात्रीच्या वेळी एकत्र बसून ती दोन गाणी म्हणत असत. त्यावर 'मधुचंद्रासाठी आलेलं म्हातारं जोडपं' असा विनोद केल्याशिवाय सरोजिनी नायडूना राहावत नसे.

गांधी आणि बाकीचे लोक सरोजिनी नायडूंना अम्माजान (आई) म्हणून हाक मारत असत आणि त्या आपल्याबरोबर असणाऱ्या कैद्याला चिडवण्याची संधी कधी सोडत नसत. महादेवना देवाज्ञा झाली त्या दिवशी सकाळी ते आपली मिशी नीट कापत असताना नायडूंनी त्यांना कोपरखळी मारली होती. तुरुंगवासाच्या काळात त्यांची प्रकृती नीट राहत नसल्यामुळे १९४४ सालच्या आरंभी प्रकृतिअस्वास्थ्याच्या कारणास्तव त्यांची सुटका करण्यात आली.

गांधींच्या एकवीस दिवसांच्या उपवासादरम्यान कस्तुरबांचं अस्तित्व त्यांच्यासाठी प्रेरणादायी होतं. उपवासाचं समर्थन करून कस्तुरबांनी सगळ्यांना चांगलंच दिङ्मूढ केलं होतं. उपवास संपल्यावर त्यांची स्थिती हळूहळू खालावत गेली; हृदय, फुप्फुसं आणि मूत्रपिंड यांच्या कार्यात अडथळे येऊ लागले. पंधरा वर्षांच्या मनूच्या

सहवासानं आणि सेवेनं त्यांना बरं वाटायचं. गांधींच्या उपवासादरम्यान रामदास आणि देवदासच्या झालेल्या भेटीनं त्या उल्हसित झाल्या होत्या; पण अनिश्चित काळासाठी असलेल्या बंदिवासामुळे त्यांच्या स्वभावात कडवटपणा आला आणि चिडखोरपणा वाढला.

त्यांच्या सुटकेची मागणी करण्याचा प्रश्नच नव्हता; पण सरकार आपणहोऊन त्यांची सुटका करेल, अशी गांधींना आशा वाटत होती. कस्तुरबांच्या मृत्यूनंतर लगेचच ते म्हणाले :

> *मी किंवा तिनं कोणत्याही प्रकारची विनंती केली नाही ही गोष्ट खरी असली, तरी (सत्याग्रहाच्या कैद्यांना ती गोष्ट शोभणारी नव्हती), किमान सरकारनं तिच्यापुढे, माझ्यापुढे किंवा तिच्या मुलांपुढे तिच्या सुटकेचा प्रस्ताव मांडणं उचित ठरलं नसतं का? सुटकेच्या केवळ प्रस्तावानं तिच्यावर मानसिकदृष्ट्या चांगला परिणाम झाला असता.*

अशा परिस्थितीत, भारतातील ब्रिटिश सरकारचे अमेरिकेतील प्रतिनिधी सर गिरिजाशंकर बाजपेयी यांनी अमेरिकी जनतेला जे सांगितलं, त्या वृत्तामुळे गांधी चकित झाले. अनेक वेळा सरकारनं प्रकृतीच्या कारणासाठी कस्तुरबांच्या सुटकेचा विचार केला; पण त्यांना त्यांच्या पतीबरोबर राहण्याची इच्छा होती, त्यामुळे त्यांच्या इच्छेचा आदर केला गेला.

डिसेंबर महिन्यात कस्तुरबांना हृदयविकाराचे तीन झटके आले. त्या जीवन आणि मृत्यूच्यामध्ये हेलकावे खात आहेत, असं २९ तारखेला गांधींनी ॲगाथा हॅरिसनना पाठवलेल्या पत्रात लिहिलं. आठ दिवसांनी त्यांनी तुरुंगाधिकारी काटेलींना लिहिलं :

> *रुग्णाची प्रकृती फारच खालावली आहे, हे मी तुम्हाला सांगितलंच पाहिजे. ती आयुष्याला कंटाळली आहे आणि त्यातून सुटका व्हावी म्हणून मृत्यूची वाट पाहत आहे. एखादा दिवस ती पार पाडते, तर दुसऱ्या दिवशी तिची प्रकृती आणखी बिघडलेली असते. तिची स्थिती अगदी दयनीय झाली आहे.*

कस्तुरबांच्या सुटकेची विनंती करायला नकार देणाऱ्या गांधींनी त्यांच्यासाठी डॉक्टर्स आणि परिचारिकांची मागणी करायला मात्र मागेपुढे पाहिलं नाही किंवा त्यांची सेवा करण्यासाठी नातेवाइकांना येऊ द्यावं, अशीही मागणी त्यांनी केली. सततच्या विनंत्यांना सरकार मात्र विलंबानं किंवा नकारात्मक उत्तर देत होतं. तरी स्व. मगनलाल यांचा पुतण्या कनू गांधी आणि जयप्रकाशांची पत्नी प्रभावती या दोघांना

आत सोडण्यात आलं. प्रभावती साबरमती आणि सेवाग्रामला कस्तुरबांच्या अत्यंत जवळची व्यक्ती होती. त्या कस्तुरबांची सेवा करायला लागल्या आणि कनू भजनं गाऊन त्यांचं मन रमवण्याचा प्रयत्न करू लागला.

गांधींनी अनेक पत्रं पाठवल्यानंतर एक आयुर्वेदाचार्य, पंडित शिव शर्मा आणि एक निसर्गोपचारतज्ज्ञ दिनशॉ मेहता यांना आत येण्याची संमती मिळाली. देवदासनं प्रयत्नपूर्वक आयात करून मिळवलेलं पेनिसिलिन हे नवीन औषध ज्या वेळी आगा खान पॅलेसमध्ये आणलं, तेव्हा ते कस्तुरबांना न देण्याचा सल्ला गांधींनी त्याला दिला. त्या औषधाचं अजून परीक्षण झालं नव्हतं; त्याचं इंजेक्शन कदाचित कस्तुरबा सहन करू शकल्या नसत्या; त्यांचा त्रास आणखी वाढायला नको होता. मुलानं पित्याचं ऐकलं.

कस्तुरबांच्या आजारपणात हरिलाल दोन वेळा आपल्या आईला भेटायला आला. पहिल्या वेळी त्यांना अत्यानंद झाला. त्याच वेळी रामदास आणि देवदासही तिथे आले होते, त्यामुळे चारपैकी त्यांची तीन मुलं तेव्हा त्यांच्याजवळ होती; फक्त दक्षिण आफ्रिकेत असलेला मणिलाल मात्र नव्हता. त्यांच्या येण्यानं कस्तुरबांना अपार शांती लाभली, असं सुशीलेनं नमूद करून ठेवलं आहे. 'बापू आले आणि तीन भावांना एकत्र जेवताना बघत बाजूला उभे राहिले', असंही तिनं लिहिलं आहे. कितीतरी वर्षांनी हे दुर्मीळ दृश्य ते पाहत होते आणि हृदय भरून आल्यामुळे त्यांच्या तोंडून शब्द फुटत नव्हता.

दुर्दैवानं, दुसऱ्या भेटीच्या वेळी हरिलालनं मद्य प्राशन केल्याचं स्पष्ट दिसत होतं. तेव्हा त्याच्या आजारी आईनं उद्वेगानं आपलं कपाळ बडवून घेतलं.

रात्रीच्या वेळी खोकल्याची उबळ आल्यावर बऱ्याचदा त्या उठून बसत, एका लाकडी स्टुलावर डोकं टेकून खोकत. रात्रंदिवस गांधी त्यांच्याजवळ असत, त्यांना मदत करत किंवा शांत करत. २२ फेब्रुवारी १९४४ रोजी, हिंदू पंचांगाप्रमाणे शिवरात्रीच्या दिवशी, पौर्णिमा या तिथीला कस्तुरबांनी आपल्या पतीच्या मांडीवर प्राण सोडले. आपल्या आईच्या छातीवर डोकं ठेवून देवदास एखाद्या लहान मुलाप्रमाणे हुंदके देऊन रडला आणि गांधींच्या डोळ्यांत अश्रू उभा राहिलेला सुशीलेनं पाहिला.

आपल्या पत्नीला अखेरचं स्नान घालताना इतर स्त्रियांबरोबर तेही सामील झाले. कस्तुरबांच्या इच्छेप्रमाणे गांधींनी कातलेल्या सुताच्या ताग्यात त्यांचा देह गुंडाळण्यात आला. गांधींनी त्यांचे केस विंचरले आणि त्यांच्या कपाळावर कुंकू लावलं. त्यांच्या मनगटाभोवती, बांगड्यांच्या ऐवजी गांधींनी नुकत्याच कातलेल्या सुताचे धागे गुंडाळण्यात आले.

त्यांच्या निष्प्राण देहापाशी, नंतर आगा खान पॅलेसजवळ त्यांच्यावर अंत्यसंस्कार

झाले तेव्हा त्या चौथऱ्याजवळ, गांधी तासन् तास बसून होते. देवदासनं त्यांच्या देहाला अग्नी दिला. खोकताना कस्तुरबा डोकं टेकत, ते लाकडी स्टूल गांधींनी मागून घेतलं आणि ते जेवणाचं मेज म्हणून त्याचा वापर करू लागले. कस्तुरबांच्या गळ्यात शेवटपर्यंत असलेली पवित्र मण्यांची माळ त्यांनी लक्ष्मीला देण्याचं ठरवलं. सुरुवातीला नाराजीनं पत्करलेली ही दलित लक्ष्मी नंतर त्यांची अत्यंत लाडकी मुलगी झाली होती.

वॅव्हेल आणि त्यांच्या पत्नीनं गांधींना सांत्वनाचं पत्र पाठवलं. त्याला उत्तर देताना गांधींनी लिहिलं :

> *माझ्या पत्नीच्या मृत्यूनंतर तुम्ही ज्या सहवेदना व्यक्त केल्या, त्याबद्दल मी तुम्हाला धन्यवाद देतो. जिवंतपणी वेदना भोगण्यापेक्षा मृत्यूनं येऊन तिची सुटका केली, याबद्दल मला बरंच वाटत असलं, तरी माझ्या कल्पनेपेक्षा हे वियोगाचं दुःख मला जास्त जाणवत आहे.*
>
> *आम्ही एक असामान्य दांपत्य होतो. १९०६ साली परस्परसंमतीनं आणि नकळत प्रयत्न करत आम्ही आत्मसंयमनाला आमच्या जीवनाचा एक अविभाज्य भाग बनवलं. या निर्णयानंतर आम्ही पूर्वी नव्हतो इतके एकत्र आलो, याचा मला अतिशय आनंद आहे. आमचं वेगळं वेगळं असं अस्तित्व मग उरलंच नाही. माझी इच्छा नसतानाही तिनं स्वतःला माझ्यात विरघळवून टाकलं. त्याचा परिणाम म्हणजे ती खरोखरच अर्धांगिनी झाली.*
>
> *ती अतिशय तीव्र इच्छाशक्ती असणारी स्त्री होती. सुरुवातीला हा तिचा गुण म्हणजे मला आडमुठेपणा वाटायचा; परंतु या तिच्या तीव्र इच्छाशक्तीमुळेच ती नकळतपणे अहिंसक असहकाराची कला शिकवणारी आणि प्रत्यक्षात आणणारी माझी गुरू झाली.*

आधी गांधींच्या कामेच्छेला आणि नंतर त्यांच्या नैतिकतेला– पैसा, त्यांच्या मुलांचं शिक्षण आणि जात यांविषयीच्या त्यांच्या मतांना– विरोध करताना कस्तुरबांनी गांधींना 'नकारा'ची ताकद शिकवलीच; पण स्वीकाराचे धडेही गांधींना दिले. गांधींबरोबर राहताना उपसावे लागणारे कष्ट आणि पचवावे लागणारे धक्के त्यांनी स्वीकारले. त्यांच्याभोवतीच्या वर्तुळातले बदलते सहकारी, त्यांचे विविध असामान्य प्रयोग कस्तुरबांनी खळखळ न करता मान्य केले. कोणत्याही परिस्थितीत त्यांनी गांधींची काळजी घेतली, त्यांना खाऊ-पिऊ घातलं आणि सेवा केली, त्यांना कायम साथ आणि पाठिंबा देत राहिल्या आणि किमान एकदा (गांधींच्या दूध न घेण्याच्या शपथेच्या प्रसंगी) त्यांचे प्राण वाचवले.

इतर स्त्रियाही गांधींची अतिशय वैयक्तिक अशी सेवा करायच्या. पत्नीनं करण्याच्या कामातही इतर स्त्रियांना भागीदार करून घेताना कस्तुरबांसारख्या अशिक्षित स्त्रीला निश्चितच जड गेलं असणार; तसंच त्यांना प्रवेश नसलेल्या गांधींच्या बौद्धिक आणि राजकीय वर्तुळात इतर स्त्रियांना प्रवेश करताना पाहणंही सोपं नव्हतं. तरीही, आपल्या पतीच्या अवतीभोवती वावरणाऱ्या स्त्रियांशी जमवून घेण्याची कला त्यांच्यात होती.

काहीजणींबरोबर (उदाहरणार्थ, सुशीला आणि प्रभावती), त्यांचे खूप जिव्हाळ्याचे संबंध होते आणि त्यांच्यापासून दूर जाणं त्यांना आवडायचं नाही किंवा गांधी त्यांच्या मदतीपासून वंचित राहणंही कस्तुरबांना पसंत नसे. छगनलाल आणि मगनलाल यांच्या पत्नी, आश्रमातल्या इतर स्त्रिया, यांच्याबरोबर त्यांची मैत्री होती. हरिलालनं जरी अपार दु:खच दिलं, तरी त्याच्या मुलांनी आणि नातवांनी, कस्तुरबांच्या इतर मुलांनी आणि त्यांच्या कुटुंबांनी त्यांना नेहमी आनंदच दिला.

त्या स्वत: लढाऊ बाण्याच्या होत्या, हे आपण बघितलं. दक्षिण आफ्रिकेत त्यांनी तुरुंगवास भोगला आणि नंतर भारतातील अनेक लढ्यांमध्ये त्यांनीही धीरोदात्त सैनिकाची भूमिका बजावली. कितीतरी लोकांच्या आदराचं त्या स्थान होत्या. वल्लभभाई, सी.आर., महादेव, प्यारेलाल आणि कस्तुरबांना जवळून ओळखणाऱ्या इतर अनेक भारतीयांच्या मनात त्यांच्याविषयी खास आपुलकीची भावना होती; तर इतरांसाठी त्या गांधींच्या निष्ठावान, त्यागी, धाडसी पत्नी होत्या. कस्तुरबांना ओळखणाऱ्या लोकांना त्यांच्या प्रेमळ स्वभावाचं, चापल्याचं, नीटनेटकेपणाचं कौतुक होतं. उच्चभ्रू वर्तुळातील स्त्रियांशी वागताना येणाऱ्या अडचणींवर मात करून मिळवलेली सहजता आणि मानवी स्वभावाविषयी त्यांना असलेली समज वाखाणण्याजोगी होती.

मोहनदास आणि कस्तुरनं एकमेकांना हवी असणारी प्रत्येक गोष्ट एकमेकांना दिली, असं नाही. काही बाबतींत त्यांनी एकमेकांना निराश केलं, तरीही ते एकमेकांविषयी समाधानी होते. गांधींच्या तऱ्हेवाईक मार्गांचा स्वीकार करणाऱ्या कस्तुरबांचा त्यांच्याविषयीचा आदर वर्षागणिक वाढतच गेला. कस्तुरबांच्या मर्यादा मान्य करून गांधींचाही त्यांच्याबद्दलचा आदर वाढला. प्रत्येकजण सहनशीलपणे आणि समजूतदारपणे वागत गेला. त्याची परिणती प्रेमात, परस्परसहकार्यात आणि काही बाबतींत एकमेकांत विलीन होण्यात झाली. भारतानं त्यांना केवळ एकत्र झालेलं नाही, तर एक झालेलं पाहिलं.

'जन्मोजन्मी जर माझ्या सहचराची निवड करायची संधी जर मला मिळाली, तर मी फक्त बाची निवड करेन', असे उद्‌गार कस्तुरबांच्या निधनानंतर गांधींनी काढले.

'तुम्हाला मिळालेला मोठेपणा बामुळे मिळाला आहे', हे हरिलालने वडिलांजवळ

काढलेले उद्‌गार आपण वाचले आहेतच. 'मी आज जो कुणी आहे, तो केवळ तिच्यामुळे आहे', हा विचार १९४७ साली जून महिन्यात गांधींनी पुन्हा बोलून दाखवला.

कस्तुरबांच्या आजारपणात सरकारनं घेतलेल्या तथाकथित कष्टांच्या कहाण्या भारतासह ब्रिटन आणि अमेरिकेत पसरल्या असल्याचं लक्षात आल्यावर गांधींनी सरकारला, त्यांना आलेल्या आढेवेढे घेण्याच्या आणि दिरंगाईच्या अनुभवांची आठवण करून दिली.

> अशा खाजगी गोष्टींबाबत सरकारला काही लिहिणं हे माझ्यासाठी सोपंही नाही आणि आनंददायीही नाही; पण, बासष्ट वर्षं माझी निष्ठावंत साथीदार असलेल्या व्यक्तीच्या स्मृतीखातर मी हे लिहीत आहे. कस्तुरबांसारखी परिस्थिती नसलेल्या इतर कैद्यांच्या नशिबात काय वाढून ठेवलं असेल, यावर विचार करण्याची जबाबदारी मी सरकारवर सोपवतो.

वेगळे गांधी

साम्राज्याला आव्हान देणाऱ्या ताठ कण्याच्या, तडफदार आणि नित्य नव्या कल्पना घेऊन येणाऱ्या गांधींपेक्षा आगा खान पॅलेसमधल्या गांधींमध्ये आणखी काहीतरी होतं. अधूनमधून नैराश्य त्यांना घेरून टाकायचं. अॅण्ड्र्यूज, बजाज, महादेव आणि कस्तुरबा यांच्या लागोपाठ झालेल्या मृत्यूंमुळे त्यांचे प्रेम आणि पाठिंब्याचे विश्वासू स्रोत नाहीसे झाले होते आणि राजकीयदृष्ट्या सरकारनं त्यांचं बंड मोडून काढलं होतं. त्यांच्या आयुष्यातल्या या काळवंडलेल्या कालखंडात पुन्हा एकदा त्यांच्याभोवती असणाऱ्या स्त्रियांची त्यांना मदत झाली. सुशीला, प्रभावती आणि मनू यांनी ती भूमिका निभावली. (प्रभावती आणि मनूला कस्तुरबांच्या सेवेसाठी आणण्यात आलं होतं.)

मातेचं छत्र हरपलेल्या मनूला त्यांनी त्यांच्या मौनव्रताच्या दिवशी, म्हणजे सोमवारी दोन चिठ्ठ्या लिहिल्या. त्यांतून काही गोष्टी स्पष्ट होतात. कस्तुरबांच्या निधनानंतर पाच दिवसांनी लिहिलेल्या त्या चिठ्ठ्या मनूनं सांभाळून ठेवल्या. पहिल्या चिठ्ठीत म्हटलं होतं :

> २७ फेब्रुवारी १९४४ :
> *चि. मनूडी, तू नीट झोपलीस का? तुला आणि प्रभावतीला इथे ठेवून घेण्याबद्दल मी काल एक लांबलचक पत्र तयार केलं, पण या विषयावर रात्रभर विचार करत राहिलो आणि मला झोप आली नाही. शेवटी, मला प्रकाश दिसला. आपण अशी विनंती करू शकत नाही. शेवटी, आपण*

कैदी आहोत. वियोगाचं दुःख आपण झेललंच पाहिजे.

तू समंजस मुलगी आहेस. तुझं दुःख विसर. तुला खूप सेवा करायची आहे. रडणं थांबव आणि प्रसन्न राहा. तुरुंगातून बाहेर पडल्यावर तुला हवं ते शीक. तू आतापर्यंत एवढी सेवा केली आहेस, त्यामुळे काहीही झालं तरी तुझं भलंच होईल. माझं मौन संपल्यावर आणखी बोलू. मी तुझी आई आहे. इतकं जरी तू समजून घेतलंस तरी पुरेसं आहे. बापूंचे आशीर्वाद.

ता.क. हे पत्र जपून ठेव.

एक गोष्ट स्पष्ट आहे की, प्रभावती आणि मनू, दोघींनाही आगा खान पॅलेसमध्येच राहायचं होतं. पण कस्तुरबांच्या मृत्यूमुळे त्यांना राहण्याचं कारण उरलं नव्हतं; कस्तुरबांनी मृत्यूआधी मनूला गांधींकडे सोपवलं होतं, तरीही! तिथून जावं लागणार म्हणून नक्कीच आणि बहुधा प्रभावतीही रडल्या. गांधीही या येऊ घातलेल्या वियोगामुळे संपूर्ण रात्रभर जागे राहण्याइतपत अस्वस्थ झाले होते.

'मी तुझी आई आहे', या दाव्यामधून आणि हा दावा केलेली चिठ्ठी जपून ठेवायला सांगण्याच्या सूचनेवरून, अशी शंका घ्यायला जागा आहे की, आगा खान पॅलेसमधले गांधी मनूचं आणि त्यांचं स्वतःचं ब्रह्मचर्य बळकट करण्यासाठीचे प्रयोग करताना तिला त्यातील एक भागीदार म्हणून पाहत असावेत. त्या प्रयोगातील निरागसता अधोरेखित करण्यासाठी 'आई' असण्याचा उल्लेख केला असावा.

ब्रह्मचर्यपालनाबाबत मनूचा उत्साह हा उत्स्फूर्त होता की गांधींनी तो तिच्यात निर्माण केला होता, हे माहीत नाही; परंतु त्यांच्या दृष्टीनं त्यांच्या नजीकच्या वर्तुळात वावरण्यासाठी ती एक आदर्श उमेदवार होती.

(गुजरातीतून इंग्रजीमध्ये अनुवादित केलेल्या) दुसऱ्या एका चिठ्ठीत गांधींचं मनूवरील अवलंबित्व स्पष्ट होतं. कराचीत शिकायला जाण्याची इच्छा बाळगणाऱ्या त्या पंधरा वर्षांच्या मुलीबद्दल वाटणारं कौतुक आणि काळजीही त्यातून व्यक्त होते :

२७ फेब्रुवारी १९४४ : मला तुझी खूप काळजी वाटते. तुझ्यात खूप चांगले गुण आहेत. तू मनानं चांगली आहेस, साधी आहेस आणि इतरांना मदत करायला तत्पर असतेस. सेवा हा तुझा धर्म बनला आहे. पण तू अजून अशिक्षित आणि थोडीशी वेडीही आहेस.

तू अशिक्षित राहिलीस, तर पुढे तुला त्याचं दुःख होईल आणि मी जर काही वर्षं जगलो, तर मलाही वाईट वाटेल. मला तुझी आठवण येईल, पण मी तुला माझ्याजवळ ठेवून घेणार नाही; कारण तो दुबळेपणा आणि निष्फळ ओढ ठरेल. सध्या तू राजकोटला जावंस, असं मला ठामपणे

वाटतं. तिथे तुला नरनदासच्या सहवासाचा लाभ होईल. असा माणूस तुला इतरत्र कुठे मिळणार नाही. तू तिथे संगीत आणि पद्धतशीरपणे काम करायला शिकशील. गुजरातीसुद्धा शिकू शकतेस...

थोडी मोठी झाल्यावर तुला कराचीला किंवा अन्य कुठे जायचं असेल, तिथे जाता येईल आणि तुला हवं ते मिळवता येईल... कराचीला तुला फक्त शिक्षण मिळेल. अर्थात, तेही गरजेचं आहेच. खूप मुलींच्या सहवासात राहूनही तुला चांगला फायदा होईल. पण तुला राजकोटला जे मिळेल, ते दुसरीकडे कुठेही मिळणार नाही. बापूचे आशीर्वाद.

गांधींनी मनूला पर्याय निवडण्याची (राजकोट किंवा कराची) मोकळीक दिली होती आणि भविष्यात तिला हवं ते तिनं करावं, अशी त्यांची इच्छा होती, ही बाब आपण लक्षात घेतली पाहिजे. मनू, प्रभावती आणि सुशीलेसारख्या व्यक्तींना गांधींकडून जिव्हाळा आणि स्वातंत्र्य मिळालं. सुशीलेनं वैद्यकीय शाखेत पदवी मिळवल्यानंतर गांधींच्या प्रोत्साहनामुळे एम.डी. ही उच्च पदवीही मिळवली होती.

या स्त्रिया गांधींच्या निकट वर्तुळातल्या होत्या. त्यांच्या राजकीय जीवनात जवाहरलाल, वल्लभभाई आणि राजगोपालाचारी यांचं जे विशेष स्थान होतं, ते स्थान स्त्रियांच्या बाबतीत या स्त्रियांना होतं. ही सगळी माणसं जशी त्यांच्यावर अवलंबून होती, तसे गांधीही त्या माणसांवर अवलंबून होते. गांधींचं त्यांच्याशी वागणं भावनाप्रधान, बहुतेक वेळा हळुवार, कधी हळवं, पण इतर वेळी सडेतोड होतं.

आगा खान पॅलेसमध्ये त्या काळात नसलेली, पण गांधींच्या निकट वर्तुळातील आणखी एक तरुण स्त्री म्हणजे बंगालच्या काँग्रेस कार्यकर्त्याची, अमृतलाल चॅटर्जींची मुलगी आभा. मनूपेक्षा तीन वर्षांनी मोठ्या असलेल्या आभानं १९४२मध्ये काही काळ सेवाग्रामला वास्तव्य केलं होतं आणि कस्तुरबांचं मनोधैर्य उंचावण्यासाठी आगाखान पॅलेसमध्ये प्रवेश मिळालेल्या कनू गांधींबरोबर तिचं प्रेम जुळलं होतं. व्यवसायानं छायाचित्रकार असलेला कनू सेवाग्रामला गांधींचा एक सहकारी आणि मदतनीस होता. मगनलाल यांचे धाकटे बंधू नरनदास यांचा तो मुलगा होता.

मीरा मात्र या वर्तुळाच्या बाहेर राहिली. आगाखान पॅलेसमधल्या गांधींच्या राजकीय मदतनिसांपैकी ती एक होती, दुसरे होते प्यारेलाल.

आजारपण, अंधार आणि सुटका : कस्तुरबांच्या निधनानंतर गांधी नाउमेद झाले होते. मलेरिया व आमांशानं त्यांना ग्रासलं होतं. एका क्षणी तर ते जगण्याची उमेद घालवून बसलेत की काय, असं वाटू लागलं. 'आयुष्यभर त्यांना साथ देणारा आंतरिक प्रकाश जणू विझायच्या बेतात आला होता. पण ही स्थिती फक्त क्षणभरच

टिकली.’ असं या संदर्भात प्यारेलाल यांनी लिहून ठेवलं. त्या निष्ठावान सचिवानं क्षणिक अंधाराची आणि ते सावट दूर होण्याची नोंद ठेवली; पण गांधींच्या आत्म्याला प्रकाशमान करणारा तो दिवा का विझण्याच्या बेतात होता, ते स्पष्ट केलं नाही. सुशीलेनं ठेवलेल्या नोंदीत गांधींचा ‘भ्रम’, ‘नैराश्य’ आणि चढलेला ताप यांचा उल्लेख आहे.

४ मे १९४४ रोजी वॅव्हेल यांनी लंडनला ॲमेरींना एक तार पाठवली :

ताज्या वृत्तानुसार गांधींचा रक्तक्षय हळूहळू वाढत चालला आहे, त्यांचा रक्तदाब आणि मूत्रपिंडांचं कार्यही सामान्य नाही. डॉ. बी. सी. रॉय यांचं हे मत सर्जन-जनरल कँडींनाही मान्य आहे की, ही स्थिती कायम राहिल्यास हृदयाच्या किंवा मेंदूच्या रक्तवाहिनीत अडथळा निर्माण होऊ शकतो... या बाबतीत आपण वैद्यकीय सल्ल्यानुसार पावलं उचलली पाहिजेत.

गांधींच्या प्रकृतीची ही खालावलेली स्थिती बघता पुढील काळात ते राजकारणात सक्रिय होणं ही अशक्य गोष्ट वाटते आणि कैदेत असताना त्यांचा मृत्यू ओढवला, तर जनमत पूर्णत: सरकारच्या विरोधात जाईल, यात मला शंका नाही...

त्यानुसार मी मुंबई सरकारला असा आदेश देत आहे की, ६ मे रोजी सकाळी आठ वाजता गांधींची बिनशर्त सुटका करण्यात यावी. त्याबरोबरच, ही सुटका केवळ वैद्यकीय कारणासाठी होत असल्याचं मी जाहीर करून त्याप्रमाणे सगळ्या राज्यपालांना कळवत आहे.

दुसऱ्या दिवशी सकाळी आठ वाजता गांधींना आणि त्यांच्या सहकाऱ्यांना सोडण्यात येणार असल्याची माहिती ५ मे रोजी संध्याकाळी गांधींना देण्यात आली. तुरुंगाधिकारी काटेली यानं कैद्याचे आशीर्वाद घेतले आणि गांधींचा येणारा पंचाहत्तरावा वाढदिवस लक्षात घेऊन पंचाहत्तर रुपयांची थैली गुपचूप त्यांच्या हातात ठेवली.

आदल्या रात्री गांधींना झोप आली नाही, तरी ते सकाळी ताजेतवाने होते. रात्रभर आपण रामनाम जपत असल्याचा हा परिणाम असल्याचं त्यांनी सहकाऱ्यांना सांगितलं. पण, दुसऱ्या दिवशी ते स्वतंत्र होणार होते, म्हणूनही त्यांना झोप आली नसावी, असं आपण म्हणू शकतो. ते पुढे म्हणाले : *‘मला काहीही समजत नाही... मी काय करणार आहे आणि काय बोलणार आहे, हे मला माहीत नाही. पण, ज्यानं आजपर्यंत मला मार्ग दाखवला, तोच पुढे मार्गदर्शन करेल.’*

ज्या पवित्र भूमीवर कस्तुरबा आणि महादेवचे अंत्यसंस्कार झाले, त्या ठिकाणी मित्रांना आणि नातेवाइकांना जाता यावं, अशी व्यवस्था करण्यात यावी, अशी

विनंती आगा खान पॅलेस सोडण्याआधी गांधींनी सरकारला केली.

प्रति, गृह-सचिव, मुंबई सरकार, ७.४५ सकाळी, मे ६, १९४४ :
महोदय, या तुरुंगाच्या इन्स्पेक्टर-जनरल साहेबांनी मला सांगितलं की,
इथल्या स्थानबद्धांना आज सकाळी आठ वाजता सोडून देण्यात येणार
आहे. श्री. महादेव देसाई आणि त्यानंतर माझ्या पत्नीचे अंत्यसंस्कार
झाले ती कुंपण टाकून बंदिस्त केलेली जागा आता पवित्र भूमी झाली
आहे, ही बाब मी तुमच्या नजरेला आणून देऊ इच्छितो...
ती जागा सरकार स्वतःच्या ताब्यात घेईल, असा विश्वास मी व्यक्त करतो
आणि तिथे जाण्यासाठी हिज हायनेस (महामहीम) आगा खान यांच्या
जमिनीवर वहिवाटीचा हक्क प्रस्थापित करेल, जेणेकरून नातेवाईक
आणि मित्रांना त्या स्थळाला केव्हाही भेट देता येईल. सरकारच्या परवानगीनं
त्या पवित्र स्थळाची देखभाल करण्याची आणि तिथे रोज प्रार्थनेची
व्यवस्था करण्याची माझी इच्छा आहे.

आगा खान पॅलेसभोवती असलेलं काटेरी तारांचं कुंपण पार करून स्वतंत्र जगात
पाऊल ठेवण्यापूर्वी सुटका झालेल्या कैद्यांनी अंत्यसंस्कार झाले त्या ठिकाणी उभं
राहून प्रार्थना केली. तीन दिवसांनी पुणं सोडून मुंबईला निघण्याआधी पुन्हा एकदा
प्रार्थना केली.

वॅव्हेल यांचा गांधींना सोडण्याचा निर्णय लंडनमध्ये चर्चिलना मुळीच पसंत
पडला नाही. आठ आठवड्यांनंतर, गांधींच्या प्रकृतीत सुधारणा होत आहे, असं
दिसल्यानंतर पंतप्रधानांनी वॅव्हेलना व्हाइसरॉयच्या शब्दात सांगायचं तर, 'अजून
गांधी मेले कसे नाहीत, अशी चिडखोर शब्दांत तार पाठवली.'

१४

अस्वीकृत

भारत, १९४४-४६

वीस वर्षांपूर्वी, अपेंडिसायटिसचं दुखणं उद्‌भवल्यामुळे येरवडा तुरुंगातून सुटका झाल्यावर पोरबंदरचा हा सुपुत्र–गांधी– विश्रांतीसाठी समुद्रकिनारी उत्तर मुंबईला जुहू इथे गेले होते. १९४४ सालच्या मे महिन्यात पुन्हा एकदा ते जुहूच्या समुद्रकिनारी गेले आणि मोरारजी कुटुंबानं त्यांचं पुन्हा एकदा स्वागत केलं.

२१ मे रोजी, 'मिशन टू मॉस्को' हा हॉलिवूडचा चित्रपट पाहण्याचा त्यांना आग्रह करण्यात आला, त्यात सोविएत युनियनबरोबर अमेरिकेच्या युतीला लोकमान्यता मिळवून देण्याचा प्रयत्न केला गेला होता. गांधींनी पाहिलेला हा बहुधा पहिलाच चित्रपट होता. मात्र त्यामुळे काही ते स्टॅलिन किंवा कम्युनिझमकडे/साम्यवादाकडे खेचले गेले नाहीत.

जूनच्या मध्यावर, मान्सून सुरू झाल्यावर गांधी पुण्याला दिनशॉ मेहतांच्या निसर्गोपचार केंद्रात दाखल झाले. मलेरियानं त्यांची पाठ सोडली होती; पण जंत आणि अमिबा यांमुळे त्यांची पचनसंस्था बिघडलेलीच होती. ५ जुलैपासून पुण्याच्या दक्षिणेला असलेल्या पाचगणी या डोंगरात वसलेल्या गावात त्यांनी चार आठवडे मुक्काम केला, तिथे त्यांना राजगोपालाचारींचा उत्साहवर्धक सहवास लाभला. आगा खान पॅलेसमध्ये अशा समवयस्काचा सहवास त्यांना लाभला नव्हता. ती तूट गांधींनी भरून काढली, असा प्यारेलाल यांनी अंदाज बांधला. ऑगस्ट महिन्याच्या पहिल्या आठवड्यात गांधी सेवाग्रामला परतले.

*

तुरुंगातून सुटून आल्यावर लगेचच गांधी आणि मीरेमध्ये एका विषयावर वाद झाला. १९३०च्या दशकापासून परिचित असलेल्या पृथ्वी सिंग याच्याशी मीरेला लग्न करायचं होतं. क्रांतिकारक असलेला पृथ्वी सिंग आता अहिंसेचा पाईक असल्याचा

दावा करत होता. सिंगमध्ये झालेल्या बदलाची गांधींना मात्र पूर्ण खात्री नव्हती आणि त्याच्याबद्दल फारसं चांगलं कानावरही पडत नव्हतं; त्यामुळे या प्रस्तावित विवाहाबद्दल गांधींनी प्रश्नचिन्ह उपस्थित केलं. गांधींना सोडून हिमालयाच्या पायथ्याशी आपल्याला स्वत:चा आश्रम काढायचा आहे, असं मीरेनं सांगितलं. (भारतीय मैदानी प्रदेशातील उष्ण हवामानाचा तिला नेहमीच त्रास होत असे.) आणि साबरमतीला तिनं दिलेला निधी या नवीन आश्रमाच्या कामासाठी आपल्याला परत मिळावा, अशी मागणीही मीरेनं केली.

पैसे परत देण्याची व्यवस्था करतानाच गांधींनी मीरेला कम्युनिस्ट पक्षाकडून तिचा वापर केला जाण्याच्या शक्यतेविषयी सावध केलं. तिच्या नवीन कार्याचा आपल्याशी काही संबंध नसल्याचं जाहीर करावं लागण्याची शक्यताही त्यांनी बोलून दाखवली. दुखावलेल्या गांधींनी या सुमारास पाठवलेल्या दोन पत्रांमध्ये तिचा उल्लेख 'कुमारी स्लेड' असा, तर स्वत:ची सही 'एम. के. गांधी' अशी केली. मीरेनं मात्र 'नेहमीच एकनिष्ठ असलेली तुमची मुलगी' अशी सही करणं थांबवलं नाही. १२ जून रोजी तिनं लिहिलं :

तुम्ही मला एका हातानं माझं स्वातंत्र्य दिलं आणि दुसऱ्या हातानं काढून घेतलं. माझे पैसे आणि स्वातंत्र्य मला द्यायचं, पण ते मी वापरायला सुरुवात केली की त्याच वेळी जाहीररीत्या नापसंती व्यक्त करायची, हे माझ्या कोणत्याही प्रयत्नांमध्ये अडथळा आणण्यासारखं आहे... ईश्वरावरची श्रद्धा माझी मार्गदर्शक आहे. गेल्या काही दिवसांत माझे आदर्श बदलले नाहीत. आपण पूर्वी आनंदात बोलत बसायचो, तेव्हाची मी आजही तशीच आहे.

पृथ्वी सिंगनं मीरेशी विवाह करायला नकार दिल्यामुळे ही कुरबुर लवकरच शमली. देवदासनं सुचवल्यानंतर गांधी तिला पुन्हा मीरा म्हणायला लागले आणि तिला लिहिलेल्या पत्रांमध्ये 'बापू' अशी सही करायला सुरुवात केली. हिमालयाजवळ उभारण्यात येणाऱ्या नवीन आश्रमात मीरा गाई-गुरं पाळण्याच्या विचारात होती, त्या आश्रमाला गांधींनी आशीर्वादही दिले आणि थोडीफार क्षमायाचनाही केली :

१८ जुलै १९४४ :
मी रोज काहीतरी नवीन शिकत आहे. शक्य असेल तेव्हा जवळच्या लोकांना दुखवणं मी टाळलं पाहिजे... तू मला कधीच माफ केलं आहेस, हे मला माहीत आहे. तरी पण मी तुझी माफी मागतो.

कस्तुरबांची उणीव भासत असल्यामुळे ते आपल्या मुलांच्या पत्रांकडे डोळे लावून

बसलेले असायचे. जून महिन्याच्या अखेरीस रामदास आणि त्याची पत्नी निर्मला या दोघांना त्यांनी लिहिलं :

बा आता नसल्यामुळे, पत्र न लिहिल्याबद्दल तुमची हळूच कानउघाडणी कोण करणार? रोज मी तुमच्या दोघांपैकी कुणाचंतरी अक्षर पाहण्यासाठी आसुसलेला असतो... तुमचं कसं चाललं आहे?

कस्तुरबांच्या अंत्यविधीला मणिलाल सोडून सगळी मुलं हजर होती. त्या वेळी गांधी हरिलालशी शांतपणे, बराच वेळ बोलले. १९४५ सालच्या प्रारंभी हरिलाल, त्याचा डॉक्टर असलेला मुलगा कांती आणि त्याची केरळी पत्नी सरस्वती यांच्या म्हैसूरच्या घरी राहायला गेला. तिथे हरिलाल थोडा स्थिरावल्यासारखा वाटला. १९४५ साली एप्रिल महिन्यात गांधींनी सरस्वतीला पत्र लिहिलं :

ईश्वर तुला यश देईल. हरिलालबाबत जे यश मला मिळालं नाही, ते तुम्हा दोघांना मिळालं आहे. त्या दोन दुर्गुणांचा त्यानं त्याग केला, तर सगळ्या भावांमध्ये तो उजवा ठरेल, हे तुझं म्हणणं अगदी खरं आहे.

दोन महिन्यांनी त्यांनी हरिलालला एक प्रेमळ पत्र पाठवलं, त्यात त्यानं आता आपल्या मुलाच्याच घरी राहावं असा आग्रह केला होता : 'तुझं त्यांना ओझं कसं वाटेल? तू तिथे राहून त्यांना मदत करू शकतोस.' परंतु १९४५ सालचा ऑगस्ट महिना उजाडेपर्यंत हरिलालनं म्हैसूर सोडलं होतं.

१९४४ साली जून महिन्यात, दांडीयात्रेतील एक सहकारी, आनंद हिंगोरानी यांच्या पत्नीचं- विद्याचं- निधन झाल्याची वार्ता गांधींना समजली. कस्तुरबांच्या मृत्यूनंतर ग्राईम्स, आयोवा येथून श्रीमती ग्लेन इ. स्नायडर यांनी पाठवलेलं सांत्वनपर काव्य गांधींनी हिंगोरानींना पाठवलं. 'खरा विचार' असं नाव त्यांनी त्या काव्याला दिलं : *'तुम्ही असं म्हणू शकत नाही, तुम्ही असं म्हणता कामा नये/की ती मरण पावली आहे. ती फक्त दूर गेली आहे...'* त्यानंतर गांधींनी आनंद यांच्यासाठी दररोज एक विचार लिहायला सुरुवात केली. हा उपक्रम रोज पाळताना कदाचित त्यांच्या मनात कस्तुरबा असाव्यात, असा अंदाज आपण बांधायला हरकत नाही.

एक जुने अमेरिकन प्रशंसक आणि युनिटेरियन चर्चचे (ईश्वर एकच आहे, असं मानणारे) पाद्री जॉन हेन्स होम्स यांनी पाठवलेल्या सांत्वनपर संदेशाला उत्तर लिहिताना गांधी कस्तुरबांविषयी म्हणाले : *'मला तिचे फक्त महान गुण आठवतात. तिच्या मर्यादा तिच्या शरीराबरोबर जळून राख होऊन गेल्या.'* आपल्या पत्नीच्या नावे काढलेल्या एका ट्रस्टचे अध्यक्षपद गांधींनी स्वीकारलं. निधीत लवकरच पंचाहत्तर

लाख रुपये जमा झाले. या निधीतून 'खेड्यातील स्त्रिया आणि मुलांसाठीच' काम करण्यात यावं, अशी विनंती गांधींनी केली; त्यातही 'प्रसूती, आरोग्य, रोगोपचार आणि (मूलगामी) शिक्षण' यांवर भर देण्यात यावा, अशी इच्छा त्यांनी व्यक्त केली.

१९३० सालापासून सहकारी असलेल्या कमलादेवी चट्टोपाध्याय यांना त्यांनी १८ जुलै रोजी एक पत्र लिहिलं :

आजपर्यंत महिलांचं नेतृत्व करणाऱ्या पुरुषांचं नेतृत्व भारतीय महिलांनी करावं, असं माझं स्वप्न आहे.

राजकीय कामगिरी : १९४४ सालच्या उन्हाळ्यात हिटलरचा पराभव दृष्टिपथात आला होता, जपानचा पराजयही अटळ दिसत होता आणि १९४२ सालच्या अखेरीला मोडून काढण्यात आलेल्या 'भारत छोडो' चळवळीची केवळ आठवण राहिली होती. तरीसुद्धा, भारताचं स्वातंत्र्य आता नजीक येऊन ठेपलं आहे आणि 'भारत छोडो' चळवळीमुळे जनतेला उभारी मिळाली आहे, अशी खात्री गांधींना वाटत होती.

९ जुलै १९४४ : *काँग्रेसचा दारुण पराभव झाला आहे, असं मला अजिबात वाटत नाही. काँग्रेसजनांनी आणि काँग्रेसविषयी आस्था बाळगणाऱ्या हजारो लोकांनी या कष्टप्रद अग्निपथावरून वाटचाल केल्यामुळेच भारताची प्रतिष्ठा उंचावली आहे आणि लोकांची ताकद वाढली आहे, यात मला तिळमात्रही शंका नाही. विजय, म्हणजेच एकसंध भारताचं स्वातंत्र्य आता निश्चित आहे.*

दोन वर्षांपूर्वी, जपान भारताच्या उंबरठ्याशी येऊन उभा ठाकलेला असताना, *'आता नाही तर कधीच नाही'*, असा गांधींचा विचार होता. १९४४ साली, काळ आपल्याला पुन्हा एकदा अनुकूल असल्याची जाणीव त्यांना झाली. त्यांनी स्वत:समोर दोन उद्दिष्टं ठेवली : ब्रिटिश देश सोडून जातील तेव्हा काँग्रेसला सत्तेत तिचा योग्य वाटा मिळेल, याची खात्री करून घेणं आणि हिंदू-मुस्लीम सलोखा घडवून आणणं.

१७ जून रोजी पुण्यातील निसर्गोपचार केंद्रातून व्हाइसरॉयना पत्र लिहून गांधींनी त्यांची भेट मागण्याचा आणि तुरुंगात असलेल्या कार्यकारी समितीशी बोलण्याची संधी मिळवण्याचा प्रयत्न केला. गांधींनी आधी एक निश्चित आणि विधायक धोरण जाहीर करावं, असं उत्तर वॅव्हेल यांनी पाठवलं. ४ ते ६ जुलैच्या दरम्यान इंग्लंडच्या 'न्यूज क्रॉनिकल'चा स्टुअर्ट जेल्डर यानं गांधींची पाचगणीला मुलाखत घेतली, त्या दरम्यान गांधींनी ते धोरण जाहीर केलं.

'मी देशाला मागे, म्हणजे १९४२ सालात घेऊन जाऊ शकत नाही', हे मान्य करून गांधी पुढे म्हणाले, *"इतिहासाची पुनरावृत्ती होऊ शकत नाही."* आजच्या घडीला सविनय कायदेभंग पुकारण्याचा त्यांचा कोणताही इरादा नव्हता; पण मध्यवर्ती विधिमंडळात निवडून गेलेल्या सदस्यांनी निवडलेलं आणि प्रशासनावर संपूर्ण नियंत्रण असणारं राष्ट्रीय सरकार असावं, अशी त्यांची मागणी होती. बंगालमधील दुष्काळामुळे दिवसेंदिवस उग्र रूप धारण करणाऱ्या उपासमारीला केवळ असं सरकारच तोंड देऊ शकणार होतं.

भारतावर आर्थिक भार न टाकता मित्रराष्ट्रांच्या फौजांनी जपानला हरवण्यासाठी भारतीय भूमीवर आपली कारवाई सुरू ठेवण्यास हरकत नसल्याची पुस्तीही गांधींनी जोडली. व्हाइसरॉय आणि लष्करप्रमुखांनी युद्धाच्या धोरणावर आणि बंदरांवर व रेल्वेवर संपूर्ण नियंत्रण ठेवावं; पण लष्करी बाबींमध्येही सल्ला देण्याचा आणि टीका करण्याचा अधिकार राष्ट्रीय सरकारला असावा, असं त्यांचं म्हणणं होतं. अशा राष्ट्रीय सरकारमध्ये त्यांची काय भूमिका असेल, अशी विचारणा केल्यावर गांधी उत्तरले :

> *एकदा स्वातंत्र्याची हमी मिळाल्यावर कदाचित मी काँग्रेसचा सल्लागार म्हणून काम करणं थांबवेन. एक युद्धविरोधक म्हणून मला बाजूला उभं राहावं लागेल, पण मी राष्ट्रीय सरकारला किंवा काँग्रेसला कोणताही विरोध करणार नाही. तटस्थ राहून भारताच्या सुरळीत चाललेल्या कारभारात कोणताही हस्तक्षेप न करणं, हीच माझी सहकार्याची भूमिका राहील. भारतात शांती प्रस्थापित होण्यात माझा हात नेहमीच असेल आणि वंशभेद वा वर्णभेद न पाळता सगळे गुण्यागोविंदानं एकत्र राहतील, या आशेनं मी काम करत राहीन.*

भारताचं स्वातंत्र्य हे संपूर्ण आशिया आणि आफ्रिकेच्या मुक्तीची नांदी ठरेल, अशी अपेक्षा त्यांनी व्यक्त केली :

> *भारताचं स्वातंत्र्य आशियाई आणि इतर शोषित राष्ट्रांसाठी आशेचा किरण घेऊन येईल. आज नीग्रोंच्या आयुष्यात निराशेचे काळे ढग दाटून आलेले आहेत; पण भारताचं स्वातंत्र्य त्यांना प्रकाशाची वाट दाखवेल.*

'राष्ट्रीय सरकारमध्ये व्हाइसरॉयना स्थान असेल का?' या जेल्डरच्या प्रश्नावर गांधी उत्तरले, *'हो. पण जबाबदार मंत्र्यांच्या सल्ल्यानं कारभार करणाऱ्या इंग्लंडच्या राजाप्रमाणे त्यांचं स्थान असेल.'*

काही दिवसांनंतर, दुसऱ्या पत्रकारांशी बोलताना गांधी म्हणाले की, कार्यकारी

समितीबरोबर सल्लामसलत न करता प्रस्ताव मांडताना आपल्याला अवघडल्यासारखं होत आहे :

> *माझ्या मनाचा कल सत्ताधाऱ्यांना समाधानकारक वाटत असेल, तर त्यांनी तुरुंगाची दारं उघडावीत आणि अधिकारानं बोलणाऱ्या व्यक्तींना माझ्या प्रस्तावावर मत मांडू द्यावं किंवा किमान मला त्यांच्याशी चर्चा करण्याची संधी द्यावी. त्यांच्याशी सल्लामसलत केल्याशिवाय माझं वैयक्तिक मत सार्वजनिकरीत्या जाहीर करून मी त्यांना खजील केलं नसेलच, याची मला खात्री देता येत नाही.*

'भारत छोडो' चळवळीबरोबरच त्यांचं सेनानीपदही संपुष्टात आलं होतं, ही वस्तुस्थिती त्यांच्या ध्यानात आली होतीच. शिवाय यापुढे नेहरू, पटेल, आझाद आणि इतर नेते स्वतःचे निर्णय स्वतंत्रपणे घेण्याची मनीषा बाळगून असतील, असा अचूक अंदाज त्यांनी बांधला होता. तरीसुद्धा २७ जुलै रोजी पत्र पाठवून गांधींनी आपले प्रस्ताव थेट व्हाइसरॉयकडे पाठवले.

सुभाष यांचं गांधींना संबोधून भाषण : त्या आधी ६ जुलै रोजी दक्षिण पूर्व आशियातील कुठल्यातरी भागातून सुभाष बोस यांनी केलेलं भाषण भारतात प्रसारित झालं, ते बऱ्याच भारतीयांनी ऐकलं. या वेळेपर्यंत त्यांची इंडियन नॅशनल आर्मी (भारतीय राष्ट्रीय सेना), जपानच्या बरोबरीनं अटीतटीच्या आणि आत्मघातकी लढाया लढली होती, भारत-बर्मा सीमेवर बऱ्याचशा लढाया हरलीही होती. त्या प्रसारणातून त्यांचा निःस्वार्थीपणा आणि बांधिलकी दिसून आली :

> *महात्माजी, मी आणि माझ्याबरोबर काम करणारे सगळे लोक स्वतःला भारतीय जनतेचे सेवक समजतो, या गोष्टीची मी हमी देतो. आमच्या प्रयत्नांचं, कष्टांचं आणि आमच्या त्यागाचं फळ म्हणून आपल्या मातृभूमीला स्वातंत्र्य मिळावं, हीच आमची इच्छा आहे. एकदा भारत स्वतंत्र झाला की आमच्यातील बऱ्याच लोकांना राजकारणातून संन्यास घ्यायचा आहे... समजा, आमचे देशबांधव त्यांच्या स्वतःच्या प्रयत्नांमुळे मुक्त होण्यात यशस्वी ठरले किंवा तुमचा 'भारत छोडो'चा ठराव ब्रिटिश सरकारनं स्वीकारला आणि त्यानुसार ते वागले, तर आमच्याइतका आनंद कुणालाच होणार नाही. परंतु, यांपैकी कोणतीच गोष्ट वास्तवात घडणं शक्य नाही, असं गृहीत धरून आम्ही आमची वाटचाल करत आहोत.*

गांधींना उद्देशून हे प्रसारण केलं होतं, हे आपण पाहिलंच. त्यात गांधींना 'राष्ट्रपिता' असं संबोधण्यात आलं. गांधींनी ते प्रसारण ऐकलं किंवा नाही, याचा काही पुरावा

उपलब्ध नाही; पण त्याचा गोषवारा त्यांना समजला आणि ते हेलावून गेले, असं आपण गृहीत धरू शकतो.

जिना : दुसरा एक महत्त्वाचा खेळाडू असलेल्या जिनांना पाचगणीहून तार गेली. गांधींशी चर्चा करून राजगोपालाचारींनी ती पाठवली होती. आपण आपलं सूत्र जनतेसमोर उघड करत आहोत, असं त्या तारेत सी.आर. यांनी लिहिलं होतं; लीगप्रमुखांनी त्या सूत्राला दिलेला नकारही जनतेसमोर येऊ दिल्यास जिनांना वाईट वाटेल का, अशी विचारणा केली गेली होती. अर्थातच, आपण दुखावले जाऊ, अशी उलट तार जिनांनी केली. गांधींनी जर थेट आपल्याशी बोलणी केली, तर आपण ते सूत्र लीगसमोर मांडू, असं जिनांनी पुढे लिहिलं.

त्यावर, १७ जुलै रोजी पाचगणीहून गांधींनी जिनांना गुजरातीमधून पत्र लिहिलं, सोबत त्याचं ऊर्दू भाषांतर जोडलं होतं. पत्रात भेटीची अपेक्षा व्यक्त केली होती. आजारी असलेल्या जिनांनी उत्तरादाखल आपल्या मुंबईच्या घरी भेटण्याचा प्रस्ताव मांडला. तो गांधींनी मान्य केला आणि दोघांनी सप्टेंबर महिन्यात भेटायचं ठरवलं.

मात्र, जुलै महिन्याच्या शेवटी राजगोपालाचारींचं सूत्र म्हणजे लीगच्या पाकिस्तानविषयक ठरावाचं 'विडंबन आणि नकार' असल्याचा आरोप जिनांनी केला; त्या ठरावाला 'सुरुंग' लावण्याचं त्यांचं ध्येय होतं, असंही जिना म्हणाले. त्या सूत्रात प्रस्तावित केलेलं पाकिस्तान 'लुळंपांगळं, छिन्नविछिन्न आणि जीर्ण' आहे, अशी पुस्तीही जिनांनी जोडली. संरक्षणाच्या किंवा इतर बाबतींत त्या सूत्रात सांगितलेली 'परस्परसहमती' नवीन देशाच्या स्वातंत्र्याला धोका उत्पन्न करेल आणि 'मुस्लिमाधिक्य असलेल्या जिल्ह्यांच्या स्वरूपात' निर्माण झालेलं पाकिस्तान आकारानं खूप छोटं होईल.

गांधी-जिना बोलण्यांच्या रोखानं आणखी एक तीर व्हाइसरॉयनं थेट न मारता आडून मारला. युद्धसमितीच्या आदेशानुसार वॅव्हेल यांनी गांधींची भेट घेण्याचं काही कारण दिसत नसल्याचं त्यांना कळवलं. गांधींनी राष्ट्रीय सरकारचा सुचवलेला प्रस्ताव चर्चेचा आधार म्हणूनसुद्धा स्वीकारण्यायोग्य नसल्याचं मत व्हाइसरॉयनं व्यक्त केलं.

गांधी आणि व्हाइसरॉय यांची भेट होऊ न देण्यामागे एक कारण असं होतं की, त्यामुळे नुकत्याच तुरुंगातून बाहेर पडलेल्या कैद्याची प्रतिष्ठा वाढली असती आणि जिनांबरोबरच्या भेटीत त्याची बाजू मजबूत झाली असती. लंडनमध्ये झालेल्या चर्चांदरम्यान लंडन-नवी दिल्लीमधील चर्चांमध्ये गांधींना पाठवण्याच्या उत्तरावर बराच खल झाला, एका चर्चेच्या वेळी चर्चिल युद्धसमितीला म्हणाले :

समिती आपल्या भूमिकेवर ठाम राहील, अशी मला आशा आहे... खरं
पाहता, गांधींशी वाटाघाटी करण्याचा व्हाइसरॉयला अधिकार नाही;

कारण गांधी पुन्हा कधीही राजकारणात भाग घेऊ शकणार नाहीत, असं ज्या वैद्यकीय अहवालाद्वारे आपल्याला सांगितलं गेलं, तो अहवाल पाठवण्यास व्हाइसरॉय जबाबदार होते...

व्हाइसरॉय आणि नुकताच सुटलेला रुग्ण यांच्यात मोठ्या द्विपक्षीय वाटाघाटी होण्याची चिन्हं दिसली, तर त्याला आपली हरकत असेल, अशी पुस्ती चर्चिल यांनी पुढे जोडली.

इतर खेळाडू : १९४२ सालापासून व्हाइसरॉयच्या कार्यकारी समितीचे सदस्य असलेल्या आंबेडकरांनी जुलैअखेरीस हिंदू-मुस्लीम प्रश्नाबरोबरच हिंदू आणि अस्पृश्य यांच्यातील जातीय प्रश्नात लक्ष घालण्याबाबत गांधींना सुचवलं आणि ज्या मुद्द्यांवर समझोता करण्याची गरज आहे, ते स्पष्ट करून सांगण्याचा प्रस्तावही मांडला. आंबेडकरांबरोबर समांतर बोलणी करण्यास नकार देताना गांधींनी पाठवलेल्या उत्तरात त्यांनी एक लक्षवेधी इच्छा व्यक्त केल्याचं दिसून येतं :

६ ऑगस्ट १९४४ : *देशाच्या राजकारणाच्या विशाल पटाकडे बघण्याचा आपला दृष्टिकोन भिन्नभिन्न आहे. आपल्यामध्ये एखाद्या मुद्द्यावर एकमत झालेलं मलाही आवडेल... तुमची महान क्षमता मी जाणतो आणि एक सहकारी व साथीदार म्हणून तुमच्याबरोबर काम करायला मला आवडलं असतं. परंतु, तुमच्याजवळ येण्यात मी अपयशी ठरलो, हे मला मान्य केलंच पाहिजे. तुम्ही जर मला आपल्यातील समानता दाखवून देऊ शकलात, तर ती बघायला मी उत्सुक आहे. तोपर्यंत, मी स्वत:ला या दुर्दैवी मतभेदाच्या छायेत ठेवणंच पसंत करतो.*

हिंदू-मुस्लीम सामंजस्य कराराच्या वेदीवर शिखांच्या हितसंबंधांचा बळी दिला जाऊ नये, अशी विनंती अकाली नेते मास्टर तारा सिंग यांनी गांधींना केली. त्याला गांधींनी उत्तर दिलं : *'आम्ही लगेच अंतिम निर्णय घेणार नाही. मोठ्या हिताएवढंच महत्त्व छोट्या हितसंबंधांना दिलं जाईल.'*

चर्चिल : लांबवरून चर्चिल आपला प्रभाव टाकतच होते. गांधींनी पत्रकार जेल्डरला सांगितलं : *'व्हाइसरॉयला वैयक्तिकरीत्या जे बोलायचं असेल, तेवढाच संवाद आमच्यात होतो; राजकारणात त्यांना कोणतेही अधिकार नाहीत. श्री.चर्चिलना कोणत्याही प्रकारचा समझोता नको आहे.'*

आपण मरण पावलो नाही म्हणून चर्चिल यांनी व्यक्त केलेल्या निराशेबाबत अनभिज्ञ असलेल्या गांधींना, आपल्या सुटकेबाबत पंतप्रधान समाधानी नसल्याची मात्र जवळजवळ खात्रीच होती. १९३१ साली चर्चिल यांनी गांधींचं वर्णन 'अर्धनग्न फकीर' या शब्दांत केलं होतं आणि त्याच्या कल्पना 'मोडूनतोडून चिरडून टाकण्याच्या'

लायकीच्या आहेत, असं म्हटलं होतं, ही गोष्ट गांधींच्या लक्षात होती. १७ जुलै रोजी (जिनांना पत्र लिहिलं त्याच दिवशी) गांधींनी चर्चिल यांच्यासाठीही एक पत्र लिहून घेतलं; त्यात त्यांनी आपल्यावर विश्वास ठेवण्याची विनंती चर्चिलना केली :

प्रिय पंतप्रधान, तुम्ही 'नंगा फकीर' असं वर्णन केलेल्या माणसाला चिरडून टाकण्याची तुमची इच्छा आहे, असं माझ्या कानावर आलं आहे. मी बऱ्याच दिवसांपासून फकीर बनण्याचा प्रयत्न करतो आहे आणि त्यात नंगा– म्हणजे ही आणखीनच अवघड कामगिरी आहे. त्यामुळे, तुम्ही दिलेली ही उपाधी, तुमच्या मनात नसलं तरी, एक गौरवास्पद बिरुद आहे असं मी मानतो. म्हणून मी असाच तुम्हाला सामोरा जातो आणि माझ्यावर विश्वास ठेवा, तुमच्या लोकांसाठी आणि माझ्या लोकांसाठी व त्याद्वारे संपूर्ण जगातील मानवजातीसाठी माझा वापर करून घ्या, अशी मी विनंती करतो. तुमचा प्रामाणिक मित्र, एम. के. गांधी

आपण पूर्वी वापरलेल्या शब्दांचा चर्चिल यांना कदाचित आता खेद होत असेल; त्यामुळे गांधींनी त्यांची आठवण करून देणं असंस्कृतपणाचं ठरेल, अशी हरकत घेऊन ते पत्र पाठवू नये, असा सल्ला राजगोपालाचारींनी दिला. चर्चिल यांच्या संमतीशिवाय व्हाइसरॉय काहीही हालचाल करणार नाहीत, ही खात्री असलेल्या गांधींनी ती हरकत फेटाळून लावली आणि ते पत्र पुढे पाठवण्याची विनंती वॅव्हेलना केली. मात्र, ते पत्र चर्चिल यांच्यापर्यंत पोचायला तीन महिने लागले. त्याचं उत्तर म्हणून व्हाइसरॉयमार्फत एक ओळीची केवळ पोचपावती आली.

भूमिगत नेते : अजूनही भूमिगत असलेल्या नेत्यांना एका जाहीर निवेदनातून गांधींनी आवाहन केलं की, त्यांनी स्वत:ला पोलिसांच्या स्वाधीन करावं आणि त्यांना पकडून देणाऱ्यांसाठी ठेवलेलं बक्षीस स्वत:च घ्यावं. काही शरण आले तर काहींनी उघडपणे कायद्याचं उल्लंघन करून अटक करवून घेतली. समाजवादी अरुणा असफअली आणि अच्युत पटवर्धन यांच्यासारखे बरेच लोक मात्र, भूमिगतच राहिले. अरुणानं तिच्या लपण्याच्या ठिकाणाहून तिची असहमती गांधींना कळवली. त्यावर त्यांनी उत्तर दिलं :

३० जून १९४४ : *तुमच्या स्वाभिमानाला धक्का लागेल अशी कृती करण्याची विनंती करण्यास मी असमर्थ आहे. कुणालाच आणि त्यातून तुला तर मी असं सांगूच शकत नाही... हा लढा थरारक आणि धाडसी ठरला आहे. तू तर अगदी मध्यवर्ती भूमिकेत आहेस. तू इतक्या जवळ आहेस, तर तुला भेटायला मला आवडेल. तुला शक्य असेल तर तू ये. तू जर येऊ शकली नाहीस, तर माझा तुला सल्ला आहे की, तुला*

मनापासून पटल्याशिवाय तू स्वतःला पोलिसांच्या स्वाधीन करू नकोस... योग्य काय आहे हे फक्त तुलाच चांगल्या रीतीनं माहीत असणार.. ईश्वर तुला मार्ग दाखवेल आणि तो सांगेल त्याप्रमाणे वाग. मी तुला वचन देतो : तू काहीही केलंस तरी मी तुझ्याबद्दल वाईट मत बनवणार नाही. आपण भेटलो तर आणखी बोलू. बापूंचा प्रेमळ आशीर्वाद.

१९४६ सालच्या पूर्वार्धापर्यंत अरुणा आणि अच्युत बाहेर आले नाहीत. त्यांच्या विरोधातील अटकेचे आदेश मागे घेईपर्यंत ते भूमिगतच राहिले.

सावरकर आणि त्यांचे समर्थक : सावरकर समर्थकांइतके तीव्र मतभेद दुसऱ्या कोणत्याही गटाचे गांधींबरोबर झाले नाहीत. आता सेवाग्रामला परतलेले गांधी जिनांशी बोलणी करणार असल्याचं ऑगस्ट महिन्याच्या अखेरीस जाहीर झाल्यानंतर, नथुराम गोडसे आणि त्याचा सहकारी एल. जी. थत्ते हे दोन सावरकरांचे समर्थक पुण्याहून सेवाग्रामला गेले. मुंबईला जाण्यापासून गांधींना रोखण्यासाठी आपण शारीरिक बळाचा वापर करू, असा जाहीर इशारा त्यांनी दिला. आपल्या समर्थकांना बरोबर घेऊन ती दुक्कल आश्रमाच्या प्रवेशद्वारापाशी पोचली. तिथे एका संरक्षक पोलिसानं त्यांना, त्यांचं काय म्हणणं आहे ते सांगून तिथून निघून जाण्यास सांगितलं.

निघून जायला नकार दिल्यामुळे गोडसे आणि थत्ते यांना अटक झाली. थत्तेजवळ एक सुरा सापडला. गांधींना एक हुतात्मा मारेल, असं वक्तव्य त्यानं केलं. अशा गोष्टी सावरकरांसारख्या नेत्यांवर सोपवणं जास्त योग्य ठरणार नाही का? अशी विचारणा एका पोलिसानं केल्यावर थत्ते उत्तरला, 'गांधीजींचा तो फारच मोठा सन्मान ठरेल.' आपला सहकारी (गोडसे) 'या कामासाठी पुरेसा ठरेल', अशी पुस्तीही त्यानं जोडली. त्या दोघांचीही नावं न घेता वर्ध्याच्या पोलिसप्रमुखांनी वरील घटना प्यारेलाल यांच्या कानावर घातली. त्यांनी ती लिबरल नेते सर तेज बहादूर सप्रू यांना त्या वेळी ते लिहीत असलेल्या पत्रात नोंदली. गांधींच्या हत्येनंतर, ते दोघे थत्ते आणि गोडसे होते, ही बाब प्रकाशात आली.

जिनांबरोबर बोलणी

दक्षिण आफ्रिकेहून गांधी परत आल्यावर जिनांनी त्यांचं स्वागत केलं, त्याला एकोणतीस वर्षं आणि आठ महिने उलटून गेल्यानंतर – १९४४ सालच्या ९ आणि २७ सप्टेंबरच्या दरम्यान गांधी चौदा वेळा मलबार हिलवरील माउंट प्लेझंट रोडवरच्या जिनांच्या घरी त्यांच्याशी बोलणी करण्यासाठी गेले. गांधीसुद्धा माउंट प्लेझंट रोडवर बिर्लांच्या घरी उतरले होते, त्यामुळे दोन्ही घरांमधलं अंतर जास्त नव्हतं. या व्यापात गांधींना मदत करणाऱ्या कुटुंबीयांविषयी आणि मदतनिसांविषयी

त्यांनी मीरेला लिहिलेल्या पत्रात उल्लेख केले आहेत. दक्षिण आफ्रिकेतून आलेल्या मणिलालचाही त्यात समावेश होता :

> *१८ सप्टेंबर १९४४ : आमची बोलणी रेंगाळत पुढे पुढे चालली आहेत. ती कधी संपणार ते देवालाच ठाऊक! एक गोष्ट मात्र चांगली घडत आहे. मी हा ताण व्यवस्थितपणे सोसू शकतो. शरीरात असलेले कृमी आणि अमिबा हे दोन शत्रू वास्तव्याला असूनही मी धडधाकट आहे हे विशेष. आम्ही दोघं* (गांधी व जिना) *एकमेकांपासून हाकेच्या अंतरावर आहोत, ही गोष्टदेखील चांगलीच आहे.*
>
> *मणिलाल माझी काळजी घेत आहे. तो माझ्याजवळ झोपतो. देवदासही इथे आहे, तसंच राजाजीही. खुर्शीद बहन (दादाभाई नौरोजींची नात) आणि मृदुला कामकाज सांभाळतात. त्या काही काळापुरत्याच असतील असं मला वाटतं. ते सगळे भराभर कामं करतात – प्यारेलाल, सुशीला आणि कनूबाबत तर काही बोलायलाच नको. प्यारेलालकडे एक लघुलिपिक (शॉर्टहँड रायटर) आणि टंकलिपिक (टायपिस्ट) आहे. तो अगदी वेगळाच आहे – शांत आणि कामसू...*
>
> *आभा इथे वैद्यकीय तपासणीसाठी आली आहे. तिला काही विशेष झालेलं नाही. मनू तिच्या पित्यासोबत कराचीहून परतली आहे. प्यारेलालची आई आणि छोटी भाचीसुद्धा इथेच आहेत. आणि ते सगळे मजेत आहेत.*

मणिलाल आपल्याजवळ झोपतो हे सांगण्याचा गांधींचा हेतू, स्त्रिया आपल्याजवळ झोपत नाहीत हे सांगून मीरेला खिजवण्याचा होता.

गांधींच्या मदतीला लोक होते किंवा बरोबर असलेल्या लोकांची जबाबदारी गांधींवर होती, तसं जिनांच्या बाबतीत मात्र नव्हतं आणि त्यांचा आजारही गांधींपेक्षा गंभीर होता : 'अद्याप निदान न झालेला फुप्फुसदाह' असं नुकतंच त्याचं निदान झालं होतं. पण त्यांच्याकडेही एक स्टेनोग्राफर होता आणि मदतीला तल्लख मेंदू, पोलादी कणा व मुस्लिमांमध्ये असलेली प्रचंड लोकप्रियता होती. १९४४ साली लीगची सदस्यसंख्या दोन दशलक्ष एवढी होती; सतरा वर्षांपूर्वी ती एक हजार ४०० पेक्षा कमी होती.

तीसच्या दशकाच्या उत्तरार्धात गांधींनी जिनांचा उल्लेख 'एक कणखर व्यक्तिमत्त्व', असा केला होता आणि त्यांच्याबरोबर समझोता करण्यात गांधींना अपयश आलं होतं, हे आपण पाहिलं. तरीही आगा खान पॅलेसमधून त्यांनी पुन्हा एकदा तसा प्रयत्न करून पाहिला होता आणि आता हे दोन गुजराती आमने-सामने आले होते. जिनांकडे जाण्यात गांधी 'खूप मोठी चूक करत होते', असं कीपमध्ये आझाद

आपल्या सहकाऱ्यांना म्हणाले. दुसरीकडे व्हाइसरॉयच्या म्हणण्यानुसार 'या G-J (गांधी-जिना) भेटीतून' कमीत कमी 'कार्यकारी समितीच्या सुटकेची मागणी' पुढे यायला हरकत नव्हती.

जिनांच्या घराबाहेरच्या आणि बिर्ला हाउसबाहेरच्या हिरवळीवर पत्रकारांनी गर्दी केली होती. दोन्ही नेत्यांची हसरी छायाचित्रे बघून आणि त्यांच्या सततच्या भेटींविषयी वाचून भारतीयांच्या आशा पल्लवित झाल्या होत्या. गांधींनी आपले निसर्गोपचार करणारे डॉक्टर जिनांकडे पाठवले आणि बोलण्यांदरम्यान आलेल्या ईदच्या दिवशी गव्हाची बिस्किटं भेट म्हणून पाठवली.

परंतु, बोलणी यशस्वी ठरली नाहीत. राजगोपालाचारींनी मांडलेल्या सूत्रानुसार स्वातंत्र्योत्तर पाकिस्तानच्या निर्मितीसाठी आपण काँग्रेसचं मन वळवायचा प्रयत्न करू, असं गांधींनी सांगितलं. या प्रस्तावाला जिनांनी ठामपणे नकार दिला. 'मी ज्या गोष्टीला राजी व्हावं, अशी तुमची इच्छा असेल, ती गोष्ट मुद्देसूदपणे तुम्ही लेखी स्वरूपात द्या', अशी विनंती गांधींनी केली. तिलाही जिनांनी नकार दिला. गांधींनी खोदून विचारण्याचा प्रयत्न केल्यावर, आपल्या पाकिस्तानात अल्पसंख्याकांना लोकशाहीद्वारे मिळणारे सगळे अधिकार उपभोगायला मिळतील, त्यांची इच्छा असेल तर त्यांच्यासाठी वेगळे मतदारसंघ निर्माण केले जातील, असा दावा जिनांनी केला.

गांधींच्या पाकिस्तानला जिनांनी पाच मुद्द्यांच्या आधारे विरोध केला. एक, ते आकारानं पुरेसं मोठं नव्हतं : पश्चिम बंगाल आणि पूर्व पंजाबला त्यातून वगळण्यात आलं होतं. दुसरा, ते पुरेसं सार्वभौम नव्हतं. दोन्ही भागांमध्ये काही बाबतींत समन्वयानं काम व्हावं, अशी गांधींची अपेक्षा होती. 'दोघांमध्ये कोणतीही समानता नसलेलं सार्वभौमत्व' ही गांधींच्या दृष्टीनं असंभव गोष्ट होती आणि संघर्षाला आमंत्रण देणारी होती.

तिसरा मुद्दा, गांधींच्या योजनेद्वारे पाकिस्तानच्या प्रश्नावर मतदान करण्याचा हक्क मुस्लिमांचं आधिक्य असलेल्या प्रांतातील सगळ्या लोकांना मिळणार होता, तर तो हक्क फक्त मुस्लिमांना मिळावा, असं जिनांचं मत होतं. चौथा, स्वातंत्र्य मिळाल्यानंतर अलगीकरणासाठी मतदान व्हावं असं गांधींना वाटत होतं, तर ब्रिटिशांनी भारत सोडण्यापूर्वी ही अलगीकरणाची प्रक्रिया पूर्ण करावी, असा जिनांचा आग्रह होता : स्वतंत्र भारत सार्वमताचं आयोजन करण्याइतका सक्षम असेल, यावर त्यांचा विश्वास नव्हता. अखेरीस, मुस्लीम बहुसंख्याक प्रदेशांना वेगळं होण्याचा अधिकार असल्याचं मान्य करतानाच हिंदू आणि मुस्लीम ही दोन राष्ट्रं असणं गांधींना मंजूर नव्हतं.

'आपल्याला मार्गदर्शन करायला किंवा आपल्यातला तंटा मिटवायला तिसऱ्या

पक्षाला किंवा पक्षांना बोलवू या', असं गांधींनी २२ सप्टेंबर रोजी सुचवलं. जिनांनी ते मान्य केलं नाही आणि लीगच्या कार्यकारी समितीपुढे आपला प्रस्ताव सादर करू द्यावा, ही गांधींची विनंतीही त्यांनी धुडकावून लावली.

जिना एक चांगले गृहस्थ असल्याचं मत बोलणी संपल्यावर गांधींनी व्यक्त केलं आणि गांधी अत्यंत मनमोकळे असल्याचं प्रशस्तिपत्र जिनांनी दिलं. या भेटीतून काही निष्पन्न झालं का? फक्त जिनांची प्रतिष्ठा तेवढी वाढली असं आझादांना (आणि इतरांना) वाटलं, तर गांधी भारताचे तुकडे देऊन टाकत आहेत, असा आरोप सावरकरांनी केला.

या भेटीत जिनांना आपली संदिग्धता कमी करावी लागली. 'पाकिस्तान'ची संकल्पना आणि रूपरेखा जोपर्यंत स्पष्ट होत नव्हती, तोपर्यंत संपूर्ण भारतातील मुस्लिमांना तिची भुरळ पडली होती. मुंबईत झालेल्या बोलण्यांनंतर समस्या स्पष्टपणे समोर आल्या. आपल्या पाकिस्तानमध्ये पश्चिम बंगाल आणि पूर्व पंजाब समाविष्ट असेल, असं जिनांचं म्हणणं होतं. पण हिंदू बहुसंख्याक प्रदेश जर पाकिस्तानात जाऊ शकणार होते, तर मुस्लीम बहुसंख्याक प्रदेश भारतातच का राहू शकणार नव्हते? आणि जर मुस्लीम बहुसंख्य प्रदेशात मुस्लिमेतर लोकांना मतस्वातंत्र्याचा अधिकार नाकारला जाणार असेल, तर हिंदू बहुसंख्य प्रदेशात मुस्लिमांचं भवितव्य काय असणार होतं?

या चर्चेतून गांधींनी स्वत:साठी एक वेगळीच गोष्ट पदरात पाडून घेतली आणि ती म्हणजे जिनांना त्यांनी जास्त चांगल्या रीतीनं समजून घेतलं. एका तीव्र इच्छेनं त्यांच्या मनाचा ताबा घेतला असल्याचं गांधींना जाणवलं; धर्मनिरपेक्ष असलेले जिना आता इस्लामचे तारणहार असल्यासारखे बोलू लागले होते. पण पाकिस्तानचं सुस्पष्ट चित्र रेखाटायला जिनांनी दिलेल्या नकारामागे एक संदेश दडलेला होता. नकारातून एक वेगळाच अर्थ निघत होता.

ही कणखर व्यक्ती आकारानं मोठ्या पाकिस्तानपेक्षा अधिक काहीतरी मागत होती. फक्त ते काय होतं, ते त्या वेळी गांधींच्या किंवा कदाचित स्वत: जिनांच्याही लक्षात आलं नाही. तरीही, त्या चर्चेतून जो एक विचार चमकून गेला, तो गांधींच्या मनाच्या कोपऱ्यात कुठेतरी रुतून बसला. तो असा की, पाकिस्तानच्या बाजूनं भांडताना जिना, अपवादात्मक परिस्थितीत, अखंड भारताच्या नेतृत्वाचा प्रस्ताव स्वीकारायला तयार होतील.

चिंताग्रस्त तरीही आनंदी : आपला हा मित्र शंभर वर्षं जगेल, अशी आशा गांधींच्या सुटकेनंतर लगेचच मालवीयांनी व्यक्त केली. त्यावर त्यांनी पंचवीस वर्षं कमी धरली, अशी मिस्कील तक्रार गांधींनी केली. त्यानंतर बरेच महिने गांधी आजारी आणि अस्वस्थ होते. येणाऱ्या बातम्याही निराशाजनक होत्या. सरकार बेपर्वाईनं

वागत होतं; जिनांचं मन वळवण्यात अपयश आलं होतं आणि कालेनबाख, रोमा रोलाँसारखे मित्र हे जग सोडून गेले होते.

इंग्लंडच्या क्वेकर गटाचा सदस्य कार्ल हीथ याला पाठवलेल्या पत्रातून गांधींच्या मनातली ही खळबळ दिसून येते : 'घोंगावणाऱ्या वादळाच्या केंद्रस्थानी उभा असताना मी नेहमी स्वत:शीच गुणगुणतो 'हे ख्रिस्ता, तुझं हृदय उघडं कर, मला तुझ्यात सामावून जाऊ दे.' (Rock of Ages, cleft for me, let me hide myself in Thee). काही आठवड्यांनी झालेल्या कनू आणि आभाच्या विवाहाचा आनंद मात्र त्यांनी थोडाफार लुटला.

२ ऑक्टोबर १९४४ रोजी, आपल्या पंचाहत्तराव्या वाढदिवशी गांधींनी सेवाग्रामला कस्तुरबांच्या झोपडीसमोर एक तुळशीचं रोप लावलं. सेवाग्रामला तीन हजार पत्रं थकलेल्या गांधींची वाट पाहत होती. त्यांची राजकारणबाह्य कामं– सूतकताई, कुटिरोद्योग, प्राथमिक शिक्षण, कस्तुरबा निधी, सगळ्या भारतीयांसाठी एक समान भाषा किंवा अशी अनेक– त्यांचा सगळा वेळ आणि शक्ती मागत खोळंबली होती.

राजगोपालाचारींच्या आग्रहावरून गांधींनी कामांपासून विश्रांती आणि बोलण्यापासून विश्रांती घेण्याचं ठरवलं. राजगोपालाचारींचा सहवास जास्त काळ मिळावा, अशी अपेक्षा गांधींनी व्यक्त केल्यावर दोघांमध्ये होणारं संभाषण सहसा मजेशीर असायचं :

राजगोपालाचारी : मी ३० तारखेपर्यंत सेवाग्रामला येऊ शकेन.
गांधी : मग मी तुमची वाट पाहीन...
राजगोपालाचारी : तुमची इच्छा असेल तसं करा.
गांधी : 'मी तुमची वाट पाहीन'चा अर्थ काय होतो?
राजगोपालाचारी : कुणी संकटांचीही वाट बघतो.
गांधी : तुम्ही तसं म्हणू शकता. मला ते संकटही हवं आहे.
बऱ्याच गोष्टींबाबत तुमच्याशी चर्चा करायची आहे.
राजगोपालाचारी : त्या वेळेपर्यंत त्या सगळ्या गोष्टी आपण विसरून गेलेलो असू...
गांधी : मग आपण दोघं मिळून खूप हसू आणि लठ्ठ होऊ.

गांधींनी पुन्हा सुरू केलेल्या मीठविरहित जेवणाकडे बोलण्याची गाडी वळली.

राजगोपालाचारी : लोकांना मीठ खाण्यापासून वंचित ठेवलं गेलं की ते भिंती चाटायला लागतात...
गांधी : त्यामुळे भिंती तरी स्वच्छ होतील. आपण पुढे जो हास्यकल्लोळ करणार आहोत, त्याची ही नांदी आहे...

तेव्हा रात्रीचे दहा वाजत आले होते, गांधींची झोपण्याची वेळ कधीच टळून गेली होती. ते सी.आर.ना म्हणाले : *'मी जर तुमच्यावर प्रेम करत असेन, तर आता मला तुम्हाला सोडून इथून उठावं लागेल.'* सी.आर. यांच्यासारखं कुणी अवतीभोवती असेल तर गांधी मजेत असायचे आणि इतर वेळी खिन्न असायचे, असं निरीक्षण प्यारेलाल यांनी आपल्या रोजनिशीत नोंदवलं (६ डिसेंबर १९४४) :

बापूंचं अध्यात्मापासून लांब राहणं भीतिदायक आहे... यापुढे त्यांनी वाहनचालकाची नव्हे तर दिशादर्शकाची भूमिका स्वीकारायला हवी. त्यांनी फक्त दिशा दाखवावी, कल्पना मांडाव्यात आणि नैतिक व आध्यात्मिक प्रकाश द्यावा.

वायव्य सरहद्द प्रांतातून एक राजकीय शिष्टमंडळ सेवाग्रामला गांधींचा सल्ला घ्यायला आलं असताना त्यांना दिशा दाखवण्यात गांधींनी कुचराई केली नाही. १९४३ साली त्या प्रांतात स्थापन झालेल्या लीगच्या मंत्रिमंडळानं आपली लोकप्रियता गमावली होती आणि डॉ. खान साहिब मुख्यमंत्रिपदाची सूत्रं हाती घेण्यासाठी सज्ज होते, असं त्यांनी सांगितलं. डॉ. खान साहिबांनी त्यासाठी प्रयत्न करावेत, असा सल्ला गांधींनी दिला. १२ मार्च रोजी लीग मंत्रिमंडळ अल्पमतात आलं आणि डॉ. खान साहिब पुन्हा मुख्यमंत्री झाले. त्यांच्या भावाची, गफार खान यांची, लगेचच सुटका झाली.

कार्यकारी समितीची सुटका : एकाकी पडलेल्या गांधींना स्वातंत्र्याची चाहूल लागली होती, तशीच ती व्हाइसरॉयनाही लागली. ब्रिटिशांशी सगळे संबंध तोडण्याची इच्छा भारतभर जोर धरत असून युद्धोत्तर भारतात राहण्यास ब्रिटिश सैनिक राजी नसल्याचं माजी कमांडर-इन-चीफ वॅव्हेल यांनी १९४४ सालच्या ऑक्टोबर महिन्यात चर्चिल यांच्या कानावर घातलं.

गांधी स्थानबद्ध असताना, 'सक्तीनं सैन्यात भरती झालेल्या अनेक सैनिकांचा प्रतिनिधी असल्याचा दावा करणाऱ्या एका ब्रिटिश सैनिकानं आपला 'भारत छोडो' चळवळीला पाठिंबा असल्याचं पत्र गांधींना लिहिलं होतं आणि साम्राज्यशाहीसाठी युद्ध लढावं लागत असल्याबद्दल खंतही व्यक्त केली होती. या पत्रात व्यक्त केलेल्या भावना अपवादात्मक नव्हत्या, ही बाब वॅव्हेल यांनी मान्य केली. (ते पत्र गांधींना त्यांच्या सुटकेनंतर मिळालं होतं.)

ब्रिटिश-भारतीय यांच्यातील संबंध अबाधित राहावेत, यासाठी भारतीयांची मनं वळवण्यासाठी कार्यकारी समितीची सुटका करण्याची परवानगी व्हाइसरॉयनं मागितली. चर्चिल यांनी या प्रस्तावावर विचार करण्यात आठ महिने घालवले. १९४५ साली मार्च ते जूनदरम्यान वॅव्हेल यांनी इंग्लंडला जाऊन मंत्र्यांच्या, संसदसदस्यांच्या आणि सरकारी अधिकाऱ्यांच्या गाठीभेटी घेऊन याविषयी चर्चा केल्यानंतर चर्चिल

राजी झाले.

२९ मार्च रोजी व्हाइसरॉय चर्चिलना भेटले, तेव्हा (वॅव्हेल यांच्या दैनंदिनीत नोंद केल्यानुसार) त्यांनी भारताविषयी तब्बल चाळीस मिनिटं रडकथा ऐकवल्या आणि पाकिस्तान, हिंदुस्थान, प्रिन्सेस्थान इत्यादी भागांमध्ये भारताचं विभाजन करण्याला आपलं प्राधान्य राहील, असं व्हाइसरॉयना ऐकवलं. मे महिन्यात युरोपातील युद्ध संपलं आणि ५ जुलै रोजी ब्रिटिश निवडणुका होणार असं जाहीर झालं. पण त्याआधीच व्हाइसरॉयना त्यांचा होकार मिळाला.

भारतात परतल्यावर १४ जून रोजी व्हाइसरॉयनं आकाशवाणीवरून त्यांची महत्त्वपूर्ण घोषणा केली : कार्यकारी समितीची सुटका केली जाईल आणि नवीन कार्यकारी मंडळ निवडण्यासाठी भारतीय नेत्यांची व्हाइसरॉयबरोबर सिमल्यात बैठक होईल.

'तुरुंगाचे दरवाजे उघडताच एक नवीन, चैतन्यानं सळसळणारं आयुष्य आमच्यासमोर उभं ठाकलं', कृपलानींनी लिहून ठेवलं. कीपमध्ये असताना आपलं अस्तित्व नगण्य असल्याची भावना काही वेळा त्यांच्या मनात उद्भवत असायची. आता त्यांना दिसलं, की 'भारत छोडो' चळवळीमुळे ते लोकनायक झाले होते. स्थानबद्धतेच्या काळात पटेलांची विचारसरणी बदलली होती, या अफवेचं खंडन करताना ते २७ जून रोजी म्हणाले :

> *८ ऑगस्टचा ठराव मंजूर झाला नसता, तर आमचं उद्दिष्ट कायमचं धुळीला मिळालं असतं.... रोंरावत येणाऱ्या पुराप्रमाणे स्वातंत्र्य जवळ येत आहे.*

कृश झालेले, थकलेले, आजारी, पण अखेरीस स्वतंत्र झालेले पुढारी आपापल्या घरी, कुटुंबीयांकडे, डॉक्टरांकडे आणि जुलै महिन्यात सिमल्याला गेले ते मोठ्या अपेक्षा घेऊन; कारण वॅव्हेल यांच्या घोषणेची आणि आमंत्रणाच्या तारांमधली भाषा आशादायक होती.

गांधी व जिना, काँग्रेस आणि लीगचे इतर नेते, आजी-माजी मुख्यमंत्री आणि दोन्ही पक्षांत नसलेले काही लोक, या सगळ्यांना व्हाइसरॉयनं आमंत्रणं पाठवली होती, पण काँग्रेसचे अध्यक्ष असलेल्या आझादांना बोलवायला मात्र ते विसरले होते.

उन्हाळा घालवण्यासाठी पाचगणी या थंड हवेच्या ठिकाणी पुन्हा वास्तव्याला गेलेल्या गांधींना तिथे हे आमंत्रण मिळालं. आपण पक्षात कोणतंही पद भूषवत नाही याची आठवण वॅव्हेलना करून देतानाच काँग्रेसच्या गटाचं नेतृत्व आझादांनीच करायला हवं, अशी पुस्ती गांधींनी जोडली. आझादांबाबत झालेली चूक दुरुस्त करून व्हाइसरॉयनं गांधींना काहीही झालं तरी सिमल्याला येण्याचा आग्रह केला.

सिमला : त्या आग्रहाचा मान गांधींनी राखला, भाजून काढणाऱ्या उन्हाळ्यात

भारताचा मैदानी प्रदेश त्यांनी तृतीय श्रेणीच्या डब्यातून प्रवास करत पार केला; पण अधिकृत चर्चेत त्यांनी भाग घेतला नाही. काँग्रेसचा वाहनचालक म्हणून आता आपले दिवस संपले आहेत, असं प्यारेलाल यांच्याप्रमाणेच त्यांना वाटत असावं. कीपमध्ये बराच काळ घालवलेल्या कार्यकारी समितीचीही तशीच इच्छा होती. ते सूत्र हातात घ्यायला उत्सुक होते, गांधी नेतेपदाची वस्त्रं खाली ठेवायला तयार होते.

उंचावरच्या त्या थंड हवेच्या शहरात तीन आठवड्यांच्या मुक्कामात (राजकुमारी अमृत कौर यांच्या 'मॅनोर व्हिले' या घरात) गांधी बैठकीदरम्यान पडद्याआड राहिले. मान्सूनच्या पहिल्या शिडकाव्यानं हिमालयातून येणारा ताजा सुगंध घेत सिमल्याच्या धुक्यातून दूरवर दिसणाऱ्या बर्फाच्छादित शिखरांचं दृश्य डोळ्यांत साठवत राहिले.

व्हाइसरॉयनं मांडलेल्या प्रस्तावावर आपली टीका-टिप्पणी देण्याची इच्छा त्यांना होती. मंडळात समान संख्येनं उच्चवर्णीय हिंदू आणि मुस्लीम असावेत, लीग व काँग्रेसमधून समान सभासद निवडावेत, शिवाय अनुसूचित जातीचा एक हिंदू असावा, असा तो प्रस्ताव होता. उच्चवर्णीय हिंदूंशी काँग्रेसची केलेली बरोबरी गांधींना अस्वस्थ करत होती.

मुत्सद्दीपणानं कार्यकारी समितीला त्यांनी फक्त दोन किंवा तीन उच्चवर्णीय हिंदूंची नावं सुचवायला सांगितलं. समानतेच्या तत्त्वानुसार लीगच्या मुस्लीम उच्चवर्णीयांची संख्याही तेवढीच राहिली असती. इतर जागांसाठी भारतातील 'अस्पृश्य, शीख, पारशी, अँग्लो इंडियन आणि ज्यू समाजातील प्रतिभावान आणि समतोल विचारांच्या व्यक्तींची (पुरुष आणि स्त्रिया, त्यांनी ठासून सांगितलं.) निवड व्हावी, असा काँग्रेसनं आग्रह धरावा.

तडजोडीसाठी अधीर झालेल्या त्यांच्या सहकाऱ्यांनी गांधींचा सल्ला मानला नाही. मंडळात समान संख्येनं उच्चवर्णीय हिंदू आणि मुस्लीम असावेत. हिंदूंमधला एक काँग्रेसचा असावा आणि मुस्लिमांमधला एक लीगचा असावा, राहिलेल्या जागांवर लीगमध्ये व काँग्रेसमध्ये नसलेले मुस्लीम, मुस्लिमांना देण्यात येणाऱ्या जागांवर असावेत, एक अनुसूचित जातीचा आणि दोन किंवा तीन सभासद अल्पसंख्यांक समाजाचे असावेत, असा वॅव्हेल यांनी मांडलेला प्रस्ताव होता. तो काँग्रेसच्या वतीनं कार्यकारी समितीनं स्वीकारला. व्हाइसरॉयचा नकाराधिकार त्रासदायक ठरणार नाही, ही वॅव्हेल यांनी दिलेली ग्वाही कार्यकारी समितीनं स्वीकारली.

काँग्रेस हिंदूंचं प्रतिनिधित्व करते, असं बैठकीदरम्यान ठासून सांगणाऱ्या जिनांना डॉ. खान साहिबांनी विचारलं, 'याचा अर्थ काय? मी एक काँग्रेसजन आहे. मी हिंदू आहे की मुसलमान?' आझादांशी सिमल्यात हस्तांदोलन करायला नकार देणाऱ्या जिनांनी डॉ. खान साहिबांना उत्तर दिलं नाही.

जिनांनी वॅव्हेल यांचा प्रस्ताव साफ नामंजूर केला. लीगचे अध्यक्ष म्हणून

प्रत्येक मुस्लीम उमेदवार निवडण्याचा अधिकार आपल्याला मिळत नसेल, तर लीग सहभागी होऊ शकत नसल्याचं त्यांनी सांगितलं. पंजाबचे माजी मुख्यमंत्री सिकंदर यांचे वारस (नातेवाईक नव्हे) असलेले आजी युनियनिस्ट मुख्यमंत्री खिझर हयात खान यांचा समावेश करण्याची वॅव्हेल यांची इच्छा होती; परंतु जिनांच्या नकारानंतर ही परिषद अयशस्वी ठरली असल्याची घोषणा व्हाइसरॉयनं अचानक केली.

राज्यपालांसह त्यांच्या काही सल्लागारांनी, काँग्रेसनं आणि इतर काहींनी सादर केलेल्या यादीनुसार पुढची वाटचाल करण्याचा आणि जागा लीगसाठी रिकाम्या ठेवण्याचा सल्ला दिला; परंतु काँग्रेसचं वर्चस्व असलेलं मंडळ स्थापण्याला वॅव्हेल आणि चर्चिल यांचा साफ विरोध होता. व्हाइसरॉयनं राजेसाहेबांना लिहिलेल्या पत्रात स्पष्टपणे तसं म्हटलं होतं. आपण कमांडर-इन-चीफ असताना, १९४२ साली 'भारत छोडो' चळवळीमुळे ब्रिटनला युद्धात जे नुकसान सोसावं लागलं, 'ते आपण कधीच विसरणार नाही.' भारतीय जनतेला काँग्रेसच्या जवळ आणण्याच्या प्रयत्नात 'भारत छोडो'नं सरकार आणि लीगला एकमेकांच्या जास्त निकट आणलं होतं.

जिनांना दोष देण्याच्या फंदात पडू नये, असे लंडनहून आदेश मिळाल्यामुळे सिमला परिषदेच्या अपयशाची जबाबदारी वॅव्हेल यांनी स्वतःच्या शिरावर घेतली. त्याचा परिणाम मुस्लीम जनता पाठिंबा देण्याबाबत फेरविचार करू लागली, तर आझाद आणि खिझर यांच्यासारखे लीगबाह्य नेते जिनांच्या तुलनेत मुस्लिमांचा पाठिंबा मिळवण्यात अपयशी ठरले.

पटेलांचे स्वातंत्र्य : दहा महिन्यांपूर्वी गांधींनी जिनांबरोबर केलेल्या बोलण्यांचा परिणामही असाच झाला होता, असा शेरा गांधींना लिहिलेल्या एका पत्रात पटेलांनी मारला. गांधींनी उत्तरात लिहिलं, 'मी दुसरं काहीही करू शकलो नसतो.' आपण जिनांपुढे 'अखेरचा' प्रस्ताव ठेवला होता, त्यापेक्षा अधिक पुढे आपण जाणं शक्य नव्हतं, असंही त्यांनी पुढे लिहिलं. गांधींनी जिनांबाबत स्वीकारलेल्या मार्गाचा 'घरांच्या छपरांवर' उभं राहून निषेध करायला पटेल स्वतंत्र आहेत, असं पुढे ते म्हणाले.

पटेलांनी तसं केलं नाही, पण आता पटेल स्वतंत्रपणे वागणं स्वाभाविक होतं. 'भारत छोडो' चळवळ आवश्यक होती, हे त्यांनी मान्य केलं. पण यापुढे गांधींची आज्ञा पाळणं मात्र त्यांच्यासाठी आवश्यक नव्हतं.

पटेलांचं स्वतंत्र होणं गांधींनी स्वीकारलं हे, १९४५ सालच्या मध्यापासून पत्रांमध्ये त्यांनी 'चिरंजीव' वल्लभभाई असं लिहिण्यास सुरुवात करून ते दाखवून दिलं. दीर्घायुष्याचा आशीर्वाद देणारं 'चिरंजीव' हे संबोधन आपल्यापेक्षा लहान असलेल्या जवळच्या लोकांसाठी वापरलं जातं. तोपर्यंत गांधींच्या पत्रांचा मायना हा 'भाई वल्लभभाई' असा असायचा.

वर्षानुवर्षं 'चिरंजीव' जवाहरलाल गांधींना मुलाप्रमाणे होते, एखाद्या मुलाला असावं तसं स्वातंत्र्य आणि वारसदारपदाचा हक्क ते उपभोगत होते आणि गांधींपेक्षा फक्त सहा वर्षांनी लहान असलेले 'भाई' वल्लभभाई एका विश्वासू भावाप्रमाणे होते. आता वल्लभभाईही स्वतंत्र विचारांचा एक मुलगा झाले होते. १९४५ साली ऑक्टोबर महिन्यात गांधी म्हणाले, *''सरदार हे मला मुलासारखे प्रिय आहेत.''*

पटेलांच्या या 'नवीन दर्जा'चा दोन महिन्यांनी गांधींनी पुन्हा उल्लेख केला. एका पत्रात पटेलांना त्यांनी लिहिलं, 'शेवटी तुम्ही बार्डोलीचे सरदार आहात आणि पर्यायानं सगळ्या भारताचे.'

सत्तरीच्या घरात स्वतंत्र होणं ही काही फार धक्कादायक कल्पना नव्हती; पण आपणच आपला मार्गदर्शक बनण्याचा वल्लभभाईंचा निर्धार ही मात्र नवीन बाब होती, तिचा उगम कीपमध्ये झाला होता. आपल्या सहकाऱ्याच्या या स्वातंत्र्याचा आदर करीत गांधींनी पटेलांवर पुण्यातील दिनशॉ मेहतांच्या निसर्गोपचार केंद्रात स्वत:च्या देखरेखीखाली उपचार करवून घेतले.

१९४५-४६ सालच्या निवडणुकांत नुकत्याच मृत्युमुखी पडलेल्या हिटलरला जे करणं शक्य झालं नाही, ते ब्रिटिश मतदारांनी करून दाखवल. १९४५ सालच्या जुलै महिन्यात त्यांनी चर्चिल यांचा पराभव केला. त्यापुढच्या महिन्यात हिरोशिमा आणि नागासाकीवर अणुबॉम्ब टाकल्यानंतर, जपान शरण आलं. भारताबाबत बोलायचं झालं तर, चर्चिलच्या जागी पंतप्रधानपदी रुजू झालेले क्लेमेन्ट ॲटली आणि ॲटलींचे मजूर पक्षातील सहकारी, मध्यवर्ती विधिमंडळ व प्रांतीय विधानसभांसाठी १९४५-४६च्या हिवाळ्यात निवडणुका घेण्यात याव्यात, या वॅव्हेल यांच्या निर्णयाशी सहमत झाले.

निवडणुका लढवण्याच्या कार्यकारी समितीच्या निर्णयाला गांधींनी पाठिंबा दर्शवला. 'भारत छोडो' हा आधार घेऊन पटेलांच्या सूचनेनुसार नेहरूंनी निवडणुकीचा जाहीरनामा तयार केला. १९३७ सालाप्रमाणेच, नेहरू प्रचाराची धुरा सांभाळणार होते आणि पटेल निवडणुकीचा कार्यभार सांभाळणार होते.

आपल्या 'वारसा'चं मन जाणून घेण्यासाठी शहात्तर वर्षांच्या गांधींनी १९४५ सालच्या हिवाळ्यात नेहरूंना चर्चेसाठी बोलावून घेतलं. आता आपण म्हातारे झालो आहोत, तर नेहरू तुलनेनं तरुण आहेत; तेव्हा मी माझ्या वारसाबद्दल जाणून घेणं आणि उलटपक्षी माझ्या वारसानं मला जाणून घेणं आवश्यक असल्याचं गांधींनी लिहिलं (५ ऑक्टोबर १९४५).

काही मतभेद बऱ्याच काळापासून रेंगाळत होते : नेहरू आधुनिकतेला मुक्तपणे कवटाळणारे होते, पण धर्माविषयी सावधगिरी बाळगणारे होते. गांधींपेक्षा हे पवित्रे अगदीच भिन्न होते. नेहरू वर्णभेदाची भाषा बोलणारे होते, गांधींना ते कधीच

आवडलं नाही. नेहरू शासननियंत्रित अर्थव्यवस्थेची बाजू घेणारे होते, तर गांधींना अशा व्यवस्थेविषयी खात्री वाटत नव्हती.

'भारत छोडो' चळवळीबाबत नेहरूंनी फारसा उत्साह कधी दाखवला नाही, हे आपण पाहिलं. अहमदनगरला असताना नेहरूंच्या दैनंदिनीतील नोंदीत त्यांनी नेहमीच गांधींना दोष दिला, पण ते गांधींना कळणं शक्य नव्हतं. तरी अगदी अलीकडचे नेहरूंचे विचार जाणून घ्यायला ते उत्सुक होते. पत्रव्यवहारातून आणि समोरासमोर बसून जी चर्चा झाली, त्यातून दोघांची मतं जुळत नसल्याचं निष्पन्न झालं.

'हिंद स्वराज'मधल्या लिखाणातून आधुनिकताविरोधी मथितार्थ निघतो, या आपल्या हरकतीला जवाहरलाल चिकटून राहिले आणि गांधींचा खेड्यांवर असलेला भर त्यांना खटकत राहिला. नेहरूंनी लिहिलं, 'सत्य आणि अहिंसेचं प्रतिनिधित्व फक्त खेडंच का करू शकतं, हे माझ्या आकलनापलीकडे आहे. सहसा, खेडं हे सांस्कृतिकदृष्ट्या आणि बौद्धिकदृष्ट्या मागासलेलं असतं आणि अशा मागासलेल्या परिस्थितीत प्रगती होणं शक्य नाही.'

जेथे सर्वाधिक लोकसंख्येचे वास्तव्य आहे त्या भारतातल्या खेड्यांचंच जीवनमान सुधारायला पाहिजे, या आपल्या तत्त्वाचा गांधींनी पुनरुच्चार केला. 'शहरांमध्ये आणि हवेल्यांमध्ये लाखो लोक सुखशांतीनं राहू शकणार नाहीत', असा दावा करत त्यांनी पुढे लिहिलं :

> माझ्या स्वप्नातल्या या खेड्यात खेडूत आळशी नसेल– तो अत्यंत जागरूक असेल. घाणीत आणि अंधारात राहणाऱ्या एखाद्या प्राण्याप्रमाणे तो जगणार नाही. स्त्रिया आणि पुरुष स्वातंत्र्याचा उपभोग घेतील, सगळ्या जगाला तयारीनिशी सामोरं जातील. तिथे प्लेग, कॉलरा आणि देवी नसतील. कुणी निरुद्योगी बसून राहणार नाही किंवा ऐश्वर्यात लोळणार नाही...

अर्थव्यवस्थेत प्रशासनाची भूमिका आणि प्रशासन व व्यक्ती यांच्यातील संबंध, यांविषयी गांधी म्हणाले :

> माझ्या विवेचनाची एकंदर गोळाबेरीज अशी आहे की, एखाद्या व्यक्तीला जगण्यासाठी आवश्यक असलेल्या गोष्टींवर तिचं नियंत्रण असलं पाहिजे. असं नियंत्रण नसेल तर तो माणूस जगूच शकणार नाही. शेवटी, जग हे माणसांनीच बनलेलं आहे.

बऱ्याच महत्त्वाच्या तत्त्वांवर मात्र गांधी व नेहरू यांचं संपूर्ण एकमत होतं. उदाहरणार्थ, सगळ्या भारतीयांसाठी समान हक्क आणि संधी. 'चर्चेतून... मला असं आढळून

आलं आहे की, आमच्या दृष्टिकोनांत किंवा गोष्टी समजून घेण्यात फारसा फरक नाही', असं गांधींनी लिहिलं आहे (१३ नोव्हेंबर). सारांश काय, तर योग्य निर्णय घेण्यासाठी आपण जवाहरलालवर विश्वास ठेवू शकतो, असं त्यांना वाटलं. *'अजूनही आमची हृदयं एक राहतील, कारण ती एकच आहेत.'* ते म्हणाले.

आधी पुण्याच्या उपचार केंद्रातून आणि नंतर मुंबईतील काँग्रेस भवनाच्या छोट्या खोलीतून काँग्रेसचं कामकाज पाहणाऱ्या पटेलांमध्ये आणि काँग्रेस अध्यक्ष आझादांमध्ये निर्माण झालेला तणाव कमी करण्यासाठी गांधींना बोलावून घेण्यात आलं. परंतु, धनिकांकडून देणग्या गोळा करू नयेत, हा गांधींचा सल्ला पटेलांनी मानला नाही.

पटेलांनी आझादांना लिहिलं, 'पैशाअभावी कोणत्याही जागा आपण गमावता कामा नये, हे आपण आपसात समजून घेतलं पाहिजे.' निवडणुका संपल्यावर पटेलांनी गांधींना लिहिलं : 'मी देणग्या गोळा कराव्यात अशी मौलाना आणि कार्यकारी समितीची इच्छा होती. ते टाळणं अशक्य आहे असं वाटल्यामुळे मी ते काम केलं. ते झालं नसतं तर आपल्यावर ठपका ठेवला गेला असता.'

निवडणुकीचा निकाल मतांचे ध्रुवीकरण स्पष्ट करणारा होता. बहुसंख्य मुस्लिमेतर जागा काँग्रेसनं जिंकल्या होत्या, तर केंद्रीय विधिमंडळातील सगळ्या तीस मुस्लिमांसाठीच्या जागा मुस्लीम लीगनं जिंकल्या होत्या. प्रांतीय विधानमंडळातील ५०७ मुस्लीम जागांपैकी ४२७ जागांवर लीगचे उमेदवार यशस्वी झाले होते. आठ प्रांतांमध्ये काँग्रेस मंत्रिमंडळं आली आणि नवव्या ठिकाणी पंजाबातील खिझर यांच्या नेतृत्वाखाली अकाली-काँग्रेस अशी युती होऊन, त्यांना मंत्रिमंडळात भागीदारी मिळाली.

पंजाबात सत्ता मिळाली नाही, तरी तिथे मुस्लीम लीग हा सर्वांत मोठा पक्ष ठरला आणि बंगाल व सिंध प्रांतांत त्यांनी आघाडी मंत्रिमंडळं स्थापन केली. या स्पष्ट कलामुळे नाराज झालेल्या गांधी आणि इतरांसाठी एकच दिलासादायक बाब घडली, ती म्हणजे मुस्लीम बहुसंख्याक असलेल्या वायव्य सरहद्द प्रांतात पाकिस्तानच्या मुद्द्यावर लढल्या गेलेल्या निवडणुकीत खान बंधूंनी लीगचा पराभव केला. डॉ.खान साहिब पुन्हा मुख्यमंत्री झाले.

काँग्रेसमध्ये परत आलेल्या सी.आर.ना पुन्हा एकदा मद्रास प्रांतात नेतृत्व करण्याची इच्छा होती. गांधी आणि पटेलांनी त्यांना जाहीरपणे पाठिंबाही दिला होता; पण 'भारत छोडो' चळवळीपासून लांब राहण्याबद्दल शिक्षा म्हणून त्या प्रांताच्या काँग्रेस विधायकांनी त्यांची निवड न करता टी. प्रकाशम् यांना मुख्यमंत्री केलं. गांधींचा शब्द आता प्रमाण मानला जात नसल्याचं हे आणखी एक उदाहरण होतं.

बोस यांचं निधन : जपाननं शरणागती पत्करल्यानंतर १९४५ साली ऑगस्ट महिन्याच्या अखेरीस तैवानमध्ये जपानी विमान कोसळून त्यात सुभाष बोस

यांचा मृत्यू झाल्याची खबर भारतात आली. 'त्यांना भूमिगत व्हायचं असेल म्हणून अशी बातमी पसरवली असणार', असं वॅव्हेल यांनी आपल्या दैनंदिनीत लिहिलं. पुढचं वर्ष उजाडेपर्यंत गांधींनाही सुभाष यांचा मृत्यू झाला असल्याच्या बातमीवर विश्वास नव्हता; परंतु विमान अपघातातून बचावलेल्या प्रत्यक्षदर्शीनं- बोस यांचे मदतनीस कर्नल हबीब-उर-रहमान- बोस यांच्या अखेरच्या शांत क्षणांचे वर्णन गांधींना नवी दिल्लीत ऐकवलं.

गांधी बोस यांना १९४० साली अखेरचं भेटले होते. त्या दोघांचे मोठे मतभेद झाल्यावर एक वर्षानं आणि सुभाष यांनी स्थानबद्धतेतून सुटका करून घेऊन आता हरलेल्या जपानबरोबर भारतीय राष्ट्रीय सेनेचं (INA) नेतृत्व करायला सुरुवात करण्याआधी सात महिने ही भेट झाली होती. 'भारत छोडो' चळवळीच्या निमित्तानं त्या दोघांचे विचार जुळले होते, हे आपण पाहिलं. आपल्या स्वत:च्या धोरणांच्या अगदी विरुद्ध धोरण असलेल्या व्यक्तीचं गांधींनी कौतुक करावं, या गोष्टीविषयी क्रिप्स (१९४२ साली) आणि आझाद (१९४२ साली व नंतर) या दोघांनी आश्चर्य व्यक्त केलं होतं. दुसऱ्या देशांमधल्या शूरवीरांप्रमाणेच बोस यांचा गौरव झाला पाहिजे, असं गांधींचं मत होतं.

नाविकांचं बंड

१९४६ साली फेब्रुवारी महिन्यात रॉयल इंडियन नेव्ही (RIN)मध्ये एक छोटं बंड झालं, त्यावर गांधींनी दिलेल्या प्रतिक्रियेमुळे त्यांच्या अहिंसेचे काही वेगळेच पैलू समोर आले. बंडाची सुरुवात करणारे हिंदू व मुस्लीम तरुण नाविक भारतीय नौदलाच्या पराक्रमानं उत्तेजित झाले होते. राजकीय समीकरणं बदलल्यामुळे प्रत्येकी एकेक हिंदू, मुस्लीम आणि एका शीख अधिकाऱ्याला पूर्वी सुनावलेल्या जन्मठेपेच्या शिक्षेतून सरकारनं मोकळं केल्याचा विशेष आनंद त्या बंड करणाऱ्या गटाला झाला होता. नौदलातील काही गोऱ्या अधिकाऱ्यांची पक्षपाती वागणूक आणि नाविकांना देण्यात येणाऱ्या अन्नाची गुणवत्ता या दोन मुद्द्यांवर बंडखोर गटानं पाठिंबा मिळवण्याचा प्रयत्न केला.

भारतीय नौदलातील मोठ्या संख्येनं असलेल्या अधिकाऱ्यांपैकी कुणीही या बंडात भाग घेतला नाही; पण बऱ्याच नाविकांनी मात्र घेतला. मुंबईच्या किनाऱ्याजवळ असलेलं टेहळणी जहाज HMIS तलवार १९ फेब्रुवारी रोजी ताब्यात घेण्यात आलं आणि त्यावरचा युनियन जॅक खाली उतरवण्यात आला. नौदल मध्यवर्ती संप समिती (A Naval Central Strike Committee - NCSC) स्थापन करण्यात आली, किनारा ते जहाज आणि जहाज ते जहाज संपर्क स्थापण्यात आला, अनेक जहाजं ताब्यात घेण्यात आली आणि त्यांच्यावर काँग्रेस व मुस्लीम लीगचे झेंडे फडकवण्यात आले.

एखाद्या तबकात मिठाई पेश करावी, तसं कुणाही भारतीय नेत्याच्या पुढ्यात भारतीय नौदल आणून उभं करण्याची क्षमता आपल्यामध्ये असल्याचं त्या तरुण बंडखोरांना वाटत होतं, असं त्यांच्यातील एक प्रमुख बी. सी. दत्त यानं 'निष्पापांचं बंड' या पुस्तकात लिहून ठेवलं आहे. अरुणा असफ अलींनी 'भारत छोडो' चळवळीत निभावलेल्या कामगिरीच्या कथांनी प्रभावित झालेल्या बंडखोरांनी प्रथम त्यांच्याकडे धाव घेतली, तेव्हा त्या मुंबईला आल्या होत्या. बंडखोरांनी आपल्या मागण्या घेऊन नौदल अधिकाऱ्यांशी चर्चा करावी, असा बंडखोरांना निराशाजनक वाटणारा प्रस्ताव त्यांनी मांडला आणि आपली राजकीय स्वप्नं घेऊन मुंबईत राहत असलेल्या पटेल व जिनांकडे जावं, असा सल्लाही दिला.

दुसऱ्या दिवशी बंडखोरांनी आपल्या मागण्या भारतीय नौदलाचे फ्लॅग ऑफिसर, व्हाइस ॲडमिरल जे. एच. गॉडफ्रे यांच्याकडे पाठवल्या, तेव्हा सगळ्या नाविकांनी शरणागती पत्करावी, असं त्यांनी सांगितलं. हे बंडखोर नेत्यांना मान्य झालं नाही. २१ फेब्रुवारी रोजी किनाऱ्यावरच्या बंडखोरांमध्ये आणि त्यांना बराकीत रोखून धरण्याचा प्रयत्न करणाऱ्या निष्ठावंत तुकड्यांमध्ये गोळीबार होऊन त्यात बरेच नाविक मारले गेले.

सैनिकी तुकड्यांनी केलेल्या गोळीबारामुळे संतप्त झालेल्या अरुणा, त्यांचे समाजवादी सहकारी अच्युत पटवर्धन आणि मुंबईतील काही कम्युनिस्ट नेते यांनी मिळून नाविकांविषयी सहानुभूती व्यक्त करण्यासाठी मुंबईच्या कामगारांना आणि विद्यार्थ्यांना संप करण्याचं आवाहन केलं. २२ फेब्रुवारी रोजी अनेक गिरणी कामगार आणि विद्यार्थी रस्त्यांवर उतरले. सार्वजनिक इमारतींना, रेल्वे स्टेशन्सना आगी लावण्यात आल्या आणि धान्याच्या दुकानांसकट अनेक दुकानं लुटण्यात आली. इंग्रजी माणसांविषयी आणि इंग्रजी कपड्यांविषयी नेहमीप्रमाणे संताप व्यक्त करण्यात आला, पोलीस आणि सैन्यानं गोळीबार केल्याच्या घटनाही घडल्या. कराची आणि कलकत्त्याच्या (कोलकाता) बंदरांमध्येही काही घटना घडल्या. नौदलप्रमुखांनी दिलेल्या शरणागतीच्या सल्ल्याशी आपण सहमत आहोत, असं पटेलांनी त्या दिवशी त्यांना भेटायला आलेल्या बंडखोरांना स्पष्ट केलं. मात्र, नाविकांच्या रास्त मागण्यांसाठी आपण आग्रह धरू, असं आश्वासन त्यांनी दिलं. जिनांकडे गेलेल्या मुस्लीम नाविकांना त्यांनीही हाच सल्ला दिला. २३ फेब्रुवारी रोजी, एम. एस. खान या मुस्लीम युवकाच्या नेतृत्वाखालील थकलेल्या संपसमितीनं बंड मागे घेण्याची घोषणा केली. मुंबईबरोबरच इतर ठिकाणी घडलेल्या घटनांमध्ये, चार दिवसांत २३६ लोक मृत्युमुखी पडले आणि एक हजार १५६ जखमी झाले.

बंड संपल्याची बातमी कानावर पडण्यापूर्वी, झालेल्या घटनांवर पुण्याहून गांधींनी आपलं मत व्यक्त केलं. 'जय हिंद' असं ओरडण्याची सक्ती एखाद्या

व्यक्तीवरही करणं म्हणजे लाखो अडाणी भारतीयांच्या स्वराज्याच्या शवपेटीवर खिळा ठोकण्यासारखं आहे, असं ते म्हणाले. रस्त्यावर झालेला हिंसाचार हा अशोभनीय आणि गरिबांसाठी त्रासदायक होता. बंडखोरांनी केलेली हिंसा अविवेकी होती. 'कारण विचारपूर्वक केलेली हिंसा ही गोष्ट अस्तित्वात असते', ते पुढे म्हणाले.

हिंसक कृतींच्या उद्देशानं का असेना, पण हिंदू आणि मुस्लीम एकत्र आले, या बाबीचा गांधींवर कोणताही परिणाम झाला नाही. उलट, हे एकत्र येणं अपवित्र आणि कदाचित... परस्परांविरुद्ध हिंसक कृत्यांची तयारी असल्याचा निष्कर्ष गांधींनी काढला. गांधींच्या विधानावर टीका करताना अरुणा असफ अलींनी असा दावा केला की, १९४२ सालच्या चळवळीला लोकांनी केलेल्या हिंसाचाराचा फायदाच झाला होता. हिंदू आणि मुस्लिमांची घटनात्मक आघाडी बनवण्यापेक्षा कुंपणाच्या आड त्यांची एकजूट झालेली आपल्याला जास्त आवडेल, असं धार्मिक प्रश्नावर बोलताना त्या म्हणाल्या.

मुलीसमान असलेल्या अरुणाला २६ फेब्रुवारी रोजी गांधींनी उत्तर दिलं, तेव्हा बंडाची अखेर झालेली सगळ्यांनी पाहिली होती :

> *ही शूर महिला ज्या चश्म्यातून १९४२च्या घटनांकडे बघते, त्या चश्म्यातून मी बघत नाही. लोक उत्स्फूर्तपणे त्या चळवळीत सामील झाले, ही गोष्ट फार चांगली होती. पण त्यांपैकी काही किंवा बऱ्याच लोकांनी हिंसाचाराचा आश्रय घेतला, ही बाब मात्र वाईट होती...*
>
> *या पृथ्वीवरच्या सगळ्या शोषित मानवजातीसाठी भारतानं एक वाट निर्माण केली आहे, कारण भारताचा लढा हा प्रामाणिक आणि निःशस्त्र आहे; सत्तांधाला प्रत्यक्ष इजा न करता तो सगळ्यांकडून त्यागाची मागणी करतो. हा लढा निःशस्त्र आणि प्रामाणिक नसता, तर लाखो भारतीय जागे झाले नसते...*
>
> *घटनात्मक आघाडीऐवजी कुंपणाच्या आड हिंदू-मुस्लिमांची एकजूट झालेली जास्त आवडेल, असं अरुणा म्हणते; पण हिंसेच्या भाषेतही ही एक दिशाभूल करणारी शक्यता आहे... लढवय्ये कायम कुंपणात बंदिस्त होऊन राहत नसतात. आत्महत्या न करण्याइतके शहाणपण त्यांच्यात असते. कुंपणातील आयुष्यानंतर नेहमीच घटनात्मक एकजुटीचे दिवस येतात. ही आघाडी काही नेहमीच निषिद्ध नसते...*
>
> *सरदार पटेलांनी दिलेला शरणागतीचा सल्ला नाविकांनी मानला, ही बाब मोठी दिलासादायक आहे. त्यांनी त्यांचा आत्मसन्मान गमावला नाही.*

त्यांना बंड करण्याचा दिलेला सल्ला चुकीचा होता, असं मला वाटतं. काल्पनिक किंवा खऱ्या अन्यायाविरुद्ध जर त्यांचा लढा होता, तर त्यांनी त्यांच्या पसंतीच्या राजकीय नेत्यांच्या मार्गदर्शनाची आणि हस्तक्षेपाची वाट बघायला हवी होती.

भारताच्या स्वातंत्र्यासाठी त्यांनी जर हे बंड केलं असेल, तर ती त्यांची दुहेरी चूक होती. एखाद्या तयारीच्या क्रांतिकारी पक्षाच्या मदतीशिवाय ही गोष्ट करणं त्यांना शक्य नव्हतं...

लोकांना हिंसा किंवा अहिंसेच्या नैतिकतेत रस नाही, असं म्हणण्याचा अरुणाला पूर्ण अधिकार आहे; पण जनतेला स्वातंत्र्य कोणत्या मार्गानं मिळणार आहे – हिंसक की अहिंसक – हे जाणून घेण्यात लोकांना रस असतो.

हे बंड अपरिपक्व आणि पूर्णपणे निष्फळ असल्याची कबुली नंतर दत्त यांनी दिली. गांधींबाबत बोलायचं तर, हिंसेच्या विरोधात असलेले गांधी हिंसेच्या परिणामकारकतेच्या दृष्टीनं तिचा विचार करायला तयार होते, हे आपण पाहिलं. अविचारी आणि विचारपूर्वक केलेली हिंसा, माथेफिरूपणा आणि क्रांतिकारक पक्षाच्या हाकेला प्रतिसाद म्हणून केलेलं बंड, अशी हिंसेची विभागणी करण्याचा विचार त्यांच्या मनात उमटून गेला होता.

ब्रिटन सोडून जाईल : बंडाच्या आधी एक महिना, म्हणजे २४ जानेवारी १९४६ रोजी वॅव्हेल यांना लंडनहून खाजगी तार आली. भारताच्या प्रश्नावर तोडगा काढण्यासाठी तीन ब्रिटिश मंत्री नजीकच्या काळात भारतात येत असल्याची माहिती त्यात देण्यात आली होती. १९ फेब्रुवारी रोजी हे जाहीर करण्यात आलं आणि ब्रिटन आता खरोखरच भारत सोडणार असल्याचं पंतप्रधान ॲटलींनी लोकसभेत (हाउस ऑफ कॉमन्स) जाहीर केलं. सोडून जाण्यापूर्वी भारताला कुणाच्या हाती सोपवायचं हे ठरवण्यासाठी तीन मंत्री २४ मार्च रोजी नवी दिल्लीला पोचणार होते. 'भारतानं स्वातंत्र्याची निवड केली आहे, तर तो त्याचा हक्कच आहे.' ॲटली म्हणाले.

अशा प्रकारची घोषणा होणार असल्याची माहिती गांधींच्या इंग्लंडमधल्या मित्रांनी त्यांना आधीच दिली होती. यासाठीच तर ते आयुष्यभर झटले होते, याच क्षणाची ते वाट बघत होते; पण १९४२ सालच्या 'भारत छोडो' चळवळीचे अध्वर्यू असलेले गांधी आता १९४६ साली वृद्ध झाले होते आणि त्यांचा दबदबाही कमी झाला होता. ब्रिटिश मंत्र्यांशी वाटाघाटी करताना आपली काय भूमिका असेल, त्याचं चित्र त्यांच्या मनात स्पष्ट नव्हतं आणि नेहरू, पटेल, आझाद वगैरे मंडळी त्या मंत्र्यांशी कशा प्रकारे वाटाघाटी करतील, याचीही निश्चित माहिती त्यांना नव्हती.

जिना आणि त्यांची पाकिस्तानची मागणी ते तीन मंत्री कशी हाताळणार, याबाबतही गांधी अनभिज्ञ होते.

१० फेब्रुवारी १९४६ रोजी 'हरिजन'वरील बंदी उठवली गेली आणि त्याचं प्रकाशन पुन्हा सुरू झालं. 'मी स्वत: वर्तमानपत्रातला माणूस आहे', असं एप्रिलमध्ये म्हणणारे गांधी खूश झाले. ११ मार्च रोजी ब्रिटिश मंत्र्यांच्या आगमनाविषयी त्यांनी पहिलं जाहीर निवेदन केलं :

> भारताला त्याचा हक्क परत देण्यासाठी आपण येत असल्याच्या ब्रिटिश मंत्र्यांनी केलेल्या घोषणेचं स्वागत करणं हे आपल्यासारख्या शूर लोकांचं कर्तव्यच आहे. एखादा देणेकरी ऋण चुकतं करायला तुमच्या दारी आला, तर त्याचं स्वागत करणं हे तुमचं कर्तव्यच नाही का?

गांधी, एक व्यक्ती : शहात्तर वर्षांचे गांधी काही खाजगी आव्हानांना तोंड देत होते. एक म्हणजे, त्यांची स्मरणशक्ती कमजोर होत चालली असल्याची लक्षणं दिसत होती.

> मणिबेन नानावटी यांना, २ मार्च १९४६ रोजी त्यांनी लिहिलं : मी तुमच्या पत्राला उत्तर दिलं नाही, असं किशोरलालभाई मला लिहितात. असं असेल तर ही माझ्यासाठी शरमेची गोष्ट आहे. मी आता विसरायला लागलो आहे, हे मात्र खरं.

१९४६ सालच्या पहिल्या तिमाहीत, आपण आता कुठे असायला हवं, याबाबत त्यांच्या मनात संभ्रम होता. या वेळेपर्यंत ते बंगाल, आसाम, ओरिसा आणि दक्षिण भारताचा तापदायक प्रवास करून सर्वदूर पसरलेल्या त्यांच्या लोकांना भेटून आले होते.

बार्डोलीची प्रस्तावित भेट रद्द झाली होती, कारण गांधींना तिथे घेऊन जाणारे वल्लभभाई मुंबई शांत राखण्यात गुंतले होते. २६ फेब्रुवारी रोजी पत्र लिहून गांधींनी वल्लभभाईंना, माझी सोय लक्षात न घेता देशाला आपल्याकडून कशाची गरज आहे ते आधी पाहण्याचा सल्ला २६ फेब्रुवारीच्या एका पत्राद्वारे दिला होता.

त्यांनी काही आठवडे पुण्याला आणि निसर्गोपचारावर लक्ष केंद्रित करून पुण्याच्या दक्षिणेला असलेल्या उरुळीकांचन या गावात घालवले. निसर्गोपचारतज्ज्ञ दिनशॉ मेहता यांच्यासह पुण्यात एक आरोग्य केंद्र सुरू करावं, असा विचार त्यांच्या मनात काही काळ घोळत होता. पण दुसऱ्यांना आपलं कौशल्य शिकवण्यास मेहता असमर्थ असल्याचं दिसलं आणि तसंही गरीब खेडुतांसाठी पुणे हे खूप मोठं शहर होतं आणि लांब होतं. आधीही काहीजणांनी हे सांगून पाहिलं होतं, पण गांधींनी त्यांच्याकडे दुर्लक्ष केलं होतं.

मी सुधारण्याच्या पलीकडे गेलो आहे, असं माझ्या काही मित्रांचं मत असल्याचं मला माहीत आहे. मी केवळ माझ्या चुकांमधूनच शिकू शकतो. इतरांनी दिलेल्या इशाऱ्यांनंतर किंवा इतरांच्या हरकतींमुळे मी का शिकत नाही, मला कळत नाही. मी अडखळलो, धडपडलो, मला वेदना झाल्या, की त्यातून मी शिकतो. ('हरिजन', १७ मार्च १९४६).

उरुळीकांचनच्या निसर्गोपचार केंद्रात दाखल झाल्यावर अनेक गरीब खेडुतांवर त्यांनी निसर्गोपचार सुरू केले. 'डॉक्टर' गांधींना हे काम आवडत होतं, हे उपलब्ध नोंदींवरून दिसून येतं. स्त्री-पुरुषांना कंबरेइतक्या खोल पाण्यात बुडवून बसणं, चिखलाची पोटीस बांधणं, निर्मनुष्य जागी विवस्त्रावस्थेत सूर्यस्नान घेणं आणि फळांचा रस पिणं अशा प्रकारचे उपचार ते सुचवत होते. खेड्यातल्या केंद्रात एका छोट्या आजारी मुलाला बघितल्यावर ते एकदा म्हणाले :

तो सध्या पाहू शकतो का? त्यानं जर तिखट घातलेलं जेवण घेतलं नाही, फळं खाल्ली, कंबर पाण्यात बुडवून बसला, अंग घासून अंघोळ केली, तर तो बरा होण्याची शक्यता आहे. त्याला शौचाला होते का? त्याला काय खायला घालता? आता या वयात त्याला स्तनपान कसं काय देता? त्याचं वय काय? दोन वर्षांच्या मुलाला तुम्ही स्तनपान कसं करू देता? त्याला फक्त फळांचे रस दिले पाहिजेत. त्याला एनिमा/बस्ती देण्याची गरज आहे, ते फक्त इथेच देता येईल.

मोतीबिंदू आणि हर्नियासारख्या तक्रारींसाठी गांधी शस्त्रक्रियेचा उपाय सुचवत : श्रीपाद : त्यानं हॉस्पिटलमध्ये दाखल व्हावं. त्याची तयारी असेल आणि त्याला चिठ्ठी हवी असेल, तर ती त्याला मिळेल. हर्नियावर दुसरा कोणताही उपचार नाही. एखादा पट्टाही बांधता येईल.

गांधींच्या बालपणी त्यांची दाई रंभा हिनं त्यांना रामनाम जपायला शिकवलं होतं. आता उरुळीकांचनला आपल्या हिंदू रुग्णांना रामाचं नाव घ्यायला सांगताना त्यांची ती जुनी श्रद्धा पुन्हा नवं रूप धारण करून जिवंत झाली :

उरुळीकांचन, २३ मार्च १९४६. तुम्ही गमावलेला अवयव परत मिळवून देण्याचा चमत्कार रामनाम करू शकत नाही. पण झालेल्या नुकसानानंतरही मनाला शांती मिळवून देण्याचा मोठा चमत्कार ते नक्कीच करू शकतं. मृत्यू देत असलेल्या वेदना आणि जीवनाचा प्रवास संपवणाऱ्या थडग्याला मिळणारा विजय रामनाम जपल्यामुळे तुम्ही त्यांच्यापासून हिरावून घेऊ शकता.

गांधींना स्वत:च्या प्रकृतीकडेही लक्ष द्यावं लागत होतं. भेटायला येणाऱ्या लोकांना अपेक्षेपेक्षा त्यांची तब्येत ठणठणीत दिसल्यावर आश्चर्य वाटत असे. १७मार्च १९४६ रोजी हेन्री ब्रेल्सफर्ड हे ब्रिटिश पत्रकार पुण्याला गांधींना भेटले असता त्यांना गांधी त्यांच्या वयापेक्षा कितीतरी लहान आणि तब्येतीनं चांगले दिसले... त्यांचं वागणं गंभीर नव्हतं आणि ते सारखे गालातल्या गालात मजेनं हसत होते.

ब्रेल्सफर्ड यांनी पाकिस्तानचा मुद्दा उपस्थित केला असता गांधी म्हणाले की, सर्वमान्य तोडगा निघू न शकल्यानं आपण हा प्रश्न आंतरराष्ट्रीय लवादासमोर मांडायला तयार होतो. ब्रेल्सफर्ड यांनी लिहिलं, 'नक्की कसं ते सांगता येणार नाही, पण हा माणूस संपूर्ण भारताच्या वतीनं बोलत होता.' काही दिवसांपूर्वी भेटायला आलेल्या एका गुजराती माणसाला गांधी म्हणाले होते : 'मला १२५ वर्षं जगायचं आहे आणि ईश्वरानं माझं ऐकलं तर मला भारतात नवीन जग निर्माण करायचं आहे.' ('गुजरात समाचार', १० मार्च १९४६)

कार्यरत राहून उपयोगी पडण्याची त्यांची इच्छा होती. अहिंसा आणि सत्याग्रहावर एक प्रबंध लिहिण्याचा आग्रह झाल्यावर गांधींनी 'हरिजन'मध्ये (३ मार्च १९४६) उत्तर लिहिलं : 'सैद्धान्तिक लिखाण करण्याचा माझा पिंड नाही. कृती करणं हा माझा प्रांत आहे.'

सहकारी : कस्तुरबा आणि महादेव कायमचे सोडून गेल्यावर, मीरा हिमालयाच्या पायथ्याशी जायला निघाल्यावर आणि क्वेट्टामधील एका बहिणीला मदत करायला सुशीला तिथे गेल्यावर गांधींच्या घरातील मदतनिसांची संख्या रोडावली होती. प्यारेलाल सचिव म्हणून कार्यरत होते आणि गांधींच्या नवनवीन कल्पना ऐकून घेणारे हक्काचे श्रोतेही. अतिरिक्त सचिव म्हणून अमृत कौर काम पाहत होत्या. गांधींचा पुतण-नातू कनूची तरुण बंगाली पत्नी आभा गांधी आणि पुण्याच्या सुशीला पै गांधींच्या वैयक्तिक गरजांची देखभाल करत होत्या. पण महादेवच्या बुद्धिमत्तेची चमक आणि कस्तुरबांमुळे आयुष्यात असणारं स्थैर्य, या दोन्ही गोष्टींची कमतरता त्यांना जाणवत होती.

१९४५ सालच्या अखेरीस, त्रेपन्नवर्षीय मणिलाल आपल्या पित्याबरोबर बंगाल आणि आसामच्या दौऱ्यावर गेला. आपल्या खऱ्या कुटुंबाची काळजी घेण्यात ते कमी पडले, याची आठवण मणिलालनं गांधींना करून दिली. काही काळासाठी गांधींचे सहकारी असलेले बंगाली सुधीर घोष यांना गांधी म्हणाले : 'तू उद्या मणिलालला घेऊन शिलाँगला फिरायला का जात नाहीस? ते छान ठिकाण आहे... मजा करा. सगळा वेळ एका म्हाताऱ्याबरोबर घालवणं तुम्हाला कंटाळवाणं होत असेल.'

त्या उंचावरच्या सुंदर ठिकाणी घोष आणि मणिलाल एका दिवसासाठी गेले.

तिथे एका हॉटेलमध्ये गेल्यावर फक्त गोऱ्यांनाच त्या ठिकाणी सेवा पुरवली जाते, असं तेथील व्यवस्थापकानं त्यांना सांगितलं. दक्षिण आफ्रिकेत शिलाँगपेक्षा अधिक समजूतदारपणा आहे, असा शेरा मणिलालनं आपल्या पित्याला ऐकवला तेव्हा, 'गांधीजी दु:खी झालेले दिसले... कारण एका हॉटेलच्या व्यवस्थापकामुळे आमच्या मौजमजेवर पाणी पडलं होतं', असं घोष यांना दिसलं.

गांधींना प्रवासात सोबत म्हणून जाण्याची पतियाळाच्या राजपुरा गावच्या अमतस सलाम यांची इच्छा होती, पण गांधींनी त्यांना सेवाग्रामला किंवा राजपुऱ्याला आपल्या आईजवळ राहायला सांगितलं.

'तुला पत्र लिहायला मला जमलं नाही, पण मला रोज तुझी आठवण येते', असं त्यांनी सलामना २० मार्च रोजी लिहिलं.

कस्तुरबा ट्रस्टच्या काही महिला गांधींना उरुळीकांचनला भेटल्या. संस्था चालवायला आपल्याला केवळ महिलाच हव्या असल्याचं त्यांनी सांगितल्यावर गांधींनी त्या गोष्टीला संमती दर्शवली; पण पुढे म्हटलं : 'मात्र मला (पुरुषाला) दूर ठेवणं तुम्हाला कठीण जाईल; कारण मी स्वत:ला एक स्त्री समजतो. तुमच्यापेक्षा मला तुमची मनं आणि गरजा जास्त चांगल्या समजतात.'

१९४५ सालच्या सुरुवातीला सेवाग्रामला असताना, स्त्रियांना आपल्याजवळ झोपायला सांगण्याचा उपक्रम त्यांनी पुन्हा सुरू केला होता. अंग थरथर कापण्याची तक्रार पुन्हा उद्‌भवली होती आणि या महिला मंडळात त्यांना त्यांच्या तक्रारीवर इलाज सापडला असेल, यात काही शंका नाही; परंतु आपलं आणि आसपासच्या स्त्रियांचं ब्रह्मचर्य मजबूत करण्यासाठीच हा उपक्रम सुरू करण्यात आल्याचा दावा त्यांनीही आता स्पष्टपणे केला. वेगवेगळ्या वेळी त्यात सामील झालेल्या स्त्रियांमध्ये अमृत कौर, सुशीला, प्रभावती, अमतस सलाम, मनू, आभा आणि आश्रमाची व्यवस्था पाहणारे मुन्नालाल शहा यांची पत्नी कांचन या होत्या.

त्यावर किशोरलाल मश्रूवालांच्या नेतृत्वाखाली सहकाऱ्यांनी नाराजी व्यक्त केल्यावर गांधींनी हा उपक्रम थांबवला. पण तो केवळ काही काळासाठी स्थगित केला असल्याचं त्यांनी ठामपणे सांगितलं (मार्च १९४५).

सगळा विरोध सहन करून अस्पृश्यतेविरोधात किंवा अहिंसेच्या बाजूनं घेतलेल्या भूमिकेवर आपण ठाम राहिलो, तसंच आपले ब्रह्मचर्याचे प्रयोग कायमस्वरूपी थांबणार नसल्याचं त्यांनी सांगितलं.

जातीय आणि धार्मिक विद्वेष : अस्पृश्यतेच्या आणि जातीयतेच्या विरोधात गांधींनी एक नवीन शस्त्र उपसण्याचा निर्णय घेतला. १९४६ साली एप्रिल महिन्यात लिहिलेल्या एका पत्रात त्यांनी तो जाहीर केला. लग्नातील एक पक्ष हरिजन असेल, तरच त्या लग्नाला आशीर्वाद देण्याचा तो निर्णय होता. हा निर्णय त्यांनी नक्की

केव्हा घेतला, ते स्पष्ट होत नाही : १९४७ साली एप्रिल महिन्यात तो आपण 'फार पूर्वी' घेतला असल्याचं त्यांनी म्हटलं. या निर्णयाबरोबर गांधींनी जातीयतेविरुद्ध स्पष्ट भूमिका घेतली होती आणि ती आंतरजातीय विवाहांना मान्यता देणारी ठरली होती.

'गुजरातमध्ये कराडी इथे (दांडीनजीक) फक्त एक विहीर आणि एक मंदिर हरिजनांसाठी खुलं केलं गेलं आहे', ही धक्कादायक माहिती गांधींना १९४६ सालच्या प्रारंभी समजल्यावर, यापुढे अस्पृश्यांबरोबरच राहण्याचा आपण प्रयत्न करणार असल्याचं त्यांनी सांगितलं.

त्यामुळे, ३ एप्रिलला नवी दिल्लीत ब्रिटिश मंत्र्यांना भेटायला येण्याचं आमंत्रण जेव्हा व्हाइसरॉय वॅव्हेल यांनी गांधींना उरुळीकांचनला पाठवलं, तेव्हा गांधींनी घनश्यामदास बिर्ला आणि ब्रिज कृष्ण या राजधानीतील आपल्या मित्रांना आपली राहण्याची व्यवस्था सफाई कामगारांच्या वस्तीत करायला सांगितलं. ती वस्ती रीडिंग रोडवर (आताचा मंदिर मार्ग), बिर्लांनी बांधलेल्या मंदिरापासून जवळ आणि मुलींच्या सेंट थॉमस हायस्कूलच्या शेजारी होती.

> *उरुळीकांचन, २५ मार्च १९४६. मी जर हरिजनांपासून दूर राहिलो, तर अस्पृश्यतेला चिकटून राहणाऱ्या लोकांविरुद्ध बोलण्याचा मला काय अधिकार?... कुठेही मी स्वतःला हरिजनांवर लादणार नाही, हे मी सांगितलंच पाहिजे.*

दलितांचा प्रश्न केंद्रस्थानी असल्याची स्वतःलाच आठवण करून देताना, हिंदू आणि मुस्लिमांमध्ये धार्मिक तेढ वाढीला लागल्याचा वासही त्यांना आला. दोन्हींकडील कट्टरपंथीय एकमेकांच्या भावना भडकवण्याचा प्रयत्न करत असून, हा 'अपवित्र संयोग' असल्याची भावना त्यांच्या मनात जागी झाली. अत्यंत अस्वस्थ असलेल्या गांधींनी २३ मार्च रोजी एका अनामिक इंग्रजी मित्राला सांगितलं : 'हा अभद्र योग पाहण्यासाठी १२५ वर्षं जगण्याची माझी इच्छा नाही. त्यापेक्षा भस्मसात व्हायला मी तयार आहे.'

अणुबॉम्ब : 'हरिजन'चं पुनरुज्जीवन झाल्यामुळे गांधींना विविध विषयांवर आपली मतं व्यक्त करता येऊ लागली. पॅलेस्टाईनच्या प्रश्नावर ते म्हणाले की, अनेक ठिकाणी ज्यूंवर क्रूर अन्याय झाला आणि त्यांची परिस्थिती म्हणजे ख्रिश्चन जगावर लागलेला एक डाग होता. परंतु अमेरिका आणि ब्रिटनच्या मदतीनं आणि हिंसेचा आधार घेऊन स्वतःला पॅलेस्टाईनवर लादून त्यांनी गंभीर चूक केली होती.

लोकांसाठी लढणारा रशिया साम्राज्यवादी शक्ती बनल्याबद्दल खेद व्यक्त करून, अणुबॉम्बमुळे शांतता प्रस्थापित होण्याला मदत झाली असल्याचं मत त्यांनी

धुडकावून लावलं. ('हरिजन', २९ सप्टेंबर १९४६)

> *वाइटातून नेहमी चांगलंच बाहेर येतं. परंतु, ती माणसाची नव्हे तर ईश्वराची योजना असते. वाइटातून फक्त वाईटच घडतं, चांगल्यातून चांगलं, हे माणसाला ठाऊक असतं.*

संहार करण्याच्या हेतूनं अमेरिकन शास्त्रज्ञांनी आणि सैन्यदलातील लोकांनी अणुऊर्जेचा वापर केला असला, तरी इतर शास्त्रज्ञ ती ऊर्जा मानवजातीच्या विकासासाठी वापरू शकतील, असं गृहीत धरून त्यांनी पुढे लिहिलं :

> *वर्षानुवर्षं माणसाच्या मनात वास्तव्य करून असलेल्या नाजूक भावनांना अणुबॉम्बमुळे हानी पोचली आहे, असं मला वाटतं. पूर्वी तथाकथित युद्धनियम होते, त्यामुळे युद्ध सहन केलं जात होतं. आता आपण उघड सत्य जाणतो. ताकदीच्या जोरावर निर्माण केलेले कायदे आता युद्धात पाळले जातात.*
>
> *जपाननं अवाजवी महत्त्वाकांक्षेचा पाठपुरावा करताना केलेल्या अयोग्य कृत्यांना मी पाठीशी घालत आहे, अशी कुणीही कल्पना करून घेऊ नये. त्यात फक्त एका अंशाचा फरक आहे. जपानची हाव ही जास्त अयोग्य होती. परंतु, कमी अयोग्य गोष्ट जास्त अयोग्य पद्धतीनं नष्ट करण्याचा अधिकार कुणालाही नाही. विशिष्ट भागातील जपानी स्त्री, पुरुष आणि मुलांना दयामाया न दाखवता नष्ट करणं, ही गोष्ट अधिक अयोग्य आहे. ('हरिजन', ७ जुलै १९४६)*

स्वतंत्र भारताचं स्वप्न : पाचगणीला असताना एका वाचकानं विचारलेल्या प्रश्नाला उत्तर देताना गांधींनी स्वतंत्र भारताचं त्यांच्या मनात असलेलं चित्र रेखाटलं. त्यांच्या भारतात, 'पहिला आणि शेवटचा माणूस समान असणार होते किंवा दुसऱ्या शब्दांत सांगायचं तर कुणीच पहिलं किंवा शेवटचं असणार नव्हतं.'

> *स्वातंत्र्य हे तळागाळापासून सुरू झालं पाहिजे. अशा प्रकारे प्रत्येक गाव हे प्रजासत्ताक किंवा पंचायत असेल, त्याच्याकडे संपूर्ण सत्ता असेल... अनेक गावांनी मिळून बनलेल्या या रचनेत कायम विस्तारणारी, पण वर-वर न जाणारी वर्तुळं असतील. कळसाला पायामुळे आधार मिळालेल्या एखाद्या पिरॅमिडसारखं आयुष्य नसेल, तर एक सागरी वर्तुळ असेल ज्याच्या केंद्रस्थानी गावासाठी त्याग करण्यासाठी सदैव तत्पर असलेली व्यक्ती असेल, गावांच्या समूहासाठी त्याग करणारं एखादं गाव, असं करत करत व्यक्तींनी मिळून बनलेलं ते एक आयुष्य असेल. त्या व्यक्ती आत्मकेंद्रित*

भावनेनं नव्हे, तर विनम्रपणे एकमेकींशी वागतील; ज्या सागरी वर्तुळाच्या त्या सदस्य आहेत, त्याची भव्यता अनुभवत एकमेकींसोबत राहतील. अशा प्रकारे बाह्य परीघ आतील वर्तुळाला चिरडण्यासाठी शक्तीचा वापर न करता आतील सर्वांना ताकद पुरवत राहील आणि त्यांच्याकडून स्वत:साठी ताकद मिळवत राहील.

ही सगळी काल्पनिक आदर्शवादी समाजव्यवस्था असल्याचे आणि त्यामुळे विचारात न घेण्याजोगी असल्याचे टोमणे मला कदाचित ऐकावे लागतील. मानवी हातांना न काढता येण्याजोगा युक्लिडचा बिंदू जर अमर आणि अमूल्य ठरला आहे, तर माझ्या स्वप्नातील चित्रालाही एक निश्चित मूल्य आहे... ते प्रत्यक्षात पूर्ण झालं नाही, तरी त्या खऱ्या चित्राला प्रत्यक्षात आणण्यासाठी भारत प्रयत्नशील राहू दे. ('हरिजन', २८ जुलै १९४६)

काँग्रेसचे नवे अध्यक्ष : दिल्लीला बोलणी करण्यासाठी मला जावं लागेल, असं वॅव्हेल यांनी पाठवलेल्या आमंत्रणाबाबत गांधींनी पटेलांना लिहिलं. कार्यकारी समिती किंवा तिचे प्रतिनिधी वाटाघाटींदरम्यान काँग्रेसचं प्रतिनिधित्व करणार होते, गांधी नव्हे. परंतु चर्चेदरम्यान ते आसपास असणार होते. शेवटी, कार्यकारी समितीपेक्षा गांधी ब्रिटिश साम्राज्याला जास्त चांगल्या रीतीनं ओळखत होते. वाटाघाटीतील महत्त्वपूर्ण घटक ठरणार होते जिना. आणि गांधी जिनांचं मन चांगल्या पद्धतीनं जाणत असल्यामुळे चर्चेसाठी त्याचा उपयोग होणार होता.

त्याहीपेक्षा, काँग्रेसच्या पुढील अध्यक्षनिवडीचा निकडीचा प्रश्न त्यांना निकालात काढायचा होता. लढे, बंदी आणि तुरुंगवासामुळे १९४० सालापासून कोणताही बदल झालेला नव्हता. तेव्हापासून खुर्चीवर आझादच बसलेले होते. पण आता नव्या चेहऱ्याला संधी मिळू शकणार होती. ब्रिटिशांनी सत्तात्याग केला तर हाच चेहरा कदाचित भारताच्या पंतप्रधानाचा ठरणार होता.

आझाद जरी सहा वर्षं अध्यक्ष होते, तरी या कालखंडात बराच काळ ते कैदेत होते. त्यांना पुन्हा निवडणूक लढवण्याची इच्छा होती. इतर गुणांबरोबरच पटेलांनी 'भारत छोडो'च्या वेळी घेतलेल्या परिश्रमांची आठवण ठेवून संसदीय काँग्रेस समितीमधील अनेकांनी त्यांचं नाव सुचवलं होतं. कृपलानींचंही नाव पुढे आलं होतं. मात्र, अध्यक्षपदाची माळ जवाहरलालजींच्या गळ्यात पडायला हवी, अशा निर्णयाप्रत गांधी आले. आझाद पुन्हा निवडून येण्याची शक्यता असल्याचा अंदाज एका उर्दू वृत्तपत्रात छापून आल्यानंतर गांधींनी त्यांना स्पष्ट सल्ला देणारं पत्र उर्दूतून लिहिलं :

२० एप्रिल १९४६.

सोबत जोडलेलं वर्तमानपत्राचं कात्रण वाचा... मी कुणालाही माझं मत

सांगितलेलं नाही. कार्यकारी समितीच्या एक-दोन सदस्यांनी मला विचारलं,
तेव्हा सध्याच्या अध्यक्षांनी कायम राहणं योग्य होणार नाही, असं मी
म्हणालो...

तुमचंही मत असंच असेल, तर वर्तमानपत्रातल्या बातमीसंदर्भात एक
निवेदन देणं आणि पुन्हा अध्यक्ष होण्याचा तुमचा कुठलाही इरादा
नसल्याचं जाहीर करणं उचित ठरेल.

मला विचाराल, तर सध्याच्या परिस्थितीत मी जवाहरलालला पसंती
देईन. त्यासाठी माझ्याकडे अनेक कारणं आहेत. पण त्यात आत्ता
कशाला शिरायचे?

संसदीय काँग्रेस समितीनं नेहरूंचं नाव न सुचवल्यामुळे गांधीजींच्या इच्छेचा आदर राखण्यासाठी आपण जवाहरलाल यांचं नाव सुचवणारा एक कागद सगळ्यांकडे पाठवला', असं कृपलानींनी सांगितलं. ही घटना उमेदवारी दाखल करण्यासाठी चार दिवसांची मुदत शिल्लक असताना म्हणजे, २५ एप्रिल रोजी घडली. आझाद आणि पटेल यांच्यासह कार्यकारी समितीच्या सदस्यांनी त्या कागदावर सह्या केल्या, दिल्लीच्या काही काँग्रेसजनांनीही सह्या केल्या.

नेहरू आता अधिकृतपणे उमेदवार झाले होते; पण वल्लभभाई आणि कृपलानीही होतेच. गांधींच्या विनंतीवरून त्या दोघांनी औपचारिकरीत्या उमेदवारी मागे घेतली आणि नेहरूंची निवड व्हावी, या मागणीचं जे जाहीर निवेदन दुसऱ्या दिवशी आझादांनी प्रसिद्ध केलं, ते एकमतानं मंजूर करण्यात आलं. नवीन अध्यक्षांनी वर्षअखेरीपर्यंत सूत्रं हाती घेऊ नयेत, असं आझादांनी सुचवलं; परंतु गांधींनी पुन्हा हस्तक्षेप केला आणि नेहरूंची अध्यक्षपदाची कारकिर्द जुलै महिन्यात सुरू व्हावी, असं ठरलं.

नेहरूंना पसंती देण्यामागच्या कारणांपैकी एक कारण गांधींनी लवकरच जाहीर केलं. हॅरोचा विद्यार्थी, केंब्रिजचा स्नातक आणि बॅरिस्टर असलेल्या जवाहरलालची इंग्रज लोकांबरोबर वाटाघाटी करण्यासाठी गरज आहे, हे ते कारण होतं. बोलणी यशस्वी ठरली आणि राष्ट्रीय सरकारची स्थापना झाली, तर काँग्रेसचे अध्यक्ष म्हणून जवाहरलाल सरकारचं नेतृत्व करणार, हे उघड होतं. गांधींच्या दृष्टीनं हे योग्य झालं असतं. अनेक वर्षांपासून ते नेहरूंकडे आपला वारस आणि भारताची धुरा वाहणारा नेता म्हणून बघत होते.

त्याशिवाय, नेहरूंचे मुस्लिमांशी संबंध होते, पटेलांचे नव्हते, ही जाणीव गांधींना होती. धार्मिक तणावाच्या सर्वत्र असलेल्या वातावरणात हा कळीचा मुद्दा होता. आंतरराष्ट्रीय व्यवहारात निश्चित भूमिका बजावण्याची क्षमता नेहरूंमध्ये होती,

हा मुद्दाही गांधींसाठी महत्त्वाचा होता. दुय्यम स्थान स्वीकारायला नेहरूंपेक्षा पटेलांची जास्त तयारी होती. ही गोष्टही गांधींनी ओळखली असावी. नेहरू आणि पटेलांचा उल्लेख करून गांधी म्हणाले होते, *'सरकारच्या बैलगाडीला जोडलेले ते दोन बैल असतील, एकाला दुसऱ्याची गरज भासेल आणि दोघंही मिळून गाडी ओढतील.'* दुसरी एक लक्षात घेण्याजोगी आणि जवळजवळ निर्णायक बाब होती, ती म्हणजे पटेलांची तोळामासा प्रकृती.

काहीही असले तरी, गांधींच्या शब्दाखातर निष्ठावंत पटेलांनी नेहरूंसाठी जागा मोकळी करून देण्याची ही तिसरी वेळ होती. १९२९ आणि १९३७ साली त्यांनी हेच केलं होतं. हा नवीन त्याग क्लेशदायक नव्हता असं नाही; तरी नेहरूंच्या उमेदवारीनंतर एका आठवड्यानं, गांधींसकट सगळ्यांना पटेल खूप हसवत होते. नेहरूंसाठी त्यांना जागा सोडावी लागली खरी; परंतु काँग्रेसच्या अंतर्गत वर्तुळातली आपली ताकद आणि स्वातंत्र्य पटेल जाणून होते.

सफाई कामगारांची वस्ती : नवी दिल्लीत असताना गांधी वाल्मीकी कॉलनीतील एका खोलीत राहत होते. एखाद्या सफाई कामगाराच्या घरात भले त्यांचे वास्तव्य नसेल; पण ती खोली सफाई कामगारांच्या वस्तीतच होती.

> प्रार्थना सभेतील वक्तव्यं, १ एप्रिल १९४६ :
> *इथे राहिल्यामुळे हरिजनांच्या आयुष्यात प्रत्यक्ष सहभागी होत असल्याचा दावा करून मी स्वतःची दिशाभूल करत नाही... ही जागा साफसूफ व नीटनेटकी करून घेतली आहे, हे मला माहीत आहे. माझ्यासाठी आणि माझ्याबरोबरच्या माणसांसाठी शेट बिर्लांनी ज्या सोई उपलब्ध करून दिल्या आहेत, त्यामुळे मला संकोच वाटत आहे. माझं इथे वास्तव्याला येणं हे शेवटचं नाही तर पहिलं पाऊल ठरेल, अशी मला आशा आहे.*

उरुळीकांचनप्रमाणेच नवी दिल्लीलासुद्धा ईश्वरनामाचा जप करण्याचा उपदेश त्यांनी केला.

> ४ एप्रिल १९४६.
> *राम किंवा रामनामाचा जप हा फक्त हिंदूंसाठीच आहे, असं कुणी म्हणालं की मला स्वतःशीच हसू येतं... मुसलमानांसाठी एक देव आणि हिंदू, पारशी किंवा ख्रिश्चनांसाठी दुसरा, असं काही आहे का? नाही. ईश्वर हा एकच आणि एकमेव आहे. त्याची अनेक नावं आहेत आणि जे जास्त ओळखीचं वाटतं, त्या नावानं आपण त्याचं स्मरण करतो.*
> *माझा राम, आपल्या प्रार्थनेतला राम हा इतिहासातला तो राम, दशरथाचा पुत्र, अयोध्येचा राजा असलेला, नव्हे. तो अजात, अनंत आणि एकमेवाद्वितीय*

आहे. फक्त त्याला मी पुजतो, त्याची करुणा भाकतो आणि तुम्हीही तसंच करा. तो सगळ्यांचा आहे. त्यामुळे, त्याचं नाव घेण्याला मुसलमानाची किंवा इतर कोणाची हरकत असण्याचं कारण मला दिसत नाही. पण, त्यानं देवाला राम म्हणूनच ओळखलं पाहिजे असं काही बंधन नाही. तो त्याला अल्ला किंवा खुदा म्हणूनही संबोधू शकतो...

मंत्र्यांचे शिष्टमंडळ

लॉर्ड फ्रेडरिक पेथिक-लॉरेन्स या वयस्क सचिवाच्या नेतृत्वाखाली मंत्र्यांचे शिष्टमंडळ १९४६ साली मार्च महिन्याच्या अखेरीस भारतात येऊन दाखल झालं. लॉरेन्स यांची पत्नी व रिलिजियस सोसायटी ऑफ फ्रेंड्स या शांततेसाठी काम करणाऱ्या ख्रिश्चन चळवळीतर्फे काम करणारी एमेलिन हिने पूर्वी गांधींबरोबर काम केलं होतं. एक उत्कृष्ट वकील, मजूर पक्षाचे नेते आणि १९४२च्या भारत मोहिमेत अयशस्वी ठरलेले व्यापारी मंडळाचे अध्यक्ष असलेले सर स्टॅफर्ड क्रिप्स, कामगार संघटनेमधून वर येऊन नौदलाचे पहिले लॉर्ड झालेले लॉर्ड ए. व्ही. अलेक्झांडर यांचा या शिष्टमंडळात समावेश होता. ज्याचं वर्णन वॅव्हेल यांनी 'भारत सोडून जाण्याची कल्पनाही न करणारा साम्राज्यवादी' अशा शब्दांत केलं होतं आणि व्हाइसरॉयबरोबर ज्यांचे चांगले संबंध होते, ते अलेक्झांडर शिष्टमंडळातील चौथे सभासद होते.

या मंडळापुढे दोन उद्दिष्टं होती : पाकिस्तानच्या मागणीचा प्रश्न सोडवणं आणि व्हाइसरॉयचं कार्यकारी मंडळ अंतरिम राष्ट्रीय सरकारमध्ये परिवर्तित करणं. संपूर्ण एप्रिल, मे आणि जून महिन्यातील बराचसा काळ तीन मंत्री आणि वॅव्हेल यांनी भारतीय राजकारण्यांबरोबर आधी नवी दिल्लीत मग सिमल्याला आणि पुन्हा नवी दिल्लीत वाटाघाटी केल्या. ब्रिटनच्या तीन कॅबिनेट मंत्र्यांनी एकत्रपणे उन्हाळ्यातील तीन महिने यापूर्वी भारतात कधीच घालवले नव्हते.

पेथिक-लॉरेन्स आणि क्रिप्स या दोघांनी साम्राज्याचे काही शिष्टाचार बाजूला ठेवून 'अस्पृश्यां'च्या वाल्मीकी वसाहतीत जाऊन गांधींची भेट घेतली, त्यांच्या काही प्रार्थनासभांना हजेरी लावण्यासह शिष्टाचार व्यक्त करणाऱ्या कृती करताना वॅव्हेल त्रासून गेले. मजूर पार्श्वभूमी असलेल्या या शिष्टमंडळाच्या डोक्यावर 'गोरेपणा'चं राजेशाही ओझं होतं; त्यामुळे बहुमताकडे त्यांनी सत्ता सोपवण्याचा प्रश्नच उद्‌भवणार नव्हता, हे गांधींना स्पष्ट दिसत होतं.

काँग्रेसकडे बहुमताचं पाठबळ असलं तरी, भारतातील बहुसंख्य मुस्लिमांचा पाठिंबा असलेल्या मुस्लीम लीगच्या विरोधामुळे तिच्याकडे सत्ता सोपवण्याची शिफारस शिष्टमंडळ करणार नसल्याचं गांधींना स्पष्टपणे सांगण्यात आलं. त्याशिवाय, 'लहान' पाकिस्तान (पंजाब आणि बंगालचं विभाजन करून) किंवा 'मोठं' पाकिस्तान

(संपूर्ण पंजाब आणि बंगालचा समावेश करून) हा तोडगा नसल्याचं मंडळ जिनांना थेट सांगणार नाही, हेही त्यांनी स्पष्ट केलं.

भविष्य भारतीयांच्या हाती सोपवण्यास राजी नसलेल्या आणि स्वत:चं स्पष्ट मत जाहीर करण्यास तयार नसलेल्या मंत्र्यांनी, परत जाण्यापूर्वी काँग्रेस आणि मुस्लीम लीगमध्ये सहमती व्हावी, अशी इच्छा व्यक्त केली. मानवी दृष्टिकोनातून बघायचे झाल्यास १९ महिन्यांपूर्वी जिनांशी झालेल्या बोलण्यांवरून आणि नुकत्याच झालेल्या सिमला परिषदेच्या अनुभवावरून हे उद्दिष्ट गाठणं अशक्य असल्याचं गांधींचं मत होतं. त्यांनी तसं शिष्टमंडळाला सांगितलं. ३ एप्रिल रोजी प्रार्थनासभेला जमलेल्या मोठ्या समुदायापुढे बोलताना ते म्हणाले :

> *केवळ ईश्वरच आपली मदत करू शकेल. दुसरं कुणीही नाही. तुम्हीही नाही आणि इंग्रजही नाहीत. आमच्या वाटाघाटींमध्ये ईश्वर मार्गदर्शन करो आणि त्यात भाग घेणाऱ्यांना तो सद्बुद्धी देवो...*

मात्र, मंत्र्यांच्या शिष्टमंडळाकडे त्यांनी सरळसरळ दोन मागण्या केल्या : जयप्रकाश नारायण, राममनोहर लोहिया आणि बऱ्याच काळापासून तुरुंगात असलेले इतर राजकीय कैदी यांची सुटका आणि मिठाचा कायदा रद्द करणे. पहिली विनंती त्वरित मान्य झाली; पण दुसरी मात्र व्हाइसरॉयनं फेटाळली. वॅव्हेल यांचे सचिव अॅबेल यांनी अमृत कौरना सांगितलं की, मिठाचा कायदा रद्द झाला, तर जिना दुखावले जातील.

सिमला, आगामी संकटाची चाहूल आणि १६ मेचं निवेदन : शिष्टमंडळाबरोबरच्या पहिल्या बैठकीत शिष्टमंडळानं जिनांना विचारलं की, राजगोपालाचारींच्या योजनेनुसार संपूर्णपणे सार्वभौम असलेलं 'लहान' पाकिस्तान स्वीकारणं जिनांना मंजूर आहे का? त्यांनी नकार दिला. आपल्याला संपूर्ण सहा प्रांत (पंजाब, सिंध, वायव्य सरहद्द प्रांत, बलुचिस्तान, बंगाल आणि आसाम) आणि पूर्ण सार्वभौमत्व हवं असल्याचं जिनांनी सांगितलं. दुसरीकडे, काँग्रेसनं पूर्ण सार्वभौम असलेल्या 'लहान' पाकिस्तानला आपला विरोध दर्शवलाच; शिवाय ते जर स्वातंत्र्याच्या आधी अस्तित्वात आलं आणि नुकत्याच झालेल्या निवडणुकीत लीगचा पराभव करून निवडून आलेल्या काँग्रेसचं मंत्रिमंडळ असलेल्या वायव्य सरहद्द प्रांताला त्यात सामील होण्यासाठी दबाव आणला गेला, तर त्यालाही काँग्रेसचा विरोध होता.

ही अशक्य गोष्ट शक्य करण्यासाठी ब्रिटिशांनी वाटाघाटींची एक मालिकाच सुरू केली, जी एका महिन्यानंतर सिमल्याला नेण्यात आली. आझाद, नेहरू, पटेल आणि गफार खान या चार सदस्यांनी काँग्रेसचं नेतृत्व केलं. त्या डोंगराळ शहरात जिना आपल्या लीगमधल्या गटाबरोबर आले होते. सरकारनं आणि कार्यकारी

समितीनं गांधींना सिमल्याला येण्याचं आमंत्रण दिलं, त्याप्रमाणे ते तिथे गेले; पण ते वाटाघाटींमध्ये प्रत्यक्ष सहभागी झाले नाहीत.

स्वातंत्र्य आणि त्याबरोबर चाखायला मिळणारी फळं, पदरात पडणारी प्रतिष्ठा आणि सत्ता यांची आशावादी चित्रं डोळ्यासमोर दिसत असल्यामुळे गांधीपेक्षा त्यांचे सहकारीच हा वाद मिटवायला उत्सुक होते. या वाटाघाटींदरम्यान त्यांना बऱ्याचदा आपल्या नेत्यापेक्षा किंवा खरं सांगायचं तर, एकेकाळच्या नेत्यापेक्षा ब्रिटिश मंत्रीच जवळचे वाटले.

त्यांच्या उतावळेपणामुळे आणि काँग्रेस-लीग युतीवर शिष्टमंडळानं दिलेल्या जोरामुळे गांधी अस्वस्थ झाले होते. शिवाय, त्यात भर म्हणून, अगदी तळाशी हिंदू-मुस्लीम संबंध बिघडत चालले असल्याची जाणीव त्यांना होत होती. पण आपण काय केलं पाहिजे, हे त्यांना समजत नव्हतं. *'मी किती अस्वस्थ आहे ते तुम्हाला कळणार नाही, काहीतरी चुकत आहे.'* गांधींनी २९ एप्रिल रोजी क्रिप्सना लिहिलं.

सिमल्याला आलेल्या ॲगाथा हॅरिसनना ते म्हणाले, *''आणीबाणीत आणखी एक आणीबाणी आहे, एक आणीबाणी आत आहे आणि एक बाहेर.''* या अस्वस्थतेला त्यांनी दिलेला प्रतिसाद हा अनपेक्षित तर होताच; पण त्यांच्या स्वभावाला साजेसा नव्हता. प्यारेलाल आणि इतर खाजगी मदतनिसांना त्यांनी सिमला सोडून जायला सांगितलं. पटेल आणि गफार खानांबरोबर ते पुन्हा 'मॅनोर व्हिले' या राजकुमारी अमृत कौर यांच्या निवासस्थानी राहायला गेले.

आपण स्वत:ला संपूर्णपणे ईश्वराच्या हवाली करणार असल्याचं आणि आधार, सुखसोयी पुरवणाऱ्या, कुटुंबाप्रमाणे असलेल्या मदतनिसांना परत पाठवून विलगीकरणाची धारदार कुऱ्हाड वापरणार असल्याचं गांधींनी प्यारेलालना सांगितलं. *'तुमच्याभोवती जर कुटुंबीय असतील तर अगदी सूक्ष्म किंवा थोड्या प्रमाणात का होईना, पण तुमचं लक्ष विचलित होतं. या आणीबाणीच्या परिस्थितीत माझं लक्ष मला ईश्वरचरणी ठेवायचं आहे.'* त्यांनी स्पष्ट केलं.

शतकापूर्वी राल्फ वाल्डो इमर्सननं लिहून ठेवलेल्या शब्दांनुसार ते वागत होते : 'माणूस जेव्हा आधाराच्या कुबड्या फेकून एकटा ताठ उभा राहतो, तेव्हा तो मला शक्तिमान भासतो आणि तेव्हाच तो प्रबळ ठरतो.' मनातून दुखावले गेलेले आणि गांधींसाठी चिंतित असलेले त्यांचे मदतनीस शांत राहिले. ते दिल्लीसाठी रवाना झाले.

गांधींबरोबर थांबलेल्या गफार खानांवर त्यांनी सिमल्यात एक अनपेक्षित कामगिरी सोपवली : पख्तुनांच्या या बादशहावर सिमल्यातील 'अस्पृश्यां'च्या राहणीमानाचा अभ्यास करण्याची ही कामगिरी होती. त्यांची वस्ती माणसांना तर सोडाच पण जनावरांनाही राहण्यायोग्य नाही, असं गफार खानांनी पाहणीनंतर सांगितलं आणि

गांधींचं हृदय संतापानं आणि दु:खानं भरून गेलं.

(क्रिप्स यांनी सुचवलेल्या) एका विशिष्ट योजनेभोवती सिमल्याची चर्चा केंद्रित झाली होती. त्रिस्तरीय भारताची ती योजना होती. खालच्या स्तरावर सगळे प्रांत, 'हिंदू' आणि 'मुस्लीम' प्रांतांचे गट दुसऱ्या मधल्या स्तरावर आणि सगळ्यात वर असेल ते संघराज्य किंवा युती. युतीमध्ये हिंदू-मुस्लिमांना समान संधी मिळणार होती. मुस्लिमांच्या प्रदेशांची व्याप्ती मोठी असेल व हिंदू-मुस्लीम समान संख्याबळ असेल तर नावापुरत्या युतीला आपण मान्यता देऊ, असं ६ मे रोजी जिनांनी सिमल्याला जाहीर केलं.

नेहरू म्हणाले की, गट बनवायला आपण तयार आहोत, पण त्या युतीला विधानमंडळ असेल आणि गटात सामील होण्याचं किंवा न होण्याचं स्वातंत्र्य प्रांतांना असावं, असं त्यांचं म्हणणं होतं. नेहरूंनी जिनांशी काही प्रमाणात सहमती दर्शवली, तेव्हा पटेलांचा रागानं धुमसणारा नापसंतीचा थिजलेला चेहरा अभ्यासण्यासारखा होता, असं वॅव्हेल यांनी आपल्या दैनंदिनीत नोंदवलं आहे.

गटाला पाच वर्षांनंतर विलग होण्याचा अधिकार असावा, अशी मागणी जिनांनी काही मिनिटांनी करताच पटेल उद्गारले, 'आता लक्षात आलं की, सगळा वेळ ते कशाच्या मागे होते.' वॅव्हेल यांनी आपल्या दैनंदिनीत लिहिलं – 'पटेलांच्या मनाला धक्का बसला होता आणि लीग संघराज्यात/आघाडीत सामील व्हायला खरोखर उत्सुक नसल्याच्या आणि त्यातून लवकरात लवकर बाहेर पडण्याची इच्छा बाळगून असल्याच्या त्यांच्या दाव्याला पुष्टीच मिळाली होती.'

खरी मेख होती–अविश्वास. फक्त पटेलच नव्हे, तर काँग्रेसलासुद्धा असं वाटत होतं की, आसाम, पूर्व पंजाब आणि मुस्लीम अल्पसंख्याक असलेला पश्चिम बंगाल यांच्यासकट सहा प्रांत घेऊन जिना वेगळे होतील; तर जिनांना वाटत होतं की, कितीही लहान मुस्लीम बहुसंख्याक प्रांत असला तरी त्याच्या उदयाला काँग्रेस विरोध करेल.

जिनांची समान संख्याबळाची मागणी हा आणखी एक अडथळा होता. सिमल्याला पडद्यामागे चाललेल्या सल्लामसलतीत क्रिप्सकडे आपलं मत मांडताना गांधी म्हणाले, *"हिंदू बहुमत आणि मुस्लीम अल्पमत, अशा दोघांना समान संधी हे अतार्किक, लोकशाहीला सोडून आणि पाकिस्तानपेक्षाही वाईट होतं."* एकदा आघाडीसाठी ही मागणी मान्य झाली, की भारतभर प्रत्येक ठिकाणी, अगदी खेड्यांपासून ती लागू करण्याचा आग्रह सुरू होईल.

वास्तविक पाहता, त्या घडीला शिष्टमंडळानं काँग्रेसला असं सांगायला हवं होतं की, आघाडीसाठी मुस्लीम लीग तयार असेल तर एक मोठा भूप्रदेश त्यांना देण्यात यावा आणि लीगला असं सांगायला हवं होतं की, त्यांना मोठा भूभाग हवा

असेल तर त्यांनी बिनशर्त आघाडीत सामील व्हावं. भूप्रदेशाचा त्याग आणि सार्वभौमत्वाचा त्याग यांमध्ये समतोल साधला जायला हवा होता. त्याऐवजी, शिष्टमंडळानंच स्पष्टता आणि सातत्य यांचा त्याग केला. सिमला चर्चेनंतर त्यांनी असा एक मसुदा तयार केला, त्याचा मुस्लीम लीग एक अर्थ लावू शकत होता, तर काँग्रेस दुसरा आणि दोघंही तो स्वीकारू शकणार होते.

हेच ते अक्कलहुशारीनं, बुद्धी वापरून तयार केलेलं, अतिशय धोकादायक पातळीवरील संदिग्धता असणारं, १६ मेचं निवेदन! 'लहान किंवा मोठं सार्वभौम पाकिस्तान हा स्वीकारण्यायोग्य उपाय नाही', असं काँग्रेसला खूश करणारं निवेदन अखेरीस जाहीर झालं. आघाडी विधानमंडळात समान संख्याबळाची मागणीही नाकारण्यात आली. आघाडीला परराष्ट्र व्यवहार, संरक्षण आणि दळणवळणाच्या सोयी उपलब्ध करून देण्याचं मान्य करण्यात आलं. त्याबरोबर, त्या ब्रिटिश निवेदनात (परिच्छेद १५) एक योजना जाहीर करण्यात आली, त्यानुसार जिनांची मागणी असलेल्या सहाच्या सहा प्रांतांचं दोन मुस्लीम बहुसंख्याक गटांमध्ये विलीनीकरण करण्यात यावं, त्यांतील एक पश्चिमेला आणि दुसरा पूर्वेला असेल, असा प्रस्ताव मांडण्यात आला.

प्रांतांसाठी, गटांसाठी आणि आघाडीसाठी भविष्यात घटना तयार करण्यासाठी म्हणून १६ मेच्या मसुद्यात (परिच्छेद १९) निर्वाचित सदस्यांची संविधान सभा तयार करण्याचा किंवा संविधान सभेच्या तीन विभागांची निर्मिती करण्याचा प्रस्ताव सुचवण्यात आला. सध्याचे प्रांतीय विधायक संविधान सभेवर प्रतिनिधी निवडून पाठवणार होते आणि संस्थानिक प्रतिनिधी नामनिर्देशित करणार होते. संविधान सभा 'तीन विभागांची मिळून बनेल' असं नमूद केलं होतं– पंजाब, सिंध, वायव्य सरहद्द प्रांत आणि बलुचिस्तानमधील सदस्य एका विभागात; बंगाल आणि आसामचे सदस्य दुसऱ्यात आणि उरलेले तिसऱ्या विभागात. स्वतंत्रपणे बैठका घेऊन तीनही विभाग प्रथम आपापल्या गटासाठी आणि प्रांतांसाठी घटना तयार करणार होते. नंतर एकत्र येऊन संयुक्तपणे संघराज्याची/आघाडीची घटना लिहिणार होते.

या योजनेचा काँग्रेसनं असा अर्थ लावला की, कोणत्याही एका किंवा सर्व सहा विधानसभांनी निवडून दिलेले प्रतिनिधी प्रस्तावित 'पाकिस्तान'मध्ये किंवा मुस्लीम बहुसंख्याक विभागामध्ये सामील होऊ शकत होते किंवा बाहेर राहू शकणार होते (त्या मसुद्यात पाकिस्तान हा शब्द वापरला गेला नव्हता) – अशा प्रकारे त्यांचा प्रांत गटात सामील होऊ शकत होता किंवा गटाच्या बाहेर राहू शकत होता– लीगचा मात्र असा हट्ट होता की सर्व सहा प्रांत (चार पश्चिमेचे आणि बंगाल व आसाम हे दोन पूर्वेचे) संमीलित होणं आवश्यक होतं; शिवाय भविष्यात पाकिस्तानच्या गटांना संघराज्यातून अलग होण्याचा अधिकार राखून ठेवायचा होता.

१६ मेच्या निवेदनात एका ठिकाणी (परिच्छेद १५) 'स्वातंत्र्य असले पाहिजे' असा शब्दप्रयोग केला होता आणि दुसरीकडे (परिच्छेद १९) 'असेल' असा शब्द वापरला होता. मजूर सभागृहापुढे क्रिप्स यांनी पुढे असं स्पष्ट केलं की, दोन्ही पक्षांनी १६ मेच्या योजनेत सामील व्हावं यासाठी शब्दरचना जाणूनबुजून संदिग्ध ठेवण्यात आली होती. निवेदनात असंही म्हटलं होतं की, संघराज्याची आणि गटाची घटना तयार झाल्यानंतर दहा वर्षांनी पुनर्विचारार्थ घेतली जाऊ शकणार होती. ही तरतूद अलग होण्याची संधी शोधणाऱ्या लीगसाठी स्वागतार्ह होती. थोडक्यात, १६ मेच्या योजनेत 'संघराज्य' वैकल्पिक आहे, असं लीगनं जाहीर केलं, तर 'गट' वैकल्पिक असल्याचं काँग्रेसचं म्हणणं होतं.

२४ मे रोजी शिष्टमंडळाचे एक मदतनीस आणि पुढे ब्रिटिश खासदार झालेले वूड्रो वॅट यांनी जिनांना सल्ला दिला की, १६ मेच्या योजनेत पाकिस्तानचा प्रस्ताव जरी नाकारण्यात आला असला, तरीसुद्धा ते ती योजना 'पाकिस्तानच्या मार्गावरचं पहिलं पाऊल' म्हणून स्वीकारू शकतात. ६ जून रोजी लीगनं १६ मेची योजना अधिकृतपणे स्वीकारली, त्याच वेळी 'संपूर्ण सार्वभौम पाकिस्तान' हेच आमचं अविचल ध्येय राहील, याचा पुनरुच्चारही केला. 'अनिवार्य गट' असं ज्याचं योजनेत वर्णन केलं आहे, त्यातच पाकिस्तानचा पाया दडला असल्याचा दावा त्यांनी केला आणि परिणामस्वरूप १६ मेच्या योजनेत मुस्लीम गटांना अलग होण्याची संधी आणि अधिकार दिला असल्याचं ठाम प्रतिपादन केलं.

नेमकी विरुद्ध अर्थाची स्पष्टीकरणं आणि हमी काँग्रेसला देण्यात आली. पाकिस्तानला आणि समान संख्याबळाच्या मागणीला १६ मेच्या योजनेत मिळालेल्या नकारानं सुखावलेल्या गांधींनी १६ मेचं स्वागत केलं; पण गटापासून वेगळं राहण्याच्या प्रांताच्या अधिकारावर शिक्कामोर्तब करण्याची मागणी त्यांनी आणि कार्यकारी समितीनं केली. आधी ही मागणी फेटाळण्यात आली. २५ मे रोजी जाहीर केलेल्या निवेदनात शिष्टमंडळानं जाहीर केलं की, १६ मेच्या योजनेप्रमाणे गट पाडणं आवश्यक आणि शिष्टमंडळाच्या हेतूंशी सुसंगत होतं. हेतूंपेक्षा छापील मजकूर अधिक सुसंबद्ध होता आणि परिच्छेद १५ मधील शब्दप्रयोगामुळे अनिवार्य गट पाडण्याची शक्यता बाद ठरत असल्याचा उलट युक्तिवाद गांधींनी आणि कार्यकारी समितीनं केला.

अंतरिम सरकार : १६ मेच्या योजनेवर अधिकृत प्रतिक्रिया देणं कार्यकारी समितीनं पुढे ढकललं. अंतरिम सरकारच्या दिशेनं सुरू असलेल्या वाटाघाटींमधून काय निष्पन्न होत आहे, याकडे आधी लक्ष केंद्रित केलं. या वाटाघाटींनीही गांधी अस्वस्थ झाले. १३ जून रोजी त्यांनी वॅव्हेल यांना परखड भाषेत पत्र लिहिलं, त्यात त्यांनी व्हाइसरॉयना जे लिहिलं, तेच कार्यकारी समितीलाही सांगितलं होतं की,

ब्रिटिश साम्राज्याच्या मर्जीनुसार चालणाऱ्या आघाडी सरकारपेक्षा लीगच्या नेतृत्वाखालील अंतरिम सरकार केव्हाही चांगलंच. साम्राज्याच्या मर्जीनुसार चालणाऱ्या सरकारमुळे काँग्रेसच्या देशभरात असलेल्या प्रतिष्ठेला धक्का पोचला असता :

> *तुम्ही एक महान सैनिक आहात– धाडसी सैनिक. उचित निर्णय घेण्याचं धाडस तुमच्यात आहे. तुम्ही दोनपैकी एका घोड्याची निवड केली पाहिजे. माझ्या माहितीप्रमाणे, तुम्ही एकाच वेळी दोन्ही घोड्यांवर बसू शकत नाही. एकतर काँग्रेसनं निवडलेली नावं स्वीकारा किंवा लीगनं दिलेली. कृपा करून परस्परपूरक नसलेल्यांची एकत्र मोट वळू नका. या प्रयत्नाचे परिणाम भयावह विस्फोटकारी असतील. असो. तुम्ही वेळेची मर्यादा आखून द्या आणि ती संपेल तेव्हा आम्हाला सगळ्यांना जायला सांगा. मला जे सांगायचं ते मी स्पष्टपणे सांगितलं आहे, अशी मला आशा आहे.*

नवीन सरकारचं नेतृत्व करण्याची पात्रता काँग्रेसकडे असली तरी, लीगच्या नेतृत्वाखालील अल्पमतातील आणि केंद्रीय विधानमंडळाला बांधील असलेलं सरकार भारताच्या भविष्याला धोका पोचवणार नाही, असं गांधींना वाटत होतं. पण, काँग्रेसला हिंदू म्हणून संबोधणं आणि लीगला मुस्लीम म्हणणं हा 'तोडगा' आणि नको असलेली 'तडजोड' दोघांनी नाखुशीनं मान्य करणं, त्यांना मान्य होणार नव्हतं. असंच एक परखड पत्र त्याच दिवशी त्यांनी क्रिप्सना पाठवलं :

> *तुमच्या आयुष्यातील एक अतिशय अवघड कामगिरी तुम्ही पार पाडत आहात. माझ्या दृष्टीनं, शिष्टमंडळ आगीशी खेळत आहे... तुम्हाला दोघांतून निवड करावी लागेल–मुस्लीम लीग आणि काँग्रेस. दोघंही तुमचीच अपत्यं आहेत...*
>
> *कधी काँग्रेसची, तर कधी लीगची आणि पुन्हा काँग्रेसची मनधरणी करणं, स्वतःचं नुकसान करून घेणं, हे चालणार नाही. एकतर तुम्ही सत्याची बाजू घ्या किंवा ब्रिटिशांच्या धोरणानं निर्माण झालेल्या आणीबाणीच्या परिस्थितीपुढे मान तुकवा.*
>
> *दोन्ही बाबतींत शौर्याची गरज आहे. फक्त... आकाश कोसळलं तरी तुमच्या तारखांना चिकटून राहा. काँग्रेसला आघाडी स्थापन करू द्या नाहीतर लीगला. १६ पर्यंत तुम्ही निघा. या तुमच्या दोन अपत्यांपेक्षा एकत्रित आलेल्या ब्रिटिश शहाणपणाला जास्त चांगलं समजतं, असं जर तुम्हाला वाटत असेल, तर मी अधिक काय बोलणार?*

काँग्रेस आणि शिष्टमंडळात चाललेल्या बोलण्यातील काही भागाबद्दलच माहिती

असलेल्या गांधींची अशी इच्छा होती की, मंत्र्यांनी आणि खासकरून मसुदा लिहिण्यात खास कुशल असलेले क्रिप्स यांनी या प्रयत्नांचा शेवट करावा. परंतु घरी परतण्यापूर्वी नवीन सरकारची स्थापना करण्याचा जणू निर्धारच क्रिप्स यांनी केला होता. आपल्या उत्तरात क्रिप्स यांनी गांधींना लिहिलं : 'आम्ही धैर्य आणि समंजसपणाचा मेळ घालू इच्छितो. भारत सोडण्यापूर्वी या प्रश्नावर काहीतरी मार्ग काढायला आमची मदत होईल, अशी अजूनही आम्हाला आशा आहे.'

खरंतर नेहरू, पटेल आणि मंडळींचं मन आपल्याकडे वळवण्यासाठी क्रिप्स यांनी पुन्हा एकदा गांधींबरोबर चढाओढ सुरू केली होती आणि गांधी सहमत नसले, तरी त्या सर्वांना शिष्टमंडळाच्या योजना मान्य करायला लावण्याच्या खटपटीत ते होते.

१६ जून रोजी, अंतरिम सरकारची यादी वॅव्हेल यांनी जाहीर केली. काँग्रेसमधील सहा हिंदू (नेहरू, पटेल, सी.आर., प्रसाद, माहताब आणि दलित नेते जगजीवनराम), पाच मुस्लीम (जिना व लीगमधील अन्य चार), एक शीख (बलदेव सिंग), एक ख्रिश्चन (जॉन मथाय) आणि एक पारशी (एन. पी. इंजिनीयर) यांना नवीन परिषद स्थापण्यास आमंत्रित केलं गेलं.

अजूनही काँग्रेसच्या अध्यक्षपदी असलेल्या आझादांना आमंत्रित केलं गेलं नव्हतं; पण पक्षाच्या 'ज्येष्ठ पाचां'पैकी चार जणांना केलं होतं. बलदेव सिंग आणि मथाय हे परिषदेच्या कोणत्याही विभागात काँग्रेसच्या सहा जणांना पाठिंबा देतील, असा अंदाज बांधला गेला होता. अखेरीस, भारताला काँग्रेसचं वर्चस्व असणारी परिषद लाभणार होती. (व्हाइसरॉय अध्यक्ष म्हणून राहणार असले तरी) नेहरू तिचे उपाध्यक्ष आणि कार्यकारी पंतप्रधान असणार होते.

तरीही, एक त्रुटी होतीच : त्या यादीचा अर्थ असा होता की, काँग्रेस फक्त हिंदूंचं आणि लीग केवळ मुस्लिमांचं प्रतिनिधित्व करत होत्या. केवळ तडजोडीच्या भावनेनं– पण कदाचित ते काँग्रेस पक्षाचं नेतृत्व करणार नसल्यामुळे– आझाद ही अखिल-हिंदू काँग्रेसची यादी (आणि परिणामस्वरूप आपली वगळणूक) मान्य करायला तयार होते.

काँग्रेसचा मुस्लीम समाविष्ट असावा असा हट्ट कार्यकारी समिती धरणार नाही, असं त्यांनी शिष्टमंडळाला खाजगीत सांगूनही टाकलं होतं. उच्चवर्णीय हिंदूच्या जागी आझादांची नेमणूक करावी, या गांधींच्या सूचनेला त्यांनी साफ नकार दिला.

नेहरू आणि पटेलांसहित कार्यकारी समितीतील बहुतांश लोक आझादांशी सहमत होते; पण त्यांनी गांधींचं मत विचारात घेतलं नव्हतं. गांधींनी १९ जून रोजी शेवटचा इशारा दिला की, अखिल-हिंदू काँग्रेसच्या यादीला त्यांनी मान्यता दिली, तर आपल्याला या सगळ्याशी काही देणंघेणं नसेल आणि आपण दिल्ली सोडून

निघून जाऊ. निव्वळ एक हिंदू संघटना अशा आणि एवढ्या पातळीपर्यंत खाली घसरलेल्या काँग्रेसशी मग त्यांना काहीही कर्तव्य उरणार नव्हतं.

वॅव्हेल यांनी आझादांना पत्र पाठवलं नसतं, तर गांधींना कार्यकारी समितीनं नाकारलं असतं. २२ जूनला मिळालेल्या पत्रात, लीगबाह्य मुस्लिमासाठी काँग्रेसनं आग्रह धरू नये, असं म्हटलं होतं. १९४६ सालच्या उन्हाळ्यात काँग्रेसच्या अध्यक्षपदासाठी गांधींचा अस्वीकार करणं मान्य होण्यासारखं होतं; पण व्हाइसरॉयकडून आलेल्या आदेशापुढे मान तुकवणं मात्र आकलनापलीकडचं होतं. १६ जूनच्या यादीसाठी कार्यकारी समितीनं जेव्हा मतदान केलं, तेव्हा एक सोडून सगळ्यांनी विरोध केला.

१६ जूनची यादी काँग्रेस नाकारेल, अशी वॅव्हेलना आणि जिनांना अपेक्षा होती आणि काँग्रेसशिवाय बनणाऱ्या सरकारचं आपण नेतृत्व करू शकू, असं जिनांना वाटलं. मात्र, काँग्रेसनंसुद्धा सहभागी व्हावं, यावर क्रिप्स व पेथिक-लॉरेन्स यांचा कटाक्ष होता. स्पष्टपणे सांगायचं तर क्रिप्स आणि पेथिक-लॉरेन्स या दोन काँग्रेसधार्जिण्या सदस्यांनी (ते गांधीधार्जिणे नसले तरी) ब्रिटिश संघाचा अर्धा भाग व्यापला होता, तर अलेक्झांडर आणि वॅव्हेल या लीगधार्जिण्यांनी उरलेला अर्धा.

तोडगा : काँग्रेस सरकारमध्ये सामील होण्याची शक्यता १६ जूनच्या निवेदनातील आठव्या कलमावर अवलंबून होती, हे क्रिप्स जाणून होते. या कलमात असे म्हटले होते की, १६ जूनची यादी काँग्रेसनं किंवा लीगनं किंवा दोघांनी अस्वीकृत केली, तर व्हाइसरॉय १६ मेचा प्रस्ताव मान्य असणाऱ्या लोकांमधून शक्य असेल तेवढं प्रतिनिधित्व करणारं अंतरिम सरकार तयार करण्याच्या प्रक्रियेला सुरुवात करतील.

वॅव्हेल यांच्या रोजनिशीनुसार, त्यांच्या आदेशानुसार आठवं कलम घालण्यात आलं होतं. १६ मेचा प्रस्ताव स्वीकारणाऱ्या जिनांचं तो नाकारणाऱ्या काँग्रेसमुळे काही नुकसान होऊ नये, याची खातरजमा करण्यासाठी त्यांनी असं केलं होतं. या कलमान्वये, नवीन सरकारमध्ये आपल्या पक्षाच्या प्रतिनिधित्वासाठी जिनांची इच्छा असल्यास ते वाटाघाटी करू शकणार होते, १६ मेचा प्रस्ताव नाकारणाऱ्यांना हा अधिकार मिळणार नव्हता.

आठव्या कलमानुसार, १६ मेचा प्रस्ताव मान्य केल्यास काँग्रेसही आपल्या नावांसाठी वाटाघाटी करू शकणार होती– उदाहरणार्थ, तिच्या यादीत एखाद्या मुस्लिमाचा समावेश करण्यासाठी. ही गोष्ट क्रिप्स यांना माहीत होती आणि काँग्रेसला समजली होती.

२२ जूनच्या रात्रीपासून पटेल आणि क्रिप्स/पेथिक-लॉरेन्स यांच्यात प्रत्यक्ष आणि अप्रत्यक्ष संपर्क बऱ्याच वेळा घडले. या संपर्कासाठी पुढाकार पटेलांनी घेतला की ब्रिटिशांनी, की केंब्रिजमध्ये शिकलेले आणि मजूर पक्षाशी संबंध असलेले तरुण

बंगाली मध्यस्थ सुधीर घोष यांनी हे स्पष्ट झालेलं नाही. तसा दावा सुधीर घोषनी केला आहे : ते लिहितात–

> *या पडझडीतून काही डागडुजी करायची असेल तर पटेलांबरोबर तुम्ही व्यक्तिगत बोलणी करावीत, हा एकच सल्ला मी तुम्हाला देईन; कारण पटेल हे सगळ्या काँग्रेस पुढाऱ्यांमध्ये सर्वांत शहाणे व व्यवहारी मुत्सद्दी आहेत, असं मी क्रिप्स आणि पेथिक-लॉरेन्सना सांगितलं.*

गांधी अस्वीकृत : कुणीही पुढाकार घेतला असो, वर उल्लेख केलेल्या व्यक्तिगत बोलण्यांचा परिणाम म्हणून काँग्रेसनं १६ मेचा प्रस्ताव स्वीकारला. काय झालं आणि कसं झालं, हा भारतीय स्वातंत्र्यलढ्याच्या शेवटच्या अंकातील झाकोळलेला भाग होता. (गांधींचे सचिव प्यारेलाल, पटेलांची कन्या मणिबेन आणि ब्रिटिश व्हाइसरॉय वॅव्हेल) अशा तीन रोजनिश्यांच्या मदतीनं, घोष यांनी दिलेल्या माहितीनुसार आणि राजेसाहेबांच्या सरकारनं– HMG – तयार केलेल्या 'ट्रान्स्फर ऑफ पॉवर' खंडामधून मिळालेल्या माहितीच्या आधारे वरील कालखंडाचे तुकडे एकत्र जोडता येतात.

> २३ जून : नवी दिल्लीच्या गोल पोस्ट ऑफिसच्या वर्तुळाकार मार्गावर पेथिक-लॉरेन्सबरोबर त्यांच्या गाडीत सुधीर घोष बसलेले. सकाळचे आठ वाजत असताना, ज्या गाडीतून पटेल बिर्ला हाउसकडे (त्यांच्या मुक्कामाच्या ठिकाणी) जात असतात, ती थांबवतात. पटेल सफाई कामगारांच्या वस्तीमधून गांधींना भेटून येत असतात. पटेल पेथिक-लॉरेन्सच्या गाडीत बसतात तर घोष पटेलांच्या. दोन्ही गाड्या सुमारे मैलभर अंतरावरच्या २, विलिंग्डन क्रिसेंट (व्हाइसरॉयचे निवासस्थान)कडे जातात. पेथिक-लॉरेन्स आणि अलेक्झांडर तिथे मुक्कामी असतात.
>
> पटेल आणि तीन मंत्री सकाळी आठ वाजल्यापासून सुमारे अर्धा तास चर्चा करतात. काँग्रेस संघाचा एक सदस्य म्हणून पटेल आधीही त्यांना भेटलेले असतात, पण एकटे भेटण्याची त्यांची ही पहिलीच वेळ असते. काँग्रेस १६ जूनचा प्रस्ताव नाकारणार असल्याचं पटेल सांगतात, त्यावर आठव्या कलमानुसार सरकार बनवण्याच्या कामी मदत करण्यासाठी जिनांना आमंत्रित केलं जाईल, असं पेथिक-लॉरेन्स त्यांना सांगतात. १६मेचा प्रस्ताव स्वीकारला तर काँग्रेसलाही बोलवलं जाईल का, अशी विचारणा पटेल करतात. तसंच केलं जाईल, अशी खात्री पेथिक-लॉरेन्स आणि क्रिप्स त्यांना देतात. अधिकार नसताना पण पूर्ण खात्रीनिशी पटेल त्यांना काँग्रेस १६ मेचा प्रस्ताव स्वीकारेल, असं सांगतात.

२३ जून, सकाळी ९.३० : व्हाइसरॉयच्या घरी, कॉंग्रेस १६ जूनचा प्रस्ताव नाकारणार असून १६ मेचा प्रस्ताव स्वीकारत असल्याचं सांगून, जिनांना आमंत्रित करण्याची पूर्ण तयारी केलेल्या वॅव्हेलना, पेथिक-लॉरेन्स मोठाच धक्का देतात. आझादांच्या निवासस्थानी, १६ मेच्या स्वीकृतीमुळे ब्रिटिशांकडून आमंत्रण येणार असल्याचं पटेल आझादांना, नेहरूंना, सी.आर.ना आणि प्रसादांना सांगतात. सत्ता खुणावत असते.

२३ जून, दुपारी उशिरा : एक पेचप्रसंग. संविधान सभेसाठी उमेदवारांनी भरण्याच्या फॉर्ममध्ये १९ वा परिच्छेद मान्य करणं गरजेचं असल्याच्या तारा आसाम आणि मुंबईहून कॉंग्रेस नेत्यांना येतात. हे समजल्यावर गांधी कार्यकारी समितीला म्हणतात, '१६ मेला आता दुर्गंधी येत आहे.'

त्याच दिवशी, २३ जून, रात्री १०.३० : क्रिप्स यांच्याकडून बिनतोड उपाय घेऊन घोष पटेलांकडे येतात. फॉर्ममध्ये पुढील बदल करण्यात येतील– 'परिच्छेद १९च्या उद्दिष्टांसाठी'च्याऐवजी '१६ मेच्या जाहीर निवेदनाच्या उद्दिष्टांसाठी' असा बदल करण्यात येईल. पटेलांचं समाधान होतं, पण गांधींना हे मंजूर होईल का?

२४ जून, सकाळी ७ : तीन मंत्र्यांना भेटण्यासाठी पटेल गांधींना घेऊन २, विलिंग्डन क्रिसेंट इथे जातात. कॉंग्रेसनं १६ मेचा प्रस्ताव स्वीकारला तर आठव्या कलमानुसार अंतरिम सरकार बनवण्याच्या दृष्टीनं कॉंग्रेस मुस्लीम लीगच्या बरोबरीला येऊन बसेल आणि नवीन नावं पाठवू शकेल, अशी हमी पेथिक-लॉरेन्स गांधी आणि पटेलांना देतात. आसाम आणि मुंबईहून आलेल्या तारा गांधी दाखवतात. क्रिप्स आपला उपाय सांगतात; पण पेथिक-लॉरेन्स हस्तक्षेप करून म्हणतात, 'नाही, यात अडचणी आहेत.' पुन्हा सगळ्यांनी रात्री आठ वाजता भेटायचं ठरतं, वॅव्हेलही तेव्हा हजर राहणार असतात. पेथिक-लॉरेन्स यांच्या हस्तक्षेपानं आपण अस्वस्थ झाल्याचं गांधींनी सांगितल्यावर पटेल वैतागतात.

२४ जून, रात्री ८ : एव्हाना, परिच्छेद १९ शी संबंधित उपाय स्वीकारायला क्रिप्स यांनी पेथिक-लॉरेन्स यांचं मन वळवलेलं असतं. गांधी पुन्हा परिच्छेद १९ विषयी विचारतात. संविधान सभेसाठीच्या कॉंग्रेस उमेदवारांना सक्तीचे गट स्वीकारणं बंधनकारक नसल्याचं पेथिक-लॉरेन्स खात्रीपूर्वक सांगतात. मात्र गट करणं आवश्यक असल्याचं वॅव्हेलमध्येच हस्तक्षेप करून सांगतात; पण ब्रिटिश संघाचे नेते असलेले पेथिक-लॉरेन्स त्यांना मुद्दा पुढे न रेटण्यास सांगतात.

भेटीनंतर पटेल गांधींना विचारतात, 'आता तुमचं समाधान झालं का?' गांधी उत्तरतात, *'उलट, माझा संशय अजून वाढला आहे.'* बरेच अस्वस्थ झालेले वॅव्हेल, पेथिक – लॉरेन्स आणि क्रिप्सना त्यांनी गांधींना दिलेली खात्री प्रामाणिकपणे दिली होती काय, असं विचारतात, पण त्यांना गप्प केलं जातं. संध्याकाळी उशिरा शिष्टमंडळाकडून एक स्पष्टीकरण प्रसिद्ध केलं जातं की, संविधान सभेसाठीच्या उमेदवारांना १९ वा परिच्छेद पाळणं बंधनकारक नाही.

पटेल आणि इतर कार्यकारी समितीसदस्य आनंदित होतात. चार वर्षांपूर्वी, १९४२ साली, नेहरूंना गांधींपासून तोडण्यात क्रिप्स जवळजवळ यशस्वी ठरले होते. या वेळी त्यांनी पटेलांना आणि त्यांच्याद्वारे बाकीच्यांना तोडलं होतं.

२४ जून, रात्री १० : गांधी क्रिप्सना लिहितात की, आपले सहकारी आता संविधान सभेमध्ये प्रवेश करण्यासाठी सिद्ध झालेले असताना, आपण कार्यकारी समितीला दीर्घकालीन प्रस्ताव न स्वीकारण्याचा सल्ला देणार आहोत... मी माझ्या अंत:प्रेरणेच्या विरोधात जाणार नाही.

२५ जून, सकाळी ८ : कार्यकारी समितीची बैठक. गांधींच्या सूचनेवरून क्रिप्सना लिहिलेली चिठ्ठी प्यारेलाल वाचून दाखवतात. अस्वस्थ शांततेत ती ऐकली जाते. गांधी म्हणतात : *मी पराभव मान्य करतो. माझ्या बिनबुडाच्या संशयाचा आधार घेऊन कृती करायला तुम्ही बांधील नाही आहात... तुमच्या परवानगीनं मी आता निघतो.*

बैठकीभर विलक्षण शांतता पसरते. काही वेळ कुणीच बोलत नाही. मग आझाद (प्यारेलाल यांनी लिहिल्याप्रमाणे) त्यांच्या नेहमीच्या चाणाक्षपणानं इतरांना विचारतात : 'तुमची काय इच्छा आहे? बापूंना फार वेळ थांबवून ठेवण्याची खरंच गरज आहे?' सगळे गप्प आहेत. त्या शांततेतच एक संदेश आहे. आणि तो संदेश गांधींसाठी आहे. ते उठतात आणि निघून जातात.

वॅव्हेल, क्रिप्स आणि गांधी : नंतर त्या दिवशी (२५ जून) कार्यकारी समितीनं औपचारिकपणे १६ जूनचा प्रस्ताव नाकारला आणि गांधींच्या सल्ल्याविरुद्ध, वादग्रस्त कलमांचे स्वत:चे अर्थ लावून औपचारिक १६ मेचा प्रस्ताव स्वीकारला. १६ मेच्या काँग्रेसनं केलेल्या स्वीकारामुळे व्हाइसरॉयना धक्का बसला, हे क्रिप्सच्या 'चिथावणी'वरून झालं, (आणि क्रिप्स व पटेलांनी डावपेच आपल्यावर उलटवले) असं त्यांना वाटलं.

काँग्रेसनं १६ मे स्वीकारल्याचं जिनांना कळताच त्यांनी लीगला १६ जूनही स्वीकारार्ह असल्याचं व्हाइसरॉयना कळवलं. १६ मे तर त्यांनी पूर्वीच स्वीकारला होता. काँग्रेसच्या 'अप्रामाणिक' स्वीकाराला नकार द्यावा, अशी मागणी त्यांनी केली आणि व्हाइसरॉयच्या आमंत्रणासाठी आपण तयार असल्याचं सूचित केलं.

काँग्रेसला आमंत्रित न करता जिनांना सरकार बनवण्यासाठी पाचारण करण्याचा विचार व्हाइसरॉयनं जरी केला असला, तरी हे घडणं कसं शक्य होतं ते त्यांना कळेना. ज्याप्रमाणे लीगनं केलेला १६ मेचा स्वीकार त्यांना मान्य करावा लागला, त्याचप्रमाणे काँग्रेसनं केलेला स्वीकारही त्यांना मान्य करणं भाग होतं; कारण लीगनंही काही एक अर्थ लावूनच तो स्वीकारला होता.

परंतु, क्रिप्स यांच्याबरोबर मात्र ते जुळवून घेऊ शकले नाहीत. काळा आणि पांढरा दोन्ही रंग निष्प्रभ करून एकच स्वीकारण्याजोगा राखाडी रंग तयार करण्यात त्यांचा हातखंडा असल्याची मनोमन पावती व्हाइसरॉयनं दिली होती. जूनच्या अखेरीस शिष्टमंडळ शेवटी भारत सोडून जायला निघालं, तेव्हा वॅव्हेल आणि क्रिप्स यांनी एकमेकांचा निरोपही घेतला नाही.

व्हाइसरॉयना गांधीही आवडत नसत. १९४७ साली त्यांनी गांधींना साम्राज्याचा कट्टर शत्रू असं संबोधलं आणि गेल्या काही वर्षांत ब्रिटिश साम्राज्याचा काही भाग उखडणारा सर्वांत जबरदस्त विरोधक, असं म्हटलं. ब्रिटिशांविषयी आपल्या मनात कोणतीही अढी नाही, हा गांधींचा दावा वॅव्हेल यांच्या नजरेला खुपत होता; तर व्हाइसरॉयचा त्यावर विश्वासच नव्हता.

अस्वीकृतीला प्रतिसाद : सहकाऱ्यांकडून झालेली ही अवहेलना गांधींना सुखावणारी निश्चितच नव्हती. तशी ती त्यापूर्वीही म्हणजे – १९३९, १९४० आणि १९४१ साली झाली होती; पण १९४६ साली स्वराज्याच्या उंबरठ्यावर झालेली मानहानी जास्त उघड होती. ती त्यांच्या सहकाऱ्यांना सत्तेच्या उच्चपदावर घेऊन जाणार होती आणि गांधींना वृद्धपणी विजनवासात.

बाजूला सारलं जाणं आनंददायी नक्कीच नव्हतं; तरी पुन्हा एकदा सरकारसमोर आणि जगासमोर गांधींनी कार्यकारी समितीला पाठिंबा देऊनच प्रतिसाद दिला. चार वर्षांपूर्वी, 'भारत छोडो'च्या दरम्यान त्यांनी आपल्या सहकाऱ्यांना आपल्याला विरोध करण्याचं आव्हान देऊन त्यांच्या मार्गानं जायला सांगितलं होतं आणि त्यांनी गांधींबरोबर राहणं पसंत केलं होतं.

आता गांधी पूर्वीपेक्षा वृद्ध, दुबळे, कस्तुरबा व महादेव यांची साथ गमावून बसलेले आणि पाठीशी महत्त्वाचे सहकारी नसलेले, असे होते. सुरुवातीला 'भारत छोडो'ची कल्पना त्यांनी मांडली, तेव्हा कार्यकारी समितीतील अनेकांचा त्यांना पाठिंबा नव्हता, पण जनमत त्यांच्या बाजूचं होतं. आता जनतेलाही त्वरेनं सत्तांतर

झालेलं हवं होतं, कसं किंवा कुणाच्या बाजूनं, यावर जनतेचा कटाक्ष नव्हता.

नेहरू, पटेल, आझाद, सी.आर. प्रसाद आणि मंडळी ही 'मुलं' होती; ती गांधींकडून त्यांच्याच संमतीनं सूत्रं हाती घेऊन पुढे चालली होती. त्या मुलांचा उतावळेपणा दुखावणारा होता, पण वारसदारांची पर्यायी फळी गांधींकडे नव्हती. जयप्रकाश आणि लोहिया कदाचित अशा पर्यायी गटाचं केंद्रस्थान बनू शकले असते, पण त्या दोघांची नुकतीच सुटका झाली होती. शिवाय, ते ज्या समाजवादाची पाठराखण करत होते, तो गांधींच्या मते मतभेद उत्पन्न करणारा होता आणि गांधी त्यापासून चार हात लांब राहणंच पसंत करत होते.

त्यांना अस्वीकृत करणारे सहकारी भारतातील सर्वोत्तम नेते आणि काँग्रेसचं प्रतिनिधित्व करणारे होते. आपल्या जखमा विसरून ब्रिटिशांकडून, काँग्रेसकडून, लीगकडून दुतोंडीपणाचा व दुटप्पी खेळ खेळला जात आहे हे जाणत असून आणि वातावरणातून हिंसेचा गंध येत असूनही गांधी त्यांना पाठिंबा देणार होते.

नाताळ भारतीय काँग्रेसची १८९४ साली स्थापना केल्यानंतर, गेल्या पन्नास वर्षांहून अधिक काळ काँग्रेसशी एकनिष्ठ राहिलेले गांधी स्वातंत्र्याकडे वाटचाल करताना काँग्रेसला आणखी मजबुती प्रदान करणार होते. महाभारतातील युधिष्ठिरानं ज्याप्रमाणे, सदसद्विवेकबुद्धीच्या टोचणीकडे दुर्लक्ष करून पांडवांना मदत केली, त्याप्रमाणे आपली सगळी शक्ती पणाला लावून ते काँग्रेसला मदत करणार होते.

त्यामुळे, ७ जुलैला जेव्हा अखिल भारतीय काँग्रेस समितीची मुंबईत कार्यकारी समितीच्या १६ मेच्या स्वीकृतीची घोषणा करण्यासाठी बैठक झाली, तेव्हा अधिकृत संमती व्हावी, अशी मागणी गांधींनी केली. या बैठकीत काँग्रेसचे प्रमुख म्हणून नेहरूंनी आझादांकडून सूत्रं घेतली. संविधान सभा हा एक सापळा असेल, असा युक्तिवाद जयप्रकाश आणि इतर काँग्रेस समाजवाद्यांनी केला. सुटका झालेल्या जयप्रकाशांचं भारताच्या स्वातंत्र्यलढ्यातील एक महान सेनानी, अशा शब्दांत स्वागत करणाऱ्या गांधींनी १६ मेच्या संदर्भात मनात दाटून आलेला काळोख अजून हटला नसल्याचं मान्य केलं. तरीही, ते पुढे म्हणाले :

कार्यकारी समितीचे सदस्य हे तुमचे अनुभवी आणि विश्वासू सेवक आहेत. त्यांचा ठराव तुम्ही सहजपणे नाकारता कामा नये. प्रस्तावित संविधान सभा ही काही लोकांची/जनतेची संसद नाही, हे मान्य करायला मी तयार आहे. तिच्यात बऱ्याच त्रुटी आहेत. पण तुम्ही सगळे ज्येष्ठ आणि मातब्बर लढवय्ये आहात... प्रस्तावित संविधान सभेत काही त्रुटी असतील, तर त्या तुम्हालाच दूर करायच्या आहेत.

२०४ विरुद्ध ५१ मतांनी अखिल भारतीय काँग्रेस समितीनं निर्णयाला संमती दिली.

जीवघेणा हल्ल्याचा प्रयत्न : अखिल भारतीय काँग्रेस समितीच्या बैठकीनंतर सलग तिसऱ्या वर्षी उन्हाळ्यात गांधी सह्याद्री पर्वतरांगांत महाराष्ट्रात पाचगणीला गेले आणि तीन आठवडे तिथे राहिले. त्या आधी २८ जूनच्या रात्री, गांधी प्रवास करत असलेली ट्रेन रुळांवर कुणीतरी मुद्दाम ठेवलेल्या धोंड्यांवर धडकली. मुंबईहून जवळच नेरळ आणि कर्जतदरम्यान हा अपघात झाला. अपघात झाला तरी गांधी झोपलेले होते आणि पुढचे दोन तास मोठ्या आवाजात दुरुस्तीचं काम चालू असतानाही झोपलेलेच होते. दुसऱ्या दिवशी सकाळी त्यांना या अपघाताबद्दल समजलं, तो कदाचित त्यांना जीवे मारण्याचा प्रयत्न होता.

त्या दिवशी, ट्रेनमध्ये असतानाच आनंद हिंगोरानींसाठी गांधींनी त्या दिवशीचा विचार लिहिला : *'माणूस नेहमी मृत्यूच्या जबड्यात राहतो. जेव्हा मृत्यू आपला जबडा बंद करतो, तेव्हा माणूस मेला असं म्हटलं जातं.'* तंत्रज्ञ गाडी दुरुस्त करत असताना ते किती गाढ झोपले होते, त्याचे छायाचित्र काही दिवसांनी त्यांना दाखवले असता, गांधी हसले आणि म्हणाले : *'माझ्या मृत्यूनंतर मी कसा दिसेन, हे मला आता दिसतंय.'*

जिना आणि थेट कृती

हातातोंडाशी आलेला घास शेवटच्या क्षणी हिरावला गेल्यामुळे जिनांनी क्रिप्स आणि पेथिक-लॉरेन्सवर दगाबाजीचा, तर वॅव्हेल यांच्यावर विश्वासघाताचा आणि काँग्रेसवर अप्रामाणिकपणाचा आरोप केला. क्रिप्स यांनी आपल्या गुणवत्तेला खालच्या पातळीवर उतरवलं होतं आणि आठव्या कलमाचा अजब आणि अप्रामाणिक अर्थ लावला होता, असंही ते म्हणाले. काँग्रेस आणि लीग दोघांनाही अंतरिम सरकारमध्ये नवीन नावं देण्यासाठी आमंत्रित करणं हा अन्याय आहे, असंही जिनांचं म्हणणं होतं.

आठवं कलम स्पष्ट होतं आणि लीग व काँग्रेससाठी ते कायदेशीररीत्या लागू होत होतं; असं असलं तरी जिनांचा क्रोध समजण्यासारखा होता. एक महान भारतीय आणि एका मोठ्या संघटनेचा मान्यताप्राप्त नेता, असं जिनांना संबोधणाऱ्या गांधींनी, शिष्टमंडळानं जिनांना अधिक चांगली वागणूक द्यायला हवी होती, असं म्हटलं असावं, असं दिसतं. परंतु, जिनांच्या वेदनेच्या मुळाशी जर १६ मेची जाणीवपूर्वक संदिग्ध ठेवली गेलेली भाषा असेल, तर काँग्रेसनं (लीगप्रमाणेच) त्याचा फायदा उठवण्याचा प्रयत्न केला होता आणि युधिष्ठिराप्रमाणे गांधीही काँग्रेसबरोबर राहिले होते.

१६ मेच्या संदिग्धपणामुळे निर्माण झालेली कटुता १० जुलै रोजी नेहरूंनी केलेल्या विवेकशून्य वक्तव्यांनी अधिकच तीव्र झाली. जवाहरलाल यांनी मुंबईत झालेल्या पत्रकार परिषदेत सांगितलं की, 'कोणत्याही करारांमुळे काँग्रेसवर बंधनं

येणार नाहीत; मंत्र्यांच्या शिष्टमंडळानं केलेल्या अंदाजापेक्षा युतीचं सरकार जास्त मजबूत असेल; पश्चिमेचा मुस्लीम गट कोसळेल; कारण वायव्य सरहद्द प्रांत त्यात सामील होणार नाही आणि काहीही झालं तरी आसाम पूर्वेच्या मुस्लीम गटात सामील होणार नाही.

बंड करून उठलेल्या जिनांनी दावा केला की, नेहरूंच्या वक्तव्यात १६ मे संबंधात संपूर्ण विरोधाभास भरलेला होता. काँग्रेसनं १६ मेला स्वीकृती दिली असल्याचा आभास ब्रिटननं दूर करावा, अशी मागणीही त्यांनी केली. पटेल खाजगीत म्हणाले की, नेहरूंचं वक्तव्य म्हणजे भावनेच्या भरात केलेला वेडेपणा होता, तर पाचगणीहून पाठवलेल्या पत्रात गांधींनी आपल्या वारसाची चांगलीच हजेरी घेतली (१७ जुलै) : ते लिहितात–

तुझं वक्तव्य योग्य वाटत नाही. शासकीय कागदपत्राप्रमाणे (१६ मेचा प्रस्ताव) आपल्याला काम करावं लागणार आहे, हे मान्य केलं पाहिजे. आपण एवढंही मान्य करणार नसू, तर काहीच साध्य होणार नाही आणि जिनासाहेबांचे आरोप खरे ठरतील.

काही शहरांमध्ये हा भावनावेग थेट रस्त्यांवर उतरला, तेव्हा त्याचा धैर्यानं सामना करण्यात आला. गांधींनी सुरू केलेल्या सत्याग्रहात पूर्वी भाग घेतलेले दोन जिवलग मित्र, चाळीस वर्षांचे हिंदू वसंतराव हेगिष्टे आणि सत्तावीस वर्षांचे मुस्लीम रजब अली राखानी, एकत्रितपणे अहमदाबादला समुदायाला शांत करत असताना १ जुलै १९४६ रोजी मृत्युमुखी पडले.

जिनांची मागणी जेव्हा सरकारनं अमान्य केली, तेव्हा (२९ जुलै, मुंबईत) लीगनं १६ मेच्या प्रस्तावाची स्वीकृती रद्द केली, सरकारनं देऊ केलेल्या पदव्या, उपाध्या मुस्लिमांना परत करायला सांगितलं आणि पाकिस्तानच्या प्राप्तीसाठी 'थेट कृती' करण्याचं जाहीर केलं. जिना म्हणाले, ''आज आम्ही घटनात्मक मार्गांना सोडचिठ्ठी देत आहोत. काँग्रेसनं नेहमी सामुदायिक प्रतिकाराचा मार्ग अवलंबला आणि ब्रिटिशांकडे अधिकार व शस्त्रं होती; पण आता आमच्या हातातही पिस्तूल आहे आणि ते वापरण्याच्या स्थितीत आम्ही आहोत.''

१६ ऑगस्ट हा 'थेट कृती दिवस' म्हणून जाहीर करण्यात आला.

थेट कृती ही हिंसक असणार की अहिंसक, असं विचारलं असता जिना उत्तरले, 'मी नैतिक चर्चेत पडणार नाही.' तर त्यांचे कनिष्ठ नेते म्हणाले की, मुस्लीम अहिंसेवर विश्वास ठेवत नाहीत. लीगनं नियुक्त केलेल्या कृतिसभेनं आखलेल्या कार्यक्रमात जिहादची भाषा केली होती; लीगनं अधिकृतरीत्या प्रसारित केलेली किंवा अनधिकृत पत्रके मुस्लीम आणि काफर यांच्यातील संघर्षाची वक्तव्यं

करत होती आणि बंगालचे मुख्यमंत्री, लीगचे हसन शाहीद सुऱ्हावर्दींनी जाहीर केलं की, केंद्रात काँग्रेसला जर सत्ता मिळाली, तर बंगाल बंड करून उठेल.

थेट कृतीमुळे कलकत्त्यात हिंसेचा उद्रेक उसळला, तो शमवण्यास सुऱ्हावर्दी सरकार एकतर असमर्थ ठरलं अथवा अनुत्सुक होतं. पहिल्या दिवशी (१६ ऑगस्ट) शेकडो हिंदू मारले गेले. लाठ्या, सुरे घेतलेले हजारो तरुण पाकिस्तानचा नारा देत शहरभर फिरत होते. पुढच्या तीन किंवा चार दिवसांत हिंदूंनी प्रत्युत्तर दिलं आणि अधिक संख्येनं मुस्लीम मारले गेले. ब्रिटिशांच्या मालकीच्या 'द स्टेट्समन'नं वॅव्हेल यांच्याशी झालेल्या मतभेदात जिनांची बाजू घेतली होती, 'ग्रेट कलकत्ता किलिंग' नावानं पुढे ओळखल्या जाणाऱ्या दंग्यांबाबत त्यात लिहून आलं :

२० ऑगस्ट १९४६ : भारतीय इतिहासातील सर्वांत वाईट धार्मिक दंगा असलेल्या या भयंकर हत्याकांडाचं मूळ मुस्लीम लीगच्या राजकीय निदर्शनांत होतं.

गांधींना वाटत असलेली भीती खरी ठरत होती; पण आता सेवाग्रामला परत गेल्यावर, काय करावं हे त्यांना समजत नव्हतं. (१९ ऑगस्ट) एका वक्तव्यात त्यांनी ही सूडाची प्रतिक्रिया थांबवण्याचं आवाहन केलं. हा वेडाचार असाच सुरू राहिला तर कलकत्ता राजवाड्यांचं शहर न राहता मुडद्यांचं शहर होईल, असं ते म्हणाले. त्यांनी पुढे लिहिलं,

कलकत्त्यातील हिंसा निष्फळ ठरावी आणि इतरत्र पसरू नये. अर्थात, हे मुस्लीम लीगच्या नेत्यांवर अवलंबून आहे; परंतु इतर आपली जबाबदारी टाळू शकत नाहीत.

पसरत जाणाऱ्या हिंसाचाराचं भाकीत व्यक्त करताना, दंगे थांबवण्यासाठी हिंदूंनी आणि मुस्लिमांनी आपल्याच लोकांची मदत घ्यावी, 'ब्रिटिश सत्ते'ची नाही, असं गांधी म्हणाले. कारण, शांतता प्रस्थापित करण्याच्या नावाखाली खिळखिळी होऊ लागलेली ब्रिटिश सत्ता अजूनही आपले हातपाय पसरवू शकत होती. शांततेसाठीसुद्धा गांधींना ब्रिटिश साम्राज्याची मदत नको होती.

वॅव्हेलशी मुकाबला : २४ ऑगस्ट रोजी अंतरिम सरकारचा आराखडा जाहीर करण्यात आला. बारापैकी सात नावं काँग्रेसची होती : नेहरू, पटेल, सी.आर., प्रसाद, सरत बोस (सुभाष यांचे थोरले बंधू), बिहारचे दलित नेते जगजीवनराम आणि एक मुस्लीम असफ अली; दोन काँग्रेसेतर मुस्लीम (अली झहीर आणि शफात अहमद खान) आणि इतर तीन काँग्रेसच्या बाहेरचे, जॉन मथाय (ख्रिश्चन), बलदेव सिंग (शीख) आणि सी. एच. भाभा (पारशी) अशी यादी होती.

गांधींना वेळोवेळी माहिती देत पण त्यांचा सल्ला न मागता नेहरू आणि पटेलांनी लीगला वगळून ही यादी निवडली होती आणि वॅव्हेल यांनी ती तात्पुरती मान्य केली होती.

दिल्लीला परतलेल्या गांधींना आणि नेहरूंना त्यांनी तीन दिवसांनी (२७ ऑगस्ट) व्हाइसरॉय हाउसवर बोलणी करायचं आमंत्रण दिलं. ती भेट म्हणजे आत्मघात होता. आधीच तयार करून ठेवलेलं एक निवेदन व्हाइसरॉयनं गांधी व नेहरूंना दाखवलं आणि त्यावर त्यांच्या सह्या मागितल्या. लीगनं १६ मेचा लावलेला अर्थ हाच माझा आणि हिज मॅजेस्टीज गव्हर्न्मेंटचा (HMG) होता, असं त्यांनी सांगितलं आणि तो काँग्रेसनं स्वीकारावा, असं त्या निवेदनात म्हटलं होतं.

आपण साधासुधा सरळ माणूस आणि वकील नाही तर सैनिक आहोत, असं वॅव्हेल म्हणाले; १६ मेच्या बारीकसारीक गुंतागुंतीच्या तपशिलावर चर्चा करण्याची आपली इच्छा नाही, असंही त्यांनी सांगितलं. त्यांनी जर सह्या केल्या तर लीगलाही अंतरिम सरकारमध्ये सामील होता येईल. आणि सह्या केल्या नाहीत, तर दंग्यांना ऊत येईल. वॅव्हेल पुढे म्हणाले. १६ मेनं प्रस्तावित केलेली संविधान सभा मग आपण बोलवणार नाही, असंही त्यांनी स्पष्ट केलं.

१६ मेचा काँग्रेसनं काढलेला अर्थच बरोबर असल्याचं उत्तर गांधींनी आणि नेहरूंनी दिलं. काही वेळ वाद तसाच चालू राहिला आणि नेहरू अतिशय संतापले, असं वॅव्हेल यांनी आपल्या रोजनिशीत लिहून ठेवलं आहे. त्या रोजनिशीचे संपादक पेंडरेल मून यांच्यानुसार, लॉर्ड वॅव्हेल नेहमी म्हणायचे की, त्या वेळी गांधी टेबलावर थाप मारत म्हणाले, 'भारताला रक्ताचीच अंघोळ हवी असेल, तर ती त्याला मिळेल.' गांधींच्या तोंडून असे शब्द ऐकून प्रचंड धक्का बसला, असं वॅव्हेल यांनी प्रत्युत्तर दिल्याचं समजतं.

सहीसाठी आधीच टाइप करून ठेवलेलं निवेदन आणि संविधान सभा न बोलवण्याची धमकी यांमुळे गांधी नक्कीच दुखावले गेले; पण तरीही प्रक्षुब्ध न झालेल्या गांधींनी साम्राज्यानं प्रस्थापित केलेली शांतता स्वीकारली नसती. दुसऱ्या दिवशी सकाळी, आपल्या सफाई कामगार वस्तीमधल्या खोलीतून वॅव्हेल यांना पत्र लिहिताना त्यांनी धमकावणारी वृत्ती प्रदर्शित केल्याचा आरोप गांधींनी केला. कलकत्याच्या कत्तलींमुळे काँग्रेसनं जर आपला पवित्रा बदलला, तर अशा शोकांतिकांना प्रोत्साहन मिळेल आणि तसे प्रसंग वारंवार घडतील, असं त्यांनी लिहिलं.

पत्रात पुढे असंही म्हटलं होतं की, नेहरूंना आणि इतरांना सरकारमध्ये सामील होण्याचं दिलेलं आमंत्रण वॅव्हेल मागे घेऊ शकतात. स्वत:साठी त्यांनी एक कायद्याचा अभ्यासक मदतनीस म्हणून ठेवावा, असं सुचवून त्यातील शेवटचं वाक्य होतं : हे संपूर्ण पत्र तुम्ही कृपा करून ब्रिटिश मंत्रिमंडळाकडे पाठवा.

वॅव्हेल यांनी आपल्या धमक्या प्रत्यक्षात आणल्या नाहीत. नेहरू आणि मंडळींना पाठवलेलं आमंत्रण मागे घेतलं गेलं नाही : सप्टेंबरच्या प्रारंभी नवीन मंत्र्यांचा शपथविधी झाला, नेहरूंनी परराष्ट्र व्यवहार खातं घेतलं, तर पटेलांनी गृह खातं. संविधान सभादेखील ठरल्याप्रमाणे बोलवण्यात आली. परंतु, नेहरूंच्या संमतीनं लीगला सामील करून घेण्याचा वॅव्हेल यांचा अजूनही प्रयत्न सुरूच होता.

व्हाइसरॉय हाउसमध्ये (२ सप्टेंबर) शपथ घेण्यापूर्वी वल्लभभाई, सरत बोस, राजेंद्र प्रसाद आणि जगजीवनराम गांधींचा आशीर्वाद घेण्यासाठी सफाई कामगारांच्या वस्तीवर गेले. गांधींनी कातलेल्या सुताचे हार घालून अमृत कौर यांनी त्यांचं स्वागत केलं. त्या दिवशी मौन दिवस असल्यामुळे गांधींनी आपला संदेश लिहून दिला :

मिठाचा कायदा रद्द करा, दांडीयात्रेला विसरू नका, हिंदू-मुस्लिमांना एकत्र आणा, अस्पृश्यता हटवा, खादीचा अंगीकार करा. स्वतंत्र भारताचा एकच राष्ट्रीय धर्म असणार का, असा प्रश्न काही दिवसांनी एका ख्रिश्चन मिशनऱ्यानं विचारला असता गांधींनी उत्तर दिलं :

> *मी जर हुकूमशहा असतो, तर धर्म आणि शासन वेगळे ठेवले असते. मी माझ्या धर्माची शपथ घेतो, मी त्याच्यासाठी प्राण देईन; पण ती माझी व्यक्तिगत बाब असेल. शासनाला/राष्ट्राला त्याच्याशी काही कर्तव्य नसेल. शासन तुमच्या भौतिक कल्याणाची, आरोग्याची, संपर्कसाधनांची, परराष्ट्र संबंधांची, चलन वगैरे वगैरे गोष्टींची काळजी घेईल; पण तुमच्या किंवा माझ्या धर्माची नव्हे. ती प्रत्येकाची व्यक्तिगत बाब आहे.*

नौखाली आणि मुस्लीम लीग : पूर्व बंगालमधील (बहुसंख्य मुस्लीम वस्ती असलेल्या) नौखाली जिल्ह्यात अल्पसंख्याक असलेल्या हिंदूंवर हल्ला झाल्याचं वृत्त ऐकून गांधी अस्वस्थ झाले. त्या संध्याकाळी प्रार्थना सभेत ते म्हणाले :

> *नौखालीची बातमी ऐकल्यापासून, खरंतर कलकत्त्याच्या हत्याकांडापासूनच, माझी कर्तव्यं काय आहेत या गोष्टीचा मी विचार करत आहे. ईश्वर मला मार्ग दाखवेल. पण मी तुम्हाला आणि तुमच्यामार्फत सर्व लोकांना सांगू इच्छितो की, नौखालीची घटना घडली तरी मुस्लिमांविषयी सूडभावना न बाळगणं हे प्रत्येक हिंदूचं कर्तव्य आहे.*

मुस्लीम लीग अंतरिम सरकारमध्ये सामील व्हायला तयार झाल्याचं दुसऱ्या दिवशी (१६ ऑक्टोबर) त्यांना समजलं. तिच्या पाच सदस्यीय गटात एक हिंदू असणार होता– जोगेंद्रनाथ मंडल हे बंगालमधील 'अस्पृश्य' नेते. संध्याकाळी गांधी म्हणाले :

> *पूर्व बंगालमध्ये जे घडलं ते वाचल्यानंतर, मुस्लीम लीगनं त्यांच्या पाच*

जागांपैकी एकीवर एका हरिजनाची नियुक्ती केली, यात मला कोणताही उदारमतवादी दृष्टिकोन दिसत नाही.

आणखी एक जागा हरिजनाला दिल्यामुळे माझ्यासारख्या माणसाला आनंद व्हायला पाहिजे, असं तुम्ही म्हणाल; पण मी तसं म्हणालो तर ती त्या व्यक्तीची आणि श्रीयुत जिनांची फसवणूक केल्यासारखं होईल. श्री. जिनांचं असं मत आहे की, मुस्लीम आणि हिंदू दोन वेगळी राष्ट्रं आहेत. मग लीग आपला प्रतिनिधी म्हणून एका हरिजनाची नेमणूक कशी करू शकते?

मंत्रिमंडळात प्रवेश करण्याची लीगची पद्धत सरळ नाही, अशी मला भीती वाटते आहे किंबहुना ते मंत्रिमंडळातही भांडायलाच आले आहेत की काय, असा विचार करणं मला भाग पडत आहे.

काँग्रेसचे मुस्लीम उमेदवार असफ अली यांना उत्तर देण्यासाठी जिनांनी उभा केलेला लीगमधील हिंदू, ही चाल केवळ सूड घेण्यापुरती मर्यादित नव्हती; लीगच्या वाट्याच्या जागांमध्ये बंगालमधील हिंदू हरिजनाचा समावेश केल्यामुळे पाकिस्तानात संपूर्ण बंगाल समाविष्ट करण्याच्या त्यांच्या दाव्याला पुष्टी मिळणार होती.

मंडलच्या समावेशाचा मुद्दा व्हाइसरॉयशी बोलताना लावून धरावा, अशी गळ गांधींनी नेहरू आणि पटेलांना घातली; पण त्यांनी या गोष्टीला हरकत घेतली. वॅव्हेल यांनी गृह खातं लीगच्या ताब्यात देऊ नये, याला त्यांचं प्राधान्य होतं, असं ते म्हणाले. पटेल गृह खातं स्वतःकडेच राखण्यात यशस्वी ठरले. पण सुरुवातीपासूनच अंतरिम सरकार म्हणजे, गांधींना ज्याची भीती वाटत होती असं एक विजोड मिश्रण आणि एक युद्धभूमी बनलं होतं.

१६ मेच्या प्रस्तावात सुचवलेल्या गटांना आव्हान देणं काँग्रेसच्या मंत्र्यांनी सुरू ठेवलं होतं, तर संघराज्याला असलेला आपला विरोध लीगनं स्पष्ट केला होता. लीगच्या नवीन मंत्र्यांपैकी एक असलेले घझनफर अली खान यांनी लाहोरला स्पष्टपणे सांगितलं : पाकिस्तानचं उराशी बाळगलेलं स्वप्न पूर्ण करण्यासाठी एक आधार म्हणून आम्ही अंतरिम सरकारमध्ये सामील झालो आहोत.

लियाकत अली लीगच्या गटाचं नेतृत्व करत होते, कारण नेहरूंपेक्षा खालच्या दर्जाचं पद स्वीकारण्यास नाखूश असणारे जिना मंत्रिमंडळात सामील झाले नव्हते. लीगच्या मंत्र्यांना जागा करून देण्यासाठी सरत बोस, अली झहीर आणि शफात अहमद खान सरकार सोडून गेले. आता सरकारमध्ये चौदा मंत्री होते.

१९४७ साली जानेवारी महिन्यात असफ अलींच्या जागी मंत्रिमंडळात आझाद आले आणि अलींची राजदूत म्हणून वॉशिंग्टनला नेमणूक झाली. तत्पूर्वी, गांधींच्या

अनुमतीनं काँग्रेसच्या अध्यक्षपदी नेहरूंच्या जागी कृपलानींची निवड झाली होती. सरकारमध्ये स्थान ग्रहण केल्यामुळे नेहरूंनी पक्षातील पदाचा राजीनामा दिला होता.

नौखालीसाठी प्रस्थान : आपल्या वयाची जाणीव ठेवून गांधी प्रत्येक दिवसाची आखणी करत होते. सफाई कामगारांच्या वस्तीतील प्रत्येक दिवशी काय खावं, प्यावं आणि करावं याचा बारकाईनं विचार करत हेते. पूर्वीप्रमाणेच, भेटायला येणाऱ्यांचं म्हणणं ऐकण्यात आणि सहकाऱ्यांना पत्र लिहिण्यात किंवा 'हरिजन'साठी लिहिण्यात त्यांचा बराचसा वेळ जायचा. प्रत्येक संभाषणात किंवा कामात आपलं सर्वोत्तम देण्याचा त्यांचा प्रयत्न असायचा. सप्टेंबर महिन्यात भेटायला आलेल्या एका मिशनऱ्याला त्यांनी सांगितलं, *'तुम्ही माझं आयुष्य लक्षपूर्वक बघितलं पाहिजे. मी एकूणच कसा राहतो, खातो, बसतो, बोलतो, वागतो हे सगळं मिळून माझा धर्म बनतो.'*

पण, आता नवी दिल्लीत त्यांचं फार काम उरलं नव्हतं, त्यांच्या वारसदारांनी लीगबरोबर आता जवळजवळ सूत्रं हातात घेतली होती. सेवाग्रामला आणि/किंवा उरुळीकांचनला जाण्याचा त्यांनी विचार केला, पण त्याऐवजी नौखालीला जाण्याचं ठरवलं.

मुस्लिमांना आणि अस्पृश्यांना एकत्र आणण्याच्या लीगनं आखलेल्या व्यूहरचनेचा त्या निर्णयात मोठा वाटा होता : त्याला प्रत्युत्तर म्हणून बंगालच्या हिंदूंना आणि मुस्लिमांना एकत्र आणावं, अशी गांधींची इच्छा होती. पण नौखालीला आणि त्याच्या शेजारच्या टिपेरा जिल्ह्यात झालेल्या हिंसाचाराचाही त्यांच्यावर परिणाम झाला होता. अनेक जण, कदाचित शेकडो मृत्युमुखी पडल्याचं त्यांच्या कानी आलं होतं. स्त्रियांना पळवून नेऊन, अत्याचार करून इस्लाम धर्म स्वीकारण्यास भाग पाडल्याचं वृत्तही कानावर आलं होतं.

भविष्यात होणाऱ्या हिंसाचाराची चाहूल फेब्रुवारी महिन्यापासून लागल्याचं गांधींनी वेळोवेळी बोलून दाखवलं होतं. ऑगस्ट महिन्यात झालेला कलकत्त्याचा हिंसाचार उत्तर मागत होता. आता, ऑक्टोबर महिन्यात नौखालीची घटना घडली होती– कदाचित कलकत्त्याच्या हिंसाचाराचा हा दुसरा टप्पा होता– प्रतिकाराच्या रूपानं.

ते कसा प्रतिसाद देणार होते? प्यारेलालना वाटलं की, गांधींच्या मनात एक नि:शब्द न्यायालय उघडलं होतं.

हिंदू-मुस्लीम ऐक्यासाठी १९३१ साली हौतात्म्य पत्करणाऱ्या कानपूरच्या गणेश शंकर विद्यार्थीची, अहमदाबादला नुकत्याच मरण पावलेल्या रजब अली आणि वसंतराव यांची आणि मुंबईत प्रक्षोभक जमावाला शांत करताना मरण पावलेल्या अनामिक हिंदू-मुस्लीम जोडीची त्यांना आठवण झाली. (गांधींच्या वर्णनानुसार) ती जोडी अक्षरश: एकमेकांना अखेरची मिठी मारून, पण मरतानाही

एकमेकांची साथ न सोडता खाली पडली.

१८ ऑक्टोबरला किंवा त्याआधी बंगालमधील दोन सहकारी गांधींना भेटायला आले, ते होते गांधींमुळे प्रभावित झालेले आणि कलकत्त्याजवळ खादी आश्रम चालवणारे एक शास्त्रज्ञ आणि संशोधक सतीशचंद्र दासगुप्ता आणि सतीश सेन. दोघांनीही नौखालीला जाण्याची तयारी दर्शवली. त्यांच्याशी बोलताना गांधींनी परिपूर्ण त्यागाच्या जीझसच्या उदाहरणाचा उल्लेख केला :

एक संपूर्णपणे निष्पाप असलेला माणूस इतरांच्या, अगदी त्याच्या शत्रूंच्या कल्याणासाठी स्वत: बळी जात जगाचा तारणहार बनला. ती परिपूर्ण कृती होती. 'ते आता संपलं आहे', हे येशूचे शेवटचे शब्द होते आणि त्यांच्या खरेपणाबद्दल त्यांचे चार शिष्य साक्षीदार आहेत. येशूची परंपरा ऐतिहासिकदृष्ट्या खरी आहे की नाही, याची मी फिकीर करत नाही. माझ्यासाठी ती इतिहासापेक्षा खरी आहे; कारण ती शक्य आहे, असं मी मानतो आणि त्यात एक अक्षय सिद्धान्त जतन करून ठेवलेला आहे– इतरांसाठी निरपराध माणसानं खऱ्या अर्थानं सहन केलेल्या वेदनांचा सिद्धान्त.

मृत्यूला कवटाळण्यास सिद्ध असणाऱ्या आपल्या बंगाली सहकाऱ्यांना गांधी म्हणाले, *"पुढे व्हा, पण काही वेडेपणा करू नका."* गांधी पुढे म्हणाले, *"जाणं आवश्यक आहे असं तुम्हाला वाटतंय म्हणून तुम्ही जा; मी सांगतोय म्हणून नाही."* 'ते सांगण्याची आवश्यकता नाही,' ती दोघं उत्तरली.

सरत बोस आजारी असतानाही आपल्या बंगाल प्रांताला भेट देत आहेत आणि नवीन काँग्रेस अध्यक्ष कृपलानी आणि त्यांची बंगाली पत्नी सुचेता नौखालीला जाऊन हिंसाचार थांबवण्यासाठी जे काही करू शकतात ते करण्यासाठी जात आहेत, यावर १७ ऑक्टोबर रोजी गांधींनी समाधान व्यक्त केलं. *"एका पक्षाचं रक्षण करायला ते तिथे जात नाहीत, तर द्वेषानं भरलेला संग्राम थांबवण्यासाठी जात आहेत."* गांधी म्हणाले.

पण, स्वत: तिथे जाण्याची तीव्र ऊर्मी ते रोखू शकले नाहीत. जेव्हा एका प्रतिष्ठित मित्रानं (असं प्यारेलाल त्याचं नाव न घेता वर्णन करतात) या वयात गांधींनी दूरच्या एकाकी आणि धोकादायक प्रदेशात जाऊ नये म्हणून त्यांचं मन वळवण्याचा प्रयत्न केला, तेव्हा नौखालीच्या लोकांकडे जाण्याच्या उत्स्फूर्त इच्छेपुढे आपला नाइलाज असल्याचं स्पष्टीकरण गांधींनी दिलं :

तिथे जाऊन मी काय करू शकणार आहे, हे मला माहीत नाही. पण मी जर तिथे गेलो नाही तर माझ्या मनाला शांतता लाभणार नाही, एवढंच मी जाणतो.

माझ्या मनात दोन प्रकारचे विचार आहेत– निष्फळ आणि सक्रिय. पहिल्या प्रकारचे असंख्य विचार एखाद्याच्या मनात कल्लोळ माजवत असतात, ते महत्त्वाचे नसतात; पण तळापासून निर्माण झालेला एक शुद्ध, सक्रिय विचार एखाद्याच्या अस्तित्वाची एकत्रित शक्ती घेऊन प्रेरित होतो आणि फलित बीजाप्रमाणे काम करतो. (२८ ऑक्टोबर रोजी किंवा त्यापूर्वी झालेलं संभाषण, 'हरिजन', १० नोव्हेंबर १९४६)

सेवाग्राम/उरुळीकांचनला जाण्याच्या योजना बाजूला सारून, पश्चिम उत्तर प्रदेशामधील मीरतला नोव्हेंबर महिन्यात भरणारं काँग्रेसचं वार्षिक अधिवेशनही ते टाळणार होते. हा निर्णय साधा नव्हता, कारण काँग्रेस कोणती दिशा देते यावर बरंच काही अवलंबून होतं. तरीही नेहरू किंवा पटेल किंवा नवीन अध्यक्ष कृपलानी, कुणीही त्यांना मीरतला येण्याबद्दल विचारलं नव्हतं.

हे एक कारण असू शकतं; पण त्यांना नौखालीला ओढून नेणारं कारण अधिक सबळ होतं. जणू काही आतापर्यंत आयुष्यभर केलेले सगळे प्रवास–बोटीनं, ट्रेननं, पायी– हे नौखालीला जाण्याची फक्त तयारी मात्र होते.

देवाचे सेवक म्हणून आपण कुणाचा न्याय करण्यासाठी नव्हे, तर बंगालच्या स्त्रियांचे अश्रू पुसण्यासाठी आणि त्यांना जमेल तेवढा धीर देण्यासाठी जात असल्याचा दावा गांधींनी केला आणि २८ ऑक्टोबर १९४६ रोजी कलकत्त्याला जाणाऱ्या ट्रेनमध्ये ते चढले.

१५

एकाकी वाटचाल...

पूर्व बंगाल, १९४६-४७

स्वराज्य अगदी उंबरठ्याशी येऊन पोचलं आहे, असं १९४६ सालच्या ऑक्टोबरमध्ये वाटत होतं. लोकप्रिय पक्षांचे पुढारी नवी दिल्लीत शासकीय पदांवर विराजमान तरी झाले होते. तरीही गांधींना लागलेली चाहूल इतरांनाही स्पर्शून गेली होती. आपला सत्त्याहत्तरावा जन्मदिवस साजरा केलेल्या गांधींकडे बरेच लोक काळजीयुक्त उत्कंठेने बघत होते.

उत्तर प्रदेश आणि बिहारमधील रेल्वेस्थानकांवर कलकत्त्याला जाणाऱ्या गांधींच्या ट्रेनमध्ये डब्याच्या छतावर लोक चढत होते, खिडक्यांना लोंबकळत होते, सुरक्षासाखळी ओढत होते आणि ओरडत गांधींच्या दर्शनाची मागणी करत होते. गांधींनी आपल्या कानांत बोटं घातली होती, पण डब्यातले दिवे बंद करण्याची सूचना मात्र नाकारली व म्हणाले, *"लोकांना हवं असल्यास ते आपल्याला बघू शकतात."* या कल्लोळातदेखील ते ट्रेनमध्ये डझनावारी पत्रं आणि 'हरिजन'साठी काही लेख लिहू शकले.

कलकत्त्यामध्ये गांधींच्या उद्दिष्टांपैकी एक होतं मुस्लीम लीगचे बंगालचे मुख्यमंत्री शाहीद सुऱ्हावर्दींशी मैत्री करून पूर्व प्रांतात हिंदूंसाठी सुरक्षायंत्रणा अधिक मजबूत करण्याची त्यांना विनंती करणं. नौखालीला ट्रेननं आणि बोटीनं जाण्यासाठी कलकत्त्याला ते आपला एक पडाव टाकणार होते. खिलाफतच्या दिवसांमध्ये तरुण सुऱ्हावर्दींनी गांधींना 'बापू' म्हणून (वडील) संबोधलं होतं; आता १९४६च्या ऑक्टोबर महिन्याच्या अखेरीस त्यांनी गांधींना नौखालीचं प्रस्थान पुढे ढकलण्याची विनंती केली. कलकत्त्यालाही गांधींच्या उपस्थितीची गरज आहे, असं त्यांचं म्हणणं होतं.

नौखालीतील हिंदूंवर नव्यानं हल्ले होऊ दिले जाणार नाहीत, अशी हमी सुऱ्हावर्दींनी दिल्यावर गांधी कलकत्त्याला सीमेवरील सोदेपूर इथल्या सतीश दासगुप्तांच्या खादी आश्रमात थांबले. ऑगस्ट महिन्यात झालेल्या हिंसाचाराच्या खुणा त्यांना शहरात ठायीठायी दिसत होत्या : संपूर्ण रस्त्यांवर बेचिराख झालेली दुकानं आणि

जळून खाक झालेली घरं आणि कचऱ्याचे ढीगच्या ढीग दिसत होते.

नौखालीला जाण्याची वाट बघत असताना गांधींना बिहारमध्ये मुस्लिमांची मोठ्या प्रमाणावर हत्या झाल्याचं वृत्त कळलं. १९१७ साली चंपारणला केलेल्या सत्याग्रहामुळे ज्या प्रांताशी त्यांचे संबंध निर्माण झाले होते, त्याच प्रांतात हे हत्याकांड झालं होतं. पटेल आणि परिषदेतील दोन लीगचे सहकारी, लियाकत अली आणि अब्दुर रब निश्तार यांना घेऊन नेहरू बिहारला गेले; राजेंद्र प्रसाद आणि जयप्रकाश आपल्या प्रांतात सक्रिय मदत करत होते. हादरलेले गांधी आपण नौखालीच्या ऐवजी बिहारला जावं का, या विचारात पडले. पण मग आपल्या मूळ योजनेवर कायम राहण्याचा त्यांनी निर्णय घेतला. नौखालीचा सूड म्हणून झालेलं हे बिहारचं हत्याकांड थांबलं नाही, तर आपण आमरण उपोषण करू असं मात्र गांधींनी जाहीर केलं.

आपला शेवट फार दूर नाही, असं या वेळी गांधींना वाटत होतं आणि ही भावना त्यांनी ३ आणि ६ नोव्हेंबरच्या दरम्यान आपल्या सहकाऱ्यांना लिहिलेल्या अनेक पत्रांत व्यक्त केली. यामध्ये मश्रूवाला, विनोबा, कालेलकर आणि इतर हे आश्रमातील सहकारी, तसेच राजकारणातील नेहरू, पटेल, सी.आर., आझाद, प्रसाद हे सहकारी, अमृत कौर आणि लीलावती अशर या त्यांच्या बहिणी/मुली व आपला मुलगा देवदास अशा अनेकांचा समावेश होता.

आपण उपवासाला सुरुवात केल्यास त्या सगळ्यांनी आहे तिथेच थांबावं आणि आपल्याला मृत्यू आला तरी कणखर राहावं, असं त्यांनी पत्रात लिहिलं. काहींचा उल्लेख करायचा राहून गेला, असेल तर त्याचा अर्थ आपण त्या लोकांना विसरले आहोत असा होत नाही, तर आपल्याला वेळ नाही असा आहे, हेही गांधींनी स्पष्ट केलं. कुणीही आपली काळजी करू नये, आपल्याबरोबर सक्षम लोक आहेत, असंही त्यांनी लिहिलं.

मात्र, एक विशिष्ट व्यक्ती आपल्यासोबत असावी, अशी त्यांची इच्छा होती. एकोणीस वर्षांची पुतण–नात मनू, हिच्या वडिलांना– जयसुखलालना– गांधींनी (४ नोव्हेंबर) पत्र लिहून तिची आपल्याला आवश्यकता असल्याचं कळवलं आणि ती नौखालीला येईल, अशी आशा व्यक्त केली. ऑक्टोबरमध्ये मनूकडून आलेल्या पत्रानं त्यांना प्रोत्साहित केलं होतं. ते पत्र आपल्याला उपलब्ध नाही, पण उत्तरादाखल गांधींनी लिहिलं होतं (दिल्लीहून)–

११ ऑक्टोबर १९४६ :

चि. मनुडी, मी तुझं पत्र वाचलं. मी ते सुशीला पै, कनू, सुशीला (डॉ.) आणि प्यारेलालला वाचायला दिलं. मी इथे फक्त एवढंच सांगू शकतो

की, मला तुझं पत्र आवडलं. तू जर इथे आलीस आणि माझ्याशी
बोललीस तर मला आनंद होईल. मी तुझ्यावर दबाव आणू इच्छीत नाही.
तू आयुष्यभर एक पवित्र कुमारिका राहावंस आणि तुझं जीवन सेवेत
व्यतीत करावंस, अशी माझी तीव्र इच्छा आहे. अमियाचा मुलगा (मनूची
मोठी बहीण-उमिया) मजेत असेल. बापूंचे सगळ्यांना आशीर्वाद.

त्यांना मनू जवळ हवी होती, हे तर उघड आहे. तिला घडवण्याची आपली इच्छा
असल्याचं त्यांनी सहकाऱ्यांना बोलून दाखवलं होतं आणि तिच्यावर प्रेम करणाऱ्या
सेहेचाळीस वर्षांच्या प्यारेलालबरोबर तिच्या विवाहाची शक्यताही पडताळून बघायची
होती. परंतु, त्यामागे आणखी एक कारण होतं. पावित्र्य आणि अहिंसा यांच्यात एक
दुवा आहे याची खात्री स्वतःलाच पटवण्यासाठी आणि आत्यंतिक पावित्र्याची शक्ती
सभोवतालची हिंसा कमी करण्यासाठी वापरून पाहण्यासाठी गांधींना स्वतःचं
ब्रह्मचर्य आणि आपल्या पुतण-नातीचं पावित्र्य आणखी बळकट करायचं होतं.
तिचासुद्धा असं करून पाहण्याचा निर्धार पक्का होता असं दिसतं.

बिहारला : बिहारला झालेल्या हत्याकांडाच्या पार्श्वभूमीवर बिहारच्या काँग्रेसी
मंत्र्यांची प्रतिक्रिया उदासीन किंवा त्याहूनही वाईट होती, या वृत्तानं गांधी संतापले
आणि तो संताप वृत्तपत्रात प्रसिद्ध झालेल्या त्यांच्या खुल्या पत्रात व्यक्त झाला.
हिंसाचार झालेल्या प्रांतांमध्ये ती वृत्तपत्रं हवेतून टाकण्यात आली :

'बिहारला', ६ नोव्हेंबर १९४६ :
प्रत्येक मुस्लीम निर्वासित त्याच्या घरी परतेपर्यंत तुम्ही विश्रांती घेता
कामा नये. तुम्ही ती घरं उभारण्याची जबाबदारी शिरावर घ्यायला हवी
आणि तुमच्या मंत्र्यांनाही तसं करायला सांगायला हवं. तुमच्या मंत्र्यांविषयी
टीकाकारांनी मला काय सांगितलं आहे, हे तुम्हाला माहीत नाही. तुम्ही
स्वतःचीही प्रतिष्ठा घालवली आहे आणि भारताचीही नाचक्की केली
आहे... मी स्वतःला तुमचा एक भाग समजतो. तुमच्या प्रेमानं माझ्यात
ती निष्ठा जागवली आहे... काही प्रमाणात प्रायश्चित्त घेतल्याशिवाय मी
आता थांबू शकत नाही...
कलकत्त्याला पोचल्यानंतर लगेचच मी माझं जेवण शक्य तेवढं कमी
केलं आहे. बिहारच्या शोकांतिकेविषयी समजल्यानंतर आता तो आहार मी
प्रायश्चित्त म्हणून तसाच सुरू ठेवणार आहे. चुकणाऱ्या बिहारींनी नवीन
पान उलटण्याचं ठरवलं नाही, तर त्या आहाराचं रूपांतर आमरण
उपोषणात होईल...
मदत करण्यासाठी किंवा सहानुभूती व्यक्त करण्यासाठी कुणाही मित्रानं

माझ्याकडे धावत येऊ नये. माझ्याभोवती प्रेमळ मित्र आहेत... कुणीही माझी काळजी करू नये, आपल्या सगळ्यांसारखाच मीही ईश्वराच्या कृपाछत्राखाली आहे.

पत्राचा आणि त्यातील उपोषणाच्या धमकीचा परिणाम झाला, तसेच बिहारमध्ये तळ ठोकून बसलेल्या केंद्रीय मंत्र्यांच्या प्रयत्नांचाही परिणाम झाला आणि हत्या थांबल्या पण किमान सात हजार मुस्लिमांचा बिहारात बळी गेला.

नौखाली : सुऱ्हावर्दींनी एका खास ट्रेनची व्यवस्था केल्यावर ६ नोव्हेंबर रोजी गांधी आणि बरोबरची मंडळी पूर्व बंगालमधल्या गोआलँडोला पोचले. ट्रेनमध्ये बंगालचे वाणिज्यमंत्री शमसुद्दीन आणि मुख्यमंत्र्यांचे संसदसचिव नसरुल्ला खान हेसुद्धा होते. गोआलँडोला गांधी आणि मंडळी 'किवी' या आगबोटीत चढले, ऐंशी मैलांचा नदीतील प्रवास करून ते तिप्पेरा/नौखाली प्रांताच्या पश्चिम कडेवर असलेल्या चाँदपूर या गावी पोचले.

एकमेकांना छेदणाऱ्या कालव्यांनी बनलेला नौखालीचा हिरवा भूभाग नुकत्याच संपलेल्या पावसाळ्यामुळे हिरवागार झाला होता. नारळी-सुपारीच्या झाडांनी वळणावळणाच्या रस्त्यांवर सावली धरली होती आणि नोव्हेंबर महिन्यातली हवा आल्हाददायक होती. मात्र, लंडन, नवी दिल्ली आणि मीरतसारख्या ज्या शहरांमध्ये भारताच्या स्वातंत्र्याची रूपरेखा आखली जात होती, ती नौखालीपासून खूप दूर आणि कलकत्त्याप्रमाणेच जणू काही संपर्कक्षेत्राच्या बाहेर होती. त्या सुंदर भूभागाला हिंसाचाराचं गालबोट लागलं होतं.

नौखाली जिल्ह्यात अठरा लाख मुस्लीम आणि चार लाख हिंदू होते. जमिनींची मालकी आणि व्यवसायही मालकीचे असल्यानं हिंदूंची परिस्थिती चांगली होती; पण आजूबाजूला खदखदणाऱ्या असंतोषाबाबत ते अनभिज्ञ होते. हिंदू-द्वेषाला १९४६मध्ये धार चढली आणि कलकत्त्याला मुस्लिमांवर झालेल्या हल्ल्याच्या बातम्या नौखालीला पोचल्यावर स्थानिक मुस्लीम गटांनी अल्पसंख्याकांवर क्रूर हल्ले करून आपला उद्रेक प्रकट केला. त्या प्रदेशातील इस्लामी धर्मशास्त्रात पारंगत असलेल्या काही धार्मिक नेत्यांनी त्यांना प्रोत्साहन दिलं होतं : उपखंडातील सगळ्या भागात शेकडो इस्लामी धर्मप्रचारक नौखालीतून गेले होते.

लहानपणापासून, हिंदू-मुस्लीम संबंध तळागाळापासून सुधारण्याच्या ज्या इच्छेनं गांधींच्या मनाचा ठाव घेतला होता, ती इच्छा उफाळून वर आली आणि त्या प्रश्नाला नव्यानं हात घालण्यासाठी ही जागा योग्य असल्याचं गांधींना दिसलं. (ते त्या प्रांताला भारताची 'मज्जासंस्था' म्हणत.) स्वराज्यासाठी त्यांनी हिंदू-मुस्लीम राजकीय ऐक्याच्या अनेक आघाड्यांची योजना बनवली होती. त्यांतल्या कोणत्याच फार काळ

टिकल्या नाहीत, हा भाग वेगळा. भारतातील असंख्य गावं, शहरं यांच्यात सलोखा राहावा म्हणून एकाहून जास्त वेळा त्यांनी उपवास केले होते. तरी पण स्वराज्य मिळवण्यासाठी इतर गोष्टींना प्राधान्य देताना हे दुसरं ध्येय नेहमीच बाजूला सारलं जात होतं.

आता, स्वराज्य जवळजवळ मिळाल्यासारखंच होतं; पण हिंदू-मुस्लीम मात्र परस्परअविश्वासाच्या आवर्तात सापडले होते. अशा वेळी मुळापासून संबंध दृढ करण्यापेक्षा दुसरं काहीच महत्त्वाचं नव्हतं. पाकिस्तानमध्ये जो प्रांत सामील केला जाऊ शकत होता, त्याच प्रांतात हे घडलं असतं, तर भारतीय ऐक्यही वाचवता येणं शक्य होणार होतं.

चाँदपूरला 'किवी' बोटीवर भेटलेल्या मुस्लिमांनी गांधींना सांगितलं की, नौखाली व तिप्पेराला झालेल्या हत्यांची आणि जबरदस्तीनं धर्मांतर केलेल्यांची संख्या फार जास्त नव्हती आणि हिंसाचारात फार कमी मुस्लीम सामील झाले होते. गांधी म्हणाले की, प्रत्यक्ष हल्लेखोरांइतकेच काठावर बसून गंमत पाहणारेही तेवढेच दोषी होते आणि अपहरणाची, जबरी धर्मांतराची किंवा जबरदस्तीनं विवाह करण्याची एक घटनासुद्धा तितकीच वाईट होती.

बोटीवर त्यांच्याशी अलगपणे बोलणाऱ्या हिंदूंनी तक्रार केली की, मुस्लिमांनी हिंसाचाराचा निषेध केला नाही; तेव्हा हिंदू पुरुषांनी तरी पुरेसा पुरुषार्थ दाखवला का, असा प्रतिप्रश्न त्यांना गांधींनी केला :

मी इथे आल्यापासून शाहीद सुऱ्हावर्दींपासून प्रत्येक जण फक्त निषेधाचीच भाषा बोलताना ऐकत आलो आहे. धिक्काराचे शब्द कदाचित तुमच्या कानांना सुखावणारे असतील; पण ज्या दुर्दैवी स्त्रियांची घरं उद्ध्वस्त झाली आहेत किंवा ज्यांचं अपहरण झालं आहे, जबरी धर्मांतर करून जबरदस्तीनं लग्न लावण्यात आलं आहे, त्या स्त्रियांच्या मनाला त्या शब्दांनी कोणताही दिलासा मिळणार नाही. हिंदूंसाठी ही शरमेची बाब आहे आणि इस्लामसाठी किती लांछनास्पद!

नाही, मी तुम्हाला असा सुखासुखी सोडून जाणार नाही. हा माणूस आपल्याला सोडून कधी एकदाचा जाईल, असं तुमच्या मनात कदाचित येईलही; पण हा माणूस जाणार नाही. तो तुमच्या आमंत्रणावरून आला नाही आणि त्याला वाटेल तेव्हाच, पण तुमचे आशीर्वाद घेऊनच आणि पूर्व बंगालमधली त्याची मोहीम फत्ते होईल, तेव्हाच जाईल.

तर, शांततेइतकंच ते धैर्यही पेरायला आले होते. चाँदपूरला बोटीवर एक रात्र काढल्यावर गांधी आणि बरोबरच्या लोकांनी चौमुहानीला जाण्यासाठी ट्रेन पकडली,

तिथे पूर्वतयारीसाठी सोदेपूर आश्रमातून चारू चौधरींच्या नेतृत्वाखाली त्यांचा गट आधीच पोचला होता. चौमुहानी गावात काही घडलं नसलं, तरी त्याच्या आसपासच्या गावांनी ऑक्टोबर महिन्यात हिंसाचार अनुभवला होता.

स्पष्टवक्तेपणा : ७ नोव्हेंबर रोजी चौमुहानीला झालेल्या प्रार्थनासभेला हजर असलेल्या सुमारे पंधरा हजार लोकांपैकी ऐंशी टक्के लोक मुस्लीम होते. गांधी त्यांच्याशी मित्रत्वाच्या भावनेनं पण स्पष्टपणे बोलले :

> *मुस्लिमांविरुद्ध संघर्ष करण्यासाठी हिंदूंना उद्दीपित करायला मी आलो नाही. मला कुणी शत्रू नाही. मी आयुष्यभर ब्रिटिशांशी लढत आलो, तरीही ते माझे मित्र आहेत. मी त्यांचं कधीही वाईट चिंतलं नाही.*
>
> *मी जबरी धर्मांतराविषयी, जबरदस्तीनं गोमांस खायला लावण्याविषयी, अपहरण आणि जबरदस्तीनं लग्न लावण्याविषयी ऐकलं आहे. हत्या, जाळपोळ आणि लूटमारीविषयी तर बोलायलाच नको. लोकांनी मूर्ती फोडल्या.*
>
> *मुस्लीम मूर्तिपूजा करत नाहीत. मीही करत नाही. पण जे मूर्तिपूजा करू इच्छितात, त्यांच्या मार्गात त्यांनी का यावं? या घटना म्हणजे इस्लामच्या नावावर कलंक आहेत.*
>
> *मी कुराणाचा अभ्यास केला आहे. इस्लाम या शब्दाचा अर्थच शांती असा होतो. 'सलाम आलेकुम' ही मुस्लिमांची अभिवादन करण्याची पद्धत सगळ्यांसाठी सारखीच आहे; मग ते हिंदू असोत किंवा मुस्लीम वा अन्य कुणी. नौखाली आणि तिप्पेराला झालेल्या घटना इतरत्र कुठेही होणं इस्लामला कधीच मंजूर होणार नाही.*
>
> *कलकत्त्याला भेटलेल्या लीगच्या नेत्यांनी, मंत्र्यांनी आणि शाहीद साहेबांनी एकमुखानं या घटनांचा निषेध केला आहे. पूर्व बंगालात मुस्लीम एवढ्या मोठ्या संख्येनं आहेत, की त्यांनी अल्पसंख्याक हिंदूंचं रक्षण करण्यासाठी एकत्र यावं, अशी मी अपेक्षा करतो. आम्ही तिथे असेपर्यंत कुणीही वाकड्या नजरेनं तुमच्याकडे पाहू शकणार नाही, असं त्यांनी हिंदू स्त्रियांना सांगितलं पाहिजे.*

नौखालीची मोहीम सुरू झाली तेव्हा गांधींबरोबरच्या लोकांमध्ये प्यारेलाल, सुशीला, सुचेता कृपलानी, अमतस सलाम, सुशीला पै, अमृतलाल ठक्कर, कनू गांधी, आभा, कलकत्त्याला मानववंशशास्त्राचे प्राध्यापक असलेले आणि गांधींसाठी दुभाष्याचं काम करणारे निर्मल कुमार बोस, गांधींसाठी लघुलेखनाचं काम करणारे केरळचे परशुराम आणि कार्यालयीन मदतनीस प्रभुदास यांचा समावेश होता. त्या गटात

सलाम या एकमेव मुस्लीम होत्या.

चौमुहानीत तीन रात्री मुक्काम केल्यानंतर गांधींनी आपला तळ दत्तपाडा या गावी हलवला, तिथे सहा हजार हिंदू निर्वासितांनी आश्रय घेतला होता. गांधी त्या ठिकाणी म्हणाले की, काही लोकांनी दहशत निर्माण केली आणि इतरांनी त्यापुढे शरणागती पत्करली, ही अत्यंत शरमेची बाब आहे. पण, जोपर्यंत एक चांगला मुस्लीम आणि एक चांगला हिंदू त्यांच्याबरोबर जात नाही आणि त्यांची हमी घेत नाही, तोपर्यंत आपण हिंदूंना त्यांच्या घरी जायला सांगू शकत नाही. प्रार्थनासभेला उपस्थित असलेल्या हिंदू व मुस्लीम श्रोत्यांना ते म्हणाले (१० नोव्हेंबर) :

> *जे झालं ते तुम्ही विसरावं आणि क्षमा करावी, असं मला वाटतं. त्याचा अर्थ तुम्ही भेकडासारखं वागावं, असा होत नाही. पण दुर्दैवी भूतकाळ पुन्हापुन्हा आठवत राहण्यामुळे कोणताही हेतू साध्य होणार नाही.*
> *मी इथे पाकिस्तानची लढाई लढायला आलो नाही. भारताच्या नशिबात फाळणी लिहिलीच असेल, तर मी ती रोखू शकत नाही. पण, पाकिस्तान बळजबरीनं निर्माण होऊ शकणार नाही, हे मी सांगू इच्छितो.*

जवळच्या नौखाली गावात चालत जाताना (११ नोव्हेंबर) त्यांना बळी गेलेल्यांच्या कवट्या आणि जळके अवशेष दिसले. दुसऱ्या दिवशी, नंदीग्राममध्ये, त्यांना विटंबना केलेलं मंदिर दिसलं, शेकडो जळक्या घरांचे अवशेष दिसले आणि एकेकाळी गावची शाळा, वसतिगृह आणि एक हॉस्पिटल असलेल्या इमारतींची राख झालेली दिसली.

बिहार अशाच प्रकारच्या किंवा त्याहूनही भयंकर अमानुषतेचा अनुभव घेत असल्याचं त्यांना माहीत होतं. राजेंद्र प्रसादांना त्यांनी लिहिलं (१२ नोव्हेंबर)– *'बिहारचा वणवा शांत झाला नाही, तर मला जगण्याची इच्छा नाही; कारण मग माझ्या आयुष्याला काहीच अर्थ उरणार नाही.'* त्याच दिवशी बिहारच्या मुस्लिमांसाठी धडाडीनं परिश्रम करणाऱ्या जयप्रकाशांना त्यांनी पत्रात लिहिलं, *'बिहार खरंच शांत होणार का?... आता पुढे काय होईल, ते मला स्पष्टपणे लिही. तुझं स्पष्ट मत मला कळव.'*

१३ नोव्हेंबर रोजी गांधींचा गट काझीरखिल गावाकडे गेला, तिथे दासगुप्तांच्या कामगारांनी अथक परिश्रम करून एका उद्ध्वस्त घराचं रूपांतर राहण्यालायक जागेत केलं होतं. त्या ठिकाणाहून गटानं दसघारिया गावाला भेट दिली, तिथे जबरदस्तीनं मुस्लीम करून घेतलेल्या आणि पुन्हा हिंदू धर्मात प्रवेश केलेल्या काही हिंदू स्त्रियांची गांधींशी भेट झाली. जबरदस्तीनं झालेलं धर्मांतर जिल्हा न्यायाधीश मॅकीनर्नी या स्कॉट माणसानं अवैध ठरवल्यामुळे गांधींनी निःश्वास टाकला. पण

सगळ्याच स्त्रियांना आपल्या धर्मात किंवा कुटुंबात परत जाण्याची हिंमत होत होती, असं नाही.

मुस्लीम श्रोत्यांना गांधींनी जिनांचं एक नुकतंच प्रसिद्ध झालेलं वक्तव्य कौतुकानं ऐकवलं– 'सूड घेणं आणि प्रत्याघात करणं इस्लामविरोधी आणि पाकिस्तानच्या आशेवर पाणी फिरवणारं होतं.' 'पाकिस्तानमध्ये अल्पसंख्याकांना जिवाची, मालमत्तेची आणि सन्मानाची मुस्लिमांप्रमाणेच नाही, तर त्यांच्यापेक्षाही जास्त हमी देण्यात येईल', जिना म्हणाले होते. पण एव्हाना गांधींच्या सभांपासून आणि प्रार्थनांपासून दूर राहण्याचा इशारा मुस्लिमांना देण्यात आला होता.

सुऱ्हावर्दींच्या आदेशानुसार, बंगालच्या पोलीस दलातील सुरक्षारक्षक गांधी जिथे जातील तिथे त्यांच्याबरोबर जात होते– या अतिथीवर कोणत्याही प्रकारचा हल्ला होऊ नये, अशीच मुख्यमंत्र्यांची इच्छा होती. गांधींना ही सुरक्षा पसंत नव्हती, पण त्यांचा नाइलाज होता. 'बंगालच्या शोकांतिकेच्या मुळाशी भीती होती', ते म्हणाले. हल्लेखोरांची हाव ही भीतीपोटीच होती आणि ज्यांनी तुमचं नुकसान केलं त्यांच्याशी चांगलं वागणं, हाच त्यांच्यावर उगवलेला सर्वोत्तम सूड होता.

एकला चलो रे : स्थानिक हिंदूंना हिंमत देण्याची एक योजना गांधींनी काझीरखिल इथे जाहीर केली. ते त्यांच्या गटाचं विभाजन करून आणि त्यातील प्रत्येकाला मुस्लीम बहुसंख्याकांमध्ये राहण्यासाठी वेगवेगळ्या जिल्ह्यांमध्ये पाठवणार होते. जर त्या व्यक्तीला मुस्लीम आवडले नाहीत किंवा त्यांची भीती वाटली, तर तिनं किंवा त्यानं परत निघून यावं, असं गांधींनी सांगितलं. अशा प्रकारे, त्यांच्या साथीदारांनी प्रत्येकी एकेक गाव वाटून घेतलं. जिथे गरज पडेल तिथे सोदेपूरहून आलेला बंगाली-भाषक कार्यकर्ता त्यांच्या मदतीला देण्यात आला.

प्यारेलाल भटियालपूरला गेले. त्यांची बहीण सुशीला हिनं चांगीरगावला दवाखाना सुरू केला. अमतस सलाम सिरांडीला, तर सुशीला पै कारपाराला गेल्या. कनू रामदेवपूरला, तर त्याची बंगाली पत्नी आभा ठक्करबाप्पा यांच्या मदतीनं हेमचरला गेली. प्रभुदास परकोटे गावी गेले आणि बोस व परशुराम या दोघांना घेऊन गांधी स्वत: श्रीरामपूरला जाणार होते.

दत्तक घेतलेली गावं एकमेकांपासून जवळ आणि एकाच रामगंज या पोलीस ठाण्याच्या आधिपत्याखाली येत होती; त्यामुळे पांगलेले कार्यकर्ते सहजपणे चालत जाऊन एकमेकांना भेटू शकत होते आणि सुमारे वीस चौरस मैलांचा प्रदेश आपल्या कामासाठी वापरू शकत होते.

काझीरखिल गावात सात रात्री काढल्यानंतर गांधी, बोस आणि परशुराम २०नोव्हेंबरला गावाकडे रवाना झाले. तो प्रवास बोटीनं दोन तासांचा होता. ते आणि इतर गावांतील त्यांचे सहकारी यांचं ध्येय हिंदूंमध्ये निर्भयपणा आणि मुस्लिमांमध्ये

पश्चात्तापाची भावना जागवणं, हे होतं.

'तुम्हाला स्वत:ला जाणून घ्यायचं असेल, तर एकटेच पुढे जा', हा गांधींचा स्वत:साठी आणि आपल्या सहकाऱ्यांसाठी संदेश होता. अगदी जवळच्या सहकाऱ्यांपासून स्वत:ला तोडणं गांधींसाठी अवघड होतं : त्यांचा सहवास हा गांधींसाठी सुरक्षितता आणि आनंद निर्माण करणारा होता.

परंतु, बळी गेलेल्यांचे कष्ट कमी करण्यासाठी सगळ्यांनी वेगवेगळ्या ठिकाणी जाणं आवश्यक होतं; वियोग आणि एकटेपणा त्यांना आणि त्यांच्या सहकाऱ्यांना ईश्वराच्या अगदी जवळ नेऊन ठेवणार होता. पूर्व बंगाल हे आता एकाकी गांधींचं निवासस्थान आणि कर्मभूमी असणार होती. आपण आता बंगाली झालो आहेत, असं ते म्हणायचे. अगदी 'हरिजन'मध्येही आपण व प्यारेलाल नियमितपणे लिहू शकणार नाही, हे त्यांनी स्पष्ट केलं. मश्रूवाला, विनोबा, कालेलकर आणि नरहरी पारिख यांना आपापसात पत्रिकेचं संपादन करण्यास सांगण्यात आलं होतं.

श्रीरामपूर : विध्वंसाची जोरदार थप्पड खाल्लेल्या या गावात गांधी आणि त्यांच्या दोन मदतनिसांसाठी तालवृक्षांच्या सान्निध्यात एक झोपडी शोधून ठेवण्यात आली होती. एका लाकडी चौपाईवर आपला बिछाना अंथरून त्याच्या शेजारी आपली पुस्तकं ठेवल्यावर गांधींनी एका उघड्या मैदानात प्रार्थनासभा घेतली. तिला हिंदू-मुस्लीम उपस्थित होते. काही दिवसांतच श्रीरामपूर आणि आजूबाजूच्या गावांमधले हिंदू मुक्तपणे इकडे-तिकडे फिरू लागले : स्तोत्रं, मंत्र म्हणू लागले; आपली ढोलकी, टाळ वाजवू लागले.

मृत आत्म्यांमध्ये चैतन्य जागृत होत होतं.

रामगंज ठाण्यातील तीस हिंदू व मुस्लीम श्रीरामपूरमध्ये गांधींना आणि वाणिज्यमंत्री शमसुद्दीन यांना भेटले आणि पुन्हा एकोपा नांदण्यासाठी एक योजना तयार करण्यात आली. त्यानुसार प्रत्येक गावात शांतता समितीची स्थापना करण्याचं निश्चित झालं. चंडीपूर गावात एका सार्वजनिक सभेमध्ये २३ नोव्हेंबर रोजी ही योजना मंजूर करण्यात आली; त्या वेळी बोलताना, लीग मंत्रिमंडळाला आपली प्रतिमा सुधारण्यासाठी एक संधी द्यावी, असं गांधींनी हिंदूंना सांगितलं.

गांधींनी विशेषत्वानं ज्यांची मदत मागितली होती, ते बोस त्यांना रोज श्रीरामपूरमधील त्यांच्या नव्या आश्रमात बंगाली भाषेचे धडे द्यायचे. गांधी रोज चार वाजता किंवा त्याआधी उठायचे, केरोसीनच्या दिव्याच्या प्रकाशात चौपाईवर बसून वाचायचे आणि लिहायचे, सूत कातायचे, दिवसातून दोनदा प्रार्थनासभा घ्यायचे, आसपासच्या गावांमध्ये आपला संदेश घेऊन दवभिजल्या पायवाटांवरून पायपीट करायचे. त्यांनी आपल्या आहारात नारळाचा समावेश केला होता आणि निसर्गोपचाराचे त्यांचे प्रयोग तर सुरूच होते (कपाळावर आणि पोटावर चिखलाच्या पट्ट्या ठेवणं, सूर्यस्नान

वगैरे). हे प्रयोग ते स्वत:वर आणि गावकऱ्यांवरही करत– डॉक्टर गांधींनी पुन्हा एकदा आपले उपचार जोमानं सुरू केले होते.

पण त्याचबरोबर मोठ्या प्रमाणावरच्या राजकीय घडामोडींवर त्यांची लांबून असली तरी बारीक नजर होती आणि नौखालीच्या संदर्भात पुढे काय पाऊल उचलावं, यावर विचार करणंही सुरू होतं.

लवकरच ते स्पष्ट झालं. एकदा का भाताची शेतं सुकली, की नौखाली आणि तिप्पेरा जिल्ह्यातील गावन् गाव पायी पालथं घालायचा निर्णय गांधींनी घेतला. दरम्यान, नौखालीतील आपलं काम नवीन, आनंददायी आणि तेवढंच परीक्षा पाहणारं आहे, असं मीरेला एका लांबलचक पत्रात त्यांनी लिहिलं (४ डिसेंबर १९४६).

पावित्र्याची परीक्षा

आणखी एक पाऊल, पण वैयक्तिक, त्यांच्यापुढे स्पष्ट होतं. मनूकडून आणि तिच्या वडिलांकडून ती येत असल्याचं कळल्यावर गांधींनी मनूच्या जोडीनं नौखालीला ब्रह्मचर्याची एक परीक्षा पार पाडण्याचं ठरवलं. या कल्पनेबाबत त्यांनी थोडी चर्चा प्यारेलाल, बोस, देवदास, सी.आर. आणि बहुधा इतर मंडळींशी केली होती आणि नंतरही बऱ्याच लोकांशी ते बोलणार होते; परंतु सल्लामसलतीसाठी नव्हे तर फक्त माहिती देण्यासाठी. बहुतेकांना ही कल्पना धोकादायक किंवा वेडेपणाची वाटली; टाळता येण्याजोगं ओझं ते स्वत:वर टाकत असल्याचं सर्वांना वाटलं आणि त्यांची स्वत:ची व त्यांच्या सहकाऱ्यांची मोलाची प्रतिष्ठा पणाला लागणार आहे, असं अनेकांचं मत पडलं. त्या सगळ्यांनी मिळून चालवलेल्या उपक्रमांवरही प्रश्नचिन्ह उठू शकतं, असंही काहींना वाटलं.

गांधी स्वत: मात्र नि:शंक होते. आपल्याभोवतीच्या हिंसाचाराला तोंड देण्यासाठी त्यांना आपल्या पावित्र्याची शक्ती एकत्रित करण्याची गरज वाटत होती. या वेळी तो एक प्रयोग नाही तर एक 'यज्ञ' होता, आपल्या लैंगिकतेला ईश्वराप्रति समर्पित करण्यासाठी केलेला यज्ञ. एकाच बिछान्यावर झोपूनही त्यांना किंवा मनूला लैंगिक उत्तेजना आली नाही, तर स्वातंत्र्याच्या पूर्वसंध्येला भारतासमोर उभ्या ठाकलेल्या हिंसाचाराच्या आव्हानाचा आणि नौखालीनं उभ्या केलेल्या आव्हानाचा ते यशस्वीपणे मुकाबला करू शकणार होते. लक्ष विचलित करण्याऐवजी; वेळ, विचार आणि शक्ती वाया घालवण्याऐवजी हा 'यज्ञ' आपल्याला शुद्ध करेल, जास्त मनापासून प्रार्थना करायला भाग पाडेल, नौखालीच्या प्रश्नावर पूर्णपणे लक्ष केंद्रित करायला मदत करेल, असा गांधींचा दावा होता.

श्रीरामपूरला येऊन महिना होत असताना, १९ डिसेंबर रोजी मनू तिथे आली.

गांधींच्या मनात असलेल्या परीक्षेबाबत त्यांनी तिला विचारलं; तिनं भाग घेण्याचं मान्य केलं; नौखालीत आपण मृत्यूचा सामना करायलाही तयार असल्याचं तिनं पुढे सांगितलं. 'यज्ञ' (मध्यरात्रीनंतर) लगेचच सुरू झाला. काही तासांनी गांधींनी तिला चिठ्ठी लिहिली.

तुझ्या शब्दाला पक्की राहा. माझ्यापासून एकही विचार लपवू नकोस. मी जे विचारीन, त्याचं खरं उत्तर दे. मी आज जे पाऊल उचललं आहे, ते काळजीपूर्वक विचारांतीच उचललं आहे. त्याचा तुझ्यावर काय परिणाम झाला, ते मला लिहून दे. मी माझे सगळे विचार नक्कीच तुझ्यापुढे उघड करेन.

पावित्र्याची परीक्षा हे काही मनूला आपल्याजवळ ठेवण्यामागचं एकमेव कारण नव्हतं. २६ डिसेंबर आणि १ जानेवारी रोजी सहकाऱ्यांना लिहिलेल्या पत्रांत गांधींनी ती 'ओढ'– 'अजाणती ओढ'– असा एका पत्रात उल्लेख केला असल्याचं मान्य केलं. नौखालीचा (आणि स्वत:चा) सामना त्यांना एकट्याला करायचा होता तरी, आपल्या सहकाऱ्यांना त्यांनी आपापल्या जबाबदारीवर राहायला सांगितलं होतं. त्यांना स्वत:ला बोस (बंगालीत भाषांतर करण्यासाठी आणि बंगाली शिकवण्यासाठी) आणि परशुराम (टंकलेखन करण्यासाठी) यांचा सहारा होता आणि आता स्वयंपाक करण्यासाठी, सेवा करण्यासाठी आणि त्यांच्या सगळ्या कामांमध्ये मदत करण्यासाठी मनू आली होती. (मुलाखतींदरम्यान किंवा सभांमध्ये ती त्यांचं बोलणं लिहून घ्यायची.)

या ओढीविषयी किंवा अवलंबित्वाविषयी त्यांना अपराधी वाटायचं; पण ते त्यांनी कधी झटकून टाकलं नाही. त्या धैर्यशील वृद्धाला ती पुरवत असलेल्या मदतीखेरीज तरुण मनूची साथसोबत, स्पर्श आणि ऊब हवी होती. तिच्याबरोबर असताना, पूर्वी इतर 'भगिनीं'बरोबर असल्याप्रमाणेच ते चिंतामुक्त असायचे, चिडवायचे, स्वत: चिडवून घ्यायचे, हसायचे आणि कंबरडं मोडणारं ओझं काही काळ विसरायचे.

परंतु, त्यांच्या ब्रह्मचर्यातील एक जोडीदार असलेली मनू त्यांना ते ओझं पेलण्यासाठी शक्ती द्यायची, असा गांधींचा दावा होता आणि ही कुतूहलाची बाब आहे की, या दाव्याला प्यारेलाल आणि बोस यांनी पुष्टी दिली होती. ती दोघं गांधींना सतत निरखत होती. प्यारेलालपेक्षा जास्त बोस, कारण या काळात प्यारेलाल आपला वेळ भटियालपूर आणि श्रीरामपूर असा दोन्हीकडे घालवत होते.

प्यारेलाल यांनी नंतर आपल्या चरित्रात गांधींच्या ब्रह्मचर्याविषयी विस्तारानं लिहिलं आणि बोस यांनी परखडपणे व बारकाईनं त्यावर 'माय डेज विथ गांधी'

(१९५३ साली प्रथमप्रकाशित)मध्ये लिहिलं. गांधींच्या प्रयोगांचा त्यात सामील होणाऱ्या स्त्रियांवर काय प्रभाव पडतो, याविषयी बोस जरी संभ्रमात किंवा अस्वस्थ होते, तरी ब्रह्मचर्याचा आपल्या शांततेसाठी चाललेल्या संघर्षाशी गांधींनी जोडलेला संबंध त्यांना मान्य होता.

गांधींनी उचललेलं पाऊल शहाणपणाचं होतं की नाही, याची बोसना खात्री पटली नव्हती; पण त्यांच्या प्रामाणिकपणाबाबत मात्र ते समाधानी होते. वासनापूर्तीसाठी पांघरलेला तो एक बुरखा असता, तर सर्वांत आधी ते बोस यांच्या ध्यानात आलं असतं आणि सर्वांत आधी त्यांनी गांधींचा पर्दाफाश केला असता. गांधींच्या सुदैवानं, त्यांच्याशी नेहमी मतभेद व्यक्त करणाऱ्या या सेहेचाळीस वर्षांच्या चिकित्सक प्राध्यापकानं त्यांच्या नौखालीतील असाधारण कृतींच्या नोंदी ठेवून त्यांचं विश्लेषण केलं.

वेगवेगळ्या गावांमध्ये वास्तव्य असूनदेखील गांधींच्या 'गटाला' नेमकं काय चाललं होतं, याची माहिती होती. त्यांच्या झोपडीच्या खोलीचं पातळ 'दार' नेहमीच उघडं असायचं. बऱ्याच रात्री, गांधींच्या चौपाईवर तिसरीही एक व्यक्ती झोपायची. त्यांनी तसं २५ डिसेंबरला वल्लभभाईंना लिहिलं होतं की, आपला पलंग तीन माणसं झोपू शकतील एवढा मोठा आहे– सुचेता कृपलानी, त्याच्या एका भागात झोपली आहे, आपण स्वत: दुसऱ्या भागात झोपलो आहोत; पण हळू आवाजात पत्र सांगत आहोत आणि मनू, बहुधा पलंगावर बसून, ते लिहून घेत आहे, असं गांधींनी पुढे लिहिलं.

भारतातील त्यांच्या जवळच्या मित्रांनाही या 'यज्ञा'विषयी माहीत होतं; गांधींनी त्याविषयी त्यांना भेटायला येणाऱ्या लोकांना सांगितलं होतं आणि त्यांनी लिहिलेल्या अनेक पत्रांत त्याचा उल्लेख केला होता. नौखालीतील त्यांच्या कार्याचा वृत्तान्त पाठवण्यासाठी आलेल्या पत्रकारांनाही हे माहीत होतं. सुऱ्हावर्दी आणि त्यांच्या पोलिसांना ते माहीत असावं, असं आपण गृहीत धरू शकतो. शिवाय आपलं साम्राज्य गुंडाळण्याच्या बेतात असलेल्या ब्रिटिशांनाही त्याबद्दल माहिती होती.

पण लवकरच एक दुर्घटना घडली. गांधींनी हा उपक्रम थांबवला नाही, तर आपल्याला काम करणं जमणार नाही हे अतिशय तत्परतेनं, शांतपणे लघुलेखनाचं काम करणाऱ्या परशुरामला जाणवलं. गांधींनी त्याच्या कामाचं वेळोवेळी कौतुक केलं होतं. परशुरामनं त्याला वाटत असलेल्या हरकतींचं एक लांबलचक पत्र लिहिलं, ते उपलब्ध नाही. पण ते वाचल्यावर २ जानेवारी रोजी पहाटे तीन ते चारच्या दरम्यान गांधींनी त्याला लिहिलं :

मी तुझ्या मागण्या पूर्ण करू शकत नाही... माझं असं मत असल्यामुळे आणि आपले आदर्श एकमेकांशी जुळत नसल्यामुळे, शिवाय तुझी

स्वत:चीच सोडून जाण्याची इच्छा असल्यामुळे तू मला आजही सोडून जायला मोकळा आहेस... मला तुझा मोकळेपणा आणि धाडसीपणा आवडला...

मला तुझ्या भविष्यात रस आहे आणि तुला जेव्हा मला लिहावंसं वाटेल, तेव्हा ते वाचण्यात मला आनंदच होईल. शेवटी, मी तुला सांगू इच्छितो की, तुला माझ्यात आणि माझ्याभोवतीच्या वातावरणात काही त्रुटी, चुका आढळल्या असल्यास तू त्यांच्याबद्दल लिहायला मोकळा आहेस. तुझा खर्च भागवण्यासाठी तुला जे काही पैसे लागतील, ते तू घेऊन जाऊ शकतोस, हे सांगण्याची काही गरज नाही, असं मला वाटतं.

मनूच्या नौखालीला येण्यामुळे आणखी एक व्यक्ती अस्वस्थ झाली होती. ती म्हणजे सुशीला. ती चांगीरगाव आणि श्रीरामपूर अशी ये-जा करत होती. सुशीलेच्या अस्वस्थपणामुळे १९३० साली झाले होते त्याप्रमाणे गांधी दु:खी झाले. एके दिवशी सकाळी लवकर गांधींच्या खोलीतून फटका मारल्यासारखा आवाज आल्यामुळे बोस दचकले. धावत गेल्यावर त्यांना दिसलं, की सुशीलेशी वाद घालत असताना गांधींनी स्वत:लाच मारून घेतलं होतं.

परंतु दोघांना झालेलं दु:ख अल्पजीवी ठरलं; कारण सुशीलेला हाती घेतलेल्या कामावर लक्ष केंद्रित करणं आवश्यक होतं. चांगीरगाव आणि त्याच्या आसपासच्या गावांत तिच्या कामामुळे हिंदू आणि मुस्लिमांचा विश्वास संपादन करण्यात तिला यश मिळालं, याचा गांधींना आनंद झाला. चांगीरगावातील हिंदूंची लुटलेली काही मालमत्ता त्यांना परतही मिळाली.

'यज्ञ समजून' घेण्याची बोस यांची कितीही इच्छा असली, तरी गांधी जेव्हा सर्वप्रथम सर्वांसमोर त्याबद्दल बोलले तेव्हा ते शब्द बंगालीत भाषांतरित करण्याची इच्छा बोसना झाली नाही. अमिशापारा गावात १ फेब्रुवारी रोजी झालेल्या प्रार्थनासभेत ते पहिल्यांदा त्याविषयी बोलले. आजूबाजूला चाललेली कुजबुज, गावगप्पा, छुपी टीका यांचा उल्लेख करून गांधी म्हणाले की, आपल्या सर्वांत निष्पाप कृतीचा गैरअर्थ कुणी काढू नये किंवा गैरसमज कुणी करून घेऊ नये, अशी आपली इच्छा आहे. ते पुढे म्हणाले :

माझ्याबरोबर माझी नात आहे. ती माझ्याबरोबर एकाच बिछान्यात झोपते. शस्त्रक्रियेद्वारा खोजा बनलेल्यांना/खच्चीकरण केलेल्यांना मुहम्मदानं कमी लेखलं होतं. परंतु प्रार्थनेमुळे ईश्वरानं ज्यांना खोजा बनवलं, त्यांचं त्यानं स्वागत केलं होतं... माझी तशी महत्त्वाकांक्षा आहे.

माझ्या कृतीमुळे मी मित्रांच्याही टीकेचा धनी झालो आहे, हे मला माहीत

आहे. परंतु, अत्यंत जिवलग मित्रांसाठीसुद्धा कर्तव्याचा बळी देणं योग्य नाही.

या वाक्यांचं भाषांतर बोस यांनी केलं नाही. या भाषणाचा वृत्तान्त 'हरिजन'साठी देताना तिकडे दूर अहमदाबादला मश्रूवाला आणि पारिख यांनी ही वाक्यं वगळली. ही 'परीक्षा' सोडून देण्यासाठी गांधींचं मन वळवण्याची आशा असलेल्या काही 'जिवलग मित्रांपैकी' ते होते. दरम्यान, त्यांनी त्यावर पांघरूण घातलं.

आपल्या 'यज्ञाचा' अप्रत्यक्षपणे उल्लेख करताना गांधींनी पतंजलीच्या सूत्रात सांगितलेल्या एका प्राचीन हिंदू दृष्टिकोनाची आठवण काढली (२७ डिसेंबर). त्यात असं म्हटलं होतं की, 'जेव्हा अहिंसा पूर्णपणे स्थापित होते, तेव्हा ती आजूबाजूच्या दुष्ट प्रवृत्तींचा आणि शत्रुत्वाचा संपूर्ण नाश करते.' पूर्वी जेव्हा संस्कृत येत नव्हतं तेव्हा एका मित्राद्वारे या विचाराशी प्रथम आपली ओळख झाली, असं ते म्हणाले; 'तो कायम पतंजलीची 'योगसूत्रे' आपल्या खिशात बाळगत असे.'

गांधींनी त्या मित्राचं जरी नाव घेतलं नसलं, तरी बहुधा तो राजचंद्र असावा. आपली अहिंसा आजूबाजूची हिंसा कमी करू शकली नाही, त्यामुळे स्वतःलाच तपासून पाहण्याची गरज निर्माण झाली होती, असं गांधी पुढे म्हणाले. एक दिवस एका सहकाऱ्याशी आपल्या ब्रह्मचर्याविषयी बोलत असताना गांधी म्हणाले, *"मी जर यावर प्रभुत्व मिळवलं, तर मी अजूनही जिनांना हरवू शकतो."* ते बोस यांनी ऐकलं.

पावित्र्यावर गांधींनी नौखालीला असताना व्यक्त केलेली मतं मनूनं तिच्या रोजनिशीत नोंदवून ठेवली. गांधींनी तिला सांगितलं की, जो आपलं शरीर ईश्वराच्या मंदिराप्रमाणे पवित्र ठेवतो, त्याचं बोलणं आत्मिक सौंदर्याच्या काव्याप्रमाणे असेल आणि अचूकतेचं हे पूर्ण उमललेलं फूल जातीय द्वेष नष्ट करेल. एक संन्यासी काव्य, फूल आणि सौंदर्य अशी रूपकं वापरतो, ही बाब नक्कीच लक्षणीय आहे.

इथे आपण गांधींच्या नौखालीच्या भ्रमंतीमधील आणि चाळीस वर्षांपूर्वीच्या झुलू प्रदेशातील त्यांच्या पायपिटीतील साम्य लक्षात घेतलं पाहिजे. निसर्गसौंदर्यानं नटलेल्या प्रदेशांमध्ये हे दोन्ही कालखंड व्यतीत झाले. नौखालीच्या नद्यांचं जाळं झुलू प्रदेशातील टेकड्या आणि अरुंद घळ्या यांच्या तोडीस तोड होतं. दोन्ही ठिकाणी गांधींची जखमी झालेल्या मानवतेशी समोरासमोर गाठ पडली. झुलू प्रदेशाप्रमाणेच नौखालीतील जनता त्यांच्याकडे अपेक्षेनं बघत होती. दोन्ही प्रदेशांमध्ये ते स्वतःला एक सैनिक समजत होते आणि दोन्ही कार्यांमध्ये ब्रह्मचर्याचा समावेश होता. झुलू प्रदेशात त्यांनी ते कवटाळलं होतं आणि आता पूर्व बंगालात ते त्याची धाडसानं परीक्षा घेत होते.

आईसारखी काळजी घेणं आणि काळजी करवून घेणं : १९४७

सालच्या फेब्रुवारी महिन्यात गांधी मनूला म्हणाले : *'मला स्वत:ची शक्य तेवढी कठोर परीक्षा करून घ्यायची आहे. मी जर त्या परीक्षेत नापास झालो, तर त्याला ईश्वर जबाबदार असेल. मला देवाशिवाय इतर कुणाचीच साक्ष नको आहे. जर आपल्यापासूनही लपून राहिलेली काही लबाडी असेल, तर जगाला ती समजेल.'* 'शक्य तेवढी कठोर' या शब्दांतून त्या 'यज्ञाचं' जालीम स्वरूप ध्वनित होतं; कारण काही वेळा दोन्ही सहभागी व्यक्ती विवस्त्र एकत्र असायच्या.

आजूबाजूची परिस्थिती बदलण्यासाठी मनूच्या साथीनं शक्ती एकवटण्याचा प्रयत्न करत असलेला तो माणूस तिची आईप्रमाणे काळजी घ्यायचा (तसं प्यारेलाल आणि बोस यांचं निरीक्षण होतं), तिच्या अभ्यासात मदत करायचा, तिच्या खाण्या-पिण्याची, विश्रांतीची आणि कामाची काळजी करायचा. बदल्यात, तरुण मनू त्यांची आई व्हायची. १८ फेब्रुवारी रोजी केलेल्या बोटीच्या एका छोट्या प्रवासाच्या तिनं लिहिलेल्या वृत्तान्तामधून ही बाब स्पष्ट होते. तिप्पेरा जिल्ह्यातील अलुनिया गावामधील एका सर्वसामान्य अत्यंत वृद्ध माणसाला गांधींच्या दर्शनाची अनावर ओढ होती, पण नदी पार करणं त्याला शक्य नव्हतं; तेव्हा गांधी त्याला त्याच्या घरी जाऊन भेटायला तयार झाले होते :

> *संध्याकाळच्या प्रार्थनेनंतर आम्ही डकारिया नदी पार केली... दुतर्फा असलेल्या हिरव्यागार झाडीच्या मधून ती सुंदर नदी वाहत होती. आकाश निरभ्र होतं, खूप थंडीही नव्हती आणि खूप ऊनही नव्हतं. पाच ते सात मिनिटांचा तो प्रवास होता. त्या वेळात बापूजींनी आपलं डोकं माझ्या मांडीवर ठेवलं, डोळे मिटले आणि एक डुलकी काढली...*
> *दोन्ही काठांवर माणसांची आणि झाडांची गर्दी होती... मध्यभागी जगातील एक महान व्यक्तिमत्त्व माझ्या मांडीवर झोपी गेलं होतं, नावाडी त्याची नाव वल्हवत होता. माझा हात बापूजींच्या कपाळावर होता... माझ्या आयुष्यातील ते सर्वांत सुंदर क्षण होते.*

तर त्या वृद्ध राष्ट्रपित्याला एका तरुण 'आई'च्या मांडीची ऊब मिळाली होती.

नापसंती आणि निषेध : गांधींचे बहुतेक सगळे सहकारी त्यांच्या या यज्ञाच्या विरुद्ध होते, हे आपल्याला दिसलं. त्यामुळे हादरलेल्या मश्रूवाला आणि पारिख यांनी 'हरिजन'च्या जबाबदारीतून अंग काढून घेतलं. स्वामी आनंदांचीही तशीच प्रतिक्रिया होती. तुम्ही चुकीच्या मार्गानं जात आहात, असं देवदासनं आपल्या पित्याला लिहिलं. गांधींनी धर्माचा मार्ग सोडला असल्याचं मत वल्लभभाईंनी व्यक्त केलं. विनोबांनी मात्र कुठलंही मतप्रदर्शन करण्याचं टाळलं. गांधींचा पुतण–नातू कनू यानं मदतनीस म्हणून मनूची जागा घ्यावी, असं प्रसादांनी सुचवलं. नेहरू किंवा

सी.आर.ना काय वाटलं हे आपल्याला माहीत नाही, पण त्यांना हा यज्ञ मान्य असेल, असं वाटत नाही.

गांधींनी आपणहोऊन या सगळ्यांपुढे, इतर मित्रांपुढे आणि मणिलाल व रामदासपुढेसुद्धा हा विषय काढला. 'एक दिवस त्यांनी तब्बल बारा पत्रं लिहिली', प्यारेलाल आपल्याला सांगतात. उदाहरणार्थ, गांधींना वाटलं की, गांधींना निधी पुरवणाऱ्या बिर्लांना ही गोष्ट समजली पाहिजे आणि त्यावर त्यांना मत व्यक्त करण्याचा अधिकार होता. त्याचप्रमाणे, काँग्रेसचे अध्यक्ष कृपलानी यांनाही समजली पाहिजे. सहकाऱ्यांनी उत्तरादाखल आपल्याशी सगळे संबंध तोडले, तर आपण दुखावले जाणार नाही, असं गांधी म्हणाले. आपण स्वत:च्या विवेकबुद्धीला स्मरून वागत आहोत, तसंच त्यांनीही त्यांच्या विवेकबुद्धीला अनुसरून वागावं.

बिर्लांनी काय उत्तर दिलं याची नोंद आपल्याजवळ नाही, पण कृपलानींनी सौम्य शब्दांत गीतेत समाजाची मूल्यं जतन करायला सांगितलं असल्याची जाणीव करून दिली. तितक्याच हळुवारपणे त्यांनी गांधींना हेही विचारलं की, ते आपल्या स्त्री-सहकाऱ्यांना 'एक साध्य नाही, तर साधन' म्हणून वागवत आहेत, असं वाटत नाही का? मात्र गांधींनी स्त्रियांचा कधी गैरफायदा घेतला नसल्याची खात्री आपल्याला असल्याची पुष्टी त्यांनी जोडली. कृपलानींनी पुढे लिहिलं :

> *माझा तुमच्यावर संपूर्ण विश्वास आहे, एवढंच मी सांगू शकतो. तुम्ही ज्या पद्धतीनं हा प्रयोग करत आहात, तसा एखादा पापी मनुष्य करू शकणार नाही... तुमच्यात वेडेपणाचं आणि दुराचरणाचं चिन्ह जोपर्यंत मला दिसत नाही, तोपर्यंत माझा तुमच्याबाबत गैरसमज होणं शक्य नाही. मला असं कोणतंही चिन्ह दिसत नाही.*

शांततेसाठी रिलिजियस सोसायटी ऑफ फ्रेंड्स या संस्थेमार्फत काम करणारे एक ब्रिटिश होरेस अलेक्झांडर नौखालीला आले असता, एक ख्रिश्चन म्हणून ॲण्ड्र्यूजप्रमाणे त्यांची काय प्रतिक्रिया असेल, असं गांधींनी त्यांना विचारलं. हे पाऊल फार टोकाचं आहे, असं अलेक्झांडर म्हणाले. असं असूनदेखील अलेक्झांडर यांनी मनोमन नोंद केली की, गांधी–

> *निडरपणे, नेहमीसारखंच सौजन्यानं, प्रेमळपणे, दृढपणे आणि गोड शब्दात त्यांना अविरतपणे भेटायला येणाऱ्यांशी वागत होते, बोलत होते. रोजच्या रोज त्यांना भेटायला आलेल्या लोकांशी हास्यविनोद करत होते; त्यांच्याभोवतालचं जग दु:खी आणि सत्ता गाजवू पाहणारं असतानाही त्यांना हसण्यासाठी कारण सापडत होतं.*

स्टुअर्ट नेल्सन हे दुसरे एक ख्रिश्चन पाहुणे वॉशिंग्टनच्या हावर्ड विद्यापीठाचे आफ्रिकन-अमेरिकन अधिष्ठाता होते. अन्य तिघांना घेऊन ते गांधींच्या श्रीरामपूरमधल्या झोपडीत १ व २ जानेवारी रोजी भेटायला आले होते. या भेटीत यज्ञावर नव्हे, तर आफ्रिकन-अमेरिकन लोकांच्या परिस्थितीवर चर्चा झाली. नेल्सन यांनी यज्ञाविषयी काही ऐकलं होतं की नाही, याचा काही पुरावा नाही.

नेल्सन यांच्या नोंदींवरून असं दिसतं की, यज्ञामुळे गांधींच्या क्षमतांवर काही परिणाम झाला नव्हता. गांधींबरोबरच्या आपल्या भेटीविषयी नेल्सन यांनी लिहिलं :

> *भारतातील मी घालवलेल्या काही सर्वोत्तम क्षणांपैकी ते होते. त्यांच्या निवासस्थानी घालवलेले दोन तास मला जी प्रेरणा देऊन गेले, ती माझ्यासोबत कायम राहील... अगदी थोड्या वेळात त्यांचे जे असामान्य बौद्धिक आणि आध्यात्मिक गुण मला दिसले, त्याचा अमिट ठसा मी घेऊन चाललो आहे... आयुष्यातील भौतिक गरजांवर त्यांचं संपूर्ण स्वामित्व आहे... यापेक्षा साधी खोली मी पाहिली नाही. आमच्या समस्यांवर त्यांच्याकडे थेट आणि विधायक उत्तरं होती...*

प्यारेलाल अखेरीस मनूबरोबर नाही, तर नौखालीतील एका हिंदू स्त्रीबरोबर विवाहबद्ध झाले. नौखालीत मनूच्या विकासाची गांधींनी जी अपेक्षा केली होती, ती 'मोठ्या प्रमाणात सफल झाली', असं प्यारेलाल ठामपणे म्हणतात. गांधींच्या सहवासात मनू शांतपणे झोपायची, तिच्या चंचल व विसरभोळ्या स्वभावावर तिनं मात केली, तिचे विचार अधिक स्पष्ट झाले आणि बोलणं जास्त ठाम झालं आणि ती आसक्तीपासून मुक्त झाल्यासारखी प्यारेलालना वाटली.

आपल्या प्रयोगाचा मनूवर काय परिणाम होतो याची पूर्ण जाणीव गांधींना नसेल, असं आपण गृहीत धरलं तरी नौखालीत त्यांना पाहताना किंवा त्यांच्या बरोबर काम करताना त्यांच्याभोवती एक उदात्ततेचं वलय होतं, असं बोस यांना वाटलं. त्यांच्याच शब्दांत सांगायचं तर गांधींच्या महान आयुष्यातील तो सर्वोत्तम कालखंड होता. गांधींपासून लांब असणाऱ्या सहकाऱ्यांपेक्षा त्यांच्या नौखालीच्या गटातील 'मंडळी' कमी अस्वस्थ होती. 'यज्ञा'मुळे सेवाग्राममधले आणि इतर ठिकाणचे सहकारी अस्वस्थ असतील, याची आपल्याला जाणीव असल्याचं गांधींनी विनोबांना (१० फेब्रुवारी) लिहिलं. *'त्याउलट, इथे मात्र काय चाललं आहे ते सगळ्यांना माहीत आहे आणि त्याचा त्यांच्यावर काही परिणाम झाल्याचं मला तरी चिन्ह दिसत नाही.'*

२५ फेब्रुवारी रोजी गांधींच्या अत्यंत जवळच्या आणि जुन्या सहकाऱ्यांपैकी एक असलेले आणि गांधी ज्यांना 'माझ्या विवेकबुद्धीचा रक्षक' म्हणून संबोधत, ते

अमृतलाल ठक्कर किंवा ठक्करबाप्पा यांनी मतभेद असणाऱ्या सहकाऱ्यांच्या वतीनं गांधींशी चर्चा केली, त्यांच्या प्रयोगाचं अनैतिक अनुकरण होण्याचा धोका असल्याची जाणीव करून दिली. समाज ते खपवून घेणार नाही, असं उत्तर गांधींनी दिलं. काही झालं तरी नौखालीत त्यांना आपलं सर्वस्व देणं आवश्यक होतं आणि त्यात यज्ञाचा समावेश होता.

गांधी आणि त्यांच्या पुतण–नातीप्रमाणेच एक काठियावाडी असलेल्या ठक्करबाप्पांनी मनूला आपलं समाधान झालं असल्याचं काही दिवसांनी सांगितलं. प्रत्येक दिवशी आपण तिचं आणि गांधींचं निरीक्षण करत होतो आणि त्यांच्या अत्यंत निरागस आणि शांत झोपण्यामुळे आपलं मत बदललं; शिवाय तिच्या एकनिष्ठ आणि अथक सेवेमुळे हे घडल्याचं त्यांनी सांगितलं. आपल्यात झालेल्या या मतपरिवर्तनाच्या बदल्यात त्यांनी मनूला काहीतरी मागितलं : कृपा करून हा यज्ञ थांबवण्याची विनंती ती गांधींना करेल का? मनूनं त्याला होकार दिला आणि गांधींनीही तो थांबवण्याला संमती दिली– अर्थात काही काळासाठी.

गावोगावी पदयात्रा

श्रीरामपूरमध्ये सहा आठवडे घालवल्यानंतर, २ जानेवारी रोजी रोज एक गाव पायी चालून गाठण्यासाठी हातात एक लांब बांबूची काठी घेऊन गांधी निघाले. त्यांचा सध्याचा आश्रम, त्यांनी आपल्या सहकाऱ्यांचा त्याग केला त्याप्रमाणेच त्यागला होता. मात्र मनू, बोस, परशुराम (जो लवकरच सोडून जाणार होता) आणि रामचंद्रन (आणखी एक लघुलेखक) गांधींबरोबर या नव्या प्रवासात सामील झाले.

बंगाल पोलिसांचे आठ सशस्त्र रक्षक गांधी आणि त्यांच्या सहकाऱ्यांच्या जवळूनच चालत होते. गांधींनी विनंती करूनही, त्यांचं न ऐकता सुमारे १०० गावकरीही त्यांच्या मागे-मागे चालत होते आणि शिवाय गांधी चालत असलेल्या अरुंद रस्त्याच्या दुतर्फा हिंदू आणि मुस्लीम उभे होते.

हरहुन्नरी सतीश दासगुप्तानं एक फिरती झोपडी तयार करून गांधींसमोर आणली. ती झोपडी वेगळी करून बरोबर घेऊन जाता येण्याजोगी आणि पुन्हा जोडता येण्याजोगी होती. हे पाहून गांधी हेलावले, पण त्यांच्याच शब्दांत सांगायचं तर, त्यांनी तो 'राजवाडा' नाकारला. (सतीश दासगुप्तानं गांधींच्या प्रवासाची रूपरेखा अशी आखली होती की, जेणेकरून त्यांना दिवसाला चार मैलांपेक्षा जास्त प्रवास करावा लागू नये.)

पुढचा दोन महिन्यांपेक्षा जास्त काळ गांधी आणि त्यांचे साथीदार रात्री नौखालीतील आणि तिप्पेरातील सत्तेचाळीस गावांमध्ये मुक्काम करणार होते आणि हिंदू व मुस्लीम त्यांचे यजमान असणार होते; त्यात धोबी, कोळी, चांभार आणि विणकरांचा

समावेश होता.

गांधींना अपेक्षा होती तितके मुस्लीम यजमान त्यांना लाभले नाहीत; पण ज्यांनी त्यांना आश्रय दिला, त्या लोकांना त्यांनी मनापासून धन्यवाद दिले. त्यात फतेहपूर गावातील मौलवी इब्राहिम (८ जानेवारी) आणि मुरेम गावातील हबिबुल्ला पटवारी (२४ जानेवारी) हे होते.

गांधी आणि मंडळींचं स्वागत करणाऱ्या विणकरांचा, चांभारांचा आणि कोळ्यांचा उल्लेख करून मनूनं आपल्या रोजनिशीत लिहिलं, 'त्यांनी आमच्यावर प्रेमाचा वर्षाव केला.'

डाल्टा गावी (२३ जानेवारी) एका धोब्यानं, राय मोहन मालीनं, गांधींचं आदरातिथ्य केलं आणि पल्ला गावी (२७ जानेवारी) गांधी एका विणकराच्या घरात राहिले. पल्ला गावी ते म्हणाले, *"तुरुंगासारख्या भिंती असलेल्या राजवाड्यांऐवजी मला बंगालमधल्या झोपड्या अधिक प्रिय झाल्या आहेत. जिथे प्रेमाचं वास्तव्य नसतं, अशा ठिकाणांपेक्षा या घरासारखं प्रेमानं भरलेलं घर जास्त श्रेष्ठ असतं.''*

भीतीनं गारठलेल्या हिंदू स्त्रियांबरोबर त्यांचा बराचसा वेळ जायचा. बोस यांनी त्याचं वर्णन 'गांधींनी प्रेमानं केलेली रोजची सेवा', असं केलं आहे. त्यांच्यापुढे आपली दुःखं उघड करणाऱ्या प्रत्येक व्यक्तीशी ते अत्यंत हळुवारपणे वागत, असं निरीक्षण नोंदवलं. गावातील मुस्लीम आणि हिंदूंच्या आजारी मुलांकडेही गांधींनी लक्ष पुरवलं.

गांधींनी दुःख आणि अश्रू पुसण्याचा प्रयत्न केला; पण आपण सांत्वनापेक्षा धैर्य प्रदान करण्यासाठी आलो आहोत असं त्यांचं म्हणणं होतं. एका दुःखी स्त्रीच्या भेटीदरम्यान गांधींचा चेहरा कठोर झाला आणि ते म्हणाले की, 'स्त्रियांनी आपलं धैर्य पुन्हा गोळा केलं पाहिजे', असं बोस यांनी नोंदवलं आहे.

उच्चवर्णीय हिंदू स्त्रियांशी बोलताना गांधींनी अस्पृश्यतेबद्दलही स्पष्टपणे मतं व्यक्त केली. हल्ल्यांना तोंड देताना उच्चवर्णीय हिंदूंपेक्षा पूर्व बंगालच्या नामशूद्र 'अस्पृश्यां'नी जास्त शौर्य दाखवलं, हे कळल्यावर गावातील शांतता समितीत नामशूद्रांचा प्रतिनिधी असावा, असा आग्रह त्यांनी धरला. उच्चवर्णीय हिंदू स्त्रियांना त्यांनी इशारा दिला की 'अस्पृश्यां'ना त्यांनी आपलंसं केलं नाही, तर त्यांच्या वाट्याला आणखी दुःख येईल. मुळापासून बदल करण्यासाठी चंडीपूर गावातील महिलांना त्यांनी एक उपाय सुचवला (३ जानेवारी) :

तुमच्याबरोबर रोज एका हरिजनाला जेवायला बोलवा किंवा किमान त्या हरिजनाला तुम्ही अन्न ग्रहण करण्यापूर्वी तुमच्या अन्न-पाण्याला स्पर्श करू द्या. तुमच्या पापांचं प्रायश्चित्त करा.

श्रीरामपूरला असताना या पायी प्रवासासाठीची स्वत: शारीरिक तयारी करण्यासाठी गांधींनी व्यायाम आणि योजनाबद्ध आहारावर भर दिला होता; पण पूर्व बंगालमधील त्या चिंचोळ्या पुलांवरून चालणं सोपं नव्हतं. ते करताना गांधी इतरांच्या करमणुकीचं आणि काळजीचं कारण बनायचे; पण ते पडू नयेत म्हणून बहुतेक वेळा बोस किंवा अन्य कुणी त्यांच्या जवळपासच असायचे.

कवी आणि कविता : आपल्या चपला काढून टाकून गांधी अनवाणी चालायचे. जेव्हा मनूनं त्यांच्या टाचांवर ओरखडे पाहिले आणि त्यांना विरोध केला तेव्हा गांधी उत्तरले : *'आपण आपल्या मंदिरांमध्ये, मशिदींमध्ये किंवा चर्चमध्ये पायात वाहाणा घालून जात नाही... ज्या भूमीवर लोकांनी आपल्या प्रियजनांना गमावलं आहे, अशा पवित्र जमिनीवरून चालत असताना... मी इथे चप्पल कशी वापरू?'* नौखालीच्या पायवाटा मैत्रीपूर्ण असल्याचा थोडा अतिशयोक्तिपूर्ण दावा त्यांनी केला (६ फेब्रुवारी, धरमपूर). ते म्हणाले :

> *नौखालीची जमीन म्हणजे जणू मखमल आहे आणि हिरव्या गवतावरून चालताना गालिच्यावरून चालल्यासारखं वाटतं. मी इंग्लंडमध्ये अनुभवलेल्या मऊ गवताची मला आठवण झाली.*

काही गावांमध्ये हिंदू त्यांच्यासाठी स्वागतगीत म्हणायचे किंवा गात गात आणि ढोल वाजवत त्यांच्याबरोबर पुढच्या गावापर्यंत जायचे; त्यांचा आत्मविश्वास परत येत होता. पदयात्रेला सुरुवात होताना नेहमी 'वैष्णव जन' हे प्रार्थनागीत किंवा टागोरांचं 'एकला चलो रे' हे गीत म्हटलं जायचं.

गांधी स्वत: गायचे. 'त्यांच्या आवाजाची पट्टी खालची होती, पण चाल मात्र बरोबर असायची', असं डी. जी. तेंडुलकरांचं मत होतं. गांधींच्या उपक्रमामुळे आकर्षित होऊन ते मुंबईहून नौखालीला आले होते. पुढे त्यांनी गांधींचं चरित्र लिहिलं. ते गीत टागोरांनी लिहिलं होतं खरं; पण आपल्या पायांपेक्षा मजबूत ध्येय असलेले, आपल्या आवाजापेक्षा सशक्त संदेश घेऊन आलेले गांधी स्वत:च ते गाणं झाले होते.

अर्धा डझन पत्रकार, क्वचित जास्तच, त्या ठिकाणी उपस्थित असायचे; गांधींची प्रत्येक कृती टिपायचे आणि प्रार्थनासभेत ते जे बोलत ते नोंदवायचे. गांधी आणि त्यांच्या साथीदारांप्रमाणेच हे पत्रकार गावकऱ्यांबरोबर राहायचे, आपल्या जेवणाचे पैसे द्यायचे.

मुस्लिमांचा प्रतिसाद : मुस्लिमांची प्रतिक्रिया दररोज वेगवेगळी असायची. स्थानिक मशिदीत गांधींच्या भेटीचं कसं चित्र उभं केलं जातं, त्यावर काही प्रमाणात त्यांची प्रतिक्रिया अवलंबून असायची. एखाद्या प्रार्थनासभेला हजारो मुस्लीम उपस्थित

असायचे, तर पुढच्याच सभेला डझनापेक्षाही कमी लोक हजर असायचे.

पूर्व बंगालातील सुशिक्षित मुस्लिमांमध्ये मात्र गांधी प्रिय होते, असा अनुभव पश्चिम भारतातून आलेला एक हिंदू रामनारायण चौधरीला ढाक्याजवळ ट्रेन्समध्ये आला. तो स्वतःचा निर्भयपणा सिद्ध करण्यासाठी मनात धाकधूक ठेवून पांढरी 'गांधी' टोपी घालत होता; पण साधारणपणे त्याचं सर्वत्र स्वागतच व्हायचं (आणि तो सुटकेचा निःश्वास टाकायचा). एका बंगाली हिंदूनं चौधरीला सांगितलं की, गांधींच्या वास्तव्यामुळे नौखालीच्या हिंदूंना त्यांचा हरवलेला आत्मविश्वास हळूहळू परत मिळत आहे आणि मुस्लिमांचं हृदयपरिवर्तन होत आहे.

तुम्ही बिहारला का जात नाही, असा सवाल नौखालीचे मुस्लीम गांधींना नेहमी करीत. त्यावर ते उत्तर देत की, आपल्या संभाव्य उपोषणाच्या इशाऱ्यामुळे आणि नेहरू व इतरांच्या प्रयत्नांमुळे तो प्रांत नियंत्रणाखाली आला आहे. एकंदरीत, कुतूहल आणि प्रेमळपणा या मुस्लिमांना गांधींविषयी वाटणाऱ्या दोन प्रबळ भावना होत्या आणि गांधींनाही आपल्या भावनांची जाणीव असल्याची नोंद त्यांनी घेतली होती.

याचा परिणाम म्हणून ते आपल्या अनुयायांना काँग्रेसचा झेंडा घेऊन जायला मनाई करत; लीग मंत्रिमंडळाच्या शांतता योजनेला सहकार्य करण्याचं आवाहन त्यांनी हिंदूंना केलं; मुस्लीम स्त्रियांनी मनूला दिलेलं शाकाहारी भोजन स्वीकारण्याचा आग्रह त्यांनी तिला केला. काही वेळा मनूला व इतरांना 'वैष्णव जन'च्याऐवजी 'मुस्लीम जन' किंवा 'ख्रिश्चन जन' असं म्हणायला सांगत.

मात्र, त्यांच्यासारख्या स्व-घोषित हिंदूनं कुराणातील ओळी म्हणण्याला किंवा मुस्लिमांना त्यांच्या धर्मानं काय सांगितलं आहे, त्यावर बोलण्याला काही मुस्लिमांनी हरकत घेतली. त्यांच्यातील एक होता फझलूल हक (१८७३-१९६२). त्यानं १९४० साली मुस्लीम लीगचा पाकिस्तानचा ठराव मांडला होता आणि तो सुऱ्हावर्दींचा बंगालमधील विरोधक होता. गांधी जर आपल्या जिल्ह्यात, बरिसालला आले तर आपण गांधींना पाण्यात ढकलून देऊ, असं तो म्हणाला; पण जेव्हा हेमचरला गांधी गेले तेव्हा हक त्यांना भेटायला गेला (२७ फेब्रुवारी) आणि आपलं वक्तव्य म्हणजे एक विनोद असल्याचं त्यानं सांगितलं. नंतर, महात्मा गांधी करत आहेत तशा प्रकारे सद्भावना पसरवणं ही आपलीही इच्छा असल्याचं हकनं सांगितलं.

तरीही, आधी केलेलं वक्तव्य हे पूर्व बंगालमधील काही मुस्लीम गटांच्या मनात गांधींच्या भेटीबद्दल असलेल्या संतापाचं द्योतक होतं.

२२ जानेवारी १९४७ रोजी पनियाला गावात झालेल्या प्रार्थनेच्या वेळी मनूनं सर्वप्रथम जे गीत म्हटलं, ते गीत पुढे वर्षानुवर्ष भारतातील लाखो हिंदू-मुस्लिमांच्या

तोंडी बसलं : 'ईश्वर अल्ला तेरे नाम'.

हे गीत प्रथम आपण पोरबंदरच्या एका मंदिरात ऐकलं होतं, असं मनूनं गांधींना सांगितलं. प्रचंड संख्येनं उपस्थित असलेल्या पनियालाच्या मुस्लिमांना ते गाणं आवडल्याचं पाहून गांधींनी मनूला ती ओळ 'आजपासून रोज' म्हणायला सांगितली व ते पुढे म्हणाले, *"ईश्वरानंच ती तुझ्या मनात हळुवारपणे रुजवली आहे."*

३१ जानेवारी रोजी नवग्रामच्या मुस्लिमांनी गांधींच्या कुराण-पठणाच्या अधिकाराचं समर्थन केलं. साधुरखिल गावातील एका प्रतिष्ठित मुस्लिमानं, सलिमुल्ला साहेब यांनी, गांधींना आपल्या बाडीत–वाडीत–प्रार्थनासभा घेण्याची विनंती केलीच (४ फेब्रुवारी), शिवाय टाळ्या वाजवून रामाविषयी एखादी प्रार्थना म्हणायला आपली हरकत नसल्याचं सांगितलं.

"मी ज्या रामाची भक्ती करतो, तो स्वतःच ईश्वर आहे", इतरत्र करायचे तसं गांधींनी साधुरखिललाही स्पष्ट केलं, *"इतिहासातल्या रामापेक्षा तो वेगळा आहे, तो नेहमीच होता, आजही आहे आणि पुढेही नेहमीच असेल."* असा देव जो 'अजात आणि अनिर्मित' आहे.

त्यांचं प्रवचन : सुभाष बोस यांच्या इंडियन नॅशनल आर्मीत सेवा बजावलेले दोन मजबूत बांध्याचे शीख निरंजन सिंग गिल आणि जीवन सिंग गांधींबरोबर नौखालीच्या यात्रेत, आपलं कृपाण न घेता सामील झाले. त्यांतला एक फसव्या खड्ड्यात घसरला आणि पडला, तेव्हा गांधींना मनापासून हसू आलं. ब्रिटिश आणि ऑस्ट्रेलियन सैनिकांचा एक गट गांधींना सामील झाला, तेव्हा पुन्हा एकदा थट्टामस्करीला ऊत आला; गांधींनी एका ऑस्ट्रेलियन माणसाला त्याच्या देशाच्या 'गोऱ्या ऑस्ट्रेलियन' धोरणावरून चिडवलं.

परंतु तरीही गंभीर आणि दुःखी सूर आसमंतात जास्त प्रमाणात भरून राहिले होते. जगतपूर गावात (१० जानेवारी) आपल्यापुढे रडणाऱ्या शोकाकुल हिंदू स्त्रियांना गांधींनी ठामपणे सांगितलं की, *'गेलेली माणसं अश्रूंमुळे परत येणार नाहीत.'* मात्र, त्या स्त्रिया गेल्यानंतर ते मनूला म्हणाले की, त्या स्त्रियांचे चेहरे आपल्याला सतत भेडसावत राहतील; त्या दिवशी रात्री जेवताना ते फक्त गुळाचा एक खडा खाऊ शकले.

दोन दिवसांनी, कारपार गावात (सुशीला पै यांनी हे गाव 'दत्तक' घेतलं होतं) गांधी जेथे मुक्कामास होते, तेथे एकेकाळी राज साहेब राजेंद्रलाल चौधुरी यांचं वास्तव्य होतं. ऑक्टोबर महिन्यात त्यांची एकोणतीस कुटुंबीयांसह हत्या झाली होती.

त्यांच्या व्याख्यानात धार्मिकता आणि धर्मनिरपेक्षता यांचं मिश्रण असायचं, एकापाठोपाठ ते दोन्ही विषयांना हात घालायचे. १० डिसेंबरला ते म्हणाले, "एकाच मातीतून पिकलेल्या अन्नावर हिंदू आणि मुस्लिमांचं पोषण होतं, एकाच

नदीतील पाण्यानं त्यांची तहान भागते आणि शेवटी एकाच भूमीवर ते आपला देह ठेवणार आहेत. ते जर ईश्वराला घाबरत असतील, तर दुसऱ्या कुणाला भिण्याची त्यांना गरज नाही.''

तक्रार करणाऱ्या हिंदूंच्या कथनातील सगळी अतिशयोक्ती बाजूला काढून आणि फक्त सत्य तेवढंच लक्षात घेऊन गांधींनी मुस्लिमांचं अभिनंदन करण्यास नकार दिला; हिंदूंवर मर्यादित स्वरूपात हल्ले झाले. असं या मुस्लिमांचं म्हणणं होतं. *'यापेक्षा अधिक वाईट झालं नाही त्यासाठी माणसाचे नव्हे तर एकट्या ईश्वराचेच आभार मानायला हवेत',* असं ते पनियाला गावी म्हणाले (२२ जानेवारी). मात्र, काही मुस्लिमांनी हिंदूंचं रक्षण केलं, हे मात्र कौतुकास्पद आहे, असं त्यांनी मान्य केलं.

दुर्बलांवर अत्याचार होत असताना इतर पेटून उठले नाहीत, या गोष्टीचा त्यांना राग होता. धर्मांतर करायला राजी झाल्यामुळे काहींचे जीवतरी वाचले, या एका मौलवीच्या वक्तव्यावर गांधी म्हणाले : *'अशी मतं असणाऱ्या तुमच्यासारख्या माणसाला ईश्वरानं इस्लामचा विद्वान होऊ दिलं, याचं मला आश्चर्य वाटतं.'*

स्वातंत्र्यानंतरच्या शासकीय शाळा आणि धार्मिक शिक्षण यांबाबत विचारलं असता, गांधी म्हणाले की (२१ फेब्रुवारी), संपूर्ण समाज एकच धर्म पाळत असला तरी संपूर्ण राष्ट्राचा एकच धर्म असावा, यावर माझा विश्वास नाही. शासनाचा हस्तक्षेप कदाचित नेहमीच अस्वागतार्ह असेल. धर्म ही नेहमीच व्यक्तिगत बाब असेल. धार्मिक संस्थांना थोड्या प्रमाणात शासकीय मदत देण्यालाही आपला विरोध राहील. पण, शासकीय शाळांमध्ये नैतिकतेचे धडे दिले जावेत, कारण ती सगळ्या धर्मांमध्ये सारखीच असते, असंही ते पुढे म्हणाले.

बिहारपेक्षा नौखालीतील बळींची संख्या कमी असल्याचं सार्वजनिकरीत्या घोषित करावं, असं आव्हान साधुरखिल गावातील चार तरुण मुस्लिमांनी गांधींना दिलं (४ फेब्रुवारी). असं करताना, आपल्या अंदाजाप्रमाणे नौखालीतील बळींची संख्या हजारांपेक्षा कमी असल्याचं आणि बिहारातील हत्या व अत्याचारांनी नौखालीतील हत्याकांडाला झाकोळून टाकल्याचं जाहीर केलं.

मिठाच्या सत्याग्रहाच्या वेळी केलं होतं तसंच या वेळीही भेट दिलेल्या प्रत्येक गावाची माहिती त्यांनी विचारली आणि मनूला तिथल्या लोकसंख्येची धर्म आणि जातिनिहाय नोंद करायला सांगितली. काही वेळा ते ग्रामीण अर्थव्यवस्थेवर बोलले. सुशीलेनं दत्तक घेतलेल्या चांगीरगावजवळच्या चंडीपूरला गांधी म्हणाले (४ जानेवारी) :

> *बंगाल हा हिरवाईनं नटलेला प्रदेश आहे, भरपूर पाणी आणि सुपीक जमीन यांनी समृद्ध. परंतु, अज्ञानामुळे लोक गरिबी आणि अनारोग्यानं ग्रासलेले आहेत. तुम्ही सुपारी, नारळ आणि थोडीफार शेती यांवर संतुष्ट आहात; पण,*

थोडं ज्ञान प्राप्त करून तुम्ही अनेक पटींनी उत्पादन वाढवू शकता आणि शांतता व समृद्धीच्या स्वच्छ वसतिस्थानात गावांचं रूपांतर करू शकता.

गांधींची स्वत:ची जीवनशैली कितीही विरक्त असली, तरी पूर्व बंगालची उत्पादनक्षमता अनेक पटींनी वाढावी, अशी त्यांची अपेक्षा होती; तेथे समृद्धी आणि आरोग्य नांदावं, अशी त्यांची इच्छा होती. चंडीपूरमध्येच असताना दोन दिवसांनंतर त्यांनी पुन्हा त्या विषयाला हात घातला.

गावांमध्ये शुद्ध पाणी कसं आणावं, आपल्या स्वत:ला स्वच्छ कसं ठेवावं, आपण ज्या मातीतून जन्म घेतला, तिचा उत्तम वापर कसा करावा, आपल्या माथ्यावरील अनंत अवकाशातून जीवनावश्यक ऊर्जा कशी मिळवावी, आपल्या भोवतालच्या निसर्गातून ताजी हवा कशी भरून घ्यावी आणि सूर्यकिरणांचा जास्तीत जास्त उपयोग कसा करावा, हे तुम्हाला शिकवण्याची माझी इच्छा आहे.
आपला देश गरीब झाला आहे. मी तुम्हाला अशा तऱ्हेने शिकवण्याचा प्रयत्न करेन, ज्यामुळे तुम्ही उपलब्ध स्रोतांचा योग्य वापर करून या भूमीचं रूपांतर सुवर्णभूमीत कराल.

स्वतंत्र भारताची संभाव्य भविष्यकालीन धोरणं काय असतील, अशी विचारणा करणाऱ्या ए. जे. मस्ट या अमेरिकन विद्वानाला आणि क्रियाशील कार्यकर्त्याला गांधींनी लिहिलं (२८ फेब्रुवारी) :

भारत स्वतंत्र झाल्यावर, तो शस्त्रास्त्रांच्या स्पर्धेत भाग घेणार नाही, याची खात्री मला देता यावी, अशी माझी इच्छा आहे. अशा प्रकारच्या दुर्दैवापासून परावृत्त करण्यासाठी मला जे करता येईल, ते केल्याशिवाय मी राहणार नाही, एवढंच मी सांगू शकतो.

रात्रीची जागरणं, दैनंदिन कामं : चालणं, सूत कातणं, लिहिणं, रुग्णांवर उपचार करणं आणि त्याहीपेक्षा रात्री उशिरापर्यंत किंवा पहाटे लवकर लोकांचं म्हणणं ऐकणं, हे सगळं करत असताना गांधींना रात्री साधारण चार तासांपेक्षा जास्त झोप मिळत नव्हती. १० जानेवारीला ते मनूला म्हणाले :

देव मला कसं जिवंत ठेवतोय ते पाहा. मी जरी रात्री दहा किंवा अकरा वाजता झोपत असलो, रात्री दोन किंवा अडीच वाजता उठत असलो, भरपूर काम करत असलो आणि अजिबात विश्रांती घेत नसलो, तरी मी कसातरी उभा आहे. हे एक आश्चर्यच आहे!

अंतरिम सरकारमध्ये गृहमंत्री असलेले वल्लभभाई पूर्व बंगालमधील ग्रामीण भागात गांधींच्या सुरक्षेविषयी चिंतित होते, तेव्हा त्यांना गांधींनी लिहिलं :

आपल्या सर्वांच्या वर तो जो एक आहे, तो माझी काळजी घेईल आणि तो तेवढा सक्षम आहे.

मनू गांधींसाठी स्वयंपाक करायची, अनवाणी चालल्यामुळे थकलेले, आंबलेले त्यांचे पाय धुवायची, तेलानं त्यांना मालीश करायची आणि त्यांच्या संभाषणांच्या व भाषणांच्या नोंदी ठेवायची. स्वतःच स्वयंपाक करणं, स्वतःचं अंग चेपणं आणि कपडे रफू करणं अशी जी कामं नौखालीतील सामान्य माणसं वर्षानुवर्षं करीत, ती कामंही काही वेळा गांधी करायचे.

तिथे आता थंडी पडायला लागली होती. एका संध्याकाळी, झोपायला जाण्यापूर्वी गांधींना हात-तोंड धुण्यासाठी मनूनं वाळक्या काटक्या पेटवून पाणी गरम केलं. त्यांना ते आवडलं नाही. ते म्हणाले, *''लोकांना जिथे त्यांच्या पोळ्या भाजण्यासाठी काड्या मिळत नाहीत, तिथे मी गरम पाण्यानं तोंड धुवावं, असं तुला वाटतं? अंघोळीसाठी पाणी गरम करणं मी समजू शकतो, पण यासाठी नाही.''*

यापेक्षाही कठोर धडा तिला काही दिवस आधी मिळाला होता. मीरेनं गांधींना दिलेला अंग घासण्याचा दगड मनू मागे भटियालपूर गावात विसरून आली होती. त्या दिवशी नारायणपूरमध्ये उशिरा ही गोष्ट लक्षात आल्यावर (१५ जानेवारी) गांधींनी मनूला एकटीनं भटियालपूरला चालत जाऊन तो दगड आणायला सांगितलं. एका म्हाताऱ्या बाईनं तो दगड फेकून दिला होता, पण मनूनं तो शोधला आणि घाईनं परत आली.

'घ्या तुमचा दगड', असं म्हणून गांधींपुढे तिनं तो फेकला, तेव्हा ते हसले आणि म्हणाले की, मनू ती परीक्षा उत्तीर्ण झाली होती. ते पुढे म्हणाले :

बदमाशांनी तुला पकडलं असतं आणि मारून टाकलं असतं, तर मी आनंदानं नाचलो असतो; पण तू भीतीपोटी परत मागे फिरली असतीस, तर मला ते मुळीच आवडलं नसतं... मी स्वतःशीच म्हणालो, 'ही मुलगी उत्साहानं 'एकला चलो रे' म्हणते, पण तिनं त्यातला संदेश आत्मसात केला आहे का?'... मी किती कठोर होऊ शकतो, हे तू पाहिलंस... मला पण ते जाणवलं.

मनूला दिलेल्या आदेशाबाबत ते किती अस्वस्थ होते, हे शेवटच्या दोन वाक्यांवरून समजतं. तो संमिश्र प्रतिक्रियांमधून दिला गेला होता. सर्वप्रथम, त्यांच्या सवयीची

असलेली एक वस्तू हरवली होती. त्यांनी दुसऱ्या दिवशी तसं मनूजवळ कबूल केलं होतं, *'दिनक्रमात बदल झालेला मला रुचत नाही.'* दुसरं म्हणजे, त्यांच्या प्रेमाच्या माणसानं, मीरेनं, दिलेली वस्तू मनू विसरून आली होती. शेवटचं, मनूची परीक्षा घेण्याची एक संधी मिळाली होती.

मनूला दगड आणायला पाठवणारे गांधी खरोखरच गंभीर नव्हते; पण तिची परीक्षा घेण्याची गरज त्यांना भासली, हे आपण ओळखू शकतो. नौखालीच्या दुर्बल हिंदूंना ते ज्या परिस्थितीचा सामना करायला सांगत होते, तिचा सामना करायला ती (आणि ते) तयार असायला हवे होते. 'आनंदानं नाचलो असतो', या वाक्याचा अर्थ, आपण पूर्वी लिहिल्याप्रमाणे, प्रिय व्यक्तीनं शरणागती पत्करण्यापेक्षा तिला मरण आलं तरी चालेल, असा होत असला, तरी ते प्रत्येक क्षणी तिच्या रक्षणासाठी प्रार्थना करत होते. हा प्रसंग लिहून ठेवणाऱ्या मनूनं, गांधी तिच्या विश्रांतीची आणि भोजनाची परतल्यानंतर किती काळजी करत होते, त्याचीही नोंद केली.

त्यापूर्वी (१० जानेवारी), गांधींनी तिची माफी मागितली होती, कशासाठी ते आपल्याला माहीत नाही; पण आपण तिच्यावर चुकीचे आरोप केले, हे त्यांच्या लक्षात आलं होतं. ते काय म्हणाले, ते मनूनं लिहून ठेवलं :

> *मी पूर्णपणे चुकीचा होतो... मी तुझ्यापेक्षा बराच मोठा आहे. मी तुझा आजोबा आहे. मी तुझी काय क्षमा मागणार? तरीही, ती मागण्यात गैर तर काही नाही.*

गांधींनी पुढे असंही म्हटलं की, ईश्वरानं अजून त्यांना जिवंत ठेवलं असलं, तरी आपला शेवट कधीही येऊ शकतो; त्यामुळे त्या आधी आपला कबुलीजबाब आपण देऊ इच्छितो.

हरिलाल आणि कस्तुरबा : वर्षानुवर्षं ज्या व्यक्तीमुळे ते दुःखी राहिले, त्या व्यक्तीला गांधींनी २२ जानेवारी रोजी पत्र पाठवलं. गांधींचा अठ्ठावन्न वर्षांचा मुलगा त्याच्या वयापेक्षा खूप मोठा दिसतो, असं हरिलालला भेटलेल्या एका माणसानं गांधींना लिहिलं. गांधींनी आपले बहुतेक सगळे मदतनीस लांब पाठवून दिले होते, तरीही दुखावलेल्या त्या पित्यानं आपला मुलगा आपल्याजवळ नौखालीत असावा, अशी इच्छा व्यक्त केली आणि हरिलालला भेटलेल्या त्या माणसामार्फत त्याला एक पत्र पाठवलं.

आपल्या मुलापर्यंत कसं पोचायचं, हे गांधींना क्वचितच माहीत असायचं. मात्र, या आमंत्रणाच्या पत्रात हरिलालनं स्वतःला सुधारणं कसं आवश्यक आहे, हे अधोरेखित करण्यात गांधींनी हात आखडता घेतला नाही :

तू तुझ्या आयुष्याचं नवीन पर्व सुरू केलं आहेस, हे समजलं तर मला किती आनंद होईल!... माझी ही यात्रा खडतर आहे. तुला शक्य असेल तर तू मला सामील हो... तू कुठेही असलास तरी, तू स्वत:ला जर शुद्ध करून घेतलंस, तर तुला त्याचा पूर्ण फायदा मिळेल. तू अकाली प्रौढही दिसणार नाहीस...

एक महिन्यानंतर, जेव्हा हरिलालच्या संपर्कात असलेल्या त्या माणसाकडून मद्रासहून त्यांना हरिलालविषयी कळलं, तेव्हा त्यांनी पुन्हा एकदा आपल्या मुलाला लिहिलं, पण त्याची नोंद ठेवलेली नाही. अर्थात हरिलाल त्याच्या वडिलांकडे आला नाही, हे आपण जाणतो.

फेब्रुवारी महिन्यात कस्तुरबांचं निधन झालं होतं, तो शिवरात्रीचा दिवस होता. १९४७ साली शिवरात्री १९ फेब्रुवारीला आली होती. बिरामपूर गावी, त्या रात्री ७.३५ वाजता गांधींनी आपल्या रोजनिशीत लिहिलं : *'तीन वर्षांपूर्वी याच दिवशी आणि अगदी याच वेळी बा तिचं पार्थिव शरीर सोडून गेली होती.'* नंतर, त्या दिवशी सकाळी मनूनं कस्तुरबांच्या स्मृत्यर्थ संपूर्ण गीतापठण केलं होतं; असं त्यांनी मनूच्या बहिणींपैकी एकीला कळवलं. गांधींनी पुढे लिहिलं :

आठव्या अध्यायानंतर मी शरीराला जरा ताण दिला आणि जराशी डुलकी काढली, तेव्हा जणू काही बा माझ्या मांडीवर डोकं ठेवून झोपली आहे, असा मला भास झाला.

तारे आणि धूळ : स्वत:च्या पूर्णत्वाकडे प्रश्नांकित मुद्रेनं पाहण्याची गांधींची वृत्तीच त्यांना सामान्य स्त्री-पुरुषांच्या जवळ घेऊन जाते, असा निष्कर्ष गांधींचं बारकाईनं निरीक्षण करणाऱ्या बोस यांनी काढला होता. स्त्री-पुरुषांना 'शांतवणाऱ्या' गांधींच्या मृदूपणात त्या वृत्तीचा मोठा हात होता, त्यामुळे त्या लोकांना त्यांच्या दु:खातून वर उठण्यास मदत मिळायची.

नौखालीत असताना एकदा गांधींनी बोसना आपल्या वाक्यांवरून चुकीची समजूत करून न घेण्यास सांगितलं. (इतर गोष्टींबरोबरच बोस गांधींनी उद्धृत केलेली वाक्यं संकलित करत होते.) त्या वाक्यांमधून त्यांचं सर्वोत्तम तेवढंच दिसत होतं आणि त्यांच्या कामगिरीपेक्षा महत्त्वाकांक्षेचंच चित्र उभं राहत होतं. (गांधी म्हणाले.) याच्या उत्तरादाखल बोस यांनी टागोरांचं वचन उद्धृत केलं. ते म्हणाले की, 'माणसाची पारख त्याच्या आयुष्यातील सर्वोत्तम क्षणांवरून, त्याच्या उत्तुंग निर्मितीवरून झाली पाहिजे; दैनंदिन आयुष्यातील क्षुद्रतेवरून नाही.' यावर गांधींची प्रतिक्रिया आश्चर्यकारक होती :

हो, हे कविराजांसाठी खरं आहे; कारण त्यांना ताऱ्यांचं तेज जमिनीवर आणायचं असतं. पण माझ्यासारख्या माणसांबाबत आयुष्यातील सर्वोत्कृष्ट क्षणांवरून त्यांचं मोजमाप न करता, आयुष्याच्या प्रवासात पावलांवर किती धूळ जमा झाली आहे, त्यावरून केलं जावं.

तरी, गांधी स्वत:ही कधीकधी काव्यमय व्हायचे. १८ डिसेंबर रोजी ते म्हणाले, *''सत्य हे सूर्यापेक्षा महान असतं; आज नाही तर उद्या ते उजेडात येतं.''* ६ फेब्रुवारी रोजी मीरेला लिहिलेल्या पत्रात, केवळ चौदा छोट्या शब्दांत, सत्याचे अनेक पदर दडले होते, त्यांतले बारा एकच शब्दावयव असलेले होते. त्यांनी लिहिलं,

द वे टू ट्रुथ इज पेव्हड् विथ स्केलेटन्स ओव्हर विच वुई डेअर टू वॉक.– सत्याकडे जाणारा मार्ग अस्थिपंजरांनी बनलेला आहे, त्यावर आपण चालण्याची हिंमत करतो धजतो.

सर्वप्रथम, हे वाक्य म्हणजे नौखालीच्या यात्रेचं रोखठोक वर्णन आहे. त्यानंतर, पूर्वी घडून गेलेल्या दु:खद प्रसंगांना घाईघाईनं, कदाचित भावनाशून्यतेनं तुडवून पुढे जाण्याची कबुली आहे. तिसरं म्हणजे, पूर्ण सत्य दडवून घालवलेल्या आयुष्यावर केलेला तो आरोप आहे. खरं काय घडलं ते फक्त त्या सांगाड्यांनाच माहीत होतं. शेवटी, गांधी सुचवतात की, स्वातंत्र्याकडे जाणारा भारताचा मार्ग हा मृत्यूंनी बनलेला आहे आणि तरीही तो सोडून देता येत नाही.

'दत्तक' घेतलेली गावं : आपापल्या वेगवेगळ्या गावांमध्ये गांधींच्या सहकाऱ्यांनी जे परिणाम साध्य केले, ते काही वेळा 'आश्चर्यचकित' करणारे होते, असं भटियालपूर गाव दत्तक घेतलेल्या प्यारेलाल यांचं म्हणणं होतं. प्यारेलाल यांनी लिहिलं आहे, 'आम्ही सगळे सामान्य मातीचे बनलेले स्त्री-पुरुष होतो; पण आमच्यातील त्रुटींची जाणीव आणि गांधींच्या आदेशांचं शौर्यानं पालन करणं हीच आमची बलस्थान होती.'

या गावातील दुष्कर्म करणाऱ्यांचा संपूर्ण कबुलीजबाब मिळाला नाही, तरी पश्चात्तापाची भावना मात्र मोठ्या प्रमाणात होती आणि हिंदू शेजाऱ्यांची लूटमार करण्याचा किंवा त्यांना त्रास देण्याचा कुणी नव्यानं प्रयत्न केल्यास ज्येष्ठ मुस्लीम त्यांना ताबडतोब शिक्षा करायचे. पळून गेलेले हिंदू परत आले होते; मंत्रोच्चार आणि प्रार्थना पुन्हा ऐकू येऊ लागल्या होत्या; शंख फुंकले जात होते, हिंदू स्त्रिया कुंकू लावायला लागल्या होत्या आणि बांगड्या घालू लागल्या होत्या.

भटियालपूरमध्ये मुस्लिमांच्या एका समितीनं हिंदूंच्या रक्षणासाठी प्राण पणाला लावण्याची शपथ घेतली आणि लुटलेली मालमत्ता व अपहरण केलेल्या महिला परत मिळवण्यासाठी प्रयत्नांची पराकाष्ठा करण्याचं ठरवलं. भटियालपूरच्या मंदिरातील मूर्ती ज्यांनी फोडली होती, त्यांच्याच उपस्थितीत पुन्हा त्या मूर्तीची स्थापना करण्यात

आली. 'अमृत बझार पत्रिके'तील नोंदीनुसार (१९ जानेवारी), भटियालपूरमध्ये गांधींबरोबर चालताना अनेक मुस्लीम युवकांनी त्यांना शब्द दिला की, हिंदूंवर पुन्हा हल्ला होणार नाही, याची आम्ही हमी देऊ.

सुशीलेच्या वैद्यकीय उपचार करण्याच्या क्षमतेमुळे चांगीरगावातील तिच्या प्रभावात भरच पडली. लुटून नेलेल्या वस्तू तिथल्या आणि आसपासच्या गावांतील हिंदू घरांमध्ये परत देण्यात आल्या. सुशीला पै राहत असलेल्या कारपारा गावात स्थानिक शाळा परत पूर्वपदावर आली, आठवडे बाजार पुन्हा भरू लागला आणि आपल्या तंट्यांमध्ये मध्यस्थी करण्याची विनंती मुस्लीम त्यांना करू लागले.

रामदेवपूरला, हिंदू व मुस्लिमांमधील तेढ कमी करण्यासाठी कनू गांधीनं सामूहिक उपक्रम सुरू केले; हेमचरला त्याची पत्नी आभानं तिची कलात्मक कौशल्यं वापरून तीच गोष्ट साध्य केली. ठक्करबाप्पाही हेमचरला एका दलित घरात राहत होते. काही दत्तक गावांमध्ये रहिवाशांनी सार्वजनिक ठिकाणांची साफसफाई केली आणि चरांचे संडास खोदले. नौखालीत इतरत्र बेघर झालेल्या स्थानिक लोकांना सुचेता कृपलानींनी मदत केली आणि रेणुका रॉय, अशोका गुप्ता आणि स्नेहाराणी कांजीलाल अशा इतर काही 'उच्चभ्रू' बंगाली महिला त्या प्रयत्नात सामील झाल्या. त्या उद्ध्वस्त ग्रामीण भागात येऊन राहिल्या.

अमतस सलाम यांनी रमझानचा उपवास कधी चुकवला नव्हता व त्या नेहमी झोपताना शेजारी कुराण ठेवायच्या. सिरांडी गावात हिंदूंवर हल्ला करण्यासाठी वापरण्यात आलेली तलवार परत करण्याचं त्यांनी केलेलं आवाहन कुणी मानलं नाही, म्हणून त्या उपोषणाला बसल्या. त्यांच्या उपोषणादरम्यान गांधी त्यांना दिवसाला एक, काही वेळा दोन पत्रं लिहायचे. पंचवीस दिवसांनंतर तलवार परत मिळाली नाही, तरी गांधींनी उपोषण सोडण्याबाबत त्याचं मन वळवलं आणि त्यांना संत्र्यांचा रस पाजला.

सिरांडीच्या अकरा मुस्लिमांनी ईश्वराला साक्षी ठेवून शपथ घेतली की, आपल्या धर्माचं पालन करण्याच्या हिंदूंच्या अधिकारांचं ते रक्षण करतील आणि हरवलेली तलवार शोधणं चालू ठेवतील. (या शपथेचा मसुदा गांधींनी तयार केला होता आणि जोहान्सबर्गला १९०६ साली घेतलेल्या सत्याग्रहाच्या शपथेशी तिचं थोडंफार साम्य होतं.) ते शस्त्र कधीच सापडलं नाही, तरी उपोषणानंतर सिरांडीमधली आणि आजूबाजूची परिस्थिती एकदम बदलली, असं प्यारेलाल यांनी लिहिलं. पुढे त्यांनी असंही लिहिलं, 'उपवासामुळे ताज्या हवेची एक झुळूक आली, तिच्यामुळे दंग्यांपासून तिथे रेंगाळत असलेली शवागारासारखी दुर्गंधी पार उडून गेली आणि नवीन प्राण फुंकले गेले.'

जायग गावात (२९ जानेवारी) स्थानिक जमीनदार बॅरिस्टर हेमंत कुमार घोष

यांनी एक धर्मादाय संस्था उभारण्यासाठी गांधींना आपली जमीन देऊ केली. गांधींनी त्याचे सगळे अधिकार सोदेपूर आश्रमाच्या चारू चौधुरींना दिले, त्यांनी घोष यांच्या जमिनीवर हिंदू-मुस्लीम एकतेचं आणि विकासाचं एक केंद्र स्थापन केलं. फाळणीनंतर झालेले खटले आणि चौधुरींच्या तुरुंगवासानंतरही ते आजतागायत काम करत आहे.

डिसेंबरमध्ये गांधींना भेटल्यानंतर त्यांनी दिलेला सल्ला प्रत्यक्षात आणण्यासाठी कलकत्त्याच्या उच्चभ्रू कुटुंबातील बऱ्याच महिला नौखालीच्या गावांमध्ये येऊन राहिल्या होत्या. त्यांपैकी तुमचर गावात राहिलेली अशोका गुप्ता हिनं १९४७ सालच्या फेब्रुवारी महिन्यातील अखेरचा संदर्भ देऊन नंतर लिहिलं : त्या वेळी शेकडो कुटुंबांचं पुनर्वसन करण्याच्या कामानं वेग पकडला होता आणि ते जोरात सुरू होतं.

राजकारण : नौखालीच्या 'अरण्यात'देखील गांधींचा एक डोळा राजकारणावर रोखलेला होता. स्वतंत्र भारताची घटना तयार करण्यात गांधींना रस होता : घन:श्यामदास बिर्लांना लिहिलेल्या एका पत्रात (२६ नोव्हेंबर), त्यांनी संविधान सभेच्या संदर्भात स्पष्ट सल्ला दिला होता :

> *मी संविधान सभेत जात नाही; एकतर ते आवश्यकही नाही. जवाहरलाल, सरदार, राजेंद्रबाबू, राजाजी, मौलाना यांच्यापैकी कुणीही किंवा पाचही जण किंवा कृपलानी संविधान सभेत जाऊ शकतात. हा संदेश त्यांना पोचवा.*

संविधान सभेत प्रवेश करण्याची कल्पना डोक्यातून काढून टाकण्यापूर्वी गांधींनी तिचा विचार केला होता, ही बाब लक्षणीय आहे. ११ डिसेंबर रोजी त्यांनी काँग्रेसचे नूतन अध्यक्ष कृपलानींना पत्र लिहून नेहरूंशी चांगले संबंध राखण्याची विनंती केली आणि प्रश्नांचा प्रश्न असलेल्या एका प्रश्नावर टिप्पणी केली :

> *हिंदू-मुस्लीम प्रश्नावरही त्याचे (नेहरू) विचार योग्यच आहेत. हा प्रश्न भयंकर आहे आणि आता काँग्रेसवर मोठी जबाबदारी आहे– पर्यायानं तुमच्यावर तर सगळ्यांत मोठी.*

शिष्टमंडळानं मांडलेल्या १६ मेच्या योजनेतील संदिग्धता दूर करताना HMG – हिज मॅजेस्टीज गव्हर्न्मेंटनं– ब्रिटिश सरकारनं, मुस्लीम लीगच्या बाजूनं अखेरीस निर्णय दिला, त्या वेळी डिसेंबर महिन्याच्या अखेरीस गांधींनी पुन्हा एकदा स्पष्ट राजकीय सल्ला दिला. काँग्रेसच्या वतीनं नेहरू, लीगच्या वतीनं जिना आणि लियाकत अली व वॅव्हेल यांच्यात लंडनला झालेल्या बोलण्यांनंतर ब्रिटिश सरकारनं (HMG) जाहीर केलं की, आसाम आणि वायव्य सरहद्द प्रांतांना मुस्लीम गटात सामील

व्हावंच लागेल.

क्रिप्स आणि पेथिक-लॉरेन्स यांनी काँग्रेसनं लावलेल्या अर्थाची लंडनला पाठराखण केली, तर वॅव्हेल आणि अलेक्झांडर यांनी लीगची. पंतप्रधान ॲटलींनी आपलं मत लीगच्या पारड्यात टाकलं. नवी दिल्लीतील मध्यवर्ती न्यायालयात दाद मागण्याचा पर्याय काँग्रेसला खुला ठेवण्यात आला, पण हे ब्रिटिश न्यायालयाच्या HMG− ब्रिटिश सरकारच्या विरोधात जाईल, अशी अपेक्षा कुणीच केली नव्हती.

यावर पटेलांनी रागानं विश्वासघाताचा आरोप करणारं पत्र क्रिप्सना लिहिलं. HMG− ब्रिटिश सरकारच्या निवाड्यानुसार बंगालचे मुस्लीम आसामची घटना तयार करणार होते, असं पटेल म्हणाले. 'असा जुलमी प्रस्ताव आसामचे हिंदू मान्य करतील, असं तुम्हाला वाटतं का?' अशी पुस्तीही त्यांनी जोडली. १६ मेवरून गांधींमध्ये आणि त्यांच्यामध्ये झालेल्या वादविवादाची पार्श्वभूमी पटेलांच्या या उद्विग्नतेला होती. गांधींनी त्या वेळी संशय व्यक्त केला होता, पण पटेलांनी त्यांना फार कीस न काढण्याविषयी सांगितलं होतं.

खरंतर, १९४६ सालच्या डिसेंबर महिन्यात भारताच्या फाळणीचा आणि पूर्व पंजाब, प. बंगाल किंवा आसामचा समावेश नसलेल्या पाकिस्तानचा पटेलांनी नाइलाजानं मनोमन स्वीकार केला होता. अंतरिम सरकारमधील लीगचे मंत्री आणि बरेचसे अधिकारी स्वतःला भारतीय न समजता भविष्यातील पाकिस्तानी समजत, असा पटेलांचा अनुभव होता. त्यामुळे संपूर्ण भारताचं सरकार लीगबरोबर चालवण्याच्या बाबतीत त्यांचा भ्रमनिरास झाला होता.

एकदा पाकिस्तान देऊन टाकलं की, बाकीच्या भारतावर राज्य करायला काँग्रेसला लीग आडकाठी करू शकणार नाही, अशी खूणगाठ त्यांनी बांधली होती. वेगळा मुस्लीम मतदारसंघ नष्ट करायला मग काँग्रेस स्वतंत्र असेल, ही गोष्ट तेवढीच खरी होती. मुस्लीम-बहुसंख्याक प्रदेशांचा भारतानं एकदा त्याग केला, की मध्यवर्ती सरकारला बळकटी आली असती आणि पटेलांच्या दृष्टीनं ती आवश्यक गोष्ट होती.

आतापावेतो, बाकीचेही काही लोक पाकिस्तान देऊन टाकायला तयार झाले होते. वॅव्हेल लंडनला असल्यामुळे त्यांच्या जागी आलेले हंगामी व्हाइसरॉय कोलव्हिले यांना १८ डिसेंबर रोजी बिर्ला म्हणाले की, 'मला वाटतंय, काही निश्चित स्वरूपाचं पाकिस्तान होऊ घातलं आहे.' जिनांच्या बाबतीत बोलायचं तर, अखेरीस छोटं पाकिस्तान स्वीकारायला ते तयार झाले होते. मुस्लिमांना छोटंसं, पण स्वतःचं राष्ट्र हवं, असं त्यांनी वॅव्हेलना १९ नोव्हेंबर रोजी सांगितलं होतं. 'तुम्हाला हवं तेवढं ते छोटं असू दे. पण ते आमचं स्वतःचं असलं पाहिजे.' असंही ते पुढे म्हणाले होते.

'घटनांच्या रेट्यामुळे कोणत्यातरी स्वरूपातील पाकिस्तानची निर्मिती होणं शक्य आहे', ११ डिसेंबर रोजी ब्रिटिश मंत्रिमंडळाच्या भारत समितीनं नोंदवलं आणि १ जानेवारी रोजी ॲटलींना लिहिलेल्या पत्रात ब्रिटनचे परराष्ट्र सचिव अर्नेस्ट बेव्हिन यांनी भारतातील स्थापित 'सरकारांकडे' हस्तांतरित करण्याचा उल्लेख केला. पंतप्रधान असताना आणि नंतर विरोधी पक्षनेता म्हणून चर्चिल यांचं मत फाळणीच्या बाजूचं होतं. आता तो ब्रिटननं सुचवलेला भारतासाठीचा अधिकृत पण अजूनही खाजगीत व्यक्त केलेला उपाय असणार होता. लांबून पाहिलं असता, भारतातील बहुमत असणाऱ्या पक्षाकडे, काँग्रेसकडे सत्ता जाऊ देण्याविषयी ब्रिटिशांना असलेल्या अनिच्छेचा तो अटळ परिणाम होता.

परंतु, पाकिस्तान बहाल करणं हे अजूनही काँग्रेसचं धोरण नव्हतं. पटेलांनी आपलं मत नेहरूंना, गांधींना किंवा वॅव्हेलना उघडपणे सांगितलं नाही आणि HMG - ब्रिटिश सरकारच्या निकालाला काँग्रेसच्या असणाऱ्या विरोधाचं समर्थन करण्याचंही त्यांनी टाळलं; कारण अंतरिम मंत्रिमंडळातून त्यांच्या स्वत:सकट इतर काँग्रेसच्या मंत्र्यांनी बाहेर पडणं, असा त्याचा अर्थ झाला असता.

काँग्रेस काय करणार होती? नेहरू आणि काँग्रेसचे अध्यक्ष कृपलानी डिसेंबरअखेर नौखालीला गेले आणि त्यांनी गांधींना यातून काहीतरी मार्ग सुचवण्याची विनंती केली. ब्रिटिशांनी दिलेलं हे नवीनतम पारितोषिक काँग्रेसनं स्वीकारायलाच हवं; कारण तिनं १६ मेच्या योजनेवर सही केली होती, असं उत्तर गांधींनी दिलं. त्यापेक्षाही, १६ मेचा अस्वीकार करणं म्हणजे एकसंध भारताच्या आशेवर पाणी सोडणं ठरलं असतं.

तरीही, गरज पडल्यास काँग्रेसपासून स्वत:ला अलग काढून आसाम मुस्लीम गटातून बाहेर राहू शकत होता, असं गांधी पुढे म्हणाले. हाच सल्ला त्यांनी १५ डिसेंबर रोजी श्रीरामपूरला त्यांना भेटायला आलेल्या आसामच्या काँग्रेस नेत्यांना दिला. गांधी त्यांना म्हणाले :

> *संविधान सभेची विभागणी करण्याची वेळ येऊन ठेपेल, तेव्हा तुम्ही म्हणायचं, 'सभ्य गृहस्थहो, आसाम माघार घेत आहे.'*

काँग्रेसनं गांधींचा उपाय स्वीकारला; पण गांधींच्या अत्यंत खट्याळ प्रतिसादामुळे वॅव्हेल प्रक्षोभित झाले. तसं व्हाइसरॉयच्या रोजनिशीत त्यांनी याच शब्दांत लिहून ठेवलं आहे. स्वातंत्र्यप्राप्तीसाठी 'एकचित्त' पण 'दुतोंडी', असं गांधींना संबोधून व्हाइसरॉयनं ब्रिटिश मंत्रिमंडळाला १९४६ सालच्या डिसेंबर महिन्यात सांगितलं की, 'भारतातून ब्रिटिशांना हाकलून लावण्याचं आपलं काम जवळजवळ पूर्ण झालं आहे, असं गांधींना वाटतं.' त्या वृद्ध सेनानीच्या मनात मात्र कोणतीही शंका/टोचणी

नव्हती. आसाम किंवा वायव्य सरहद्द प्रांतांवर सक्ती करणं त्यांना कधीच मंजूर नव्हतं. त्यामुळे, कृष्णानं पांडवांना दिलेल्या सल्ल्याप्रमाणे त्यांचा हा मुत्सद्दीपणानं केलेला राजकीय उपदेश होता.

नेहरूंबरोबर नौखालीला आलेल्या मृदुला साराभाईंनी पटेलांच्या काही जाहीर वक्तव्यांबद्दल गांधींकडे तक्रार केली. काँग्रेसच्या मीरत इथे झालेल्या अधिवेशनात पटेलांनी केलेल्या वक्तव्यावर त्यांचा रोख होता. ते म्हणाले होते की, 'पाकिस्तानचे पुरस्कर्ते शांती आणि प्रेमाच्या मार्गावरून ढळले, तर तलवारीचं उत्तर तलवारीनं दिलं जाईल.' ३० डिसेंबरच्या रात्री दोन वाजता लिहिलेल्या पत्रात गांधींनी पटेलांना त्यांच्यावरील आरोपांची जाणीव करून दिली आणि पुढे लिहिलं, *'आपण सरळ आणि चिंचोळ्या मार्गावरून ढळलो, तर आपलं काही खरं नाही.'*

आपल्या उत्तरात वल्लभभाईंनी लिहिलं, 'या तक्रारी मृदुलानं केल्या असाव्यात. जवाहरलालशी कुणी मतभेद व्यक्त केलेलं तिला सहन होत नाही. मीरतचं वक्तव्य हे एका मोठ्या परिच्छेदातून वेगळं काढलेलं आहे आणि संदर्भ सोडून सादर केलेलं आहे.'

३० डिसेंबरच्या पहाटे पटेलांना पत्र लिहून झाल्यावर तीन वाजता गांधींनी नेहरूंना एक चिठ्ठी लिहिली, नेहरू दिल्लीला परतणार होते. *'नेहरूंना भेटायची इच्छा असेल, पण भेटता येणार नसेल किंवा तू सारखा माझ्याकडे धावत येणं उचित दिसत नसेल, तर एखादा दूत पाठवला तरी चालेल. या ना त्या प्रकारे धार्मिक प्रश्नांचा आणि राजकीय परिस्थितीचा माझा अंदाज बरोबर आहे, असं मला वाटतं. म्हणून, देशाच्या या वृद्ध अनुभवी सेवकाचा अधूनमधून सल्ला घेत राहावा, असं मी सुचवतो.'*

त्या चिठ्ठीतून आत्मविश्वास, कर्तव्याची जाणीव आणि अनुभवी सेनानीला डावललं जात असल्याची तक्रार, यांची प्रचिती येत होती.

नौखालीला रामराम : बिहारला जाण्यासाठी बंगालच्या मुस्लिमांचा, मुख्यमंत्री सुऱ्हावर्दी, फझलूल हक आणि इतरांचा सतत आग्रह चाललेला असतानाही आपण योग्य ठिकाणी आहोत आणि नौखालीतून बिहारला प्रभावित करत आहोत, असं गांधींना वाटत होतं. परंतु, त्यांना वाटणाऱ्या या खात्रीला धक्का पोचला. इंडियन नॅशनल आर्मीचे निरंजन सिंग गिल यांना गांधींनी बिहारला पाठवलं होतं, त्यांनी त्या प्रांताचं काँग्रेस मंत्रिमंडळ आपल्या कर्तव्यात कमी पडत असल्याचा अहवाल गांधींना पाठवला.

बिहारमधल्या कुणीही आपल्याला तिकडच्या घडामोडींचा वृत्तान्त कळवला नाही, अशी तक्रार बिहारचे मुख्यमंत्री श्रीकृष्ण सिन्हा यांना गांधींनी पत्रं पाठवून केली आणि हत्याकांडाची लवकरात लवकर चौकशी करण्याबाबत त्यांनी सिन्हांना सांगितलं.

२८ फेब्रुवारी रोजी गांधींनी बिहारला जाण्याचा निर्णय घेतला. बिहारचे एक मंत्री

व त्या प्रांताचे काँग्रेसचे एक प्रमुख मुस्लीम नेते सईद महमूद यांचे सचिव मुज्तबा गांधींना येऊन भेटल्यानंतर हा निर्णय झाला. महमूद यांनी दिलेलं पत्र मुज्तबांनी मोठ्यानं वाचलं तेव्हा त्यांचा कंठ रुद्ध झाला, गांधींच्या आसपास बसलेल्या स्त्रियांना अश्रू आवरणं कठीण झालं आणि बापू गहन विचारात गढले.

*

त्रेपन्न वर्षांनंतर : एप्रिल आणि नोव्हेंबर २०००मध्ये घेतलेल्या मुलाखतींमधून नौखालीच्या रहिवाशांच्या मनात गांधींच्या नेमक्या स्मृती जाग्या असल्याचं दिसून आलं– त्यांचं तासलेलं डोकं, खिशात ठेवण्याचं घड्याळ, जोशपूर्ण चालणं, शेळीचं दूध प्राशन करणं आणि डॉक्टर म्हणून उपचार करणं. आठवणींमध्ये नेहमी त्यांच्या नातींचा उल्लेख केला गेला तसेच हिंदू-मुस्लिमांमध्ये शांतता नांदावी म्हणून त्यांनी केलेल्या प्रयत्नांचाही.

त्यांच्या स्मृती लोकांच्या मनात ताज्या होत्या आणि लगेच आठवण्याजोग्या होत्या आणि त्यांना आठवताना बऱ्याच जणांनी उत्स्फूर्तपणे 'रघुपती राघव राजा राम... ईश्वर अल्ला तेरे नाम' म्हणून किंवा गाऊन दाखवलं. गांधींचं १९४६-४७ सालचं तिथलं वास्तव्य ही एक खास घटना म्हणून पाहिली जाते; पण लोकांच्या मनात एक सौजन्यपूर्ण आणि संवाद साधता येण्याजोगा माणूस, अशीच त्यांची प्रतिमा होती.

साधारण सत्तर वर्षांचे आणि थोडंफार इंग्रजी बोलणारे अबुल कलाम भुईया हे एक शेतकरी आणि हैदर बक्क्ष भुईयांचे पुत्र श्रीरामपूरला म्हणाले :

> *मी त्यांच्या प्रार्थनासभांना हजेरी लावायचो. ते मुस्लिमांच्या घरांत जायचे, त्यांच्यावर उपचार करायचे. ते शेळीचं दूध प्यायचे आणि लाल पानांची भाजी खायचे. ते अचूक वेळ पाळायचे, खिशात ठेवायचं घड्याळ कंबरेला बांधायचे, गुडघ्यापर्यंत धोतर नेसायचे. शांती, प्रेम आणि बंधुभावाचा प्रसार करायचे.*

श्रीरामपूरच्याच जलालुद्दीन पटवारींचा साधारण सत्तरीचा शेतकरी असलेला मुलगा फझलूल हक पटवारी यांनी एक आठवण सांगितली :

> *मी त्यांना पाहिलं. आम्ही बरोबर बसायचो (बहुतेक प्रार्थनासभेत)... ते म्हणायचे, 'आपण शेजारी-शेजारी राहू या (हिंदू व मुस्लीम).' ते फार चांगले होते. ते खूप चालायचे आणि आम्ही त्यांच्या मागे पळायचो. ते मुलांना गोळ्या द्यायचे. ते देतील ते मुस्लीम घ्यायचे आणि खायचे.*

हे सगळे मुलाखतकर्ते गांधींच्या भेटीच्या वेळी पौगंडावस्थेत होते. एक रोजंदारीवरचा मजूर, २००० साली पंचाहत्तर वर्षांचे असलेले आमिर हुसेन शेख म्हणाले :

ते आले तेव्हा इथे प्रचंड गोंधळ होता. त्यांनी शांतता आणली. मी त्यांना खूपदा पाहिलं. ते खादीचे कपडे घालायचे.

जवळजवळ ऐंशी वर्षांचे श्रीरामपूरचेच एक शेतकरी आणि निमय चंद्रदास यांचे बंधू नेपाल चंद्रदास म्हणाले :

माझा भाऊ आणि मी त्यांची पत्रं चौमाहिनीला आणि चंडीपूरला घेऊन जायचो. शाळेच्या मैदानात भरणाऱ्या त्यांच्या प्रार्थनासभांना आम्ही हजेरी लावायचो.

श्रीरामपूरचे मौलाना अब्दुल माजिद (१९४६-४७मध्ये श्रीरामपूरच्या मशिदीचे ते इमाम असावेत) यांचा मुलगा महम्मद अख्तर उझ् झमान यांनी आठवण सांगितली :

ते आमच्या घरी आले, माझ्या वडिलांना कुराण दाखवलं आणि विचारलं, या पवित्र ग्रंथानं वाईट वागण्याचा अधिकार दिला आहे का?

एका सरकारी कर्मचाऱ्याचा मुलगा, सुमारे सत्तर वर्षांचे होमिओपॅथी डॉक्टर असलेले मधुपूरचे डॉ. अली अहमद म्हणाले :

मी अनेक प्रार्थनासभांना हजर राहिलो. त्यांनी हिंदू-मुस्लिमांना एकोप्यानं राहायला सांगितलं. त्यांनी हिंदूंना सांगितलं, 'सूड घ्यायचा नाही.' ते आधी एक धार्मिक माणूस होते आणि मग एक राजकारणी होते. त्यांचं नाव आणि कीर्ती या प्रदेशात कायम राहील, प्रत्येक कानाकोपऱ्यांत राहील.

एका पुजाऱ्याचा, स्व. अनदा चरण चक्रवर्तींचा व्यवसायानं वाणी असलेला मुलगा पनियाला गावचे मधुसूदन चक्रवर्ती म्हणाले :

मी त्यांना पाहिलं होतं. ते मजुमदार वाडीत राहायचे. ते सगळ्या गावाला एकत्र करायचे आणि खिचडी खायला बसवायचे– हिंदू, मुस्लीम, हरिजन. इथे हे पहिल्यांदाच घडलं होतं.

कमलपूरचे डॉ. खलीलुर रहेमान मजुमदार यांचा पन्नाशीत असलेला मुलगा सिराजुल इस्लाम मजुमदार :

माझ्या वडिलांनी मला सांगितलं (त्यांनी म्हटलं) 'रघुपती राघव राजा राम, ईश्वर अल्ला तेरे नाम.' माझ्या आजोबांनी हिंदूंना घराच्या छपरावर नेऊन त्यांचं रक्षण केलं.

कमलपूर आणि बांगशा गावांच्या मध्ये घर असलेल्या सुमारे पासष्ट वर्षांच्या विधवा बाई उषा राणी दास :

शेतांमध्ये सभा होती. हिंदू, मुस्लीम सगळे आले. मी खूप लहान होते,
पण माझं लग्न झालं होतं. आम्हाला त्यांनी पुन्हा कुंकू आणि सिंदूर लावायला
सांगितला. आम्ही त्यांचं ऐकलं, पण आमच्यावर हल्ला झाला नाही.

चंडीपूर गावातील ऐंशीच्या जवळ पोचलेले, रोजंदारीवरील कामगार असलेले एक
अल्पभूधारक अयुब अली म्हणाले :

त्यांच्या दोन नातींच्या खांद्यांवर हात टाकून ते चालायचे. 'जे झालं ते
झालं', ते म्हणायचे. ते माझ्या घराच्या जवळ आले. ते प्रत्येक घरी
शांतता प्रस्थापित करण्यासाठी जायचे, सगळ्यांशी बोलायचे. ते हिंदीत
बोलायचे, पण त्यांच्याबरोबर दुभाषी असायचे. त्यांना कलिमा माहीत
होता. ते चांगले होते. ते आले नसते, तर अडचणी सुरूच राहिल्या असत्या.

चंडीपूरचेच अब्दुल खलिक म्हणाले : मी त्यांना भाज्या उगवायला मदत करायचो.

काळोख : भारतीयांची सेवा करून त्यांना एकाच विणीत गुंफण्याचे जे प्रयत्न
गांधींनी आयुष्यभर केले, त्याचा कळस म्हणजे नौखालीतील हे चार महिने होते,
असं जरी असलं तरी त्यांच्या स्वतःच्या आत्म्यापर्यंत पोचण्याचाही तो एक प्रवास
होता. त्यात एक धाडसी परीक्षाही त्यांनी दिली. त्या परीक्षेला सामोरं जायला आपण
सक्षम असल्याचा दावा त्यांनी केला, तरी नौखालीला असताना आपल्याला सभोवती
जाणवत असलेल्या 'काळोखा'चा सतत उल्लेख ते करत राहिले. २ जानेवारीला
त्यांनी आपल्या रोजनिशीत लिहिलं :

दोन वाजल्यापासून मी जागा आहे. ईश्वराच्या कृपेनंच मी जगतो आहे. हे
सगळं घडत आहे, त्याला कारण माझ्यातच काहीतरी गंभीर त्रुटी आहे,
हे मी पाहू शकतो. माझ्याभोवती मिट्ट अंधार आहे. या अंधारातून बाहेर
काढून ईश्वर मला त्याचा उजेड कधी दाखवेल?

६ जानेवारी रोजी त्यांनी पटेलांना लिहिलं : *'मी संपूर्ण अंधारात आहे, पण माझी*
आशा नेहमीप्रमाणेच धगधगती आहे.' त्याच दिवशी दुसऱ्या एका पत्रात ते म्हणाले,
"इथली कामगिरी कठीण आहे. मला अंधारात माझा मार्ग शोधायचा आहे, पण एक
पाऊल माझ्यासाठी पुरेसं आहे."

९ जानेवारी रोजी फतेहपूरला एका मुलाखतकाराला त्यांनी सांगितलं की,
'आपण स्वतःच अंधारात आहोत.' आणि ते पुढे म्हणाले, 'लवकरच मला प्रकाश
दिसेल अशी आशा आहे.' दुसऱ्या दिवशी आपल्या मुलाला, रामदासला त्यांनी
पत्रात लिहिलं : 'मी अजूनही अंधारात आहे. माझ्या पद्धतीतच काहीतरी दोष आहे,
असाच त्याचा अर्थ आहे, यात मला संशय नाही. या ठिकाणी तो दोष शोधण्यासाठीच

मी स्वत:ला बंदिस्त करून घेतलं आहे, असं समज.'

गांधी जे सांगत होते किंवा मान्य करत होते, ते हे की, भारताची फाळणी किंवा देशभरातील हिंसा टाळण्यासाठी काय करावं, हे नेमकं त्यांना समजत नव्हतं. ते हरवल्यासारखे झाले होते किंवा अंधारात होते. डिसेंबरमध्ये काँग्रेस द्विधा मन:स्थितीत सापडल्यानंतर सुचवलेला उपाय हा तात्पुरता होता, कायमस्वरूपी नव्हता. भारत वेगानं फाळणीकडे चालला होता, नव्यानं हिंसा घडत होती आणि गांधींना अचूक उपाय सुचत नव्हता.

याआधीही ते कठीण परिस्थितीत सापडले होते, पण अखेरीस त्यांना प्रकाश दिसला होता आणि जरी त्या एका पावलापलीकडे काय वाढून ठेवलं आहे, हे स्पष्ट नसलं, तरी काँग्रेसला किंवा त्यांच्या माणसांना 'ते एक पाऊल' ते सुचवू शकले होते. उत्तर मिळवण्याचा विश्वासच १९३१ साली लंडन गोलमेज परिषदेत पंतप्रधान मॅकडोनाल्ड यांच्यासमोर मोठा दावा करण्याचं बळ त्यांना देऊन गेला होता :

> *कुणाही मुत्सद्द्याला पेचात पकडतील अशा समस्या आमच्यासमोर आहेत. दुसऱ्या देशांना पडत नसतील असे प्रश्न आमच्यासमोर आहेत, पण त्यामुळे मी गोंधळून जात नाही. (१ डिसेंबर १९३१)*

या वेळी, पूर्णपणे नाकारला गेला नसला तरी प्रकाश पडायला जरा जास्तच उशीर झाला, असं त्यांना वाटलं. का? आणि काहीही असलं तरी, आपल्याभोवती हिंसाचार आणि दुष्ट इच्छांचा संचार का? या प्रश्नांनी मनात काहूर उठलेलं असताना गांधी दैनंदिन कामं पार पाडतच होते.

लंडनची घोषणा : गांधी नौखाली सोडून बिहारला जाण्याचा विचार करत असतानाच २० फेब्रुवारी १९४७ रोजी पंतप्रधान ॲटलींनी लंडनमध्ये एक ऐतिहासिक घोषणा केली. ते म्हणाले की, ब्रिटन भारतातून १९४८ सालच्या जून महिन्यात निघून जाईल, म्हणजेच सोळा महिने किंवा त्याही आधी. जाण्यापूर्वी कोणत्यातरी विशिष्ट स्वरूपाच्या केंद्र सरकारच्या हाती किंवा काही प्रदेशांमध्ये सध्या अस्तित्वात असलेल्या प्रांतीय सरकारांच्या हाती किंवा सर्वांत तर्कशुद्ध वाटेल अशा इतर कोणत्या तरी मार्गानं सत्ता सोपवली जाईल. वॅव्हेल यांच्या जागी किंग जॉर्ज सहावे यांचे नातेवाईक असलेले सेहेचाळीसवर्षीय ॲडमिरल लॉर्ड लुईस माउंटबॅटन यांची व्हाइसरॉय म्हणून नियुक्ती केली जाईल, असंही ॲटली पुढे म्हणाले.

भारत/ब्रिटिश साम्राज्य यांच्यातील नाटकाचा शेवटचा अंक सुरू होण्यासाठी रंगभूमी सज्ज झाली होती. आपल्या देशाला एकसंधपणे स्वातंत्र्याकडे आणि आपल्या आत्म्याला ईश्वराकडे घेऊन जाण्यासाठी एका माणसाच्या चाललेल्या अविरत संघर्षाचीही ती अंतिम फेरी ठरणार होती.

१६

रामाकडे

१९४७-१९४८

ॲटलींच्या घोषणेत सूचित झालेल्या फाळणीच्या सूचक इशाऱ्याकडे या पत्राद्वारे गांधींनी नेहरूंचं लक्ष वेधलं. काझीरखिल गावातून (२४ फेब्रुवारी) लिहिलेल्या या पत्रात ते म्हणतात :

मी ॲटलींचं भाषण ऐकलं... ज्या प्रदेशांना किंवा विभागांना हवं आहे, त्यांच्यासाठी पाकिस्तान बनेल, अशी शक्यता त्यातून व्यक्त होते...

२० फेब्रुवारीच्या घोषणेनुसार, लीगची सत्ता असलेले बंगाल आणि सिंध प्रांत आणि बलुचिस्तानची सत्ता हस्तगत करण्याच्या स्थितीत ते होते, त्यामुळे असे तीनही प्रांत पाकिस्तान म्हणून उदयाला येऊ शकत होते. मात्र, पंजाबात खिझर यांच्या नेतृत्वाखाली युनियनिस्ट/अकाली/काँग्रेस आघाडीचं सरकार होतं आणि काँग्रेसचे डॉ. खान साहिब दुसऱ्या एका मुस्लीम बहुसंख्याक प्रदेशात, वायव्य सरहद्द प्रांताचे मुख्यमंत्री होते. काँग्रेस आणि तिचे मित्रपक्ष पंजाब व सरहद्द प्रांत आपल्या ताब्यात ठेवू शकणार होते का?

मुस्लीम लीगनं ॲटलींच्या घोषणेला प्रतिसाद देताना पंजाब आणि वायव्य सरहद्द प्रांतातील मंत्रिमंडळं बरखास्त करण्याच्या दृष्टीनं हालचाली सुरू केल्या. आसाम हा पाकिस्तानात सामील करण्याचा नेहमीच दावा करणाऱ्या जिनांनी तिथलं मुस्लिमेतर बहुमत लक्षात न घेता काँग्रेसचं मंत्रिमंडळ बरखास्त करण्याचं ठरवलं. बंगालमध्ये, अगदी याउलट प्रतिक्रिया देताना हिंदू महासभेच्या श्यामाप्रसाद मुखर्जींनी वेगळ्या पश्चिम बंगालची मागणी केली. कोणत्याही पाकिस्तानमध्ये सामील न होणारा तो हिंदू-बहुसंख्याक प्रदेश असावा, अशी ती मागणी होती.

बंगालची फाळणी होणं उचित नाही का, अशी विचारणा गांधींना २८ फेब्रुवारी रोजी हेमचरला केली गेली. प्रार्थनेनंतर केलेल्या भाषणात त्यांनी उत्तर दिलं की,

अखंड भारत आणि अखंड बंगाल हेच आपलं प्राधान्य असेल; तरीही कुणालाही सक्तीनं अखंड ठेवण्याचा अधिकार भारतातील हिंदू बहुमताला नाही आणि बंगालचं मुस्लीम बहुमत त्या प्रांताच्या हिंदूंना किंवा पश्चिम भागाला सक्ती करण्याचा प्रयत्न करू शकणार नव्हतं. ते सक्तीच्या फाळणीविरुद्ध जेवढे होते, तेवढेच सक्तीच्या ऐक्याविरुद्धही होते.

त्यांच्या मनातील काळोख काही प्रमाणात दूर झाला होता : 'ना-सक्ती' या तत्त्वानुसार ते वागणार होते. नौखालीतील चार महिन्यांच्या वास्तव्यानंतर जनतेनं आपला सत्ताधीश निवडण्याच्या अधिकारावरची आणि गरज पडल्यास आपला झेंडा निवडण्याच्या अधिकारावरची त्यांची श्रद्धा अधिक दृढ झाली होती. काहीही झालं तरी, ब्रिटिशांचा झेंडा आता अस्ताला जाण्याच्या मार्गावर होता :

ब्रिटिश सत्तेचा पूर्वीचा इतिहास काहीही सांगत असला, तरी नजीकच्या भविष्यात ब्रिटिश भारत सोडून जाणार, यात काही शंका नव्हती.

पण, हिंदू किंवा मुस्लीम आपापले शेजारी निवडू शकत नव्हते आणि एका भयंकर शक्यतेसाठी सगळ्यांनी सावध राहायला हवं होतं :

त्यामुळे आता अशी वेळ होती की, हिंदू आणि मुस्लिमांनी शांततेनं आणि सौजन्यानं राहण्याचा निर्धार करणं आवश्यक आहे. दुसरा पर्याय होता तो धर्मयुद्धाचा, पण त्यामुळे देशाचे फक्त तुकडेच होणार होते.

देशाच्या वृद्ध, अनुभवी सेवकाशी अधूनमधून सल्लामसलत केली जावी, अशा नेहरूंना केलेल्या लेखी विनंतीनंतरही (३० डिसेंबर), २० फेब्रुवारीच्या लंडन घोषणेनंतर गांधींचा सल्ला घेण्यात आला नाही. गांधी सध्याच्या परिस्थितीबाबत अनभिज्ञ आहेत आणि त्यांच्यापर्यंत सहजासहजी पोचता येणं अवघड आहे, असा विचार नेहरू आणि पटेलांनी केला असावा. असाच दृष्टिकोन सी.आर., आझाद, प्रसाद आणि काँग्रेसचे अध्यक्ष कृपलानींचाही असावा. त्याशिवाय, नेहरू, पटेल आणि मंडळी सतत तणावाखाली होती.

पंजाबमध्ये वेगानं घडामोडी घडल्या. तिथे काँग्रेस हा प्रामुख्यानं हिंदू पक्ष होता, तर लीग ही मुस्लीम संघटना होती आणि अकाली दल ही शीख संघटना होती. तीनही समाजांतील सुखवस्तू शेतकऱ्यांचं प्रतिनिधित्व करणारा युनियनिस्ट पक्ष कमजोर होत चालला होता. त्याची ब्रिटिशधार्जिणी आणि जमीनदारधार्जिणी प्रतिमा व काँग्रेस आणि अकाली मंत्र्यांचा समावेश असलेल्या खिझर मंत्रिमंडळाच्या विरोधात वाढत चाललेला असंतोष, या पिछेहाटीला कारणीभूत होता.

ब्रिटिश सत्तेच्या आधीपासून पंजाबवर शिखांचं शासन होतं. तिथल्या व्यापारीवर्गात

हिंदू किंवा शिखांचा भरणा जास्त होता. त्यामुळे मुस्लिमेतर अल्पसंख्याकांचं वर्चस्व मोडून काढण्याचे प्रयत्न पूर्वीपासूनच सुरू झाले होते. १९०० साली पंजाबच्या मुस्लीम शेतकऱ्यांनी चळवळ करून व्यापाऱ्यांना जमीन न देण्याबद्दल ब्रिटिश सरकारला कायदा करायला भाग पाडलं होतं. इस्लाम आणि शीख धर्मांवर टीकात्मक वक्तव्यं करणाऱ्या हिंदू सुधारक दयानंद सरस्वती (१८२४-८३) यांनी स्थापन केलेल्या आर्य समाजाच्या बाजूनं आणि विरोधात उघडण्यात आलेल्या मोहिमांमुळे जातीय तेढ वाढीला लागली होती.

१९१९ ते १९२२ या तीन वर्षांत अनपेक्षितपणे हिंदू-मुस्लीम-शीख आघाडी पंजाबात अस्तित्वात आली. तिच्या विभाजनानंतर अनेक मुस्लीम, हिंदू आणि शीख वर्तमानपत्रांनी विद्वेषाचा प्रसार केला होता. पूर्व भारतात झालेल्या हिंसक घटनांनंतर १९४६च्या उत्तरार्धात पंजाबमध्ये मुस्लीम, शीख आणि हिंदूंची सशस्त्र पथकं स्थापन झाली होती.

मुस्लीम-बहुसंख्येनं असलेल्या पंजाबवर हिंदूंनी आणि शिखांनी कब्जा करण्याच्या विरोधात १९४७ साली फेब्रुवारीत मुस्लीम लीगनं दिलेल्या हाकेला खंदा प्रतिसाद मिळाला. प्रतिबंध झुगारून देऊन मुस्लीम स्त्रिया, विद्यार्थी यांच्यासह इतर मुस्लिमांनी सरकारी इमारतींवर कब्जा करून, त्यांच्यावर लीगचा झेंडा फडकवला आणि रेल्वे वाहतूक रोखून धरली. इस्लामद्रोही असा आरोप झालेल्या खिजर यांनी शरणागती पत्करून २ मार्च रोजी राजीनामा दिला.

दुसऱ्या दिवशी जेव्हा राज्यपाल इव्हान जेन्किन्स यांनी विधानसभेतील लीग नेते ममदोतचे खान यांना सरकार बनवण्यासाठी पाचारण केलं, तेव्हा हातात तलवार उपसून आलेले अकाली नेते तारा सिंग यांनी शीख असे नमणार नाहीत, असं जाहीर केलं. शीख आणि हिंदू नेत्यांनी दिलेल्या पाकिस्तानविरोधी दिनाच्या घोषणांवर समोरच्या बाजूकडून तीव्र प्रतिक्रिया उमटल्या.

पंजाब प्रांताच्या विविध भागांमध्ये दोन दिवसांतच कमीत कमी एक हजार लोक मारले गेले. रावळपिंडीला याची सगळ्यात जास्त झळ बसली. शीख आणि हिंदूंचे प्रामुख्यानं तिथे बळी गेले. यावर प्रतिक्रिया व्यक्त करताना पटेलांनी पंजाबच्या विभाजनाची आणि पर्यायानं पाकिस्तानची निर्मिती मान्य करण्याची मागणी केली. जिनांचे जवळचे हिंदू मित्र, कांजी द्वारकादास यांना पटेलांनी लिहिलं (४ मार्च) : 'लीग जर पाकिस्तानच्या मागणीवर ठाम असेल, तर पंजाबचं आणि बंगालचं विभाजन करण्यावाचून पर्याय नाही.'

५ मार्च रोजी ममदोत मंत्रिमंडळ बरखास्त करण्यात येऊन तेथे राज्यपालांचं शासन लागू करण्यात आलं. शांतता प्रस्थापित करण्यासाठी तेथे लष्कराला पाचारण करण्यात आलं, परंतु दोन दिवसांच्या हत्याकांडानंतर पंजाबचं ऐक्य भंगलं होतं.

पटेलांप्रमाणेच, पंजाब प्रांताच्या हिंदू आणि शीख नेत्यांनीही जिथे मुस्लिमेतरांना बहुमत मिळू शकेल, अशा अलग पूर्व पंजाब प्रांताची मागणी केली. नेहरू, कृपलानी, आझाद, सी.आर. आणि प्रसादांनी त्यापुढे मान तुकवली आणि लंडन घोषणेनंतर अवघ्या सोळा दिवसांनी ८ मार्च रोजी काँग्रेसच्या कार्यकारी समितीनं अधिकृतपणे पंजाबच्या विभाजनाची मागणी केली. बंगालचा थेट उल्लेख त्यात केला गेला नव्हता, तरी त्या प्रांताच्या विभाजनाची मागणीही त्यात स्पष्टपणे सूचित केली गेली होती.

सरहद्द प्रांतात खान बंधू आणि काँग्रेसचं सरकार काही महिने टिकाव धरून राहिलं असतं; पण ९ मार्च रोजी कार्यकारी समितीच्या ठरावाबरोबरच 'हिंदुस्तान टाइम्स'नं दोन पंजाब आणि दोन बंगाल असलेले नकाशे प्रसिद्ध केले आणि भारताच्या फाळणीवर शिक्कामोर्तब झालं.

ॲटलींच्या घोषणेनंतर तिचे पंजाबमध्ये जे पडसाद उमटले, त्याला ब्रिटिश साम्राज्याचे लंडनमधील सर्वेसर्वा आणि भारतात नवी दिल्लीत व्हाइसरॉय आणि लाहोरचे राज्यपाल यांच्यासह अन्य रक्षणकर्त्यांचे दुर्लक्ष, उदासीनता आणि अकार्यक्षमता कारणीभूत होती, असं कदाचित भविष्यात म्हटलं जाऊ शकेल. अंतरिम सरकारमधल्या दोन प्रमुख व्यक्तींकडेही– नेहरू आणि गृहमंत्री असलेल्या पटेलांकडेही– त्याची जबाबदारी जाते : परंतु १९४७ सालच्या मार्च महिन्यातील चित्र धूसर होतं, पंजाबच्या हल्लेखोरांएवढी आणि दंगेखोरांएवढी ऊर्जा ना ब्रिटिश सरकारमध्ये होती, ना काँग्रेसमध्ये.

त्याशिवाय, केंद्रातील अंतरिम सरकारमध्येच संघर्षाची ठिणगी पडली होती. लियाकत अली आणि त्यांच्या लीगमधील सहकाऱ्यांनी नेहरूंचं नेतृत्व मान्य करायला नकार दिला होता. अर्थमंत्री असलेल्या लियाकत अलींनी काँग्रेसच्या पाठीराख्यांना लक्ष्य करून कर बसवले होते.

९ मार्च रोजी बिहारमध्ये गांधींनी कार्यकारी समितीचा ठराव वृत्तपत्रांमध्ये वाचला. चार दिवसांपूर्वीच ते तिथे येऊन दाखल झाले होते. पंजाबच्या विभाजनाची मागणी करण्याच्या कोणत्याही योजनेची माहिती त्यांना देण्यात आली नव्हती. खरंतर, काँग्रेस अध्यक्ष कृपलानींनी त्यांना ३ मार्च रोजी तार पाठवली होती : '६ तारखेला होणाऱ्या कार्यकारी समितीच्या बैठकीसाठी आम्ही तुमची उपस्थिती आवश्यक मानतो. बिहारचा कार्यक्रम कृपया ९ पर्यंत पुढे ढकलावा.' बिहारला जाण्यासाठी कलकत्त्याला येऊन पोचलेल्या गांधींनी त्याच दिवशी तारेला उत्तर दिलं : *'तुमची तार. येऊ शकत नाही, क्षमस्व. बिहारला निरोप्या पाठवावा. बापू.'*

परंतु, गांधींना माहिती देण्यासाठी किंवा त्यांचं मत जाणून घेण्यासाठी कुणालाही पाठवलं गेलं नाही. पंजाबच्या (आणि बंगाल) विभाजनाचा हा अत्यंत महत्त्वाचा निर्णय

कार्यकारी समितीनं गांधींना न कळवता किंवा त्यांचं मत विचारात न घेताच घेतला. परिस्थितीमुळे आपल्या सहकाऱ्यांना हा निर्णय घेणं भाग पडलं, याची त्यांना जाणीव होती आणि जवाहरलालना यासंबंधी त्यांनी २० मार्च रोजी पत्र लिहिलं. त्या पत्रात पंजाबहून येणाऱ्या बातम्यांवर घालण्यात आलेल्या निर्बंधांचाही उल्लेख होता :

पंजाबच्या शोकांतिकेविषयी तुला जे शक्य असेल ते सगळं काही तू मला सांगावंस, अशी माझी इच्छा आहे. वृत्तपत्रांमध्ये जेवढं छापू दिलं गेलं, तेवढंच मला माहीत आहे... या कानाचं त्या कानाला कळू न देण्याच्या जुन्या धोरणाविषयी मला फारशी सहानुभूती नाही. ब्रिटिशांच्या शासनकाळात ज्या मार्गांवर देश टीकास्त्र सोडत होता, जवळजवळ तेच मार्ग आता तो वापरत आहे, हे आश्चर्यजनक आहे...
पंजाबच्या संभाव्य विभाजनाचा कार्यकारी समितीनं जो ठराव मांडला, त्याबाबत मला तुला बऱ्याच दिवसांपासून लिहायचं होतं. त्यामागचं कारण मला जाणून घेण्याची इच्छा आहे...

आपल्या 'ना-सक्ती'च्या सिद्धान्ताचं समर्थन करत गांधींनी त्या पत्रात पुढे लिहिलं, की आपण कोणत्याही सक्तीच्या विभाजनाविरुद्ध किंवा 'द्वि-राष्ट्र सिद्धान्तावर' बेतलेल्या फाळणीच्या विरुद्ध आहोत. एखाद्या प्रांताचं विभाजन बुद्धी आणि भावनेला केलेल्या आवाहनानंतर स्वेच्छा-संमतीनं झालं, तर त्याचा आपण विचार करू शकतो; पण कार्यकारी समितीचा ठराव म्हणजे हिंसेपुढे घेतलेली शरणागती होती, असं ते पुढे म्हणाले. ११ मार्च रोजी ते म्हणाले होते :

जिनासाहेब माझे मित्र आहेत. मी त्यांच्या घरी अनेकदा गेलो आहे. जिनासाहेब जर मला म्हणाले : 'पाकिस्तान मला द्या, अन्यथा मी तुम्हाला मारून टाकेन', तर मी उत्तर देईन : 'तुम्हाला हवंतर तुम्ही मला मारू शकता; पण तुम्हाला जर पाकिस्तान हवं असेल, तर तुम्ही मला आधी नीट स्पष्ट करून सांगा. पाकिस्तान हा आदर्श उपाय आहे आणि हिंदू त्यात उगाचच विघ्न आणत आहेत, हे जर तुम्ही मला पटवून दिलंत तर मी छपरावर उभं राहून ओरडून हिंदूंना सांगेन की, तुम्हाला पाकिस्तान मिळालं पाहिजे.'

बिहारला गांधींसोबत येऊन राहिलेल्या गफार खानांनाही 'ना-सक्ती' हाच उपाय मान्य होता. १६ मार्च रोजी त्या सरहद्द नेत्यानं सांगितलं :

मुस्लीम लीगला पाकिस्तान हवं आहे. त्यांना ते केवळ प्रेमानं आणि स्वेच्छा-संमतीनं मिळेल. सक्तीनं निर्माण झालेलं पाकिस्तान हे एक शंकास्पद वरदान असेल.

२२ मार्च रोजी गांधींनी वल्लभभाईंना लिहिलं : *'तुम्हाला शक्य असेल तर पंजाबबाबतचा ठराव कृपया स्पष्ट करून सांगा.'* त्यांना पुढील उत्तरं मिळाली :

जवाहरलालजींकडून, २५ मार्च : सत्य उजेडात आणण्यासाठी हे विभाजन त्वरित झालं पाहिजे, हा आग्रह धरावा यावर मी आणि कार्यकारी समितीचे बहुतेक सभासद ठाम आहोत. जिनांनी मागणी केल्याप्रमाणे फाळणीला हे एकमेव उत्तर आहे. सर्वसामान्यपणे, मुस्लीम सोडले तर या प्रस्तावाला पंजाबमधील लोकांची संमती आहे, असं माझ्या निदर्शनाला आलं आहे.

पटेलांकडून, २४ मार्च : पंजाबबाबतचा ठराव तुम्हाला समजावून सांगणं अवघड आहे. खूप खोलवर विचार करून तो मांडला गेला... पूर्ण विचार केल्याशिवाय किंवा घाईघाईनं काहीही केलेलं नाही...पंजाबमधली परिस्थिती बिहारपेक्षा वाईट आहे. लष्करानं पंजाब ताब्यात घेतला आहे. परिणामी, वरवर सर्व काही शांत असल्यासारखं वाटत आहे. पण, कुठे भडका उडेल, ते कुणालाच सांगता येणार नाही. असं झालं तर, दिल्लीपर्यंत त्याचे पडसाद उमटतील, अशी मला भीती वाटते. पण, अर्थातच आम्ही त्या परिस्थितीला इथे समर्थपणे तोंड देऊ शकू.

बिहार किंवा नौखालीला तळ ठोकून असणाऱ्या गांधींना, दिल्ली आणि पंजाबमध्ये पटेल आणि नेहरूंना कोणत्या वास्तवाला सामोरं जावं लागत होतं, यांची कल्पना येणं शक्य नव्हतं, असं पटेलांना सूचित करायचं होतं. स्वतःला मुख्य प्रवाहापासून दूर करणाऱ्या गांधींना त्या दोघांना दिल्लीत कोणत्या परिस्थितीला तोंड द्यावं लागत होतं, हे खरोखरंच समजत होतं का?

त्यांना वाटत होतं की, आपण ते समजू शकतो. सात महिन्यांत कलकत्त्याहून नौखालीला, तिथून बिहारला, तिथून पंजाबपर्यंत पसरत गेलेल्या आणि पुढे देशभर पसरू शकणाऱ्या, वाढू शकणाऱ्या हिंसेच्या ज्वाळांना शमवण्याचा उपाय वास्तविक गांधींना सापडला होता. ज्या 'काळोखा'बद्दल ते बोलत होते, तो त्यांच्या मनातून नाहीसा झाल्यासारखा वाटत होता आणि आता पुढे कोणतं पाऊल उचलायचं, हे ते जाणून होते. त्यांच्या त्या उपायाकडे वळण्याआधी आपण गांधींच्या बिहारमधील अनुभवांकडे बघू.

बिहार, मार्च १९४७ : नोव्हेंबर महिन्याच्या प्रारंभी झालेल्या हत्याकांडाला आणि हानीला जवळपास चार महिने होऊन गेले होते, तरी एकूण लोकसंख्येच्या १३ टक्के एवढ्या संख्येनं असलेले मुस्लीम घाबरलेले होते आणि दुःखी होते. सरन, मोंघीर, भागलपूर, संथाल परगणे, पाटणा आणि गया या सात जिल्ह्यांमध्ये सुमारे सात हजार मुस्लीम मारले गेले होते आणि सुमारे दहा हजार घरं त्या दंगलीत

बेचिराख झाली होती. काही ठिकाणी हल्लेखोरांना नमवण्यात आलं होतं; पण राज्यातील पोलीस बहुतेक ठिकाणी निष्क्रिय राहिले होते.

स्त्रिया आणि मुलांना क्रूरपणे मारलं गेलं होतं, विहिरी प्रेतांनी खचाखच भरल्या होत्या. गावंच्या गावं जाळण्यात आली होती. एक लाखाहून अधिक मुस्लीम बंगालमध्ये पळून गेले होते आणि लाखो लोक आपापली गावं सोडून पाटणा आणि बिहारमधील इतर शहरांमध्ये निर्वासित छावण्यांमध्ये आश्रय घेऊन राहत होते. बऱ्याच जणांनी आपली मालमत्ता कवडीमोलानं विकून टाकली होती.

बऱ्याच ठिकाणी हिंदू शेजाऱ्यांनी हतबल मुस्लिमांचं रक्षण केलं होतं. गया जिल्ह्यातील एक मुख्याध्यापक सकल बाबू यांनी विद्यार्थ्यांच्या आणि मित्रांच्या मदतीनं दौलतपूरच्या नागमा आणि रासलपूर गावांच्या सगळ्या मुस्लिमांना जेहानाबाद गावात नेऊन ठेवलं आहे अशा प्रकारच्या कथा ऐकू येत होत्या. नेतेही सहानुभूती व्यक्त करण्यात मागे नव्हते. बिहारमधील गांधींचे यजमान, मंत्रिमहोदय सईद महमूद यांनी मुख्यमंत्री एस. के. सिन्हा यांना विमानातून दंगलग्रस्त भागाची पाहणी करत असताना अगतिकपणे अश्रू ढाळताना बघितलं होतं. हजारो प्रक्षुब्ध लोकांनी घरांना वेढा घातल्यामुळे घराच्या छपरांवर उभं राहून जिवाच्या आकांतानं त्यांच्याकडे मदतीची याचना करणाऱ्या स्त्रिया आणि मुलं त्या दोघांनी पाहिली होती.

तरीही, राज्य सरकारचा एकूण कारभार गंभीररीत्या अकार्यक्षम आहे याला जयप्रकाशांनी दुजोरा दिला. हिंसाचार नियंत्रणात आणण्यासंबंधी निर्णायक आदेश बिहारच्या मंत्र्यांकडून अधिकाऱ्यांना आणि पोलिसांना गेले नाहीत. प्रांतात अजूनही बरेच ब्रिटिश अधिकारी होते; पण त्यांची कृती करण्याची इच्छा मंत्र्यांच्या दृष्टिकोनामुळे दडपली गेली आणि 'भारत छोडो'च्या वेळच्या अनुभवांमुळेही त्यांनी कोणतीही पावलं उचलली नाहीत.

नोव्हेंबर महिन्यात झालेला हा हिंसाचार बिहारसकट सगळ्या भारतातील हिंदूंना नौखालीसारख्या हल्ल्यांपासून वाचवण्यासाठी केला गेला, असं समर्थन बिहारमधील काहींनी केलं. प्रांतातील हिंदू महासभेनं काढलेल्या एका पत्रकात असा दावा केला होता की, बिहारच्या मुस्लिमांनी हिंदूंवर अचानक हल्ल्यांच्या योजना आखल्या होत्या; पण हिंदूंनी शहाणपणानं संधी हातची न गमावता, त्या योजना उधळून लावल्या.

आपण ही एक चांगली गोष्ट केली असं अनेक बिहारींना वाटत आहे, असं प्रसादांनी सांगितल्यावर गांधींनी उत्तर दिलं की, 'त्यांना पापमार्गापासून परावृत्त करण्यासाठी आपण आलो आहोत.' उपखंडातील मुस्लिमांना पाकिस्तानच्या बाजूनं वळवण्यासाठी बिहारमधील हिंसाचाराचा वापर करण्यात येत होता, ही गोष्ट ते जाणून होते.

बिहार मुस्लीम लीगनं प्रसारित केलेल्या अहवालात (१ डिसेंबर १९४६) 'वंशविच्छेदाचा' आरोप आणि 'हिंदू काँग्रेस'च्या 'पुराणमतवादी हुकूमशाही'बद्दल लिहिलं गेलं होतं. बिहारच्या हत्याकांडाची छायाचित्रं १९४६ सालच्या नोव्हेंबर महिन्यापासून पंजाब आणि वायव्य सरहद्द प्रांतात प्रसिद्ध करून, हिंदू-बहुसंख्याक भारतात मुस्लीम कसे असुरक्षित होते, याचे पुरावे देण्याचा प्रयत्न सुरू झाला होता.

बिहारमध्ये झालेल्या हत्या या जालियनवाला हत्याकांडासारख्या होत्या, असं मुख्यमंत्री सिन्हांना सुनावणाऱ्या गांधींनी सांगितलं. अधिकाऱ्यांशी, काँग्रेस समित्यांशी आणि जनतेशी गांधी असेच परखडपणे बोलले. बीरमधील काँग्रेस कार्यकर्त्यांना ते म्हणाले (१९ मार्च) :

या दंग्यांमध्ये काँग्रेसजनांचा मोठ्या प्रमाणावर सहभाग होता, ही वस्तुस्थिती नाही का?... तुमच्या समितीतील १३२ सभासदांपैकी किती लोक त्यात गुंतले होते?... मीसुद्धा काँग्रेसमध्ये काम केलं आहे. आज मी चार आण्याचादेखील सभासद नसेन; पण एकेकाळी मी त्यात होतो. त्यामुळे मी काँग्रेसला अंतर्बाह्य ओळखतो...

११० वर्षांच्या वृद्धेची तुमच्यादेखत कत्तल होत असताना तुम्ही ते कसं पाहू शकता? असं मला विचारावंसं वाटतं. मी स्वस्थ बसणार नाही आणि इतरांनाही बसू देणार नाही. मी पायी सगळीकडे फिरेन आणि सांगाड्यांना काय झालं ते विचारेन. माझ्या आत अशी काही आग भडकली आहे की, या सगळ्यावर उपाय सापडल्याशिवाय मला शांती लाभणार नाही...

माझे सहकारी मला फसवत आहेत असं दिसलं, तर मी संतप्त होईन आणि वाऱ्या-वादळातून अनवाणी चालतच राहीन. तुम्ही मला पुरवलेल्या सुखसोयी मी भिरकावून देईन.

बिहारसाठी सुटकेचा मार्ग होता असं ते ५ मार्च रोजी म्हणाले :

बिहारच्या हिंदूंनी फार मोठं पातक केलं आहे. त्याचं प्रामाणिकपणे प्रायश्चित्त घेतलं, तर अजूनही बिहारची मान ते उंचावू शकतात, त्यांच्या गुन्ह्यांपेक्षा कितीतरी पटींनी जास्त मोठं असेल हे प्रायश्चित्त. इंग्रजीमध्ये एक म्हण आहे : 'पाप जितकं मोठं, तितका संत मोठा.'

अपहरण केलेल्या महिला, चोरलेल्या वस्तू आणि बेकायदेशीर शस्त्रं परत केली पाहिजेत— पोलिसांकडे किंवा आपल्याकडे किंवा राजेंद्र प्रसाद किंवा सईद महमूद यांच्याकडे किंवा मदतीला बिहारमध्ये आलेल्या गफार खानांकडे, गांधी म्हणाले.

बिहारला जर त्याची कीर्ती परत मिळवायची असेल तर तुम्ही जे नष्ट केलं आहे, ते पुन्हा उभारा. सरकारनं गुन्हेगारांना पकडावं आणि योग्य ते शासन द्यावं, असंही ते म्हणाले.

> *खुस्रोपूर, १४ मार्च : मला प्रामाणिकपणे केलेलं प्रायश्चित्त हवं आहे आणि मूठभर मुस्लिमांवर हजारो हिंदूंनी केलेल्या अत्याचारांची प्रामाणिक भरपाई... पंजाबात हिंदू, मुस्लीम आणि शिखांनी एकमेकांशी अत्यंत कटू संघर्ष चालवला आहे... परिस्थितीनं उभ्या केलेल्या आव्हानाला पंजाबच्या मार्गानं योग्य उत्तर देता येईल, असं जर तुम्हाला खरंच वाटत असेल, तर तुम्ही त्या मार्गानं जायला मोकळे आहात. माझा मार्ग तुम्हाला मंजूर नाही, असं तुम्ही मोकळेपणानं मला सांगावं, ही माझी विनंती आहे. तुमच्या प्रांजळपणानं मी दुखावला जाणार नाही.*
>
> *माझी पूर्वीची सेवा बिहार आता विसरला आहे, असं मी म्हणणार नाही. माझ्यासाठी तुम्ही काही करावं, अशी माझी इच्छा नाही. तुम्ही ईश्वराचं– आपल्या परमपित्याचं– नाव घेऊन काम करा. तुमच्या पापांची कबुली द्या आणि ईश्वराच्या एकमेव साक्षीनं त्यांचं प्रायश्चित्त घेण्याचा प्रयत्न करा.*

बिहार ही सीतेची आणि बुद्धाची भूमी असल्यामुळे गांधींच्या वक्तव्यांमध्ये रामायणाचे आणि बुद्धाच्या आयुष्यातील उल्लेख होते. प्रचंड मोठ्या संख्येनं होणाऱ्या, प्रसंगी लाखाच्या वर लोक असलेल्या त्यांच्या प्रार्थनासभांमध्ये मुस्लीम निर्वासितांसाठी निधी गोळा केला जायचा. एका भिकाऱ्यानं चार आणे दिले, तेव्हा गांधी उद्गारले : *'हा खरा परोपकार! हे खरे बिहारचे लोक!'* सूडाचं मानसशास्त्र समजावून सांगताना स्वत:ला भिकाऱ्याच्या जागी कल्पून ११ मार्च रोजी ते म्हणाले,

> *मी जर उपाशी मरत असेन आणि तुम्ही मला खाऊ घातलंत, तर माझ्या डोळ्यांतील समाधानामुळे तुमचाही चेहरा उजळून निघेल... समजा, मी उपाशी आहे, उद्धटपणे तुमच्याकडे अन्नाची मागणी करत आहे. तुम्ही मला हाकलून द्याल आणि म्हणाल : 'जा आणि उपाशी मर.' तर माझ्या उद्धटपणामुळे मला अन्न मिळणार नाही. मी फार शूर माणूस आहे, असं मला कदाचित या वेळी वाटेल. पुन्हा, तुम्ही तुमच्या दरवानाला उद्धटपणाबद्दल माझी पिटाई करायला सांगितली, तर माझ्या मनात तुमच्याविषयी विद्वेषाची बीजं पेरली जातील... दुसऱ्या दिवशी मी काही मित्र गोळा करून याचा सूड उगवेन किंवा तुम्ही जर मला मारून टाकलंत, तर माझ्या नातेवाईक आणि मित्रांमध्ये तुमचा सूड उगवण्याची भावना निर्माण होईल...*

जवळजवळ संपूर्ण मार्च महिना, एप्रिल महिन्याचा अर्धा भाग आणि मे महिन्याचा एकतृतीयांश भाग गांधी बिहारमध्ये होते. त्यांच्या मुक्कामातील बऱ्याच रात्री गंगेच्या काठी असलेल्या महमूद यांच्या घरात व्यतीत झाल्या, तरी त्यांनी अनेक गावांना, शहरांना भेटी दिल्या, अनेकदा पायी चालतही. पण तो उन्हाळा होता आणि बिहारचे रस्ते धुळीनं माखलेले होते; नौखालीच्या तुलनेनं इथे चालणं जास्त कठीण होतं.

त्यांच्या आगमनानंतर काही दिवसांतच बिहारच्या हिंदूंमध्ये पश्चात्तापाची भावना जागी झाली आणि नोव्हेंबर महिन्यातील काही हल्लेखोरांनी कबुलीची पत्रं, चोरलेल्या वस्तू आणि शस्त्रास्त्रं गांधींना आणून दिली. भयानक हत्याकांड घडलेल्या मसौऱ्ही गावातील एक प्रसंग प्यारेलाल यांनी नोंदवून ठेवला आहे :

> *प्रार्थना झाल्यानंतर मुस्लीम साहाय्यता निधीसाठी पैसे गोळा करण्यासाठी गांधीजी तिथेच थांबले. महात्माजींच्या हातात आपले पैसे आधी ठेवण्यासाठी प्रत्येकाची धडपड सुरू झाली आणि चेंगराचेंगरी झाली. हात पुढे करून ते पुढे वाकले; तेव्हा भावनेनं ओथंबलेल्या चेहऱ्यांमध्ये त्या लोकांना मनापासून झालेला पश्चात्ताप निश्चितपणे त्यांना वाचता आला.*

गांधींच्या आगमनानं दिलासा मिळालेला बिहारच्या मुस्लिमांचा आत्मविश्वास परत आला, पण मुस्लीम विभागांची आणि बिहारमध्ये मुस्लीम पोलिसांची नियुक्ती करण्याची मागणी गांधींनी नामंजूर केली म्हणून प्रांतीय मुस्लीम लीगनं त्यांच्यावर टीका केली. अखेरीस, दंगे झालेल्या आपल्या मूळ ठिकाणी परत जाण्याऐवजी पुरेशी मुस्लीम लोकसंख्या असलेल्या गावांमध्ये मुस्लीम निर्वासितांनी स्थायिक होण्याला गांधींनी संमती दिली; पण मुस्लीम नागरिकांचं रक्षण करायला फक्त मुस्लीम पोलीसच नियुक्त करायला ते तयार नव्हते. हे द्वि-राष्ट्र सिद्धान्त स्वीकारण्यासारखं झालं असतं.

मात्र, बिहारच्या हिंसाचाराची आणि मंत्रिमंडळानं परिस्थिती ज्या प्रकारे हाताळली, त्याची चौकशी करण्याचा आग्रह मुख्यमंत्री सिन्हांच्या इच्छेविरुद्ध गांधींनी धरला. मुस्लीम लीगनंही अशा चौकशीची मागणी केली होती. गांधींच्या विनंतीवरून पाटणा उच्च न्यायालयाचे न्यायमूर्ती रुबेन यांची एकसदस्यीय समिती नेमण्यात आली, पण त्यांना कोणतीही माहिती अथवा मदत देण्यात आली नाही.

बिहारचं सरकार ('त्यांच्या' बिहारमधील)– 'त्यांचं' काँग्रेस मंत्रिमंडळ– बंगालच्या लीग मंत्रिमंडळापेक्षा न्याय द्यायला जास्त उत्सुक नव्हतं आणि आपल्या 'पाहुण्या'च्या बाबतीतही फारसं उत्साही नव्हतं. बिहारला येण्याचा गांधींना आग्रह केल्याबद्दल महमूद यांच्यावर त्यांच्या सहकाऱ्यांनी टीका तर केलीच; पण त्यांच्याकडून लवकरच

साहाय्यता निधीची जबाबदारीही काढून घेण्यात आली.

दरम्यान, पंजाबहून गांधींना गंभीर बातम्या मिळत होत्या. २३ मार्च रोजी प्रार्थनासभेला जमलेल्या श्रोत्यांना ते म्हणाले :

पंजाबमध्ये शांतता प्रस्थापित झाल्यासारखी वाटत आहे, असं माझ्या एका मित्रानं लिहिलं आहे. पण ती शांतता आणि स्थैर्य लष्करानं ताबा घेतल्यामुळे आलं आहे. प्रत्येक जण उघडपणे संघर्षाची तयारी करत आहे आणि शस्त्रं गोळा करण्यात गुंतला आहे.

हिंदू आणि शिखांच्या विश्वासाला पात्र असलेले पंजाबचे एकमेव मुस्लीम नेते खिझर यांच्या राजीनाम्यानं त्या प्रांतात संपूर्णपणे ध्रुवीकरण झालं. ८ मार्चच्या काँग्रेसच्या ठरावात दोन पंजाबांचा उल्लेख झाल्यानंतर, दहशतवादी मुस्लीम गटांनी पश्चिम पंजाबमधील हिंदू आणि शिखांना हाकलून देण्याचा चंग बांधला, तर पूर्व पंजाबातील त्यांच्या शीख व हिंदू प्रतिरूपांनी मुस्लिमांना तशीच वागणूक देण्याचा निर्धार केला.

गांधींचा तोडगा

'या सगळ्यावर उपाय शोधेपर्यंत मी शांत बसणार नाही'– १९ मार्च रोजी गांधी असं म्हणाले होते. आपण काय मागणी करायची, याची रूपरेषा महिना संपेपर्यंत त्यांच्या मनात स्पष्ट झाली होती. सगळ्या उत्स्फूर्त तोडग्यांप्रमाणेच, त्यांचा तोडगाही मागे वळून पाहिले असता निर्विवाद असल्याचं दिसून येतं; पण त्या वेळी तो स्पष्टपणे समजून येत नव्हता. आपल्याभोवतीच्या वास्तवावर त्यांनी विचार करायला सुरुवात केल्यावर त्याला आकार आला.

पंजाब ज्वालामुखीच्या तोंडावर बसला होता. बिहारमध्येही विभाजनाची आग धुमसत होती, तशीच ती बहुतांश भारतातही होती. दिल्लीतील अंतरिम सरकारमध्येही तशीच परिस्थिती होती. भारताची फाळणी काँग्रेसला जितकी नकोशी होती, तितकंच पंजाब आणि बंगालचं विभाजन झालेलं जिनांना नको होतं.

या वास्तवाचा तुलनात्मक विचार केल्यावर, जिनांच्या नेतृत्वाखालील काँग्रेसच्या पाठिंब्यानं मुस्लीम लीगचं सरकार जर दिल्लीत स्थापन झालं, तर सगळेच प्रश्न सुटतील, असं गांधींना दिसलं. उपखंडात तयार झालेल्या ध्रुवीकरणाला उत्तर म्हणून काँग्रेसच्या पाठिंब्यानं उभं राहणारं जिनांचं सरकार केवळ पंजाबचं व बंगालचंच नव्हे तर संपूर्ण भारताचं ऐक्य अबाधित राखण्यात यशस्वी होईल, असं त्यांचं म्हणणं होतं.

मध्यवर्ती विधिमंडळात असलेल्या काँग्रेसच्या बहुमतामुळे जिनांचं मंत्रिमंडळ कदाचित फार काळ टिकू शकणार नाही, असा अंदाज बांधतानाच गांधींना त्या लीग

नेत्याबरोबर १९४४ साली झालेल्या बोलण्यांमधील तपशील आठवला. पाकिस्तानचं स्पष्ट चित्र रेखाटायला त्या वेळी नकार देताना अखंड भारतात आपल्याला कोणती भूमिका बजावायला आवडेल, हे जिनांनी अप्रत्यक्षपणे सूचित केलं होतं. जिना आपला प्रस्ताव मान्य करतील, असं गांधींना वाटलं.

त्यांनी जर तो प्रस्ताव स्वीकारला असता तर, स्वतंत्र होऊ पाहणाऱ्या भारतात शांती आणि एकोपा पुन्हा नांदायला लागणार होता. वरिष्ठ पातळीवरचा प्रश्न या तोडग्यानं सुटला असता, तर त्याबरोबरच तळागाळापर्यंत हे परस्परविश्वासाचं वातावरण झिरपलं असतं आणि लोकांनी बनवलेल्या खाजगी सैन्यगटांना गाशा गुंडाळावा लागला असता. या परिस्थितीत ज्यांनी मोकळा श्वास घेतला असता, त्यांत गांधींचे साथीदार गफार खान असते. त्यांना दोन प्रकारच्या चिंता भेडसावत होत्या, हे गांधींना रोज दिसत होतं : हिंदू-मुस्लिमांमधील दंगे आणि त्यांच्या सरहद्द प्रांतांचं कोणत्याही एका पाकिस्तानमध्ये विलीनीकरण. त्या सरहद्द नेत्यानं गांधींच्या कल्पनेला ताबडतोब दुजोरा दिला.

गांधींनी आपल्या प्रस्तावातील पाच मुख्य कलमे स्पष्ट केली :

एक, जिनांना त्यांच्या पसंतीच्या लीगचे सदस्य असलेल्या किंवा इतरांचाही समावेश असलेल्या अंतरिम सरकारचं नेतृत्व करू द्यावं. दोन, लीगची संख्या ही राष्ट्रीय हिताच्या विरुद्ध आहे, असा निवाडा जर व्हाइसरॉयसारख्या नि:पक्षपाती पंचानं दिला, तर कॉंग्रेसनं लीग सरकारला आणि मध्यवर्ती विधिमंडळातील त्यांच्या संख्येला पाठिंबा द्यावा.

तीन, स्वतंत्र खाजगी गट बरखास्त करावेत. चार, भारतात मुस्लीम गट तयार करू दिले जावेत; पण आसाम, सरहद्द प्रांत, पूर्व पंजाब आणि पश्चिम बंगाल यांना त्यात सक्तीनं समाविष्ट करण्यात येऊ नये. लीगनं त्यांचं मन वळवलं तर (सक्तीनं नव्हे) त्यांच्यापैकी कुणीही किंवा सगळेच मुस्लीम गटात सामील होऊ द्यावेत. योजनेतील पाचवं आणि शेवटचं कलम असं होतं की, जिना आणि लीगची जर या अटींवर संलग्न सरकार बनवण्याची तयारी नसेल, तर नेहरूंना आणि कॉंग्रेसला अशीच संधी देण्यात यावी.

'जिनांचं हुकमी पान' खेळण्याचं त्यांच्या मनात कधी आलं, तो दिवस निश्चित सांगता येणार नाही; पण ते नक्कीच १ एप्रिलपूर्वी असावं. कारण त्या दिवशी गांधींनी ते माउंटबॅटन (१९००-७९) यांच्यापुढे उघड केलं. नवीन व्हाइसरॉयनं गांधींना भेटण्यासाठी दिल्लीला पाचारण केलं होतं. नेहरूंनीही गांधींना दिल्लीला येण्याचा आग्रह केला होता– त्यांनी आशियातील नेत्यांची एक परिषद बोलावली होती, त्यात महात्मा हे नक्कीच मुख्य आकर्षणाचा विषय ठरले असते.

३१ मार्च रोजी ट्रेननं दिल्लीत आल्यावर, त्या दिवशी गांधींनी माउंटबॅटन

यांच्याशी नव्वद मिनिटं चर्चा केली. १ एप्रिल रोजी झालेल्या दुसऱ्या प्रदीर्घ बैठकीत गांधींनी हा 'जिना प्रस्ताव' व्हाइसरॉयपुढे मांडला.

१ एप्रिलच्या बैठकीदरम्यान काय झालं, याच्या नोंदी प्यारेलाल आणि माउंटबॅटन यांनी करून ठेवल्या आहेत. गांधींची 'अहिंसा जिंकली आहे' आणि 'भारतानं दिलेल्या अहिंसक लढ्यामुळे ब्रिटिशांनी देश सोडून जाण्याचा निर्णय घेतला.' असे मनापासून किंवा वरवरच्या प्रशंसेचे किंवा दोन्ही प्रकारांनी उद्गार सुरुवातीलाच व्हाइसरॉयनं काढले.

अंतरिम सरकार बरखास्त करावं असा प्रस्ताव मांडून गांधींनी आपली पाच कलमी योजना सादर केली. जबरदस्त धक्का बसलेल्या माउंटबॅटन यांनी पुढच्या वेळी पंडित नेहरू आणि मौलाना आझाद मला भेटायला आल्यावर त्यांना विश्वासात घेऊन या योजनेवर चर्चा करण्याची परवानगी गांधींकडे मागितली. अशा प्रकारच्या कोणत्याही योजनेला वल्लभभाईंचा विरोधच असणार, हे सर्वश्रुतच असल्यानं त्यांना वगळण्यात आलं. फाळणीला एकमेव पर्याय म्हणजे धर्मयुद्ध, असं पटेलांनी स्वतःच्या मनाशी ठरवलेलं होतं.

३१ मार्चला ट्रेनमधून उतरल्यावर गांधींना आधी पटेल भेटले आणि १ एप्रिलच्या संध्याकाळी झालेल्या प्रार्थनासभेत गांधींच्या बोलण्यातून जो निराशेचा सूर डोकावत होता, तो पटेलांना वाटणाऱ्या फाळणीबद्दलच्या अपरिहार्यतेतून आला होता; फाळणी हाच सर्वोत्तम तोडगा असल्याचं पटेलांचं मत होतं.

गांधी म्हणाले, *"काँग्रेस जो निर्णय घेईल, त्याप्रमाणेच होईल; माझ्या म्हणण्यानुसार काहीही होणार नाही. माझा अधिकार आता चालत नाही. तो जर चालत असता, तर पंजाब, बिहार आणि नौखालीच्या शोकांतिका झाल्याच नसत्या. माझं कुणीही आता ऐकत नाही."*

मात्र, दुसऱ्या दिवशी गांधी पुन्हा व्हाइसरॉयना भेटले आणि त्यांनी आपल्या प्रस्तावाचा पुनरुच्चार केला. गांधी लीग सरकारचा प्रस्ताव मांडत आहेत, पण त्यांच्या मनात काँग्रेसचं सरकार आणण्याची योजना असल्याचा आरोप माउंटबॅटन यांनी या बैठकीदरम्यान केला (२ एप्रिल), जिना हा प्रस्ताव नाकारतील याची खात्री गांधींना होती, असाही त्यांनी आरोप केला.

जिनांचं सरकार बनावं यासाठी व्हाइसरॉयना सर्वतोपरी मदत करण्याचं आश्वासन गांधींनी दिल्यावर (व्हाइसरॉयच्या शब्दांत सांगायचं तर) आपल्या पाहुण्याच्या 'प्रामाणिक तळमळीची' व्हाइसरॉयना खात्री पटली. त्यासाठी प्रथम काँग्रेसमधील आपलं वजन वापरून तिची संमती मिळवण्याचं आणि दुसरं म्हणजे हा निर्णय भारतीयांनी स्वीकारावा म्हणून संपूर्ण देशाचा दौरा करण्याचं आश्वासनही गांधींनी दिलं.

गांधी निघून गेल्यानंतर अर्ध्या तासानं आझाद व्हाइसरॉयना भेटले, त्यांनी काँग्रेसच्या प्रमुख मुस्लीम नेत्यांबरोबर झालेल्या चर्चेची नोंद ठेवली आहे :

मी (आझाद) गांधींच्या योजनेबद्दल थेटच सांगितलं, ती त्यांना गांधींकडून त्याच दिवशी सकाळी समजली होती. आपल्या मते ती योजना अमलात आणण्यासाठी अत्यंत योग्य असल्याचं त्यांनी म्हटल्यावर मला धक्का बसला; गांधी आपल्या प्रभावानं संपूर्ण काँग्रेसला ती स्वीकारायला आणि एकनिष्ठपणे पार पाडायला लावतील, असं त्यांचं म्हणणं होतं. त्यांनी पुढे असा विचार बोलून दाखवला की, मी कदाचित जिनांचं मन वळवून त्यांना ती स्वीकारायला राजी करू शकेन. रक्तपात थांबवण्याचा हा सर्वांत जवळचा मार्ग असल्याचंही त्यांनी बोलून दाखवलं.

इतर तोडगे कदाचित जास्त व्यावहारिक ठरतील, या व्हाइसरॉयच्या मतावर त्यांना आझादांचा होकार मिळाला. आपण योजनेचा अभ्यास करू, असं आश्वासन व्हाइसरॉयनं जरी गांधींना दिलं होतं, तरी गांधींचा प्रस्ताव नाकारणं श्रीयुत जिनांना सोपं जाणार नाही आणि गांधींचा मूळ उद्देश भारताची अखंडता राखणं हा होता आणि तो खरा होता, अशी कबुली जरी आपल्या हाताखालच्या अधिकाऱ्यांजवळ दिली होती, तरी वास्तविक माउंटबॅटन यांचं त्या योजनेविषयी प्रतिकूल मत होतं.

राजेशाही नौदलाचं नेतृत्व करण्याचं स्वप्न असलेला हा तडफदार ॲडमिरल नवी दिल्लीतील ही कामगिरी स्वतःच्या हिमतीवर यशस्वी करून दाखवण्याच्या महत्त्वाकांक्षेनं आला होता. 'हा भारतप्रश्न' सोडवण्याचं सगळं श्रेय स्वतःला मिळावं, अशी त्यांची इच्छा होती. ते गांधींबरोबर किंवा जिनांबरोबर वाटलं जावं किंवा आयर्विन यांच्या पावलावर पाऊल ठेवून एखादा 'गांधी-जिना-माउंटबॅटन करार' करण्याची त्यांची मुळीच इच्छा नव्हती.

काँग्रेस कार्यकारी समिती या योजनेला पाठिंबा देईल, या शक्यतेनं अस्वस्थ होऊन माउंटबॅटन यांनी आपल्या अधिकाऱ्यांकडून त्या शक्यतेला खीळ घालण्याच्या युक्त्या मिळवल्या. ५ एप्रिल रोजी झालेल्या कर्मचाऱ्यांच्या बैठकीनंतर माउंटबॅटन यांनी त्या दुपारी श्रीयुत गांधींच्या योजनेबाबत पंडित नेहरूंशी बोलण्याचा निर्णय घेतला, असं त्यांच्या कागदपत्रांवरून दिसून येतं. नेहरूंच्या एका जवळच्या मित्राला, व्ही. के. कृष्णमेनन यांनाही त्यांचं मन वळवण्याच्या कामी नेमण्यात आलं. माउंटबॅटन यांच्या विनंतीवरून कृष्णमेनन आणि इस्मे (व्हाइसरॉयबरोबरच्या अधिकाऱ्यांचा प्रमुख) यांच्यात गांधींच्या प्रस्तावांवर प्रदीर्घ चर्चा झाली आणि व्हाइसरॉयनं स्वतःहोऊन कृष्णमेननना जेवणासाठीही आमंत्रित केलं.

व्हाइसरॉयचे तल्लख सुधारणा सचिव व्ही. पी. मेनन यांनीही या सगळ्या

प्रक्रियेत महत्त्वाची भूमिका बजावली. त्यांनी पटेलांशी जवळचे संबंध प्रस्थापित केले होते. या टप्प्यावर चर्चेतून पटेलांना वगळायचं असं गृहीत धरलेलं असताना, व्ही. पी. मेनन त्यांना रोजच्या रोज भेटत होते. जिनांना नेतृत्व सोपवण्याच्या कल्पनेवर या भेटींमध्ये चर्चा होत असावी, असा तर्क आपण करू शकतो; कारण माउंटबॅटन आणि त्यांच्याबरोबरच्या लोकांसाठी, 'गांधींच्या योजनेसाठी त्यांच्या बाबतीत आखण्याची व्यूहरचना' अशा मथळ्याची योजना त्यांनीच कागदावर उतरवली होती.

एप्रिल महिन्याच्या पूर्वार्धात झालेल्या माउंटबॅटनसह नेहरू, पटेल, इस्मे, कृष्णमेनन आणि व्ही. पी. मेनन यांचा सहभाग असलेल्या चर्चांचे तपशील आपल्याकडे नाहीत. परंतु इतर नोंदींवरून, गांधींच्या योजनेसंबंधात सतत हालचाली सुरू होत्या आणि चिंतेचं वातावरण होतं, असं दिसून येतं. पटेलांना गांधींपासून दूर ठेवण्याची माउंटबॅटन यांची धडपड होती, याचेही पुरावे मिळतात.

१ एप्रिल रोजी, जेव्हा गांधींनी प्रथमच आपला प्रस्ताव माउंटबॅटनसमोर मांडला, त्यानंतर बिहारचौकशीला आपला विरोध असल्याचं व्हाइसरॉयनं पटेलांना सांगितलं. दुसऱ्या दिवशी गांधी आपला प्रस्ताव घेऊन पुन्हा आले, तेव्हा माउंटबॅटन यांनी आपण स्वत:, पटेल आणि बिहारचे राज्यपाल चौकशीच्या विरुद्ध असल्याचं त्यांना सांगितलं. माउंटबॅटन यांच्या म्हणण्यानुसार, गांधींनी त्यांच्या युक्तिवादावर स्पष्टपणे असहमती दर्शवली; पण पटेलांच्या पाठिंब्यावर व्हाइसरॉयनं दाखवलेला विश्वास लक्षात घेण्याजोगा आहे.

मात्र, काँग्रेसच्या सहकाऱ्यांवर गांधींचा पूर्वी असलेला प्रभाव लक्षात घेऊन, ती जादू पुन्हा जिवंत होते की काय, अशी भीती माउंटबॅटनना वाटत होती. आणि ९ एप्रिल रोजी जिनांबरोबर झालेल्या तीन तासांच्या बैठकीत, पाणी किती खोल आहे याचा अंदाज घेण्याचा माउंटबॅटन यांनी प्रयत्न केला तेव्हा, जिनांना गांधींच्या प्रस्तावानं आकर्षित केलं आहे, असं त्यांना दिसून आलं.

चर्चेनंतर लगेचंच आढावा घेताना माउंटबॅटन यांनी नोंद केली की, त्यांनी बैठकीच्या सुरुवातीलाच म्हटलं, 'स्वत: जिनांच्या पंतप्रधानपदाखाली केंद्र सरकारची स्थापना करणं शक्य व्हावं, असं माझं दिवास्वप्न होतं.' त्यानंतर, जिनांनी पुन्हा एकदा कसरीनं खाल्लेल्या पाकिस्तानच्या विरोधात फेरविचार करण्याचं आवाहन केलं. माउंटबॅटन यांनी पुढे केलेली नोंद अशी :

> *मी जिनांच्या बाबतीत केलेल्या व्यक्तिगत वक्तव्याबाबत ते आधी काहीच बोलले नव्हते. सुमारे पस्तीस मिनिटांनी, त्यांनी अचानक कुठलं तरी माझं वक्तव्य आठवून म्हटलं की, ते पंतप्रधान व्हावेत अशी माझी इच्छा होती. माझ्या बोलण्यामुळे त्यांचा अहंकार सुखावला गेला होता, यात*

शंकाच नाही आणि ते तो प्रस्ताव मनात घोळवत होते, हेही नक्की. श्रीयुत जिनांच्या निव्वळ अहंकारावर श्री. गांधींचा तो प्रसिद्ध प्रस्ताव तरून जाणार होता तर!

पराभव

परंतु दोन दिवसांतच व्हाइसरॉयच्या चिंता दूर झाल्या. काँग्रेसमधील गांधींच्या सहकाऱ्यांनी त्यांचा प्रस्ताव नाकारला, त्यामुळे तो जिनांपुढे कधीच मांडला गेला नाही. ११ एप्रिलच्या सकाळी पराभव मान्य करणारं पत्र गांधींनी माउंटबॅटनना लिहिलं :

मी तुमच्यासमोर जी योजना सादर केली होती, तिच्याबाबत मी पंडित नेहरूंशी अनेक चर्चा केल्या, त्यांच्या एकट्याशी सुमारे तासभर बोललो आणि नंतर कार्यकारी समितीच्या अनेक सदस्यांशीही बोललो; त्यांना ती योजना बारकाईनं समजावून सांगितली. आणि मला हे सांगताना खेद होतो की, बादशहा खान सोडले तर त्यांच्यापैकी कुणाचंही मी मन वळवू शकलो नाही...

माझ्या योजनेची अचूकता कोणत्याच दृष्टिकोनातून मी त्यांना पटवू शकलो नाही, याचं मला वाईट वाटतं. प्रत्येक युक्तिवादासाठी मी माझं मन खुलं ठेवलं असूनही ते मला माझ्या योजनेतील उणिवा दाखवून देऊ शकले नाहीत. त्यामुळे, तुम्ही माझं म्हणणं विचारात घेऊ नये, अशी मी तुम्हाला विनंती करतो. अंतरिम सरकारमधील काँग्रेसजन हे देशाचे निष्ठावंत, अनुभवी सेवक आहेत आणि म्हणून काँग्रेसच्या दृष्टिकोनातून विचार करता, ते खरेखुरे सल्लागार आहेत.

गांधींनी ज्यांच्याशी बोलणी केली ते कार्यकारी समितीचे अनेक सदस्य कोण, ते समजलेलं नाही. आझाद जर त्यांपैकी एक असतील, तर रक्तपात थांबवण्यासाठी गांधींची योजना हाच सर्वोत्तम तोडगा असल्याचं त्यांनी माउंटबॅटन यांना जे सांगितलं होतं, त्याच्याशी त्यांचं वागणं विसंगत होतं.

नेहरूंशी गांधींच्या ज्या अनेक चर्चा झाल्या किंवा फक्त दोघांमध्येच तासभर जी बोलणी झाली, ती नेमकी काय झाली, हेही आपल्याला माहीत नाही. दुसऱ्या कुणाला तरी भारताचा प्रथम पंतप्रधान होऊ द्यावं, असं त्या बोलण्यांदरम्यान 'वारसा'ला सांगण्यात आलं असणार. पण कुणाही व्यक्तीविषयी किंवा त्यांच्या स्थानांविषयी चर्चा झाली नसावी, असं आपण गृहीत धरू शकतो; जे करणं शहाणपणाचं आणि क्रमप्राप्त होतं त्यावरच चर्चा झाली असणार. काँग्रेस नेत्यांच्या

बाबतीत बोलायचं तर त्यांच्या मनात फारशी शंका नव्हती. सी.आर. यांनी रोजनिशीत केलेली नोंद आपल्याला सांगते की, 'सध्याच्या समस्या सोडवण्यासाठी गांधीजींनी बनवलेल्या अकल्पनीय योजनेवर सर्वांनी एकमुखानं हरकत घेतली आणि ती धुडकावून लावली.'

तरीही, भारताचं ऐक्य आणि शांती अबाधित राखण्यासाठी ही 'अकल्पनीय' योजना हा कदाचित अखेरचा उपाय होता. कार्यकारी समितीनं मांडलेल्या ८ मार्चच्या ठरावामुळे शिक्कामोर्तब झालेल्या फाळणीचा निर्णय त्यामुळे रद्द होऊ शकला असता. त्या योजनेला धुडकावून लावण्याचा अर्थ गांधींना चांगलाच उमगला. दुसऱ्या दिवशी (११ एप्रिल) दक्षिण आफ्रिकेतील भारतीयांचे नेते युसूफ दादू आणि जी. एम. नायक्कर गांधींना भेटायला आले, तेव्हा ते त्यांना म्हणाले की, भारत नि:संशयपणे स्वातंत्र्याच्या उंबरठ्यावर उभा होता. पण हे असं स्वातंत्र्य मला अपेक्षित नाही. भारताची फाळणी होऊन अल्पसंख्याकांना जर सुरक्षा, संरक्षण आणि समान वागणूक मिळणार नसेल, तर ते माझ्या दृष्टीनं स्वातंत्र्य नव्हेच... आज जे घडत आहे, ते जर स्वातंत्र्यानंतरच्या घटनांची चाहूल असेल, तर ती गोष्ट भविष्यकाळासाठी चांगली नाही.

गांधी पुढे म्हणाले, *"त्यामुळे मला अस्वस्थ वाटत आहे, पण मी ईश्वराच्या हाती भविष्य सोपवून निश्चिंत आहे."* आणि ते समाधानानं बिहारकडे कूच करायला तयार झाले.

प्रचंड खप असलेल्या एका अग्रेसर वृत्तपत्रानं १२ एप्रिल रोजी बातमी दिली की, कार्यकारी समितीशी मतभेद झाल्यामुळे गांधी दिल्ली सोडून निघाले होते. जो माणूस सगळ्यांकडून नाकारला गेला होता, त्यानं संध्याकाळी त्या बातमीची 'निव्वळ निरर्थक' अशी संभावना केली आणि आझाद, सी.आर., पटेल, नेहरू आणि कृपलानी आपल्याला दिवसभरात भेटून गेल्याचं निदर्शनाला आणून दिलं. आमच्यात मतभेद आहेत, हे गांधींनी मान्य केलं; पण पटेलांनी बोलावल्या क्षणी आपण परत येऊ, असं पुढे सांगितलं.

जगातील कोणताही टोकाचा मतभेद त्यांना मुलांप्रमाणे असणाऱ्या सहकाऱ्यांपासून तोडू शकणार नव्हता किंवा त्यांना कमी लेखण्याचा विचारही गांधींच्या मनाला कधी शिवणार नव्हता. मात्र त्याचबरोबर, मागील वर्षीच्या उन्हाळ्याप्रमाणेच १९४७ सालच्या एप्रिल महिन्यातही त्यांचे 'पुत्र' साम्राज्याच्या रखवाल्यांना गांधींपेक्षा जास्त जवळचे मानत होते, हे सत्य त्यांच्या निष्ठावंत मनापासून लपून राहिलं नव्हतं.

किमान जिनांच्या एका चरित्रकारानं, स्टन्ले वोलपर्ट यांनी नंतर असं मत व्यक्त केलं की, गांधींची योजना कदाचित यशस्वी ठरू शकली असती. त्यानं पुढे लिहिलं आहे, 'निश्चितच हा किंग सॉलोमनचा उपाय होता.' १९४२ साली अशाच एका

प्रस्तावाला जिनांनी जो प्रतिसाद दिला होता, त्यावरून त्यांनी या वेळचा प्रस्ताव स्वीकारला नसता, असं ठामपणे म्हणता येत नव्हतं :

गांधींनी गंभीरपणे केलेल्या घोषणेचा स्वीकार जर ब्रिटिश सरकारनं केला आणि देशाचं शासन मुस्लीम लीगकडे सोपवलं, तर मुस्लीम शासनाच्या आधिपत्याखाली मुस्लिमेतर जनतेला न्यायानं, समानतेनंच नव्हे तर उदारपणे वागवलं जाईल, अशी मला खात्री आहे...

१२ एप्रिल रोजी बिहारला परतण्यापूर्वी गांधींनी आपण सुचवलेल्या तोडग्यावर नव्हे, तर माउंटबॅटन यांनी सुचवलेल्या शांततेसाठीच्या संयुक्त आवाहनावर जिनांबरोबर सही केली :

भारताच्या स्वच्छ प्रतिमेस काळिमा फासणाऱ्या ज्या बेकायदेशीर आणि हिंसक घटना नुकत्याच घडल्या, त्याबद्दल आम्हाला अतिशय खेद वाटतो... राजकीय हेतू साध्य करण्यासाठी बळाचा वापर करणाऱ्यांचा आम्ही सदैव धिक्कार करतो आणि आम्ही भारताच्या सर्व जाति-जमातींना, मग त्या कोणताही धर्म पाळत असोत, आवाहन करतो की, त्यांनी सर्व प्रकारच्या बेकायदेशीर कृत्यांपासून दूर तर राहावंच, पण अशा कृत्यांना चिथावणी मिळेल अशा शब्दांचा वापर बोलताना आणि लिहिताना करण्याचं टाळावं.

आपल्याबरोबर किंवा आपल्याऐवजी त्या आवाहनावर काँग्रेसचे अध्यक्ष कृपलानी यांनी सही करावी, अशी गांधींची इच्छा होती; परंतु गांधींनी सही केली तरच आपण करू, असं जिनांचं म्हणणं होतं. त्यांच्या आग्रहाला मान देऊन गांधींनी हिंदी, इंग्रजी आणि उर्दूत सही केली– हिंदूंबरोबरच मुस्लिमांपर्यंत पोचण्याचा आपला अधिकार दर्शवण्याची त्यांची ती एक पद्धत होती. त्यांना दाखवण्यात आलेल्या मसुद्यात 'भारतीय लोकांचा' उल्लेख केला गेला होता, गांधींनी तो बदलून 'भारतीय जाति-जमातींना' असा केला. पराभवातसुद्धा गांधींना द्वि-राष्ट्र सिद्धान्त मान्य नव्हता.

६ मे रोजी नेहरूंच्या आमंत्रणावरून गांधी पुन्हा दिल्लीला आले, तेव्हा जिनांच्या औरंगजेब रोडवरील घरात त्यांच्याबरोबर आपण अत्यंत प्रसन्न पावणेतीन तास घालवले, असं गांधींनी माउंटबॅटनना नंतर सांगितलं. जिनांच्या त्या घराची वास्तुरचना ल्यूटेन्स यांनी केली होती. ही भेट होऊ नये असे प्रयत्न पटेल आणि इतरांनी केले; पण गरज असल्यास आपण जिनांकडे 'सतराशे साठ वेळा' जाऊ, असं गांधींनी सांगितलं.

भेटीनंतर गांधींनी सांगितलं की, 'आपण जे बोलू ते आपल्यातच राहिलं पाहिजे', असं त्यांचं आणि जिनांचं ठरलं होतं. पण, आपण हे जाणतो की, गांधींनी

फाळणीला असलेल्या आपल्या विरोधाचा पुनरुच्चार केला. गांधींच्या अनुमतीनं प्रसिद्ध केलेल्या निवेदनात जिनांनी त्यांच्यात झालेल्या चर्चेमध्ये काय झालं ते सांगितलं–

पाकिस्तान आणि हिंदुस्थान अशी भारताची विभागणी करण्याच्या प्रश्नावर बोलणी होऊन श्रीयुत गांधींना फाळणीचा प्रस्ताव मान्य झाला नाही. त्यांच्या मते विभाजन अनिवार्य नाही; तर माझ्या मतानुसार पाकिस्तानची निर्मिती अनिवार्य तर आहेच, पण त्याचबरोबर भारताच्या राजकीय समस्येवर तोच एकमात्र व्यवहार्य तोडगा आहे.

दुसऱ्या दिवशी प्रार्थनासभेतील आपल्या भाषणात गांधी म्हणाले :

जिना माझे मित्र आहेत, हे मी सांगू इच्छितो. शेवटी, तेसुद्धा भारताचेच आहेत. काहीही झालं तरी मला माझं आयुष्य त्यांच्याबरोबर घालवायचं आहे.

*

१९४७च्या उन्हाळ्यात गांधी आणि गफार खान पुन्हा एकदा दिल्लीच्या रीडिंग रोड (मंदिर मार्ग)वरच्या सफाई कामगारांच्या वस्तीत मुक्कामी असताना तिथे होणाऱ्या प्रार्थनासभेत गांधींनी केलेल्या कुराण-पठणावर अधूनमधून हरकती घेतल्या जात असत. ते पठण करू दिलं नाही, तर हिंदू पोथ्या-पुस्तकंही बाजूला ठेवावी लागतील, असं उत्तर गांधींनी दिलं. सहिष्णुता शिकवण्याची ती एक संधी होती, पण वातावरण शांत नव्हतं.

त्यांना पंजाबला भेट देण्याचा आग्रह झाला, त्या वेळी जेव्हा हाक येईल तेव्हा आपण जाऊ, असं गांधींनी उत्तर दिलं. दरम्यान, जिथे असू तिथून पंजाबवर प्रभाव टाकण्याचा त्यांचा विचार होता. आपापल्या प्रदेशात हिंदू आणि शिखांचं रक्षण करण्याचं आवाहन त्यांनी पंजाबच्या मुस्लीम नेत्यांना केलं :

७ एप्रिल :
पंजाबमधल्या हिंदूंची आणि शिखांची भाषा कितीही प्रक्षोभक असली, तरी ज्या प्रदेशात मुस्लीम बहुसंख्येनं होते, तिथल्या मुस्लिमेतर लोकांवर त्यांनी केलेल्या अत्याचारांचं आणि क्रूर वागणुकीचं ते समर्थन होऊ शकत नाही.

त्यांचं 'जिनांचं हुकमी पान' किंवा त्याला असलेला कार्यकारी समितीचा विरोध त्यांनी जनतेपुढे उघड केला नाही. पूर्वीप्रमाणेच, कार्यकारी समिती जरी त्यांच्या विरोधात गेली, तरी ते तिचीच तळी उचलून धरणार होते; भारताची नौका हाकारायला

नेहरू, पटेल आणि मंडळीपेक्षा जास्त योग्यतेचे नेते त्यांच्या दृष्टीपुढे नव्हते. नवी दिल्लीत नेहरूंनी आशियातील नेत्यांना एकत्र करताना बजावलेल्या भूमिकेची त्यांनी प्रशंसा केली आणि त्यांच्या मनात आशियासाठी जो संदेश होता, तो त्यांनी त्या सभेपुढे सादर केला :

> १ एप्रिल : आशियातील सर्व प्रतिनिधी एकत्र आले आहेत. ते युरोपविरुद्ध, अमेरिकेविरुद्ध किंवा आशियाबाह्य देशांविरुद्ध युद्ध पुकारण्यासाठी आले आहेत का? मी ठामपणे सांगतो 'नाही'. हे भारताचं उद्दिष्ट नाही.
>
> २ एप्रिल : आशियातील शहाण्या माणसांपैकी पहिला होता झोरोस्टर. तो पूर्वेचा होता. त्यानंतर बुद्ध आला, तोही पूर्वेचा– भारताचा होता. बुद्धानंतर कोण आलं? येशू, तोही पूर्वेकडून आला. येशूच्या आधी पॅलेस्टाईनचा मोझेस आला, त्याचा जन्म ईजिप्तमध्ये झाला होता. येशूनंतर मोहम्मद आला... आशियातील या माणसांची बरोबरी करू शकेल असा जगात मला एकही माणूस दिसत नाही. आणि मग काय झालं? पश्चिमेस गेल्यानंतर ख्रिश्चन धर्म विद्रूप झाला.
>
> पश्चिमेचा चश्मा लावून किंवा अणुबॉम्बचं अनुकरण करून आशियाचा संदेश समजणार नाही. तुम्हाला जर पाश्चिमात्यांना काही संदेश द्यायचा असेल, तर तो प्रेमाचा आणि सत्याचा संदेश असला पाहिजे. आशियानं पश्चिमेस प्रेमानं आणि सत्यानं जिंकलं पाहिजे, हा विचार तुम्ही घेऊन जावा, अशी माझी इच्छा आहे.
>
> अर्थात, 'सगळं जग एक आहे', यावर मी विश्वास ठेवतो. त्या महान, अविनाशी शिक्षकांनी मागे ठेवलेल्या प्रेमाच्या संदेशाचा मी वारसदार असल्यामुळे मी दुसरं काय करू शकतो?
>
> लोकशाहीच्या या युगात, गरिबांतल्या गरिबाच्या पुनरुत्थानाच्या या काळात, तुम्ही हा संदेश पुन्हा एकवार ठामपणे जगाला द्या. तुमची पिळवणूक झाली आहे म्हणून तुम्ही सूडबुद्धीनं पश्चिमेस जिंकू शकणार नाही, तर त्यांना समजून घेऊन आपलंसं करू शकाल. अशा प्रकारे तुम्ही मिळवलेला विजय पश्चिमेलाही आवडेल.

१९४६ सालच्या हेमंत ऋतूत आणि १९४७ सालच्या मार्च महिन्यात भारतात उसळणाऱ्या हिंसाचाराची जाणीव पाहुण्यांना होती आणि गांधींनी त्याबद्दल वाटणारी शरम व्यक्त केली. तरीही, भारताच्या येऊ घातलेल्या स्वातंत्र्याबाबत पाहुण्यांना उत्कंठा वाटत होती, असं दिसत होतं. अरब कवी मिखाईल नोएमा यानं लिहिलेल्या काही ओळी कुणीतरी आणल्या :

गांधींच्या हातातील चाती तलवारीपेक्षा धारदार बनली; गांधींच्या कृश शरीराला लपेटलेलं साधं पांढरं कापड चिलखत बनलं, सागरी-सम्राटांच्या सैनिकांनी झाडलेल्या बंदुकीच्या फैरी ते भेदू शकल्या नाहीत आणि गांधींची शेळी ब्रिटिशांच्या सिंहापेक्षा जास्त बलवान ठरली.

३ जूनची फाळणीची योजना

२० एप्रिल रोजी जवाहरलाल यांनी पाकिस्तान अस्तित्वात येत असल्याची सार्वजनिक घोषणा केली : 'मुस्लीम लीगला पाकिस्तान हवंच असेल तर ते त्यांना मिळेल, पण एका अटीवर; भारतातील ज्या विभागांना पाकिस्तानात सामील होण्याची इच्छा नाही, ते भाग ते घेऊन जाणार नाहीत.' संविधान सभेचे अध्यक्ष झालेल्या प्रसादांनी नऊ दिवसांनंतर, सभेला संबोधित करताना केवळ भारताचीच नव्हे, तर काही प्रांतांचीही फाळणी होण्याची शक्यता बोलून दाखवली.

सार्वजनिकरीत्या जाहीर करायला अजून इच्छुक नसलेल्या पटेलांनी पाकिस्तानविषयीची आपली स्वीकृती माउंटबॅटनना कळवली. *'मी मात्र काहीही झालं तरी पाकिस्तानच्या निर्मितीला राजी होणार नाही'*, गांधींनी ७ मे रोजी सांगितलं, पण त्यांचा विरोध प्रतिकाराचं नव्हे तर संबंध तोडण्याचं रूप घेईल, हेही स्पष्ट होतं. 'मला ते सहन होणार नाही, असं जेव्हा मी म्हणतो, तेव्हा त्याचा अर्थ मी त्या गोष्टीशी संबंध ठेवू इच्छीत नाही, असा होतो,' गांधींनी स्पष्ट केलं. बंगाल आणि पंजाबची फाळणी करण्याची कल्पना 'अभद्र' असल्याचं जिनांचं म्हणणं होतं, तरी त्याविरुद्ध ते कोणताही युक्तिवाद करू शकले नाहीत, त्यामुळे त्यांचा पाकिस्तानचा दावाही क्षीण होऊ शकला नाही.

एप्रिल आणि मे महिन्यांत 'लहान पाकिस्तान' हा विषय आधारभूत मानून काँग्रेस, लीग आणि सरकार यांच्यात वाटाघाटी झाल्या, त्यातून स्वातंत्र्याची उर्फ फाळणीची ३ जून १९४७ ची योजना उदयाला आली. नवी दिल्ली व लंडनमध्ये एकसाथ जाहीर झालेल्या या योजनेनुसार बंगाल आणि पंजाबच्या विभाजनानंतरच्या सीमांची आखणी करण्यासाठी आणि सरहद्द प्रांतात (व आसामच्या मुस्लीम-बहुसंख्याक सिल्हेट जिल्ह्यात) भारत आणि पाकिस्तानबाबत जनमत आजमावण्यासाठी एक आयोग नेमण्यात येणार होता.

ब्रिटिश राजगादीशी संबंध संपुष्टात आल्यानंतर संस्थानिकांना भारताशी किंवा पाकिस्तानशी किंवा दोघांशी संबंध प्रस्थापित करायला किंवा विशिष्ट राजकीय करार करण्याबाबत सांगण्यात आलं.

३१ मे, १ व २ जून रोजी झालेल्या कार्यकारी समितीच्या बैठकांना गांधींना आमंत्रित करण्यात आलं होतं. योजनेवर विचार करण्यासाठी या बैठका बोलवण्यात

आल्या होत्या (तिचे तपशील फक्त काँग्रेसतर्फे वाटाघाटी करणाऱ्यांनाच माहीत होते). आपण या योजनेशी 'असहमत' असलो, तरी तुमच्या मार्गात मी येणार नाही, असं गांधींनी कार्यकारी समितीला सांगितलं. गफार खान, जयप्रकाश नारायण आणि राममनोहर लोहियांनीही नाराजी प्रदर्शित केली; पण इतर सगळे त्या योजनेच्या बाजूनं होते आणि ती मंजूर करण्यात आली.

सरहद्द प्रांत : मात्र, वायव्य सरहद्द प्रांतात घेण्यात येणाऱ्या जनमताच्या प्रस्तावात बदल करण्याची मागणी गांधी व गफार खानांनी केली. मुख्यमंत्र्यांनी दंगलीच्या आरोपांखाली हजारो मुस्लिमांना अटक केल्यापासून, डॉ. खान साहिबांच्या मंत्रिमंडळाविरुद्ध २० फेब्रुवारीपासून लीगनं सुरू केलेल्या चळवळीनं उग्र रूप धारण केलं होतं. 'इस्लामला धोका आहे', अशी लीगची युद्ध-घोषणा होती. लोकांना बिहारची आठवण करून देण्यात येत होती आणि गफार खान व त्यांचे थोरले बंधू हिंदुधार्जिणे देशद्रोही असल्याचं चित्र रंगवलं जात होतं.

डॉ. खान साहिबांना हटवण्याच्या आणि नव्यानं निवडणुका घेण्याच्या लीगच्या मागणीविषयी व्हाइसरॉयना आणि त्यांच्याबरोबरच्या लोकांना सहानुभूती होती. व्हाइसरॉयच्या अधिकारीवर्गाचे प्रमुख लॉर्ड इस्मे यांच्या मते मुस्लीम बहुमत असलेल्या प्रदेशात काँग्रेसचं मंत्रिमंडळ असणं ही 'दुर्दैवी परिस्थिती' होती. नव्यानं निवडणुका घ्यायच्या विरोधात असणारे नेहरू आणि पटेल यांनी जनमत घेण्याच्या प्रस्तावाला संमती दिली; पटेलांनी, वायव्य सरहद्द प्रांत आता सोडून द्यावा लागणार असल्याचं निदान खाजगीत केलं होतं.

१९४७ सालच्या उन्हाळ्यात सरहद्द प्रांतातील भारत किंवा पाकिस्तानचा प्रश्न म्हणजे हिंदुत्व आणि इस्लाम यांच्यातील एकाची निवड, असा असणार होता आणि त्याचं कोणतंतरी एकच उत्तर असणार होतं. स्वतःची पख्तून ही ओळख कायम ठेवणं आणि पाकिस्तानात विलीन होणं, यांपैकी सरहद्द प्रांत पहिला पर्याय निवडायला सक्षम होता. त्यामुळे, भारत किंवा पाकिस्तान या दोन पर्यायांबरोबरच प्रस्तावित जनमतासाठी स्वतंत्र राहण्याचा पर्यायही त्यात समाविष्ट करता येतो का, हे तपासून पाहण्याची विनंती गफार खान व गांधींनी कार्यकारी समितीला केली.

कार्यकारी समितीनं असं करायला नकार दिला. गांधींनी जवाहरलाल यांना आग्रह करणं सुरूच ठेवलं, पण त्यांचे हात बांधलेले होते. त्यांनी गांधींना लिहिलं :

८ जून : ब्रिटिश सरकार आणि व्हाइसरॉय हे जनमत घेण्यासाठी निश्चितच बांधील आहेत आणि आमच्यापैकी काही जण कमी-जास्त प्रमाणात बांधील आहेत. त्यामुळे, जनमताचा प्रश्न आता बदलाच्या पलीकडे गेलेला आहे आणि त्यातून काय तोडगा काढता येईल, हे स्पष्ट होत नाही.

सत्य हे होतं की, पंजाब आणि बंगालच्या विभाजनाचा प्रस्ताव मांडून आणि पुन्हा 'जिनांचा पत्ता' काटून कार्यकारी समितीनं द्वि-राष्ट्र सिद्धान्त फक्त नाव वगळता स्वीकारला होता आणि निष्ठावान खान बंधूंचा त्याग करण्याची पूर्ण तयारी केली होती.

जनमतावर बहिष्कार टाकून खान बंधूंनी आपली प्रतिक्रिया नोंदवली. 'इस्लाम'च्या समोर पराभव होणार हे माहीत असण्याबरोबरच अशा प्रकारच्या स्पर्धेमुळे हिंसाचार बोकाळण्याच्या धोक्याचीही त्यांना जाणीव होती. त्यांच्या निवडीला पाठिंबा व्यक्त करत गांधींनी नवीन उद्दिष्ट गाठण्यासाठी खान बंधूंचे हात बळकट करण्याचे प्रयत्न केले : ते म्हणजे, १४ ऑगस्ट रोजी अस्तित्वात येणाऱ्या पाकिस्तानी संघराज्यातील पख्तुनांची स्वायत्तता आणि भारत १५ ऑगस्ट रोजी स्वतंत्र होणार होता.

वेदना आणि सुधारणा

बिहार आणि दिल्लीला उन्हाळा घालवताना, पंजाबचा विचार करताना आणि मे महिन्यात कलकत्त्याचा दौरा करताना गांधींचं मन वेदनांनी होरपळत होतं. फाळणीमुळे हिंसा कमी नाही तर अधिकच होईल, असं त्यांना वाटत होतं. परंतु कार्यकारी समितीतील आणि मंत्रिमंडळातील त्यांच्या सहकाऱ्यांना मात्र अगदी उलट वाटत होतं. फाळणीचे तपशील ब्रिटिश सरकारच्या हस्तक्षेपाविना काँग्रेस आणि लीगमध्ये आपसांत ठरवले जावेत, असं गांधींना वाटत होतं; परंतु त्यांच्या सहकाऱ्यांचं मत तसं नव्हतं. गांधींचा हुकमी 'जिना पत्ता' धुडकावून लावल्यावर ते भारतासाठी मोठं सैन्यदल उभारण्यासाठी आणि मोठ्या प्रमाणात औद्योगिकीकरण करण्यासाठी सज्ज झाल्यासारखे दिसत होते. चरखा विस्मरणात गेला होता.

अनेक आघाड्यांवर ते नाकारले गेले होते. ५ जून रोजी दिल्लीत झालेल्या प्रार्थनासभेत ते म्हणाले, *''मला अग्निकुंडात फेकून दिलं आहे आणि माझं हृदय जळत आहे, असं मला वाटतं. हे सगळं घडत असतानाही मी अजून जिवंत का आहे, हे एक ईश्वरच जाणे!''* पण आपण एकटेच बरोबर होतो, हे सिद्ध करण्यासाठी स्वत:ची आहुती देऊन मृत्यूला कवटाळण्याचा त्यांचा कोणताही उद्देश नव्हता.

'मला खूप मोठं काम करायचं आहे', त्यांनी दावा केला आणि त्यांना वाटलं की, आपल्याला योग्य मार्ग दिसत आहे, आपली सूक्ष्मदृष्टी, आतला आवाज महत्त्वाचा असल्याची जाणीव त्यांना झाली. त्यांना १ जून रोजी पहाट होण्यापूर्वीच्या प्रहरात नेहमीपेक्षा लवकर जाग आल्यावर ते आपल्या एकटेपणावर विचार करत होते. मनूनं त्यांचे शब्द नोंदवून ठेवले :

मी आज अगदी एकटा आहे. माझं परिस्थितीचं आकलन चुकीचं आहे

असं अगदी सरदार आणि जवाहरलाललासुद्धा वाटतं आणि फाळणीवर एकमत झाल्यानंतर शांतता पुन्हा प्रस्थापित होईल, असं त्यांना वाटतं... फाळणी झाली तरी ती ब्रिटिशांच्या हस्तक्षेपामुळे किंवा ब्रिटिशांच्या सत्तेखाली होऊ नये, असं मी व्हाइसरॉयना सांगितलेलंही त्यांना आवडलं नाही. माझा मेंदू वयोमानामुळे काम करत नाही किंवा माझी स्थिती वयानुसार खालावत तर चालली नाही ना अशी, त्यांना शंका आहे...
पण, मी अगदी एकटा असूनसुद्धा, कसं ते माहीत नाही, मला आंतरिक आनंदाचा अनुभव येत आहे आणि माझं मन ताजंतवानं आहे. ईश्वर स्वत: माझ्या मार्गावर मला प्रकाश दाखवत आहे, असं मला वाटतंय आणि कदाचित म्हणूनच मी एकहाती लढा देऊ शकत आहे.
मी निवृत्त होऊन काशीला किंवा हिमालयात जावं, असा सल्ला मला लोक आता देतात. मी हसतो आणि त्यांना सांगतो की, जिथे दु:खं दूर करता येतील, जुलूम नष्ट करता येईल तिथे प्रायश्चित्त घेण्यासाठी माझा हिमालय आहे.
जोवर भारतात एक जरी पुरुष किंवा स्त्री, तरुण किंवा वृद्ध जीवनावश्यक गोष्टींपासून, म्हणजे सुरक्षिततेची भावना, वस्त्रं, शिक्षण, अन्न आणि पुरेसा निवारा अशी मानवतेला साजेशी जीवनशैली यापासून वंचित आहे तोपर्यंत मी विश्रांती घेऊ शकत नाही...
कदाचित ते सगळे बरोबर असतील आणि मी एकटाच अंधारात चाचपडत असेन.

शेवटचं वाक्य ही गोंधळाची दिलेली कबुली नाही; तर सहकाऱ्यांना मारलेली कोपरखळी होती.

शेवटच्या क्षणीची लढाई? : *'शेवटी मी एक जुगारी आहे'*, ४ जून रोजी ते स्वत:लाच म्हणाले. अराजकाची चिंता न करण्याची तयारी करून, ३ जूनच्या योजनेविरुद्ध संभाव्य लढ्यासाठी कुणी सहकारी किंवा कुठली मदत मिळते का, हे चाचपायला त्यांनी सुरुवात केली. परंतु काही आश्वासक चिन्हं दिसेनात. काही समाजवादी जसे खरोखरच विरोधात उभे ठाकायला तयार होते, तसेच उत्तर प्रदेशातील पुरुषोत्तमदास टंडन यांच्यासारखे हिंदू राष्ट्रवादी, सिंधमधील हिंदू राजकारणी आणि वर्षानुवर्षं लीगला विरोध करणारे उत्तर भारतातील काही मुस्लीम नेतेही तयार होते. पण या घटकांमुळे पुरेसा सशक्त गट तयार होत नव्हता. शिवाय त्यांच्यामध्ये समान सूत्रं फार थोडी होती आणि त्यांतील काहींचे गांधींशी तीव्र मतभेद होते. 'प्रेम आणि शत्रुत्व एकत्र कसं नांदणार?' त्यांनी ९ जून रोजी विचारलं. संभाव्य

पाकिस्तानमधील नागरिक 'आपले' लोक आहेत, असं गांधी मानत होते आणि त्यांना गमावण्याची गांधींना इच्छा नव्हती. दुसरीकडे, हिंदू राष्ट्रवाद्यांचा विरोध प्रदेश गमावण्याला होता, त्यातील मुस्लीम रहिवाशांच्या निष्कासनाला नव्हता.

सुऱ्हावर्दी आणि सरत बोस यांचा समावेश असलेल्या बंगालच्या प्रमुख नेत्यांच्या गटानं एकत्रित आणि स्वतंत्र बंगालच्या दृष्टीनं प्रयत्न सुरू केले होते. नेहरू, पटेल आणि कार्यकारी समितीनं, तशीच बंगाल काँग्रेसमधील अनेकांनी व हिंदू महासभेच्या श्यामाप्रसाद मुखर्जींनीही ती कल्पना फेटाळून लावली; पण गांधी त्याबाबत विचार करायला तयार होते.

मे महिन्यात त्यांनी बंगालला भेट देऊन, सुऱ्हावर्दी आणि त्यांच्या सहकाऱ्यांशी प्रदीर्घ चर्चा केल्या आणि मुख्यमंत्र्यांसमोर लेखी स्वरूपात एक लक्षणीय प्रस्ताव मांडला :

१३ मे : फाळणीच्या बाबतीत बंगालमधल्या परिस्थितीचं गांभीर्य मी ओळखतो. तुम्ही तुमच्या उघडपणे केलेल्या वक्तव्याबाबत पूर्णत: प्रामाणिक असाल आणि तुमच्याबद्दल माझ्या मनात कोणताही संशय नाही, अशी तुमची खात्री असेल आणि हिंदू असोत वा मुस्लीम, तुम्ही तुमचा बंगाल बंगाल्यांसाठी राखू इच्छीत असाल... तर मी तुमचा मानद खाजगी सचिव म्हणून काम करायला आणि हिंदू व मुस्लीम भावाभावांप्रमाणे राहायला लागेपर्यंत तुमच्या आश्रयानं राहायला मनापासून तयार आहे.

एक 'वेडा प्रस्ताव' असं संबोधून सुऱ्हावर्दींनी त्याकडे दुर्लक्ष केलं. त्यानंतर स्वतंत्र बंगालच्या प्रकल्पाकडे गांधींनी सावधगिरीनं बघितलं. अंतरिम सरकारमध्ये लीगनं मंडल यांचं नामनिर्देशन केल्याची आठवण होऊन, गांधींना मुस्लीम लीग आणि त्या प्रांताच्या काही दलित नेत्यांमध्ये समझोता होऊन संपूर्ण बंगाल पाकिस्तानात जाण्याची भीती वाटायला लागली. त्याउलट, जिनांना मात्र अखंड बंगाल भारतात सामील होण्याची भीती वाटत होती. काँग्रेसकडून, गांधी किंवा जिनांकडून कोणताही पाठिंबा न मिळाल्यामुळे आणि बंगालमधूनही अत्यंत थोडा पाठिंबा मिळाल्यानं, ही योजना बारगळली.

फाळणीविरुद्ध गांधींनी आमरण उपोषण केलं नाही, म्हणून अनेक हिंदू टीकाकारांनी त्यांच्यावर हल्ला चढवला. अशा प्रकारचं उपोषण पाकिस्तान होण्याला रोखू शकेल, अशी त्यांची अपेक्षा नव्हतीच; पण सात वर्षांपूर्वी (१९४० साली सप्टेंबर महिन्यात) 'आधी माझे तुकडे करा आणि मग भारताचं विभाजन करा', हे गांधींनी केलेलं विधान त्या टीकेमागील कारण होतं. पाकिस्तान अस्तित्वात येणार होतं, म्हणून गांधींनी नाहीसं व्हावं, अशी त्यांची इच्छा होती. या भावनेला ९ जूनच्या

प्रार्थनासभेत उत्तर देताना गांधी म्हणाले :

एवढ्यात मला माझ्यावर हल्ला करणारी अनेक पत्रं मिळत आहेत.
देशाचं विभाजन म्हणजे माझ्या शरीराचं विभाजन, हे माझे शब्द किती
पोकळ होते, हे माझा एखादा मित्र मला दाखवून देतो... देशाचं विभाजन
होता कामा नये, असं मी जेव्हा म्हणालो तेव्हा जनतेचा मला पाठिंबा
असेल, असा विश्वास मला होता. परंतु जनमत माझ्याविरुद्ध असल्याचं
दिसलं, तरीही मी माझी स्वत:ची मतं लोकांवर लादायची का?... मी
बाजूला होणं आणि माघार घेणंच योग्य आहे.

१९४७ साली, मुस्लीम राष्ट्राची लीगची मागणी पुढे आल्यावर मुस्लिमेतर प्रदेशाची
मागणी पंजाबच्या हिंदू व शिखांनी, त्याचप्रमाणे बंगालच्या अनेक हिंदूंनी केली.
विभाजनाला प्राधान्य देणाऱ्या विस्तृत जनमताला आमरण उपोषण करून विरोध
दर्शवावा, अशी गांधींची इच्छा नव्हती.

अखिल भारतीय काँग्रेस समितीचा पाठिंबा : पूर्वीइतके नसले तरी
भारतीय जनतेबरोबर गांधींचे बंध दृढ असल्याची जाणीव काँग्रेस नेतृत्वाला होती;
त्यामुळे गांधींची संमती अधिकृतपणे आणि सार्वजनिकरीत्या जाहीर करावी अशी
त्या नेतृत्वाची इच्छा होती. ३ जूनच्या योजनेला कार्यकारी समितीनं दिलेल्या
स्वीकृतीवर शिक्कामोर्तब करण्यासाठी बोलवलेल्या अखिल भारतीय काँग्रेस समितीच्या
बैठकीला १४-१५ जून रोजी गांधींनी उपस्थित राहावं, अशी विनंती त्यांना नेहरू
व अध्यक्ष कृपलानींनी केली. नेत्यांना विरोध करण्याची ताकद त्यांच्यात आहे का,
असा प्रश्न त्या बैठकीत गांधींनी समितीच्या टीकाकारांना विचारला.

देशाच्या विभाजनामुळे माझ्याइतका दुसरा कुणीही दुखावला गेला नसेल
आणि माझ्याइतका दु:खी दुसरा कुणी नसेल...
कार्यकारी समिती चुकीची आहे, असं वाटत असेल तर तुम्ही तिला
हटवलं पाहिजे, तुम्ही बंड करून सगळी सत्ता हस्तगत केली पाहिजे.
तुमच्यात जर ती शक्ती असेल, तर तसं करण्याचा तुम्हाला पूर्ण
अधिकार आहे. पण ती शक्ती मला आज आपल्यात दिसत नाही.
तुमच्यात ती असती, तर मी पण तुमच्याबरोबर आलो असतो आणि
माझ्यात पुरेशी ताकद असती, तर मी एकट्यानंच बंडाचा झेंडा उभारला
असता. पण, असं करण्यासारखी परिस्थिती मला आज दिसत नाही...

'आम्ही बंड करायला तयार आहोत' किंवा 'तुम्ही पुढे व्हा, मग आम्ही लढू', असं
प्रतिनिधी जर म्हणाले असते, तर गांधींनी आपला प्रतिकार न करण्याचा पवित्रा
बदलला असता? परंतु, अशा घोषणा झाल्या नाहीत, गांधींनीही तशी अपेक्षा केली

नव्हती. ते पुढे म्हणाले :

आता जेव्हा सरकार बनवण्याची जबाबदारी आमच्यावर येऊन पडली आहे, तेव्हा आम्ही ती आनंदानं स्वीकारली आहे आणि त्यासाठी आम्ही आमच्यातील सर्वोत्तम कार्यकर्त्यांची निवड केली आहे. तिथे त्यांना काही गुंतागुंतीच्या समस्यांना तोंड द्यावं लागणार आहे. आपल्या लाखो देशबांधवांच्या भल्याचा विचार त्यांना करावा लागणार आहे.

अर्थातच, मी त्यांच्यावर टीका करतो. पण त्यानंतर काय? त्यांच्यावर असलेलं ओझं मी घेणार आहे का? मी नेहरू किंवा सरदार किंवा राजेंद्र प्रसाद होणार आहे का?...

वाइटातून चांगलं बाहेर येतं त्याची आठवण करून देण्यासाठी त्यांनी रामायणाचा दाखला दिला; परंतु त्याबरोबरच आपण स्वतःही बाहेर फेकलो गेलो, 'वनवासी' झालो असल्याचं त्यांनी सूचित केलं– आणि त्या 'वनवासात' राहूनच ते दुर्वर्तन आणि दुष्टपणाच्या रावणाशी लढत देणार होते :

रामाच्या वडिलांना वेड लागलं आणि त्याची आई मूर्खासारखं वागल्याने त्याला वनवासाला जावं लागलं; अयोध्येची जनता शोकात बुडाली; पण अखेरीस या सगळ्या गोष्टींचा शेवट उत्तम झाला... तो प्रत्यक्षात दहा डोक्यांचा रावण नव्हता तर... अधर्मरूपी रावण होता... वनवासात असलेल्या रामानं त्याला मारलं आणि धर्माचं रक्षण केलं. आपल्याला आज हे असं करायचं आहे...

मी पराभवानं खचून जाणारा माणूस नाही. लहानपणापासून आयुष्यभर मी लढतच आलो आहे आणि वाइटातून चांगलं काढण्यासाठीच माझा संघर्ष आहे... आपण चिखलातूनसुद्धा सोनं आणि हिरे काढले पाहिजेत.

काही हिंदू राष्ट्रवाद्यांनी पाकिस्तानच्या निर्मितीबद्दल नाराजी दाखवली असली तरी मोठ्या संख्येनं मुस्लीम भारतापासून अलग होणार आहेत याचा त्यांना मनोमन आनंदच झाला आहे, याची आपल्याला जाणीव असल्याचं सांगून ते पुढे म्हणाले :

म्हणूनच, जर या बैठकीला उपस्थित असलेले हिंदू असा दावा करत असतील, की भारत आमचा देश आहे आणि त्यात हिंदूंना उच्च दर्जा मिळावा, तर काँग्रेसनं चूक केली नाही असा त्याचा अर्थ होईल आणि तुम्हाला जे मनोमन वाटतं तेच कार्यकारी समितीनं केलं, असं म्हणावं लागेल...

दहा मिनिटांपेक्षाही कमी वेळ चाललेलं हे भाषण त्यांच्याहून तरुण सहकाऱ्यांच्या भाषणापेक्षा भविष्याचा अधिक वेध घेणारं होतं. स्वतंत्र, पण छाटल्या गेलेल्या भारतापुढे तातडीनं उभ्या असलेल्या तीन आव्हानांचा उल्लेख त्या वृद्ध सेनानीनं केला : हिंदू-मुस्लीम संबंध, जाति-जमातींमधील भेद आणि संस्थानांचा प्रश्न. ते म्हणाले :

आपल्या वाट्याला आलेल्या तीनचतुर्थांश देशात हिंदुत्वाची कसोटी लागणार आहे. खऱ्या हिंदुत्वाची उदारता तुम्ही दाखवलीत, तर जगाच्या पसंतीला तुम्ही उतराल. जर दाखवली नाहीत, तर मुस्लीम आणि हिंदू ही दोन वेगळी राष्ट्रं असल्याचा श्री. जिनांचा सिद्धान्त तुम्ही सिद्ध करून दाखवलात, असं म्हणावं लागेल...

आणि अस्पृश्यांचं काय?... 'अस्पृश्य' कुणीच नाहीत, आदिवासी कुणी नाहीत, असं जर तुम्ही म्हणाल, तर तुमचंच अस्तित्व धोक्यात येईल. परंतु तुम्ही जर सवर्ण आणि अवर्ण हा भेद काढून टाकलात, तुम्ही आदिवासींना, शूद्रांना आणि 'अस्पृश्यां'ना समान वागणूक दिलीत, तर वाइटातून काहीतरी चांगलं बाहेर येईल...

काही संस्थानांना भारतापासून वेगळं व्हायचं आहे... ही गंभीर बाब आहे... ज्या प्रकारे त्यांनी ब्रिटिश सरकारला महत्त्व दिलं, तसंच त्यांनी जनतेलाही प्राधान्य द्यायला हवं...

नेहरू, पटेल आणि मंडळी 'आमचे सर्वोत्तम कार्यकर्ते' आहेत, या भावनेव्यतिरिक्त त्यांच्याशी गांधींचा अर्थातच एक भावनिक बंध जुळलेला होता. तीन दशकांच्या प्रदीर्घ कालावधीत एकत्र भोगलेले कष्ट, तुरुंगवास, आनंद आणि दुःख यामुळे तो बंध अधिकच दृढ झालेला होता. *"जवाहर आणि सरदार यांच्या प्रेमापोटी मला बऱ्याचशा गोष्टी कराव्या लागतात. त्यांनी प्रेमाच्या साखळदंडांनी मला जखडून टाकलं आहे"*, असं ते २२ जुलै रोजी म्हणाले. गांधींच्या हाकेला धावून जाताना त्या दोघांनी आणि इतरांनी मोठा त्याग केला होता. भेटायला आलेल्या परदेशी पाहुण्यांना २२ जुलै रोजीच ते म्हणाले :

जवाहर आणि त्याचे सहकारी वयाच्या मानानं वृद्ध दिसतात. सत्याग्रहाच्या लढ्यानं आणि सततच्या तुरुंगवासामुळे त्यांच्या आयुष्यातील वीस ते पंचवीस वर्षं कमी झाली आहेत.

सत्तेच्या आकांक्षेनं त्यांनी फाळणीचा स्वीकार केला, याची जाणीव असूनही गांधींनी कधीच आपल्या 'मुलांना' त्यांच्या तीस वर्षांच्या एकनिष्ठ सेवेबद्दल मिळालेले मानसन्मान स्वीकारायला आडकाठी केली नाही; पण हे मुकुट काटेरी होते, ही गोष्ट

त्यांना माहीत होती.

अखिल भारतीय काँग्रेस समितीच्या बैठकीत नेहरू, पटेल, आझाद, पंत आणि अध्यक्ष कृपलानींनी आपल्या ३ जूनच्या योजनेच्या स्वीकृतीचं समर्थन केलं. आपण १९४२ साली अशीच योजना बनवली होती, हे सांगण्याचा मोह रोखून धरत सी.आर. गप्प राहिले.

कार्यकारी समितीच्या निर्णयाला पाठिंबा देण्यासाठी मांडलेल्या ठरावाला टंडन यांनी, त्याप्रमाणेच सिंधच्या चोईथराम गिडवानी यांनी विरोध केला. मुस्लीम-बहुसंख्याक प्रदेशातील हिंदूंनी 'सरतेशेवटी केलेल्या त्यागा'बद्दल त्यांनी केलेल्या वक्तव्यांमुळे अनेकांच्या डोळ्यांत पाणी आलं. जातीयवादापुढे शरणागती पत्करली असल्याची टीका मौलाना हिफझुर रहमान आणि डॉ. सैफुद्दीन किचलू यांनी केली.

१५७ विरुद्ध २७ मतांनी ठराव मंजूर झाला, ३२ जण तटस्थ राहिले. 'काँग्रेसमधील माझ्या चाळीस वर्षांच्या कारकिर्दीत श्रद्धांजलीच्या ठरावाव्यतिरिक्त संपूर्ण शांततेत मंजूर करण्यात आलेला हा पहिलाच ठराव होता', अशी नोंद   एन. व्ही. गाडगीळ या प्रतिनिधीनं केली.

नवीन कामगिरी

आपल्यासमोर असलेली 'ही प्रचंड कामगिरी' गांधी कशी हाताळणार किंवा त्यांनी कुठे स्थायिक व्हावं, हे पुरेसं स्पष्ट नव्हतं. गांधींचा सल्ला कधीच फारसा न रुचणाऱ्या नेहरू आणि पटेलांनी त्यांना दिल्लीत राहण्याचा आग्रह केला. त्यांच्या इच्छा नाकारण्याची इच्छा नसलेले गांधी तरीही दिल्लीला आपलं घर मानण्याच्या बाबतीत सावध होते.

उन्हाळ्यातील बरेच आठवडे त्यांनी बिहार व कलकत्त्यात घालवले. १५ मे रोजी पाटण्यात, शस्त्रक्रिया करताना चढवण्याचा मास्क लावून त्यांनी मनूवर झालेली अपेंडिसायटिसची शस्त्रक्रिया पाहिली– तेवीस वर्षांपूर्वी गांधींवर अशाच प्रकारची शस्त्रक्रिया झाली होती. मनू लवकरच त्यातून सावरली आणि गांधी हिंदी किंवा गुजरातीतून सांगत असलेली पत्रं लिहून घ्यायला आणि त्यांची सार्वजनिक ठिकाणी केलेली भाषणं उतरवून घ्यायला तिनं सुरुवात केली.

बोस बिहारहून कलकत्त्याला परत गेल्यामुळे आणि बराच काळ प्यारेलाल नौखालीत असल्यामुळे सचिव म्हणून तिची ही भूमिका महत्त्वाची होती. देव प्रकाश नायर (प्यारेलाल यांचे चुलतभाऊ) गांधींच्या इंग्रजी पत्रलेखनात मदत करायचे. या काळात काही दिवस सुशीलाही गांधींच्या वैयक्तिक मदतनिसांपैकी एक होती, तशीच जुलै महिन्यापासून आभा होती आणि काही दिवसांनी काका कालेलकरांनी पाठवलेले शिवबालक बिसेन त्यांच्यात सामील झाले.

तत्पूर्वी, मार्च महिन्याच्या मध्यावर दोन जण पाटण्यात येऊन दाखल झाले, गांधींच्या यज्ञामुळे अस्वस्थ झालेल्या त्यांच्या सहकाऱ्यांच्या वतीनं त्यांच्याशी बोलायला ते आले होते. तो यज्ञ फेब्रुवारीच्या अखेरीस स्थगित करण्यात आला होता. त्या दोन जणांपैकी एक होते मश्रूवालांचे गुरू केदारनाथ कुलकर्णी किंवा नाथजी आणि दुसरे, साबरमतीपासून गांधींचे अत्यंत निकटचे आणि सुरुवातीच्या काळातील सहकारी स्वामी आनंद. कुलकर्णी आणि आनंद यांच्याशी प्रदीर्घ बोलणी करूनही गांधींनी कोणतीही चूक असल्याचं मान्य केलं नाही. ते त्यांना म्हणाले :

> *तुम्हाला वाटतो तितका मी गाळात रुतलेलो नाही. सत्य, अहिंसा, चोरी न करणं, इत्यादींच्या बाबत एखादी चूक ही तुम्ही फारशी गांभीर्यानं घेत नाही, असं दिसतं. पण ब्रह्मचर्याच्या बाबतीत घडलेली काल्पनिक चूक मात्र तुम्हाला पूर्णपणे उद्ध्वस्त करते. ब्रह्मचर्याचा असा अर्थ माझ्या दृष्टीनं संकुचित, पुच्छगामी अपकर्णी आणि प्रतिगामी आहे. माझ्यासाठी सत्य, अहिंसा आणि ब्रह्मचर्य हे सगळे आदर्श समान आहेत.*

निराश आणि दु:खी मनानं ते दोघं जिथून आले होते, तिथे परत निघून गेले. २९ एप्रिल रोजी गांधी मनूला म्हणाले :

> *मी ईश्वराच्या आणि सत्याच्या जवळ पोचलो आहे, असं मला खरंच वाटतं. मी त्याच्यामुळे माझ्या काही जवळच्या मित्रांना दुरावलो; पण मला त्याचं वाईट वाटत नाही. ईश्वराच्या जास्त जवळ गेल्याची ती माझ्यासाठी खूण आहे. त्यामुळेच मी प्रत्येकाशी मोकळेपणानं बोलू शकतो आणि लिहू शकतो. मी घेतलेल्या अकरा शपथा यशस्वीपणे पाळल्या आहेत. गेल्या साठ वर्षांच्या माझ्या प्रयत्नांचं हे फळ आहे. तू त्यातील एक साधन ठरली आहेस.*

'महानतेचा मार्ग' असं ज्याचं वर्णन करता येईल, असं ब्रह्मचर्य हे गांधींच्या दृष्टीनं बालपणीची निरागसता परत मिळवण्याचं एक साधन होतं. स्वर्गाचं राज्य प्राप्त करण्यासाठी खोजांना येशूनं केलेल्या आवाहनाच्या धर्तीवर गांधींनी केलेला तो लैंगिकतेचा त्याग होता. त्यांच्याभोवती घडत असलेल्या अनन्वित अत्याचारांना दिलेला एक प्रतिसाद, या दृष्टीनंही त्याकडे पाहिलं गेलं आणि त्या अत्याचारांचा प्रतिकार करण्याचं एक शस्त्र अशी गांधींनी ब्रह्मचर्य-पालनाकडून अपेक्षा केली. गांधींचे त्याग हे 'धक्कादायक', पण तरीही 'प्रभावी' असल्याचं मत नोंदवून एका युरोपियन विद्वानानं, जे. सी. हीस्टरमन यांनी, गांधींबद्दल 'प्रस्थापित व्यवस्थेला धक्का देणारा एक मतभिन्नता असणारा आदर्श माणूस', असं लिहिलं आहे. 'ज्या

मूल्यांचं ते प्रतिनिधित्व करतात, त्यांचं बाह्य स्वरूप म्हणजे त्यांचा हा धक्का देण्याचा गुणधर्म होय.'

उन्हाळ्याच्या शेवटी– बहुधा जून किंवा जुलै महिन्यात– गांधींनी स्थगित केलेला प्रयोग पुन्हा सुरू केला. मनू ही त्यातील एकमेव साथीदार होती.

८ जून रोजी गांधींनी कस्तुरबांबद्दल काढलेले उद्गार मनूनं लिहून ठेवले. दक्षिण आफ्रिकेहून भेटायला आलेल्या एक अनामिक नातेवाइकाशी, बहुधा मणिलालची मुलगी सीता हिच्याशी– बोलताना ते काढले होते :

बा माझ्यापेक्षा दुबळी कधीच नव्हती; खरं पाहता ती जास्त कणखर होती. मला तिचं सहकार्य मिळालं नसतं, तर मी बुडालोच असतो. त्या अशिक्षित बाईनं अत्यंत कडकपणे वागून आणि माझे डोळे उघडे ठेवून माझ्या शपथा पाळायला मदत केली. त्याचप्रमाणे राजकारणातसुद्धा तिनं मोठं धैर्य दाखवलं आणि सगळ्या चळवळींमध्ये भाग घेतला...

ती अतिशय धार्मिक वैष्णव होती. तुळशीची पूजा ती करायची, धार्मिक दिवस पाळायची आणि तिनं तिच्या अखेरपर्यंत गळ्यात पवित्र मण्यांची माळ घातली. मी ती माळ लक्ष्मीला दिली आहे. देवदासच्या ताराइतकंच आणि मनूइतकंच प्रेम तिनं त्या हरिजन मुलीवर केलं.

नरसी मेहतांनी त्यांच्या भजनात वर्णन केल्याप्रमाणेच एका वैष्णवाची ती जिवंत प्रतिमा होती. मी आज जो काही आहे, तो तिच्यामुळेच आहे... १९४३ सालच्या उपवासाच्या वेळी... मी अगदी मृत्यूच्या दारात उभा होतो; पण ती कधीही रडली नाही किंवा तिनं धीर सोडला नाही. उलट, इतरांना धीर देत राहिली आणि देवाची प्रार्थना करत राहिली. मला आजही तिचा चेहरा स्पष्टपणे दिसतो.

राष्ट्राचा दलित प्रमुख : दलितांच्या प्रश्नावर गांधींनी एक सशक्त, प्रतीकात्मक खेळी करण्याचा प्रस्ताव मांडला : स्वतंत्र भारताचा राष्ट्रपती म्हणून दलित स्त्रीची किंवा पुरुषाची नियुक्ती करायची. धर्मावरून झालेल्या ध्रुवीकरणाप्रमाणे जातीवरून विनाशकारी ध्रुवीकरण होण्याआधीच ते नष्ट करण्याचा त्यांचा हेतू होता.

मे महिन्याच्या अखेरीस, सेवाग्राम आश्रमाच्या स्थापनेपासून तिथे असलेल्या एका आंध्रच्या प्रतिभावान दलिताचा, चक्रय्याचा मृत्यू झाला. चक्रय्याकडून गांधींना बऱ्याच आशा होत्या. "तो गेल्यामुळे मला रडावंसं वाटतंय, पण मी रडू शकत नाही." ते म्हणाले. "मी कुणासाठी रडावं आणि कुणासाठी रडू नये?" ते पुढे म्हणाले. २ जून रोजी प्रार्थनासभेत ते बोलले :

प्रजासत्ताकाचा पहिला राष्ट्रपती निवडण्याची वेळ भारतावर लवकरच

येणार आहे. चक्रय्या जर हयात असता, तर मी त्याचं नाव सुचवलं असतं.

६ जून रोजी राजेंद्र प्रसादांशी बोलताना त्यांनी तो विचार पुन्हा बोलून दाखवला, प्रमुख नेत्यांनी सरकारमध्ये सामील होऊ नये, असंही त्यांनी त्या वेळी सुचवलं :

> सगळेच नेते जर सरकारमध्ये सामील झाले, तर लोकांशी मोठ्या प्रमाणावर संबंध ठेवणं अवघड होऊन बसेल... त्यामुळेच मी माझ्या प्रार्थनेनंतरच्या भाषणातही असं सुचवलं, की चक्रय्यासारखा एखादा हरिजन किंवा एखादी हरिजन मुलगी भारताची पहिली राष्ट्रपती बनावी आणि जवाहरलालनं पंतप्रधान बनावं... प्रांतीय स्तरावरही अशीच योजना असावी...

तीन आठवड्यांनंतर त्यांनी ती कल्पना पुन्हा मांडली :

> २७ जून :
>
> मला विचाराल तर मी भारताची राष्ट्रपती म्हणून एखादी सद्वर्तनी आणि शूर भंगी मुलगी निवडेन. सतरा वर्षांची इंग्रजी मुलगी जर ब्रिटिशांची राणी आणि नंतर भारताची महाराणी होऊ शकते, तर आपल्या लोकांविषयी भरपूर प्रेम असणारी आणि शुद्ध चारित्र्याची भंगी मुलगी भारतीय प्रजासत्ताकाची पहिली राष्ट्रपती न बनण्याला काहीच कारण असू शकत नाही...
>
> त्या पदावर एका हरिजन मुलीची निवड करून आपण... जगाला दाखवून देऊ, की भारतात कुणीही उच्च-नीच नाही... ती सीतेसारखी पवित्र हवी आणि तिच्या डोळ्यांतून प्रकाश पाझरायला हवा... आपण सगळे तिला सलाम करू आणि जगासमोर एक उदाहरण ठेवू. शेवटी, तिला काही भारताचं सरकार चालवायचं नाही. तिच्यासोबत मंत्रिमंडळ असेल आणि त्यांच्या सल्ल्यानुसार ती वागेल. ती फक्त कागदपत्रांवर सह्या करेल.
>
> माझ्या स्वप्नातली अशी एखादी मुलगी जर राष्ट्रपती झाली, तर मी तिचा सेवक होईन आणि माझ्या उदरनिर्वाहाचा खर्च करण्याची अपेक्षाही मी सरकारकडून करणार नाही. मी जवाहरलाल, सरदार पटेल आणि राजेंद्रबाबूंना तिचे मंत्री आणि पर्यायानं तिचे सेवक करेन.

मुख्य गुण म्हणून पावित्र्याकडे बोट दाखवून आणि विविध दलित गटांमधून 'भंगी' जातीची निवड करून गांधींनी त्यांचा आधीपासून मनात असलेला कल उघड केला आणि पुन्हा एकदा (सुऱ्हावर्दींच्या संदर्भात घडलं तसं) सेवक होण्याची इच्छा बोलून दाखवली, हे लक्षात घेण्यासारखं आहे.

राष्ट्राचा प्रमुख दलित असावा, या त्यांच्या मूलगामी सूचनेचा विचार झाला नाही; कारण नेहरू, पटेल आणि मंडळींचा इरादा माउंटबॅटन यांनाच गव्हर्नर-

जनरलपदी कायम ठेवण्याचा होता. (स्वातंत्र्यानंतर भारत ब्रिटिश राष्ट्रकुलातच राहील, असं गांधींच्या संमतीनं काँग्रेसनं ठरवलं होतं आणि जिनांनीही पाकिस्तानसाठी तेच ठरवलं होतं.)

राजेसाहेबांचा भाऊ गव्हर्नर-जनरल पदावर राहिला, तर संस्थानं भारताची निवड करण्याची शक्यता अधिक होती, असा विचार नेहरू आणि पटेलांनी केला होता. माउंटबॅटन यांच्या कायम राहण्याला गांधींनी सहमती दर्शवली– 'कारण आपल्याला संस्थानिकांशी वाटाघाटी करायच्या आहेत.' पण पुढे ते म्हणाले की, 'जेव्हा लोकशाही शासन स्थापन होईल, तेव्हा राष्ट्राचं प्रमुखपद 'अस्पृश्या'ला देता येईल.'

काही सर्वज्ञात नेत्यांनी सरकारमध्ये सामील होऊ नये, ही त्यांची विनंतीही नाकारण्यात आली, परंतु पूर्वी गांधींनी आंबेडकरांविषयी केलेली सूचना नेहरू आणि पटेलांनी मान्य केली; १९४०च्या दशकाच्या मध्यावर ते व्हाइसरॉयच्या कार्यकारी मंडळाचे एक सदस्य होते.

आंबेडकरांचे एक चरित्रकार सी. बी. खैरमोडे १९४६ सालच्या डिसेंबर महिन्यात आंबेडकर आणि म्युरिएल लेस्टर या गांधींच्या स्नेह्यांमध्ये झालेल्या संभाषणाचा संदर्भ देतात. लेस्टर या गांधींच्या स्नेही आणि गोलमेज परिषदेच्या वेळी लंडनमधल्या गांधींच्या यजमानीण होत्या. त्या परिषदेत आंबेडकर आणि गांधींमध्ये तीव्र मतभेद झाले होते. लेस्टर यांनी आंबेडकरांना सांगितलं की, काँग्रेसनं आंबेडकरांचा केंद्रीय मंत्रिमंडळात समावेश करावा आणि त्यांच्या बुद्धिमत्तेचा व नेतृत्वगुणांचा फायदा करून घ्यावा, यावर गांधींचा कटाक्ष होता.

खैरमोडेंच्यानुसार, आंबेडकरांचा प्रतिसाद उत्साहवर्धक होता. तो लेस्टर यांनी गांधींपर्यंत पोचवला. स्वतंत्र भारताच्या पहिल्या मंत्रिमंळात आंबेडकरांना आमंत्रित करावं, अशी सूचना मग गांधींनी नेहरू व पटेलांना केली. त्या दोघांनी त्याप्रमाणे १९४७ साली जुलै महिन्याच्या अखेरीस आमंत्रण पाठवलं. ते स्वीकारून आंबेडकर भारताचे कायदामंत्री झाले, घटना तयार करण्याच्या समितीचे अध्यक्ष झाले आणि घटना विधेयकाचं कायद्यात रूपांतर करायला त्यांनीच पुढाकार घेतला. आमंत्रण आणि स्वीकार या दोन्ही कृती शहाणपण आणि औदार्य यांच्या निदर्शक होत्या.

२६ जुलै रोजी सईद महमूद यांच्याशी बोलताना गांधींनी प्रतिभावान लोकांना, ते केवळ सरकारसाठी काय करीत होते या कारणासाठी नाकारण्याची चूक न करण्याबाबत मत व्यक्त केलं :

त्यांनी ब्रिटिश सरकारची सेवा केली म्हणून ते आमचे शत्रू झाले नाहीत...
ते मनानं देशभक्तच आहेत, हे कृपा करून लक्षात ठेवा... आपण जर

अशा लोकांचा सल्ला घेतला... तर ते त्यांची बुद्धिमत्ता प्रकट करतील.

अंतिम निर्णय नेहरू आणि पटेलांनी घेतले असले तरी, गांधींच्या सूचनांचा प्रभाव स्वतंत्र भारताच्या पहिल्या मंत्रिमंडळाच्या वैविध्यपूर्ण रचनेवर होता. पंतप्रधान होणाऱ्या नेहरूंव्यतिरिक्त आणि उपपंतप्रधानपद भूषवणाऱ्या पटेलांव्यतिरिक्त (या नवीन पदनिर्मितीच्या मागे गांधी असावेत), चौदा जणांच्या मंत्रिमंडळात खालील लोक होते–

एक स्त्री (राजकुमारी अमृत कौर),
दोन मुस्लीम (आझाद आणि जवाहरलाल यांचे उत्तर प्रदेशातील सहकारी रफी अहमद किडवई)
दोन 'अस्पृश्य' (आंबेडकर आणि जगजीवनराम),
दोन ख्रिश्चन (जॉन मथाय आणि अमृत कौर),
काँग्रेसचे दोन माजी (आणि भविष्यातील) शत्रू (आंबेडकर आणि हिंदू महासभेचे श्यामाप्रसाद मुखर्जी),
एक शीख (बलदेव सिंग),
एक पारशी (सी. एच. भाभा),
एक माजी सरकारी निष्ठावंत (आर. के. चेट्टी) आणि
काँग्रेसच्या बाहेरचे एकूण सात (त्यात अमृत कौर).
राजेंद्र प्रसादांना सरकारमध्येच ठेवण्यात आलं, पण सी.आर.ना बंगालचे राज्यपाल म्हणून कलकत्त्याला पाठवण्यात आलं.

संस्थान : ८ एप्रिलपासून, म्हणजे संस्थानांचा प्रश्न भारताचं रूपांतर 'युद्धभूमीत' करू शकतो, असं गांधी म्हणाले होते तेव्हापासून, गांधींचं तिकडे सतत लक्ष होतं. जाहीरपणे बोलताना आणि व्हाइसरॉयशी चर्चा करताना त्यांची भूमिका सातत्यानं हीच राहिली होती, की ब्रिटिशांचा अंमल संपल्यावर जनतेला सार्वभौमत्व प्राप्त व्हावं, सत्ताधीशांचा शब्द अंतिम प्रमाण मानण्यात येऊ नये. ते म्हणत होते :

३१ मे, नवी दिल्ली :
एखादा संस्थानिक निव्वळ मुस्लीम आहे, म्हणून त्याला पाकिस्तानात सामील होण्याचा हक्क प्राप्त होत नाही. आणि दुसरा एखादा सत्ताधारी हिंदू आहे, म्हणून तो काँग्रेसबरोबरच राहील, असं नाही. दोघांनाही जनमताचा मान ठेवावा लागेल.

हैदराबादच्या निजामाचा, जुनागढच्या नवाबाचा आणि काश्मीरच्या महाराजाचा विशेष उल्लेख करून ते एप्रिल आणि जून महिन्यात म्हणाले, *"आपलं भविष्य निवडण्याचा अधिकार या संस्थानांतील आणि इतर सर्व संस्थानांमधील लोकांना*

आहे; सत्ताधाऱ्यांना नाही.''

मुस्लीम बहुसंख्याक काश्मीरमध्ये त्या राज्यातील लोकप्रिय भारतधार्जिणे नेते शेख अब्दुल्ला आणि पाकिस्तानच्या बाजूनं असणारे काही घटक यांच्यातील संघर्षामुळे तिथला हिंदू सत्ताधीश हरिसिंग यांना स्वतंत्र होण्याची शक्यता वाटू लागली. नेहरूंबरोबर जवळचे संबंध असलेल्या अब्दुल्लांना हरिसिंग यांनी तुरुंगात टाकलं, तेव्हा आपण काश्मीरला– आपल्या पूर्वजांच्या प्रदेशात– जाऊ, असं जवाहरलाल यांनी जाहीर केलं.

नेहरूंच्या भेटीमुळे संघर्षाची ठिणगी पडण्याची शक्यता असल्यानं त्यांच्याऐवजी गांधींनी तिकडे जाण्याचा प्रस्ताव मांडला. ३१ जुलै आणि ६ ऑगस्टदरम्यान त्यांनी आपला एकमेव काश्मीर दौरा केला. याविषयी एका मित्राला त्यांनी लिहिलं (३० जुलै) :

माझ्या स्वतःच्या डोळ्यांनी काश्मीरच्या लोकांची परिस्थिती बघायला... मी काश्मीरला जात आहे. काहीही झालं तरी मला हिमालयाची एक झलक मिळेल. कुणाला माहीत, मी तिथे पहिल्यांदाच आणि शेवटचं जातोय का?

काश्मीरला निघण्यापूर्वी ते म्हणाले (२९ जुलै) :

भारतात किंवा पाकिस्तानात सामील व्हा, असं महाराजांना सुचवायला मी तिथे चाललो नाही. तो माझा उद्देश नाही... लोकांना भारतात सामील होण्याची इच्छा आहे की पाकिस्तानात, ते त्यांनाच विचारलं पाहिजे. त्यांना हवं ते करू द्यायला पाहिजे.

पंजाबमध्ये काही ठिकाणी, म्हणजे लाहोर, रावळपिंडीला आणि हिंदू व शीख निर्वासितांच्या छावण्या असलेल्या वाहला थांबत गांधी पुढे जाणार होते– शिवाय पुंजा साहिब गुरुद्वारालाही भेट देणार होते. काश्मीरमध्ये त्यांच्या प्रार्थनासभांना प्रचंड संख्येनं लोक येत होते. हरिसिंग व त्यांची पत्नी, हरिसिंग यांचे मुख्यमंत्री रामचंद्र काक आणि तुरुंगात असलेल्या अब्दुल्लांची पत्नी बेगम अब्दुल्ला यांची गांधींनी भेट घेतली. लोकांच्या इच्छेचा आदर राखला जाईल, अशी कबुली गांधींनी महाराजांकडून घेतली.

परतीच्या प्रवासात वाहला (निर्वासितांच्या मदतीसाठी तिथे सुशीलेला राहण्यास सांगण्यात आलं) गांधी म्हणाले की, 'संपूर्ण भारतात धोरणात्मक दृष्टीनं कदाचित काश्मीरला सर्वाधिक महत्त्व आहे.' ६ ऑगस्ट रोजी नेहरू आणि पटेलांना पाठवलेल्या चिठ्ठीत त्यांनी अब्दुलांचे सहकारी बक्शी गुलाम मोहम्मद यांनी केलेले विश्लेषण

उद्‌धृत केलं. 'अब्दुल्ला आणि तुरुंगातील त्यांच्या इतर सहकाऱ्यांना सोडलं, सर्व प्रकारची बंदी उठवली आणि मुख्यमंत्री काक यांना बदललं, तर लोकांचं स्वतंत्र मत काश्मीर भारतात सामील होण्याच्या बाजूनं पडेल', असं ते विश्लेषण होतं.

नागा लोकांचं एक प्रतिनिधी मंडळ ए. झेड. फिझो यांच्या नेतृत्वाखाली १९ जुलै रोजी गांधींना भेटलं आणि त्यांनी नागांच्या स्वतंत्र होण्याचा विषय काढला, तेव्हा संपूर्ण अलगीकरण शक्य नसल्याचं गांधींनी त्यांना सांगितलं. ते पुढे म्हणाले,

> *"संपूर्ण भारत जेव्हा ब्रिटिशांच्या टाचेखाली होता, तेव्हा मी स्वतंत्र होतो... वैयक्तिकरीत्या, तुम्ही सगळे माझे आहात, भारताचे आहात, असा माझा विश्वास आहे. पण तसे नाही, असं तुम्ही म्हणत असाल, तर तुमच्यावर कुणीही सक्ती करू शकत नाही."*

आँग सान हा बर्मीज (ब्रह्मदेशी) नेता आणि त्याचे अनेक सहकारी १९ जुलै रोजी मारले गेले. आँग सान यांनी बर्माला स्वातंत्र्याच्या दारात आणून उभं केलं होतं, याचा उल्लेख करून बुद्धभूमीत असं हत्याकांड व्हावं, या गोष्टीवर गांधींनी दुःख व्यक्त केलं. या बातमीनं भारतीय दहशतवाद्यांशी झालेल्या संभाषणांची आठवण गांधींना झाली; त्यांनी माझा सल्ला मानला नाही आणि आँग सान यांच्या मारेकऱ्यांप्रमाणेच आपल्या बळींना ते गुन्हेगार समजत; पण स्वतःला मात्र कधीच गुन्हेगार मानत नसत.

हिंदू/मुस्लीम, भारत/पाकिस्तान : गांधींच्या अत्यंत मोठ्या कामगिरीचा अविभाज्य घटक असलेल्या हिंदू-मुस्लीम प्रश्नाची फाळणीच्या स्वीकारानंतर दोन प्रश्नांमध्ये विभागणी झाली होती. प्रत्येक नव्या राष्ट्रामधील हिंदू-मुस्लीम संबंध आणि भारत-पाकिस्तानचं समीकरण.

गांधी त्या प्रश्नांना अनेक मार्गांनी भिडले. एकतर, त्यांनी काँग्रेस आणि मुस्लीम लीगला सांगितलं की, *'फाळणीचा प्रश्न हा साम्राज्यशाहीच्या ऐवजी भारताशी निगडित असू द्या.'* त्याप्रमाणे, ७ जुलै रोजी त्यांनी सूचना केली की, दोन्ही पक्षांच्या प्रत्येकी दहा प्रतिनिधींनी एका मातीच्या झोपडीत एकत्र बसावं आणि सामंजस्याच्या समान भूमिकेवर येईपर्यंत ती झोपडी सोडून न जाण्याचा निश्चय करावा.

दुसरा, दोनपैकी कोणत्याही एका नव्या देशाशी त्यांनी स्वतःला बांधून घ्यायला नकार दिला. *"भारत आणि पाकिस्तान दोन्ही माझे देश आहेत,"* ते २ जुलै रोजी म्हणाले.

तिसरा, 'त्यांनी जिनांनी पार पाडलेल्या कामगिरीचं कौतुक केलं.' ११ जून रोजी ते म्हणाले, *"श्रीयुत जिना खरोखरच मोठं काम करत आहेत. आजच्या युगात*

आणि आधुनिक जगात पाकिस्तान प्रत्यक्षात येऊ शकेल, असं स्वप्नातही कुणाला वाटलं नसेल.''

चौथा, त्यांनी जिनांना आव्हान दिलं (७ जून) आणि आग्रह केला की, 'असं पाकिस्तान उभं करा, जिथे कुराणाबरोबरच गीतेचंही पठण होईल आणि मशिदीप्रमाणेच मंदिर आणि गुरुद्वाराला आदराचं स्थान प्राप्त होईल. त्यामुळे आतापर्यंत पाकिस्तानला विरोध करणारे आपल्या चुकांची माफी मागतील आणि पाकिस्तानचे केवळ गोडवेच गातील.' ५ जुलै रोजी ते म्हणाले :

पाकिस्तानातील राष्ट्रवादी मुस्लीम, ख्रिश्चन, शीख आणि हिंदूंना कसं वागवलं जातं, त्यावरून पाकिस्तानची खरी परीक्षा होईल. मुस्लिमांमध्येही अनेक पंथ आहेत; शिया आहेत, सुन्नी आहेत आणि इतरही अनेक. या विविध पंथांना कसं वागवलं जातं, ते बघावं लागेल.

पाचवा, उपखंडाची एकच भाषा म्हणून 'हिंदी', नागरी (देवनागरी) किंवा उर्दू लिपीत लिहिली जावी, याचा पुरस्कार त्यांनी केला. १९४७च्या कडवट ठरलेल्या उन्हाळ्यात त्यांची ही विनंतीही अयशस्वी ठरली आणि मोठ्या संख्येनं हिंदू व मुस्लीम बोलत असलेली समान भाषा दोन भागांत विभागण्यात आली; भारतासाठी संस्कृतप्रचुर हिंदी आणि अरेबिक व पारशी शब्दांचा भरणा असलेली उर्दू पाकिस्तानसाठी. तरीही, सवय आणि सोय मोडणं सोपं जाणार नव्हतं. भारत व पाकिस्तानमधले अनेक लोक गांधींनी प्रस्तावित केलेली भाषाच बोलत राहिले.

सहावा मार्ग म्हणजे मुंबई काँग्रेसचे नेते एस. के. पाटील यांच्यासारख्या नेत्यांवर त्यांनी ताशेरे ओढले. वृत्तपत्रातील बातमीनुसार, पाटील यांनी असं विधान केलं होतं की, पाकिस्तानात हिंदूंना काही त्रास झाला, तर १५ ऑगस्टनंतर भारतात काँग्रेस त्याचा वचपा काढेल.

१२ जुलै : डोळ्याच्या बदल्यात डोळा आणि दाताच्या बदली दात, अशा अविचारी सिद्धान्ताचं तुम्ही उघडपणे उच्चारण करत आहात. तुम्ही फक्त १५ ऑगस्टपर्यंत वाट पाहणार आहात... मधल्या काळात भारतातील आणि पाकिस्तानातीलही लोकांवर होणाऱ्या अगणित अत्याचारांना कोण जबाबदार असेल? लोक माथेफिरूसारखे सूड घ्यायला सरसावले, तर त्यांना नियंत्रणात कोण ठेवणार?

शस्त्रास्त्रस्पर्धेबाबत सावध करताना ते ६ जुलै रोजी म्हणाले :

भारताविरुद्ध रक्षण करण्यासाठी आम्हाला शस्त्रास्त्रांमध्ये वाढ करावी लागेल, असं पाकिस्तानी म्हणतील. भारत हाच युक्तिवाद करेल. त्याची

परिणती युद्धात होईल... आपण आपली साधनसंपत्ती आपल्या मुलांच्या शिक्षणासाठी वापरायची की बंदुका आणि दारूगोळ्यांवर?

सातवा, त्यांनी स्वतःला आणि निर्वासितांसह प्रत्येकाला निराशेचा उपयोग करायला सांगताना म्हटलं,

२४ जून :
जर आपण आपल्या क्लेशांपासून धडा शिकलो आणि आपली आयुष्यं यशस्वी केली, तर ते क्लेश, क्लेश न राहता त्यांचं आनंदात रूपांतर होईल... राम जर राजा झाला असता, तर त्यानं वैभवात आणि ऐशआरामात दिवस घालवले असते आणि त्याचं नावही जगाला कळलं नसतं. पण, ज्या दिवशी त्याला राज्याभिषेक होणार होता, त्याच दिवशी वल्कलं नेसून त्याला वनवासात जावं लागलं. ही दुःखाची परिसीमा नव्हे का? पण राम आणि सीता यांनी त्या दुःखाचं रूपांतर आनंदात केलं...

आठवा, 'ईश्वराचं एकीकरण' करण्यावर त्यांनी भर दिला :
१३ जून : ईश्वर जर इथे, तिथे आणि सर्वत्र आहे, तर तो एकच असला पाहिजे... त्यामुळेच मी असं विचारतो की, देवाला जे रहीम म्हणून हाक मारतात त्यांनी भारत सोडून जावं का? आणि पाकिस्तान या नावानं जो भाग ओळखला जात आहे, तिथे देवाचं नाव राम असं घेण्याला बंदी असणार आहे का? तिकडे परिस्थिती कशी का असेना, इथे असं करण्याला परवानगी दिली जाणार नाही. आम्ही कृष्ण व करीम अशा दोन्ही नावांची पूजा करू आणि आम्ही वेडेपणा करत नाही, हे जगाला दाखवून देऊ.

अखेरीस, आपल्या रोजच्या प्रार्थनेनंतरच्या भाषणात त्यांनी द्वेष, राग आणि सूड यांचा थेटपणे समाचार घेतला. गृह खात्याबरोबरच माहिती आणि प्रसारण खातं सांभाळणाऱ्या पटेलांच्या कृपेनं ही भाषणं आता ऑल इंडिया रेडिओवरून प्रसारित केली जात होती. कुणीतरी त्यांना विचारलं, पिसाळलेल्या कुत्र्याला आपण काय करायचं? त्याला मारायला नको का? त्यावर उत्तर देताना २८ मे रोजी गांधी म्हणाले की, खरं म्हणजे प्रश्नकर्त्याला विचारायचं होतं, 'माणूस वेडा झाला तर त्याचं काय करायचं?' आणि मग पुढे त्यांनी आपल्या बालपणीचा एक प्रसंग सांगितला :

मला आठवतं, मी दहा वर्षांचा असताना माझा एक भाऊ वेडा झाला होता. नंतर तो बरा झाला. आता तो नाहीये... वेडाच्या भरात तो बाहेर

धावत जायचा आणि सगळ्यांना मारत सुटायचा. पण मी त्याला काय करू शकत होतो? मी त्याला मारू शकत होतो का? किंवा माझे आईवडील मारू शकत होते?... एका वैद्याला बोलवण्यात आलं आणि मारणं सोडून शक्य असलेल्या अन्य उपायानं माझ्या भावावर उपचार करायला त्याला सांगण्यात आलं. तो माझा रक्ताचा भाऊ होता. पण मी आता असा भेदभाव करत नाही. तुम्ही सगळे आता मला माझ्या रक्ताच्या भावांसारखेच आहात. तुम्ही सगळे वेडे झालात आणि माझ्याकडे सैन्य असेल, तर मी तुम्हाला गोळ्या घालायला सांगेन का?

त्यांची भाषणं हिंदीत होती आणि आवाज गळ्यातून नाही, तर हृदयातून आल्यासारखा वाटत होता. आवाजाची पट्टी कधीही उंचावलेली नव्हती, त्यांनी कधीही शब्दांवर जोर दिला नाही, तरीही त्या आवाजाची उत्कटता श्रोत्यांच्या थेट हृदयाला जाऊन भिडत होती. आपली पत्नी जोन आणि स्वत:चा उल्लेख करून, (१९६३ साली) एरिक एरिक्सन यांनी नंतर लिहिलं, 'प्यारेलाल आणि त्यांची बहीण सुशीला या दोघांनी आमच्यासाठी रेकॉर्ड केलेला गांधींचा आवाज आणि भाषण ऐकवण्याची व्यवस्था केली होती आणि ती ऐकताना आम्ही अक्षरश: रडलो.'

हिंसा आणि शांतता : गांधींनी तीस वर्षं भारताला अहिंसा शिकवली होती. तरीही, कलकत्त्यात, नौखालीत, बिहारमध्ये आणि पंजाबात हिंसाचार उसळला होता. त्यावर त्यांचं स्पष्टीकरण होतं (२४ जुलै) :

आपण फक्त वरवर सत्य आणि अहिंसेची कास धरली. पण आतमध्ये कुठेतरी आपल्यात हिंसा दडली होती. आपण दांभिकपणे वागलो आणि त्याचा परिणाम म्हणून आज आपल्याला परस्परांमध्ये होणाऱ्या संघर्षाचं दु:ख भोगावं लागतंय. आजही आपण जे दृष्टिकोन जोपासत आहोत, ते युद्धाकडे घेऊन जाणारे आहेत आणि हे भरकटणं थांबवलं नाही, तर १८५७च्या उठावापेक्षा आता होणारा संघर्ष जास्त रक्तरंजित असेल.

तीन दिवसांपूर्वी हृषीकेशच्या स्वामी शिवानंद यांनी हिंसेबद्दल विचारलं असता गांधी म्हणाले होते : *'अहिंसेच्या नावाखाली हिंसा सुरूच होती आणि आज आपण त्यांचं कडवट फळ चाखत आहोत.'* 'भिऊ नका' आणि 'द्वेष करू नका', हे गांधींच्या अहिंसेचे जुळे घटक फार अवघड होते; पण पहिल्या घटकाला दुसऱ्यापेक्षा विस्तृत स्वीकृती मिळाली. एका गटाच्या लोकांचा (ब्रिटिश) द्वेष करण्यापासून ते दुसऱ्या गटाच्या लोकांचा (हिंदू किंवा मुस्लीम) द्वेष करण्यात एका पावलाचं अंतर होतं. १६ जून रोजी ते म्हणाले :

(स्वराज्याचा संघर्ष सुरू असताना) *त्या वेळी कुणीही आपल्याला अणुबॉम्ब बनवायला शिकवलं नाही. तो कसा बनवायचा हे आपल्याला माहीत असतं, तर आपण इंग्रज लोकांचा सर्वनाश करण्याचा विचार केला असता.*

हिंसक पर्याय दृष्टिपथात नसल्यामुळे माझा सल्ला स्वीकारला गेला, असं गांधी पुढे म्हणाले. स्वराज्य मिळवण्याच्या मोहिमेत जेव्हा जेव्हा हिंसा घडली, तेव्हा गांधींनी अशाच प्रकारचं निदान केलं होतं; परंतु त्यांनी हिंसाचार घडल्यामुळे वेळोवेळी एखादी मोहीम थांबवली, तर नवीन मोहीम त्यानंतर नेहमीच सुरू झाली.

हिंसेमुळे त्यांना दुःख होत असलं आणि शरम वाटत असली, तरी एका मोठ्या शक्तीला देश सोडून जावं लागलं होतं, हे लक्षात घेण्यासारखं आहे, ते म्हणाले (८ जुलै). पण जर हिंसाचार सुरूच राहिला तर 'इंग्लंड, रशिया, अमेरिका किंवा चीन हस्तक्षेप करू शकतात', असा इशारा त्यांनी दिला (२५ जुलै).

१० जून रोजी मनूला लिहून घ्यायला सांगितलेल्या पत्रातून वेदना दिसून येते, पण शांततेची आणि उद्देशपूर्तीची भावनाही दिसून येते. पत्र कुणाला लिहिलं ते अज्ञात असलं, तरी तो स्वाभाविकच गांधींच्या जवळचा असावा :

मी माझ्या आयुष्यात अनेक संकटांमधून बाहेर पडलो आहे. पण, कदाचित हे सगळ्यात कठीण असणार आहे... मी ही पत्रं (मनूला) *पहाटे सांगत आहे... मी तिला तिच्या क्षमतेपेक्षा जास्त काम करायला लावतो, हे मला माहीत आहे... पण, या सगळ्यातून देव तिला सुखरूप ठेवतो आहे, असं दिसतं...*

त्याच्या कृपेची दुसरी खूण म्हणजे, तो माझी शारीरिक शक्ती कमी पडू देत नाही. रोजच धक्क्यांमधून आणि गोंधळातून तो मला मनःशांती राखायला मदत करत आहे. मी आनंदात आणि प्रसन्न राहतो.

साठ वर्षांपासून आम्ही कडवा संघर्ष करत आहोत आणि आता स्वातंत्र्यदेवता आमच्या अंगणात येऊन ठेपली आहे.

मात्र, आपण मरायला तयार असल्याचं त्यांच्या बोलण्यातून ध्वनित होत होतं :

२५ मे : ओठांवर रामाचं नाव असताना हसत हसत मी मृत्यूला सामोरा जाईन.

१६ जून : मी मारला गेलो तर स्वतःला शूर समजेन आणि तरीही माझी हत्या करणाऱ्यांसाठी देवाकडे प्रार्थना करेन.

दुःखदायक शुद्धीकरण : जुलै महिन्यात काँग्रेस आणि संविधान सभेनं परिष्करण

केलेला काँग्रेसचा झेंडा भारताचा राष्ट्रीय झेंडा म्हणून निवडला. काँग्रेसनं आपलं निशाण राष्ट्रीय झेंडा म्हणून प्रस्तावित करणं 'शिष्टपणाचं' होतं, हे मान्य करायला नकार देऊन गांधींनी आठवण करून दिली, की संपूर्ण भारतात झालेले स्वातंत्र्यलढे चरख्याचं चित्र मध्यभागी असलेल्या तिरंग्याखालीच लढले गेले होते.

परंतु चरख्याच्या ऐवजी झेंड्यावर फक्त चक्र असल्याचं कळल्यावर ते दुखावले गेले. *'ते चरखा ठेवोत अथवा न ठेवोत, माझ्यासाठी सगळं सारखंच आहे. आणि त्यांनी जरी चरखा काढून टाकला, तरी तो अजूनही माझ्या हातात आणि हृदयात आहे.'* असं गांधी जरी म्हणाले (२२ जुलै), तरी त्यांना झालेलं दु:ख उघडपणे दिसत होतं.

मूळ आरेखन त्यांचं स्वत:चं असल्यामुळे, झालेला बदल हा एक प्रकारे त्यांना मिळालेला वैयक्तिक नकारच होता. त्याशिवाय, चरखा हे अहिंसेचं प्रतीक होतं आणि झेंड्यावरून तो काढून टाकणं म्हणजे एक प्रकारे अहिंसेला झिडकारणंच होतं.

'शुद्धीकरणाचं' समर्थन करताना नेहरूंनी दावा केला की, चरख्याचं प्रतिनिधित्व अशोक चक्रानं केलं होतं किंवा त्याची जागा एका चक्रानंच घेतली होती; पण चरख्यापेक्षा चक्र त्यांना जास्त कलात्मक वाटलं होतं, ही गोष्ट स्पष्ट होती. हे मान्य करण्याची गांधींची इच्छा नव्हती, पण त्यांनी सम्राट अशोकाचं बहुआयामी व्यक्तिमत्त्व आणि त्याची अहिंसा अधोरेखित करताना म्हटलं :

२४ जुलै : नवीन आणि जुन्या झेंड्यात काही फार मोठा फरक नाही, फक्त जुना झेंडा जास्त शानदार होता एवढंच.

२७ जुलै : चक्राकडे पाहताना काही लोकांना शांतीचा सम्राट, एका साम्राज्याचा सत्ताधीश, सत्तेचा त्याग करणारा राजा अशोक यांची आठवण येईल. तो सगळ्या धर्मांचा प्रतिनिधी होता, तो मूर्तिमंत कारुण्य होता. त्याच्या चक्रात चरखा पाहणं हे चरख्याच्या वैभवात भर टाकणारं आहे. अशोकाचं चक्र हे सतत फिरणाऱ्या अहिंसेच्या ईश्वरी सिद्धान्ताचं प्रतीक आहे.

स्वातंत्र्य दिन

भारत स्वातंत्र्याच्या जवळ पोचत असताना आपण कुठे असायला हवं, या बाबतीत गांधींच्या मनात असलेली अनिश्चितता ८ जुलै रोजी दिल्लीत अरुणा असफ अली आणि सुशीला नायर यांच्याशी बोलताना त्यांनी काढलेल्या काही उद्गारांतून स्पष्ट होते :

एकदा मला असं वाटतं की, बिहार मला बोलवतंय, तर दुसऱ्या वेळी वाटतं की, ज्या ठिकाणी मी काही प्रमाणात शांतता प्रस्थापित करण्यात

यशस्वी ठरलो, त्या नौखालीला मी जायला हवं. एक महिन्यापूर्वी मी पाटण्याहून इथे आलो तेव्हा आठवडाभरात मी माझ्या कामाला तिथे परत जाईन, असं मला वाटलं होतं. पण या एका महिन्यात देशात एवढे बदल घडले आहेत की, तेवढे एखाद्या कुटुंबात संपूर्ण पिढीत होणार नाहीत. मी दिल्लीत कुजत आहे. मात्र, मी बिहार आणि नौखालीचं काम सोडून दिलेलं नाही. मला पंजाबला जाण्याचीही खूप इच्छा आहे.

१० जून रोजी ते म्हणाले होते :

मी जर पंजाबला गेलो, तर ते माझं घर समजून मी तिथे राहीन आणि मी जर मारला गेलो तर मी त्या मृत्यूचा स्वीकार करेन.

पंजाबमध्ये हिंसाचार नव्यानं सुरू होण्याची तयारी चालली असल्याची जाणीव त्यांना होती, हे आपण पाहिलं आणि बऱ्याच लोकांनी त्यांना तिथे जाण्याचा आग्रहसुद्धा केला होता; मात्र त्यांचा आतला आवाज हाक देत नव्हता, असं त्यांना वाटलं. गांधी पंजाबात मारले जाण्याची भीती वाटत असलेल्या नेहरू आणि पटेलांनी त्यांना तिथे जायला विरोध केला.

ऑगस्टच्या पहिल्या आठवड्यात त्यांच्या मनातील गोंधळ दूर झाला. काश्मीरची मोहीम पूर्ण झाल्यावर ६ ऑगस्ट रोजी लाहोरहून पाटण्याला जाणाऱ्या ट्रेनमध्ये ते बसले : नवी दिल्लीला राहण्यापेक्षा ते बिहार आणि बंगालमध्ये राहणं पसंत करणार होते आणि ऑगस्टच्या मध्यापर्यंत नौखालीला पोचण्याची त्यांची योजना होती.

स्वातंत्र्यदिन घालवण्यासाठी नौखालीची आणि पर्यायानं पाकिस्तानची निवड करून, गांधींनी तो दिवस योग्य पद्धतीनं घालवला पाहिजे, असं ठरवलं. काश्मीर दौऱ्याच्या आदल्या संध्याकाळी ते दिल्लीत म्हणाले होते (२९ जुलै) :

१५ ऑगस्ट रोजी आपण उपवास आणि प्रार्थना केली पाहिजे. शोक व्यक्त करण्याचा माझा कोणताही हेतू नाही, हे मी सांगू इच्छितो. परंतु, आपल्याकडे अन्न नाही, वस्त्रं नाहीत, ही खेदाची बाब आहे. माणसं माणसांना मारतात. मारलं जाण्याच्या भीतीनं लाहोरमध्ये माणसं घराबाहेर पडू शकत नाहीत. या परिस्थितीत आपण आनंद व्यक्त करून मेजवान्या झोडू शकत नाही. म्हणून मी म्हणतो की, आपण हा दिवस साजरा केला पाहिजे; पण उपवास करून, प्रार्थना करून आणि सूत कातून. हं, एक नक्की, आपण शोक करता कामा नये (दिल्ली, २९ जुलै).

नऊ दिवसांपूर्वी ते म्हणाले होते :

२० जुलै : आज आपल्याला मिळणाऱ्या स्वातंत्र्यात दुर्दैवानं भारत आणि पाकिस्तान यांच्यात भविष्यात होणाऱ्या संघर्षाची बीजं पेरलेली आहेत. त्यामुळे आपण दिवे कसे काय पेटवणार?

पाटण्याला जाणाऱ्या ट्रेनमधून त्यांनी 'हरिजन'साठी काही लिखाण पाठवलं. त्यात पुन्हा एकदा आपण मारले जाण्याची शक्यता व्यक्त केली. पण तो त्यांच्या कथेचा शेवट असणार नव्हता :

७ ऑगस्ट : मी थडग्यातही जिवंत असेन आणि त्याहीपेक्षा, तिथून बोलत असेन.

पाटण्याला आल्यावर ते म्हणाले की, आपल्याला हिंदुस्थान व पाकिस्तान, दोन्हीकडे राहण्याची इच्छा होती आणि दोन्हीही आपलीच घरं होती. अशीच परिस्थिती जिनासाहेबांची होती. मुस्लिमांना पाकिस्तान मिळालं होतं. आता चांगल्या लोकांप्रमाणे राहून देशात शांतता आणणं हे हिंदुस्थान व पाकिस्तानच्या जनतेचं कर्तव्य होतं.

दुसऱ्या दिवशी ते म्हणाले की, आपण १५ ऑगस्टपूर्वी दोन किंवा तीन दिवस नौखालीला पोचणं आवश्यक आहे, कारण तिथले लोक अत्यंत घाबरलेले आहेत. ९ ऑगस्ट रोजी नौखालीला जाण्यासाठी ते कलकत्त्याला आले, तेव्हा तिथल्या मुस्लीम आणि हिंदू मित्रांनी त्यांना कलकत्त्यालाच राहण्याचा आग्रह केला.

सुऱ्हावर्दी मुख्यमंत्रिपदावरून दूर होणार होते आणि काँग्रेसचे प्रफुल्लचंद्र घोष पश्चिम बंगालचे मुख्यमंत्री म्हणून सत्ताग्रहण करणार होते. मुस्लीम पोलीस आणि अधिकारी जवळपास हटवण्यात आले होते आणि त्यांची जागा हिंदूंनी घेतली होती. लीगचं मंत्रिमंडळ असताना मुस्लिमांनी जी तथाकथित कृत्यं केली, ती करण्याचं स्वातंत्र्य आता आपल्याला मिळालं असल्याची हिंदूंची समजूत होऊ लागली होती.

अनेक मुस्लीम दहशतीखाली वावरत होते, असं गांधींना सांगण्यात आलं आणि कलकत्ता शहराला जाळणाऱ्या भडकलेल्या आगीवर भांडंभर पाणी ओतण्यासाठी गांधींनी नौखालीला जाण्यासाठी काही दिवस थांबावं, असा आग्रह करण्यात आला. १० ऑगस्ट रोजी गांधी म्हणाले (ते सतीश दासगुप्तांच्या सोदेपूर आश्रमात थांबले होते) की, *'भारताच्या एका महत्त्वाच्या शहरात शहाणपण परत आणण्यासाठी आपण काही हातभार लावू शकतो का, हे पाहण्यासाठी थांबण्याचा निर्णय मी घेतला आहे.'*

आपल्या योजना बदलणं गांधींना पुन्हा एकदा आवश्यक वाटलं असताना, या टप्प्यावर गांधींमधील बदलाची नोंद घेणं योग्य ठरेल. एके काळी हेच गांधी आपल्या योजना तारखेबरहुकूम आणि नकाशा समोर ठेवून पार पाडत असत– आपण आणि आपली सेना कधी आणि कुठे कूच करणार आहे, हे त्या गांधींना नेमकं माहीत

असायचं– आणि आता आपण जे गांधी बघत आहोत, ते अधिक अनिश्चित मन:स्थिती असलेले आहेत. त्यांना आपल्या योजना पुन्हापुन्हा बदलणं भाग पडत आहे. पूर्वी त्या निश्चयी सेनानीनं आपल्या कौतुकाच्या नजरा झेलल्या तसंच आता वेगानं बदलणाऱ्या परिस्थितीला तो वृद्ध देत असलेला प्रतिसाद आपण डोळे उघडे ठेवून पाहिला पाहिजे. जेव्हा परिस्थिती त्याला अनुकूल नसते, तेव्हाही तो आपला समतोल ढळू देत नाही; जेव्हा ती अनुकूल होती, तेव्हाही झालेला परमानंद त्यानं काबूत ठेवला होता आणि मोठ्या धीरानं आखलेल्या योजना अचानक स्थगित कराव्या लागल्या, तेव्हाही तो शांतच राहिला.

स्वातंत्र्यदिनाच्या चार दिवस आधी, ब्रिटिश ब्रॉडकास्टिंग कंपनीनं (बीबीसी) साम्राज्याच्या या प्रमुख शत्रूकडे एक संदेश मागितला होता. विजयाचा हा क्षण दु:खाचाही होता आणि आपल्याकडे बोलण्यासारखं काही नाही, असं गांधींना वाटलं. त्यांचा संदेश अनेक भाषांमध्ये प्रसारित केला जाईल, असं गांधींना सांगून बीबीसीनं पुन्हा विनंती केली. कलकत्त्याला त्यांच्याबरोबर असणाऱ्या निर्मलकुमार बोस यांच्यामार्फत गांधींनी ठामपणे उत्तर दिलं : *मी मोहाला बळी पडणार नाही. मला इंग्रजी येतं, हे ते विसरले तर बरं.*

त्या दिवशी नंतर (११ ऑगस्ट), सुऱ्हावर्दी जेव्हा म्हणाले की, कलकत्त्याला काही काळ गांधींची गरज आहे, तेव्हा तुम्ही आणि मी बरोबर राहायला तयार असू, तरच आपण नौखालीची भेट पुढे ढकलू, असं उत्तर गांधींनी दिलं : ते त्यांच्या 'वेड्या प्रस्तावाचा' पुनरुच्चार करत होते. गांधी पुढे म्हणाले :

> *कलकत्त्यातील प्रत्येक हिंदू आणि मुसलमान आपापल्या पूर्वीच्या ठिकाणी सुरक्षित परत जात नाही, तोपर्यंत आपण काम करायला हवं. आपल्या अंतिम श्वासापर्यंत आपण काम सुरू ठेवू. तुम्ही ताबडतोब निर्णय घ्यावा, असं मी म्हणणार नाही. तुम्ही घरी जा आणि तुमच्या मुलीशी बोला... जुन्या सुऱ्हावर्दीला मरावं लागेल आणि फकिराचा वेष धारण करावा लागेल.*

या वेळी हा प्रस्ताव स्वीकारण्यात आला. १२ ऑगस्ट रोजी प्रार्थनासभेत बोलताना सोदेपूरला गांधी म्हणाले की, सुऱ्हावर्दी भरवशाचा माणूस नाही, असं काही हिंदूंनी आपल्याला सांगितलं. पण मग काही मुस्लिमांनी गांधींनाही 'एक मुरलेला ढोंगी' आणि मुस्लिमांचा शत्रू म्हटलं आहे. *"माणसांची मनं फक्त देवच जाणतो."* गांधी पुढे म्हणाले. आपल्यावर इतरांनी विश्वास ठेवावा असं वाटतं– तसाच सुऱ्हावर्दींवर आपण विश्वास ठेवणार असल्याचं गांधी म्हणाले.

> *दोघंही एकाच छताखाली राहू आणि एकमेकांपासून काही लपवणार नाही, असा निश्चय त्यांनी केला. आता ते भेटायला आलेल्या लोकांना*

एकत्रच भेटणार होते. कोणत्याही परिस्थितीत सत्य बोलण्याचं धैर्य लोकांनी दाखवणं आवश्यक होतं आणि ते ज्यांच्याविरुद्ध सांगायचं होतं, त्यांच्या उपस्थितीत ते सांगायला हवं होतं.

१३ ऑगस्टच्या सकाळी गांधींनी सोदेपूर आश्रम सोडला, सुऱ्हावर्दींनी त्यांचं शहरातील घर सोडलं आणि वाताहत झालेल्या बेलियाघाट इथल्या हिंदू-बहुसंख्याक वसाहतीमधील हैदरी मंजिल हे जुनं, रिकामं, घरमालकानं त्यागलेलं घर गांधींचं सध्याचं निवासस्थान किंवा आश्रम बनलं. सुऱ्हावर्दी हे त्यांचे नूतनतम आश्रमीय सहकारी बनले आणि आभा, मनू व बिसेन त्यांचे मदतनीस. बेलियाघाटच्या हिंदूंमधील तरुण रक्त उकळत आहे असं हैदरी मंजिलमध्ये राहायला गेल्यानंतर काही तासांतच गांधींनी प्यारेलालना लिहिलं.

चिडलेल्या हिंदू तरुणांच्या एका गटानं मुस्लिमधार्जिणा पूर्वग्रह बाळगल्याचा आरोप गांधींवर करत त्यांना बेलियाघाट सोडून जायला सांगितलं. त्या गटाबरोबर गांधींनी दोनदा चर्चा केली, त्यांतील एक सुऱ्हावर्दींच्या उपस्थितीत झाली. गांधी त्यांना म्हणाले की, बेलियाघाटच्या हिंदूंनी आपल्या मुस्लीम शेजाऱ्यांना परत बोलावलं, तर सुऱ्हावर्दी आणि आपण प्रामुख्यानं मुस्लीम वस्ती असलेल्या भागात जाऊन तिथे हिंदूंना जोपर्यंत परत बोलवलं जात नाही, तोपर्यंत तिथेच राहू. या प्रस्तावानं त्या तरुणांची मनं संपूर्णपणे जिंकली आणि एक वर्षापूर्वी झालेल्या कलकत्ता हत्याकांडाची (द ग्रेट कलकत्ता किलिंग्ज) जबाबदारी सुऱ्हावर्दींनी धाडसानं स्वीकारल्यावर दुसरा एक संतप्त गट शांत झाला.

दुसरा दिवस, १४ ऑगस्ट, हा इतका वेगळा होता की, हिंदू आणि मुस्लिमांमध्ये कधीच द्वेषाची भावना निर्माण झाली नव्हती, अशी कल्पना कलकत्त्याचे नागरिक करू शकले. कृतज्ञ झालेल्या गांधींनी लिहिलं :

हजारो लोकांनी एकमेकांना आलिंगन द्यायला सुरुवात केली आणि धोक्याची ठिकाणं समजून जेथे दोन्ही पक्षांनी वावरणं बंद केलं होतं, त्या सगळ्या ठिकाणी लोक मुक्तपणे फिरायला लागले. खरोखर, हिंदूंना त्यांच्या मुस्लीम बांधवांनी मशिदीत नेलं आणि मुस्लिमांना त्यांचे हिंदू बांधव मंदिरात घेऊन गेले. दोन्ही पक्षांचे लोक एका आवाजात 'जय हिंद' किंवा 'हिंदू-मुस्लीम एक हैं', अशा घोषणा देत होते.

सकाळ होण्यापूर्वी भारत स्वतंत्र झाला, तेव्हा कलकत्त्याच्या सर्वांत गरीब भागातील एका मुस्लीम घरात गांधींची सकाळ उजाडली. त्यापूर्वी सुमारे तीन तास आधी, मध्यरात्री, नवी दिल्लीत ब्रिटिश सरकारनं वालुकाश्मात बांधलेल्या अतिभव्य गोलाकार वास्तूत जवाहरलाल नेहरूंनी भारतानं 'नियतीशी केलेला करार' हे आपलं सुप्रसिद्ध

भाषण केलं होतं.

जिथे होते तिथे समाधानानं गांधींनी आपली पहाटेपूर्वीची प्रार्थना केली, चरख्यावर सूत कातलं, तो महादेव देसाईंचा जन्मदिवस होता म्हणून त्यांची आठवण काढली आणि आपण दिवसभर फळांचा रस घेणार असल्याचं सांगितलं. त्यांना जरी दिवे लावण्याची इच्छा नव्हती, तरी आदल्या रात्रभर कलकत्ता शहर रोषणाईनं उजळून निघालं होतं. दिवसभर हैदरी मंजिलला भेट देणाऱ्यांची रीघ लागली : प्रफुल्ल घोष यांच्या नेतृत्वाखालचं नवीन मंत्रिमंडळ, राज्यपाल राजगोपालाचारी, विद्यार्थी, साम्यवादी आणि इतर, त्यात असंख्य हिंदू आणि मुस्लीम होते.

नवीन मंत्र्यांना गांधींनी छोट्या छोट्या वाक्यांत उपदेश केला : नम्रतेनं वागा. सहनशीलतेनं वागा... आता तुमची खरीखुरी परीक्षा आहे. सत्तेपासून सावध राहा; सत्ता भ्रष्ट करते. तिचा डामडौल आणि थाटमाट यांना भुलू नका. भारताच्या खेड्यापाड्यांतल्या गरिबांची सेवा करण्यासाठी तुम्ही सत्तेत आहात, हे लक्षात ठेवा.

त्या दिवसभरात त्यांनी ठरलेली पत्रं लिहिली. त्यांपैकी एक पत्र त्यांची इंग्लंडमधील क्वेकर स्नेही ॲगाथा हॅरिसन यांना लिहिलं होतं :

> *प्रिय ॲगाथा, सूत कातत असताना मी हे पत्र सांगत आहे. महान प्रसंग साजरे करण्याची माझी पद्धत तुला माहीत आहे. आजचा दिवस, ईश्वराला धन्यवाद देऊन आणि म्हणून प्रार्थना करून साजरा करण्याचा आहे. या प्रार्थनेला जोड हवी ती उपवासाची, फळांचा रस घेण्याला उपवास म्हणत असतील, असं मी धरून चालतो. आणि गरिबांबरोबर एकरूप होण्याची आणि समर्पणाची खूण म्हणून नेहमीपेक्षा जास्त सूतकताई... आपल्या सगळ्या मित्रांना माझा स्नेह सांग.*

स्वातंत्र्यदिनाला ब्रिटिश साम्राज्याच्या मुख्य शत्रूनं ब्रिटिशांना प्रेमाचा संदेश पाठवला. दुपारी बेलियाघाटमधील उघड्या मैदानात त्यांनी एक प्रार्थनासभा घेतली. हजारो मुस्लीम व हिंदू तिला हजर होते. त्या ठिकाणी आणि आधीही दिवसा, बंधुभावाचा आनंद तासातासाला उसळत होता, असं गांधींना वाटलं.

त्या वेळी केलेल्या छोटेखानी भाषणात, कलकत्त्यात घडून आलेल्या बदलाविषयी गांधींनी आनंद व्यक्त केला आणि लाहोरला चाललेल्या 'वेडाचारा'च्या बातम्यांविषयी आणि आता पाकिस्तानचा हिस्सा बनलेल्या चित्तगाव प्रदेशातील पूरस्थितीविषयी काळजी व्यक्त केली. भाषणाचा शेवट त्यांनी कलकत्त्याच्या रहिवाशांना एक आवाहन करून केला : तुम्ही स्वतः इतरांकडून ज्या तऱ्हेचा सन्मान अपेक्षित करता, तसाच भारतात राहिलेल्या युरोपियन लोकांना द्या– काही युरोपियन लोकांवर स्वातंत्र्यदिनाच्या घोषणा देण्याची सक्ती केली गेल्याच्या घटना गांधींच्या कानावर

आल्या होत्या.

नंतर त्यांनी एक असाधारण विनंती करताना आपल्याला गुप्तपणे शहरात फेरफटका मारून आणण्याची इच्छा व्यक्त केली. कलकत्त्यात साजरा होणारा आनंद त्यांना डोळे भरून पाहायचा होता आणि तो चमत्कार होता की अपघात? हे जाणून घ्यायचं होतं. दुसऱ्या दिवशी 'हरिजन'साठी लिहिलेल्या लेखाचं शीर्षक हेच होतं :

> *१६ ऑगस्ट : कलकत्त्यात घडून आलेल्या बदलाला तुम्ही काहीही नाव द्या, सगळ्या बाजूंनी त्याचं श्रेय जे मला दिलं जातंय ते अनाठायी आहे, हे तर स्पष्टच आहे; तसंच ते शाहीद साहेबांचं (सुऱ्हावर्दी) आहे असंही म्हणता येणार नाही. अचानक झालेला हा बदल हे एक किंवा दोन माणसांचं काम नाही. आपण ईश्वराच्या हातातील खेळणं आहोत. तो त्याच्या तालावर आपल्याला नाचवतो...*

या आताच्या जल्लोषात 'हिंदुस्थान आणि पाकिस्तान चिरायू होवोत' अशा घोषणाही हिंदू-मुस्लिमांकडून एकत्रितपणे एका आवाजात ऐकू येतात. मला वाटतं, हेच अत्यंत योग्य आहे.

१८ ऑगस्ट रोजी ईद होती. मोहम्मदेन स्पोर्टिंग क्लबच्या मैदानावर झालेल्या प्रार्थनासभेला हिंदू-मुस्लिमांचा पाच लाखांचा जनसागर उसळला होता. *'आज मी जे दृश्य पाहिलं, ते मी कधीही विसरू शकणार नाही'*, गांधी म्हणाले.

त्यांचं गुपित : कलकत्त्याला एकानं गांधींना शंकेवर उपाय विचारला. गांधींनी दिलेलं उत्तर, एका चौकटीच्या रूपात तेंडुलकरांनी आठ खंडांत लिहिलेल्या गांधींच्या चरित्रातील शेवटच्या खंडात एकोणनव्वदाव्या पानाच्या शेजारी छापलेलं आहे. ते इंग्रजीमध्ये असून त्याखाली हिंदी आणि बंगालीत केलेली गांधींची सही आहे. प्रश्नकर्त्याचं नाव तेंडुलकरांनी दिलेलं नाही, कदाचित मितभाषी तेंडुलकरांनीच तो प्रश्न विचारला असावा आणि त्यांनी नेमकी तारीखही दिलेली नाही. परंतु ते उत्तर १९४७ सालच्या ऑगस्ट महिन्यात दिलं असावं, असं ते सूचित करतात :

> *मी तुम्हाला एक ताईत देतो. तुमच्या मनात जेव्हा शंका असेल किंवा तुमचा 'स्व' जास्त अग्रेसर असेल, तेव्हा पुढे सांगितलेली तपासणी करून बघा. तुम्ही पाहिलेल्या सगळ्यात गरीब आणि दुबळ्या माणसाचा चेहरा नजरेसमोर आणा आणि स्वत:ला विचारा की, तुम्ही आता जे पाऊल उचलण्याचा विचार करत आहात, त्याचा त्याला काही उपयोग होणार आहे का? त्यातून त्याचा काही फायदा होईल का? त्याचं आयुष्य आणि नशीब त्याला नियंत्रणात ठेवता येईल का? दुसऱ्या शब्दांत*

सांगायचं तर, लाखो भुकेल्या आणि अध्यात्मापासून वंचित लोकांच्या स्वातंत्र्याकडे ते पाऊल त्यांना घेऊन जाईल का? मग तुमच्या सगळ्या शंका आणि तुमचा अहंकार गळून पडलेला तुम्हाला दिसेल.

देवाचा माणूस असलेले, पण नक्कीच देवमाणूस नसलेले गांधी श्रद्धाळू लोकांना आणि अज्ञेयवादी लोकांना आवाहन करत होते; तेंडुलकरही त्या अज्ञेयवादी लोकांपैकीच एक होते. स्वराज्याचा अर्थ, दुर्बलांना सबल करणे असा गांधींनी लावलेला वैशिष्ट्यपूर्ण अर्थ या प्रसिद्ध उताऱ्यात वाचायला मिळतो.

गांधींचा हा वैशिष्ट्यपूर्ण नैवेद्य म्हणजे 'संघर्षातून घुसळून वर आलेलं नवनीत' होतं, असं जहाँगीर पटेल आणि मार्जोरी साइक्स यांनी लिहिलं आहे आणि राममनोहर लोहियांनी म्हटलं आहे : दडपशाहीचा मुकाबला स्वत:च्या बळावर करण्यासाठी कुणाचीही मदत न घेता व्यक्तीला सक्षम बनवणं, हा माझ्या मते गांधींच्या आयुष्याचा आणि कृतींचा उच्चतम स्वभावगुण होता.

याच विचाराचं समर्थन करत अप्टॉन क्लोज यांनी लिहिलं : 'त्यांचं गुपित काय होतं? मला वाटतं, ते माझ्या पत्नीनं शोधून काढलं. ती म्हणाली : 'त्यांच्या उपस्थितीत त्यांच्या शक्तीची जाणीव होण्याऐवजी मला माझ्यात नवीन क्षमतेचा आणि शक्तीचा संचार झाल्यासारखा वाटला. मी कोणत्याही परिस्थितीचा सामना करायला सक्षम असल्याची खात्री माझ्यात निर्माण झाली. अशी खात्री मला यापूर्वी कधीच वाटली नव्हती, जणू काही माझ्यातील जाणिवा नव्यानं जागृत झाल्या आहेत, असं मला वाटलं.'

पंजाब : स्वातंत्र्यदिनी पंजाब मात्र भयंकर किंकाळ्यांनी हादरून गेला. २ ऑगस्ट रोजी तिथले राज्यपाल इव्हान जेन्किन्स यांनी माउंटबॅटन यांना सांगितलं होतं की, ४ मार्चपासून सुमारे बाराशे मुस्लीम आणि तीन हजार ८०० शीख व हिंदू पंजाब प्रांतात मारले गेले होते. व्हाइसरॉय म्हणून माउंटबॅटन यांच्या कारकिर्दीच्या या शेवटच्या काही दिवसांत, दंगलखोरांना दडपण्यात काही दयामाया दाखवू नये, अशी विनंती जिना, नेहरू आणि पटेलांनी त्यांना केली होती. गरज पडल्यास मार्शल लॉ लागू करावा, असंही त्यांनी सांगितलं होतं. परंतु जेन्किन्स आणि वरिष्ठ सैनिकी अधिकाऱ्यांनी असं पाऊल उचलायला विरोध दर्शवला आणि माउंटबॅटन त्यांच्याशी सहमत झाले.

भारत सोडून निघालेल्या साम्राज्याच्या लोकांना पंजाबात शांतता राखण्यासाठी आपले जीव धोक्यात घालण्याची इच्छा नव्हती आणि साम्राज्याच्या भारतीय सैनिकांबद्दल बोलायचं तर आपल्याच समाजाच्या दंगलखोरांवर गोळीबार करण्याइतके ते सक्षम मानले जात नव्हते. मात्र, ब्रिटिश साम्राज्यानं काहीशे ब्रिटिश नागरिकांना

आणि सैन्याधिकाऱ्यांना स्वातंत्र्यदिनी त्या प्रांतात राहण्याची परवानगी दिली.

१ ऑगस्टपासून नव्यानं तयार झालेलं पंजाब सीमा सुरक्षा दल (पंजाब बाउंडरी फोर्स– PBF) ब्रिटिश अधिकारी मेजर जनरल टी. डब्ल्यू. रीस यांच्या अधिकाराखाली संभाव्य 'सीमे'वर तैनात करण्यात आलं होतं. त्या महिन्याच्या मध्यावर सर सिरील रॅडक्लिफ सीमा समिती ती सीमारेषा आखणार होती. पंजाब सीमा सुरक्षा दलात गौरवर्णीयांबरोबरच हिंदू, मुस्लीम आणि शीख अधिकारी होते, पण त्यांतील ५५ हजार सैनिकांमध्ये एकही ब्रिटिश मनुष्य नव्हता.

प्रत्येक चौरस मैलाला एक सैनिक असं प्रमाण त्यामुळे पडलं. जसजसा स्वातंत्र्यदिन जवळ येत गेला आणि सीमेची आखणी सुरू झाली, तसतसं पंजाबातील दंगलखोर गटांना पंजाब सीमा सुरक्षा दलाला हुलकावणी देणं सोपं जाऊ लागलं आणि अल्पसंख्याकांसाठी सीमा पार करणं हा पर्याय न ठरता सक्तीची बाब झाली.

सरहद्द प्रांतात (आणि आसामच्या सिल्हेट जिल्ह्यात) जनमत अपेक्षेनुसार पाकिस्तानच्या बाजूनं झुकलं. पाकिस्तानच्या निर्मितीनंतर एका आठवड्यात डॉ. खान साहिबांचं मंत्रिमंडळ बरखास्त करण्यात आलं आणि बादशहा खान व त्यांचे खुदाई खिदमतगार यांच्या नशिबाचं चक्र उलटंच फिरत राहिलं.

पंजाबहून येणाऱ्या बातम्यांवर गांधींची प्रतिक्रिया म्हणजे त्यांना तिकडे जाण्याची इच्छा होती; पण नेहरू व पटेलांचा त्याबाबत त्यांना असलेला विरोध आणि त्यांनी दिल्लीला यावं म्हणून आग्रहही कायम होता. दरम्यान, गव्हर्नर जनरल माउंटबॅटन यांनी गांधींना लिहिलं (२६ ऑगस्ट) :

> *पंजाबमध्ये मोठ्या प्रमाणावर दंगे होत आहेत आणि आमच्याकडे ५५ हजार सैनिक आहेत. बंगालमध्ये आमच्या सैन्यात एकच माणूस आहे; पण तिथे अजिबात दंगे होत नाहीत. एक सेवा अधिकारी आणि एक प्रशासक म्हणून मी त्या एकसदस्यीय सीमा दलाला मानवंदना देऊ शकतो का? अर्थात त्या अधिकाऱ्याच्या खालोखाल असलेल्या– सेकंड इन कमांड– श्री. सुऱ्हावर्दींना कसं विसरणार?*

माउंटबॅटनना उत्तर लिहिताना (३० ऑगस्ट), श्रेय बहुधा बंगालमधील 'अनुकूल परिस्थिती'ला जायला हवं, असं गांधी म्हणाले. निर्मलकुमार बोसना त्यांनी सांगितलं की, आपलं खरं पारितोषिक नवीन परिस्थिती निर्माण करण्यात नसून, जनतेच्या मनात काय चाललं आहे ते जाणून त्याला योग्य तो आकार देण्यात आहे.

आपल्यामधील दूरदृष्टी आणि कुशलता मान्य करतानाच त्यांनी त्यांच्या जवळच्या लोकांवर असलेल्या अवलंबित्वाचीही कबुली दिली.

पंजाबला जाण्याविषयी गांधींनी माउंटबॅटननासुद्धा विचारलं. त्याच दिवशी

नेहरूंना त्यांनी पत्रात लिहिलं :

माझ्या पंजाबला जाण्याबद्दल, तुझ्या आणि वल्लभभाईंच्या इच्छेविरुद्ध मी जाणार नाही. मात्र, खूप उशीर होण्यापूर्वीच पंजाबला जाण्यासाठी माझ्यावर रोज दबाव वाढत आहे, हे मी सांगू इच्छितो...

मी जर पंजाबला जात नसेन, तर दिल्लीत माझा सल्लागार म्हणून काही उपयोग होण्यासारखा आहे का? मला असं वाटतं, तो माझा प्रांत नव्हे. एखाद्या विशिष्ट कामगिरीसाठी मी प्रत्यक्षात काही करत असेन तेव्हाच माझ्या सल्ल्याला काही किंमत असते. अन्न, वस्त्र व सैन्याचा वापर अशा बाबींमध्ये मी पुस्तकी सल्ला द्यायला लागलो तर सगळा गोंधळ उडेल... मला विचारशील तर मी बहुतेक पंजाबकडे धाव घेईन आणि संघर्ष करणाऱ्या घटकांना त्यांच्या आत्मघातकी प्रयत्नांपासून वाचवण्यासाठी प्रसंगी माझं बलिदान करेन.

३० ऑगस्ट रोजीच पटेलांना गांधींनी लिहिलं :

परिस्थितीचा सामना करण्यासाठी ईश्वर तुम्हा सगळ्यांना शक्ती आणि शहाणपण देवो. अशा अवघड परिस्थितीचा सामना इतक्या लवकर करावा लागेल, असं तुम्हाला कधी वाटलं होतं का? त्याच्या इच्छेनुसार सगळं होईल.

योजना ठरवलेल्या आणि कोसळलेल्या

पूर्वी योजल्याप्रमाणेच अखेरीस सुऱ्हावर्दींना बरोबर घेऊन नौखालीला, म्हणजेच पाकिस्तानला जायचं असं दुसऱ्या दिवशी गांधींनी ठरवलं. हैदरी मंजिलमध्ये महत्त्वाची भूमिका बजावल्यानंतर सुऱ्हावर्दी नौखालीला जाण्याची तयारी करण्यासाठी घरी जायला निघाले. मात्र, ३१ ऑगस्टच्या रात्री हैदरी मंजिलमध्ये झालेल्या हिंसक निदर्शनामुळे गांधींच्या योजनेत पुन्हा बदल करावा लागला.

रात्री सुमारे दहा वाजता, संतप्त हिंदू जमावानं त्या घराच्या खिडक्या, दारं आणि छताला लावलेले पंखे तोडले. गांधी, आभा, मनू आणि बिसेन निदर्शकांना भेटायला बाहेर आले. गांधींवर, तिथे उपस्थित असलेल्या एका अज्ञात मुस्लिमावर आणि बिसेनवर विटा आणि लाठ्या फेकण्यात आल्या. त्या जमावाला बिसेन मुस्लीम आहे असं वाटत होतं. तो अज्ञात मुस्लीम फक्त जखमी झाला, इतर कुणीही नाही; पण ते सगळे थोडक्यात बचावले.

आभा आणि मनूचा उल्लेख गांधींनी 'दोन अत्यंत शूर मुली', असा केला. त्या

दोघी त्यांच्याजवळून हलल्या नाहीत आणि मारामारीच्या वेळी संपूर्ण वेळ गांधींना धरून उभ्या राहिल्या. घरातील मुस्लिमांना आणि तिथे हजर असणाऱ्या दोन पोलिसांना शांत राहण्यास सांगून त्या निदर्शकांसमोर गांधींनी हिंदू पद्धतीनं दोन्ही हात जोडले आणि ठामपणे त्यांना जायला सांगितलं; पण पोलीस सुपरिन्टेन्डन्ट आल्यावरच निदर्शक पसार झाले.

रात्री साडेबारा वाजता झोपायला गेलेले गांधी तीन तासांनीच उठून बसले. उठल्यावर सगळ्यात आधी त्यांनी वल्लभभाईंना पत्र लिहायला घेतलं, त्यात या प्रसंगाचं वर्णन केलं. पंजाबला जाण्याचा आग्रह होत असल्याचा उल्लेख त्यांनी केला, नेहरूंचा संदर्भ दिला आणि पुढे लिहिलं, 'मी पूर्णपणे हरवून गेलो आहे, मला काही समजत नाही. तुमच्या दोघांवर माझ्या आशा आता टिकून आहेत.'

रात्री शहरात इतरत्रही हत्या झाल्याच्या बातम्या त्यांच्या कानावर आल्या. हिंसाग्रस्त काही विभागांमध्ये ते गेले, अत्यंत गरीब मुस्लिमांची दोन प्रेतं त्यांना दिसली आणि कलकत्त्याच्या शांततेबाबत ते विचारात पडले.

दुपारी नेहरूंकडून एक तार आली, तिच्यात 'लवकरात लवकर' पंजाबला भेट देण्याबाबत लिहिलं होतं, त्यावर दुसऱ्या दिवशी निघण्याचा (२ सप्टेंबर) विचार गांधींनी केला आणि नौखालीला जाण्याचा बेत रद्द केला. पटेलांचं मत अगदी विरुद्ध असताना पंजाबला जाण्याचा हा निर्णय घेण्यात आला (२७ ऑगस्ट) : 'पंजाबात उसळलेला आगडोंब तुम्ही शांत करू शकणार नाही.'

परंतु, भेटायला आलेल्या लोकांनी कलकत्त्याच्या हिंसाचाराच्या आणखी बातम्या आणल्या– ३१ ऑगस्टच्या रात्री व १ सप्टेंबरच्या दिवशी जवळजवळ पन्नास लोक मारले गेले होते. त्यानंतर मात्र गांधींच्या मनात एक वेगळाच निर्णय झाला. १ सप्टेंबरला रात्री सुमारे आठ वाजता त्यांनी ठरवलं, ते नौखालीलाही जाणार नव्हते आणि पंजाबलाही : ते हैदरी मंजिलमध्येच राहणार होते आणि कलकत्त्यात शांतता प्रस्थापित होईपर्यंत 'उपवास' करणार होते.

'कलकत्त्यातील हिंसाचार जोपर्यंत थंडावत नाही, तोपर्यंत माझ्या पंजाबला जाण्याला काहीच अर्थ उरणार नाही,' त्यांनी जवाहरलालना लिहिलं. त्यांच्या उपवासाला कलकत्त्यानं जर सकारात्मक प्रतिसाद दिला असता, तर ते पंजाबला आत्मविश्वासानं जाऊ शकणार होते.

साम्राज्याच्या भारतातील मुख्य कार्यकारी अधिकाऱ्यासाठी (व्हाइसरॉयसाठी) एके काळी उभारण्यात आलेल्या हवेलीतून राज्यपाल राजगोपालाचारी हैदरी मंजिलकडे धावले. त्यांनी गांधींना विचारलं, 'गुंडांविरुद्ध तुम्ही उपवास करू शकाल का?' गांधींचं त्यावर उत्तर असं होतं की, आपल्या उपवासानं त्या गुंडांच्या मागे असणाऱ्यांचं हृदयपरिवर्तन होईल. त्या लोकांच्या सहानुभूतीशिवाय किंवा अप्रत्यक्ष मदतीशिवाय

त्या गुंडांना स्वत:होऊन काही करणं शक्य झालं नसतं.

१ सप्टेंबरला रात्री सव्वाआठ वाजता उपवासाची घोषणा करण्यात आली, त्याचा ताबडतोब परिणाम दिसून आला. हिंसाचार थांबला. हिंदू आणि मुस्लिमांनी शांततेसाठी संयुक्त मोर्चा काढला. उपवासाला सहानुभूती व्यक्त करण्यासाठी कामावर असताना उत्तर कलकत्ता पोलीस दलाच्या काही ब्रिटिश आणि अँग्लो-इंडियन पोलिसांचा समावेश असलेल्या सुमारे ५०० सदस्यांनी चोवीस तासांचं लाक्षणिक उपोषण केलं. एका प्राध्यापकानं नंतर त्याची आठवण सांगितली आहे :

विद्यापीठाच्या काही विद्यार्थ्यांनी रस्त्यांवरून आणि घरांमधून मोठा धोका पत्करून शस्त्रं गोळा केली आणि ती गांधींसमोर ठेवली. लोक आपापल्या कचेऱ्यांमधून घरी आले, तेव्हा त्यांच्यासाठी घरच्यांनी जेवण बनवून ठेवल्याचं त्यांना दिसलं; पण नंतर त्यांना समजलं की घरातल्या बायकांनी दिवसभर काहीच खाल्लं नव्हतं... आपल्या स्वत:च्या गुन्ह्यांबद्दल गांधीजी उपवास करत असताना आपण तसंच कसं राहावं, हे त्यांना समजेना.

समाजवादी नेते राममनोहर लोहिया हिंदू तरुणांच्या एका गटाला घेऊन गांधींकडे आले. हिंसाचाराला आपण मदत केल्याचं त्या तरुणांनी कबूल केलं आणि काही शस्त्रं त्यांना दिली. पुढे ठेवलेल्या शस्त्रांची पाहणी करताना, आपण प्रथमच स्टेन-गन पाहत असल्याचा शेरा गांधींनी मारला. ४ सप्टेंबर रोजी दुसऱ्या गटाचे सदस्य 'कोणतीही शिक्षा करा' म्हणून मागणी करत आले व 'तुम्ही फक्त आता तुमचा उपवास थांबवा', अशी विनंतीही त्यांनी केली. तेव्हा गांधी त्यांना म्हणाले की, त्यांनी ताबडतोब मुस्लिमांकडे जावं आणि त्यांना संपूर्ण संरक्षणाची हमी द्यावी.

गांधी नौखालीला विसरले नव्हते, प्यारेलाल यांच्या मार्फत त्यांनी पाकिस्तानच्या पूर्व बंगाल प्रांताच्या नवीन मुख्यमंत्र्यांना– ख्वाजा नझीमुद्दीन यांना– पत्र पाठवलं (४ सप्टेंबर). त्यात त्यांनी, आपल्याला 'पंजाबच्या दोन्ही भागांना' भेट देण्यास सांगण्यात आलं असल्याची माहिती त्यांना दिली. पंजाबमध्ये 'अतिशय वेडाचार' सुरू असल्याचा उल्लेख करून त्यांनी नझीमुद्दीन यांना नौखालीबाबत संपूर्ण माहिती कळवण्याची विनंती केली.

४ सप्टेंबर रोजी संध्याकाळी सहा वाजता सुऱ्हावर्दींच्या नेतृत्वाखाली शीख व मुस्लीम लीगच्या नेत्यांचं महासभेचं एक शिष्टमंडळ हैदरी मंजिलमधील गांधींच्या बिछान्याजवळ गेलं आणि त्यांनी गांधींना उपवास सोडण्याची विनंती केली. ३१ऑगस्ट व १ सप्टेंबर रोजी झालेल्या घटनांची पुनरावृत्ती होऊ नये म्हणून ते प्राणांची बाजी लावायला तयार आहेत का, अशी विचारणा गांधींनी त्यांना केली. त्या नेत्यांनी दुसऱ्या खोलीत जाऊन विचारविनिमय केला आणि एक शपथ तयार करून ते बाहेर

आले. आपल्या सगळ्यांच्या वर असलेला तो ईश्वर साक्षीदार असल्याची आठवण गांधींनी त्यांना करून दिली आणि उपवास सोडायला ते राजी झाले. त्यांचा उपवास सुरू होऊन तोपर्यंत त्र्याहत्तर तास झाले होते.

१ सप्टेंबर रोजी मुस्लिमांचं रक्षण करताना एक हिंदू तरुण, सचिन मित्रा कलकत्त्याला मारला गेला होता, तर ३ सप्टेंबर रोजी दुसरा एक हिंदू तरुण स्मृतीश बॅनर्जी एका शांतता मोर्चाचं रक्षण करताना प्राणांना मुकला होता. उपवास सुरू असताना दोन्ही साम्राज्याच्या तरुण स्त्रिया व मुलींची शांततायात्रा शहरभर फिरत-फिरत गांधींच्या निवासस्थानी गेली आणि त्यांनी आपल्याबरोबर शांतता आणली. मार्टिन ग्रीन यांच्या म्हणण्यानुसार १९४७ सालच्या सप्टेंबर महिन्यातील कलकत्त्यानं संताच्या, शहिदांच्या आणि कुमारी शक्तीचं एकत्रितपणे प्रदर्शन केलं.

५ सप्टेंबर रोजी सी.आर. म्हणाले, ''गांधीजींनी खूप गोष्टी साध्य केल्या आहेत; पण माझं मत विचाराल, तर कलकत्त्यात दुष्प्रवृत्तींवर त्यांनी मिळवलेल्या विजयासारखं विस्मयकारक यश दुसरं कुठलंही नाही, अगदी भारताचं स्वातंत्र्यही नाही.''

उपवासादरम्यान एका ब्रिटिश पत्रकारानं गांधींना इतक्या आश्चर्यजनक पद्धतीनं अलिप्त राहण्याच्या क्षमतेबाबत विचारलं. गांधी उत्तरले की, *'मी माझं संतुलन कधीच गमावलं नाही, ही गोष्ट खरी नाही. असे प्रसंग क्वचितच आले, तरी आत्मनियंत्रणाच्या दीर्घ साधनेमुळे, देवाच्या कृपेनं, माझी चिडचिड मी नियंत्रणात ठेवू शकलो.'*

उपवासातून शांतीसेना उदयाला आली (५ सप्टेंबर). संघर्षात अहिंसक पद्धतीनं हस्तक्षेप करणाऱ्या तरुणांची ही संघटना होती. जेव्हा शांतीसेनेचा सचिव देवतोष दासगुप्ता यानं गांधींकडे एक संदेश मागितला, तेव्हा त्याला बंगालीत लिहिलेलं एक छोटं वाक्य संदेश म्हणून मिळालं :

'माझं आयुष्य हाच माझा संदेश.'

दोन वर्षांपूर्वी 'शिकागो डिफेन्डर'चे डेन्टॉन ब्रूक्स, ज्युनिअर यांनी अमेरिकन लोकांसाठी संदेश मागितला असता, गांधींनी वरीलप्रमाणे उत्तर दिलं होतं :

> *माझं आयुष्य म्हणजेच संदेश आहे. जर तसं नसेल, तर मी आता काहीही लिहिलं तरी हेतू साध्य होणार नाही.*

*

कलकत्त्याला चमत्कार घडला असला तरी, ज्या माणसाच्या हाकेसरशी भारतातील तुरुंग भरून जायचे आणि रस्ते रिकामे व्हायचे, त्या माणसाला आता मदतनिसांची नेहमीच कमतरता भासत होती आणि तो एक अनिश्चित जीवन जगत होता. 'हरिजन'चे व्यवस्थापक असलेल्या जीवनजी देसाईंना अहमदाबादला त्यांनी लिहिलं :

२० ऑगस्ट : तुम्हाला बुधवारी लेख मिळाल्याचं कळल्यामुळे मला खूप खेद वाटतो... तुम्हाला सगळी कागदपत्रं सोमवारी संध्याकाळी मिळतील, याची मी खूप काळजी घेतो. त्या उद्देशानं मी ती रविवारीच कलकत्त्याहून एअरमेलनं पाठवतो... पण... माझ्या हाताखाली कुणी पगारी नोकर नाही... तुम्ही सोमवारी कुणाला विमानतळावर पाठवता का?

'हरिजन'च्या वाचकांकडून प्रामाणिक मतं मागवण्यासाठी केलेल्या एका आवाहनातून त्यांची त्या वेळची परिस्थिती आणि त्यांचा व्यावसायिक दृष्टिकोन यांची एक झलक बघायला मिळते :

'हरिजन', ३१ ऑगस्ट १९४७ :
माझं जीवन पूर्वीपेक्षा अधिक झंझावाती झालं आहे. कायमच्या वास्तव्यासाठी सध्या मी कोणत्याच ठिकाणाची निवड करू शकत नाही. पत्रिकेचे रकाने प्रामुख्यानं माझ्या प्रार्थनेनंतरच्या भाषणांनी भरलेले असतात. माझं नवीन लिखाण दर आठवड्याला सरासरी फक्त दीड रकाना भरून असतं. हे फारसं समाधानकारक नाही. म्हणून, मी वाचकांना त्यांचं स्पष्ट मत विचारू इच्छितो की, त्यांची राजकीय किंवा आध्यात्मिक भूक भागवण्यासाठी त्यांना 'हरिजन' साप्ताहिकाची खरच गरज वाटते का?
त्यांनी आपली उत्तरं अहमदाबादला 'हरिजन'च्या संपादकांना पाठवावीत. पाकिटाच्या डाव्या बाजूला वरच्या कोपऱ्यात लेखकानं 'हरिजन'संबंधी असा उल्लेख करणं आवश्यक आहे.

माणूस एक योजतो...

पंजाबला जाण्याचा त्यांचा मार्ग मोकळा झाल्यावर गांधींनी मित्रा आणि बॅनर्जींच्या हौतात्म्याची आठवण काढत कलकत्त्याला आणि ७ सप्टेंबरच्या रात्री पंजाबला जाण्यासाठी म्हणून ते दिल्लीच्या ट्रेनमध्ये बसले, तशी तार त्यांनी नेहरूंना केली.

ऑगस्टच्या मध्यानंतर तो प्रांत रक्तानं न्हाला होता. पंजाबातील अनेक ठिकाणी येऊन थडकलेल्या द्वेषाच्या झंझावातानं सगळं उद्ध्वस्त करून टाकलं. आपण मध्ययुगीन काळापूर्वीचा हिंस्रपणा अनुभवला अशी नोंद पंजाब सीमा दलाचे मेजर जनरल रीस यांनी नोंद केली आहे.

स्त्री-पुरुष, लहान-मोठे, कुणीही यातून सुटलं नाही. हातात तान्ही बाळं असलेल्या मातांना कापण्यात आलं, भोसकण्यात आलं किंवा गोळ्या घालण्यात आल्या आणि घरावर हल्ला करणारे शीख 'रावळपिंडी' अशा

आरोळ्या देत होते. दोन्ही बाजू सारख्याच निर्दयपणे वागल्या.

पंजाबच्या हिंसक घटना गांधी जाणून होते (१ सप्टेंबर), पण त्यांची ट्रेन पश्चिम बंगाल, बिहार आणि उत्तर प्रदेशातून दिल्लीकडे धडधडत जात असताना त्यांना हे माहीत नव्हतं की, सप्टेंबर महिन्याच्या शेवटापर्यंत पंजाबमधील हत्यांची संख्या अडीच लाख किंवा त्यापेक्षाही जास्त होईल, मुस्लिमांचे आणि मुस्लिमेतरांचे सारख्याच संख्येनं बळी जातील, मोठ्या संख्येनं महिलांवर अत्याचार होतील, त्यांचं अपहरण होईल.

त्यांना हेही माहीत नव्हतं की, ऑगस्टमध्ये सुरू झालेला दुहेरी प्रवाह– हिंदू आणि शिखांचा पूर्वेकडे, तर मुस्लिमांचा पश्चिमेकडे–१९४८ सालच्या उन्हाळ्यापर्यंत सुरूच राहणार होता आणि इतिहासात 'एक मोठं स्थलांतर' म्हणून त्याची नोंद होणार होती. या प्रक्रियेत साडेपाच दशलक्ष हिंदू व शीख भारतात आले आणि तेवढेच मुस्लीम पाकिस्तानात गेले. त्यांतील अनेक लोक बैलगाड्यांमधून मोठ्या काफिल्यांमधून गेले आणि बाकीचे ट्रेन्समध्ये खचाखच भरून; त्यांतल्या अनेक ट्रेन्स त्यांच्या अंतिम स्थानकांवर पोचल्या, तेव्हा त्यात फक्त प्रेतांचाच खच होता.

तरीही, ७ सप्टेंबरपर्यंत जे काही समजलं होतं, ते अतिशय भयंकर होतं. पंजाबातील हिंसाचारासंबंधी जिनांशी चर्चा करण्यासाठी पंतप्रधान नेहरू आणि उपपंतप्रधान पटेल ३ सप्टेंबर रोजी विमानानं पाकिस्तानला गेले होते, हे गांधींना माहीत होतं. जिना आता पाकिस्तानचे गव्हर्नर जनरल झाले होते आणि लियाकत अली नूतन राष्ट्राचे पहिले पंतप्रधान. आपण या प्रांतातील समस्येला कसं तोंड देणार आहेत, यावर दोन रात्रींच्या ट्रेनच्या प्रवासात, गांधींनी नक्कीच विचार केला असणार– आता ते दोन प्रांत होते आणि शेजारीच मारेकरी बनले होते, यापेक्षा मोठं आव्हान त्यांच्या आयुष्यात कधी आलं नव्हतं. याच वेळी गांधींना एक छोटं दुःखही सलत होतं. त्यांना सांगण्यात आलं होतं की, पंजाबला जाण्यापूर्वी त्यांना दिल्लीत रीडिंग रोड (मंदिर मार्ग)वरच्या हरिजनांसमवेत नाही तर अल्बुकर्क रोडवरच्या (३० जानेवारी रोड) बिर्ला हाउसमध्ये मुक्काम करावा लागणार होता. ते घर नेहरूंच्या (यॉर्क रोड, आता मोतीलाल नेहरू मार्ग) आणि पटेलांच्या (औरंगजेब रोड) घरांपासून जवळ होतं.

त्याशिवाय, त्यांना मुख्य दिल्ली स्टेशनच्या पुढे शहादरा स्टेशनवर उतरायला सांगितलं गेलं होतं, कारण राजधानीतसुद्धा स्थिती तणावाची होती. कलकत्त्याहून निघताना गांधींना दिल्लीतील वाईट परिस्थितीची कल्पना नव्हती, तरी ५ सप्टेंबरच्या सकाळी तिथे हिंसाचार उफाळला होता, तेव्हापासून शेकडो लोक मारले गेले होते. करोल बाग, सब्जीमंडी आणि पहाडगंजसारख्या ठिकाणांमधून मुस्लिमांना बाहेर हाकलण्यात आलं होतं, शहरात संचारबंदी लागू झाली होती आणि लोकांना

धान्याचा पुरवठा होत नव्हता.

९ सप्टेंबरच्या पहाटे शहादरा स्टेशनवर गांधींना भेटलेल्या पटेलांनी त्यांना बिर्ला हाउसला नेण्याचं नक्की असल्याचं सांगितलं; कारण सफाई कामगारांच्या वस्तीत त्यांचं संरक्षण करणं अवघड गेलं असतं आणि लोकांना तिथे त्यांना येऊन भेटणंही कठीण झालं असतं, शिवाय त्या वसाहतीत निर्वासितांची व्यवस्था केलेली होती. पटेलांच्या गंभीर मुद्रेमुळे आधीच निराश झालेले गांधी अधिकच अस्वस्थ झाले. त्यांच्या प्रदीर्घ सहवासाच्या काळात वल्लभभाईंनी विनोद केला नाही, असा हा पहिलाच प्रसंग होता. त्यांच्याबरोबर आलेले पोलीस अधिकारीही चिंतित दिसत होते.

गाडीत पटेलांनी दिल्लीमधील अशांततेचे तपशील सांगितले. तातडीनं कामाला लागलेल्या गांधींनी त्या दिवशी हुमायूच्या मकबऱ्याजवळच्या एका छावणीला भेट दिली. तिथे अल्बार आणि भरतपूरच्या मुस्लीम मेओ निर्वासितांनी आश्रय घेतला होता, जामिया मिलियामध्ये दिल्लीतील अनेक मुस्लीम एकत्र जमले होते आणि दिवाण हॉल, वॅव्हेल कॅन्टीन आणि किंग्जवे अशा तीन छावण्यांमध्ये पश्चिम पंजाबातील हिंदू आणि शीख निर्वासित भरले होते. या सगळ्या ठिकाणांना त्यांनी भेट दिली.

संपूर्ण दिवसभर त्यांनी आजच्या दिल्लीची दुःखपूर्ण कहाणी ऐकली. काही दिवसांपूर्वी ट्रेनमधून आपली कशी सुटका झाली होती, ते झाकिर हुसेन यांनी जामियामध्ये सांगितलं : सैन्यदलातील एका शीख कॅप्टननं आणि एका हिंदू रेल्वे अधिकाऱ्यानं मदत केली नसती, तर आयुष्यभर एकसंध भारतावर विश्वास ठेवणाऱ्या हुसेन यांची हत्या झाली असती. १९१९ सालापासून राष्ट्रीय पातळीवरचे नेते असलेले काँग्रेसचे सैफुद्दीन किचलू यांना दिल्लीतील आपलं घर सोडून आपल्या पूर्वजांच्या प्रदेशात, काश्मीरला पळ काढावा लागला, असंही गांधींना समजलं.

पाकिस्तानातून आलेल्या हिंदू व शीख निर्वासितांनी सांगितलं की, आपण गांधींनी केलेली पंजाबची सेवा विसरलो नसलो तरी, गांधींना त्यांच्यासारखं संकटांना तोंड द्यावं लागलं नव्हतं... आपल्या प्रिय व्यक्तींना गमवावं लागलं नव्हतं आणि दारोदारी भीक मागत फिरावं लागलं नव्हतं. बिर्ला हाउसमधील त्यांच्या यजमानांनी गांधींना सांगितलं की, शहरात इतकी अव्यवस्था माजली होती की, भारताच्या सर्वांत श्रीमंत कुटुंबांपैकी एक असलेल्या त्यांच्या कुटुंबालादेखील फळं आणि भाज्या मिळू शकत नव्हत्या.

त्या दिवशी साम्यवादी नेते पी. सी. जोशी यांच्याशी बोलताना गांधी म्हणाले : मला माझ्या आयुष्यातील असा एकही प्रसंग आठवत नाही, की ज्या वेळी मी आजच्याइतका गोंधळलेला होतो.

तरीही, दिवस संपताना गांधींच्या मनातील गोंधळ दूर झाला : ते पंजाबला

जाणार नव्हते तर राजधानी पूर्वपदावर येईपर्यंत दिल्लीतच राहणार होते. आपल्या योजनेतील नवीनतम बदल जाहीर करताना त्या रात्री गांधी म्हणाले, *"माणूस एक ठरवतो आणि देव भलतंच करतो."*

दिल्लीला येण्यासाठी गांधीजींनी अजून काही दिवस वाट पाहिली असती, तर इथले सगळे मुस्लीम नष्ट झाले असते, असं १९२० सालापासून गांधींचे दिल्लीतील मदतनीस ब्रिज कृष्णा यांना दुसऱ्या दिवशी सकाळी एका शीख टॅक्सी ड्रायव्हरनं सांगितलं.

१९४७ सालच्या ऑगस्ट-सप्टेंबर महिन्यातील पेटलेल्या वातावरणात, पाकिस्तानातून येणारे निर्वासित थरकाप उडवणाऱ्या बातम्या आणत असताना, दिल्लीचं रूपांतर एका संपूर्ण हिंदू शहरात करणं काही कपोलकल्पित राहिलं नसतं. अशा प्रयत्नांना लोकांच्या काही संतप्त गटांनी मदतच केली असती आणि काही प्रशासकीय व पोलीस अधिकाऱ्यांनी तिकडे काणाडोळा केला असता.

खरंतर, गृहमंत्री पटेल गुप्तपणे आपल्या बाजूनं आहेत, अशी बातमी सर्वत्र पसरावी अशी दिल्लीतील मुस्लिमविरोधी घटकांना आशा होती. अतिशय मानवतावादी आणि पक्के हिंदू असलेले पटेल मुस्लिमांच्या हत्येच्या बातम्यांपेक्षा हिंदू व शिखांच्या हत्याकांडाच्या बातम्यांनी अधिक व्यथित झाले होते, ही गोष्ट नि:संशय खरी होती. तरी गृहमंत्र्यांचे हात त्यांच्या हृदयातील भावनांनी नव्हे तर कायद्यानं बद्ध होते. अगदी पूर्वी, म्हणजे मार्च महिन्यात जेव्हा पंजाबमध्ये पहिल्यांदा दंगे उसळले होते, तेव्हा गांधींना पटेलांनी ग्वाही दिली होती की, 'इथे (दिल्लीत) अर्थातच आम्ही सर्व काही नियंत्रणात ठेवू शकू. पक्षपाती अधिकाऱ्यांना शिक्षा करण्यात येईल, असा पटेलांनी दिलेला इशारा ८ सप्टेंबरच्या हिंदुस्तान टाइम्समध्ये प्रसिद्ध झाला.

गांधी दिल्लीत उपस्थित असताना आणि गृहमंत्री पटेल आपली कर्तव्यं पार पाडायला उघडपणे सज्ज असताना, पोलीस दलातील वा नोकरशाहीतील वरिष्ठ किंवा कनिष्ठ अधिकाऱ्यांसाठी किंवा जनतेमधील कुणासाठी पटेलांना गांधींपासून किंवा नेहरूंपासून तोडणं अशक्य होऊन बसलं होतं. मुस्लिमविरोधी हिंसक कारवायांकडे वल्लभभाई दुर्लक्ष करतील, असा दावा करणंही फोल होतं. दरम्यान, दिल्लीतून सर्व मुस्लिमांना हाकलून देण्याचे किंवा नष्ट करण्याचे प्रयत्न सोडून देण्यात आले.

दोन्ही पंजाबांमध्ये, सरहद्द प्रांतात आणि दिल्लीत ज्या घटना घडत होत्या, त्यामुळे व्यथित झालेले गांधी तरीही शांत होते. त्यांना दिल्लीत पार पाडायला एक विशिष्ट कामगिरी मिळाली होती. पुढच्या काही दिवसांमध्ये ते सतत दिल्लीच्या महत्त्वाविषयीच बोलत :

१३ सप्टेंबर : असं म्हणतात की, महाभारताच्या काळात पांडव 'पुराना किला'मध्ये राहायचे. तुम्ही त्याला इंद्रप्रस्थ म्हणा किंवा दिल्ली, हिंदू

आणि मुस्लीम इथे एकत्र नांदले आहेत. ती मुघलांची राजधानी होती. आता ती भारताची राजधानी आहे... मुघल बाहेरून आले. त्यांनी दिल्लीच्या पद्धतींना आणि शिष्टाचारांना आपलसं केलं... अशा तुमच्या दिल्लीत हिंदू आणि मुस्लीम शांततेनं एकत्र राहत होते. ते काही काळ भांडायचे आणि पुन्हा एक व्हायचे... ही तुमची दिल्ली आहे.

२५ सप्टेंबर : इथे जर शांतता प्रस्थापित झाली नाही, तर संपूर्ण हिंदुस्थानात आग भडकेल.

३ नोव्हेंबर : शेवटी, संपूर्ण देशाचं विधिलिखित दिल्ली ठरवेल.

१८ नोव्हेंबर : मला इथेच काहीतरी करावं लागणार आहे किंवा मरावं लागणार आहे. दिल्लीत मनं एक झाली नाहीत, तर मला भारतभर ज्वाळा भडकलेल्या आतापासूनच दिसत आहेत.

दिल्लीशी आपले स्वत:चे असलेले संबंध आठवताना, आता हयात नसलेल्या अनेक मित्रांची गांधींनी आठवण काढली : स्वामी श्रद्धानंद, हकीम अजमल खान, मुख्तार अहमद अन्सारी, चार्ली अॅण्ड्र्यूज– हे सेंट स्टीफन्स कॉलेजमध्ये शिकवायचे. व्हाइसरॉय आणि इतरांना असहकाराचं आव्हान देणारा आराखडा गांधींनी सेंट स्टीफन्स कॉलेजचे प्राचार्य सुशीलकुमार रुद्र यांच्या घरी तयार केला होता.

दिल्ली बदलताना, वाढताना आणि त्यात नवी दिल्लीची भर पडताना गांधींनी पाहिली होती. १९१८ साली दिल्लीतच त्यांनी सरकारला हिंदीतून संबोधित केलं होतं आणि १९३१ साली आयर्विन यांच्यासोबत करारावर सही केली होती. १९२४ साली इथेच, मुहम्मद अलींच्या घरी त्यांनी हिंदू-मुस्लीम ऐक्यासाठी एकवीस दिवसांचा उपवास केला होता. आणि दिल्लीलाच, १९२९ साली त्यांचा नातू– हरिलालचा धाकटा मुलगा रसिक मरण पावला होता. दिल्लीलाच गांधींचा सर्वांत धाकटा मुलगा, 'हिंदुस्तान टाइम्स'चा संपादक, देवदास आपल्या कुटुंबासह राहत होता.

दिल्लीत आणि दिल्लीहून– त्यांच्या माणसांच्या आणि त्यांच्या राजकीय 'पुत्रांच्या' मदतीनं– ते या नव्यानं स्वतंत्र झालेल्या, पण जखमी आणि अत्यवस्थ भारताची आणि ज्याला ते आपलंच समजत होते, त्या पाकिस्तानची सेवा करणार होते. द्वेषाला धैर्यानं तोंड देत ते ही सेवा बजावणार होते.

द्वेषाविरुद्ध व्यूहरचना

दिल्लीला आल्यावर तीन दिवसांनी गांधींनी राष्ट्रीय स्वयंसेवक संघाचे प्रमुख एम. एस. गोळवलकर यांची भेट घेतली. राष्ट्रीय स्वयंसेवक संघाचा दिल्लीतील हिंसाचारात हात असल्याच्या बातम्या होत्या, हे आरोप अमान्य करून गांधींच्या एका प्रश्नाला

उत्तर देताना गोळवलकर म्हणाले की, राष्ट्रीय स्वयंसेवक संघाचा मुस्लिमांच्या हत्येशी काही संबंध नव्हता. तसं त्यांनी जाहीरपणे सांगावं, असं गांधींचं म्हणणं होतं. गांधींनी आपलं वक्तव्य उद्धृत करावं, असं गोळवलकर म्हणाले. त्याप्रमाणे गांधींनी त्या संध्याकाळी प्रार्थनासभेत केलं; पण त्यांनी सांगितलं की, हे वक्तव्य स्वत: गोळवलकरांच्या तोंडून यायला पाहिजे. गोळवलकर आपल्याला विश्वासार्ह वाटले नाहीत, असं नंतर गांधी नेहरूंना म्हणाले.

चार दिवसांनी, गांधींच्या विनंतीवरून राष्ट्रीय स्वयंसेवक संघाचे बरेच कार्यकर्ते त्यांना भेटायला आले (१६ सप्टेंबर). गांधींनी त्यांना सांगितलं की, राष्ट्रीय स्वयंसेवक संघाच्या शिबिरातील शिस्त, साधेपणा आणि अस्पृश्यतेला दिलेला फाटा या गोष्टींमुळे बऱ्याच वर्षांपूर्वी आपण प्रभावित झालो होतो, तरी पवित्र उद्देशाशिवाय आणि खऱ्या ज्ञानाशिवाय त्याग करणं समाजासाठी विघातक ठरत आलेलं आहे. त्यांची शक्ती भारताच्या हितासाठी किंवा त्या विरोधातही वापरली जाऊ शकते, असं गांधींनी राष्ट्रीय स्वयंसेवक संघाच्या कार्यकर्त्यांना सांगितलं.

दुष्कर्म करणाऱ्यांची हत्या करायला हिंदुत्व संमती देत नाही का, असं त्यांच्यातील एकानं विचारल्यावर गांधी उत्तरले : 'एक पापी दुसऱ्या पाप्याचा न्यायनिवाडा किंवा त्याला दंड करण्याचा दावा कसा करू शकतो?' योग्यरीतीनं स्थापन झालेल्या सरकारलाच केवळ एखाद्या दुष्कर्मी माणसाला शिक्षा करण्याचा अधिकार असतो.

पटेलांना नेहरूंविरुद्ध चिथावण्याची अपेक्षा असलेल्या त्या गटातील कुणालातरी वठणीवर आणण्यासाठी गांधी म्हणाले, *"ते दोघं अनेक वर्षांपासून एकमेकांचे सहकारी आहेत आणि दोघांचंही ध्येय एकच आहे."* ते पुढे म्हणाले :

> *तुम्ही त्यांचा न्यायनिवाडा करून त्यांना शिक्षाही द्यायला निघालात; तर सरदार आणि पंडित नेहरू शक्तिहीन होतील... कायदा हातात घेऊन त्यांच्या प्रयत्नांवर पाणी फिरवू नका.*

संपूर्ण अहिंसेचं पालन करण्याऐवजी कायदा हातात घेऊ नका– हेच गांधी सगळ्या लोकांना सांगायचा प्रयत्न करत होते. पाकिस्तानमध्ये हिंदू व शिखांवर होणाऱ्या हल्ल्यांच्या बातम्या लोकांच्या कानी पडत होत्या, तशाच भारतात मुस्लिमांवर होणाऱ्या हल्ल्यांची खबर पाकिस्तानी नागरिकांना मिळत होती.

सप्टेंबर महिन्यात आणि त्यानंतर, बिर्ला हाउसमध्ये गांधींच्या हाताखाली आभा, मनू, ब्रिज कृष्ण, बिसेन, कल्याणम् (लघुलिपिक) ही मंडळी होती. जेव्हा दिल्लीत असतील, तेव्हा प्यारेलाल आणि त्यांची बहीण सुशीलाही त्यांना सामील व्हायचे. प्यारेलाल अधिक काळ दिल्लीपेक्षा नौखालीत असायचे, तर सुशीला नेहमी

पंजाबमध्ये. गांधींसकट त्यांचे सगळे सहकारी जमिनीवर पातळ सतरंजी घालून झोपायचे. ते सगळे एका खोलीत आणि/किंवा घराच्या पश्चिमेस असलेल्या त्या खोलीला लागून असलेल्या व्हरांड्यात झोपायचे. पहाटे तीन वाजता बिसेन गांधींसह सर्वांना उठवायचा, पण काही वेळा हे काम स्वत: गांधीच करायचे.

त्याच खोलीत, पातळ सतरंजीवर पांढरं खादीचं कापड अंथरून गांधी त्यावर बसायचे, लिहायचे, सूत कातायचे, आलेल्यांना भेटायचे आणि जेवण करायचे आणि तिथेच प्रत्येक दिवशी पहाटे ते आणि बाकीचे सगळे प्रार्थना म्हणायचे. संध्याकाळी पाच वाजता गांधी आणि त्यांचे सहकारी हिरवळीच्या कडेकडेनं बिर्ला हाउसच्या प्रांगणात दक्षिणेकडे असलेल्या मोकळ्या जागी सर्वधर्मप्रार्थनेसाठी जमायचे. ज्याला इच्छा असेल तो प्रार्थनेला हजर राहून प्रार्थनेनंतर होणारं गांधींचं बोलणं ऐकू शकत होता : बहुतेक वेळी काहीशे माणसं उपस्थित असायची.

बिर्ला हाउसमध्ये गांधींना भेटायला येणाऱ्यांमध्ये पश्चिम पाकिस्तानातून आलेले निर्वासित आणि भारतात असुरक्षितता वाटणारे मुस्लीम यांचा भरणा असायचा. नेहरू आणि पटेल नेहमीच यायचे, तसेच इतरही बरेच लोक यायचे. त्यांत आता भारताच्या आरोग्यमंत्री झालेल्या अमृत कौरही असायच्या. देवदास व त्याचे कुटुंबीय आणि पश्चिम उत्तर प्रदेशच्या डोंगरपायथ्याशी आश्रम असणारी मीराही अधूनमधून यायची.

साध्यासुध्या हिंदीत (किंवा गांधींच्या शब्दांत 'हिंदुस्थानीत') दिलेली त्यांची प्रार्थनेच्या वेळची भाषणं नॅशनल रेडिओवरून थेट प्रसारित केली जायची आणि वृत्तपत्रांनाही पोचवली जायची. ही भाषणं ते काळजीपूर्वक तयार करायचे, वृत्तपत्रांसाठी ते इंग्रजीमधून वेगळा मसुदा तयार करायचे. १२ सप्टेंबर रोजी त्यांनी 'जशास तसे' किंवा 'ठोशास ठोसा' वागणुकीतील फोलपणा दाखवणारं आणि कोणती परिस्थिती त्यांना पंजाबसाठी कूच करण्यासाठी अनुकूल असेल, याचा आढावा घेणारं भाषण केलं, हे त्याचं उत्तम उदाहरण आहे :

> सरहद्द प्रांतातून चिंता करण्यासारख्या बातम्या मिळाल्या आहेत, हे मी तुम्हाला सर्वप्रथम सांगू इच्छितो... मला काय वाटतं ते मी तुम्हाला सांगू इच्छितो. ते म्हणजे, आपण रागवता कामा नये. अर्थातच, आपल्याला वेदना होतात... असं वाटणं स्वाभाविक आहे, आमचे भाऊ मारले गेले आहेत, तर मुस्लिमांना का मारू नये? मी जर माझ्या भावांच्या खऱ्याखुऱ्या मारेकऱ्यांनाही मारू शकत नाही, मग मी इतर निष्पाप लोकांना मारावं का?... पाकिस्तानमधल्या हिंदू आणि शिखांची वाईट दशा मी पाहिली आहे. मी लाहोरला राहिलो आहे. मला दु:ख होत नाही, असं तुम्हाला वाटतं का? कुणाही पंजाबी माणसापेक्षा माझं दु:ख कमी नाही, असा मी दावा करतो.

जर पंजाबमधून कुणी हिंदू किंवा शीख येऊन मला सांगू लागला की, त्यानं त्याचा भाऊ किंवा मुलगी किंवा वडील गमावल्यामुळे त्यांचं दुःख माझ्यापेक्षा जास्त आहे; तर मी म्हणेन की, त्याचा भाऊ हा माझा भाऊ आहे, त्याची आई माझी आई आहे आणि त्याच्याएवढंच दुःख मलाही झालेलं आहे. मीपण एक माणूस आहे आणि राग मलाही येतो, पण मी माझा राग गिळून टाकतो. त्यामुळे मला शक्ती मिळते. त्या शक्तिनिशी मी काय सूड घेऊ शकणार? मी कसा सूड घ्यावा की जेणेकरून त्यांना त्यांच्या गुन्ह्यांचा पश्चात्ताप होईल आणि आपण घोर पातक केल्याचं ते मान्य करतील?
मी आज जामा मशिदीत गेलो होतो. त्या भागातील मुस्लीम नागरिकांना मी भेटलो. मी तिथल्या स्त्रियांनाही भेटलो. काही स्त्रिया माझ्यासमोर रडल्या आणि काहींनी त्यांची दुर्दशा दाखवण्यासाठी आपल्या मुलांना आणलं. मी त्यांना पश्चिम पंजाब आणि सरहद्द प्रांतात झालेल्या हिंदू आणि शिखांची दुर्दशा सांगत बसू का? त्यामुळे पंजाबातील हिंदू आणि शिखांचं दुःख कमी होईल का?
पाकिस्तानातील लोकांनी अमानुषतेचा मार्ग पत्करला आणि तोच मार्ग (भारतातील) हिंदू व शिखांनी मान्य केला. एखादा चांगला वागला म्हणून त्याच्याशी चांगलं वागणं ही शुद्ध व्यापारी किंवा खरंतर लबाड व्यापाऱ्याची वृत्ती झाली. मी स्वतः एक व्यापारी आहे, असं मी म्हणतो आणि मी खरा व्यापारी आहे. तुम्ही लबाड व्यापारी होऊ नका. एक चांगला माणूस वाइटालाही चांगुलपणानंच उत्तर देतो. मी हे माझ्या लहानपणी शिकलो आहे. त्याच्या खरेपणावर माझा आजही विश्वास आहे. तुम्ही पण वाइटाची परतफेड चांगुलपणानं करावी, असं मला वाटतं.
सरकारला शस्त्रांची गरज भासते, नागरिकांना त्यांची काय गरज? शहरात राहणाऱ्या लोकांनी शस्त्र बाळगायला नको आहेत. मुस्लिमांनी त्यांच्याकडची सगळी शस्त्रं सरकारला देऊन टाकावीत, अशी माझी इच्छा आहे. हिंदूंनीसुद्धा त्यांच्याकडची शस्त्रं परत द्यावीत...
अशीच परिस्थिती कलकत्त्यात होती; पण आता तिथले हिंदू व मुस्लीम भावाभावांप्रमाणे राहायला लागले आहेत... अशीच स्थिती तुम्ही दिल्लीत निर्माण करायला हवी. म्हणजे मला लगेच पंजाबला जाता येईल आणि तिथल्या लोकांना सांगता येईल की, दिल्लीतील मुस्लीम शांततेत जगत आहेत. मी यांचं बक्षीस तिथे मागेन. मी हे बक्षीस ममदोतच्या नवाबाकडे मागेन (पश्चिम पंजाबचे मुख्यमंत्री). *मी पूर्व पंजाबातही जाईन...*

पण, पंजाबची स्थिती आणखीनच खालावत चालली होती. सप्टेंबर महिन्याच्या मध्यावर भारत आणि पाकिस्तानच्या सरकारांनी परस्परसहमतीनं असं ठरवलं की, दोन्ही पंजाब प्रांतांमध्ये कायदा आणि सुव्यवस्था प्रस्थापित करण्याऐवजी निर्वासितांच्या हस्तांतराला अधिक प्राधान्य द्यावं. १७ सप्टेंबर रोजी सुशीलेनं नौखालीला असलेल्या प्यारेलाल यांना लिहिलं :

बापूंना दिल्लीत या गोष्टींचा मोठा त्रास होणार आहे. काल ते म्हणत होते की, आपल्यापैकी काहींची गत फ्रेंच राज्यक्रांतीच्या नेत्यांसारखी झाली, तर त्यात त्यांना काही आश्चर्य वाटणार नाही. आपल्याला कितीही आवडत नसलं, तरी लोकसंख्येची देवाणघेवाण प्रत्यक्षात सुरू आहे. पश्चिम पाकिस्तानसारखेच पूर्व पाकिस्तानातूनही हिंदूंचे लोंढेच्या लोंढे येणार की काय? असं झालं तर मोठंच संकट कोसळेल, असं बापू म्हणतात.

मानहानी होण्यापेक्षा पाकिस्तानातील हिंदू व शीख महिला मृत्यूला कवटाळणं पसंत करत आहेत, या बातम्यांनी हेलावलेले गांधी १८ सप्टेंबर रोजी म्हणाले :

त्या धैर्यानं गेल्या आहेत. त्यांनी त्यांचा सन्मान विकला नाही. त्यांचे प्राण त्यांना प्रिय नव्हते असं नाही, पण मुस्लिमांनी सक्तीनं इस्लामचा स्वीकार करायला लावण्यापेक्षा आणि शरीरांची विटंबना होण्यापेक्षा त्यांनी धैर्यानं मृत्यूला सामोरं जाणं पसंत केलं. आणि म्हणून त्या स्त्रिया मेल्या. त्या काही फक्त मूठभर नव्हत्या, तर संख्येनं बऱ्याच होत्या.

सप्टेंबरमधल्या त्यांच्या आणखी काही विधानांकडे आपण पाहू या :
१८ सप्टेंबर : मी पाकिस्तानला जाईन, तेव्हा मी त्यांना सोडणार नाही. मी तिथे हिंदू आणि शिखांसाठी मरण पत्करेन. मला तिथे मृत्यू आलेला खरोखर आवडेल. मला इथेही मृत्यू आलेला आवडेल...
२० सप्टेंबर : ही वेळ खुदा, अल्ला, ईश्वर आणि रामाचं स्मरण करण्याची आहे... तीनही धर्मांचं (हिंदू, मुस्लीम आणि शीख) रक्त एक आहे, हे सिद्ध करण्यासाठी मी शक्य ते सगळं करेन. हे साध्य करण्यासाठी मी ईश्वरासमोर आक्रोश करेन आणि अश्रू ढाळेन. मी माणसासमोर अश्रू ढाळत नाही, पण देवासमोर ढाळू शकतो.
२३ सप्टेंबर : मला लाहोरला जायची इच्छा आहे. मला रावळपिंडीला जायचं आहे... तुम्ही दिल्लीत संघर्ष टाळू शकलात तर ईश्वरानं माझी प्रार्थना ऐकली, असं मी मानेन. मग, देवाच्या कृपेनं मी पंजाबला जाईन. मी तुम्हाला एक नक्की सांगतो की, दिल्लीत एकदा शांतता प्रस्थापित

झाली की, मी एक दिवससुद्धा इथे थांबणार नाही.

२४ सप्टेंबर : माझ्या शरीरात फक्त मूठभर हाडं आहेत. पण माझं हृदय माझं स्वत:चं आहे. म्हणून तुमची हृदयंही तुमची असू द्यात...

सध्या पाकिस्तानातून येणाऱ्या ट्रेन्समध्ये मुस्लीम नसतात. त्या ट्रेन्समधून हिंदू आणि शीख आणले जातात. काही ट्रेन्समध्येच मारले जातात. आणि इथून जाणारे सगळे मुस्लीम असतात, ते रस्त्यातच मारले जातात. मी हे आकडे मोजावे, असं मला सुचवण्यात आलं आहे. मी कोणत्या संख्या मोजायच्या?... आणि त्या जाणून घेऊन मी काय करणार?

चर्चिलबरोबर बोलाचाली : लंडनमधील एका भाषणात, आता विरोधकांत असलेल्या विन्स्टन चर्चिल यांनी गांधींच्या आत्मसन्मानाला डागण्या दिल्या :

भारतात ज्या भयावह कत्तली होत आहेत, त्यांचं मला आश्चर्य वाटत नाही. उच्चप्रतीची संस्कृती जोपासण्याची क्षमता असलेले वंश एकमेकांवर नरभक्षकांसारखे तुटून पडत आहेत. अर्थातच आपण आता कुठे या भीषण कत्तलींची सुरुवात बघत आहोत. हे वंश, पिढ्यान् पिढ्या उदार, सहिष्णू आणि नि:पक्षपाती ब्रिटिश राजमुकुटाच्या आणि संसदेच्या छायेत, शेजारी शेजारी सुखेनैव शांततेत नांदत होते. भविष्यात आपल्याला उपखंडातील लोकसंख्येचा संक्षेप झालेला दिसेल, यात मला काही शंका नाही.

आपल्या जुन्या शत्रूकडून आलेल्या या विखारी वाग्बाणांना गांधींनी ताबडतोब आणि तेवढाच प्रतिसाद दिला (२८ सप्टेंबर). आपल्या प्रार्थनासभेतील श्रोत्यांसाठी चर्चिल यांच्या वाक्यांचं भाषांतर करून त्यांनी त्या माजी पंतप्रधानाचा उल्लेख 'एक थोर माणूस' अशा शब्दांत केला. ते म्हणाले, "ग्रेट ब्रिटन मोठ्या संकटात सापडलं असताना चर्चिल यांनी सुकाणू हाती घेतलं नाही, हे निश्चित." दुसऱ्या महायुद्धात ब्रिटिश साम्राज्याला त्यांनी वाचवलं होतं. भारतातील काही लाख लोकांनी अमानुषतेची कास धरली होती, हेही मान्य केलं.

त्याच वेळी, भारतातील हत्याकांडाचं वर्णन करताना ते असुरी आनंदानं आणि धडधडीत अतिशयोक्तियुक्त केल्याबद्दल चर्चिल यांना गांधींनी फैलावर घेतलं आणि या शोकांतिकेला ब्रिटन किती जबाबदार आहे, याचा विचार करण्याचे थोडे कष्ट घ्यावेत, असं चर्चिल यांना सुचवलं. भारताची फाळणी व्हावी, अशी चर्चिल यांची व्यक्तिगत इच्छा होती. तिचा उल्लेख न करता गांधी पुढे म्हणाले की, देश सोडून जाण्यापूर्वी भारताचं विभाजन करून ब्रिटननं अहेतुकपणे देशाच्या दोन भागांना एकमेकांशी लढण्यासाठी आमंत्रित केलं आहे. हे एक असं पाऊल होतं,

ज्याचं समर्थन येणारा काळ करेल किंवा करणार नाही. आपल्या लोकांना उद्देशून गांधींनी भाषणाचा समारोप केला :

तुमच्यापैकी बऱ्याच जणांच्या वर्तनामुळे श्री. चर्चिल यांना असं बोलायला जागा मिळाली आहे. श्री. चर्चिल यांचं भाकीत खोटं ठरवण्यासाठी... तुमच्याकडे अजूनही पुरेसा वेळ आहे.

गांधींच्या मनातून लाहोर काही केल्या जात नव्हतं.

१ ऑक्टोबर : लाहोरमध्ये ज्यांची मालमत्ता आहे, ती त्या सगळ्यांना परत मिळाली पाहिजे... मी तिथे किती सुंदर इमारती पाहिल्या आहेत! आणि मुलींसाठी असलेल्या त्या सगळ्या शैक्षणिक संस्थांचं काय?... पंजाबचे लोक मुळातच कणखर आहेत. ते धंदेवाईक प्रवृत्तीचे आणि संपत्ती कमावणारे आहेत. त्यांच्यात खूप मोठे बँकर्स आहेत, जे पैसा खर्च कसा करायचा हे जाणतात आणि कसा कमवायचा हेही जाणतात. मी हे सगळं माझ्या डोळ्यांनी पाहिलं आहे. त्यांनी त्या सगळ्या इमारती उभ्या केल्या आहेत, मुला-मुलींसाठी ती महाविद्यालयं सुरू केली आहेत आणि ती मोठमोठी हॉस्पिटल्स.

दिल्लीत अजूनही वावरत असलेल्या दुष्प्रवृत्तींचा त्यांना वास आला आणि ते त्याबद्दल म्हणाले :

१ ऑक्टोबर : ते नक्की कोण आहेत, ते मला माहीत नाही; पण ते तिथे नक्कीच आहेत आणि पूर्वनियोजित हत्या, लूट आणि इमारतींवर सक्तीनं कब्जा करण्यासाठी कार्यरत आहेत.

वाढदिवस : आपल्या अठ्ठ्याहत्तराव्या वाढदिवसाच्या सकाळी गांधी जेव्हा स्नान करून बाहेर आले, तेव्हा त्यांना दिसलं की, मीरेनं फुलांच्या साहाय्यानं जमिनीवर तीन चिन्हं रेखाटली होती : राम हा शब्द (हिंदीत), ॐ हे पवित्र चिन्ह आणि एक क्रॉस. नेहरू आणि पटेल, घनश्यामदास बिर्ला आणि बिर्ला कुटुंबातील अनेक जण, लेडी माउंटबॅटन आणि इतर बरेच लोक त्यांचं शुभचिंतन करण्यासाठी आले होते. अनेकांनी त्यांच्या पायाला स्पर्श करून नमस्कार केला.

एक अज्ञात पाहुणा म्हणाला, "बापूजी, आमच्या वाढदिवसाला आम्ही इतरांच्या पाया पडतो आणि त्यांचे आशीर्वाद घेतो, पण तुमच्या बाबतीत तर हे उलटंच आहे. हे बरोबर आहे का?" हसत हसत गांधी उत्तरले, *"महात्म्यांची पद्धतच वेगळी असते! तो दोष माझा नाही. तुम्ही मला बोगस का असेना, महात्मा केलंत; त्यामुळे*

तुम्हाला ती शिक्षा भोगावीच लागेल!''

पण हे आनंदाचे क्षण क्षणात विरले. गेले काही आठवडे सतत सगळीकडे सांगत असलेला विचार पुन्हा बोलून दाखवत, उपस्थितांना त्यांनी विनंती केली की, *'एकतर सद्य:स्थितीतील संघर्ष संपावा किंवा त्यानं मला वर बोलवून घ्यावं, अशी प्रार्थना सगळ्यांनी करावी; या होरपळणाऱ्या भारतात आणखी एक वाढदिवस साजरा करण्याची माझी इच्छा नाही.'*

पटेलांची कन्या मणिबेन हिनं त्या दिवशी उशिरा आपल्या रोजनिशीत लिहिलं : 'त्यांची उद्विग्नता असह्य होती. आम्ही मोठ्या आनंदात त्यांच्याकडे गेलो होतो पण जड अंत:करणानं घरी परतलो.' पण, वाढदिवशी, गांधींची जोहान्सबर्गमधील चार दशकांपूर्वीची प्रतिभावान सचिव सोन्जा स्क्लेझिन हिच्याकडून आलेल्या पत्रानं गांधी नक्कीच हेलावले :

> *१२५ वर्षं जगण्याची इच्छा सोडून देण्याऐवजी, जगातील आटत चाललेलं प्रेम आणि त्यामुळे निर्माण होणारी दु:खं बघून यापेक्षाही खरं–तर तुम्ही जास्त काळ जगण्याचा निश्चय करायला हवा... प्रत्येकानं १२५ वर्षं जगण्याची इच्छा धरली पाहिजे, असं काही दिवसांपूर्वी तुम्ही मला लिहिलेल्या पत्रात उल्लेख केला होता. आता तुम्ही तुमचे शब्द मागे घेऊ शकत नाही.*

भारतात सुरू असलेला हिंसाचार हा भारतानं जगाला अहिंसेचा मार्ग दाखवण्याच्या 'दैवी योजने'ला खीळ घालणाऱ्या दुप्पट शक्तींच्या प्रयत्नांचा शेवटचा टप्पा असल्याचा दावा एका हितचिंतकानं केला आणि गांधींना निराश न होण्याचा इशारा देऊन त्यानं पुढे म्हटलं की, 'तो दैवी हेतू साध्य करण्यासाठी तुम्हीच एकमात्र साधन आहात, हे लक्षात ठेवा.' 'हरिजन' (१२ ऑक्टोबर)मध्ये त्या हितचिंतकाचं पत्र आणि त्यावर गांधींचं उत्तर प्रसिद्ध करण्यात आलं :

> *तो दैवी हेतू केवळ माझ्यामुळेच साध्य होईल, असं समजण्याएवढा मी गर्विष्ठ नाही. तो साध्य करण्यासाठी माझ्यापेक्षा जास्त योग्य साधन वापरलं जाईल, अशी शक्यता जास्त दिसते. एका दुर्बल देशाचं प्रतिनिधित्व करण्यापुरता मी योग्य होतो; पण एका शक्तिशाली राष्ट्राचं नेतृत्व करायला मी तेवढा लायक नाही. अंतिम उद्दिष्ट गाठण्यासाठी अधिक शुद्ध, अधिक धाडसी, जास्त दूरदृष्टी असणाऱ्या माणसाची गरज असण्याची शक्यता आहे, नाही का?*

इतिहास बदलण्यास इच्छुक असणाऱ्यामध्ये शुद्धता, धाडस आणि दूरदर्शीपणा हे

तीन गुण असणं गांधींना आवश्यक वाटत होतं. गांधी पुढे म्हणाले :

१२५ वर्षं जगण्याची इच्छा जाहीरपणे बोलून दाखवण्याची धिटाई माझ्यात असेल, तर बदललेल्या परिस्थितीत उघडपणे ती इच्छा नाकारण्याची नम्रताही माझ्यात असली पाहिजे... हे मी निराशेच्या भरात म्हणत नाही. त्याला अधिक योग्य शब्द आहे, हतबलता. अशा परिस्थितीत, हिंस्र बनलेल्या मानवानं केलेली कत्तल अगतिकपणे उघड्या डोळ्यांनी बघत बसण्यापेक्षा या अश्रूंच्या दरीपासून मला दूर नेण्याची विनंती मी त्या सर्वशक्तिमान परमेश्वराला करतो... तरीही माझा आक्रोश असाच राहील- माझी नव्हे तर तुझ्या एकट्याचीच इच्छा प्रबळ ठरेल.

'थिजलेले मुस्लीम साप' जागे झाल्यावर चावतील, त्यामुळे त्यांना थारा देता कामा नये, असा इशारा एका 'हरिजन'वाचकानं दिला, तेव्हा त्याला उत्तर देताना विनोद केल्यावाचून गांधींना राहावलं नाही :

३ ऑक्टोबर : अमानुष वागणुकीचं समर्थन करताना, एखाद्या माणसाची, मग तो कितीही खालच्या पातळीचा का असेना, तुलना एका सापाशी करणं हे कृत्य अशोभनीय आहे... हिंदूंच्या बाबतीतही असाच शब्दप्रयोग टोकाच्या कट्टर मुस्लिमांनी केलेला मी ऐकला आहे... शेवटी, सर्पजातीच्या वतीनं एक सर्वसामान्य चूक मी दुरुस्त करू इच्छितो (आणि दाखवू इच्छितो) *की, प्रत्येकी शंभर सापांपैकी ऐंशी साप अत्यंत निरुपद्रवी असतात आणि ते निसर्गात उपयुक्त सेवा बजावतात.*

दिल्ली आणि पाकिस्तानची राजधानी कराची या दोन्ही ठिकाणी ये-जा करणाऱ्या सुऱ्हावर्दींनी गांधींचे संदेश जिनांना पोचवले आणि जिनांचे गांधींना. 'पाकिस्तानला नक्की काय करायचं आहे– हिंदूंनी तिथे राहावं असं त्यांना वाटतंय किंवा नाही?' हे जाणून घेण्याची इच्छा गांधींना होती (२५ ऑक्टोबर). पंजाब, सिंध आणि सरहद्द प्रांतातील अल्पसंख्याकांच्या बाबतीत काय घडत आहे, हे आपल्याला माहीत असल्याचंही गांधींनी पुढे लिहिलं.

परंतु, पूर्व पंजाबातील अल्पसंख्याकांनाही हाकलून दिलं जात होतं. नौखालीतच अजून काम करीत असलेल्या अमतस सलाम यांना १६ ऑक्टोबर रोजी गांधींनी लिहिलं की, अमतस सलाम यांची जन्मभूमी असलेलं पूर्वीचं पतियाळा आता केवळ एक स्वप्न बनून राहिलं होतं. त्यांचे सगळे नातेवाईक सुखरूप होते. (त्यांना पाकिस्तानात पाठवण्याची व्यवस्था करण्यात गांधींनी मदत केली होती.) परंतु, त्यांना पतियाळा कायमचं सोडून जावं लागलं! असं दुःखानं गांधींनी लिहिलं.

नव्यानं घडणाऱ्या घटना गांधींच्या कानावर घालण्यासाठी दिल्लीतील मुस्लिमांचा एक छोटा गट रोज गांधींना भेटत असे. २६ ऑक्टोबर रोजी ईद होती. त्या दिवशी गांधींनी त्यांना आपल्या संभाव्य मारेकऱ्याबद्दल योग्य दृष्टिकोन तयार करण्यात मदत करण्याची विनंती केली :

> *येशू ख्रिस्तानं, त्याला क्रूसावर चढवणाऱ्यांना माफ कर, अशी प्रार्थना क्रूसावर असताना ईश्वराकडे केली होती. माझ्या मारेकऱ्यासाठी दयेची याचना करण्याची शक्ती त्यानं मला द्यावी, अशी मी सतत ईश्वराकडे प्रार्थना करत असतो. तुमच्या निष्ठावंत सेवकाला क्षमा करण्याची ती शक्ती मिळावी, अशी प्रार्थना तुम्हीसुद्धा केली पाहिजे.*

शीख : कराचीला भेट देऊन आलेल्या मुंबईच्या जमनादास द्वारकादास यांनी, पाकिस्तानचे एक मंत्री घझनफर अली खान यांनी केलेलं एक वक्तव्य गांधींना कळवलं (२० सप्टेंबर) : 'शिखांना बाजूला काढलं तर आम्ही हिंदूंना अगदी आनंदानं राहू देऊ.' त्यावर गांधी म्हणाले, *"हिंदूंपासून शिखांना वेगळं काढायचं– मी हे कधीही स्वीकारणार नाही."*

कराचीहून आलेल्या अन्य काहींनी, शिखांना वगळून हिंदू-मुस्लीम कराराचं सूतोवाच पुनश्च करून पाहिलं, तेव्हा गांधींनी एक जाहीर निवेदन केलं :

> *'हरिजन', ७ डिसेंबर १९४७ : पाकिस्तानात कधीही सहन न होणाऱ्या शिखांचा त्याग जर हिंदूंनी केला, तर ते तिथे सुरक्षित राहू शकतील, ही अघोरी सूचना मी जाणतो. भाऊबंदांना मारण्याच्या अशा प्रकारच्या सौद्यात मी कधीही सहभागी होणार नाही. प्रत्येक हिंदू व शीख माणूस सन्मानपूर्वक आणि सुरक्षितपणे पश्चिम पंजाबला आणि प्रत्येक मुस्लीम निर्वासित संघराज्यात परत जात नाही, तोपर्यंत या दुःखी भूमीला दिलासा मिळणार नाही. अर्थात ज्यांना त्यांच्या काही व्यक्तिगत कारणांमुळे असं करायचं नाही, त्यांचा विचार इथे केलेला नाही.*

मुस्लीम आणि हिंदूंनी केलेल्या क्रूर वर्तनावर टीका करणाऱ्या गांधींनी शिखांच्या क्रूर वागणुकीवर आणि त्यांनी केलेल्या कृपाणाच्या गैरवापरावरही टीका केली. 'शिखांबद्दल त्यांनी सावधगिरीनं बोलावं', असा इशारा एका शीख राजकारण्यानं दिला असता गांधींनी त्यापुढे मान तुकवण्यास नकार दिला :

> *मी मुक्तपणे आणि स्पष्टपणे बोलतो, कारण मी शिखांचा खरा मित्र आहे. एकूणच शिखांनी माझा सल्ला मानल्यामुळे कितीतरी वेळा त्यांची बाजू सावरली गेली आहे, असं धाडसी विधानही मी करतो. पवित्र वस्तू, पवित्र*

प्रसंगी आणि कायद्याला धरूनच वापरली पाहिजे. कृपाण हे नि:संशयपणे
शक्तीचं प्रतीक आहे आणि जर ते वापरणाऱ्यानं स्वत:वर आश्चर्यकारक
नियंत्रण ठेवून अपवादात्मक कठीण प्रसंगी वापरलं, तरच ते त्याला
शोभून दिसतं...

काश्मीर आणि जुनागढ : उपखंडातील 'पिवळे' विभाग (संस्थानं- Princely
States) नाहीसे होत होते. जवळपास सगळी संस्थानं भारत किंवा पाकिस्तानात
विलीन झालेली असताना, तिघांनी मात्र प्रश्न उभे केले होते : हैदराबाद आणि
जुनागढ, दोन्ही ठिकाणी हिंदू-बहुसंख्याक प्रजा आणि मुस्लीम सत्ताधीश होते, तर
काश्मीरमध्ये मुस्लीम बहुसंख्येनं होते आणि हिंदू सत्ताधीश होता. स्वातंत्र्य मिळण्याच्या
आधी गांधींनी काश्मीरला पाच दिवस वास्तव्य केलं होतं.

हैदराबादचा निजाम आणि काश्मीरचा महाराजा वेळकाढूपणा करत होते.
दोघांनाही आपण स्वतंत्र राहू अशी आशा वाटत होती, तर जुनागढच्या नवाबानं १५
ऑगस्ट रोजी पाकिस्तानला झुकतं माप दिलं होतं. पण पोरबंदरला लागून असलेल्या
त्याच्या किनारपट्टीच्या प्रदेशात, काठियावाडमध्ये त्यामुळे निषेधाच्या ठिणग्या
उडाल्या होत्या. तरीसुद्धा, जुनागढची इच्छा जिनांनी स्वीकारली (१३ सप्टेंबर).
संस्थानांना ते द्वि-राष्ट्र सिद्धान्त लागू करत नव्हते, तर सत्ताधाऱ्याची इच्छा प्रमाण
मानत होते. त्यावर प्रतिक्रिया म्हणून, नवी दिल्लीच्या संस्थानांशी असलेल्या
संबंधांची धुरा सांभाळणाऱ्या पटेलांनी असं जाहीर केलं की, त्या प्रदेशाची जनता
किंवा आपण स्वत: जुनागढला पाकिस्तानचा हिस्सा होऊ देणार नाही.

दुसरीकडे, काश्मीर भारतात विलीन होऊ द्यायचं नाही, असा चंग पाकिस्तानातील
काही प्रभावशाली घटकांनी बांधला होता. त्यात वायव्य सरहद्द प्रांताचे नवीन
मुख्यमंत्री अब्दुल कय्यूम खान आणि पाकिस्तान सेनादलाचे मेजर जनरल अकबर
खान यांचा समावेश होता. हरिसिंग हा हिंदू महाराजा अखेरीस भारताला सामील
होईल, या भीतीनं या घटकांनी २२ ऑक्टोबर रोजी आपल्या जबाबदारीवर काश्मीरमध्ये
आफ्रिदी जमातीचे लोक घुसवले.

घुसखोर जेव्हा काश्मीरची राजधानी श्रीनगरजवळ आले, तेव्हा हरिसिंग आणि
राज्याचे लोकप्रिय नेते शेख अब्दुल्ला (त्यांना महाराजानं सप्टेंबर महिन्याच्या
अखेरीस मुक्त केलं होतं) यांनी भारताकडे मदतीची याचना केली. नेहरू, पटेल,
हरिसिंग आणि अब्दुल्ला यांच्यात झालेल्या चर्चेतून तीन तातडीचे निर्णय घेण्यात
आले. सत्ताधीश भारतात विलीन झाला; काश्मीरच्या बचावासाठी भारतीय सैन्याच्या
तुकड्या श्रीनगरला जाऊन पोचल्या आणि अब्दुल्लांना काश्मीरचे निर्विवाद मुख्यमंत्री
म्हणून अधिकार देण्यात आले. त्याच्या जोडीला, असं जाहीर करण्यात आलं की,

शांतता प्रस्थापित झाल्यावर काश्मीरचे लोक आपल्या राज्याचं भवितव्य ठरवतील.

पटेल, नेहरू आणि अब्दुल्ला गांधींना सगळी माहिती वेळोवेळी पुरवत होते. काश्मीरमध्ये भारतीय सैन्य पाठवण्याच्या निर्णयाला गांधींनी, त्यांच्याच शब्दांत सांगायचं तर 'मूकसंमती' दिली. २९ ऑक्टोबर रोजी ते हेही जाहीरपणे म्हणाले की, '*सशस्त्र सैन्याचं काम पुढे जाऊन हल्ला करणाऱ्या शत्रूला मागे हटवण्याचं आहे.*'

हे एका हिंसक कारवाईला आशीर्वाद देण्यासारखंच होतं, तरीही 'काश्मीरचे सिंह' असलेले अब्दुल्ला फक्त मुस्लिमांचेच नव्हे तर काश्मीरच्या सगळ्या जनतेचे प्रतिनिधी असल्यामुळे गांधींना त्या सगळ्या गोष्टी मान्य होत्या. त्यांनी असा विचार केला की, काश्मीरमधील हिंदू आणि शीख अब्दुल्लांच्या बाजूनं उभे राहणार असतील, तर तो उपखंडातील हिंदू-मुस्लीम संघर्षावर उतारा ठरू शकेल :

२९ ऑक्टोबर : काहीही झालं तरी महाराजा काश्मीरला वाचवू शकत नाहीत. काश्मीरला जर कुणी वाचवू शकेल, तर ते आहेत मुस्लीम, काश्मिरी पंडित, राजपूत आणि (तिथे राहणारे) शीख. शेख अब्दुल्लांचे त्या सर्वांशी प्रेमाचे आणि मैत्रीचे संबंध आहेत...
आपल्यामध्ये जे विष पसरलं आहे, ते कधीच पसरायला नको होतं. काश्मीरमुळे ते विष कदाचित आपल्यातून बाहेर काढलं जाईल.

घुसखोरांना बाहेर काढलं की काश्मीर हे काश्मिरींचंच असेल, गांधी पुढे म्हणाले. हैदराबाद आणि जुनागढप्रमाणेच काश्मीरमध्येदेखील जनतेची इच्छा प्रमाण मानली जाणार होती. याविषयी ते म्हणाले,

११ नोव्हेंबर : जुनागढनं अखेरीस कोणत्या संघराज्यात विलीन व्हायचं हे तिथल्या जनतेच्या मतावर, म्हणजेच सार्वमत घेऊनच ठरवता येईल... *जुनागढच्या बाबत मी जे म्हटलं आहे, तेच काश्मीर आणि हैदराबादलाही लागू पडतं.*
काश्मीरच्या महाराजाला किंवा हैदराबादच्या निजामाला लोकांच्या संमतीशिवाय कोणत्याही संघराज्यात विलीन होण्याचा कोणताही अधिकार नाही... जर फक्त महाराजाला भारतीय संघराज्यात विलीन होण्याची इच्छा असती, तर मी अशा कृतीला कधीही पाठिंबा दिला नसता. संघराज्य प्रशासनानं सध्यापुरती या विलीनीकरणाला संमती दिली; कारण महाराजा आणि जम्मू व काश्मीरच्या जनतेचे प्रतिनिधी शेख अब्दुल्ला या दोघांची तशी इच्छा होती. शेख अब्दुल्ला पुढे आले, कारण ते केवळ काश्मीरच्या मुस्लिमांचं नाही तर सगळ्या जनतेचं प्रतिनिधित्व करतात.

गांधींचा पुतण्या सामळदास (लक्ष्मीदासांचा मुलगा) याच्या नेतृत्वाखाली जुनागढमध्ये लोकचळवळी झाल्यावर जुनागढचा नवाब पाकिस्तानात पळून गेला आणि वल्लभभाईंनी जुनागढच्या सीमेवर भारतीय सैनिक पाठवले. १९४८ साली फेब्रुवारी महिन्यात घेतलेल्या सार्वमतात जुनागढच्या जनतेनं उत्स्फूर्तपणे भारताच्या पारड्यात आपलं मत टाकलं.

काश्मीरमध्ये काश्मीरधार्जिण्या शक्तींना मागे हटवण्यात आलं, तरीही त्यांनी राज्याच्या काही भागावर नियंत्रण प्रस्थापित केलं. त्या वर्षाच्या अखेरीला भारतीय सरकारनं काश्मीरचा प्रश्न संयुक्त राष्ट्रांमध्ये मांडला. गांधी म्हणाले :

२५ डिसेंबर : भारत व पाकिस्ताननं एकत्र बसून हा प्रश्न सोडवावा, असा मी सल्ला देईन. दोघांनाही तोडगा काढण्यात रस असेल, तर मध्यस्थाची गरजच काय?

४ जानेवारी : दोन्ही बाजूंकडून चुका झाल्या आहेत. याबाबत मला शंका नाही... त्यामुळे दोन्ही सत्ताधिकाऱ्यांनी एकत्र यावं आणि ईश्वराला साक्षी ठेवून तोडगा शोधावा. आता हा प्रश्न संयुक्त राष्ट्र संघटनेपुढे (UNO) आला आहे. तो तिथून आता काढून घेता येणार नाही. पण भारत व पाकिस्तानमध्ये समझोता झाला, तर संयुक्त राष्ट्र संघटनेतील बड्या राष्ट्रांना या समझोत्याला पाठिंबा द्यावाच लागेल.

शरीर आणि आत्मा

एका इंडोनेशियन पाहुण्यानं गांधींना त्यांच्या प्रसन्नतेबद्दल विचारलं असता गांधी उत्तरले (७ नोव्हेंबर) :

मी माझ्या प्रकृतीची नीट काळजी घेतो. या अमानुष वातावरणात आणि अंधारातही मी प्रसन्न राहण्याचं ठरवलं आहे. त्याशिवाय, मी कुणालाही माझा शत्रू मानत नाही... मी काही बाहेरच्या उपायांवरही अवलंबून असतो. तुम्ही बघतच आहात, तुमच्यासारखा पाहुणा भेटायला आलेला असतानाही मी अंगाला चिखल लावून पडलो आहे. शिष्टाचार न पाळल्याबद्दल मला कृपया माफ करा.

एक झेक लेखक, जिरी नेन्हेवास्जा यांनी गांधींबरोबर हस्तांदोलन केलं. नंतर त्याचं वर्णन करताना तो लिहितो,

माझा हात त्यांच्या हातावर काही क्षण विसावला. तो छोटासा सुरकुतलेला हात होता. तळवा गोरा आणि बोटं निस्तेज. हाताची पकड मात्र घट्ट,

पुरुषी आहे.

डिसेंबर महिन्यात त्या बोटांपैकी एक बोट चिरडलं गेलं. एका सभेला गेले असता ब्रिज कृष्ण यानं गाडीचं दार लावलं तेव्हा ते बोट त्यात सापडलं. याबद्दल काळजीत असलेल्या रामदासला पित्यानं लिहिलं (२२ डिसेंबर) :

माझं बोट चिरडलं हे खरं आहे... पण त्यात काळजी करण्यासारखं काही नाही. एक-दोन मिनिटांत ते दुखणं कमी झालं आणि मी सभेत भाषण केलं... मी नेहमीच काळजी घेतो, पण सावध असणाऱ्या माणसालाही कधीकधी असे अपघात होतात.

दिल्लीत त्यांच्यापुढे असलेली ऐकण्याची, लिहिण्याची आणि सल्ला देण्याची कामं न संपणारी असली आणि दिवस संपताना मी पूर्णपणे थकलेला असतो, असं जरी ते म्हणाले (९ नोव्हेंबर), तरी दुसऱ्या दिवशी सकाळी ते परत पूर्वीप्रमाणे ताजेतवाने होऊन कामाला सुरुवात करत आणि सकाळ-संध्याकाळ न चुकता फिरत.

उपखंडातील शरम, दु:ख आणि अपराधीपणा ते आपल्या हृदयात सामावून घेत असत आणि आपल्या श्रोत्यांवरही त्यांचा परिणाम होईल, अशी आशा त्यांना वाटत असे :

१ ऑक्टोबर : मला या सगळ्याचा साक्षीदार होण्याची इच्छा नाही. ही अधोगती बघण्याची माझी इच्छा नाही. ते घडण्यापूर्वी त्यानं मला घेऊन जावं हीच माझी ईश्वराजवळ एकमेव प्रार्थना आहे... भारताच्या स्वातंत्र्यासाठी मी माझ्या आयुष्याचा त्याग करण्याचा प्रयत्न केला. मी माझा जीव गमावला नाही पण स्वातंत्र्य मिळालं. परंतु स्वातंत्र्यानंतर हे सगळं पाहण्यासाठी जिवंत राहण्यात काय मतलब? म्हणून मी रात्रंदिवस देवाची प्रार्थना करत असतो की, त्यानं मला घेऊन जावं किंवा ही आग विझवण्याची शक्ती त्यानं मला द्यावी.
१ नोव्हेंबर : कुरुक्षेत्रावर (निर्वासित छावणीत) *असंख्य महिला अशा आहेत की, ज्या वस्त्रांनिशी त्या आल्या, तीच वस्त्रं आजही त्यांच्या अंगावर आहेत. मी या गोष्टी ऐकूही शकत नाही, त्या प्रत्यक्ष डोळ्यांनी बघताना काय होईल कुणास ठाऊक?*

दिल्लीचा हिवाळा जसजसा जवळ येऊन वाढू लागला, तशी गांधींना दिल्लीतील छावण्यांमधील आपल्या भूमीपासून तुटलेल्या आणि असुरक्षित हिंदू, शीख आणि मुस्लीम निर्वासितांना वाजणाऱ्या थंडीची जाणीव झाली आणि ते स्वत:च शहारले. हॉस्पिटलच्या खोल्यांपर्यंत पाठलाग करून मारले गेलेले लोक, ट्रेनमध्ये भोसकून

नदीत फेकून दिलेला एक प्रवासी, चश्मा-दुरुस्तीचं आपलं छोटंसं दुकान उघडताना मारला गेलेला दुकानदार, ट्रेनमध्येच कोंबून मारले गेलेले प्रवासी, हे सगळे मारले गेले ते त्यांनी काही चूक केली होती म्हणून नाही, तर त्यांचा धर्म चुकीचा होता म्हणून त्यांची हत्या झाली, ती त्या हत्येस संमती देणाऱ्या किंवा मूक राहिलेल्या बघ्यांसमोर– असे प्रसंग गांधींना चटका लावून गेले आणि नंतर त्यांच्या बोलण्यातून त्यांचे पडसाद उमटले :

९ नोव्हेंबर : भेटायला येणाऱ्यांची रीघ लागली आहे. त्यांची दु:खं ऐकायला मी नकार कसा देऊ? बऱ्याचदा माझंच दु:ख मला सहन होत नाही.
२९ नोव्हेंबर : पण कुणीही कुठेही गुन्हा केला, तरी मीच गुन्हेगार असल्यासारखं मला वाटतं. तुम्हालाही तसंच वाटलं पाहिजे.

पाकिस्तानातून येणाऱ्या काही हिंदू नेत्यांबरोबर त्यांच्या झालेल्या संभाषणांच्या नोंदींमधून कठोरपणा डोकावतो. तिथून निघून येऊ न शकणाऱ्या अधिक गरीब हिंदूंसाठी संघर्ष न करता स्वत:ची सुटका करून आणि त्यांना तिथेच टाकून पळून आलेल्या नेत्यांची कानउघाडणी करताना गांधी दिसतात. कराची सोडून पळून आलेल्या लालजी मेहरोत्रांना ते असंच म्हणाले :

२१ ऑक्टोबर : नेते आपापल्या कुटुंबांसकट आणि चीजवस्तू घेऊन सहजपणे येऊ शकले; पण गरीब, असहाय खेडूत मात्र वाईट अवस्थेत आहेत. तुमच्यापैकी एक जण जरी तिथे मेला असता, तरी मी आनंदानं नाचलो असतो... (पण) मी तुम्हाला दोष देणार नाही.

हिंदू-मुस्लीम सख्याचं त्यांचं स्वप्न भंगल्यामुळे आणि शिवाय असुरक्षिततेच्या वातावरणात वावरत असलेल्या लोकांच्या काळजीमुळे झालेलं दु:ख त्यांच्या शब्दांमध्ये प्रतिबिंबित होतं आणि त्या दु:खामुळे मेहरोत्रांसारख्या माणसांचं स्वागत करताना गांधींच्या डोळ्यांतील आणि स्पर्शातील वात्सल्यदेखील झाकोळलं जात होतं. लाहोरमधून आलेले एक निर्वासित, तरुण पंजाबी न्यायाधीश, गोपालदास खोसला यांना गांधींच्या डोळ्यांतील वात्सल्य दिसलं. स्थलांतरित लोकांच्या मालमत्तेची जबाबदारी त्यांच्यावर सोपवलेली होती, त्याबाबत गांधींचा सल्ला घ्यायला ते गेले होते :

माझ्यावर असलेल्या जबाबदारीबद्दल आणि मला त्यात येत असलेल्या अडचणींबद्दल मी त्यांना सांगायला सुरुवात केली. ती मोठी कहाणी गांधीजींनी मला मध्ये न अडवता सोशीकपणे ऐकली... मी ज्या माणसासमोर बसलो होतो, त्याच्यात कोणतीही रहस्यमय किंवा संमोहित करणारी शक्ती नव्हती... ते शांतपणे, स्पष्टपणे बोलले. मी जे ऐकलं त्यात

अधिकारवाणीचा लवलेशही नव्हता; तर ते साधं, सरळ सत्यवचन होतं... त्यांनी कोणतंही तात्त्विक प्रवचन दिलं नाही. मी पुढे केलेल्या व्यावहारिक अडचणींशी संबंधितच ते बोलले. मला तेव्हा असं जाणवलं की, या माणसाच्या मनात केवळ एकच भावना होती आणि ती होती प्रेमभावना... त्यांनी माझ्याकडे बघितल्यावर त्यांच्या डोळ्यांत मला सौम्यपणा दिसला आणि मी शरमलो.

१ नोव्हेंबर रोजी गांधींच्या प्रार्थनासभेत ज्यांनी गायन केलं, ते दिलीपकुमार रॉय या कवी आणि संगीतकाराला हा कोमलपणा जाणवला. ते लिहितात :

सभेनंतर हिरवळीवर मी शेवटी लवून नमस्कार केला. त्यांनी माझ्याकडे त्यांच्या प्रेमळ, दु:खी डोळ्यांनी सौम्यपणे पाहिलं आणि म्हणाले, ''ते गाणं, चांगलं होतं.'' मी म्हणालो, ''तुम्हाला ते गाणं विशेष आवडतं, मला माहीत आहे.'' त्यांनी नि:श्वास टाकला : ''मी तुमचं गाणं पुन्हा कधी ऐकू शकेन? उद्या?' '''मला उद्याच कलकत्त्यासाठी निघावं लागेल'', मी उत्तरलो. यावर ते हसले व म्हणाले, ''ठीक आहे, ठीक आहे! तुम्हाला जावं लागणारच असेल, तर तुम्ही गेलंच पाहिजे आणि हा विषय इथेच संपतो. पण उद्या मला तुमची आठवण येईल.'' मी त्यांचा निरोप घेऊन निघालो, तेव्हा अश्रूंनी माझे डोळे ओले झाले होते. पूर्वी कधी नव्हतो, इतका मी त्यांच्यापुढे हेलावून गेलो.

दोन दिवसांनी, एका अज्ञात पण नि:संशय जवळच्या व्यक्तीला लिहिलेल्या पत्रात गांधींनी आपल्या स्थितीची तुलना कौरवांनी वस्त्रहरण करण्याचा प्रयत्न केलेल्या महाभारतातील द्रौपदीशी केली :

३ नोव्हेंबर : द्रौपदीची प्रार्थना असलेल्या एका अत्यंत मधुर आणि दु:खी भजनानंतर मी आता तुमचं पत्र वाचलं... द्रौपदीला शक्तिशाली भीम आणि अर्जुन, तसंच सत्यवचनी युधिष्ठिरासारखे पती लाभले होते; द्रोणाचार्य, भीष्म आणि विदुरासारख्या लोकांची ती स्नुषा होती आणि अशा लोकांच्या सभेत ती अत्यंत वाईट अवस्थेत सापडली होती. अशा त्या संकटसमयी, तिनं तिची श्रद्धा ढळू दिली नाही आणि अंत:करणापासून देवाचा धावा केला. आणि देवानं तिची लाज राखली... आज मीही एका 'राजमहालसदृश' घरात बसलो आहे व माझ्या आवतीभोवती प्रेमळ मित्र आहेत. तरीही, माझी स्थिती क्लेशदायक आहे. पण, मला देव मदत करत आहे, हे मला प्रत्येक दिवशी जाणवतं.

बिर्ला हाउसमध्ये राहत असतानाही आणि सत्तेतील नेहरू, पटेल आणि इतरांचं संरक्षण कवच असतानाही, गांधींना असाहाय्यही वाटत होतं आणि कुणीतरी आपली मदत करत आहे, असंही वाटत होतं. आपल्याकडून सर्वोत्तम तेच देत असताना ते आपल्यात असलेल्या त्रुटीही शोधून काढण्याच्या प्रयत्नात होते. मथुरादास त्रिकमजींना त्यांनी लिहिलं (१५ नोव्हेंबर) :

> *माझ्यात असलेल्या अभिमान, उतावळेपणा इत्यादी गोष्टी मी स्वत: पाहू शकत नाही... फक्त बाहेरचे लोक त्या पाहू शकतात.*

दुसऱ्या एका मित्राला (कोण ते नोंदवलेलं नाही) पत्र सांगत असताना गांधी म्हणाले (१८ नोव्हेंबर) की, मनूनं (ती ते पत्र लिहून घेत होती) विचारलेल्या एका प्रश्नाला उत्तर म्हणून आपण आताच एक 'लंबचौडं व्याख्यान' दिलं आहे. गांधी पुढे म्हणाले : *'लोकांना व्याख्यान देणं हा माझा व्यवसायच झाला आहे, नाही का?'* आलेल्या लोकांबरोबरच्या माझ्या संभाषणांच्या नोंदी करण्याच्या आणि सारांशरूपानं त्या उतरवून काढण्याच्या मनूच्या क्षमतेचा उल्लेख करून ते म्हणाले, *"मी अठरा वर्षांचा असताना किती अडाणी होतो, ते आता मला कळतंय."*

काही काही कामांनी आनंद आणि समाधान दिलं. ब्रिटनची राजकन्या एलिझाबेथ आणि प्रिन्स फिलिप (व्हाइसरॉयशी यांचे नातेसंबंध होते) यांच्या विवाहाच्या वेळी, स्वत: चरख्यावर कातलेल्या सुतापासून तयार केलेला छोटा टेबल-क्लॉथ गांधींनी भेट म्हणून पाठवला. माउंटबॅटनदांपत्य तो लंडनला घेऊन गेले.

> *९ नोव्हेंबर : प्रिय लॉर्ड माउंटबॅटन. मी स्वत: कातलेल्या सुताच्या दुहेरी धाग्यांपासून ही छोटी वस्तू बनवली आहे. तिचं विणकाम एका पंजाबी मुलीनं केलं आहे, ते तिला माझ्या नातवानं म्हणजे आभाच्या पतीने शिकवलं होतं. लेडी माउंटबॅटन आभाला ओळखतात. कृपया, वधू-वरांना ही भेटवस्तू माझ्या आशीर्वादांसह द्यावी, त्यासोबत मानवजातीची सेवा करण्यासाठी त्यांना दीर्घ आणि आनंदी आयुष्य लाभो, ही शुभेच्छाही देत आहे. तुमचा निष्ठावंत, एम. के. गांधी*

माउंटबॅटन नसताना तीन आठवडे हंगामी गव्हर्नर जनरल म्हणून कलकत्त्याहून आलेले राजगोपालाचारी ल्यूटेन्स यांनी रचना केलेल्या राजवाड्यात राहिले. व्हाइसरॉय हाउस या नावानं ओळखली जाणारी ही वास्तू स्वातंत्र्यानंतर गव्हर्न्मेंट हाउस म्हणून ओळखली जाऊ लागली.

सी.आर. यांच्या घरी आलेल्या पाहुण्यांपैकी एक व आता उत्तर प्रदेशच्या राज्यपाल सरोजिनी नायडू या आजारी पडल्या तेव्हा गांधींनी त्यांच्या तब्येतीची

चौकशी करण्यासाठी व सी.आर. यांना त्यांच्या नव्या 'घरी' पाहण्यासाठी त्या राजवाड्याला भेट दिली. सी.आर. आणि प्रथम महिला यजमान म्हणून कार्यरत असलेली त्यांची विधवा मुलगी नामगिरी यांनी त्यांचं गव्हर्न्मेंट हाउसच्या नॉर्थ कोर्टमध्ये गुलाब-पाकळ्यांनी स्वागत केलं. 'गांधी इडली खातील का', असं सी.आर. यांनी त्यांना विचारलं. यावर गांधी उद्‌गारले, *''इडली? गुजरातमध्ये व्याही* (सुनेचे वडील) *मिठाई खाऊ घालतात.''*

कस्तुरबांचा उल्लेख त्यांच्या बोलण्यात नेहमी असायचा. कुणीतरी आपल्या जोडीदाराविषयी नापसंती व्यक्त केली, तेव्हा त्या व्यक्तीला गांधींनी पत्रात लिहिलं, *'मी बॅरिस्टर होतो आणि बा जवळजवळ अशिक्षित होती, हे तुम्हाला माहीत नाही का?'* पुढे त्यांनी लिहिलं, *'आणि तरीही, आज मी माझ्या आयुष्यात जी काही प्रगती करू शकलो आहे, तिचं सगळं श्रेय माझ्या पत्नीचं आहे.'* मुंबईच्या एका कलाकारानं जेव्हा कस्तुरबांचं चित्र रेखाटण्यासाठी त्यांच्या छायाचित्राची आणि व्यक्तिमत्त्वातील बारकावे जाणून घेण्याची मागणी केली, तेव्हा आपल्याकडे एकही छायाचित्र नसल्याचं गांधींनी सांगितलं. ते कुणाकडे असू शकेल, त्या व्यक्तीचं नाव सांगून त्यांनी कस्तुरबांचे काही तपशील पुरवणारं पत्र लिहिलं.

> *बाप्सी पावरी यांना, २ डिसेंबर : कस्तुरबांची साडी नेहमी पांढरी असायची. क्वचित तिच्यावर रंगीत रेषा किंवा ठिपके असायचे. पदराचा काठ आणि साडीचा खालचा काठ रंगवलेला असायचा. कोणत्याही विशिष्ट रंगाची आवड किंवा निवड नसायची.*

१९४७ सालच्या अखेरीस अडीच वर्षांचा असलेला देवदासचा मुलगा गोपू हा गांधींचा सगळ्यात धाकटा नातू. त्याला ते चित्रविचित्र चेहरे करून दाखवायचे आणि गोपू आपल्या आजोबांच्या प्रार्थनेच्या प्रारंभीच्या बोलण्याची नक्कल करून दाखवायचा, तेही त्यांना फार आवडायचं : 'भाईयों और बहनों, आप शांत हो जाइयें.' देवदास नेहमीच आपली पत्नी व मुलांसह साधारणपणे रात्री नऊ वाजण्याच्या आधी आपल्या पित्याला भेटायला यायचा. पण जर कधी तुम्ही येऊ शकला नाहीत, तर मला गोपूची आठवण येते, असं गांधींनी देवदासला सांगितलं होतं.

शरीरानं, मनानं आणि आत्म्यानं ते पूर्वीपेक्षाही अधिक ईश्वराकडे आणि ईश्वराच्या नामस्मरणाकडे झुकले होते. गांधींचं प्राधान्य रामाला होतं– हे आपल्याला ठाऊक आहेच.

> *२७ सप्टेंबर : माझ्या विचारांचा, वाणीचा आणि कृतीचा डॉक्टर आज राम, ईश्वर, रहीम आहे.*
> *संभाषण, ८ नोव्हेंबर : मी जेव्हा मरेन तेव्हा माझ्या हृदयात रामनाम असावं, अशी माझी अपेक्षा आहे. ही माझी श्रद्धा दिवसेंदिवस बळकट*

होत चालली आहे. एक काळ असा होता की, माझे विरोधकसुद्धा माझं मार्गदर्शन घ्यायचे. आज, माझ्या विरोधकांनी मार्गदर्शन घेणं तर सोडाच, पण माझे सहकारी, मित्र आणि मुलांसारखे असलेले माझे जवळचे नातेवाईकसुद्धा माझ्या नजरेला नजर भिडवत नाहीत. अजूनही, माझं मानसिक आरोग्य इतकं चांगलं आहे की, माझ्या आवतीभोवती पेटलेल्या या ज्वाळांची धग किंवा त्यांच्या ठिणग्या माझ्यापर्यंत पोचत नाहीत, याचंच मला आश्चर्य वाटतं. त्यामागचं कारण असं आहे की, ईश्वरच मला शक्ती देत आहे आणि रामनाम मला जगवत आहे.

१८ नोव्हेंबर : माझा राम म्हणजे काही दोन हात आणि दोन पाय असलेला माणूस नव्हे. पण मी अगदी स्वस्थ आहे, ही रामाचीच कृपा आहे.

काँग्रेसची स्थिती

अनेक दशकांच्या संघर्षानंतर सत्ता मिळाल्यामुळे, काँग्रेसमधील अनेक लोक तिच्यापासून जास्तीत जास्त फायदा मिळवण्याच्या मागे लागले. नवीन भारतात कोणतंतरी पद मिळावं म्हणून स्वातंत्र्यसैनिकांकडून होणाऱ्या विनवण्यांमुळे गांधी निराश होऊन म्हणाले, *"जे कुणी तुरुंगात गेले, म्हणजे त्यांनी भारतावर उपकार केले, असं म्हणायचं का?"* निर्वासितांपासून स्वतःला पूर्णपणे अलग काढलेल्या काँग्रेस नेत्यांबद्दल ४ नोव्हेंबर रोजी ते बोलले.

काँग्रेसमध्ये उभ्या राहिलेल्या भिंतींनी ते अस्वस्थ झाले होते. एका स्नेह्याला त्यांनी १४ नोव्हेंबर रोजी लिहिलं, *'जयप्रकाशमध्ये प्रचंड ऊर्जा आहे; पण पक्षाचा विचार करून तो पुढे येत नाही.'* जयप्रकाशला किंवा त्यांचे ज्येष्ठ समाजवादी नेते नरेंद्र देव— यांना काँग्रेसचे अध्यक्ष करणं, हा त्यावरचा एक उपाय नोव्हेंबरमध्ये गांधींना सुचला होता.

कर्तव्य म्हणून पदावर असलेले कृपलानी नेहरू किंवा पटेलांबरोबर जुळवून घेऊ शकत नव्हते आणि आपला कार्यकाल संपण्याआधीच राजीनामा देण्याची त्यांची इच्छा होती. गांधी त्यांच्या इच्छेशी सहमत होते आणि नेहरू व पटेलही; पण ते दोघं जयप्रकाश किंवा देव यांना स्वीकारायला तयार नव्हते. अशा परिस्थितीत मंत्रिमंडळातून राजीनामा देऊन राजेंद्र प्रसादांनी कृपलानींकडून सूत्रं हाती घेतली.

जयप्रकाश यांना काँग्रेस अध्यक्षपदाच्या खुर्चीत बसवल्यामुळे भारतीय तरुणांमध्ये उत्साहाची लाट आली असती आणि भविष्यातील वारस ठरवण्याचा रस्ता मोकळा झाला असता; पण गांधींच्या आणखी एका संकल्पनेला नेहरू आणि पटेलांनी एकत्रितपणे आणि यशस्वीपणे विरोध केला.

तरीही, नोव्हेंबर महिन्यात पक्षानं आपल्या वचनबद्धतेचा पुरस्कार करावा

यासाठी आधी कार्यकारी समितीचं व नंतर अखिल भारतीय काँग्रेस समितीचं मन वळवण्यात गांधी यशस्वी ठरले.

एक लोकशाही, धर्मनिरपेक्ष प्रशासन, जिथे नागरिकांना आपले सगळे हक्क मिळत आहेत आणि राज्याचं रक्षण करायलाही ते तितकेच बांधील आहेत, मग त्यांचा धर्म कोणता का असेना, असं प्रशासन देण्यासाठी बांधील असल्याच्या वचननाम्याचा पुनरुच्चार पक्षानं केला. १९४७ सालच्या अखेरीस असलेल्या कडवट वातावरणात अशा प्रकारचा पुनरुच्चार करणं आवश्यकही होतं आणि कठीणही होतं आणि तो करवून घेण्यासाठी गांधींना बरेच कष्ट पडले.

एका मित्राला (अज्ञात), १५ नोव्हेंबर : मी जितका माझ्या आत डोकावून पाहतो, तितका देव तिथे असल्याचं मला जाणवतं. तो मला शक्ती देत आहे. सध्या कार्यकारी समितीची बैठक सुरू आहे आणि मी त्यांच्याशी समोरासमोर स्पष्ट बोलणी करत आहे. आम्ही जर भ्याडपणे वागलो, तर आमचा सर्वनाश होईल, म्हणजे काँग्रेसचा मृत्यू होईल.

एका अनामिक सहकाऱ्याला, १७ नोव्हेंबर : मी कसातरी रेटत आहे. सध्या आम्ही अखिल भारतीय काँग्रेस समितीच्या बैठकीत व्यस्त आहोत. कामाचा खूप दबाव आहे. मला श्वास घ्यायलाही फुरसत नाही. पत्रांचा ढीग साठला आहे... इथे या क्षणी सगळीच अनिश्चितता आहे. पण ईश्वर नक्कीच मार्ग दाखवेल.

प्यारेलालना, नौखालीत, १ डिसेंबर : मला दिल्लीत राहूनच लढाई लढली आणि जिंकली पाहिजे, असं दिसतं. इथे मला करायला पुष्कळ काही आहे... या वेळचे अखिल भारतीय काँग्रेस समितीचे ठराव प्रत्यक्षात माझेच होते... ते आता प्रत्यक्षात कसे उतरतात, ते पाहावं लागेल.

गांधींनी सुचवलेल्या काही उपायांचा प्रतिकार करण्यासाठी एकत्र येणारे नेहरू आणि पटेल यांच्यात आपसांतच वादाच्या ठिणग्या नेहमी पडायच्या. एकी टिकवून ठेवण्यासाठी दोघांपैकी एकानं सरकारमधून बाहेर पडलं पाहिजे, असं गांधींना सप्टेंबर महिन्यात वाटलं होतं; पण २ डिसेंबर रोजी एका जाहीर सभेत नेहरू आणि पटेलांचा संदर्भ देऊन ते म्हणाले : *'दोघांची जोडी अतूट आहे. दुसऱ्याशिवाय पहिला काही करू शकत नाही.'*

नेहमी एकाच श्वासात नेहरू आणि पटेलांची नावं घेताना आणि त्यांची भागीदारी टिकवून ठेवण्यासाठी प्रयत्न करताना, गांधींनी नेहरूंना नेहमीच वरचं स्थान देण्याचा प्रयत्न केला; त्याचं सगळ्यांत महत्त्वाचं कारण म्हणजे नेहरूंचं नाव जसं धर्मनिरपेक्षतेशी जोडलेलं होतं, तसं पटेलांचं नव्हतं. अखिल भारतीय काँग्रेस

समितीच्या बैठकीदरम्यान (१५ नोव्हेंबर), जवाहरलालशी संबंध तोडण्यावरून, गांधींनी काँग्रेसला इशारा दिला आणि पुढे म्हणाले :

ज्यांच्याकडे प्रचंड संपत्ती आहे, प्रचंड सैन्य आहे आणि अणुबॉम्ब आहे, तेसुद्धा जवाहरलालच्या नेतृत्वाच्या नैतिक मूल्यांकडे आदरानं पाहतात. आपण भारतात त्याची योग्य ती कदर केली पाहिजे.

भारतातील मुस्लिमांची हकालपट्टी करा, अशा प्रकारच्या आवाहनांचा गांधींनी चांगलाच समाचार घेतला, ते म्हणाले :

काही लोक काय म्हणत आहेत, ते मला माहीत आहे. 'काँग्रेसनं आपला आत्मा मुस्लिमांना विकला आहे. आणि गांधी? त्यांना वागायचं तसं वागू देत. ते आता थकलेत. जवाहरलालमध्ये काही अर्थ नाही. सरदार पटेलांमध्ये मात्र काहीतरी दम आहे. त्यांच्यातील एक भाग हा पक्का हिंदू आहे, पण शेवटी तेही एक काँग्रेसवालेच आहेत.'
अशा प्रकारच्या बोलण्यांनी काही साध्य होणार नाही. पर्यायी नेतृत्व कुठे आहे? हिंसक हुल्लडबाजी ना हिंदुत्वाला वाचवू शकेल ना शीख धर्माला... अतिरेकी खूनखराब्यानं हिंदू धर्म वाचवता येणं शक्य नाही.

काँग्रेसचं सत्त्व वाचवण्यासाठी सतत झगडणाऱ्या गांधींनी प्रतिनिधींना सांगितलं :

भारतीय जनतेच्या महासागराचं प्रतिनिधित्व तुम्ही करता... मुस्लीम सुरक्षितपणे राहू शकणार नाहीत, अशा आज बऱ्याच जागा आहेत. मुस्लीम माणसाला मारून टाकणारे किंवा धावत्या ट्रेनमधून बाहेर फेकणारे दुष्ट हे कृत्य करतात, त्याला कारण एकच, ते म्हणजे तो फक्त मुस्लीम आहे हे... अशा गोष्टी भारतात कधीच घडायला नकोत. भारत फक्त हिंदूंचा नाही, तसंच पाकिस्तान फक्त मुस्लिमांचा नाही, हे आपण ओळखायला हवं... वाइटाला चांगुलपणानं उत्तर द्यावं, असं हिंदू धर्म आपल्याला शिकवतो. आपल्याच वाईट वागणुकीच्या ओझ्याखाली दुष्ट लोक दबले जातात. आपणही त्यांच्याबरोबर बुडायचं का? काँग्रेसची मूळ विचारसरणी ही आहे की, भारत जितका हिंदूंचा आहे, तितकाच तो मुस्लिमांचा आहे... तुम्ही जर सभ्य मार्ग अवलंबलात तर, पाकिस्तान आता काहीही करत असला तरी कधी ना कधी त्याला जागतिक दबावामुळे जुळवून घ्यावंच लागेल.

पाकिस्तानातून आणि भारतातून निर्वासित झालेल्यांना अखेरीस त्यांच्या घरी परत जाता यावं, अशा आशयाच्या गांधींच्या आग्रहामुळे, अखिल भारतीय काँग्रेस

समितीनं ठराव मंजूर केला. ज्यांनी आपली घरं सोडली नव्हती, त्यांना आपणहोऊन स्थलांतर करण्याची इच्छा होईपर्यंत तिथेच राहण्यास उद्युक्त करण्यात आलं. अल्वार आणि भरतपूरच्या मेओंना पाकिस्तानात जाण्याची सक्ती करण्यात आल्याच्या वृत्तांसंबंधीही गांधी अखिल भारतीय काँग्रेस समितीच्या बैठकीत बोलले. 'गुन्हेगार जमात' असा पूर्वी शिक्का बसलेले मेओ मुस्लीम होते.

> *मी असं ऐकलं आहे की, दीड लाख मुस्लिमांना पाकिस्तानात पाठवण्याचं ठरलं आहे... भारतात गुन्हेगार जमाती असतील, तर तो दोष कुणाचा? त्यांना तसं घडवण्यात आपलाच दोष आहे. ब्रिटिशांची सत्ता होती, तेव्हा ते इथेच होते. तेव्हा त्यांच्या हकालपट्टीबद्दल कुणी बोललं नाही?... त्यांना आपण ३०० मैल पायी चालत जाण्याची सक्ती करावी, ही किती शरमेची बाब आहे!*

गांधींच्या हस्तक्षेपामुळे त्या योजनेच्या अंमलबजावणीला खीळ बसली. मेओंच्या हकालपट्टीबद्दल त्यानंतर कुणालाही उघडपणे बोलणं शक्य नव्हतं किंवा सरकारलाही ते करणं जमलं नाही.

तरीही गांधींना काँग्रेसविषयी वाटणारी चिंता कमी झाली नाही. जयप्रकाश किंवा नरेंद्र देव यांच्याविषयीचा त्यांचा प्रस्ताव नाकारून नेहरू आणि पटेलांनी 'जैसे थे' परिस्थितीबद्दल त्यांना वाटत असणारी आस्थाच दाखवून दिली होती. आणि धर्मविद्वेषाच्या विषाणूचा संसर्ग झालेल्या काँग्रेससदस्यांनी, निर्वासितांना त्यांच्या घरी अखेरीस परत बोलवण्याच्या गांधींच्या आवाहनाला उघड विरोध केला. अखिल भारतीय काँग्रेस समितीच्या अधिवेशनानंतर गांधींनी एक मूलगामी विचार खाजगीत व्यक्त केला :

> *वरून मलमपट्टी करण्याचे कोणतेही उपचार काँग्रेसला वाचवू शकणार नाहीत, याबद्दल माझी खात्री झाली आहे. त्यामुळे केवळ यातना लांबणार आहेत. किडीनं संपूर्ण पोखरण्यापूर्वीच काँग्रेसनं बरखास्त व्हावं, हेच तिच्यासाठी उत्तम ठरेल. तिच्या ऐच्छिक बरखास्तीमुळे देशातील राजकीय वातावरण सावरायला आणि शुद्ध व्हायला मदत होईल. पण या वेळी माझ्याबरोबर मी कुणालाही नेऊ शकत नाही, हे मला दिसत आहे.*

डिसेंबर महिन्यात नेहरू-पटेल संबंधातील ताण गंभीर झाले. पटेल दोन मुद्द्यांवरून दुखावले गेले. पहिला म्हणजे, मध्य भारतातील अजमेरच्या परिस्थितीचा पुनर्आढावा घेण्याबाबत पटेलांनी आपलं मत त्यापूर्वीच दिलं असताना नेहरूंनी एका सरकारी नोकराला ते काम सांगितलं. पटेलांना अधिक दुखावणारा मुद्दा होता, तो म्हणजे

पटेलांच्या अखत्यारीतून काश्मीरची जबाबदारी काढून ती दुसरे एक मंत्री एन. गोपालस्वामी अय्यंगार यांना देण्याची नेहरूंची इच्छा होती.

पटेल आणि नेहरू, दोघांनीही राजीनाम्याची तयारी दर्शवली. गांधींना पाठवलेल्या दोन वेगवेगळ्या पत्रांत त्यांनी राजीनाम्याचे प्रस्ताव पाठवले आणि त्या दोन मुद्द्यांवरचे संघर्षाला कारणीभूत असलेले दृष्टिकोनही कळवले. डिसेंबर महिन्याच्या अखेरीला गांधी आपल्या पूर्वीच्या विचारांकडे वळले आणि पटेलांना म्हणाले : *'एकतर तुम्ही कारभार चालवा किंवा जवाहरलाल चालवेल.'* आपली शारीरिक क्षमता कमी पडते, असं उत्तर देऊन पटेलांनी आपल्यापेक्षा तुलनेनं तरुण असलेल्या माणसाला सरकारच्या बाहेर राहून समर्थन देण्याची आपली तयारी असल्याचं गांधींना सांगितलं. 'पंच' गांधींनी निकालासाठी थोडा अवधी मागून घेतला.

पानिपतचं अपयश : दरम्यान, दिल्लीच्या उत्तरेला साठ मैलांवर असलेल्या पानिपतच्या मुस्लिमांनी पाकिस्तानात स्थलांतर करू नये, यासाठी गांधींनी केलेले प्रयत्न अयशस्वी ठरले. १० नोव्हेंबर रोजी गांधी तिथल्या मुस्लिमांना भेटले, त्यांतील बरेच जण जातीय दंग्यात जखमी झाल्यामुळे हॉस्पिटलमध्ये होते. 'परिचारक' गांधींनी प्रत्येक रुग्णाबरोबर काही मिनिटं घालवली, काहींची पांघरुणं नीट केली. पश्चिम पंजाबातून आलेल्या हिंदू आणि शीख निर्वासितांना ते भेटले. हजारोंच्या संख्येनं पानिपतला आलेल्या त्या निर्वासितांनी रेल्वे प्लॅटफॉर्मवर आपले संसार थाटले होते. तिथे नवीन जीव जन्माला येत होते आणि काही या जगाचा निरोप घेत होते.

पानिपत पूर्व पंजाबात असलं तरी लाहोरपासून लांब होतं आणि अंतर आणि व्यापाराच्या दृष्टीनं दिल्लीला जवळ होतं. भयभीत झालेल्या त्या शहरातील मुस्लिमांनी पंजाबातील अल्पसंख्याकांच्या दुहेरी हस्तांतराचा करार दुर्लक्षित करून सुरक्षेची हमी मिळाल्यास तेथे राहायला तयार असल्याचं गांधींना सांगितलं. पूर्व पंजाबचे मुख्यमंत्री गोपीचंद भार्गव आणि स्थानिक अधिकाऱ्यांनी तसा त्यांना शब्द दिला.

मुस्लिमांना दिलासा देण्यासाठी आपण पानिपतला जाऊन राहावं, असा विचार गांधींच्या मनात २२ नोव्हेंबर रोजी आला; पण नेहरूंनी त्यांना असं न करण्याचा सल्ला दिला. गांधींनी पुन्हा जेव्हा पानिपतला भेट दिली (२ डिसेंबर), तोपर्यंत मुस्लिमांनी तिथून निघून जाण्याचा निश्चय केला होता. त्यांना पानिपतमध्ये सुरक्षित वाटत नसल्याचं त्यांच्या नेत्यांनी गांधींना सांगितलं. अत्यंत निराश होऊन गांधी त्यांना म्हणाले :

> *तुम्हाला जर तुमच्या इच्छेनं जायचंच असेल, तर कुणीही तुम्हाला रोखू शकत नाही. पण तुम्ही भारत सोडून जावं, असे शब्द गांधींच्या तोंडून तुम्हाला कधीही ऐकू येणार नाहीत. तुम्ही इथेच थांबायला हवं, कारण भारत हे तुमचं घर आहे, असंच गांधी तुम्हाला म्हणेल. आणि जर तुमचे भाऊबंद*

तुम्हाला मारणार असतील, तर तुम्ही शूरपणानं मृत्यूला कवटाळलं पाहिजे... मंत्र्यांनी तुम्हाला आश्वासन दिलं आहे की, त्यांच्या जिवाची बाजी लावून ते तुमचं रक्षण करतील. तरीही तुम्ही जाण्याचा निश्चय केला असेल आणि त्यांच्यावर तुमचा विश्वास नसेल, तर मी आणखी तुम्हाला काहीही सांगू शकत नाही. मी तुमची पुन्हा खात्री पटवण्यासाठी काय करू? मी जर उद्या मेलो तर तुम्हाला पुन्हा पळावं लागेल... तुम्हालाच हा निर्णय घ्यायला हवा...

पण आज, तुमचं बोलणं ऐकताना आणि तुम्हाला बघून माझं हृदय रडत आहे. ईश्वर तुम्हाला जशी बुद्धी देईल, तसं करा.

दिल्लीत परत येऊन गांधींनी आपलं अपयश बिर्ला हाउसच्या प्रार्थनासभेत श्रोत्यांना कथन केलं. पानिपतमध्ये एका हिंदू किंवा शीख मुलाशी झालेल्या भेटीची आठवण त्यांनी सांगितली :

२ डिसेंबर : आज एक छोटा मुलगा माझ्यासमोर आला. त्यानं स्वेटर घातला होता. त्यानं तो काढला आणि माझ्याकडे 'खाऊ का गिळू' अशा नजरेत बघत उभा राहिला व म्हणाला, "तुम्ही म्हणता की, तुम्ही आमचं रक्षण करायला आले आहात; पण माझे वडील मारले गेले आहेत. मला माझे वडील परत आणून द्या..." मी जर त्याच्या वयाचा आणि त्याच्यासारख्या परिस्थितीत सापडलो असतो, तर कदाचित मी असंच केलं असतं.

*

नोव्हेंबर आणि डिसेंबर महिन्यात त्यांना किती प्रकारच्या काळज्या होत्या, हे काही उताऱ्यांमधून दिसून येतं :

२१ नोव्हेंबर : गुरगावजवळ रोमन कॅथलिक लोकांचा छळ केला गेला, असं मला सांगण्यात आलं... दिल्लीपासून पंचवीस मैलांवर असलेल्या कान्हाई गावात हे घडलं... ते जर गाव सोडून गेले नाहीत, तर त्यांना त्रास सहन करावा लागेल, अशी धमकी त्यांना देण्यात आली... आपण जे स्वातंत्र्य मिळवलं आहे, त्यात भारतीय संघराज्यात हिंदूंची सत्ता आणि पाकिस्तानात मुस्लिमांची, असा काही कायदा नाही.

२३ नोव्हेंबर : ही आपल्यासाठी शरमेची बाब आहे, की हरिजन त्यांचे गुलाम आहेत असं जाट आणि कदाचित अहिरसुद्धा असं समजतात... त्यांना पाणी आणि अन्न दिलं जावं, पण त्यांना हक्कानं काही मिळू नये? आपल्याला जर एखाद्या न्यायाधीशासमोर उभं केलं, तर त्यालासुद्धा

आपण धमकी देऊ शकतो असं आपल्याला वाटतं... परिणामस्वरूप हरिजन मात्र भरडले जात आहेत.

दोन्ही पंजाबातून अपहरण झालेल्या महिला शोधून काढण्यात येतील, या लाहोरमध्ये झालेल्या निर्णयाचं स्वागत करीत गांधी म्हणाले (२६ डिसेंबर) :

ही संख्या शंभर असेल किंवा हजारसुद्धा... मुस्लिमांनी हिंदू आणि शीख मुलींचं अपहरण केलं... पतियाळाहून अपहरण केल्या गेलेल्या मुस्लीम मुलींची मोठी यादी माझ्याकडे आहे. त्यांतील काही अत्यंत सुखवस्तू मुस्लीम घरांतील आहेत. त्या सापडतील तेव्हा त्यांना आपापल्या पालकांकडे जाण्यात कोणतीच अडचण येणार नाही. हिंदू मुलींना त्यांची कुटुंबं स्वीकारतील की नाही, याबाबत मात्र शंका आहे.

हे फार वाईट आहे... एखाद्या मुस्लिमानं तिच्याशी जबरदस्तीनं लग्न केलं असेल, अगदी तिला भ्रष्ट केलं असेल, तरी मी तिला आदरपूर्वक परत घेईन... जर माझ्या मुलीला एखाद्या दुष्टानं भ्रष्ट केलं आणि ती गरोदर राहिली, तर मी तिला व तिच्या मुलाला टाकून द्यायचं का?...

पाकिस्तानला भेट देण्यासाठी सप्टेंबरपासून योग्य वेळ शोधणाऱ्या गांधींनी वेगवेगळे मार्ग चाचपून पाहिले. त्यातील काही असे– जिनांच्या संपर्कात असलेले आणि दोन्ही देशांत ये-जा करणारे सुऱ्हावर्दी; कराचीशी संबंधित पारशी मित्र- उदाहरणार्थ; मुंबईचे जहाँगीर पटेल आणि पुण्याचे दिनशॉ मेहता किंवा लाहोरचे मियाँ इफ्तिखारुद्दीन आणि त्यांची पत्नी इस्मत. लीगमध्ये सामील होण्याआधी १९४६ सालापर्यंत इफ्तिखारुद्दीन काँग्रेसमध्ये होते आणि एका कार्यकालासाठी पंजाब विभागाचे प्रमुख होते. त्यांची पत्नी इस्मत आजारी असल्याचं कळल्यावर गांधींनी तिला लिहिलं :

९ डिसेंबर : तुम्ही खूप आजारी होतात हे कळल्यावर वाईट वाटलं आणि आता तुम्ही बऱ्या आहात हे समजल्यावर आनंद झाला. तुम्ही लवकर पूर्ण बऱ्या व्हा, म्हणजे पंजाबच्या दोन्ही भागांतून अपहरण झालेल्या स्त्रियांना परत मिळवण्याचं अत्यंत महत्त्वाचं काम तुम्ही करू शकाल. इफ्तिखार यांना सांगा की, त्यांची निष्ठा बदलल्यावर त्यांनी मला पत्र लिहिणं थांबवलं, हे काही बरं नाही केलं.

तरीही, पाकिस्तानमधील अल्पसंख्याकांवर हल्ले चालूच असल्याची वृत्तं येत राहिली, तेव्हा गांधींना विचारावंसं वाटलं की, हा नवीन देश असा इस्लामिस्तान बनला आहे का, की जिथे मुस्लीम नसलेला कुणी राहू शकत नाही किंवा फक्त तो

गुलाम म्हणूनच राहू शकतो.

'बहिणींना' आणि 'मुलींना' पत्रं पाठवणं हा त्यांच्या आयुष्याचा भाग बनला होता. कामाला जुंपणारा एक प्राध्यापक आपल्या वैद्यकशास्त्राच्या अभ्यासावर कडक नजर ठेवून असल्याची तक्रार लीलावती अशर हिनं केली होती; तिला गांधींनी लिहिलं (२१ डिसेंबर) :

त्यांच्या कठोर वागणुकीमुळे तू गोंधळून जाऊ नकोस. उलट, तू अशा वर्तनाचं स्वागत केलं पाहिजेस आणि त्यापासून फायदा करून घेतला पाहिजेस... डॉक्टरनं जर चूक केली तर तिचे परिणाम पेशंटला भोगावे लागतात– काही वेळा जीव गमवावा लागतो. त्यामुळे चुका माफ न करणारे शिक्षक आपण शोधले पाहिजेत... तू जे काही वाचतेस त्यावर विचार कर, ते आत्मसात कर. जो विद्यार्थी नुसतीच माहिती डोक्यात कोंबतो, तो निव्वळ मूर्ख समजला जातो.

सेवाग्राम आश्रमाचे व्यवस्थापक चिमणलाल शहा यांची मुलगी शारदा चोखावाला हिनं लिहिलं, की आपण गंभीररीत्या आजारी आहोत आणि कदाचित मृत्युमुखी पडू. तेव्हा गांधींनी उत्तर लिहिलं (२३ डिसेंबर) : *तू माझ्या आधी कशी मरू शकतेस? हा विचारसुद्धा मला करवत नाही.'* त्यांनी शारदाला पुन्हा ३० डिसेंबर, ३१ डिसेंबर आणि १२ जानेवारी रोजी पत्रं लिहिली.

आणखी बरंच काही

डिसेंबर महिन्याच्या मध्यावर प्यारेलाल गांधींकडे परतले. नौखालीला प्यारेलाल यांनी केलेल्या कामाचं मोल गांधींसाठी अधिक होतं, तरी त्यांचा सहवास पुन्हा लाभणार म्हणून ते आनंदात होते.

''मी प्यारेलाल यांना जेवायला घरी घेऊन जातोय'', एका संध्याकाळी देवदास गांधींना म्हणाला. त्यावर गांधी मोठ्यानं हसून म्हणाले, *''तू कधी मला बोलवण्याचा विचार केलास?''* साठ वर्षं स्वतःसाठी अनेक गोष्टी नाकारत राहण्यातून निर्माण झालेल्या ऊर्जेची झालर त्या हास्याला होती. कॅनॉट सर्कस इथे दुसऱ्या मजल्यावरील आपल्या घरी देवदासनं पित्याला कधी बोलवलं नव्हतं, ही गोष्ट खरी होती. गांधींना वेळ नसेल किंवा इच्छा नसेल, अशी समजूत त्यानं करून घेतली होती. आपल्या दिल्लीभेटीत गांधी एकतर सफाई कामगारांच्या वस्तीत राहिले होते किंवा बिर्ला हाउसमध्ये; पण देवदासच्या घरी मात्र नाही. गांधी आपल्या मुलांपैकी फक्त हरिलालच्या घरी राहिले होते. हरिलालनं कलकत्त्याला १९२० साली पित्याचं आदरातिथ्य केलं होतं.

नवीन वर्ष सुरू झाल्यावर गांधींना आपली अस्वस्थता जाणवली. त्यांनी हृदयाशी जपलेलं आणि अत्यंत काळजीपूर्वक पार पाडलेलं काम, परिस्थितीत कोणताही बदल घडवून आणू शकलं नव्हतं. एका थायलंडच्या पाहुण्यानं स्वातंत्र्याबद्दल त्यांचं अभिनंदन केलं, तेव्हा गांधी म्हणाले (१ जानेवारी) : *'आज राजधानीत कुणीही मुक्तपणे फिरू शकत नाही. एक भारतीय दुसऱ्या भारतीय भावाला घाबरतो. हे काय स्वातंत्र्य म्हणायचे?'*

त्यांना पाकिस्तानला जाण्याची अनिवार इच्छा होती. तिथे गफार खान आणि त्यांचे मोठे बंधू डॉ. खान साहिब यांच्यासारखे त्यांचे निष्ठावंत मित्र छळ सोसत होते आणि हिंदू व शीख भीतीच्या छायेखाली वावरत होते. ६ जानेवारी रोजी कराचीतील एका गुरुद्वारामध्ये आश्रय घेतलेले १२० शीख मारले गेले. दिल्लीचे मुस्लीम धमकावले जात असताना ते पाकिस्तानात जाऊन पाकिस्तानी लोकांना सल्ला देऊ शकणार होते का?

दरम्यान, मंत्रिमंडळाच्या एका निर्णयानं एक नवीनच अडचण निर्माण झाली. स्वातंत्र्यसमयी– विभाजनाच्या आधी– भारताकडे असलेल्या 'शुद्ध सोन्याच्या रूपातील शिलकेमधून' पाकिस्तानला द्यायचा वाटा (५५ कोटी रुपये) मंत्रिमंडळानं रोखून धरला. काश्मीरमधला संघर्ष हे यामागचं कारण आहे, असं सांगितलं गेलं : पटेल म्हणाले (३ किंवा ४ जानेवारी) की, आमच्यावर झाडण्यासाठी बंदुकीच्या गोळ्या बनवण्याकरता भारत हे पैसे पाकिस्तानला देऊ शकत नाही. परंतु परस्परदेशांत हिंस्र संघर्ष सुरू झाला म्हणून पाकिस्तानचे पैसे रोखून धरण्याचा अधिकार भारताला आहे, ही गोष्ट गांधींना पटली नाही.

११ जानेवारी रोजी त्यांना आणखी एक नवा धक्का बसला. दिल्लीच्या एका 'राष्ट्रवादी' मुस्लीम गटानं आपल्याला इंग्लंडला पाठवण्याची व्यवस्था करावी, अशी गांधींना विनंती केली; त्यांना भारतात असुरक्षित वाटत होतं आणि पाकिस्तानला त्यांचा विरोध असल्यामुळे त्यांना तिथेही जाण्याची इच्छा नव्हती.

गांधी ज्यांना 'वृद्ध मित्र' म्हणत त्या कोंडा वेंकटपय्या या तेलुगू प्रदेशातील जुन्याजाणत्या स्वातंत्र्यसैनिकाचं याच सुमाराला पत्र आलं, स्वराज्य एखाद्या शापासारखं वाटत असल्याची खंत त्यात होती. 'आपण आता म्हातारे, जराजर्जर झालो असून एक पाय मोडला आहे, घराच्या अंगणात कुबड्यांच्या साहाय्यानं खुरडत खुरडत हळूहळू चालतो', असा उल्लेख त्यात होता. गुन्हेगारांना संरक्षण देऊन पैसा उभा करणाऱ्या काँग्रेसच्या आमदारांचं नैतिक अध:पतन झालं असल्याची खंत त्यांनी व्यक्त केली होती. पत्रात त्यांनी शेवटी लिहिलं होतं, 'ब्रिटिश सरकार यापेक्षा चांगलं होतं, असं आता लोक बोलायला लागले आहेत.' पत्र वाचून गांधींना इतका धक्का बसला की, त्यांना शब्द सुचेनात.

त्यांनी आणखी काहीतरी करायला हवं होतं किंवा द्यायला हवं होतं; पण काय आणि कसं? या अस्वस्थतेत असताना २ जानेवारीच्या सकाळी त्यांना संपूर्ण शांती गवसली. तो निर्णय जसा अचानक प्रकाशमान झाला, तशी सगळी अस्वस्थता, शरमेची भावना, अपूर्णतेची जाणीव गांधींना सोडून गेली. तो निर्णय होता उपवासाचा; काही ठाम पावलं उचलली जात नाहीत तोपर्यंत अन्न ग्रहण न करण्याचा निश्चय.

त्या दुपारी उन्हात निथळणाऱ्या बिर्ला हाउसच्या विस्तीर्ण हिरवळीवर बसून गांधींनी उपवासाचं स्पष्टीकरण करणारं आणि उपवासाचा निर्णय जाहीर करणारं निवेदन लिहून काढलं. सुशीलेनं त्याचा हिंदुस्थानीत अनुवाद केला आणि संध्याकाळी पाच वाजता प्रार्थनासभेत ते वाचून दाखवलं : त्या दिवशी सोमवारी गांधींचं 'मौन' व्रत असल्यानं ते बोलू शकले नाहीत.

एका विशिष्ट हेतूसाठी उपवासाचा निर्णय घेतल्यावर गांधींनी आपले डावपेच काय असावेत, यावर विचार केला. १९३२ साली, दलितांसाठी स्वतंत्र मतदारसंघ नसावेत म्हणून उपवासाचा निर्णय घेताना त्यांनी तुरुंगातील आपल्या सहकाऱ्यांना– पटेल व देसाईंना– सांगितलं होतं की, ही बातमी 'सगळ्यांवर अचानक कोसळावी', अशी आपली इच्छा आहे, सगळ्यांना धक्का देण्याची इच्छा आहे. तशीच इच्छा त्यांना आताही होती. १२ जानेवारी रोजी नेहरू आणि पटेल त्यांना वेगवेगळे येऊन भेटले; पण गांधींनी आपल्या योजनेचा सुगावा दोघांनाही लागू दिला नाही. अन्य भारतीयांप्रमाणेच गांधींच्या निवेदनानं त्या दोघांनाही त्या रात्री धक्का बसला :

> *१२ जानेवारी १९४८ : बऱ्याच काळापासून माझा आतला आवाज खुणावत होता; पण तो कदाचित सैतानाचा आवाज असेल, म्हणून मी माझे कान बंद करून घेतले होते... मला अगतिक व्हायला आवडत नाही; एका सत्याग्रहीनं तर कधीही तसं असू नये. तलवारीच्या जागी उपवास हेच अंतिम शस्त्र असतं... या प्रयत्नाला तुम्ही आशीर्वाद द्यावे आणि माझ्यासाठी व माझ्याबरोबर प्रार्थना करावी, अशी मी विनंती करतो. उद्या पहिल्या जेवणापासून उपवास सुरू होईल (मंगळवार, १३ जानेवारी) उपवासाचा कालावधी अनिश्चित आहे आणि मी कदाचित मीठ व लिंबू घालून किंवा न घालता पाणी प्राशन करेन. सगळ्या धर्मांच्या लोकांची, कोणत्याही बाह्य दबावाशिवाय, कर्तव्यभावनेतून दिलजमाई झाली आहे, असं माझ्या मनाचं समाधान झालं की आणि झालं तरच मी उपवास सोडेन. भारताची घसरणारी प्रतिष्ठा परत मिळणं, हेच माझं बक्षीस असेल... भारतानं आपला आत्मा गमावणं म्हणजेच दुखऱ्या, भुकेल्या, वादळात हेलकावे खाणाऱ्या जगानं आशा सोडण्यासारखं आहे, असा मी विश्वास*

बाळगला, तर तो अनाठायी नसावा...

जर संपूर्ण भारतानं किंवा कमीत कमी दिल्लीनं प्रतिसाद दिला, तर उपवास कदाचित लवकरच संपेल. पण तो लवकर संपला किंवा उशिरा संपला किंवा संपलाच नाही, तरी आता जी आणीबाणीची परिस्थिती उद्भवली आहे, तिचा गांभीर्यानंच विचार झाला पाहिजे.

मृत्यू हा माझ्यासाठी वैभवशाली मोक्ष ठरेल; एक हतबल साक्षीदार म्हणून भारतासह हिंदुत्व, शीख धर्म, इस्लाम यांचा सर्वनाश बघत बसण्यापेक्षा ते बरं. पाकिस्ताननं जगातील सर्व धर्म पाळणाऱ्यांसाठी समान वागणूक, जीवनाची व मालमत्तेची सुरक्षितता दिली नाही आणि भारतानंही त्याची री ओढली, तर सर्वनाश अटळ आहे. मग जगात नाही पण दोन्ही भारतात इस्लामचा अंत होईल आणि हिंदू व शीख धर्माला तर भारताबाहेर जगच नाही...

मी सगळ्या मित्रांना विनंती करतो की, त्यांनी बिर्ला हाउसकडे धाव घेऊ नये, माझं मन वळवायचा प्रयत्न करू नये किंवा माझी काळजीही करू नये. मी देवाच्या हाती आहे. त्यांनी मला शोधण्यासाठी घेतलेल्या शोधदीपाचा झोत स्वतःच्या आतमध्ये फिरवावा...

डावपेचाचा एक भाग म्हणून, प्रार्थनासभेनंतर गांधी त्वरित माउंटबॅटन यांना भेटायला गेले आणि आपण उचललेल्या पावलाला गव्हर्नर जनरलचा पाठिंबा मागितला. गांधींचा निर्णय मान्य करून माउंटबॅटन म्हणाले की, उपवासाचा परिणाम म्हणून भारतातील स्थिती सुधारली, तर पाकिस्तानमध्येही ती सुधारणं अटळ आहे. ५५ कोटींबाबतच्या गांधींच्या मताशीही आपण सहमत असल्याची पुष्टी त्यांनी जोडली.

१२ जानेवारीच्या रात्री आपल्या वडिलांना पत्र लिहून देवदासनं त्यांना उपवास थांबवण्याची विनंती केली :

तुम्ही उतावळेपणानं हा निर्णय घेतला आहे... तुमच्या धीरोदात्त कामामुळे हजारो प्राण वाचले आहेत... तुम्ही जिवंत राहून जे साध्य करू शकता, ते तुमच्या मृत्यूनं साध्य होणार नाही. माझ्या कळकळीच्या विनंतीकडे तुम्ही लक्ष द्यावं आणि उपवासाचा निर्णय मागे घ्यावा, म्हणून मी तुमच्या पाया पडतो.

आपल्या मुलाचं शेवटचं वाक्य काळजाला हात घालून गेलं, अशी कबुली देऊन गांधींनी देवदासला प्रार्थनेत सामील होण्याची सूचना केली, ती प्रार्थना अशी :

'जगण्याच्या लालसेपायी मी उपवास घाईघाईनं किंवा आधीच थांबवण्याचा निर्णय

घेऊ नये.' इतरांनीही गांधींचं मन वळवायचा बराच प्रयत्न केला. फक्त सी.आर. यांनी तो केला नाही, ते कलकत्त्याला म्हणाले :

> *मी यापूर्वी गांधीजींशी बऱ्याचदा भांडलो आहे; पण या वेळी मला त्यांच्याशी भांडावंसं वाटत नाही, हे मी सांगू इच्छितो. किंबहुना गांधीजी हा आज एकमेव शहाणा माणूस आहे.*

'द स्टेट्समन'चा माजी संपादक आर्थर मूर यानं पाठिंबा दर्शवून स्वत:च १३ तारखेला उपवास सुरू केला. आपल्या या उपक्रमाची माहिती गांधींना कळवून, त्या ब्रिटिशानं लिहिलं : 'तुम्ही कलकत्त्याला बरंच काही केलंत; पण इथे त्याहीपेक्षा जास्त करण्याची गरज आहे, तुम्ही आशेचा एकमेव किरण आहात.'

खूपच अस्वस्थ झालेल्या पटेलांनी राजीनाम्याच्या प्रस्तावाचा पुनरुच्चार केला (१३ जानेवारी). आपल्या जाण्यानं उपवास थांबेल, असं त्यांना वाटलं; पण पटेल आणि नेहरू एकत्र राहणं गरजेचं आहे, अशा निष्कर्षाला गांधी परत आले होते. ५५ कोटींचा प्रश्न गांधींनी पटेलांसमोर उपस्थित केला. १४ जानेवारी रोजी दुपारी मंत्रिमंडळाची बैठक होऊन ते पैसे देण्याचा निर्णय घेण्यात आला, पण तत्पूर्वी पटेलांच्या भावना अनावर होऊन त्यांना रडू कोसळलं.

भारतीय मंत्रिमंडळाच्या या माघारीची तुलना, गांधींनी इंग्लंडमधील ब्रिटिश सरकारनं १९३२ साली ते तुरुंगात असताना केलेल्या बदलाशी केली. दिल्लीच्या महत्त्वाचा उल्लेख पुन्हा एकदा करताना त्यांना लहानपणाच्या एका स्वप्नाचीही आठवण आली.

> *१४ जानेवारी : दिल्ली ही भारताची राजधानी आहे... हे शहर पूर्वी इंद्रप्रस्थ होतं, हस्तिनापूर होतं... हे भारताचं हृदय आहे... या देशात कन्याकुमारीपासून ते काश्मीरपर्यंत आणि कराचीपासून ते आसाममधल्या दिब्रूगडपर्यंत राहणारे हिंदू, मुस्लीम, शीख, पारशी, ख्रिश्चन आणि ज्यू सगळ्यांचा तिच्यावर सारखाच हक्क आहे... म्हणून जो मुस्लिमांना घालवायचा प्रयत्न करेल, तो दिल्लीचा आणि त्यामुळे भारताचा पहिल्या क्रमांकाचा शत्रू असेल...*
>
> *मी लहान असताना वर्तमानपत्रातही वाचायचो नाही. मी इंग्रजी मोठ्या मुश्किलीनं वाचू शकत असे आणि माझी गुजराती भाषा समाधानकारक नव्हती. तेव्हापासून माझं हे स्वप्न आहे की, हिंदू, शीख, पारशी, ख्रिश्चन आणि मुस्लीम केवळ राजकोटमध्येच नाही, तर सगळ्या भारतात एकोप्यानं राहिले, तर त्यांचं आयुष्य फार आनंदात जाईल. मृत्यूच्या दारात उभा*

असलेला मी एक वृद्ध आहे. हे स्वप्न जर प्रत्यक्षात उतरलं, तर माझं हृदय आनंदानं नाचेल. मुलं आनंदानं बागडायला लागतील...

*

उपवासाला बसलेला अठ्ठ्याहत्तर वर्षांचा आपला कथानायक त्याच्याभोवतीच्या भीतीला आणि द्वेषाला नष्ट करण्याची अपेक्षा करत असताना, त्या भीती व द्वेषाशी त्याच्या असलेल्या संबंधांवर विचार करायला हवा. गेल्या तीस वर्षांत, इतर कुणाहीपेक्षा, गांधींनी भारतीय जनतेचं नेतृत्व केलं असताना इतिहासकारानं हा प्रश्न विचारलाच पाहिजे, की त्यांच्या अंत:प्रेरणांचा आणि डावपेचांचा १९४६-४८ सालात देशानं झेललेल्या जखमांमध्ये वाटा होता की नाही?

सतत राम, देव, अहिंसा असे हिंदू शब्द किंवा सत्याग्रह, रामराज्य असे शब्दप्रयोग करत गांधींनी मुस्लिमांच्या मनात परकेपणाची भावना जागवली ही टीका, दुसऱ्या एका आरोपामुळे संतुलित होते किंवा पुसली जाते. तो असा की, गांधी हे पुरेसे हिंदू नव्हते; ते मुस्लिमांची मनधरणी करायचे. त्यांच्याबाबत आणखी एक गंभीर तक्रार अशी आहे की राजकारणात धर्म आणून त्यांनी भारताचं वातावरण दूषित केलं.

गांधींनी केलेल्या धार्मिक रूपकांच्या वापराविषयी अरुंधती रॉय यांनी लक्षवेधी टीका केली आहे. त्या म्हणतात की, 'गांधींनी जादूचा दिवा घासून राम व रहीम यांना, मानवी राजकारणात आणि ब्रिटिशांविरुद्धच्या भारताच्या स्वातंत्र्ययुद्धात निमंत्रित केलं.' रॉय यांच्या म्हणण्यानुसार, त्याचा परिणाम म्हणून सभ्य, भव्य आणि कल्पक निर्माणसंघर्ष होऊन केवळ स्वातंत्र्य मिळालं असं नव्हे, तर फाळणीची जखमही मिळाली. काही कनिष्ठ मुत्सद्द्यांच्या हाती हिंदू अणुबॉम्बही त्यानं आपल्याला मिळवून दिला.

मात्र, आपण हे जाणतो की भारताच्या सामाजिक पटावर १९१५ साली गांधी आले तो भारत आणि नंतर त्यांनी नेतृत्व केलेला भारत धर्माबाबत उदासीन नव्हता. राम आणि रहीम हे काही गांधींनी भारताला भेट दिले नाहीत. त्यांच्या जन्माआधी १८५७ साली थरकाप उडवणाऱ्या घटना घडल्या. त्यांचा संबंध हिंदू धर्माशी आणि इस्लामशी व शिवाय ख्रिश्चन धर्माशीही होता. त्यानंतर सुमारे तीस वर्षांनी सईद अहमद खान यांनी, भारतीय राष्ट्रीय काँग्रेसनं (१८८५मध्ये स्थापित) ज्या सुधारणा आणल्या त्या हिंदूंच्या फायद्याच्या व मुस्लिमांचे नुकसान करणाऱ्या आहेत, असा जो आरोप केला, त्यावरून असं दिसून येतं की, धर्म आणि राजकारण आधीच एकमेकांत गुंतलेलं होतं.

एकोणिसाव्या शतकाच्या अखेरीस, कमीत कमी तीन महत्त्वाचे प्रांत–पंजाब, बंगाल आणि मुंबई– कट्टर जातीयवादी झाले होते. आपण पूर्वीच पंजाबचा इतिहास

पाहिला. महाराष्ट्रात, १८९०च्या दशकात टिळकांनी धार्मिक उत्सवांद्वारे हिंदूंमध्ये जागृती केली, तेव्हा मुस्लिमांच्या मनात भीतीनं शिरकाव केला. १९०५ साली बंगालचं विभाजन मुस्लीम-बहुसंख्याक आणि हिंदू-बहुसंख्याक विभागांमध्ये करण्यात आलं आणि पुन्हा १९११ साली हे विभाजन रद्द करण्यात आलं, तेव्हा तिथल्या राजकारणानं कट्टर धार्मिक चेहरा धारण केला होता. त्या दरम्यान १९०६ साली स्थापन झालेल्या मुस्लीम लीगनं १९०९ साली, ब्रिटिश सरकार घेणार असलेल्या कोणत्याही निवडणुकीत मुस्लिमांना वेगळा मतदारसंघ असावा, अशी मागणी मान्य करून घेतली होती.

धार्मिक वाद नसल्याचा बहाणा करणारे राजकारण आणि धार्मिक वादाचा सरळसरळ सामना करणारे राजकारण या दोहोंतून गांधींनी दुसऱ्या प्रकारचं राजकारण निवडलं आणि सर्व संबंधितांना या गोष्टीची आठवण करून देण्याचा प्रयत्न केला की, खरा हिंदू धर्म चांगुलपणाची शिकवण देतो आणि खरा इस्लाम, शीख आणि ख्रिश्चन धर्मसुद्धा हीच शिकवण देतात. आमच्या निरीक्षणातून असं आढळून आलं की, त्यांनी योग्य निवड केली आणि हेही आढळलं की, गांधी नसते तर हिंदू भारत आणि मुस्लीम भारत यांच्यातील असहिष्णुता वाढतच गेली असती.

भारतीय समाजातून जाऊ दे; भारतीय प्रशासनातूनही धर्माला कुणी वगळू शकत नाही. परंतु गांधींच्या प्रयत्नामुळे धर्माची गुंतवणूक किंवा पुनर्गुंतवणूक केली गेली. हिंदू आणि मुस्लिमांमध्ये सौहार्दाची भावना वाढीला लागावी या कामासाठी ती केली गेली. काही घटकांनी द्वेषभावना पसरवण्यासाठी धर्माचा उपयोग केला आणि भविष्यातही करत राहतील. तरीही गांधींनी आपलं कार्य चालूच ठेवलं. १९४६-४८ सालातील शोकांतिका घडली ती गांधींनी राजकारणात धर्मभावना आणली म्हणून नाही, तर सर्वतोपरी प्रयत्न करूनसुद्धा, त्या वेळी इतर काही भारतीय जोपासत असलेल्या आणि पसरवत असलेल्या द्वेषभावनेवर आणि भयावर ते मात करू शकले नाहीत, म्हणून घडली.

अर्थात, १९४६-४८च्या धार्मिक तणावांसाठी जर त्यांना दोष द्यायचा नाही, तर मग त्यांच्या असहकार किंवा कायदेभंग चळवळींमधून त्यांनी हिंसाचारासाठी मार्ग तयार केला नाही का? बेकायदेशीरपणा ही त्यांच्या सत्याग्रहाच्या नाण्याची दुसरी बाजू नव्हती का? तरीही, गांधींच्या भारतापुढे केवळ 'घटनात्मक' मार्ग आणि कायदेभंगाचा मार्ग हे दोनच मार्ग नव्हते तर तिसरा मार्गही प्रस्तावित होता : तो होता बंडाचा, उठावाचा.

पहिला मार्ग फारसा आश्वासक नव्हता, तर तिसरा मार्ग बऱ्याच भारतीयांना मोहात पाडणारा होता. तरी, तो सर्वनाशाचाही ठरू शकला असता, १८५७ साली तसं घडलं होतं. गांधींनी सुकाणू हाती घेतलं तेव्हा काही हिंसक घटना घडल्या,

काहींचा संबंध थेट त्यांच्या चळवळींशी जोडला गेला. तरीही अहिंसक पर्याय समोर ठेवताना गांधींनी असंख्य अज्ञात, विनाशकारी स्फोट होऊ दिले नाहीत.

थेट मुद्द्याचंच बोलायचं तर, स्वातंत्र्यासाठीच्या शुद्ध कायदेशीर संघर्षामुळे हिंदू बहुमताची जी भीती मुस्लीम लीगला वाटत होती, ती मावळली असती, असा कोणताही पुरावा मिळत नाही. या भीतीचा बागुलबुवा उभा करून लीगनं मात्र फाळणीसाठीची आपली मोहीम यशस्वीपणे राबवली. गांधींच्या सत्याग्रहाचा उदय होण्यापूर्वीच, तीन दशके आधी सईद अहमद खान यांनी 'घटनावादी' काँग्रेसला विरोध केला होता.

१९४७ सालचे दंगे राम किंवा रहीम किंवा सत्याग्रह यांच्यामुळे निर्माण झाले नव्हते; तर हिंदू व मुस्लिमांमध्ये असलेल्या विश्वासाच्या अभावामुळे किंवा खासकरून काँग्रेस आणि लीगमधील अविश्वासाच्या भावनेमुळे निर्माण झाले. फाळणी टाळण्यासाठी किंवा फाळणी व्यवस्थितपणे आणि शांतपणे होण्यासाठी आवश्यक असलेलं सामंजस्य काँग्रेस-लीगमध्ये नव्हतं, असं असताना १९१९ ते १९४५ यादरम्यान काँग्रेसचे निर्विवाद नेते असलेल्या गांधींनी थोडीफार जबाबदारी उचलणं आवश्यक होतं.

आपण पाहिलं की, ब्रिटिशांनी त्यांना मदत केली नाही आणि काही वेळा त्यांच्या जवळच्या सहकाऱ्यांनी त्यांना दगा दिला. असंही दिसून येतं की, जिनांशी संबंधित प्रस्तावाच्या वेळी, त्यांचे सहकारी आणि ब्रिटिश एकत्रितपणे त्यांच्या विरोधात उभे राहिले.

एका अत्यंत कटू आणि खरंतर अशक्य द्विधा परिस्थितीचा गांधींनी सामना केला. त्यांचं मन आणि त्यांचे लोक ब्रिटिशांची हकालपट्टी करू इच्छीत होते; पण केवळ हाच शत्रू फाळणी रोखू शकत होता. ज्यांना तुम्ही बाहेर काढत आहात, त्यांनीच सगळ्या किल्ल्या तुमच्या हातात द्याव्यात, अशी इच्छा करण्यासारखंच हे होतं. पण स्वाभाविकपणे जो बाहेर काढला जात होता, तो काही किल्ल्या तुमच्या शत्रूला (जिनांना) देऊ इच्छीत होता आणि तुमच्यात आणि शत्रूत कोणताही सौदा होण्यापासून तुम्हाला रोखणार होता.

जिनांबरोबर, ब्रिटिशांबरोबर आणि आपल्या सहकाऱ्यांबरोबर प्रयत्नांची बाजी लावूनही गांधी वर्तुळाचा चौकोन करू शकले नाहीत किंवा त्रिकोणाला सरळ करू शकले नाहीत. अंतिमत: या अपयशामुळे शेवटी सगळेच दु:खी होणार होते– हिंदू, मुस्लीम आणि ब्रिटिश.

काही काळापुरता का होईना, गांधींच्या महान उद्दिष्टांमध्ये दुरुस्त न करता येण्याजोगा विरोधाभास होता. जोपर्यंत ब्रिटिशांविरुद्ध भारतीयांच्या मनात संताप उसळत होता, तोपर्यंत स्वराज्य आणि अहिंसा यांमधील संघर्ष अटळ होता. जोपर्यंत

हिंदू आणि मुस्लीम एकमेकांवर अविश्वास दाखवत होते, तोपर्यंत स्वराज्य आणि भारतीय ऐक्य यामधील संघर्ष अटळ होता.

हे विरोधाभास हाताळण्यात आणि संकल्प सिद्धीस नेण्यात गांधी किती यशस्वी झाले, हा इथे प्रश्न आहे. त्यांना मिळालेलं यश लक्षणीय होतं, असा निष्कर्ष आपण काढू शकतो.

*

उपवासाचा रोख पटेलांवर असल्याच्या अफवांचा इन्कार करत गांधी म्हणाले (१५ जानेवारी) की, '*आयुष्यभराचा विश्वासू साथीदार असलेल्या वल्लभभाईंना नेहरूंपासून आणि ते ज्याला विनाकारण उच्चपदी मानतात त्या माझ्यापासून वेगळं काढण्यात वल्लभभाईंचे टीकाकार चूक करत होते.*' गांधी पुढे म्हणाले : '*सरदारांचं बोलणं थेट व परखड असतं; त्यामुळे काही वेळा लोक विनाकारण दुखावले जातात; तरीही त्यांचं हृदय सर्वांना सामावून घेईल, एवढं विशाल आहे.*' त्यापूर्वी १८ सप्टेंबर रोजी गांधी दिल्लीच्या मुस्लिमांना म्हणाले होते की, पटेलांचे पूर्वग्रह काहीही असले, तरी ते आपल्या पूर्वग्रहांचा परिणाम आपल्या कृतींवर होऊ देत नाहीत.

उपवासाबद्दल आणि ५५ कोटींच्या निर्णयात झालेल्या फेरबदलाबद्दल पटेलांची कितीही तक्रार असली, तरी १५ जानेवारी रोजी ते म्हणाले : 'जगातील सर्वोत्तम माणसाच्या नेतृत्वाला आम्ही लायक नव्हतो, असं कुणीही म्हणायला नको.' दुसऱ्या दिवशी मुंबईला एका सार्वजनिक सभेत ते म्हणाले, ''आम्ही जवळचं पाहतो, तर ते दूरवरचं पाहतात.''

दिल्लीनं काय करावं अशी तुमची इच्छा आहे, असं विचारलं असता गांधींनी नेमकी उत्तरं दिली. ख्वाजा कुतुबुद्दीनच्या समाधिस्थळी मुस्लिमांना त्यांची वार्षिक जत्रा भरवू द्यावी. मंदिरांमध्ये आणि गुरुद्वारांमध्ये रूपांतरित झालेल्या मशिदींचं पुन्हा पूर्ववत मशिदीत रूपांतर केलं जावं. मुस्लिमांना त्यांच्या घरांमध्ये आणि ट्रेन्समध्ये सुरक्षेची हमी दिली जावी. त्यांच्यावर घातलेली आर्थिक बंदी उठवण्यात यावी.

कटू आठवणी सोबत घेऊन आलेल्या लाखो निर्वासितांना सामावून घेणाऱ्या दिल्लीची परिस्थिती कलकत्त्यापेक्षा कठीण होती; पण तरीही इथेसुद्धा उपवास करणाऱ्या गांधींच्या काळजीमुळे लोकांना स्वत:पलीकडे वेगळा विचार करायला भाग पडलं. मुस्लिमांवर मोठ्या प्रमाणावर हल्ले होताना ज्याने बघितले, अशा पतियाळाच्या शीख सत्ताधीशाने दिल्लीच्या शिखांना गांधींचा उपवास संपवायला मदत करण्याचं आवाहन केलं, तर कराचीला निघून चाललेल्या मुस्लिमांच्या एका गटाला शहरातील हिंदू आणि शिखांनी परत बोलवलं. काँग्रेसचे अध्यक्ष प्रसाद आणि भारताचे आघाडीचे मुस्लीम राजकारणी आझाद गांधींच्या अटी पूर्ण करण्यासाठी

दिल्लीच्या नागरिकांना, अधिकाऱ्यांना आणि संस्थांना हलवून जागं करू लागले.

दिल्लीतील हालचालींना शोभेल असा अनपेक्षित प्रतिसाद पाकिस्तानातून मिळाला. 'डोळ्याचं पातं लवतं न लवतं तोच फाळणीपूर्व मुस्लीम लीगचा शत्रू क्रमांक एक त्यांचा 'सर्वोत्तम मित्र' बनला.' पश्चिम पंजाबमध्ये अपहरण केलेल्या हिंदू व शीख महिलांचं पुनर्वसन करण्याच्या कामात असलेल्या मृदुला साराभाईंनी तार केली की, पाकिस्तानी लोक मदतकार्याबाबत पुढे येऊन विचारत आहेत. त्यांनीही शोधदीपाचा झोत स्वत:कडे वळवावा, असं उत्तर गांधींनी दिलं.

सार्वजनिक प्रार्थना केल्या गेल्या आणि मुस्लीम स्त्रियांनी त्यांच्या पडद्याआडून प्रार्थना केली. गांधींनी 'जालीम उपाय' शोधून काढला, असे उद्‌गार आणि लाहोरला पश्चिम पंजाबचे मुख्यमंत्री, ममदोतचे खान, वित्तमंत्री मुमताज दौलताना आणि लीग नेते फिरोझ खान नूर यांनी गांधींनी उचललेल्या या पावलाबद्दल आत्यंतिक आदर आणि मनापासून प्रशंसा व्यक्त केली. नूर म्हणाले, "धर्मसंस्थापक सोडले तर कोणत्याही देशात महात्मा गांधींपेक्षा थोर माणूस जन्मला नाही."

कराचीतील भारतीय उच्चायुक्त श्रीप्रकाश आणि नवी दिल्लीतील पाकिस्तानचे उच्चायुक्त झाहीद हुसेन यांच्यामार्फत जिनांनी, गांधींना, जगण्याची आणि दोन्ही संघराज्यांत हिंदू-मुस्लीम ऐक्यासाठी काम करण्याची विनंती करणारा एक संदेश पाठवला. उपवास थांबवण्याचं ते अप्रत्यक्ष आवाहनच होतं. मात्र, याच वेळी पश्चिम पंजाबच्या गुजरात स्टेशनवर एका निर्वासितांच्या ट्रेनवर भीषण हल्ला होऊन (१३ जानेवारी), सरहद्द प्रांतातील बान्नू गावातील शेकडो हिंदू आणि शीख मारले गेले किंवा जखमी केले गेले, त्यावर गांधींनी परखड प्रतिक्रिया दिली :

१४ जानेवारी : अशा घटना पाकिस्तानात घडत राहिल्या, तर भारतातील लोक किती काळ ते सहन करणार? माझ्यासारखे शंभर लोक जरी उपवास करायला बसले, तरी त्यानंतर होणारी शोकांतिका ते टाळू शकणार नाहीत.

मग गांधींनी एका प्रसिद्ध काव्याची आठवण करून देत आपल्या लोकांना, पाकिस्तानी आणि भारतीय, आव्हान दिलं :

कवी म्हणतो, 'स्वर्ग जर कुठे असेल, तर तो इथे आहे, इथे आहे', असं त्यानं एका उद्यानाबद्दल म्हटलं आहे. मी खूप वर्षांपूर्वी ते काव्य वाचलं होतं, मी तेव्हा लहान होतो... पण स्वर्ग इतक्या सहजासहजी मिळत नाही. जर हिंदू, मुस्लीम आणि शीख सभ्यपणे वागले, भावासारखे राहिले, तर ते काव्य प्रत्येक दारावर लिहिलं जाईल. पण हे फक्त पाकिस्तान प्रामाणिकपणे वागला, तरच घडेल... असं जर पाकिस्तानमध्ये

घडलं, तर आम्ही भारतीयही मागे राहणार नाही...
समाज हा व्यक्तींनी बनतो. आम्ही समाज बनवतो... एका माणसानं पुढाकार घेतला, तर इतर त्याचं अनुकरण करतील आणि एकाचे अनेक होतील; पण जर एखादाही पुढे आला नाही, तर कुणीच येणार नाही.

गांधींना सहानुभूती दाखवण्यासाठी दिल्लीतील अनेक हिंदू व शीख निर्वासितांनी आपलं जेवण कमी केलं. मुस्लिमांना ज्या ठिकाणी जायला बंदी घातली गेली होती, ती ठिकाणं आणि सब्जीमंडी त्यांच्यासाठी खुली करण्यात आली. शहरात शांती-यात्रा काढण्यात आल्या आणि मुस्लिमांचे हक्क अबाधित राखण्यासाठी एक वचननामा काढण्यात येऊन त्यावर दोन लाख सह्या घेण्यात आल्या.

गांधींचं वजन कमी झालं आणि शरीरात ॲसिटोनची पातळी वाढल्यामुळे डॉक्टर काळजीत पडले, तरी गांधी हा उपवास लक्षणीयरीत्या सहन करत होते. त्यांना उचलून न्यावं लागेल की काय, असं वाटत असताना ते बरंच काम करत होते आणि पायी फिरत होते.

हिमालयाच्या पायथ्याशी आपल्या आश्रमात असलेल्या मीरेला गांधींनी लिहिलं की, *आपण सध्या आपला 'महानतम उपवास' करत आहोत, असं वाटतं* (१६ जानेवारी). स्वत:च स्वत:वर लादलेल्या या शिक्षेतूनही विनोद निर्माण करण्याचा प्रयत्न गांधींनी पत्रात लिहिलेल्या बाकीच्या ओळींमधून दिसून येतो :

पहाटे साडेतीनच्या प्रार्थनेनंतर मी हे पत्र सांगत आहे. मी आता माझं जेवण घेत आहे... ते जेवण म्हणजे आठ औंस गरम पाणी आणि ते मी कष्टानं घोट-घोट पीत आहे... ते घेतल्यावर मला तरतरी येते. हे विषसमान चवीचं पण अमृततुल्य जेवण मी या वेळी दिवसातून आठ वेळा घेऊ शकतो, हे सांगायला जरा विचित्रच वाटतं. तरीही, मी उपवास करत असल्याचा दावा करतो आणि भोळे लोक तो मान्य करतात.

उपवासाच्या सहाव्या दिवशी, १८ जानेवारीला कृश झालेल्या गांधींना भेटायला विविध धर्मांच्या आणि गटांच्या शंभरपेक्षा जास्त प्रतिनिधींचं एक शिष्टमंडळ बिर्ला हाउसला आलं आणि सगळ्यांनी सह्या केलेला एक वचननामा राजेंद्र प्रसादांनी वाचून दाखवला :

आम्ही शपथ घेतो की, आम्ही मुस्लिमांच्या जीविताचं, मालमत्तेचं आणि श्रद्धेचं रक्षण करू आणि दिल्लीत झालेल्या घटना यापुढे घडणार नाहीत. मागच्या वर्षाप्रमाणेच ख्वाजा कुतुबुद्दीन मझरची वार्षिक जत्रा या वर्षी भरेल, अशी ग्वाही आम्ही गांधीजींना देऊ इच्छितो.

पूर्वीप्रमाणेच, सब्जीमंडी, करोल बाग, पहाडगंज आणि इतर ठिकाणी मुस्लीम हिंडू-फिरू शकतील. आता हिंदूंच्या आणि शिखांच्या ताब्यात असलेल्या मशिदी परत केल्या जातील.

इथून स्थलांतरित झालेल्या मुस्लिमांना परत यायचं असेल, तर आम्ही हरकत घेणार नाही आणि मुस्लीम त्यांचे व्यवसाय पूर्वीप्रमाणेच सुरू करू शकतील.

या सगळ्या गोष्टी आमच्या वैयक्तिक प्रयत्नातून साध्य केल्या जातील, त्यात पोलिसांची वा सैन्यदलाची कोणतीही मदत घेतली जाणार नाही, याची आम्ही खात्री देतो.

प्रसाद, आझाद, झाहीद हुसेन (पाकिस्तानी उच्चायुक्त), हिंदू महासभा व राष्ट्रीय स्वयंसेवक संघ यांच्या वतीनं गणेश दत्त, शिखांच्या बाजूनं हरबन्स सिंग आणि दिल्ली प्रशासनाच्या वतीनं खुर्शीद आणि एम. एस. रंधावा या सर्वांनी उपवास संपवण्याचं आवाहन केलं.

ते मान्य करतानाच, आपण फसवले गेलो आहोत, हे उघडकीला आलं तर आणखी एखादा उपवास करायला आपण कचरणार नाही, असं गांधींनी सांगितलं.

गांधींचा सुकलेला आणि सुरकुतलेला चेहरा प्रकाशमान झाला आहे, असं ब्रिज कृष्णला वाटलं. पाचही धर्मांच्या प्रार्थना झाल्यावर तिथे संपूर्ण शांतता पसरली. आझादांनी संत्र्याच्या रसाचा ग्लास गांधींना दिला. त्यांनी आपला लांब, हडकुळा हात पुढे केला. त्यांनी रस प्राशन केल्यावर आनंदाचे चीत्कार उमटले. मग त्यांनी उपस्थितांना फळांचा आस्वाद घेण्याची विनंती केली. तिथे हजर असलेल्यांपैकी जवाहरलाल यांच्या डोळ्यांत अश्रू होते. आदल्या दिवसापासून आपणही गुप्तपणे उपवास करत असल्याचं त्यांनी गांधींना सांगितलं.

पटेलांबद्दल बोलायचं तर, गांधींच्या संपूर्ण संमतीनं ते काठियावाडच्या संस्थानांचं, म्हणजे पोरबंदर, राजकोट आणि भावनगर यांचं, एका केंद्रशासित प्रदेशात एकत्रीकरण करण्यासाठी गेले होते.

नेहरू बिर्ला हाउसमधून गेल्यावर गांधींनी त्यांच्यासाठी एक चिठ्ठी लिहिली : *'तुझा उपवास सोड... तुला दीर्घायू लाभो आणि तू भारताचा जवाहर बनून राहशील.'* ती चिठ्ठी थेट नेहरूंच्या हातात द्यायला प्यारेलालना सांगितल्यावर, गांधींना आर्थर मूरची आठवण झाली. मूरला ही बातमी देण्यासाठी ताबडतोब फोन करण्याबाबत सुशीलेला सांगण्यात आलं आणि उपवास सोडण्याच्या योग्य पद्धती त्याला सांगण्याचीही सूचना तिला करण्यात आली. मूरशी संपर्क साधला असता मूर म्हणाला की, आपण ती चांगली बातमी ऐकली असून एक कप कॉफी आणि सिगार

पिऊन उपवास आधीच सोडला आहे.

१८ तारखेच्या संध्याकाळी प्रार्थनासभेसाठी निवेदन तयार करण्याची पुरेशी ताकद गांधींकडे होती. ते म्हणाले :

> *त्यांनी मला शब्द दिला आहे की, यापुढे हिंदू, शीख आणि मुस्लीम भावाभावांसारखे राहतील आणि कोणत्याही परिस्थितीत, कोणाच्याही चिथावणीवरून दिल्लीचे रहिवासी, निर्वासित एकमेकांचे शत्रू होणार नाहीत. ही छोटी गोष्ट नाही...*
>
> *आपण शपथ घेतली पाहिजे की, एकदा ईश्वराकडे केलेलं तोंड आपण मागे वळवणार नाही. असं जेव्हा होईल तेव्हा भारत आणि पाकिस्तान एकत्रितपणे जगाची सेवा करून जगाला अधिक प्रगल्भ बनवतील. मला कोणत्याही अन्य हेतूसाठी जगण्याची इच्छा नाही.*

पुढे दिलेल्या ओळी भविष्यात नेहमीच उद्‌धृत केल्या गेल्या, त्यात गांधींनी आपण 'ईश्वरा'ऐवजी काही वेळा 'सत्या'विषयी का बोलतो, ते स्पष्ट केलं आहे :

> *मी सत्याच्या नावानं उपवास सुरू केला, त्या सत्याचं लोकप्रिय नाव ईश्वर आहे... देवाच्या नावाखाली आपण खोटं बोलतो, लोकांच्या कत्तली करतो, ते निष्पाप आहेत की अपराधी, पुरुष आहेत की स्त्रिया, मुलं आहेत की बालकं याची पर्वा करत नाही. आपण अपहरणात, सक्तीच्या धर्मांतरात सहभाग घेतला आणि हे सगळं आपण निर्लज्जपणे केलं. सत्याच्या नावाखाली कुणी अशा गोष्टी केल्याचं मला माहीत नाही. तेच नाव ओठांवर ठेवून मी उपवास सोडला आहे.*

कट : दरम्यान, इतर काही लोक गांधींना मारण्याचा कट करण्यात गुंतले होते. त्यांत पुण्याची एक मराठी पत्रिका 'हिंदू राष्ट्र'चा संपादक नथुराम गोडसे, तिचा व्यवस्थापक नारायण आपटे, नथुरामचा भाऊ गोपाळ गोडसे; पुण्यात शस्त्रास्त्रांचं दुकान चालवणारा दिगंबर बडगे; बडगेचा नोकर शंकर किस्तय्या; अहमदनगरचा विष्णू करकरे; करकरेचा साहाय्यक म्हणून काम करणारा पाकिस्तानचा निर्वासित मदनलाल पाहवा यांचा समावेश होता.

त्या गटातील बरेच लोक महाराष्ट्रातील चित्पावन ब्राह्मण होते. तसेच त्यांचे नायक सावरकरही. त्यांच्यावरही कटात सहभागी असण्याचा आरोप केला गेला, पण तो सिद्ध झाला नाही. गांधींचे राजकीय गुरू गोखले आणि जवळचे सहकारी विनोबा भावे हेसुद्धा चित्पावन ब्राह्मणच होते. गांधींच्या आधीचे भारतातील सर्वांत लोकप्रिय नेते टिळकही चित्पावन ब्राह्मण होते.

१९४७च्या ऑगस्ट महिन्यात गोडसे आणि आपटे सावरकरांबरोबर मुंबईहून दिल्लीला गेले होते आणि परत आले होते. १९४८ साली जानेवारी महिन्यात गोडसे आणि आपटेच्या सावरकरांबरोबर दोनदा बैठका झाल्याचं दिसतं. सावरकरांचे चरित्रकार धनंजय कीर यांच्यानुसार गोडसे हा कट्टर सावरकरवादी होता आणि सावरकरांच्या खालोखाल त्यांचा बिनीचा सैनिक म्हणून ओळखला जात होता.

या वर्तुळात गांधींना मारण्याची तारीख प्रथम कधी ठरवण्यात आली, हे नक्की माहीत नाही; तरी काही दुष्ट हेतू मनात धरून गोडसे १९४४ साली सेवाग्रामला आला होता, हे आपण पाहिलं. असा अंदाज आहे की, त्या वेळी उन्हाळ्याच्या सुरुवातीला तशाच हेतूनं तो पाचगणीला गांधी असताना तिथे गेला होता. बडगेनं नंतर दिलेल्या साक्षीनुसार नथुराम गोडसे आणि आपटेनं त्याच्याकडे दोन गन-कॉटन स्लॅब्ज (स्फोटकांमध्ये भिजवलेला कापूस), पाच हातबॉम्ब आणि दोन रिव्हॉल्व्हर्स यांची १० जानेवारी १९४८ रोजी मागणी केली होती; पण ही योजना त्यापूर्वीच आखली गेली असावी.

हिंदू महासभेचा आणि राष्ट्रीय स्वयंसेवक संघाचा वेगवेगळ्या वेळी सदस्य असलेला गोडसे नंतर म्हणाला की, आपण अहिंसेचा आणि चरख्याचा द्वेष करतो. गांधींनी हिंदू समाज व भारत दुर्बल करून टाकला होता. गांधींना मुस्लिमांविषयी वाटणारी सहानुभूती त्याचं आणि इतर कट करणाऱ्यांची मनं प्रक्षुब्ध करणारी होती. पण कदाचित, भारताचे नेते म्हणून गांधींना असलेली मान्यता त्यांना खुपत होती; कारण गोडसेसारख्या माणसांच्या मते ते स्थान मिळवण्याचा अधिकार सावरकरांना होता.

१९ जानेवारीच्या रात्रीपर्यंत त्या कटातील सात सदस्य दिल्लीला आले होते : गोडसे बंधू आणि आपटे, बडगे आणि किस्तय्या, करकरे आणि पाहवा. त्यांच्याकडे गन-कॉटन स्लॅब्ज, बॉम्ब आणि रिव्हॉल्व्हर्स होती. २० जानेवारीच्या सकाळी, त्यांतले तिघे जण बिर्ला हाउसजवळ गेले. तिथे कुंपणाच्या बाहेरून त्यांनी गांधींच्या प्रार्थनासभेच्या जागेची पाहणी केली.

कृतियोजना नवी दिल्लीतील एका हॉटेलच्या खोलीत बसून आखली गेली आणि लगेच अमलात आणली गेली. आधी, गांधी बसायचे त्याच्या जवळच्याच भिंतीशेजारी पाहवानं गन-कॉटन स्लॅबचा स्फोट करायचा. त्यानंतर ताबडतोब, अपेक्षित गोंधळ उडालेला असतानाच आपटे व गोडसेंनी इशारा देताच इतरांनी हल्ला करायचा. बडगे आणि किस्तय्यांनी गांधींवर गोळ्या झाडायच्या आणि ते दोघं व शिवाय करकरे, गोपाळ गोडसे आणि पाहवा यांनी गांधींवर बॉम्ब फेकायचे.

सातही जण संध्याकाळी बिर्ला हाउसजवळ पोचले. प्रार्थना झाल्यावर गांधींनी बोलायला सुरुवात केल्यावर पाहवानं गन-कॉटन स्लॅबचा बार उडवला, त्यामुळे गांधी बसले होते तिथून पंचाहत्तर फुटांवर स्फोट झाला. पण पुढची योजना

ठरल्याप्रमाणे पार पडली नाही : एक तर बडगेचा धीर खचला. पाहवा सोडून सगळे वाट पाहत उभ्या असलेल्या टॅक्सीकडे पळाले. पाहवाला सुलोचना देवी या महिलेनं बघितलं, तिथे उपस्थित असलेल्या इतर लोकांनी त्याला पकडून पोलिसांच्या ताब्यात दिलं.

स्फोटाबद्दल एका माणसाला अटक करण्यात आल्याचं संध्याकाळी उशिरा गांधींना समजलं. स्फोटाच्या वेळी, तो नेमका कसला आवाज होता हे गांधींना कळलं नव्हतं. श्रोते एकदम बावरून गेले, पण गांधींचा ठाम आवाज ऑल इंडिया रेडिओत रेकॉर्ड झाला : *'ऐका! ऐका! काहीही झालेलं नाही.'*

पुन्हा सगळं सुरळीत झालं आणि गांधींनी बोलायला सुरुवात केली. गांधींनी संतुलन राखलं म्हणून त्यांची प्रशंसा करणारे अनेक संदेश त्या रात्री उशिरा आणि दुसऱ्या दिवशी येऊन थडकू लागले. पोलीस कोठडीत मदनलाल पाहवा उद्दाम वर्तन करत असल्याचंही गांधींच्या कानी आलं. २१ जानेवारीच्या प्रार्थनासभेतील गांधींच्या वक्तव्यातून त्यांचा दृष्टिकोन समोर आला, त्याचप्रमाणे हिंदू मनांसाठी चाललेला त्यांचा संघर्ष, आपल्या भूमिकेविषयी असलेली खात्री आणि पाहवा हा स्वत:च्या मनानं काहीही करत नसल्याची अंत:प्रेरणाही दिसून आली :

> *कालच्या बॉम्बच्या घटनेचा मला सगळ्यात आधी परामर्श घेऊ द्या. माझं अभिनंदन आणि कौतुक करणाऱ्या तारा लोक मला पाठवत आहेत. खरं तर, माझं अभिनंदन करण्यासारखं मी काही केलंच नाही. मी कोणतंही शौर्य गाजवलं नाही. मला वाटलं की, कुठेतरी सैन्याचा सराव चालला असावा. तो बॉम्ब होता आणि मी जगावं अशी ईश्वराची इच्छा होती, म्हणूनच केवळ त्यात मी मेलो नाही, हे मला नंतर समजलं...*
>
> *या घटनेला जबाबदार असलेल्या व्यक्तीबद्दल तुम्ही कोणत्याही प्रकारची द्वेषभावना बाळगणं योग्य नाही. मी हिंदू धर्माचा शत्रू आहे, हे त्यानं मनाशी ठाम केलं होतं. गीतेच्या चौथ्या अध्यायात असं म्हटलंच आहे, जेव्हा दुष्ट शक्ती प्रबळ होतात आणि धर्माला हानी पोचवतात, तेव्हा त्यांचा नाश करण्यासाठी ईश्वर कुणाला तरी पाठवतो. ज्या माणसानं बॉम्बचा स्फोट केला त्याला स्वाभाविकपणे असं वाटलं असणार की, माझा नाश करण्यासाठीच देवानं त्याला पाठवलं आहे. मी त्याला पाहिलेलं नाही. पण पोलिसांनी प्रश्न विचारले असता त्यानं जे सांगितलं, ते मला माहीत आहे. त्यानं चांगले कपडेही घातले होते.*
>
> *पण... आपल्याला एखादा माणूस आवडत नाही, म्हणून का तो वाईट ठरतो? पण मला दुष्ट माणूस समजून कुणीतरी मारलं, तर त्याला*

ईश्वरासमोर उभं राहून उत्तर द्यावं नाही लागणार?... ईश्वरानं सांगितल्याप्रमाणेच
आपण कृती करत आहोत, असं जेव्हा तो म्हणतो, तेव्हा त्या वाईट
कृत्यात तो त्या ईश्वरालाही साथीदार म्हणून सहभागी करून घेत असतो...
जे त्याच्या मागे आहेत किंवा तो ज्यांच्या हातातील खेळणं आहे, त्यांनी
हे समजून घ्यावं, की अशा प्रकारच्या कृत्यांनी हिंदू धर्म वाचणार नाही.
हिंदू धर्म जर वाचवायचा असेल, तर मी जे काम करत आहे, अशा
कामांमुळेच तो वाचेल. मी माझ्या लहानपणापासून हिंदू धर्म अंगी
बाणवला आहे. मला अक्षरश: लहानाचं मोठं करणारी माझी दाई, तिनं
मला भीती वाटत असताना रामाचं नाव घ्यायला शिकवलं होतं...
सगळ्या कसोट्या पार करून, मी आज कट्टर हिंदू आहे, तसाच मी पाच
किंवा सहा वर्षांचा असताना अंतःप्रेरणेनं होतो... माझ्यासारख्या एकनिष्ठ
हिंदूला मारून तुम्ही हिंदू धर्माचा नाश करू इच्छिता? काही शीख
माझ्याकडे आले आणि त्यांनी विचारलं की, या घटनेच्या मागे शिखांचा
हात असल्याचा संशय मला होता का? तो शीख नव्हता, हे मला माहीत
आहे. पण जरी तो असता, तरी काय? तो हिंदू होता की मुस्लीम, यानं
काय फरक पडतो? ईश्वर त्याला सद्बुद्धी देवो...
काल त्या गुन्हेगाराला पकडून देण्यात एका अशिक्षित महिलेनं मोठं धैर्य
दाखवलं. मी तिच्या धाडसाचं कौतुक करतो.

गांधींच्या प्रार्थनासभेत स्फोट घडवून आणल्यामुळे एक मदनलाल पाहवा नावाचा माणूस पोलिसांच्या ताब्यात आहे, ही बातमी वर्तमानपत्रात वाचल्यावर मुंबईतील रुईया कॉलेजचे एक प्राध्यापक जगदीशचंद्र जैन यांना समजलं की, आपण ज्या तरुण निर्वासिताला मदत करत होतो, तो हा होता. त्यापेक्षाही महत्त्वाचं म्हणजे पाहवा गांधींची हत्या करण्याच्या कटाबद्दल काहीतरी म्हणाला होता, हे जैन यांना आठवलं. मुंबईचे मुख्यमंत्री खेर आणि गृहमंत्री मोरारजी देसाई यांच्याशी संपर्क साधून आपण जे ऐकलं ते जैन यांनी त्यांच्या कानावर घातलं, काही इतर कटवाल्यांची नावंही त्यांनी सांगितली.

मुंबई सरकारनं ती माहिती पुढे पटेलांकडे पाठवली, ते गांधींशी बोलले आणि एका पोलीस अधिकाऱ्यालाही गांधींशी बोलायला सांगितलं. आपल्या प्रार्थनासभांना पोलिसांनी हजर राहण्याला गांधींनी जरी ठामपणे नकार दिला, तरी साध्या वेशातील काही पोलीस बिर्ला हाउसमध्ये तैनात केले गेले.

परंतु, हाती लागलेल्या दुव्यांचा पुरेशा तातडीनं पाठपुरावा मुंबईतही केला गेला नाही आणि दिल्लीतही; पाहवाशिवाय दुसऱ्या कुणालाही अटक झाली नाही. गांधी

सत्ताधारी वर्गाचा भाग नव्हते. तो वर्ग आपल्या मंत्र्यांची, सेनानींची, पोलिसप्रमुखांची किंवा सरकारी सचिवांची उत्साहानं काळजी घेत होता; परंतु इतरांच्या बाबतीत, अगदी राष्ट्रपिता म्हणून ज्याला संबोधलं जात होतं, त्याच्याही बाबतीत एवढी आस्था नव्हती. शिवाय, त्या वेळचं हृदय निष्ठुर करणारं विष व्यवस्थेच्या सगळ्या शाखांमध्ये, पोलिसांमध्येसुद्धा पुरतं भिनलं होतं.

पाकिस्तानला : उपवासानंतर गांधींची प्रतिष्ठा राष्ट्रीय आणि आंतरराष्ट्रीय स्तरावर कळसाला पोचली होती. लंडनच्या 'टाइम्स'मध्ये, वॉशिंग्टनच्या 'पोस्ट'मध्ये आणि इतर वृत्तपत्रांमध्ये उपवासाच्या प्रभावीपणाविषयी छापून आलं होतं. 'टाइम्स'नं म्हटलं की, 'गांधींचा धाडसी आदर्शवाद यापूर्वी इतका स्पष्टपणे कधीच शाबित झाला नव्हता.' दक्षिण आफ्रिकेतील वंशभेदाला विरोध करणाऱ्या एका तरुण ब्रिटिश धर्मगुरूनं– रेव्ह. मायकेल स्कॉट यानं– गांधींना सत्याग्रहासंबंधी मानवंदना देणारं पत्र पाठवलं. त्यात लिहिलं, 'तुमचे अविनाशी विचार नेहमीच मानवजातीला प्रेरक ठरतील.' स्कॉटनं खाली सही केली, 'तुमचा कृतज्ञ विद्यार्थी मायकेल'.

१९४८ सालच्या जानेवारीतील गांधी कसे होते, याचं वर्णन प्यारेलाल यांनी केलं आहे. काही वेळा विस्मरणाची चिन्हं दिसत असली तरी, त्यांची बुद्धी धारदार होती. त्यांचे अंदाज आश्चर्यकारकरीत्या पक्के आणि अंत:प्रेरणा नेहमीपेक्षा अचूक होती. उतारवय असूनही आणि उपवास करूनही ते थक्क करणारं शारीरिक आणि... बौद्धिक काम करू शकत होते. तरीही उपवासामुळे त्यांची मूत्रपिंडं व यकृत दोन्हीला हानी पोचली होती. गांधी याचा दोष ईश्वरावरच्या आपल्या अपुऱ्या श्रद्धेला देत होते.

दिल्लीच्याप्रति आपलं कर्तव्य बजावल्यावर आता ते पाकिस्तानला जायला मोकळे होते. लाहोरचे मियाँ इफ्तिखारुद्दीन त्यांना भेटायला आले. त्यानंतर त्यांच्या पत्नीला गांधींनी लिहिलं :

> *२२ जानेवारी : प्रिय इस्मत, इफ्तिखार एकटेच आले हे पाहून मी निराश झालो आणि तुम्हाला बरं नसल्यामुळे तुम्ही येऊ शकला नाहीत हे कळल्यावर मला वाईट वाटलं. पूर्वीपेक्षाही तुमच्या सेवेची आता जास्त गरज आहे. त्यामुळे लवकर बऱ्या व्हा आणि कामाला लागा. माझी ताकद परत आल्यावर आणि लाहोरला जाण्याचा माझा मार्ग मोकळा झाला, की मी लाहोरला भेट द्यायला उत्सुक आहे, याची मी खात्री देतो.*

कराचीला भेट देऊन आलेले गांधींचे पारशी मित्र जहाँगीर पटेल आणि दिनशॉ मेहता व त्यांच्याबरोबर गेलेले तिसरे पारशी खादीधारी, कराचीस्थित निर्वासितांना मदत करणारे जमशेद मेहता यांनी गांधींना सांगितलं, की पाकिस्तान दोन अटींवर गांधींचं स्वागत करेल : त्यांनी पुन्हा ऐक्याची भाषा बोलायची नाही आणि पाकिस्तानी

पोलिसांनी दिलेलं संरक्षण स्वीकारायचं.

सुरुवातीला दुसऱ्या अटीला विरोध केल्यानंतर जमशेद मेहतांच्या आग्रहावरून गांधींनी ती मान्य केली. २७ जानेवारीपर्यंत ते तीन पारशी कराचीला परत गेले. पाकिस्तानी नेत्यांशी बोलणी करून गांधींची पाकिस्तानभेट साधारणपणे ८ किंवा ९ फेब्रुवारी रोजी ठरवण्यात आली.

गांधींनी आधी कराचीला जायचा विचार केला, मग सरहद्द प्रांतात खान बंधूंना भेटून आणि शेवटी पंजाबला जाण्याचा त्यांचा बेत होता. बहावलपूरच्या असुरक्षित हिंदू आणि शिखांच्या मदतीला गांधींनी सुशीलेला पाठवलं होतं, त्यामुळे ती आधीच पाकिस्तानात पोचली होती. ती गांधींच्या भेटीची तिथे तयारी करणार होती.

पाकिस्तानच्या एका अनाम मुस्लीम नेत्याने त्या वेळी गांधींना लिहिलं की, 'गांधीजींच्या नेतृत्वाखाली पाकिस्तानला परतणाऱ्या हिंदू आणि शिखांची पन्नास मैल लांबीची मिरवणूक पाहण्याची त्याला उत्सुकता आहे.' अशी अशक्य गोष्ट कुणाच्या डोळ्यासमोर तरळली कुणास ठाऊक; पण असं दिसतं की गांधी या विचारानं अतिशय उत्साहात होते. या अनाम नेत्याबाबत ही आठवण प्यारेलाल यांनी लिहून ठेवली आहे.

पण पाकिस्तानला जाण्याच्या आधी ते वर्धा आणि सेवाग्रामला जाणार होते : इतर गोष्टींबरोबरच तिथे सुरू केलेल्या संस्थांकडे लक्ष पुरवण्याची गरज होती. वर्ध्यासाठी २ फेब्रुवारीला निघण्याचा त्यांचा विचार होता.

२१-२९ जानेवारी १९४८ : 'दुखावलेली माणसं संतुलित असू शकत नाहीत. प्रत्येक जण काही महात्मा गांधी होऊ शकत नाही', असे उद्गार एक प्रभावशाली अकाली नेते ग्यानी कर्तारसिंग यांनी काढले होते. दिल्लीच्या वचननाम्यावर शिखांनी सह्या केल्या म्हणून गांधींनी केलेलं कौतुक ऐकल्यावर ते २१ जानेवारी रोजी गांधींशी बोलत होते. कर्तारसिंगांना त्यावर पुढील उत्तर मिळालं : महात्मा गांधी हा देवदूतही नाही आणि सैतानही नाही. तो तुमच्यासारखाच एक माणूस आहे.

२३ जानेवारी रोजी गांधींनी सुभाष यांची त्यांच्या जन्मदिनानिमित्त आठवण काढली, तसेच हरिलालचीही आठवण काढली; कारण त्या दिवशी त्यांनी हरिलालचा मुलगा कांती याला पत्र लिहिलं. कांतीनं लिहिलेल्या पत्राला उत्तर देताना आजोबांनी लिहिलं : *तुझं पत्र सुंदर आहे.'*

दुसऱ्या दिवशी (२४ जानेवारी) मनूच्या प्रगतीविषयी तिच्या वडिलांना– जयसुखलालना– कळवताना गांधींच्या मनात महादेवचा विचार आला :

रोजनिशी लिहिण्यात तिची खूपच प्रगती झाली आहे. ती नोंदी करण्यात बराच रस घेते आणि त्या नोंदी पाहताना माझ्या डोळ्यासमोर महादेवचा चेहरा येतो...

मनू मजेत आहे. तिला लठ्ठ करण्याची काही जादू तुमच्याकडे असेल, तर ती तुम्ही मला सांगा.

तीन दिवसांनी त्यांनी दिल्लीच्या दक्षिणेला मेहरौली इथे १२ व्या शतकातील मुस्लीम गूढवादी ख्वाजा कुतुबुद्दीन यांच्या मकबऱ्याजवळ भरणाऱ्या वार्षिक जत्रेला आवर्जून हजेरी लावली. अनेक शतकांपासून वर्षानुवर्षं चालत आलेली ही जत्रा नुकत्याच झालेल्या हिंसाचारामुळे स्थगित होण्याच्या मार्गावर होती; पण गांधींच्या उपवासानं ती सुरू राहिली होती. या पवित्र स्थळी हिंदू, मुस्लीम आणि शिखांनी पुन्हा संघर्ष होणार नाही अशी शपथ घ्यावी, अशी सूचना त्यांनी केली.

दैनंदिन कामकाजाच्या रगाड्यात परत बुडून गेले असताना गांधींनी लांबून आलेल्या पत्रकारांसाठी वेळ काढला. २७ जानेवारी रोजी 'न्यू स्टेट्समन ॲन्ड नेशन'च्या किंग्जले आणि मार्टिन यांनी, गांधींना काश्मीरमधील हिंसाचाराकडे त्यांनी दुर्लक्ष का केलं, असा प्रश्न विचारला आणि २९ जानेवारी रोजी 'लाइफ' मासिकाच्या छायाचित्रकार मार्गरिट बूर्क-व्हाइट यांनी गांधींची मुलाखत घेतली.

२७ जानेवारी रोजी त्यांच्याशी संभाषण झाल्यावर एक अमेरिकन पत्रकार व्हिन्सेंट शिआन यांनी गांधींच्या आणखी एका भेटीसाठी वेळ मागितली, ती गांधींनी तात्पुरती दिली. शिआन लिहितात : ''एखाद्या शत्रूचंही हृदय द्रवेल (आणि मी काही शत्रू नव्हते) इतक्या हळुवार आवाजात गांधी म्हणाले, *'जर वेळ नसेल, तर तुम्ही समजून घ्या.'' '*

शिआन यांच्या विनंतीवरून गांधींनी आपल्याला समजलेला गीतेचा अर्थ आणि 'सर्मन ऑन द माउंट'चा अर्थ समजावून सांगितला. शिआन यांच्यासाठी त्यांनी ईशोपनिषदाचा अनुवाद करून दिला; ते नेहमीच त्यांच्या सायंप्रार्थनेच्या वेळी म्हटलं जायचं : *'जगाचा त्याग करा आणि ते देवाकडून भेट म्हणून परत मिळवा. आणि मग त्याची इच्छा धरू नका.'* शेवटचे चार शब्द अत्यंत महत्त्वाचे आहेत, असं गांधींनी स्पष्ट करून सांगितलं. कारण त्याग आणि स्वीकार केल्यानंतर त्यागणारा नेहमीच पुन्हा काहीतरी मिळवण्याच्या मोहात पडतो. गांधींचे शब्द आतून निघाले आणि आतपर्यंत पोचले, असं शिआन यांना वाटलं.

२९ जानेवारी रोजी त्यांनी पाठवलेल्या पत्रांपैकी एक पत्र मुंबईत वैद्यकशास्त्राच्या शेवटच्या वर्षात शिकणाऱ्या विजया वालजी सोडावाला या हरिजन मुलीला लिहिलं होतं (पहाटे साडेचार वाजता). तिला शिष्यवृत्ती देण्याचं आश्वासन त्यात दिलं होतं. दुसरं पत्र किशोरलाल मश्रूवाला यांना प्रेमानं लिहिलं होतं. मश्रूवाला हे 'हरिजन'चे माजी संपादक होते. गांधींच्या ब्रह्मचर्याच्या प्रयोगांमुळे त्यांनी ते पद सोडलं होतं. गांधींच्या वर्ध्याच्या भेटीत त्यांची दिलजमाई होण्याची शक्यता होती.

२९ जानेवारी रोजी वायव्य सरहद्द प्रांतातील बान्नू या शहरातून सुमारे चाळीस हिंदू गांधींच्या भेटीला आले. त्यांच्या शरीरावर आणि मनावर झालेल्या जखमा घेऊन ते आले होते (बहुधा त्या गुजरात स्टेशनवर १३ जानेवारी रोजी झालेल्या हल्ल्यांदरम्यान झाल्या असाव्यात). त्यांना झालेल्या दुःखाचं खापर त्यांनी काही अंशी गांधींवर फोडलं. संध्याकाळी प्रार्थनेनंतर बोलताना गांधींनी त्यांच्यातील संभाषणाचा महत्त्वाचा भाग सांगितला :

> *त्यांतला एक जण म्हणाला... मी याआधीच पुष्कळ नुकसान केलं आहे आणि मी आता थांबलं पाहिजे आणि अदृश्य झालं पाहिजे. मी महात्मा आहे की नाही, याविषयी त्याला काही कर्तव्य नव्हतं. मी कुठे जावं असं त्याला वाटतं, असं मी विचारलं तर तो म्हणाला, की मी हिमालयात जाऊ शकतो... मी म्हणालो की, केवळ त्याची इच्छा आहे म्हणून मी हिमालयात का जावं? देवाची जशी इच्छा असेल, तसं मी वागू शकतो... दुखावलेल्या लोकांना देव मदत करतो. पण दुखावला गेलेला माणूस काही देव नसतो... मी पळावं अशी कुणाची तरी इच्छा आहे, म्हणून मी पळणार नाही... देवाची इच्छा असेल तसं तो करेल. तो मला घेऊन जाऊ शकतो... माझा हिमालय इथेच आहे.*

त्या संध्याकाळी उशिरा मात्र ते ब्रिज कृष्णला म्हणाले : *'माझ्यासाठी ती एक पूर्वसूचनाच होती असं तू समजलं पाहिजेस... त्या दुःखानं भरलेल्या हृदयातून निघालेली शापवाणी म्हणजे देवाचाच आवाज आहे, असं समजून आपण तिचा स्वीकार केला पाहिजे.'*

प्रार्थनासभेत बोलताना त्यांनी आशा व्यक्त केली की, एखादा शेतकरी किंवा जमिनीतून धान्य पिकवणारा आपला प्रमुख होईल, पंतप्रधान होईल. अंधार पडल्यावर त्यांनी कॉंग्रेसच्या भविष्याशी निगडित मूलभूत कल्पना कागदावर उतरवायला सुरुवात केली. ते जमिनीवरील आपल्या बिछान्यावर पडले होते, तेव्हा साडेनऊ वाजण्याच्या सुमारास देवदास आणि त्याची पत्नी लक्ष्मी तिथे आले.

आपल्या संपादक-मुलाचं स्वागत करण्याच्या नेहमीच्या पद्धतीप्रमाणे त्यांनी विचारलं, *'काय बातमी?'* विशेष सांगण्यासारखं काही नाही असं म्हणून देवदासनं विचारलं, 'राज्याचं गलबत कसं चाललं आहे?' हा प्रश्न नेहरू-पटेल संबंधांविषयी होता. गांधी उत्तरले : *'छोटे छोटे मतभेद मिटतील अशी मला खात्री आहे. पण मी वर्ध्याहून परत येईपर्यंत काही गोष्टींसाठी वाट बघावी लागेल. त्याला काही फार वेळ लागणार नाही. तोपर्यंत ते एकमेकांना धरून राहतील, अशी मला खात्री आहे.'*

आणखी काही बोलणं झाल्यावर जाण्याची तयारी करत देवदास म्हणाला,

"बापू, तुम्ही आता झोपणार का?"

"नाही, काही घाई नाही... अजून काहीतरी बोल," वडील म्हणाले.

*

३० जानेवारीचा शुक्रवारचा दिवस इतर दिवसांप्रमाणेच सुरू झाला. पहाटे साडेतीन वाजता उठून गांधी आणि त्यांच्या सहकाऱ्यांनी पहाटेची प्रार्थना म्हटली. त्यात पुढील ओळींचा समावेश होता :

> हे दयाळू आणि प्रेमळ देवांच्या देवा, माझ्या सगळ्या पापांना क्षमा कर. हातांनी किंवा पायांनी, शरीरानं किंवा वाणीनं, कानानं किंवा डोळ्यानं, जाणतेपणी किंवा अजाणतेपणी केलेल्या पापांना माफ कर... मला राज्य नको, स्वर्ग नको, मुक्ती नको; पण फक्त दुःखी, त्रासलेल्यांच्या वेदनांचा अंत कर...

शहरात दुसरीकडे, दिल्ली स्टेशनच्या विश्रामगृहात नथुराम गोडसे, नारायण आपटे आणि विष्णू करकरे अजूनही झोपलेले होते. नवीन योजनेसह आणि नवीन शस्त्रांसह ते राजधानीत परतले होते, त्यांत ग्वाल्हेरला घेतलेलं एक पिस्तूल होतं.

मनू व आभानं तयार केलेलं लिंबू आणि मध घातलेलं गरम पाणी आणि मोसंबीचा ग्लासभर रस पिऊन गांधींनी आपल्या काँग्रेसच्या मसुद्यावर ६ वाजेपर्यंत काम केलं. भारताला राजकीय स्वातंत्र्य मिळवून देण्यातील भूमिका निभावल्यावर काँग्रेसनं स्वतःहोऊनच बरखास्त होण्याची तयारी दर्शवली पाहिजे, असं त्या मसुद्यात म्हटलं होतं. बरखास्तीनंतर तिनं सामाजिक, नैतिक आणि आर्थिक स्वातंत्र्यासाठी काम करणारी संस्था म्हणून उदयाला यावं, असंही त्यात म्हटलं होतं. ही नवीन संस्था (त्यासाठी गांधींनी एक नावही ठरवलं होतं– लोक सेवक संघ किंवा पीपल्स सर्व्हंट्स असोसिएशन) भारतातील प्रत्येक गावागावांत निरक्षरता, अनारोग्य, बेकारी, अस्पृश्यता आणि धार्मिक असहिष्णुता दूर करण्यासाठी काम करेल. काँग्रेसच्या बरखास्तीनंतर निर्माण झालेली पोकळी डावे-उजवे पक्ष, नवीन निर्माण झालेले पक्ष भरून काढतील आणि काँग्रेसमधले राजकारणाशिवाय राहू न शकणारे लोक त्यात समाविष्ट केले जातील.

तो मसुदा प्यारेलाल यांच्याकडे देऊन गांधींनी त्यांना काही रिकाम्या जागा राहिल्या असतील, तर त्या भरायला सांगितल्या. "मी खूप ताणाखाली तो लिहिला आहे", गांधी पुढे म्हणाले. आठ वाजता ब्रिज कृष्णनं गांधींना तेलानं मालीश केलं. स्नानानंतर गांधींनी शेळीचं दूध, उकडलेल्या भाज्या, टोमॅटो, मुळा आणि संत्र्याचा रस अशी न्याहारी केली. जेवताना त्यांनी प्यारेलालना नौखालीला जाण्यासाठी

उद्युक्त केलं. दिल्लीत प्यारेलाल यांच्या मदतीची आपल्याला गरज आहे; पण पूर्व पाकिस्तानातील कामाला जास्त प्राधान्य दिलं पाहिजे, असं गांधी म्हणाले.

दरबानचे जुने सहकारी रुस्तुम सोराबजी त्यांच्या कुटुंबीयांसह भेटायला येऊन गेल्यावर गांधींनी एक छोटी डुलकी काढली. लिंबू व मध घालून पाणी प्यायल्यावर त्यांनी रोजच्याप्रमाणे दिल्लीच्या मुस्लिमांशी बोलणी केली. *'तुमच्या संमतीशिवाय मी वर्ध्याला जाऊ शकत नाही'*, गांधींनी त्यांना सांगितलं. गांधींच्या जाण्याला पाठिंबा दर्शवत ते म्हणाले, 'तुमच्या गैरहजेरीत दिल्ली कशी वाटते, ते आम्ही शोधून काढू.'

लंडनच्या 'टाइम्स'मध्ये नेहरू-पटेल संघर्षावर छापून आलेल्या बातमीविषयी गांधींची प्रतिक्रिया शहरात असलेल्या सुधीर घोष आणि प्यारेलाल यांनी विचारली. गांधी म्हणाले की, मी हा विषय चार वाजता भेटायला येणाऱ्या पटेलांसमोर काढेन आणि संध्याकाळी सात वाजता येणार असलेल्या नेहरूंशीही त्याविषयी बोलेन, शिवाय प्रार्थनेनंतरही त्यावर भाष्य करेन.

दुपारी लवकर ते सूर्यप्रकाशात हात-पाय पसरून बसले. आधी सिंधच्या पी. बी. चांदवानी यांनी रोजची वर्तमानपत्रं त्यांना वाचून दाखवली आणि मग ब्रिज कृष्णानं वेळ दिलेल्या पाहुण्यांच्या गाठीभेटी घ्यायला त्यांनी सुरुवात केली. त्यात पूर्व पंजाबातील जाट नेते (त्यांच्या विभागातील दलितांच्या स्थितीची चौकशी गांधींनी केली); सिंधमधील हिंदू निर्वासित; आपल्या मुलीबरोबर आलेले श्रीलंकेचे डी-सिल्वा; आपण लिहिलेलं पुस्तक घेऊन आलेले इतिहासकार राधा कुमुद मुखर्जी; एक फ्रेंच छायाचित्रकार; पंजाबात सामील झालेल्या पूर्वीच्या संस्थानांचं प्रतिनिधी मंडळ आणि दिल्लीत एक मोठी सभा भरवण्याची इच्छा असणाऱ्या शिखांचं प्रतिनिधी मंडळ यांचा समावेश होता.

सिंधहून आलेल्या हिंदूंशी गांधी, चांदवानींच्या शब्दांत सांगायचं तर, अतिशय हळुवार आवाजात बोलले. 'बाहेरून ते हसरे आणि आनंदी दिसत असले, तरी त्यांचं हृदय दुःखानं विदीर्ण झालं होतं.' ते म्हणाले. बान्नूच्या निर्वासितांनी आदल्या दिवशी जे सांगितलं होतं, ते गांधींनी त्यांना सांगितलं. गालातल्या गालात हसत गांधी म्हणाले की, हिमालयात गेल्यामुळे ते दोन वेळा महात्मा होतील आणि जास्त गर्दी खेचतील. पण अंधाराचा आणि दुःखाचा सामना करणं आपण जास्त पसंत करू, असं ते म्हणाले.

ब्रिज कृष्णच्या खांद्यावर एक हात ठेवून ते चार वाजता आपल्या खोलीत परत आले. 'पटेलांना विचारून' वर्ध्याला जाण्याची तयारी करण्यास त्यांनी ब्रिज कृष्णला सांगितलं. *'माझ्या सामानात प्राध्यापक मुखर्जींचं पुस्तक ठेवायला बिसेनला सांग'*, असं गांधी पुढे म्हणाले.

एव्हाना वल्लभभाई आले होते, त्यांच्याबरोबर त्यांची मुलगी मणिबेनही होती.

प्रार्थनेची वेळ टळून जाईपर्यंत (५ वाजता) ते आणि गांधी बोलत बसले. बोलत असताना गांधी चरख्यावर सूत कातत होते आणि संध्याकाळचं खाणं खात होते. आभानं तयार केलेल्या त्या खाण्यात उकडलेल्या भाज्या, शेळीचं दूध, कच्ची गाजरं आणि तीन संत्री होती.

पटेल किंवा नेहरूंपैकी एकानं मंत्रिमंडळातून बाहेर पडावं असं पूर्वी आपल्याला वाटत होतं, हे कबूल करून गांधींनी पटेलांना सांगितलं की, 'आपण आता अशा ठाम निर्णयाला आलो आहोत की, तिथे दोघांनी कार्यरत राहणं अनिवार्य आहे.' या परिस्थितीत त्यांच्या सत्तास्थानांना कोणत्याही प्रकारची बाधा पोचणं विनाशकारी ठरेल. गांधी पुढे म्हणाले की, आपल्या प्रार्थनेनंतरच्या भाषणात ही गोष्ट आपण विशेष उल्लेख करून सांगू आणि सात वाजता येणार असलेल्या नेहरूंच्याही कानावर घालू. उद्या, आपण तिघंही एकत्र बसून बोलणी करू.

पटेलांना आणखी बरंच काही सांगायचं होतं. प्रार्थनासभेला उशीर झालेला गांधींना अजिबात आवडत नाही, याची जाणीव असलेली आभा चुळबुळ करत उभी होती. पण पटेल हे भारताचे पोलादी पुरुष होते आणि त्यांना मध्येच रोखण्याची हिंमत आभात नव्हती. तिनं गांधींचं खिशात ठेवण्याचं घड्याळ त्यांच्या समोर धरलं. पण गांधींचं लक्ष आपल्या जुन्या साथीदाराकडे होतं. तेवढ्यात मणिबेन मध्ये पडली, पण गांधी उठले तेव्हा पाच वाजून दहा मिनिटं झाली होती.

ताबडतोब पायात चप्पल सरकवून गांधी प्रार्थनेच्या जागेकडे चालू लागले, त्यांचा डावा हात मनूच्या खांद्यावर, तर उजवा आभाच्या खांद्यावर होता. ब्रिज कृष्ण आणि इतर काही जण त्यांच्या मागून चालत होते. *"तू मला गुरांचं खाणं दिलंस,"* गाजरांचा संदर्भ देऊन त्यांनी चालता चालता आभाला चिडवलं.

"बा त्याला घोड्याचं खाणं म्हणायच्या.'' आभा म्हणाली.

"ज्याच्याकडे कुणी ढुंकूनही पाहत नाही, ते चवीनं खाणं म्हणजे माझ्या महानतेचं लक्षण आहे.'' गांधी म्हणाले.

आभा हसली, पण तिनं तक्रार केली : ''बापू, तुमचं घड्याळ बिचारं दुर्लक्षित राहिलं.''

"माझ्याकडे माझे वेळ बघणारे लोक आहेत, मी माझ्या घड्याळाकडे कशाला पाहू?'' गांधी उत्तरले. तेव्हा ''तुम्ही घड्याळ बघणाऱ्यांकडेसुद्धा पाहत नाही'', आभा तक्रारीच्या सुरात म्हणाली. पटेलांच्या उपस्थितीत आभाच्या झालेल्या चलबिचलीवर तिला एक शेरा ऐकावा लागला :

मला दहा मिनिटं उशीर झाला यात तुझा दोष आहे. देव स्वत: जरी तिथे उपस्थित असला तरी आपलं काम चालू ठेवणं, हेच नर्सेसचं कर्तव्य

असतं. एखाद्या रुग्णाला जर औषध द्यायचं असेल आणि जर एखाद्यानं त्यात कुचराई केली, तर त्या बिचाऱ्या रुग्णाला जीव गमवावा लागेल. तसंच प्रार्थनेचंही आहे. प्रार्थनेसाठी एक मिनिट जरी उशीर झाला, तरी मला ते त्रासदायक ठरतं.

हा शेरा संपता-संपताच ते आणि मुली प्रार्थनेच्या जागेकडे जाण्यासाठी पाच छोट्या पायऱ्यांजवळ आले आणि ते व त्यांच्या मागचे लोक एकदम गप्प झाले. प्रार्थनास्थळी पाय ठेवण्यापूर्वी गप्पा आणि हशा आता थांबायला हवा, हे त्यांना समजलं होतं. त्या सोप्या पायऱ्या चढत असताना त्यांच्या मागे हिवाळ्यातला तो सूर्य अस्ताला चालला होता. समोर तीस यार्डांवर उजवीकडे खादीच्या कापडानं झाकलेला एक चौथरा होता. त्यावर ते प्रार्थनेला बसणार होते. त्या चौथऱ्याकडे जाणाऱ्या रस्त्याच्या दुतर्फा हात जोडून अनेक स्त्री-पुरुष उभे होते. त्या हात जोडण्यामागे भक्तिभाव तर होताच; पण गांधींविषयी वाटणारा स्नेह आणि शुभेच्छाही होत्या.

मुलींच्या खांद्यांवरून हात काढून गांधींनी ते एकत्र जोडले आणि उलट नमस्कार केला. त्यांच्या डावीकडून नथुराम गोडसे वाट काढत त्यांच्यापर्यंत आला आणि तो जणू खाली वाकत आहे, असं दिसलं. गांधींच्या जपाची माळ आणि प्रार्थनेचं पुस्तक घेऊन चालणाऱ्या मनूला वाटलं की, तो गांधींच्या पायांना स्पर्श करत आहे. ती म्हणाली की, गांधींना थांबवू नका, आम्हाला आधीच उशीर झाला आहे.

पण गोडसे खूप जवळ आला होता. मनूनं त्याचा हात ढकलण्याचा प्रयत्न केला. तिला गोडसेनं जोरात बाजूला ढकललं. जपाची माळ आणि पुस्तक खाली पडलं. मनू त्या वस्तू उचलायला खाली वाकली, तोच गोडसे गांधींसमोर उभा राहिला, पिस्तूल काढलं आणि एकापाठोपाठ एक अशा तीन गोळ्या झाडल्या. एक गांधींच्या पोटात आणि दोन छातीत.

"राम, रा...म!" गांधी उद्‌गारले. त्यांच्या पांढऱ्या कपड्यांवर लाल रंग पसरला, ते श्वास घेत असलेल्या हवेत पिस्तुलाचा धूर मिसळला. अभिवादन करण्याच्या आविर्भावात वर उचललेले हात, प्रार्थना करण्यासाठी आणि सर्वांचं कल्याण चिंतण्यासाठी जोडले जाणारे हात निर्जीवपणे खाली आले आणि ते चैतन्यहीन शरीर जमिनीवर कोसळलं. गवतावर दव गोळा होऊ लागलं होतं. खाली पडताना त्यांचा हात आभाच्या डाव्या खांद्यावर पडला. तिनं पडणाऱ्या गांधींचं डोकं आपल्या हातात धरलं आणि तशीच खाली बसली.

गांधींच्या मागेच असणारा ब्रिज कृष्ण गोळ्यांचे आवाज ऐकून पुढे धावला होता आणि त्यानं पाहिलं– गांधी उभे होते, शरीरावरून रक्त ओघळत होतं आणि मग ते आभाच्या मांडीत कोसळले.

'फुलांपेक्षाही जास्त हळुवारपणे आम्ही त्या शरीराला जपत होतो, त्यावर एकही ओरखडा उमटू नये यासाठी त्या शरीराचं ओझं वाहायला तयार होतो, ते त्यांचं कोमल शरीर चेतनाहीन होऊन गवतावर आणि ओल्या मातीत पडलेलं आम्ही पाहिलं.'

पाच शतकांपूर्वी विणकर-कवी कबिरानं मानवी शरीराची तुलना हातानं सूत कातलेल्या आणि हातानं विणलेल्या चादरीशी केली होती; अशी चादर जिला आत्मा व्यवस्थित ठेवतो, पण अखेरीस त्यागतो.

परंतु, त्या शरीराला झाकण्यासाठीही काहीतरी हवंच. मुख्यत्वेकरून आपल्या गरीब देशबांधवांसाठी, गांधींनी हातानं तयार केलेल्या खादीचं महत्त्व वेळोवेळी अधोरेखित केलं होतं (आता ती रक्तानं लाल झाली होती, पण एरवी ती नेहमीच पांढरी शुभ्र असायची आणि गरजेपुरतीच लांब असायची) आणि ती पांढरी शुभ्र राहावी, डागविरहित राहावी, यासाठी ते नेहमीच प्रयत्न करायचे.

भारताच्या मुक्तीसाठी आणि सन्मानासाठी, त्या खादी पांघरलेल्या शरीराचीही ते चांगली काळजी घ्यायचे. ती आतली चादर, त्यांचं शरीर, हातपाय आणि हृदय सगळ्यांवर, विशेषकरून दुर्बलांवर प्रेमाची सावली धरायची, त्यांना जवळ घ्यायची. द्रौपदीच्या वस्त्राप्रमाणे, तिची व्याप्ती अमर्याद होती, प्रेमाचा साठा अगणित होता. त्यामुळे असंख्य लोकांना गांधींचा स्नेह जाणवायचा. जुन्या झालेल्या आणि विरलेल्या त्या चादरीला काही वेळा दुसऱ्या कापडाच्या आधाराची गरज भासायची; पण गांधींच्या बाहेरच्या खादीप्रमाणेच ती कधी मलिन झाली नाही.

चाळीस वर्षांहून अधिक काळ, आधी दक्षिण आफ्रिकेला आणि मग भारतात, आत्मसन्मान मिळवण्यासाठी निघालेल्या असंख्य अनामिक स्त्री-पुरुषांच्या रांगांच्या अग्रभागी ती चादर आत्मविश्वासानं फडकली होती. काही वेळा ती एकट्यानं फडकली, कठोर सत्याची उद्घोषणा करत. अगदी दूरवरून अनेक चादरींनी तिच्यापासून शक्ती मिळवली, स्फूर्ती घेतली. पण ही मौल्यवान चादर, ब्रिज कृष्ण, आभा, मनू, प्यारेलाल, सुशीला, मीरा, अमतस सलाम, देवदास आणि इतर अनेकांच्या प्रेमानं न्हाऊन निघालेलं त्यांचं हे मानवी शरीर, हे खऱ्या गांधींनी पांघरलेलं केवळ बाह्य वस्त्र होतं.

ते गांधी, तो आत्मा जो आपल्या मारेकऱ्यालाही आशीर्वाद देऊ इच्छीत होता, माफ करू इच्छीत होता; त्याचप्रमाणे तो मनात आकस ठेवणाऱ्या भारत, पाकिस्तान आणि जगातील सगळ्या रहिवाशांना आशीर्वाद द्यायला आणि क्षमा करायला तयार होता– मृत्युसमयी त्या आत्म्यानं त्या चादरीचे हात एकत्र जोडले आणि देवाचं नाव घेतलं. त्या गांधींना बंदुकीच्या गोळ्यांनी मारलं नाही; त्यांनी फक्त त्या गांधींना युगायुगांसाठी आणि संपूर्ण विश्वासाठी मुक्त केलं.

उपसंहार

जग दुःखात बुडालं. न्यू यॉर्कचा एक स्तंभलेखक अल्बर्ट ड्यूश यानं लिहिलं की, 'गांधींच्या मृत्यूनंतर इतक्या आदरानं प्रतिक्रिया व्यक्त करणाऱ्या जगाला अजूनही आशा आहे.' लंडनहून राजा सहावा जॉर्ज म्हणाले की, हे केवळ भारताचंच नाही, तर सगळ्या मानवजातीचं न भरून येणारं नुकसान आहे. अमेरिकेत, गुलामांची मुलगी मेरी मॅक्लिऑड बेथ्यून म्हणाली की, 'एक महान उबदार प्रकाशझोत विझला आहे.' फ्रान्सचे माजी पंतप्रधान लिऑन ब्लम यांनी प्रतिक्रिया व्यक्त केली की, आपण गांधींना कधी पाहिलं नाही किंवा भारतात पायही ठेवला नाही, तरीपण जणू काही अगदी जवळचं कुणीतरी सोडून गेल्याची भावना आपल्याला आहे.

पाकिस्तानमध्ये जिनांनी गांधींच्या मृत्यूला 'शूराचं मरण' असं संबोधलं आणि मियाँ इफ्तिखारुद्दीन म्हणाले : 'गेल्या काही महिन्यांत निष्पाप पुरुष, स्त्रिया आणि मुलांवर ज्यांनी ज्यांनी हात उगारला आहे, ज्यांनी अशा कृत्यांबद्दल उघडपणे व गुप्तपणे सहानुभूती व्यक्त केली आहे, ते सगळे महात्मा गांधींच्या हत्येत सहभागी आहेत.' ३० जानेवारीच्या संध्याकाळी ती बातमी ऐकल्यानंतर पाकिस्तानातील अनेक लोकांनी त्या रात्री जेवण घेतलं नाही.

नवी दिल्लीत, बिर्ला हाउसमधील अजूनही उबदार असलेल्या गांधींच्या निश्चेष्ट शरीराकडे धावत जाऊन नेहरू एखाद्या लहान मुलासारखे रडले आणि तिथे आधीच पोचलेल्या, बऱ्याचशा शांत पटेलांच्या मांडीत त्यांनी डोकं खुपसलं. मग दोघांनी एकमेकांना आलिंगन दिलं. गांधी आपल्याला काय म्हणाले होते, ते पटेलांनी नेहरूंना सांगितलं. थोड्याच वेळानं दोघांनीही आकाशवाणीवरून भारताला संबोधित केलं. आधी हिंदीत आणि नंतर इंग्रजीमध्ये बोलताना नेहरू म्हणाले :

आपल्या आयुष्यातून प्रकाश निघून गेला आहे आणि सर्वत्र अंधार पसरला आहे. तुम्हाला काय सांगावं आणि कसं सांगावं, ते मला कळत नाही. आपले लाडके नेते, ज्यांना आपण बापू म्हणायचो, ते राष्ट्रपिता आता आपल्यात राहिले नाहीत...

प्रकाश निघून गेला आहे, असं मी म्हणालो, पण मी चुकीचा होतो. कारण या देशाला प्रकाशमान करणारा तो उजेड सर्वसाधारण नव्हता. खूप खूप वर्षं जो प्रकाश या देशाला उजळत राहिला, तो पुढेही अनेक वर्षं या देशाला प्रकाश देत राहील. हजारो वर्षांनंतरही तो प्रकाश या देशात दिसत राहील, जगाला तो दिसेल आणि असंख्य हृदयांना तो शांतवत राहील...

पटेल हिंदीत बोलले :

आत्ताच माझे प्रिय बंधू पंडित जवाहरलाल नेहरू तुमच्याशी बोलले. माझं हृदय वेदनेनं विदीर्ण झालं आहे. मी तुम्हाला काय सांगणार? माझी जीभ जड झाली आहे. भारतासाठी हा दिवस दुःखाचा, शरमेचा आणि यातनामय आहे...

ज्या माथेफिरू तरुणानं त्यांना मारलं, त्याला असं केल्यानं आपण गांधींचं उदात्त कार्य नष्ट करू, असं वाटत असेल, तर तो चूक करत आहे. कदाचित, त्यांच्या मृत्यूमुळे हे कार्य सफल व्हावं आणि पुढेही चालू राहावं, अशी ईश्वराची इच्छा असेल.

कलकत्त्याला राजगोपालाचारी म्हणाले :

या हानीमुळे भारतमाता वेदनेनं आणि दुःखानं तडफडत आहे. या भारत–मातेवर आणि भारतीयांवर महात्मा गांधींपेक्षा जास्त प्रेम कुणीच केलं नाही...

महात्मा गांधींसारखं वैभवशाली मरण कुणालाही येऊ शकणार नाही. ते त्यांच्या बैठकीवर बसून त्यांच्या रामाशी बोलायला जात होते. ते बिछान्याला खिळून गरम पाणी, डॉक्टर्स किंवा नर्सेसना बोलवत गेले नाहीत. असंबद्ध शब्द तोंडातल्या तोंडात बोलूनही ते गेले नाहीत... ते उभ्यानं गेले; खालीसुद्धा बसले नाहीत.

हत्येमुळे गांधींच्या उद्दिष्टांना आणखी बळकटी मिळेल, ही पटेलांची अटकळ खरी ठरली. ३१ जानेवारी रोजी प्रचंड संख्येनं शोकमग्न भारतीय गांधीजींच्या अंत्ययात्रेत सामील होऊन राजघाटावर गेले, तिथे अंत्यसंस्कार पार पडले. चितेला अग्नी

देण्याची वेळ आली तेव्हा मनूनं 'आपलं डोकं पटेलांच्या मांडीवर टेकवलं आणि रडतच राहिली... रडतच राहिली.' वर पाहिल्यावर तिला पटेल खूप वर्षांनी म्हातारे झाल्यासारखे दिसले.

गांधींच्या अस्थी घेऊन दिल्लीहून अलाहाबादला निघालेल्या खास ट्रेनच्या मार्गातील प्रत्येक स्टेशनवर प्रचंड जनसागर उसळला होता. १२ फेब्रुवारीला अस्थिविसर्जनाला अलाहाबादला नदीकाठांवर लोकांची खचाखच गर्दी होती. संपूर्ण भारतभर भारतीयांनी शोक व्यक्त केला. गांधींच्या मारेकऱ्यांनी त्यांना स्वत:ला, त्यांच्या सहकाऱ्यांना आणि हिंदू-वर्चस्वाच्या संकल्पनेला काळिमा फासला, हे स्पष्ट झालं.

या दु:खद घटनेनंतर राष्ट्रीय स्वयंसेवक संघावर बंदी घालण्यात आली आणि त्याच्या अनेक कार्यकर्त्यांना अटक झाली. काँग्रेसला जातीय स्वरूप येण्याची गांधींना वाटणारी सर्वोच्च भीती खोटी ठरली. त्या भीतीमुळेच त्यांनी काँग्रेसच्या बरखास्तीचा प्रस्ताव मांडला होता. काँग्रेसमधील नेहरूंचं स्थान अधिक बळकट झालं, तसंच अल्पसंख्याकांचं रक्षण करण्यासाठी काँग्रेसनं कंबर कसली. पुढच्या चाळीस वर्षांत भारतातील कट्टर हिंदुत्ववाद्यांना डोकं वर काढता आलं नाही.

काँग्रेसच्या संसदसदस्यांसमोर बोलताना वल्लभभाईंनी प्रथमच ४ फेब्रुवारी १९४८ रोजी नेहरूंचा उल्लेख 'माझे नेते' असा केला. ते पुढे म्हणाले :

> राष्ट्राशी संबंधित सर्व मुद्द्यांवर मी पंतप्रधानांशी सहमत आहे. पंचवीस वर्षांपेक्षाही जास्त काळ आम्ही दोघं आमच्या गुरूच्या पायांशी बसलो आणि भारताच्या स्वातंत्र्यासाठी एकत्र लढलो. आज आता महात्मा आपल्यात नसताना आम्ही एकमेकांशी भांडू, हे विचार करण्याच्या पलीकडे आहे.

गृहमंत्री म्हणून गांधींचं रक्षण करण्यात पटेल कमी पडले हा आरोप त्यांनी (इतरांबरोबर जयप्रकाशांनीही तो केला) फेटाळला असला, तरी त्यांनी स्वत:ला दूषणं दिलीच. ५ मार्च रोजी त्यांना हृदयविकाराचा झटका आला. औषधं देऊन त्यांना झोपवून ठेवलं होतं. तीन तासांनी जाग आल्यावर त्यांचे पहिले शब्द होते, 'मी बापूंबरोबर जायला हवं होतं. ते एकटे निघून गेले.' गांधींबरोबर १९३२ साली केलेल्या कराराची आठवण त्यांना येत होती.

पण ते बरे झाले आणि १९५० साली डिसेंबर महिन्यात पटेलांच्या निधनापर्यंत त्यांनी आणि नेहरूंनी भारतावर राज्य केलं. संघर्षपूर्ण तरीही अतूट राहिलेले दोघांमधील बंध स्वातंत्र्य मिळाल्यानंतर भारताच्या लोकशाही प्रशासनाच्या संवर्धनाला उपयुक्तच ठरले. १९४७ सालच्या ऑगस्ट व सप्टेंबर महिन्यात झालेल्या

उलथापालथीतून त्यांनी लोकशाहीचं जतन केलं.

आपल्या मृत्यूपूर्वी दहा आठवडे वल्लभभाई गांधी, कस्तुरबा आणि नेहरूंबद्दल बोलले :

बापूंच्या सेनेत सामील झाल्यापासूनचा आयुष्याचा सगळा प्रवास आज माझ्या डोळ्यांसमोर दिसत आहे. बांनी जे प्रेम मला दिलं, तसं माझ्या आईकडूनही मला मिळालं नव्हतं. माझ्या नशिबात पालकांचं जे काही प्रेम लिहिलं होतं, ते मला बा आणि बापूंकडून मिळालं...
आम्ही सगळे त्यांच्या छावणीतले सैनिक होतो. मला उपपंतप्रधान म्हणून संबोधलं जातं. मी स्वत:ला तसं कधीच समजत नाही. जवाहरलाल नेहरू आमचे नेते आहेत. बापूंनी त्यांची आपला वारस म्हणून नेमणूक केली होती...
बापूंचा वारसा पुढे चालवणं हे त्यांच्या सगळ्या सैनिकांचं कर्तव्य आहे. मनापासून जो हे करणार नाही तो ईश्वरासमोर गुन्हेगार ठरेल. मी अप्रामाणिक सैनिक नाही. मी ज्या पदावर आहे, त्याचा मी विचारही करत नाही. मला एवढंच माहीत आहे आणि त्यात मी समाधानी आहे, की बापूंनी माझी जिथे नेमणूक केली होती, तिथेच मी अजूनही आहे.

जवाहरलाल यांच्याविषयी बोलायचं तर, बरखास्त न केलेल्या काँग्रेसचं नेतृत्व त्यांनी केलं आणि १९५२, १९५७ व १९६२ सालच्या निवडणुकांमध्ये काँग्रेसला विजय मिळवून दिला. १९६४मध्ये त्यांचं निधन होईपर्यंत ते भारताचे पंतप्रधान राहिले. आपल्या मृत्यूच्या काही दिवस आधी त्यांनी काश्मीरचे नेते शेख अब्दुल्लांना आपल्या वतीनं अधिकार देऊन पाकिस्तानला पाठवलं आणि भारत-पाकिस्तानमध्ये समझोता होण्याच्या व काश्मीर प्रश्नावर तोडग्याच्या शक्यता पडताळून बघायला सांगितलं. अब्दुल्ला आणि पाकिस्तानचे लष्करशहा अयुब खान यांच्यातील बोलणी चांगली झाली; परंतु १९६४ साली मे महिन्यात झालेल्या नेहरूंच्या निधनामुळे समझोत्याचे प्रयत्न संपुष्टात आले.

अठरा महिन्यांनंतर, भारत-पाकिस्तानमध्ये झालेल्या छोट्या युद्धानंतर पंतप्रधान लाल बहादूर शास्त्री आणि जनरल अयुब खान यांनी, त्या वेळी सोव्हिएत युनियनचा भाग असलेल्या ताश्कंदला एका करारावर सह्या केल्या. गांधींना स्मरून आणि भारताला स्वत:चं अस्तित्व टिकवायचं असेल, तर शांतता आणि पाकिस्तानबरोबर चांगले संबंध प्रस्थापित करणं गरजेचं आहे, यावर विश्वास ठेवून शास्त्रींनी भारतात परतण्यापूर्वी पाकिस्तानला भेट देण्याचं अयुब यांचं आमंत्रण स्वीकारलं; परंतु ताश्कंदमध्ये असतानाच हृदयक्रिया बंद पडून त्यांचं निधन झालं.

१९७१-७२ साली भारत-पाकिस्तानमध्ये तिसरं युद्ध झालं, त्याचा परिणाम म्हणून पूर्व पाकिस्तान हे स्वतंत्र राष्ट्र बांगलादेश या नावानं उदयाला आलं. १९९९ साली काश्मीरमध्ये कारगिल इथे चौथा संघर्ष झाला, पण १ जानेवारी २००१ रोजी पंतप्रधान अटलबिहारी वाजपेयी म्हणाले : 'काश्मीरप्रश्नी कायमस्वरूपी उपाय शोधताना... आम्ही फक्त पूर्वी चोखाळलेल्याच मार्गानं जाणार नाही. त्यापेक्षा, संपूर्ण दक्षिण आशिया खंडातील शांतता आणि समृद्धीचे धाडसी आणि कल्पक शिल्पकार म्हणून आम्ही काम करू.'

हीच भावना तेव्हापासून पंतप्रधान मनमोहनसिंग आणि पाकिस्तानचे अध्यक्ष परवेझ मुशर्रफ यांनी बोलून दाखवली आहे; परंतु उपखंडाला अजूनही त्या शांततेची प्रतीक्षा आहे. फेब्रुवारी १९४८मध्ये पाकिस्तानला भेट देऊन ती मिळवण्याची गांधींची इच्छा होती; परंतु त्यांच्या हत्येमुळे ती अपूर्ण राहिली.

११ सप्टेंबर २००१ रोजी न्यू यॉर्क आणि वॉशिंग्टनवर झालेल्या आत्मघातकी हल्ल्यांनंतर आणि त्यामुळे अफगाणिस्तान व इराकवर अमेरिकेने केलेल्या हल्ल्यांनंतर, सगळ्या जगाला मुस्लीम आणि मुस्लिमेतरांमध्ये समझोत्याची प्रतीक्षा आहे, ज्यासाठी गांधींनी आपलं सगळं आयुष्य वेचलं.

मुलं : *गांधींच्या हत्येची बातमी मुंबईत समजल्यावर हरिलाल म्हणाला, "माझे वडील असलेल्या त्या संताला, जगातील त्या महात्म्याला ज्यानं मारलं, त्याला मी सोडणार नाही." तीन-चार दिवसांनंतर तो दिल्लीतील देवदासच्या घरी आला, आपल्या धाकट्या भावाबरोबर त्याला दुःख वाटून घ्यायचं होतं. त्यानंतर सहा महिन्यांच्या आतच १८ जून १९४८ रोजी आपल्या मुलींच्या– रामी पारिख आणि मनू मश्रूवाला– उपस्थितीत हरिलालनं मुंबईतील एका हॉस्पिटलमध्ये अखेरचा श्वास घेतला. तेव्हा तो साठ वर्षांचा होता.*

'इंडियन ओपिनिअन'चं संपादन करताना मणिलालनं दक्षिण आफ्रिकेच्या वंशभेदाला आव्हान दिलं, त्याला तुरुंगवासाची शिक्षा झाली. तोसुद्धा दक्षिण आफ्रिकेच्या संघर्षात अहिंसेचं शस्त्र घेऊन लढला. त्यानं केलेल्या मशागतीमुळे फिनिक्स आणि त्यातील बागा फुलल्या, वाढल्या आणि तिथलं अनेक वंशांनी बनलेलं जीवन समृद्ध झालं. चौसष्ट वर्षांचा असताना १९५६ साली तो तिथे निधन पावला.

दिल्लीत त्या वेळी असलेला एकमेव मुलगा, सर्वांत धाकटा देवदास हत्या झाल्यानंतर काही मिनिटांतच बिर्ला हाउसला पोचला होता आणि त्यानं आपल्या पित्याच्या कानात, 'बोला, बापू, बोला', असं कळवळून विनवलं होतं. १९५७ सालापर्यंत त्यानं 'हिंदुस्तान टाइम्स'चं संपादन केलं आणि त्याचा कारभार पाहिला; पण सत्तावन्न वर्षांचा असताना मुंबईत हृदयविकाराच्या धक्क्यानं त्याचं निधन झालं.

तिसरा मुलगा रामदास, यानं राजघाटावर आपल्या पित्याच्या चितेला अग्नी

दिला होता. १९५१ सालापर्यंत, सेवाग्राम/वर्ध्यापासून जवळ असलेल्या मोठ्या शहरात, नागपूरला तो टाटा ऑइल मिल्सच्या शाखेचा व्यवस्थापक म्हणून काम बघत होता; त्याच्या घरानं आश्रमातून येणाऱ्या पाहुण्यांचं नेहमीच आदरातिथ्य केलं. आपल्या भावांपेक्षा जास्त आयुष्य लाभलेल्या रामदासचं वयाच्या एकाहत्तराव्या वर्षी, १९६९ साली मुंबईत निधन झालं.

गोडसे आणि आपटे यांना सुनावण्यात आलेली देहदंडाची शिक्षा कमी करण्यात यावी, अशी विनंती मुलांपैकी दोघांनी, मणिलाल व रामदास यांनी केली; गोडसेच्या आईवडिलांनीही केली. मात्र नेहरू, पटेल आणि गव्हर्नर जनरल राजगोपालाचारींनी त्या विनंत्या फेटाळून लावल्या आणि १९४९ साली त्या शिक्षेची अंमलबजावणी झाली.

*

आपल्या कहाणीमधल्या इतर लोकांचं पुढे काय झालं, हे आपण जाणून घेऊ. १९५१ साली **विन्स्टन चर्चिल** पुन्हा ब्रिटनचे पंतप्रधान झाले, १९५५ साली त्यांनी ते पद सोडलं आणि १९६५ साली ते निधन पावले. 'भारत छोडो'च्या वेळी व्हाइसरॉय असलेले **लिन्लिथगो** १९५२ साली देवाघरी गेले आणि वॅव्हेल १९५० साली. गांधींबरोबर करार करणारे लॉर्ड आयर्विन, नंतर ते लॉर्ड हॅलीफॅक्स म्हणून ओळखले गेले, ते १९५९ सालापर्यंत जगले.

आपली महत्त्वाकांक्षा पूर्ण करणारे शेवटचे व्हाइसरॉय **माउंटबॅटन** १९५५ साली ब्रिटनचे पहिले सी लॉर्ड झाले. ते १९७९ सालापर्यंत जगले. प्रॉव्हिन्शियल आयरिश रिपब्लिकन आर्मीनं आयर्लंडमध्ये पेरून ठेवलेल्या एका बॉम्बच्या स्फोटात त्यांचा मृत्यू झाला. ब्रिटिश राजघराण्याशी माउंटबॅटन यांच्या असलेल्या नातेसंबंधामुळे त्यांच्यावर बहुधा हा हल्ला झाला असावा.

पाकिस्तानचे संस्थापक आणि पहिले गव्हर्नर जनरल **जिना**, आजारपणामुळे गांधींच्या हत्येनंतर सात महिन्यांनी कराचीत निधन पावले. ते बहात्तर वर्षांचे होते.

बारा वर्षं ब्रिटिशांचे कैदी असलेले **अब्दुल गफार खान** वेगवेगळ्या कालावधींत एकूण पंधरा वर्षं पाकिस्तानी कैदेत होते. हिंदू-मुस्लीम मैत्री, अहिंसा, इस्लामचा सलोखा, पख्तुनांची स्वायत्तता यांवरची त्यांची श्रद्धा कधीही ढळली नाही. वयाची अठ्ठ्याण्णव वर्षं पूर्ण करून १९८८ साली ते निधन पावले.

भारताची राज्यघटना तयार करणाऱ्या संविधान सभेचं अध्यक्षपद भूषवून **राजेंद्र प्रसाद** १९६२ सालापर्यंत भारताचे राष्ट्रपती राहिले. ते १९६३ साली निधन पावले.

माउंटबॅटन यांच्यानंतर १९४८ साली उन्हाळ्यात गव्हर्नर जनरलपदी विराजमान

झालेले **सी. राजगोपालाचारी** पटेलांच्या मृत्यूनंतर १९५० साली गृहमंत्री झाले. पन्नासच्या दशकाच्या उत्तरार्धात नेहरूंपासून अलग होऊन, अर्थव्यवस्थेत राज्याच्या वाढत्या हस्तक्षेपाला विरोध दर्शवण्यासाठी त्यांनी 'स्वतंत्र' पक्षाची स्थापना केली. १९७२ साली चौऱ्याण्णव वर्षांचे असताना त्यांचं निधन झालं.

१९५८ साली मृत्यू येईपर्यंत **अबुल कलाम आझाद** भारताचे शिक्षणमंत्री म्हणून कार्यरत राहिले. ते इस्लामचे अभ्यासक आणि भारताच्या सर्वधर्मसमभावाचे प्रतीक आणि समर्थक होते.

घटनेचे मुख्य शिल्पकार, **भीमराव आंबेडकर** यांनी १९५१ साली नेहरूंच्या मंत्रिमंडळाच्या राजीनामा दिला. हिंदू व्यक्तिगत कायद्यांमध्ये सुधारणा करण्याचा विधिमंडळाचा वेग कमी असल्याची त्यांची तक्रार होती. १९५६ साली त्यांनी हिंदू धर्माचा त्याग केला आणि बौद्ध धर्म स्वीकारला. त्यांच्याबरोबर त्यांचे महाराष्ट्रातील हजारो दलित अनुयायीही बौद्ध धर्मात गेले. त्याच वर्षी डिसेंबर महिन्यात आंबेडकरांचं निधन झालं.

गांधीहत्येच्या कटात सहभाग असल्याच्या आरोपामुळे स्थानबद्धतेत ठेवलेल्या **विनायक डी. सावरकर** यांनी तो आरोप नाकारला; पण जर आपल्याला सोडलं तर सरकार म्हणेल तितक्या काळासाठी आपण राजकारणापासून दूर राहू, अशी ग्वाही त्यांनी दिली. त्यांची विनंती फेटाळण्यात आली, पण पुरेशा पुराव्याअभावी न्यायालयानं त्यांच्या सुटकेचे आदेश दिले. ते १९६६ सालापर्यंत जगले. २००३ साली जेव्हा भारतीय जनता पक्षाच्या सरकारनं नवी दिल्लीत पदग्रहण केलं, तेव्हा संसद भवनाच्या सेंट्रल हॉलमध्ये सावरकरांचं तैलचित्र लावण्यात आलं.

१९६० आणि १९७०च्या दशकात गांधीवादी व लोकशाही मूल्यांच्या समर्थनार्थ **जयप्रकाश नारायण** यांनी राष्ट्रव्यापी, तरीही वादग्रस्त चळवळींचं नेतृत्व केलं. १९७५-७७ मधील भारतात जाहीर झालेल्या आणीबाणीविरोधातील संघर्ष त्यांच्या नेतृत्वाखाली सुरू झाला होता. पण १९७७ साली जेव्हा भारत त्यांच्याकडे अपेक्षेने बघत होता, तेव्हा ते आजारी होते. त्यांचं निधन १९७९ साली झालं, त्याआधी सहा वर्षांपूर्वी त्यांच्या पत्नीचं, **प्रभावती**चं कॅन्सरमुळे निधन झालं होतं.

राजकारणातील 'गांधीवादी' गटातील नेत्यांपैकी **जीवतराम कृपलानी** सगळ्यात जास्त जगले. चौऱ्याण्णव वर्षांचे झाल्यावर १९८२ साली ते मृत्यू पावले. नेहरू-पटेल यांच्या प्रशासनाशी ते जुळवून घेऊ शकले नाहीत. पन्नासच्या दशकाच्या सुरुवातीपासूनच ते काँग्रेसच्या विरोधात गेले.

गांधींच्या मृत्यूनंतर राजकारणबाह्य 'गांधीवाद्यांनी' **विनोबा भावे** यांना आपला नेता मानलं. सगळा भारत पायी फिरून विनोबांनी जमीनधारकांची मनं वळवून लाखो एकर जमीन त्यांच्याकडून घेऊन भूमिहीनांना दान केली. १९८२ साली वर्ध्याजवळ

पवनार इथे त्यांच्या स्वतःच्या आश्रमात त्यांचं निधन झालं. लेखनाचा आणि भाषणांचा प्रचंड अमूल्य ठेवा ते मागे ठेवून गेले.

सर्वसामान्य भारतीयासाठी नवनवीन शोध लावत **सतीश दासगुप्तां**नी शेतकऱ्यांना पाणी साठवण्याच्या विविध पद्धती शिकवल्या आणि इतर काही सेवांबरोबरच लिहिण्यासाठी लागणारी प्रसिद्ध शाई तयार केली. एक्याण्णव वर्षांचं आयुष्य लाभलेले दासगुप्ता १९७९ साली मरण पावले.

गांधींच्या मृत्यूनंतर **किशोरलाल मश्रूवालां**नी 'हरिजन'चं संपादन केलं, मनू गांधींच्या रोजनिशींच्या प्रकाशनात मदत केली आणि 'गांधी विरुद्ध मार्क्स' हे छोटंसं, महत्त्वपूर्ण पुस्तक लिहिलं. १९५२ साली ते देवाघरी गेले.

साहित्यिक, धार्मिक आणि राजकीय विषयांवर केलेलं **दत्तात्रेय** उर्फ **'काका' कालेलकर** यांचं लिखाण लोकांना अत्यंत भावलं. ते शहाण्णव वर्षांचे होऊन १९८१ साली निधन पावले.

नौखालीत काही काळ घालवल्यावर **प्यारेलाल** यांनी अनेक खंडांत गांधींचं चरित्र लिहिलं आणि इतरही काही पुस्तकं लिहिली, त्यांत गफार खान यांच्यावरील एका अभ्यासपूर्ण पुस्तकाचा समावेश आहे. गफार खानांना भेटायला ते काबूलला जाऊन आले. १९८२ साली त्यांचं निधन झालं.

पन्नासच्या दशकाच्या अखेरपर्यंत **मीरा (मॅडेलीन स्लेड)** हिमालय पर्वतरांगांच्या पायथ्याशी कार्यरत राहिली; त्यानंतर ती बीथोव्हेनच्या आत्म्याच्या जवळ राहावं म्हणून ऑस्ट्रियाला निघून गेली. गांधींच्या सहवासात घालवलेल्या काळावरचं तिचं पुस्तक 'स्पिरिट्स पिलग्रिमेज' (Spirit's Pilgrimage) १९६० साली प्रकाशित झालं. १९८२ साली मृत्युसमयी तिचं वय नव्वद वर्षांचं होतं.

'भारत छोडो'विषयी नापसंती व्यक्त करणारे **हेन्री पोलॉक** यांनी ब्रिटनमध्ये लोकांना गांधींचे विचार समजावून सांगितले. ते १९५९ साली निधन पावले.

सुशीला नायर हिनं निर्वासितांना मदत केली, अमेरिकेत जाऊन वैद्यकशास्त्रातील उच्च शिक्षण घेऊन अनेक पदव्या प्राप्त केल्या, भारताच्या आरोग्यमंत्री म्हणून सेवा बजावली, गांधींच्या नावे वर्ध्याजवळ एक वैद्यकीय महाविद्यालय चालवलं. आपल्या भावानं – प्यारेलाल यांनी– आपल्या भावानं लिहिलेल्या गांधींच्या प्रचंड चरित्रातील काही राहून गेलेल्या भागांचं लेखन केलं. शहाऐंशी वर्षांची असताना २००१ साली तिचं निधन झालं.

पश्चिम पंजाबमधून अपहरण केलेल्या हिंदू आणि शीख स्त्रियांना शोधून काढण्यात **अमतस सलाम** यांनी मोलाची कामगिरी बजावली. त्यांतल्या बऱ्याच जणींना त्यांनी भूतपूर्व पतियाळा संस्थानातील आपल्या राजपुरा गावी आणलं. त्या गावी अनेक संस्था स्थापन केल्या, त्यांतील एकीला कस्तुरबांचं नाव दिलं. त्यांचं निधन १९८५ साली झालं.

अविवाहित राहिलेल्या **मनू**नं नौखाली, बिहार आणि दिल्लीतील गांधींच्या अखेरच्या महिन्यांचा वृत्तान्त लिहून ठेवला. गांधीविचारांची एक तेजस्वी प्रचारक म्हणून ती भारताच्या अनेक भागांत फिरली. चाळीस वर्षांची झाली नाही तोच आजारपणामुळे दिल्लीत १९६९ साली, म्हणजे गांधी जन्मशताब्दीच्या वर्षीच तिचं निधन झालं.

आभा आणि तिचा पती **कनू गांधी** यांनी अनेक वर्षं राजकोटजवळ त्रंबा इथे कस्तुरबांच्या नावानं एक ग्रामीण केंद्र चालवलं. आभा वयाच्या अडुसष्टाव्या वर्षी १९९५ साली हे जग सोडून गेली, तर कनूचं निधन १९८६ साली झालं होतं.

निर्मलकुमार बोस यांनी गांधींबरोबर घालवलेल्या महिन्यांचा वृत्तान्त प्रकाशित केला आणि इतरही अभ्यासपूर्ण पुस्तकं लिहिली. अमेरिका व जपानमध्ये गांधींवर व्याख्यानं दिली. अँथ्रोपोलॉजिकल सर्व्हे ऑफ इंडियाचे (Anthropological Survey of India) संचालकपद त्यांनी भूषवलं आणि अनुसूचित जाती व अनुसूचित जमातींसाठी ते आयुक्तही राहिले. वयाची एकाहत्तर वर्षं पूर्ण केली असताना एशियाटिक सोसायटीचे अध्यक्ष असतानाच १९७२ साली कॅन्सरनं त्यांचं निधन झालं.

२००६ साली एक्याऐंशी वर्षांचे असलेले महादेव देसाईंचे पुत्र **नारायण** गुजरातमध्ये वेदच्छी इथे शांती आणि न्यायासाठी काम करतात आणि गांधी-कथा सांगण्याचं काम करतात. त्यांनी चार खंडांत गांधींचं चरित्र लिहिलं आहे.

*

हिंसेशिवाय स्वातंत्र्य मिळवण्याचे प्रयत्न किंवा हिंसाचारानंतर केलेले समेटाचे प्रयत्न किंवा दुर्बलांचं सक्षमीकरण करण्याचे प्रयत्न, अशा विविध कारणांनी वेगवेगळ्या देशांतील वेगवेगळ्या लोकांचे नंतर गांधींशी अनेकदा संबंध आले. त्यांत अमेरिकेच्या दक्षिण भागातील मार्टिन ल्यूथर किंग, ज्युनिअर, तिबेटचे दलाई लामा, दक्षिण आफ्रिकेचे नेल्सन मंडेला, बर्मा (म्यानमार)ची महिला ऑंग सान स्यू की, फिलिपिन्सच्या बेनिग्नो ॲक्विनो, कोसोव्होचे इब्राहिम रुगोव्हा आणि इतर अनेक प्रसिद्ध वा अप्रसिद्ध लोकांचा समावेश होतो.

१९८०च्या दशकाच्या उत्तरार्धात पूर्व युरोपमध्ये आणि १९९०च्या दशकाच्या पूर्वार्धात दक्षिण आफ्रिकेत जेव्हा अहिंसक मार्गांनी मोठे बदल घडून आले, तेव्हा निरीक्षकांना आणि प्रत्यक्ष सहभागी होणाऱ्यांना गांधींचं स्मरण झालं. एकविसाव्या शतकाच्या पूर्वसंध्येला, विसाव्या शतकाच्या अखेरच्या दशकात, पृथ्वीच्या पर्यावरण-रक्षणाची काळजी वाहणाऱ्या लोकांनाही गांधींची आठवण झाली.

परंतु, ती एक दुसरीच कहाणी आहे.